ಶಾಶ್ವತ ಯೌವನ ಮತ್ತು ಇಚ್ಚಾ ಮರಣ

Kaushalam Foundation NGO®

Non Government Organisation

ಆಶಿಷ್ಠೋ ಬಲಿಷ್ಠೋ ದೃಢಿಷ್ಠಃ

Ambition Strength Determination

ಲೇಖಕರು:

ಡಾ.ಚಂದ್ರಮೌಳಿ ಮ. ಸೂ.

(ಜಿಜ್ಞಾಸು)

ಅರ್ಪಣೆ

ನನ್ನ ಜೀವನದ ಸಕಲಕ್ಕೂ
ಕಾರಣರಾದಂತಹ

ಪರಮ ಹಾಗು ಆತ್ಮರಿಗೆ
ಗುರು ಹಾಗು ಭಗವಂತರಿಗೆ
ತಂದೆ ಹಾಗು ತಾಯಿಗಳಿಗೆ
ಹೆಂಡತಿ ಹಾಗು ಮಕ್ಕಳಿಗೆ
ಬಂಧು ಹಾಗು ಬಾಂಧವರಿಗೆ
ಸ್ನೇಹಿತರು ಹಾಗು ಹಿತೈಷಿಗಳಿಗೆ

ಭಗವದ್ಗೀತೆ ಕುರಿತಾಗಿ ಶೃಂಗೇರಿ ಪೀಠದ ಶ್ರೀ ವಿಧುಶೇಖರ ಭಾರತಿ ಸ್ವಾಮಿಗಳ ಹೇಳಿಕೆ ಹೀಗಿದೆ:

"ಪ್ರಸ್ತುತ ಪ್ರಚಲಿತದಲ್ಲಿರುವ ಭಗವದ್ಗೀತೆಯ ಮೇಲ್ನೋಟದ ಅರ್ಥ ವಿಭಿನ್ನವಾಗಿದೆ; ಅಂದರೆ, ಶ್ಲೋಕಗಳ ಅರ್ಥ ವಿಭಿನ್ನವಾಗಿದೆ. ಶ್ರೀ ಶಂಕರರ ರೀತಿಯಲ್ಲಿ ಗೀತೆಯ ಆಂತರಿಕ ಅರ್ಥವನ್ನು ಪಡೆದವರು ಮಾತ್ರ ಅದನ್ನು ನಿಖರವಾಗಿ ವಿವರಿಸಬಲ್ಲರು"

ಪರಿವಿಡಿ

ಪ್ರವೇಶ

ಅನಾರೋಗ್ಯ, ಬಾಧೆ, ವ್ಯಾಧಿ ಹಾಗು ಅಸ್ವಾಸ್ಥ್ಯಗಳು ಸಕಲ ಮನುಜರಿಗೂ ಸಹ ಕಾಡುವಂತಹವುಗಳೇ. ವೃದ್ಧಾಪ್ಯ ಇವನಿಗೆ ಮತ್ತೊಂದು ಶಾಪ. ವಯಸ್ಸಾಗುವಿಕೆ ಯಾರಿಗೂ ಸಹ ಚಿಂತೆಯನ್ನು ಹಚ್ಚುವಂತಹದ್ದು. ಮರಣ.. ಅಬ್ಬಬ್ಬಾ.. ಭಯ.. ಹುಟ್ಟಿದಾಗಿನಿಂದಲೂ ಕಾಡುವಂತಹ ಮೃತ್ಯು ಭಯ.. ಭಯಂಕರ!

ಕಾಮ (ಸಾತ್ವಿಕ), ಕ್ರೋಧ (ಸಾತ್ವಿಕ), ಲೋಭ (ಸಾತ್ವಿಕ), ಮೋಹ (ರಾಜಸೀಕ), ಮದ (ರಾಜಸೀಕ), ಹಾಗು ಮತ್ಸರ (ತಾಮಸೀಕ) ಪ್ರವೃತ್ತಿಗಳು ಶೃತಿ ತಪ್ಪಿ ಅಳತೆ ಮೀರಿದಾಗ ಉಂಟಾಗುವುದೇ ಅನಾರೋಗ್ಯ. ಮಾನಸೀಕ ಹಾಗು ದೈಹಿಕಗಳ ನಡುವೆ ಅಸಮತೋಲನ ಉಂಟದಾಗ ಬಾಧೆ. ಪ್ರಾರಬ್ಧ ಕರ್ಮದಿಂದ ವ್ಯಾಧಿ. ಸ್ವಂತ ನಿರೂಪಣೆಯಲ್ಲಿ ವ್ಯತ್ಯಾಸ ಉಂಟಾದಾಗ ಅಸ್ವಾಸ್ಥ್ಯ.

ಅನಾರೋಗ್ಯ ಹಾಗು ಬಾಧೆಗಳ ಕೆಲವು ವಿಚಾರಗಳಿಗೆ ಇಂದಿನ ವೈಜ್ಞಾನಿಕ ತಳಹದಿಯ ವೈದ್ಯಕೀಯ ವಿಭಾಗಗಳು ಸಮಾಧಾನ ನೀಡಬಹುದಾಗಿದೆಯೇ ವಿನಃ ವ್ಯಾಧಿ ಹಾಗು ಅಸ್ವಾಸ್ಥ್ಯಕ್ಕೆ ನೀಡುವುದಿಲ್ಲ, ಏಕೆಂದರೆ ವ್ಯಾಧಿ ಹಾಗು ಅಸ್ವಾಸ್ಥ್ಯಗಳ ಹಿಂದಿರುವಂತಹ ಕಾರಣಗಳನ್ನು ಇದು ಗಣಿಸುವುದೇ ಇಲ್ಲ. ಇನ್ನು ಮೃತ್ಯು.. ಇದರ ರಹಸ್ಯವೇ ಇಂದಿನ ವಿಜ್ಞಾನಕ್ಕೆ ತಿಳಿದಿಲ್ಲ.

ಹಾಗಾದರೆ, ನಿರೋಗಿಯಾಗಿ ಬಾಳುವುದು ಸಾಧ್ಯವಿಲ್ಲವೆ? ಎಂಬ ಪ್ರಶ್ನೆಗೆ ವೇದ ವಿಜ್ಞಾನವು ಸಾಧ್ಯ ಎಂದಾಗಿ ಹೇಳುತ್ತದೆ. ಜೊತೆಗೆ ವೃದ್ಧಾಪ್ಯ ತಡೆಗಟ್ಟುವುದು, ವಯಸ್ಸಾಗುವುದನ್ನು ತಡೆಯುವುದು, ಯೌವ್ವನದಲ್ಲೇ ಆಯಸ್ಸು ಇರುವ ತನಕವೂ ಜೀವಿಸುವುದು ಹಾಗು ಕಡೆಗೆ ಬಯಸಿದೆ ರೀತಿಯಲ್ಲಿ ಮರಣವನ್ನು ಅಪ್ಪುವುದು ಸಾಧ್ಯ ಎಂದಾಗಿ ಹೇಳುತ್ತದೆ.

ವೇದ ವಿಜ್ಞಾನ ಹೇಳಿರುವಂತಹ ಈ ಸಾಧ್ಯತೆಗಳು ಮಾನವನಿಗೆ ಸಹಜವಾಗಿ ಒದಗಿಬರುವುದಿಲ್ಲವಾದರೂ ಸಹ ಇವುಗಳನ್ನು ಸಾಧನೆಗಳ ಮುಖಾಂತರ ಯಾವುದೇ ವ್ಯಕ್ತಿಯ ಸ್ವಯಂ ಸಾಧಿಸಿಕೊಳ್ಳಬಹುದು ಎಂದಾಗಿ ಹೇಳಿರುತ್ತದೆ. ಇದಕ್ಕೆ ಮೂರು ಮುಖ್ಯ ಮಾರ್ಗಗಳನ್ನು ಹೇಳಿರುತ್ತದೆ. ಇವುಗಳು

ಕ್ರಮವಾಗಿ ವೇದಾಂತ, ಸ್ವರ ಸಾಧನ ಹಾಗು ಯೋಗ ಸಾಧನಗಳೇ ಆಗಿರುತ್ತವೆ.

ಮೃತ್ಯುವನ್ನು ಗೆಲ್ಲಲಿಕ್ಕೆ ಅಸಾಧ್ಯವಾದರೂ ಸಹ ಅದನ್ನು ಇಚ್ಛಾಪೂರ್ವಕವಾಗಿ ನೆರವೇರಿಸಿಕೊಳ್ಳಬಹುದು ಎಂದಾಗಿ ವೇದ ವಿಜ್ಞಾನ ಹೇಳಿರುತ್ತದೆ. ಹೀಗೆ ನೆರವೇರಿಸಿಕೊಂಡಂತಹ ವ್ಯಕ್ತಿಗೆ ನೈಸರ್ಗಿಕವಾಗಿ ಪುನಃ ಜನನ ಎಂಬುದಿರುವುದಿಲ್ಲವಾದರೂ, ಅವನು ಇಚ್ಛಿಸಿದಲ್ಲಿ ಮಾತ್ರ ಜನಿಸಬಹುದಾಗಿದೆ. ಹೀಗೆ, ಪುನಃ ಜನಿಸಿದರೂ ಸಹ ಅವನು ನೈಸರ್ಗಿಕ ಕ್ರಿಯೆಯಾದ ನಜಜ-ಮರಣ ಚಕ್ರದಲ್ಲಿ ಖಂಡಿತವಾಗಿ ಸಿಲುಕಿಕೊಳ್ಳನು.

ಓಂ ಋತಗಂ ಸತ್ಯಂ ಪರಂ ಬ್ರಹ್ಮ ಪುರುಷಂ ಕೃಷ್ಣಪಿಂಗಲಮ್|
ಊರ್ಧರೇತಂ ವಿರೂಪಾಕ್ಷಂ ವಿಶ್ವರೂಪಾಯ ವೈ ನಮೋ ನಮಃ||

ವೇದ ವಿಜ್ಞಾನ ಪ್ರಕಾರ, ಐದು ಕ್ರಿಯೆಗಳು ಮಾನವನಲ್ಲಿ ಮುಖ್ಯವಾಗಿವೆ. ಅವುಗಳು ಕ್ರಮವಾಗಿ ಉಸಿರಾಟ, ಜೀರ್ಣವಾಗುವಿಕೆ, ರಕ್ತ ಸಂಚಾರ, ಸಂಜ್ಞೆಗಳ ಹರಿವು, ರಸಗಳ ಹರಿವು. ಈ ಐದು ಕ್ರಿಯೆಗಳು ಸ್ವಂತ ಪ್ರಯತ್ನವಿಲ್ಲದೆಯೇ ನಿರಂತರವಾಗಿ ನಡೆಯುತ್ತಿರುತ್ತವೆ. ಈ ಐದು ಕ್ರಿಯೆಗಳ ಕೊರತೆಗಳನ್ನು ಸರಿಪಡಿಸಿ, ಅವುಗಳನ್ನು ಬಲಪಡಿಸುವ ಸಲುವಾಗಿಯೇ ಯೋಗ ಸಾಧನೆಯನ್ನು ನಿರೂಪಿಸಲಾಗಿದೆ.

ಸ್ವಾಭಾವಿಕ ಉಸಿರಾಟಕ್ಕೆ ತರುವುದಕ್ಕಾಗಿಯೇ ಪ್ರಾಣಾಯಾಮ ನಿರೂಪಿತವಾಗಿದೆ.

ಆಹಾರವನ್ನು ಜೀರ್ಣಿಸಿಕೊಳ್ಳುವ ಸಲುವಾಗಿ ಆಸನಗಳ ವ್ಯವಸ್ಥೆಯಾಗಿದೆ.

ಈ ಐದು ಕ್ರಿಯಾ ಯೋಗಗಳಿಗೆ ಐದು ಜ್ಞಾನೇಂದ್ರಿಯ ಹಾಗು ಐದು ಕರ್ಮೇಂದ್ರಿಯಗಳನ್ನು ಸೇರಿಸಲಾಯಿತು. ಆಗ ಇದು 'ಪಂಚ-ದಶಿ' ಎಂದಾಗಿ ಕರೆಸಿಕೊಳ್ಳುವಂತಹ 15 ಅಂಶಗಳ ಅನಾವರಣವಾಯಿತು.

ಈ 15 ಅಂಶಗಳು ಒಂದು ಪಕ್ಷಕ್ಕೆ ಅಂದರೆ, 15 ದಿನಗಳಿಗೆ ಪುನರಾವರ್ತನೆಯಾಗುತ್ತವೆ. ಅಂದರೆ, ತಿಂಗಳಿಗೆ 2 ಬಾರಿ ಪುನರಾವರ್ತನೆಯಾಗುತ್ತದೆ. ಈ 15 ಅಂಶಗಳು ಸೂರ್ಯ ಹಾಗು ಚಂದ್ರನನ್ನು ಅನುಸರಿಸಿಕೊಂಡೇ ವರ್ಷಕ್ಕೆ 24 ಬಾರಿ ಪುನರಾವರ್ತನೆಯಾಗುತ್ತವೆ.

ಈ 24 ಪುನರಾವರ್ತನೆಗಳೇ 24 ಸಂಜ್ಞೆಗಳಾಗುತ್ತವೆ. ಈ ಸಂಜ್ಞೆಗಳೇ ಜ್ಞಾನ ರೂಪವೆಂದಾಗಿ ವ್ಯಕ್ತಿಯ ಮೆದುಳನ್ನು ಸೇರಿಕೊಳ್ಳುತ್ತವೆ. ಈ ಜ್ಞಾನವೇ 'ಇಚ್ಛಾ-ಶಕ್ತಿ' ಎಂಬುದನ್ನು ಕ್ರಮಬದ್ಧಗೊಳಿಸುತ್ತವೆ.

ಇಚ್ಛೆಯನ್ನು ಕ್ರಮಬದ್ಧಗೊಳಿಸಿಕೊಂಡಂತಹ ವ್ಯಕ್ತಿಯಲ್ಲಿ ದುರಾಸೆಯು ಕಡಿಮೆಯಾಗುತ್ತಾ ಬಂದು, ಸದಾಶಯಗಳತ್ತ ಅವನ ಮನಸ್ಸು ಹರಿಯಲಾರಂಭಿಸುತ್ತದೆ. ಇದು ನಿಜವಾದ 'ಯೋಗ' ಎಂದಾಗಿರುತ್ತದೆ. ಇಂತಹವರ್ನೇ 'ಅವಧೂತ' ಎಂದಾಗುತ್ತಾನೆ.

ವಾಸ್ತು = ಋಣ, ಕರ್ಮ, ಯೋಗ - ಇವುಗಳೇ ಮಾನವನ ಜನ್ಮಕ್ಕೆ ಕಾರಣಗಳು. ಈ ಮೂರೂ ಒಟ್ಟಿಗೆ ಸೇರಿದಾಗ ಅವು ಒಟ್ಟು 53 (ತ್ರಿಪಂಚಾಶತ್) ಭಾಗಗಳಾಗುತ್ತವೆ. ಇದೇ 'ವಾಸ್ತು,' ಅಂದರೆ ಸ್ವಾಭಾವಿಕತೆ.

ಫಲಶ್ರುತಿ:

ಉಲ್ಲೇಖಿಸಿರುವಂತಹ ಮಂತ್ರ ಸಹಿತ ಯೋಗವನ್ನು ನಿರಂತರವಾಗಿ 1 ವರ್ಷ ಮಾಡಿದಲ್ಲಿ ಆರೋಗ್ಯವು ಸ್ಥಿರಗೊಳ್ಳುತ್ತದೆ.

ಉಲ್ಲೇಖಿಸಿರುವಂತಹ ಮಂತ್ರ ಸಹಿತ ಯೋಗವನ್ನು ನಿರಂತರವಾಗಿ 9 ವರ್ಷ ಮಾಡಿದಲ್ಲಿ ಜೈವಿಕ ವಯಸ್ಸಾಗುವಿಕೆ ನಿಂತುಹೋಗುತ್ತದೆ.

ಉಲ್ಲೇಖಿಸಿರುವಂತಹ ಮಂತ್ರ ಸಹಿತ ಯೋಗವನ್ನು ನಿರಂತರವಾಗಿ 12 ವರ್ಷ ಮಾಡಿದಲ್ಲಿ ವೃದ್ಧಾಪ್ಯವೇ ಬರದು.

ಉಲ್ಲೇಖಿಸಿರುವಂತಹ ಮಂತ್ರ ಸಹಿತ ಯೋಗವನ್ನು ನಿರಂತರವಾಗಿ 19 ವರ್ಷ ಮಾಡಿದಲ್ಲಿ 24 ವಯಸ್ಸಿನ ಯೌವ್ವನದಲ್ಲಿ ದೇಹವು ಸ್ಥಿರಗೊಳ್ಳುತ್ತದೆ.

ಉಲ್ಲೇಖಿಸಿರುವಂತಹ ಮಂತ್ರ ಸಹಿತ ಯೋಗವನ್ನು ನಿರಂತರವಾಗಿ 24 ವರ್ಷ ಮಾಡಿದಲ್ಲಿ ಇಚ್ಛಾ-ಮರಣ ಸಿದ್ಧಿಸುತ್ತದೆ.

ಗಮನಿಸಿ: ನಿರಂತರ ಪರಿಶ್ರಮ ಹಾಕಿದರೆ ಇವೆಲ್ಲವನ್ನೂ ಸಹ 8 ವರ್ಷಗಳಲ್ಲೇ ಸಾಧಿಸಿಕೊಳ್ಳಬಹುದು.

ಮೆಟ್ಟಿಲು – 1

ಪರಮಾತ್ಮನನ್ನು (ಅಂದರೆ ಹಂತಹಂತವಾಗಿ ಪ್ರಗತಿಗಾಗಿ ಇರುವಂತಹ, ಅಂದರೆ ಯಾವುದೇ ಆಯಾಮದ ಯಾವುದೇ ಸ್ಥಳೀಕ ಜೀವದ ದೈಹಿಕ ವಿಕಾಸ ಹಾಗು ಮಾನಸಿಕ ಕ್ರಾಂತಿಗಳ ಕಾರಣಕ್ಕಾಗಿ ಇರುವಂತಹ ಅಂತಿಮವಾದ ಚಲನೆ ಹಾಗು ಚಿಂತನೆಗಳನ್ನು) ಈಗಾಗಲೇ ಜೀವಿಸುತ್ತಿರುವಂತಹ ವಾಸ್ತವಿಕತೆಯಲ್ಲಿ ಹೊಂದಲು ಕೆಲವು ಮಾರ್ಗಗಳಿವೆ ಎಂದಾಗಿ ಭಾರತೀಯ ವೇದ ವಿಜ್ಞಾನಿಗಳು ಹೇಳುತ್ತಾರೆ. ಅದರಲ್ಲಿ ಅಧ್ಯಾತ್ಮ ಮಾರ್ಗವು ಒಂದೆಡೆ ಇದ್ದರೆ, ಸ್ವರ ಸಾಧನಾ ಯೋಗ ಹಾಗು ಯೋಗ ಮಾರ್ಗವು ಮತ್ತೊಂದೆಡೆ ಇರುತ್ತದೆ. ಮೊದಲನೆಯದಾದ ಅಧ್ಯಾತ್ಮ ಮಾರ್ಗವು ಸಾಮಾನ್ಯ ತಿಳುವಳಿಕೆಯಲ್ಲಿ ಇರುವುದಾದರೆ ಯೋಗ ಮಾರ್ಗವು ರಹಸ್ಯವಾಗಿದೆ. ಹೀಗಾಗಿ ಈ ವಿದ್ಯೆಯನ್ನು 'ಗುಹ್ಯತಮ' ಎಂದಾಗಿ ಕೃಷ್ಣನ ಬಾಯಿಯಲ್ಲಿ ಶ್ರೀ ವೇದವ್ಯಾಸರು ಹೇಳಿಸಿದ್ದಾರೆ. ಈ ವಿದ್ಯೆಯನ್ನು ಕಂಡುಕೊಳ್ಳಲು ಸ್ವಪ್ರಯತ್ನವು ಅವಶ್ಯಕವಾಗಿದ್ದು ಅದಕ್ಕೆ ಅಧ್ಯಾತ್ಮ ಮಾರ್ಗದಿಂದ ಒದಗುವಂತಹ ಋಷಿ ಪ್ರಜ್ಞೆಯು ಸಹಾಯಮಾಡುತ್ತದೆ ಎಂದು ಅನುಭವದಿಂದ ಕಂಡುಕೊಳ್ಳಬಹುದಾಗಿದೆ.

ಗಮನಿಸಿ: ಅಧ್ಯಾತ್ಮ ಮಾರ್ಗದಲ್ಲಿ ಊಹೆಗೆ ಸ್ಥಾನವಿದ್ದರೆ, ಯೋಗ ಮಾರ್ಗದಲ್ಲಿ ನಿಖರ ಹಾಗು ಸ್ಪಷ್ಟವಾದ ಅನುಭವವು ಜೊತೆಗೆ ಬರುವುದಾಗಿದೆ.

ಯೋಗ ಪದ್ಧತಿಯು ಪತಂಜಲಿಯಿಂದ ಪ್ರವೃತ್ತವಾಗಿದೆ. ಯೋಗವೆಂದರೆ ಚಿತ್ತ-ವೃತ್ತಿ-ನಿರೋಧವೆಂದು ವಿವರಿಸಿ ಯೋಗಸೂತ್ರ ಇದಕ್ಕೆ ಸಾಧನರೂಪವಾಗಿ ಯಮ, ನಿಯಮ, ಆಸನ, ಪ್ರಾಣಾಯಾಮ, ಪ್ರತ್ಯಾಹಾರ, ಧ್ಯಾನ, ಧಾರಣ, ಹಾಗು ಸಮಾಧಿ ಎಂಬ ಎಂಟು ಅಂಗಗಳನ್ನು ಎರಡನೆಯ ಅಧ್ಯಾಯವಾದ ಸಾಧನಪಾದದಲ್ಲಿ ಹೇಳಿದೆ. ಅಂಗವೆಂದರೆ ಅಶುದ್ಧವಾದ ಚಿತ್ತ ಕಲ್ಮಷಗಳು ಹೋಗಿ ವಿವೇಕ (ನಿಖರವಾದ ತಾರ್ಕಿಕತೆ ಬಳಸಿ ತಮ್ಮನ್ನು ತಾವೇ ನಿಯಂತ್ರಿಸುವ ಮತ್ತು ಹಿಡಿತದಲ್ಲಿಡುವ ಸಾಮರ್ಥ್ಯವಾಗಿದೆ. ಅದನ್ನು ಶಾಸ್ತ್ರೀಯವಾಗಿ ಒಂದು ಸದ್ಗುಣವೆಂದು, ಮತ್ತು ನಿರ್ದಿಷ್ಟವಾಗಿ ನಾಲ್ಕು ಪ್ರಧಾನ ಸದ್ಗುಣಗಳಲ್ಲಿ ಒಂದು ಎಂದು ಪರಿಗಣಿಸಲಾಗುತ್ತದೆ. ಇದನ್ನು

ಹಲವು ವೇಳೆ ಬುದ್ಧಿವಂತಿಕೆ, ಒಳನೋಟ ಮತ್ತು ಜ್ಞಾನದೊಂದಿಗೆ ಸಂಬಂಧಿಸಲಾಗುತ್ತದೆ) ಖ್ಯಾತಿ ಉಂಟಾಗುವುದಕ್ಕೆ ನೆರವಾಗುವ ಸಾಧನವೆಂದೂ ಅದರಿಂದ ಚಿತ್ತದಲ್ಲಿ ಸಾತ್ತ್ವಿಕ ಪರಿಣಾಮರೂಪವಾದ, ನಿರ್ಮಲರೂಪವಾದ ಪ್ರಕಾಶ (ಜ್ಞಾನ ದೀಪ್ತಿ) ಒದಗುವುದೆಂದೂ ಯೋಗಸೂತ್ರ ಭಾಷ್ಯಕಾರರಾದ ವ್ಯಾಸರು ವಿವರಿಸಿದ್ದಾರೆ. ನಿಷಿದ್ಧ ಕಾರ್ಯಗಳ ತ್ಯಾಗ ಯಮ ಎಂದೆನಿಸಿಕೊಳ್ಳುತ್ತದೆ. ಅಹಿಂಸಾ, ಸತ್ಯ, ಅಸ್ತೇಯ, ಬ್ರಹ್ಮಚರ್ಯ, ಅಪರಿಗ್ರಹ ಇವು ಯಮ; ಈ ಅಂಗದಲ್ಲಿ ಸೇರಿಬರುತ್ತವೆ. ವಿಹಿತ ಕಾರ್ಯಗಳ ಆಚರಣೆ ನಿಯಮ. ಶೌಚ, ಸಂತೋಷ, ತಪಸ್ಸು, ಸ್ವಾಧ್ಯಾಯ, ಈಶ್ವರ ಪ್ರಣಿಧಾನ - ಇವು ನಿಯಮಗಳು. ಆಸನವೆಂದರೆ ನಿಯಮಗಳ ಅಭ್ಯಾಸಕ್ಕೆ ಅನುಕೂಲವಾದ ಸ್ಥಿರವೂ ಸುಖವೂ ಆದ ಭಂಗಿ. ಆಸನಗಳಲ್ಲಿ ಸಿದ್ಧಾಸನ, ಪದ್ಮಾಸನ, ಸ್ವಸ್ತಿಕಾಸನ ಮೊದಲಾದ ವೈವಿಧ್ಯ ಇದೆ. ಆಸನ ಸಿದ್ಧಿಯಾದ ಅನಂತರ ಶ್ವಾಸ-ಪ್ರಶ್ವಾಸಗಳ ಗಮನಾಗಮನಗಳನ್ನು ತಡೆಯುವುದನ್ನು (ಶ್ವಾಸಪ್ರಶ್ವಾಸಯೋರ್ಗತಿವಿಚ್ಛೇದಃ) ಪ್ರಾಣಾಯಾಮವೆಂದು ನಿರ್ದೇಶಿಸಿದ್ದಾರೆ. ಪ್ರಾಣಾಯಾಮದಿಂದ ಶುದ್ಧವಾದ ಚಿತ್ತವನ್ನು ಒಂದೆಡೆ ನಿಲ್ಲಿಸುವುದು ಧಾರಣ ಎಂದಾಗಿದೆ. ಪಂಚೇಂದ್ರಿಯಗಳು ತಂತಮ್ಮ ವಿಷಯಗಳ ಕಡೆ ಒಲಿಯದಂತೆ ತಡೆಹಿಡಿದು, ಧಾರಣದಲ್ಲಿರುವ ಚಿತ್ತದಲ್ಲಿಯೇ ನಿಲ್ಲುವಂತೆ ಮಾಡುವುದು ಪ್ರತ್ಯಾಹಾರ. ಮುಂದಿನ ಯೋಗಾಂಗ ಧ್ಯಾನ. ಆ ಧಾರಣೆಯ ಸ್ಥಳದಲ್ಲಿ ಏಕತಾನತೆಯನ್ನು ಅವಲಂಬಿಸಿ ಚಿತ್ತವನ್ನು ಸ್ಥಿರವಾಗಿ ನಿಲ್ಲಿಸುವುದೇ ಧ್ಯಾನ ಎಂದಾಗಿದೆ. ಧ್ಯಾನವು ಧ್ಯಾನ-ವಸ್ತುವಿನ ಸ್ವರೂಪವನ್ನೇ ಪಡೆದು ಚಿತ್ತದ ಸ್ವರೂಪವನ್ನು ಕಳೆದುಕೊಳ್ಳುವುದು ಸಮಾಧಿ (ತದೇವಾರ್ಥ ಮಾತ್ರ ನಿರ್ಭಾಸಂ ಸ್ವರೂಪಶೂನ್ಯಮಿವ ಸಮಾಧಿಃ). ಕೊನೆಗೆ, ತಾನು ಧ್ಯಾನಿಸುತ್ತಿದ್ದೇನೆ ಎನ್ನುವುದೂ ಕೂಡ ಸಮಾಧಿಯಲ್ಲಿ ಮರೆತುಹೋಗುತ್ತದೆ.

ಈ ಯೋಗಶಾಸ್ತ್ರವನ್ನು ಭಗವದ್ಗೀತೆಯಲ್ಲಿ ಶ್ರೀವೇದವ್ಯಾಸರು ಅಡಗಿಸಿಟ್ಟಿದ್ದಾರೆ ಎಂದರೆ ತಪ್ಪಾಗಲಾರದು! ಹೀಗಾಗಿ, ಈ ವಿದ್ಯೆಯ ಸಾಕ್ಷಾತ್ ಭಗವಂತನಿಂದ ಹೊಗಳಲ್ಪಟ್ಟಿತು, ಹೀಗಾಗಿ ಈ ಬರವಣಿಗೆಯು ಗೀತೆ ಎಂದಾಯಿತು ಎಂದಾಗಿ ಅರ್ಥಮಾಡಿಕೊಳ್ಳಬಹುದಾಗಿದೆ. ಈ ಕೃತಿಯು ಯಾವುದೇ ಜೀವಕ್ಕೆ ಅದರ ಆರಂಭದಿಂದ ಅಂತ್ಯದವರೆಗೂ ಸಹ

ಮಾರ್ಗದರ್ಶಿಸುತ್ತದೆ. ಇದನ್ನು ಸಂಪೂರ್ಣವಾಗಿ ಅರ್ಥಮಾಡಿಕೊಂಡವನು ಶ್ರೀಕೃಷ್ಣ ಪರಮಾತ್ಮ. ಹೀಗಾಗಿ, ಅವನೇ ಮಹಾನ್ ಯೋಗೀಶ್ವರ!

'ಭಗವದ್ಗೀತಾಸು ಉಪನಿಷತ್ಸು ಬ್ರಹ್ಮವಿದ್ಯಾಯಾಂ ಯೋಗಶಾಸ್ತ್ರೇ' ಎಂಬ ವಾಕ್ಯವನ್ನು ನೋಡಬಹುದಾಗಿದೆ. ಅಂದರೆ, ಭಗವದ್ಗೀತೆಯು ಉಪನಿಷತ್ತಿಗೆ ಸಮಾನವಾದದ್ದು, ವೇದಕ್ಕೆ ಸಮಾನವಾದದ್ದು. ಇದರ ಸಂವಾದ ಮತ್ತು ಬೋಧನೆ ನಾರಾಯಣ ಹಾಗು ನರನ ಮಧ್ಯೆ ನಡೆದದ್ದು. ಇಲ್ಲಿ ಕೃಷ್ಣನೇ ನಾರಾಯಣನಾಗಿದ್ದು ಅರ್ಜುನನೇ ನರ ಎಂದಾಗಿದ್ದಾನೆ. ಕೃಷ್ಣನು ಮನಸ್ಸು ಎಂದಾಗಿದ್ದು ಅರ್ಜುನನು ಮನಸ್ಸು ವ್ಯವಹರಿಸುವಂತಹ ಪ್ರವರ್ತನಾ ವೃತ್ತಿ ಎಂದಾಗಿದ್ದಾನೆ. ಅಂದರೆ, ಇಲ್ಲಿ ಬೋಧನೆ ಎಂಬ ವಿಶಿಷ್ಟ ಕಾರ್ಯಕ್ರಮದ ಅವಶ್ಯಕತೆ ಇಲ್ಲದಾಗಿದ್ದು ಇದು ಸಹಜ ಸ್ವಾಭಾವಿಕವಾಗಿದೆ ಎಂದಾಗಿ ವೈದ್ಯಕೀಯ ಶಾಸ್ತ್ರದಿಂದ ಅರ್ಥಮಾಡಿಕೊಳ್ಳಬಹುದಾಗಿದೆ. ಯಾವುದೇ ಮನಸ್ಸಿನ ಸ್ವರೂಪಕ್ಕೆ ನರದ ಸ್ವರೂಪವು ಪ್ರಚೋದನೆ ಆದಾಗ ಮನಸ್ಸು ಪ್ರಕಟವಾಗುವುದಾಗಿದೆ. ನರದ ರೂಪದಲ್ಲಿ ಪ್ರಕಟವಾಯಿತು, ಹೀಗಾಗಿ ಅರ್ಥವಾಯಿತು. ಅಷ್ಟೆ, ಮತ್ತೇನೂ ವಿಶೇಷ ಕಾರ್ಯದ ಕ್ರಮವಿಲ್ಲ.

ನಂತರ ಕೃಷ್ಣನು 'ಭಗವಾನುವಾಚ' ಎಂದಾಗಿ ಹೇಳಿರುವುದನ್ನು ಗಮನಿಸಬೇಕು. ಅವನು ತನ್ನನ್ನೇ ಭಗವಂತ ಎಂದಾಗಿ ಸಂಬೋಧಿಸಿಕೊಂಡಿರುವುದಿಲ್ಲ, ಹೀಗಾಗಿ ಭಗವಂತನು ಮೂರನೇ ವ್ಯಕ್ತಿಯೇ ಆಗಿದ್ದಾನೆ ಎಂದಾಯಿತು. ಆ ಭಗವಂತ (ದಾರಿ ತೋರುವವನು) ಎಂಬ ಅರ್ಥದಲ್ಲಿ ಆ ಪರಮಾತ್ಮವನ್ನೇ ಕುರಿತು ಶ್ರೀಕೃಷ್ಣನು ಹೇಳಿರುತ್ತಾನೆ ಎಂದಾಗಿ ಅರ್ಥಮಾಡಿಕೊಳ್ಳಬೇಕು. ಆ ಭಗವಂತ ಹೇಳಿರುವುದು ಉಪಾಸನೆಗೆ ಯೋಗ್ಯವಾದದ್ದು, ಹೀಗಾಗಿ ಅದೇ ಯೋಗ. ಅಂದರೆ ಆ ಕೃಷ್ಣನೂ ಕೂಡ ಯೋಗವನ್ನು ಆ ಪರಮಾತ್ಮನಿಂದಲೇ ಕಂಡುಕೊಂಡು ಉಪಾಸನೆ ಮಾಡಿ ಯೋಗೀಶ್ವರನಾದ. 'ಯತ್ರ ಯೋಗೇಶ್ವರಃ ಕೃಷ್ಣಃ ತತ್ರ ಪಾರ್ಥೋ ಧನುರ್ಧರ' ಎಂಬ ವಾಕ್ಯವನ್ನು ಶ್ರೀವೇದವ್ಯಾಸರು ಉಲ್ಲೇಖಿಸಿದ್ದಾರೆ. ಯೋಗಿಯಾದವನಿಗೆ ಮನಸ್ಸಿನ ಮೇಲೆ ಸಂಪೂರ್ಣ ಹಿಡಿತವು ಇರುತ್ತದೆ. ಈ ಪ್ರಭಲವಾದ ಹಿಡಿತವಿರುವವನೇ ಧನುರ್ಧಾರಿಯಾದ ಪಾರ್ಥ. ಯೋಗಿಯ ಮನಸ್ಸಿನ ಮೇಲೆ ಹಿಡಿತ

ಇರತಕ್ಕಂತಹ ಒಂದು ಪ್ರತಿಸ್ವರೂಪವೇ ಪಾರ್ಥ. 'ಧ್ರುವ ನೀತಿರ್ಮತಿರ್ಮನು' ಎಂಬ ಮತ್ತೊಂದು ವಾಕ್ಯವನ್ನು ಗಮನಿಸಿ. ಮಹಾಭಾರತದ ಯುದ್ಧವು ಬಾಹ್ಯದಲ್ಲಿ ನಡೆಯುವಂತಹ ಯುದ್ಧವಾಗಿರದೆ ಮನಸ್ಸಿನಲ್ಲಿ ನಡೆಯುವಂತಹ ಯುದ್ಧವಾಗಿರುತ್ತದೆ! ಹೀಗೆ ಮನಸ್ಸಿನಲ್ಲಿ ನಡೆಯುವಂತಹ, ಶಾಶ್ವತತೆಯನ್ನು ಕೊಡುವಂತಹ ಯುದ್ಧಕ್ಕೆ ಯೋಗಿಯಾಗಿ ಶ್ರೀಕೃಷ್ಣನು ಇದ್ದರೆ ಧನುರ್ಧಾರಿಯಾಗಿ ಪಾರ್ಥ ಎಂದಾಗಿ ಹೇಳುವಂತಹ ನ್ಯಾಸ ಇರಬೇಕು. (ಇಲ್ಲಿ ನ್ಯಾಸ ಎಂದರೆ, ಒಬ್ಬ ಅಥವಾ ಹಲವರು ಒಂದು ಸ್ವತ್ತನ್ನು ಇನ್ನೊಬ್ಬನ ಅಥವಾ ಹಲವರ ಪ್ರಯೋಜನಾರ್ಥವಾಗಿ ನಿರ್ವಹಿಸುವ ವಿಶ್ವಾಸಾವಲಂಬಿ ಕರ್ತವ್ಯಕ್ಕೆ ಒಳಪಟ್ಟು ಆ ಸ್ವತ್ತಿನ ಮೇಲೆ ಪಡೆಯುವ ಸ್ವಾಧೀನದ ಮೂಲಕ ಸ್ಥಾಪಿತವಾಗುವ ವೈಧಿಕ ಸಂಬಂಧ ಅಥವಾ ನಂಬಿಕೆ ಎಂದಾಗಿ ತಿಳಿಯಬೇಕು). ಆಗ ಮಾತ್ರವೇ ಜಯ ಎಂಬುದು ಯಾವುದೇ ಜೀವಿಗೆ ದೊರಕುವುದಾಗಿದೆ ಎಂಬುದೇ ಇಲ್ಲಿ ಒಳಾರ್ಥವಾಗಿದೆ.

ಈ ರೀತಿಯಾದ ಜಯದ ಪ್ರಾಪ್ತಿಗಾಗಿ ಆ ಪರಮಾತ್ಮವು ಹಲವಾರು ರೀತಿಯ ಆಸನಗಳನ್ನು ಹೇಳಿರುತ್ತದೆ. ಅವುಗಳಲ್ಲಿ ಹದಿನೆಂಟು ಆಸನಗಳು ಪ್ರಮುಖವಾಗಿದ್ದು ಅದು ಆ ಪಾರ್ಥನು ಕಂಡ ಜಯವನ್ನು ನಮಗೂ ಸಹ ದಯಪಾಲಿಸುವುದಾಗಿದೆ. ಸತ್ಯದಲ್ಲಿರುವ ಸಾಮರ್ಥ್ಯವು ಕೊಡಮಾಡುವ ಅವಕಾಶ ಕುರಿತಾಗಿ ವೇದ, ಉಪನಿಷತ್ತು, ಪುರಾಣ, ಹಾಗು ಇತಿಹಾಸ ಮುಖೇನ ತಿಳಿದುಕೊಂಡು, ಅದನ್ನು ಸ್ಥಳೀಕ ಅಳತೆಯ ಪ್ರಕಾರದಲ್ಲಿ ಪೃಥಕ್ ಜ್ಞಾನದ ಸಹಾಯದಿಂದ ಗುರುತಿಸಿ ನಂತರ ಅದನ್ನೇ ಕಾರ್ಯರೂಪಕ್ಕೆ ಇಳಿಸಿ. ಅದರ ಪರಿಣಾಮವನ್ನು ಸ್ವಧರ್ಮ ನೆಲೆಗಟ್ಟಿನ ವಾಸ್ತವಿಕೆಯಲ್ಲಿ ವ್ಯಕ್ತೀಕರಣಗೊಳಿಸಿಕೊಳ್ಳುವುದಕ್ಕಾಗಿ ಈ ಹದಿನೆಂಟು ಆಸನಗಳು ಹೇಗೆ ಕೆಲಸಮಾಡುತ್ತವೆ, ಅದಕ್ಕಾಗಿ ನಮ್ಮ ಸಿದ್ಧತೆಗಳು ಏನಿರಬೇಕು, ಇತ್ಯಾದಿ ವಿವರಗಳನ್ನು ಸಾಧಕನು ತಿಳಿಯಬೇಕಿದೆ. ಜೊತೆಗೆ ಕುಂಡಲಿನಿ ಎಂಬ ವಿಚಾರ ಕುರಿತಾಗಿ ಅರಿಯಬೇಕಿದೆ.

ಕುಂಡಲಿನಿ ಎಂದರೆ, ಸುರುಳಿಯಾಕಾರ' ಎಂಬ ಅರ್ಥ ನೀಡುತ್ತದೆ. ಭಾರತೀಯ ಯೋಗದಲ್ಲಿ, ಇದು ಒಂದು "ದೈಹಿಕ ಶಕ್ತಿ" - ಒಂದು ಸುಪ್ತ, ಸಹಜ ಪ್ರವೃತ್ತಿಯ ಅಥವಾ ಮಾನಸಿಕ

ಪ್ರಚೋದನೆ ಅಥವಾ ಶಕ್ತಿಯು, ಬೆನ್ನುಮೂಳೆಯ ತಳದಲ್ಲಿ ಸುರುಳಿಯಾಕಾರದಲ್ಲಿರುತ್ತದೆ.

ಇದನ್ನು ಒಂದು ದೇವಿಯ ರೂಪದಲ್ಲಾಗಲಿ ಅಥವಾ ಒಂದು ಮಲಗಿರುವ ಸರ್ಪದ ರೂಪದಲ್ಲಾಗಲಿ ಚಿತ್ರಿಸಲಾಗುತ್ತದೆ. ಹೀಗಾಗಿ ಈ ಪದದ ಇಂಗ್ಲೀಷ್ ರೂಪಾಂತರದಲ್ಲಿ ಹೆಚ್ಚಾಗಿ 'ಸರ್ಪ ಶಕ್ತಿ' ಎಂದು ಕರೆಯಲಾಗುತ್ತದೆ. ಕುಂಡಲಿನಿಯು ಸೇಕ್ರಂ (ಬೆನ್ನೆಲುಬುಗಳು ಸೇರಿಕೊಂಡು ಉಂಟಾಗಿರುವ ತ್ರಿಕೋನಾಕಾರದ ಎಲುಬು) ಮೂಳೆಯಲ್ಲಿ ಮೂರುವರೆ ಸುರುಳಿಗಳಲ್ಲಿ ಇರುತ್ತದೆ ಹಾಗೂ ಇದನ್ನು ಪರಿಶುದ್ಧ ವಾಂಛೆಯ ಒಂದು 'ಉಳಿಕೆ ಶಕ್ತಿ' ಎಂದು ವಿವರಿಸಲಾಗಿದೆ.

ಯೋಗತತ್ತ್ವ ಉಪನಿಷತ್ತು ನಾಲ್ಕು ವಿಧದ ಯೋಗಗಳನ್ನು ಉಲ್ಲೇಖಿಸುತ್ತದೆ. ಇದರಲ್ಲಿ ಲಯ-ಯೋಗ ವು ಕುಂಡಲಿನಿಯನ್ನು ಒಳಗೊಂಡಿದೆ.

ಶ್ರೀ ರಮಣ ಮಹರ್ಷಿಗಳು ಕುಂಡಲಿನಿ ಶಕ್ತಿಯು ಆತ್ಮದ ಸ್ವಾಭಾವಿಕ ಶಕ್ತಿಯೆಂದು ಸಮರ್ಥಿಸುತ್ತಾರೆ. ಆತ್ಮವು ಸಾರ್ವತ್ರಿಕ ಪ್ರಜ್ಞೆಯಾಗಿದ್ದು (ಪರಮಾತ್ಮ) ಪ್ರತಿಯೊಂದು ಜೀವಿಯಲ್ಲೂ ಇರುವುದರ ಜೊತೆಗೆ ವೈಯಕ್ತಿಕ ಚಿಂತನೆಗಳ ಮನಸ್ಸು ಈ ಸ್ವಾಭಾವಿಕ ಶಕ್ತಿಯನ್ನು ಪರಿಶುದ್ಧವಾದ ಭಾವದಿಂದ ಮುಚ್ಚಿಹಾಕುತ್ತದೆ. ಅದ್ವೈತವು ಆತ್ಮಸಾಕ್ಷಾತ್ಕಾರ, ಜ್ಞಾನೋದಯ, ಭಗವಂತನ ಬಗ್ಗೆ ಅರಿವು, ನಿರ್ವಾಣ ಹಾಗೂ ಕುಂಡಲಿನಿಯ ಜಾಗೃತಿ ಎಲ್ಲವೂ ಒಂದೇ ಎಂದು ಬೋಧಿಸುತ್ತದೆ ಹಾಗೂ ಈ ಗುರಿಯನ್ನು ತಲುಪಲು ಸ್ವಯಂ-ಶೋಧನೆಯ ಧ್ಯಾನವು ತುಂಬಾ ಸ್ವಾಭಾವಿಕವಾದ ಹಾಗೂ ಸುಲಭದ ಸಾಧನವೆಂದು ಪರಿಗಣಿಸಲಾಗಿದೆ.

ಯೋಗ ಹಾಗೂ ತಂತ್ರವು ಈ ಶಕ್ತಿಯನ್ನು ಗುರುವಿನ ಮೂಲಕ ಜಾಗೃತಗೊಳಿಸಿಕೊಳ್ಳಬಹುದು ಎಂದು ಸೂಚಿಸುತ್ತವೆ, ಆದರೆ ದೇಹ ಹಾಗೂ ಆತ್ಮವನ್ನು ಯೋಗದ ತಪಶ್ಚರ್ಯಗಳಾದ ಪ್ರಾಣಾಯಾಮ, ಅಥವಾ ಉಸಿರಿನ ನಿಯಂತ್ರಣ, ದೈಹಿಕ ವ್ಯಾಯಾಮಗಳು, ಮನೋಗೋಚರತೆ ಹಾಗೂ ಮಂತ್ರ ಪಠಣದಿಂದ ಸಿದ್ಧಗೊಳಿಸಿಕೊಳ್ಳಬೇಕು.

ಕುಂಡಲಿನಿಯನ್ನು ಸಿದ್ಧ-ಗುರುಗಳ ಅನುಗ್ರಹದಿಂದ ಜಾಗೃತಗೊಳಿಸಿಕೊಳ್ಳಬಹುದು. ಇವರು ತಾವು ಅಭ್ಯಾಸ ಮಾಡಿದ ಕುಂಡಲಿನಿ ಶಕ್ತಿಯನ್ನು ಶಕ್ತಿಪಾತ ಅಥವಾ ಆಶೀರ್ವಾದದ

ಮೂಲಕ ಜಾಗೃತಗೊಳಿಸುತ್ತಾರೆ. ಒಬ್ಬ ಸಿದ್ಧ ಗುರುವು ಆಧ್ಯಾತ್ಮಿಕ ಬೋಧಕನಾಗಿರುತ್ತಾನೆ. ಒಬ್ಬ ಗುರುವಾಗಿರುತ್ತಾನೆ. ಸರ್ವೋಚ್ಚ ಆತ್ಮದ ಜೊತೆಗೆ ಈತನು ಗುರುತಿಸಿಕೊಳ್ಳುವುದು ನಿರಂತರವಾಗಿರುತ್ತದೆ. ಶಕ್ತಿಯ ಪ್ರತಿಯೊಂದು ರೂಪಗಳಂತೆ ಪ್ರತಿಯೊಬ್ಬರೂ ಆಧ್ಯಾತ್ಮಿಕ ಶಕ್ತಿಯ ಬಗ್ಗೆ ಅರಿಯಬೇಕು. ಈ ಆಧ್ಯಾತ್ಮಿಕ ಶಕ್ತಿಯನ್ನು ಏಕೀಕರಿಸುವ ನಿಟ್ಟಿನಲ್ಲಿ, ಮೊದಲು ದೇಹ ಹಾಗು ನರಮಂಡಲದ ಶುದ್ಧೀಕರಣ ಹಾಗೂ ಅದನ್ನು ಬಲಪಡಿಸುವ ಅಗತ್ಯವಿದೆ.

ಕುಂಡಲಿನಿಯು, ಬೆನ್ನುಮೂಳೆಯ ತಳದಲ್ಲಿ ಮೂಲಾಧಾರ ಚಕ್ರದಿಂದ ಒಂದು ತೆಳುವಾದ ನಾಳದವರೆಗೂ ಮೇಲಕ್ಕೆ ಏರುತ್ತದೆ (ಇದನ್ನು ಸುಶುಮ್ನ ಎಂದು ಕರೆಯಲಾಗುತ್ತದೆ), ಹಾಗೂ ಅಲ್ಲಿಂದ ತಲೆಯ ಮೇಲ್ಭಾಗದವರೆಗೂ ಸಹಸ್ರಾರದ ಜೊತೆಗೆ ಅಥವಾ ನೆತ್ತಿಯ ಚಕ್ರದ ಜೊತೆಗೆ ಒಂದಾಗುತ್ತದೆ. ಕುಂಡಲಿನಿ ಶಕ್ತಿಯನ್ನು ಒಂದು ದೇವಿಯ ರೂಪದಲ್ಲಿ ಕಲ್ಪಿಸಿಕೊಂಡಾಗ, ನಂತರ ಅದು ತಲೆಯ ಭಾಗಕ್ಕೆ ಏರಿದರೆ, ಅದು ಪರಮಾತ್ಮನ ಜೊತೆ ವಿಲೀನವಾಗುತ್ತದೆ (ಶಿವ). ನಂತರ ಜ್ಞಾನಕ್ಕಾಗಿ ಹಂಬಲಿಸುವವನು ಆಳವಾದ ಧ್ಯಾನದಲ್ಲಿ ಹಾಗೂ ಅಪರಿಮಿತ ಆನಂದದಲ್ಲಿ ಮಗ್ನನಾಗುತ್ತಾನೆ.

ಈ ಜಾಗೃತಿಯು ದೈಹಿಕವಾಗಿ ಸಂಭವಿಸುವುದಿಲ್ಲ, ಬದಲಿಗೆ ಇದು ಪ್ರತ್ಯೇಕವಾಗಿ ಪ್ರಜ್ಞೆಯ ಬೆಳವಣಿಗೆಯನ್ನು ಒಳಗೊಂಡಿರುತ್ತದೆ ಎಂಬುದನ್ನು ಮುಖ್ಯವಾಗಿ ಗಮನಿಸಬೇಕು. ಕುಂಡಲಿನಿ ಜಾಗೃತಿಯು ಬ್ರಹ್ಮಾಂಡದ ಕಂಪನಗಳು ಹಾಗೂ ಪ್ರಖರ ಶಕ್ತಿಯ ಬಗ್ಗೆ ಗ್ರಹಿಕೆಯನ್ನು ಹೆಚ್ಚಿಸುತ್ತದೆ. ಬ್ರಹ್ಮಾಂಡದೊಳಗಿರುವ ಸಂಪರ್ಕಗಳು ಹಾಗೂ ನಿಯಮಗಳ ಬಗೆಗಿನ ಅರಿವು ಆಳವಾಗುತ್ತದೆ. ಕೆಲವು ಅನುಭಾವಿಕರ ಪ್ರಕಾರ ಬೆರಳತುದಿಗಳಲ್ಲಿ ಹಾಗೂ ನೆತ್ತಿ ಸುಳಿಯ ಮೂಲೆಯ ಭಾಗದಲ್ಲಿ ಒಂದು ತಂಪು ಗಾಳಿಯು ಬೀಸಿದ ಅನುಭವವಾಗುತ್ತದೆ.

ದೈವಿಕ ತಿಳಿವಳಿಕೆಯನ್ನು ಸಾಧಿಸಲು ಕುಂಡಲಿನಿಯನ್ನು ಜಾಗೃತಗೊಳಿಸುವುದು ಮಾತ್ರ ಏಕೈಕ ಮಾರ್ಗ. ಆತ್ಮಸಾಕ್ಷಾತ್ಕಾರವನ್ನು ದೈವಿಕ ಅರಿವು ಅಥವಾ ಗ್ನೋಸಿಸ್ ಗೆ (ಜ್ಞಾನಕ್ಕೆ) ಸಮನಾಗಿದೆ ಎಂದು ಹೇಳಲಾಗುತ್ತದೆ ಅಥವಾ ಆತ್ಮ-ಜ್ಞಾನಕ್ಕೆ ಸಮನಾಗಿದೆ ಎಂದು ಅರ್ಥೈಸಲಾಗುತ್ತದೆ. ಕುಂಡಲಿನಿಯ ಜಾಗೃತಿಯು "ಆಂತರಿಕ ಜ್ಞಾನದ ಜಾಗೃತಿ" ಯನ್ನು

ವ್ಯಕ್ತಪಡಿಸುತ್ತದೆ ಹಾಗೂ ಅದರ ಜತೆಗೆ ಪರಿಶುದ್ಧ ಆನಂದ, ಪರಿಶುದ್ಧ ಜ್ಞಾನ ಹಾಗೂ ಪರಿಶುದ್ಧ ಪ್ರೀತಿ ಹುಟ್ಟು ಹಾಕುತ್ತದೆ.

ಈ ಪದದ ವ್ಯುತ್ಪತ್ತಿ ಹೀಗಿದೆ: "ಕುಂಡಲಿನಿ" ಎಂಬ ಪದವು ಹಲವಾರು ಪದಗಳ ಹಾಗೂ ಹಲವಾರು ಅರ್ಥಗಳ ಮೇಲೆ ಆಧರಿಸಿದೆ. "ಇ" ನಿಂದ ಅಂತ್ಯಗೊಳ್ಳುವ ಈ ಪದವು ಸ್ತ್ರೀತತ್ತ್ವಕ್ಕೆ ಸಂಬಂಧಿಸುವುದರ ಜೊತೆಗೆ ಶಕ್ತಿ ಹಾಗೂ ಪ್ರಕೃತಿಯ ರೂಪಕ್ಕೂ ಸಹ ಸಂಬಂಧಿಸುತ್ತದೆ ಎಂದು ಸೂಚಿಸಲಾಗಿದೆ.

ಕುಂಡ ಎಂದರೆ ಎಲ್ಲ ಕಸಕಡ್ಡಿ ಹಾಗೂ ಹೊಲಸನ್ನು ಎಸೆಯುವ ಒಂದು ಕಂದಕ ಅಥವಾ ಬಾವಿ. ಬಹಳ ಬೇಗನೆ ಹೊಲಸು ತನ್ನ ಮೂಲ ರೂಪವನ್ನು ಕಳೆದುಕೊಂಡು ಒಂದು ನಿರಾಕಾರ ಜಾಲದಲ್ಲಿ ವಿಯೋಜಿಸಲ್ಪಡುತ್ತದೆ. ಇದರಲ್ಲಿ ವೈಯಕ್ತಿಕ ಅಂಶಗಳನ್ನು ಗುರುತಿಸಲು ಸಾಧ್ಯವಾಗುವುದಿಲ್ಲ. ಇದೇ ರೀತಿಯಲ್ಲಿ, ನಮ್ಮ ಪೂರ್ವಜನ್ಮಗಳ ಭಾವನೆ ಒಂದು ಅಸ್ಪಷ್ಟಾಕಾರದ ವಸ್ತುವಾಗಿ ಸುಪ್ತ ಮನಸ್ಸಿನಲ್ಲಿ ಹುದುಗಿರುತ್ತದೆ, ಅಂದರೆ ಮೂಲಾಧಾರ ಚಕ್ರದಲ್ಲಿರುತ್ತದೆ.

ಕುಂಡಲ ಎಂದರೆ ಉಂಗುರ ಹಾಗೂ ಸಾಮಾನ್ಯವಾಗಿ ಸಂಸ್ಕೃತದಲ್ಲಿ ಒಂದು ಕಿವಿಯೋಲೆಯನ್ನು ಉಲ್ಲೇಖಿಸುತ್ತದೆ.

ಕುಂಡಲಿನಿಯ ಇತರ ಮೂಲಗಳೆಂದರೆ ಕುಂಡಲಿನ್ ಎಂಬ ಸರ್ಪ ಹಾಗೂ ಕಾಲ, ಕಾಲಪುರುಷ ಅಥವಾ ಸಾವು. ಭಾರತೀಯ ಪುರಾಣದಲ್ಲಿ ಭಗವಾನ್ ವಿಷ್ಣು ಸಾವಿರ ತಲೆಗಳ ಸರ್ಪದ ಮೇಲೆ ವಿರಮಿಸುತ್ತಾನೆ ಹಾಗೂ ಮೊದಲ ಕಂಪನವನ್ನು, ಅಂದರೆ ಸ್ಫುರಣವನ್ನು ಹೊರಡಿಸುತ್ತಾನೆ. ಇದರಿಂದ ಸಂಪೂರ್ಣ ಬ್ರಹ್ಮಾಂಡವು ಉದ್ಭವಿಸುತ್ತದೆ.

"ಯೋಗಿಗಳ ಪ್ರಕಾರ, ಬೆನ್ನುಮೂಳೆಯಲ್ಲಿ ಎರಡು ನರಗಳಿರುತ್ತವೆ. ಇವುಗಳು ಕ್ರಮವಾಗಿ ಪಿಂಗಳ ಹಾಗು ಇಡಾ ಎಂದಾಗಿವೆ. ಇದಲ್ಲದೆ ಸುಶುಮ್ನ ಎಂಬ ಒಂದು ಟೊಳ್ಳಾದ ನಾಳವು ಬೆನ್ನುಹುರಿಯ ಮೂಲಕ ಹಾದು ಹೋಗುತ್ತದೆ. ಟೊಳ್ಳಾದ ನಾಳದ ಕೊನೆಯ ಭಾಗವನ್ನು "ಕುಂಡಲಿನಿಯ ಕಮಲ" ಎಂದು ಯೋಗಿಗಳು ಕರೆಯುತ್ತಾರೆ. ಅವರು ಇದನ್ನು ತ್ರಿಕೋನಾಕಾರದಲ್ಲಿದೆಯೆಂದು ವಿವರಿಸುವುದರ ಜೊತೆಗೆ, ಯೋಗಿಗಳ ಸಾಂಕೇತಿಕ ಭಾಷೆಯಲ್ಲಿ, ಕುಂಡಲಿನಿ ಎಂಬ ಶಕ್ತಿಯು, ಸುರುಳಿಯಾಗಿ ರಚನೆಗೊಂಡಿರುತ್ತದೆ. ಕುಂಡಲಿನಿಯು ಜಾಗೃತಗೊಂಡಾಗ, ಈ ಟೊಳ್ಳು ನಾಳದ ಮೂಲಕ ಒಂದು ದಾರಿ

ಮಾಡಿಕೊಳ್ಳಲು ಪ್ರಯತ್ನಿಸುತ್ತದೆ. ಜೊತೆಗೆ ಇದು ಹಂತ-ಹಂತವಾಗಿ ಮೇಲೇರುವಾಗ, ಅಂದರೆ ಮನಸ್ಸು ಎಳೆ-ಎಳೆಯಾಗಿ ತೆರೆದುಕೊಳ್ಳುತ್ತದೆ. ಜೊತೆಗೆ ಎಲ್ಲ ವಿವಿಧ ದೃಷ್ಟಿಕೋನಗಳು ಹಾಗೂ ಅದ್ಭುತ ಶಕ್ತಿಗಳು ಯೋಗಿಗೆ ಒದಗುತ್ತದೆ. ಅದು ಮಿದುಳನ್ನು ತಲುಪಿದಾಗ, ಯೋಗಿಯು ಸಂಪೂರ್ಣವಾಗಿ ದೇಹ ಮತ್ತು ಮನಸ್ಸಿನಿಂದ ಬೇರ್ಪಡುತ್ತಾನೆ; ಆತ್ಮವು ತನ್ನನ್ನು ತಾನು ಮುಕ್ತಗೊಳಿಸಿಕೊಳ್ಳುತ್ತದೆ.

ನಮಗೆಲ್ಲ ತಿಳಿದಿರುವ ಹಾಗೆ ಬೆನ್ನು ಹುರಿಯು ಒಂದು ವಿಶಿಷ್ಟ ರೀತಿಯಲ್ಲಿ ರಚನೆಯಾಗಿರುತ್ತದೆ. ನಾವು ಎಂಟರ ಸಂಖ್ಯೆಯನ್ನು ಅಡ್ಡಡ್ಡಲಾಗಿ ನೋಡಿದಾಗ (∞) ಎರಡು ಭಾಗವು ಮಧ್ಯದಲ್ಲಿ ಕೂಡಿ ಕೊಂಡಿರುವುದು ಕಂಡು ಬರುತ್ತದೆ. ಒಂದು ವೇಳೆ ಎಂಟರ ನಂತರ ಎಂಟನ್ನು ಕೂಡಿಸಿ, ಒಂದರ ಮೇಲೊಂದರಂತೆ ಪೇರಿಸಿದಾಗ, ಅದು ಬೆನ್ನು ಹುರಿಯನ್ನು ಸಂಕೇತಿಸುತ್ತದೆ. ಇಡಾ ಎಡಭಾಗದಲ್ಲಿದ್ದರೆ, ಪಿಂಗಳವು ಬಲಭಾಗದಲ್ಲಿದೆ, ಜೊತೆಗೆ ಬೆನ್ನು ಹುರಿಯ ಮಧ್ಯದಿಂದ ಹಾದು ಹೋಗುವ ಟೊಳ್ಳುನಾಳವೇ ಸುಶುಮ್ನ. ಅಲ್ಲಿ ಬೆನ್ನು ಹುರಿಯು ಬೆನ್ನಿನ ಕೆಳಭಾಗದ ಬೆನ್ನುಮೂಳೆಯಲ್ಲಿ ಕೊನೆಗೊಂಡರೆ, ಒಂದು ಸೂಕ್ಷ್ಮವಾದ ತಂತು ರಚನೆಯು ಕೆಳಮುಖವಾಗಿ ರಚನೆಯಾಗಿದೆ. ಜೊತೆಗೆ ನಾಳವು ತಂತು ರಚನೆಯ ಒಳಗೆ ಹಾದು ಹೋಗುತ್ತದೆ. ಸೇಕ್ರಲ್ ಪ್ಲೆಕ್ಸಸ್ (ತ್ರಿಕಾಸ್ಥಿಯ ಜಾಲರಚನೆ) ನ ಹತ್ತಿರ ಸ್ಥಾಪಿತವಾಗಿರುವ ಈ ನಾಳವು ಕೆಳಭಾಗದಲ್ಲಿ ಕೊನೆಗೊಳ್ಳುತ್ತದೆ. ಇದು ಆಧುನಿಕ ಶರೀರ ವಿಜ್ಞಾನದ ಪ್ರಕಾರ ತ್ರಿಕೋನಾಕಾರದಲ್ಲಿ ರಚನೆಯಾಗಿದೆ. ಬೆನ್ನುಮೂಳೆಯ ನಾಳದಲ್ಲಿ ಕೇಂದ್ರೀಕೃತವಾಗಿರುವ ವಿವಿಧ ನರಜಾಲಗಳು, ಯೋಗಿಯ ವಿವಿಧ "ಕಮಲಗಳಿಗೆ" ಚೆನ್ನಾಗಿ ಅನ್ವಯಿಸುತ್ತವೆ."

ತಂತ್ರವೆಂಬುದು ದೈವ ಸ್ವರೂಪಿಣಿ, ಶಕ್ತಿಯ ಆರಾಧನೆಯಾಗಿದೆ. ಶಕ್ತಿಯನ್ನು ಪ್ರಕೃತಿ ಅಥವಾ ಆದಿಸ್ವರೂಪದ ಪ್ರಕೃತಿ ಎಂದೂ ಸಹ ಕರೆಯಲಾಗುತ್ತದೆ. ನಿಸರ್ಗವು (ಪ್ರಕೃತಿಯು) ಮೂಲ ದೈವಿಕ ಜ್ಞಾನದ (ಪುರುಷದ) ಜೊತೆಗೆ ಯಾವಾಗಲೂ ಸಂಪರ್ಕವನ್ನು ಕಾಯ್ದುಕೊಂಡಿರುತ್ತದೆ. ಪ್ರಕೃತಿಯ ಅಂಶವಾಗಿ ಆಕರ್ಷಣಾ ಶಕ್ತಿಯು ಬೆಳವಣಿಗೆಯಾಗುತ್ತದೆ. ಐಕ್ಯಗೊಳ್ಳುವ ಅಪೇಕ್ಷೆ ಹಾಗೂ ವಿಸ್ತರಣೆಯ ಬಗ್ಗೆ ಪ್ರಯತ್ನವು "ಸ್ವಾಭಾವಿಕವಾದುದು"; ಅವು ಪ್ರಕೃತಿಯ ಸ್ವಾಭಾವಿಕ

ಪ್ರಚೋದನೆಗಳು. ಪುರುಷ ಮತ್ತು ಪ್ರಕೃತಿಗಿರುವ ಇತರ ಪದಗಳು ಶಿವ ಹಾಗು ಶಕ್ತಿ. ಶಿವ ಪ್ರಜ್ಞೆ ಹಾಗೂ ಪುರುಷ ತತ್ತ್ವವನ್ನು ಸಂಕೇತಿಸಿದರೆ, ಶಕ್ತಿಯು ಸ್ತ್ರೀ ತತ್ತ್ವವನ್ನು ಸಂಕೇತಿಸುತ್ತದೆ.

ಶಿವ ಹಾಗೂ ಶಕ್ತಿಯನ್ನು ಪುರುಷ ಹಾಗೂ ಸ್ತ್ರೀಯಾಗಿ ಕಂಡಾಗ, ಕೆಲವೊಂದು ಬಾರಿ ತಪ್ಪಾಗಿ ಅರ್ಥೈಸಲಾಗುತ್ತದೆ. ಜೊತೆಗೆ ಅವರ ಸಂಬಂಧವನ್ನು ಲೈಂಗಿಕವಾಗಿ ಪರಿಗಣಿಸಲಾಗುತ್ತದೆ.

ಈ ವಿಚಾರ ಕುರತಾಗಿ ಪಾಶ್ಚಾತ್ಯ ವ್ಯಾಖ್ಯಾನ ಹೀಗಿದೆ: ಕುಂಡಲಿನಿಯನ್ನು ಚಕ್ರ ಶಕ್ತಿ ಕೇಂದ್ರಗಳು ಹಾಗೂ ನಾಡಿಗಳ ನಾಳದ ಜೊತೆಗಿನ ಸೂಕ್ಷ್ಮ ದೇಹದ ಪರಸ್ಪರ ಕ್ರಿಯೆ ಎಂದು ಪರಿಗಣಿಸಲಾಗಿದೆ. ಪ್ರತಿ ಚಕ್ರವು ಒಂದೊಂದು ವಿಶೇಷ ಲಕ್ಷಣವನ್ನು ಹೊಂದಿರುತ್ತವೆಂದು ಹೇಳಲಾಗಿದೆ ಹಾಗೂ ಸರಿಯಾದ ಅಭ್ಯಾಸದಿಂದ, ಕುಂಡಲಿನಿ ಶಕ್ತಿಯನ್ನು ಈ ಚಕ್ರಗಳ 'ಮೂಲಕ' ಪ್ರಚೋದಿಸಬಹುದು. ಇದು ಈ ಲಕ್ಷಣಗಳು ತೆರೆದುಕೊಳ್ಳಲು ಅಥವಾ ವ್ಯಕ್ತಪಡಿಸಲು ಸಹಕಾರಿಯಾಗಿದೆ.

ಸರ್ ಜಾನ್ ವುಡ್ರೋಫ್ಫ್ (ಕಾವ್ಯನಾಮ: ಆರ್ಥರ್ ಅವಲೋನ್) ಪಾಶ್ಚಿಮಾತ್ಯರಿಗೆ ಕುಂಡಲಿನಿ ಪರಿಕಲ್ಪನೆಯನ್ನು ಪರಿಚಯಿಸಿದ ಮೊದಲಿಗರು. ಕೊಲ್ಕತ್ತಾದ ಹೈಕೋರ್ಟ್ ನ್ಯಾಯಾಧೀಶರಾಗಿದ್ದ ಇವರು ಶಕ್ತಿ ಸಿದ್ಧಾಂತ ಹಾಗು ಹಿಂದೂ ತಂತ್ರದ ಬಗ್ಗೆ ಆಸಕ್ತಿಯನ್ನು ಹೊಂದಿದ್ದರು. ಎರಡು ಪ್ರಮುಖ ವಿಷಯಗಳ ಮೇಲಿನ ಅವರ ತರ್ಜುಮೆ ಹಾಗೂ ವ್ಯಾಖ್ಯಾನವು ದಿ ಸರ್ಪೆಂಟ್ ಪವರ್ ಎಂಬ ಹೆಸರಿನಿಂದ ಪ್ರಕಟಗೊಂಡಿದೆ.

ವುಡ್ರೋಫ್ಫ್ ಕುಂಡಲಿನಿಗೆ ಆಂಗ್ಲ ಭಾಷೆಯಲ್ಲಿ ಒಂದು ಸೂಕ್ತ ಪದ ದೊರೆಯದ ಕಾರಣ "ಸರ್ಪೆಂಟ್ ಪವರ್" ಎಂದು ಹೆಸರಿಸುತ್ತಾರೆ. ಆದರೆ ಸಂಸ್ಕೃತದಲ್ಲಿ "ಕುಂಡಲ" ಎಂದರೆ "ಸುರುಳಿಯಾಗಿರುವುದು" ಎಂಬ ಅರ್ಥವನ್ನು ನೀಡುತ್ತದೆ.

ಥಿಯೋಸೋಫಿಕಲ್ ಸೊಸೈಟಿ ಜೊತೆಗೆ ಮನೋವಿಶ್ಲೇಷಕ ಕಾರ್ಲ್ ಜಂಗ್ ಎಂಬುವರ ಆಸಕ್ತಿಯಿಂದ ಕುಂಡಲಿನಿಯ ಕಲ್ಪನೆಯ ಬಗ್ಗೆ ಪಾಶ್ಚಿಮಾತ್ಯರ ಜಾಗೃತಿಯನ್ನು ಬಲಪಡಿಸಿತು. (1875-1961).

"ಕಳೆದ 1932ರಲ್ಲಿ ಜ್ಯೂರಿಚ್ನ ಸೈಕಾಲಜಿಕಲ್ ಕ್ಲಬ್ ಆಯೋಜಿಸಿದ ಕುಂಡಲಿನಿ ಯೋಗದ ಬಗೆಗಿನ ಜಂಗ್‌ರ ವಿಚಾರಗೋಷ್ಠಿಯನ್ನು ಪೌರಸ್ತ್ಯ ಚಿಂತನೆಯ ಬಗ್ಗೆ

ಮನೋವೈಜ್ಞಾನಿಕ ತಿಳಿವಳಿಕೆಯ ಒಂದು ಮೈಲಿಗಲ್ಲು ಎಂದು ವ್ಯಾಪಕವಾಗಿ ಪರಿಗಣಿಸಲಾಗಿದೆ.

ಕುಂಡಲಿನಿ ಯೋಗವು ಜಂಗ್‌ಗೆ ಹೆಚ್ಚಿನ ಅರಿವಿನ ಬೆಳವಣಿಗೆಗೆ ಒಂದು ಮಾದರಿಯಾಗಿ ಒದಗಿತು. ಜೊತೆಗೆ ಇವರು ಅದರ ಸಂಕೇತಗಳನ್ನು ವೈಯಕ್ತಿಕತೆಯ ಪ್ರಕ್ರಿಯೆಯ ಮೂಲಕ ವ್ಯಾಖ್ಯಾನಿಸಿದರು".

ಪಾಶ್ಚಿಮಾತ್ಯ ಓದುಗರಲ್ಲಿ ಕುಂಡಲಿನಿಯ ಕಲ್ಪನೆಯನ್ನು ಜನಪ್ರಿಯಗೊಳಿಸಿದ ಮತ್ತೊಬ್ಬರೆಂದರೆ ಗೋಪಿ ಕೃಷ್ಣ. ಅವರ ಆತ್ಮಚರಿತ್ರೆಯನ್ನು Kundalini: The Evolutionary Energy in Man ಎಂದು ಹೆಸರಿಸಲಾಗಿದೆ. 'ಕುಂಡಲಿನಿ ಯೋಗದ ಬಗ್ಗೆ ಅವರ ಬರವಣಿಗೆಗಳು ಕುಂಡಲಿನಿಯ ಬಗ್ಗೆ ಪಾಶ್ಚಿಮಾತ್ಯರ ಆಸಕ್ತಿಯನ್ನು ಕೆರಳಿಸಿತು' ಎಂದು ಒಬ್ಬ ಲೇಖಕರು ಅಭಿಪ್ರಾಯ ಪಡುತ್ತಾರೆ.

ಕಳೆದ 1930ರ ಪ್ರಾರಂಭದಲ್ಲಿ ಇಟಲಿಯ ಇಬ್ಬರು ವಿದ್ವಾಂಸರಾದ, ಟೋಮ್ಮಸೋ ಪಲಮಿದೆಸ್ಸಿ ಹಾಗೂ ಜೂಲಿಯಸ್ ಎವೋಲ, ಯೋಗಕ್ಕೆ ಸಂಬಂಧಿಸಿದಂತೆ ರಸವಿದ್ಯೆಯ ಮರು-ವ್ಯಾಖ್ಯಾನದ ಉದ್ದೇಶದಿಂದ ಹಲವಾರು ಪುಸ್ತಕಗಳನ್ನು ಪ್ರಕಟಿಸಿದರು. ಈ ಕೃತಿಗಳು ರಸ-ವಿದ್ಯೆಯು ಒಂದು ಆಧ್ಯಾತ್ಮಿಕ ವಿಜ್ಞಾನವೆಂದು ಹೇಳುವ ಆಧುನಿಕ ವ್ಯಾಖ್ಯಾನಗಳ ಮೇಲೆ ಪ್ರಭಾವ ಬೀರಿತು. ಈ ಕೃತಿಗಳಲ್ಲಿ, ಕುಂಡಲಿನಿಯನ್ನು 'ಇಗ್ನಿಅಸ್ ಪವರ್' ಅಥವಾ 'ಸರ್ಪೆಂಟೈನ್ ಫೈರ್' ಎಂದು ಕರೆಯಲಾಗಿದೆ.

ಕುಂಡಲಿನಿ ಕಲ್ಪನೆಯನ್ನು ಬಳಸಿಕೊಂಡ ಇತರ ಜನಪ್ರಿಯ ಆಧ್ಯಾತ್ಮಿಕ ಗುರುಗಳಲ್ಲಿ ಯೋಗಿ ಭಜನ್, ಓಶೋ, ಜಾರ್ಜ್ ಗುರ್ಡ್ಜಿಯೆಫ್, ಪರಮಹಂಸ ಯೋಗಾನಂದ, ಸ್ವಾಮಿ ಶಿವಾನಂದ ರಾಧಾ-(ಇವರು ಕುಂಡಲಿನಿ ಯೋಗದ ವಿಧಾನಗಳ ಬಗ್ಗೆ ಇಂಗ್ಲಿಷ್ ಭಾಷೆಯಲ್ಲಿ ಮಾರ್ಗದರ್ಶಿಕೆಯನ್ನು ತಯಾರಿಸಿದರು) ಸ್ವಾಮಿ ಮುಕ್ತಾನಂದ, ಭಗವಾನ್ ನಿತ್ಯಾನಂದ, ನಿರ್ಮಲ ಶ್ರೀವಾಸ್ತವ (ಶ್ರೀ ಮಾತಾಜಿ ನಿರ್ಮಲಾ ದೇವಿ), ಸಮೆಲ್ ಆನ್ ವೇಯೋರ್ ಹಾಗು ಭಗವಾನ್ ಶ್ರೀ ಅಕ್ಕುನ್ನ ಸೇರಿದ್ದಾರೆ.

ಕುಂಡಬಫರ್ ಎಂಬ ಪದವನ್ನು G.I. ಗುರ್ಡ್ಜಿಯೆಫ್ ತಮ್ಮ ರಷ್ಯನ್ ರೂಪಾಂತರ ಆಲ್ ಅಂಡ್ ಎವೆರಿಥಿಂಗ್: ಬೆಲ್ಜಿಬಬ್'ಸ್ ಟೇಲ್ಸ್ ಟು ಹಿಸ್ ಗ್ರ್ಯಾಂಡ್ಸನಲ್ಲಿ ಮೊದಲ ಬಾರಿಗೆ ಸೃಷ್ಟಿಸುತ್ತಾರೆ. ಈ ಪದವನ್ನು ಆಂಗ್ಲ ಭಾಷೆಗೆ ಅವರ ಸ್ನೇಹಿತ ಹಾಗು ಶಿಷ್ಯ A. R. ಒರೇಜ್ ತರ್ಜುಮೆ ಮಾಡಿದ್ದಾರೆ.

"ಕುಂಡ" ಎಂಬುದು ಸಂಸ್ಕೃತ ಪದ "ಕುಂಡಲಿ"ಯ ಸಂಕ್ಷಿಪ್ತ ರೂಪ. ಅದರ ಅರ್ಥ "ಸುರುಳಿಯಾಕಾರ" ಹೀಗಾಗಿ "ಕುಂಡಲಿನಿ" ಎಂದರೆ ಅಕ್ಷರಶಃ "ಸುರುಳಿಯಾಕಾರವಿಲ್ಲದ" ಎಂಬ ಅರ್ಥವನ್ನು ನೀಡುತ್ತದೆ.

ಗುರ್ಡ್ಜಿಯೆಫ್ಫ್ P. D. ಔಸ್ಪೆನ್ಸ್ಕಿಗೆ ವಿವರಿಸುತ್ತಾ "ಬಫರ್ಗಳೆಂಬ ಪರಿಕರಗಳು ಮನುಷ್ಯನನ್ನು ಯಾವಾಗಲೂ ಸರಿಯಾದ ಮಾರ್ಗದಲ್ಲಿ ನಡೆಸುತ್ತವೆ." ಕುಂಡ ಬಫರ್ ನಂತರ ಮನುಷ್ಯನಲ್ಲಿ ನೆಲೆಗೊಂಡು ಅವನನ್ನು ನಿಶ್ಚೇಷ್ಟನನ್ನಾಗಿ ಮಾಡುವುದರ ಜೊತೆಗೆ ತನ್ನ ಕೆಳ ಸ್ವಭಾವದ ಅಪ್ಪಣೆಯನ್ನು ಪಾಲಿಸುವುದನ್ನು ಬಿಟ್ಟು ಏನನ್ನೂ ಮಾಡಲು ಸಾಧ್ಯವಾಗುವುದಿಲ್ಲ. ಆದಾಗ್ಯೂ, ಗುರ್ಡ್ಜಿಯೆಫ್ಫ್ ಹಾಗು ಔಸ್ಪೆನ್ಸ್ಕಿಯು "ಕುಂಡ ಬಫರ್" ಹಾಗೂ "ಕುಂಡಲಿನಿ" ನಡುವೆ ಯಾವುದೇ ವ್ಯತ್ಯಾಸವನ್ನು ಕಂಡುಹಿಡಿಯಲಿಲ್ಲ.

ಈ ನಿರ್ದಿಷ್ಟವಾದ ಹಂತದಲ್ಲಿ, ಸಮೆಲ್ ಆನ್ ವೆಯೋರ್, ಗುರ್ಡ್ಜಿಯೆಫ್ಫ್ ಹಾಗು ಔಸ್ಪೆನ್ಸ್ಕಿ ಇಬ್ಬರ ದೃಷ್ಟಿಕೋನವೂ ತಪ್ಪೆಂದು ಪರಿಗಣಿಸುತ್ತಾರೆ. ಈ ದೃಷ್ಟಿಕೋನವು, ಮಹಾನ್ ಭಾರತೀಯ ಋಷಿ ಪತಂಜಲಿಯ ದೃಷ್ಟಿಕೋನಕ್ಕೆ ನೇರ ವೈರುಧ್ಯವನ್ನು ಹೊಂದಿದೆ. ಗುರ್ಡ್ಜಿಯೆಫ್ಫ್ ರೀತಿಯಂತೆ ಪತಂಜಲಿಯು ಸಹ ಕುಂಡಲಿನಿ ಅರಿವಿಗೆ ಹಾಗೂ ಜೀವದಾನ ಮಾಡುವ ಪ್ರಾಣಕ್ಕೆ ಅಡಚಣೆ ಎಂದು ಸೂಚಿಸುತ್ತಾರೆ. ಜೊತೆಗೆ ಇದನ್ನು ನಿಧಾನವಾಗಿ ಹಾಗೂ ಎಚ್ಚರಿಕೆಯಿಂದ ದಹಿಸಬೇಕು. ಖಂಡಿತವಾಗಿ ಪ್ರಚೋದನೆಗೆ ಒಳಪಡಿಸಬಾರದು.

ಋಷಿಗಳಾದ ಪತಂಜಲಿ, ಗುರ್ಡ್ಜಿಯೆಫ್ಫ್ ಹಾಗು ಔಸ್ಪೆನ್ಸ್ಕಿ ಗೆ ಭಿನ್ನವಾಗಿ, ಸಮೆಲ್ ಆನ್ ವೆಯೋರ್ ಕುಂಡಬಫರ್ ಸೈತಾನನ ಬಾಲವೆಂದು ವ್ಯಾಖ್ಯಾನಿಸುತ್ತಾರೆ ಹಾಗೂ ಕುಂಡಲಿನಿಯು ಮನುಷ್ಯನಿಗೆ ಆತ್ಮಸಾಕ್ಷಾತ್ಕಾರವನ್ನು ಪಡೆಯುವಲ್ಲಿ ಸಹಕಾರಿಯಾಗಿದೆ. ಹಿಂದೂಗಳು ಕುಂಡಬಫರ್ ಅನ್ನು ಸರಳವಾಗಿ "ಕುಂಡಲಿ" ಎಂದು ತಿಳಿದಿದ್ದರೆ "ಕುಂಡಲಿನಿ" ಅನ್ನು "ಕುಂಡಲಿನಿ" ಎಂದೇ ತಿಳಿದಿದ್ದಾರೆ.

ಕುಂಡಲಿನಿಯ ಬಗ್ಗೆ ಸೂಚನೆಗಳನ್ನು ಸಾಧಾರಣವಾಗಿ ಒಂದು ವ್ಯಾಪಕವಾದ ವಿವಿಧ ಜನ್ಯಗಳಾದ "ನ್ಯೂ ಏಜ್" ನಿರೂಪಣೆಗಳಿಂದ ಕಂಡುಕೊಳ್ಳಬಹುದಾಗಿದೆ, ಉದಾಹರಣೆಗೆ ಶಿರ್ಲೆಯ್ ಮ್ಯಾಕ್ಲೈನ್ ನಿರೂಪಣೆ, ಜೊತೆಗೆ ಇದೊಂದು ಸೂಚಕ

ಪದವಾಗಿ ಹಲವು ಹೊಸ ಧಾರ್ಮಿಕ ಚಳವಳಿಗಳು ಅಳವಡಿಸಿವೆ. ಆದಾಗ್ಯೂ, ಕೆಲವು ವ್ಯಾಖ್ಯಾನಕಾರರುಗಳು, ಉದಾಹರಣೆಗೆ ಅತೀಂದ್ರಿಯ ಮನೋವಿಜ್ಞಾನಿ ಸ್ಟುವರ್ಟ್ ಸೊವ್ಯಾಟ್ಸ್ಕಿ, ಯೋಗಕ್ಕೆ ಸಂಬಂಧಿಸಿದ ಸಂಸ್ಕೃತ ಪರಿಭಾಷೆಯು (ಚಕ್ರಗಳು, ಕುಂಡಲಿನಿ, ಮಂತ್ರಗಳು, ಮುಂತಾದವು) ಹೊಸ-ಯುಗದ ಬಾಹ್ಯರೂಪದ ಶೈಲಿಗೆ ಒಳಪಟ್ಟಿರುವುದು ದುರದೃಷ್ಟಕರ ಎಂದು ಭಾವಿಸುತ್ತಾರೆ.

ಮನೋರೋಗ ಚಿಕಿತ್ಸೆ (ಮಿದುಳು ತರಂಗಗಳು): ಇತ್ತೀಚಿನ ದಿನಗಳಲ್ಲಿ, ವೈದ್ಯಕೀಯ ಸಮುದಾಯದಲ್ಲಿ ಧ್ಯಾನದಿಂದ ದೇಹದ ಮೇಲೆ ಉಂಟಾಗುವ ಪರಿಣಾಮದ ಬಗೆಗಿನ ಅಧ್ಯಯನಗಳ ಬಗ್ಗೆ ಆಸಕ್ತಿಯು ಹೆಚ್ಚುತ್ತಿದೆ, ಜೊತೆಗೆ ಈ ಅಧ್ಯಯನಗಳಲ್ಲಿ ಕೆಲವು ಕುಂಡಲಿನಿ ಯೋಗದ ಅಭ್ಯಾಸವನ್ನು ತಮ್ಮ ಪ್ರಯೋಗದಲ್ಲಿ ಬಳಸಿ ಕೊಳ್ಳುತ್ತಿವೆ. ಅವರ ಪ್ರಯೋಗವು ಸಕರಾತ್ಮಕವಾಗಿಲ್ಲ.

ಕೆಲವು ಆಧುನಿಕ ಪ್ರಾಯೋಗಿಕ ಸಂಶೋಧನೆಯು ಕುಂಡಲಿನಿಯ ಅಭ್ಯಾಸದ ಬಗ್ಗೆ ಹಾಗೂ ವಿಲಹೆಲ್ಮ್ ರಿಚ್ ಹಾಗು ಅವರ ಅನುಯಾಯಿಗಳ ಕಲ್ಪನೆಗಳ ಬಗ್ಗೆ ಸಂಬಂಧವನ್ನು ಸ್ಥಾಪಿಸಿವೆ. ಆದಾಗ್ಯೂ, ಏಷಿಯಾದ ಕೆಲವೊಂದು ಸಂಪ್ರದಾಯಗಳಿಗೆ ಸಂಬಂಧಿಸಿದ ಗಾಢವಾದ ಆಧ್ಯಾತ್ಮಿಕ ಅಭ್ಯಾಸಗಳು ತಮ್ಮದೇ ಆದ ಸಮಸ್ಯೆಗಳನ್ನು ಹೊಂದಿದ್ದವು. ಮನೋವೈಜ್ಞಾನಿಕ ಸಾಹಿತ್ಯವು "ಪೌರಸ್ತ್ಯ ಆಧ್ಯಾತ್ಮಿಕ ಅಭ್ಯಾಸಗಳ ಒಳಹರಿವಿನ ನಂತರ ಹಾಗೂ 1960ರ ದಶಕದಲ್ಲಿ ಪ್ರಾರಂಭ ಗೊಂಡ ಧ್ಯಾನದ ಜನಪ್ರಿಯತೆಯಿಂದಾಗಿ, ಬಹಳ ಜನರು ವಿಧವಿಧವಾದ ಮಾನಸಿಕ ಕಷ್ಟಗಳನ್ನು, ಗಾಢವಾದ ಆಧ್ಯಾತ್ಮಿಕ ಅಭ್ಯಾಸದಲ್ಲಿ ನಿರತವಾಗಿರುವಾಗ ಅಥವಾ ಸಹಜವಾಗಿ ಅನುಭವಿಸಿದರು" ಎಂಬುದನ್ನು ಗುರುತಿಸುತ್ತದೆ.

ಗಾಢವಾದ ಆಧ್ಯಾತ್ಮಿಕ ಅಭ್ಯಾಸದ ಜೊತೆಗೆ ಸಂಬಂಧಿಸಿರುವ ಮಾನಸಿಕ ತೊಂದರೆಗಳಲ್ಲಿ "ಕುಂಡಲಿನಿ ಜಾಗೃತಿ" ಸೇರಿದೆ, "ಯೋಗ ಸಂಪ್ರದಾಯದಲ್ಲಿ ವಿವರಿಸಲಾದ ಒಂದು ಸಂಕೀರ್ಣ ದೈಹಿಕ-ಮಾನಸಿಕವಾದ ಆಧ್ಯಾತ್ಮಿಕ ಪರಿವರ್ತಕ ಕ್ರಿಯೆ". ಇದಲ್ಲದೆ, ಅತೀಂದ್ರಿಯ ಮನಃಶಾಸ್ತ್ರ, ಹಾಗು ಸಾವಿನ-ಸಮೀಪದ ಅಧ್ಯಯನ ಕ್ಷೇತ್ರದ ಸಂಶೋಧಕರು, ಒಂದು ಸಂಕೀರ್ಣ ಮಾದರಿಯ ಸಂವೇದಕ, ಚಾಲಕ, ಮಾನಸಿಕ ಹಾಗೂ ಪರಿಣಾಮಕಾರಿಯಾದ ಲಕ್ಷಣಗಳು ಕುಂಡಲಿನಿ ಪರಿಕಲ್ಪನೆಯ

ಜೊತೆ ಸಂಬಂಧವನ್ನು ಹೊಂದಿದೆ. ಇದನ್ನು ಕೆಲವೊಂದು ಬಾರಿ ಕುಂಡಲಿನಿ ಸಿಂಡ್ರೋಮ್ ಎಂದು ಕರೆಯಲಾಗುತ್ತದೆ.

ಮನೋವಿಶ್ಲೇಷಕ ಕಾರ್ಲ್ ಜಂಗ್ ಪ್ರಕಾರ "ಕುಂಡಲಿನಿ ಕಲ್ಪನೆಯು ಕೇವಲ ಒಂದೇ ಒಂದು ಉಪಯುಕ್ತತೆಯನ್ನು ಹೊಂದಿದೆ, ಅದೆಂದರೆ ನಮ್ಮ ಸ್ವಅನುಭವಗಳನ್ನು ಅಜಾಗೃತ ಸ್ಥಿತಿಯಲ್ಲಿ ವಿವರಿಸುವುದಾಗಿದೆ.

ಈ ಕುಂಡಲಿನಿ ಶಕ್ತಿಯು ಪ್ರತಿಯೊಬ್ಬ ಮಾನವನಲ್ಲೂ ಸಹ ಇದ್ದು, ಇದು ಇವನಿಗೆ ತನ್ನ ಕಾಯ ಸ್ವರೂಪದಿಂದಲೇ ಆಧಾರ ಶಕ್ತಿಯನ್ನು ವೃದ್ಧಿಮಾಡಿಕೊಳ್ಳುವ ಅವಕಾಶ ನೀಡುತ್ತದೆ. ಅಂದರೆ ಯಾವುದೇ ಮಾನವನು ಯೋಗಿಯಾಗಬಹುದು ಎಂದಾಗಿ ವೇದ ವಿಜ್ಞಾನಿಗಳು ಹೇಳಿರುತ್ತಾರೆ. ಈ ಒಂದು ಅವಕಾಶ ಕೇವಲ ಮಾನವನಿಗೆ ಮಾತ್ರ ಇರುವುದಾಗಿದ್ದು ಮತ್ಯಾವುದೇ ಜೀವಕ್ಕೆ ಇದು ಇಲ್ಲವಾಗಿರುತ್ತದೆ. ಈ ಒಂದು ಉಪಯೋಗವನ್ನು ಮಾನವನು ಆಸನಗಳ ಮುಖಾಂತರ ಸಾಧಿಸಿಕೊಳ್ಳಬಹುದಾಗಿದೆ.

ಮಾನವನು ತನಗೆ ನೀಡಿರುವ ದೇಹವನ್ನು ಉಪಯೋಗಿಸಿಕೊಂಡು, ಅನುಭವವನ್ನು ಗಳಿಸಿಕೊಂಡು, ಅದರ ಮೂಲಕ ಮೂಲಾಧಾರ ಶಕ್ತಿಯನ್ನು ಉದ್ದೀಪನಗೊಳಿಸಿಕೊಂಡು, ಸಾಮಾನ್ಯ ಪ್ರಾಪಂಚಿಕ ಜೀವನದ ನಂತರ ಉನ್ನತಿಗೇರುವುದಕ್ಕೆ ಪ್ರಯತ್ನಿಸಬೇಕಿದೆ. ಹೀಗಾಗಿ ಇಲ್ಲಿ ದೇಹಕ್ಕೆ ಕೊರಡು ಎಂದಾಗಿ ಹೇಳುವುದಾಗಿದ್ದು ಅದನ್ನು ಸವೆಸಬೇಕು ಎಂದಾಗಿ ನಿರ್ದೇಶನವಿದೆ. ಈ ದೇಹಕ್ಕೆ ಅಶ್ವತ್ಥ (ಪೀಪಲ್ ಟ್ರೀ) ಎಂದಾಗಿ ಉಲ್ಲೇಖಗಳು ಹೇಳುವುದಾಗಿದೆ. ಈ ಕೊರಡನ್ನು ಸವೆಸುವುದು ಹೇಗೆ, ಅಂದರೆ ಅನುಭವವನ್ನು ಗಳಿಸುವುದು ಹೇಗೆ, ಹಾಗು ಉನ್ನತಿಗೆ ಏರುವುದು ಹೇಗೆ ಎಂಬುದನ್ನು ಹದಿನೆಂಟು ಆಸನಗಳು ವಿವರಿಸುತ್ತವೆ.

'ಈ ಹದಿನೆಂಟು ಬೇರೆ-ಬೇರೆ ಆಸನಗಳು ಯಾವ-ಯಾವ ರೀತಿಯಲ್ಲಿ ದೈಹಿಕವಾಗಿ ಶಾಶ್ವತ ಶಕ್ತನನ್ನಾಗಿ ಮಾಡುವುದರಿಂದ ಆ ಮಾನವನು ಯೋಗಿಯಾಗಲು ಸಾಧ್ಯ' ಎಂಬುದನ್ನು ವಿವರವಾಗಿ ಹೇಳುತ್ತವೆ. ಈ ಆಸನಗಳು ದೇಹಕ್ಕೆ ಅವಶ್ಯಕವಾಗಿರುವ ಶಕ್ತಿಯನ್ನು ಸಂಪಾದಿಸಿಕೊಡುತ್ತವೆಯೇ ಪರಂತು, ಇವುಗಳೇ ಯೋಗವಲ್ಲ ಎಂಬುದನ್ನು ಇಲ್ಲಿ ನೆನಪಿಡಬೇಕಿದೆ.

ಅಶ್ವತ್ಥ ಎಂಬ ಪದದ ಶಬ್ದಾರ್ಥ 'ಅತ್ಯಂತಿಕ್ಯೈಃ ಶ್ವಸಿತ್ಯೈಃ' ನಿರಂತರವಾಗಿ ಉಸಿರಾಡುತ್ತಿರುವುದು ಎಂದಾಗಿ ಅರ್ಥವಿದೆ. ಅಶ್ವತ್ಥ ಎಂದರೆ ಮರ ಎಂದಾಗಿ ಹೇಳಿರದೆ, ಆ ಒಂದು ಮರಕ್ಕೂ ಸಹ ಈ ಗುಣ ಎಂದಾಗಿ ಹೇಳಲಾಗಿದೆ. ಅಶ್ವತ್ಥ ಮರ ಮಾತ್ರ ಹಗಲು ಹಾಗು ರಾತ್ರಿ ಒಂದೇ ಸಮನಾಗಿ ಉಸಿರಾಡುತ್ತಿರುತ್ತದೆ. ಹೀಗಾಗಿ, ಮಾನವ ದೇಹಕ್ಕೂ ಸಹ ಅಶ್ವತ್ಥ ಎಂದಾಗಿ ಯೋಗ ಶಾಸ್ತ್ರದಲ್ಲಿ ಹೇಳುವುದಾಗಿದೆ. ಭಗವದ್ಗೀತೆಯ ಶ್ಲೋಕದಲ್ಲಿ ಬರುವಾ ಹಾಗೆ ಕೃಷ್ಣ ಯಜುರ್ವೇದದ ನಾಲ್ಕನೇ ಪ್ರಶ್ನೆಯಲ್ಲಿ ಈ ಅಶ್ವತ್ಥದ ವಿಚಾರ ಕಂಡಬರುತ್ತದೆ. ಇವುಗಳಲ್ಲಿಯೂ ಸಹ ದೇಹವನ್ನು ಕೊರಡಾಗಿ ಬಳಸುವಂತಹ ವಿಚಾರವನ್ನು ಕುರಿತು ಹೇಳಲಾಗಿದೆ.

ಯೋಗ ಅನುಷ್ಠಾನವನ್ನು ವಿಚಾರಿಸುವಾಗ ಅಗ್ನಿಯ (ಆಘ+ನಿ = ಜಡತತ್ವಕ್ಕೆ ಆವೇಗ ನೀಡುವುದು) ಭಾಗವಾದ 'ಹೋಮಿಯೋಸ್ಟ್ಯಾಸಿಸ್' ಕುರಿತಾಗಿ ಸಾಧಕನು ಪ್ರಾಥಮಿಕವಾಗಿ ಅರಿತಿರಬೇಕು ಎಂದಾಗಿ ಉಲ್ಲೇಖಗಳಿಂದ ತಿಳಿದುಕೊಳ್ಳಬಹುದಾಗಿದೆ. ಹೀಗಾಗಿ ಈ ವಿಚಾರ ಕುರಿತು ಇನ್ನು ಮುಂದೆ ನೋಡಲಾಗಿದೆ:

ಹೋಮಿಯೋಸ್ಟ್ಯಾಸಿಸ್ ಎಂಬ ಪದವು ಗ್ರೀಕ್ ಪದಗಳಾದ "ಹೋಮಿಯೋ" (ಇದಕ್ಕೆ ಹೋಲುವ ಅರ್ಥ) ಮತ್ತು "ಸ್ಥಗಿತ" (ಸ್ಥಿರವಾಗಿ ನಿಲ್ಲುವುದು ಎಂದರ್ಥ) ಗಳಿಂದ ಬಂದಿದೆ. 1920 ರ ದಶಕದಲ್ಲಿ, ಅಮೇರಿಕನ್ ಶರೀರಶಾಸ್ತ್ರಜ್ಞ ವಾಲ್ಟರ್ ಬಿ. ಕ್ಯಾನನ್ "ಹೋಮಿಯೋಸ್ಟ್ಯಾಸಿಸ್" ಎಂಬ ಪದವನ್ನು ಕಂಡುಹಿಡಿದರು.

ಕ್ಯಾನನ್ ಹೋಮಿಯೋಸ್ಟ್ಯಾಸಿಸ್ ಅನ್ನು ಜೀವಂತ ಜೀವಿಗಳಲ್ಲಿ "ಸ್ಥಿರ ಸ್ಥಿತಿಗಳನ್ನು" ನಿರ್ವಹಿಸುವ "ಸಂಯೋಜಿತ ಶಾರೀರಿಕ ಪ್ರಕ್ರಿಯೆಗಳು" ಎಂದು ವಿವರಿಸಿದರು. ಈ ಪದವು ಕಲ್ಲಿನಲ್ಲಿ ಹೊಂದಿಸಲಾದ ಅಥವಾ ನಿಶ್ಚಲವಾದದ್ದನ್ನು ಸೂಚಿಸುವುದಿಲ್ಲ, ಬದಲಿಗೆ ಬದಲಾಗುವ ಆದರೆ "ತುಲನಾತ್ಮಕವಾಗಿ ಸ್ಥಿರ"ವಾಗಿರುವ ಸ್ವಯಂಚಾಲಿತ, ಸ್ವಯಂ-ನಿಯಂತ್ರಿಸುವ ಪ್ರಕ್ರಿಯೆಯನ್ನು ವಿವರಿಸುತ್ತದೆ ಎಂದು ಅವರು ಸ್ಪಷ್ಟಪಡಿಸಿದರು.

ಕ್ಯಾನನ್‌ನ ಹೋಮಿಯೋಸ್ಟ್ಯಾಸಿಸ್ ಪರಿಕಲ್ಪನೆಯನ್ನು 1860 ರ ದಶಕದಲ್ಲಿ ಫ್ರೆಂಚ್ ಶರೀರಶಾಸ್ತ್ರಜ್ಞ ಕ್ಲೌಡ್ ಬರ್ನಾರ್ಡ್ ಅಭಿವೃದ್ಧಿಪಡಿಸಿದ ಪರಿಸರದ ತತ್ವಗಳಿಗೆ ಗುರುತಿಸಬಹುದಾಗಿದೆ.

"ಹೋಮಿಯೋಸ್ಟಾಸಿಸ್" ಮತ್ತು "ಮಿಲಿಯು ಇಂಟೀರಿಯರ್" ಒಂದೇ ರೀತಿಯ ಪದಗಳಾಗಿವೆ, ಅದು ಆಂತರಿಕ ಸಮತೋಲನ ಮತ್ತು "ತುಲನಾತ್ಮಕವಾಗಿ ಸ್ಥಿರ" ಸ್ಥಿರತೆಯನ್ನು ಕಾಯ್ದುಕೊಳ್ಳಬಲ್ಲ ಆಂತರಿಕ ಕಾರ್ಯವಿಧಾನಗಳನ್ನು ಹೊಂದಿರುವ ಜೀವಿಗಳ ಪ್ರಾಮುಖ್ಯತೆಯನ್ನು ಎತ್ತಿ ತೋರಿಸುತ್ತದೆ. ಬಾಹ್ಯ ಪರಿಸರವು ವೇಗವಾಗಿ ಬದಲಾದರೂ, ಹೋಮಿಯೋಸ್ಟಾಸಿಸ್ ದೇಹವು ಕ್ರಿಯಾತ್ಮಕ ಸಮತೋಲನ ಪ್ರತಿಕ್ರಿಯೆಗಳ ಮೂಲಕ ಅದರ ಆಂತರಿಕ ಪರಿಸರವನ್ನು ಸ್ಥಿರವಾಗಿಡಲು ಸಾಧ್ಯವಾಗಿಸುತ್ತದೆ.

ಹೋಮಿಯೋಸ್ಟಾಸಿಸ್, ಜೈವಿಕ ವ್ಯವಸ್ಥೆಗಳು ಬದುಕುಳಿಯಲು ಸೂಕ್ತವಾದ ಪರಿಸ್ಥಿತಿಗಳಿಗೆ ಹೊಂದಿಕೊಳ್ಳುವಾಗ ಸ್ಥಿರತೆಯನ್ನು ಕಾಪಾಡಿಕೊಳ್ಳಲು ಒಲವು ತೋರುವ ಯಾವುದೇ ಸ್ವಯಂ-ನಿಯಂತ್ರಕ ಪ್ರಕ್ರಿಯೆ ಆಗಿದೆ. ಹೋಮಿಯೋಸ್ಟಾಸಿಸ್ ಯಶಸ್ವಿಯಾದರೆ ಮಾತ್ರ, ಜೀವನ ಮುಂದುವರಿಯುತ್ತದೆ; ವಿಫಲವಾದರೆ, ವಿಪತ್ತು ಅಥವಾ ಸಾವು ಸಂಭವಿಸುತ್ತದೆ. ಸಾಧಿಸಿದ ಸ್ಥಿರತೆಯು ವಾಸ್ತವವಾಗಿ ಕ್ರಿಯಾತ್ಮಕ ಸಮತೋಲನವಾಗಿದೆ, ಇದರಲ್ಲಿ ನಿರಂತರ ಬದಲಾವಣೆ ಸಂಭವಿಸುತ್ತದೆ ಆದರೆ ತುಲನಾತ್ಮಕವಾಗಿ ಏಕರೂಪದ ಪರಿಸ್ಥಿತಿಗಳು ಮೇಲುಗೈ ಸಾಧಿಸುತ್ತವೆ. ಈ ಸ್ವಯಂ-ನಿಯಂತ್ರಕ ಪ್ರಕ್ರಿಯೆಯ ಸಾಮಾನ್ಯ ಕಲ್ಪನೆಯನ್ನು ಫ್ರೆಂಚ್ ಶರೀರಶಾಸ್ತ್ರಜ್ಞ ಕ್ಲೌಡ್ ಬರ್ನಾರ್ಡ್ 1849 ರಲ್ಲಿ ಅನ್ವೇಷಿಸಿದರು ಮತ್ತು ಅಮೇರಿಕನ್ ನರವಿಜ್ಞಾನಿ ಮತ್ತು ಶರೀರಶಾಸ್ತ್ರಜ್ಞ ವಾಲ್ಟರ್ ಬ್ರಾಡ್‌ಫೋರ್ಡ್ ಕ್ಯಾನನ್ 1926 ರಲ್ಲಿ ಹೋಮಿಯೋಸ್ಟಾಸಿಸ್ ಎಂಬ ಪದವನ್ನು ಸೃಷ್ಟಿಸಿದರು.

ಡೈನಾಮಿಕ್ ಸಮತೋಲನದಲ್ಲಿರುವ ಯಾವುದೇ ವ್ಯವಸ್ಥೆಯು ಸ್ಥಿರ ಸ್ಥಿತಿಯನ್ನು ತಲುಪುತ್ತದೆ, ಬದಲಾವಣೆಯ ಹೊರಗಿನ ಶಕ್ತಿಗಳನ್ನು ವಿರೋಧಿಸುವ ಸಮತೋಲನವಾಗಿದೆ. ಅಂತಹ ವ್ಯವಸ್ಥೆಯು ತೊಂದರೆಗೊಳಗಾದಾಗ, ಅಂತರ್ನಿರ್ಮಿತ ನಿಯಂತ್ರಕ ಸಾಧನಗಳು ಹೊಸ ಸಮತೋಲನವನ್ನು ಸ್ಥಾಪಿಸಲು ನಿರ್ಗಮನಗಳಿಗೆ ಪ್ರತಿಕ್ರಿಯಿಸುತ್ತವೆ; ಅಂತಹ ಪ್ರಕ್ರಿಯೆಯು ಪ್ರತಿಕ್ರಿಯೆ ನಿಯಂತ್ರಣದ ಒಂದು ಪ್ರಕ್ರಿಯೆಯಾಗಿದೆ. ವಿದ್ಯುತ್ ಸರ್ಕ್ಯೂಟ್‌ಗಳಿಂದ ಅಥವಾ ನರ ಮತ್ತು ಹಾರ್ಮೋನುಗಳ ವ್ಯವಸ್ಥೆಗಳಿಂದ ಮಧ್ಯಸ್ಥಿಕೆ ವಹಿಸಿದರೂ, ಕಾರ್ಯದ ಏಕೀಕರಣ

ಮತ್ತು ಸಮನ್ವಯದ ಎಲ್ಲಾ ಪ್ರಕ್ರಿಯೆಗಳು ಹೋಮಿಯೋಸ್ಟಾಟಿಕ್ ನಿಯಂತ್ರಣದ ಉದಾಹರಣೆಗಳಾಗಿವೆ.

ಯಾಂತ್ರಿಕ ವ್ಯವಸ್ಥೆಯಲ್ಲಿ ಹೋಮಿಯೋಸ್ಟಾಟಿಕ್ ನಿಯಂತ್ರಣದ ಪರಿಚಿತ ಉದಾಹರಣೆಯೆಂದರೆ ಕೊಠಡಿ-ತಾಪಮಾನ ನಿಯಂತ್ರಕ ಅಥವಾ ಥರ್ಮೋಸ್ಟಾಟ್‌ನ ಕ್ರಿಯೆ. ಥರ್ಮೋಸ್ಟಾಟ್‌ನ ಹೃದಯವು ಬೈಮೆಟಾಲಿಕ್ ಸ್ಟ್ರಿಪ್ ಆಗಿದ್ದು ಅದು ವಿದ್ಯುತ್ ಸರ್ಕ್ಯೂಟ್ ಅನ್ನು ಪೂರ್ಣಗೊಳಿಸುವ ಅಥವಾ ಅಡ್ಡಿಪಡಿಸುವ ಮೂಲಕ ತಾಪಮಾನ ಬದಲಾವಣೆಗಳಿಗೆ ಪ್ರತಿಕ್ರಿಯಿಸುತ್ತದೆ. ಕೊಠಡಿ ತಣ್ಣಗಾದಾಗ, ಸರ್ಕ್ಯೂಟ್ ಪೂರ್ಣಗೊಳ್ಳುತ್ತದೆ, ಕುಲುಮೆ ಕಾರ್ಯನಿರ್ವಹಿಸುತ್ತದೆ ಮತ್ತು ತಾಪಮಾನವು ಹೆಚ್ಚಾಗುತ್ತದೆ. ಪೂರ್ವನಿರ್ಧರಿತ ಮಟ್ಟದಲ್ಲಿ ಸರ್ಕ್ಯೂಟ್ ಒಡೆಯುತ್ತದೆ, ಕುಲುಮೆ ನಿಲ್ಲುತ್ತದೆ ಮತ್ತು ತಾಪಮಾನ ಇಳಿಯುತ್ತದೆ. ಜೈವಿಕ ವ್ಯವಸ್ಥೆಗಳು ಹೆಚ್ಚು ಸಂಕೀರ್ಣವಾಗಿವೆ ಮತ್ತು ಅಂತಹ ಯಾಂತ್ರಿಕ ಸಾಧನಗಳಿಗೆ ಸರಿಸುಮಾರು ಹೋಲಿಸಬಹುದಾದ ನಿಯಂತ್ರಕಗಳನ್ನು ಹೊಂದಿರುತ್ತವೆ. ಆದಾಗ್ಯೂ, ಎರಡು ರೀತಿಯ ವ್ಯವಸ್ಥೆಗಳು ಅವುಗಳ ಗುರಿಯಲ್ಲಿ ಒಂದೇ ಆಗಿರುತ್ತವೆ - ಸುತ್ತಿಕೊಂಡ ಉಕ್ಕಿನ ದಪ್ಪವನ್ನು ನಿಯಂತ್ರಿಸುವುದಾಗಲಿ ಅಥವಾ ರಕ್ತಪರಿಚಲನಾ ವ್ಯವಸ್ಥೆಯೊಳಗಿನ ಒತ್ತಡವನ್ನು ನಿಯಂತ್ರಿಸುವುದಾಗಲಿ, ನಿಗದಿತ ವ್ಯಾಪ್ತಿಯಲ್ಲಿ ಚಟುವಟಿಕೆಯನ್ನು ಉಳಿಸಿಕೊಳ್ಳುವುದಾಗಿದೆ.

ಮಾನವರಲ್ಲಿ ದೇಹದ ಉಷ್ಣತೆಯ ನಿಯಂತ್ರಣವು ಜೈವಿಕ ವ್ಯವಸ್ಥೆಯಲ್ಲಿ ಹೋಮಿಯೋಸ್ಟಾಸಿಸ್‌ಗೆ ಉತ್ತಮ ಉದಾಹರಣೆಯಾಗಿದೆ. ಮಾನವರಲ್ಲಿ, ಸಾಮಾನ್ಯ ದೇಹದ ಉಷ್ಣತೆಯು 37 °C (98.6 °F) ಮೌಲ್ಯದ ಸುತ್ತ ಏರಿಳಿತಗೊಳ್ಳುತ್ತದೆ, ಆದರೆ ವಿವಿಧ ಅಂಶಗಳು ಈ ಮೌಲ್ಯದ ಮೇಲೆ ಪರಿಣಾಮ ಬೀರಬಹುದು, ಇದರಲ್ಲಿ ಮಾನ್ಯತೆ, ಹಾರ್ಮೋನುಗಳು, ಚಯಾಪಚಯ ದರ ಮತ್ತು ರೋಗಗಳು ಸೇರಿವೆ, ಇದು ಅತಿಯಾಗಿ ಹೆಚ್ಚಿನ ಅಥವಾ ಕಡಿಮೆ ತಾಪಮಾನಕ್ಕೆ ಕಾರಣವಾಗುತ್ತದೆ. ದೇಹದ ಉಷ್ಣತೆಯ ನಿಯಂತ್ರಣವನ್ನು ಮೆದುಳಿನಲ್ಲಿರುವ ಹೈಪೋಥಾಲಮಸ್ ಎಂದು ಕರೆಯಲಾಗುವ ಪ್ರದೇಶವು ನಿಯಂತ್ರಿಸುತ್ತದೆ. ದೇಹದ ಉಷ್ಣತೆಯ ಬಗ್ಗೆ ಪ್ರತಿಕ್ರಿಯೆಯನ್ನು ನರಮಂಡಲದ ಮೂಲಕ ಮೆದುಳಿಗೆ ಸಾಗಿಸಲಾಗುತ್ತದೆ ಮತ್ತು ಉಸಿರಾಟದ ದರ, ರಕ್ತದಲ್ಲಿನ ಸಕ್ಕರೆ ಮಟ್ಟ ಮತ್ತು ಚಯಾಪಚಯ

ದರದಲ್ಲಿ ಸರಿದೂಗಿಸುವ ಹೊಂದಾಣಿಕೆಗಳಿಗೆ ಕಾರಣವಾಗುತ್ತದೆ. ರಕ್ತಪರಿಚಲನಾ ವ್ಯವಸ್ಥೆಯು ಪ್ರಮುಖ ಪಾತ್ರ ವಹಿಸುತ್ತದೆ: ಅದರ ಬ್ಯಾರೊಸೆಪ್ಟರ್‌ಗಳು (ವಿಸ್ತರಣೆಗೆ ಪ್ರತಿಕ್ರಿಯಿಸುವ ರಕ್ತನಾಳಗಳಲ್ಲಿನ ಒತ್ತಡ-ಸೂಕ್ಷ್ಮ ಗ್ರಾಹಕಗಳು) ರಕ್ತದೊತ್ತಡದ ಮಾಹಿತಿಯನ್ನು ಮೆದುಳಿಗೆ ಹಿಂತಿರುಗಿಸುತ್ತದೆ ಮತ್ತು ಇದು ದೇಹದ ಚಯಾಪಚಯ ಕ್ರಿಯೆಯನ್ನು ನಿಯಂತ್ರಿಸಲು ಹೈಪೋಥಾಲಮಸ್ ಮತ್ತು ಥೈರಾಯ್ಡ್ ಗ್ರಂಥಿಯಿಂದ ಸ್ರವಿಸುವ ಹಾರ್ಮೋನುಗಳನ್ನು ಸಾಗಿಸುತ್ತದೆ. ಮಾನವರಲ್ಲಿ ಶಾಖದ ನಷ್ಟವು ಚಟುವಟಿಕೆಯನ್ನು ಕಡಿಮೆ ಮಾಡುವುದು, ಬೆವರುವುದು ಮತ್ತು ಚರ್ಮದ ಮೇಲ್ಮೈ ಬಳಿ ಹೆಚ್ಚಿನ ಪ್ರಮಾಣದ ರಕ್ತ ಪರಿಚಲನೆಗೆ ಅನುವು ಮಾಡಿಕೊಡುವ ಶಾಖ-ವಿನಿಮಯ ಕಾರ್ಯವಿಧಾನಗಳಿಂದ ಸಹಾಯವಾಗುತ್ತದೆ. ನಿರೋಧನ, ಚರ್ಮಕ್ಕೆ ರಕ್ತ ಪರಿಚಲನೆ ಕಡಿಮೆಯಾಗುವುದು ಮತ್ತು ಬಟ್ಟೆ, ಆಶ್ರಯ ಮತ್ತು ಬಾಹ್ಯ ಶಾಖ ಮೂಲಗಳ ಬಳಕೆಯಂತಹ ಸಾಂಸ್ಕೃತಿಕ ಮಾರ್ಪಾಡುಗಳಿಂದ ಶಾಖದ ನಷ್ಟ ಕಡಿಮೆಯಾಗುತ್ತದೆ. ಹೆಚ್ಚಿನ ಮತ್ತು ಕಡಿಮೆ ದೇಹದ ಉಷ್ಣತೆಯ ಮಟ್ಟಗಳ ನಡುವಿನ ವ್ಯಾಪ್ತಿಯು ಹೋಮಿಯೋಸ್ಟಾಟಿಕ್ ಪ್ರಸ್ಥಭೂಮಿಯನ್ನು ರೂಪಿಸುತ್ತದೆ - ಜೀವನವನ್ನು ಉಳಿಸಿಕೊಳ್ಳುವ "ಸಾಮಾನ್ಯ" ಶ್ರೇಣಿ. ಎರಡು ವಿಪರೀತಗಳಲ್ಲಿ ಯಾವುದನ್ನಾದರೂ ಸಮೀಪಿಸಿದಾಗ, ಸರಿಪಡಿಸುವ ಕ್ರಿಯೆ (ಋಣಾತ್ಮಕ ಪ್ರತಿಕ್ರಿಯೆಯ ಮೂಲಕ) ವ್ಯವಸ್ಥೆಯನ್ನು ಸಾಮಾನ್ಯ ವ್ಯಾಪ್ತಿಗೆ ಹಿಂದಿರುಗಿಸುತ್ತದೆ.

ಹೋಮಿಯೋಸ್ಟಾಸಿಸ್ ಪರಿಕಲ್ಪನೆಯನ್ನು ಪರಿಸರ ಭಂಗಿಗಳಿಗೂ ಸಹ ಅನ್ವಯಿಸಲಾಗಿದೆ. ಮೊದಲು ಕೆನಡಾದ ಮೂಲದ ಅಮೇರಿಕನ್ ಪರಿಸರಶಾಸ್ತ್ರಜ್ಞ ರಾಬರ್ಟ್ ಮ್ಯಾಕ್‌ಆರ್ಥರ್ 1955 ರಲ್ಲಿ ಪ್ರಸ್ತಾಪಿಸಿದ, ಪರಿಸರ ವ್ಯವಸ್ಥೆಗಳಲ್ಲಿನ ಹೋಮಿಯೋಸ್ಟಾಸಿಸ್ ಜೀವವೈವಿಧ್ಯತೆ ಮತ್ತು ಜಾತಿಗಳ ನಡುವೆ ಸಂಭವಿಸುವ ಹೆಚ್ಚಿನ ಸಂಖ್ಯೆಯ ಪರಿಸರ ಸಂವಹನಗಳ ಸಂಯೋಜನೆಯ ಉತ್ಪನ್ನವಾಗಿದೆ. ಪರಿಸರ ವ್ಯವಸ್ಥೆಯ ಸ್ಥಿರತೆಯನ್ನು ವಿವರಿಸಲು ಸಹಾಯ ಮಾಡುವ ಪರಿಕಲ್ಪನೆ ಎಂದು ಇದನ್ನು ಭಾವಿಸಲಾಗಿತ್ತು - ಅಂದರೆ, ಕಾಲಾನಂತರದಲ್ಲಿ ನಿರ್ದಿಷ್ಟ ಪರಿಸರ ವ್ಯವಸ್ಥೆಯ ಪ್ರಕಾರವಾಗಿ ಅದರ ನಿರಂತರತೆ (ಪರಿಸರ ಸ್ಥಿತಿಸ್ಥಾಪಕತ್ವವನ್ನು ನೋಡಿ).

ಅಂದಿನಿಂದ, ಪರಿಸರ ವ್ಯವಸ್ಥೆಯ ಅಜೀವಕ (ನಿರ್ಜೀವ) ಭಾಗಗಳನ್ನು ಸಂಯೋಜಿಸಲು ಪರಿಕಲ್ಪನೆಯು ಸ್ವಲ್ಪ ಬದಲಾಗಿದೆ; ಪರಿಸರ ವ್ಯವಸ್ಥೆಯ ಜೀವಂತ ಮತ್ತು ನಿರ್ಜೀವ ಭಾಗಗಳ ನಡುವೆ ಯಥಾಸ್ಥಿತಿಯನ್ನು ಕಾಪಾಡಿಕೊಳ್ಳಲು ಸಂಭವಿಸುವ ಪರಸ್ಪರ ಕ್ರಿಯೆಯನ್ನು ವಿವರಿಸಲು ಈ ಪದವನ್ನು ಅನೇಕ ಪರಿಸರ ಶಾಸ್ತ್ರಜ್ಞರು ಬಳಸಿದ್ದಾರೆ. ಇಂಗ್ಲಿಷ್ ವಿಜ್ಞಾನಿ ಜೇಮ್ಸ್ ಲವ್‌ಲಾಕ್ ಅವರು ಭೂಮಿಯ ಮಾದರಿಯನ್ನು ಮಂಡಿಸಿದ್ದಾರೆ, ಇದು ಭೂಮಿಯ ವಿವಿಧ ಜೀವಂತ ಮತ್ತು ನಿರ್ಜೀವ ಭಾಗಗಳನ್ನು ದೊಡ್ಡ ವ್ಯವಸ್ಥೆ ಅಥವಾ ಏಕ ಜೀವಿಯ ಘಟಕಗಳಾಗಿ ಪರಿಗಣಿಸುತ್ತದೆ. ಇದು ಪ್ರತ್ಯೇಕ ಜೀವಿಗಳ ಸಾಮೂಹಿಕ ಪ್ರಯತ್ನವು ಗ್ರಹಗಳ ಮಟ್ಟದಲ್ಲಿ ಹೋಮಿಯೋಸ್ಟಾಸಿಸ್‌ಗೆ ಕೊಡುಗೆ ನೀಡುತ್ತದೆ ಎಂಬ ಊಹೆಯನ್ನು ಮಾಡುತ್ತದೆ. ಗಯಾ ಊಹೆಯ ಏಕ-ಜೀವಿ ಅಂಶವನ್ನು ವಿವಾದಾತ್ಮಕವೆಂದು ಪರಿಗಣಿಸಲಾಗುತ್ತದೆ ಏಕೆಂದರೆ ಅದು ಕೆಲವು ಮಟ್ಟದಲ್ಲಿ ಜೀವಿಗಳು ತಮ್ಮದೇ ಆದ ಬದುಕುಳಿಯುವ ಗುರಿಯತ್ತ ಅಲ್ಲ, ಬದಲಾಗಿ ಜೀವಗೋಳದ ಪರವಾಗಿ ಕೆಲಸ ಮಾಡಲು ಪ್ರೇರೇಪಿಸಲ್ಪಡುತ್ತವೆ ಎಂದು ಪ್ರತಿಪಾದಿಸುತ್ತದೆ.

ಥರ್ಮೋರ್ಗ್ಯುಲೇಷನ್, ಜೀವಿಯಿಂದ ಗರಿಷ್ಠ ತಾಪಮಾನದ ವ್ಯಾಪ್ತಿಯನ್ನು ನಿರ್ವಹಿಸುವುದು. ಶೀತರಕ್ತದ ಪ್ರಾಣಿಗಳು (ಪೊಯಿಕಿಲೋಥರ್ಮ್‌ಗಳು) ಪರಿಸರದ ಮೂಲಕ ಶಾಖವನ್ನು ತೆಗೆದುಕೊಳ್ಳುತ್ತವೆ ಅಥವಾ ಕಳೆದುಕೊಳ್ಳುತ್ತವೆ. ಅಗತ್ಯವಿರುವಂತೆ ಒಂದು ಸ್ಥಳದಿಂದ ಮತ್ತೊಂದು ಸ್ಥಳಕ್ಕೆ ಚಲಿಸುತ್ತವೆ. ಬೆಚ್ಚಗಿನ ರಕ್ತದ ಪ್ರಾಣಿಗಳು (ಹೋಮೋಯಿಥರ್ಮ್‌ಗಳು) ತಮ್ಮ ದೇಹವನ್ನು ಬಿಸಿಮಾಡಲು ಮತ್ತು ತಂಪಾಗಿಸಲು ಹೆಚ್ಚುವರಿ ವಿಧಾನಗಳನ್ನು ಹೊಂದಿವೆ. ಎರಡೂ ರೀತಿಯ ಪ್ರಾಣಿಗಳಲ್ಲಿ ಸ್ನಾಯುವಿನ ಚಟುವಟಿಕೆಯು ಶಾಖದ ಪ್ರಮುಖ ಮೂಲವಾಗಿದೆ.

ಹೋಮಿಯೋಸ್ಟಾಸಿಸ್ ಸಾಮಾನ್ಯವಾಗಿ ನಕಾರಾತ್ಮಕ ಪ್ರತಿಕ್ರಿಯೆ ಕುಣಿಕೆಗಳನ್ನು ಒಳಗೊಂಡಿರುತ್ತದೆ. ಈ ಕುಣಿಕೆಗಳಲ್ಲಿ, ನಕಾರಾತ್ಮಕ ಪ್ರಚೋದನೆಗಳು ಹೋಮಿಯೋಸ್ಟಾಸಿಸ್‌ನ ಕ್ರಿಯಾತ್ಮಕ ಸಮತೋಲನ ಪ್ರಕ್ರಿಯೆಯನ್ನು ಸಹಾಯ ಮಾಡಲು ಸ್ವಯಂಚಾಲಿತವಾಗಿ ಕಾರ್ಯವಿಧಾನಗಳನ್ನು ಪ್ರಚೋದಿಸುತ್ತವೆ.

"ಡೈನಾಮಿಕ್ ಸಮತೋಲನ" ದೇಹವು ಅಸಮತೋಲನದ ನಕಾರಾತ್ಮಕ ಪ್ರತಿಕ್ರಿಯೆ ಎಚ್ಚರಿಕೆಗಳಿಗೆ ಪ್ರತಿಕ್ರಿಯೆಯಾಗಿ ಹೊಂದಾಣಿಕೆಗಳನ್ನು ಮಾಡುವಾಗ ಸಂಭವಿಸುವ ಪ್ರಕ್ರಿಯೆ ಮತ್ತು ಪ್ರತಿಕ್ರಿಯೆಗಳನ್ನು ವಿವರಿಸುತ್ತದೆ.

ಸಾಧ್ಯವಾದಾಗಲೆಲ್ಲಾ ದೇಹವು ಸ್ಥಿರ ಮತ್ತು ತುಲನಾತ್ಮಕವಾಗಿ ಸ್ಥಿರವಾದ ಆಂತರಿಕ ಪರಿಸರವನ್ನು ಕಾಪಾಡಿಕೊಳ್ಳಲು ಸಹಾಯ ಮಾಡುವುದು ಹೋಮಿಯೋಸ್ಟಾಸಿಸ್‌ನ ಅಂತಿಮ ಗುರಿಯಾಗಿದೆ. ಉದಾಹರಣೆಗೆ, ಬಿಸಿ ವಾತಾವರಣದಲ್ಲಿ ಇರುವುದು ಬೆವರಿನಂತಹ ತಂಪಾಗಿಸುವ ಕಾರ್ಯವಿಧಾನಗಳನ್ನು ಪ್ರಚೋದಿಸುತ್ತದೆ, ಇದು ದೇಹದ ಕೋರ್ ತಾಪಮಾನವನ್ನು 98.6 ಡಿಗ್ರಿ F ಸುತ್ತಲೂ ಇಡುತ್ತದೆ.

ಯಾರಾದರೂ ಶೀತ ವಾತಾವರಣದಲ್ಲಿದ್ದಾಗ, ಈ ನಕಾರಾತ್ಮಕ ಪ್ರಚೋದನೆಯು ದೇಹದ ಉಷ್ಣತೆಯನ್ನು ಕಾಪಾಡಿಕೊಳ್ಳಲು ನಡುಗುವಂತಹ ದೇಹದ ಶಾಖವನ್ನು ಹಿಡಿದಿಟ್ಟುಕೊಳ್ಳಲು ವಿನ್ಯಾಸಗೊಳಿಸಲಾದ ಹೋಮಿಯೋಸ್ಟಾಟಿಕ್ ಕಾರ್ಯವಿಧಾನಗಳನ್ನು ಸಕ್ರಿಯಗೊಳಿಸುತ್ತದೆ.

ಮಾನವ ದೇಹವು ಅಡ್ಡಿಪಡಿಸುವ ಹೊರಗಿನ ಶಕ್ತಿಗಳು ಮತ್ತು ವಿವಿಧ ರೀತಿಯ ಆಂತರಿಕ ಅಥವಾ ಬಾಹ್ಯ ನಕಾರಾತ್ಮಕ ಪ್ರಚೋದನೆಗಳಿಗೆ ಪ್ರತಿಕ್ರಿಯೆಯಾಗಿ ಆಂತರಿಕ ಸಮತೋಲನವನ್ನು ಕಾಯ್ದುಕೊಳ್ಳುವ ಅದ್ಭುತ ಸಾಮರ್ಥ್ಯವನ್ನು ಹೊಂದಿದೆ.

ಆರೋಗ್ಯಕರ ಮಾನವ ದೇಹದಲ್ಲಿ ಹೋಮಿಯೋಸ್ಟಾಸಿಸ್ ಅನ್ನು ಕಾಪಾಡಿಕೊಳ್ಳಲು ಹಲವಾರು ರೀತಿಯ ಹೋಮಿಯೋಸ್ಟಾಟಿಕ್ ನಿಯಂತ್ರಣಗಳು ಸಹಾಯ ಮಾಡುತ್ತವೆ, ಅವುಗಳೆಂದರೆ:

ದೇಹದ ಉಷ್ಣತೆಯ ಹೋಮಿಯೋಸ್ಟಾಸಿಸ್ (ಥರ್ಮೋರೆಗ್ಯುಲೇಷನ್): ದೇಹದ ಉಷ್ಣತೆಯನ್ನು ಸುಮಾರು 98.6 ಡಿಗ್ರಿ ಎಫ್‌ನಲ್ಲಿ ಸ್ಥಿರವಾಗಿರಿಸುತ್ತದೆ ಮತ್ತು ಶಾಖದ ಬಳಲಿಕೆ ಅಥವಾ ಲಘೂಷ್ಣತೆ (ಕಡಿಮೆ ದೇಹದ ಉಷ್ಣತೆ) ಅಪಾಯಗಳನ್ನು ಸರಿದೂಗಿಸಲು ಸಹಾಯ ಮಾಡುತ್ತದೆ.

ನೀರು ಮತ್ತು ಎಲೆಕ್ಟ್ರೋಲೈಟ್ ಹೋಮಿಯೋಸ್ಟಾಸಿಸ್ (ಆಸ್ಮೋರೆಗ್ಯುಲೇಷನ್): ಮೂತ್ರಪಿಂಡಗಳ ಮೂಲಕ ಹೆಚ್ಚುವರಿ

ದ್ರವಗಳನ್ನು ಫಿಲ್ಟರ್ ಮಾಡುವ ಮತ್ತು ತೆಗೆದುಹಾಕುವ ಮೂಲಕ ದೇಹದೊಳಗೆ ದ್ರವದ ಮಟ್ಟಗಳು ಮತ್ತು ಎಲೆಕ್ಟ್ರೋಲೈಟ್ ಸಮತೋಲನವನ್ನು ಸ್ಥಿರವಾಗಿರಿಸುತ್ತದೆ (ಎಲೆಕ್ಟ್ರೋಲೈಟ್‌ಗಳು ನೀರಿನಲ್ಲಿ ಕರಗಿದ ಚಾರ್ಜ್ ಅನ್ನು ಹೊಂದಿರುವ ಖನಿಜಗಳಾಗಿವೆ, ಉದಾಹರಣೆಗೆ ರಕ್ತಪ್ರವಾಹ, ದೇಹದ ದ್ರವಗಳು ಮತ್ತು ಜೀವಕೋಶಗಳಲ್ಲಿ, ಸೋಡಿಯಂ, ಪೊಟ್ಯಾಸಿಯಮ್, ಕ್ಯಾಲ್ಸಿಯಂ, ಫಾಸ್ಫರಸ್, ಕ್ಲೋರೈಡ್ ಮತ್ತು ಮೆಗ್ನೀಸಿಯಮ್ ಸೇರಿದಂತೆ).

ಆಮ್ಲಜನಕ (O_2) ಹೋಮಿಯೋಸ್ಟಾಸಿಸ್: ಆಮ್ಲಜನಕದ ಮಟ್ಟವನ್ನು ಆರೋಗ್ಯಕರ ವ್ಯಾಪ್ತಿಯಲ್ಲಿ ಇಡುತ್ತದೆ ಮತ್ತು ದೇಹವು ಕಡಿಮೆ ಆಮ್ಲಜನಕದ ಮಟ್ಟವನ್ನು ತಪ್ಪಿಸಲು ಸಹಾಯ ಮಾಡುತ್ತದೆ (ಹೈಪೋಕ್ಸಿಯಾ).

ರಕ್ತದಲ್ಲಿನ ಸಕ್ಕರೆಯ ಹೋಮಿಯೋಸ್ಟಾಸಿಸ್ (ಪ್ಯಾಂಕ್ರಿಯಾಟಿಕ್ ನಿಯಂತ್ರಣ): ಮೇದೋಜ್ಜೀರಕ ಗ್ರಂಥಿಯ ಮೂಲಕ ರಕ್ತದಲ್ಲಿನ ಸಕ್ಕರೆ (ಗ್ಲೂಕೋಸ್) ಅನ್ನು ಪ್ರತಿ ಡೆಸಿಲೀಟರ್‌ಗೆ 70 ರಿಂದ 120 ಮಿಲಿಗ್ರಾಂ (mg/dL) ನಡುವೆ ಸ್ಥಿರ ಮತ್ತು ಆರೋಗ್ಯಕರ ಮಟ್ಟದಲ್ಲಿ ಇಡುತ್ತದೆ.

ರಕ್ತದೊತ್ತಡದ ಹೋಮಿಯೋಸ್ಟಾಸಿಸ್ (ಬ್ಯಾರೋರೆಫ್ಲೆಕ್ಸ್ ನಿಯಂತ್ರಣ): ಹೈಪೋಥಾಲಮಸ್‌ನಿಂದ ಹೃದಯ, ರಕ್ತನಾಳಗಳು ಮತ್ತು ಮೂತ್ರಪಿಂಡಗಳಿಗೆ ಹೋಮಿಯೋಸ್ಟಾಟಿಕ್ ಸಂಕೇತಗಳನ್ನು ಕಳುಹಿಸುತ್ತದೆ, ಇದು ರಕ್ತದೊತ್ತಡವನ್ನು ತುಂಬಾ ಹೆಚ್ಚಿಲ್ಲದ (ಅಧಿಕ ರಕ್ತದೊತ್ತಡ) ಅಥವಾ ತುಂಬಾ ಕಡಿಮೆಯಿಲ್ಲದ (ಹೈಪೊಟೆನ್ಷನ್) ಆರೋಗ್ಯಕರ ವ್ಯಾಪ್ತಿಯಲ್ಲಿ ಇಡುತ್ತದೆ.

ಕ್ಯಾಲ್ಸಿಯಂ ಹೋಮಿಯೋಸ್ಟಾಸಿಸ್: ಪ್ಯಾರಾಥೈರಾಯ್ಡ್ ಗ್ರಂಥಿಯಿಂದ ಪ್ಯಾರಾಥೈರಾಯ್ಡ್ ಹಾರ್ಮೋನ್ (PTH) ನ ಸಂಶ್ಲೇಷಣೆ ಮತ್ತು ಬಿಡುಗಡೆಯ ಮೂಲಕ ಸೀರಮ್ ಕ್ಯಾಲ್ಸಿಯಂ ಹೋಮಿಯೋಸ್ಟಾಸಿಸ್ ಅನ್ನು ನಿರ್ವಹಿಸುತ್ತದೆ.

ಪೊಟ್ಯಾಸಿಯಮ್ ಹೋಮಿಯೋಸ್ಟಾಸಿಸ್: ಪೊಟ್ಯಾಸಿಯಮ್ ಮಟ್ಟವನ್ನು ಪ್ರತಿ ಲೀಟರ್‌ಗೆ 3.6 ರಿಂದ 5.2 ಮಿಲಿ ಸಮಾನ (mEq/L) ವ್ಯಾಪ್ತಿಯಲ್ಲಿ ಇಡುತ್ತದೆ ಮತ್ತು ದೇಹವು ರಕ್ತದಲ್ಲಿ ಹೆಚ್ಚು ಪೊಟ್ಯಾಸಿಯಮ್ ಇರುವುದನ್ನು (ಹೈಪರ್‌ಕೆಲೆಮಿಯಾ) ಅಥವಾ ತುಂಬಾ ಕಡಿಮೆ (ಹೈಪೋಕೆಲೆಮಿಯಾ) ತಪ್ಪಿಸಲು ಸಹಾಯ ಮಾಡುತ್ತದೆ.

ಹೋಮಿಯೋಸ್ಟಾಸಿಸ್‌ನ ಮಹತ್ವವನ್ನು ಅತಿಯಾಗಿ ಹೇಳುವುದು ಅಸಾಧ್ಯ. ಪ್ರತಿಯೊಂದು ಜೀವಿಯೂ ತನ್ನ ಉಳಿವಿಗಾಗಿ ಹೋಮಿಯೋಸ್ಟಾಟಿಕ್ ಪ್ರಕ್ರಿಯೆಗಳನ್ನು ಅವಲಂಬಿಸಿದೆ. ಹೋಮಿಯೋಸ್ಟಾಸಿಸ್ ಸರಿಯಾಗಿ ಕಾರ್ಯನಿರ್ವಹಿಸಲು ವಿಫಲವಾದಾಗ, ಆಂತರಿಕ ಅಸಮತೋಲನವು ಅನಾರೋಗ್ಯ ಮತ್ತು ಸಾವಿಗೆ ಕಾರಣವಾಗಬಹುದು.

ಉದಾಹರಣೆಗೆ, ಇನ್ಸುಲಿನ್ ಕಡಿಮೆ ಉತ್ಪಾದನೆ ಅಥವಾ ಇನ್ಸುಲಿನ್‌ಗೆ ಕಳಪೆ ಪ್ರತಿಕ್ರಿಯೆಯಿಂದಾಗಿ ದೇಹವು ರಕ್ತದಲ್ಲಿನ ಸಕ್ಕರೆಯ ಹೋಮಿಯೋಸ್ಟಾಸಿಸ್ ಅನ್ನು ಕಾಪಾಡಿಕೊಳ್ಳಲು ಸಾಧ್ಯವಾಗದಿದ್ದಾಗ, ಮಧುಮೇಹ ಉಂಟಾಗುತ್ತದೆ. ಪೊಟ್ಯಾಸಿಯಮ್ ಹೋಮಿಯೋಸ್ಟಾಸಿಸ್ ಅನ್ನು ಕಾಪಾಡಿಕೊಳ್ಳಲು ಅಸಮರ್ಥತೆಯು ಹೃದಯದ ಲಯ ಮತ್ತು ನರಮಂಡಲದ ಚಟುವಟಿಕೆಯ ಮೇಲೆ ಪರಿಣಾಮ ಬೀರುತ್ತದೆ, ಇದು ಸಾವಿಗೆ ಕಾರಣವಾಗಬಹುದು.

ಯು.ಎಸ್. ಶರೀರಶಾಸ್ತ್ರಜ್ಞ ಜಾರ್ಜ್ ಇ. ಬಿಲ್‌ಮನ್ ಹೋಮಿಯೋಸ್ಟಾಸಿಸ್ ಅನ್ನು "ಶರೀರಶಾಸ್ತ್ರದ ಶಿಸ್ತನ್ನು ನಿರ್ಮಿಸಲಾದ ಕೇಂದ್ರ ಸಂಘಟನಾ ತತ್ವ" ಎಂದು ವಿವರಿಸುತ್ತಾರೆ.

ಶತಮಾನಗಳ ಹಿಂದೆ, ಕ್ಲೌಡ್ ಬರ್ನಾರ್ಡ್ ಸ್ಥಿರವಾದ ಆಂತರಿಕ ಪರಿಸರವನ್ನು ಕಾಪಾಡಿಕೊಳ್ಳುವ ಸಾಮರ್ಥ್ಯವನ್ನು ಹೊಂದಿರುವ ಜೀವಿಗಳ ಪ್ರಾಮುಖ್ಯತೆಯನ್ನು ಗುರುತಿಸಿದರು, ಅದನ್ನು ಅವರು milieu intérieur ಎಂದು ಕರೆದರು, ಅಂದರೆ ಸ್ಥಿರ ಆಂತರಿಕ ಪರಿಸರ. 20 ನೇ ಶತಮಾನದ ಆರಂಭದಲ್ಲಿ, ವಾಲ್ಟರ್ ಬಿ. ಕ್ಯಾನನ್ ಬರ್ನಾರ್ಡ್ ಅವರ milieu intérieur ಪರಿಕಲ್ಪನೆಯ ಮೇಲೆ ನಿರ್ಮಿಸಿದರು ಮತ್ತು "ಹೋಮಿಯೋಸ್ಟಾಸಿಸ್" ಎಂಬ ಪದವನ್ನು ಸೃಷ್ಟಿಸಿದರು, ಇದು ಗ್ರೀಕ್ ಪದಗಳಾದ "ಹೋಮಿಯೋ" (ಹೋಲಿಕೆ) ಮತ್ತು "ಸ್ಟಾಸಿಸ್" (ಸ್ಥಗಿತ) ಗಳನ್ನು ಸಂಯೋಜಿಸುತ್ತದೆ.

ಹೋಮಿಯೋಸ್ಟಾಟಿಕ್ ಕಾರ್ಯವಿಧಾನಗಳು ನಕಾರಾತ್ಮಕ ಪ್ರತಿಕ್ರಿಯೆ ಅಥವಾ ದೇಹದ ಆಂತರಿಕ ಸಮತೋಲನವನ್ನು ಎಸೆಯುವ ಯಾವುದೇ ಪ್ರಚೋದಕಗಳಿಂದ ಪ್ರಚೋದಿಸಲ್ಪಡುತ್ತವೆ. ಬಾಹ್ಯ ಪರಿಸರ ಬದಲಾವಣೆಗಳನ್ನು

ಲೆಕ್ಕಿಸದೆ ಸ್ಥಿರ ಮತ್ತು ಸ್ಥಿರವಾದ ಆಂತರಿಕ ಪರಿಸರವನ್ನು ನಿರ್ವಹಿಸುವ ಏಳು ವಿಧದ ಹೋಮಿಯೋಸ್ಟಾಸಿಸ್ಗಳಿವೆ.

ಪ್ರತಿಯೊಂದು ಜೀವಿಯು ತನ್ನ ನೈಜ-ಸಮಯ ಮತ್ತು ದೀರ್ಘಕಾಲೀನ ಉಳಿವಿಗಾಗಿ ಹೋಮಿಯೋಸ್ಟಾಸಿಸ್ ಅನ್ನು ಅವಲಂಬಿಸಿದೆ. ಇದು ಜೀವಿಗಳು ತಮ್ಮ ಪರಿಸರದಲ್ಲಿನ ಬದಲಾವಣೆಗಳಿಗೆ ಪ್ರತಿಕ್ರಿಯೆಯಾಗಿ ತಮ್ಮನ್ನು ತಾವು ನಿಯಂತ್ರಿಸಿಕೊಳ್ಳಲು ಸಹಾಯ ಮಾಡುತ್ತದೆ. ಬಿಸಿಲಿನ ದಿನದಲ್ಲಿ ಬೆವರುವಂತಹ ಸರಳವಾದದ್ದು ಸಹ ಈ ಸಮತೋಲನವನ್ನು ಕಾಪಾಡಿಕೊಳ್ಳಲು ಮತ್ತು ಆರೋಗ್ಯವಾಗಿರಲು ಪ್ರಮುಖವಾಗಿದೆ.

ಯೋಗದ ಕೆಲವು ಭಾಗವು ಮಾನವನ ದೇಹದಲ್ಲಿ ಇರುವಂತಹ ಉಷ್ಣತೆಯ ಪ್ರಮಾಣ, ಅದನ್ನು ಅಳತೆ ಮಾಡುವ ಬಗೆ, ಅದರಿಂದ ಅಗ್ನಿ ಉತ್ಪಾದನೆಯ ಕ್ರಮ, ಯಾವ ಅಗ್ನಿಯ ಉತ್ಪಾದನೆ, ಯಾವ ಅಗ್ನಿಯ ಆಧಾರದ ಮೇಲೆ ದೇಹದ ಉಷ್ಣತೆ, ಉಷ್ಣಾಂಶದ ಪ್ರಮಾಣ, ಹೀಗೆ ಹಲವಾರು ವಿಚಾರಗಳನ್ನು ತಿಳಿಸುತ್ತದೆ. ಹಾಗೆಯೇ ಯಜ್ಞ ಯಾಗಾದಿಗಳಲ್ಲಿ ಬಳಕೆಗೆ ಬರುವಂತಹ ಅಗ್ನಿಯ ಉತ್ಪಾದನೆ ಕುರಿತಾಗಿ ತಿಳಿಸುತ್ತದೆ. ಇದನ್ನು ಅರಣಿ ಮಥನ ಎಂದಾಗಿ ಹೇಳಲಾಗಿದೆ. ಅರಣಿ ಮಥನ ಎಂದರೆ ಎರಡು ಅರಳಿ ಮರದ ಕೊರಡನ್ನು ಉಜ್ಜುವ ಕ್ರಿಯೆಯಾಗಿದೆ. ಅದರಿಂದ ಬೆಂಕಿಯು ಹೊತ್ತಿಕೊಳ್ಳುವುದಾಗಿದೆ. ಹಾಗೆಯೇ ಬಲಗೈಯಿಂದ ಎಡಗೈಯನ್ನು ಉಜ್ಜಿದಾಗ ಅಥವಾ ಎಡಗೈಯಿಂದ ಬಲಗೈ ಉಜ್ಜಿದಾಗ ಎರಡು ಸ್ವರೂಪದ ಉಷ್ಣದ ಸ್ವರೂಪವು ಅನುಭವಕ್ಕೆ ಬರುತ್ತದೆ. ಯುಜುರ್ವೇದದಲ್ಲಿ ಇದರ ವಿವರವನ್ನು ನೋಡಬಹುದಾಗಿದೆ. ದೇಹದ ಉಷ್ಣತೆ ಸಮ ಪ್ರಮಾಣದಲ್ಲಿ ಇಲ್ಲದಿದ್ದಾಗ ಬಲಗೈ ಉಜ್ಜಿದಾಗ ಬಹಳ ಬೇಗ ಶಾಖದ ಪರಿಣಾಮ ಅರಿವಿಗೆ ಬರುತ್ತದೆ. ಇಲ್ಲದಿದ್ದರೆ ದೇಹದಲ್ಲಿ ಉಷ್ಣತೆ ಅಥವಾ ದೇಹದಲ್ಲಿ ಅಸಮರ್ಪಕತೆ ಇಲ್ಲ ಎಂದಾದಲ್ಲಿ ಬಲಗೈಯನ್ನು ಎಷ್ಟೇ ಉಜ್ಜಿದರೂ ಸಹ ಸಮಾನವಾಗಿದ್ದು ಏನೂ ವ್ಯತ್ಯಾಸ ಕಂಡುಬರುವುದಿಲ್ಲವಾಗಿದೆ. ಅದೇ ಎಡಗೈಯನ್ನು ಉಜ್ಜಿದಾದ ಮಾತ್ರ ದೇಹದಲ್ಲಿರುವಂತಹ ಏರುಪೇರುಗಳು ಗೊತ್ತಾಗುತ್ತದೆ. ಇದೇ ಕೊರಡನ್ನು ಕುರಿತು ಯೋಗದಲ್ಲಿ ಅಶ್ವತ್ಥ ಎಂದಾಗಿ ಹೇಳುವುದಾಗಿದೆ.

ಕೃಷ್ಣ ಯಜುರ್ವೇದವು ಸುಮಾರು ಇಪ್ಪತ್ತು ರೀತಿಯಲ್ಲಿ ಬೇರೆ-ಬೇರೆ ಉದಾಹರಣೆಗಳನ್ನು ನೀಡುತ್ತಾ, ಈ ಮಥನ

ಕಾರ್ಯವನ್ನು ವಿವರಿಸುತ್ತದೆ. ಸಾಮವೇದದಲ್ಲೂ ಕೂಡ ಇದರ ವಿವರಗಳನ್ನು ಕಾಣಬಹುದಾಗಿದೆ. ಚಕ್ರದ ಅಚ್ಚು ಮತ್ತು ಗಾಲಿಗಳು ಪರಸ್ಪರ ಉಜ್ಜುವುದರಿಂದಾಗಿ ಉತ್ಪನ್ನವಾಗುವಂತಹ ತೈಲ ಪ್ರಮಾಣವನ್ನು ರಥಂತರ ಸಾಮ ವಿವರಿಸುತ್ತದೆ. ಅಚ್ಚಿಗೆ ಅರಳಿ ಮರದ ಕೊರಡು ಮತ್ತು ಗಾಲಿಗೆ ಹಲಸಿನ ಮರದ ಕೊರಡೇ ಆಗಬೇಕಿದೆ ಎಂಬುದನ್ನು ಇಲ್ಲಿ ಗಮನಿಸಬೇಕಿದೆ.

ಇಲ್ಲಿ ರಥ ಎಂದರೆ ಪ್ರಪಂಚವನ್ನು ತಿರುಗಿಸುತ್ತಿರುವುದು ಎಂಬ ಅರ್ಥವಿದೆ. ಹೀಗೆ ತಿರುಗುತ್ತಿರುವಂತಹ ಪ್ರಪಂಚದಲ್ಲಿ ಏನೇನು ಪರಿವರ್ತನೆಗಳು ಕಂಡುಬರುತ್ತವೆ ಎಂದು ಹೇಳುವುದಕ್ಕೆ ಅಚ್ಚು-ಗಾಲಿಗಳ ಮಧ್ಯೆ ಉತ್ಪನ್ನವಾಗುವಂತಹ ತೈಲವೇ ಪ್ರಮಾಣವಾಗಿರುತ್ತದೆ. ಇದರ ಆಧಾರದಲ್ಲಿ ವಾತಾವರಣ, ಬೆಳೆ, ಮಳೆ, ಹಿಂಸೆ, ಜನ, ಪ್ರಕ್ಷೋಭಣೆಗಳು, ಯುದ್ಧ, ಉತ್ಪಾತ, ಸಂಪತ್ತು, ಸಮೃದ್ಧಿ, ಭಯಗಳು (ಚೋರ, ಅಗ್ನಿ, ರಾಜ), ಇವುಗಳನ್ನು ರಥಂತರ ಸಾಮದಿಂದ ಕಂಡುಕೊಳ್ಳಬಹುದಾಗಿದೆ!

ಭಗವದ್ಗೀತೆಯ ಪುರುಷೋತ್ತಮ ಯೋಗಃ ಎಂಬ ಅಧ್ಯಾಯದಲ್ಲಿ ಒಂದು ಶ್ಲೋಕವು ಕಂಡುಬರುತ್ತದೆ:

ಊರ್ಧ್ವಮೂಲಮಧಃಶಾಖಮಶ್ವತ್ಥಂ ಪ್ರಾಹುರವ್ಯಯಮ್|
ಛಂದಾಂಸಿ ಯಸ್ಯ ಪರ್ಣಾನಿ ಯಸ್ತಂ ವೇದ ಸ ವೇದವಿತ್||

ಈ ಶ್ಲೋಕದಲ್ಲಿ ' ಊರ್ಧ್ವಮೂಲಮಧಃಶಾಖಮಶ್ವತ್ಥಂ' ಬೇರು ಮೇಲೆ, ಕೊಂಬೆ ಕೆಳಗೆ ಇರುವಂತಹ ಬೃಹತ್ತಾದ ಅಶ್ವತ್ಥ ಮರದ ಚಿಂತನೆಯನ್ನು ಮಾಡಲಾಗಿದೆ. ಇದು ಅವೈಜ್ಞಾನಿಕವಾಗಿ ಕಂಡುಬರುತ್ತಿದ್ದರೂ ಸಹ ಯೋಗ ದೃಷ್ಟಿಯಿಂದ ಇದು ಸತ್ಯವನ್ನೇ ಹೇಳುತ್ತಿದೆ.

ಪದ್ಮ ಶಿರ್ಷಾಸನ ಹಾಕಿದಾಗ ಶಿರಸ್ಸು ಅಧೋಮುಖವಾಗಿ ಕಟಿ ಪ್ರದೇಶದಲ್ಲಿರುವ ಮೂಲಾಧಾರವು ಊರ್ಧ್ವಮುಖವಾಗುವುದು. ಹೀಗೇಕೆ ಮಾಡಬೇಕು ಎನ್ನುವುದಕ್ಕೆ 'ಊರ್ಧ್ವಮೂಲಮಧಃಶಾಖಮಶ್ವತ್ಥಂ ಪ್ರಾಹುರವ್ಯಯಮ್' ಎಂಬುದು ವಿವರಣೆ ನೀಡುತ್ತದೆ. ಪ್ರಾಹುರವ್ಯಯಮ್ ಎಂಬ ಪದವನ್ನು 'ಪ್ರಾಹುರ ವ್ಯಯಂ' ಎಂದಾಗಿ ವಿಭಾಗ ಮಾಡಬಹುದಾಗಿದೆ. ನಡೆಯುವಾಗ ಸ್ವಾಭಾವಿಕವಾಗಿ ಮೂಲಾಧಾರ ಕಟಿ ಪ್ರದೇಶದಲ್ಲಿ ಕೆಳಮುಖವಾಗಿರುತ್ತದೆ. ಅದನ್ನು ಮೇಲ್ಮುಖವಾಗಿ ಮಾಡುವುದೇ ಇಲ್ಲಿ ಉದ್ದೇಶವಾಗಿದೆ. ಕುಹರ, ಅರ್ಥಾತ್ ಹೊಟ್ಟೆ ಈಗ ಮೇಲ್ಮುಖವಾಗಿದೆ, ತಲೆ ಕೆಳಗಾಗಾದ

ಏನಾಗುತ್ತದೆ ಅಂದರೆ ಪ್ರಾಹುರ ಎಂದಾಗುತ್ತದೆ. ಈಗ ಹೇಗೆ ಹೊಟ್ಟೆಯು ಪ್ರಾಹುರವಾಯಿತೋ ಹಾಗೆಯೇ ಮೂಲಾಧಾರವೂ ಸಹ ಪ್ರಾಹುರವಾಯಿತು. ಆದರೆ ಪ್ರಾಕೃತವಾಗಿ ಈ ಮೂಲಾಧಾರವು ಕಣ್ಣಿಗೆ ಗೋಚರವಾಗದ ಕಾರಣ ಅದನ್ನು ಪ್ರಾಹುರವ್ಯಯಂ ಎಂದಾಗಿ ವೇದ ವಿಜ್ಞಾನಿಗಳು ಹೇಳಿರುತ್ತಾರೆ. ಇಲ್ಲಿ ಕಂಡುಬರುವ ವ್ಯಯಂ ಎಂಬ ಪದವನ್ನು ಏಕೆ ಉಪಯೋಗಿಸಲಾಗಿದೆ ಎಂಬುದನ್ನು ಈಗ ನೋಡೋಣ.

ಯಾವುದೇ ಮಾನವನು ತನ್ನ ಕಟಿ ಪ್ರದೇಶವನ್ನು ಮೇಲ್ಮುಖವಾಗಿ ಮಾಡಿದ ತಕ್ಷಣ ಸಹಜ ಸ್ವಾಭಾವಿಕವಾಗಿಯೇ ವಿಕೃತವಾಗಿರುವಂತಹ ಅಪಾನ ವಾಯು ಹೊರಗೆ ಹೋಗುತ್ತದೆ. ಹೀಗೆ ವಿಕೃತವಾಗಿರುವಂತಹ ವಾಯು ಸಂಪೂರ್ಣವಾಗಿ ಹೊರಕ್ಕೆ ಹೋದರೇನೇ ಸಾಧಕನ ದೇಹ ಶುದ್ಧವಾಗುತ್ತದೆ. ನಂತರ ಮಾತ್ರವೇ ಆತನು ಮಾಡುವ ಆಸನಕ್ಕೆ ಶಕ್ತಿ ಒದಗುತ್ತದೆ. ಆಸನಕ್ಕೆ ಶಕ್ತಿ ಬರಿಸಿಕೊಳ್ಳುವುದಕ್ಕಾಗಿ ಅಲ್ಲಿ ನಡೆಯುವಂತಹ ಉಸಿರಾಟ ಪ್ರಕ್ರಿಯೆಯೇ ಪ್ರಾಣಾಯಾಮ ಎಂದಾಗಿರುತ್ತದೆ.

ನಂತರ, ಎರಡೂ ಕಡೆ ಕೈಗಳನ್ನೂರಿ ನಾಡಿಬಂಧವನ್ನು ಮಾಡಿಕೊಳ್ಳಬೇಕು. ಯಾವ ಸಮಯದಲ್ಲಿ ಇಡಾ ಮತ್ತು ಪಿಂಗಳ ನಾಡಿಯು ಬಂಧಿಸಲ್ಪಡುವುದೋ ಆಗ ಮಾತ್ರ ಸುಷುಮ್ನಾ ನಾಡಿ ತೆರೆದುಕೊಳ್ಳುವುದಾಗಿದೆ. ಈ ಇಡಾ ಹಾಗು ಪಿಂಗಳ ನಾಡಿಗಳು ಮುಚ್ಚಿಕೊಳ್ಳಬೇಕಾದರೆ ಬಲಗೈ ಹಾಗು ಎಡಗೈಗಳನ್ನು ನೆಲಕ್ಕೆ ಊರಿ ನಂತರ ಅವುಗಳ ಮೇಲೆ ಭಾರ ಹಾಕಬೇಕು. ಹೀಗೆ ಮಾಡಿದಾಗ ಉಂಟಾಗವ ಒತ್ತಡವು ಇಡಾ ಹಾಗು ಪಿಂಗಳ ನಾಡಿಗಳು ಕಟಿ ಪ್ರದೇಶದಲ್ಲಿ ಮುಚ್ಚಿಕೊಳ್ಳುವಂತೆ ಮಾಡುತ್ತದೆ. ಆಗ ಸುಷುಮ್ನಾ ನಾಡಿಯ ಮುಖಾಂತರ ರೇತಸ್ಸು ಮೇಲ್ಮುಖವಾಗಿ ಹರಿಯುವಂತೆ ವ್ಯವಸ್ಥೆಯು ಏರ್ಪಡುತ್ತದೆ. ಅಂದರೆ, ಸಾಧಕನು 'ಊರ್ಧ್ವ-ರೇತಸ್ಕ' ಎಂದಾಗುತ್ತಾನೆ. ಸಾಧಕನು ಹೀಗೆ ಊರ್ಧ್ವ-ರೇತಸ್ಕನಾಗಬೇಕಾದರೆ ಸುಷುಮ್ನಾ ನಾಡಿಯಲ್ಲಿ ತುಂಬಿರುವಂತಹ ಅಪಾನ ವಾಯು ಹೊರಹೋಗಿ, ಶುದ್ಧವಾಗಿ, ಊರ್ಧ್ವ-ರೇತಸ್ಕನಾಗಬೇಕಿದೆ. ಈ ಪದ್ಮ ಶಿರ್ಷಾಸನ ಮಾಡುವುದರಿಂದಾಗಿ ಈ ಸ್ಪಷ್ಟತೆ ಸಾಧಕನಿಗೆ ಒದಗುತ್ತದೆ.

ಇಡಾ ಹಾಗು ಪಿಂಗಳ ನಾಡಿಗಳು ಕೇವಲ ಕುತ್ತಿಗೆಯವರೆಗೆ ಮಾತ್ರ ಇರುವುದಾಗಿದ್ದು, ಸುಷುಮ್ನಾ ನಾಡಿ ಮಾತ್ರ ಸಹಸ್ರಾರದವರೆಗೆ ಇರುತ್ತದೆ. ಹೀಗಾಗಿ, ಇದರಲ್ಲಿಯೇ ರೇತಸ್ಸು

ಹರಿಯಬೇಕಿದೆ. ಇಡಾ ಮತ್ತು ಪಿಂಗಳದಲ್ಲಿ ಹರಿದರೆ ಅದು ಅಪೂರ್ಣ ಎಂದಾಗುತ್ತದೆ. ಹೀಗೆ ರೇತಸ್ಸು ಸುಷುಮ್ನಾದಲ್ಲಿ ಊರ್ಧ್ವಮುಖವಾಗಿ ಹರಿದಾಗ ಅದು ಸ್ವಾಧಿಷ್ಠಾನ, ಅನಾಹತ, ಇತ್ಯಾದಿ ಚಕ್ರಗಳಲ್ಲಿ ಹರಿದು ಕೊನೆಯಲ್ಲಿ ಸಹಸ್ರಾರವನ್ನು ಸೇರಬೇಕಿದೆ. ರೇತಸ್ಸು ಕೆಳಮುಖವಾಗಿ ಹರಿಯದೆ ಊರ್ಧ್ವಮುಖವಾಗಿಯೇ ಹರಿಯುತ್ತದೆ. ಅದಕ್ಕೆ ನಿಶ್ಚಿತವಾದ ಒತ್ತಡವನ್ನು ಕೊಡುವುದೇ ಈ ಆಸನದ ಮುಖ್ಯ ಉದ್ದೇಶವಾಗಿದೆ.

ಯಾವ ದಿಕ್ಕಿಗೆ ಒತ್ತಡವು ಸಿಗುತ್ತದೆಯೋ ಆ ದಿಕ್ಕಿಗೇ ರಸ ಅಥವಾ ನೀರು ಹರಿಯುವುದಾಗಿದೆ. ಇದನ್ನು ಯಾರು ಬೇಕಾದರೂ ಸಹ ವೈಜ್ಞಾನಿಕವಾಗಿ ಪರೀಕ್ಷಿಸಬಹುದು. ಈ ರೀತಿ ಹರಿಯುವುದನ್ನೇ ಊರ್ಧ್ವಮುಖ ಎಂದಾಗಿ ಹೇಳಬಹುದಾಗಿದೆ. ಹರಿಯುವುದು ರಸಕ್ಕೆ ಸ್ವಾಭಾವಿಕ ಗುಣವಾಗಿದ್ದರೆ, ಅದನ್ನು ಸುಷುಮ್ನಾ ನಾಡಿಯಲ್ಲಿ ಹರಿಯುವಂತೆ ಮಾಡುವುದು ಪ್ರಕ್ರಿಯೆ ಎಂದಾಗಿದ್ದು, ಅದೊಂದು ಮಾರ್ಗವಾಗಿದೆ. ಅದಕ್ಕೆ ಅವಶ್ಯಕವಾಗಿರುವುದು ಈ ಪದ್ಮ ಶೀರ್ಷಾಸನವಾಗಿದೆ. ಇದರ ಮುಖೇನ ದೇಹ ಶುದ್ಧಿ ಮಾಡಿಕೊಂಡ ನಂತರದಲ್ಲಿ ಅದು ಸುಷುಮ್ನಾ ನಾಡಿಯಲ್ಲಿ ಮಾತ್ರ ಹರಿಯುವಂತೆ ಮಾಡುವಂತಹದ್ದು ನಾಡೀ ಬಂಧ ಪ್ರಕ್ರಿಯೆ ಎಂದಾಗುತ್ತದೆ. ಎರಡೂ ಕಡೆ ಕೈಗಳನ್ನು ಊರಿಕೊಂಡು, ದೇಹದ ಭಾರವನ್ನು ಕೈಗಳಿಗೆ ರವಾನಿಸಿ, ಶಿರಸ್ಸನ್ನು ಸಾಸಿವೆ ಕಾಳಷ್ಟು ಮೇಲಕ್ಕೆ ಎತ್ತಿದಾಗ ಇಡಾ ಹಾಗು ಪಿಂಗಳ ನಾಡಿಗಳ ಬಂಧವು ಉಂಟಾಗುತ್ತದೆ. ಆಗ ಸುಷುಮ್ನಾ ನಾಡಿಯಲ್ಲಿ ಮೇಲ್ಮುಖವಾದ ಹರಿವು ಆರಂಭವಾಗುತ್ತದೆ.

ಊರ್ಧ-ರೇತಸ್ಕ ಆಗುವುದರಿಂದಾಗಿ ಸಾಧಕನ ದೇಹಕ್ಕೆ ಶಕ್ತಿ ಒದಗುತ್ತದೆ. ಇಲ್ಲಿ ರೇತಸ್ಸು ಎಂದರೇನೆ ಶಕ್ತಿ ಎಂಬರ್ಥವಾಗಿದೆ. ಅದು ದೇಹದಲ್ಲಿ ಹರಿದು, ದೇಹದಲ್ಲೇ ಉಳಿದು, ದೇಹದಲ್ಲಿಯೇ ಸುಪ್ತವಾದರೆ, ಆ ಶಕ್ತಿಯು ದೇಹದಲ್ಲಿಯೇ ಉಳಿದುಹೋಗುತ್ತದೆ. ದೇಹವನ್ನು ದೃಢಗೊಳಿಸಿಕೊಳ್ಳುವುದಕ್ಕಾಗಿ ಈ ಶೀರ್ಷಾಸನವನ್ನು ಮಾಡಬೇಕಿದೆ.

ಯಾವುದೇ ಸಾಧಕನಿಗೆ ಅವನ ವಯೋಮಿತಿ ಪ್ರಶ್ನೆಯೇ ಇಲ್ಲದೆ, ದೇಹದ ಶಕ್ತಿ ಮಾತ್ರ ಅವನಿಗೆ ಪ್ರಧಾನವಾಗಿರುತ್ತದೆ. ಹೀಗಾಗಿ ಶೀರ್ಷಾಸನ ಹಾಕುವ ಶಕ್ತಿ ಆ ಸಾಧಕನಲ್ಲಿ ಇರಬೇಕು. ಈ

ವಿಚಾರಕ್ಕೆ ಲಿಂಗ ಭೇದವು ಇರುವುದಿಲ್ಲ ಎಂದು ವೇದ ವಿಜ್ಞಾನಿಗಳು ಹೇಳಿರುತ್ತಾರೆ.

ಗಮನಿಸಿ: ಉಪನಿಷತ್ತುಗಳ ಪ್ರಕಾರ, ಬ್ರಹ್ಮವೇ (ಬೃಹತ್ ಚಲನೆ ಹಾಗು ಚಿಂತನೆಗಳೇ) ತುರೀಯವಾದರೆ, ಯೋಗ ವಿಜ್ಞಾನವು 'ಇಲ್ಲ ಅದಕ್ಕಿಂತ ಮುಂದೆ ಇದೆ' ಎಂದು ಘೋಷಿಸುತ್ತದೆ.

ಸೂಚನೆ: ವೇದವು ಅಕ್ಷರವನ್ನು ಮಾಪನವಾಗಿಟ್ಟುಕೊಂಡರೆ, ಯೋಗವು ದೇಹವನ್ನು ಮಾಪನವನ್ನಾಗಿಟ್ಟುಕೊಳ್ಳುತ್ತದೆ. ದೇಹದ ಮಾಪನವು ಸಾಧಕನ ಗೋಚರತೆಯಲ್ಲಿ ಬರುವುದಾದರೆ, ಅಕ್ಷರದ ಮಾಪನವು ಅವನ ಗಮನಕ್ಕೆ ಬರುವುದು ಕಷ್ಟವಾಗಿರುತ್ತದೆ. ವೇದದ ವಿಶಿಷ್ಟವಾದ ಶಕ್ತಿಯು ಛಂದಸ್ಸು ಎಂಬುದರಲ್ಲಿದೆ. ವೇದದ ಸಂಕಲನವೂ ಸೇರಿದಂತೆ ಈ ಛಂದಸ್ಸು ಇನ್ನೂ ಬೇರೆ ಬೇರೆ ಕೆಲಸಗಳನ್ನು ಮಾಡುತ್ತದೆ. ಛಂದಸ್ಸಿಗೆ ಅದರದ್ದೇ ಆದಂತಹ ದೇವತೆಗಳಿವೆ. ಆ ದೇವತೆಗಳ ಮುಖೇನ ಬೇರೆ-ಬೇರೆ ಅನುಷ್ಠಾನಗಳು ಹಾಗು ಉಪಾಸನ ವಿಧಿ-ವಿಧಾನಗಳೂ ಸಹ ಇವೆ. ಇವುಗಳನ್ನೆಲ್ಲಾ ತೆಗೆದುಕೊಂಡಾಗ, ಇವುಗಳಿಗಿಂತಲೂ ಸಹ ಅಧಿಕವಾಗಿ ಛಂದಸ್ಸು ಕೆಲಸ ಮಾಡುತ್ತದೆ. ಈ ಛಂದಸ್ಸಿನ ಅಕ್ಷರವೇ ಪರ್ಣಾನಿ. ಇಲ್ಲಿ ಪರ್ಣಾನಿ ಎಂದರೆ ಅಶ್ವತ್ಥ ವೃಕ್ಷದ ಎಲೆಗಳ ಸ್ವರೂಪ. ಒಂದೊಂದು ಛಂದಸ್ಸಿನಲ್ಲಿ ಎಷ್ಟು ಅಕ್ಷರಗಳು ಇರುವವೋ ಅದರ ಆಧಾರದಲ್ಲಿ ಸಾಂಖ್ಯರು ಸೇರಿದಂತೆ ಹಲವು ತತ್ತ್ವ ಶಾಸ್ತ್ರಜ್ಞರು ತಮ್ಮ ಸಿದ್ಧಾಂತಗಳ ನೆಲೆಗಟ್ಟನ್ನು ಭದ್ರಮಾಡಿಕೊಂಡಿರುತ್ತಾರೆ.

ದೇಹವನ್ನು ಅಳತೆಯಾಗಿಟ್ಟುಕೊಂಡು ಶೀರ್ಷಾಸನವು ವಿವರಿಸಿಕೊಂಡು ಹೋಗಿರುತ್ತದೆ. ಮುಂದಿನ ಶ್ಲೋಕ ಹೀಗಿದೆ:

ಅಧಶ್ಚೋರ್ಧ್ವಂ ಪ್ರಸೃತಾಸ್ತಸ್ಯ ಶಾಖಾ
ಗುಣಪ್ರವೃದ್ಧಾ ವಿಷಯಪ್ರವಾಲಾಃ |
ಅಧಶ್ಚ ಮೂಲಾನ್ಯನುಸಂತತಾನಿ
ಕರ್ಮಾನುಬಂಧೀನಿ ಮನುಷ್ಯಲೋಕೇ ||

ಈಗ 'ಅಧಶ್ಚ ಮೂಲಾನ್ಯನುಸಂತತಾನಿ' ಎಂಬ ಪದವನ್ನು 'ಅಧಶ್ಚ ಮೂಲಾ ಅನುಸಂತತಾನಿ' ಎಂದಾಗಿ ನೋಡೋಣ. ಕೆಳಗಿನ ಭಾಗದಲ್ಲಿ ಇದ್ದಂತಹ ಮೂಲ ಆಧಾರವನ್ನು ಮೇಲ್ಮುಖವಾಗಿ ತೆರೆದುಕೊಳ್ಳುವಂತೆ ಮಾಡುವ ಒಂದು ವಿಧಾನ. ಪದ್ಮಾಸನ ಇದಕ್ಕೆ ಅವಶ್ಯಕ. ಪದ್ಮಾಸನವನ್ನು ಹಾಕಿದಾಗ ತೊಡೆಗೆ

ಹೆಚ್ಚು ಒತ್ತಡ ಕೊಡುವುದರಿಂದಾಗಿ ಅದನ್ನು ಮೇಲ್ಮುಖವಾಗಿ ಇಟ್ಟಾಗ ಇನ್ನೂ ವಿಶಿಷ್ಟವಾದ ಒತ್ತಡವನ್ನು ಉಂಟುಮಾಡುತ್ತದೆ. ಹೀಗೆ ಮಾಡುವುದರಿಂದಾಗಿಯೇ ಇದನ್ನು 'ಕರ್ಮಾನು ಬಂಧೀನಿ' ಎಂದಾಗಿ ಹೇಳಲಾಗಿದೆ. ಅಂದರೆ, ಇದು ಸಾಧಕನು ಸ್ವಂತ ಇಚ್ಛೆಯಿಂದ ಮಾಡುವಂತಹ ಕ್ರಿಯೆಯಾಗಿದ್ದು ಈ ಬಂಧನವನ್ನು ಕೊಟ್ಟಾಗ ಅದು ಎಲ್ಲ ವಿಷಯಗಳನ್ನು ದಾಟಿ ಮುಂದಕ್ಕೆ ಹೋಗುತ್ತದೆ. ತೊಡೆಯನ್ನು ಉಜ್ಜುವುದರಿಂದಲೂ ಸಹ ಒಂದು ರೀತಿಯ ಆನಂದವು ಸಾಧಕನ ಅನುಭವಕ್ಕೆ ಬರುವುದಾಗಿದೆ. ಹೀಗೆ ತೊಡೆಯನ್ನು ನಿರ್ಬಂಧಿಸಿ, ಮೂಲಾಧಾರವನ್ನು ಮೇಲ್ಮುಖವಾಗಿ ಮಾಡಬಹುದಾಗಿದೆ. ತ್ರಿಕೋಣ ಸ್ವರೂಪದಲ್ಲಿ ಇರುವಂತಹ ಪದ್ಮಾಸನದಿಂದ ಒತ್ತಡ ಉಂಟಾಗುವುದರಿಂದಾಗಿ, ಸ್ವಾಭಾವಿಕ ವಿಷಯವನ್ನು ಹೊರತುಪಡಿಸಿ, ಅದನ್ನು ಬೇರ್ಪಡಿಸಿ, ಶೀರ್ಷಾಸನವು ದೇಹವನ್ನು ಸಿದ್ಧಮಾಡಿಕೊಡುತ್ತದೆ.

ತ್ರಿಕೋನವು ಇಲ್ಲಿ ನೋಡುವುದಕ್ಕೆ ಮೇಲ್ಮುಖವಾಗಿದ್ದರೂ ಸಹ ಸ್ವಾಭಾವಿಕವಾಗಿ ಅದು ಕೆಳಮುಖವಾಗಿರುತ್ತದೆ. ಹೀಗಾಗಿ 'ಅಧಶ್ಚೋರ್ಧ್ವಂ' ಎಂದು ಸ್ಪಷ್ಟವಾಗಿ ಹೇಳಿದ್ದಾರೆ. ಮೂಲಾಧಾರವು ಸ್ವಾಭಾವಿಕವಾಗಿ ಮೇಲ್ಮುಖವಾಗಿಯೇ ಕಾಣುವುದು, ಅಧೋಮುಖವಾಗುವುದು ತ್ರಿಕೋಣ, ತ್ರಿಕೋಣವೇ ಪದ್ಮ, ಪದ್ಮದ ಕೇಸರ, ಅದರ ಒಳಗಿರುವ ನಾಳದಲ್ಲಿ ಬಂದು ಮೂಲಾಧಾರದ ಮೇಲೆ ಒತ್ತಡ ಕೊಡುತ್ತದೆ. ತೊಡೆಯಲ್ಲಿ ಒತ್ತಡ ಕೊಡುವುದಿಲ್ಲವಾಗಿದೆ. ಹೀಗಾಗಿ ಮೂಲಾಧಾರವು ಪ್ರಚೋದನೆಗೆ ಒಳಪಟ್ಟು ಅದರಲ್ಲಿ ಇರುವಂತಹ ಶಕ್ತಿಯು ಸುಷುಮ್ನಾ ನಾಡಿಯತ್ತ ಪ್ರವಹಿಸಲು ಆರಂಭಿಸುತ್ತದೆ.

ವಿಷಯಪ್ರವಾಲಾಃ – ಇದು ಇರುವುದು ದೇಹ ಸ್ಪರ್ಶದಿಂದ ಮಾತ್ರ. ವಿಷಯ ಸುಖ – ಇದು ಕರ್ಮಾನು ಬಂಧೀನಿ, ಆದರೆ ಅದೇ ಯಾವ ಯಾವ ಅಂಗದಲ್ಲಿ ಯಾವ-ಯಾವ ಭಾಗದಲ್ಲಿ ಎಷ್ಟೆಷ್ಟು ಸಾಧಕನು ಬಳಸುತ್ತಾನೆ ಎನ್ನುವುದರ ಮೇಲೆ ಅವಲಂಬಿತವಾಗಿದೆ. ಈ ಶೀರ್ಷಾಸನ ಎಂದಾಗಿರುವುದು ತೊಡೆಯ ಭಾಗದಲ್ಲಿ ವಿಷಯವನ್ನು ಅನುಭವಿಸುತ್ತದೆ. ಈ ವಿಷಯಾನಂದ ಎಂದಾಗಿ ಹೇಳತಕ್ಕದ್ದು ಮೂಲಾಧಾರಕ್ಕೆ ಪ್ರವೇಶಿಸಿದಾಗ ಇಚ್ಛಾ ಶಕ್ತಿಯು ಆನಂದದಿಂದ ಉದ್ದೀಪನವಾಗಬೇಕಿದೆ.

ಗಮನಿಸಿ: ಕುಂಡಲಿನಿ ಶಕ್ತಿಯು ಕ್ರೋಧದಿಂದ ಉತ್ಪಾದನೆಯಾಗಬಾಗರದು - ಇದು ಬಹು ಮುಖ್ಯವಾದ ವಿಷಯವಾಗಿದೆ.

ಯಾವ ಸಮಯದಲ್ಲಿ ಕುಂಡಲಿನಿ ಶಕ್ತಿಯು ಆನಂದದಿಂದ ಉದ್ದೀಪನವಾಗುವುದೋ ಆಗ ಮಾತ್ರ ಅದು ಸ್ವಾಭಾವಿಕವಾಗಿ ಸುಷುಮ್ನಾ ನಾಡಿಯಲ್ಲಿ ಮೇಲೆ ಹೋಗುತ್ತದೆ. ಇಲ್ಲಿ ಇದೂ ಕೂಡ ವಿಷಯ ಎಂದಾಗಿರುತ್ತದೆ.

'ಕರ್ಮಾನುಬಂಧೀನಿ ಮನುಷ್ಯಲೋಕೇ' - ಮನುಷ್ಯ ಲೋಕದಲ್ಲಿ ಮನುಷ್ಯ ಮಾತ್ರ ಕರ್ಮಕ್ಕೆ ಅಧೀನನಾಗಿದ್ದಾನೆ ವಿನಃ, ಉಳಿದ ಪ್ರಾಣಿಗಳಲ್ಲ. ಅಂದರೆ, ಇದರ ಹಿಂದಿರುವ ಅರ್ಥ ಪ್ರಯತ್ನಶೀಲತೆ, ಇದು ಮನುಷ್ಯರಿಗೆ ಮಾತ್ರ ಹೇಳಿದ್ದಾಗಿದೆ. ಮನುಷ್ಯ ಮಾತ್ರ ಕರ್ಮದಿಂದ ದೇಹವನ್ನು ದಂಡಿಸಿ ಯೋಗಿಯಾಗುವಂತಹ ಅವಕಾಶವಿದೆ. ಇದು ಮತ್ತಿನ್ಯಾವ ಪ್ರಾಣಿಗೂ ಸಹ ಅನ್ವಯವಾಗುವುದಿಲ್ಲ. ಮಾನವನನ್ನು ಉಳಿದು ಮತ್ಯಾವ ಪ್ರಾಣಿಯು ನೂರಕ್ಕೆ ನೂರು ಶೇಕಡಾ ಪ್ರಾಮಾಣಿಕವಾಗಿ ಬದುಕಿದರೂ ಸಹ ಅದು ಯೋಗಿಯಾಗುವುದಕ್ಕೆ ಆಗುವುದಿಲ್ಲ.

ಗಮನಿಸಿ: ಯೋಗಿಯಾಗಬೇಕಾದರೆ ಮಾನವನು ಸರಿಯಾದ ಕರ್ಮವನ್ನು ಮಾಡಬೇಕು. ಅಂದರೆ, ಕರ್ಮದಿಂದ ಮಾತ್ರವೇ ಯೋಗಿಯಾಗುವ ಸಾಧ್ಯತೆ ಇದೆ. ಇದಕ್ಕಾಗಿ ಯಾವುದೇ ಪೂರ್ವಾರ್ಧ್ಯಯನದ ಅಗತ್ಯತೆ ಇಲ್ಲ ಎಂದಾಗಿ ಶ್ರೀಕೃಷ್ಣನು ಈಗಾಗಲೇ ಸ್ಪಷ್ಟಪಡಿಸಿರುತ್ತಾನೆ.

'ಗುಣ ಪ್ರವೃದ್ಧಾ ವಿಷಯ ಪ್ರವಾಲಾಃ' - ವಯಸ್ಸಿನಲ್ಲಿ ಭೌತಿಕವಾಗಿ ಎತ್ತರಕ್ಕೆ ಏರಬೇಕಿದೆ. ಅಂದರೆ, ಕೇವಲ ದೇಹಕ್ಕೆ ವಯಸ್ಸಾಗಿ ಎತ್ತರಕ್ಕೆ ಏರಿದರೆ ಉಪಯೋಗಿವಿಲ್ಲ, ಬದಲಿಗೆ ಬೌದ್ಧಿಕವಾಗಿ ಬುದ್ಧಿವಂತಿಕೆ ಬರಬೇಕು. ಇದರ ಮೂಲಕ ವಿಷಯ ಪ್ರವಾಲಾಃ – ಅಂದರೆ, ವಿಷಯಗಳನ್ನು ದೇಹದಲ್ಲಿ ಎಲ್ಲೆಲ್ಲಿ ಯಾವ ಯಾವ ರೀತಿಯ ವಿಷಯದ ಆಸಕ್ತಿ ಇರುತ್ತದೆಯೊ, ಯಾವ ಯಾವ ಸ್ಪರ್ಶದಿಂದ ಅನುಭವಿಸುವ ವಿಷಯಗಳಿವೆಯೋ, ಅವೆಲ್ಲವನ್ನೂ ಸಹ ಕಾಯಿಸಬೇಕು. ಇಲ್ಲಿ ಪ್ರವಾಲ ಅಂದರೆ, ಕೆಂಪಗೆ ಕಾಯಿಸು ಎಂಬ ಅರ್ಥವಾಗಿದೆ. ಅವುಗಳನ್ನು ಕಾಯಿಸಬೇಕು, ಪುಟ ಮಾಡಬೇಕು, ಅವಶ್ಯಕತೆಗೆ ತಕ್ಕಂತೆ ಹದ ಮಾಡಿಕೊಳ್ಳಬೇಕು. ಹೀಗಾದಾಗ ಮಾತ್ರ ಪ್ರವಾಲವು ಸೂಕ್ಷ್ಮ ಇಂದ್ರಿಯಗಳಲ್ಲಿ ಕೆಲಸ ಮಾಡಲಿಕ್ಕೆ ಸಾಧ್ಯವಾಗುವುದಾಗಿದೆ.

ಕೆಂಪು, ಬೆಂಕಿ, ಹವಳ ಎಂಬ ರೀತಿಯ ಅರ್ಥಗಳನ್ನು ಪ್ರವಾಲ ಎಂಬ ಪದಕ್ಕೆ ನೀಡಬಹುದಾಗಿದೆ. ಹವಳದಂತೆ ಕಾಯಿಸಿ ಅದನ್ನು ಹದ ಮಾಡಿಕೊಂಡರೆ ಶುದ್ಧವಾಗುವುದಾಗಿದೆ. ಹವಳದಲ್ಲಿ ಬೇರೆ ಮತ್ಯಾವ ರೀತಿಯಲ್ಲಿಯೂ ಸಹ ಇತರೆ ಪ್ರಕೃತಿಕ ಕಶ್ಮಲಗಳು ಸೇರಿರುವುದಿಲ್ಲ, ಏಕೆಂದರೆ ಅದು ಸಮುದ್ರದ ಮಧ್ಯದಲ್ಲಿ ಬೆಳೆಯುವಂತಹದ್ದಾಗಿದೆ. ಹವಳದಲ್ಲಿ ಪ್ರಾಕೃತಿಕ ಕಶ್ಮಲಗಳು ಇರದಿದ್ದರೂ ಸಹ ಅದನ್ನು ಹಾಗೆಯೇ ಬಳಸಲು ಆಗುವುದಿಲ್ಲ. ಅದನ್ನು ಶುದ್ಧಮಾಡಿಕೊಳ್ಳಬೇಕಿದೆ. ಹೀಗೆ ಮಾಡಿದಾಗ ಸಾಧಕನಿಗೆ ಅದರ ಬಳಕೆಯು ಸುಲಭವಾಗುತ್ತದೆ ಹೀಗಾಗಿ, ಮನುಷ್ಯ ಕರ್ಮ ಎಂದಾಗಿ ಹೇಳುವಂತಹ ಶ್ರಮ, ಕಾಯಕವೇ ಕೈಲಾಸ ಎಂಬ ಲೇಪನವನ್ನು ಹಚ್ಚಿಕೊಂಡರೆ ಅವೇ ನಿಬಂಧನೆಗಳಾಗುತ್ತವೆ. ಕರ್ಮ ಎಂದಾಗಿ ಹೇಳುವಂತಹ ದೇಹ ಶ್ರಮವನ್ನು ಬಳಸಿಕೊಂಡರೆ ಆಗ ಅದು ಪರಿಶುದ್ಧ ಮಾಡಿಕೊಳ್ಳುವುದಕ್ಕೆ ಆಗುತ್ತದೆ.

ಗಮನಿಸಿ: ಇಲ್ಲಿ ಹೇಳಿರುವಂತಹ ಕರ್ಮ ಎಂದರೆ ಪೂರ್ವ ಜನ್ಮದ ಕರ್ಮಗಳಲ್ಲ, ಬದಲಿಗೆ ಅದು ಕ್ರಿಯೆ, ಕ್ರಿಯಾ-ಕರ್ಮಗಳು ಎಂದಾಗಿವೆ.

ಯೋಗಯಾಗಲು ಬಯಸುವ ಸಾಧಕನು ಏನು ಮಾಡಬೇಕೋ ಅದನ್ನೇ ಮಾಡಬೇಕು. ನಿರಂತರ ಕೆಲಸವಿರಬೇಕು, ಕೆಲಸವನ್ನು ಯಾವ ಕಾರಣಕ್ಕೂ ನಿಲ್ಲಿಸಕೂಡದು. ಅದೆಲ್ಲಾ ದೇಹ ಶ್ರಮದಿಂದಲೇ ಬರುವುದಾಗಿದೆ. ಹೀಗೆ, ನಿರಂತರ ಕರ್ಮ ಮಾಡುವುದರಿಂದಾಗಿ ಸಾಧಕನಿಗೆ ಯೋಗಿಯಾಗಲು ಸಾಧ್ಯವಾಗುತ್ತದೆ. ಆಗ ಸಹಜವಾಗಿಯೇ ಪ್ರಪಂಚವು ಅವನನ್ನು ಬಿಡುತ್ತಾ ಹೋಗುತ್ತದೆ. ಕರ್ಮಗಳಿಂದ ದೋಷಗಳು ಸೋರಿ ಹೋಗುವಂತೆ ವ್ಯವಸ್ಥೆ ಮಾಡಿಕೊಂಡಾಗ ಮಾತ್ರ ಸಾಧಕನ ದೇಹದಲ್ಲಿ ದೋಷಗಳು ನಿಲ್ಲುವುದಿಲ್ಲ. ಅದು ತನ್ನಿಂದ ತಾನೇ ಸೋರಿಹೋಗುತ್ತದೆ. ದೇಹ ನಿರಂತರ ಕೆಲಸ ಮಾಡುವುದರಿಂದಾಗ ಸ್ವಾಭಾವಿಕವಾಗಿ ದೋಷಗಳು ಸೋರಿ ಹೋಗುತ್ತದೆ ಎಂದು ವೇದ ವಿಜ್ಞಾನಿಗಳು ಹೇಳಿರುತ್ತಾರೆ.

ಮುಂದಿನ ಶ್ಲೋಕ ಹೀಗಿದೆ:

ನರ ಉಪಮಸ್ಯೇಹ ತಥೋಪಲಭ್ಯತೇ
ನಾಂತೋ ನ ಚಾದಿರ್ನ ಚ ಸಂಪ್ರತಿಷ್ಠಾ |
ಅಶ್ವತ್ಥಮೇನಂ ಸುವಿರೂಢಮೂಲಮಸಂಗ

ಶಸ್ತ್ರೇಣ ದೃಢೇನ ಛಿತ್ವಾ ||

ಸಾಧಕನು ಕರ್ಮವನ್ನು ಹೇಗೆ ಬಿಡಬೇಕು ಎಂಬುದನ್ನು ಈ ಶ್ಲೋಕ ವಿವರಿಸುತ್ತದೆ. ಸ್ವಾಭಾವಿಕತೆಯನ್ನು ಕೊಟ್ಟರೆ ಮನುಷ್ಯನ ದೇಹ ಸಹಜವಾಗಿ ಬಹು ಕಾಲ ಬದುಕುತ್ತದೆ. ಯೋಗದಲ್ಲಿ ದೇಹಕ್ಕೆ ಪ್ರಾಧಾನ್ಯತೆ ಇರದೆ, ಅದರ ಉಪಯುಕ್ತತೆಯ ಭಾವಕ್ಕೆ ಮಾತ್ರ ಪ್ರಾಧಾನ್ಯತೆ ಇರುತ್ತದೆ. ಹೀಗಾಗಿ, ಅದನ್ನು ಸ್ವಾಭಾವಿಕತೆಗೆ ಬಿಟ್ಟರೆ ಅದು ಬೇಗ ನಾಶವಾಗುವುದಿಲ್ಲ.

ಯಾವುದೇ ಸಾಧಕನು ಯೋಗಿಯಾಗಬೇಕೆಂದರೆ ದೀರ್ಘವಾದ ಸಾಧನೆ ಬೇಕು. ಇದಕ್ಕಾಗಿ ದೀರ್ಘ ಸಮಯ ಬೇಕು. ಇಷ್ಟು ಸಮಯಕ್ಕಾದರೂ ಅವನು ತನ್ನ ದೇಹವನ್ನು ಉಳಿಸಿಕೊಳ್ಳಲೇ ಬೇಕು. ಹೀಗೆ ಮಾಡದಿದ್ದರೆ ಯೋಗಿಯಾಗಲು ಆಗುವುದಿಲ್ಲ. ಈ ಕಾರಣಕ್ಕಾಗಿ ದೇಹಕ್ಕೆ ಸ್ವಾಭಾವಿಕತೆಯನ್ನು ಕೊಡಬೇಕು. ತಿನ್ನುವುದೇ ದೇಹದ ಪೋಷಣೆಯಲ್ಲ. ಹಾಗೆಂದು ತಿನ್ನುವುದು ಅಪರಾಧವೂ ಅಲ್ಲ. ಹಸಿವು ಜನಿಸುವುದರಿಂದಾಗಿ ದೇಹದ ಒಳ ಅಂಗಾಂಗಗಳು ವಿಕೃತವಾಗುತ್ತವೆ. ಅವುಗಳ ಉಪಶಮನಕ್ಕಾಗಿ ಆಹಾರದ ಅವಶ್ಯಕತೆ ಇದೆ. ಸರಿಯಾಗಿ ಹಸಿವಾದಾಗ ಪಿತ್ತಕೋಶವು ಕೆದರಿಕೊಂಡು, ಅದರಿಂದ ಪಿತ್ತ-ರಸವು ಹೊರಬರುತ್ತದೆ. ಆಹಾರ ರೂಪದಲ್ಲಿ ಏನಾದರೂ ನೀಡಿದಾಗ ಅದು ಉಪಶಮನವಾಗುತ್ತದೆ. ಹಾಗೆ ಯಾವ ಸಮಯದಲ್ಲಿ ಪಿತ್ತಕೋಶವು ಪಿತ್ತ-ರಸವನ್ನು ಹೊರ ಹಾಕುತ್ತದೆಯೋ, ಆಗ ಮಾತ್ರ ಆಹಾರವನ್ನು ಕೊಡುತ್ತಾ ಬಂದರೆ ನಿಧಾನವಾಗಿ ಅದು ಪಿತ್ತ-ರಸವನ್ನೇ ಕಡಿಮೆ ಮಾಡಿ, ನಂತರದ ಪಿತ್ತ-ರಸದ ಉತ್ಪಾದನೆಯನ್ನೇ ನಿಲ್ಲಿಸಿಬಿಡುತ್ತದೆ. ನಂತರ ಆ ಸಾಧಕನಿಗೆ ಪಿತ್ತಕೋಶದ ಸಮಸ್ಯೆ ಬರುವುದಿಲ್ಲ. ಹೀಗೆ ಸ್ವಾಭಾವಿಕತೆಗೆ ಒತ್ತುಕೊಟ್ಟು ಬಳಸಿದಾಗ – ನರ ಉಪಮಸ್ಯೇಹ – ನರಗಳು ಮಾತ್ರ ಯೋಗಿಗೆ ಬೇಕಾಗುತ್ತದೆ. ದೇಹದಲ್ಲಿರುವಂತಹ ನರಗಳು ಸಾಧಕನಿಗೆ ಬೇಕೇ ವಿನಃ, ದೇಹದ ಅಗತ್ಯವಲ್ಲ, ಆದರೆ ನರ ಹರಿಯುವುದಕ್ಕಾಗಿ ದೇಹವು ಒಂದು ಸಾಧನವಾಗಿರಬೇಕು.

ಗಮನಿಸಿ: ಯಾವುದೇ ನರಕ್ಕೆ ಕೆಳಮುಖ ಚಲನೆ ಇರುವುದಿಲ್ಲ ಎಂದಾಗಿ ವೇದ ವಿಜ್ಞಾನ ಹೇಳುತ್ತದೆ. ಹೀಗಾಗಿ, ಕೊನೆಯನ್ನು ತಲುಪಿದ ಮೇಲೆ ಪುನಃ ಹಿಂತಿರುಗಿ ಬರುವುದಿಲ್ಲ. ಹೀಗಾಗಿ ಇಡಾ ಹಾಗು ಪಿಂಗಳದಲ್ಲಿ ಅಕಸ್ಮಾತ್ ಶಕ್ತಿಯು ಹರಿದರೆ

ಮುಂದೆ ಅದು ಉಪಯೋಗಕ್ಕೆ ಬರುವುದಿಲ್ಲ ಎಂದಾಗಿ ಹೇಳಿದ್ದಾರೆ.

ತಥೋಪಲಭ್ಯತೇ ನಾಂತೋ ನ ಚಾರ್ಧಿ ನಚ ಪ್ರತಿಷ್ಠಾ |

ಹೇಳತಕ್ಕಂತಹ ಐದು ಗುಣಗಳು ಅಶ್ವತ್ಥ ಮರದಲ್ಲಿ ಸಿಗುತ್ತದೆ. ಅಶ್ವತ್ಥ ಮರದಲ್ಲಿ ಆರೂಢವಾಗತಕ್ಕಂತಹ ಆ ಐದು ಮೂಲ ಗುಣ ಏನಿದೆಯೋ, ಅಸಂಗತ್ ಗುಣ ಏನಿದೆಯೋ, ಆ ಗುಣ ದೇಹದಲ್ಲಿಯೂ ಸಹ ಇದೆ ಎಂದಾಗಿ ವೇದ ವಿಜ್ಞಾನಿಗಳು ಹೇಳುತ್ತಾರೆ. ಇದನ್ನು ಶಸ್ತ್ರದಿಂದ ಶುದ್ಧಮಾಡಿಕೊಳ್ಳಬೇಕಿದೆ. ಅಂದರೆ ನಾಶಮಾಡಿಕೊಳ್ಳಬೇಕಿದೆ. ಹೀಗೆ ಮಾಡಿದರೆ ಸಾಧಕನಿಗೆ ಮುಂದಕ್ಕೆ ಸಹಾಯವಾಗುವುದಾಗಿದೆ. ಯಾವುದಕ್ಕೆ ಯಾವುದು ನಾಶಕ್ಕೆ ಕಾರಣವಾಗುತ್ತದೆಯೋ ಅದೇ ಶಸ್ತ್ರ ಎಂಬ ಅರ್ಥವಿದೆ.

ಈ ಮೊದಲೇ ನೋಡಿದಂತೆ, ಮನುಷ್ಯನ ದೇಹವನ್ನು ಕೊರಡು ಎಂದಾಗಿ ಹೇಳಿದ್ದಾಗಿದೆ. ಒಂದು ವೇಳೆ ಏನಾದರೂ ಈ ಕೊರಡು ಅಶಕ್ತವಾಗಿದ್ದಲ್ಲಿ, ಅದು ಉಳಿಯದೆ ನಾಶವಾಗಬೇಕು. ಆದರೆ ಅದು ಕೊರಡಾಗುತ್ತಲೇ ಶಕ್ತವಾಗುತ್ತಾ ಹೋಗುತ್ತದೆ. ಅದರಲ್ಲಿ ಬೇರೆ ಜೀವದ ಆಶ್ರಯಗಳು ಇದ್ದಾಗ ಮಾತ್ರ ಶಕ್ತವಲ್ಲ. ಅದು ಜೀವದ ಆಶ್ರಯವನ್ನು ಕಳೆದುಕೊಂಡು, ಒಣಗುತ್ತಾ ಬರುತ್ತದೆ, ಹೀಗೆ ಒಣಗುತ್ತಾ ಬಂದಾಗ ಗಟ್ಟಿಯಾಗುತ್ತದೆ. ಆಗ ಮಾತ್ರವೇ ದೇಹವು ಕೊರಡು ಎಂದೆನಿಸಿಕೊಳ್ಳುತ್ತದೆ.

ಹೀಗೆ ಒಣಗುತ್ತಾ ಬಂದಾಗ, ವೇದ ವಿಜ್ಞಾನಿಗಳ ಪ್ರಕಾರ, ಆ ದೇಹದಲ್ಲಿ ರಸ-ವಾಹಕಗಳು ಮಾತ್ರ ಸಂಗ್ರಹವಾಗುತ್ತಾ ಬರುತ್ತದೆ. ಮಾನವನ ದೇಹದಲ್ಲಿ ಯಾವ ಯಾವ ರಸ-ವಾಹಕಗಳು ಇವೆಯೋ ಅವುಗಳು ಅರಳೀ ಮರದಲ್ಲೂ ಸಹ ಇವೆ ಎಂದಾಗಿ ಇಲ್ಲಿ ಗಮನಿಸಬೇಕು. ಆದರೆ ಅರಳೀ ಮರದ ರಸ-ವಾಹಕದಲ್ಲಿ ರಸಗಳು ಮಾತ್ರ ಇರುವುದಿಲ್ಲ! ಇಂತಹ ರಸವು ಒಂದು ಕೊನೆಯಲ್ಲಿ ಸ್ಪರ್ಶಕ್ಕೆ ಬಂದಾಗ ಅದೇ ಕ್ಷಣಕ್ಕೆ ಅದರ ಇನ್ನೊಂದು ಕೊನೆಯಲ್ಲಿ ಪ್ರಸವಿಸುವಿಕೆ ಏರ್ಪಡುತ್ತದೆ.

ಈ ನರ ರೂಪವು ಕಣ್ಣಿಗೆ ನಿಖರವಾಗಿ ಗೋಚರಿಸದು. ಅದರಲ್ಲಿ ರೂಪವಿಲ್ಲದೆ ಕೇವಲ ಹರಿಯುವಿಕೆ ಮಾತ್ರ ಇರುತ್ತದೆ. ಆದರೆ ಯಾವುದೇ ನರದ ಮಧ್ಯದಲ್ಲಿ ಎಲ್ಲೂ ಸಹ ಈ ಹರಿಯುವಿಕೆಯನ್ನು ಕಾಣಲು ಸಾಧ್ಯವಾಗುವುದಿಲ್ಲ. ಹರಿವು ಕೊನೆ ಮುಟ್ಟುವುದರಿಂದ ಸಂಬಂಧಿತ ಸಂಜ್ಞೆಯು ಮುಂದೆ ರಸವಾಗಿ ಪರಿವರ್ತಿತವಾಗುತ್ತದೆ. ಹಾಗಾಗಿ, ಕೊನೆಯ ತುದಿಯಲ್ಲಿ

ಹರಿಯುತ್ತದೆ. ಶುದ್ಧ ಒಣಗಿದ ಗಂಧದ ಮರದ ತುಂಡನ್ನು ತೆಗೆದುಕೊಂಡು ಅದಕ್ಕೆ ಅವಶ್ಯಕವಾಗಿರುವಂತಹ ಪ್ರಚೋದನೆಯನ್ನು ನೀಡಿದಾಗ ಆ ತುಂಡಿನ ಕೊನೆಯಲ್ಲಿ ಗಂಧದ ಎಣ್ಣೆ ಕೆಳಗಿಳಿಯುತ್ತದೆ. ಆ ತುಂಡನ್ನು ರುಬ್ಬದೆ, ಹಿಂಡದೆ ಕೇವಲ ಒಂದು ಕಡೆಯಲ್ಲಿ ಪ್ರಚೋದನೆ ನೀಡಿದರೆ ಸಾಕು, ಮತ್ತೊಂದು ಕೊನೆಯಲ್ಲಿ ಎಣ್ಣೆಯು ಇಳಿಯಲಾರಂಭಿಸುತ್ತದೆ. ಆ ತುಂಡಿಗೆ ಅದರದ್ದೇ ಆದಂತಹ ಸ್ವಾಭಾವಿಕತೆಯನ್ನು ನೀಡಿದಾಗ ಅದರ ಗುಣವೇ ಅದಕ್ಕೆ ಶತ್ರುವಾಗಿ, ತನ್ನ ಅಸ್ತಿತ್ವವನ್ನು ಬಿಟ್ಟುಕೊಳ್ಳುತ್ತಾ ಬರುವಾಗ ಆ ಎಣ್ಣೆ ಇಳಿಯತೊಡಗುತ್ತದೆ. ಅದರದ್ದೇ ಆದಂತಹ ಗುಣವನ್ನು ಕೊಟ್ಟಾಗ ಅದರ ಗುಣವೇ ಅದಕ್ಕೆ ಶತ್ರುವಾಗುತ್ತದೆ. ತನ್ನ ಅಸ್ತಿತ್ವವನ್ನು ಬಿಟ್ಟುಕೊಡುತ್ತಾ ಬರುವಾಗ ಆ ಎಣ್ಣೆ ಇಳಿಯುತ್ತದೆ. ಹೀಗಾಗಿ ಅದೇ ಶತ್ರುವಾಗುತ್ತದೆ.

ಈ ಕ್ರಮದಲ್ಲಿ ಆ ನಾಶಕ್ಕೆ ಕಾರಣವಾದಂತಹ ಶತ್ರುವನ್ನು ಪ್ರಯೋಗಿಸುವ ಮುಖಾಂತರ ಅದನ್ನು ಸದೃಢಗೊಳಿಸುವುದಾಗಿದೆ. ಅದು ನಾಶವಾಗಿ ಹೋದರೆ ಮನುಷ್ಯನ ದೇಹದಲ್ಲಿ ನರ ಮಾತ್ರ ಉಳಿದು, ದೇಹ ಸದೃಢವಾಗದಿದ್ದರೂ ಸಹ ಹಿಡಿದುಕೊಳ್ಳುವಂತಹ ಶಕ್ತಿ ನರಕ್ಕೆ ಇದ್ದರೆ ಅಷ್ಟೇ ಸಾಕು. ನರಗಳನ್ನು ಸಾಧಕನು ಹೀಗೆ ಹಿಡಿದಿಟ್ಟುಕೊಳ್ಳಬೇಕಿದೆ. ಇಂತಹ ಸ್ಥಿತಿ ನಿಜವಾಗಿ ಅವಶ್ಯಕವೇ - ಇದರ ವಿವರಣೆಯನ್ನು ವೇದ ವಿಜ್ಞಾನದಲ್ಲಿ ನೋಡಬಹುದಾಗಿದೆ.

ಯೋಗವನ್ನು ಸಾಧನೆ ಮಾಡುವಂತಹ ಯಾವುದೇ ಸಾಧಕನಿಗೆ ತನ್ನ ಐದು ಇಂದ್ರಿಯಗಳಲ್ಲಿ ಸ್ಪರ್ಶ ಇಂದ್ರಿಯವೇ ಪ್ರಮುಖವಾಗಿರುತ್ತದೆ ಎಂದಾಗಿ ವೇದ ವಿಜ್ಞಾನಿಗಳು ಹೇಳಿರುತ್ತಾರೆ. ಸ್ಪರ್ಶದಿಂದ ಮಾತ್ರವೇ ತಾನು ಅನುಭವಕ್ಕೆ ಬಂದು, ಉದ್ದೀಪನಗೊಂಡು, ಮೇಲ್ಮುಖವಾಗಿ ಹರಿಯಲು ಆರಂಭಿಸುತ್ತದೆ. ಹೀಗೆ ಉದ್ದೀಪನವಾಗಿ ಮೇಲ್ಮುಖವಾಗಿ ಹರಿಯುವುದನ್ನು ಸಾಧಕನು ಸ್ವಾಭಾವಿಕವಾಗಿ ಗಮನಿಸಬಹುದಾಗಿದೆ.

ತತಃ ಪದಂ ತತ್ಪರಿಮಾರ್ಗಿತವ್ಯಂ
ಯಸ್ಮಿನ್ ಗತಾ ನ ನಿವರ್ತಂತಿ ಭೂಯಃ |
ತಮೇವ ಚಾದ್ಯಂ ಪುರುಷಂ ಪ್ರಪದ್ಯೇ
ಯತಃ ಪ್ರವೃತ್ತಿಃ ಪ್ರಸೃತಾ ಪುರಾಣೀ ||

ಮೇಲೆ ನೋಡಿದಂತಹ ವಿಚಾರದಲ್ಲಿ ಅರ್ಹತೆಯನ್ನು ಗಳಿಸಿಕೊಳ್ಳುವುದಕ್ಕಾಗಿ ಸಂಬಂಧಿತ ದೇಹವು ಪುರುಷ ಎಂದಾಗಿ

ಕರೆಸಿಕೊಳ್ಳುತ್ತದೆ. ಇದುವರೆಗೆ ನೋಡಿದಂತೆ ಸಾಧಕನು ಪುರುಷತ್ವವನ್ನು ಸಾಧಿಸಿಕೊಳ್ಳಬೇಕು. ಇದೊಂದು ರೀತಿಯಲ್ಲಿ ಪರ-ಮಾರ್ಗವಾಗಿದೆ. ಸಕಲವನ್ನೂ ಸಹ ಸಾಧಕನು ಸ್ಪರ್ಶದಿಂದಲೇ ಅನುಭವಿಸಬೇಕು. ಸ್ಪರ್ಶ ಮಾತ್ರದಿಂದ ಆಸ್ವಾದಿಸುವುದನ್ನು ಅವನು ಅರ್ಥಮಾಡಿಕೊಳ್ಳಬೇಕೇ ಪರಂತು ಸ್ವಂತ ಅಪೇಕ್ಷೆಯಂತೆ ಅದರ ಮೇಲೆ ಅಧಿಪತ್ಯ ಸಾಧಿಸುವುದಲ್ಲ ಎಂದಾಗಿ ಅರ್ಥಮಾಡಿಕೊಳ್ಳಬೇಕು. ನಂತರ ಆ ಪರಮ ಪುರುಷ ಪ್ರಮಾಣ ಎನ್ನುವುದು ಸಾಧಕನಿಗೆ ಅರ್ಥವಾಗುತ್ತದೆ. ಇಲ್ಲಿ ಪುರುಷ ಎಂದರೆ ಗಂಡಸು ಎಂಬ ಅರ್ಥವಲ್ಲ ಎಂಬುದನ್ನು ಗಮನಿಸಬೇಕು.

ಯಾವುದೇ ಮಾನವನ ಒಟ್ಟಾರೆ ದೇಹದಲ್ಲಿ ರಕ್ತದ ಜೊತೆಗೆ ಇನ್ನೂ ಹಲವಾರು ಬೇರೆ ಬೇರೆ ದ್ರವ್ಯಗಳು ಹರಿಯುತ್ತವೆ ಎನ್ನುವುದು ಸತ್ಯ. ಇವುಗಳೆಲ್ಲವನ್ನೂ ಸಹ ಶುದ್ಧೀಕರಿಸಿದಾಗ ಉತ್ಪನ್ನವಾಗುವಂತಹ 'ಪುರೀಷ' ಎಂಬುವುಗಳು ಎರಡೂ ಕಡೆಯಲ್ಲಿ ಸಂಗ್ರಹವಾಗುತ್ತವೆ. ಇದರ ಮಧ್ಯದಲ್ಲಿ ಮೂಲಾಧಾರ ಚಕ್ರ ಇರುತ್ತದೆ. ಆ ಪುರೀಷಗಳ ಮಧ್ಯದಿಂದ ಉತ್ಪನ್ನವಾಗಿ ಮೇಲೆ ಬಂದು ಶಕ್ತಿಯು ಪ್ರವರ್ಧಮಾನಕ್ಕೆ ಬರುವುದಾಗಿದೆ. ಈ ಶಕ್ತಿಯೇ ಯತಃ ಪ್ರವೃತ್ತಿಃ – ಅಂದರೆ, ಈ ಮೂಲಾಧಾರದಲ್ಲಿ ಇರುವಂತಹ ಶಕ್ತಿಯು ಸಂಬಂಧಿತ ಸಾಧಕನಿಗೆ ಪ್ರವೃತ್ತಿಯನ್ನು ಕೊಡುವುದಾಗಿದೆ. ಪುರೀಷದ ಮಧ್ಯದಿಂದ ಉತ್ಪನ್ನವಾಗುವಂತಹ ಶಕ್ತಿ, ಅದನ್ನು ಪ್ರಸೃತಾ ಪುರಾಣೀ – ಇದು ಸರಿಯಾಗಿ ಇದುವರೆಗೆ ಯಾರಿಗ ಸಹ ಕಾಣದೆ ಇದ್ದರೂ ಸಹ ಇದು ಇರುವುದಂತೂ ಸತ್ಯ! ಹೀಗಾಗಿ ಸಾಧಕನು ಇದನ್ನು ಹುಡುಕಲೇ ಬೇಕು. ಈಗ ವಿವರಿಸಿದ ದೃಷ್ಟಿಕೋನದಿಂದ ಹುಡುಕಿದರೆ 'ಪುರುಷ ಎಂದರೇನು' ಎಂಬುದು ಸಾಧಕನಿಗೆ ಸಿಗುತ್ತದೆ.

ಗಮನಿಸಿ: ಮೂಲಾಧಾರದಲ್ಲಿ ಪುರೀಷಗಳ ಮಧ್ಯೆ ಪ್ರವರ್ಧಮಾನಕ್ಕೆ ಬರತಕ್ಕಂತಹ ಶಕ್ತಿಯನ್ನೇ ಇಲ್ಲಿ ಶಕ್ತಿ ಎಂದಾಗಿ ಹೇಳುವುದಾಗಿದೆ. ಇದನ್ನು ವೇದ ವಿಜ್ಞಾನಿಗಳು ರೇತಸ್ ಎಂದಾಗಿ ಕರೆದಿದ್ದಾರೆ. ಈ ರೇತಸ್ ಎನ್ನುವುದು ವೀರ್ಯವಲ್ಲ ಎಂಬುದನ್ನು ಗಮನಿಸಬೇಕಿದೆ.

ವೀರ್ಯ ಎಂಬುದೂ ಸಹ ಒಂದು ರೀತಿಯ ರಸವಾಗಿದೆ. ಅದರಿಂದಲೂ ಸಹ ಶಕ್ತಿಯು ಉತ್ಪನ್ನವಾಗುತ್ತದೆ. ಇದೂ ಕೂಡ ಪುರೀಷದಿಂದ ಉತ್ಪನ್ನವಾಗುವಂತಹ ಶಕ್ತಿಗೆ ಸೇರಿಕೊಳ್ಳುತ್ತದೆ.

ವಯಸ್ಸಾದಾಗ ವೀರ್ಯವು ಉತ್ಪನ್ನವಾಗದಿದ್ದರೂ ಸಹ ಪುರೀಷ ರಸಗಳು ಮಾತ್ರ ಉತ್ಪನ್ನವಾಗುತ್ತವೆ. ಈ ಪುರೀಷದಿಂದ ಯಾವುದು ಉತ್ಪನ್ನವಾಗುತ್ತದೆಯೋ ಅದು ಮಾತ್ರ ಮೇಲ್ಮುಖವಾಗಿ ಹರಿಯಬೇಕೆ ವಿನಃ ವೀರ್ಯ ಎಂಬುದಲ್ಲ ಎಂಬುದನ್ನು ಇಲ್ಲಿ ಗಮನಿಸಬೇಕು.

ನಿಜವಾಗಿ ಹೇಳಬೇಕೆಂದರೆ, ಎರಡು ಪುರೀಷಗಳ ಮಧ್ಯೆ ಪ್ರವೃತ್ತಕ್ಕೆ ಬಂದಂತಹ ಮೂರನೆಯದಾದ ಆ ಶಕ್ತಿ ಏನಿದೆಯೋ, ಅದು ಮೇಲ್ಮುಖವಾಗಿ ಹರಿಬೇಕಿದೆ. ಅದರಕ್ಕೆ ಸರ್ಪ ಎಂದಾಗಿ ಹೇಳಿ, ಆ ಸರ್ಪಕ್ಕೆ ಐದು/ಏಳು ಹೆಡೆಗಳಿವೆ ಎಂದಾಗಿ ಹೇಳಿರುತ್ತಾರೆ.

ನಿರ್ಮಾನಮೋಹಾ ಜಿತಸಂಗದೋಷಾ
ಅಧ್ಯಾತ್ಮನಿತ್ಯಾ ವಿನಿವೃತ್ತಕಾಮಾಃ |
ದ್ವಂದ್ವೈರ್ವಿಮುಕ್ತಾಃ ಸುಖದುಃಖಸಂಜ್ಞೈ
ರ್ಗಚ್ಛಂತ್ಯಮೂಢಾಃ ಪದಮವ್ಯಯಂ ತತ್ ||

ಒಂದು ರೀತಿಯ ಸ್ಪರ್ಶದಿಂದ ಆನಂದ ಪ್ರಾಪ್ತವಾಗುತ್ತದೆ ಎಂದಾಗಿ ಹೇಳಿ, ಅದರಲ್ಲೇ ಮಗ್ನವಾಗುವುದು ಸಾಧಕನಿಗೆ ದೋಷವಾಗುತ್ತದೆ ಎಂದಾಗಿ ವೇದ ವಿಜ್ಞಾನಿಗಳು ಈಗಾಗಲೇ ಎಚ್ಚರಿಸಿರುತ್ತಾರೆ. ಇದರಿಂದ 'ಸಂಘ-ದೋಷ' ಜನಿಸುತ್ತದೆ ಎನ್ನುವುದು ಈ ಎಚ್ಚರಿಕೆಯ ಹಿನ್ನಲೆಯಾಗಿದೆ. ಹೀಗಾಗಿ ಈ ದೋಷವನ್ನು ಕ್ರಮೇಣವಾಗಿಯಾದರೂ ಸಹ ಸಾಧಕನು ತೊರೆಯಲೇಬೇಕು.

ಸ್ಪರ್ಶವನ್ನು ಪ್ರಚೋದನೆಗೆ ಮಾತ್ರ ಬಳಸಬೇಕೇ ವಿನಃ ಅದನ್ನೇ ಜೀವನವನ್ನಾಗಿ ಮಾಡಿಕೊಳ್ಳಕೂಡದು. ಪುರೀಷಗಳಿಂದ ಉತ್ಪನ್ನವಾದಂತಹ ಶಕ್ತಿಗೆ ಸ್ಪರ್ಶದಿಂದ ಪ್ರಚೋದನೆ ಕೊಡಬೇಕು. ಈ ರೀತಿಯಾದ ಸ್ಪರ್ಶವಿಲ್ಲದೆ ಪುರೀಷ ಉತ್ಥಾನೆಯಾಗದು. ಆದರೆ ಸ್ಪರ್ಶ ಮೋಹಕ್ಕೆ ತಿರುಗಬಾರದು! ಈ ಮಟ್ಟದಲ್ಲಿ ಮಾತ್ರವೇ ದೇಹವನ್ನು ದಂಡಿಸಬೇಕು. ಇದರಿಂದ ಉತ್ಪಾದನೆಗೊಳ್ಳುವ ಸ್ಪರ್ಶವು ಪ್ರಚೋದನೆಯನ್ನು ಉಂಟುಮಾಡಿ ಆ ವಿಶಿಷ್ಟವಾದ ಮೂರು ನರಗಳಲ್ಲಿ (ಅಂದರೆ ಇಡಾ, ಪಿಂಗಳ ಹಾಗು ಸುಶುಮ್ನಾ ನಾಡಿಗಳಲ್ಲಿ) ಮಾತ್ರ ಕೆಲಸಮಾಡಲಾರಂಭಿಸುತ್ತದೆಯೇ ಪರಂತು ಇತರ ನರಗಳಿಗೆ ಹೋಗದು. ಸುಶುಮ್ನ ನಾಡಿ ಮಾತ್ರ ಇಲ್ಲಿ ಪೂರ್ಣ ಅಂತ ಹೇಳುವುದಾಗಿದೆ. ಹೀಗಾಗಿ ಅದು ಪೂರ್ಣದಲ್ಲಿ ಮಾತ್ರ ವ್ಯವಹರಿಸಬೇಕು. ಹೀಗಾಗಿ ಉಳಿದ ಎರಡು (ಇಡಾ ಹಾಗು

ಪಿಂಗಳ) ಅಪೂರ್ಣ ನಾಡಿಗಳನ್ನು ಸಂಪೂರ್ಣವಾಗಿ ಬಂಧಿಸಬೇಕು.

ಮೋಹವನ್ನು ನಿಯಂತ್ರಿಸುತ್ತಾ ದೇಹವನ್ನು ಕ್ರಮವಾಗಿ ದಂಡಿಸಬೇಕು. ಈಗಾಗಲೇ ನೋಡಿದಂತೆ ಪುರೀಷ ಶಕ್ತಿಯು ಎಲ್ಲಾ ನರ ನಾಡಿಗಳಲ್ಲಿ ಹರಿಯಬಾರದು ಎಂದಾಗಿ ಗಮನಿಸುತ್ತಿರಬೇಕು. ಎಲ್ಲದರಲ್ಲೂ ಆ ಶಕ್ತಿಯು ಪ್ರವಹಿಸಬೇಕು ಎಂದಾದರೆ ಆ ಶಕ್ತಿಯನ್ನು ಹೆಚ್ಚುಮಾಡಿಕೊಳ್ಳಬೇಕಾಗುವುದು. ಇಡಾ, ಪಿಂಗಳ ಹಾಗು ಸುಶುಮ್ನಗಳಲ್ಲಿ ಮಾತ್ರ ಹರಿಯುವ ಶಕ್ತಿಯನ್ನು ಹೊಂದಿದ್ದರೆ ಸಾಧಕನಿಗೆ ಪ್ರಾಪಂಚಿಕ ಬೇಕಾದಾಗ ಅದಕ್ಕೆ ತಕ್ಕನಾದ ಸಾಮರ್ಥ್ಯವನ್ನು, ಆಧ್ಯಾತ್ಮಿಕ ಬೇಕಾದಾಗ ಅದಕ್ಕೆ ತಕ್ಕನಾದ ಸಾಮರ್ಥ್ಯವನ್ನು, ಹಾಗು ಯೋಗ ಬೇಕಾದಾಗ ಅದಕ್ಕೆ ತಕ್ಕನಾದ ಸಾಮರ್ಥ್ಯವನ್ನು ಸಂಪೂರ್ಣವಾಗಿ ಒದಗಿಸಿಕೊಡುತ್ತದೆ ಎಂದಾಗಿ ವೇದ ವಿಜ್ಞಾನಿಗಳು ಹೇಳಿರುತ್ತಾರೆ. ಹೀಗೆ ಈ ಮೂರೂ ಆಯಾಮಗಳಲ್ಲೂ ಅಥವಾ ಈ ಮೂರರಲ್ಲಿ ಯಾವುದಾದರೊಂದು ಆಯಾಮದಲ್ಲಿ ಪರಮ ಶಕ್ತಿಯನ್ನು ಸಾಧಕನು ಗಳಿಸಬಹುದಾಗಿದ್ದು ಅವನು ಪರಮಶಕ್ತ ಎಂದಾಗಬಹುದು.

ಯಾವುದೇ ಯೋಗಿಯು ಮುಕ್ತಿಯನ್ನು ಅಪೇಕ್ಷಿಸನು ಎಂಬುದು ಸತ್ಯ. ಅವನು ಪರಮ ಪದವನ್ನು (ಅಂದರೆ, ತುರೀಯವನ್ನು) ತಲುಪಿಕೊಂಡಾಗಲೂ ಅದನ್ನು ಮುಕ್ತಿ ಎಂದಾಗಿ ಅವನು ಪರಿಗಣಿಸುವುದಿಲ್ಲ. ಹೀಗಾಗಿ ದೇಹ ಹಾಗು ದೇಶವನ್ನು ತೊರೆದು ಹೋಗಬೇಕು ಎಂದು ಅವನು ಅಂದುಕೊಳ್ಳುವುದಿಲ್ಲ, ಏಕೆಂದರೆ ಅವನು ದೇಹವೂ ಅಲ್ಲ ಹಾಗು ದೇಶವೂ ಅಲ್ಲ. ಇದೇ ಅವನ ಬದುಕು. ಹೀಗಾಗಿ ಯೋಗಿ ಶಾಶ್ವತನು, ಸ್ಥಿರನು, ಮುಕ್ತನಲ್ಲದ ನಿತ್ಯನು!

ಈ ಪ್ರಪಂಚದ ಮಧ್ಯದಲ್ಲಿಯೇ ಇದ್ದುಕೊಂಡರೂ, ಪ್ರಪಂಚದ ಎಲ್ಲವೂ ಆಗಿಕೊಂಡರೂ ಸಹ ಅವನು ಪ್ರಾಪಂಚಿಕನಾಗಿ ಇರುವುದಿಲ್ಲ ಎಂದಾಗಿ ಅರ್ಥಮಾಡಿಕೊಳ್ಳಬೇಕು. ಅವನು ಸ್ವತಂತ್ರನು. ತನಗೊಂದು ರೂಪಬೇಕು ಎಂದಾಗ ಅವನು ಜನ್ಮವೆತ್ತಬಹುದು. ಅದಕ್ಕಾಗಿ ಅವನು ಯಾವುದೋ ಒಂದು ಪ್ರಯತ್ನಮಾಡಬಹುದು. ಅಥವಾ ಇದ್ಯಾವುದೂ ಸಹ ಬೇಡ ಎಂದಾಗಿಯೂ ಅವನಿಗೆ

ಅನ್ನಿಸಬಹುದು. ಇದು ಹೀಗೆಯೇ ಎಂದಾಗಿ ನಿರ್ಣಯಮಾಡಲು ಸಾಧ್ಯವಿಲ್ಲ ಎಂಬುದು ವೇದ ವಿಜ್ಞಾನಿಗಳ ಅಭಿಪ್ರಾಯ.

ದ್ವಂದ್ವೈರ್ವಿಮುಕ್ತಾಃ

ಸುಖದುಃಖಸಂಜ್ಞೈರ್ಗಚ್ಛಂತ್ಯಮೂಢಾಃ - ಯೋಗಿಯಾಗಲು ಹೊರಟಿರುವ ಸಾಧಕನು ದ್ವಂದ್ವ ಜನಿಸಲು ಕಾರಣವಾಗುವಂತಹ ಮೋಹ, ಮಾನ, ಸಂಘ-ದೋಷ, ತನ್ನಲ್ಲಿರುವಂತಹ ಅಧ್ಯಾತ್ಮ ಮಿಥ್ಯೆ, ಅರ್ಧ ಸತ್ಯದ ವಿಚಾರಗಳು, ಹೀಗೆ ಇವುಗಳೆಲ್ಲವನ್ನೂ ಸಹ ಪೂರ್ಣವಾಗಿ ತ್ಯಜಿಸಬೇಕು. ಸುಖ ಹಾಗು ದುಃಖಗಳ ಸಂಜ್ಞೆಯ ರೂಪಗಳನ್ನು ಅರ್ಥಮಾಡಿಕೊಳ್ಳಬೇಕು. ಇವೆಲ್ಲವನ್ನು ಅರ್ಥಮಾಡಿಕೊಂಡಾಗ ಮಾತ್ರ ಪದಮವ್ಯಯಂ ತತ್. ಸಾಧನೆಯ ಮಾರ್ಗದಲ್ಲಿ ಒದಗಿಬರುವಂತಹ ಸಕಲ ಸಂಜ್ಞೆಗಳನ್ನು ನಿಖರವಾಗಿ ಅರ್ಥಮಾಡುತ್ತಾ ಸಾಧಕ ಸಾಗಬೇಕು.

ಗಮನಿಸಿ: ಪ್ರಕೃತಿಗೆ ಪೂರಕವಾಗಿ ಹೋದರೆ ಮಾತ್ರ ಸುಖ, ಇಲ್ಲದಿದ್ದರೆ ದುಃಖ ಕಟ್ಟಿಟ್ಟ ಬುತ್ತಿ.

ನ ತದ್ಭಾಸಯತೇ ಸೂರ್ಯೋ ನ ಶಶಾಂಕೋ ನ ಪಾವಕಃ |
ಯದ್ಗತ್ವಾ ನ ನಿವರ್ತಂತೇ ತದ್ಧಾಮ ಪರಮಂ ಪದಂ ||

ಪದ್ಮ ಶೀರ್ಷಾಸನ ಯಶಸ್ವಿಯಾಗಿದೆ ಎಂಬುದಕ್ಕೆ ಸಾಧಕನಿಗೆ ಮಾಪನ ಬೇಕು. ಅದು ಹೀಗಿರುತ್ತದೆ: ಈ ಆಸನದಲ್ಲಿದ್ದಾಗ ಮೊದಲು ಒಂದು ರೀತಿಯ ವಿಶಿಷ್ಟವಾದ ಬೆಳಕು ಕಣ್ಣಿಗೆ ಕಾಣಿಸುತ್ತದೆ, ಹಾಗು ಹೊರಗಿನ ಪ್ರಪಂಚದ ಯಾವ ವಸ್ತುವೂ ಸಹ ಕಾಣಿಸುವುದಿಲ್ಲ. ನಂತರ ಆ ಬೆಳಕೇ ಕ್ರಮೇಣವಾಗಿ ಪ್ರಕಾಶಮಾನವಾಗುತ್ತಾ ಹೋಗುತ್ತದೆ. ಎಲ್ಲಾ ವಸ್ತುಗಳು ಅಲ್ಲಿದ್ದರೂ ಸಹ ಯಾವುದೂ ಕೂಡ ಕಾಣಿಸುವುದಿಲ್ಲ.

ಆರಂಭದಲ್ಲಿ ಸೂರ್ಯನ ಬೆಳಕು ಶಾಂತ ಬೆಳಕಾಗಿ ಕಾಣಿಸುತ್ತದೆ. ನಂತರ ನಿಧಾನವಾಗಿ ಆ ಬೆಳಕು ಪ್ರಕಾಶಮಾನವಾಗಿ ಬೆಳಗಲು ಆರಂಭಿಸುತ್ತದೆ. ಹೀಗಾದಾಗ ಮಾತ್ರ ಯಶಸ್ಸು ಒದಗಿತು ಎಂಬರ್ಥ. ಇದು ಸಾಧಕನನ್ನು ಸಂಸಾರದೆಡೆಗೆ ತೆಗೆದುಕೊಂಡು ಹೋಗುವ ಮಾರ್ಗವಾಗಿರುತ್ತದೆ. ಅಲ್ಲಿ ಚಕ್ರ ಉದ್ದೀಪನಗೊಂಡಾಗ ಆರಂಭದಲ್ಲಿ ಸಾಧಕನನ್ನು ಸಂಸಾರಿಯಾಗಿಯೇ ಇಟ್ಟುಕೊಳ್ಳುತ್ತದೆಯೇ ಪರಂತು ಹೊರಕ್ಕೆ ಬಿಡುವುದಿಲ್ಲ. ಈ ರೀತಿಯಾದ ತ್ಯಾಗ ಅಲ್ಲಿ ಕಂಡಬರುವುದಿಲ್ಲ. ಆದರೆ ಸೂರ್ಯ, ಚಂದ್ರ ಹಾಗು ಉರಿಯುವ ಅಗ್ನಿ – ಇವೆಲ್ಲವೂ ಕೂಡ ಒಂದೇ ಆಗಿ ಕಾಣುತ್ತದೆ. ಇದೇ ಯಶಸ್ಸಿನ ಸರಿಯಾದ ಮಾಪನವಾಗಿದೆ

ಎಂದಾಗಿ ಈಗಾಗಲೇ ಸಾಧಿಸಿದವರ ಅನುಭವದಿಂದ ಅರಿಯಬಹುದಾಗಿದೆ.

ಈ ಯಶಸ್ಸಿಗೆ ಮತ್ತೊಂದು ಮಾಪನ ಹೀಗಿದೆ: ಮೊದಲು ಒಂದು ಕಿಡಿ ಸಣ್ಣದಾಗಿ ಉರಿಯುತ್ತಿರುವಂತೆ ಕಾಣುತ್ತದೆ, ನಿಧಾನವಾಗಿ ಜ್ವಲನವಾಗುತ್ತದೆ, ಏಳು ಜ್ವಾಲೆಗಳಿಂದ ಬೆಂಕಿ ಪ್ರಖರವಾಗಿ ಉರಿಯುತ್ತದೆ, ಕಡೆಗೆ ಅದು ಹಾಗೆಯೇ ಶಾಂತವಾಗಿ ದೊಡ್ಡ ವೃತ್ತಾಕಾರದ ಹೊಳೆಯುವಂತಹ ಗೋಳವಾಗಿ ಚಂದ್ರನಂತೆ ಕಾಣಿಸುತ್ತದೆ. ಆದರೆ ಅದರಿಂದ ಕಿರಣಗಳು ಪ್ರಸಾರವಾಗದು. ಈ ಹೊಳಪಿನ ಮಧ್ಯದಲ್ಲಿ ಮತ್ತೊಂದು ಬಿಂದು ಹುಟ್ಟಿಕೊಳ್ಳುತ್ತದೆ. ಅದು ಪ್ರಖರವಾದ ಕಿರಣವಾಗಿ ಸೂರ್ಯನಂತೆ ಕಾಣಿಸುತ್ತದೆ. ಆಗ ಈ ಪ್ರಪಂಚದ ಮತ್ಯಾವುದೂ ಸಹ ಸಾಧಕನಿಗೆ ಕಾಣಿಸುವುದಿಲ್ಲ. ಆದರೆ, ಆಸನದಲ್ಲಿದ್ದಾಗ ಬೆಳಕು ಮಾತ್ರ ಕಾಣಿಸುತ್ತದೆ. ಆಸನ ತೊರೆದಾಗ ಪ್ರಪಂಚ ಕಾಣಿಸುತ್ತದೆ.

ಮಮೈವಾಂಶೋ ಜೀವಲೋಕೇ ಜೀವಭೂತಃ ಸನಾತನಃ |
ಮನಃ ಷಷ್ಠಾನೀಂದ್ರಿಯಾಣಿ ಪ್ರಕೃತಿಸ್ಥಾನಿ ಕರ್ಷತಿ ||

ಸಕಲ ಮಾನವರಿಗೂ ಸಹ ಆರನೆ ಇಂದ್ರಿಯವಿದೆ. ಅದನ್ನು ಯೋಗಾಭ್ಯಾಸದ ಮುಖೇನ ಸಾಧಕ ಪಡೆಯಬಹುದಾಗಿದೆ.

ಸಕಲ ಮಾನವರೂ ಸಹ ಈ ಜೀವಲೋಕದಲ್ಲಿ ಸ್ವಾಭಾವಿಕವಾಗಿ ಬದುಕುತ್ತಿದ್ದಾರೆ. ಅಂದರೆ, ಜಲ ಎಂಬುದರ ಆಧಾರದಲ್ಲಿ ಬದುಕುತ್ತಿದ್ದಾರೆ ಎಂಬರ್ಥ. ಹೀಗಾಗಿ ಸಾಮಾನ್ಯ ಮಾನವನಿಗೆ ಐದು ಇಂದ್ರಿಯಗಳು ಮಾತ್ರ ಅವನ ಅನುಭವಕ್ಕೆ ಬರುತ್ತದೆ. ಆರನೇ ಇಂದ್ರಿಯ ಇದ್ದರೂ ಸಹ ಅದರಿಂದ ಏನನ್ನೂ ಸಹ ಗ್ರಹಿಸುವ ಶಕ್ತಿ ಸಾಮಾನ್ಯರಿಗೆ ಇಲ್ಲ, ಏಕೆಂದರೆ ಅವರೆಲ್ಲರೂ ಸಹ ಜೀವಾಧಾರದಲ್ಲಿ ಬದುಕುತ್ತಿದ್ದಾರೆ.

ಈಗಾಗಲೇ ನೋಡಿದಂತೆ, ಸೂರ್ಯನ ಕಿರಣವನ್ನು ಕಂಡಾಗ ಸಾಧಕನಿಗೆ ನೀರಿನ ಅಭಾವ ಬರುವುದಿಲ್ಲ, ಅಂದರೆ ದಾಹವಾಗುವುದಿಲ್ಲ. ದೇಹಕ್ಕೆ ಅವಶ್ಯವಿದ್ದಾಗ ಅವನು ನೀರನ್ನು ಸೇವಿಸಬಹುದಾಗಿದೆ. ಈ ರೀತಿಯಾಗಿ ದಾಹವೇ ಇರದಂತಹ ಸ್ಥಿತಿಗೆ ಬಂದಾಗ ಜೀವಾಧಾರದಲ್ಲಿ ಬದುಕುತ್ತಿಲ್ಲದಿದ್ದರೆ ಆಗ ಆ ಸಾಧಕನಿಗೆ ಆರನೇ ಇಂದ್ರಿಯ ಅರ್ಥವಾಗಲಿಕ್ಕೆ ಆರಂಭವಾಗುತ್ತದೆ. ಆಗ ಸಮಗ್ರ ಪ್ರಕೃತಿ ಅವನಿಗೆ ತೆರೆದುಕೊಂಡು ಪೂರ್ಣವಾಗಿ ಅವನಿಗಾಗಿ ಉದ್ಘಾಟನೆಯಾಗುತ್ತದೆ. ಆಗ ಪ್ರಕೃತಿಯ

ಎಲ್ಲಾ ನಡತೆಯು ನಮಗೆ ಅರ್ಥವಾಗುತ್ತದೆ. ಮುಂದೆ ಏನಾಗುತ್ತದೆ, ಎಲ್ಲವೂ ಆಗಲೇ ಅರ್ಥವಾಗುತ್ತದೆ.

ಆರನೇ ಇಂದ್ರಿಯವನ್ನು ಸಾಧಕನು ಸ್ವಾಧೀನಪಡಿಸಿಕೊಂಡಾಗ ಪಂಚೇಂದ್ರಿಯಗಳ ಬಯಕೆ ಎಂದು ಹೇಳುವಂತಹ ಯಾವುದೂ ಸಹ ಇರುವುದಿಲ್ಲ ಎಂಬ ಹಂತಕ್ಕೆ ಬರುತ್ತಾನೆ. ಆದರೂ ಆಹಾರ ಹಾಗು ನೀರನ್ನು ತೆಗೆದುಕೊಳ್ಳದೆ ಇರಲಾಗುವುದಿಲ್ಲ. ಆಗ ಸಾಧಕನು ಎಚ್ಚರವಾಗಿದ್ದುಕೊಂಡು ಆಯಾಯ ಸಮಯಕ್ಕೆ ಸರಿಯಾಗ ಆಹಾರ ಹಾಗು ನೀರನ್ನು ದೇಹಕ್ಕೆ ಕೊಡಬೇಕಾಗುವುದು. ಹೀಗೆ ಮಾಡಲು ಅಪೇಕ್ಷೆ ಇರದಿದ್ದರೂ ಸಹ ದೇಹದ ರಕ್ಷಣೆ ಅವನ ಕರ್ತವ್ಯವಾಗಿರುತ್ತದೆ. ಇಲ್ಲಿ ದೇಹ ಎನ್ನುವುದು ಅವನ ಜೀವನವಾಗಿರುತ್ತದೆ.

ಹೀಗೆ ಮಾಡಿಕೊಂಡು ಬರುವಾಗ ಸಾಧಕನಲ್ಲಿನ ಮೂಳೆಗಳು ಮೃದುವಾಗುತ್ತಾ ಹೋಗುತ್ತವೆ. ಹಾಗೆಂದು ಅವನ ದೇಹದ ಶಕ್ತಿ ಮಾತ್ರ ಕುಂಠಿತವಾಗದು. ಅವನ ದೇಹದ ತೂಕ ಅದಕ್ಕಿಂತಲೂ ಕಡಿಮೆಯಾಗುತ್ತಾ ಬರುತ್ತದೆ. ಜೊತೆಗೆ ಅವನ ದೇಹವು ಸೂಕ್ಷ್ಮವಾಗುತ್ತಾ ಹೋಗುವುದರಿಂದಾಗಿ ಮೂಳೆ ಎಷ್ಟೇ ಮೃದುವಾದರೂ ಸಹ ಯಾವ ಸಮಸ್ಯೆಯು ಅವನಿಗೆ ಒದಗದು. ಇದಕ್ಕೆ ಕಾರಣ ಅವನಲ್ಲಿರುವಂತಹ ಮೂಲಧಾರ. ಅಲ್ಲಿಂದ ಹೊರಟಿರತಕ್ಕಂತಹ ಯಾವ ನರವಿದೆಯೊ ಅದರ ಪ್ರಚೋದನೆಯಿಂದಾಗಿ ಮೂಳೆ ಬೆಳೆಯುವುದಾಗಲಿ, ಅಥವಾ ಗಟ್ಟಿಯಾಗುವುದಾಗಲೀ ಅಗತ್ಯವಿಲ್ಲ ಎಂಬ ಕಾರಣದಿಂದ ನಿಲ್ಲಿಸುತ್ತದೆ.

ಹೀಗಾದಾಗ ದೇಹದಲ್ಲಿರುವಂತಹ ಮೂಳೆ ಮತ್ತಷ್ಟು ಮೃದುವಾಗುತ್ತಾ ಬರುತ್ತದೆ. ಹಾಗೆಯೇ ಶರೀರವೂ ಸಹ ತನ್ನ ತೂಕವನ್ನು ಕಳೆದುಕೊಳ್ಳುತ್ತಾ ಬರುತ್ತದೆ. ಹೀಗಾಗಿ ಯಾವುದೇ ಸಮಸ್ಯೆ ಸಾಧಕನಿಗೆ ಕಂಡುಬರದು.

ದೇಹವು ಜೀವನಿಗೆ ಸಂಬಂಧಪಟ್ಟಿದ್ದು ಎಂದಾಗಿ ಈಗಾಗಲೇ ನೋಡಿದ್ದಾಗಿದೆ. ಯಾವ ಸಮಯದಲ್ಲಿ ಕುಂಡಲಿನೀ ಉತ್ಪಾದನೆಯಾಗಿ, ನಂತರ ಉದ್ದೀಪನವಾಗಿ ಮೇಲೆ ಬಂತೋ, ಆಗ ಆತ್ಮನಿಗೆ ದೇಹದ ಸಂಬಂಧ ಹೊರಟುಹೋಗಿರುತ್ತದೆ. ಹಾಗೆಂದು ದೇಹವನ್ನು ಸರಿಯಾಗಿ ನೋಡಿಕೊಳ್ಳದೇ ಹೋದರೆ ಅದು ಬಿದ್ದು ಹೋಗುತ್ತದೆ. ಆದ್ದರಿಂದ ಸಾಧಕನು ತನ್ನ ದೇಹವನ್ನು

ಉಳಿಸಿಕೊಳ್ಳುವ ಪ್ರಯತ್ನವನ್ನು ಕೈಬಿಡಬಾರದು ಎಂದಾಗಿ ಸಾಧಿಸಿದವರು ಕಿವಿ ಮಾತನ್ನು ಹೇಳುತ್ತಾರೆ.

ಶರೀರಂ ಯದವಾಪ್ನೋತಿ ಯಚ್ಚಾಪ್ಯುತ್ಕ್ರಾಮತೀಶ್ವರಃ |
ಗೃಹೀತ್ವೈತಾನಿ ಸಂಯಾತಿ ವಾಯುರ್ಗಂಧಾನಿವಾಶಯಾತ್ ||

ಮಾನವನ ದೇಹದಲ್ಲಿ ಆತ್ಮ (ಉನ್ನತಿಗಾಗಿ ಹಂಬಲಿಸುತ್ತಿರುವಂತಹ ಚಲನೆ ಮತ್ತು ಚಿಂತನೆಗಳು), ಜೀವಾತ್ಮ (ಅವಿದ್ಯೆ, ಕಾಮ ಹಾಗು ಕರ್ಮಗಳ ಪ್ರಯುಕ್ತವಾಗಿ ಇರುವಂತಹ ಚಲನೆ ಹಾಗು ಚಿಂತನೆಗಳು) ಮತ್ತು ಪರಮಾತ್ಮ (ವಿಕಾಸ ಹಾಗು ಕ್ರಾಂತಿಗಾಗಿ ಇರುವಂತಹ ಅತ್ಯುನ್ನತ ಚಲನೆ ಹಾಗು ಚಿಂತೆಗಳು) ಇರುತ್ತವೆ. ಗಾಳಿಯಲ್ಲಿ ಇರುವ ಪರಿಮಳದ ರೀತಿಯಲ್ಲಿ ಈ ಮೂರು ವಿಚಾರಗಳು ಮಾನವನ ದೇಹದಲ್ಲಿರುತ್ತವೆ. ಗಾಳಿಯಲ್ಲಿರುವಂತಹ ಪರಿಮಳವನ್ನು ಹೇಗೆ ತೆಗೆದು ತೋರಿಸುವುದಕ್ಕೆ ಸಾಧ್ಯವಿಲ್ಲವ ಹಾಗೆಯೇ ಈ ಮೂರು ವಿಚಾರಗಳನ್ನು ದೇಹದಿಂದ ತೆಗೆದು ತೋರಿಸುವುದಕ್ಕೆ ಸಾಧ್ಯವಿಲ್ಲ. ಈ ಜೀವಾತ್ಮವು ಆ ಪರಮಾತ್ಮವನ್ನು ನಿರಂತರ ಪೋಷಿಸುತ್ತಿದ್ದರೂ ಸಹ ಗಾಳಿಯಲ್ಲಿ ಹೇಗೆ ಪರಿಮಳ ಇದೆಯೋ ಆ ರೀತಿಯಲ್ಲಿ ಇಲ್ಲದ ಹಾಗೆಯೇ ಇರಬೇಕಿದೆ. ಗಾಳಿಯಲ್ಲಿರುವಂತಹ ಪರಿಮಳವನ್ನು ಆಘ್ರಾಣಿಸಬಹುದಾಗಿದೆಯೇ ಪರಂತು ಬೇರೆ ರೀತಿಯಲ್ಲಿ ಗ್ರಹಿಸಲು ಸಾಧ್ಯವಿಲ್ಲ. ಘ್ರಾಣವು ಪಂಚೇಂದ್ರಿಯಗಳನ್ನು ಜಯಿಸಿದ ಮೇಲೆ, ಘ್ರಾಣಕ್ಕೆ ವಿಶೇಷ ಮಹತ್ವ ಕೊಡುವುದಿಲ್ಲ. ಹೀಗಾಗಿ ಗ್ರಹಿಸುವ ಶಕ್ತಿಯನ್ನೂ ಸಹ ಸಾಧಕನು ಆರನೇ ಇಂದ್ರಿಯ ಮುಖಾಂತರ ತಿಳಿದುಕೊಳ್ಳಬೇಕು. ಯಾವ ಸಮಯದಲ್ಲಿ ಐದು ಇಂದ್ರಿಯಗಳು ತಮ್ಮ ಅಸ್ತಿತ್ವವನ್ನು ಕಳೆದುಕೊಳ್ಳುವವೊ ಆಗ ಆರನೇ ಇಂದ್ರಿಯದ ಮುಖಾಂತರ ಸಾಧಕನು ಎಲ್ಲವನ್ನೂ ಸಹ ಗ್ರಹಿಸಬೇಕಾದ ಅವಶ್ಯಕತೆ ಇರುತ್ತದೆ.

ಈ ರೀತಿ ಸಾಧನೆ ಮಾಡುವವರೆಗೆ ಇಂದ್ರಿಯ ವಾಸನೆಗಳ ಬಲದಿಂದ ಪಂಚೇಂದ್ರಿಯಗಳು ತಮ್ಮ ಇಷ್ಟದಂತೆಯೇ ಶರೀರವನ್ನು ನಡೆಸಿಕೊಂಡು ಹೋಗುತ್ತಿದ್ದವು. ಅವು ಈಗ ವಾಸನೆಗಳ ಬಲವನ್ನು ತೊರೆದಾಗ, ಶರೀರ ಜಡವಾಗುತ್ತದೆ, ಜಡವಾದಾಗ ಅದು ನಾಶದತ್ತ ಪಯಣಿಸುತ್ತದೆ. ಆದರೆ ಹೀಗೆ ಆಗಬಾರದು, ಅದು ಉಳಿಯಬೇಕು. ಉಳಿಯುವುದಕ್ಕಾಗಿ ಯಾವ-ಯಾವ, ಎಲ್ಲೆಲ್ಲಿ ಉತ್ಕ್ರಮ ಬಳಕೆಯನ್ನು ಮಾಡಬಹುದು, ಅಲ್ಲಲ್ಲಿ ಸಾಧಕನು ತನ್ನ ಬುದ್ಧಿಯನ್ನು ಬಳಸಿಕೊಂಡು ಸಮತೋಲನ

ಸ್ಥಿತಿಯನ್ನು ಕಾಪಾಡಿಕೊಳ್ಳಬೇಕು. ಆಗ ಮಾತ್ರ ಸಾಧಕನ ಶರೀರದ ನಾಶ ಸಂಭವಿಸದು. ಯಾವ ಸಮಯದಲ್ಲಿ ಜೀವಾತ್ಮವು ಶರೀರವನ್ನು ತ್ಯಜಿಸುತ್ತದೆಯೋ ಆಗ ಆ ದೇಹವು ತನ್ನ ಅರ್ಥವನ್ನು ಕಳೆದುಕೊಳ್ಳುತ್ತದೆ. ಜೀವಾತ್ಮವು ಅಂದರೆ, ನೀರು ದೇಹವನ್ನು ಬಿಟ್ಟು ಹೋಗದಂತೆ ಸಾಧಕನು ನೋಡಿಕೊಳ್ಳಬೇಕು.

ಸಂಯಾತಿ ವಾಯುರ್ಗಂಧಾನಿವಾಶಯಾತ್ - ಯಾವ ಸಮಯದಲ್ಲಿ ಆರನೇ ಇಂದ್ರಿಯ ಸಾಧಕನಿಗೆ ವಶವಾಗುವುದೋ ಅಲ್ಲಿಂದ ಅವನಿಗೆ ಭಗವಂತನ, ಅಂದರೆ ದಾರಿ ತೋರುವವನ ಸಹಾಯದ ಅವಶ್ಯಕತೆ ಇರುವುದಿಲ್ಲ! ಏಕೆಂದರೆ, ಆಗ ಅವನೇ ಸ್ವಾಮಿ. ಅವನು ಸ್ವತಂತ್ರ. ಅವನೇ ಸತ್ಯ.

ಪಂಚೇಂದ್ರಿಯಗಳು ಕ್ರಿಯಾಶೀಲವಾಗಿದ್ದಾಗ ಗಾಳಿಯಲ್ಲಿರುವಂತಹ ಗಂಧವನ್ನು ಗುರುತಿಸಬಹುದು. ಗಾಳಿಯನ್ನು ಗುರುತಿಸಲು ಗಂಧ ಮುಖ್ಯವಾಗಿದೆ. ಇಲ್ಲಿ ಅನುಮಾನ (ಅಳತೆಯನ್ನು ಅನುಸರಿಸುವುದು) ಮಾತ್ರ ಪ್ರಮಾಣವಾಗಿದೆಯೇ ಪರಂತು ಮತ್ಯಾವುದೇ ಪ್ರತ್ಯಕ್ಷ ಪ್ರಮಾಣವಿಲ್ಲ. ಪಂಚಭೂತಗಳು ಕ್ರಿಯಾತ್ಮಕವಾಗಿದ್ದಾಗ ಅನುಮಾನ ಪ್ರಮಾಣವನ್ನು ಅನಿವಾರ್ಯವಾಗಿ ಸ್ವೀಕರಿಸಬೇಕು. ಯಾವ ಸಮಯದಲ್ಲಿ ಪಂಚೇಂದ್ರಿಯಗಳು ಕ್ರಿಯಾತ್ಮಕ ಶಕ್ತಿಯನ್ನು ಕಳೆದುಕೊಂಡು ವಿನಾಶಹೊಂದುತ್ತವೆಯೋ ಆಗ ಅನುಮಾನ ಪ್ರಮಾಣಗಳು ಇರುವುದಿಲ್ಲ. ಬದಲಿಗೆ ಪ್ರತ್ಯಕ್ಷ ಪ್ರಮಾಣ ಒದಗುತ್ತದೆ. ಗಂಧ ಹಾಗು ಗಾಳಿ - ಈ ಎರಡೂ ಕೂಡ ಕಾಣಿಸಲಾರಂಭಿಸುತ್ತವೆ. ಆರನೇ ಇಂದ್ರಿಯ ಸ್ವಾಧೀನಕ್ಕೆ ಒಳಪಟ್ಟಾಗ ಗುಣಕ್ಕೆ ಸ್ವರೂಪ ಒದಗಿಬರುತ್ತದೆ!

ಈ ಸಮಯದಲ್ಲಿ ಸಾಧಕನ 'ನಾನು' ಎನ್ನುವುದು ಜೀವಾತ್ಮನಾಗಲೀ ಅಥವಾ ಆತ್ಮನಾಗಲೀ ಆಗಿಲ್ಲದೆ ಅದು ತನ್ನ ಪ್ರತ್ಯೇಕ ಅಸ್ತಿತ್ವವನ್ನು ಪ್ರಪಂಚದಲ್ಲಿ ಸ್ಥಾಪಿಸಿಕೊಳ್ಳುತ್ತದೆ ಎಂಬುದನ್ನು ಗಮನಿಸಬೇಕು. ಹಾಗಾದರೆ 'ನಾನು ಎಂದರೆ ಏನು' ಎಂದು ಕೇಳಿದರೆ 'ಅದು ನಿರ್ಣಯಾತೀತವಾದದ್ದು' ಎಂದಾಗಿ ಹೇಳಬೇಕಾಗುತ್ತದೆ. ನಾನು ಎಂದರೆ ಇಲ್ಲಿ ಅನುಭವವಾಗಿದೆ. ಪ್ರಪಂಚದ ಸಕಲ ಗೋಚರ ಹಾಗು ಅಗೋಚರ ವಸ್ತುಗಳ ಅಸ್ತಿತ್ವ ಎಂದಾಗಿದೆ.

ಶ್ರೋತ್ರಂ ಚಕ್ಷುಃ ಸ್ಪರ್ಶನಂ ಚ ರಸನಂ ಘ್ರಾಣಮೇವ ಚ |
ಅಧಿಷ್ಠಾಯ ಮನಶ್ಚಾಯಂ ವಿಷಯಾನುಪಸೇವತೇ ||

ಯಾವ ಸಾಧಕನಿಗೆ ಆರನೇ ಇಂದ್ರಿಯದ ಜ್ಞಾನವು ಪುಪ್ತವಾಗುವುದೋ ಆಗ ಅವನಿಗೆ ಉಳಿದ ಐದು ಇಂದ್ರಿಯಗಳ ಜ್ಞಾನ ಸಂಪೂರ್ಣವಾಗಿ ಮರೆಯಾಗಿಬಿಡುತ್ತದೆ ಎಂದಾಗಿ ಈ ಹಿಂದೆ ನೋಡಿದ್ದಾಯಿತು. ಹೀಗಾದಾಗ ಮಾತ್ರ ಅಂತಹ ಸಾಧಕನಿಗೆ ಮನಸ್ಸಿನ ಸಂಪರ್ಕ ಸಂಪೂರ್ಣವಾಗಿ ಏರ್ಪಾಡಾಗುತ್ತದೆ. ಅಂದರೆ, ಅಲ್ಲಿಯವರೆಗೆ ಆ ಇಂದ್ರಿಯಗಳು ಮನಸ್ಸಿನ ಸಂಪರ್ಕವನ್ನು ಸಾಧಿಸಿರದೆ, ಕೇವಲ ಅದಕ್ಕೆ ಅಧೀನವಾಗಿರುತ್ತವೆ. ಯಾವ ಸಾಧಕನಿಗೆ ಹೀಗೆ ಸಂಪೂರ್ಣವಾದ ಮನಸ್ಸಿನ ಸಂಪರ್ಕ ಏರ್ಪಡುತ್ತದೆಯೋ ಆಗ ಅವನು ತನ್ನ ಮನಸ್ಸನ್ನು ಸಂಪೂರ್ಣವಾಗಿ ನಿಯಂತ್ರಣದಲ್ಲಿ ಇಟ್ಟುಕೊಳ್ಳಬಲ್ಲವನಾಗಿರುತ್ತಾನೆ. ಹೀಗಾದಾಗಲೂ ಸಹ ಅವನು ಸಂಪೂರ್ಣ ಸಮರ್ಥನಾಗಿಯೇ ಮುಂದುವರೆಯುತ್ತಾನೆ.

ಕಣ್ಣು, ಕಿವಿ, ಮಾತು - ಹೀಗೆ ಯಾವುದಾದರೊಂದು ಅಂಗ ಕಳೆದುಕೊಂಡ ವ್ಯಕ್ತಿ ನಿಷ್ಪ್ರಯೋಜಕನಾಗದೆ ಆ ಊನಗೊಂಡ ಇಂದ್ರಿಯವನ್ನು ತನ್ನ ಮನಸ್ಸಿನಲ್ಲಿಯೇ ಸೃಷ್ಟಿಮಾಡಿಕೊಂಡಿರುತ್ತಾನೆ ಎಂದಾಗಿ ವೇದ ವಿಜ್ಞಾನ ಹಾಗು ವೈದ್ಯಕೀಯ ವಿಭಾಗದಿಂದ ಅರಿತುಕೊಳ್ಳಬಹುದು. ಮನಸ್ಸಿನ ಸಂಪರ್ಕ ಏರ್ಪಾಡಾದ ಕ್ಷಣದಲ್ಲೇ ಹೀನಗೊಂಡ ಇಂದ್ರಿಯವನ್ನು ಅವನು ಸಮರ್ಥವಾಗಿ ಬಳಸಬಲ್ಲ. ಇಂತಹವನು ಸಾಧನೆಯನ್ನು ಮಾಡಿ, ಆರನೇ ಇಂದ್ರಿಯವನ್ನು ತನ್ನ ಸ್ವಾಧೀನಕ್ಕೆ ತೆಗೆದುಕೊಂಡಾಗ, ಮಾತಿನ ತರಂಗಗಳು ಮೈಯಿಗೆ ಬಂದು ಹೊಡೆದಾಗ, ಅದರ ಮುಖಾಂತರ, ಕಿವುಡನಾದವನು ಮಾತನಾಡಿದ್ದಕ್ಕೆಲ್ಲಾ ಉತ್ತರ ಕೊಡಬಲ್ಲವನಾಗುತ್ತಾನೆ.

ಗಮನಿಸಿ: ಈ ಐದು ಇಂದ್ರಿಯಗಳು ನಿಷ್ಕ್ರಿಯವಾದರೆ, ಆರನೇಯದಾದ ಇಂದ್ರಿಯ ತೆರೆದುಕೊಳ್ಳುತ್ತದೆ. ಈ ಸಾಧನೆಯನ್ನು ಪದ್ಮ ಶೀರ್ಷಾಸನವನ್ನು ಹೊರತುಪಡಿಸಿ, ಮತ್ಯಾವ ರೀತಿಯಿಂದಲೂ ಸಾಧಿಸಿಕೊಳ್ಳಲಾಗದು ಎಂಬುದನ್ನು ನೆನಪಿಡಬೇಕು.

ಹೀಗೆ ಆರನೆಯ ಇಂದ್ರಿಯು ತೆರೆದುಕೊಂಡಾಗ ಆ ಶಕ್ತಿಯು ಸ್ವಾಧಿಷ್ಠಾನ ಎಂಬ ಸ್ಥಾನಕ್ಕೆ ಬಂದು ನಿಲ್ಲುತ್ತದೆ. ಆಗ, ಆ ಸಮಯದಲ್ಲಿ ಸಾಧಕನು ತನ್ನನ್ನು ತಾನು ಸಾಂಸಾರಿಕವಾಗಿ ತೊಡಗಿಸಿಕೊಳ್ಳಬೇಕು. ಅಂದರೆ ಅಲ್ಲಿಯವರೆಗೆ ಹೇಗಿದ್ದನೋ ಹಾಗೆಯೇ ಮುಂದುವರೆಯಬೇಕು. ನಂತರ ಯಾವ ಸಮಯದಲ್ಲಿ

ಬೇಕಾದರೂ ಸಹ ಸ್ವಾಧಿಷ್ಠಾನಕ್ಕೆ ಬಂದು ಅಲ್ಲಿನ ಸುಖಗಳನ್ನು ಅನುಭವಿಸಿ, ಜೀವನದ ಅನುಭವವನ್ನು ತೆಗೆದುಕೊಂಡು, ನಂತರ ಅನಾಹತ ಚಕ್ರದ ಕಡೆಗೆ ಪ್ರಯಾಣಮಾಡಬೇಕು ಎಂದಾಗಿ ಅನುಭವಸ್ಥರು ಹೇಳಿರುತ್ತಾರೆ.

ಹೀಗಿರುವಾಗ, ಸಾಧಕನಿಗೆ ಈ ಜೀವನ ಸಾಕು ಎಂದಾಗಿ ಅನಿಸಿದರೂ ಸಹ ದೇಹವನ್ನು ತೊರೆದುಹೋಗಬಾರದು, ಏಕೆಂದರೆ ಅವನ ಮೇಲೆ ಸಮಾಜದ ಋಣ ಇರುತ್ತದೆ ಎಂದಾಗಿ ಶಾಸ್ತ್ರಜ್ಞರು ಹೇಳುತ್ತಾರೆ. ಮುಂದೆ ಕ್ರಮ-ಸಂನ್ಯಾಸದ ಯೋಗ ಬಂದಾಗಲೂ ಸಹ ಅವನು ಋಣಿಯಾಗಿಯೇ ಇರುತ್ತಾನೆ. ಏಕೆಂದರೆ, ಇಂತಹ ಯೋಗ ಪಡೆಯುವುದಕ್ಕೆ ಅವಶ್ಯಕವಾಗಿರುವಂತಹ ಶಕ್ತಿ ಹಾಗು ಸಹಾಯ ರೂಪಿಸಿಕೊಟ್ಟಿದ್ದು ಈ ಭೂಮಿಯೇ ಆಗಿರುತ್ತದೆ. ನಾನು ಈ ಭೂಮಿಗಾಗಿಯೇ ಇರಬೇಕೆ ಪರಂತು ಈ ಭೂಮಿ ನನಗಾಗಿ ಇರುವುದಲ್ಲ ಎಂಬುದನ್ನು ನೆನಪಿಡಬೇಕು. ದೇಹವನ್ನು ಬಿಟ್ಟೆ ಎಂದ ಮಾತ್ರಕ್ಕೆ ಈ ಭೂಮಿಯ ಋಣ ತೀರುವಂತಹದ್ದಲ್ಲ!

ಗಮನಿಸಿ: ಇಂತಹ ಸಾಧಕನು ಸಂನ್ಯಸ್ತನಾಗಿರದೆ ಘೋಷಿತ
ಗೃಹಸ್ಥನೇ ಆಗಿರುತ್ತಾನೆ! ಈ ಭೂಮಿಯ ಋಣವನ್ನು
ತೀರಿಸುವುದಕ್ಕಾಗಿಯೇ ಈ ಯೋಗ ಎಂಬುದು ಇರುತ್ತದೆ.

ಉತ್ಕ್ರಾಮಂತಂ ಸ್ಥಿತಂ ವಾಪಿ ಭುಂಜಾನಂ ವಾ ಗುಣಾನ್ವಿತಮ್ |
ವಿಮೂಢಾ ನಾನುಪಶ್ಯಂತಿ ಪಶ್ಯಂತಿ ಜ್ಞಾನಚಕ್ಷುಷಃ ||
ಯತಂತೋ ಯೋಗಿನಶ್ಚೈನಂ ಪಶ್ಯಂತ್ಯಾತ್ಮನ್ಯವಸ್ಥಿತಂ |
ಯತಂತೋऽಪ್ಯಕೃತಾತ್ಮಾನೋ ನೈನಂ ಪಶ್ಯಂತ್ಯಚೇತಸಃ ||
ಯದಾದಿತ್ಯಗತಂ ತೇಜೋ ಜಗದ್ಭಾಸಯತೇऽಖಿಲಂ |
ಯಚ್ಚಂದ್ರಮಸಿ ಯಚ್ಚಾಗ್ನೌ ತತ್ತೇಜೋ ವಿದ್ಧಿ ಮಾಮಕಂ||

ಈ ಶ್ಲೋಕಗಳು ಮೇಲೆ ಹೇಳಿದಂತಹ ವಿಷಯ ಕುರಿತಾಗಿರುವುದಾಗಿದ್ದಿದು ಮತ್ತಷ್ಟು ವಿವರಗಳನ್ನು ನೀಡಿರುತ್ತದೆ.

ಗಾಮಾವಿಶ್ಯ ಚ ಭೂತಾನಿ ಧಾರಯಾಮ್ಯಹಮೋಜಸಾ |
ಪುಷ್ಣಾಮಿ ಚೌಷಧೀಃ ಸರ್ವಾಃ ಸೋಮೋ ಭೂತ್ವಾ ರಸಾತ್ಮಕಃ ||

ಮನಸ್ಸು (ಚಂದ್ರ), ಜೀವ ಮತ್ತು ಜಾಗೃತಿ ಅಂದರೆ, ಅ-ಕಾರ ಹಾಗು ಇ-ಕಾರ (ಸೂರ್ಯ), ಹಾಗು ಆವೇಗದ (ಅಗ್ನಿಯ) ತೇಜಸ್ಸಿನವರೆಗೆ ಈಗಾಗಲೇ ಪರಿಚಯವನ್ನು ಮಾಡಿಕೊಂಡಿದ್ದಾಗಿದೆ. ಮಾನವನಲ್ಲಿ ಸೇರಿಹೋದಂತಹ ಸೂರ್ಯನ ಪ್ರಖರವಾದ ಏಳು ಕಿರಣಗಳಲ್ಲಿ ಎರಡು ಕಿರಣಗಳು

(ಅ-ಕಾರ ಹಾಗು ಇ-ಕಾರ) ವಿಶ್ವ ಕಿರಣಗಳು ಎಂದಾಗಿ ವೇದ ವಿಜ್ಞಾನಿಗಳು ಹೇಳುತ್ತಾರೆ. ಗಾಮಾವಿಶ್ಯ ಚ ಭೂತಾನಿ - ಸೂರ್ಯನ ಕಿರಣಗಳನ್ನು ಮಾನವನು ಧರಿಸಿದ್ದಾನೆ.

ಪ್ರಪಂಚದ ಸಕಲವೂ ಸಹ ಕಿರಣ-ಭೂತವೇ ಆಗಿವೆ ಎಂದಾಗಿ ವೇದ ವಿಜ್ಞಾನ ಹೇಳುತ್ತದೆ. ಈ ವಿಚಾರ ಕುರಿತಾಗಿ ಇಂದಿನ ವಿಜ್ಞಾನ ಹೀಗೆ ಹೇಳುತ್ತದೆ:

ಪ್ರಖ್ಯಾತ ವಿಜ್ಞಾನಿ ನಿಕೋಲಾ ಟೆಸ್ಲಾ "ಎಲ್ಲವೂ ಬೆಳಕು" ಎಂದು ಹೇಳಿದ್ದರು. ಅದು ಸಂಭಾವ್ಯವಾಗಿ ಸರಿಯಾಗಿದೆ. ಸಿದ್ಧಾಂತದಲ್ಲಿ, ವಿಶ್ವವನ್ನು ವಿದ್ಯುತ್ಕಾಂತೀಯ ಶಕ್ತಿಯಿಂದ ವಿವರಿಸಬಹುದಾಗಿದೆ.

ಎಲ್ಲಾ ನಂತರ, ಒಂದು ವ್ಯವಸ್ಥೆಯ ಶಕ್ತಿಯು ವ್ಯವಸ್ಥೆಯ ದ್ರವ್ಯರಾಶಿಗೆ ಸಮಾನವಾಗಿರುತ್ತದೆ (ಆದರೆ ನಿಖರವಾಗಿ ಒಂದೇ ಅಲ್ಲ), ಮತ್ತು ದ್ರವ್ಯರಾಶಿ-ಶಕ್ತಿಯಿಂದ ವಿವರಿಸದ (ನೇರವಾಗಿ ಅಥವಾ ಅದರ ಪರಿಣಾಮವಾಗಿ ಅಥವಾ ಅದಕ್ಕೆ ಸಂಬಂಧಿಸಿದಂತೆ) ವಿಶ್ವದಲ್ಲಿ ಯಾವುದನ್ನೂ ಕಂಡುಹಿಡಿಯುವುದು ಮಾನವನಿಗೆ ಕಷ್ಟವೇ ಹೌದು. ಅಂತೆಯೇ, ಪ್ರಮಾಣಿತ ಮಾದರಿಯನ್ನು ಹೆಚ್ಚಾಗಿ ಫೋಟಾನುಗಳ ಪರಿಭಾಷೆಯಲ್ಲಿ ವಿವರಿಸಬಹುದು ಮತ್ತು ಫೋಟಾನುಗಳು, ವಿದ್ಯುತ್ಕಾಂತೀಯ ಶಕ್ತಿಯಂತೆ, ಬೆಳಕಿನಂತೆ, ಎಲ್ಲವೂ ಒಂದೇ ವಿಷಯಕ್ಕೆ ವಿಭಿನ್ನ ಹೆಸರುಗಳಾಗಿವೆ. ಇದಲ್ಲದೆ, "ಗ್ರ್ಯಾಂಡ್ ಏಕೀಕರಣ" ಸಿದ್ಧಾಂತ (ಬಲವಾದ, ದುರ್ಬಲ ಮತ್ತು ವಿದ್ಯುತ್ಕಾಂತೀಯ ಶಕ್ತಿಗಳು ಒಂದು ಹಂತದಲ್ಲಿ ಒಂದಾಗಿ ಅಸ್ತಿತ್ವದಲ್ಲಿದ್ದವು ಎಂಬ ಕಲ್ಪನೆ) ಮತ್ತು ಇತರ ಸಿದ್ಧಾಂತಗಳು ಮತ್ತು ವಿದ್ಯಮಾನಗಳು (ಹಿಗ್ಸ್ ಬೋಸಾನ್, ಕ್ವಾಂಟಮ್ ಕ್ಷೇತ್ರ ಸಿದ್ಧಾಂತ ಮತ್ತು ಕ್ವಾಂಟಮ್ ಎಲೆಕ್ಟ್ರೋಡೈನಾಮಿಕ್ಸ್ ರೀತಿಯವು) ಸರಿಯಾಗಿ ಅರ್ಥಮಾಡಿಕೊಂಡ ಎಲ್ಲವೂ ಒಂದೇ ಕಲ್ಪನೆಯನ್ನು ಬಲವಾಗಿ ಸೂಚಿಸುತ್ತವೆ, ಇದನ್ನು ಸಾಮಾನ್ಯ ಜನರ ಪದಗಳಲ್ಲಿ "ಎಲ್ಲವೂ ಬೆಳಕು" ಎಂದು ವ್ಯಕ್ತಪಡಿಸಬಹುದು (ಸ್ಪಷ್ಟ "ಬೆಳಕು" ಎಂದರೆ ವಿದ್ಯುತ್ಕಾಂತೀಯ ವರ್ಣಪಟಲದ ಒಂದು ನಿರ್ದಿಷ್ಟ ಭಾಗದೊಳಗಿನ ವಿದ್ಯುತ್ಕಾಂತೀಯ ವಿಕಿರಣ; ಹೀಗಾಗಿ "ಬೆಳಕು", ಫೋಟಾನುಗಳು, ವಿದ್ಯುತ್ಕಾಂತೀಯ ಶಕ್ತಿ, ವಿದ್ಯುತ್ಕಾಂತೀಯ ಕ್ಷೇತ್ರದಲ್ಲಿನ ಕಂಪನಗಳು, ಇತ್ಯಾದಿ ಎಲ್ಲವೂ ಮೂಲಭೂತವಾಗಿ

ಒಂದೇ ವಿಷಯ ಮತ್ತು ಎಲ್ಲವೂ ಮೂಲಭೂತವಾಗಿ ದ್ರವ್ಯರಾಶಿಗೆ ಸಮಾನವಾಗಿರುತ್ತದೆ, ಆದರೆ ದ್ರವ್ಯರಾಶಿಗೆ ಸಮನಾಗಿರುತ್ತದೆ.)

ಖಂಡಿತ ಮೇಲಿನದು ಕೇವಲ ಸಿದ್ಧಾಂತವಾಗಿದೆ, ಮತ್ತು ಆ ಹಕ್ಕನ್ನು ಎಲ್ಲಿಯಾದರೂ ನಂಬಲರ್ಹವಾಗಿಸಲು ಹಲವಾರು ಅರ್ಹತೆಗಳು ಬೇಕಾಗುತ್ತವೆ. ಈ ಹಕ್ಕಿನ ಜೊತೆಗೆ ಪರಿಗಣಿಸಬೇಕಾದ ಹಲವಾರು ನಕ್ಷತ್ರ ಚಿಹ್ನೆಗಳು ಮತ್ತು ಎಚ್ಚರಿಕೆಗಳಿವೆ ಎಂಬ ಎಲ್ಲಾ ಕಲ್ಪನೆಯೊಂದಿಗೆ, "ಎಲ್ಲವೂ ಬೆಳಕು" ಎಂಬ ಕಲ್ಪನೆಯು ತೋರುವಷ್ಟು ದೂರವಿಲ್ಲ ಎಂದು ವಿವರಿಸಬಹುದಾಗಿದೆ.

ವಿದ್ಯುತ್ಕಾಂತೀಯ ಶಕ್ತಿಯನ್ನು ಅರ್ಥಮಾಡಿಕೊಳ್ಳುವ ಮೂಲಕ ಬ್ರಹ್ಮಾಂಡದ ಬಗ್ಗೆ ಎಲ್ಲವನ್ನೂ (ಗುರುತ್ವಾಕರ್ಷಣೆ ಮತ್ತು ಪರಮಾಣು ಬಲವನ್ನು ಹೊರತುಪಡಿಸಿ) ವಿವರಿಸಬಹುದು.

ಇಲ್ಲಿ, ಯಾವುದೇ ಸ್ಥಿತಿಯಲ್ಲಿ ವಿದ್ಯುತ್ಕಾಂತೀಯ ಬಲಕ್ಕೆ ಸಮಾನಾರ್ಥಕವಾಗಿ "ಬೆಳಕು" ಅನ್ನು ಬಳಸಲಾಗಿದೆ. ವಿದ್ಯುತ್ಕಾಂತೀಯ ವರ್ಣಪಟಲದ ಗೋಚರ ಭಾಗದೊಳಗೆ ವಿದ್ಯುತ್ಕಾಂತೀಯ ವಿಕಿರಣವಾಗಿ ಬೆಳಕನ್ನು ನಮ್ಮ ಗ್ರಹಿಕೆಯ ಕುರಿತಾಗಿ ಮಾತನಾಡುತ್ತಿಲ್ಲ, ಎಲ್ಲಾ ವಿದ್ಯುತ್ಕಾಂತೀಯ ಶಕ್ತಿ, ಫೋಟಾನ್‌ಗಳು, ಎಲೆಕ್ಟ್ರಾನ್‌ಗಳಲ್ಲಿ ಬಂಧಿಸಲ್ಪಟ್ಟ ವಿದ್ಯುತ್ಕಾಂತೀಯ ಬಲ, ಫೆರ್ಮಿಯಾನ್‌ಗಳಲ್ಲಿ ವಿದ್ಯುತ್ಕಾಂತೀಯ ಬಲ, ಸಂಭಾವ್ಯ ಮತ್ತು ಚಲನ ಶಕ್ತಿಯಾಗಿ ಸಂಗ್ರಹವಾಗಿರುವ ಫೋಟಾನುಗಳು, ವರ್ಚುವಲ್ ಫೋಟಾನುಗಳು ಇತ್ಯಾದಿಗಳ ಬಗ್ಗೆ ಮಾತನಾಡುತ್ತಿದ್ದೇವೆ. ಹೀಗಾಗಿ, ಈ ಪುಟವು "ಎಲ್ಲವೂ ಶಕ್ತಿ" ಅಥವಾ "ಎಲ್ಲವೂ ಫೋಟಾನುಗಳು" ಅಥವಾ "ಎಲ್ಲವೂ ವಿದ್ಯುತ್ಕಾಂತೀಯ ಶಕ್ತಿ" ಇತ್ಯಾದಿಗಳ ಬಗ್ಗೆ ಸುಲಭವಾಗಿ ಚರ್ಚಿಸುತ್ತಿರಬಹುದು. ಇಲ್ಲಿ ಶಬ್ದಾರ್ಥವನ್ನು ನೋಡುತ್ತಿಲ್ಲ, ಸೈದ್ಧಾಂತಿಕ ಭೌತಶಾಸ್ತ್ರದ ಆಧ್ಯಾತ್ಮಿಕ ಅಂಶವನ್ನು ಮಾತ್ರ ನೋಡುತ್ತಿದ್ದೇವೆ.

"ಎಲ್ಲವೂ ಬೆಳಕು" ಎಂಬ ಟೆಸ್ಲಾ ಅವರ ಸಿದ್ಧಾಂತವನ್ನು ಗಂಭೀರವಾಗಿ ಪರಿಗಣಿಸಬೇಕಾದರೆ, ಈ ಮುಂದಿನ ತರ್ಕವನ್ನು ಪರಿಗಣಿಸಬೇಕಿದೆ: ಮೊದಲನೆಯದಾಗಿ, ಉಲ್ಲೇಖವು ಬಂದಿದೆ ಎಂದು ಹೇಳಲಾದ ನಿಕೋಲಾ ಟೆಸ್ಲಾ ಸಂದರ್ಶನವು ಬಹುತೇಕ ನಕಲಿಯಾಗಿದೆ. ಇದರ ಹೊರತಾಗಿಯೂ, ಟೆಸ್ಲಾರು ವಿದ್ಯುತ್ಕಾಂತೀಯ ಶಕ್ತಿಯ ಬಗ್ಗೆ ಸ್ಪಷ್ಟವಾಗಿ ಆಸಕ್ತಿ ಹೊಂದಿದ್ದರು.

ಎರಡನೆಯದಾಗಿ, ಒಂದು ದೃಷ್ಟಿಕೋನದಿಂದ, "ಬೆಳಕು" ಎಂದರೆ ನಾವು ವಿದ್ಯುತ್ಕಾಂತೀಯದ ಕೆಲವು ತರಂಗಾಂತರಗಳನ್ನು ಕರೆಯುತ್ತೇವೆ, ಅದನ್ನು ನಮ್ಮ ಕಣ್ಣುಗಳು ವಿಭಿನ್ನ ಬಣ್ಣಗಳಾಗಿ ಗ್ರಹಿಸಬಹುದು.... ಆದಾಗ್ಯೂ, "ಎಲ್ಲವೂ ಬೆಳಕು" ಎಂಬ ಹೇಳಿಕೆಯನ್ನು ಗಂಭೀರವಾಗಿ ಪರಿಗಣಿಸಬೇಕಾದರೆ, "ಬೆಳಕು" ಅನ್ನು ಎಲ್ಲಾ ವಿದ್ಯುತ್ಕಾಂತೀಯ ಬಲಕ್ಕೆ ಸಮಾನಾರ್ಥಕ ಪದವೆಂದು ನಾವು ಪರಿಗಣಿಸಬೇಕು (ಇಲ್ಲಿ ಫೋಟಾನುಗಳು, ಬೆಳಕು, ವಿದ್ಯುತ್, ಕಾಂತೀಯತೆ, ವಿದ್ಯುತ್ಕಾಂತೀಯ ಬಲ, ಎಲೆಕ್ಟ್ರಾನ್‌ಗಳಂತೆ ಉದ್ಭವಿಸುವುದು, ಇತ್ಯಾದಿ ಎಲ್ಲವೂ ಒಂದೇ).

ಇದಲ್ಲದೆ, ಕೆಲವು ರೀತಿಯ ಎಲೆಕ್ಟ್ರೋವೀಕ್ ಸಿದ್ಧಾಂತ (ದುರ್ಬಲ ಬಲ ಮತ್ತು ವಿದ್ಯುತ್ಕಾಂತೀಯ ಬಲವು ಒಂದು ಹಂತದಲ್ಲಿ ಒಂದಾಗಿ ಅಸ್ತಿತ್ವದಲ್ಲಿತ್ತು) ಸರಿಯಾಗಿರಬೇಕು ಮತ್ತು ಕೆಲವು ರೀತಿಯ "ಗ್ರ್ಯಾಂಡ್ ಏಕೀಕರಣ" ಸಿದ್ಧಾಂತ (ಬಲವಾದ, ದುರ್ಬಲ ಮತ್ತು ವಿದ್ಯುತ್ಕಾಂತೀಯ ಬಲವು ಒಂದು ಹಂತದಲ್ಲಿ ಒಂದಾಗಿ ಅಸ್ತಿತ್ವದಲ್ಲಿತ್ತು) ಸರಿಯಾಗಿರಬೇಕು.

ಏತನ್ಮಧ್ಯೆ, ದ್ರವ್ಯರಾಶಿಯಂತಹ ಗುಣಗಳು, ಗುರುತ್ವಾಕರ್ಷಣೆ ಮತ್ತು ಗುರುತ್ವಾಕರ್ಷಣೆಯಂತಹ ವಿದ್ಯಮಾನಗಳು ಮತ್ತು ಸ್ಥಳಾವಕಾಶವು ಸಹ ವಿದ್ಯುತ್ಕಾಂತೀಯ ಬಲದ ಪರಿಣಾಮವಾಗಿರಬೇಕು (ಅವುಗಳು ವಿದ್ಯುತ್ಕಾಂತೀಯ ಬಲದಿಂದ ಸ್ವತಂತ್ರವಾಗಿರಲು ಸಾಧ್ಯವಿಲ್ಲ, ಕನಿಷ್ಠ ಆರಂಭದಲ್ಲಿ ಅಲ್ಲ), ಮತ್ತು ಡಾರ್ಕ್ ಎನರ್ಜಿಯಂತಹ ಅಪರಿಚಿತರನ್ನು ವಿದ್ಯುತ್ಕಾಂತೀಯ ಬಲದಿಂದ ವಿವರಿಸಲು ಸಾಧ್ಯವಾಗುತ್ತದೆ.

ಮೇಲಿನ ಯಾವುದಾದರೂ ನಿಜವಲ್ಲದಿದ್ದರೆ, ನಾವು "ವಿದ್ಯುತ್ಕಾಂತೀಯ ಬಲ/ಬೆಳಕು/ಫೋಟಾನುಗಳು ಎಂದು ಕರೆಯುವವು ಬಹಳಷ್ಟು ವಿವರಿಸಬಹುದು, ನಾವು ಕ್ವಾಂಟಮ್ ಎಲೆಕ್ಟ್ರೋಡೈನಾಮಿಕ್ಸ್‌ನಲ್ಲಿ ನೋಡಬಹುದಾದಂತೆ, ಆದರೆ ಅದು ಎಲ್ಲವನ್ನೂ ವಿವರಿಸುವುದಿಲ್ಲ" ಎಂದು ಹೇಳಬಹುದು.

ಮೇಲಿನದನ್ನು ಮನಸ್ಸಿನಲ್ಲಿಟ್ಟುಕೊಂಡು, ಕಣ ಭೌತಶಾಸ್ತ್ರದ ಪ್ರಮಾಣಿತ ಮಾದರಿಯು ಎಲ್ಲಾ ಮೂಲಭೂತ ಕ್ವಾಂಟಮ್ ಕಣಗಳು ಕೆಲವು ಗುಣಲಕ್ಷಣಗಳನ್ನು ಮಾತ್ರ ಹೊಂದಿವೆ ಎಂದು ನಮಗೆ ತೋರಿಸುತ್ತದೆ. ಆ ಗುಣಲಕ್ಷಣಗಳಲ್ಲಿ ದ್ರವ್ಯರಾಶಿ, ಚಾರ್ಜ್ ಮತ್ತು ಸ್ಪಿನ್‌ನಂತಹ ವಿಷಯಗಳು ಸೇರಿವೆ. ಆ ಗುಣಲಕ್ಷಣಗಳನ್ನು ಚಲನೆಯಲ್ಲಿರುವ ಇತರ ದ್ರವ್ಯರಾಶಿ-ಶಕ್ತಿಗೆ

ಸಂಬಂಧಿಸಿದಂತೆ ಚಲನೆಯಲ್ಲಿ ದ್ರವ್ಯರಾಶಿ-ಶಕ್ತಿ ಎಂದು ವಿವರಿಸಲಾಗಿದೆ (ಶಕ್ತಿಯನ್ನು ಹಂಚಿಕೊಳ್ಳುವ ವಿಭಿನ್ನ ಜ್ಯಾಮಿತೀಯ ಸಂಬಂಧಗಳಲ್ಲಿ ಬೆಳಕಿನ ವೇಗದಲ್ಲಿ ಚಲಿಸುವ ಲೆಕ್ಕವಿಲ್ಲದಷ್ಟು ಆಯಸ್ಕಾಂತಗಳಂತೆ), ಮತ್ತು ಆದ್ದರಿಂದ ಬೆಳಕಿನಿಂದ ಕಾರ್ಯಸಾಧ್ಯವಾಗಿ ವಿವರಿಸಲಾಗಿದೆ.

ಸಲಹೆ: ಬಲವಾದ ಬಲ (ಗ್ಲುವಾನ್) ಮತ್ತು ದುರ್ಬಲ ಬಲ (Z ಮತ್ತು W ಬೋಸಾನ್‌ಗಳು) ನಿಜವಾಗಿಯೂ ಕೇವಲ ಕಾಂತೀಯ ಬಲದ ವಿಧಗಳಾಗಿವೆ ಎಂದು ಕಲ್ಪಿಸಿಕೊಳ್ಳಿ... ಈಗ ಅದು ಗುರುತ್ವಾಕರ್ಷಣೆ ಮತ್ತು ಹಿಗ್ಸ್‌ಗೆ ನಿಜ ಎಂದು ಕಲ್ಪಿಸಿಕೊಳ್ಳಿ. ಸರಿ, ಬಲಗಳ ವಿಷಯದಲ್ಲಿ, ಅದು ನಮಗೆ ಫೋಟಾನ್ ಅನ್ನು ಬಿಡುತ್ತದೆ, ಅಲ್ಲವೇ? ಈಗ ಏತನ್ಮಧ್ಯೆ ಎಲ್ಲಾ ಕ್ವಾರ್ಕ್‌ಗಳು ಮತ್ತು ಲೆಪ್ಟಾನ್‌ಗಳು ಚಾರ್ಜ್ ಆಗುತ್ತವೆ ಮತ್ತು ಫೋಟಾನ್‌ಗಳನ್ನು ಹಿಂದಕ್ಕೆ ಮತ್ತು ಮುಂದಕ್ಕೆ ತಿರುಗಿಸುತ್ತವೆ ಮತ್ತು ಹಾದುಹೋಗುತ್ತವೆ. ಒಟ್ಟಿಗೆ ಅಂಟಿಕೊಂಡು ಬೇರ್ಪಡಿಸುವ ಆ ಶಕ್ತಿಗಳು ಕಾಂತೀಯ ಎಂದು ಹೇಳುತ್ತಿಲ್ಲ, ಮತ್ತು ಕಣಗಳೊಂದಿಗೆ ನಡೆಯುತ್ತಿರುವ ಏಕೈಕ ವಿಷಯವನ್ನು ವಿದ್ಯುತ್ಕಾಂತೀಯ ದ್ರವ್ಯರಾಶಿ-ಶಕ್ತಿಯ ವಿಷಯದಲ್ಲಿ ವಿವರಿಸಬಹುದು ಎಂದು ಹೇಳುತ್ತಿಲ್ಲ, "ಕೋಳಿಯಂತೆ ವಾಸನೆ ಮಾಡುತ್ತದೆ, ಕೋಳಿಯಂತೆ ಕಾಣುತ್ತದೆ, ಕೋಳಿಯಂತೆ ರುಚಿ ನೀಡುತ್ತದೆ" ಎಂದು ಹೇಳುತ್ತಿದ್ದೇನೆ.

ಪ್ರಮಾಣಿತ ಮಾದರಿ ಪ್ರಾಥಮಿಕ ಕಣ ಇನ್ಫೋಗ್ರಾಫಿಕ್ ಚಿತ್ರದ ಮೊದಲ ಭಾಗವು ಕಣಗಳು ತಿಳಿದಿರುವ ಎಲ್ಲಾ ವಸ್ತು ಮತ್ತು ಶಕ್ತಿಯನ್ನು ರೂಪಿಸುತ್ತವೆ ಎಂದು ತೋರಿಸುತ್ತದೆ. ಅವುಗಳಲ್ಲಿ, ಗ್ಲುವಾನ್ ಮತ್ತು ಫೋಟಾನ್ ಮಾತ್ರ ದ್ರವ್ಯರಾಶಿರಹಿತವಾಗಿವೆ. ಎರಡನೇ ಭಾಗವು ಪ್ರಮಾಣಿತ ಮಾದರಿಯ ಎಲ್ಲಾ ಬಲಗಳು ಮತ್ತು ಫೆರ್ಮಿಯನ್‌ಗಳು ಹೇಗೆ ಸಂಬಂಧಿಸಿವೆ ಎಂಬುದನ್ನು ತೋರಿಸುತ್ತದೆ. ನೀವು ನೋಡುವಂತೆ, ನಾವು ಇದನ್ನೆಲ್ಲಾ ಕೆಲವು ಪ್ರಮುಖ ಗುಣಲಕ್ಷಣಗಳಾಗಿ ವಿಭಜಿಸಬಹುದು. ಇವೆಲ್ಲವೂ ದ್ರವ್ಯರಾಶಿ-ಶಕ್ತಿಯಂತಹ ಪದಗಳಿಗೆ ಸಂಬಂಧಿಸಿವೆ.

ಈಗ, ಗಮನಿಸಿದರೆ: 1.ದ್ರವ್ಯರಾಶಿಯು ಸಂಭಾವ್ಯ ಶಕ್ತಿಯಾಗಿದೆ (ಇದನ್ನು ಫೋಟಾನ್‌ಗಳಂತೆ ಚಲನ ಶಕ್ತಿಯಾಗಿ ಬಿಡುಗಡೆ ಮಾಡಬಹುದು), 2.ಚಾರ್ಜ್ ಚಲನ ಶಕ್ತಿಯಾಗಿದೆ

(ಇದನ್ನು ಫೋಟಾನ್‌ಗಳಾಗಿ ಬಿಡುಗಡೆ ಮಾಡಬಹುದು), ಮತ್ತು 3. ಸ್ಪಿನ್ ಎಂಬುದು ಚಲನೆಯ ಒಂದು ವಿಧವಾಗಿದೆ (ವಿದ್ಯುತ್ಕಾಂತೀಯ ಶಕ್ತಿಯ ಗುಣಮಟ್ಟ ಮತ್ತು ಏಕೈಕ ಗುಣವೆಂದರೆ ಅದು ಯಾವಾಗಲೂ ಬೆಳಕಿನ ವೇಗದಲ್ಲಿ ಅಡೆತಡೆಯಿಲ್ಲದೆ ಚಲಿಸುತ್ತದೆ), ನಿರ್ದಿಷ್ಟ ಕ್ವಾಂಟಮ್ ಕಣವು ಮಾಡುವ ಎಲ್ಲವನ್ನೂ ಫೋಟಾನ್‌ಗಳಿಂದ ಸಂಭಾವ್ಯವಾಗಿ ವಿವರಿಸಬಹುದು ಎಂದು ನೋಡಬಹುದು.

ಇದಲ್ಲದೆ, ಕಣಗಳು ಶಕ್ತಿಯನ್ನು ವಿನಿಮಯ ಮಾಡಿಕೊಂಡಾಗ, ಅವು ನಾಲ್ಕು ಬಲ ಕಣಗಳ ಮೂಲಕ, "ವರ್ಚುವಲ್ ಕಣಗಳನ್ನು" ವಿನಿಮಯ ಮಾಡಿಕೊಳ್ಳುವ ಮೂಲಕ ಹಾಗೆ ಮಾಡುತ್ತವೆ. ಹಲವು ವಿಭಿನ್ನ ಪ್ರಕಾರಗಳಿದ್ದರೂ ವರ್ಚುವಲ್ ಕಣಗಳು ಮೂಲಭೂತವಾಗಿ "ವರ್ಚುವಲ್ ಫೋಟಾನುಗಳು".

ಈಗ ಪರಿಗಣಿಸಿ, ಎಲ್ಲಾ ಪ್ರಮಾಣಿತ ಮಾದರಿ ಕಣಗಳು ಮೂಲಭೂತವಾಗಿ ದ್ರವ್ಯರಾಶಿರಹಿತ ಶಕ್ತಿ ಕಣಗಳಿಂದ ಮಾಡಲ್ಪಟ್ಟ ಸಂಯೋಜಿತ ಕಣಗಳಾಗಿವೆ (ನ್ಯಾಯವಾಗಿ ಹೇಳಬೇಕೆಂದರೆ ಅವೆಲ್ಲವನ್ನೂ ಅವುಗಳ ನಿರ್ದಿಷ್ಟ ಕ್ವಾಂಟಮ್ ಕ್ಷೇತ್ರಗಳಲ್ಲಿ ತರಂಗ-ಕಣ ಕಂಪನಗಳೆಂದು ಪರಿಗಣಿಸಬಹುದು; ಇದು ಸ್ವತಃ ವಿಚಿತ್ರವಾಗಿದೆ... ಕಂಪನವು ಯಾವಾಗಲೂ ಅದರ ಮಧ್ಯಭಾಗದಲ್ಲಿ ವಿದ್ಯುತ್ಕಾಂತೀಯವಾಗಿದೆಯೇ ಅಥವಾ ಅಲ್ಲವೇ?).

ಮುಂದೆ ಹೋಗಿ, ಮೇಲಿನ ಹಂತಕ್ಕೆ ಹೋದರೆ, ದ್ರವ್ಯರಾಶಿರಹಿತ ಶಕ್ತಿ ಕಣಗಳಲ್ಲಿ ಕೇವಲ ಎರಡು ಫೋಟಾನ್ (ವಿದ್ಯುತ್ಕಾಂತೀಯ ಬಲದ ವಾಹಕ) ಮತ್ತು ಗ್ಲುಆನ್ (ಇದು ಕ್ವಾರ್ಕ್‌ಗಳನ್ನು ಒಟ್ಟಿಗೆ "ಅಂಟಿಸುತ್ತದೆ"). ಇಲ್ಲಿ ಫೋಟಾನ್ ವಿದ್ಯುತ್ಕಾಂತೀಯ ಬಲವನ್ನು ಮಧ್ಯಸ್ಥಿಕೆ ವಹಿಸುತ್ತದೆ, ಗ್ಲುಆನ್ ಕ್ವಾರ್ಕ್‌ಗಳನ್ನು ಮಧ್ಯಸ್ಥಿಕೆ ವಹಿಸುತ್ತದೆ ಎಂಬುದನ್ನು ಗಮನಿಸಬಹುದು (ಕ್ವಾರ್ಕ್ ವಿದ್ಯುತ್ಕಾಂತೀಯ ಬಲವನ್ನು ಹೊಂದಿರುವ ಸಂಯೋಜಿತ ಕಣವಾಗಿದೆ).

ಈಗ ಪರಿಗಣಿಸಿ, ವಿಶ್ವದಲ್ಲಿರುವ ಎಲ್ಲವೂ ಪರಮಾಣುಗಳಿಂದ ಮಾಡಲ್ಪಟ್ಟಿದೆ, ಪರಮಾಣುಗಳು ಸಂಯೋಜಿತ ಕಣಗಳಿಂದ ಮಾಡಲ್ಪಟ್ಟಿದೆ ಮತ್ತು ಸಂಯೋಜಿತ ಕಣಗಳು ದ್ರವ್ಯರಾಶಿರಹಿತ ಕಣಗಳಿಂದ ಮಾಡಲ್ಪಟ್ಟಿದೆ ಮತ್ತು

ಹೀಗಾಗಿ ಗ್ಲುಆನ್‌ಗಳು ಮತ್ತು ಫೋಟಾನ್‌ಗಳಿಂದ ಮಾಡಲ್ಪಟ್ಟಿದೆ (ಅಕಾ ನಕ್ಷತ್ರ ವಸ್ತುಗಳಿಂದ ಮಾಡಲ್ಪಟ್ಟಿದೆ).

ಗ್ಲುವಾನ್‌ಗಳು ಮತ್ತು ಫೋಟಾನ್‌ಗಳನ್ನು ಒಂದು ದೊಡ್ಡ-ಏಕೀಕೃತ ಬಲದಿಂದ ವಿವರಿಸಬಹುದಾದರೆ, ಫೋಟಾನ್‌ಗಳಿಂದ ಬಾಹ್ಯಾಕಾಶದಲ್ಲಿ ಸಾಪೇಕ್ಷ ಸ್ಥಾನದಲ್ಲಿ ಚಲನೆಯಲ್ಲಿರುವ ವಿದ್ಯುತ್ಕಾಂತೀಯ ದ್ರವ್ಯರಾಶಿ-ಶಕ್ತಿಯಾಗಿ ವಿವರಿಸಲಾಗದಷ್ಟು ಕಡಿಮೆ ಅಥವಾ ಏನೂ ಉಳಿದಿಲ್ಲ (... "ಡಾರ್ಕ್" ಶಕ್ತಿಗಳು ಇತ್ಯಾದಿಗಳ ಬಗ್ಗೆ ನಿಖರವಾಗಿ ತಿಳಿದಿಲ್ಲ ಎಂಬ ಎಚ್ಚರಿಕೆಯೊಂದಿಗೆ.)

ಬೇರೆ ರೀತಿಯಲ್ಲಿ ಹೇಳುವುದಾದರೆ, ನಾವು ಎಲ್ಲಾ ವಿದ್ಯುತ್ಕಾಂತೀಯ ಶಕ್ತಿಗಳಿಗೆ ಸಮಾನಾರ್ಥಕವಾಗಿ "ಬೆಳಕು" ಅನ್ನು ಬಳಸಿದರೆ, ಮತ್ತು ನಂತರ ವಿದ್ಯುತ್ಕಾಂತೀಯ ಬಲಕ್ಕೆ ಸಂಬಂಧಿಸಿದ ಹಲವಾರು ಸಿದ್ಧಾಂತಗಳನ್ನು ನಾವು ಊಹಿಸಿದರೆ, "ಎಲ್ಲಾ ತಿಳಿದಿರುವ ಪ್ರಮಾಣಿತ ಮಾದರಿ ಕಣಗಳನ್ನು" ಫೋಟಾನ್‌ಗಳಿಂದ ಸ್ವಲ್ಪ ಮಟ್ಟಿಗೆ ವಿವರಿಸಬಹುದು ಎಂದು (ಸಿದ್ಧಾಂತದಲ್ಲಿ) ಹೇಳಬಹುದು.

ಹೀಗಾಗಿ, ಟೆಸ್ಲಾ ಹೇಳಿದ್ದಾರೆಂದು ಹೇಳಲಾಗುತ್ತದೆ ಆದರೆ ಬಹುಶಃ ಮಾಡಿಲ್ಲ ಎಂಬ ಸಿದ್ಧಾಂತವು ... ಸಮರ್ಥನೀಯವಾಗಿದೆ. ವಾಸ್ತವವಾಗಿ, ಬ್ರಹ್ಮಾಂಡವು ಒಂದೇ ವಸ್ತುವಿನಿಂದ ಸೃಷ್ಟಿಯಾಗಿದೆ ಎಂದು ಸೂಚಿಸುವ ಯಾವುದೇ ಸಿದ್ಧಾಂತಕ್ಕಿಂತ ಇದು ಹೆಚ್ಚು ಸಮರ್ಥನೀಯವಾಗಿದೆ ಎಂದು ಹೇಳಬಹುದಾಗಿದೆ. ಸ್ಪಷ್ಟವಾಗಿ, ವಿದ್ಯುತ್ಕಾಂತೀಯ ಬಲವು ಸ್ವಲ್ಪ ಮಟ್ಟಿಗೆ ಎಲ್ಲದರ ತಿರುಳಾಗಿದೆ, ಆದರೆ ಅದು ಒಂದೇ ವಿಷಯವೇ ... ಅದು ಖಚಿತವಾಗಿ ಉತ್ತರಿಸಲು ಸಾಧ್ಯವಾಗದ ಪ್ರಶ್ನೆಯಾಗಿದೆ.

ವಿದ್ಯುತ್ಕಾಂತೀಯ ಕ್ಷೇತ್ರದಲ್ಲಿ ಕ್ವಾಂಟಮ್ ಏರಿಳಿತಗಳ ಪರಿಭಾಷೆಯಲ್ಲಿ ವಿಶ್ವವನ್ನು ವಿವರಿಸಬಹುದು, ಅಲ್ಲಿ ಎಲ್ಲವೂ ಅದರ ಮಧ್ಯಭಾಗದಲ್ಲಿರುವ ವಿದ್ಯುತ್ಕಾಂತೀಯತೆಯ ಪರಿಣಾಮವಾಗಿದೆ (ಒಂದು ಪರಿಣಾಮವು "ಬಿಗ್ ಬ್ಯಾಂಗ್ ನಂತರ ಫೋಟಾನ್‌ಗಳಿಂದ ವಿವರಿಸದ ಕಣಗಳಾಗಿ ವಿಭಜನೆಯಾಗುತ್ತಿದ್ದರೂ ಸಹ")... ಆದರೆ, "ಎಲ್ಲವೂ ಬೆಳಕಲ್ಲ" ಎಂದು ಗಮನಿಸಲು ನಾವು ಗ್ರ್ಯಾಂಡ್ ಯೂನಿಫಿಕೇಶನ್ ಸಿದ್ಧಾಂತದಿಂದ ಸಾಕಷ್ಟು ದೂರದಲ್ಲಿದ್ದೇವೆ (ಬೇರೆ ರೀತಿಯಲ್ಲಿ ಹೇಳುವುದಾದರೆ, ಈ ಹಂತದಲ್ಲಿ ತಿಳಿದಿರುವ ವಿಷಯಗಳನ್ನು

ಶುದ್ಧ ಊಹಾಪೋಹ ಮತ್ತು ವಿದ್ಯಾವಂತ ಊಹೆಯೊಂದಿಗೆ ಬೆರೆಸುತ್ತಿದ್ದೇವೆ!)

ನಾವು ನಕ್ಷತ್ರ ವಸ್ತುಗಳಿಂದ ಮಾಡಲ್ಪಟ್ಟಿದ್ದೇವೆ ಎಂದು ನಮಗೆ ತಿಳಿದಿದೆ, ಪ್ರಮಾಣಿತ ಮಾದರಿಯಿಂದ ಅರ್ಥಮಾಡಿಕೊಂಡಂತೆ ಫೋಟಾನ್‌ಗಳು ವಿಶ್ವಕ್ಕೆ ಕೇಂದ್ರವಾಗಿವೆ ಎಂದು ನಮಗೆ ತಿಳಿದಿದೆ, "ಚಲನೆಯ ಸಂಬಂಧವನ್ನು ಪರಿಗಣಿಸಲಾದ ವ್ಯವಸ್ಥೆಯ ದ್ರವ್ಯರಾಶಿಗೆ ಸಮಾನವಾದ ಶಕ್ತಿ" (ಐನ್‌ಸ್ಟೈನ್‌ನ ದ್ರವ್ಯರಾಶಿ-ಶಕ್ತಿ ಸಮಾನತೆ) ರೀತಿಯ ಸಿದ್ಧಾಂತಗಳೊಂದಿಗೆ ಒಂದು ಅಥವಾ ಹೆಚ್ಚಿನ ಕಣಗಳ ಎಲ್ಲಾ ನೈಜ ವ್ಯವಸ್ಥೆಗಳ ತಿರುಳನ್ನು ನಾವು ವಿವರಿಸಬಹುದು ಎಂದು ನಮಗೆ ತಿಳಿದಿದೆ ಮತ್ತು ಎಲ್ಲಾ ಕ್ವಾಂಟಮ್ ಕಣಗಳನ್ನು ದ್ರವ್ಯರಾಶಿ, ಶಕ್ತಿ ಮತ್ತು ಚಲನೆಯಿಂದ ವಿವರಿಸಬಹುದು ಎಂದು ನಮಗೆ ತಿಳಿದಿದೆ, ಆದ್ದರಿಂದ "ಎಲ್ಲವೂ ಬೆಳಕು" ಎಂಬ ಕಲ್ಪನೆಯನ್ನು ಚಿಂತಿಸುವುದು ತಪ್ಪಲ್ಲ.

ಸಲಹೆ: ಎಲ್ಲವೂ ಬೆಳಕಾಗಿದ್ದರೆ, ಬೆಳಕಲ್ಲದ ಏಕೈಕ ವಿಷಯ "ಏನೂ ಅಲ್ಲ." ವಿಚಿತ್ರವೆಂದರೆ, ವಿಶ್ವವನ್ನು ಹುಡುಕಿದರೂ ಏನೂ ಸಿಗುವುದಿಲ್ಲ.

ಸತ್ಯ: ಇನ್ನೊಂದು ವಿಚಿತ್ರ ಸಿದ್ಧಾಂತವೆಂದರೆ "ಫೋಟಾನ್‌ಗಳು" ಇಲ್ಲ, ಬದಲಿಗೆ "ನಮ್ಮ ಇಡೀ ವಿಶ್ವವನ್ನು ರೂಪಿಸುವ ಒಂದೇ ಎಲೆಕ್ಟ್ರಾನ್" ಇದೆ ಎಂಬ ಕಲ್ಪನೆ. ಏಕ ಎಲೆಕ್ಟ್ರಾನ್ ಸಿದ್ಧಾಂತ, ಎಲ್ಲವೂ ದ್ರವ್ಯರಾಶಿಯಿಲ್ಲದ ಕಣಗಳಿಂದ ಮಾಡಲ್ಪಟ್ಟಿದೆ ಎಂಬ ಕಲ್ಪನೆ ಮತ್ತು ಬೆಳಕಿನಿಂದ ಎಲ್ಲವನ್ನೂ ಮತ್ತು ಯಾವುದನ್ನೂ ವಿವರಿಸಲು ಸಾಧ್ಯವಿಲ್ಲ ಎಂಬ ಕಲ್ಪನೆಯಂತಹ ವಿಚಿತ್ರ ಸಿದ್ಧಾಂತಗಳು ಸಿದ್ಧಾಂತದ ಕ್ಷೇತ್ರದಲ್ಲಿವೆ. ಅಂದರೆ ಇದು ಸೈದ್ಧಾಂತಿಕ ಭೌತಶಾಸ್ತ್ರವನ್ನು ಬಳಸುವ ವಿಶ್ವವಿಜ್ಞಾನದಂತಹ ಮೆಟಾಫಿಸಿಕ್ಸ್ ಕ್ಷೇತ್ರಗಳ ಕ್ಷೇತ್ರವಾಗಿದೆ. ಬೇರೆ ರೀತಿಯಲ್ಲಿ ಹೇಳುವುದಾದರೆ, "ಇರಬಹುದು" ಅಲ್ಲ "ಇರುತ್ತದೆ".

ಗಮನಿಸಿ: ವಿಜ್ಞಾನಿಗಳು ಇತ್ತೀಚೆಗೆ ಬೆಳಕನ್ನು ಮೊದಲ ಬಾರಿಗೆ "ಸೂಪರ್ ಸಾಲಿಡ್" ನಂತೆ ವರ್ತಿಸುವಂತೆ ಮಾಡುವಲ್ಲಿ ಯಶಸ್ವಿಯಾಗಿದ್ದಾರೆ - ಇದು ವಸ್ತುವಿನ ಈ ವಿಲಕ್ಷಣ ಹಂತದ ಬಗ್ಗೆ ನಮ್ಮ ತಿಳುವಳಿಕೆಯನ್ನು ಸುಧಾರಿಸುವ ಒಂದು ಪ್ರಗತಿಯಾಗಿದೆ.

ಸೂಪರ್ ಸಾಲಿಡ್ ಘನವಸ್ತುವಿನಂತೆ ಕ್ರಮಬದ್ಧ ರಚನೆಯನ್ನು ಹೊಂದಿದೆ ಆದರೆ ಸೂಪರ್ ಫ್ಲೂಯಿಡ್ ನಂತೆ

ಘರ್ಷಣೆಯಿಲ್ಲದೆ ಹರಿಯಬಹುದು, ಮತ್ತು ಹಿಂದೆ ಅವುಗಳನ್ನು "ಬೋಸ್-ಐನ್‌ಸ್ಟೈನ್ ಕಂಡೆನ್ಸೇಟ್‌ಗಳು" ಎಂದು ಕರೆಯಲ್ಪಡುವಲ್ಲಿ ಮಾತ್ರ ಉತ್ಪಾದಿಸಲಾಗುತ್ತಿತ್ತು - ಇವು ಪರಮಾಣುಗಳ ಅನಿಲವನ್ನು ಸಂಪೂರ್ಣ ಶೂನ್ಯಕ್ಕೆ ತಂಪಾಗಿಸಿದಾಗ ರೂಪುಗೊಳ್ಳುತ್ತವೆ.

"ಇದು ಸೂಪರ್ ಸಾಲಿಡ್ ಅನ್ನು ಅರ್ಥಮಾಡಿಕೊಳ್ಳುವ ಪ್ರಾರಂಭ ಮಾತ್ರ" ಎಂದು ಇಟಲಿ ಮೂಲದ ಭೌತವಿಜ್ಞಾನಿಗಳಾದ ಸಿಎನ್‌ಆರ್ ನ್ಯಾನೋಟೆಕ್‌ನ ಆಂಟೋನಿಯೊ ಜಿಯಾನ್‌ಫೇಟ್ ಮತ್ತು ಪಾವಿಯಾ ವಿಶ್ವವಿದ್ಯಾಲಯದ ಡೇವಿಡ್ ನಿಗ್ರೊ ಸಂಶೋಧನಾ ಸಾರಾಂಶದಲ್ಲಿ ಹೇಳಿದ್ದಾರೆ.

ನಮ್ಮ ಜೀವನದಲ್ಲಿ, ನಾವು ಮುಖ್ಯವಾಗಿ ಘನ, ದ್ರವ ಮತ್ತು ಅನಿಲಗಳು ಎಂಬ ಮೂರು ವಿಭಿನ್ನ ಹಂತಗಳಲ್ಲಿ ವಸ್ತುವನ್ನು ಎದುರಿಸುತ್ತೇವೆ.

"ಸಂಪೂರ್ಣ ಶೂನ್ಯಕ್ಕೆ ಹತ್ತಿರವಿರುವ ತಾಪಮಾನದಲ್ಲಿ, ಪರಮಾಣುಗಳ ಕ್ವಾಂಟಮ್-ಯಾಂತ್ರಿಕ ಸ್ವಭಾವವು ಹೊರಹೊಮ್ಮುತ್ತದೆ ಮತ್ತು ವಸ್ತುವಿನ ವಿಲಕ್ಷಣ ಹಂತಗಳು ಕಾಣಿಸಿಕೊಳ್ಳುತ್ತವೆ" ಎಂದು ಸಂಶೋಧಕರು ವಿವರಿಸಿದರು.

ಅಂತಹ ವಿಲಕ್ಷಣ ಹಂತಗಳಲ್ಲಿ ಸೂಪರ್ಸಾಲಿಡ್‌ಗಳು ಸೇರಿವೆ, ಇವುಗಳನ್ನು ಮೊದಲು 1960 ರ ದಶಕದಲ್ಲಿ ಊಹಿಸಲಾಗಿತ್ತು, ಆದರೆ ಮೊದಲು 2017 ರಲ್ಲಿ ಮ್ಯಾಸಚೂಸೆಟ್ಸ್ ಇನ್‌ಸ್ಟಿಟ್ಯೂಟ್ ಆಫ್ ಟೆಕ್ನಾಲಜಿ ಮತ್ತು ಸ್ವಿಟ್ಜರ್‌ಲ್ಯಾಂಡ್‌ನ ETH ಜ್ಯೂರಿಚ್‌ನ ಸಂಶೋಧಕರು ಪ್ರದರ್ಶಿಸಿದರು.

ವೇದ ವಿಜ್ಞಾನಿಗಳ ಹೇಳುವಂತೆ ಪ್ರಪಂಚದ ಸಕಲವೂ ಕೂಡ ಕಿರಣಭೂತವೇ ಆಗಿರುವ ಕಾರಣದಿಂದಾಗಿ ನಾವುಗಳು ಪ್ರಪಂಚದ ಎಲ್ಲವನ್ನೂ ಸಹ ಧಾರಣೆ ಮಾಡಿದ್ದೇವೆ ಎಂದಾಗಿ ಅರ್ಥಮಾಡಿಕೊಳ್ಳಬಹುದಾಗಿದೆ. ಹೀಗಾಗಿ ಇಡಾ ಹಾಗು ಪಿಂಗಳ ಎಂಬ ಎರಡು ನಾಡಿಗಳನ್ನು ವೇದ ಶಾಸ್ತ್ರವು ಪೂಷ್ಣ ಹಾಗು ಸೋಮ ಎಂದಾಗಿ ಹೆಸರಿಸಿದೆ.

ಈ ಮೊದಲೇ ನೋಡಿದಂತೆ ಸಾಧಕನು ಈಗಾಗಲೇ ಈ ಎರಡು ನಾಡಿಗಳನ್ನು ನಿರ್ಬಂಧಿಸಿದ್ದಾಗಿದೆ. ಆದರೆ ಪ್ರಪಂಚದ ಕ್ರಿಯೆ ನಿಲ್ಲದೆ ನಡೆಯಬೇಕಿದೆ! ಏಕೆಂದರೆ ಸಾಧಕನ ದೇಹದ ಕ್ರಿಯೆ ನಡೆಯಬೇಕಲ್ಲಾ?! ಅವನ ದೇಹದ ಕ್ರಿಯೆಗೆ ಕಾರಣವಾಗಿರುವುದೇ ಈ ಎರಡು ನಾಡಿಗಳಾಗಿವೆ. ಯೋಗ ಸಾಧನೆ ಮಾಡದ ಹೊರತು

ಸುಷುಮ್ನಾ ಏನೂ ಮಾಡದೆ ಹಾಗೆಯೇ ಇರುತ್ತದೆ. ಸುಷುಮ್ನಾ ಕೆಲಸ ಮಾಡಬೇಕು ಅಥವಾ ಈ ಎರಡು ನಾಡಿಗಳು ಕೆಲಸ ಮಾಡುತ್ತಿರಲೇ ಬೇಕು. ಇದನ್ನು ಸಾಧಕನು ಸರಿಯಾಗಿ ಅರ್ಥಮಾಡಿಕೊಳ್ಳಬೇಕಿದೆ.

ಯಾವ ಸಮಯದಲ್ಲಿ ಸಾಧಕನು ತನ್ನ ಸುಷುಮ್ನಾ ನಾಡಿಯನ್ನು ಜಾಗೃತಮಾಡಿಕೊಳ್ಳುತ್ತಾನೆಯೋ ಆ ಕ್ಷಣದಿಂದ ಉಳಿದ ನಾಡಿಗಳಲ್ಲಿ ಸ್ವಯಂ ಚಲನೆ ಇಲ್ಲವಾಗುತ್ತದೆ. ಜಾಗೃತ ಮಾಡಿಕೊಂಡು ನಿಯಂತ್ರಣ ಮಾಡಿದ ಮೇಲೆ ಸ್ವಯಂ ಚಾಲನೆಯನ್ನ ಪುನಃ ಕಾರ್ಯಗತಗೊಳಿಸಲಾಗುವುದಿಲ್ಲ. ಹಾಗೆಂದು ಸುಮ್ಮನಿದ್ದರೆ ಆಗದು. ಅದಕ್ಕೆ ಸಾಧಕನೇ ಚಲನೆಯನ್ನು ನೀಡಬೇಕು. ದೇಹದ ವ್ಯಾಪಾರಕ್ಕೆ ಏನೇನು ಬೇಕೋ ಅದೆಲ್ಲವೂ ಮತ್ತೂ ಅವಶ್ಯಕವೇ ಹೌದು. ಇಡಾ ಹಾಗು ಪಿಂಗಳ ನಾಡಿಗಳು ದೇಹದ ವ್ಯಾಪಾರಕ್ಕೆ ಸಂಬಂಧಿಸಿದಂತೆ ಹಾಗು ಪ್ರಪಂಚಕ್ಕೆ ಸಂಬಂಧಿಸಿದಂತೆ ತಮ್ಮ-ತಮ್ಮ ಕೆಲಸಗಳನ್ನು ಮಾಡಲೇಬೇಕು. ಉದಾಹರಣೆಗೆ ಹೇಳಬೇಕೆಂದರೆ, ಸ್ವಾಭಾವಿಕವಾಗಿ ಕೆಲಸದಲ್ಲಿ ತೊಡಗಿರುವಂತಹ ಮೂಗು ಸುಷುಮ್ನಾ ನಾಡಿಯು ಉದ್ದೀಪನಗೊಂಡ ನಂತರ ತನ್ನ ಕೆಲಸವನ್ನು ಮಾಡುವುದಿಲ್ಲ. ಹೀಗಾಗಿ ಸಾಧಕನು ಸ್ವಯಂ ಮೂಗಿನಿಂದ ಕೆಲಸಮಾಡಿಸಬೇಕು. ಇಲ್ಲಿದಿದ್ದರೆ ಉಸಿರಾಟ ನಿಂತುಹೋಗಿ ದೇಹವು ಸಾವನ್ನಪ್ಪುವುದು. ಹೀಗಾಗಿ ಮೂಗಿಗೆ ಉಸಿರಾಡುವಂತೆ ಚಲನೆ ಕೊಡಬೇಕು. ಆ ನರಗಳು ಅದಕ್ಕೆ ಸಂಬಂಧಪಟ್ಟಂತಹ ಸಕಲ ಚಲನೆಗಳನ್ನು ನಿರಂತರವಾಗಿ ಇಟ್ಟುಕೊಳ್ಳುವುದಕ್ಕೆ ಬೇಕಾಗಿ ಪ್ರಾಪಂಚಿಕ ಬೇಕು. ಪ್ರಾಪಂಚಿಕ ಕಾರಣದಿಂದಾಗಿ ಅದು ನಿರಂತರ ಚಲನೆಯಾಗುತ್ತದೆ. ಹೀಗಾಗಿ, ಪುಷ್ಣಾಮಿ ಚೌಷಧೀಃ ಸರ್ವಾಃ – ಅದಕ್ಕೆ ಕ್ರಿಯಾತ್ಮಕವಾಗಿ ಮಾಡುವ ಕೆಲಸವಿರುತ್ತದೆ. ಇಲ್ಲಿ ಅದೇ ಔಷಧ ಎಂದಾಗಿ ವೇದ ತಜ್ಞರು ಹೇಳುತ್ತಾರೆ.

ಎಲ್ಲಾ ರಸ-ವಾಹಕ ನರಗಳು ಸೋಮ, ಆ ರಸವಾಹಿ ನರಗಳಿಗೂ ಪ್ರಚೋದನೆಯಾಗಬೇಕು (ಸೋಮೋ ಭೂತ್ವಾ ರಸಾತ್ಮಕಃ). ಇಲ್ಲದಿದ್ದರೆ ದೇಹದ ಯಾವುದೋ ಒಂದು ಭಾಗಕ್ಕೆ ಏನಾದರು ಕಡಿದರೂ ಸಹ ಸಾಧಕನ ಅರಿವಿಗೇ ಬರುವುದಿಲ್ಲ. ದೇಹದ ಯಾವುದಾದರೊಂದು ಭಾಗವು ಕತ್ತರಿಸಿಕೊಂಡು ಹೋದರೂ ಸಹ ಅವನಿಗೆ ಗೊತ್ತಾಗುವುದಿಲ್ಲ. ನಿದ್ರೆ ಮಾಡುತ್ತಿರುವ

ಸಮಯದಲ್ಲೂ ಕೂಡ ತನ್ನನ್ನು ತಾನು ಕಾಯ್ದುಕೊಳ್ಳಬೇಕೆಂದರೆ ರಸಾತ್ಮಕ ವ್ಯವಹಾರಗಳು ಸರಿಯಾಗಿ ನಡೆಯುತ್ತಿರಬೇಕು. ಆಗ ಒಂದು ಸಣ್ಣ ಬದಲಾವಣೆಯೂ ಸಹ ದೇಹಕ್ಕೆ ಗೊತ್ತಾಗುತ್ತದೆ. ಹೀಗಾದಾಗ ಮಾತ್ರ ಅದಕ್ಕೆ ಏನು ಬೇಕೋ ಅದನ್ನು ಪರಿವರ್ತನೆ ಮಾಡಿಕೊಳ್ಳಲು ಆಗುವುದಾಗಿದೆ. ಯಾವನಿಗೆ ಮೇಲೆ ನೋಡಿದಂತಹ ಸಿದ್ಧಿ ಘಟಿಸುವುದೋ ಅವನು ಈ ರೀತಿಯ ಎಚ್ಚರಿಕೆಯನ್ನು ನಿಖರವಾಗಿ ತೆಗೆದುಕೊಳ್ಳಬೇಕು. ಇಲ್ಲದಿದ್ದರೆ ಅವನ ದೇಹವು ಕೊರಡಾಗಿ ಹೋಗುತ್ತದೆ.

ಸಿದ್ಧಿ ಮಾಡಿಕೊಂಡವನು ಆಹಾರ ಹಾಗು ನೀರನ್ನು ಕ್ರಮವಾಗಿ ಸೇವಿಸುತ್ತಿರಬೇಕು. ರಾತ್ರಿಯ ಸಮಯದಲ್ಲಿ ಪ್ರತಿ ಯಾಮಕ್ಕೆ ಒಮ್ಮೆ ಅಂದರೆ ಮೂರು ಗಂಟೆಗಳಿಗೊಮ್ಮೆ ನೀರನ್ನು ಕುಡಿಯುತ್ತಿರಬೇಕು. ಆಗ ಮಾತ್ರವೇ ಅವನ ಒಳಗಿರುವಂತಹ ವೈಶ್ವಾನರದ ಪ್ರಚೋದನೆ ಘಟಿಸುತ್ತದೆ. ಈ ವೈಶ್ವಾನರನು ಆಹಾರವನ್ನು ಭಕ್ಷಿಸುವುದಕ್ಕೆ ಇರದೆ, ಈ ನಾಡಿಗಳನ್ನು ಪ್ರಚೋದಿಸುವುದಕ್ಕೆ ಇದ್ದಾನೆ ಎಂದಾಗಿ ವೇದ ತಜ್ಞರು ಹೇಳುತ್ತಾರೆ. ಆ ವೈಶ್ವಾನರನೇ ಹೇಳುತ್ತಾನೆ:

ಅಹಂ ವೈಶ್ವಾನರೋ ಭೂತ್ವಾ ಪ್ರಾಣಿನಾಂ ದೇಹಮಾಶ್ರಿತಃ|
ಪ್ರಾಣಾಪಾನಸಮಾಯುಕ್ತಃ ಪಚಾಮ್ಯನ್ನಂ ಚತುರ್ವಿಧಂ ||

ವೈಶ್ವಾನರ ಎಂಬುದು ಒಂದು ರೀತಿಯ ಅಗ್ನಿ ಎಂದಾಗಿ ವೇದ ವಿಜ್ಞಾನಿಗಳು ಹೇಳುತ್ತಾರೆ. ಅಂದರೆ ಇದು ತಿಂದ ಆಹಾರಕ್ಕೆ ಆವೇಗವನ್ನು ನೀಡಿ ಅದರಿಂದ ವಿವಿಧ ಪ್ರಯೋಜನಗಳನ್ನು ಉತ್ಪತ್ತಿಮಾಡುವುದಕ್ಕಾಗಿರುತ್ತದೆ. ಅಹಂ ವೈಶ್ವಾನರೋ ಭೂತ್ವಾ – ನಾಲ್ಕು ವಿಧವಾದ ಅನ್ನವನ್ನು, ಅಂದರೆ ಆಹಾರಕ್ಕೆ ಈ ವೈಶ್ವಾನರ ಅಗ್ನಿ ಸ್ವರೂಪನು ಆವೇಗವನ್ನು ನೀಡುವವನಾಗಿದ್ದಾನೆ. ಅವುಗಳು ಕ್ರಮವಾಗಿ ಆಹಾರ ಶಕ್ತಿ, ರಸ ಶಕ್ತಿ, ಸಂಜ್ಞಾ ಶಕ್ತಿ ಹಾಗು ಇಚ್ಛಾ ಶಕ್ತಿ. ಆಹಾರ ಶಕ್ತಿ, ರಸ ಶಕ್ತಿ ಹಾಗು ಸಂಜ್ಞಾ ಶಕ್ತಿಗಳು ದೇಹಕ್ಕೆ ಪೂರಕವಾಗಿದ್ದರೆ, ಇಚ್ಛಾ ಶಕ್ತಿಯು ದೇಹದ ಸ್ನಾಯುಗಳಿಗೆ ಬಲವನ್ನು ತಂದುಕೊಡತಕ್ಕಂತಹ ಪ್ರಾಪಂಚಿಕ ಶಕ್ತಿಯಾಗಿದೆ.

ಗಮನಿಸಿ: ಮಾನವನು ತೆಗೆದುಕೊಳ್ಳುವಂತಹ ಆಹಾರವು ವೈಶ್ವಾನರ ಅಗ್ನಿ ಸೃಜಿಸುವಂತಹ ಆವೇಗಗಳ ಕಾರಣದಿಂದಾಗಿ ನಾಲ್ಕು ಶಕ್ತಿಗಳಾಗಿ ಬದಲಾವಣೆಗೊಳ್ಳುತ್ತವೆ.

ಯಾವ ಕೆಲಸವನ್ನು ಮಾಡಲೂ ಸಹ ಮಾನವನಿಗೆ ಇಚ್ಛಾ ಶಕ್ತಿಯು ಅವಶ್ಯಕವಾಗಿ ಬೇಕು. ಆ ಇಚ್ಛೆಯು ಆಯಾ ಕೆಲಸವನ್ನು ಮಾಡಲು ಅದಕ್ಕೆ ಸಂಬಂಧಿಸಿರುವಂತಹ ಸ್ನಾಯುಗಳಿಗೆ ಬಲವನ್ನು ನೀಡಬೇಕು. ಈ ಬಲವು ಅನ್ನದಿಂದಲೇ ತನ್ನುವಂತಹ ಆಹಾರ ಮಾತ್ರದಿಂದಲೇ ಒದಗುತ್ತದೆ. ಇದಕ್ಕಾಗಿ ಇಡಾ ಹಾಗು ಪಿಂಗಳ ನಾಡಿಯನ್ನು ಸಾಧಕನಾದವನು ನಿರಂತರ ಚಾಲನೆಯಲ್ಲಿಡಬೇಕು.

ವೈಶ್ವಾನರ ಅಗ್ನಿಯು ಇಡಾ ಹಾಗು ಪಿಂಗಳನ್ನು ನಿರಂತರವಾಗಿ ಚಾಲನೆಯಲ್ಲಿರಿಸುತ್ತದೆ. ಜೊತೆಗೆ ಸ್ನಾಯುಗಳನ್ನು ಸುಸ್ಥಿತಿಯಲ್ಲಿಡುತ್ತದೆ, ರಸ ಶಕ್ತಿಯನ್ನು ಒದಗಿಸಿಕೊಡುವುದು ಹಾಗು ಸಂಜ್ಞಾ ಶಕ್ತಿಯನ್ನು ಒದಗಿಸಿಕೊಡುತ್ತದೆ. ಇದಕ್ಕಾಗಿಯಾದರೂ ವೈಶ್ವಾನರನ ಆವೇಗವು ದೇಹದಲ್ಲಿ ಶಾಶ್ವತವಾಗಿ ನೆಲೆಗೊಳ್ಳಬೇಕು. ಇದು ಶಾಶ್ವತವಾಗಿ ಇರಬೇಕು ಎಂದರೆ ಅದಕ್ಕೆ ನಿರಂತರವಾಗಿ ಇಂಧನ ಪೂರೈಕೆಯಾಗುತ್ತಿರಬೇಕು. ಹೀಗಾಗಿ, ಸಾಧಕನು ಎರಡು ಅಥವಾ ಮೂರು ಗಂಟೆಗಳಿಗೊಮ್ಮೆ ತನ್ನ ದೇಹಕ್ಕೆ ಆಹಾರವನ್ನು (ಅನ್ನವನ್ನು) ನೀಡುತ್ತಿರಬೇಕು. ಘನ ಆಹಾರವಿರದಿದ್ದರೂ ದ್ರವ ಆಹಾರವನ್ನಾದರೂ ಕೊಡುತ್ತಿರಬೇಕು. ನೀರನ್ನು ಅತಿಯಾಗಿ ನೀಡದೆ ಪ್ರಮಾಣಬದ್ಧವಾಗಿ ನೀಡುತ್ತಿರಬೇಕು.

ಸರ್ವಸ್ಯಚಾಹಂ ಹೃದಿ ಸನ್ನಿವಿಷ್ಟೋ
ಮತ್ತಃ ಸ್ಮೃತಿರ್ಜ್ಞಾನ ಮಪೋಹನಂ ಚ |
ವೇದೈಶ್ಚ ಸರ್ವೈರಹಮೇವ ವೇದ್ಯೋ
ವೇದಾಂತಕೃದ್ವೇದವಿದೇವ ಚಾಹಂ ||

ಗಮನಿಸಿ: ಹೃದಯವೇ ಸಕಲ ಜೀವಿಗಳಲ್ಲಿ ಇರತಕ್ಕಂತಹ ರಸಶಕ್ತಿಯ ಮೂಲವಾಗಿದೆ ಎಂದು ವೇದ ವಿಜ್ಞಾನಿಗಳು ಹೇಳುತ್ತಾರೆ.

ವಿಜ್ಞಾನ ಹೇಳುವಂತೆ, ಹೃದಯವು ದೇಹದ ಸಕಲ ಭಾಗಕ್ಕೂ ರಕ್ತ ಪ್ರವಹಿಸುವಂತೆ ಮಾಡುವುದರ ಜೊತೆಗೆ ರಸಗಳನ್ನೂ ಸಹ ಅದು ದೇಹದ ಸಕಲ ಭಾಗದಲ್ಲೂ ಪ್ರವಹಿಸುವಂತೆ ಮಾಡುತ್ತದೆ. ಈ ವಿಚಾರವನ್ನು ವೇದ ವಿಜ್ಞಾನಿಗಳು ಮಾತ್ರವೇ ಹೇಳಿರುತ್ತಾರೆ. ಇವುಗಳ ಜೊತೆಗೆ ಮುಖ್ಯವಾಗಿ, ಜ್ಞಾನ ಎಂಬುದೂ ಸಹ ಹೃದಯದಿಂದಲೇ ರಚನೆಗೆ ಪೂರೈಸಲ್ಪಡುತ್ತದೆ. ಸ್ಮೃತಿ (ಅಂದರೆ, ಜ್ಞಾಪಕ, ನೆನಪು, ಸ್ಮರಣೆ)

ಕೂಡ ಹೃದಯದಿಂದಲೇ ತನ್ನ ವ್ಯವಹಾರ ಮಾಡುತ್ತದೆ. ಇವುಗಳ ವ್ಯವಹಾರವನ್ನು ಒಬ್ಬನು ನಿಧಾನವಾಗಿ ಗಮನಿಸಿ ಅನುಮಾನಿಸಬಹುದಾಗಿದೆಯೇ ವಿನಃ ಹೀಗೆಯೇ ಎಂದಾಗಿ ಅರ್ಥಮಾಡಿಕೊಳ್ಳಲು ಸಾಮಾನ್ಯರಿಗೆ ಅಸಾಧ್ಯ.

ಯಾವ ಮನುಷ್ಯನಲ್ಲಿ ಹೃದಯದ ಶಕ್ತಿ ಸರಿ ಪ್ರಮಾಣದಲ್ಲಿದೆಯೇ ಅವನಿಗೆ ಮಾತ್ರ ಯಾವ ವಿಚಾರಕ್ಕೆ ಹೇಗೆ ಸ್ಪಂದಿಸಬೇಕು ಎಂದಾಗಿ ತಿಳಿಯುತ್ತದೆ. ಅವನೇನಾದರೂ ಅಶಕ್ತನಾಗಿದ್ದಲ್ಲಿ ಈ ಸ್ಪಂದನವೇ ಘಟಿಸುವುದಿಲ್ಲ! ವಯಸ್ಸು ಹೆಚ್ಚಾಗುತ್ತಾ ಈ ಸ್ಪಂದನೆಯು ಕಡಿಮೆಯಾಗುತ್ತಾ ಹೋಗುತ್ತದೆ.

ಗಮನಿಸಿ: ಹೃದಯವು ಪ್ರವಹಿಸುವಂತಹ, ರಕ್ತ, ಜ್ಞಾನ, ಸ್ಮೃತಿ ಹಾಗು ರಸಗಳ ಸಹಾಯದಿಂದ ಸ್ಪಂದಿಸುವುದನ್ನು ಹೃತ್ಪೂರ್ವಕ ಎಂದಾಗಿ ವೇದ ವಿಜ್ಞಾನಿಗಳು ಹೇಳುತ್ತಾರೆ.

ಹೃದಯ ಭಾವದಿಂದ ಸಂಬಂಧಿಸಿದ ವಿಚಾರ ಸಂವೇದನೆಯು ಹೊರಕ್ಕೆ ಬಂದಾಗ ಮಾತ್ರ ಅದು ಹೃತ್ಪೂರ್ವಕವಾಗುತ್ತದೆ. ಹೀಗಿಲ್ಲದಿದ್ದರೆ ಅದರಲ್ಲಿ ಸ್ವಭಾವ ಎನ್ನುವುದೇ ಜೊತೆಯಲ್ಲಿರುವುದಿಲ್ಲ. ಈ ಸ್ವಭಾವ ಹಾಗು ಜ್ಞಾನ – ಇವರೆಡೂ ಕೂಡ ಹೃದಯ ಭಾಗದಿಂದಲೇ ಪ್ರೇಷಿತವಾಗುತ್ತವೆ. ಜೊತೆಗೆ ರಸ, ಸಂಜ್ಞಾ ಹಾಗು ರಕ್ತ – ಇವು ಮೂರೂ ಕೂಡ ಹೃದಯದಿಂದಲೇ ಪ್ರೇಷಿಸಲ್ಪಟ್ಟು ನಂತರ ದೇಹಕ್ಕೆ ಹೋಗುತ್ತದೆ. ಹೀಗೆ ಹಬ್ಬುವುದಕ್ಕಾಗಿ ಅವಶ್ಯಕವಾಗಿರುವಂತಹ ಸಕಲ ನರಗಳು ಕಟಿ ಪ್ರದೇಶದಿಂದಲೇ ಆರಂಭವಾಗುತ್ತವೆ. (ಸೂಚನೆ: ಈ ವಿಚಾರವನ್ನು ವೈಜ್ಞಾನಿಕವಾಗಿಯೂ ಸಹ ನೋಡಬಹುದಾಗಿದೆ.) ಈ ನರಗಳಿಗೆ ಪೂರೈಕೆಯು ಹೃದಯ ಭಾಗದಿಂದಲೇ ಆಗಿರುತ್ತದೆ. ಈ ಸಂಜ್ಞೆಗಳನ್ನು ದೇಹದ ಸಕಲ ಭಾಗದಿಂದಲೂ ಸಹ ಸ್ವೀಕರಿಸುತ್ತವೆ.

ಪಿಂಗಳ ನಾಡಿಯ ಕೆಲಸ ಹೀಗಿರುತ್ತದೆ: ಕಾಲಿಗೆ ಎಲ್ಲೋ ಒಂದು ಕಡೆ ಮುಳ್ಳು ಚುಚ್ಚಿದಾಗ ಆ ಸಂಜ್ಞೆಯನ್ನು ತಕ್ಷಣವೇ ಸ್ವೀಕರಿಸಿ ಆ ಮುಳ್ಳು ಇರುವ ಜಾಗವನ್ನು ಕೈಗೆ ತಿಳಿಸುತ್ತದೆ. ಆ ಕ್ಷಣಕ್ಕೇ ಕೈಗೆ ಅಧಿಕೃತ ಆದೇಶವು ದೊರೆತು ಮುಳ್ಳು ಮುಟ್ಟಿದ ಜಾಗ ತಲುಪುತ್ತದೆ. ಇದಕ್ಕೆ ಅವಶ್ಯಕವಾಗಿರುವಂತಹ ಈ ರೀತಿಯ ಕ್ರಮಬದ್ಧವಾದ ವ್ಯವಸ್ಥೆ ಹಾಗು ಶಾಸ್ತ್ರೀಯ ಕೆಲಸವನ್ನು ಪಿಂಗಳ-ನಾಡಿ ಮಾಡುತ್ತದೆ, ಏಕೆಂದರೆ ಅದು ರಾಜಸ ಗುಣ ಹೊಂದಿದೆ. ಇದು ಪಿಂಗಳ ವರ್ಣ ಹೊಂದಿದೆ, ಹೀಗಾಗಿ ಇದು ಪಿಂಗಳವಾಗಿದೆ.

ಇಂತಹ ಪಿಂಗಳ ನಾಡಿಯು ಸುಷುಮ್ನಾ ನಾಡಿಯ ಪಕ್ಕದಲ್ಲಿಯೇ ಆರಂಭವಾಗಿ, ಅದರ ಜೊತೆಜೊತೆಗೇ ಮೇಲಕ್ಕೆ ಬಂದು, ಇಡೀ ದೇಹವನ್ನು ಹಬ್ಬುವುದಾಗಿದೆ. ಎಲ್ಲಾ ಉಗುರಿನ ಕೊನೆಯವರೆಗೂ ಹಾಗು ಎಲ್ಲಾ ತಲೆ ಕೂದಲಿನ ಆರಂಭದವರೆಗೂ ಇದು ಹಬ್ಬಿಕೊಂಡಿದ್ದು, ದೇಹದ ಯಾವುದೇ ಭಾಗವನ್ನು ಉಳಿಸಿರುವುದಿಲ್ಲ ಎಂದು ವೇದ ವಿಜ್ಞಾನಿಗಳು ಹೇಳುತ್ತಾರೆ. ಒಂದು ನಾಡಿಯು ಮೂಲದಿಂದಲೇ ಹೊರಟು ಅದೇ ಕೊನೆಯನ್ನು ತಲುಪಿರುತ್ತದೆ. ಈ ರೀತಿಯಲ್ಲಿ ಸುಮಾರು 70 ಲಕ್ಷ ನಾಡಿಗಳು ಕಾರ್ಯನಿರ್ವಹಿಸುವುದಾಗಿದ್ದು ಒಂದು ನಾಡಿಯು ಒಂದು ಕಾರ್ಯವನ್ನು ಮಾತ್ರ ನಿರ್ವಹಿಸುತ್ತದೆ. ಉದಾಹರಣೆಗೆ ನೋಡಬೇಕೆಂದರೆ, ಯಾವಾಗ ನಾಡಿಯ ಶಕ್ತಿಯು ಕಡಿಮೆಯಾಗುತ್ತದೆಯೊ ಆಗ ಅದು ಕಾರ್ಯನಿರ್ವಹಿಸಲು ಸಂಪರ್ಕಿಸಿಕೊಂಡಿರುವಂತಹ ಆ ತಲೆ ಕೂದಲು ಉದುರುತ್ತದೆ. ಹೀಗಾಗಿ ಸಾಧಕನು ಪಿಂಗಳದ ಶಕ್ತಿಯು ಕೊನೆಗೊಳ್ಳದಂತೆ ನೋಡಿಕೊಳ್ಳಬೇಕಿದೆ. ಇದಕ್ಕೆ ತೈಲವನ್ನು ಪೂಸಿಕೊಂಡು ಮಾಡುವ ಅಭ್ಯಂಜನವು ಬಹಳ ಉಪಯೋಗಕರವಾಗಿರುತ್ತದೆ. ಇದರಿಂದ ಚರ್ಮದಲ್ಲಿ ಕಂಡುಬರುವಂಹ ರೋಮ ರಂಧ್ರಗಳು, ಸ್ವೇದ ರಂಧ್ರಗಳು, ಜ್ಞಾನ ರಂಧ್ರಗಳು, ಹೀಗೆ ಬೇರೆ ಬೇರೆ ಸೂಕ್ಷ್ಮ ರಂಧ್ರಗಳು, ಇವುಗಳಿಗೆಲ್ಲಾ ತೈಲ ಸಮೇತದ ಅಭ್ಯಂಜನವೇ ಚಿಕಿತ್ಸೆಯಾಗಿದೆ.

ಗಮನಿಸಿ: ಮಾನವನ ದೇಹದಲ್ಲಿ ಒಟ್ಟಾರೆ ಒಂದು ಕೋಟಿ ಐವತ್ತು ಲಕ್ಷ ನರಗಳಿವೆ ಎಂದಾಗಿ ಭಾರತೀಯ ನಾಡಿ ಶಾಸ್ತ್ರ ಹೇಳುತ್ತದೆ.

ಚಂದ್ರ ನಾಡಿ ಎಂದಾಗಿ ಹೇಳುವಂತಹ ಇಡಾ ನಾಡಿಗಳ ಕೆಲಸ ಹೀಗಿದೆ. ಇವುಗಳು ಎಂಭತ್ತು ಲಕ್ಷ ನಾಡಿಗಳಿದ್ದು ಇವುಗಳು ದೇಹವನ್ನು ಶುದ್ಧಿ ಮಾಡುವ ಕೆಲಸವನ್ನು ಮಾಡುತ್ತವೆ.

ಸುಮಾರು ಹತ್ತು ಲಕ್ಷ ನಾಡಿಗಳು ಮೆದುಳನ್ನು ಸೇರುತ್ತವೆ. ಇವುಗಳು ಸಂಪೂರ್ಣವಾಗಿ ರಸವಾಹಕಗಳಾಗಿವೆ. ಇವುಗಳು ಸಂಜ್ಞಾ ನಾಡಿಯಲ್ಲಿ ಮಾತ್ರವೇ ವ್ಯವಹರಿಸುವುದಾಗಿದ್ದು ಬೇರೆ ಮತ್ಯಾವುದರಲ್ಲೂ ವ್ಯವಹಾರ ಮಾಡುವುದಿಲ್ಲ. ಯಾವ ಸಮಯದಲ್ಲಿ ಪಿಂಗಳ ಭಾಗದಿಂದ ಮೆದುಳಿಗೆ ಸಿಗಬೇಕಾದ ರವಾನೆ ಸಿಗದಿದ್ದಾಗ ಮಾತ್ರ ಮೆದುಳು ತಕ್ಷಣಕ್ಕೆ ನಿಷ್ಕ್ರಿಯಗಳ್ಳುತ್ತದೆ. ಆದರೆ ಇದು ಇಂದಿನ ವೈದ್ಯಕೀಯಕ್ಕೆ ಗೊತ್ತಾಗುವುದಿಲ್ಲ. ಮೆದುಳಿಗೆ

ತಲುಪುವ ಹತ್ತು ಲಕ್ಷ ನಾಡಿಗಳಲ್ಲಿ ಉಂಟಾಗುವ ಸಮಸ್ಯೆಯೇ ವ್ಯಕ್ತಿಯ ಹಠಾತ್ ಮರಣಕ್ಕೆ ಕಾರಣವಾಗುತ್ತದೆ. ಅಂದರೆ ಹಠಾತ್ ಮೆದುಳು ಸ್ಥಂಬನಗೊಳ್ಳುತ್ತದೆ.

ಮೆದುಳು ಸ್ಥಂಬನವಾಗದಂತೆ ತಡೆಯಲು ಸಾಧಕನು ಬೆಳಗ್ಗೆ 5 ರಿಂದ 6 ಗಂಟೆಯ ಒಳಗೆ ಒಮ್ಮೆ ಏಳಬೇಕು. ಹತ್ತು ನಿಮಿಷ ಕುಳಿತುಕೊಂಡು ನಂತರ ಪುನಃ ನಿದ್ರೆಮಾಡಿದರೂ ಅಡ್ಡಿಯಿಲ್ಲ. ಇದರಿಂದ ಸ್ಮೃತಿ ಜ್ಞಾನವನ್ನೇ ಸಾಧಕನು ಸಂಪೂರ್ಣ ಕುಡಿಯಬಹುದಾಗಿದೆ. ವೇದದ ಜ್ಞಾನ ಏನಿದೆಯೋ ಅವೆಲ್ಲದರ ಅನುಭವವೂ ಸಹ ಅವನಿಗೆ ದೊರಕುವುದಾಗಿದೆ.

ದ್ವಾವಿಮೌ ಪುರುಷೌ ಲೋಕೇ ಕ್ಷರಶ್ಚಾಕ್ಷರ ಏವ ಚ |
ಕ್ಷರಃ ಸರ್ವಾಣಿ ಭೂತಾನಿ ಕೂಟಸ್ಥೋಽಕ್ಷರ ಉಚ್ಯತೇ ||

ಸಾಧಕನ ದೇಹದಲ್ಲಿ, ವೇದ ವಿಜ್ಞಾನ ಪ್ರಕಾರ, ಸುಷುಮ್ನಾ ನಾಡಿಯು ಯೋಗಿ (ಸತ್ಯದ ಸಾಮರ್ಥ್ಯಕ್ಕೆ ಜೋಡಿಸುವ ಮಾರ್ಗ) ಎಂದಾದರೆ ಇಡಾ ಹಾಗು ಪಿಂಗಳ ನಾಡಿಗಳು ಪರಮ ಪುರುಷ (ಪರಮ ಸಾಮರ್ಥ್ಯ) ಎಂದಾಗಿವೆ. ದ್ವಾವಿಮೌ ಪುರುಷೌ – ದೇಹವನ್ನು ಸಾಧಕನು ಯೋಗ್ಯವಾದ ವ್ಯವಸ್ಥೆಯಲ್ಲಿ ಇಟ್ಟುಕೊಳ್ಳಬೇಕೆಂದರೆ ಈ ಇಡಾ ಹಾಗು ಪಿಂಗಳ ನಾಡಿಗಳ ಅವಶ್ಯಕತೆಯಿದೆ. ಯೋಗ ಸಾಧನೆಗಾಗಿ ಸುಷುಮ್ನಾ ನಾಡಿ ಬೇಕು. ದ್ವಾವಿಮೌ ಪುರುಷೌ ಲೋಕೇ ಕ್ಷರಶ್ಚಾಕ್ಷರ ಏವ ಚ – ಇವು ಕ್ಷರವೂ ಹೌದು, ಆದರೆ ಅದೇ ಸಮಯಕ್ಕೆ ಇವು ಅಕ್ಷರವೂ ಹೌದು ಎಂದಾಗಿ ವೇದ ವಿಜ್ಞಾನ ತಿಳಿಸುತ್ತದೆ. ಕ್ಷರವೇ ಅಕ್ಷರವಾಗಿ ಸಾಧಕನಿಗೆ ತಿಳುವಳಿಕೆಯ ಜ್ಞಾನ ಹೇಗೆ ರವಾನಿಸುತ್ತದೆಯೋ ಹಾಗೆಯೇ ಕ್ಷರವಾಗಿಯೂ ಸಹ ದೇಹವನ್ನು ಒಳ್ಳೆಯ ಸ್ಥಿತಿಯಲ್ಲಿ ಇಟ್ಟುಕೊಳ್ಳುವಂತಹ ಜ್ಞಾನವನ್ನು ಇವು ಒದಗಿಸಿಕೊಡುತ್ತವೆ. ಈ ಕ್ಷರವೇ ಅಕ್ಷರವಾದಾಗ ಶಾಶ್ವತತೆಯನ್ನು ಸಾಧಕನಿಗೆ ಒದಗಿಸಿಕೊಡುತ್ತದೆ ಎಂದಾಗಿ ವೇದ ವಿಜ್ಞಾನಿಗಳು ಹೇಳುತ್ತಾರೆ. ಪ್ರಾಪಂಚಿಕವಾಗಿ ನೋಡಿದರೆ, ಕ್ಷರಃ ಸರ್ವಾಣಿ ಭೂತಾನಿ – ಸಕಲ ಜೀವಿ ಹಾಗು ಪ್ರಾಣಿಗಳಿಗೆ ನಿಜವಾಗಿ ಅವಶ್ಯಕವಾದದ್ದು ಕ್ಷರವೇ ವಿನಃ ಅಕ್ಷರವಲ್ಲ, ಏಕೆಂದರೆ ಇವುಗಳಿಗೆ ತಮ್ಮ ತಮ್ಮ ದೇಹವನ್ನು ಸುಸ್ಥಿತಿಯಲ್ಲಿ ಇರಿಸಿಕೊಳ್ಳುವುದೇ ಮುಖ್ಯವಾಗಿರುತ್ತದೆ. ದೇಹ ಸರಿಯಾಗಿ ಕಾರ್ಯ ನಿರ್ವಹಿಸಿದರೆ ಮಾತ್ರ ಉಳಿದ ವಿದ್ಯೆಗಳು ಪ್ರಯೋಜನಕ್ಕೆ ಬರುವುದಾಗಿದೆ.

ಕ್ಷರಃ ಸರ್ವಾಣಿ ಭೂತಾನಿ ಕೂಟಸ್ಥೋಽಕ್ಷರ ಉಚ್ಯತೇ - (ಸೂಚನೆ: ಇಲ್ಲಿ ಕೂಟ ಎಂಬ ಪದವನ್ನು ಒಕ್ಕೂಟ ಎಂದಾಗಿ ಅರ್ಥಮಾಡಿಕೊಳ್ಳಬೇಕು.) ಈ ಅಕ್ಷರವಾದಂತಹ ಸುಷುಮ್ನಾ ನಾಡಿಯನ್ನು ಈ ಕ್ಷರವಾದಂತಹ ಇಡಾ ಹಾಗು ಪಿಂಗಳ ನಾಡಿಗಳನ್ನು ಒಟ್ಟಾರೆ ಸೇರಿಸಿಕೊಂಡು, ಯಾವಾಗ ಸಾಧಕನು ತನ್ನ ಜೀವನವನ್ನು ಮುಂದುವರೆಸುತ್ತಾನೆಯೋ ಆಗ ಮಾತ್ರ ಅವನು ಯೋಗಿಯಾಗಲು ಸಾಧ್ಯ - ಇದು ಅನುಭಸ್ಥರ ಮಾತು.

ಸಾಧಕನು ತನ್ನ ಸಾಧನೆಯಿಂದ ಅಹಂಕಾರ ಬರದಂತೆ ತನ್ನನ್ನು ತಾನು ಗಮನಿಸಿಕೊಳ್ಳುತ್ತಾ, ತಾನು ಉತ್ತಮ ಪುರುಷ ಅಥವಾ ಪುರುಷೋತ್ತಮ ಎಂದಾಗುವುದರ ಕುರಿತಾಗಿ ಮುಂದಿನ ಶ್ಲೋಕಗಳು ಒಂದೊಂದಾಗಿ ಹೇಳುತ್ತಿವೆ:

ಉತ್ತಮಃ ಪುರುಷಸ್ತ್ವನ್ಯಃ ಪರಮಾತ್ಮೇತ್ಯುದಾಹೃತಃ |
ಯೋ ಲೋಕತ್ರಯಮಾವಿಶ್ಯ ಬಿಭರ್ತ್ಯವ್ಯಯ ಈಶ್ವರಃ ||
ಯಸ್ಮಾತ್ ಕ್ಷರಮತೀತೋಽಹಮಕ್ಷರಾದಪಿ ಚೋತ್ತಮಃ |
ಅತೋಽಸ್ಮಿ ಲೋಕೇ ವೇದೇ ಚ ಪ್ರಥಿತಃ ಪುರುಷೋತ್ತಮಃ ||
ಯೋ ಮಾಮೇವಮಸಂಮೂಢೋ ಜಾನಾತಿ ಪುರುಷೋತ್ತಮಂ |
ಸ ಸರ್ವ ವಿದ್ಭಜತಿ ಮಾಂ ಸರ್ವಭಾವೇನ ಭಾರತ ||

ಇದುವರೆಗೂ ಹೇಳಿದಂತಹ ಮಾರ್ಗದಲ್ಲಿ ಜಾತಿ, ಮತ, ಹಾಗು ಲಿಂಗ ಭೇದವಿಲ್ಲದೆ ಮಾನವನಾಗಿರುವಂತಹ ಯಾವುದೇ ಸಾಧಕನು ಪುರುಷೋತ್ತಮ ತತ್ವವನ್ನು ಸಾಧಿಸಿಕೊಳ್ಳಬಹುದು. ಹೀಗೆ ಮಾಡಿದಾಗ ಆ ಸಾಧಕನು ಪರಮ+ಅತ್+ಮನ್ ಎಂಬುದನ್ನು ಸ್ವಯಂ ಸಾಧಿಸಿಕೊಳ್ಳಬಹುದಾಗಿದೆ. ಅಂದರೆ ಇದು ಬ್ರಹ್ಮನನ್ನು ಮೀರಿ ಹೋಗುವಂತಹ ನಡೆಯಾಗಿದೆ ಎಂದಾಗಿ ಅರ್ಥಮಾಡಿಕೊಳ್ಳಬೇಕು.

ಯೋಗೀಶ್ವರ = ಯೋಗಿ+ಈಶ್ವರ; ಯೋಗಿಯ ಮುಂದೆ ಈಶ್ವರ! ಹೀಗಿದ್ದರೂ ಸಹ ಯಾವುದೇ ಸಾಧಕನು ಈಶ್ವರನನ್ನೇ ಆಶ್ರಿಯಿಸಬೇಕು. ಯೋ ಲೋಕತ್ರಯಮಾವಿಶ್ಯ - ಲೋಕತ್ರಯವನ್ನು ಆಶ್ರಯಿಸಿದ್ದು ಎಂಬ ಸಾಂಪ್ರದಾಯಿಕ ವಾಕ್ಯವನ್ನು ಸಾಧಕ ಒಪ್ಪಲೇಬೇಕಿದೆ. ಮೂರ್ಖನಾದವನು ಒಪ್ಪದಿದ್ದರೂ ಸಹ ಎಲ್ಲವನ್ನೂ ಬಲ್ಲಂತಹ ಸಾಧಕ ಮಾತ್ರ ಅ ಪರಮಾತ್ಮನನ್ನು ನಂಬಲೇ ಬೇಕು ಎಂದಾಗಿ ವೇದ ಋಷಿಗಳು ಹೇಳಿರುತ್ತಾರೆ. ಜ್ಞಾನವು ಸಾಧಕನಲ್ಲಿ ಅಧಿಕವಾಗುತ್ತಾ ಸಾಗಿದಂತೆ ಅದನ್ನು ಇನ್ನೊಂದರ ಮೇಲೆ ಆರೋಪಿಸಿಕೊಳ್ಳಲೇಬೇಕು.

ಏಕೆಂದರೆ ಈ ಜ್ಞಾನವೆಲ್ಲವೂ ಸಹ ಆ ಪರಮ+ಅತ್+ಮನ್ ಎಂಬುದರ ಸೃಜನತೆಯೇ ಆಗಿದೆ. ಹೀಗಿಲ್ಲದೆ ಅಹಂಕಾರದಿಂದ ಮುಂದುವರೆದರೆ ಅಂತಹ ಸಾಧಕನು ಮುಂದೆ ದಾರಿ ತಪ್ಪಿ, ಅಹಂಕಾರಕ್ಕೆ ತಿರುಗಿ, ಅಧರ್ಮವನ್ನು ಮಾಡಿಬಿಡುವಂತಹ ಸಂದರ್ಭಗಳು ಒದಗಿಬರುತ್ತದೆ. ಉದಾಹರಣೆಗಳಿಗೆ ಪುರಾಣ ನೋಡಬಹುದಾಗಿದೆ.

ಯಾವ ಸಮಯದಲ್ಲಿ ಅನುಭಾವಿಕ ಜ್ಞಾನ ಎಂಬುದು ಪ್ರಾಪ್ತಿಯಾಗುತ್ತದೆಯೋ ಆಗ ಅದನ್ನು ಆ ಪರಮಾ+ಅತ್+ಮನ್ ಎಂಬುದರಲ್ಲೇ ವಿನಿಯೋಗಿಸಬೇಕು. ಅಂದರೆ, ಆ ಪರಮಾತ್ಮನ ಉದ್ದೇಶಗಳ ಸಲುವಾಗಿ ಉಪಯೋಗಿಸಲಾರಂಭಿಸಬೇಕು ಎಂಬುದು ಇದರರ್ಥ. ಹೀಗಾಗಿ ಏನೇ ಸಾಧಿಸಿದರೂ ಕೂಡ ಆ ಋಷಿಗಳು 'ಬ್ರಹ್ಮಾರ್ಪಣ' ಎಂದಾಗಿ ಆ ಬೃಹತ್+ಮನ್ ಎಂಬುದಕ್ಕೇ ಸಮರ್ಪಿಸುತ್ತಾರೆ!

ಗಮನಿಸಿ: ಈಗ ಹೇಳದಂತಹ ನಡೆಯಿಂದ ಸಾಧಕನಲ್ಲಿ ಅಹಂ ತೊಲಗಿ ವಿನಯ ಮನೆಮಾಡುತ್ತದೆ. ಈ ವಿನಯ ಮಾತ್ರ ಅವನಿಗೆ ಶಾಶ್ವತತೆಯನ್ನು ತಂದುಕೊಡುವುದಾಗಿದೆ.

ಹೀಗೆ ಒಬ್ಬ ಸಾಧಕ ಪುರುಷೋತ್ತಮನಾಗಬಹುದಾಗಿದೆ.

ಮೆಟ್ಟಿಲು - 2

ಸಾಧಕನು ತನ್ನ ಅಭ್ಯಾಸವನ್ನು ಈಗ 'ಗಜ ಪದ್ಮಾಸನ' ಎಂಬುದಕ್ಕೆ ವಿಸ್ತರಿಸಬೇಕಿದೆ. ಏನೇ ಒಂದನ್ನು ತುಂಬಬೇಕು ಎಂದಾದರೆ ಒಳಗೆ ಖಾಲಿ ಜಾಗ ಇರಬೇಕು. ಇದಕ್ಕಾಗಿ ಸಾಧಕನು ತನ್ನ ದೇಹದಲ್ಲಿ ಇರತಕ್ಕಂತಹ ಅನಗತ್ಯವಾದ ವಿಕೃತ ವಿಚಾರಗಳನ್ನು ಹೊರಹಾಕಿ, ಅವನು ಸಂಪೂರ್ಣ ಶುದ್ಧನಾಗಬೇಕು.

ಅಭಯಂ ಸತ್ವಸಂಶುದ್ಧಿರ್ಜ್ಞಾನಯೋಗವ್ಯವಸ್ಥಿತಿಃ |
ದಾನಂ ದಮಶ್ಚ ಯಜ್ಞಶ್ಚ ಸ್ವಾಧ್ಯಾಯಸ್ತಪ ಆರ್ಜವಂ ||

ಮೊದಲನೇ ಮೆಟ್ಟಿಲು ವಿಕೃತ ವಾಯುಗಳನ್ನು ಹೊರಹಾಕಿ ಶುದ್ಧವಾಗುವ ಬಗೆಯನ್ನು ಹೇಳುವ ಹಾಗೆ, ಎರಡನೆಯ ಮೆಟ್ಟಿಲೂ ಸಹ ವಿಚಾರಗಳನ್ನು ಶುದ್ಧಿಮಾಡುವ ವಿಧಾನವನ್ನು ಸಾಧಕನಿಗೆ ಹೇಳುತ್ತದೆ. ಸಾಧಕನಲ್ಲಿ ಸತ್ವವು (ಸಾರವು) ಹೆಚ್ಚಾಗಬೇಕು ಎಂದಾಗಿ ನಿರ್ಧಾರವಾಗದಾಗ ಅವನಲ್ಲಿ ಭಯ ಎಂಬುದು ಕೊಂಚವೂ ಸಹ ಇರಬಾರದು. ಸತ್ವ ಎಂಬುದು ಇರದಿದ್ದರೆ ದೇಹಕ್ಕೆ ಶಕ್ತಿ ಇರುವುದಿಲ್ಲ. ಹೀಗಾಗಿ, ಅವನು ಭಯವನ್ನು ಸಂಪೂರ್ಣವಾಗಿ ದೂರ ಸರಿಸಿಕೊಂಡು, ನಿರ್ಭಯತ್ವವನ್ನು ರೂಢಿಸಿಕೊಳ್ಳಬೇಕು. ಇದಕ್ಕಾಗಿ ಶುದ್ಧ ಜ್ಞಾನ ಬೇಕು. ಸಣ್ಣ ಅಥವಾ ದೊಡ್ಡ ರೀತಿಯಲ್ಲಿ ಯಾವುದೇ ವಿಚಾರವಿರಲಿ, ಅದನ್ನು ಸಂಪೂರ್ಣವಾಗಿ ಸಾಧಕ ತಿಳಿಯಬೇಕು. ಸಕಲ ವೇದ ಮಂತ್ರಗಳ ಜ್ಞಾನವಿರದಿದ್ದರೂ ಸಹ ತಿಳಿದಿರುವಂತಹ ಮಂತ್ರಗಳಿಗಾದರೂ ಸರಿಯಾದ ಅರ್ಥವನ್ನು ಗಳಿಸಿ, ಅದರ ಸಂಪೂರ್ಣ ಜ್ಞಾನವನ್ನು ಪ್ರಾಪ್ತಮಾಡಿಕೊಂಡಿರಬೇಕು. ಜೊತೆಗೆ ಅವಶ್ಯಕವಾದಷ್ಟಾದರೂ ಸ್ಮೃತಿ ಹಾಗು ಸದಾಚಾರವನ್ನು ಸಾಧಕ ರೂಢಿಸಿಕೊಂಡಿರಬೇಕು.

ಗಮನಿಸಿ: ಸಾಧಕನು ತನ್ನ ಒಳಗೆ ಶುದ್ಧ ಜ್ಞಾನ ಹೊಂದಿರಬೇಕು.

ಸಾಮಾನ್ಯವಾಗಿ ಅನಾವಶ್ಯಕವಾದದ್ದು ಕಾಲಾಂತರದಲ್ಲಿ ತಾನೇ ತಾನಾಗಿ ಬಂದು ಸಾಧಕನ ಬಳಿ ಶೇಖರಣೆಗೊಳ್ಳುತ್ತದೆ. ಅದನ್ನು ಹೊರ ಹಾಕಬೇಕು. ಇದನ್ನೇ ಇಲ್ಲಿ 'ಸಾಧಕನು ದಾನ ಮಾಡಬೇಕು' ಎಂದಾಗಿ ಹೇಳಿರುತ್ತದೆ. ಅಂದರೆ, ಅವುಗಳನ್ನು ಅವಶ್ಯಕತೆ ಇರುವವರಿಗೆ ದಾನ ರೂಪದಲ್ಲಿ ನೀಡಬೇಕು, ಏಕೆಂದರೆ ಸಾಧಕನಿಗೆ ಅದರಲ್ಲಿ ಪುನಃ ಅಪೇಕ್ಷೆ ಜನಿಸಬಾರದು.

ನಂತರ ಸಾಧಕನು ವಿಧಿಗಳಾದ ಅಪೈಶುನ, ಶಾಂತಿ, ಕ್ರೋಧ, ಸತ್ಯ, ಅಹಿಂಸೆ ರೀತಿಯ ಹತ್ತು ವಿಧಾನಗಳಿಂದ ದೇಹಕ್ಕೆ ವಿಚಾರ ಪರವಾಗಿ ಶುದ್ಧಿಯನ್ನು ಮಾಡಿಕೊಳ್ಳಬೇಕು. ಅದಕ್ಕಾಗಿ ಮುಂದಿನ ಶ್ಲೋಕವಿದ:

ಅಹಿಂಸಾ ಸತ್ಯಮಕ್ರೋಧಸ್ತ್ಯಾಗಃ ಶಾಂತಿರಪೈಶುನಂ |
ದಯಾ ಭೂತೇಷ್ವಲೋಲುಪ್ತ್ವಂ ಮಾರ್ದವಂ ಹ್ರೀರಚಾಪಲಂ ||

ಇಲ್ಲಿ ಸದಾಚಾರ ಹೇಳುತ್ತಿರುವುದು ಹೌದಾದರೂ ಇದು ಸಾಧಕನಿಗೆ ಬಹುಮಖ್ಯವಾದ ಸಾಧನೆಯಾಗಿದೆ ಎಂದಾಗಿ ವೇದಜ್ಞರ ಮರ್ಮವನ್ನು ಅರ್ಥಮಾಡಿಕೊಳ್ಳಬೇಕು. ಇದು ಸಂಹಿತೆಯ ಸ್ವರೂಪದ ಮಂತ್ರಗಳ ಭಾಗವೂ ಹೌದು! ಊರ್ಧ್ವಂ ಅಮಲಂ – ಮಾನವನ ದೇಹದಲ್ಲಿ ಯಾವವು ಅಮಲಗಳು ಎಂದಾಗಿ ಹೇಳುವಂತಹ ಶುದ್ಧಿಯ ಭಾಗವಿದೆ. ಒಂದು ಕೊಡದಲ್ಲಿ ತುಂಬಿದ ನೀರನ್ನು ಸಂಪೂರ್ಣವಾಗಿ ಖಾಲಿ ಮಾಡಲು ಅದನ್ನು ತಲೆಗೆಳಕು ಮಾಡಬೇಕಲ್ಲವೆ? ಹೀಗಾಗಿ ಸಾಧಕನು ತನ್ನ ಮೂಲವನ್ನೇ ಊರ್ಧ್ವವನ್ನಾಗಿ ಮಾಡಬೇಕಿದೆ. ಹೀಗೆ ಮಾಡುವುದರಿಂದಾಗಿ ಪುರುಷೋತ್ತಮನಾಗಬಹುದು, ಇದು ದೇಹಕ್ಕೆ ಸಂಬಂಧಿಸಿದ ಮಾತಾಯಿತು. ಊರ್ಧ್ವಂ ಅಮಲಂ – ಅಧಃ ಶಾಖಂ – ಅದು ಶಾಖದ ಸ್ವರೂಪದಲ್ಲಿ ಕೆಳಕ್ಕೆ ಇಳಿಯುತ್ತಾ ಬರುತ್ತದೆ. ಅದನ್ನು ಅಧಃಪತನ ಮಾಡಿದಾಗ ಮಾತ್ರ ಸ್ವಾಭಾವಿಕವಾಗಿಯೇ ಕೆಳಗೆ ಇಳಿಯಲಾರಂಭಿಸುತ್ತದೆ. ಮುಂದೆ, ದೇಹದ ಲಕ್ಷಣವನ್ನು ನೋಡೋಣ:

ತೇಜಃ ಕ್ಷಮಾ ಧೃತಿಃ ಶೌಚಮದ್ರೋಹೋ ನಾತಿಮಾನಿತಾ |
ಭವಂತಿ ಸಂಪದಂ ದೈವೀಮಭಿಜಾತಸ್ಯ ಭಾರತ ||

ಯಾವ ಸಾಧಕನು ತಾನು ತಿಳಿದಂತಹ ವಿಚಾರದಲ್ಲಿ ಪರಿಪೂರ್ಣನಾದರೆ, ಅವನಲ್ಲಿರುವಂತಹ ತೇಜಸ್ಸು ಸಹಜವಾಗಿ ವೃದ್ಧಿಯಾಗುತ್ತದೆ ಎಂದಾಗಿ ವೇದ ವಿಜ್ಞಾನಿಗಳು ಹೇಳಿರುತ್ತಾರೆ. ಆಗ ಅವನಲ್ಲಿ ಸಹಜವಾಗಿಯೇ ಅಸಮರ್ಥತೆ ಕಾಣೆಯಾಗಿ ಗೆಲುವು ಅವನ ಕಾಲಿನ ಬುಡಕ್ಕೆ ಬರುತ್ತದೆ. ಭಯ ತೊಲಗಿಹೋಗಿ, ಅಭಾವ ಕಾಣೆಯಾಗಿ, ಪರಿಪೂರ್ಣತೆ ಅವನಿಗೆ ಒಲಿದುಬರುತ್ತದೆ. ಯಾವ ವಿಚಾರದಲ್ಲಿ ಪರಿಪೂರ್ಣತೆ ಇರುವುದೊ, ಆ ಸಂಬಂಧದಲ್ಲಿ ಕೇಳುವಂತಹ ಯಾವುದೆ ಪ್ರಶ್ನೆಯ ಬಗ್ಗೆ ಅವನಲ್ಲಿ ಕ್ರೋಧ ಜನಿಸದು. ಹೀಗಾಗಿ ಅವನಲ್ಲಿ ಕ್ಷಮಾ ಗುಣವು ಮನೆಮಾಡಲಾರಂಭಿಸುತ್ತದೆ.

ಹತ್ತು ಲಕ್ಷಣಗಳಿಂದ ಹಿಡಿದು ಸಕಲ ಲಕ್ಷಣಗಳೂ ಸಹ ನಂತರ ಅವನಲ್ಲಿ ಕಾಣಿಸಿಕೊಳ್ಳುತ್ತವೆ. ಇವುಗಳಲ್ಲಿ ಯಾವುದು ಎಷ್ಟು ಬೇಕೋ ಅಷ್ಟನ್ನು ಮಾತ್ರ ಇರಿಸಿಕೊಂಡು, ಉಳಿದದ್ದನ್ನು ಶುದ್ಧಿಮಾಡುವ ವಿಧಾನ ಕರಗತವಾಗುತ್ತದೆ.

ಪುರುಷೋತ್ತಮನಾಗುವ ವಿಚಾರದಲ್ಲಿ ಕುತ್ತಿಗೆ ಕುರಿತಾಗಿ ಮಾತ್ರ ಹೇಳಿದ್ದು, ವಿಚಾರ ಶುದ್ಧೀಕರಣ ಬಂದಾಗ ಶಿರಸ್ಸು ಕೂಡ ಸೇರಿಕೊಳ್ಳುವುದಾಗಿದೆ. ದ್ವೌ ಭೂತಸರ್ಗೌ – ಶಿರಸ್ಸಿನಲ್ಲಿ ಎರಡು ವಿಚಾರಗಳಿರುತ್ತವೆ. ಇದಕ್ಕೆ ಸಂಬಂಧಿಸಿದಂತೆ ಕೆಳಗಿನ ಶ್ಲೋಕವಿದೆ:

ದ್ವೌ ಭೂತಸರ್ಗೌ ಲೋಕೇಽಸ್ಮಿನ್ ದೈವ ಆಸುರ ಏವ ಚ (ತತ್) |
ದೈವೋ ವಿಸ್ತರಶಃ ಪ್ರೋಕ್ತ ಆಸುರಂ ಪಾರ್ಥ ಮೇ ಶೃಣು ||

ಎರಡು ಭೂತವನ್ನು ಆಶ್ರಯ ಮಾಡಿಕೊಂಡಿದ್ದು ಇದೆ. ಅಂದರೆ, ಭೂಮಿಯನ್ನು ಆಶ್ರಯಿಸಿದ ಎರಡು ಪಾದಗಳು. ಶಾಸ್ತ್ರದ ಪ್ರಕಾರ, ಮಾನವನ ಪಾದದ ಅಂಗುಷ್ಠದಿಂದ 'ರಿ' ಹಾಗು 'ಕಿ' ಎಂಬ ಎರಡು ನಾರ (ಇದನ್ನೇ ನರ ಅಥವಾ ನಾಡಿ ಎಂದಾಗಿ ವಾಡಿಕೆಗಳಲ್ಲಿ ಹೇಳುವುದಾಗಿದೆ) ಹೊರಡುವುದಾಗಿದೆ. ಈ ನಾರವು ಶಿರಸ್ಸಿನ ತನಕ ಹೋಗಿ ಅಲ್ಲಿ ಸಹಸ್ರಾರವನ್ನು ಸೇರುತ್ತವೆ.

ಇಲ್ಲಿ ರಿ ಹಾಗು ಕಿ ಎಂಬೆರಡು ಕೂಡ ಬೇರೆ ಬೇರೆಯಾಗಿರದೆ ಒಂದೇ ಆಗಿರುತ್ತದೆ. ಒಂದು ಪಾದದಿಂದ ಒಂದು ಹೊರಟರೆ ಮತ್ತೊಂದು ಇನ್ನೊಂದು ಪಾದದಿಂದ ಹೊರಡುತ್ತದೆ. ಇವೆರಡೂ ನರಗಳು ಪ್ರಚೋದನೆ ಆಗುವಂತೆ ಮಾಡಲು ಗಜಾಸನವನ್ನು ಸಾಧಕನು ಅಭ್ಯಾಸಮಾಡಬೇಕಿದೆ.

ಗಜಾಸನ ಹಾಕಿದಾಗ ಅಂಗಾಲಿನ ಅಂಗುಷ್ಠಗಳ ಕೆಳಭಾಗಗಳು ನೆಲಕ್ಕೆ ತಾಗದಂತೆ ಅಭ್ಯಾಸಮಾಡಬೇಕು. ಹೀಗೆ ಮಾಡುವಾಗ ಬೆನ್ನಿನ ಮೇಲೆ ಕೊಂಚ ಭಾರವನ್ನು ಹಾಕಿಕೊಳ್ಳಬೇಕಿದೆ. (ಉದಾಹರಣೆಗೆ ಹೇಳಬೇಕೆಂದರೆ, ಮುದುಕರು ಅಂಬೆಗಾಲಿಟ್ಟು ನಡೆಯುವಾಗ ಚಿಕ್ಕ ಮಕ್ಕಳನ್ನು ಬೆನ್ನಿನ ಮೇಲೆ ಕೂರಿಸಿಕೊಳ್ಳುವಂತೆ.)

ಗಮನಿಸಿ: ಗಜಾಸನ ಮಾಡುವುದು ಅಂದರೆ ಎರಡು ಕೈಗಳನ್ನು ಊರಿ ನಡೆಯುವುದಾಗಿದೆ; ಎರಡು ಕಾಲುಗಳನ್ನು ಕಾಲುಗಳನ್ನು ಮಡಚಿ ನಡೆಯುವುದಾಗಿದೆ.

ನಾಲ್ಕು ಅಂಗಗಳ ಮೇಲೆ ನಡೆಯುವುದು ಎಂದರೆ, ವಿಚಾರಗಳ ಪರೀಶುದ್ಧತೆ ನಾಲ್ಕು ಅಂಗಗಳನ್ನು ಆಧಾರಿಸಿದೆ.

ಅವುಗಳು ಕ್ರಮವಾಗಿ, ವೇದ, ಸ್ಮೃತಿ, ಸದಾಚಾರ ಹಾಗು ಸ್ವಸ್ಯ ಚ ಪ್ರಿಯಮಾತ್ಮನಃ ಎಂಬುವುಗಳಾಗಿವೆ.

ವೇದಗಳು ವಿಚಾರಗಳಾಗಿದ್ದರೆ, ಸ್ಮೃತಿಯಲ್ಲಿ ಚಿಂತನೆ ಇರುತ್ತದೆ. ಸದಾಚಾರ ವರ್ತನೆಯಾಗಿದ್ದರೆ, ಪ್ರಾಣಿಗಳ ಸಂತುಷ್ಟಿ ಸ್ವಸ್ಯ ಚ ಪ್ರಿಯಮಾತ್ಮನಃ ಎಂಬುದರಲ್ಲಿರುತ್ತದೆ. ಅತ್+ಮನ್ = ದೈಹಿಕ ವಿಕಾಸ ಹಾಗು ಮಾನಸಿಕ ಕ್ರಾಂತಿಗಾಗಿ ಇರುವಂತಹ ಚಲನೆ ಹಾಗು ಚಿಂತನೆಗಳ ಶುದ್ಧಿಕರಣಕ್ಕಾಗಿ ಈ ನಾಲ್ಕು ವಿಚಾರಗಳಿವೆ ಎಂದಾಗಿ ವೇದ ವಿಜ್ಞಾನಿಗಳು ಹೇಳಿರುತ್ತಾರೆ. ಇವುಗಳ ಆಧಾರವಿಲ್ಲದಿದ್ದರೆ ಪ್ರಗತಿಗಾಗಿ ಇರುವಂತಹ ಚಲನೆ ಹಾಗು ಚಿಂತನೆಗಳು ಅಡ್ಡದಾರಿ ಹಿಡಿಯಬಹುದಾಗಿದೆ ಎಂಬುದು ಇಲ್ಲಿ ಒಳಾರ್ಥವಾಗಿದೆ.

ಆತ್ಮದ ಶುದ್ಧಿಯಿಂದ ಸಾಧಕನು ದೈಹಿಕ ವಿಚಾರ ಶುದ್ಧಿಯನ್ನು ಪಡೆಯುವವನಾಗಿರುತ್ತಾನೆ ಎಂದಾಗಿ ವೇದ ವಿಜ್ಞಾನಿಗಳು ಹೇಳಿರುತ್ತಾರೆ. ಮನಸ್ಸಿಗೆ ಒಗ್ಗದಾ ಕೆಲಸವನ್ನು ಮಾಡುತ್ತಾ ಹೋದಾಗ ಸಹಜವಾಗಿ ವಿಚಾರವು ವಿಕೃತಿಯಾಗುತ್ತಾ ಹೋಗುತ್ತದೆ ಎನ್ನುವ ವಿಚಾರವನ್ನು ಮನಃಶಾಸ್ತ್ರ ಕೂಡ ಒಪ್ಪಿರುತ್ತದೆ.

ಪ್ರವೃತ್ತಿಂ ಚ ನಿವೃತ್ತಿಂ ಚ ಜನಾ ನ ವಿದುರಾಸುರಾಃ |

ಮಾನವನಲ್ಲಿ ಅಸುರೀ ಸ್ವಭಾವವು ಅವನು ಪ್ರವೃತ್ತಿಯಲ್ಲಿ ತೊಡಗಿದಾಗ ತಾನೇ ತಾನಾಗಿ ಕಾಣಸಿಕೊಳ್ಳುತ್ತದೆ. ಆದರೆ ಚಿಂತನೆಯಿಂದ ಕೂಡಿದ ವಿವೇಕದಲ್ಲಿ ಯಾವುದೇ ಕಾರ್ಯವನ್ನು ಮಾಡುವಾಗ ಮಾತ್ರ ಅಸುರೀ ಸ್ವಭಾವ ಮರೆಯಾಗತೊಡಗುತ್ತದೆ ಎಂದಾಗಿ ವೇದ ಮನಃಶಾಸ್ತ್ರ ಹೇಳುತ್ತದೆ. ಪ್ರವೃತ್ತಿಯಿಂದ ಮಾಡುವವಂತಹ ಒಂದು ಕೆಲಸದಿಂದ ಮತ್ತೊಂದು ಆತ್ಮಕ್ಕೆ ತೃಪ್ತಿ ತರುವುದಾಗಿದ್ದರೂ ಸಹ ಅದರಲ್ಲಿ ಸರಿಯಾದ ವಿವೇಕ ಅಗತ್ಯವಾಗಿರುತ್ತದೆ. ಈ ರೀತಿಯಾದ ಚಿಂತನೆಯಲ್ಲಿ

ಅಸತ್ಯಮಪ್ರತಿಷ್ಠಂ ತೇ ಜಗದಾಹುರನೀಶ್ವರಮ್ |
ಅಪರಸ್ಪರಸಂಭೂತಂ ಕಿಮನ್ಯತ್ಕಾಮಹೈತುಕಮ್ ||

ಮಾಡುವ ಯಾವುದೇ ಕೆಲಸದಲ್ಲಿ ಸಾಧಕನು ಅಸತ್ಯವನ್ನು ಬದಿಗೆ ಸರಿಸಿ ಮಾಡಿದರೆ ಸತ್ಯ ಬೆಳಕು ಕಾಣುತ್ತಾ ಹೊರಬರುತ್ತದೆ. ಹೀಗಾಗಿ, ಅಸತ್ಯವನ್ನು ಸ್ವೀಕರಿಸದೆ ಸಾಧಕನು ಕೇವಲ ಸತ್ಯವನ್ನೇ ಸ್ವೀಕರಿಸುತ್ತಾ ಸಾಗಬೇಕಿದೆ. ಸತ್ಯವನ್ನು ಸ್ವೀಕರಿಸಿ, ಆ ರೀತಿಯಲ್ಲಿ ವೃತ್ತಿಯನ್ನು ಮಾಡಿದಾಗ ಪ್ರಕೃತಿಯಿಂದ ಕೊಡಲ್ಪಟ್ಟ ಸತ್ವ

ಹಾಳಾಗುವುದಿಲ್ಲ ಎಂಬುದೇ ಇಲ್ಲಿ ಒಳಾರ್ಥವಾಗಿರುತ್ತದೆ. ಆಸುರೀ ಭಾವವನ್ನು ತೆಗೆಯಬೇಕೇ ಪರಂತು ಸಾರವನ್ನೇ ಅಲ್ಲ!

ದೈವೀ ಸಂಪದ್ವಿಮೋಕ್ಷಾಯ ನಿಬಂಧಾಯಾಸುರೀ ಮತಾ |

ಆಸುರೀ ಸಂಪತ್ತನ್ನು ಯಾವಾಗ ಸಾಧಕನು ಬೇರ್ಪಡಿಸುತ್ತಾ ಸಾಗುತ್ತಾನೆಯೋ, ಆಗ ದೈವೀ ಸಂಪತ್ತು ಮಾತೃತ್ವ ಪಡೆಯುತ್ತಾ ಹೋಗುತ್ತದೆ ಎಂಬುದು ವೇದ ಸಾಧಕರ ಮಾತಾಗಿರುತ್ತದೆ. ಇದೇ ಈ ಭೂಮಿಯಲ್ಲಿ ಮಾಡುವಂತಹ ಜೀವನ ಕ್ರಮವಾಗಿರುತ್ತದೆ. ಆಸುರೀ ಭಾವವು ಯಾವುದೋ ಒಂದಕ್ಕೆ ಆಹಾರವಾಗುತ್ತಾ ಸಾಗುತ್ತದೆ. ಹೀಗಾದಾಗ ಸಾಧಕನು ಮಾಡುವಂತಹ ಕ್ರಿಯೆಯಲ್ಲಿರೂ ಸಹ ದೈವೀ-ಭಾವ ಉಳಿಯುತ್ತಾ ಸಾಗುತ್ತದೆ. ಆ ದೈವೀ ಸಂಪತ್ತು ಇಂತಹ ಸಾಧಕನಲ್ಲಿ ಶೇಖರಣೆಯಾಗುತ್ತಾ ಸಾಗುತ್ತದೆ. ಆಸುರೀ ಸಂಪತ್ತು ಉಳಿದ ಜೀವಿಗಳಲ್ಲಿ ಹಂಚಿಕೊಳ್ಳುತ್ತಾ ಹೋಗುತ್ತದೆ. ಮುಂದೆ,

ನ ಶೌಚಂ ನಾಪಿ ಚಾಚರೋ ನ ಸತ್ಯಂ ತೇಷು ವಿದ್ಯತೇ ||

ಶೌಚ ಎಂದರೆ ಕೇವಲ ಮಡಿ ಅಥವಾ ಮೈಲಿಗೆ ಎಂದಾಗಿರದೆ ವಿಚಾರಗಳ ಶುದ್ಧೀಕರಣವಾಗಿರುತ್ತದೆ ಎಂದಾಗಿ ಅರ್ಥಮಾಡಿಕೊಳ್ಳಬೇಕು. ಮಾಡುವಂತಹ ಯಾವುದೇ ಕ್ರಿಯೆಯಲ್ಲಿ ಆಸುರೀ ಸಂಪತ್ತನ್ನು ದೈವೀ ಸಂಪತ್ತಿನಿಂದ ಬೇರ್ಪಡಿಸುತ್ತಾ ಹೋಗುವುದೇ ಶುದ್ಧ ಕ್ರಿಯೆಯಾಗಿರುತ್ತದೆ. ಹೀಗೆ ಮಾಡುವುದರಿಂದಾಗಿ ಸಾಧಕನು ಶುದ್ಧನಾಗುತ್ತಾ ಸಾಗುತ್ತಾನೆ.

ಶುದ್ಧಿ ಕಾರ್ಯವು ಮಲಗಳಿಂದಲೇ ನೆರವೇರುತ್ತದೆ. ಅವುಗಳು ಕ್ರಮವಾಗಿ ಗೋವಿನ ಕ್ಷೀರ, ಮೊಸರು, ತುಪ್ಪ, ಗೋ-ಮೂತ್ರ ಹಾಗು ಗೊಮಯ. ಎಲ್ಲೆಲ್ಲಿ ಸಾಧಕನು ದೈವೀಕ ಭಾವದಿಂದ ಆಸುರೀ ಭಾವವನ್ನು ಬೇರ್ಪಡಿಸಿ, ನಾಶಮಾಡುತ್ತಾನೆಯೋ, ಅಲ್ಲೆಲ್ಲಾ ದೈವೀ ಸಂಪತ್ತಿನ ಜೊತೆಜೊತೆಗೆ, ದೈವೀ ಭಾವವೂ ಸಹ ವೃದ್ಧಿಯಾಗುತ್ತಾ ಹೋಗುತ್ತದೆ. ಈ ದೈವೀ ವಿಚಾರವು ವೃದ್ಧಿಗೊಂಡಂತೆಲ್ಲಾ ಸಾಧಕನು ಶುದ್ಧನಾಗುತ್ತಾ ಹೋಗುತ್ತಾನೆ. ನಂತರ ಮಾತ್ರದಲ್ಲೇ ಅವನ ದೇಹವು ಶುದ್ಧಿಯನ್ನು ಪಡೆಯುತ್ತದೆ. ಹೀಗಾಗಿ, ಮಾಡುವಂತಹ ಪ್ರತಿಯೊಂದು ಕ್ರಿಯೆಯಲ್ಲಿಯೂ ಸಹ ಸಾಧಕನು ವಿಚಾರ ಶುದ್ಧಿಯನ್ನು ಪಡೆಯುವಂತಹ ಕ್ರಿಯೆಯ ಚಿಂತನೆಯನ್ನು ಕೈಗೊಳ್ಳಬೇಕು. ಈ ಕ್ರಿಯೆಯಲ್ಲಿ 'ಅಪೇಕ್ಷೆ'

ಎಂದಾಗಿ ಕರೆಯುವಂತಹ ಕಾಮದ ಪ್ರವೃತ್ತಿಯು ಇದ್ದೇ ಇರುತ್ತದೆ ಎಂದಾಗಿ ಗಮನಿಸಬೇಕು.

ಕಾಮಮಾಶ್ರಿತ್ಯ ದುಷ್ಪೂರಂ ದಂಭಮಾನಮದಾನ್ವಿತಾಃ |
ಮೋಹಾದ್ ಗೃಹೀತ್ವಾಽಸದ್ ಗ್ರಾಹಾನ್ ಪ್ರವರ್ತಂತೇಽಶುಚಿವ್ರತಾಃ|

ಶುಚಿಗಾಗಿ ಮಾಡುವಂತಹ ಕೈ ಹಾಗು ಕಾಲುಗಳ ತೊಳೆಯುವಿಕೆಯು ಕೇವಲ ದೇಹಕ್ಕೆ ಸಂಬಂಧಿಸಿದಂತಹ ಬಾಹ್ಯ ಕ್ರಿಯೆಗಳೇ ವಿನಃ, ಮನಸ್ಸಿಗೆ ಅಲ್ಲ. ಬದಲಾಗಿ ತಾನು ಕೈಗೊಂಡಂತಹ ಕಾರ್ಯದ ವಿಮರ್ಷೆ ಮಾತ್ರವೇ ಶುದ್ಧಿ ಕಾರ್ಯವಾಗಿರುತ್ತದೆ. ತಾನು ಮಾಡುವಂತಹ ಕಾರ್ಯಗಳಲ್ಲಿ ಯಾವ್ಯಾವ ರೀತಿಯ ಒಳ್ಳೆಯ (ಒಳ್ = ಶಾಶ್ವತತೆಯನ್ನು ಪಡೆದಿರುವ) ಫಲಗಳು ಉಂಟಾಗಬಹುದು ಎನ್ನುವಂತಹ ಕ್ರಿಯೆಗಳೇ 'ಶುಚಿ' ಎಂದಾಗಿ ಸಾಧಕನಲ್ಲಿ ಪರಿವರ್ತಿತವಾಗುತ್ತದೆ ಎಂದಾಗಿ ಈಗಾಗಲೇ ಸಾಧನೆಯನ್ನು ಮಾಡಿರುವವರ ಉಕ್ತಿಯಾಗಿದೆ. ಇಂದರಿಂದಾಗಿ ಮಾತ್ರ ಸಾಧಕನ ದೇಹವು ಹಂತಹಂತಗಳಲ್ಲಿ ಪರಿಶುದ್ಧವಾಗುತ್ತಾ ಸಾಗುತ್ತದೆ.

ಕಾಮೋಪಭೋಗಪರಮಾ ಏತಾವದಿತಿ ನಿಶ್ಚಿತಾಃ |

ಅಪೇಕ್ಷೆ ಪಡುವುದೇ ಇಲ್ಲಿ ಸಾಧಕನ ಕಾಮ ಎಂದಾಗಿರುತ್ತದೆ. ಅಪೇಕ್ಷೆ ಪಡುವುದು ಎಂದರೆ, ಪರಿಷ್ಕರಣೆಯನ್ನು ಕೈಗೊಂಡಾಗ 'ಯಾವ್ಯಾವುದು ದೈವೀ ಸಂಪತ್ತಾಗಿರುತ್ತದೆ' ಎನ್ನುವ ವಿಚಾರವಾಗಿರುತ್ತದೆ. ಇದೇ ಸಾಧಕನ ಸರಿಯಾದ ಅಪೇಕ್ಷೆಯಾಗಿರುತ್ತದೆ. ಈ ರೀತಿಯಾದ ಅಪೇಕ್ಷೆಯನ್ನು ಪಡದಿದ್ದರೆ ಸಾಧಕನು ಅಶುದ್ಧಿಯಾಗುತ್ತಾನೆ ಎಂದಾಗಿ ವೇದ ತಜ್ಞರು ಎಚ್ಚರಿಕೆಯನ್ನು ಹೇಳಿರುತ್ತಾರೆ. 'ಹಾಗಾದರೆ ಮೋಹ ಎನ್ನುವುದು ಬಿಡಲಿಲ್ಲವೇ' ಎಂದರೆ ಇಲ್ಲಾ, ಈ ರೀತಿಯಾದ ಮೋಹವು ಬೇಕು, ನಾನು ಒಳ್ಳೆಯ ಕಾರ್ಯಗಳನ್ನು ಮಾಡಬೇಕು, ಒಳ್ಳೆಯವರಿಗೆ ಸಹಾಯವನ್ನು ಮಾಡಬೇಕು. ಹೀಗಾಗಿ ಮೋಹವು ಬೇಕು. ಇವೆಲ್ಲವೂ ಸಹ ಸಾಧಕನ ಮನಸ್ಸಿನಲ್ಲಿ ನಿಶ್ಚಿತವಾಗಬೇಕು.

ಆಶಾಪಾಶಶತೈರ್ಬದ್ಧಾಃ ಕಾಮಕ್ರೋಧಪರಾಯಣಾಃ |
ಈಹಂತೋ ಕಾಮಭೋಗಾರ್ಥಮನ್ಯಾಯೇನಾರ್ಥಸಂಚ ಯಾನ್||

ಈ ಸಾಲುಗಳ ಪ್ರಕಾರ, 'ಮನುಷ್ಯನು ಪಡುವಂತಹ ಎಲ್ಲವೂ ಸಹ ಆಸೆಗಳಲ್ಲ, ಬದಲಿಗೆ ಕೆಲವು ಮಾತ್ರವೇ ಆಸೆಗಳಾಗಿರುತ್ತವೆ! ಇವುಗಳಲ್ಲಿ ಕೆಲವು ಮಾತ್ರ ಸಾಧಕನನ್ನು ಚಿಂತನೆಗೆ ಹಚ್ಚುವಂತಹ ಆಸೆಗಳಾಗಿರುತ್ತವೆ'. ಹೀಗೆ

ಚಿಂತನೆಗಳನ್ನು ಉಂಟುಮಾಡುವಂತಹ ಆಶೆಗಳ ಭಾಗದಲ್ಲಿಯೇ ಸಾಧಕನ ಕ್ರಿಯೆ ಇದ್ದರೆ ಮಾತ್ರ ಅವನ ದೇಹವು ಶುದ್ಧತೆಯನ್ನು ಪಡೆಯಲು ಸಾಧ್ಯವಾಗುತ್ತದೆ. ಇದಕ್ಕಾಗಿ ಗಜಾನನ ಆಸನವು ಸಹಾಯಕವಾಗಿರುತ್ತದೆ.

ಅಸೌ ಮಯಾ ಹತಃ ಶತ್ರುರ್ಹನಿಷ್ಯೇ ಚಾಪರಾನಪಿ |
ಈಶ್ವರೋಽಹಮಹಂ ಭೋಗೀ ಸಿದ್ಧೋಽಹಂ ಬಲವಾನ್ ಸುಖೀ ||

ಈ ಸಂದರ್ಭದಲ್ಲಿ, ಶಿವ, ಹರಿ ಹಾಗು ಸೇನೆ ಎಂಬಲ್ಲಿ ಆನೆ ಎಂಬ ಅರ್ಥವನ್ನು ಆರೋಪಿಸಿಕೊಳ್ಳಬೇಕಿದೆ. ಈ ಸಂದರ್ಭಗಳಲ್ಲಿ ಆನೆ ಎಂಬುದೊಂದು ಆಸನವಾಗಿರುತ್ತದೆ. ಗಜಾಸನವನ್ನು ಹಾಕಿ ಸಾಧಕನು ನಾಲ್ಕು ಕಾಲುಗಳಿಂದ ಹರಿಯಬೇಕು. ತನ್ನ ಭೂತವನ್ನು ತ್ಯಜಿಸಿ ಮುಂದಕ್ಕೆ ಹೋಗುವುದಕ್ಕೆ ಸಾಧಕನಿಗೆ ಈ ಗಜಾಸನವು ಉಪಯೋಗಕಾರಿಯಾಗಿದೆ. ಈಗಾಗಲೇ ನೋಡಿದ ಹಾಗೆ ಅಪೇಕ್ಷೆ ಇಲ್ಲಿ ಕೆಲಸಮಾಡುತ್ತದೆ. ನಾಲ್ಕು ಕಾಲಿನಲ್ಲಿ ಹರಿದಾಡುವುದಕ್ಕೆ ಆರಂಭಿಸಿದಾಗ ಸರಿಯಾಗಿ ಓಡಾಡಲು ಆಗದೆ ಸಾಧಕನಲ್ಲಿ 'ದೀನತ್ವ' ಕಂಡುಬರುತ್ತದೆ. ಜೊತೆಗೆ ಚಿಕ್ಕ ಮಕ್ಕಳನ್ನೋ ಅಥವಾ ಮತ್ತ್ಯಾವುದೋ ಭಾರವನ್ನೋ ಬೆನ್ನಿನ ಮೇಲೆ ಕೂರಿಸಿಕೊಂಡಾಗ ಪ್ರೇಮ ಉಕ್ಕುತ್ತದೆ. ಆದರೆ ಸಾಧಕನು ಭಕ್ಷಿಸಿದಂತಹ ಅನ್ನ, ಇತ್ಯಾದಿ ಸಹಿತವಾದ ಪಂಚಕೋಶಯುಕ್ತವಾದ ಉದರವು ಕೆಳಕ್ಕೆ ಜೋತಾಡುತ್ತದೆ. ಜೋತಾಡುವುದರ ಮುಖೇನ ಅಲ್ಲಿ ನಾಭಿಯನ್ನು ಬಲವಾಗಿ ಹಿಡಿದುಕೊಳ್ಳುತ್ತಾ ಬರುತ್ತದೆ. ಆರಂಭಿಕದಲ್ಲಿ ಹೊಟ್ಟೆಯನ್ನು ಹಿಡಿದುಕೊಳ್ಳುವುದು ಕೊಂಚ ಕಷ್ಟವೆನಿಸಿದರೂ ಸಹ ನಂತರದಲ್ಲಿ ಸುಲಭವಾಗುತ್ತದೆ. ಬೇರೆ ಪ್ರಾಣಿಗಳ ರೀತಿಯಲ್ಲಿ ಆನೆಯ ಹೊಟ್ಟೆಯು ಜೋತಾಡದು. ಹೀಗಾಗಿ ಅದನ್ನು 'ಭೋಗೀ' ಎಂದಾಗಿ ವೇದ ತಜ್ಞರು ಕರೆಯುತ್ತಾರೆ.

ಈಶ್ವರೋಽಹಮಹಂ ಭೋಗೀ ಸಿದ್ಧೋಽಹಂ ಬಲವಾನ್ ಸುಖೀ |

ಭೋಗೀ ಎನ್ನುವುದಕ್ಕೆ ಸಾಧಕನು ಆನೆ ಎಂದಾಗಿ ಅರ್ಥಮಾಡಿಕೊಳ್ಳಬೇಕಿದೆ. ಆನೆಯ ಭಂಗಿಯನ್ನು, ಅಂದರೆ ಗಜಾಸನವನ್ನು ಹಾಕುವುದರಿಂದಾಗಿ ಎಂಟು ವಾಘಗಳಿಗೂ (ನಾಭಿಯಿಂದ ಜನಿಸುವಂತಹ ತರಂಗ. ಅಂದರೆ ಪರ ಎಂಬ ಸಂವಹನ ಕ್ರಿಯೆಯಿಂದ ಜನಿಸುವ ತರಂಗ. ಇದು ವಿಶ್ವದ ನಾದವನ್ನು ಗಳಿಸಿ ಜನಿಸುವುದಾಗಿದೆ. ಹೊಟ್ಟೆಯಲ್ಲಿ ಕೆಲವೊಮ್ಮೆ ಕವಕವ ಎಂಬ ಶಬ್ದ ಉತ್ಪತ್ತಿಯಾಗುವುದಿದ್ದು ಅದು ಹೊರಗೂ

ಸಹ ಕೇಳಿಬರುತ್ತದೆ) ಸಹ ಹೊಟ್ಟೆಯನ್ನು ಎತ್ತಿ ಹಿಡಿದುಕೊಳ್ಳುವಂತಹ ಶಕ್ತಿ ಸಾಧಕನಿಗೆ ಪ್ರಾಪ್ತವಾಗುತ್ತದೆ. ಇಂದರಿಂದಾಗಿ ದೈನಯತೆಯು ಪ್ರಾಪ್ತವಾಗುತ್ತಾ ಹೋಗುತ್ತದೆ. ನಂತರ ಮಾತ್ರವೇ ಸಾಧಕನು ಸುಖಿಯಾಗಲು ಸಾಧ್ಯ ಎಂದಾಗಿ ವೇದ ವಿಜ್ಞಾನಿಗಳು ಹೇಳುತ್ತಾರೆ. ಅಂದರೆ ವಿಚಾರ ಪರವಾಗಿ ಸಾಧಕನು ಸುಖಿಯಾಗುತ್ತಾನೆ. ಅಹಂಕಾರ ಇದ್ದರೆ ವಿಚಾರ ಪರ ಸುಖವು ಪ್ರಾಪ್ತಯಾಗದು, ಆದರೆ ಯಾವಾಗ ಅಹಂಕಾರವಿರದ ದೈನ್ಯತೆ ಪ್ರಾಪ್ತಯಾಗುತ್ತದೆಯೋ ಆಗ ಮಾತ್ರವೇ ವಿಚಾರ ಪರ ಸುಖವು ಜನಿಸುತ್ತದೆ. ಹೀಗಾಗಿ ಪರಮಾತ್ಮನ ಮುಂದೆ ಮಂಡಿಯೂರಿ ನಮಸ್ಕರಿಸಬೇಕು, ಅಂದರೆ ಗಜಾಸನದಲ್ಲಿ ನಮಸ್ಕರಿಸಬೇಕು ಎಂದಾಗಿ ಋಷಿಗಳು ಹೇಳುತ್ತಾರೆ.

ಹೊಟ್ಟೆ ಕೆಳಕ್ಕೆ ಬಾಗುವುದರಿಂದ ಅದು ಕೆಳಮುಖವಾಗಿ ತೇಲುತ್ತದೆ. ಈ ಕ್ರಮವೊಂದನ್ನು ಹೊರತುಪಡಿಸಿ ಹೊಟ್ಟೆಗೆ ಮತ್ಯಾವ ಹಿಡಿತವು ಅಸಾಧ್ಯ. ಹೊಟ್ಟೆಗೊಂದು ಸ್ಥಿರಾಸನವು ಈ ಗಜಾಸನವಾಗಿದೆ. ಇದನ್ನು ಗಜ-ಪದ್ಮಾಸನ ಎಂದಾಗಿಯೂ ಹೇಳುವುದಾಗಿದೆ.

ಗಜಾಸನವನ್ನು ಹಾಕಿದಾಗ ನಾಭಿ ಪದ್ಮವನ್ನು ಹೊಟ್ಟೆಯು ಹಿಡಿದಿರುತ್ತದೆ. ಅದನ್ನೆ ಕೊಂಚ-ಕೊಂಚವೇ ಹೆಚ್ಚಾಗಿ ಬಳಸುತ್ತಾ ಬಂದರೆ, ಆ ಪದ್ಮ ಮಾತ್ರ ಸಾಧಕನಿಗೆ ಹೊಟ್ಟೆಯ ಹೊರಭಾಗದಿಂದ ಕಾಣಿಸಿಕೊಳ್ಳುತ್ತದೆ. ಉಸಿರನ್ನು ಮೇಲ್ಮುಖವಾಗಿ ಸ್ಥಂಭಿಸಿ, ಹೊಟ್ಟೆಯನ್ನು ಆಕುಂಚನಗೊಳಿಸಿಕೊಂಡರೆ (ಸಂಕೋಚನಗೊಳಿಸಿಕೊಂಡರೆ) ನಾಭಿ ಪ್ರದೇಶ ಮಾತ್ರ ಹೊಟ್ಟೆಯಾಗಿರುತ್ತದೆ. ಇಲ್ಲಿ ಹೆಚ್ಚು ಹೊಟ್ಟೆ ಇರದು. ಇನ್ನು ಉಳಿದ ಮಾಂಸದ ಭಾಗಗಳು ಮಾತ್ರ ಆ ಕಡೆ ಈ ಕಡೆ ಓಡಾಡುತ್ತಿರುತ್ತದೆ. ಇದನ್ನು ಯೋಗಭ್ಯಾಸದಿಂದ ರೂಢಿಸಿಕೊಳ್ಳಬಹುದು. ಗಜಾಸನವನ್ನು ಮಾಡುತ್ತಿದ್ದರೆ ಸ್ವಾಭಾವಿಕವಾಗಿಯೇ ಆಕುಂಚನವಾಗುತ್ತಾ ಹೋಗುತ್ತದೆ. ಕ್ರಮೇಣ ಹೊಟ್ಟೆಯ ತೂಕ ಕಡಿಮೆಯಾಗುತ್ತಾ ಹೋಗುತ್ತದೆ.

ಆಶಾಪಾಶಶತೈರ್ಬದ್ಧಾಃ ಕಾಮಕ್ರೋಧಪರಾಯಣಾಃ|
ಈಹಂತೇ ಕಾಮಭೋಗಾರ್ಥಮನ್ಯಾಯೇನಾರ್ಥಸಂಚಯಾನ್||

ಇಲ್ಲಿ ಬರುವಂತಹ ಕಾಮ ಎಂಬ ಶಬ್ದಕ್ಕೆ ದೈಹಿಕ ಸಾಂಗತ್ಯ ಎಂದಾಗಿ ಅರ್ಥಮಾಡಿಕೊಳ್ಳಬಾರದು. ರೂಢಿಯಲ್ಲಿ ಕಂಡುಬಂದಿರುವಂತಹ ಈ ಅರ್ಥವು ಕಾಮ ಎಂಬ ಶಬ್ದಕ್ಕೆ ಇಲ್ಲ.

ಕಾಮ ಎನ್ನುವುದು ಮನಸ್ಸಿನ ಕಾರಣದಿಂದ ಬರುವುದಲ್ಲ ಎಂಬುದನ್ನು ಸಾಧಕ ಅರ್ಥಮಾಡಿಕೊಳ್ಳಬೇಕು. ಇಲ್ಲಿ, ಆಶಾಪಾಶ-ಶತೈರ್ಬದ್ಧಾಃ ಎಂದಾಗಿ ಹೇಳಿದೆ. ಆರಂಭದಲ್ಲಿ ನೋಡಿದ ಮೆಟ್ಟಿಲಿನಲ್ಲಿ ತಲೆಯನ್ನು ಕೆಳಗೆ ಮಾಡುವುದು ಏನಿತ್ತೋ ಹಾಗೆ ಇಲ್ಲೂ ಕೂಡ ತಲೆಯನ್ನು ಕೆಳಗೆ ಮಾಡುವುದಾಗಿದೆ (ನಾಭಿಯನ್ನೂ ಸಹ ತಲೆಗೆಳಗೆ ಮಾಡುವುದಾಗಿದೆ).

ಭಾರತೀಯ ತಂತ್ರಶಾಸ್ತ್ರದಲ್ಲಿ ಸುರಭಿಯನ್ನು ಕಾಮಧೇನು, ಅಂದರೆ ಹಸು ಎಂದು ಹೇಳಲಾಗುತ್ತದೆ. ಇಲ್ಲಿ ಸುರಭಿ ಎಂದರೆ ಯಾವುದೇ ಆಸೆಯನ್ನು ಪೂರೈಸುವವಳಾಗಿರುತ್ತಾಳೆ. ಇದನ್ನು ಧೇನು ಮುದ್ರೆ, ಕಾಮಧೇನು ಮುದ್ರಾ ಅಥವಾ ಹಸುವಿನ ಮುದ್ರೆ ಎಂದೂ ಕರೆಯುತ್ತಾರೆ. ದೇಹದ ನಾಭಿಯಲ್ಲಿ ಏನಾಗುತ್ತಿದೆ ಎನ್ನುವುದನ್ನು ತಂತ್ರಶಾಸ್ತ್ರದ ಧೇನು ಮುದ್ರೆಯು ಸಾಧಕನಿಗೆ ತಿಳಿಸಿಕೊಡುವುದಾಗಿದೆ. ಯೋಗದ ಧೇನು ಮುದ್ರೆಯು ದೇಹದ ಅನಿಲ ಸಮಸ್ಯೆ, ಮಾನಸಿಕ ಅಸ್ವಸ್ಥತೆ, ಜೀರ್ಣಾಂಗ ಸಮಸ್ಯೆ, ಸಂಧಿವಾತ, ಮಧುಮೇಹಕ್ಕೆ ಪರಿಣಾಮಕಾರಿಯಾಗಿದೆ. ಈ ಮುದ್ರೆಯನ್ನು ಪ್ರಾತಃಕಾಲ ಅಥವಾ ಸಂಜೆ ಮಾಡುವುದರಿಂದ ಸಾಧಕನಲ್ಲಿ ಶಕ್ತಿ ಹೆಚ್ಚುತ್ತದೆ.

ಧೇನು ಮುದ್ರೆಯನ್ನು ಹೀಗೆ ಮಾಡಬೇಕು: ಬಲಗೈ ತೋರುಬೆರಳನ್ನು ಎಡಗೈ ಮಧ್ಯದ ಬೆರಳಿಗೆ ಸೇರಿಸಬೇಕು. ಎಡಗೈ ತೋರುಬೆರಳನ್ನು ಬಲಗೈ ಮಧ್ಯದ ಬೆರಳಿಗೆ ಸೇರಿಸಬೇಕು. ಬಲಗೈ ಉಂಗುರ ಬೆರಳನ್ನು ಎಡಗೈ ಕಿರು ಬೆರಳಿಗೆ ಸೇರಿಸಬೇಕು. ಎಡಗೈ ಉಂಗುರ ಬೆರಳನ್ನು ಬಲಗೈ ಕಿರು ಬೆರಳಿಗೆ ಸೇರಿಸಬೇಕು. ಎರಡು ಹೆಬ್ಬೆರಳನ್ನು ಸೇರಿಸಬೇಕು.

ಈ ಕ್ರಮವನ್ನು ಅನುಸರಿಸದ ಸಾಧಕನ ಉದರವು ಕೆಳಮುಖವಾಗಿ ಇಳಿಯುತ್ತಾ ಹೋಗುತ್ತದೆ. ಉದರವು ಪ್ರಯತ್ನಿಸುತ್ತಿದೆ ಎಂದರೆ ಅದು ಆಸೆ ಎಂದಾಗಿರುತ್ತದೆ. ಮೇಲ್ಮುಖಕ್ಕೆ ಹೋಗುವುದು ಆಸೆಯಾಗಿರದೆ ಕೆಳಮುಖಕ್ಕೆ ಚಲಿಸುವುದು ಆಸೆ ಎನ್ನುವುದು ದುರಾಸೆ ಎಂದಾಗಿ ಪ್ರವೃತ್ತವಾಗುತ್ತದೆ. ಇಲ್ಲಿ ಆಸೆ ಎನ್ನುವುದನ್ನು ಹೀಗೆ ಅರ್ಥಮಾಡಿಕೊಳ್ಳಬೇಕು.

ಈ ಎಲ್ಲಾ ವಿಚಾರಗಳನ್ನು ಒಂದು ಸರಿಯಾದಂತಹ ಕಾಮ-ಕ್ರೋಧ-ಪರಾಯಣಾಃ ಎಂದು ಒಂದೇ ಅಂಶದಲ್ಲಿ

ಸಾಧಕನು ಸಂಯೋಜಿಸಿಕೊಳ್ಳಬೇಕು, ಅಥವಾ ಒಂದೇ ವಿಚಾರವಾಗಿ ಸಂಯೋಜಿಸಿಕೊಳ್ಳಬೇಕು. ವಾಘೆ ಸಹಿತವಾಗಿರುವಂತಹ ನಾಭಿಗೆ 'ತಾನು ಪ್ರವೃತ್ತನಾಗಬೇಕು' ಎಂಬ ಸ್ವಾಭಾವಿಕ ಗುಣವಿರುತ್ತದೆ. ಆ ಪ್ರವೃತ್ತನಾಗಬೇಕಾದಂತಹ ಗುಣವೇ ನಮಗೆ ಪ್ರಭೆಯಲ್ಲಿ ಕಾಣಿಸಲ್ಪಡುತ್ತದೆ. ಇದನ್ನೇ 'ಪ್ರಭಾಕರ' ಎಂದಾಗಿ ವೇದ ವಿಜ್ಞಾನಿಗಳು ಹೇಳುತ್ತಾರೆ.

ಈ ನಾಲ್ಕು ಅಂಶಗಳು ಅಥವಾ ಮೂಲೆಗಳು ಕೆಳಕ್ಕೆ ಇಳಿದು ಕಾಣುವಂತಹದ್ದೇ ಪ್ರಭಾಕರ ಎಂದಾಗಿರುತ್ತದೆ. ಕೆಳಕ್ಕೆ ಇಳಿಯುವುದೇ ಪ್ರವೃತ್ತಿಯಾಗಿರುತ್ತದೆ. ಆದರೆ ತಾನಾಗೇ ಕೆಳಗಿಳಿಯಲು ಆಗುವುದಿಲ್ಲ. ವಾಘೆಗಳು ತೊಟ್ಟಿನ ಹಾಗೆ ಕೊಂಚ ಕೆಳಕ್ಕೆ ಬರಬಹುದಾದರೂ ಪೂರ್ಣವಾಗಿ ಕೆಳಗಿಳಿಯಲು ಆಗುವುದಿಲ್ಲ. ಏಕೆಂದರೆ ಅದು ಮೇಲಿನದಕ್ಕೆ ಆಶ್ರಯಿಸಿಯೇ ಇರಬೇಕಿದೆ.

ವಾಘೆಗಳು ಕೈಗೆ ಸಿಗುವುದೆ ಎಂದಾಗಿ ಸಾಧಕನ ಹೊಟ್ಟೆಯನ್ನು ಬಗೆದು ನೋಡಿದರೆ ಸಿಗುವುದಿಲ್ಲ. ಆದರೆ ಏಳು ವಾಘೆಗಳು ಅಲ್ಲಿವೆ ಎಂದಾಗಿ ವೇದ ವಿಜ್ಞಾನಿಗಳು ಹೇಳಿರುತ್ತಾರೆ. ಅವುಗಳ ಒಂದೊಂದಕ್ಕೂ ಒಂದೊಂದು ಸ್ವಭಾವವಿದೆ. 'ತನ್ನನ್ನು ತಾನು ಪ್ರವರ್ತಿಸಿಕೊಳ್ಳಬೇಕು' ಎಂಬುದೇ ಅವುಗಳ ಸ್ವಭಾವವಾಗಿದೆ. ಈ ರೀತಿಯ ಸ್ವಭಾವ ಒಂದು ರೀತಿಯ ಶಬ್ದವನ್ನು ಹೊರಡಿಸುತ್ತಿರುತ್ತದೆ, ಅಲ್ಲೊಂದು ವೈಖರಿ ಇದೆ. (ಸೂಚನೆ: ಪರ, ಪಶ್ಯಂತಿ, ಮಧ್ಯಮ ಹಾಗು ವೈಖರಿ ಎಂಬುವುದು ನಾಲ್ಕು ರೀತಿಯ ಸಂವಹನಗಳಿವೆ.) ಆ ಅವುಗಳು ಹೊರಡಿಸುವಂತಹ ವೈಖರಿಯು ಮಾನವನಿಗೆ ಅರ್ಥವಾಗದು, ಏಕೆಂದರೆ ಈ ರೀತಿಯಾದ ಸಂವಹನವನ್ನು ಯಾರೂ ಸಹ ಅಭ್ಯಾಸ ಮಾಡದಿರುವುದಿಲ್ಲ. ಹೆಚ್ಚೆಂದರೆ, ಹೊಟ್ಟೆಯು ಕೂಗಿಕೊಂಡಾಗ ಹಸಿವೆ ಆಗುತ್ತಿದೆ ಎಂದಾಗಿ ಮಾತ್ರ ಅರ್ಥವಾಗುತ್ತದೆ!

ಏಳು ವಾಘೆಗಳಿಗೂ ಸಹ ಅದರದ್ದೇ ಆದಂತಹ ವೈಖರಿ ಇದೆ. ಅನ್ಯಾಯೇನಾರ್ಥ ಸಂಚಯಾನ್ – ಬಾಹ್ಯ ಮನಸ್ಸಿನಲ್ಲಿರುವ ಎಷ್ಟೋ ವಿಷಯಗಳನ್ನು ಬಾಯಿಂದ ವೈಖರಿಯಲ್ಲಿ ಆಡಿಬಿಟ್ಟಾಗ ಅದು ಕಳೆದುಹೋಗುತ್ತವೆ. ಬಾಹ್ಯ ಮನಸ್ಸಿಗೆ ಅಂತರ್ಮನದಲ್ಲಿರುವಂತಹ ವಿಚಾರಗಳನ್ನು ಹೇಳಲಿಕ್ಕಾಗುವುದಿಲ್ಲ. ಆದರೆ ಈ ವಾಘೆಗಳು ಅಂತರ್ಮನದ

ವಿಚಾರವನ್ನು ಹೇಳುತ್ತವೆ. ಹೀಗಾಗಿ, ಈ ವಾಘೆಯಲ್ಲಿರುವಂತಹ ಭಾಷೆಯನ್ನು ಅರ್ಥಮಾಡಿಕೊಂಡರೆ ಸಾಧಕನಿಗೆ ಆಗ ಈ ವೈಖರಿಯ ಅಗತ್ಯವಿರುವುದಿಲ್ಲ. ಅರ್ಥವಾಗದಿದ್ದಾಗ ಮಾತ್ರ ಈ ವಾಘೆಗಳಿಂದ ಹೊರಟ ವಿಚಾರಕ್ಕೆ ಮಧ್ಯಮದಲ್ಲಿ ಒಂದು ಪೂರಕತೆಯನ್ನು ನೀಡಿ ವೈಖರಿಯಿಂದ ಮಾತನಾಡುವುದಾಗಿದೆ. ಮಾತು ಜನಿಸುವುದು ವಾಘೆಯಿಂದ, ಅಂದರೆ ನಾಭಿಯಿಂದ. ಅದೇ ಪರಾ, ಪಶ್ಯಂತಿ, ಮಧ್ಯಮಾ ಹಾಗು ವೈಖರಿ. ಯಾವ ಸಮಯದಲ್ಲಿ ಸಾಧಕನು ವೈಖರಿಯನ್ನು ಪ್ರಯತ್ನಿಸದೇ ಹಿಂದಕ್ಕೆ ಬರುತ್ತಾ ಹೋದರೆ, ಈ ವಾಘೆಯಿಂದ ಹೊರಡುವ ಶಬ್ದವನ್ನೇ ಅರ್ಥಮಾಡಿಕೊಳ್ಳಲು ಪ್ರಯತ್ನಪಟ್ಟರೆ, ಆಗ ಈ ವೈಖರಿಯ ಅಗತ್ಯವಿಲ್ಲವಾಗುತ್ತದೆ.

ಆಶಾಪಾಶಶತೈರ್ಬದ್ಧಾಃ ಕಾಮಕ್ರೋಧಪರಾಯಣಾಃ – ಅಂದರೆ, ನೂರು ಮಾತ್ರವಲ್ಲ, ನೂರಕ್ಕಿಂತಲೂ ಅಧಿಕವಾಗಿರುತ್ತದೆ ಎಂದಾಗಿ ಅರ್ಥಮಾಡಿಕೊಳ್ಳಬೇಕು. ಶತೈರ್ಬದ್ಧಾಃ – ಅಂದರೆ, ಒಂದೊಂದು ವಾಘೆಯನ್ನೂ ಸಹ ಹಲವಾರು ವಿಚಾರಗಳು ಬಂಧಿಸಿಟ್ಟಿರುತ್ತವೆ. ಸಕಲ ವಿಚಾರಗಳೂ ಸಹ ವಾಘೆಯಲ್ಲೇ ಅಡಕವಾಗಿರುತ್ತವೆ. ಪ್ರಸಕ್ತ ಪ್ರಪಂಚದಲ್ಲಿ ಎಷ್ಟೆಷ್ಟು ವಿದ್ಯೆಗಳಿವೆಯೊ ಹಾಗು ಅದೆಷ್ಟು ವಿಚಾರಗಳಿವೆಯೋ, ಅದಕ್ಕಿಂತಲೂ ಸಾವಿರ ಪಟ್ಟು ವಿಚಾರಗಳು ಈ ವಾಘೆಗಳಲ್ಲಿ ಸಂಗ್ರಹವಾಗಿರುತ್ತದೆ ಎಂದಾಗಿ ವೇದ ವಿಜ್ಞಾನಿಗಳು ಹೇಳಿರುತ್ತಾರೆ.

ಮಾನವನ ನೆನಪಿನ ಕೋಶದಲ್ಲಿ ಶೇಖರವಾಗುವಿಕೆಯು ನೆನಪಿನ ಸೂತ್ರ ವಿಧಿಸುವ ಮಿತಿಯಂತೆ ಇರುತ್ತದೆ. ಆದರೆ ವಾಘೆಯಲ್ಲಿ ಹಾಗಿಲ್ಲದೆ ಯಾವುದೇ ಮನುಷ್ಯನಿಗೆ ಗೊತ್ತಿರದ, ಅವನ ಕಲ್ಪನೆಯಲ್ಲೂ ಸಹ ಇರದಂತಹ ಹಲವಾರು ವಿಚಾರಗಳು ಅವುಗಳಲ್ಲಿ ನೆಲೆಗೊಂಡಿರುತ್ತವೆ.

ಮಾನವನ ನೆನಪಿನ ವಿಚಾರಗಳ ನೆಲೆಗಟ್ಟಿನಲ್ಲಿ ನೋಡಿದರೆ ವೇದವೇ ಅಂತಿಮವಾಗಿದೆ. ಎಲ್ಲವನ್ನು ಬಲ್ಲದ್ದರಿಂದಾಗಿ ಅದು 'ಈಂಕೃಣೋತಿ'. ಆದರೆ ವಾಘೆಯಲ್ಲಿ ಅದಕ್ಕಿಂತಲೂ ಹೆಚ್ಚಿನ ವಿಚಾರಗಳು ಇರುವುದರಿಂದಾಗಿ ವಾಘೆಯು 'ಈಹಂತೋ'. ಆದರೆ ಇದನ್ನು ಇದುವರೆಗೂ ಯಾರೂ ಬರೆದಿಟ್ಟಿಲ್ಲ. ಈ ವಾಘೆಗಳು ಮಾನವನಲ್ಲಿ ಇವೆ. ಆದರೆ ಅದು ಹೇಗೆ ಕೆಲಸಮಾಡುತ್ತದೆ ಎಂಬುದು ಇದುವರೆಗೂ ಯಾರೂ ಸಹ ಸಿದ್ಧಮಾಡಿಲ್ಲ. ಏಕೆಂದರೆ ವಾಘೆಯ ವೈಖರಿ ಸಂವಹನವನ್ನು

ಅರ್ಥಮಾಡಿಕೊಳ್ಳಲು ಮಾನವನಿಗೆ ಸಾಧ್ಯವಾಗುತ್ತಿಲ್ಲ. ಇದರೆಡಗೆ ಪ್ರಯತ್ನವು ಮಾನವ ಮಾಡಬೇಕಿದೆ.

ನಾಭಿಯಿಂದ ಹೊರಟ ಶಬ್ದವು ಮೇಲೆ ಮಧ್ಯಮಕ್ಕೆ ಬಂದು ಹೊರಹೋಗುವ ಪ್ರಯತ್ನಮಾಡುತ್ತಿರುತ್ತದೆ. ಅದನ್ನು ಸರಳವಾಗಿ ಮಾನವನು ಮಾತಿನಲ್ಲಿ ಆಡಿಬಿಡುತ್ತಾನೆ. ಆದರೆ ಹಿಂದಕ್ಕೆ ಹೋಗಿ ವಾಘೆಯಲ್ಲಿಯೇ ಸಂಧಿಸಿ, ಇದು ಏನು ಹೇಳಲಿಕ್ಕೆ ಯತ್ನಿಸುತ್ತಿದೆ ಎಂದು ಮಾನವನು ಗಮನಿಸುವುದಿಲ್ಲ. ಈ ವಾಘೆಯು ನಿರಂತರವಾಗಿ ಕೂಗುತ್ತಿದ್ದರೂ ಅದನ್ನು ಕೇಳುವಂತಹ ಸೂಕ್ಷ್ಮ ಶಬ್ದ ಗ್ರಹಣ ಮಾಡುವ ತಂತ್ರ ಮಾನವನಿಗೆ ಗೊತ್ತಿಲ್ಲ. ಏಕೆಂದರೆ ಅದನ್ನು ಗಮನಿಸಬೇಕಾದಂತಹ ಸಂಜ್ಞೆಯ ಉತ್ಪತ್ತಿ ಶಾಸ್ತ್ರ ತಿಳಿದಿಲ್ಲ. ಹೀಗಾಗಿ ಮಾನವನಿಗೆ ಅರ್ಥವಾಗುತ್ತಿಲ್ಲ.

ವಾಘೆಗಳೆಲ್ಲವೂ ಸಹ ಕಾಮ-ಭೋಗದ ಅರ್ಥಗಳೇ ಆಗಿವೆ. ಆದರೆ ಇವುಗಳೆಲ್ಲವೂ ದೈಹಿಕ ಕ್ರಿಯೆ ಕಾಮವಲ್ಲ. ಇವುಗಳೆಲ್ಲವೂ ಸಹ ಎಲ್ಲವೂ ಹೀಗೆಯೇ ಆಗಬೇಕು ಎಂದಾಗಿ ಹೇಳುತ್ತಿರುವಂತಹ ಕಾಮ. ಮನಸ್ಸಿನಲ್ಲೇ ಚಿಂತನೆಯು ಆಗಬೇಕಾದಂತಹವುಗಳು. ಅನ್ಯಾಯೇನಾರ್ಥ ಸಂಚಯಾನ್ – ಹೀಗಾಗಿ, ಅಂತರ್ಮನದ ಸಹಾಯದಿಂದ ಮಾತ್ರ ಇವುಗಳನ್ನು ಗ್ರಹಿಸಬೇಕಿದೆ.

ವಾಘೆಗಳು ಸಂವಹಿಸುವಂತಹ ನೆಲೆಗಟ್ಟಿನಲ್ಲಿ ಮಾನವನ ಸಕಲ ನರ ಸಂಯೋಜನೆಗಳೂ ಸಹ ಈ ವಾಕ್ ಸಂಜ್ಞಾ ಎಂಬುದನ್ನು ಆಧರಿಸಿಕೊಂಡೇ ವ್ಯವಹರಿಸುತ್ತವೆ ಎಂದಾಗಿ ವೇದ ವಿಜ್ಞಾನ ಹೇಳುತ್ತದೆ. ಅಂದರೆ ಒಳಗಿರುವ ನರಗಳಿಗೆ ವಾಘೆಗಳ ಭಾಷೆ ಅರ್ಥವಾಗಿರುತ್ತದೆ. ಆದರೆ ಮಾನವನ ಜಾಗೃತದ ಪೃಥಕ್ ಜ್ಞಾನಕ್ಕೆ (ಅಂದರೆ, ಪ್ರಜ್ಞೆಗೆ) ಈ ಭಾಷೆ ಗೊತ್ತಿಲ್ಲ.

ವೇದ ತಜ್ಞರು ಹೇಳುವ ಸಂಖ್ಯಾ ಸೂತ್ರದಂತೆ ನಾಭಿಯನ್ನು ಹೊರತುಪಡಿಸಿ ಮಾನವನಲ್ಲಿ ಆರು ವಾಘೆಗಳಿವೆ. ಹೀಗಾಗಿ ಸದ್ಗುಣಗಳು ಆರು ಹಾಗು ಕೆಟ್ಟ ಗುಣಗಳು ಆರು. ಎಲ್ಲವೂ ಆರರಂತೆ ಆರರ ಆರು ನೂರಷ್ಟು ವಿಭಾಗಗಳಿವೆ. ಇಲ್ಲಿ ವೈರಿಗಳು ಆರು. ಈ ಆರು ಹಾಗು ಆರು ಗುಣಿತಗೊಂಡು ಮೂವತ್ತಾರು ಆಗುತ್ತದೆ. ಹೀಗಾಗಿ ಸಾಮಾನ್ಯ ಮಾನವನಿಗೆ ಕನಿಷ್ಠ ಮೂವತ್ತಾರು ಅಂಶಗಳು ಇರಲೇಬೇಕು. ಇದರಲ್ಲಿ ಒಂದು, ಕಾಮ ಎಂಬ ಗುಣವಾಗಿದೆ. ಆದರೆ ಈ ಕಾಮವು ಸಾಮಾನ್ಯವಾಗಿ ಹೇಳುವಂತಹ ಲೈಂಗಿಕ ಕಾಮಕ್ಕೆ ಸಂಬಂಧಿಸಿಲ್ಲ.

ವೇದ ವಿಜ್ಞಾನವು ದೈಹಿಕವಾಗಿ ಆರು ರೀತಿಯ ಕಾಮಗಳನ್ನು ಹೇಳುತ್ತದೆ. ಸ್ವಾಭಾವಿಕವಾಗಿ ದೇಹದ ಪೋಷಣೆ ಮಾಡುವುದಕ್ಕಾಗಿ ಹಲವು ರೀತಿ ಶಕ್ತಿಯ ಅವಶ್ಯಕತೆಯಿದೆ. ಈ ಕಾಮ ಎಂಬ ಒಂದು ಗುಣ ಇಲ್ಲವಾದರೆ ಆ ದೇಹವು ಅಧಿಕವೆಂದರೆ 40-46 ಗಂಟೆ ಮಾತ್ರ ಬದುಕಬಲ್ಲದು! ಏಕೆಂದರೆ ಆಹಾರ ತೆಗೆದುಕೊಳ್ಳಬೇಕು ಎಂಬ ಅಪೇಕ್ಷೆಯೇ ಅದಕ್ಕೆ ಇರುವುದಿಲ್ಲ. ಅಪೇಕ್ಷೆ ಇಲ್ಲದಿದ್ದರೆ ಆಹಾರ ಒಳ ಹೋಗುವುದಿಲ್ಲ. ತಿನ್ನಬೇಕು ಎಂದಾಗಿ ಅಪೇಕ್ಷೆಯನ್ನು ಹುಟ್ಟಿಸುವುದು ಸಹ ಕಾಮವೇ. ಇದೂ ಕೂಡ ನಾಭಿಯಿಂದಲೇ ಜನಿಸುತ್ತದೆ. ಬೇಕು-ಬೇಕು ಎನ್ನುವುದೇ ಆಹಾರವಾಗಿರುತ್ತದೆ ಎಂಬ ಅಂಶವನ್ನು ಇಲ್ಲಿ ಗಮನಿಸಬೇಕು.

ಯಾವುದೇ ದೇವರ ವಿಗ್ರಹದ ತಲೆಯ ಮೇಲೆ ಒಂದು ವಿಕಾರವಾದ ಮುಖವಿರುತ್ತದೆ. ಅದನ್ನು 'ಕೀರ್ತಿಮುಖ' ಎಂದಾಗಿ ಹೇಳುವುದಾಗಿದೆ. ಆ ಮುಖವೇ ಕಾಮ ಎಂದಾಗಿದ್ದು, ಅದು ಸಕಲ ಕಾಲದಲ್ಲೂ ಸಹ ಆಹಾರ ಬೇಕು-ಬೇಕು ಎಂದು ಹೇಳುತ್ತಿರುತ್ತದೆ. ಈ ರೀತಿಯಾದ ಕಾಮ ಜನಿಸಿ, ಏನನ್ನು ತಿನ್ನಬೇಕು ಎಂದಾಗ 'ನಿನ್ನನ್ನು ನೀನೇ ತಿನ್ನು' ಎಂದಾಗಿ ಶಿವನಿಂದ ಆದೇಶವಾಯಿತು. ನಂತರ ಅದು ಕಾಲಿನಿಂದ ಆರಂಭಿಸಿ ಕುತ್ತಿಗೆಯವರೆಗೂ ತನ್ನನ್ನು ತಾನೇ ತಿಂದುಕೊಂಡಿತು. ಉಳಿದದ್ದನ್ನು ತಿನ್ನಲಾಗದೆ ಕೊನೆಗೆ ಅದರ ತಲೆ ಮಾತ್ರ ಉಳಿದುಕೊಂಡಿತು. ಅದೇ ಕೀರ್ತಿಮುಖ ಎಂದಾಯಿತು. ಈ ರೀತಿಯಾಗಿ ತಿನ್ನಬೇಕು ಎಂದಾಗಿ ಹೇಳುವ ಕಾಮ ಬಹಳ ಮುಖ್ಯವಾದದ್ದು. ಇಲ್ಲಿ, ಸಾಂಘಿಕ ಎಂಬ ಅಪೇಕ್ಷೆ ಇಲ್ಲದೇ ತಿನ್ನಬೇಕೆಂಬುದನ್ನು ತಿಂದರೆ ಮಾತ್ರ ತನ್ನನ್ನು ತಾನು ತಿನ್ನಲಿಕ್ಕೆ ಸಾಧ್ಯ. ಹೀಗಿಲ್ಲದಿದ್ದರೆ ತಿನ್ನಲಿಕ್ಕೆ ಆಗುವುದಿಲ್ಲ ಎಂದಾಗಿ ವೇದ ವಿಜ್ಞಾನಿಗಳು ಹೇಳುತ್ತಾರೆ.

ಇಚ್ಛಾ ಶಕ್ತಿಯು ನಾಭಿಯಿಂದ ಪ್ರೇಷಿತವಾಗಿ ನಾಲಿಗೆಗೆ ಬರುತ್ತದೆ. ಆದರೆ ಇದು ಕಾಮವಲ್ಲ. ಆದರೆ ಯೋಗಶಾಸ್ತ್ರ ಹಾಗು ಅಧ್ಯಾತ್ಮ ಶಾಸ್ತ್ರಗಳು ಇದನ್ನು ಅಪೇಕ್ಷೆ ಎಂಬ ಅರ್ಥದ ಅಡಿಯಲ್ಲಿ ಕಾಮ ಎಂದಾಗಿ ಒಪ್ಪುತ್ತವೆ, ಆದರೆ ಲೈಂಗಿಕ ಕ್ರಿಯೆ ಎಂದಾಗಿ ಅಲ್ಲ.

ವೇದದ ಋಷಿಗಳು ಹೇಳುವ ಒಂದು ಮಾತು ಹೀಗಿದೆ: ವಾಘೆಯಿಂದ ಹೊರಟಂತಹ ನರವು ನಾಲಿಗೆಯನ್ನು ಆಶ್ರಯಿಸಿ, ನಾಲಿಗೆಯ ಮುಖಾಂತರ ತನಗೆ ಬೇಕು ಎನ್ನುವಂತಹ

ಪ್ರವೃತ್ತಿಯಲ್ಲಿ (ಹೇಗೆ ಕೀರ್ತಿಮುಖವು ತನ್ನನ್ನು ತಾನೇ ತಿನ್ನುತ್ತದೆಯೋ, ಹಾಗೆ) ಪ್ರತಿಯೊಂದು ಜೀವಿಯೂ ಸಹ ಹುಟ್ಟಿನಿಂದ ಮರಣಿಸುವ ತನಕವೂ ಸಹ ತನ್ನನ್ನೇ ತಾನು ತಿಂದುಕೊಂಡು ಸಾವನ್ನಪ್ಪುತ್ತದೆ. ಅಂದರೆ ಏನನ್ನೂ ಸಾಧನೆ ಮಾಡುವುದಿಲ್ಲ ಎಂದಾಗಿ ಇಲ್ಲಿ ಅರ್ಥಮಾಡಿಕೊಳ್ಳಬೇಕು.

ಇದಮದ್ಯ ಮಯಾ ಲಬ್ಧಮಿಮಂ ಪ್ರಾಪ್ಸ್ಯೇ ಮನೋರಥಂ|
ಇದಮಸ್ತೀದಮಪಿ ಮೇ ಭವಿಷ್ಯತಿ ಪುನರ್ಧನಂ ||

ಎಷ್ಟು ತಿನ್ನಬೇಕು, ಏಕೆ ತಿನ್ನಬೇಕು, ಯಾವುದನ್ನು ತಿನ್ನಬೇಕು, ಪ್ರತಿಯೊಂದನ್ನೂ ಸಹ ತಾನು ಅನುಭವಿಸಬೇಕು, ಸಕಲವೂ ತನಗೇ ಬೇಕು, ಹೀಗೆ ಬಯಸುತ್ತಾ-ಬಯಸುತ್ತಾ, ಇದರಲ್ಲೇ ಮುಂದಕ್ಕೆ ಹೋಗುತ್ತಾ-ಹೋಗುತ್ತಾ, ಮಾನವನು ತನ್ನ ಅಸ್ತಿತ್ವವನ್ನು ತಾನೇ ಕಳೆದುಕೊಳ್ಳುತ್ತಾನೆ. ಈ ರೀತಿಯಲ್ಲಿ ಮುಂದುವರೆಯುವಂತಹ ಯಾವ ಆತ್ಮಕ್ಕೂ ಸಾಧನೆ ಸಾಧ್ಯವಿಲ್ಲ. ತನ್ನ ಅಸ್ತಿತ್ವವು ಉಳಿದುಕೊಳ್ಳಬೇಕು ಎಂದಾದರೆ ಆ ಮನುಷ್ಯನ್ನು ತನ್ನ ಸತ್ವ ಶಕ್ತಿಯನ್ನು ವೃದ್ಧಿಸಿಕೊಳ್ಳಬೇಕು. ಸತ್ವದ ವೃದ್ಧಿಗಾಗಿ ಬದುಕಬೇಕೆಂದು ಮಾನವನು ತಿನ್ನಬೇಕೇ ವಿನಃ, ತಿನ್ನುವುದಕ್ಕಾಗೆ ಬದುಕುವುದಲ್ಲ!

ಆತ್ಮಸಂಭಾವಿತಾಃ ಸ್ತಬ್ಧಾ ಧನಮಾನಮದಾನ್ವಿತಾಃ |
ಯಜಂತೇ ನಾಮಯಜ್ಞೈಸ್ತೇ ದಂಭೇನಾವಿಧಿಪೂರ್ವಕಂ ||

ದೇಹಿಯಾಗಿದ್ದಾಗ ಮಾನವನು ಏನನ್ನಾದರೂ ತೆಗೆದುಕೊಳ್ಳಬೇಕೇ ವಿನಃ, ಆತ್ಮನಾಗಿದ್ದಾಗ ಅಲ್ಲ. ಹೀಗಾಗಿ, ಸಾಧಕನು ತನ್ನನ್ನು ತಾನು ಆತ್ಮ (ದೈಹಿಕ ವಿಕಾಸ ಹಾಗು ಮಾನಸಿಕ ಕ್ರಾಂತಿಗಾಗಿ ಅನುಭವವನ್ನು ತೆಗೆದುಕೊಳ್ಳಲಿಕ್ಕಾಗಿ ಇರುವಂತಹ ಚಲನೆ ಹಾಗು ಚಿಂತನೆ) ಎಂದಾಗಿ ಅರ್ಥಮಾಡಿಕೊಳ್ಳಬೇಕೇ ವಿನಃ, ನಾನು ದೇಹಿ (ಜೀವಾತ್ಮನಿಗಾಗಿ ನಿರೂಪಿಸಿಕೊಂಡಿರುವಂತಹ ವಾಹನ) ಎಂದಾಗಿ ತಿಳಿದುಕೊಳ್ಳಬಾರದು. ಇದೇ ಸತ್ಯವಾಗಿರುತ್ತದೆ. ಆತ್ಮನಾಗಿದ್ದಾಗ ಸಾಧಕನು (ತಾನು) ಏನನ್ನೂ ತೆಗೆದುಕೊಳ್ಳುವುದಿಲ್ಲ ಎನ್ನುವುದೇ ಸತ್ಯ. ಆದರೆ ದೇಹಿಯಾಗಿದ್ದಾಗ ಸತ್ವದ ಋಣವನ್ನು ಸಂಗ್ರಹಿಸಿ, ದೇಹಕ್ಕೆ ಪ್ರಾಪಂಚಿಕವನ್ನು ಕೊಟ್ಟು, ಪುನಃ ಅದರಿಂದ ಒದಗುವ ಸತ್ವವನ್ನು ಅನ್ನದ ರೂಪದಲ್ಲಿ ತೆಗೆದುಕೊಳ್ಳುತ್ತಾನೆ. ಉದಾಹರಣೆಗೆ, ಹುಲ್ಲಿನ ಮೂಲ ಎಂದಾಗಿ ಇರತಕ್ಕಂತಹ ಸತ್ವದ ಋಣವನ್ನು ಸಂಗ್ರಹಿಸಿ, ಹಸುವಿಗೆ ಪ್ರಾಪಂಚಿಕವನ್ನು ಕೊಟ್ಟು,

ಹಸುವಿನಲ್ಲಿ ಇರತಕ್ಕಂತಹ ಸತ್ವರೂಪದ ಕ್ಷೀರವನ್ನು ಪುನಃ ತೆಗೆದುಕೊಳ್ಳುವುದು. ಯಾವುದೇ ಸಾಧಕನು ಈ ರೀತಿಯಾಗಿ ಎಲ್ಲವನನ್ನೂ ಸಹ ಕೇವಲ ದೈಹಿಕವಾಗಿ ತೆಗೆದುಕೊಳ್ಳುವನೇ ವಿನಃ ಆತ್ಮ ರೂಪದಲ್ಲಿ ಅಲ್ಲ.

ಗಮನಿಸಿ: ನಾನು ದೇಹವಲ್ಲ, ಆತ್ಮನು ಎಂದಾಗಿ ಸಾಧಕ ವಿಚಾರ ಮಾಡಬೇಕಿದೆ.

ಅಹಂಕಾರಂ ಬಲಂ ದರ್ಪಂ ಕಾಮಂ ಕ್ರೋಧಂ ಚ ಸಂಶ್ರಿತಾಃ |
ಮಾಮಾತ್ಮಪರದೇಹೇಷು ದ್ವಿಷಂತೋಽಭ್ಯಸೂಯಕಾಃ ||

ನಾನು ದೇಹಿಯಲ್ಲ, ಆತ್ಮನು ಎಂದಾಗಿ ಸಾಧಕನು ಸಾಧಿಸಿ ಅರಿತುಕೊಂಡಾಗ ಅವನು ಹೇಳುವಂತಹ 'ನಾನು' ಎಂಬುದು ದೇಹವಲ್ಲದೇ ಆತ್ಮ ಎಂದಾಗಿರುತ್ತದೆ. ವೇದ ವಿಜ್ಞಾನ ಪ್ರಕಾರ, ಆತ್ಮಕ್ಕೆ ಪರ-ದೇಹ ಎಂಬುದಿಲ್ಲ. ಎಲ್ಲೆಲ್ಲಿ ಆತ್ಮವಿದೆಯೋ ಅಲ್ಲೆಲ್ಲಾ ನನ್ನದೇ ಆತ್ಮ ಇರುತ್ತದೆ, ನನ್ನದ್ದೇ ದೇಹವಿರುತ್ತದೆ. ಏಕೆಂದರೆ ಈ ಆತ್ಮವು ಎರಡು ಎಂದಾಗಿರುವುದಿಲ್ಲ. ಹೀಗಾಗಿ, ಒಂದು ನನ್ನ ದೇಹ, ಮತ್ತೊಂದು ಪರ-ದೇಹ ಎಂದಾಗಿ ಸಾಧಕನು ಭಾವಿಸುವುದಿಲ್ಲ. ತನ್ನದು, ಪರರದ್ದು ಎಂದಾದ ಪ್ರಶ್ನೆಯೇ ಸಾಧಕನಲ್ಲಿ ಉದ್ಭವಿಸುವುದಿಲ್ಲ. ಹೀಗಾಗಿ, ದ್ವಿಷಂತೋಽಭ್ಯಸೂಯಕಾಃ – ಆತ್ಮವು ಆತ್ಮವನ್ನು ಬೆಸೆಯುವುದಕ್ಕಾಗುತ್ತದೆ, ವಿಚಾರ ಚಿಂತನೆಯಿಂದ ಆತ್ಮ ಬೆಸೆಯುವುದೇ ಪರಮಾತ್ಮ. ಪರ-ದೇಹಿಯು ಸಾಧಕನನ್ನು ಬೆಸೆಯುವುದು, ಒಟ್ಟು ಮಾಡುವುದು. ಎಲ್ಲಾ ಆತ್ಮಗಳನ್ನು ಒಟ್ಟುಗೂಡಿಸಿ ಸಾಧಕನೇ ಪರಮಾತ್ಮನಾಗಲಿಕ್ಕೆ ಸಾಧ್ಯವಾಗುತ್ತದೆ.

ಸಕಲ ಜೀವ ಘಟಗಳು ಸೇರಕೊಂಡು ಒಂದಾದಾಗ ಅದೇ ಪರಮಾತ್ಮವಾಗುತ್ತದೆ ಎಂದಾಗಿ ಯೋಗ ತಜ್ಞರು ಹೇಳುತ್ತಾರೆ. ಆ ಪರಮಾತ್ಮನ ದರ್ಶನವಾಗುವುದಕ್ಕೆ ಸಾಧ್ಯವಾಗುತ್ತದೆ. ಇದನ್ನು ಸಾಧಿಸಲಿಕ್ಕೆ ಈ ರೀತಿಯ ವಿಚಾರ ಮಾಡುವಂತಹ ದೇಹವನ್ನು ಹೊಂದಬೇಕೇ ವಿನಃ, ವಿಷಯಪ್ರದವಾದ ದೇಹವನ್ನಲ್ಲ.

ಈ ಮೇಲೆ ನೋಡಿದಂತಹ ವಿಚಾರ ಸಂಬಂಧದಲ್ಲಿ, ನಾಭಿಯಲ್ಲಿ ಇರುವಂತಹ ವಾಘೆಗಳಲ್ಲಿ ಒಂದನೇ ವಾಘೆಯು ಸಾಧಕನಿಗೆ ಸಹಕರಿಸುತ್ತದೆ. ಇದಕ್ಕೆ 'ಪ್ರಸಾದಿಷ್ಟ' ಎಂದಾಗಿ ಋಷಿಗಳು ಹೆಸರಿಸಿದ್ದಾರೆ. ಇದರ ಪಾತ್ರವನ್ನು ಋಗ್ವೇದ ಮಂತ್ರಗಳಲ್ಲಿ ಹಾಗು ಪುರಾಣದಲ್ಲಿ ಪಾತ್ರ ರೂಪದಲ್ಲಿ ಸಾಧಕನು ವಿವರಣೆಯನ್ನು ಕಾಣಬಹುದು.

ಏತಾಂ ದೃಷ್ಟಿಮವಷ್ಟಭ್ಯ ನಷ್ಟಾತ್ಮಾನೋಽಲ್ಪಬುದ್ಧಯಃ |
ಪ್ರಭವಂತ್ಯುಗ್ರಕರ್ಮಾಣಃ ಕ್ಷಯಾಯ ಜಗತೋಽಹಿತಾಃ ||

ಇಲ್ಲಿ ಉಗ್ರ ಕರ್ಮಗಳು ಎಂದರೆ ಕೆಟ್ಟ ಕೆಲಸಗಳು ಎಂಬ ಅರ್ಥವಿರದೆ, ದೃಢಚಿತ್ತದಿಂದ ಮಾಡುವಂತಹ ಕರ್ಮಗಳು ಎಂದಾಗಿದೆ. ಇಲ್ಲಿ ಕಂಡುಬರುವಂತಹ ಎರಡನೆಯ ವಾಘೆಯು (ಇದನ್ನು ನಾಡಿ ಎಂದಾಗಿ ಸಹ ಕೆಲವರು ಹೇಳುವುದಾಗಿದೆ) ಉಗ್ರ-ಕರ್ಮಿ ಎಂದಾಗಿದೆ. ಅಂದರೆ ಶಿವ ಎಂಬರ್ಥವಾಗಿದೆ. ಏಕೆಂದರೆ ಶಿವನೂ ಕೂಡ ಉಗ್ರ-ಕರ್ಮವನ್ನು ಮಾಡುವವನಾಗಿದ್ದಾನೆ.

ಉಗ್ರ-ಕರ್ಮಿ ವಾಘೆಗೂ ಸಹ ಅದೇ ಸ್ವರ ಇರುತ್ತದೆ, ಜೊತೆಗೆ ಅದರದ್ದೇ ಧ್ವನಿ ಕೂಡ ಇರುತ್ತದೆ. ಇದೂ ಕೂಡ ಕೂಗುತ್ತಿರುತ್ತದೆ. ಒಂದನೇ ವಾಘೆಯು 'ಏನು ತಿನ್ನಬೇಕು' ಎಂದಾಗಿ ಹೇಳುತ್ತದೆ. ಆದರೆ ಈ ಎರಡನೆಯದು ಎಲ್ಲವೂ ದೃಢಚಿತ್ತವಾಗಿ ಆ ವ್ಯಕ್ತಿಯು 'ಏನು ಮಾಡಬೇಕು' ಎಂಬುದನ್ನು ಹೇಳಿಕೊಂಡು ಹೋಗುತ್ತಿರುತ್ತದೆ. ಏನು ಮಾಡಿದರೆ ಅದು ಶ್ರೇಷ್ಠ, ಏನು ಮಾಡಿದರೆ ಅದು ಸುಖ, ಏನು ಮಾಡುವುದರಿಂದಾಗಿ ಆ ವ್ಯಕ್ತಿಯು ಆತ್ಮದ ಉನ್ನತಿಯನ್ನು ಹೊಂದಲು ಸಾಧ್ಯ, ಈ ವಿಶೇಷವಾದ ಜ್ಞಾನವು ಯಾವುದೇ ವ್ಯಕ್ತಿಯ ಕಲ್ಪನೆಗೂ ಸಹ ಮೀರಿದ್ದಾಗಿರುತ್ತದೆ ಎಂದು ವೇದ ವಿಜ್ಞಾನಿಗಳು ಹೇಳುತ್ತಾರೆ.

ಸಕಲರಿಗೂ ಸಂಸ್ಕಾರದ ಅವಶ್ಯಕತೆ ಖಂಡಿತವಾಗಿಯೂ ಇರುತ್ತದೆ. ಸ್ವ-ಧರ್ಮದಿಂದ ಜನಿಸಿದ ವ್ಯಕ್ತಿಯು ಎಂದಿಗೂ ಪರಿಪೂರ್ಣನಾಗಿ ಜನಿಸಿರುವುದಿಲ್ಲ. ಅಪೂರ್ಣತೆಯೇ ಈ ಭೂಮಿಯಲ್ಲಿ ಅವನ ಜನಿಸುವುದಕ್ಕೆ ಕಾರಣವಾಗಿರುತ್ತದೆ. ಜನನಕ್ಕೆ ಕಾರಣವಾಗುವುದು ಮುಖ್ಯವಾಗಿ, ಜೀವಾತ್ಮನಿಂದ ಸಿಕ್ಕಿರುವಂತಹ ಅವಿದ್ಯಾ-ಕಾಮ-ಕರ್ಮಗಳೇ ಆಗಿರುತ್ತದೆ. ಜನಿಸಿದ ನಂತರ ಮಾತ್ರವೇ ಈ ಕರ್ಮ ಭೂಮಿಯಲ್ಲಿ ಅಪೂರ್ಣತೆಯಿಂದ ಪರಿಪೂರ್ಣತೆ ಎಡೆಗೆ ವ್ಯಕ್ತಿಯು ಸಾಗಬೇಕಿದೆ. ಅಂದರೆ ಅವು ತನ್ನ ದೈಹಿಕ ವಿಕಾಸ ಹಾಗು ಮಾನಸಿಕ ಕ್ರಾಂತಿಯನ್ನು ಕೈಗೊಳ್ಳಲೇ ಬೇಕಿದೆ. ಇದೇ ಅವನ ಆತ್ಮದ ಉದ್ದೇಶವೂ ಸಹ ಆಗಿರುತ್ತದೆ.

ಪ್ರತಿಯೊಂದು ನಡೆಯಲ್ಲೂ, ಹಾಗು ಪ್ರತಿಯೊಂದು ನುಡಿಯಲ್ಲೂ ಸಹ ಮಾಡಬೇಕಾದ್ದು ಹಾಗು ಮಾಡಬಾರದ ಲೆಕ್ಕಾಚಾರವಿರಬೇಕು. ಯಾವುದೇ ಕರ್ಮ ಮಾಡುವುದರಿಂದ ಆಗುವಂತಹ ಉಪಕೃತಿ ಏನು, ಮಾಡುವಂತಹ ಕರ್ಮಿಯು

ಯಾರು, ಮಾಡದೆ ಇರುವಂತಹ ಲೋಭಿಯು ಯಾರು – ಸಾಧಕನು ಈ ವಿಚಾರಗಳನ್ನು ಪ್ರಾಮಾಣಿಕವಾಗಿ ಮಾಡಬೇಕು.

ಯಾವುದೇ ವಿಚಾರವನ್ನು ಮೇಲೆ ಹೇಳಿದಂತೆ ನಾಲ್ಕು ವಿಭಾಗಗಳಲ್ಲಿ ಚಿಂತಿಸಬೇಕಿದೆ. ಹೀಗೆ ನೋಡಿದಾಗ ಕರ್ಮಿಯು ದೇಹವನ್ನು ಆಶ್ರಯಿಸಿಕೊಂಡಿರುತ್ತಾನೆ ಎಂಬುದು ತಿಳಿದುಬರುತ್ತದೆ. ಈ ದೇಹವೇ ನಾನಲ್ಲ, ನಾನು ಆತ್ಮ ಸ್ವರೂಪನು ಎಂದಾಗಿ ಅವನು ಆಲೋಚಿಸಬೇಕು. ಸಕಲವೂ ಸಹ ಕರ್ಮಗಳೇ ಹೌದು, ಅವುಗಳಿಗೆ ದೇಹದ ಸಂಬಂಧವಿದೆ ನಿಜ, ಆದರೆ ನನಗೆ ಮಾತ್ರ ಆತ್ಮದ ಸಂಬಂಧವಿದೆ – ಹೀಗೆ ಆಲೋಚನೆ ಇರಬೇಕು. ಕರ್ಮದ ಆಶ್ರಯಕ್ಕೆ ಸಂಬಂಧಪಟ್ಟ ಒಂದು ಕರ್ಮದಿಂದ, ಉದಾಹರಣೆಗೆ ಮತ್ತೊಂದು ಜೀವಿಗೆ ನಮ್ಮ ಪಾಲಿನ ಕೊಂಚ ಅನ್ನವನ್ನು ಕೊಡುವುದರಿಂದ ಅದಕ್ಕೆ ಸಂತೃಪ್ತಿ ಒದಗುವುದು. ಇದರಿಂದಾಗಿ ಕೊಟ್ಟವನಿಗೆ ತುಷ್ಟತೆ ಒದಗುವುದು. ಅಂದರೆ, ಯಾವುದಾದರೂ ಸಂಗತಿಯಿಂದ ಸಂಪೂರ್ಣವಾಗಿ ಮನಸ್ಸಿಗೆ ಸಂತೋಷವಾಗುವುದು. ಹೀಗಾಗಿ ಸಾಧಕನಿಗೆ ಕೊಡುವುದು ಮುಖ್ಯವಾಗುತ್ತದೆ. ಆದ್ದರಿಂದ ಇದು ಮೊದಲಿಗೆ ಪಡೆಯುವಂತಹ ವಿಧಿಯಾಗಿದೆ.

'ಯಾವುದು ನನ್ನನ್ನು ತಿರಸ್ಕರಿಸಿದ್ದು' ಎಂದಾಗಿ ಮೂರನೇ ವಾಘೆ ಹೇಳುತ್ತದೆ. ಇದು 'ಆತ್ಮವತ್ ವಾಘೆ' ಎಂದಾಗಿರುತ್ತದೆ ಎಂದು ವೇದ ತಜ್ಞರು ಹೇಳಿರುತ್ತಾರೆ.

ಅಸೌ ಮಯಾ ಹತಃ ಶತ್ರುರ್ಹನಿಷ್ಯೇ ಚಾಪರಾನಪಿ |
ಈಶ್ವರೋಽಹಮಹಂ ಭೋಗೀ ಸಿದ್ಧೋಽಹಂ ಬಲವಾನ್ ಸುಖೀ ||

ಜೊತೆಯಲ್ಲಿರುವ ಒಬ್ಬ ವ್ಯಕ್ತಿಯನ್ನು 'ನೀನು ನನಗೆ ಬೇಡ' ಎಂದಾಗಿ ತಿರಸ್ಕರಿಸಿದರೆ ಆ ಜೀವಿಗೆ ಎಷ್ಟು ನೋವಾಗುವುದೋ, ಜೊತೆಯಲ್ಲಿರುವ ವಸ್ತುವನ್ನು ತಿರಸ್ಕರಿಸಿದರೆ ಆ ವಸ್ತುವಿಗೆ ಏನು ಭರ್ತ್ಸನೆಯಾಗುವುದೋ (ಭಯಭೀತರಾಗುವ ಕ್ರಿಯೆಯಾಗುವುದೋ), ಏನೇನು ಅಭಾವ ಅಲ್ಲಿ ಪ್ರಾಪ್ತವಾಗುವುದೋ, ಇಂತಹಾ ಪ್ರವೃತ್ತಿಗಳೆಲ್ಲವೂ ಸಹ ಈ ತಿರಸ್ಕಾರದಲ್ಲಿ ಅಡಕವಾಗಿರುತ್ತವೆ. ಇವುಗಳನ್ನೆಲ್ಲವನ್ನೂ ಸಹ ಈ ಆತ್ಮವತ್ ವಾಘೆ ನಿಭಾಯಿಸಿಕೊಂಡು ಅಥವಾ ವ್ಯವಹರಿಸಿಕೊಂಡು ಹೋಗುತ್ತದೆ. ಇದು ಆತ್ಮವತ್ ಎಂಬುದೇ ವಿನಃ ದೇಹವತ್ ವಾಘೆ ಅಥವಾ ಹೃದಯವತ್ ವಾಘೆ ಅಲ್ಲ ಎಂದಾಗಿ ನೆನಪಿಡಬೇಕು.

ಈಶ್ವರೋಽಹಮಹಂ ಭೋಗೀ ಸಿದ್ಧೋಽಹಂ ಬಲವಾನ್ ಸುಖೀ – ನಿನ್ನನ್ನು ನಾನು ಸೇರಿಸಿಕೊಂಡು ಜೀವನ ಕಳೆದಿದ್ದೇನೆ, ಈಶ್ವರನೇ ಆಗಿದ್ದೇನೆ, ಆದರೆ ಅದು ನನಗಲ್ಲ, ಇದು ದೇಹಿಗೆ ಮಾತ್ರ, ನಾನು ಸಿದ್ಧನಾಗಬೇಕು, ಶಿವನಾಗುವುದಕ್ಕೆ ಇಷ್ಟಪಡುವುದಿಲ್ಲ. ಸಿದ್ಧನಾಗುವುದಕ್ಕಾಗಿ ಮಾತ್ರವೇ ಎಲ್ಲವನ್ನೂ ಸಹ ನಾನು ತ್ಯಹಿಸುತ್ತಾ ಹೋಗುತ್ತೇನೆ. ಶತ್ರುರ್ಹನಿಷ್ಯೇ ಚಾಪರಾನಪಿ - ಹೀಗೆನ್ನುವುದೇ ಮೂರನೆಯದಾಗಿದೆ.

ನಾಲ್ಕನೆಯದು ಹೀಗಿದೆ: ಹೀಗಿದ್ದಲ್ಲಿ ನಾನು ಎನ್ನುವುದರ ಅಸ್ತಿತ್ವವು ಏನು, ಅದು ಆತ್ಮ, ಆದರೆ ಆತ್ಮಕ್ಕೆ ಸ್ವಯಂ ಪ್ರಕಟತೆ ಇಲ್ಲ. ಈ ಆತ್ಮವು ಯಾವುದೋ ಒಂದು ಜೀವಿಯಾಗೋ ಅಥವಾ ಮಾನವನಾಗೋ ಪ್ರಕಟಗೊಳ್ಳಬೇಕು. ಹೀಗಾಗಿದಿದ್ದಲ್ಲಿ ಆತ್ಮಕ್ಕೆ ಸ್ವಯಂ ಪ್ರಕಟಗೊಳ್ಳುವ ಶಕ್ತಿ ಇಲ್ಲ.

ಆಢ್ಯೋಽಭಿಜನವಾನಸ್ಮಿ ಕೋಽನ್ಯೋಽಸ್ತಿ ಸದೃಶೋ ಮಯಾ |

ಸಮಾಜವು ಯಾವುದನ್ನು ಶ್ರೇಷ್ಠ ಎಂದು ಹೇಳುವುದೋ ಹಾಗು ಸ್ವೀಕರಿಸುವುದೋ ಅವುಗಳಲ್ಲಿ ನಾನಾಗಬೇಕು. ಆಢ್ಯೋಽಭಿಜನವಾನಸ್ಮಿ ಕೋಽನ್ಯೋಽಸ್ತಿ ಸದೃಶೋ ಮಯಾ – ಯಾವುದು ಅನ್ಯ ಎಂದಾಗಿ ಅನಿಸಿಕೊಳ್ಳುವುದೋ, ಯಾವುದು ಎಲ್ಲರಿಂದಲೂ ಸಹ ಭರ್ತ್ಸನೆಗೆ (ಅಂದರೆ, ಭಯ ಹುಟ್ಟಿಸುವ ಅಥವಾ ಭಯಭೀತರಾಗುವ ಕ್ರಿಯೆಗೆ ಅಥವಾ ನಿದರ್ಶನಕ್ಕೆ) ಒಳಗಾಗುವುದೋ, ಯಾವುದು ಎಲ್ಲರಿಂದಲೂ ಸಹ ತ್ಯಜಿಸಲ್ಪಡುತ್ತಾ ಹೋಗುವುದೋ, ಅದು ನಾನಲ್ಲ. ಇವುಗಳನ್ನು 'ನಾನಲ್ಲ' ಎಂದಾಗಿ ತಿಳಿಯಬೇಕು. ಇವುಗಳು ನನ್ನನ್ನು ಗುರುತಿಸಲು ಆಗಬಾರದು. ಯಾವುದಕ್ಕೂ ಸಹ ನಾನು ಸದೃಶನಾಗಬಾರದು.

ಯಕ್ಷ್ಯೇ ದಾಸ್ಯಾಮಿ ಮೋದಿಷ್ಯ ಇತ್ಯಜ್ಞಾನವಿಮೋಹಿತಾಃ||

ನಾನು ಎಂದೆಂದಿಗೂ ಸಹ ಆಢ್ಯ (ಅಂದರೆ, ದೊಡ್ಡ ಸಂಪತ್ತನ್ನು ಹೊಂದಿರುವ ವ್ಯಕ್ತಿ; ಶ್ರೀಮಂತ ವ್ಯಕ್ತಿ; ಸಮರ್ಥ ವ್ಯಕ್ತಿ;) ಎಂಬುದರ ದಾಸ್ಯದಲ್ಲಿಯೇ ಸೇರಬೇಕು, ಅದರ ಮುಖಾಂತರ ಸ್ವಾಭಾವಿಕವಾಗಿ ಇರತಕ್ಕಂತಹ ಅಜ್ಞಾನವನ್ನು (ಜಿವಾತ್ಮನಿಂದ ಕೊಡಲ್ಪಟ್ಟಿರುವಂತಹ ಅವಿದ್ಯಾ, ಕಾಮ ಹಾಗು ಕರ್ಮಗಳನ್ನು) ಜ್ಞಾನದಿಂದ ಹೋಗಲಾಡಿಸಿಕೊಂಡು ಬಿಡುಗಡೆ ಹೊಂದಬೇಕು. ಈ ವಿಚಾರದಲ್ಲಿ ಮೋಹವಿರಬಾರದು, ಅಜ್ಞಾನದಿಂದ ಬಿಡುಗಡೆಹೊಂದಬೇಕು. ಆದರೆ ಅಜ್ಞಾನವು

ತಾನೇ ತಾನಾಗಿ ನನ್ನನ್ನು ಬಿಟ್ಟುಹೋಗುವುದಿಲ್ಲ. ಅದು ಹಾಗೆ ಹೋಗಬೇಕೆಂದರೆ ನನ್ನ ಅಂತರಂಗದಲ್ಲಿ ನನಗೆ ಅದರ ಮರೆವು ಜನಿಸಬೇಕು.

ಸಕಲವನ್ನೂ ಬಿಡುತ್ತಾ ಬಂದು, ಕೊನೆಯಲ್ಲಿ ಈ ಜ್ಞಾನ ಯುಕ್ತವಾದ ನಾನು ಎನ್ನುವ ಅಹಂಕಾರ ಬಿಡಬೇಕು. ಇದಕ್ಕಾಗಿ ಹಿರಿತನ ಎಂದಾಗಿ ಹೇಳುವಂತಹ ಹಸ್ತದಿಂದ ಹೊಟ್ಟೆಯನ್ನು ನೇವೇರಿಸಿಕೊಂಡರೆ ಹೊಟ್ಟೆಯಲ್ಲಿ ಗುರು-ಗುರು ಎಂದಾಗಿ ಕೂಗುವಂತಹ ಶಬ್ದ ನಿಲ್ಲುವುದು. ಹೀಗಾಗಿ ಅಂಗೈಗೆ ಹಿರಿತನ ಎಂದಾಗಿ ವೇದ ತಜ್ಞರು ಹೇಳುತ್ತಾರೆ.

ಐದು ಬೆರಳುಗಳ ಐದು ಮೂಲಗಳು ಸೇರಿದಂತಹ ಅಂಗೈಯನ್ನು ಹೊಟ್ಟೆಯು ಕೂಗಿದಾಗ ಅದನ್ನು ನೇವೇರಿಸಿದರೆ ಆಗ ಅದು ಸುಮ್ಮನಾಗುವುದು. ಏಕೆಂದರೆ, ನಾಭಿಯಿಂದ ಹೊರಟಂತಹ ನರಗಳ ಒಂದು ಅಂಶ ಬೆರಳಿನ ತುದಿಯನ್ನು ಸೇರಿರುತ್ತದೆ. ಹಾಗೆಯೇ ಬಾಯಿಯಲ್ಲಿ ತಾಲುಗಳನ್ನು ಸೇರಿರುತ್ತದೆ. ಅಂಗೈಯಿಂದ ಎಲ್ಲಾ ಹಲ್ಲುಗಳಿಗೂ ಸಹ ಪ್ರೇಷಣೆಯಾಗಿರುತ್ತದೆ, ಅಂದರೆ ರವಾನೆಯಾಗಿರುತ್ತದೆ.

ಅನೇಕಚಿತ್ತವಿಭ್ರಾಂತಾ ಮೋಹಜಾಲಸಮಾವೃತಾಃ |

ಮಾನವನು ತನ್ನ ದೇಹದ ಅಂಗಾಂಗಗಳನ್ನು ಅನೇಕ ಎಂದಾಗ ಭಾವಿಸಿಕೊಂಡಿರುತ್ತಾನೆ. ಅದು ಮೋಹ ಎಂದಾಗಿದ್ದು, ಒಬ್ಬ ವ್ಯಕ್ತಿಯ ನಾಲಿಗೆಯಾಗಲಿ, ಹಲ್ಲುಗಳಾಗಲೀ ಅಥವಾ ವಾಘೆಗಳಾಗಲೀ ಬೇರೆಬೇರೆ ಅಲ್ಲ. ಎಲ್ಲವೂ ಸಹ ಒಂದೇ ಆಗಿದ್ದು ಬೇರೆ ಬೇರೆ ಸ್ವರೂಪಗಳಲ್ಲಿ ಪ್ರಕಟವಾಗಿ ಅವನಿಗೆ ಕಾಣುತ್ತಾ ಹೋಗುತ್ತದೆ, ಅಷ್ಟೇ. ಅದು ಕೇವಲ ಮೋಹ ಕಾರಣದಿಂದ ಹೀಗೆ ಅನೇಕವಾಗಿ ಕಾಣುವುದಾಗಿದ್ದು, ಮೋಹವನ್ನು ತೆಗೆದುಹಾಕಿದರೆ ಎಲ್ಲವೂ ಸಹ ಒಂದೇ ಆಗಿರುತ್ತದೆ.

ಯೋಗೀಶ್ವರ ಹೇಳುತ್ತಾನೆ:

ಅಭಯಂ ಸತ್ವಸಂಶುದ್ಧಿರ್ಜ್ಞಾನಯೋಗವ್ಯವಸ್ಥಿತಿಃ |
ದಾನಂ ದಮಶ್ಚ ಯಜ್ಞಶ್ಚ ಸ್ವಾಧ್ಯಾಯಸ್ತಪ ಅರ್ಜವಂ ||
ಅಹಿಂಸಾ ಸತ್ಯಮಕ್ರೋಧಸ್ತ್ಯಾಗಃ ಶಾಂತಿರಪೈಶುನಂ |
ದಯಾ ಭೂತೇಷ್ವಲೋಲುತ್ವಂ ಮಾರ್ದವಂ ಹ್ರೀರಚಾಪಲಂ ||
ತೇಜಃ ಕ್ಷಮಾ ಧೃತಿಃ ಶೌಚಮದ್ರೋಹೋ ನಾತಿಮಾನಿತಾ |
ಭವಂತಿ ಸಂಪದಂ ದೈವೀ ಮಭಿಜಾತಸ್ಯ ಭಾರತ ||
ದಂಭೋ ದರ್ಪೋಽಭಿಮಾನಶ್ಚ ಕ್ರೋಧಃ ಪಾರುಷ್ಯಮೇವ ಚ |

ಅಜ್ಞಾನಂ ಚಾಭಿಜಾತಸ್ಯ ಪಾರ್ಥ ಸಂಪದಮಾಸುರೀಂ ||
ದೈವೀ ಸಂಪದ್ವಿಮೋಕ್ಷಾಯ ನಿಬಂಧಾಯಾಸುರೀ ಮತಾ |
ಮಾ ಶುಚಃ ಸಂಪದಂ ದೈವೀಮಭಿಜಾತೋಽಸಿ ಪಾಂಡವ ||
ದ್ವೌಭೂತಸರ್ಗೌ ಲೋಕೇಽಸ್ಮಿಂದ್ದೈವ ಆಸುರ ಏವ ಚ |
ದೈವೋ ವಿಸ್ತರಶಃ ಪ್ರೋಕ್ತ ಆಸುರಂ ಪಾರ್ಥ ಮೇ ಶೃಣು ||
ಪ್ರವೃತ್ತಿಂ ಚ ನಿವೃತ್ತಿಂ ಚ ಜನಾ ನ ವಿದುರಾಸುರಾಃ |
ನ ಶೌಚಂ ನಾಪಿ ಚಾಚಾರೋ ನ ಸತ್ಯಂ ತೇಷು ವಿದ್ಯತೇ ||
ಅಸತ್ಯಮಪ್ರತಿಷ್ಠಂ ತೇ ಜಗದಾಹುರನೀಶ್ವರಂ |
ಅಪರಸ್ಪರಸಂಭೂತಂ ಕಿಮನ್ಯತ್ಕಾಮಹೈತುಕಂ ||
ಏತಾಂ ದೃಷ್ಟಿಮವಷ್ಟಭ್ಯ ನಷ್ಟಾತ್ಮಾನೋಽಲ್ಪಬುದ್ಧಯಃ |
ಪ್ರಭವಂತ್ಯುಗ್ರಕರ್ಮಾಣಃ ಕ್ಷಯಾಯ ಜಗತೋಽಹಿತಾಃ ||
ಕಾಮಮಾಶ್ರಿತ್ಯ ದುಷ್ಪೂರಂ ದಂಭಮಾನಮದಾನ್ವಿತಾಃ |
ಮೋಹಾದ್ಗೃಹೀತ್ವಾಽಸದ್ಗ್ರಾಹಾನ್ಪ್ರವರ್ತಂತೇಽಶುಚಿವ್ರತಾ|
ಚಿಂತಾಮಪರಿಮೇಯಾಂ ಚ ಪ್ರಲಯಾಂತಾಮುಪಾಶ್ರಿತಾಃ
ಕಾಮೋಪಭೋಗಪರಮಾ ಏತಾವದಿತಿ ನಿಶ್ಚಿತಾಃ ||
ಆಶಾಪಾಶಶತೈರ್ಬದ್ಧಾಃ ಕಾಮಕ್ರೋಧಪರಾಯಣಾಃ |
ಈಹಂತೇ ಕಾಮಭೋಗಾರ್ಥಮನ್ಯಾಯೇನಾರ್ಥಸಂಚಯಾನ್ ||
ಇದಮದ್ಯ ಮಯಾ ಲಬ್ಧಮಿಮಂ ಪ್ರಾಪ್ಸ್ಯೇ ಮನೋರಥಂ|
ಇದಮಸ್ತೀದಮಪಿ ಮೇ ಭವಿಷ್ಯತಿ ಪುನರ್ಧನಂ ||
ಅಸೌ ಮಯಾ ಹತಃ ಶತ್ರುರ್ಹನಿಷ್ಯೇ ಚಾಪರಾನಪಿ |
ಈಶ್ವರೋಽಹಮಹಂ ಭೋಗೀ ಸಿದ್ಧೋಽಹಂ ಬಲವಾನ್ಸುಖೀ ||
ಆಢ್ಯೋಽಭಿಜನವಾನಸ್ಮಿ ಕೋಽನ್ಯೋಽಸ್ತಿ ಸದೃಶೋ ಮಯಾ |
ಯಕ್ಷ್ಯೇ ದಾಸ್ಯಾಮಿ ಮೋದಿಷ್ಯ ಇತ್ಯಜ್ಞಾನವಿಮೋಹಿತಾಃ||
ಅನೇಕಚಿತ್ತವಿಭ್ರಾಂತ ಮೋಹಜಾಲಸಮಾವೃತಾಃ |
ಪ್ರಸಕ್ತಾಃ ಕಾಮಭೋಗೇಷು ಪತಂತಿ ನರಕೇಽಶುಚೌ ||
ಆತ್ಮಸಂಭಾವಿತಾಃ ಸ್ತಬ್ಧಾ ದನಮಾನಮದಾನ್ವಿತಾಃ |
ಯಜಂತೇ ನಾಮಯಜ್ಞೈಸ್ತೇ ದಂಭೇನಾವಿಧಿಪೂರ್ವಕಂ ||
ಅಹಂಕಾರಂ ಬಲಂ ದರ್ಪಂ ಕಾಮಂ ಕ್ರೋಧಂ ಚ ಸಂಶ್ರಿತಾಃ |
ಮಾಮಾತ್ಮಪರದೇಹೇಷು ಪ್ರದ್ವಿಷಂತೋಽಭ್ಯಸೂಯಕಾಃ ||
ತಾನಹಂ ದ್ವಿಷಿತಃ ಕ್ರೂರಾನ್ಸಂಸಾರೇಷು ನರಾಧಮಾನ್ |
ಕ್ಷಿಪಾಂಯಜಸ್ರಮಶುಭಾನಾಸುರೀಷ್ವೇವ ಯೋನಿಷು ||
ಆಸುರೀಂ ಯೋನಿಮಾಪನ್ನಾ ಮೂಢಾ ಜನ್ಮನಿಜನ್ಮನಿ |
ಮಾಮಪ್ರಾಪ್ಯೈವ ಕೌಂತೇಯ ತತೋ ಯಾಂತ್ಯಧಮಾಂ ಗತಿಂ ||

ತ್ರಿವಿಧಂ ನರಕಸ್ಯೇದಂ ದ್ವಾರಂ ನಾಶನಮಾತ್ಮನಃ |
ಕಾಮಃ ಕ್ರೋಧಸ್ತಥಾ ಲೋಭಸ್ತಸ್ಮಾದೇತತ್ರಯಂ ತ್ಯಜೇತ್ ||
ಏತೈರ್ವಿಮುಕ್ತಃ ಕೌಂತೇಯ ತಮೋದ್ವಾರೈಸ್ತ್ರಿಭಿರ್ನರಃ |
ಆಚರತ್ಯಾತ್ಮನಃ ಶ್ರೇಯಸ್ತತೋ ಯಾತಿ ಪರಾಂ ಗತಿಂ ||
ಯಃ ಶಾಸ್ತ್ರವಿಧಿಮುತ್ಸೃಜ್ಯ ವರ್ತತೇ ಕಾಮಕಾರತಃ |
ನ ಸ ಸಿದ್ಧಿಮವಾಪ್ನೋತಿ ನ ಸುಖಂ ನ ಪರಾಂ ಗತಿಂ ||
ತಸ್ಮಾಚ್ಛಾಸ್ತ್ರಂ ಪ್ರಮಾಣಂ ತೇ ಕಾರ್ಯಾಕಾರ್ಯವ್ಯವಸ್ಥಿತೌ |
ಜ್ಞಾತ್ವಾ ಶಾಸ್ತ್ರವಿಧಾನೋಕ್ತಂ ಕರ್ಮ ಕರ್ತುಮಿಹಾರ್ಹಸಿ||
ದ್ವೌ ಭೂತಸರ್ಗೌ ಲೋಕೇऽಸ್ಮಿನ್ ದೈವ ಆಸುರ ಏವ ಚ |
ದೈವೋ ವಿಸ್ತರಶಃ ಪ್ರೋಕ್ತ ಆಸುರಂ ಪಾರ್ಥ ಮೇ ಶೃಣು ||

ವಾಘೆ ಹಾಗು ದೈವ-ಆಸುರರ ನಡುವೆ ಸಂಬಂಧವಿದೆ ಎಂದಾಗಿ ವೇದ ಜ್ಞಾನಿಗಳು ಹೇಳುತ್ತಾರೆ. ದ್ವಂದ್ವ ಎಂಬುದೇ ಪ್ರಪಂಚವಾಗಿದೆ. ಅಂದರೆ ಭಿನ್ನತೆ ಎನ್ನುವುದೇ ಮಾನವನು ಬಾಳುತ್ತಿರುವಂತಹ ಪ್ರಪಂಚವಾಗಿದೆ. ಮಾನವನಲ್ಲಿರುವಂತಹ ಸಕಲ ಸಾಮಾನ್ಯ ಗ್ರಹಿಕೆಗಳೂ ಸಹ ಇದರ ಮೇಲೆ ಅವಲಂಬಿತವಾಗಿದೆ. ವಾಘೆಗಳೇ ಈ ದ್ವಂದ್ವ ರೀತಿಯ ಉತ್ಪನ್ನಕ್ಕೆ ಕಾರಣವಾಗಿವೆ. ಈ ದ್ವಂದ್ವ ಎನ್ನುವುದು ಹೇಗೆ ಉತ್ಪನ್ನವಾಯಿತು ಎಂದಾಗಿ ಹೇಳುವುದಕ್ಕೆ ದೈವ ಹಾಗು ಅಸುರರ ಉಲ್ಲೇಖವಿದೆ. ಈ ದ್ವಂದ್ವವೇ ವಾಘೆಯಾಗಿದೆ.

ಈ ಮೇಲೆ ನೋಡಿದ ಶ್ಲೋಕದಲ್ಲಿ ಪಾರ್ಥ ಎಂಬ ಉಲ್ಲೇಖವಿದೆ. ಇದು ಮಹಾಭಾರತದ ಅರ್ಜುನನ್ನು ಪ್ರತಿನಿಧಿಸದೆ ಪೃಥ್ವಿಯಲ್ಲಿ ಜನಿಸಿರತಕ್ಕಂತಹ ಸಕಲ ಜೀವಿಗಳ ಕುರಿತು ಹೇಳಿದ್ದಾಗಿದೆ.

ದ್ವೌಭೂತ ಸರ್ಗಾ – ಪ್ರತಿಯೊಂದಕ್ಕೂ ಸಹ ಭೂತ ಎನ್ನುವುದಿದೆ. ಅಂದರೆ ಹಿಂಭಾಗ ಇದೆ, ಇದು ಇರುವುದರಿಂದಾಗಿ ಜೀವಿಗೆ ಮುಂಭಾಗ ಕಾಣುವುದಾಗಿದೆ. ಹಿಂಭಾಗವಿರದೆ ಮುಂಭಾಗವಿರದು. ಈ ಹಿಂಭಾಗಕ್ಕೇ ಇಲ್ಲಿ ಭೂತ ಎಂದಾಗಿ ಹೇಳಿದ್ದಾಗಿದೆ.

ಮೂರು ಭಾಗದಿಂದ ವ್ಯವಹರಿಸುವಂತಹ ವಾಘೆಯ ಪರಿಣಾಮ ಹಾಗು ಜೊತೆಗೆ ನಾಲ್ಕು ಭಾಗದಿಂದ ವ್ಯವಹರಿಸುವಂತಹ ವಾಘೆಯ ಪರಿಣಾಮ ಈ ಹಿಂದೆ ನೋಡಿದ್ದಾಗಿದೆ. ನಂತರ ಅದು ಎರಡು ಭಾಗದಿಂದ ವ್ಯವಹರಿಸುತ್ತದೆ. ಆಗ ದ್ವಂದ್ವ (ಭಿನ್ನತೆ) ಎಂಬುವುದು

ಉಂಟಾಗುತ್ತದೆ. ದೈವೀಕತೆಯನ್ನು ನೋಡುತ್ತಾ ಹೋದಾಗ ಆಸುರೀ ಶಕ್ತಿಯು ಮರೆಮಾಚಲ್ಪಡುತ್ತದೆ, ಏಕೆಂದರೆ ಅದು ನಾಲ್ಕು ವಾಘೆಗಳ ವ್ಯವಹಾರವಾಗಿದೆ. ಹಾಗೆಯೇ ಆಸುರಿಂದ ನೋಡುತ್ತಾ ಹೋದಾಗ ದೈವೀಕತೆಯು ಮರೆಮಾಚಲ್ಪಡುತ್ತದೆ, ಏಕೆಂದರೆ ಅದು ಮೂರು ವಾಘೆಗಳ ವ್ಯವಹಾರವಾಗಿದೆ. ಒಂದು ವಾಘೆಯ ಭಾಗವನ್ನು ಆಚ್ಛಾದನೆ ಮಾಡಿದಾಗ ಮತ್ತೊಂದು ಕಾಣದೆ ಹೋಗುತ್ತದೆ.

ದ್ವಂದ್ವವು ಬಂದಾಗ ಅದು ಭೂತ-ಭವ್ಯ, ಅಂದರೆ ಹಿಂದಿನದ್ದು ಭೂತ, ಮುಂದಿನದ್ದು ಭವ್ಯ ಎಂದಾಗುತ್ತದೆ. ಗಜಾಸನವನ್ನು ಹಾಕಿದಾಗ ಅದು ಸಾಧಕನ ನಾಭಿಯನ್ನು ಮೇಲೆತ್ತಿ ಬೆನ್ನಿನ ಹಿಂಭಾಗಕ್ಕೆ, ಅಂದರೆ ಹೊಕ್ಕಳಿನ ಹಿಂಭಾಗಕ್ಕೆ ಎಳೆದು ಕೂರಿಸಿಕೊಡುತ್ತದೆ. ಹೀಗೆ ಕೂರಿಸಿಕೊಟ್ಟ ಮೇಲೆ ನೇರ ನಿಂತಾಗ ನಾಭಿಗೆ ಮತ್ತು ಬೆನ್ನಿಗೆ ಹಿಂಭಾಗ ಮುಂಭಾಗವಾಯಿತು. ನಾಭಿಯು ಅಧೋಮುಖವಾಗಿದ್ದಾಗ ಐದು ವಾಘೆಗಳು ಒಂದಕ್ಕೊಂದು ಮರೆಯಾಗಿರುತ್ತದೆ. ಆಗ ಹಿಂಭಾಗ ಹಾಗು ಮುಂಭಾಗ ಇರುವುದಿಲ್ಲ. ಆ ವಾಘೆಗಳನ್ನೆಲ್ಲಾ ಸೇರಿಸಿಕೊಂಡು ನೇರ ನಿಂತಾಗ ಮಾತ್ರ ಹಿಂಭಾಗ-ಮುಂಭಾಗ ಆಗುತ್ತದೆ. ಅಧೋಮುಖವಾಗಿದ್ದಾಗ ಒಂದು ಮಾತ್ರ ದೃಶ್ಯ, ನೇರವಾದಾಗ ಎರಡೂ ದೃಶ್ಯ. ಭೂತವೂ ಕಾಣುತ್ತದೆ, ಭವ್ಯವೂ ಕಾಣುತ್ತದೆ.

ದ್ವೌ ಭೂತಸರ್ಗೌ ಲೋಕೇಽಸ್ಮಿನ್ ದೈವ ಆಸುರೀ – ಎಂಬ ಘೋಷಣೆ ಇದೆ. ಸಕಲ ಪ್ರಪಂಚವೂ ಕೂಡ ಎರಡನ್ನು ಕಾಣದೇ, ತಾನು ಎಲ್ಲವನ್ನೂ ಸಹ ಕಂಡಿದ್ದೇನೆ ಎಂದಾಗಿ ಘೋಷಿಸುತ್ತದೆ. ಆದರೆ ಇದು ಎರಡನ್ನೂ ಕಾಣಲು ಸಹ ಶಕ್ತವಲ್ಲ ಎಂಬುದೇ ನಿಜಾಂಶ. ಏಕೆಂದರೆ ಇದು ಅಶಕ್ತ. ಪ್ರಪಂಚಕ್ಕೆ ಇರುವಂತಹದ್ದು ಒಂದೇ ದೃಷ್ಟಿಶಕ್ತಿ ಎಂಬುದೇ ಈ ಸಿದ್ಧಾಂತಕ್ಕೆ ಕಾರಣವಾಗಿದೆ. ಅದೇ ಏನಾದರು ಪ್ರಪಂಚವು ಎರಡನ್ನೂ ಕಾಣಬೇಕು ಎಂತಾದರೆ, ಅದಕ್ಕಾಗಿ ಈ ಸೂತ್ರಗಳನ್ನು ಅಳವಡಿಸಿಕೊಳ್ಳಬೇಕು. ಆಗ ಮಾತ್ರ ಆ ರೀತಿಯ ದೃಷ್ಟಿಯು ಸಾಧ್ಯ.

ದೈವೋ ವಿಸ್ತರಶಃ ಪ್ರೋಕ್ತಃ – ಎಂಬುದು ವಿಸ್ತಾರ ಮಾಡಿಕೊಟ್ಟರೆ ಮಾತ್ರ ಸಾಧಕನಿಗೆ ದೈವ ಕಾಣುತ್ತದೆ. ಈ ವಿಸ್ತಾರವನ್ನು ಹೇಗೆ ಮಾಡಿಕೊಳ್ಳಬಹುದು ಎಂದರೆ, ಸಾಧಕನ ನಾಭಿಯು ನೇರವಾಗಿ ನಿಂತಾಗ. ಹೀಗೆ ಮಾಡದಾಗ ಮಾತ್ರ ಅದಕ್ಕೆ ಪೂರ್ವ ಹಾಗು ಪಶ್ಚಿಮ ಮಾತ್ರ ಇರುತ್ತವೆ. ಆದರೆ ದಕ್ಷಿಣ ಹಾಗು

ಉತ್ತರ ಎಂಬುದಿರುವುದಿಲ್ಲ. ಸ್ತಂಭ ರೂಪದಲ್ಲಿ ನಾಭಿಯನ್ನು ನಿಲ್ಲಿಸಿದಾಗ ಪೂರ್ವ ಹಾಗು ಪಶ್ಚಿಮ ಮಾತ್ರವಿದ್ದು ಉಳಿದ ದಿಕ್ಕುಗಳು ಇರುವುದಿಲ್ಲ. ಹೀಗೆ ಇಲ್ಲ ಎನ್ನುವ ಕಾರಣಕ್ಕಾಗಿ ಅದು ದ್ವೌ - ಅಂದರೆ ಎರಡು. ಆ ದ್ವಂದ್ವವನ್ನು ವಿಸ್ತಾರಗೊಳಿಸದೆ ಕಾಣಲಾಗದು. ಈ ಕಾರಣಕ್ಕಾಗಿ ನಮ್ಮ ದೇಹ ಸೃಷ್ಟಿಯಾದಾಗ ಆ ಋತವು (ವಿಶ್ವ ಕ್ರಮವು) ಕಣ್ಣಿಗೆ ಒಂದು ಮಸೂರವನ್ನು ಅಳವಡಿಸಿರುತ್ತದೆ. ಯಾವುದೇ ಒಂದು ವಸ್ತುವು ಬಿಂದುವಿನಂತೆ ನಮ್ಮ ಕಣ್ಣನ್ನು ಸೇರಿ, ವಿಸ್ತಾರಗೊಂಡು, ಪುನಃ ಬಿಂದುವಾಗಿ ಕೇಂದ್ರೀಕೃತವಾದಾಗ ಮಾತ್ರ ನಮಗೆ ಕಾಣುತ್ತದೆ. ಆದರೆ ನೇರ ಕಣ್ಣಿನಿಂದ ವಸ್ತುವನ್ನು ನೋಡಿದರೆ ಕಾಣುವುದಿಲ್ಲ.

ಆ ಕೇಂದ್ರೀಕೃತ ಬಿಂದುವೇ ದ್ವೌ-ಎರಡು. ಬಿಂದುವಿನಿಂದ ವಿಸ್ತಾರಗೊಳ್ಳುವುದೇ, ಅದೇ ನಾಲ್ಕು. ಆ ನಾಲ್ಕು - ದೈವೀಕತೆಯಲ್ಲಿ ಎರಡು, ಹಾಗು ಆಸುರೀಕತೆಯಲ್ಲಿ ಎರಡು. ಹೀಗಾಗಿ, ದೃಷ್ಟಿಗೆ ಸಂಬಂಧಿಸಿದ ಆ ಒಂದು ತಂತ್ರಜ್ಞಾನವನ್ನು ಈ ವಾಘೆ ಅಳವಡಿಸಿಕೊಡುತ್ತದೆ. ಈ ವಾಘೆಯು ಮತ್ತೆ ಮೂರು ಇವೆ. ಅದರಲ್ಲಿ ಅರ್ಧಭಾಗ ಮಾತ್ರ ಇದಾಗಿದ್ದು, ಪೂರ್ಣಭಾಗವು ಬರುವುದಿಲ್ಲ. ನಾಲ್ಕು ಕೆಳಮುಖವನ್ನು ಈಗಾಗಲೇ ಮೇಲೆ ನೋಡಿದ್ದಾಗಿದೆ.

ಉಳಿದ ಅರ್ಧಭಾಗವೇ ಅದೂ ಅಲ್ಲ, ಇದೂ ಅಲ್ಲ ಎಂದಾಗಿ ಹೇಳುವಂತಹ ದ್ವಂದ್ವವಾಗಿದೆ. ನಾಭಿಯ ಸುತ್ತ ಏಳು ವಾಘೆಗಳು ಇರುತ್ತವೆ. ಈ ಏಳು ವಾಘೆಗಳು ಒಂದು ಪ್ರವೃತ್ತಿಯನ್ನು ಸೇರಿಕೊಂಡು ಎಂಟಾಗುತ್ತವೆ. ಈ ಪ್ರವೃತ್ತಿ ಎನ್ನುವುದು ಯಾವುದೋ ಒಂದು ವಾಘೆಯನ್ನು ಸೇರಿಕೊಂಡಾಗ ಎರಡು ಎಂದಾಗಿ ಕೆಲಸಮಾಡುತ್ತದೆ. ಹೀಗಾಗಿ ಇದೇ ದ್ವಂದ್ವ - ದ್ವೈತ - ಭಿನ್ನತೆ.

ಆ ಎಲ್ಲ ಏಳು ವಾಘೆಗಳಲ್ಲಿ (ಎರಡು ಅಥವಾ ಮೂರು ವಾಘೆಗಳೊಂದಿಗೆ) ಪ್ರತ್ಯೇಕವಾಗಿ ಒಂದು ಪ್ರವೃತ್ತಿ ಸೇರಿಕೊಂಡು ಕೆಲಸವನ್ನು ಮಾಡುವುದಿಲ್ಲ. ಬದಲಿಗೆ ಎರಡು ಅಥವಾ ಮೂರು ವಾಘೆಗಳನ್ನು ಒಟ್ಟು ಸೇರಿಸಿಕೊಂಡು ಕೆಲಸಮಾಡುತ್ತದೆ. ಅಂದರೆ, ಅಲ್ಲಿ ಕೆಲಸ ಮಾಡುವುದು ಎರಡೇ - ಒಂದು ಪ್ರವೃತ್ತಿ ಹಾಗು ಮತ್ತೊಂದು ವಾಘೆ. ಇಲ್ಲಿ ವಾಘೆಯು ಎಷ್ಟನೆಯದಾಗಿರುತ್ತದೆ ಎಂಬುದು ನಂತರದಲ್ಲಿ ನಿರ್ಣಯವಾಗುವಂತಹದ್ದಾಗಿರುತ್ತದೆ.

ವಾಘೆಯ ಏಳು ಕೆಲಸ ಹಾಗು ಪ್ರವೃತ್ತಿಯ ಏಳು ಕೆಲಸಗಳು ಒಟ್ಟಾರೆಯಾಗಿ ಸೇರಿದರೆ ಅದು ಹದಿನಾಲ್ಕು ಕೆಲಸವಾಗುತ್ತದೆ. ಈ ಹದಿನಾಲ್ಕು ಕೆಲಸಗಳಿಗೂ ಸಹ ಪ್ರವೃತ್ತಿಯೇ ಸಂವಹಕ (ರವಾನೆಗಾರ) ಎಂದಾಗಿರುತ್ತದೆ ಎಂದಾಗಿ ವೇದ ಜ್ಞಾನಿಗಳು ಹೇಳುತ್ತಾರೆ. ಆದರೆ ಅದು ಎರಡು-ಎರಡು ಎಂದು ವ್ಯವಹರಿಸುವುದರಿಂದಾಗಿ ಅದನ್ನು ಒಟ್ಟು ಸೇರಿಸಿದಾಗ ಅದು 7x2=14 + 1 ಪ್ರವೃತ್ತಿ ಎಂದಾಗುತ್ತದೆ. ಇದನ್ನೇ ವಿವರಿಸುವ ಕೊನೆಯಲ್ಲಿ ಋಣ ಮತ್ತು ಕರ್ಮ ಎಂದಾಗಿ ವೇದ ವಿಜ್ಞಾನಿಗಳು ಹೇಳುತ್ತಾರೆ.

ಗಮನಿಸಿ: ಋಣದ ಕಾರಣದಿಂದಾಗಿ ವಾಘೆ ಕೆಲಸಮಾಡುತ್ತದೆಯೊ ಅಥವಾ ಕರ್ಮದ ಕಾರಣದಿಂದಾಗಿ ವಾಘೆ ಕೆಲಸಮಾಡುತ್ತದೆಯೊ, ಅದು ಆಯಾಯ ಜೀವಿಯ ಋಣ ಹಾಗು ಕರ್ಮಗಳನ್ನು ಆಧರಿಸಿಕೊಂಡು ಜರುಗುವಂತಹದ್ದಾಗಿದೆ.

ಇಲ್ಲಿ ಋಣ ಹಾಗು ಕರ್ಮ ಎಂದಾಗಿ ಎರಡು ವಿಭಾಗವಿದ್ದು, ಅದು ಒಟ್ಟಾರೆ ಹದಿನಾರು ಆದರೂ ಸಹ ಮಾನವನಲ್ಲಿ ಇರುವುದು ಏಳು ವಾಘೆಗಳು ಮತ್ತು ಒಂದು ಪ್ರವೃತ್ತಿ ಮಾತ್ರ ಎಂದು ಅರ್ಥಮಾಡಿಕೊಳ್ಳಬೇಕಿದೆ.

ಪ್ರವೃತ್ತಿಂ ಚ ನಿವೃತ್ತಿಂ ಚ ಜನಾ ನ ವಿದುರಾಸುರಾಃ |
ನ ಶೌಚಂ ನಾಪಿ ಚಾಚಾರೋ ನ ಸತ್ಯಂ ತೇಷು ವಿದ್ಯತೇ ||

ಇಲ್ಲಿ ಉಲ್ಲೇಖಿಸಿರುವಂತಹ ಪ್ರವೃತ್ತಿ ಹಾಗು ನಿವೃತ್ತಿ ಎನ್ನುವುದು ಅರ್ಧಭಾಗ ಮಾತ್ರ. ಉಳಿದ ಅರ್ಧ ಭಾಗ ಮುಂದಿನ ಅಧ್ಯಾಯಗಳಲ್ಲಿ ನೋಡಬೇಕು. ಇಲ್ಲಿ ಆಸುರೀ ಎಂದಾಗ ಅಶೌಚ, ಅಶುದ್ಧಿ, ಶ್ಲೇಷ್ಮ, ಕಶ್ಮಲ – ಹೀಗೆ ಬೇರೆ ಬೇರೆ ಹೆಸರುಗಳಿಂದ ಆಸುರೀಗಳನ್ನು ಗುರುತಿಸುವುದಾಗಿದೆ. ಬಳಕೆಯಾಗುವಂತಹ ವೃತ್ತಿ ಹಾಗು ಪ್ರವೃತ್ತಿಗಳು ಮರ್ಯಾದಾ ಸೀಮೆಯನ್ನು ದಾಟಿದಾಗ ಅವೆಲ್ಲವೂ ಸಹ ಆಸುರೀ ಪ್ರವೃತ್ತಿಗಳಾಗುತ್ತವೆ. ಯಾವ ವೃತ್ತಿ ಹಾಗು ಪ್ರವೃತ್ತಿಗಳು ಮರ್ಯಾದಾ ಸೀಮೆಯ ಒಳಗಡೆಯೇ ವ್ಯವಹರಿಸುವುದೋ ಅವೆಲ್ಲವೂ ಸಹ ದೈವೀಕ ಶಕ್ತಿಗಳಾಗಿರುತ್ತವೆ ಎಂದಾಗಿ ವೇದ ವಿಜ್ಞಾನಿಗಳು ಹೇಳಿರುತ್ತಾರೆ.

ಆಸುರೀ ಶಕ್ತಿಯನ್ನು ತೊರೆದು, ಕೇವಲ ದೈವೀಕ ಶಕ್ತಿಗಳನ್ನು ಮಾತ್ರವೇ ವಾಘೆಯಲ್ಲಿ ಅಳವಡಿಸುವಂತೆ ಮಾಡುವುದೇ ಈ ಗಜಾಸನವಾಗಿದೆ. ಹೀಗಾಗಿ ಇದರಲ್ಲಿ ಪಿತೃಭಾವ, ಮಾತೃಭಾವ ಹಾಗು ಆತ್ಮವತ್ ಭಾವಗಳು ಜನಿಸುತ್ತವೆ. ಇದರಿಂದ

ದೊರಕುವ ಆನಂದವನ್ನು ಯಾರಿಂದಲೂ ಸಹ ಮಾತುಗಳಿಂದ ವಿವರಿಸುವುದು ಸಾಧ್ಯವಾಗುವುದಿಲ್ಲ. ಹಾಗೆಂದು ಈ ಆನಂದವು ಸಾಧಕನಿಗೆ ಇಂದ್ರಿಯಾತೀತವಾಗಿರದೆ, ಸ್ವಂತ ಇಂದ್ರಿಯಗಳಿಂದಲೇ ಬರುವಂತಹ ಅನುಭವವಾಗಿರುತ್ತದೆ. ಒಂದರ್ಥದಲ್ಲಿ ಈ ಆನಂದವು 'ಇಂದ್ರಿಯ ಅಂತರ್ಗತ' ಎಂದಾಗಿರುತ್ತದೆ.

ಸಾಧಕನಿಗೆ ವಾಘೆಯ ಸಂಪರ್ಕವನ್ನು ಪಡೆಯಲು ಇರುವ ಒಂದೇ ಒಂದು ಮಾರ್ಗವೆಂದರೆ ಅದು ಗಜಾಸನ. ಸತ್ಯಂ ತೇಷು ವಿದ್ಯತೇ – ಇದು ಜೀವನದ ಸತ್ಯವನ್ನು ಹೇಳಿಕೊಡುವುದಾಗಿದೆ. ಅಂದರೆ ಸಾಧಕನ ಪ್ರವೃತ್ತಿಯ ಗುಣ ಎಂದಾಗಿರುತ್ತದೆ. ಉತ್ಕೃಷ್ಟ ಜ್ಞಾನದಿಂದ ದೊರಕುವ ಆನಂದಕ್ಕಿಂತಲೂ ಸಹ ಗಜಾಸನದಿಂದ ದೊರೆಯುವ ಆನಂದ ಹೆಚ್ಚಿನದಾಗಿರುತ್ತದೆ ಎಂದಾಗಿ ಅನುಭವಸ್ಥರು ಹೇಳಿರುತ್ತಾರೆ. ಈ ರೀತಿಯಾದ ಆನಂದದ ಅನುಭೂತಿಯನ್ನು ವಾಘೆಯ ಸಂಪರ್ಕ ಮಾತ್ರದಿಂದ ಪಡೆಯಲು ಸಾಧ್ಯ. ಅಂದರೆ ಯೋಗವು ಆನಂದರಹಿತವಾದದ್ದಲ್ಲ, ಬದಲಿಗೆ ಇದು ಆನಂದವನ್ನು ನೀಡುವಂತಹದ್ದು. ಹೀಗಾಗಿ ಇದನ್ನು ಪಡೆದವನೇ ಯೋಗಾನಂದ.

ಅಸತ್ಯಮಪ್ರತಿಷ್ಠಂ ತೇ ಜಗದಾಹುರನೀಶ್ವರಮ್ |
ಅಪರಸ್ಪರಸಂಭೂತಂ ಕಿಮನ್ಯತ್ಕಾಮಹೈತುಕಮ್ ||

ಕಹಿಯ ಪರಿಚಯ ಇದ್ದರೇನೆ ಸಿಹಿಯ ಮಹತ್ವ ಗೊತ್ತಾಗುವುದು. ನೋವಿನ ಪರಿಚಯ ಇದ್ದರೇನೆ ನಲಿವಿನ ಮಹತ್ವ ತಿಳಿಯುವುದು. ಅದೇ ರೀತಿಯಲ್ಲಿ ಅಸತ್ಯದ ನೋವು ತಿಳಿದಿದ್ದರೇನೇ ಸತ್ಯದ ಆನಂದ ತಿಳಿಯುವುದು. ಹೀಗಾಗಿ, ಅಸತ್ಯದ ನೋವನ್ನೂ ಸಹ ಈ ವಾಘೆಗಳೇ ಸಾಧಕನಿಗೆ ಪರಿಚಯಮಾಡಿಕೊಡುತ್ತವೆ. ಮುಂದಿನ ಮೂರು ಭಾಗಗಳೇ ಈ ಕಹಿಯನ್ನು ಸಾಧಕನಿಗೆ ಪರಿಚಯಮಾಡಿಕೊಡುವುದಾಗಿದೆ.

'ಪರಮಾತ್ಮನ ಅನುಸಂಧಾನ ಬಹು ಸಿಹಿಯಾದ ಅನುಭೂತಿಯಾಗಿರುವುದು' ಎಂದಾಗಿ ಬಲ್ಲವರು ಹೇಳಿರುತ್ತಾರೆ. ಈ ಆಹ್ಲಾದಕರ ಅನುಭವ ನೀಡುವಂತಹ ಪರಮಾತ್ಮನನ್ನು ಅನುಸಂಧಾನ ಮಾಡಬೇಕಾದರೆ ಪೂರ್ವದಲ್ಲಿ (ಭೂತದಲ್ಲಿ) ಕಹಿಯ ಅನುಭವ ಇರಲೇಬೇಕು. ಹಿಂದೆ ಕಹಿಯ ಅನುಭವ ಇದ್ದರೆ ಮಾತ್ರ ಮುಂದೆ ಸಿಹಿಯ ಅನುಭವ ಸಿಗುತ್ತದೆ. ಹೀಗಾಗಿ ಅಸತ್ಯವು ಸಾಧಕನ ವಾಘೆಯಲ್ಲಿ ಪ್ರತಿಷ್ಠೆಗೊಳ್ಳಬೇಕಿದೆ. ಹೀಗಾಗಿ ಅವನು

ದಿನಕ್ಕೆ ಒಮ್ಮೆಯಾದರೂ ಗಜಾಸನವನ್ನು ಮಾಡಲೇಬೇಕಿದೆ. ಜೊತೆಗೆ ಕುಳಿತಂತಹ ಸಾಧಕನು ಏಳುವಾಗ ಮುಂದೆ ಎರಡೂ ಕೈಗಳನ್ನು ಊರಿ ಬಗ್ಗಿ ಏಳಬೇಕು. ದ್ವಂದ್ವ ಪರಿಣಾಮದಿಂದ ಪೂತ್ಕಾರಗಳು ಸಾಧಕನಿಂದ ಹೊರಡುತ್ತವೆ. ಅವು ದೇಹದ ಭಾರವನ್ನು ತನ್ನೆಡೆಗೆ ತೆಗೆದುಕೊಂಡು ದೇಹವನ್ನು ಹಿಂದಕ್ಕೆ ತಳ್ಳುತ್ತವೆ.

ಏತಾಂ ದೃಷ್ಟಿಮವಷ್ಟಭ್ಯ ನಷ್ಟಾತ್ಮಾನೋಽಲ್ಪಬುದ್ಧಯಃ |
ಪ್ರಭವಂತ್ಯುಗ್ರಕರ್ಮಾಣಃ ಕ್ಷಯಾಯ ಜಗತೋಽಹಿತಾಃ ||

ಭೂಮಿಗಿಂತಲೂ ದೊಡ್ಡ ಬಂಧು ಸಾಧಕನಿಗಿಲ್ಲ. ಹೀಗಾಗಿ ಅದನ್ನು ತ್ಯಜಿಸುವುದು ಅವನ ಗುರಿಯಲ್ಲದಿದ್ದರೂ ಸಹ ಆ ಕ್ರಿಯೆಯು ಸ್ವಾಭಾವಿಕವಾಗಿ ನಡೆಯುತ್ತದೆ. ಕೈಗಳನ್ನು ನೆಲಕ್ಕೆ ಊರಿ ಒತ್ತುವುದರಿಂದ ಆ ಆತ್ಮೀಯತೆಯಲ್ಲಿ ಉತ್ಕೃಷ್ಟವಾದಂತಹ ಭೂಮಿಯನ್ನು ತ್ಯಜಿಸುವಂತಹ ಅಭ್ಯಾಸವು ಈ ಗಜಾಸನದಿಂದ ನೇರವೇರುತ್ತದೆ. ಹೀಗೆ ಮಾಡುತ್ತಾ ಬಂದಾಗ ಸಾಧಕನಿಗೆ ಸ್ವಾಭಾವಿಕವಾಗೇ ತ್ಯಾಗದ ಪ್ರವೃತ್ತಿಯು ಉಂಟಾಗುತ್ತದೆ. ಯಶಸ್ಸು ಕಾಣಲಿಕ್ಕಾಗಿ ಮಾಡಬೇಕಾದಂತಹ ತ್ಯಾಗಕ್ಕೆ ಅವನು ಸಿದ್ಧನಾಗುವ ಮೆಟ್ಟಿಲು ಆರಂಭವಾಗುತ್ತದೆ. ಈ ರೀತಿಯ ಆರಂಭದಿಂದಾಗಿ ಮುಂದೆ ಯಾವ್ಯಾವಾಗೆಲ್ಲಾ ತ್ಯಾಗ ಮಾಡಬೇಕೊ ಆಗೆಲ್ಲಾ ತ್ಯಾಗ ಮಾಡಲು ಸಾಧ್ಯವಾಗುತ್ತದೆ. ಹೀಗಿರದಿದ್ದರೆ ಮುಂದೆ ತ್ಯಾಗ ಮಾಡಲು ಸಾಧಕನಿಗೆ ಕಷ್ಟ ಸಾಧ್ಯವಾಗುತ್ತದೆ.

ಗಮನಿಸಿ: ದೇವರಿಗೆ ಅಥವಾ ಹಿರಿಯರಿಗೆ ನಮಸ್ಕಾರ ಮಾಡುವಾಗ ಗಜಾಸನವನ್ನು ಋಷಿಗಳು ಅಭ್ಯಾಸಮಾಡಿಸಿದರೂ ಸಹ 'ನೀವು ಗಜಾಸನವನ್ನು ಮಾಡುತ್ತಿದ್ದೀರಾ' ಹೇಳಿ.

'ಗಜಾಸನವು ಅನೇಕ ರೀತಿಯ ಚಿಂತೆಗಳನ್ನು ಹೋಗಲಾಡಿಸುತ್ತದೆ' ಅಭ್ಯಾಸ ಮಾಡಿರುವವರು ಹೇಳಿರುತ್ತಾರೆ. ಚಿಂತೆಯು ಸಾಧಕನನ್ನು ಹಿಡಿದಿದೆಯೋ ಅಥವಾ ಸಾಧಕನೇ ಚಿಂತೆಯನ್ನು ಹಿಡಿದಿದ್ದಾನೋ ಎನ್ನುವುದೇ ಇಲ್ಲಿ ದ್ವಂದ್ವ. ಯಾವುದು ಯಾವುದನ್ನು ಹಿಡಿದಿದೆ ಎನ್ನುವುದು ಇಲ್ಲಿ ನಿರ್ಣಯಿಸಿ ಹೇಳುವುದಕ್ಕಾಗುವುದಿಲ್ಲ. ಹಿಡಿದಿರುವುದನ್ನು ಬಿಟ್ಟರೆ ತೀರ್ಮಾನವಾಗುತ್ತದೆ. ಆದರೆ ಬಿಡುವುದಿಲ್ಲ, ಏಕೆಂದರೆ ತ್ಯಾಗದ ಬಳಕೆ ಇಲ್ಲ. ಹೀಗೆ ಗೊತ್ತಿಲ್ಲದೆ ಹಿಡಿದುಕೊಂಡಿರುವುದರ ಪರಿಚಯವನ್ನು ಗಜಾಸನವು ಸಾಧಕನಿಗೆ ಮಾಡಿಕೊಡುತ್ತದೆ.

ಜೊತೆಗೆ ಅದನ್ನು ತ್ಯಾಗ ಮಾಡುವಂತಹ ಗುಣವನ್ನೂ ಸಹ ಪರಿಚಯಿಸುತ್ತದೆ.

ಯೋಗದಲ್ಲಿ ಸಾಧಕನ ದೇಹದ ರಕ್ಷಣೆ ಆಗಬೇಕು ಎಂದರೆ ಅವನು ಮೊದಲು ಚಿಂತೆಗಳನ್ನು ಬಿಡಬೇಕು. ಅಂದರೆ ಅವುಗಳನ್ನು ತ್ಯಾಗ ಮಾಡಬೇಕು. ತ ಆಗಮಿಕ – ಹೀಗೆನ್ನುವುದೇ ತ್ಯಾಗ. ಯಾವುದು ಬರುತ್ತದೆಯೋ ಹಾಗು ಯಾವುದು ಹಿಡಿದಿರುತ್ತದೆಯೋ ಅದನ್ನು ಬಿಡುವುದೇ ಈ ಸಂದರ್ಭದಲ್ಲಿ ತ್ಯಾಗ ಎಂದಾಗಿ ಕರೆಸಿಕೊಳ್ಳುತ್ತದೆ.

'ನನಗೆ ಗೊತ್ತಿದೆ' ಎನ್ನುವುದನ್ನು ಸಾಧಕನು ತ್ಯಾಗಮಾಡಬೇಕು. ಇಲ್ಲಿ ಗೊತ್ತಿದೆ ಎನ್ನುವುದು ಕೇವಲ ಪ್ರಾಪಂಚಿಕವಾಗಿರುತ್ತದೆ. ಚಿಂತೆಯಿಂದ ಸಾಧಕನು ಮರಣ ಹೊಂದದಿದ್ದರೂ ಸಹ ಅವನು ನಿಶ್ಯಕ್ತನಾಗುವುದು ಖಂಡಿತ. 'ನನಗೆ ಗೊತ್ತಿದೆ, ನಾನು ಶಕ್ತ, ನಾನು ಜ್ಞಾನಿ' ಎನ್ನುವುದನ್ನು ಬಿಡಬೇಕು. ಇದರ ಬದಲಿಗೆ 'ನನಗೆ ಏನೂ ಗೊತ್ತಿಲ್ಲ, ನಾನು ಅಶಕ್ತ, ನಾನು ಅಜ್ಞಾನಿ, ನನಗೆ ರಕ್ಷಣೆ ಕೊಡು' ಎಂದಾಗಿ ಅಂತರಂಗದಿಂದ ಹೃತ್ಪೂರ್ವಕವಾಗಿ ಒಂದು ಕೂಗು ಹಾಕಬೇಕು. ಸಾಕು! ಆ ತಕ್ಷಣಕ್ಕೆ ಚಿಂತೆಯಿಂದ ಬಿಡುಗಡೆಯು ಒದಗುತ್ತದೆ. ಇದನ್ನು ಗಜಾಸನವು ತೋರಿಸಿಕೊಟ್ಟು, ನೆರವೇರಿಸಿಕೊಡುತ್ತದೆ.

ಗಮನಿಸಿ: ಗತಿನ್ಯಾಸಃ ಎಂದಾಗಿ ತ್ಯಾಗ ಶಬ್ದದ ಅರ್ಥವಿದೆ. ಏನು ಮಾಡಬೇಕು ಎಂಬುದನ್ನು ನ್ಯಾಸ ಮಾಡಿ ತೋರಿಸುತ್ತದೆ. ಅದೇ ತ್ಯಾಗ ಎಂದಾಗಿದೆ. ಇದು ತುಂಬಾ ಸರಳವಾದ ವಿಚಾರ. ಗಜಾಸನವು ಈ ಗತಿನ್ಯಾಸವನ್ನು ಮಾಡಿಕೊಡುತ್ತದೆ.

ಎಂಟು ರೀತಿಯ ಭಿನ್ನಭಿನ್ನವಾದ ಉಪಯೋಗ ಹಾಗು ಉಪಾಯಗಳು ಈ ಗಜಾಸನದಲ್ಲಿ ಇದೆ ಎಂದಾಗಿ ವೇದ ವಿಜ್ಞಾನಿಗಳು ಹೇಳುತ್ತಾರೆ. ಈ ಎಂಟು ಒಟ್ಟು ಸೇರಿದಾಗ ಮಾತ್ರ ಸಾಧಕನಿಗೆ ಉಲ್ಲಿಸಿತ (ಸಂತೋಷ), ಲಸಿತ (ಪ್ರಕಾಶಮಾನವಾಗಿ ಹೊಳೆಯುವ), ಗ್ರಾಸಿತ (ತುಂಬಿ ತುಳುಕುತ್ತಿರುವ), ಕುಮುದ (ಕಮಲದ ರೀತಿ ಅರಳಿರುವ), ಹಸನ್ಮುಖಿ / ಹಾಸನ (ಮುಗುಳ್ನಗುತ್ತಿರುವ), ಹಸಿತ (ನಗೆಯಿಂದ ವಿಸ್ತಾರಗೊಂಡಿರುವ), ಲಾಸಿತ (ಪ್ರಕಾಶಮಾನವಾಗಿ ಹೊಳೆಯುತ್ತಿರುವ) ಹಾಗು ಪ್ರಮೋದ (ಆನಂದ) ಎಂದಾಗಿ ಹೇಳುವಂತಹ ಎಂಟು ಮುಖ ಮುದ್ರೆಗಳು ಸಾಧಕನಿಗೆ ಪ್ರಾಪ್ತವಾಗುತ್ತವೆ. ಹೀಗಾಗಿ ಈ ಗಜಾಸನವನ್ನು

'ವಿಶೇಷವಾಗಿ ಆನಂದವನ್ನು ಕೊಡುವಂತಹ ಮುದ್ರೆ' ಎಂದಾಗಿ ಹೇಳುವುದಾಗಿದೆ.

ವಿಕಸಿತಗೊಂಡ ಪದ್ಮ ಎಂದರೆ, ವೇದ ಪ್ರಕಾರ, ಆನಂದ ಎಂದಾಗಿದೆ. ಎಂಟು ರೀತಿಯ ಅನಂದವನ್ನು ಗಜಾಸನವು ಸಾಧಕನಿಗೆ ಕೊಡುವುದರಿಂದಾಗಿ ಇದು 'ಅಷ್ಟ ದಳದ ಪದ್ಮ' ಎಂದಾಗಿ ಹೇಳುತ್ತಾರೆ. ಮುದ್ರೆಯ ಸಂಬಂಧದಿಂದ ಅಥವಾ ಸಂಪರ್ಕದಿಂದ ಜಗತ್ತಿಗೆ ಏನು ಎನ್ನುವ ನಿರ್ಣಯಕ್ಕೆ ಬರುವಾಗ ಅದನ್ನು 'ಅಷ್ಟ ದಳದ ಪದ್ಮ' ಎಂದಾಗಿ ವೇದ ತಜ್ಞರು ಹೇಳುತ್ತಾರೆ.

ಹಿಂದೆ ನೋಡಿದ ಹಾಗೆ, ಅಷ್ಟ ದಳ ಎಂದರೆ ಇಲ್ಲಿ ಏಳು ವಾಘೆಗಳು ಹಾಗು ಒಂದು ಪ್ರವೃತ್ತಿಯಾಗಿದೆ. ಅಷ್ಟ ದಳದ ಪದ್ಮದಲ್ಲಿ ಐದು ದೃಶ್ಯಗಳು ಕಾಣುವುದಾಗಿದ್ದು, ಇದರಾಚೆಗೆ ಮೂರು ಇದ್ದ ಒಟ್ಟು ಎಂಟಾಗುತ್ತದೆ. ಗಜಾಸನ ಮಾಡುವುದರಿಂದಾಗಿ ಈ ಎಂಟು ಪರಿಣಾಮಗಳು ಸಾಧಕನಿಗೆ ದೊರಕುವುದಾಗಿದೆ. ಈ ಆಸನವಿಲ್ಲದೆ ಸಾಧಕನು ಯೋಗದಲ್ಲಿ ಮುಂದುವರೆಯಲು ಆಗುವುದಿಲ್ಲ ಎಂದಾಗಿ ಇಲ್ಲಿ ನೆನಪಿಡಬೇಕು, ಏಕೆಂದರೆ ಈ ಆಸನವು ಯೋಗ ಮಾಡುವವನಿಗೆ 'ಪೀಠ' ಎಂದಾಗಿರುತ್ತದೆ.

ದ್ವೈತ ಅಥವಾ ದ್ವಂದ್ವ ಎನ್ನುವುದು ಮಾನವನು ವಾಸಮಾಡುತ್ತಿರುವಂತಹ ಪ್ರಪಂಚಕ್ಕೆ ಅತ್ಯಂತ ಅವಶ್ಯಕವಾದದ್ದು. ದ್ವಂದ್ವ, ಅಂದರೆ ವಿರುದ್ಧಾತ್ಮಕತೆಗಳು ಇರುವುದರಿಂದಲೇ ಮಾನವನಿಗೆ ಯಾವುದೂ ಸಹ ಅರ್ಥವಾಗುವುದಕ್ಕೆ ಸಾಧ್ಯ. ಬೆಳಕಿನಿಂದ ಕತ್ತಲೆ ಅರ್ಥವಾಗುತ್ತದೆ, ಹಾಗು ಕತ್ತಲೆ ಇರುವುದರಿಂದಲೇ ಬೆಳಕು ಅರ್ಥವಾಗುತ್ತದೆ. ಉಷ್ಣದಿಂದ ಶೀತದ ಅರ್ಥವಾಗುವಿಕೆ, ಹಾಗು ಶೀತದಿಂದ ಉಷ್ಣದ ಅರ್ಥವಾಗುವಿಕೆ. ಭಯದಿಂದ ನಿರ್ಭತೆಯ ಅರ್ಥವಾಗುವಿಕೆ, ಹಾಗು ನಿರ್ಭಯತೆಯಿಂದ ಭಯದ ಅರ್ಥವಾಗುವಿಕೆ. ದ್ವಂದ್ವದಿಂದ ತರ್ಕದ ನಿಲ್ಲುವಿಕೆ, ತರ್ಕದ ಸಹಾಯದಿಂದ ನ್ಯಾಯದ ಅರಿವಾಗುವಿಕೆ, ನ್ಯಾಯದ ಅರಿವಿನಿಂದ ತೀರ್ಪನ್ನು ತೆಗೆದುಕೊಳ್ಳಲಾಗುವಿಕೆ. ಹೀಗೆ ದ್ವಂದ್ವ ಎನ್ನುವುದು ಮಾನವನಿಗೆ ಸಹಜವಾಗಿಯೇ ಅವಶ್ಯಕವಾಗಿರುತ್ತದೆ. ಇದನ್ನು ಗಣಿತ ಶಾಸ್ತ್ರದಲ್ಲಿ ಭಿನ್ನತೆ ಎಂದಾಗಿ ಅರ್ಥಮಾಡಿಕೊಳ್ಳುವುದಾಗಿದೆ.

ಈ ದ್ವಂದ್ವ ಏಕಿದೆ ಹಾಗು ಅದರ ಕಾರ್ಯ ವೈಖರಿ ಏನು ಎಂಬುದನ್ನು ಗಜಾಸನ ಅಭ್ಯಾಸಮಾಡಿ ಅರ್ಥಮಾಡಿಕೊಳ್ಳಬೇಕು. ಹೀಗಾಗಿ ಗಜಾಸನವನ್ನು ಮಾಡುವವನೇ ಇಲ್ಲಿ 'ದ್ವೈತಿ' ಎಂದಾಗಿ ಅಂದುಕೊಳ್ಳಬೇಕು. ಗಜಾಸನವನ್ನು ಮಾಡದವನು ದ್ವೈತಿಯಾಗುವುದಿಲ್ಲ, ಹಾಗೆಂದು ಅವನು 'ಅದ್ವೈತಿ' ಎಂದೇನಲ್ಲ.

ವೇದದಿಂದ ಉತ್ಪನ್ನವಾದಂತಹ ಯೋಗ ಶಾಸ್ತ್ರದ ಸಾಹಿತ್ಯದಲ್ಲಿ 'ಅ-ಕಾರದ' ಪ್ರಯೋಗ ಕಾಣಬಹುದು. ಉದಾಹರಣೆಗೆ ಭಯಕ್ಕೆ ಅಭಯ ಎಂದಾಗಿ ಅ-ಕಾರ ಸೇರಿಸಿ ಹೇಳುತ್ತಾರೆ. ಇಲ್ಲಿ ಅಭಯ ಎಂದರೆ ಭಯವಿಲ್ಲದ್ದು ಎಂದಾಗಿರುವ ಅರ್ಥವಿದೆ. ಆದರೆ ಭಯ ಎನ್ನುವುದು ಇದ್ದಾಗ, ಭಯವಿಲ್ಲ ಎಂದಾಗಿ ಹೇಗೆ ಹೇಳುವುದು, ಭಯ ಇದ್ದುದರಿಂದಾಗಿ ತಾನೇ ಅಭಯ ಸಾಧಕನಿಗೆ ಒದಗಿದ್ದು!? ಅಭಯ, ಎಂದರೆ ಹಿಂದೆ ಭಯ ಎನ್ನುವುದು ಇತ್ತು ಎಂದಾಗಿ ತಾನೇ ಅರ್ಥ? ಹಿಂದೆ, ಎಂದರೆ ಅದು ಸಮಯವೂ ಆಗಬಹುದು ಅಥವಾ ದೇಶವೂ ಆಗಬಹುದು. ಹಿಂದೆ, ಎಂದರೆ ಯೋಗ ಎಂದಾಗಿಯೂ ಆಗಬಹುದು. ಹಿಂದೆ, ಎಂದರೆ ಸತ್ಯ-ಅಸತ್ಯಗಳು ಎಂದಾಗಿಯೂ ಸಹ ಆಗುತ್ತದೆ. 'ಅ' ಕಾರವು ಆದೇಶವಾಗಿ ವಿರೋಧ ಪದವಾಗಿ ನಿಲ್ಲುತ್ತದೆಯೋ ಅಲ್ಲೆಲ್ಲವೂ ಸಹ ದ್ವೈತ ಆಗುತ್ತದೆ. ಭಯ ಇತ್ತು, ಅದಕ್ಕೆ ಅ-ಕಾರ ಸೇರಿಸಿದಾಗ ಅಲ್ಲಿ ಭಯ ಎನ್ನುವುದು ಇಲ್ಲ ಎಂಬ ಅರ್ಥವಾಗುತ್ತದೆ. ಅಂದರೆ ಇದ್ದದ್ದು ಇಲ್ಲವಾಗುತ್ತದೆ.

ಯಾವಾಗ ಸಮಯ ಹಾಗು ದೇಶವನ್ನು ಗಣಿಸುತ್ತೇವೆಯೋ, ಆಗ ಮಾತ್ರ ಅದು ಆಂಗಿಕ ವ್ಯತ್ಯಾಸವಾಗುತ್ತದೆ. ಅದು ಅಭಯ ಎಂದಾಗುತ್ತದೆ. ಅ-ಕಾರ ಸೇರಿದಾಗ ಆಗುವಂತಹ ಅಭಯ ಅಲ್ಲ, ಬದಲಿಗೆ ಆ ಅದ್ವೈತ! ಆಂಗಿಕ ಭಯ.

ಯಾವುದೇ ಮನುಷ್ಯನಿಗೆ ಭಯವು ಜನಿಸಿದಾಗ ಕರುಳಿನಿಂದ ಅದು ಅವನ ಅನುಭವಕ್ಕೆ ಬರುತ್ತದೆ ಎನ್ನುವುದು ಸಾಮಾನ್ಯ ಜ್ಞಾನ. ಅಂದರೆ, ಭಯವು ನಾಭಿಯಿಂದ ಉತ್ಪನ್ನವಾಗುತ್ತದೆ. ಭಯವು ತೀವ್ರವಾಗುತ್ತಾ ಹೋದಂತೆ ನಾಭಿಯು ತಣ್ಣಗಾಗುತ್ತಾ ಹೋಗುತ್ತದೆ. ಆಪತ್ತು ತೀವ್ರವಾದಾಗ ದೇಹ ಕೂಡ ತನ್ನ ವ್ಯಾಪಾರವನ್ನು ಕಳೆದುಕೊಂಡುಬಿಡುತ್ತದೆ. ಮಲ-ಮೂತ್ರ ಕೂಡ ನಿಯಂತ್ರಣಕ್ಕೆ ಬರುವುದಿಲ್ಲ. ಇದಕ್ಕೆ ಕಾರಣ ಭಯದ ಸಂದರ್ಭ. ಈ ಎಲ್ಲಾ ರೀತಿಯ ಪರಿಣಮಗಳಿಗೂ ಕೂಡ ನಾಭಿಯೇ ಕೇಂದ್ರಸ್ಥಾನ. ಅಂದರೆ ನಾಭಿಯು ಭಯವನ್ನು

ಹಿಡಿದಿಡುವಂತಹ ಸ್ಥಾನವಾಗಿದೆ. ಹೀಗಾಗಿ, ನಾಭಿಯನ್ನು ಗಜ ಎಂದಾಗಿ ಹೇಳುವುದಾಗಿದೆ. ಈ ಗಜದ ಸೊಂಡಿಲಿನಲ್ಲೇ ಪದ್ಮವಿದೆ. ಈ ಪದ್ಮದಲ್ಲಿ ಬ್ರಹ್ಮ (ಬೃಹತ್ ಚಲನೆ ಹಾಗು ಚಿಂತನೆ) ಇದೆ. ಉತ್ಪನ್ನ ಹೀಗೆ ಇರುತ್ತದೆ. ಇದು ಅದ್ವೈತದ ಸ್ವರೂಪವಾಗಿದೆ.

ಗಮನಿಸಿ: ನಾಭಿಯಲ್ಲಿರುವಂತಹ ಪದ್ಮವು ಅರಳುವವರೆಗೂ ಸಾಧಕನು ದ್ವೈತದಲ್ಲಿಯೇ ಇರುತ್ತಾನೆ ಎಂದು ಹೇಳಿರುತ್ತಾರೆ.

ಹಿಂದಿನ ಭಯದ ಚಿಂತನೆಗೆ ಸಾಧಕನನ್ನು ತಕ್ಷಣವೇ ಎಳೆದುಕೊಂಡು ಬಂದು ವಸ್ತುಸ್ಥಿತಿಯನ್ನು, ಅಂದರೆ ವಾಸ್ತವಿಕ ಸತ್ಯವನ್ನು ಈ ಗಜಾಸನವು ಸಾಧಕನಿಗೆ ನೇರವಾಗಿ ತೋರಿಸುತ್ತದೆ.

'ಫೂತ್ಕಾರ' ಹಾಗು 'ಹ್ರೀತ್ಕಾರ' ಎಂಬ ಎರಡು ಸ್ವರ ಭೇದ ಉಚ್ಚಾರಗಳು ಗಜಾಸನವನ್ನು ಹಾಕಿದಾಗ ಸಾಧಕನ ನಾಭಿಯಲ್ಲಿ ಉತ್ಪನ್ನವಾಗುತ್ತವೆ. ಇಲ್ಲಿ ಎರಡು ಸ್ವರಗಳು ಎಂದರೆ ಪುನಃ ದ್ವೈತ. ಅದು ಕೆಲವು ಕಾರಿಕೆಗಳನ್ನೊಳಗೊಂಡಿರುತ್ತದೆ. ಅವುಗಳು ಕ್ರಮವಾಗಿ ಅಭಯ-ಭಯ, ಅಹಿಂಸೆ-ಹಿಂಸೆ, ಅಸತ್ಯ-ಸತ್ಯ. ಭಾರತೀಯ ವೇದ ವಿಜ್ಞಾನದ ಪ್ರಕಾರ, ಯಾವ್ಯಾವುದು ಅ-ಕಾರ ಆದೇಶದಿಂದಾಗಿ ಅರ್ಥ ವ್ಯತ್ಯಾಸವನ್ನು ವಿರೋಧಾರ್ಥಕವಾಗಿ ತೋರಿಸಿಕೊಡುವುದೋ ಅವೆಲ್ಲವೂ ಸಹ ನಾಭಿಯಿಂದ ಜನಿತವಾಗುವುದಾಗಿದಯೇ ವಿನಃ ಮತ್ತೆಲ್ಲಿಂದಲೂ ಅಲ್ಲ. ಇವೆಲ್ಲವನ್ನೂ 'ಧನಂಜಯ' ಎಂದಾಗಿ ಹೇಳುವುದಾಗಿದೆ. ಆ 'ಧನ' ಎಂದು ಹೇಳತಕ್ಕಂತಹ ಆಧಾರದಲ್ಲಿ ಈ ವಿಚಾರಗಳೆಲ್ಲವೂ ಇರುತ್ತವೆ. ಇಲ್ಲಿ 'ಧನಂಜಯ' ಎಂದರೂ ಸಹ 'ಆನೆ' ಎಂಬ ಅರ್ಥವಾಗಿದೆ. ಹೀಗಾಗಿ, ಸಕಲ ವಿಕಾರಗಳಿಗೂ ಸಹ ಗಜಾಸನವೇ ಪ್ರಧಾನವಾಗಿದೆ.

ಗಮನಿಸಿ: ಗಜಾಸನವು ಸಕಲ ವಿಕಾರಗಳ ವಸ್ತುಸ್ಥಿತಿಯನ್ನು ಸಾಧಕನಿಗೆ ತೋರಿಸಿಕೊಡುವುದಾಗಿದೆ.

ಸಾಮಾನ್ಯವಾಗಿ, ನಾವು ನಿಂತಿರುವ ಹಿಂದುಗಡೆಯಲ್ಲಿ ಏನೋ ಒಂದು ಶಬ್ದವು ಉಂಟಾದಾಗ ತಕ್ಷಣವೇ ಭಯವು ನಾಭಿಯಿಂದ ಜನಿಸುತ್ತದೆ. ಈ ಭಯದ ಕಾರಣದಿಂದಾಗಿ ಹಿಂದಿರುಗಿ ನೋಡಿ ಆ ಜನಿಸಿದಂತಹ ಶಬ್ದಕ್ಕೆ ಕಾರಣವನ್ನು ಕಂಡುಕೊಂಡಾಗ, ನಾಭಿಯಿಂದ ಹುಟ್ಟಿದ ಭಯವು ನಿಲ್ಲುತ್ತದೆ. ಅಂದರೆ ಭಯವು ನಮ್ಮನ್ನು ಹಿಂದೆ ತಿರುಗಿ ನೋಡುವಂತೆ ಪ್ರೇರೇಪಿಸಿತು. ಇದು ಸ್ವಾಭಾವಿಕವಾಗಿರುವಂತಹ

ಮನಃಭ್ರಾಂತಿಯಾಗಿದ್ದು ಇದನ್ನು ಧನಂಜಯವು ವಿಭ್ರಾಂತಿಗೊಳಿಸಿತು. ಹೀಗೆ ವಿಭ್ರಾಂತಿಗೊಳಪಡಿಸಿದಂತಹ ವಸ್ತು ವಿಶೇಷವೇ ಇಲ್ಲಿ ಧನ ಎಂದಾಗಿರುತ್ತದೆ. ಇದೇ 'ಸಂಪತ್ತು' ಎಂದಾಗಿದೆ. ಆ ತಕ್ಷಣಕ್ಕೆ ನಮ್ಮನ್ನು ಸೋಲಿಸಿ ನಂತರ ಗೆದ್ದದ್ದು ಧನಂಜಯ ಆಗಿರುತ್ತದೆ.

ನಮ್ಮ ಹಿಂದೆ ಒಂದು ಸ್ಟೀಲ್ ಪಾತ್ರೆ ಇಟ್ಟಿರುತ್ತೇವೆ ಎಂದಿಟ್ಟುಕೊಳ್ಳೋಣ. ಅದು ನಂತರ ಬಿದ್ದು ಹೋಗುತ್ತದೆ ಎಂದುಕೊಳ್ಳೋಣ. ಪಾತ್ರೆ ಇಟ್ಟ ನೆನಪು ಎಂಬುದು ಇರುವವರೆಗೂ ಅದು ಮುಂದಿನದ್ದು, ಅದು ಮರೆತು ಹೋದದ್ದು ಹಿಂದಿನದ್ದು. ಇದೂ ಸಹ ದ್ವಂದ್ವವೇ ಹೌದು. ಅಂದರೆ ದ್ವೈತ. ಪಾತ್ರೆಯು ಬಿದ್ದ ತಕ್ಷಣ ನಮ್ಮನ್ನು ಎಚ್ಚರಗೊಳಿಸಿದ್ದು ಭ್ರಾಂತಿಯೇ ಹೊರತು ಸುಸ್ಥಿತಿಯಲ್ಲ. ಹಿಂದಿರುಗಿ ಅದನ್ನು ನೋಡಿದಾಗ 'ಓಹೋ ಇದನ್ನು ನಾನೇ ಇಟ್ಟದ್ದು' ಎಂದಾಗಿ ನೆನಪಾಗುವುದು ಸಹಜ. 'ಏನೋ ಬಿದ್ದಿತಲ್ಲ' ಎಂದಾಗಿ ಭಾವಿಸಿರುವವರೆಗೂ ಭ್ರಾಂತಿ. ಈ ಭ್ರಾಂತಿಯೂ ಸಹ ಧನಂಜಯವೇ ಹೌದು. ಇದೂ ಸಹ ದ್ವಂದ್ವ, ಅಂದರೆ ದ್ವೈತ. ಅದು ವಸ್ತುಸ್ಥಿತಿ ಅರ್ಥವಾದ ಮೇಲೆ ಅದು ಸತ್ಯ, ಅಂದರೆ ಅದ್ವೈತ ಒಂದೇ... ಮತ್ತೊಂದಿಲ್ಲವು.

ವಸ್ತುಸ್ಥಿತಿ ಅರ್ಥವಾಗುವವರೆಗೂ ಸಹ ಅಸತ್ಯ, ದ್ವೈತ, ದ್ವಂದ್ವ, ಅಜ್ಞಾನ – ಹೀಗೆ ಇವೆಲ್ಲದಕ್ಕೂ ಸಹ ಕಾರಣವಾಗಿರುತ್ತದೆ. ಜ್ಞಾನ ರಹಿತವಾದದ್ದು ಅಜ್ಞಾನ, ಆದರೆ ಜ್ಞಾನ ಮೊದಲೇ ಇತ್ತು. ಜ್ಞಾನಕ್ಕೆ ಅ-ಕಾರ ಸೇರಿಕೊಂಡಾಗ ಅದೇ ಅಜ್ಞಾನ ಎಂದಾಯ್ತು, ಅಂದರೆ ಜ್ಞಾನ ರಹಿತವಾಗಿ ವಿರುದ್ಧಾರ್ಥಕವಾಯಿತು.

ಈ ಭಯ ಎಂದಾಗಿ ಹೇಳುವುದು ಸಾಧಕನೂ ಸೇರಿದಂತೆ, ಸಕಲ ಮಾನವರಿಗೂ ಸಹ ರೋಗಕಾರಕವೇ ಹೌದು. ಯಾವುದೇ ವ್ಯಕ್ತಿಗೆ ನಿರಂತರ ರೋಗ ಉಂಟಾಗುವುದು ಈ ಭಯದ ಕಾರಣದಿಂದಲೇ ಎಂದಾಗಿ ವೇದ ವಿಜ್ಞಾನಿಗಳು ಅಭಿಪ್ರಾಯಪಡುತ್ತಾರೆ. ಹೀಗಾಗಿ, ರೋಗಿಗೆ ಧೈರ್ಯ ತುಂಬುವುದೇ ಅವನನ್ನು ಗುಣಪಡಿಸುವಂತಹ ಅತ್ಯುತ್ತಮ ವಿಧಾನ. ಹೀಗಾಗಿ, ಯಾವುದೇ ರೋಗ ನಿವಾರಣೆಗೆ ಔಷಧಿಗಳ ಅಗತ್ಯ ಅಷ್ಟೊಂದಿಲ್ಲ!?

ಸಾಧಕನು ಗಜಾಸನವನ್ನು ಮಾಡುವುದರಿಂದಾಗಿ ಅವನು ತನ್ನ ದೇಹವನ್ನು ಸಂಪೂರ್ಣವಾಗಿ ನೋಡಬಹುದು. ಅಂದರೆ ಅವನು ಹಿಂದಿನದ್ದನ್ನು ಹಾಗು ಮುಂದಿನದ್ದನ್ನು ಸಲೀಸಾಗಿ

ನೋಡಿಕೊಳ್ಳಬಹುದು. ಪಾಪ ಹಾಗು ಪುಣ್ಯಗಳ ಅರಿವಿರದ ಹಾಗು ಲೆಕ್ಕವಿರದ ಕಾರಣದಿಂದಾಗಿ ಪ್ರಾಣಿಗಳು ಭಯದಿಂದಲೇ ಇರಲಿ ಎಂದಾಗಿ ಬೃಹತ್ ಚಲನೆ ಹಾಗು ಚಿಂತನೆಯು (ಬ್ರಹ್ಮವು) ಅವುಗಳನ್ನು ನಾಲ್ಕು ಕಾಲಿನಿಂದಲೇ ಓಡಾಡುವಂತಹ ವ್ಯವಸ್ಥೆಯನ್ನು ಮಾಡಿದೆ. ಪಾಪ ಹಾಗು ಪುಣ್ಯಗಳ ಅರಿವು ಹಾಗು ಲೆಕ್ಕವನ್ನು ಇಟ್ಟಂತಹ ಮಾನವನು ನಿರ್ಭಯತೆಯನ್ನು ಅಭ್ಯಾಸಮಾಡಲಿ ಎಂದಾಗಿ ಆ ಬ್ರಹ್ಮವು ನಮ್ಮನ್ನು ಎರಡು ಕಾಲಿನಲ್ಲಿ ನಡೆಯುವಂತೆ ನಿರೂಪಿಸಿದೆ.

ಗಜಾಸನವನ್ನು ಮಾಡುವುದರಿಂದಾಗಿ ಅಭಯವು ಸಾಧಕನ ದೇಹದ ಸಕಲ ಭಾಗಕ್ಕೂ ಸಹ ಒದಗಿಬರುತ್ತದೆ. ಹೀಗಾಗಿ, ನಿರೋಗಿಯಾಗಲಿಕ್ಕೆ ಅವನಿಗೆ ಸಾಧ್ಯವಾಗುತ್ತದೆ. ಅವನಲ್ಲಿ ಇರುವಂತಹ ವಾಘೆಗಳೂ ಸಹ ತನ್ನ ಆಶ್ರಿತ ದೇಹವನ್ನು ರಕ್ಷಿಸಿ, ಸುಸ್ಥಿತಿಯಲ್ಲಿ ಇಡುವುದಕ್ಕಾಗೇ ಇರುತ್ತವೆ.

ಮಾನವನಲ್ಲಿರುವಂತಹ ವಾಘೆ ತನ್ನ ಹಿಡಿತದಿಂದ ದೇಹವನ್ನು ಸ್ವಾಧೀನಪಡಿಸಿಕೊಳ್ಳುತ್ತದೆ. ಇದರ ಮುಖಾಂತರವಾಗಿಯೇ ಅವನ ದೇಹದಲ್ಲಿ ವಾತ, ಪಿತ್ತ ಹಾಗು ಕಫಗಳು ಜರುಗುತ್ತವೆ. ವಾತ, ಪಿತ್ತ, ಕಫ – ಇವು ಮೂರು, ಅದರ ಮಧ್ಯದ ಮತ್ತು ಅಂತ್ಯದ ಭಾಗಗಳು ವಾತ-ಸ್ವಲ್ಪ ವಾತ-ಅತಿ ವಾತ, ಪಿತ್ತ-ಸ್ವಲ್ಪ ಪಿತ್ತ-ಅತಿ ಪಿತ್ತ, ಕಫ-ಸ್ವಲ್ಪ ಕಫ-ಅತಿ ಕಫ, ಹೀಗೆ ಎಲ್ಲವೂ ಸಹ ಮೂರು-ಮೂರು ಆಗುತ್ತವೆ. ಹೀಗಾಗಿ 3x3=9 ಭಾಗ. ಈ ಒಂಭತ್ತು ಭಾಗಕ್ಕೂ ಕೂಡ ಏಳು ವಾಘೆ + ಒಂದು ಪ್ರವೃತ್ತಿ = ಎಂಟು, ದೇಹಿ ಎಂದು ಹೇಳಲ್ಪಡುವಂತಹ ಒಂದು, ಒಟ್ಟು ಒಂಭತ್ತು. ಈ ಒಂಭತ್ತು ಅಂಶಗಳು ಚೇತನದ ಸ್ವರೂಪದಲ್ಲಿರುತ್ತವೆ ಎಂದಾಗಿ ವೇದ ವಿಜ್ಞಾನಿಗಳು ಹೇಳುತ್ತಾರೆ.

ಗಮನಿಸಿ: ಈ ಒಂಭತ್ತು ಚೇತನಗಳನ್ನು ಸ್ವಂತ ಹಿಡಿತಕ್ಕೆ ತೆಗೆದುಕೊಳ್ಳುವುದಿಕ್ಕೆ ಸಾಧಕನಿಗೆ ಈ ಗಜಾಸನವು ಸಹಾಯಮಾಡುತ್ತದೆ.

ಭೂತ-ಭವಿಷ್ಯತ್ ಅಥವಾ ಪೂರ್ವ-ಪಶ್ಚಿಮ ಎಂದಾಗಿ ವಾಘೆ ಎರಡು ರೀತಿ ಇರುತ್ತದೆ. ವಾಘೆ ಮೇಲಕ್ಕೆ, ಅಂದರೆ ಹಿಂದಕ್ಕೆ ಹೋಗಿ ಬೆನ್ನಿನ ಅಶೀಶರವನ್ನು ಅಂಟಿಕೊಳ್ಳುತ್ತದೆ. ಹಾಗೆಯೇ ಅದು ಹೊಟ್ಟೆಯನ್ನೂ ಸಹ ಹಿಡಿದುಕೊಳ್ಳುತ್ತದೆ. ಹೀಗಾಗಿ, ವಾಘೆಯ ಪ್ರವೃತ್ತಿಯು ಎಲ್ಲಿ ಕೆಲಸಮಾಡಬೇಕಾದರೂ ಸಹ ಅದು ಭೂತ-ಭವಿಷ್ಯತ್, ಸತ್ಯ-ಅಸತ್ಯ ಇವೆರಡರ ಮಧ್ಯದಲ್ಲಿ

ಸೇರಿಕೊಳ್ಳಬೇಕು. ಹೀಗೆ ಪ್ರವೃತ್ತಿಯು ಸೇರಕೊಂಡಾಗ ಸತ್ಯ, ಅಸತ್ಯ ಮತ್ತು ಪ್ರವೃತ್ತಿ – ಈ ಮೂರರ ಪ್ರತಿಗಳು ಆಗುತ್ತದೆ. ಆಗ ಸತ್ಯ-ಸತ್ಯಗಳ ಮಧ್ಯದಲ್ಲಿ ಸೇರಿಕೊಂಡಿರುವುದರಿಂದ ಸರಿ-ತಪ್ಪು ಎಂಬ ಎರಡೂ ಪ್ರವೃತ್ತಿಗಳು ಕಾಣಸಿಗುತ್ತವೆ.

ಪ್ರವೃತ್ತಿಗೆ ಮಾತ್ರ ಯಾವುದು ಸಮಂಜಸ, ಯಾವುದು ಸುಲಭ ಹಾಗು ಯಾವುದು ಸಾಧ್ಯ ಎಂಬ ಶಕ್ತಿಯಿದೆ. ಇದಕ್ಕೆ ಪ್ರವೃತ್ತಿಯು ಯಾವ ವಾಘೆ ಮುಖೇನ ಕೆಲಸಮಾಡಬಹುದು, ಸಮಂಜಸ ಎನಿಸುವುದನ್ನು ಸಾಧಿಸುವುದಕ್ಕೆ ಯಾವ ವಾಘೆ ಸಹಾಯಕ ಎಂಬುದನ್ನು ನಿರ್ಧಾರಮಾಡಿಕೊಡುತ್ತದೆ. ಹೀಗಾಗಿ ಇದನ್ನೇ ಅಂತರ್ಮನಸ್ಸು ಅಥವಾ ಒಳಮನಸ್ಸು ಎಂದಾಗಿ ವೇದ ವಿಜ್ಞಾನಿಗಳು ಹೇಳುತ್ತಾರೆ.

ಒಳಮನಸ್ಸು ನಿರ್ಣಯಿಸಿದಂತೆ ಸಾಧಕನು ನಿರ್ಣಯಮಾಡತೊಡಗಿದಾಗ ಅವನ ದೇಹಕ್ಕೆ ಯಾವುದೇ ರೀತಿಯ ಅನ್ಯ ವಿಚಾರಗಳಿಗೆ ಪ್ರವೇಶವಿರುವುದಿಲ್ಲ, ಅಂದರೆ ಯಾವುದೇ ರೀತಿಯ ಖಾಯಿಲೆ-ಕಸಾಲೆಗಳು ಬರುವುದಿಲ್ಲ ಎಂಬುದೇ ಇಲ್ಲಿ ತಿಳಿದುಕೊಳ್ಳಬೇಕಾದ ಮರ್ಮ.

ಗಮನಿಸಿ: ಹೀಗೆ, ಸಾಧಕನ ದೇಹವನ್ನು ವಾಘೆ ನಿರಂತವಾಗಿ ಕಾಯುತ್ತದೆ.

ವಾಘೆ ಹೀಗೆ ನಿರಂತರವಾಗಿ ಕೆಲಸಮಾಡಲು ಅದಕ್ಕೆ ಇಂಧನವನ್ನು ಸಾಧಕನು ಪೂರೈಸಬೇಕು. ಹೀಗಾಗಿ, ಸಾಧಕನು ಗಜಾಸನವನ್ನ ಹಾಕಿದ್ದಾಗ, ಹಾಗು ಒಂದು ಸಾರಿ ಏಳುತ್ತೇನೆ ಎಂದಾಗಿ ಸಂಕಲ್ಪಿಸಿದಾಗ ಅದು ಪೂತ್ಕಾರ – ಅಂದರೆ ಉಸಿರನ್ನು ಸಾಧಕನು ಮೇಲಕ್ಕೆ ಎಳೆದುಕೊಳ್ಳುತ್ತಾನೆ, ನಂತರ ಅವನು ಮೇಲಕ್ಕೆ ಎದ್ದೇಳುತ್ತಾನೆ. ಹೀಗೆ ಇಂಧನದ ಪೂರೈಕೆಯಾಗುತ್ತದೆ.

ಗಜಾಸನವನ್ನು ಮಾಡುವುದಕ್ಕೆ ಸಾಧಕನು ಬಗ್ಗುವಾದ ಹ್ರೀತ್ಕಾರ – ಅಂದರೆ ಉಸಿರನ್ನು ಬಿಡುತ್ತಾನೆ. ಆಗ ಅವನ ದೇಹವು ಸಡಿಲವಾಗುವುದರಿಂದಾಗಿ ಸಹಜವಾಗಿಯೇ ಅವನು ಗಜಾಸನಕ್ಕೆ ಬರುತ್ತಾನೆ. ಆಗ ಅದರಲ್ಲಿರತಕ್ಕಂತಹ ಶ್ಲೇಷ್ಮ ಭಾಗವನ್ನು ಉಸಿರು ಹೊರಹಾಕುವುದಾಗಿದೆ. ಏಳುವಾಗ ಮತ್ತೆ ಪೂತ್ಕಾರ – ಅಂದರೆ ಮೇಲಕ್ಕೆ ಉಸಿರನ್ನು ಎಳೆದುಕೊಂಡಾಗ ಅದು ಅವನ ದೇಹಕ್ಕೆ ಪೂರೈಕೆಯಾಗುತ್ತದೆ. ಆಗ ಇಂಧನವು ವಾಘೆಗೆ ಒದಗಿಬರುತ್ತದೆ. ಹೀಗಾಗಿ ಗಜಾಸನವನ್ನು ಎಷ್ಟು ಹೊತ್ತು ಹಾಕಬೇಕು

ಎನ್ನುವುದಕ್ಕಿಂತಲೂ ಎಷ್ಟು ಬಾರಿ ಹಾಕಬೇಕು ಎನ್ನುವುದು ಸಾಧಕನಿಗೆ ಮುಖ್ಯವಾಗುತ್ತದೆ.

ಗಮನಿಸಿ: ಪೂತ್ಕಾರ ಹಾಗು ಹ್ರೀತ್ಕಾರಗಳನ್ನು ಹೆಚ್ಚು-ಹೆಚ್ಚು ಮಾಡಬೇಕು ಎನ್ನುವುದು ಸಾಧಕರ ಕಿವಿಮಾತಾಗಿದೆ.

ಈ ಗಜಾಸನವನ್ನು ಮಾಡುವುದಕ್ಕೆ ಸಮಯದ ಯಾವುದೇ ನಿರ್ಭಂಧವಿಲ್ಲ ಎಂಬುದನ್ನು ಗಮನದಲ್ಲಿಡಬೇಕು.

ಮೆಟ್ಟಿಲು – 3

ರಹಸ್ಯವಾದ ಗಂಭೀರ ವಿಷಯವನ್ನು ಬುದ್ಧಿವಂತನಾದವನು ಅರಿತುಕೊಂಡರೆ ಬುದ್ಧಿಮಾನ್ ಎಂದಾಗುತ್ತಾನೆ ಎಂದಾಗಿ ಶ್ರೀವ್ಯಾಸರು ಹೇಳುತ್ತಾರೆ. ಅವರು ಗುಹ್ಯತಮ ಶಾಸ್ತ್ರ ಎಂದಾಗಿ ಶ್ರೀವ್ಯಾಸರು ಪ್ರಯೋಗಮಾಡುವುದನ್ನು ಸಾಧಕನು ಗಮನಿಸಬೇಕು. ಹೀಗಾಗಿ,

ಬುದ್ಧಿಯುಕ್ತೋ ಜಹಾತೀಹ |
ವ್ಯವಸಾಯಾತ್ಮಿಕಾ ಬುದ್ಧಿಃ ಸಮಾಧೌ ನ ವಿಧೀಯತೇ |
ತಸ್ಮಾದ್ಯೋಗಾಯ ಯುಜ್ಯಸ್ವ |
ಪ್ರಸನ್ನ ಚೇತಸೋಹ್ಯಾಶು ಬುದ್ಧಿಃ ಪರ್ಯವತಿಷ್ಟತೇ |
ನಾಸ್ತಿ ಬುದ್ಧಿರ ಯುಕ್ತಸ್ಯ |

ಹೀಗೆ ಶ್ರೀವ್ಯಾಸರು ಉಲ್ಲೇಖಿಸಿರುವಂತಹ ಹಲವಾರು ವಾಕ್ಯಗಳನ್ನು ಭಗವದ್ಗೀತೆಯ ಸಾಂಖ್ಯ ಯೋಗದಲ್ಲಿ ನೋಡಬಹುದಾಗಿದೆ. ಏಕೆಂದರೆ, ಈ ಗುಹ್ಯತಮವಾದ ಶಾಸ್ತ್ರ ವಿಚಾರವನ್ನು ಬುದ್ಧಿ ಮಾತ್ರವೇ ಗ್ರಹಿಸಲು ಸಾಧ್ಯ ಎಂಬ ಅಭಿಪ್ರಾಯದಿಂದ ಗುರುಗಳು ಹೀಗೆ ಉಲ್ಲೇಖಿಸಿದ್ದಾರೆ ಎಂದರೆ ತಪ್ಪಾಗಲಾರದು.

ಈ ಮೇಲೆ ಹೇಳಿದ ಕಾರಣದಿಂದಾಗಿ, ಶ್ರೀ ವ್ಯಾಸರು ಹದಿನೇಳನೇ ಅಧ್ಯಾಯದಲ್ಲಿ ಅಂತಃಕರಣದ ನೆಲೆಯನ್ನು ವಿವರಿಸಿದ್ದಾರೆ. ಅದು ಶ್ರದ್ಧಾ ತ್ರಯಗಳು ಎಂದಾಗಿ ಪ್ರಸಿದ್ಧವಾಗಿದೆ. ಬುದ್ಧಿಯು ಸಾತ್ವಿಕ ನೆಲೆಯಲ್ಲಿದ್ದರೆ ಮಾತ್ರ ಸಾಧಕನಲ್ಲಿರುವ ಶ್ರದ್ಧೆಯು ಸ್ವಾಭಾವಿಕವಾಗಿ ನೆಲೆಗೊಳ್ಳುವುದಲ್ಲದೆ, ಅದು ಸದಾಚಾರ, ಶಾಂತತೆ, ಪ್ರಸನ್ನತೆಗಳನ್ನು ಒಳಗೊಳ್ಳುವುದಾಗಿರುತ್ತದೆ. ಹೀಗಾಗಿ ಅವನಿಗೆ ಯೋಗದಲ್ಲಿ ರೂಢನಾಗಲು ಒಲವು ಜನಿಸುತ್ತದೆ.

ಗಮನಿಸಿ: ಶ್ರೀವ್ಯಾಸರು ಈ ಶಾಸ್ತ್ರವನ್ನು ಉಲ್ಲೇಖಿಸಿ ದಾಖಲಿಸುವಾಗ, ದ್ವೈತ ಹಾಗು ಅದ್ವೈತಗಳ ಜೊತೆಗೆ 'ತ್ರೈತಾ' ಎಂಬ ಸಿದ್ಧಾಂತವೂ ಸಹ ಬಳಕೆಯಲ್ಲಿತ್ತು ಎಂಬುದನ್ನು ಅಧ್ಯಯನದಿಂದ ಸಾಧಕನು ಇಂದೂ ಸಹ ಕಂಡುಕೊಳ್ಳಬಹುದಾಗಿದೆ. ಆದರೆ, ದುರದೃಷ್ಟವಶಾತ್, ಇಂದು ಕೇವಲ ದ್ವೈತ ಹಾಗು ಅದ್ವೈತ ಸಿದ್ಧಾಂತಗಳು ಮಾತ್ರ ಬಳಕೆಯಲ್ಲಿವೆ.

ಸೂಚನೆ: ಇಲ್ಲಿ ವಿಶಿಷ್ಟಾದ್ವೈತವನ್ನು ತ್ರೈತಾ ಎನ್ನುವುದಕ್ಕೆ ಸಮೀಕರಿಸಿಕೊಳ್ಳಬಾರದು. ಅದ್ವೈತ, ದ್ವೈತ, ಹಾಗು ತ್ರೈತಾ ಎಂಬುವುಗಳ ಸಮೂಹ ಕಲ್ಪನೆಯೇ 'ವಿಶಿಷ್ಟಾದ್ವೈತ' ಎಂದಾಗಿರುತ್ತದೆ. ಆ ಮೂರನೇ ಭಾಗ ಎಂದಾಗಿ ಹೇಳುವಂತಹದ್ದು ಏನಿದೆ, ಅದು ಹೇಗೆ ಪ್ರಪಂಚದಲ್ಲಿ ವ್ಯಾಪಿಸಿದೆ ಹಾಗು ಅದು ಈಗ ಹೇಗೆ ಗರ್ಭದಲ್ಲಿದೆ ಎಂದಾಗಿ ಈ ವಿಶಿಷ್ಟಾದ್ವೈವು ತೋರಿಸಿಕೊಡುವುದಾಗಿದೆ.

ಅರ್ಜುನ ಉವಾಚ:

ಯೇ ಶಾಸ್ತ್ರವಿಧಿಮುತ್ಸೃಜ್ಯ ಯಜಂತೇ ಶ್ರದ್ಧಯಾನ್ವಿತಾಃ |
ತೇಷಾಂ ನಿಷ್ಠಾ ತು ಕಾ ಕೃಷ್ಣ ಸತ್ತ್ವಮಾಹೋ ರಜಸ್ತಮಃ ||1||

ಶ್ರೀ ಭಗವಾನುವಾಚ:

ತ್ರಿವಿಧಾ ಭವತಿ ಶ್ರದ್ಧಾ ದೇಹಿನಾಂ ಸಾ ಸ್ವಭಾವಜಾ |
ಸಾತ್ತ್ವಿಕೀ ರಾಜಸೀ ಚೈವ ತಾಮಸೀ ಚೇತಿ ತಾಂ ಶೃಣು ||2||
ಸತ್ತ್ವಾನುರೂಪಾ ಸರ್ವಸ್ಯ ಶ್ರದ್ಧಾ ಭವತಿ ಭಾರತ |
ಶ್ರದ್ಧಾಮಯೋಽಯಂ ಪುರುಷೋ ಯೋ ಯಚ್ಛ್ರದ್ಧಃ ಸ ಏವ ಸಃ|3|
ಯಜಂತೇ ಸಾತ್ತ್ವಿಕಾ ದೇವಾನ್ಯಕ್ಷರಕ್ಷಾಂಸಿ ರಾಜಸಾಃ |
ಪ್ರೇತಾನ್ ಭೂತಗಣಾಂಶ್ಚಾನ್ಯೇ ಯಜಂತೇ ತಮಸಾ ಜನಾಃ ||4||
ಅಶಾಸ್ತ್ರವಿಹಿತಂ ಘೋರಂ ತಪ್ಯಂತೇ ಯೇ ತಪೋ ಜನಾಃ |
ದಂಭಾಹಂಕಾರಸಂಯುಕ್ತಾಃ ಕಾಮರಾಗಬಲಾನ್ವಿತಾಃ ||5||
ಕರ್ಷಯಂತಃ ಶರೀರಸ್ಥಂ ಭೂತಗ್ರಾಮಮಚೇತಸಃ |
ಮಾಂ ಚೈವಾಂತಃಶರೀರಸ್ಥಂ ತಾನ್ವಿದ್ಧ್ಯಾಸುರನಿಶ್ಚಯಾನ್ ||6||
ಆಹಾರಸ್ತ್ವಪಿ ಸರ್ವಸ್ಯತ್ರಿವಿಧೋ ಭವತಿ ಪ್ರಿಯಃ |
ಯಜ್ಞಸ್ತಪಸ್ತಥಾ ದಾನಂ ತೇಷಾಂ ಭೇದಮಿಮಂ ಶೃಣು ||7||
ಆಯುಃಸತ್ತ್ವಬಲಾರೋಗ್ಯಸುಖಪ್ರೀತಿವಿವರ್ಧನಾಃ |
ರಸ್ಯಾಃ ಸ್ನಿಗ್ಧಾಃ ಸ್ಥಿರಾ ಹೃದ್ಯಾ ಆಹಾರಾಃ ಸಾತ್ವಿಕಪ್ರಿಯಾಃ ||8||
ಕಟ್ವಮ್ಲಲವಣಾತ್ಯುಷ್ಣತೀಕ್ಷ್ಣರೂಕ್ಷವಿದಾಹಿನಃ |
ಆಹಾರಾ ರಾಜಸಸ್ಯೇಷ್ಟಾ ದುಃಖಶೋಕಾಮಯಪ್ರದಾಃ ||9||
ಯಾತಯಾಮಂ ಗತರಸಂ ಪೂತಿ ಪರ್ಯುಷಿತಂ ಚ ಯತ್ |
ಉಚ್ಛಿಷ್ಟಮಪಿ ಚಾಮೇಧ್ಯಂ ಭೋಜನಂ ತಾಮಸಪ್ರಿಯಮ್ ||10||
ಅಫಲಾಕಾಂಕ್ಷಿಭಿರ್ಯಜ್ಞೋ ವಿಧಿದೃಷ್ಟೋ ಯ ಇಜ್ಯತೇ |
ಯಷ್ಟವ್ಯಮೇವೇತಿ ಮನಃ ಸಮಾಧಾಯ ಸ ಸಾತ್ತ್ವಿಕಃ ||11||
ಅಭಿಸಂಧಾಯ ತು ಫಲಂ ದಂಬಾರ್ಥಮಪಿ ಚೈವ ಯತ್ |
ಇಜ್ಯತೇ ಭರತಶ್ರೇಷ್ಠ ತಂ ಯಜ್ಞಂ ವಿದ್ಧಿ ರಾಜಸಮ್ ||12||

ವಿಧಿಹೀನಮಸೃಷ್ಟಾನ್ನಂ ಮಂತ್ರಹೀನಮದಕ್ಷಿಣಂ |
ಶ್ರದ್ಧಾವಿರಹಿತಂ ಯಜ್ಞಂ ತಾಮಸಂ ಪರಿಚಕ್ಷತೇ ||13||
ದೇವದ್ವಿಜಗುರುಪ್ರಾಜ್ಞಪೂಜನಂ ಶೌಚಮಾರ್ಜವಮ್ |
ಬ್ರಹ್ಮಚರ್ಯಮಹಿಂಸಾ ಚ ಶಾರೀರಂ ತಪ ಉಚ್ಯತೇ ||14||
ಅನುದ್ವೇಗಕರಂ ವಾಕ್ಯಂ ಸತ್ಯಂ ಪ್ರಿಯಹಿತಂ ಚ ಯತ್ |
ಸ್ವಾಧ್ಯಾಯಾಭ್ಯಸನಂ ಚೈವ ವಾಙ್ಮಯಂ ತಪ ಉಚ್ಯತೇ ||15||
ಮನಃ ಪ್ರಸಾದಃ ಸೌಮ್ಯತ್ವಂ ಮೌನಮಾತ್ಮವಿನಿಗ್ರಹಃ |
ಭಾವಸಂಶುದ್ಧಿರಿತ್ಯೇತತ್ತಪೋ ಮಾನಸಮುಚ್ಯತೇ ||16||
ಶ್ರದ್ಧಯಾ ಪರಯಾ ತಪ್ತಂ ತಪಸ್ತತ್ತ್ರಿವಿಧಂ ನರೈಃ |
ಅಫಲಾಕಾಂಕ್ಷಿಭಿರ್ಯುಕ್ತೈಃ ಸಾತ್ತ್ವಿಕಂ ಪರಿಚಕ್ಷತೇ ||17||
ಸತ್ಕಾರಮಾನಪೂಜಾರ್ಥಂ ತಪೋ ದಂಭೇನ ಚೈವ ಯತ್ |
ಕ್ರಿಯತೇ ತದಿಹ ಪ್ರೋಕ್ತಂ ರಾಜಸಂ ಚಲಮಧ್ರುವಮ್ ||18||
ಮೂಢಗ್ರಾಹೇಣಾತ್ಮನೋ ಯತ್ಪೀಡಯಾ ಕ್ರಿಯತೇ ತಪಃ |
ಪರಸ್ಯೋತ್ಸಾದನಾರ್ಥಂ ವಾ ತತ್ತಾಮಸಮುದಾಹೃತಮ್ ||19||
ದಾತವ್ಯಮಿತಿ ಯದ್ದಾನಂ ದೀಯತೇಽನುಪಕಾರಿಣೇ |
ದೇಶೇ ಕಾಲೇ ಚ ಪಾತ್ರೇ ಚ ತದ್ದಾನಂ ಸಾತ್ತ್ವಿಕಂ ಸ್ಮೃತಮ್ ||20||
ಯತ್ತು ಪ್ರತ್ಯುಪಕಾರಾರ್ಥಂ ಫಲಮುದ್ದಿಶ್ಯ ವಾ ಪುನಃ |
ದೀಯತೇ ಚ ಪರಿಕ್ಲಿಷ್ಟಂ ತದ್ದಾನಂ ರಾಜಸಂ ಸ್ಮೃತಮ್ ||21||
ಅದೇಶಕಾಲೇ ಯದ್ದಾನಮಪಾತ್ರೇಭ್ಯಶ್ಚ ದೀಯತೇ |
ಅಸತ್ಕೃತಮವಜ್ಞಾತಂ ತತ್ತಾಮಸಮುದಾಹೃತಮ್ ||22||
ಓಂತತ್ಸದಿತಿ ನಿರ್ದೇಶೋ ಬ್ರಹ್ಮಣಸ್ತ್ರಿವಿಧಃ ಸ್ಮೃತಃ |
ಬ್ರಾಹ್ಮಣಾಸ್ತೇನ ವೇದಾಶ್ಚ ಯಜ್ಞಾಶ್ಚ ವಿಹಿತಾಃ ಪುರಾ ||23||
ತಸ್ಮಾದೋಮಿತ್ಯುದಾಹೃತ್ಯ ಯಜ್ಞದಾನತಪಃಕ್ರಿಯಾಃ |
ಪ್ರವರ್ತಂತೇ ವಿಧಾನೋಕ್ತಾಃ ಸತತಂ ಬ್ರಹ್ಮವಾದಿನಾಮ್ ||24||
ತದಿತ್ಯನಭಿಸಂಧಾಯ ಫಲಂ ಯಜ್ಞತಪಃಕ್ರಿಯಾಃ |
ದಾನಕ್ರಿಯಾಶ್ಚ ವಿವಿಧಾಃ ಕ್ರಿಯಂತೇ ಮೋಕ್ಷಕಾಂಕ್ಷಿಭಿಃ ||25||
ಸದ್ಭಾವೇ ಸಾಧುಭಾವೇ ಚ ಸದಿತ್ಯೇತತ್ಪ್ರಯುಜ್ಯತೇ |
ಪ್ರಶಸ್ತೇ ಕರ್ಮಣಿ ತಥಾ ಸಚ್ಛಬ್ದಃ ಪಾರ್ಥ ಯುಜ್ಯತೇ ||26||
ಯಜ್ಞೇ ತಪಸಿ ದಾನೇ ಚ ಸ್ಥಿತಿಃ ಸದಿತಿ ಚೋಚ್ಯತೇ |
ಕರ್ಮ ಚೈವ ತದರ್ಥೀಯಂ ಸದಿತ್ಯೇವಾಭಿಧೀಯತೇ ||27||
ಅಶ್ರದ್ಧಯಾ ಹುತಂ ದತ್ತಂ ತಪಸ್ತಪ್ತಂ ಕೃತಂ ಚ ಯತ್ |
ಅಸದಿತ್ಯುಚ್ಯತೇ ಪಾರ್ಥ ನ ಚ ತತ್ಪ್ರೇತ್ಯ ನ ಇಹ ||28||

ಈ ಮೆಟ್ಟಲು ಗರ್ಭಾಸನ ಎನ್ನುವುದನ್ನು ಒತ್ತಿ ಹೇಳುತ್ತದೆ. ಶಿಶುವು ತಾಯಿಯ ಗರ್ಭದಲ್ಲಿ ಹೇಗೆ ಆಸನ ರೂಪದಲ್ಲಿ ಇರುತ್ತದೆ ಎಂದಾಗಿ ಈ ಗರ್ಭಾಸನವು ಹೇಳುವುದಾಗಿದೆ. ಯೋಗದಲ್ಲಿ ಸಾಧನೆ ಮಾಡುವವನಿಗೆ ದೇಹದ ಉಷ್ಣತೆಯು ಅಧಿಕವಾಗಿ ಬೇಕಿರುತ್ತದೆ, ಏಕೆಂದರೆ ಛಳಿಯು ಉಂಟಾದರೆ ಯಾವ ರೀತಿಯ ಯೋಗಾಸನವನ್ನೂ ಸಹ ಆ ಸಾಧಕನು ಮಾಡಲಾಗುವುದಿಲ್ಲ. ಹೀಗಾಗಿ ಯೋಗದಲ್ಲಿ ಕಂಡುಬರುವಂತಹ ಸಕಲ ಆಸನಗಳೂ ಸಹ ಸಾಧಕನ ದೇಹದಲ್ಲಿ ಶೀತ ಹಾಗು ಛಳಿಯನ್ನು ಕಡಿಮೆಮಾಡಿ ಉಷ್ಣತೆಯನ್ನು ಹೆಚ್ಚಿಸುತ್ತಾ ಹೋಗುತ್ತದೆ. ಆದರೆ ಅತಿ ಹೆಚ್ಚು ಉಷ್ಣತೆಯನ್ನು ಈ ಗರ್ಭಾಸನ ಉಂಟುಮಾಡುತ್ತದೆ.

ಗರ್ಭಾಸನವನ್ನು ಹಾಕದವನ ದೇಹದಲ್ಲಿ ಉಷ್ಣತೆ ಹೆಚ್ಚುತ್ತಾ ಹೋಗುತ್ತದೆ. ಹೊರಗಿನ ವಾತಾವರಣದಲ್ಲಿ ಎಷ್ಟೇ ಛಳಿಯು ಇದ್ದರೂ ಸಹ ಅದು ಆ ಸಾಧಕನ ಗಮನಕ್ಕೆ ಬರುವುದಿಲ್ಲ. ಗರ್ಭಾಸನದಲ್ಲಿ ಕುಳಿತಾಗ ಇಡಾ ಹಾಗು ಪಿಂಗಳ ನಾಡಿಗಳು ಪೂತ್ಕರಿಸುವುದರಿಂದಾಗಿ ದೇಹದಲ್ಲಿ ಶಾಖವು ಉತ್ಪನ್ನವಾಗುತ್ತಾ ಸಾಗುತ್ತದೆ.

ಗಮನಿಸಿ: ಶಾಖದ ಉತ್ಕೃಷ್ಟ ಸ್ಥಿತಿಯೇ ಭಸ್ಮ ಸ್ವರೂಪ ಎಂದಾಗಿರುವಂತಹ ಮೂರನೆಯದಾಗಿರುತ್ತದೆ.

ಇಲ್ಲಿ ಭಸ್ಮ ಎಂದರೆ ಮನುಷ್ಯನ ದೇಹವೋ ಅಥವಾ ಸೌದೆಯೋ ಅಥವಾ ಭತ್ತದ ಹೊಟ್ಟೋ ಅಥವಾ ಮತ್ತ್ಯಾವುದೋ ಸುಟ್ಟು, ಸಂಪೂರ್ಣ ಉರಿದು ಹೋಗಿ, ಕಡೆಯಲ್ಲಿ ಉಳಯುವಂತಹ ಬೂದಿಯಲ್ಲ! ಈ ಬೂದಿಯು ಭಸ್ಮ ಸ್ವರೂಪದಲ್ಲಿ ಕಾಣುವುದರಿಂದಾಗಿ ಬೂದಿಗೆ ಭಸ್ಮ ಎಂದಾಗಿ ಹೇಳುವ ವಾಡಿಕೆ ಬಂದಿದೆ, ಅಷ್ಟೆ.

ಭಸ್ಮ ಎಂದಾಗಿ ಹೇಳಿದಾಗ ಅಲ್ಲಿ ಅಣುಗಳು ಕಾಣಿಸುವುದಿಲ್ಲ. ಅಣುವಿಗಿಂತಲೂ ಸೂಕ್ಷ್ಮವಾದದ್ದು ಭಸ್ಮ ಎಂದಾಗಿ ವೇದ ತಜ್ಞರು ಹೇಳಿರುತ್ತಾರೆ. ಅಂದರೆ, ಸಾಧಕನು ದ್ವಂದ್ವಗಳ ಮಧ್ಯದಲ್ಲಿ ಏಕಾಂಗಿಯಾಗಿ ನಿಲ್ಲಬೇಕು ಎಂದಾಗಿ ಹೇಳುವುದೇ ಇಲ್ಲಿ ಭಸ್ಮವನ್ನು ಉದಾಹರಿಸಿರುವ ಪ್ರಮೇಯವಾಗಿದೆ.

ಪ್ರಶ್ನೆ ಕೇಳುವಂತಹ ರೀತಿಯಲ್ಲಿ ಮೊದಲನೇ ಶ್ಲೋಕವಿರುತ್ತದೆ.

'ತ್ರಿವಿಧಾ ಭವತಿ' ಎಂದಾಗಿ ಆರಂಭವಾಗುವಂತಹ ಎರಡನೇ ಶ್ಲೋಕದಲ್ಲಿ ಮೂರು ವಿಧಗಳ ಪ್ರಕಟಣೆ ಇರುತ್ತದೆ. ಅದರ ತೀಕ್ಷ್ಣತೆಯ ಸ್ವರೂಪವೇ ಸಾತ್ವಿಕ, ರಾಜಸಿಕ ಹಾಗು ತಾಮಸಿಕ ಎಂದಾಗಿ ಮೂರು ವಿಧಗಳು ಕಾಣುವುದಾಗಿದೆ. ಇದನ್ನು ಮೂರು-ಮೂರು ಭಾಗವಾಗಿ ಇಲ್ಲಿ ಹೇಳಿಕೊಂಡು ಹೋಗಿದ್ದಾರೆ. ಅಣುವಿಗಿಂತಲೂ ಸೂಕ್ಷ್ಮ ಸ್ವರೂಪ ಎಂದಾಗಿ ಹೇಳುವುದು ಇಲ್ಲಿಯ ಉದ್ದೇಶವಾಗಿದೆ. ಅಣು ಎಂಬುದು ಪ್ರಪಂಚದ ಹಿಡಿತಕ್ಕೆ ಸಿಕ್ಕರೂ ಅದಕ್ಕಿಂತಲೂ ಸಹ ಸೂಕ್ಷ್ಮವಾಗಿರುವಂತಹ ಸ್ವರೂಪವು ಪ್ರಪಂಚದ ಯಾವುದೇ ಹಿಡಿತಕ್ಕೆ ಸಿಗುವುದಿಲ್ಲ.

ಗಮನಿಸಿ: ಸಾಧಿಸಿರುವಂತಹ ಯೋಗಿಯು ಪ್ರಪಂಚದ ಹಿಡಿತಕ್ಕೆ ಸಿಗಬಾರದು, ಏಕೆಂದರೆ ಅವನು ಯೋಗಿಯಾಗಿರಬೇಕು. ಯೋಗಿಯು ಹೇಗೆ ಪ್ರಪಂಚದ ಹಿಡಿತಕ್ಕೆ ಸಿಗಬಾರದು ಎಂದು ಹೇಳುವುದಕ್ಕಾಗಿ ಇಲ್ಲಿ ಉದಾಹರಣೆಯನ್ನು ತೆಗೆದುಕೊಂಡು ಹೇಳಲಾಗಿದೆ.

ಚೇತಿ ತಾಂ ಶೃಣು – 'ಅದರ ಸ್ವರೂಪವನ್ನು ಹೇಳುತ್ತೇನೆ, ತಿಳಿದಿಕೊ' ಎಂದಾಗಿ ಶ್ರೀವ್ಯಾಸರು ಸಾಧಕನಿಗೆ ಹೇಳಿರುತ್ತಾರೆ. ಸತ್ವ, ರಜಸ್ಸು, ತಮಸ್ಸು ಎಂದಾಗಿ ಮೂರು ಗುಣಗಳ ಸ್ವರೂಪದಲ್ಲಿ ಅದನ್ನು ಗಮನಿಸಬಹುದೆ. 'ಹಾಗಾದರೆ ಆ ಮೂರು ಗುಣಗಳಿಗೆ ಇರುವಂತಹ ಶಕ್ತಿ ಎಷ್ಟಿದೆ? ಅದನ್ನು ಹೇಳುತ್ತೇನೆ' ಎಂದಾಗಿ ಶ್ರೀವ್ಯಾಸರು ಮುಂದುವರೆಯುತ್ತಾರೆ.

ಸತ್ವ, ರಜಸ್ಸು, ತಮಸ್ಸು ಗುಣಗಳು ಪ್ರಪಂಚದ ವ್ಯಾಪ್ತಿಯಾಗಿದೆ. ಹಾಗೆಂದು ಇವುಗಳನ್ನು ಗುಣ-ವ್ಯಾಪ್ತಿಯಿಂದ ಗುರುತಿಸಲು ಸಾಧ್ಯವಾಗುತ್ತದೆಯೆ ಎಂದರೆ, ಸಾಧ್ಯವಿಲ್ಲ, ಏಕೆಂದರೆ ಗುಣಕ್ಕಿಂತಲೂ ಇವುಗಳು ಹೆಚ್ಚಿನದ್ದಾಗಿವೆ. 'ಶ್ರದ್ಧೆ' ಎಂಬುದರಿಂದ ಏನಾದರೂ ಇವುಗಳನ್ನು ಗುರುತಿಸಲು ಸಾಧ್ಯವೆ? ಎಂಬುದು ಸಧ್ಯದ ಪ್ರಶ್ನೆ.

'ಶ್ರದ್ಧೆ' ಎಂದಾಗಿರುವಂತಹ ಮೂರು ರೀತಿಯ ಗುಣಗಳಾಗಿದ್ದು ಇವುಗಳು (ಸತ್ವ, ರಜಸ್ಸು, ತಮಸ್ಸು) ಭಿನ್ನವಾಗಿಯೇ ಪ್ರಕಟವಾಗುತ್ತವೆ.

ಸೂಚನೆ: ಇಲ್ಲಿ ಶ್ರದ್ಧೆ ಹಾಗು ಶ್ರದ್ಧೆ ಎಂಬುದು ಬೇರೆ ಬೇರೆ ಪದಗಳಾಗಿದ್ದು, ವೇದ ವಿಜ್ಞಾನ ಪ್ರಕಾರವಾಗಿ ಇವುಗಳ ಅರ್ಥ ವ್ಯಾಪ್ತಿಯು ಭಿನ್ನವಾಗಿರುತ್ತವೆ.

ಸಾತ್ವಿಕ ಗುಣದ ಶ್ರದ್ಧೆ, ರಾಜಸಿಕ ಗುಣದ ಶ್ರದ್ಧೆ, ಹಾಗು ತಾಮಸಿಕ ಗುಣದ ಶ್ರದ್ಧೆ ಎಂದಾಗಿರುತ್ತವೆ. ಇದನ್ನು ಬಿಟ್ಟರೆ ಶ್ರದ್ಧೆಯನ್ನು ಗುರುತಿಸಲು ಮಾನವನಿಗೆ ಸಾಧ್ಯವಾಗುವುದಿಲ್ಲ. ಹಾಗಾದರೆ ಅದರ ಆ ಮೂಲ ಸ್ವರೂಪ ಶ್ರದ್ಧೆಯೇ ಎಂದಾಗಿ ಕೇಳಿದರೆ, ಅದೂ ಸಹ ಅಲ್ಲ ಎಂದಾಗಿ ಶ್ರೀವ್ಯಾಸರು ಹೇಳುತ್ತಾರೆ. ವ್ಯಾವಹಾರಿಕ ಪ್ರಪಂಚದಲ್ಲಿ ವ್ಯಾಖ್ಯಾನಿಸುವುದಕ್ಕಾಗಿ ಶ್ರದ್ಧಾ ಎಂಬುದನ್ನು ಅವಲಂಬಿಸಬೇಕಿದೆ.

ಶ್ರದ್ಧೆ ಎಂಬುದರಿಂದಲೂ ಸಹ ವಿಷಯದ ಮೂಲವನ್ನು ಗುರುತಿಸಲಾಗುವುದಿಲ್ಲ, ತ್ರಿಗುಣಾತ್ಮಕವಾದ ವಿಚಾರ ಏನಿದೆಯೋ ಅದನ್ನು ಆ ವಿಚಾರದಿಂದ ಗುರುತಿಸಲಾಗುವುದಿಲ್ಲ. ಹೀಗೆ, ಎರಡರಿಂದಲೂ ಗುರುತಿಸಲಾಗದ್ದು ಮೂರನೆಯದ್ದಾಗಿರುತ್ತದೆ. ಅದೇ 'ತ್ರೈತ' ಎಂದಾಗಿರುತ್ತದೆ.

ಗಮನಿಸಿ: ವಿಚಾರ ಹಾಗು ವಿಷಯಗಳಿಂದ ಗುರುತಿಸಲು ಆಗದಂತಹ ಅಂಶ ಏನಿದೆಯೋ ಅದನು ತ್ರೈತ ಎಂದಾಗಿ ವೇದ ವಿಜ್ಞಾನವು ಹೇಳುತ್ತದೆ.

ಈ ತ್ರೈತ ಎಂದಾಗಿ ಹೇಳುವಂತಹ ಸೈದ್ಧಾಂತಿಕ ರೂಪವನ್ನು ಯೋಗಿಯಾಗ ಬಯಸುವಂತಹ ಸಾಧಕನು ಸ್ವಯಂ ಸಾಧಿಸಿಕೊಳ್ಳಬೇಕು.

ಯಜಂತೇ ಸಾತ್ತ್ವಿಕಾ – ಈ ಶ್ಲೋಕವು ವಿಚಾರವನ್ನು ಮುಂದಕ್ಕೆ ತೆಗೆದುಕೊಂಡು ಹೋಗುತ್ತದೆ. ಸಾತ್ವಿಕರು ಸಾತ್ವಿಕ ಮಾರ್ಗದಿಂದ ಅದನ್ನು ಸಾಧಿಸಿಕೊಳ್ಳುವ ಪ್ರಯತ್ನ ಮಾಡುತ್ತಾರೆ, ಜೊತೆಗೆ ನಾವು ಸಾತ್ವಿಕರಾಗಿಯೇ ಇರುತ್ತೇವೆ ಎಂದಾಗಿ ಭಾವಿಸಿರುತ್ತಾರೆ. ಆದರೆ ನಿಜವಾಗಿ ನೋಡಿದರೆ, ಸಾಮಾನ್ಯವಾಗಿ ಅಲ್ಲಿ ಸಾತ್ವಿಕತೆಯೇ ಇರುವುದಿಲ್ಲ. ಏಕೆಂದರೆ ಇದು ವಾಸ್ತವಿಕವಾಗಿ ಅಷ್ಟು ಸುಲಭವಾಗಿ ಸಾಧ್ಯವಾಗುವಂತಹ ಮಾರ್ಗವಲ್ಲ. ಹೀಗೆ ಆಗದಿರುವಂತಹ ಮಾರ್ಗವನ್ನು ಅನುಸರಿಸುತ್ತೇನೆ ಎಂದಾಗಿ ಭಾವಿಸುವುದಾಗಲೀ ಅಥವಾ ಆಗದಿರುವುದನ್ನು ಬೋಧನೆ ಮಾಡುವುದಾಗಲೀ ಎರಡೂ ಸಹ ತಾಮಸಿಕವಾಗಿರುತ್ತದೆ. ಹೇಳಿದ್ದು ಹಾಗು ತಿಳಿದದ್ದು ಅನುಕರಣೆಗೆ ಯೋಗ್ಯವಾಗಿದ್ದರೆ ಮಾತ್ರ ಅದು ಸಾತ್ವಿಕ ಎಂದೆನಿಸಿಕೊಳ್ಳುತ್ತದೆ.

ಬೋಧಿಸಿದ್ದು ಕೇಳುಗನಿಗೆ ಅರ್ಥವಾಗಿಲ್ಲ ಅಂದರೆ ಅದು ತಾಮಸಿಕವಾಗಿರುತ್ತದೆ. ಅವನಿಗೆ ಅರ್ಥವಾಗುವಂತೆ ಹೇಳಿದರೆ ಮಾತ್ರ ಅದು ಸಾತ್ವಿಕ ಎಂದೆನಿಸಿಕೊಳ್ಳುತ್ತದೆ. ಕೇಳುಗನಿಗೆ

ಕೇಳಿಸಿಕೊಂಡಿದ್ದು ಕೊಂಚ ಮಾತ್ರ ಅರ್ಥವಾಯಿತು ಎಂದಾಗ ಅದು ಅವನ ಕಲ್ಪನೆಯ ಲೋಕದಲ್ಲಿ ವ್ಯವಹರಿಸುತ್ತದೆ. ಹೀಗಾದಾಗ ಕೂಡ ಅದು ತಾಮಸಿಕವಾಗುತ್ತದೆ.

ಗಮನಿಸಿ: ಯಾವುದೇ ಬೋಧನೆಯು ಕೇಳುಗನ ಸ್ವ-ಧರ್ಮದ ಸ್ವಾಭಾವಿಕತೆಗೆ ಒಗ್ಗಿದರೆ ಮಾತ್ರ ಅದು ಸಾತ್ವಿಕವಾಗುತ್ತದೆ, ಇಲ್ಲದಿದ್ದರೆ ಅದೂ ಕೂಡ ತಾಮಕವೇ ಆಗಿಬಿಡುತ್ತದೆ. ಹೀಗಾಗಿ ಬೋಧನೆ ಮಾಡುವುದಾಗಲೀ ಅಥವಾ ಕೇಳುವುದಾಗಲೀ ಎರಡೂ ಕೂಡ ಸ್ವೀಕರಿಸುವವನ ಸ್ವ-ಧರ್ಮಕ್ಕೆ ಅನುಗುಣವಾಗಿರುವಂತೆ ನೋಡಿಕೊಳ್ಳಬೇಕಿದೆ.

ಸೂಚನೆ: ದೈವೀಕತೆಯನ್ನು ಹೊಂದಿರುವಂತಹ ಚಿತ್ರಣದಲ್ಲಿ ನಿರೂಪಗೊಂಡರುವ ಅಸ್ತ್ರಗಳು ಹಾಗು ಶಾಸ್ತ್ರಗಳು ಯಾವತ್ತಿಗೂ ಸಹ ಘಾತಕವಾಗಿರುವುದಿಲ್ಲ. ಒಂದು ವೇಳೆ ಅವು ಘಾತುಕತೆಯನ್ನು ಹೊಂದಿದ್ದರೆ ಅದು ಯಕ್ಷವೋ ಅಥವಾ ರಾಕ್ಷಸವೋ ಅಥವಾ ಮತ್ಯಾವುದೋ ಆಗಿರುತ್ತದೆಯೇ ಪರಂತು, ದೈವೀಕವಾಗಿರುವುದಿಲ್ಲ. ಇದು ವೇದ ವಿಜ್ಞಾನ ಪ್ರಕಾರದಲ್ಲಿ ಸತ್ಯವಾಗಿರುತ್ತದೆ.

ಸತ್ಯ ಮಾರ್ಗವನ್ನು ಹೊರತುಪಡಿಸಿ ಮತ್ತೆಲ್ಲವೂ ಸಹ ತಾಮಸಿಕವೇ ಹೌದು. ಸತ್ಯದ ಸಾಮರ್ಥ್ಯದಲ್ಲಿ ಮಾತ್ರ ಸಂಭವನೀಯತೆಗಳಿರುವುದಾಗಿದ್ದು, ಅದು ಮಾತ್ರ ಸಾರವನ್ನು (ಸತ್ವವನ್ನು) ಒದಗಿಸಿಕೊಡುವಂತಹದ್ದಾಗಿದೆ ಎಂಬುದನ್ನು ಸಾಧಕನು ನೆನಪಿನಲ್ಲಿಡಬೇಕು.

ಸಾತ್ವಿಕ ಹಾಗು ತಾಮಸಿಕದ ನಡುವೆ ರಾಜಸಿಕ ಎಂದಾಗಿ ನಡುವಿನ ಯಾವುದೇ ರೀತಿಯ ಮಾರ್ಗವು ಸಾಧಕನಿಗಿರುವುದಿಲ್ಲ ಎಂಬುದು ಅಕ್ಷರಶಃ ಸತ್ಯ. ಆದಿ-ಮಧ್ಯಮ-ಅಂತ್ಯ ಎಂಬುದರಲ್ಲಿ ಆದಿ ಹಾಗು ಅಂತ್ಯಕ್ಕೆ ನಡೆ ಎಂಬುದು ಇದೆಯೇ ವಿನಃ ಮಧ್ಯಮಕ್ಕೆ ಇಲ್ಲ. ಇಲ್ಲಿ ಮಧ್ಯಮ ಎನ್ನುವುದು ಜೀವನದಲ್ಲಿ ಅರ್ಥಮಾಡಿಕೊಳ್ಳಬೇಕಾಗಿರುವ ವಿಚಾರ ಮಾತ್ರ. ಇದು ತ್ರೈತ ಸಿದ್ಧಾಂತದ ದರ್ಶನ, ಅಂದರೆ ನಿರ್ಣಯ. ಹೀಗಾಗಿ, ರಾಜಸಿಕಕ್ಕೆ ಯಾವುದೇ ನಡೆಯಿರದ ಕಾರಣ, ಅದು ಮಾರ್ಗವಾಗಿರುವುದಿಲ್ಲ. ಇದನ್ನೇ ಮುಂದಿನ ಶ್ಲೋಕಗಳು ಹೇಳುವಂತಹ ಪ್ರಯತ್ನಮಾಡಿವೆ.

'ಅಶಾಸ್ತ್ರವಿಹಿತಂ' ಎಂದಾಗಿ ಆರಂಭವಾಗುವಂತಹ ಶ್ಲೋಕವು ಎಲ್ಲ ಮೂರು-ಮೂರಾಗಿ ಮಾಡಿಕೊಂಡು ಒಂದೊಂದನ್ನೇ ವಿವರಿಸುತ್ತದೆ. ಇವೆಲ್ಲವೂ ಸಹ ಒಂದೇ

ಸಮಾನವಾದಂತಹ ಭಾಗಗಳು. ಎಲ್ಲವೂ ವಿಹಾರ ಭಾಗಗಳಾಗಿದ್ದು, ಇಲ್ಲಿ 'ವಿಹಾರ' ಎಂದರೆ ಜೀವನ ಎಂದಾಗಿದೆ. ಒಬ್ಬನು ತನ್ನ ಜೀವನದಲ್ಲಿ ಏನೆಲ್ಲಾ ಮಾಡುತ್ತಾನೆಯೋ ಅದನ್ನೇ ಇಲ್ಲಿ ವಿಹಾರ ಎಂದಾಗಿ ಹೇಳಲಾಗಿದೆ. ಇಂತಹ ಜೀವನ ವಿಭಾಗದಲ್ಲಿ ಮಾಡುವುದಕ್ಕೆಲ್ಲಾ ಒಂದೊಂದು ಹೆಸರನ್ನು ನೀಡಿ, ಇಂತಹದ್ದು 'ಶ್ರೇಷ್ಠ' ಎಂದಾಗಿ ಹೇಳುತ್ತದೆ.

ಕಾಮ ರಾಗ ಬಲಾನ್ವಿತ – ಈ ಉಲ್ಲೇಖದಲ್ಲಿ ಮೂರು ಭಾಗವಿದೆ. ಕಾಮ, ರಾಗ ಹಾಗು ಬಲ ಎಂದಾಗಿ ಮೇಲ್ನೋಟಕ್ಕೆ ಮೂರು. ಕಾಮ ಎಂದರೆ ಅಪೇಕ್ಷೆ, ಅಂದರೆ ಒಂದನ್ನೇ ಅಪೇಕ್ಷಿಸಿ ಕುಳಿತುಕೊಳ್ಳುವಂತಹದ್ದು. ಇದರ ಮೂಲಕ ಶಕ್ತಿಯನ್ನು ಹೊಂದುವತಹದ್ದು. ಒಬ್ಬನು ಅಪೇಕ್ಷಿಸಿದ, ಅದನ್ನು ಪಡೆದ, ಅದನ್ನೇ ಅನುಭವಿಸಿದ. ಮೇಲ್ನೋಟಕ್ಕೆ ಇದು ತಾಮಸವಾಗುತ್ತದೆಯೇ ಪರಂತು ಸಾತ್ವಿಕಕ್ಕೆ ಹೋಗುವುದಿಲ್ಲ. ಹಾಗೆಂದು ಅಪೇಕ್ಷೆ ಪಡುವುದೇ ತಪ್ಪಲ್ಲ. ಯಾವಾಗ ಒಬ್ಬನು ಅಪೇಕ್ಷೆಯಿಂದ ಮತ್ತೊಬ್ಬರಿಗೆ ಸೇರಬೇಕಾಗಿದ್ದದ್ದನ್ನು ತೆಗೆದುಕೊಳ್ಳುವನೋ ಆಗ ಅದು ತಾಸಮವಾಗುತ್ತದೆ, ಏಕೆಂದರೆ ಅದು ಮತ್ತೊಬ್ಬನಿಂದ ಕಸಿದಂತಾಗುತ್ತದೆ!

ಸಾಧಕನು ಹೀಗೆ ಪಡೆಯುವುದು ತಾಮಸಿಕವಾಗದೆ ಸಾತ್ವಿಕವಾಗಬೇಕು ಎಂದರೆ ಅದರ ಪ್ರತ್ಯುನ್ನತ್ಪನ್ನತೆ ಆಗಬೇಕು ಎಂದಾಗಿ ತ್ರೈತ ಸಿದ್ಧಾಂತವು ಹೇಳುತ್ತದೆ. ಹೀಗೆ ಮಾಡಬೇಕೆಂದರೆ ಸಾಧಕನು ಯೋಗಿಯಾಗಬೇಕು. ಯೋಗಿಯು ಮಾತ್ರ ತಾನು ಅಪೇಕ್ಷಿಸಿದ್ದನ್ನು ಪ್ರತಿಯಾಗಿ ಉತ್ಪತ್ತಿ ಮಾಡಿ ಪಡೆಯುತ್ತಾನೆ. ಒಂದೇ ಇದ್ದದ್ದು ಪ್ರತಿಯಾಗಿ ಉತ್ಪತ್ತಿಗೊಂಡು ಎರಡಾದಾಗ ಅದು ದ್ವೈತ ಎಂದಾಗುತ್ತದೆ.

ಗಮನಿಸಿ: ಜೀವ ಹಾಗು ಪ್ರಾಣ ಎಂಬುವುಗಳು ಯಥಾಪ್ರತಿಯಾಗಿ ರೂಪುಗೊಂಡಿರುತ್ತದೆ.

ಈ ಪುರುಷ ಎನ್ನುವುದು ಜೀವ ಹಾಗು ಪ್ರಾಣಗಳಿಗೆ ಪ್ರತ್ಯೇಕವಾದಾಗ ಅದನ್ನು ತಯ್ಯಾರಾದದ್ದು ಎಂದಾಗುತ್ತದೆ. ಅಂದರೆ, ಜೀವ ಹಾಗು ಪ್ರಾಣಗಳ ಮಧ್ಯದಲ್ಲಿ ಪುರುಷ ಎನ್ನುವುದೇನು ಉತ್ಪನ್ನವಾಗುತ್ತದೆಯೋ ಅದನ್ನು ಉತ್ಪಾದಿಸಿದ್ದು ಅದೇ ಅದ್ವೈತ, - ಪುರುಷ ಮೇವಾದ್ವಿದ್ಯತೆ!

ಪ್ರಾಣ ಹಾಗು ಜೀವಗಳು ದ್ವೈತ; ಜೀವವು ರೂಪವಾದರೆ ಪ್ರಾಣ, ಇದು ಅದರ ಪ್ರತಿಬಿಂಬವಾಗಿದೆ. ಇವರೆಡರ

ವ್ಯವಹಾರವನ್ನು ಅನುಭವಿಸುವುದು ಪುರುಷ. ಹೀಗಾಗಿ ಅದು ಅದ್ವೈತ. ತ್ರೈತ, ದ್ವೈತ ಹಾಗು ಮತ್ತೊಂದು ಪುರುಷ ಎಂದಾಗಿ ಹೇಳುವಂತಹದ್ದೇ ಅದ್ವೈತ.

'ಆಹಾರಸ್ತ್ವಪಿ' ಎಂದಾಗಿ ಆರಂಭವಾಗುವಂತಹ 7ನೇ ಶ್ಲೋಕವು ಸಾತ್ವಿಕ, ರಾಜಸಿಕ, ಹಾಗು ತಾಮಸಿಕ ಎಂದಾಗಿ ಆಹಾರವನ್ನು ಗುಂಪುಮಾಡುತ್ತದೆ ಎಂದಾಗಿ ಸಾಮಾನ್ಯವಾಗಿ ಹೇಳುವುದಾಗಿದೆ. ಆದರೆ ಆಹಾರದಲ್ಲಿ ಈ ರೀತಿಯಾಗಿ ಸೇರ್ಪಡಿಕೆ ಇರುವುದಿಲ್ಲ ಎಂಬುದನ್ನು ಇಲ್ಲಿ ಗುರುತಿಸಬೇಕು.

ತಿನ್ನುವುದರಿಂದ ಶಕ್ತಿ ಬರುವುದಿಲ್ಲ ಎಂದಾಗಿ ವೇದ ವಿಜ್ಞಾನಿಗಳು ಹೇಳುತ್ತಾರೆ! ವಾಸ್ತವಿಕವಾಗಿ, ಸೇವಿಸುವಂತಹ ಆಹಾರವು ಸತ್ವ, ರಾಜಸ ಹಾಗ ತಾಮಸಿಕ ಗುಣಗಳಿಂದ ಹೊರಗಿರುತ್ತದೆ. ಹಾಗಾದರೆ ಈ ಹೊರಗಿರುವುದು ಯಾವುದು? ಎಂದಾಗಿ ಕೇಳಿದರೆ ಅದು ತ್ರೈತ ಎಂದಾಗಿ ಹೇಳುತ್ತಾರೆ. ತೇಷಾಂ ಭೇದಮಿಮಂ ಶೃಣು – ಆ ಮೂರು ಪ್ರಕೃತಿಗಿಂತಲೂ ಹೊರಗಿರುವ ವಿಚಾರ ಹೀಗಿದೆ ಕೇಳು:

'ಆಯುಃಸತ್ತ್ವಬಲಾರೋಗ್ಯ' ಎಂದಾಗಿ ಹೇಳುವಂತಹ 8ನೇ ಶ್ಲೋಕದಲ್ಲಿ ರಸ್ಯಾಃ, ಸ್ನಿಗ್ಧಾಃ ಹಾಗು ಸ್ಥಿರಾ ಎಂದಾಗಿ ಮೂರು ವಿಭಾಗವಿವೆ ಎಂದಾಗಿರುವ ಉಲ್ಲೇಖವಿದೆ. ಕೆಲವು ಕಾಲ ಅಪೇಕ್ಷೆಗಳಿಲ್ಲದೆ ಒಂದು ಜೀವಿಯು ಬದುಕಬೇಕೆಂದರೆ ಅದು ಆಹಾರದಿಂದ ಮಾತ್ರ ಸಾಧ್ಯವಾಗಬಹುದಾಗಿದೆ, ಏಕೆಂದರೆ ಅದು 'ಸ್ಥಿರಾ' ಎಂಬ ಅಂಶವನ್ನು ನೀಡುತ್ತದೆ. ಹೀಗಾಗಿರುವುದರಿಂದ ಆ ತಿಂದದ್ದು ಆಹಾರ ಎಂದೆನೆಸಿಕೊಳ್ಳುತ್ತದೆ. 'ಏನನ್ನು ತಿಂದೆ' ಎನ್ನುವುದು ಇಲ್ಲಿ ಪ್ರಶ್ನೆಯಾಗಿ ಉಲಿಯುವುದಿಲ್ಲ.

ಗಮನಿಸಿ: ಭಕ್ಷಿಸಿದಂತಹ ಜೀವಿಗೆ ಕ್ಷಣಿಕವಾಗಿಯಾದರೂ ಸಹ 'ನನಗಿನ್ನು ಸಾಕು' ಎಂದಾಗಿ ತೃಪ್ತಿಯನ್ನು ಆಹಾರ ಒದಗಿಸಿಕೊಡುತ್ತದೆ. ಆ ಆಹಾರವು ಮಾಂಸವೋ ಅಥವಾ ಸಸ್ಯವೋ ಆಗಿರಬಹುದು, ಇದು ಮುಖ್ಯವಲ್ಲ.

ಭಕ್ಷಿಸಿದಂತಹ ಆಹಾರವು ಆ ಜೀವಿಗೆ 'ರಸ್ಯಾ' ಎಂದಾಗಬೇಕು. ಭಕ್ಷಿಸಿದಂತಹ ಆಹಾರವು ಜೀವಿಯ ದೇಹಕ್ಕೆ ಸ್ವಾಭಾವಿಕವಾಗಿ ಶಕ್ತಿಯನ್ನು ತುಂಬುತ್ತಾ ಹೋಗಬೇಕು. ಆ ಆಹಾರವು ಸ್ವಯಂ ಜೀರ್ಣವಾಗಿ ಶಕ್ತಿಯಾಗಿ ವೃದ್ಧಿಯಾಗಬೇಕು. ಈ ಕ್ರಿಯೆಯು ಜರುಗಬೇಕು ಎಂದಾದಲ್ಲಿ ಆ ಆಹಾರವು ರಸದಿಂದ ತುಂಬಿರಬೇಕು. ಏನಾದರೂ ಒಂದು ವೇಳೆ ಭಕ್ಷಿಸಿದಂತಹ

ಆಹಾರದಲ್ಲಿ ಜೀರ್ಣಿಸುವಂತಹ ರಸವೇ ಇಲ್ಲ ಎಂದಾಗ ಆ ಜೀವಿಯು ತನ್ನ ದೇಹದಲ್ಲಿಯೇ ಆ ರಸವನ್ನು ಸೃಷ್ಟಿಮಾಡಿಕೊಳ್ಳುವಂತಹ ಶಕ್ತಿ ಹೊಂದಿರಬೇಕು.

ಗಮನಿಸಿ: ಮಾಂಸಾಹಾರದಲ್ಲಿ ಜೀರ್ಣಿಸುವಂತಹ ರಸವಿರುವುದಿಲ್ಲ. ಹೀಗಾಗಿ, ಯಾವುದೇ ಮನುಷ್ಯನಿಗೆ ಮಾಂಸಹಾರ ಯೋಗ್ಯವಲ್ಲ.

ಈ ಪ್ರಸಂಗದಲ್ಲಿ ಜೀರ್ಣಿಸುವ ಶಕ್ತಿ ಎಂದರೆ ಭಕ್ಷಿಸಿದ್ದನ್ನು ಕೇವಲ ಮಲವನ್ನಾಗಿ ಪರಿವರ್ತಿಸುವುದಲ್ಲ, ಬದಲಿಗೆ ಆ ಮನುಷ್ಯ ದೇಹದ ನರ, ನಾಡಿ, ಬುದ್ಧಿ, ಮಾಂಸ, ಮಜ್ಜೆ, ಇತ್ಯಾದಿ ಅಂಗಗಳಿಗೆ ಅವಶ್ಯಕವಾಗಿರುವಂತಹ ಸಕಲ ಅಂಶಗಳನ್ನೂ ಸಹ ನೀಡುವಂತಿರಬೇಕು. ಅಂದರೆ, ಆಹಾರದಲ್ಲಿರುವಂತಹ ರಸವು ಈ ಅಂಶಗಳನ್ನು ಪ್ರತ್ಯೇಕಿಸಿ ಮನುಷ್ಯನಿಗೆ ನೀಡುವಂತಿರಬೇಕು. ಅದನ್ನು ಮಾತ್ರ ಆಹಾರ ಎಂದಾಗಿ ಕರೆಯಲಾಗುತ್ತದೆ.

ಭಕ್ಷಿಸಿದಂತಹ ಆಹಾರವು ಪೋಷಣವಾಗಿ ಆ ಮನುಷ್ಯನಿಗೆ ಸುಖವನ್ನು ನೀಡಬೇಕು. ಈ ಕಾರ್ಯಕ್ಕೆ 'ಸ್ನಿಗ್ಧಾಃ' ಎಂದಾಗಿ ಹೇಳುವುದಾಗಿದೆ. ಒಂದು ವೇಳೆ ಭಕ್ಷಿಸಿದಂತಹ ವಸ್ತುವು ಹಿಂಸೆಯನ್ನು ನೀಡಿದರೆ ಅದು ಆಹಾರ ಎಂದಾಗುವುದಿಲ್ಲ.

ಮೇಲೆ ನೋಡಿದಂತಹ ಕಾರಣಗಳಿಂದಾಗಿ ಆಹಾರ ಎನಿಸಿಕೊಳ್ಳುವುದರಲ್ಲಿ ಸಾತ್ವಿಕ, ರಾಜಸಿಕ ಹಾಗು ತಾಮಸಿಕ ಎಂದಾಗಿರುವಂತಹ ಅಂಶಗಳಿರದೆ ಕೇವಲ ತ್ರೈತ ಎಂದಾಗಿ ಹೇಳುವಂತಹ ತತ್ವ ಮಾತ್ರ ಇರುತ್ತದೆ.

ಭಕ್ಷಿಸಿದಂತಹ ಆಹಾರ ಹೃದ್ಯವಾಗಬೇಕು ಎಂದಾಗಿ ವೇದ ವಿಜ್ಞಾನಿಗಳು ಹೇಳುತ್ತಾರೆ. ಇಲ್ಲಿ ಹೃದ್ಯ ಎಂದರೆ ಇಷ್ಟ ಎಂದಾಗಿ ಮನಸ್ಸಿಗೆ ಒಪ್ಪುವಂತಹದ್ದು, ಹಾಗು ದೇಹಕ್ಕೂ ಸಹ ಒಪ್ಪುವಂತಹದ್ದು. ಹೀಗಿದ್ದಾಗ ಮಾತ್ರ ಭಕ್ಷಿಸಿದ್ದು ಆಹಾರ ಎಂದೆನಿಸಿಕೊಳ್ಳುವುದು.

'ತ್ರಿಶ್ಚಿನ್ನೋ ಅದ್ಯ' ಎಂದಾಗಿರುವಂತಹ ಋಗ್ವೇದದ ಉಲ್ಲೇಖವು ಮೂರು ಗುಣಗಳಲ್ಲ (ಸಾತ್ವಿಕ, ರಾಜಸಿಕ ಹಾಗು ತಾಮಸಿಕವಲ್ಲ) ಎಂಬ ಅರ್ಥ ಹೇಳುತ್ತದೆ. ಅಂದರೆ ಆಹಾರದಲ್ಲಿ ಮೂರು ಗುಣಗಳು ಇಲ್ಲ ಎಂದಾಗಿ ಹೇಳುತ್ತದೆ. ಇದನ್ನು ಹೊರತುಪಡಿಸಿದ್ದೇ ತ್ರೈತ ಎಂದಾಗಿದೆ.

ಪ್ರಪಂಚದಲ್ಲಿ ಎಲ್ಲವೂ ಮಿಥ್ಯವಾಗಿದ್ದು ಒಂದು ಸತ್ಯವಿದೆ ಎಂದಾಗಿ ಶ್ರೀಶಂಕರಾಚಾರ್ಯರು ಹೇಳುತ್ತಾರೆ. ಹೀಗಾಗಿ

ಪ್ರಪಂಚವು ಅದ್ವೈತ. ಆದರೆ ಈ ಪ್ರಪಂಚದಲ್ಲಿ ಒಂದಕ್ಕೊಂದು ಗುರುತಿಸಿಕೊಂಡರುವುದರಿಂದಾಗಿ ದ್ವೈತವೂ ಸಹ ಇದೆ. ಹೀಗಾಗಿ ಪ್ರಪಂಚವು ದ್ವೈತವೂ ಹೌದು. ಯಾವುದೂ ಅಲ್ಲ, ಗುಣಾತ್ಮಕವೂ ಅಲ್ಲ, ಎಲ್ಲದರಲ್ಲಿಯೂ ಸಹ ಗುರುತಿಸಲು ಆಗದಂತಹ ಒಂದು ಸತ್ಯವಿದೆ, ಅದೇ ಹೃದ್ಯವಾದದ್ದು, ಮನಸ್ಸಿಗೆ ಒಪ್ಪುವಂತಹದ್ದು. ಹೀಗಾಗಿ ಈ ಪ್ರಪಂಚವು ತ್ರೈತ.

ಗಮನಿಸಿ: ಅನುಭವಕ್ಕೆ ಸಿಗಲಾರದ್ದನ್ನು ಯಾವ ಸಿದ್ಧಾಂತವೂ ಸಹ ಹೇಳುವುದಿಲ್ಲ. ಅನುಭವಕ್ಕೆ ಸಿಗುವಂತಹದ್ದನ್ನು ಮಾತ್ರ ಹೇಳಿದ ನಂತರ, ಅದಕ್ಕೆ ಅದರದ್ದಾದಂತಹ ಲಕ್ಷಣಗಳನ್ನು ಹೇಳಿರುತ್ತಾರೆ ಎಂಬುದನ್ನು ಇಲ್ಲಿ ನೆನಪಿಡಬೇಕು.

ಹೃದ್ಯ ಎಂದರೆ ಮನಸ್ಸಿಗೆ ಒಪ್ಪುವಂತಹದ್ದು, ಅಂದರೆ ಹೃದ್ಗತವಾಗಿರುತ್ತದೆ, ಅಂದರೆ ಹೃದಯಪೂರ್ವಕವಾಗಿರುತ್ತದೆ. (ಸೂಚನೆ: ಈ ಮೊದಲೇ ನೋಡಿರುವಂತೆ, ಹೃದಯದಿಂದಲೇ ರಕ್ತ, ರಸ, ಇಚ್ಛೆ ಹಾಗು ಸಂಜ್ಞೆಗಳು ಮಾನವ ಜೀವಿಯ ದೇಹಕ್ಕೆ ಪೂರೈಕೆಯಾಗುತ್ತದೆ.)

ರಸ್ಯದಿಂದಾಗಲೀ ಅಥವಾ ಸ್ಥಿರತೆಯಿಂದಾಗಲೀ ಅಥವಾ ಸ್ನಿಗ್ಧತೆಯಿಂದಾಗಲೀ ಅಥವಾ ಹೊಟ್ಟೆತುಂಬುವುದರಿಂದಾಗಲೀ ತಿಂದಿದ್ದೆಲ್ಲವೂ ಸಹ ಆಹಾರವಾಗುವುದಿಲ್ಲ! ತಿನ್ನುವುದು ಹೃದ್ಯವಾಗಬೇಕು ಎನ್ನುವುದೇ ಈ ಶ್ಲೋಕದ ಸಾರಾಂಶ.

'ಕಟ್ವಮ್ಲಲವಣಾ' ಎಂಬ 9ನೆಯ ಶ್ಲೋಕವನ್ನು ಈಗ ನೋಡೋಣ: ಭಕ್ಷಿಸಿದ ಆಹಾರದಲ್ಲಿ ಕಟು, ಹುಳಿ, ಉಪ್ಪು, ಇತ್ಯಾದಿಗಳೂ ಸಹ ಅಲ್ಲ. ಹಾಗೆಂದು ತೀಕ್ಷ್ಣ, ರೂಕ್ಷವೂ ಸಹ ಅಲ್ಲ. ಶಾಂತ ಎಂತಲೂ ಅಲ್ಲ. ಇವೆಲ್ಲವನ್ನೂ ಸಹ ಆಹಾರದಲ್ಲಿ ಗುರುತಿಸಲು ಸಾಧ್ಯವಾಗಬಹುದಾರೂ ಸಹ ಆಹಾರವು ಅದಲ್ಲ. ಇದು ನಾವುಗಳು ಮಾಡುವಂತಹ ಆರೋಪವಾಗಿದೆ.

ಗಮನಿಸಿ: ಯಾವುದಾದರೂ ಸರಿಯೆ, ಅದು ಹೃದ್ಯವಾದಾಗ ಮಾತ್ರ ಅದು ಗುಣ ಪ್ರೇಷಕವಾಗಿರುತ್ತದೆ. ಇಲ್ಲವೆಂದರೆ ಅದರ ಗುಣವು ತೋರುವುದೇ ಇಲ್ಲ.

'ಯಾತಯಾಮಂ' ಎಂದಾಗಿ ಆರಂಭವಾಗುವಂತಹ 10ನೇ ಶ್ಲೋಕದ ಅರ್ಥವನ್ನು ಹೀಗೆ ನೋಡಬಹುದು: ತಾಮಸ ಎಂದರೆ ಕೆಟ್ಟದ್ದು ಎಂದಾಗಿ ಮನಸ್ಸಿನಲ್ಲಿ ಅಭಿಪ್ರಾಯವಿದೆ. ಆದರೆ ಅದು ಹಾಗಲ್ಲ. ಸಕಲವೂ ಕೂಡ ತಾಮಸವೇ ಹೌದು.

ಗಮನಿಸಿ: ತ್ರೈತ ಸಿದ್ಧಾಂತ ಪ್ರಕಾರ, ತಾಮಸ ಎಂದರೆ ಕೆಟ್ಟದ್ದು ಎಂದಲ್ಲ, ಬದಲಿಗೆ ಗೋಚರವಾಗುವುದು ಎಂದರ್ಥ. ಅಂದರೆ, ತಾಮಸ ರೀತಿಯಲ್ಲಿ ಗೋಚರವಾಗುವುದು.

ಗಮನಿಸಿ: ಆರ್ಯಭಟ ಎಂಬ ಭಾರತೀಯ ವಿಜ್ಞಾನಿಯ ಸಂಶೋಧನೆಗಳನ್ನು ಓದಿಕೊಂಡೇ ನ್ಯೂಟನ್ ತನ್ನ ಸಿದ್ಧಾಂತಗಳನ್ನು ಮಂಡಿಸಿದ ಎಂದಾಗಿ ಇತ್ತೀಚಿನ ಸಂಶೋಧನಾ ವರದಿಗಳು ಹೇಳುತ್ತವೆ. ಇದರ ವಿವರಗಳನ್ನು ಅಂತರ್ಜಾಲದಲ್ಲಿ ನೋಡಬಹುದು.

ಈಗ ತಮಸ್ಸು ಎಂದರೇನು ಎಂದಾಗಿ ನೋಡೋಣ: ತಮಸ್ಸು ಎಂಬುದು ಕತ್ತಲೆ, ಸಾವು, ವಿನಾಶ, ಅಜ್ಞಾನ, ಸೋಮಾರಿತನ, ಹಾಗು ಪ್ರತಿರೋಧದ ಉತ್ತೇಜಕ ಶಕ್ತಿಯಾಗಿದೆ ಎಂದಾಗಿ ಅಧ್ಯಾತ್ಮಿಕತೆಯನ್ನು ತಿಳಿದವರು ಹೇಳುತ್ತಾರೆ. ಆದರೆ, ಈಗಾಗಲೇ ಮೇಲೆ ನೋಡಿದಂತೆ ತ್ರೈತ ಎಂಬುದು ಹೀಗೆ ಹೇಳುತ್ತದೆ: ತಮಸ್ಸು ಎಂದರೆ ಜೀವಿಗಳ ಗೋಚರತೆಗಾಗಿ ಒಂದು ಸಂಘಟನೆಯಾಗಿ ರೂಪುಗೊಂಡು ವ್ಯಕ್ತಗೊಳ್ಳುವುದಾಗಿದೆ. ಹೀಗೆ ವ್ಯಕ್ತಗೊಂಡದ್ದು ಮಾತ್ರ ಇಂದ್ರಿಯಗಳ ಗೋಚರತೆಗೆ ಬರುತ್ತದೆ. ಸಾಮಾನ್ಯವಾಗಿ, ರೂಪುಗೊಂಡ ಸಂಘಟನೆಯು ಆರಂಭದಲ್ಲಿ ಜಡತ್ವವನ್ನು ಹೊಂದಿರುತ್ತದೆ. ಈ ಜಡತ್ವವು ಚೈತನ್ಯ ಪಡೆದು ಕಾರ್ಯವೆಸಗಲು ಅದಕ್ಕೆ ಸಾರ ಬೇಕು. ಸಾರವು ಸಂಘಟನೆಯಲ್ಲಿ ಜರುಗಿದಾಗ ಮಾತ್ರ ಅದು ಚಲನೆಯನ್ನು ಪ್ರದರ್ಶಿಸುತ್ತದೆ.

ಯಾವುದೇ ಸಂಘಟನೆಯು ರೂಪುಗೊಂಡಾಗ ಅದು ಜಡತ್ವದಲ್ಲಿರುತ್ತದೆ ಎಂಬುದು ಸಾಮಾನ್ಯ ಜ್ಞಾನ. ಈ ಜಡತ್ವ ಎಂಬುದನ್ನು ವಿಜ್ಞಾನವು ಈಗಾಗಲೇ ವಿವರವಾಗಿ ಹೇಳಿರುತ್ತದೆ. ಅದರ ಒಂದು ನೋಟ ಹೀಗಿದೆ:

ಜಡತ್ವ ಎಂದರೆ ಒಂದು ಬಲವು ವೇಗವನ್ನು ಬದಲಾಯಿಸದ ಹೊರತು ಚಲನೆಯಲ್ಲಿರುವ ವಸ್ತುಗಳು ಚಲನೆಯಲ್ಲಿ ಉಳಿಯುವ ಮತ್ತು ನಿಶ್ಚಲವಾಗಿರುವ ವಸ್ತುಗಳು ನಿಶ್ಚಲ ಸ್ಥಿತಿಯಲ್ಲಿ ಉಳಿಯುವ ನೈಸರ್ಗಿಕ ಪ್ರವೃತ್ತಿಯಾಗಿದೆ. ಇದು ಶಾಸ್ತ್ರೀಯ ಭೌತಶಾಸ್ತ್ರದ ಮೂಲಭೂತ ತತ್ವಗಳಲ್ಲಿ ಒಂದಾಗಿದೆ. ಇದನ್ನು ಐಸಾಕ್ ನ್ಯೂಟನ್ ತನ್ನ ಮೊದಲ ಚಲನೆಯ ನಿಯಮದಲ್ಲಿ (ನಿಶ್ಚಲತೆಯ ತತ್ವ ಎಂದೂ ಕರೆಯುತ್ತಾರೆ) ವಿವರಿಸಿದ್ದಾನೆ. ಇದು ದ್ರವ್ಯರಾಶಿಯ ಪ್ರಾಥಮಿಕ ಅಭಿವ್ಯಕ್ತಿಗಳಲ್ಲಿ

ಒಂದಾಗಿದೆ, ಭೌತಿಕ ವ್ಯವಸ್ಥೆಗಳ ಪ್ರಮುಖ ಪರಿಮಾಣಾತ್ಮಕ ಗುಣಲಕ್ಷಣಗಳಲ್ಲಿ ಒಂದಾಗಿದೆ.

ನ್ಯೂಟನ್ ಬರೆಯುತ್ತಾನೆ: ಪ್ರತಿಯೊಂದು ವಸ್ತುವು ತನ್ನ ವಿಶ್ರಾಂತಿ ಸ್ಥಿತಿಯಲ್ಲಿ ಅಥವಾ ಲಂಬ ರೇಖೆಯಲ್ಲಿ ಏಕರೂಪದ ಚಲನೆಯಲ್ಲಿ ಮುಂದುವರಿಯುತ್ತದೆ, ಅದರ ಮೇಲೆ ಪ್ರಭಾವಿತವಾದ ಶಕ್ತಿಗಳಿಂದ ಆ ಸ್ಥಿತಿಯನ್ನು ಬದಲಾಯಿಸಲು ಅದು ಒತ್ತಾಯಿಸಲ್ಪಡುವವರೆಗೆ ಹೊರತುಪಡಿಸಿ.

ವಸ್ತುವಿನ ವಿಸ್ ಇನ್ಸಿಟಾ (ಸಹಜ ಶಕ್ತಿ) ಪ್ರತಿರೋಧದ ಶಕ್ತಿಯಾಗಿದ್ದು, ಅದರ ಮೂಲಕ ಪ್ರತಿಯೊಂದು ದೇಹವು, ಅದರಲ್ಲಿರುವಷ್ಟು ಮಟ್ಟಿಗೆ, ಅದರ ಪ್ರಸ್ತುತ ಸ್ಥಿತಿಯಲ್ಲಿ, ಅದು ವಿಶ್ರಾಂತಿಯಾಗಿರಬಹುದು ಅಥವಾ ಸರಿಯಾದ ಸಾಲಿನಲ್ಲಿ ಏಕರೂಪವಾಗಿ ಮುಂದಕ್ಕೆ ಚಲಿಸಬಹುದಾಗಿದೆ.

ಆಲ್ಬರ್ಟ್ ಐನ್‌ಸ್ಟೈನಿನ ವಿಶೇಷ ಸಾಪೇಕ್ಷತಾ ಸಿದ್ಧಾಂತವನ್ನು ೧೯೦೫ ರಲ್ಲಿ "ಚಲಿಸುವ ದೇಹಗಳ ಎಲೆಕ್ಟ್ರೋಡೈನಾಮಿಕ್ಸ್" ಎಂಬ ಶೀರ್ಷಿಕೆಯ ಪ್ರಬಂಧದಲ್ಲಿ ಪ್ರಸ್ತಾಪಿಸಲಾಯಿತು. ಇದನ್ನು ಗೆಲಿಲಿಯೋ, ಹ್ಯೂಜೆನ್ಸ್ ಮತ್ತು ನ್ಯೂಟನ್ ಅಭಿವೃದ್ಧಿಪಡಿಸಿದ ಜಡತ್ವ ಉಲ್ಲೇಖ ಚೌಕಟ್ಟುಗಳ ತಿಳುವಳಿಕೆಯ ಮೇಲೆ ನಿರ್ಮಿಸಲಾಗಿದೆ. ಈ ಕ್ರಾಂತಿಕಾರಿ ಸಿದ್ಧಾಂತವು ದ್ರವ್ಯರಾಶಿ, ಶಕ್ತಿ ಮತ್ತು ದೂರದಂತಹ ಅನೇಕ ನ್ಯೂಟೋನಿಯನ್ ಪರಿಕಲ್ಪನೆಗಳ ಅರ್ಥವನ್ನು ಗಮನಾರ್ಹವಾಗಿ ಬದಲಾಯಿಸಿದರೂ, ಐನ್‌ಸ್ಟೈನ್‌ನ ಜಡತ್ವದ ಪರಿಕಲ್ಪನೆಯು ಮೊದಲಿಗೆ ನ್ಯೂಟನ್‌ನ ಮೂಲ ಅರ್ಥದಿಂದ ಬದಲಾಗದೆ ಉಳಿಯಿತು. ಆದಾಗ್ಯೂ, ಇದು ವಿಶೇಷ ಸಾಪೇಕ್ಷತೆಯಲ್ಲಿ ಅಂತರ್ಗತವಾಗಿರುವ ಮಿತಿಗೆ ಕಾರಣವಾಯಿತು: ಸಾಪೇಕ್ಷತಾ ತತ್ವವು ಜಡತ್ವ ಉಲ್ಲೇಖ ಚೌಕಟ್ಟುಗಳಿಗೆ ಮಾತ್ರ ಅನ್ವಯಿಸಬಹುದು. ಈ ಮಿತಿಯನ್ನು ಪರಿಹರಿಸಲು, ಐನ್‌ಸ್ಟೈನ್ ತನ್ನ ಸಾಮಾನ್ಯ ಸಾಪೇಕ್ಷತಾ ಸಿದ್ಧಾಂತವನ್ನು ಅಭಿವೃದ್ಧಿಪಡಿಸಿದ. ಇದು ಜಡತ್ವವಲ್ಲದ (ವೇಗವರ್ಧಿತ) ಉಲ್ಲೇಖ ಚೌಕಟ್ಟುಗಳನ್ನು ಒಳಗೊಂಡ ಸಿದ್ಧಾಂತವನ್ನು ಒದಗಿಸಿತು.

ಸಾಮಾನ್ಯ ಸಾಪೇಕ್ಷತೆಯಲ್ಲಿ, ಜಡತ್ವ ಚಲನೆಯ ಪರಿಕಲ್ಪನೆಯು ವಿಶಾಲವಾದ ಅರ್ಥವನ್ನು ಪಡೆದುಕೊಂಡಿದೆ. ಸಾಮಾನ್ಯ ಸಾಪೇಕ್ಷತೆಯನ್ನು ಗಣನೆಗೆ ತೆಗೆದುಕೊಂಡರೆ, ಜಡತ್ವ ಚಲನೆಯು ವಿದ್ಯುತ್, ಕಾಂತೀಯ ಅಥವಾ ಇತರ ಮೂಲದ

ಬಲಗಳಿಂದ ಪ್ರಭಾವಿತವಾಗದ, ಆದರೆ ಗುರುತ್ವಾಕರ್ಷಣೆಯ ದ್ರವ್ಯರಾಶಿಗಳ ಪ್ರಭಾವದ ಅಡಿಯಲ್ಲಿ ಮಾತ್ರ ನಡೆಯುವ ದೇಹದ ಯಾವುದೇ ಚಲನೆಯಾಗಿದೆ. ಭೌತಿಕವಾಗಿ ಹೇಳುವುದಾದರೆ, ಸರಿಯಾಗಿ ಕಾರ್ಯನಿರ್ವಹಿಸುವ ಮೂರು-ಅಕ್ಷದ ವೇಗವರ್ಧಕವು ಯಾವುದೇ ಸರಿಯಾದ ವೇಗವರ್ಧನೆಯನ್ನು ಪತ್ತೆ ಮಾಡದಿದ್ದಾಗ ಅದು ನಿಖರವಾಗಿ ಸೂಚಿಸುತ್ತದೆ.

ಜಡತ್ವಕ್ಕೆ ಸಂಬಂಧಿಸಿದ ಪ್ರಮಾಣವೆಂದರೆ ತಿರುಗುವಿಕೆಯ ಜಡತ್ವ (→ ಜಡತ್ವದ ಕ್ಷಣ), ಇದು ತಿರುಗುವ ಕಟ್ಟುನಿಟ್ಟಾದ ದೇಹವು ಏಕರೂಪದ ತಿರುಗುವಿಕೆಯ ಚಲನೆಯ ಸ್ಥಿತಿಯನ್ನು ಕಾಯ್ದುಕೊಳ್ಳುವ ಆಸ್ತಿಯಾಗಿದೆ. ಬಾಹ್ಯ ಟಾರ್ಕ್ (ತಿರುಗುವಿಕೆಗೆ ಕಾರಣವಾಗುವ ತಿರುಚುವ ಶಕ್ತಿ) ಅನ್ನು ಅನ್ವಯಿಸದ ಹೊರತು ಅದರ ಕೋನೀಯ ಆವೇಗವು ಬದಲಾಗದೆ ಉಳಿಯುತ್ತದೆ; ಇದನ್ನು ಕೋನೀಯ ಆವೇಗದ ಸಂರಕ್ಷಣೆ ಎಂದು ಕರೆಯಲಾಗುತ್ತದೆ. ಕಟ್ಟುನಿಟ್ಟಾದ ದೇಹಕ್ಕೆ ಸಂಬಂಧಿಸಿದಂತೆ ತಿರುಗುವಿಕೆಯ ಜಡತ್ವವನ್ನು ಹೆಚ್ಚಾಗಿ ಪರಿಗಣಿಸಲಾಗುತ್ತದೆ. ಉದಾಹರಣೆಗೆ, ಗೈರೊಸ್ಕೋಪ್ ತಿರುಗುವಿಕೆಯ ಅಕ್ಷದಲ್ಲಿನ ಯಾವುದೇ ಬದಲಾವಣೆಯನ್ನು ಪ್ರತಿರೋಧಿಸುವ ಆಸ್ತಿಯನ್ನು ಬಳಸುತ್ತದೆ.

ಯಾವುದೇ ವ್ಯಕ್ತವು ಅಂದರೆ ಸಂಘಟನೆಯು ಹೃದ್ಗತವಾಗದೆ ಹಾಗೆಯೇ ಬಾಹ್ಯದಿಂದ ಉಂಟಾಗುವಂತಹ ಅನುಭವವನ್ನು ಹೇಳುವುದು ಒಂದು ರೀತಿಯಾದರೆ, ಹೃದ್ಗತವಾದ ನಂತರ ಹೇಳುವಂತಹ ಅನುಭವವು ಮತ್ತೊಂದು ರೀತಿಯಲ್ಲಿರುತ್ತದೆ. ಉದಾಹರಣೆಗೆ ಹೇಳಬೇಕೆಂದರೆ, ಮೆಣಸಿನ ಕಾಳನ್ನು ತಿಂದಾಗ ಅದು ಹೃದ್ಗತವಾಗಿ ಹೊಮ್ಮಿದಂತಹ ಅನುಭವವು 'ಅದು ಖಾರವಾಗಿದೆ' ಎಂದಾಗಿ ಹೇಳುವುದಾಗಿದೆ. ಆದರೆ ಅದನ್ನು ತಿಂದಾಗ ಹೃದ್ಗತದಿಂದ ಅನುಭವವು ಜನಿಸದಿದ್ದಾಗ ಆ ವ್ಯಕ್ತಿಯು 'ಇದು ಖಾರವಾಗಿಲ್ಲ' ಎಂದಾಗಿ ಹೇಳುತ್ತಾನೆ.

ಗಮನಿಸಿ: ಯಾವುದೇ ವಿಷಯ, ವಸ್ತು, ಇತ್ಯಾದಿಗಳು ಹೃದ್ಗತವಾದಾಗ ಮಾತ್ರ ಅದರ ಗುಣವು ವ್ಯಕ್ತಿಗೆ ಪ್ರೇಷಕವಾಗುತ್ತದೆ. ಇಲ್ಲದಿದ್ದರೆ ಅದು ತನ್ನ ಗುಣವನ್ನು ಆ ವ್ಯಕ್ತಿಗೆ ತೋರಿಸುವುದೇ ಇಲ್ಲ.

ಹೃದ್ಗತವಾಗದ ಅನುಭವವು ಸತ್ಯವಲ್ಲ. ಸತ್ಯವು ತ್ರೈತಾ ಎಂಬುದರಲ್ಲಿದೆ. ಇದೇ ಸಾತ್ವಿಕವಾಗಿದೆ. ಅಂದರೆ ಹೃದ್ಗತವಾದಾಗ

ಮಾತ್ರ ಸಾರವು ಅನುಭವಕ್ಕೆ ಬರುತ್ತದೆ. ಈ ರೀತಿಯಾದ ಸಾರವು, ಅಂದರೆ ಸಾತ್ವಿಕತೆಯು ವಿಷಯಕ್ಕೆ, ದೇಶಕ್ಕೆ, ಪ್ರಪಂಚಕ್ಕೆ, ಆಹಾರಕ್ಕೆ, ವಿಹಾರಕ್ಕೆ, ವಿಚಾರಕ್ಕೆ, ಹೀಗೆ ಹಲವಾರು ಸಂಗತಿಗಳಿಗೆ ಅವಶ್ಯಕವಾಗಿದೆ. ಇವುಗಳಲ್ಲಿರುವಂತಹ ಸಾರವು ಹೃದ್ಗತವಾದಾಗ ಮಾತ್ರ ವ್ಯಕ್ತಿಗೆ ಸತ್ಯದ ಅರಿವು ಉಂಟಾಗುತ್ತದೆ, ಇಲ್ಲದಿದ್ದರೆ ಇಲ್ಲ ಎಂದಾಗಿ ತ್ರೈತ ಸಿದ್ಧಾಂತವು ಹೇಳುವುದಾಗಿದೆ.

ಗಮನಿಸಿ: ಈ ತ್ರೈತ ಸಿದ್ಧಾಂತದ ಅರಿವಿಲ್ಲದ ಕಾರಣ ಇಂದು ಹಲವಾರು ಸತ್ಯಕ್ಕೆ ದೂರವಾದಂತಹ ವಿಚಾರಗಳು ಪ್ರಚಲಿತದಲ್ಲಿವೆ. ಸಾಧನೆಯನ್ನು ಮಾಡಬೇಕು ಎಂದವರು ಹೃದ್ಗತ ಮಾಡಿಕೊಳ್ಳುವ ಬಗ್ಗೆ ಸರಿಯಾಗಿ ಅರಿತು ಅಭ್ಯಾಸಮಾಡಿಕೊಳ್ಳಬೇಕು.

ಉದಾ: ಕಾಳಿ ಎಂಬ ದೇವತೆ ಕುರಿತಾಗಿ ಮಾರ್ಕಂಡೇಯ ಪುರಾಣವು ವಿವರಿಸುವುದಾಗಿದೆ. ಇದು 'ಕಾಳಿಯು ಸತ್ವ ಗುಣ ಸ್ವರೂಪಿ' ಎಂದಾಗಿ ಹೇಳುತ್ತದೆ. ಆದರೆ, ಕಾಳಿಯನ್ನು ಹೃದ್ಗತದಿಂದ ಜನಿಸಿದ ಅನುಭವದ ಸ್ತರದಿಂದ ಅರಿಯದಂತಹ ಜನರು 'ಕಾಳಿಯು ಮಹಾ ಉಗ್ರಳು, ಹಸಿ ಜೀವಗಳನ್ನು ಹಾಗೆಯೇ ಹಿಡಿದು ತಿನ್ನುವ ಶಕ್ತಿಯು' ಎಂದಾಗಿ ಏನೇನೋ ಹೇಳುತ್ತಾರೆ.

ತ್ರೈತ ಸಿದ್ಧಾಂತವು ಸತ್ಯವನ್ನು ಕುರಿತಾಗಿ ಹೀಗೆ ಹೇಳುತ್ತದೆ: ವರ್ತಮಾನ ಕಾಲಕ್ಕೆ ಯಾವುದು ಸತ್ಯವೋ ಅದನ್ನು ಮಾತ್ರ ಹೇಳಬೇಕೆ ಪರಂತು ಯಾವುದೋ ಪೂರ್ವಾನುಭವದಿಂದ ಜನಿಸದ ಮಾತನ್ನು ಹೇಳುವುದಲ್ಲ. ವರ್ತಮಾನ ಕಾಲಕ್ಕೆ ಯಾವುದು ಸತ್ಯವೋ ಅದನ್ನು ಹುಡುಕಬೇಕು. ಹಿಂದೆ, ಯಾವತ್ತೋ ಯಾರಿಗೋ ಸತ್ಯವಾಗಿದ್ದು ಇಂದು ನಮಗೆ ಅದೇ ಆಗಬೇಕೆಂದಿಲ್ಲ. ಮುಂದೆ, ಯಾರಿಗೋ ಯಾವತ್ತೋ ಸತ್ಯವಾಗುವುದು ಇಂದು ಬೇಕಿಲ್ಲ. ಸಾಧಕನಿಗೆ ಬೇಕಾದದ್ದು ಯಾವುದೆಂದರೆ ಈ ಕಾಲಕ್ಕೆ ಯಾವುದು ಸತ್ಯ, ಯಾವುದು ಸ್ಪಷ್ಟ, ಎಂಬುವುಗಳು ಮಾತ್ರ. ಹಿಂದಿನದ್ದಾಗಲೀ ಅಥವಾ ಮುಂದಿನದ್ದಾಗಲೀ, ಇವೆಲ್ಲವನ್ನೂ ಕೈಬಿಟ್ಟು ಕೇವಲ ವರ್ತಮಾನವನ್ನು ಮಾತ್ರ ಸಾಧಕನು ಆಶ್ರಯಿಸಬೇಕು ಎಂದಾಗಿ ತ್ರೈತ ಸಿದ್ಧಾಂತವು ಹೇಳುತ್ತದೆ.

ಗಮನಿಸಿ: ಸಾಧಕನು ಯೋಗಿಯಾಗಬೇಕೆಂದರೆ ಅವನು ತ್ರೈತ ಸಿದ್ಧಾಂತವನ್ನು ಆಶ್ರಯಿಸಬೇಕು.

ತ್ರೈತ ಸಿದ್ಧಾಂತವು ಹೇಳುವಂತಹ ಕೆಲವು ವಿಚಾರಗಳನ್ನು ಈಗ ನೋಡೋಣ:

ನಾವುಗಳು ವಾಸಿಸುತ್ತಿರುವಂತಹ ಈ ಪ್ರಪಂಚದಲ್ಲಿ ಸಕಲ ವಸ್ತುಗಳೂ ಸಹ ಮೂರು ಸ್ವರೂಪಗಳನ್ನು ಹೊಂದಿರುತ್ತವೆ. ಘನ, ದ್ರವ ಹಾಗು ಅನಿಲ ಎಂಬುವುಗಳೇ ಈ ಮೂರು ಸ್ವರೂಪಗಳಾಗಿವೆ. ಹೀಗೆ, ಎಲ್ಲವೂ ಸಹ ಮೂರೇ ಆಗಿದೆ, ಮೂರು ಇಲ್ಲದ ಪ್ರಪಂಚವೇ ಇಲ್ಲ.

ಯಾವುದೇ ವಸ್ತುವು ಮಾನವನಿಗೆ ಹೃದ್ಯವಾಗಬೇಕೆಂದರೆ ಅದಕ್ಕೆ ಆ ಗುಣವು ಇರಬೇಕು. ಇನ್ನೊಂದಕ್ಕೆ ಸ್ಪಂದಿಸುವಂತಹ ಗುಣವಿರಬೇಕು. ಆಗ ಮಾತ್ರ ಆ ವಸ್ತುವಿನ ಗುಣವು ಮಾನವನ ಅರಿವಿಗೆ ಬರುತ್ತದೆ.

ತ್ರೈತ ಎಂದಾಗಿ ಹೇಳುವುದು ಸಾತ್ವಿಕ ಅಥವಾ ರಾಜಸಿಕ ಅಥವಾ ತಾಮಸಿಕವಲ್ಲ. ಆದರೆ ವ್ಯಕ್ತವು ತಾಮಸಿಕ ರೂಪದಲ್ಲಿ ವ್ಯಕ್ತವಾಗುತ್ತದೆ?! ಹೀಗೆ ಹೇಳುವುದು ಭಾಷಾ ಶಕ್ತಿಯ ಪರಿಮಿತಿಯ ಕಾರಣದಿಂದಾಗಿ ಮಾತ್ರ. ಹಾಗೆಂದು ವ್ಯಕ್ತವಾದದ್ದು ಕೆಟ್ಟದ್ದು ಎಂದಲ್ಲ, ಬದಲಿಗೆ ಅದು ಒಳ್ಳೆಯದೇ. ತತ್ ಆಮಾ ತಾಮಾ ಅಸಿಕ್ನಿಯತಿ ಸ್ಪರ್ಶದಂ ಗಂಗಾ ರೂಪೇಣ – ಇದು ತಾಮಸ.

ಯಾವುದೇ ಆಹಾರ, ವಿಹಾರ, ವಿಚಾರ ಹಾಗು ವಿಷಯ ಇವುಗಳೆಲ್ಲವನ್ನೂ ಸಹ ಅದರ ಮೂಲ ಸ್ವರೂಪದಿಂದಲೇ ಸಾಧಕನು ಸ್ವೀರಿಸಬೇಕೇ ವಿನಃ, ಸಾಹಿತ್ಯಕ ಶಬ್ದಗಳ ವಿವರಣೆಯಿಂದಲ್ಲ, ಏಕೆಂದರೆ ಶಬ್ದಗಳು ಕೊಡುವಂತಹ ವಿವರಣೆಯು ಇವುಗಳ ಮೂಲಕ್ಕೆ ತೆಗೆದುಕೊಂಡು ಹೋಗುವುದಿಲ್ಲ. ಹೀಗಾಗಿ, ಸಾಧಕನು ಶಬ್ದವನ್ನು ಬಿಟ್ಟು ಇವುಗಳ (ಆಹಾರ, ವಿಹಾರ, ವಿಚಾರ ಹಾಗು ವಿಷಯಗಳ) ಮೂಲ ರೂಪಕ್ಕೇ ಹೋಗಬೇಕಿದೆ.

ಉದಾ: ನೀರು ಎಂಬ ಕನ್ನಡ ಶಬ್ದವು ಪ್ರಾಕೃತ ಭಾಷೆಯ ನೀರಾ ಶಬ್ದದಿಂದ ಬಂದಿದೆ. ಇಲ್ಲಿ ನೀರಾ ಎಂಬ ಶಬ್ದದ ಅರ್ಥವು ಹರಿಯುವುದು ಎಂಬಷ್ಟಕ್ಕೆ ನಿಲ್ಲದೆ, ತರಂಗ ಎಂಬುದನ್ನೂ ಸಹ ಸೂಚಿಸುತ್ತದೆ. ತರಂಗವೇ ಇರದಂತಹ ನಿಶ್ಶಬ್ದ ಮೌನ ಎಂದರೆ ಅದಕ್ಕೆ ನೀರವ ಮೌನ ಎಂದಾಗಿ ಹೇಳಲಾಗುತ್ತದೆ.

ಗಮನಿಸಿ: ಕನ್ನಡ ಭಾಷೆಯ ಮೂಲವು ಸಂಸ್ಕೃತ ಭಾಷೆಯಲ್ಲ, ಬದಲಿಗೆ ಪ್ರಾಕೃತ ಎಂಬ ಭಾಷೆಯಾಗಿದೆ.

ಈ ಗರ್ಭಾಸನ ಹಾಕುವುದರಿಂದಾಗಿ ಏನನ್ನು ಸಾಧಿಸಬಹುದಾಗಿದೆ ಎಂಬುದನ್ನು ಈಗ ನೋಡೋಣ: ತ್ರಿವಿಧಾ ಎಂದಾಗಿ ಇದುವರೆಗೂ ನಾವು ಏನೆಲ್ಲಾ ನೋಡಿದೆವೋ

ಅವೆಲ್ಲದರ ಉತ್ಪಾದನೆಯ ಮೂಲವು ಗರ್ಭದಲ್ಲಿರುತ್ತದೆ. ಭಿನ್ನ-ಭಿನ್ನವಾದ ಮೂರು-ಮೂರುಗಳು ಇದ್ದರೂ ಸಹ, ಅವುಗಳನ್ನು ಯಾವುದರಲ್ಲೂ ಸಹ ನಿಖರವಾಗಿ ಗುರುತಿಸಲಾಗುವುದಿಲ್ಲ, ಆದರೆ ಗರ್ಭದಲ್ಲಿ ಮಾತ್ರ ಗುರುತಿಸಲು ಸಾಧ್ಯವಾಗುತ್ತದೆ ಎಂದಾಗಿ ವೇದ ವಿಜ್ಞಾನಿಗಳು ಹೇಳಿರುತ್ತಾರೆ.

ಸುಷುಮ್ನ ನಾಡಿಯಲ್ಲಿ ರೇತಸ್ಸು ಮೇಲ್ಮುಖವಾಗಿ ಹರಿಸಲು ಆರಂಭಿಸುವುದಕ್ಕೆ ಇಡಾ ಮತ್ತು ಪಿಂಗಳಾ ನಾಡಿಗಳನ್ನು ಸ್ವಾಭಾವಿಕವಾಗಿ ನಿರ್ಬಂಧಿಸುತ್ತೇವೆ. ಈ ಕ್ರಿಯೆಯನ್ನು ಪದ್ಮಶೀರ್ಷಾಸನದಲ್ಲಿ ಪ್ರಾಕೃತಗೊಳಿಸಬಹುದಾಗಿದೆ. ಈ ನಿರ್ಬಂಧನದಿಂದ ಇಡಾ ಹಾಗು ಪಿಂಗಳ ನಾಡಿಗಳು ಚಲನರಹಿತವಾಗುತ್ತವೆ, ಹಾಗೆಯೇ ಕ್ರಮೇಣ ಸತ್ತುಹೋಗುತ್ತವೆ. ಏಕೆಂದರೆ ಅವುಗಳು ತಣ್ಣಗಾಗಿಬಿಡುತ್ತವೆ. ಆದರೆ ಸಾಧಕನು ಮಾಡುವಂತಹ ಗರ್ಭಾಸನವು ಶಾಖವನ್ನು ಸಾಧಕನಲ್ಲಿ ಉತ್ಪಾದಿಸಿ, ಅದನ್ನು ಇಡಾ ಮತ್ತು ಪಿಂಗಳ ನಾಡಿಗಳಿಗೆ ಹರಿಸುತ್ತದೆ. ಹೀಗಾಗಿ, ಅವುಗಳಿಗೆ ಜೀವ ಹಾಗು ಅವಶ್ಯಕ ಶಕ್ತಿಯು ಪ್ರಾಪ್ತವಾಗುತ್ತದೆ.

ಈ ಮೇಲೆ ನೋಡಿದಂತಹ ಕ್ರಿಯೆಯ ಮಧ್ಯದಲ್ಲಿ 'ತ್ರಿವಿಧಾ' ಎಂಬ ಸತ್ಯವಿದೆ ಎಂದಾಗಿ ವೇದ ವಿಜ್ಞಾನದಿಂದ ಅರ್ಥಮಾಡಿಕೊಳ್ಳಬೇಕು. ನಾವು ವಾಸಿಸುತ್ತಿರುವಂತಹ ಪ್ರಪಂಚದಲ್ಲಿ ಯಾವುದೆಲ್ಲಾ ಭಿನ್ನ-ಭಿನ್ನದ ಮೂರು-ಮೂರಾಗಿವೆಯೋ, ಅವೆಲ್ಲದರ ಮೂಲ ಇರುವುದು ಗರ್ಭದಲ್ಲಿಯೇ!

ಗಮನಿಸಿ: ಪದ್ಮಶೀರ್ಷಾಸನ ಹಾಕಿದಾಗ ಇಡಾ ಹಾಗು ಪಿಂಗಳಗಳನ್ನು ಬಂಧಿಸಿದ ಕಾರಣದಿಂದಾಗಿ ಸುಪ್ತವಾದಂತಹ ವಿಚಾರವು ಗರ್ಭಾಸನದಲ್ಲಿ ವಿಷಯಕ್ಕೆ ಅದನ್ನು ಅಳವಡಿಸಿಕೊಂಡರೆ, ತ್ರೈತ ಎನ್ನುವುದು ವಿಚಾರ-ವಿಷಯಗಳ ಮಧ್ಯದಲ್ಲಿ ಉತ್ಪನ್ನವಾಗುತ್ತದೆ.

ಸೂಚನೆ: ವಿಷಯಗಳನ್ನು ವಿಚಾರಮಾಡುವಂತಹ ಅಭ್ಯಾಸ ರೂಢಿಸಿಕೊಂಡಾಗ ವಿಷಯ-ವಿಚಾರ ದ್ವೈತಗಳ ದ್ವಂದ್ವ ಉಂಟಾಗುತ್ತದೆ. ಈ ದ್ವಂದ್ವದ ಕರ್ಷಣಾ (ಎಳೆತ) ಸ್ವರೂಪವೇ ತ್ರೈತ ಎನ್ನುವುದಾಗಿದೆ.

ಆಗಲೇ ನಾಲ್ಕು ತಿಂಗಳು ಕಳೆದಿರುವಂತಹ ಗರ್ಭದಲ್ಲಿರುವ ಶಿಶುವಿನ ಮೇಲೆ ಈ ಗರ್ಭಾಸನವು ತನ್ನ ಪ್ರಭಾವವನ್ನು

ಬೀರುತ್ತದೆ! ನಾಲ್ಕನೇ ತಿಂಗಳಿನಿಂದ ಅಂಗ ಹಾಗು ಅವಯವಗಳು ರೂಪುಗೊಳ್ಳಲಾರಂಭಿಸುತ್ತವೆ. ಅಂಗ ಹಾಗು ಅವಯವಗಳಿಗೆ ಕರ್ತೃತ್ವ, ಕ್ರಿಯಾ ಶೀಲತ್ವ, ಪ್ರತಿಕ್ರಿಯಾ, ಪರಾನುಷ್ಠಾನ, ಹೀಗೆ ಪುನಃ ಐದು ತಿಂಗಳುಗಳ ಕಾಲ ಆ ಶಿಶುವಿಗೆ ಅಭ್ಯಾಸವಾಗುತ್ತದೆ. ಯಾವುದಕ್ಕೆ ಕೈಗಳನ್ನು ಬಳಸಬೇಕು, ಯಾವುದಕ್ಕೆ ಕಾಲುಗಳನ್ನು ಬಳಸಬೇಕು - ಹೀಗೆ ಇವುಗಳೆನ್ನೆಲ್ಲವನ್ನೂ ಈ ಕರ್ತೃತ್ವ ಹಾಗು ಕ್ರಿಯಾ ಶೀಲತ್ವಗಳು ಅಭ್ಯಾಸ ಮಾಡಿಸುತ್ತವೆ. ಇವುಗಳೆಲ್ಲವೂ ನಿರ್ಣಯವಾಗುವುದು ಗರ್ಭದಲ್ಲಿಯೇ. ಹೀಗಾಗಿ ಗರ್ಭಾಸನವು ಸಾಧಕನಿಗೆ ಮುಖ್ಯವಾಗುತ್ತದೆ.

ಗಮನಿಸಿ: ಸಾಧಕನು ಗರ್ಭಾಸನ ಹಾಕುವುದರಿಂದ ಅವನು ತನ್ನ ದೇಹದ ಉಷ್ಣತೆಯನ್ನು ಕಾಪಾಡಿಕೊಳ್ಳಬಹುದಾಗಿದೆ. ಇಲ್ಲದಿದ್ದರೆ, ಅಗ್ನಿಮಾಂದ್ಯ ಖಾಯಿಲೆ ಅವನಲ್ಲಿ ಜನಿಸಬಹುದಾಗಿದೆ.

ಪದ್ಮಶೀರ್ಷಾಸನವನ್ನು ಮಾಡುತ್ತಾ ಸ್ಥಿರತ್ವವನ್ನು ಸುಶುಮ್ನದಲ್ಲಿ ತರಬಹುದಾಗಿದೆ. ಹೀಗಾದಾಗ ಸಾಧಕನಲ್ಲಿರುವಂತಹ ಇಡಾ ಹಾಗು ಪಿಂಗಳ ನಾಡಿಗಳು ಮೃತವಾಗುತ್ತವೆ. ಹೀಗೆ ದೀರ್ಘಕಾಲವನ್ನು ಕಳೆದರೆ ಸಾಧಕನ ದೇಹದ ಪ್ರಾಪಂಚಿಕ ವ್ಯವಹಾರ ನಿಂತುಹೋಗುತ್ತದೆ. ಇದರಿಂದಾಗಿ ಅವನಿಗೆ ಸಾವು ಉಂಟಾಗಬಹುದು. ಹೀಗಾಗಬಾರದೆಂದು ಅವನು ಗರ್ಭಾಸನವನ್ನು ಮಾಡಬೇಕು.

ಹಾಗಾದರೆ, ಈ ಗರ್ಭಾಸನವನ್ನು ಎಷ್ಟು ಸಮಯದವರೆಗೂ ಮಾಡಬೇಕು? ಎಂದಾಗಿ ಕೇಳಿದರೆ, 'ಇಲ್ಲ, ಇದನ್ನು ನೀವು ನಿರ್ಣಯಮಾಡುವುದು ಬೇಕಿಲ್ಲ, ಬದಲಿಗೆ ಆ ಆಸನವೇ ನಿರ್ಣಯಮಾಡುತ್ತದೆ' ಎಂದಾಗಿ ವೇದ ತಜ್ಞರು ಹೇಳುತ್ತಾರೆ. ಉದಾಹರಣೆಗೆ ಹೇಳಬೇಕೆಂದರೆ, ಬಾಯಾರಿಕೆಯಾದಾಗ ನೀರನ್ನು ಕುಡಿಯುತ್ತೇವೆ. ಬಾಯಾರಿಕೆ ನೀಗಿದ ತಕ್ಷಣ ನೀರಿನ ಬೇಡಿಕೆ ನಿಂತುಹೋಗುತ್ತದೆ, ಆಗ ಕುಡಿಯುವುದನ್ನು ನಿಲ್ಲಿಸುತ್ತೇವೆ. ಹೀಗೆ ಉಷ್ಣತೆಯು ಪೂರೈಕೆಯಾದ ತಕ್ಷಣವೇ ದೇಹವೇ ಆಸನವನ್ನು ಬಿಡಿಸುತ್ತದೆ.

ಸಾಧಕನು ಏನೋ ಒಂದನ್ನು ಆರಂಭಿಸಬೇಕು ಎಂದರೆ ಅದಕ್ಕೊಂದು ಗುರಿ ಇರಲೇಬೇಕು. ಹೀಗಾಗಿ ಶ್ರೀಶಂಕರಾಚಾರ್ಯರು ಬ್ರಹ್ಮವನ್ನು ಗುರಿಯಾಗಿಟ್ಟುಕೊಂಡು ಅದ್ವೈತವನ್ನು ಸಾಧಿಸಿರಿ ಎಂದಾಗಿ ಹೇಳಿದರೆ, ಮಧ್ವಾಚಾರ್ಯರು ಹರಿ-ವಾಯುವನ್ನು

ಗುರಿಯಾಗಿಟ್ಟುಕೊಂಡು ದ್ವೈತವನ್ನು ಸಾಧಿಸಿರಿ ಎಂದಾಗಿ ಹೇಳಿದರು. ಹಾಗೆಯೇ, ಇಲ್ಲಿ, ಶೃದ್ದೆಯನ್ನು ಗುರಿಯಾಗಿಟ್ಟುಕೊಂಡು ತ್ರೈತವನ್ನು ಸಾಧಿಸಿರಿ ಎಂದಾಗಿ ಶ್ರೀವ್ಯಾಸರು ಹೇಳಿದ್ದಾರೆ.

ಗಮನಿಸಿ: ಶ್ರದ್ಧಾ ಹಾಗು ಶೃದ್ಧಾ ಎಂಬ ಪದಗಳ ನಡುವೆ ಅರ್ಥ ವ್ಯತ್ಯಾಸವಿದೆ. ಶ್ರದ್ಧಾ ಎಂದರೆ ಯಾವುದೋ ಒಂದರ ಮೇಲಿರುವ ನಿಷ್ಠೆ. ಶೃದ್ಧಾ ಎಂದರೆ ಯಾವುದೇ ತ್ರಯಗಳ ಮಧ್ಯದಲ್ಲಿ ಏಕೀಭವಿಸಿದಂತಹ ಸತ್ಯ.

ಶ್ರೀಶಂಕರಾಚಾರ್ಯರು ಶ್ರದ್ಧಾ (ಶೃದ್ಧಾ) ಕುರಿತಾಗಿ ಹೀಗೆ ಉಲ್ಲೇಖಿಸುತ್ತಾರೆ: ವಿಶಿಷ್ಟ ಸಂಸ್ಕಾರೋಪ ಅಂತಃಕರಣಾನುರೂಪ ಸರ್ವಸ್ಯ ಪ್ರಾಣಿ ಜಾತಸ್ಯ ಶ್ರದ್ಧಾ ಭವತಿ - ಇಲ್ಲಿ ಶ್ರದ್ಧಾ ಎಂದಾಗಿ ಹೇಳಿದ್ದರೂ ಈ ವಾಕ್ಯವನ್ನು ತ್ರೈತ ಸ್ತರದಲ್ಲಿ ಅರ್ಥೈಸಲು ಈ ಪದವನ್ನು ಶೃದ್ಧಾ ಎಂದಾಗಿ ತೆಗೆದುಕೊಳ್ಳಬೇಕಿದೆ ಎಂದಾಗಿ ಗುರುಗಳು ಹೇಳಿರುತ್ತಾರೆ. ಇದರ ಅರ್ಥ ಹೀಗಿದೆ: ಸಕಲ ಪ್ರಾಣಿಗಳ ಜೊತೆಗೆ ಮಾನವರಲ್ಲೂ ಸಹ ಶೃದ್ಧಾ ಎಂಬುದಿದೆ. ಪ್ರಾಣಿಗಳ ಹೊಟ್ಟೆಗೆ ಸಂಬಂಧಿಸಿದಂತೆ ಮಾತ್ರ ಶೃದ್ಧಾ ಇರುವುದಾಗಿದ್ದು, ಬೇರೆ ಇನ್ನಾವ ವಿಚಾರದಲ್ಲೂ ಸಹ ಇರುವುದಿಲ್ಲ. ಆದರೆ ಮಾನವನಿಗೆ ಹಾಗಲ್ಲ, ಹಲವಾರು ವಿಚಾರಗಳಲ್ಲಿ ಶೃದ್ಧಾ ಎಂಬುದಿರುತ್ತದೆ. ಪ್ರಾಣಿಗಳು ತಮ್ಮ ಹೊಟ್ಟೆ ತುಂಬಿಸಿಕೊಂಡ ನಂತರ ಮಲಗಿಬಿಡುತ್ತವೆ. ಮತ್ತೆ ಬೇಕೆಂದಾಗ ಮಾತ್ರ ರಸದಿಂದ ಕೂಡಿದಂತಹ ಆಹಾರವನ್ನು ತಿನ್ನಲಾರಂಭಿಸುತ್ತವೆ. ಆದರೆ ಅವುಗಳು ಆಹಾರವಾಗಿ ತಿನ್ನದೆ, ಇಷ್ಟದ ಪ್ರಕಾರದಲ್ಲಿ ಮಾತ್ರ ತಿನ್ನುತ್ತವೆ.

ಪ್ರಾಣಿಗಳು 'ಸ್ನಿಗ್ಧತೆ' (ನುಣುಪಾಗುವ ಅವಸ್ಥೆ; ಅಂದ, ಜಾರಿಕೆ, ನುಣುಪು, ಸೌಂದರ್ಯ) ಎಂಬುದನ್ನು ಮಾತ್ರವೇ ಗಮನಿಸಿ ತಿನ್ನುತ್ತದೆ. ಹೊಟ್ಟೆಯು ತುಂಬಿದಾಗ 'ಸ್ಥಿರತೆ' ಬರುತ್ತದೆ. ಇಂತಹದ್ದು ಜೀರ್ಣವಾಗುತ್ತದೆ ಎಂದಾಗಿ ಅರಿತು ತಿನ್ನುವುದು 'ಹೃದ್ಯ' ಎಂದಾಗುತ್ತದೆ.

ಗಮನಿಸಿ: ಪ್ಲಾಸ್ಟಿಕ್ ಕೂಡ ಸ್ನಿಗ್ಧತೆಯನ್ನು ಹೊಂದಿರುವುದರಿಂದ ಹಸುಗಳು ಅವುಗಳನ್ನೂ ಸಹ ತಿನ್ನುತ್ತವೆ. ನುಂಗಿದ ನಂತರ ಅದು ಸ್ಥಿರವಾಗುತ್ತದೆ, ಆದರೆ ಪ್ಲಾಸ್ಟಿಕ್ ಮಾತ್ರ ಜೀರ್ಣವಾಗದು. ಏಕೆಂದರೆ ಅದರಲ್ಲಿ ರಸವು ಇರುವುದಿಲ್ಲ.

ಸೂಚನೆ: ಈ ವಿಚಾರ ಕುರಿತಾಗಿ ಸಾಧಕನು ತನ್ನ ಆಹಾರ, ವಿಹಾರ, ವಿಚಾರ ಹಾಗು ವಿಷಯಗಳ ಕ್ರಮಗಳನ್ನು ಅರಿತು, ಆರಿಸಿಕೊಳ್ಳಬೇಕು. ಅಂದರೆ, ಸಾಧಕನು ವಿವೇಕಿಯಾಗಬೇಕು.

'ಅಗ್ನಿಯು (ಆವೇಗವು) ತನಗೆ ನೀಡಿದಂತಹ ಆಹಾರದಲ್ಲಿ ಭೌತಿಕಾಂಶವನ್ನು ತೆಗೆದು, ರಸವನ್ನು ಮಾತ್ರ ಪ್ರತ್ಯೇಕಿಸಿ, ನಂತರ ಅದನ್ನು ದೇವತೆಗಳಿಗೆ ಕೊಡುತ್ತದೆ' ಎಂದಾಗಿ ತ್ರೈತ ಸಿದ್ಧಾಂತ ಪ್ರಕಾರ ಗಮನಿಸಬಹುದು. ಇದೇ ಕೆಲಸವನ್ನು 'ಕೋಷ್ಠಾಗ್ನಿ ವೈಶ್ವಾನ' ಎಂಬುದು ಮಾಡುತ್ತದೆ ಎಂದಾಗಿ ಆಯುರ್ವೇದ ಹೇಳುತ್ತದೆ. ಈ ವೈಶ್ವಾನರ ಎಂಬ ಮಾನವನಲ್ಲಿರುವಂತಹ ಅಗ್ನಿಯು ತಿಂದಂತಹ ಆಹಾರವನ್ನು ಗೃಹ್ಣಾತಿ, ಪಚತಿ, ವಿವೇಚಯತಿ ಹಾಗು ಮುಂಚತಿ ಎಂದಾಗಿ ನಾಲ್ಕು ಕ್ರಿಯೆ ಮಾಡುತ್ತದೆ. ಈ ನಾಲ್ಕರಲ್ಲಿ ವಿವೇಚಯತಿ ಎಂಬುದು ಬಹು ಮುಖ್ಯವಾದದ್ದು.

ತ್ರೈತ ಸಿದ್ಧಾಂತ ಪ್ರಕಾರ, ಭಸ್ಮವು ಮೂರು ಗುಣಗಳ ಆಚೆಗೆ ಇರುವುದಾಗಿದ್ದು ಅತೀ ಸೂಕ್ಷ್ಮವಾದ ಅಂಶವನ್ನು ಹೊಂದಿರುತ್ತದೆ. ಅಂದರೆ ಅದು ಆ ಮೂರು ಗುಣಗಳನ್ನು ಹೊಂದಿರುವುದಿಲ್ಲ. ಭ ಅಸ್ಮತ್ ಯತಿ ಇತ ಭಸ್ಮ - ಯಾವುದೋ ಇದೆ ಎಂದಾಗಿ ಹೇಳುತ್ತೇವೆ. ಈ ಉಲ್ಲೇಖದಲ್ಲಿ ಇರುವಂತಹ 'ಭ' ಎಂದರೆ ನಮ್ಮ ಕೈಗೆ ಸಿಗದಿರುವುದು, ಎತ್ತರದ ಯಾವುದೋ ಒಂದು ತತ್ವ ಶಕ್ತಿಯೇ ಅದು. ಹೀಗಾಗಿ ಅದು ಭಸ್ಮ!

ಅಣು, ರೇಷು, ತೃಣ, ಕಾಷ್ಠ - ಎಂಬ ಉಲ್ಲೇಖದ ಪ್ರಕಾರ ಅಣು ಎಂಬುದು ಅತ್ಯಂತ ಕೊನೆಯ ಸ್ವರೂಪ ಎಂದಾಗಿ ಹೇಳುತ್ತೇವೆ. ಆದರೆ ಅಣುವಿಗಿಂತಲೂ ಸಹ ಕೊನೆಯದೊಂದು ಇದೆ, ಅದುವೇ ಬ್ರಹ್ಮ. ಈ ಭಸ್ಮ ಸ್ವರೂಪವನ್ನು ಈಗಿನ ಭೌತ ಶಾಸ್ತ್ರ ಒಪ್ಪದಿದ್ದರೂ ಸಹ, ಆಯುರ್ವೇದ ವಿಭಾಗವು ಈಗಾಗಲೇ ಒಪ್ಪಿಕೊಂಡಿರುತ್ತದೆ.

ಭಸ್ಮ ಎಂಬುದೇನು ಎಂದು ಹೇಳುವುದಕ್ಕಾಗಿ ಪುರಾಣದಲ್ಲಿ ಒಂದು ಕಥೆ ಇದೆ: ಪಾರ್ವತಿಗೆ ಈಶ್ವರನು ಹೇಳಿದ, 'ಭಸ್ಮವನ್ನು ತೆಗೆದುಕೊಂಡು ಬಾ' ಎಂದು. ಅಂದರೆ, ಇದರ ಅರ್ಥ: ನೀನು ತೆಗೆದುಕೊಂಡುಬರುವುದರಲ್ಲಿ ಯಾವುದೂ ಇರಬಾರದು ಎಂದು. ಆದರೆ ಇದನ್ನು ಅರ್ಥಮಾಡಿಕೊಳ್ಳದ ಪಾರ್ವತಿಯು ಬೂದಿಯನ್ನು ತಂದಳು. ಬೂದಿಯು ಭಸ್ಮವಲ್ಲದ್ದರಿಂದಾಗಿ ಅದು

ಏನನ್ನೋ ಒಳಗೊಂಡಿತ್ತು. ಅದರಿಂದ ಭಸ್ಮಾಸುರನ ಜನನವಾಯಿತು.

ಅಫಲಾಕಾಂಕ್ಷಿ - ಎಂದಾಗಿ ಆರಂಭವಾಗುವಂತಹ 11ನೇ ಶ್ಲೋಕವು ಅರ್ಥ, ಕಾಮ, ಸ್ವಾಧ್ಯಾಯ ಎಂಬ ವಿಚಾರಗಳನ್ನು ಹೇಳುತ್ತದೆ. ಭಾರತ ದೇಶದಲ್ಲಿ ಹಲವಾರು ಯಾಗ, ಯಜ್ಞ, ಹೋಮ ಹಾಗು ಹವನಗಳು ಪ್ರತಿನಿತ್ಯ ನಡೆಯುತ್ತಿರುತ್ತವೆ. ಇದರ ಹಿಂದೆ ಫಲದ ಅಕಾಂಕ್ಷೆಗಳಿರುತ್ತವೆ. ಇವುಗಳನ್ನು ಮಾಡುವವರೆಲ್ಲರೂ ಸಹ ಫಲಾಕಾಂಕ್ಷಿಗಳೇ ಆದರೂ ಸಹ 'ಯಾವುದಕ್ಕೆ ಯಾವುದು ಫಲ' ಎಂಬುದು ಮಾತ್ರ ಗೊತ್ತಿಲ್ಲ! ಅಂದರೆಚ ಆಗಮ ಶಾಸ್ತ್ರ ತಿಳಿದುಕೊಂಡು ಮಾಡುತ್ತಿಲ್ಲ. ಹೀಗಾಗಿ, ಇವುಗಳನ್ನು ಮಾಡುವವರು ಅವುಗಳ ಫಲವನ್ನು ಕರ್ಮಕ್ಕೇ ಬಿಡುತ್ತಾರೆ.

ಹೀಗೆ, ಹಲವಾರು ಕೆಲಸಗಳನ್ನು ಮಾನವ ಮಾಡುತ್ತಾನೆ. ಅವುಗಳ ಫಲವನ್ನು ಕರ್ಮಕ್ಕೇ ಬಿಡುತ್ತಾನೆ. ಎಷ್ಟು ಫಲ ಬಂತೋ ಅಷ್ಟೇ, ಕೆಲವೊಮ್ಮೆ ಫಲ ಬಂದರೂ ಬಂತು ಇಲ್ಲದಿದ್ದರೆ ಇಲ್ಲ. ವಿಧಿದೃಷ್ಟೋ ಯ ಇಜ್ಯತೇ - ವಿಧಿಯನ್ನು ಕುರಿತಾಗಿ ಮಾನವನು ಚಿಂತನೆ ಮಾಡಬೇಕು. ವಿಧಿ ಎನ್ನುವುದು ಋತದ ಪ್ರಕಾರ ಜರುಗುವುದಾಗಿದೆ. ಹೀಗಾಗಿ, ಋತ ಎಂಬುದನ್ನು ಅರ್ಥಮಾಡಿಕೊಳ್ಳಬೇಕು:

ಋತವು ವೈದಿಕ ತತ್ತ್ವಶಾಸ್ತ್ರದಲ್ಲಿ ಒಂದು ಪ್ರಮುಖ ಪರಿಕಲ್ಪನೆಯಾಗಿದ್ದು, ಇದು ವಿಶ್ವವನ್ನು ನಿಯಂತ್ರಿಸುವ ನೈಸರ್ಗಿಕ ಕ್ರಮ, ಸತ್ಯ ಮತ್ತು ನೈತಿಕ ಕಾನೂನಿನ ತತ್ವವನ್ನು ಪ್ರತಿನಿಧಿಸುತ್ತದೆ. ಪ್ರಾಚೀನ ವೈದಿಕ ಗ್ರಂಥಗಳಿಂದ ಹುಟ್ಟಿಕೊಂಡ ಋತವು ಭಾರತೀಯ ತತ್ತ್ವಶಾಸ್ತ್ರದ ಅಡಿಪಾಯವನ್ನು ಮತ್ತು ಧರ್ಮದಂತಹ ಪರಿಕಲ್ಪನೆಗಳಾಗಿ ಅದರ ವಿಕಸನವನ್ನು ಅರ್ಥಮಾಡಿಕೊಳ್ಳಲು ಅತ್ಯಗತ್ಯವಾಗಿದೆ. ಈ ಲೇಖನವು ಋತದ ಮೂಲಗಳು, ಮಹತ್ವ ಮತ್ತು ಪರಿಣಾಮಗಳನ್ನು ಪರಿಶೀಲಿಸುತ್ತದೆ, ತತ್ವಶಾಸ್ತ್ರದ ಅಧ್ಯಯನಕ್ಕೆ ಸಂಬಂಧಿಸಿದ ಸಮಗ್ರ ವಿಶ್ಲೇಷಣೆಯನ್ನು ಒದಗಿಸುತ್ತದೆ.

'ಋತ' ಎಂಬ ಪದವು ಸಂಸ್ಕೃತ ಮೂಲ "ಋ" ದಿಂದ ಬಂದಿದೆ, ಇದರರ್ಥ "ಹೋಗುವುದು, ಚಲಿಸುವುದು, ಮೇಲೇರುವುದು". ಇದು ವಿಶ್ವದಲ್ಲಿ ಕಂಡುಬರುವ ಅಂತರ್ಗತ ಕ್ರಮ ಮತ್ತು ಕ್ರಮಕ್ಕೆ ಬದ್ಧತೆಯನ್ನು ಸೂಚಿಸುತ್ತದೆ, ಇದು

ನೈಸರ್ಗಿಕ ನಿಯಮಗಳು ಮತ್ತು ನೈತಿಕ ತತ್ವಗಳನ್ನು ಒಳಗೊಂಡಿದೆ. ಋತವು ವಿಶ್ವದಾ ತತ್ವವಾಗಿದ್ದು ಅದು ಸಾಮರಸ್ಯ ಮತ್ತು ಸಮತೋಲನವನ್ನು ಖಾತ್ರಿಪಡಿಸುತ್ತದೆ, ಪ್ರಕೃತಿಯ ಚಕ್ರೀಯ ಮಾದರಿಗಳನ್ನು ಮತ್ತು ಮಾನವರ ನೈತಿಕ ನಡವಳಿಕೆಯನ್ನು ನಿಯಂತ್ರಿಸುತ್ತದೆ.

ಅತ್ಯಂತ ಹಳೆಯ ಗ್ರಂಥಗಳಲ್ಲಿ ಒಂದಾದ ಋಗ್ವೇದದಲ್ಲಿ, ಋತವು ಒಂದು ಕೇಂದ್ರ ವಿಷಯವಾಗಿದೆ. ಇದನ್ನು ವಿವಿಧ ದೇವತೆಗಳು, ವಿಶೇಷವಾಗಿ ನೀರು ಮತ್ತು ವಿಶ್ವ ಕ್ರಮದ ದೇವರು ವರುಣ ಮತ್ತು ಸ್ನೇಹ ಮತ್ತು ಒಪ್ಪಂದಗಳ ದೇವರುಗಳನ್ನು ಮಿತ್ರರು ಎತ್ತಿಹಿಡಿಯುವ ದೈವಿಕ ಕ್ರಮವಾಗಿ ಚಿತ್ರಿಸಲಾಗಿದೆ. ಋತವು ಬ್ರಹ್ಮಾಂಡದ ರಚನೆಯನ್ನು ನಿರ್ವಹಿಸುವ ಶಕ್ತಿಯಾಗಿದ್ದು, ಸೂರ್ಯ ಉದಯಿಸುವುದನ್ನು ಮತ್ತು ಮುಳುಗುವುದನ್ನು, ಋತುಗಳು ಬದಲಾಗುವುದನ್ನು ಮತ್ತು ಜೀವನ ಪ್ರಕ್ರಿಯೆಗಳು ನಿಯಮಿತವಾಗಿ ಮುಂದುವರಿಯುವುದನ್ನು ಖಚಿತಪಡಿಸುತ್ತದೆ.

ವೈದಿಕ ದೇವತೆಗಳನ್ನು ಋತದ ರಕ್ಷಕರಾಗಿ ನೋಡಲಾಗುತ್ತದೆ. ವರುಣನನ್ನು ಹೆಚ್ಚಾಗಿ ಋತದ ಮುಖ್ಯ ಪಾಲಕ ಎಂದು ವಿವರಿಸಲಾಗುತ್ತದೆ, ನೈತಿಕ ಮತ್ತು ನೈಸರ್ಗಿಕ ಕ್ರಮವನ್ನು ನೋಡಿಕೊಳ್ಳುತ್ತಾನೆ. ಅವನನ್ನು ಸರ್ವಜ್ಞ ದೇವರಾಗಿ ಚಿತ್ರಿಸಲಾಗಿದೆ, ಅವನು ನೈತಿಕ ನಿಯಮವನ್ನು ಉಲ್ಲಂಘಿಸುವವರನ್ನು ಶಿಕ್ಷಿಸುತ್ತಾನೆ ಮತ್ತು ಅದನ್ನು ಪಾಲಿಸುವವರಿಗೆ ಪ್ರತಿಫಲ ನೀಡುತ್ತಾನೆ. ಮಿತ್ರನು ಹೆಚ್ಚಾಗಿ ವರುಣನೊಂದಿಗೆ ಸಂಬಂಧ ಹೊಂದಿದ್ದು, ಋತದ ಸಾಮಾಜಿಕ ಅಂಶಗಳಾದ ಸತ್ಯತೆ, ನಿಷ್ಠೆ ಮತ್ತು ಒಪ್ಪಂದಗಳ ಪಾವಿತ್ರ್ಯವನ್ನು ಒತ್ತಿಹೇಳುತ್ತಾನೆ.

ಕಾಲಾನಂತರದಲ್ಲಿ, ಋತದ ಪರಿಕಲ್ಪನೆಯು ಧರ್ಮವಾಗಿ ವಿಕಸನಗೊಂಡಿತು. ಋತವು ಪ್ರಾಥಮಿಕವಾಗಿ ವಿಶ್ವ ಮತ್ತು ನೈಸರ್ಗಿಕ ಕ್ರಮವನ್ನು ಸೂಚಿಸಿದರೆ, ಧರ್ಮವು ವ್ಯಕ್ತಿಗಳ ನೈತಿಕ ಮತ್ತು ನೈತಿಕ-ಕರ್ತವ್ಯಗಳನ್ನು ಒಳಗೊಂಡಿದೆ. ಧರ್ಮವು ಮಾನವ ಸಮಾಜದಲ್ಲಿ ಋತದ ಅನ್ವಯವಾಗಿದ್ದು, ವ್ಯಕ್ತಿಗಳು ಧರ್ಮನಿಷ್ಠರಾಗಿ ಬದುಕಲು ಮತ್ತು ಸಾಮಾಜಿಕ ಸಾಮರಸ್ಯವನ್ನು ಎತ್ತಿಹಿಡಿಯಲು ಮಾರ್ಗದರ್ಶನ ನೀಡುತ್ತದೆ. ಧರ್ಮದ

ಆಚರಣೆಯ ಮೂಲಕ ಒಬ್ಬರು ಋತದೊಂದಿಗೆ ಹೊಂದಿಕೊಂಡು ಸಾರ್ವತ್ರಿಕ ಕ್ರಮಕ್ಕೆ ಕೊಡುಗೆ ನೀಡುತ್ತಾರೆ.

ಋತದ ಪರಿಕಲ್ಪನೆಯು ಆಳವಾದ ತಾತ್ವಿಕ ಪರಿಣಾಮಗಳನ್ನು ಹೊಂದಿದೆ. ಅವುಗಳಲ್ಲಿ ಕೆಲವನ್ನು ಕೆಳಗೆ ನೋಡಲಾಗಿದೆ.

ಆಧ್ಯಾತ್ಮಿಕ ಆಯಾಮ: ಋತವು ಬ್ರಹ್ಮಾಂಡದ ಆಧ್ಯಾತ್ಮಿಕ ಅಡಿಪಾಯಕ್ಕೆ ಹೋಲುತ್ತದೆ, ಗ್ರೀಕ್ ಪರಿಕಲ್ಪನೆಯ ಲೋಗೋಸ್‌ಗೆ ಹೋಲಿಸಬಹುದು. ಇದು ಭೌತಿಕ ಜಗತ್ತಿಗೆ ಆಧಾರವಾಗಿರುವ ಮತ್ತು ಅದರ ಕ್ರಮ ಮತ್ತು ಕ್ರಮಬದ್ಧತೆಯನ್ನು ನಿಯಂತ್ರಿಸುವ ಅಂತಿಮ ವಾಸ್ತವವನ್ನು ಪ್ರತಿನಿಧಿಸುತ್ತದೆ.

ಜ್ಞಾನಮೀಮಾಂಸೆಯ ಅಂಶ: ಜ್ಞಾನ ಮತ್ತು ಸತ್ಯದ ಸಂದರ್ಭದಲ್ಲಿ, ಋತವು ಸತ್ಯವು ಕೇವಲ ವ್ಯಕ್ತಿನಿಷ್ಠವಲ್ಲ, ಆದರೆ ಸಾರ್ವತ್ರಿಕ ಕ್ರಮಕ್ಕೆ ಅನುರೂಪವಾಗಿದೆ ಎಂದು ಸೂಚಿಸುತ್ತದೆ. ತಿಳುವಳಿಕೆ ಮತ್ತು ಜ್ಞಾನವು ಋತದೊಂದಿಗೆ ಹೊಂದಿಕೆಯಾಗಬೇಕು, ಅಂದರೆ ನಿಜವಾದ ಜ್ಞಾನವು ಬ್ರಹ್ಮಾಂಡದ ಅಂತರ್ಗತ ಕ್ರಮವನ್ನು ಪ್ರತಿಬಿಂಬಿಸುತ್ತದೆ.

ನೈತಿಕತೆ ಮತ್ತು ನೈತಿಕ ಚೌಕಟ್ಟು: ಋತವು ಮಾನವ ನಡವಳಿಕೆಗೆ ನೈತಿಕತೆ ಮತ್ತು ನೈತಿಕ ಚೌಕಟ್ಟನ್ನು ಒದಗಿಸುತ್ತದೆ. ಋತಕ್ಕೆ ಅನುಗುಣವಾಗಿ ಬದುಕುವುದು ಎಂದರೆ ಸತ್ಯ, ನ್ಯಾಯ ಮತ್ತು ಸದಾಚಾರದ ತತ್ವಗಳನ್ನು ಪಾಲಿಸುವುದು. ವಿಶ್ವ ಸಾಮರಸ್ಯ ಮತ್ತು ಸಮತೋಲನವನ್ನು ಕಾಪಾಡಿಕೊಳ್ಳಲು ನೈತಿಕ ನಡವಳಿಕೆ ಅತ್ಯಗತ್ಯ ಎಂದು ಅದು ಒತ್ತಿಹೇಳುತ್ತದೆ.

ಋತ ಪರಿಕಲ್ಪನೆಯು ವೇದಾಂತ, ಯೋಗ ಮತ್ತು ಬೌದ್ಧಧರ್ಮ ಸೇರಿದಂತೆ ಭಾರತೀಯ ತತ್ತ್ವಶಾಸ್ತ್ರದ ವಿವಿಧ ಶಾಲೆಗಳ ಮೇಲೆ ಪ್ರಭಾವ ಬೀರಿತು. ವೇದಾಂತದಲ್ಲಿ, ಸಾರ್ವತ್ರಿಕ ಕ್ರಮದ ಕಲ್ಪನೆಯು ಕೇಂದ್ರವಾಗಿದೆ, ಅಲ್ಲಿ ಅಂತಿಮ ವಾಸ್ತವವಾದ ಬ್ರಹ್ಮನ್, ವಿಶ್ವ-ಕ್ರಮ ಮತ್ತು ಸತ್ಯವನ್ನು ಪ್ರತಿನಿಧಿಸುತ್ತದೆ. ಯೋಗದಲ್ಲಿ, ನೈತಿಕ ವಿಭಾಗಗಳ (ಯಮಗಳು) ಅಭ್ಯಾಸವು ಋತಕ್ಕೆ ಬದ್ಧತೆಯನ್ನು ಪ್ರತಿಬಿಂಬಿಸುತ್ತದೆ.

ಗಮನಿಸಿ: ಬೌದ್ಧಧರ್ಮವು ವೈದಿಕ ಸಂಪ್ರದಾಯದಿಂದ ಭಿನ್ನವಾಗಿದ್ದರೂ, ನೈತಿಕ ಕ್ರಮವಾಗಿ ಋತದ ಕಲ್ಪನೆಯಲ್ಲಿ ಬೇರೂರಿರುವ ಧರ್ಮದ ಪರಿಕಲ್ಪನೆಯನ್ನೇ ಒಳಗೊಂಡಿದೆ.

ಋತದ ಪ್ರಾಯೋಗಿಕ ಅನ್ವಯಿಕೆಗಳು ಹೀಗಿವೆ: ಈ ಕಾಲದಲ್ಲಿ, ಋತ ತತ್ವಗಳನ್ನು ಜೀವನದ ವಿವಿಧ ಅಂಶಗಳಿಗೆ ಅನ್ವಯಿಸಬಹುದು, ಸಾಮರಸ್ಯ, ನೈತಿಕ ಜೀವನ ಮತ್ತು ಸಾಮಾಜಿಕ ನ್ಯಾಯವನ್ನು ಉತ್ತೇಜಿಸಬಹುದು. ಋತವನ್ನು ಆಧುನಿಕ ಜೀವನದಲ್ಲಿ ಸಂಯೋಜಿಸಬಹುದಾದ ಕೆಲವು ಪ್ರಾಯೋಗಿಕ ವಿಧಾನಗಳು ಇಲ್ಲಿವೆ:

ಆತ್ಮಾವಲೋಕನ ಮತ್ತು ಅರಿವು: ಧ್ಯಾನ ಮತ್ತು ಆತ್ಮಾವಲೋಕನದಂತಹ ಅಭ್ಯಾಸಗಳ ಮೂಲಕ ಸಾವಧಾನತೆ ಮತ್ತು ಸ್ವಯಂ ಅರಿವನ್ನು ಬೆಳೆಸಿಕೊಳ್ಳುವುದು ವ್ಯಕ್ತಿಗಳು ತಮ್ಮ ಕ್ರಿಯೆಗಳನ್ನು ಸಾರ್ವತ್ರಿಕ ತತ್ವಗಳೊಂದಿಗೆ ಜೋಡಿಸಲು ಸಹಾಯ ಮಾಡುತ್ತದೆ. ಇದು ನೈತಿಕ ನಡವಳಿಕೆ ಮತ್ತು ಆಂತರಿಕ ಸಾಮರಸ್ಯವನ್ನು ಬೆಳೆಸುತ್ತದೆ.

ಕಲಿಕೆ ಮತ್ತು ತಿಳುವಳಿಕೆ: ತಾತ್ವಿಕ ಪಠ್ಯಗಳು ಮತ್ತು ಚರ್ಚೆಗಳಲ್ಲಿ ತೊಡಗಿಸಿಕೊಳ್ಳುವುದರಿಂದ ಋತದ ಬಗ್ಗೆ ಒಬ್ಬರ ತಿಳುವಳಿಕೆಯನ್ನು ಆಳಗೊಳಿಸಬಹುದು. ಈ ಜ್ಞಾನವು ವಿಶ್ವ ಕ್ರಮದೊಂದಿಗೆ ಹೊಂದಾಣಿಕೆಯಲ್ಲಿ ಬದುಕಲು ಒಂದು ಅಡಿಪಾಯವನ್ನು ಒದಗಿಸುತ್ತದೆ.

ನೈತಿಕವಾಗಿ ಬದುಕುವುದು: ಸತ್ಯತೆ, ಸದಾಚಾರ, ಮತ್ತು ಅಹಿಂಸೆಗೆ ಬದ್ಧರಾಗುವುದು ಋತಕ್ಕೆ ಬದ್ಧತೆಯನ್ನು ಪ್ರತಿಬಿಂಬಿಸುತ್ತದೆ. ನೈತಿಕ ಜೀವನವು ಸಾಮಾಜಿಕ ಒಗ್ಗಟ್ಟು ಮತ್ತು ಪರಸ್ಪರ ಗೌರವವನ್ನು ಉತ್ತೇಜಿಸುತ್ತದೆ.

ಪ್ರಕೃತಿಯೊಂದಿಗೆ ಸಂಪರ್ಕ ಸಾಧಿಸುವುದು: ಸುಸ್ಥಿರ ಅಭ್ಯಾಸಗಳನ್ನು ಅಳವಡಿಸಿಕೊಳ್ಳುವುದು ಮತ್ತು ಪ್ರಕೃತಿಯ ಬಗ್ಗೆ ಗೌರವವನ್ನು ಬೆಳೆಸುವುದು ಋತದ ನೈಸರ್ಗಿಕ ಕ್ರಮದೊಂದಿಗೆ ಹೊಂದಿಕೆಯಾಗುತ್ತದೆ. ಸುಸ್ಥಿರ ಜೀವನವು ಪರಿಸರ ಸಮತೋಲನ ಮತ್ತು ಎಲ್ಲಾ ಜೀವ ರೂಪಗಳಿಗೆ ಗೌರವವನ್ನು ಖಚಿತಪಡಿಸುತ್ತದೆ.

ಸಮುದಾಯ ಮತ್ತು ಸೇವೆ: ಸೇವಾ ಕಾರ್ಯಗಳಲ್ಲಿ ತೊಡಗಿಸಿಕೊಳ್ಳುವುದು ಮತ್ತು ಸಮುದಾಯ ಉಪಕ್ರಮಗಳನ್ನು ಬೆಂಬಲಿಸುವುದು ಋತದಿಂದ ಒತ್ತಿಹೇಳಲ್ಪಟ್ಟ ಪರಸ್ಪರ ಸಂಬಂಧವನ್ನು ಪ್ರತಿಬಿಂಬಿಸುತ್ತದೆ. ಸಾಮರಸ್ಯದ ಸಂಬಂಧಗಳನ್ನು ನಿರ್ಮಿಸುವುದು ಮತ್ತು ಸಾಮಾಜಿಕ ನ್ಯಾಯವನ್ನು ಬೆಂಬಲಿಸುವುದು ಒಟ್ಟಾರೆ ಸಾಮಾಜಿಕ ಯೋಗಕ್ಷೇಮಕ್ಕೆ ಕೊಡುಗೆ ನೀಡುತ್ತದೆ.

ಜ್ಞಾನ ಮತ್ತು ಬುದ್ಧಿವಂತಿಕೆಯನ್ನು ಅನುಸರಿಸುವುದು: ಋತವನ್ನು ಅರ್ಥಮಾಡಿಕೊಳ್ಳಲು ಮತ್ತು ಸಾಕಾರಗೊಳಿಸಲು ನಿರಂತರ ಕಲಿಕೆ ಮತ್ತು ಬುದ್ಧಿವಂತಿಕೆಯ ಅನ್ವೇಷಣೆ ಅತ್ಯಗತ್ಯ. ದೈನಂದಿನ ಜೀವನದಲ್ಲಿ ಈ ಜ್ಞಾನವನ್ನು ಅನ್ವಯಿಸುವುದು ವೈಯಕ್ತಿಕ ಬೆಳವಣಿಗೆ ಮತ್ತು ಸಾಮಾಜಿಕ ಸಾಮರಸ್ಯವನ್ನು ಬೆಳೆಸುತ್ತದೆ.

ಋತವು ಕಾಲಾತೀತ ಪರಿಕಲ್ಪನೆಯಾಗಿದ್ದು, ಇದು ಬ್ರಹ್ಮಾಂಡದ ಸ್ವರೂಪ ಮತ್ತು ಅದನ್ನು ನಿಯಂತ್ರಿಸುವ ತತ್ವಗಳ ಬಗ್ಗೆ ಆಳವಾದ ಒಳನೋಟಗಳನ್ನು ನೀಡುತ್ತದೆ. ಋತವನ್ನು ಅರ್ಥಮಾಡಿಕೊಳ್ಳುವ ಮತ್ತು ಸಾಕಾರಗೊಳಿಸುವ ಮೂಲಕ, ವ್ಯಕ್ತಿಗಳು ಸಾಮರಸ್ಯ, ಸತ್ಯ ಮತ್ತು ನೈತಿಕ ಸಮಗ್ರತೆಯ ಜೀವನವನ್ನು ನಡೆಸಬಹುದು. ಋತದ ಅಧ್ಯಯನವು ಪ್ರಾಚೀನ ಭಾರತೀಯ ತತ್ವಶಾಸ್ತ್ರವನ್ನು ಅರ್ಥಮಾಡಿಕೊಳ್ಳಲು ನಿರ್ಣಾಯಕವಾಗಿದೆ ಮಾತ್ರವಲ್ಲದೆ ಸಮಕಾಲೀನ ನೈತಿಕ ಮತ್ತು ನೈತಿಕ ಸಮಸ್ಯೆಗಳನ್ನು ಪರಿಹರಿಸಲು ಒಂದು ಅಮೂಲ್ಯವಾದ ಚೌಕಟ್ಟನ್ನು ಸಹ ಒದಗಿಸುತ್ತದೆ. ಋತದ ತತ್ವಗಳನ್ನು ದೈನಂದಿನ ಜೀವನ ಮತ್ತು ತಾತ್ವಿಕ ವಿಚಾರಣೆಯಲ್ಲಿ ಸಂಯೋಜಿಸುವುದರಿಂದ ನಾವು ಹೆಚ್ಚು ಸಾಮರಸ್ಯ ಮತ್ತು ಸಮತೋಲಿತ ಜಗತ್ತಿಗೆ ಕೊಡುಗೆ ನೀಡಲು ಅನುಕೂಲ ಮಾಡಿಕೊಡುತ್ತದೆ.

ಋತ ಎಂಬುದನ್ನು ಈಗ ಮನಃಶಾಸ್ತ್ರ ಪ್ರಕಾರ ನೋಡೋಣ: ಕಾರ್ಲ್ ಸಗಾನ್ ಹೇಳಿದಂತೆ, "ನಮ್ಮ ಡಿಎನ್‌ಎಗಳಲ್ಲಿರುವ ಸಾರಜನಕ, ನಮ್ಮ ಹಲ್ಲುಗಳಲ್ಲಿನ ಕ್ಯಾಲ್ಸಿಯಂ, ನಮ್ಮ ರಕ್ತದಲ್ಲಿರುವ ಕಬ್ಬಿಣ, ನಮ್ಮ ಸೇಬಿನ ಪೈಗಳಲ್ಲಿನ ಇಂಗಾಲವು ಕುಸಿಯುತ್ತಿರುವ ನಕ್ಷತ್ರಗಳ ಒಳಭಾಗದಲ್ಲಿ ತಯಾರಿಸಲ್ಪಟ್ಟಿವೆ." ಮೆದುಳು ಕೂಡ ಇದಕ್ಕೆ ಹೊರತಾಗಿಲ್ಲ: ಅದೂ ಸಹ ನಕ್ಷತ್ರಗಳಿಂದ ಮಾಡಲ್ಪಟ್ಟಿದೆ. ನೀತ್ಸೆ ಅಧಿಕಾರದ ಇಚ್ಛೆ ಎಂಬುದರ ಕುರಿತಾಗಿ ಹೇಳುತ್ತಾನೆ: ಶಕ್ತಿಯ ಹುಡುಕಾಟವು ಮಾನಸಿಕ ವಿದ್ಯಮಾನವನ್ನು ಮೀರಿ ಬ್ರಹ್ಮಾಂಡಕ್ಕೆ ವಿಸ್ತರಿಸುತ್ತದೆ - ಇಡೀ ವಿಶ್ವವು ಶಕ್ತಿಯ ಇಚ್ಛೆಯಿಂದ ನಡೆಸಲ್ಪಡುತ್ತದೆ. ಮನಸ್ಸು ಎನ್ನುವುದು ಪ್ರಕೃತಿ, ವಿಶ್ವ ಮತ್ತು ಬ್ರಹ್ಮಾಂಡದಿಂದ ಉತ್ಪತ್ತಿಯಾಗಿದೆ ಮತ್ತು ಅದು ಎಲ್ಲೆಡೆ ಕಂಡುಬರುವ ಅದೇ ಚಲನಶೀಲತೆಯನ್ನು ಅನುಸರಿಸುತ್ತದೆ.

ಸಾಧಕನು ಎಲ್ಲಿ ನೋಡಿದರೂ ಸಹ ಭೂಮಿಯ ಮೇಲೆ, ನಕ್ಷತ್ರಗಳಲ್ಲಿ, ಗೆಲಕ್ಸಿಗಳಲ್ಲಿ, ಮನಸ್ಸಿನೊಳಗೆ, ಅವನು ಶಕ್ತಿಯ ಇಚ್ಛೆಯನ್ನು ಕಾಣುತ್ತಾನೆ.

ಬ್ರಹ್ಮಾಂಡ ಮತ್ತು ಪ್ರಜ್ಞೆಯ ನಡುವಿನ ಸಂಬಂಧದ ಬಗ್ಗೆ ನೀತ್ಸೆಯವರ ಅಭಿಪ್ರಾಯಕ್ಕೆ ವಿಜ್ಞಾನಿಗಳು ಸಮ್ಮತಿಸುತ್ತಾರೆ. ಮನೋವಿಜ್ಞಾನವು ಜಾಗೃತ ಜೀವನದ ಹೊರಹೊಮ್ಮುವಿಕೆಗೆ ಪೂರ್ವಭಾವಿಯಾಗಿರುವ ವಿಶ್ವದಲ್ಲಿದೆ, ಅದು ತನ್ನದೇ ಆದ ಅಸ್ತಿತ್ವವನ್ನು ಆಶ್ಚರ್ಯಪಡುವ ಸಾಮರ್ಥ್ಯವನ್ನು ಹೊಂದಿದೆ. ಇದಕ್ಕೆ ಅನುಗುಣವಾಗಿ, ಮಾನವಶಾಸ್ತ್ರದ ತತ್ವವು ಬ್ರಹ್ಮಾಂಡದ ನಿಯಮಗಳು ಮತ್ತು ಸ್ಥಿರಾಂಕಗಳು ಹೇಗೆ ಸಂಪೂರ್ಣವಾಗಿ ಮಾಪನಾಂಕ ನಿರ್ಣಯಿಸಲ್ಪಟ್ಟಿವೆ ಮತ್ತು ಪ್ರಜ್ಞೆಯು ಕೇವಲ ಕಾರ್ಯಸಾಧ್ಯವಲ್ಲ - ಇದು ಅನಿವಾರ್ಯ ವಿಶ್ವದ ಫಲಿತಾಂಶವಾಗಿದೆ ಎಂಬುದನ್ನು ಗಮನಿಸುತ್ತದೆ. ನಮ್ಮ ಮನೋವಿಜ್ಞಾನವು ಆಕಸ್ಮಿಕ ಅಸಂಗತತೆಯಾಗಿ ಹೊರಹೊಮ್ಮುವುದಿಲ್ಲ ಆದರೆ ಅದಕ್ಕೆ ಕಾರಣವಾದ ವಿಶ್ವಕ್ಕೆ ಕನ್ನಡಿಯಾಗಿ ಹೊರಹೊಮ್ಮುತ್ತದೆ.

ಹಾಗಾದರೆ, ಬ್ರಹ್ಮಾಂಡವು ಸೃಷ್ಟಿಸಿದ ಈ ಮನೋವಿಜ್ಞಾನ ಏನು? ಮನೋವಿಜ್ಞಾನವು ಮಾನಸಿಕ ಜೀವನದ ನಾಲ್ಕು ಉನ್ನತ ಮಟ್ಟದ ಆಯಾಮಗಳನ್ನು ಕಂಡುಹಿಡಿದಿದೆ: ಸಾಮರಸ್ಯ, ಶಕ್ತಿ, ಅವ್ಯವಸ್ಥೆ ಮತ್ತು ಕ್ರಮ. ಸ್ಲಾಲೋಮ್ ಶ್ವಾರ್ಟ್ಜ್ ಅವರ ಮೂಲಭೂತ ಮೌಲ್ಯಗಳ ಸಿದ್ಧಾಂತ, ಕ್ವಿನ್‌ರ ಸ್ಪರ್ಧಾತ್ಮಕ ಮೌಲ್ಯಗಳ ಚೌಕಟ್ಟು, ಹೊಗನ್‌ರ ಉದ್ದೇಶಗಳ ಮೌಲ್ಯಗಳು ಮತ್ತು ಆದ್ಯತೆಗಳ ದಾಸ್ತಾನು ಮತ್ತು ಇತರ ಹಲವು ವರ್ಗೀಕರಣಗಳನ್ನು ನೋಡಿದರೆ ಈ ಅಂಶವು ಮನದಟ್ಟಾಗುತ್ತದೆ. ಈ ಎಲ್ಲಾ ಚೌಕಟ್ಟುಗಳು, ಪ್ರಾಯೋಗಿಕ ಸಂಶೋಧನೆಯ ಮೂಲಕ, ಸಂಖ್ಯಾಶಾಸ್ತ್ರೀಯವಾಗಿ ವಿಶಾಲ ವಿಶ್ವದಲ್ಲಿ ಕಂಡುಬರುವ ನಾಲ್ಕು ತತ್ವಗಳಾಗಿ ವಿಭಜಿಸುತ್ತವೆ.

ಪ್ರಕೃತಿಯ ಮೂಲಭೂತ ಶಕ್ತಿಗಳಾದ ಗುರುತ್ವಾಕರ್ಷಣೆ, ವಿದ್ಯುತ್ಕಾಂತೀಯತೆ ಮತ್ತು ಪರಮಾಣು ಶಕ್ತಿಗಳನ್ನು "ಸಾಮರಸ್ಯ" ತತ್ವಗಳು ಮಾರ್ಗದರ್ಶಿಸುತ್ತವೆ. ಭೌತವಿಜ್ಞಾನಿಗಳು ಇದನ್ನು ಬ್ರಹ್ಮಾಂಡದ "ಸೂಕ್ಷ್ಮ-ಶೃತಿ" ಎಂದು ಸಾಮಾನ್ಯವಾಗಿ ಕರೆಯುತ್ತಾರೆ, ಜೀವವನ್ನು ಉಳಿಸಿಕೊಳ್ಳಲು ಅವು ಸಂಪೂರ್ಣವಾಗಿ ಸಮತೋಲಿತವಾಗಿವೆ. ಉದಾಹರಣೆಗೆ,

ಗುರುತ್ವಾಕರ್ಷಣೆಯು ಸ್ವಲ್ಪ ಬಲವಾಗಿದ್ದರೆ ಅಥವಾ ದುರ್ಬಲವಾಗಿದ್ದರೆ, ಗ್ರಹಗಳ ರಚನೆಗಳು ತೀವ್ರವಾಗಿ ಭಿನ್ನವಾಗಿರುತ್ತವೆ ಮತ್ತು ಜೀವವು ಅಸ್ತಿತ್ವದಲ್ಲಿರುತ್ತಿರಲಿಲ್ಲ. ಪರಮಾಣು ಬಲವು ಸ್ವಲ್ಪ ದುರ್ಬಲವಾಗಿದ್ದರೆ, ಆವರ್ತಕ ಕೋಷ್ಟಕದಲ್ಲಿ ಹೈಡ್ರೋಜನ್ ಮಾತ್ರ ಸ್ಥಿರ ಅಂಶವಾಗಿರುತ್ತದೆ - ನಮಗೆ ಉಸಿರಾಡಲು ಆಮ್ಲಜನಕ ಅಥವಾ ಕುಡಿಯಲು ನೀರು ಇರುತ್ತಿರಲಿಲ್ಲ. ಆದರೆ ನಮಗೆ ತಿಳಿದಿರುವಂತೆ ವಿಶ್ವವು ನಕ್ಷತ್ರಗಳ ಮಧ್ಯಭಾಗದಲ್ಲಿ ಆಮ್ಲಜನಕವು ರೂಪುಗೊಳ್ಳಲು ಸರಿಯಾಗಿದೆ, ಇದು ಭೂಮಿಯ ಮೇಲೆ ಜೀವನವನ್ನು ಸಾಧ್ಯವಾಗಿಸುತ್ತದೆ. ಸಂಸ್ಥೆಗಳಲ್ಲಿ, ಸಾಮರಸ್ಯವು ಏಕತೆ, ಒಗ್ಗಟ್ಟು ಮತ್ತು ಸಹಕಾರವಾಗಿದೆ. ಇದು ಆಂತರಿಕ ಶಾಂತಿಗಾಗಿ ನಮ್ಮ ಆಂತರಿಕ ಹುಡುಕಾಟವೂ ಆಗಿದೆ. ಇದು ಜೀವನದ ವಿಭಿನ್ನ ಅಂಶಗಳ ನಡುವಿನ ಸಮತೋಲನವಾಗಿದೆ, ಆ ಮೂಲಕ ಅವು ಸಂಘರ್ಷಕ್ಕಿಂತ ಹೆಚ್ಚಾಗಿ ಪರಸ್ಪರ ಪೂರಕವಾಗಿರುತ್ತವೆ. ಇದು ಒಂದು ದಿಕ್ಕಿನಲ್ಲಿ ಹೆಚ್ಚು ದೂರ ಹೋಗುವುದಿಲ್ಲ. ಸಂಬಂಧಗಳಲ್ಲಿ, ಆರೋಗ್ಯಕರ ಸಂವಹನಗಳಿಗೆ ಸಾಮರಸ್ಯವು ಅತ್ಯಗತ್ಯ, ಮತ್ತು ಇದು ಸಹಾನುಭೂತಿ, ಸೂಕ್ಷ್ಮ ಸಂವಹನ, ವ್ಯತ್ಯಾಸಗಳನ್ನು ನ್ಯಾವಿಗೇಟ್ (ಸಂಚರಣೆ) ಮಾಡುವುದು ಮತ್ತು ಪರಸ್ಪರ ಗೌರವದಂತಹ ವಿಷಯಗಳನ್ನು ಒಳಗೊಂಡಿರುತ್ತದೆ. ಇದು ವೈವಿಧ್ಯಮಯ ಗುಂಪುಗಳ ಶಾಂತಿಯುತ ಸಹಬಾಳ್ವೆ ಮತ್ತು ವೈಯಕ್ತಿಕ ಸ್ವಾತಂತ್ರ್ಯಗಳು ಮತ್ತು ಸಾಮೂಹಿಕ ಜವಾಬ್ದಾರಿಗಳಿಗೆ ಬದ್ಧತೆಯ ನಡುವಿನ ಸಮತೋಲನವಾಗಿದೆ. ಇದು ಆರೋಗ್ಯಕರ ಸಾಂಸ್ಥಿಕ ಸಂಸ್ಕೃತಿಯಾಗಿದೆ.

ಶಕ್ತಿ ಎಂದರೆ ಪ್ರಭಾವ ಬೀರುವ ಮತ್ತು ರೂಪಾಂತರಗೊಳ್ಳುವ ಸಾಮರ್ಥ್ಯ. ಆಕಾಶಕಾಯಗಳು ಗುರುತ್ವಾಕರ್ಷಣೆಯ ಮೂಲಕ ಇದನ್ನು ಪ್ರದರ್ಶಿಸುತ್ತವೆ. ಸೂರ್ಯನ ಆಕರ್ಷಣೆಯು ಗ್ರಹಗಳನ್ನು ಕಕ್ಷೆಯಲ್ಲಿ ಇಡುತ್ತದೆ, ಆದರೆ ಕಪ್ಪು ಕುಳಿಯ ಅಗಾಧ ಗುರುತ್ವಾಕರ್ಷಣೆಯ ಆಕರ್ಷಣೆಯು ಹತ್ತಿರದ ನಕ್ಷತ್ರಗಳ ಮೇಲೆ ಗಮನಾರ್ಹವಾಗಿ ಪರಿಣಾಮ ಬೀರುತ್ತದೆ. ಬ್ರಹ್ಮಾಂಡದ ನೈಸರ್ಗಿಕ ವಿಸ್ತರಣೆಯ ಪ್ರವೃತ್ತಿಯನ್ನು ಶಕ್ತಿಯ ಭೌತಿಕ ಅಭಿವ್ಯಕ್ತಿಯಾಗಿ ಕಾಣಬಹುದು, ಏಕೆಂದರೆ ಅದು ಶೂನ್ಯತೆಯ ಮೇಲೆ ತನ್ನನ್ನು ತಾನು ಪ್ರಯೋಗಿಸಿಕೊಳ್ಳುತ್ತದೆ, ಅದನ್ನು ವಸ್ತು ಮತ್ತು ಶಕ್ತಿಯಿಂದ

ತುಂಬುತ್ತದೆ. ಈ ರೀತಿಯಾಗಿ, ಬ್ರಹ್ಮಾಂಡವು ಸ್ಥಿರವಾಗಿಲ್ಲ, ಆದರೆ ಅದು ಹೆಚ್ಚುತ್ತಿರುವ ವೇಗದಲ್ಲಿ ನಿರಂತರ ಪ್ರಗತಿಯ ಸ್ಥಿತಿಯಲ್ಲಿದೆ. ಸಂಸ್ಥೆಗಳಲ್ಲಿ, ಶಕ್ತಿಯು ಭವ್ಯವಾದದ್ದರಲ್ಲಿದೆ ಮತ್ತು ನೀತ್ಸೆ ಎಂಬ ವಿಜ್ಞಾನಿ ಹೇಳಿದಂತೆ, ಶ್ರೇಷ್ಠತೆಗಾಗಿ ಶ್ರಮಿಸುತ್ತದೆ. ದೈಹಿಕ, ಮಾನಸಿಕ, ನೈತಿಕ, ಆಧ್ಯಾತ್ಮಿಕ, ಆಧ್ಯಾತ್ಮಿಕ ಅಥವಾ ಸೌಂದರ್ಯಶಾಸ್ತ್ರೀಯವಾಗಿರಬಹುದಾದ ಮತ್ತು ನಮ್ಮ ಗ್ರಹಿಸುವ ಸಾಮರ್ಥ್ಯಕ್ಕೆ ಮೀರಿದ ಅಗಾಧವಾದ ಶಕ್ತಿಶಾಲಿಯಾದ ಯಾವುದನ್ನಾದರೂ ನಾವು ಆಶ್ಚರ್ಯಪಡುವಾಗ ಭವ್ಯತೆಯು ಎದುರಾಗುತ್ತದೆ. ದಿಟ್ಟ, ಅರ್ಥಪೂರ್ಣ ದೃಷ್ಟಿ ಮತ್ತು ಅಸಾಧಾರಣ ನಾಯಕ ವಿಸ್ಮಯಕಾರಿ ನೈತಿಕ ಧೈರ್ಯದಿಂದ ಏನನ್ನಾದರೂ ಬೆಂಬಲಿಸಿದಾಗ ಜನರು ಸಂಸ್ಥೆಗಳಲ್ಲಿ ಇದನ್ನು ಅನುಭವಿಸಬಹುದು. ಭವ್ಯವಾದದ್ದು ದುಸ್ತರವೆಂದು ತೋರುವುದಾಗಿರುವಂತಹ, ಆದರೆ ಆಳವಾದ ಸ್ವತಂತ್ರ ಭಾವನೆ ಮತ್ತು ಉತ್ಸಾಹದಿಂದ ಅವುಗಳ ವಿರುದ್ಧ ಹೋರಾಡುವ ಸವಾಲುಗಳನ್ನು ಎದುರಿಸುವುದರ ಕುರಿತಾಗಿಯೂ ಇದೆ. ಅದು ಅಧಿಕಾರ ಪಡೆಯುವುದು ಮತ್ತು ಹಕ್ಕುಗಳನ್ನು ಹೊಂದಿರುವುದು, ಸ್ವಾಯತ್ತತೆಯನ್ನು ಹೊಂದಿರುವುದು ಮತ್ತು ಕ್ರಿಯೆಯನ್ನು ಪ್ರೇರೇಪಿಸುವ, ಜಯಿಸುವ ಮತ್ತು ಸಾಧಿಸುವ ಸಾಮರ್ಥ್ಯವನ್ನು ಹೊಂದಿರುತ್ತದೆ.

ಉಷ್ಣಬಲ (ಥರ್ಮೋಡೈನಮಿಕ್ಸ್) ವಿಜ್ಞಾನದ ನಿಯಮಗಳು ವಿಶ್ವದ ಅನಿರೀಕ್ಷಿತತೆಗೆ ಕೊಡುಗೆ ನೀಡುತ್ತವೆ. ಪ್ರತ್ಯೇಕ ವ್ಯವಸ್ಥೆಯ ಅವ್ಯವಸ್ಥೆಯು ಕಾಲಾನಂತರದಲ್ಲಿ ಹೆಚ್ಚಾಗುತ್ತದೆ ಎಂದು ಹೇಳುವ ಉಷ್ಣಬಲ ವಿಜ್ಞಾನದ ಎರಡನೇ ನಿಯಮವು ವಿಶ್ವ ಪ್ರಮಾಣದಲ್ಲಿ ಅಸ್ತವ್ಯಸ್ತವಾಗಿರುವ ಪ್ರಗತಿಯನ್ನು ಸೂಚಿಸುತ್ತದೆ. ಅವ್ಯವಸ್ಥೆಯು ಬ್ರಹ್ಮಾಂಡದ ಪೂರ್ವನಿಯೋಜಿತ ಸ್ಥಿತಿಯಾಗಿದೆ. ಅಸ್ವಸ್ಥತೆಯ ಕಡೆಗೆ ಈ ನೈಸರ್ಗಿಕ ದಿಕ್ಚ್ಯುತಿಯು ಸಂಕೀರ್ಣ ವಿಶ್ವ ರಚನೆಗಳ ರಚನೆಗೆ ಇಂಧನವನ್ನು ನೀಡುವುದಲ್ಲದೆ, ಬ್ರಹ್ಮಾಂಡವು ನಿರಂತರ ರೂಪಾಂತರದಲ್ಲಿದೆ ಎಂದು ಖಚಿತಪಡಿಸುತ್ತದೆ. ಸಂಸ್ಥೆಗಳಲ್ಲಿ, ಕಾಸ್ಮಿಕ್ ಅವ್ಯವಸ್ಥೆ ಹೊಸ ನಕ್ಷತ್ರಗಳು ಮತ್ತು ಗೆಲಾಕ್ಸಿಗಳ ಸೃಷ್ಟಿಗೆ ಕಾರಣವಾಗುವಂತೆಯೇ, ವೈಯಕ್ತಿಕ ಅವ್ಯವಸ್ಥೆಯು ರೂಪಾಂತರಕ್ಕೆ ವೇಗವರ್ಧಕವಾಗಬಹುದು. ಹೊಸದನ್ನು ಕಲಿಯುವುದು ಎಂದರೆ ಏನನ್ನಾದರೂ ಸೇರಿಸಲಾಗಿಲ್ಲ, ಬದಲಿಗೆ

ಹಳೆಯ ಕಲ್ಪನೆಯು ಸತ್ತುಹೋಗಿದೆ ಎಂದರ್ಥ! ಮರಿಹುಳುಗಳಿಂದ ಚಿಟ್ಟೆಗೆ ರೂಪಾಂತರದಂತೆ ವ್ಯಕ್ತಿಯು ಹೊಸತಾಗಿ ಮಾರ್ಪಟ್ಟಿದ್ದಾನೆ. ಮತ್ತು ನಮ್ಮ ಸೌಕರ್ಯ ವಲಯದ ಹೊರಗೆ, ಅವ್ಯವಸ್ಥೆ ಮತ್ತು ಅನಿರೀಕ್ಷಿತತೆಗೆ ವಿಸ್ತರಿಸುವುದು ಹೇಗೆ ಸ್ವಯಂ ರೂಪಾಂತರ ಸಂಭವಿಸುತ್ತದೆ ಎಂಬುದನ್ನು ಈಗಾಗಲೇ ನೋಡಿದ್ದೇವೆ. ಸಂಬಂಧಿತವಾಗಿ, ಅವ್ಯವಸ್ಥೆ ಮತ್ತು ಸೃಜನಶೀಲತೆಯ ನಡುವಿನ ಸಂಪರ್ಕವನ್ನು ಚೆನ್ನಾಗಿ ಗುರುತಿಸಲಾಗಿದೆ. ಅಸ್ತವ್ಯಸ್ತವಾಗಿರುವ ವಿಶ್ವದ ಘಟನೆಗಳು ಹೊಸ ರೀತಿಯ ಆಕಾಶ ವಿದ್ಯಮಾನಗಳಿಗೆ ಕಾರಣವಾಗುವಂತೆಯೇ, ವಿಭಿನ್ನ ಚಿಂತನೆಯು ಸಂಸ್ಥೆಗಳಲ್ಲಿ ಹೊಸ ಆವಿಷ್ಕಾರಗಳಿಗೆ ಕಾರಣವಾಗಬಹುದು. ಕಲಾವಿದರು ತಮ್ಮ ಸೃಜನಶೀಲ ಪ್ರಕ್ರಿಯೆಯಲ್ಲಿ ಅವ್ಯವಸ್ಥೆಯನ್ನು ಅಳವಡಿಸಿಕೊಳ್ಳುವ ಬಗ್ಗೆ ಮಾತನಾಡುತ್ತಾರೆ, ಕ್ರಮದ ನಿರ್ಬಂಧಗಳಿಲ್ಲದೆ ಕಲ್ಪನೆಯನ್ನು ಮೂಲ ಕಲಾಕೃತಿಗಳನ್ನು ರಚಿಸಲು ಅನುಮತಿಸುತ್ತದೆ. ವ್ಯವಹಾರದಲ್ಲಿ, ಹೊಸ ಉತ್ಪನ್ನಗಳು, ಮಾರ್ಕೆಟಿಂಗ್ ಚಾನೆಲ್‌ಗಳು, ತಂತ್ರಜ್ಞಾನ ಪ್ರಗತಿಗಳು ಮತ್ತು ಕಾರ್ಯಾಚರಣೆಯ ಸವಾಲುಗಳನ್ನು ಪರಿಹರಿಸಲು ಮೂಲಭೂತ ಸೃಜನಶೀಲ ಮಾರ್ಗಗಳಿಗಾಗಿ ಮೂಲ ವಿಚಾರಗಳನ್ನು ವೇಗವರ್ಧಿಸಲು ಇದು ಅವ್ಯವಸ್ಥೆಯನ್ನು ಅಳವಡಿಸಿಕೊಳ್ಳುತ್ತದೆ. "ನೃತ್ಯ ತಾರೆಗೆ ಜನ್ಮ ನೀಡಲು ಸಾಧ್ಯವಾಗುವಂತೆ ಒಬ್ಬ ವ್ಯಕ್ತಿಯು ತನ್ನಲ್ಲಿ ಇನ್ನೂ ಅವ್ಯವಸ್ಥೆಯನ್ನು ಹೊಂದಿರಬೇಕು" ಎಂದಾಗಿ ನೀತ್ಸೆ ದಸ್ ಸ್ಪೋಕ್ ಜರಾತುಸ್ತ್ರದಲ್ಲಿ ಹೇಳಿರುತ್ತಾನೆ.

ಗ್ರಹಗಳ ಕಕ್ಷೆಗಳಿಂದ ಹಿಡಿದು ಕಣಗಳ ವರ್ತನೆಯವರೆಗೆ ಎಲ್ಲವನ್ನೂ ನಿಯಂತ್ರಿಸುವ ನಿಯಮಗಳ ಗುಂಪಿನಿಂದ ಅಸ್ತವ್ಯಸ್ತತೆಯ ಕಡೆಗೆ ಚಲಿಸುವಿಕೆಯನ್ನು ಪ್ರತಿಬಂಧಿಸಲಾಗುತ್ತದೆ. ಸ್ನೋಫ್ಲೇಕ್‌ಗಳ ಸಮ್ಮಿತಿಯಿಂದ ಹಿಡಿದು ಗೆಲಕ್ಸಿಗಳ ಸುರುಳಿಯಾಕಾರದ ತೋಳುಗಳವರೆಗೆ ನೈಸರ್ಗಿಕ ಜಗತ್ತಿನಲ್ಲಿ ಕಂಡುಬರುವ ನಿಯಮಿತ ಮಾದರಿಗಳಲ್ಲಿ ವ್ಯಕ್ತವಾಗುವ ಈ ಋತವು ವಿಶ್ವದಲ್ಲಿ ಕ್ರಮವನ್ನು ಸಾಕಾರಗೊಳಿಸುತ್ತದೆ. ಈ ಅರ್ಥದಲ್ಲಿ, ಬ್ರಹ್ಮಾಂಡದ ಸೌಂದರ್ಯವು ಅದರ ದೃಶ್ಯ ವೈಭವದಲ್ಲಿ ಮಾತ್ರವಲ್ಲದೆ ಅದರ ಆಧಾರವಾಗಿರುವ ರಚನೆಯಲ್ಲಿಯೂ ಇದೆ, ಸ್ಥಳ ಮತ್ತು

ಸಮಯವನ್ನು ಆಧಾರವಾಗಿಟ್ಟುಕೊಳ್ಳುವ ಸೊಗಸಾದ ಗಣಿತದ ತತ್ವಗಳೂ ಸಹ ಇವೆ. ಸಂಸ್ಥೆಗಳಲ್ಲಿ, ಎಂಟ್ರೊಪಿ (ಅಂದರೆ, ಒಂದು ವ್ಯವಸ್ಥೆಯ ಉಷ್ಣ ಶಕ್ತಿಯ ಅಲಭ್ಯತೆಯನ್ನು ಯಾಂತ್ರಿಕ ಕೆಲಸವಾಗಿ ಪರಿವರ್ತಿಸಲು ಪ್ರತಿನಿಧಿಸುವ ಉಷ್ಣಬಲ ವಿಜ್ಞಾನದ ಪ್ರಮಾಣ, ಇದನ್ನು ಸಾಮಾನ್ಯವಾಗಿ ವ್ಯವಸ್ಥೆಯಲ್ಲಿನ ಅಸ್ವಸ್ಥತೆ ಅಥವಾ ಯಾದೃಚ್ಛಿಕತೆಯ ಮಟ್ಟ ಎಂದು ಅರ್ಥೈಸಲಾಗುತ್ತದೆ) ವಿರುದ್ಧದ ಹೋರಾಟವು ದೈನಂದಿನ ಜೀವನದ ಅವ್ಯವಸ್ಥೆಯನ್ನು ಕ್ರಮಗೊಳಿಸಲು ನಾವು ಮಾಡುವ ಪ್ರಯತ್ನಗಳನ್ನು ಪ್ರತಿಬಿಂಬಿಸುತ್ತದೆ, ದಿನಚರಿಗಳು, ಗುರಿಗಳು, ವ್ಯವಸ್ಥೆಗಳು, ಸಾಂಸ್ಥಿಕ ರಚನೆ ಮತ್ತು ಪ್ರಕ್ರಿಯೆಗಳು ಮತ್ತು ಕಾರ್ಯವಿಧಾನಗಳನ್ನು ರಚಿಸಲು ಶ್ರಮಿಸುತ್ತದೆ. ಸಂಸ್ಥೆಗಳಲ್ಲಿರುವ ಜನರು ಕ್ರಮದಿಂದ ಅರ್ಥವನ್ನು ಪಡೆಯುತ್ತಾರೆ. ಅಸ್ತಿತ್ವವಾದದ ಮಟ್ಟದಲ್ಲಿ, ಅರ್ಥದ ಹುಡುಕಾಟವು ಹೆಚ್ಚಾಗಿ ಸುಸಂಬದ್ಧ ರಚನೆಯ ಅನ್ವೇಷಣೆಯಾಗಿದೆ. ವಿಜ್ಞಾನಿಗಳು ಬ್ರಹ್ಮಾಂಡವನ್ನು ನಿಯಂತ್ರಿಸುವ ಕಾನೂನುಗಳನ್ನು ಕಂಡುಹಿಡಿಯಲು ಪ್ರಯತ್ನಿಸುವಂತೆಯೇ, ವ್ಯಕ್ತಿಗಳು ತಮ್ಮ ಅನುಭವಗಳನ್ನು ಅರ್ಥ ಮಾಡಿಕೊಳ್ಳಲು ಚೌಕಟ್ಟನ್ನು ಒದಗಿಸುವ ತತ್ವಶಾಸ್ತ್ರಗಳು, ಧರ್ಮಗಳು ಮತ್ತು ನಿರೂಪಣೆಗಳನ್ನು ಹುಡುಕುತ್ತಾರೆ. ಅವ್ಯವಸ್ಥೆಯ ನಡುವೆ, ಒಂದು ಉದ್ದೇಶವನ್ನು ಕಂಡುಹಿಡಿಯಬೇಕಿರುವ ಅವಶ್ಯಕತೆ ಇದೆ.

ವಿಜ್ಞಾನಿಗಳು ಹೇಳುವಂತೆ, ಬ್ರಹ್ಮಾಂಡದಲ್ಲಿನ ಮೂಲಭೂತ ಶಕ್ತಿಗಳು ಮಾನವ ಮನೋವಿಜ್ಞಾನದಲ್ಲಿ ಹುದುಗಿವೆ. ನಮ್ಮೊಳಗಿನ ಬ್ರಹ್ಮಾಂಡ ಎಂದು ಭಾವಿಸಬಹುದಾದ ನಮ್ಮ ಪ್ರಜ್ಞೆಯು ಸಾಮರಸ್ಯ, ಶಕ್ತಿ, ಅವ್ಯವಸ್ಥೆ ಮತ್ತು ಕ್ರಮದಿಂದ ಮಾಡಲ್ಪಟ್ಟಿದೆ. ಇಲ್ಲಿ ನಾವು ನಮ್ಮ ಆಳವಾದ ಪ್ರೇರಣೆಗಳು, ನಮ್ಮ ಬಲವಾಗಿ ಹಿಡಿದಿಟ್ಟುಕೊಳ್ಳುವ ಮೌಲ್ಯಗಳು, ನಮ್ಮ ವ್ಯಕ್ತಿತ್ವದ ಸ್ವಭಾವಗಳು, ನಮ್ಮ ದೈನಂದಿನ ಮಾನಸಿಕ ಅಗತ್ಯಗಳು, ಭವಿಷ್ಯದ ಬಗ್ಗೆ ನಮ್ಮ ದೃಷ್ಟಿ, ನಮಗಿಂತ ಹೆಚ್ಚಿನದರೊಂದಿಗೆ ನಮ್ಮ ಸಂಪರ್ಕ, ಒಂದು ಧ್ಯೇಯದೊಂದಿಗೆ ನಮ್ಮ ತೊಡಗಿಸಿಕೊಳ್ಳುವಿಕೆ ಮತ್ತು ಅರ್ಥ ಮತ್ತು ಉದ್ದೇಶಕ್ಕಾಗಿ ನಮ್ಮ ಅನ್ವೇಷಣೆಯನ್ನು ಕಂಡುಕೊಳ್ಳುತ್ತೇವೆ.

ಗಮನಿಸಿ: ಋತ ಅರ್ಥವಾದಾಗ ಮಾತ್ರ ಸಾಧಕನಿಗೆ ವಿಧಿ ಎಂಬುದರ ಅರ್ಥ ಸರಿಯಾಗಿ ಗೋಚರವಾಗುತ್ತದೆ.

ಅಭಿಸಂಧಾಯ - ಎಂದಾಗಿ ಆರಂಭವಾಗುವ 12 ನೇ ಶ್ಲೋಕವನ್ನು ಈಗ ನೋಡೋಣ: ಮಾಡಿದಂತಹ ಕರ್ಮವು ಸಫಲತೆಯನ್ನೋ ಅಥವಾ ವಿಫಲತೆಯನ್ನೋ ತರಬಹುದು. ಹೀಗಾಗಿ, ಮಾಡಿದಂತಹ ಯಾವುದೇ ಕರ್ಮದ ಫಲವನ್ನು ರಾಜಸಿಕವಾಗಿ ಮಾತ್ರ ಸಾಧಕನು ತೆಗೆದುಕೊಳ್ಳಬೇಕು.

ಗಮನಿಸಿ: ಸಾಧಕನ ಉದ್ದೇಶ ನೆರವೇರಿದರೆ ಆಗ ಅದು ಸಾತ್ವಿಕ, ನೆರವೇರದಿದ್ದರೆ ಆಗ ಅದು ತಾಮಸಿಕ, ಇವೆರಡೂ ಆಗದಿದ್ದರೆ ಆಗ ಮಾತ್ರ ರಾಜಸಿಕವು ಲಭ್ಯ.

ಮಾಡಿದಂತಹ ಕರ್ಮದ ಫಲಗಳ ಚಿಂತನೆಯನ್ನು ತೊರೆದು ಕರ್ಮ ಮಾಡಿದಾಗ ಮಾತ್ರ ತ್ರೈತದ ಹತ್ತಿರ-ಹತ್ತಿರಕ್ಕೆ ಹೋಗಲು ಸಾಧಕನಿಗೆ ಸಾಧ್ಯವಾಗುತ್ತದೆ. ಫಲದ ಅಪೇಕ್ಷೆ ನೆರವೇರಲಿಲ್ಲ ಎಂದಾಕ್ಷಣ ಆ ಕರ್ಮವನ್ನೇ ಬಿಡುವುದಲ್ಲ. ಫಲದ ಅಪೇಕ್ಷೆ ನೆರವೇರಿತು ಎಂದಾಕ್ಷಣ ಅದನ್ನೇ ತಿನ್ನುತ್ತಾ ಕುಳಿತುಕೊಳ್ಳುವುದಲ್ಲ.

ಫಲದ ಅಪೇಕ್ಷೆ ನೆರವೇರಿತು, ಆಗಲಿ, ಅದರ ಜ್ಞಾನವನ್ನು ಮಾತ್ರ ಸಾಧಕನು ತೆಗೆದುಕೊಳ್ಳಬೇಕು, ವಿಚಾರವನ್ನು ತೆಗೆದುಕೊಳ್ಳಬೇಕು, ಆ ಕರ್ಮವನ್ನು ಬಿಟ್ಟುಬಿಡಬೇಕು, ಒದಗಿದಂತಹ ಆ ಫಲವೂ ಸಹ ಬೇಡ, ಫಲವನ್ನು ತೊರೆದು ಮುಂದೆ ಹೋದಾಗ ಮಾತ್ರ 'ಆಚಾರ ಧರ್ಮ' ಎಂಬುದು ಒದಗುತ್ತದೆ. ಹೀಗೆ ಮಾಡಿದರೆ ಮಾತ್ರ ಕರ್ಮ ಸ್ವಾಧ್ಯಾಯ ಎಂಬುದು ಹೋಗಿ, ಆಚಾರ ಧರ್ಮ ಎಂಬುದು ಬರುತ್ತದೆ ಎಂದಾಗಿ ವೇದ ತಜ್ಞರು ಹೇಳಿರುತ್ತಾರೆ.

ಫಲದ ಅಪೇಕ್ಷೆ ಇಲ್ಲದೆಯೇ ಯಜ್ಞಮಾಡಬೇಕು ಎಂದಾಗಿ ವೇದ ಹೇಳುತ್ತದೆ. ಹಾಗೆಂದು ಯಜ್ಞಕ್ಕೆ ಉದ್ದೇಶವೇ ಇಲ್ಲ ಎಂದಲ್ಲ, ಉದ್ದೇಶ ಇದೆ. ಕರ್ಮೇಷ್ಟಿಗಳು ಎಂದಾಗಿ ಇವೆ. ಇವುಗಳಲ್ಲಿ ಉದ್ದೇಶಗಳಿವೆ. ಕರ್ಮ ಸ್ವಾಧ್ಯಾಯ ಭಾಗದಲ್ಲಿ 11ನೆಯ ಹಾಗು 12ನೆಯ ಮಂತ್ರಗಳು ಹೇಳುತ್ತವೆ: ರಾಜಸವಾಗಿ ಯಜ್ಞದ ಫಲವನ್ನು ತೆಗೆದುಕೊಳ್ಳಿ, ಏಕೆಂದರೆ, ಇಂತಹ ಯಜ್ಞಕ್ಕೆ ಇಂತಹದ್ದೇ ಫಲ ಎಂದು ನಿರ್ದಿಷ್ಟತೆಯು ಯಾವುದೋ ಹಿಂದಿನ ಅನುಭವದ ಹೇಳಿಕೆಯ ಆಧಾರದ ಮೇಲೆ ಮಾತ್ರ ರೂಪುಗೊಂಡಿರುತ್ತದೆ.

ಯಾವುದೇ ಕರ್ಮಮಾಡಿದಾಗ ಅದರಿಂದ ದೊರಕುವಂತಹ ಫಲವು ವಿಧಿ ಪ್ರಕಾರವೇ ಆಗಿರುತ್ತದೆ. ಈ ವಿಧಿಯು ಋತವು ನಿರೂಪಿಸಿರುವಂತಹ ತತ್ವಗಳ ಪ್ರಕಾರ ಕೆಲಸಮಾಡುತ್ತದೆ. ಅಂದರೆ ವಿಧಿ ಎಂಬುದು ಯಾವುದಿದೆಯೋ ಅದೇ ಫಲ ರೂಪವನ್ನು ನಿರ್ದೇಶಿಸುತ್ತದೆ. ಹೀಗಾಗಿ ಕರ್ಮವನ್ನು ಸ್ವಾಧ್ಯಾಯರೂಪವಾಗಿ ಮಾಡಬೇಕಿದೆ.

ಕರ್ಮವು ಅವರವರದ್ದೇ ಆಗಿರುತ್ತದೆ. ಇಲ್ಲಿ ಸ್ವಾಧ್ಯಾಯ ಎಂದರೆ ನಾವು ಮಾಡುವಂತಹ ಅಧ್ಯಾಯ, ನಾವೇನು ಅಧ್ಯಯನ ಮಾಡಿದ್ದೇವೆಯೋ, ಅದರಿಂದ ಏನೇನನ್ನು ತಿಳಿದಿದ್ದೇವೆಯೋ, ಹಾಗೆ ಮಾಡುವುದು, ಅಷ್ಟೆ. ಅಂದುಕೊಂಡ ಫಲವೇನಾದರೂ ದಕ್ಕಿದರೇ ಅದೇ ಸಾತ್ವಿಕ, ಸಿಗದಿದ್ದರೆ ಬಿಟ್ಟುಬಿಡುವುದು, ಅಷ್ಟೆ. ಹೀಗೆ ಕರ್ಮವನ್ನು ನಾವು ಮುಂದುವರೆಸಿಕೊಂಡು ಹೋಗಬೇಕು ಎಂದಾಗಿ ವೇದ ಹೇಳುವಂತ ತ್ರೈತ ಸಿದ್ಧಾಂತದಿಂದ ಅರ್ಥಮಾಡಿಕೊಳ್ಳಬೇಕಿದೆ.

ವಿಧಿಹೀನ – ಎಂದಾಗಿ ಆರಂಭವಾಗುವಂತಹ 13ನೇ ಶ್ಲೋಕದ ಅರ್ಥವನ್ನು ಈಗ ತಿಳಿಯೋಣ: ಕೆಲವು ನಿಯಮಗಳು ಹೀಗಿವೆ: ಮಂತ್ರವಿಲ್ಲದೆ ಮಾಡಿದರೆ ಯಜ್ಞದ ಫಲ ದೊರಕುವುದಿಲ್ಲ; ಮಂತ್ರ ಹೇಳದೇನೇ ಆಹುತಿಯನ್ನು ನೀಡಿದರೆ ಅದು ದೋಷ; ದಕ್ಷಿಣೆ ಕೊಡದಿದ್ದರೆ ಯಾವುದೇ ಫಲ ದೊರಕುವುದಿಲ್ಲ; ಇತ್ಯಾದಿ. ಇವುಗಳಿಗೆ ಹಲವಾರು ಉದಾಹರಣೆಗಳನ್ನೂ ಸಹ ನೋಡಬಹುದಾಗಿದೆ.

'ಆದರೆ, ಇದಾವುವೂ ಸಹ ನನಗಲ್ಲ' ಎಂದಾಗಿ ಸಾಧಕನು ಎಣಿಸಬೇಕು ಮತ್ತು ಹೀಗೆ ಯೋಚಿಸಬೇಕು: ಇದಾವುದೂ ನನಗೆ ಸಂಬಂಧವಿಲ್ಲ. ಕರ್ಮ ಮಾಡಿದಾಗ ಮಾತ್ರ ಇವೆಲ್ಲವೂ ಲೆಕ್ಕವೇ ವಿನಃ, ಇಲ್ಲದಿದ್ದರೆ ಇಲ್ಲವಲ್ಲ? ಕರ್ಮ ಮಾಡಿದಾಗ ಮಾತ್ರ ಆ ಘಟನೆ ಸಂಭವಿಸುತ್ತದೆ, ನನಗೆ ಮುಂದಕ್ಕೆ ಹೋಗುವುದಕ್ಕೆ ಇದು ವಾಹಕವಾಗಿಬಿಡುತ್ತದೆ, ಅಷ್ಟೆ. ಇದನ್ನು ಉಪಯೋಗಿಸಿ ನಾನು ಮುಂದಕ್ಕೆ ಹೋಗಿಬಿಡುತ್ತೇನೆ. ಇದರಿಂದ ಒದಗುವಂತಹ ಫಲಗಳನ್ನು ಬೇರೆಯವರು ಅನುಭವಿಸಲಿ. ಇದು ನನಗೆ ಮುಂದಕ್ಕೆ ಹೋಗುವಂತಹ ಗುರಿ ಮಾತ್ರವೇ ಆಗಿರುತ್ತದೆ.

ಗಮನಿಸಿ: ಕರ್ಮವನ್ನು ವಾಹಕ ಮಾತ್ರವಾಗಿ ಇಟ್ಟುಕೊಂಡು ಸಾಧಕನು ಮುಂದುವರೆಯಬೇಕೇ ವಿನಃ, ಫಲಗಳಿಗಾಗಿ ಅವನು ಗಂಟುಬೀಳಬಾರದು.

ಶ್ರದ್ಧಾವಿರಹಿತಂ ಯಜ್ಞಂ ತಾಮಸಂ ಪರಿಚಕ್ಷತೇ - ಈ ಉಲ್ಲೇಖದಲ್ಲಿ ಶ್ರದ್ಧಾ ಎಂಬುದನ್ನು ಸಾಧಕನು ಅರ್ಥಮಾಡಿಕೊಳ್ಳಬೇಕು. ನಂತರದಲ್ಲಿ ಮಾತ್ರ ಆಚಾರ-ಧರ್ಮ ಬರುವುದಾಗಿದೆ.

ದೇವದ್ವಿಜ - ಎಂದಾಗಿ ಆರಂಭವಾಗುವಂತಹ 14ನೇ ಶ್ಲೋಕವನ್ನು ಈಗ ನೋಡೋಣ: ದೇವ, ದ್ವಿಜ ಹಾಗು ಗುರುವನ್ನು ಸಾಧಕ ಪೂಜಿಸಬೇಕು. (ಸೂಚನೆ: ಪೂರ್ಣ ಜಾಗೃತಿ ಎಂಬೆರೆಡು ಪದದಿಂದ ಪೂಜಾ ಎಂಬುದು ಬಂದಿದೆ.) ಈ ಮೂವರನ್ನು ಅರ್ಚಿಸಿ, ಅನುಸರಿಸುವ ಮೊದಲು, ಸಾಧಕನು ಇವರ ಕುರಿತಾಗಿ ಸಂಪೂರ್ಣವಾದ ಮಾಹಿತಿಯನ್ನು ಕಲೆಹಾಕಬೇಕು.

ಗಮನಿಸಿ: ಅರಿಯದೇ ಮಾಡುವಂತಹ ಅರ್ಚನೆ ಯಾವುದಕ್ಕೂ ಸಹ ಉಪಯೋಗವಿಲ್ಲ ಎಂದಾಗಿ ವೇದ ವಿಜ್ಞಾನ ಹೇಳುತ್ತದೆ.

ಹೀಗೆ, ಪೂರ್ಣ ಜಾಗೃತಿಯನ್ನು ಪಡೆಯಬೇಕಾದರೆ, ಸಾಧಕನಲ್ಲಿ ಯಾವ ಶಕ್ತಿ ಇರಬೇಕು? ಅದು ಏನು? ಈಗ ನೋಡೋಣ: ಶೌಚಮಾರ್ಜವಂ | ಬ್ರಹ್ಮಚರ್ಯಮಹಿಂ ಅಹಿಂಸಾಃ – ಹೀಗಾಗಬೇಕು.

ಸಾಮಾನ್ಯ ಸ್ತರದಲ್ಲಿ ಅವಲೋಕಿಸಿದಾಗ: ಭೂಲೋಕಕ್ಕೆ ಹಿಂಸೆಯಾದದ್ದು ದೇವಲೋಕಕ್ಕೆ ಅಹಿಂಸೆಯಾಗಿರಬಹುದು, ದೇವಲೋಕಕ್ಕೆ ಹಿಂಸೆಯಾದದ್ದು ಭೂಲೋಕಕ್ಕೆ ಅಹಿಂಸೆಯಾಗಿರಬಹುದು. ಇದು ಹೇಗೆ? ನೋಡೋಣ: ದಾನ, ಧರ್ಮ ಮಾಡಿಕೊಂಡಿರುವಂತಹ ಸಂಪದ್ಭರಿತ ಸಜ್ಜನನೊಬ್ಬನ ಆಯುಸ್ಸು. ಮುಗಿಯುತ್ತದೆ. ಆಗ ಅವನು ಸಾವನ್ನಪ್ಪುತ್ತಾನೆ. ಆಗ ಸಾಮಾನ್ಯರು ಹೀಗೆಂದುಕೊಳ್ಳುತ್ತಾರೆ: ಅಯ್ಯೋ ಪಾಪ, ಇವನು ಬಹಳ ಸಜ್ಜನನಾಗಿದ್ದ, ಆ ದೇವರಿಗೆ ಕಣ್ಣಿಲ್ಲ, ಇವನನ್ನೇ ಇಷ್ಟು ಬೇಗ ಕರೆದುಕೊಂಡುಬಿಟ್ಟ.. ಹಾಗಾದರೆ ಸಜ್ಜನನಾದವನಿಗೆ ಆಯಸ್ಸು ತೀರುವುದಿಲ್ಲವೆ? ಒಂದು ದಿನ ಅವನೂ ಸಹ ಸಾಯಬೇಕಲ್ಲವೆ? ಆಯಸ್ಸು ತೀರಿದಾಗ ದೇವನು ತನ್ನ ಕೆಲಸವನ್ನು ಮಾಡಿದ. ಆ ಸಜ್ಜನನ್ನು ಮುಗಿಸಿದ. ಈ ಕೆಲಸವು ಆ ದೇವನಿಗೆ ಅಹಿಂಸೆಯಾದರೆ, ಈ ಭೂಮಿಯ ಜನರಿಗೆ ಹಿಂಸೆಯಾಗಿ ಕಾಣುತ್ತದೆ!

ದೇವನ ಈ ಕೆಲಸವು ಆಚಾರ-ಧರ್ಮದಲ್ಲಿ ಕಂಡುಬರುತ್ತದೆ. ಹಾಗಾದರೆ ಹಿಂಸೆ ಹಾಗು ಅಹಿಂಸೆ ಎನ್ನುವುದನ್ನು ಯಾವುದರಲ್ಲಿ ನಿರ್ಣಯಮಾಡಬೇಕು?

ಶಾರೀರಂ ತಪ ಉಚ್ಯತೇ – ಶರೀರಕ್ಕೆ ಎಷ್ಟು ಸಾಧ್ಯವೋ ಅಷ್ಟು ಕೆಲಸ ಮಾಡಿದರೆ ಅದು ಅಹಿಂಸೆಯಾಗುತ್ತದೆ, ಒಂದು ವೇಳೆ ಏನಾದರೂ ಅದು ತನಗಾಗದಷ್ಟು ಕೆಲಸ ಮಾಡಲು ಹೊರಟಿತೋ ಆಗ ಅದು ಹಿಂಸೆ ಎಂದಾಗುತ್ತದೆ. ಶರೀರವು ಆಗ ತನಗಾಗದ ಕೆಲಸವನ್ನು ಬಿಟ್ಟುಬಿಡಬೇಕು. ಇಷ್ಟನ್ನು ಅನುಸರಿಸಿಕೊಂಡು ಬಂದು ಸಾಧಕನು ತನ್ನ ವಾಕ್-ಧರ್ಮವನ್ನು ಪಾಲಿಸಬೇಕು. ಇಲ್ಲಿ ವಾಕ್-ಧರ್ಮ ಎಂದರೆ ಮಾತನಾಡುವುದು.

ಅನುದ್ವೇಗಕರಂ – ಎಂದಾಗಿ ಆರಂಭವಾಗುವಂತಹ 15ನೇ ಶ್ಲೋಕವನ್ನು ಈಗ ನೋಡೋಣ: ಅಧ್ಯಯನ ಮಾಡುವೆ ಎಂದಾಗಿ ನಿರ್ಧರಿಸಿದಂತಹ ಯಾವುದೇ ಮಾನವನು ತನ್ನ ಸ್ವ-ಧರ್ಮಕ್ಕೆ ಅನುಸಾರದಲ್ಲಿ ಇರುವಂತಹ ಮಾರ್ಗವನ್ನು, ಅಂದರೆ ವಿಷಯವನ್ನು ಮೊದಲು ತಿಳಿದುಕೊಳ್ಳಬೇಕು. ಏಕೆಂದರೆ, ವೇದ ವಿಜ್ಞಾನ ಪ್ರಕಾರ, ಜನಿಸಿದಂತಹ ಯಾವುದೇ ಮಾನವನಿಗೆ ತನ್ನದೇ ಆದಂತಹ ಒಂದು ಅಳತೆ (ಮಾಯೆ) ಇರುತ್ತದೆ. ಆ ಅಳತೆಯು ಅವನ ಅಲ್ಲಿಯವರೆಗಿನ ವಿಕಾಸ ಹಾಗು ಕ್ರಾಂತಿಯಿಂದ ನಿರೂಪಗೊಂಡಿರುತ್ತದೆ. ಹೀಗಾಗಿ, ಭಾರತೀಯ ವಿದ್ಯಾಭ್ಯಾಸ ಕ್ರಮದಲ್ಲಿ ಮಾನವನಲ್ಲಿ ಕಂಡುಬರುವಂತಹ ಸಕಲ ಸಂಭವನೀಯ ಅಳತೆಗಳ ಪ್ರಕಾರದಲ್ಲಿ ವಿದ್ಯೆಯನ್ನು ರೂಪಗೊಳಿಸಲಾಗಿದೆ. ಜನಿಸಿದ ಮಾನವನ ಕುಂಡಲಿನಿ ಶಕ್ತಿ ಹಾಗು ಗ್ರಹಗತಿಗಳ ಪ್ರಕಾರವಾಗಿ ಅವನ ವಿದ್ಯಾಭ್ಯಾಸದ ಶಾಖೆ ನಿರೂಪಣೆಗೊಳ್ಳುತ್ತದೆ.

ಗಮನಿಸಿ: ವೇದ ವಿಜ್ಞಾನ ಪ್ರಕಾರ, ಯಾವುದೇ ಮಾನವನು ಜನ್ಮಿಸುವುದು ಅವನು ಎಲ್ಲಿಗೆ ನಿಂತಿದ್ದಾನೆಯೋ ಅಲ್ಲಿಂದ ಮುಂದಕ್ಕೆ ಹೋಗಬೇಕಾಗಿರುವ ಕಾರಣದಿಂದಾಗಿ. ಈ ಉದ್ದೇಶ ನೆರವೇರಬೇಕೆಂದರೆ ವಿದ್ಯಾಭ್ಯಾಸ ಕ್ರಮವೂ ಸಹ ಅದಕ್ಕೆ ಅನುಕೂಲಕರವಾಗಿರಬೇಕು.

ಹುಟ್ಟಿದಂತಹ ಸಕಲ ಮಾನವರಿಗೂ ಸಹ ಒಂದೇ ರೀತಿಯ ವಿದ್ಯೆಯು ಹಿಡಿಯುವುದಿಲ್ಲ. ಹೀಗಾಗಿ ವೇದದಲ್ಲಿ ಅನುಭವ ಇರುವವರ ಮಾರ್ಗದರ್ಶನ ಪ್ರಕಾರ, ಹಾಗು ಮನೆಯ ಹಿರಿಯರ ಪ್ರಕಾರ, ಅವನು / ಅವಳು ಮೊದಲು ತನ್ನ ಶಾಖೆಯನ್ನೇ

ಓದಬೇಕಿರುತ್ತದೆ. ಅವನ / ಅವನ ಮನೆಯವರು ಈಗಾಗಲೇ ಅವರ ಶಾಖೆಯಲ್ಲಿ ಇದ್ದುಕೊಂಡು, ಅದರಲ್ಲಿರುವಂತಹ ಉತ್ತಮ ವಿಚಾರಗಳನ್ನು ಅಳವಡಿಸಿಕೊಂಡು, ಆ ಹೆಣ್ಣು / ಗಂಡು ಮಗುವಿಗೆ ಅವರ ಶಾಖೆಯನ್ನು ಹೇಳಿರುವಂತಹ ಸಂಸ್ಕಾರಗಳನ್ನು ಕೊಟ್ಟಿರುತ್ತಾರೆ.

ಈ ಶ್ಲೋಕವು ಸಹ ಇದನ್ನೇ ಹೇಳುತ್ತಿದೆ. ಯಾವುದನ್ನು ಓದಬೇಕೆಂದು ಅಧ್ಯಯನ ಮಾಡುವವನಿಗೆ ನಿರ್ಣಯವಿರುತ್ತದೆಯೋ ಅದನ್ನೇ ಅವನು / ಅವಳು ಓದಬೇಕು. ಆ ವಿಷಯಗಳು ಹೇಳುವಂತಹ ಮಾರ್ಗದಲ್ಲಿಯೇ ತನ್ನನ್ನು ತಾನು ತೆಗೆದುಕೊಂಡು ಹೋಗಬೇಕು.

ಹಾಗಾದರೆ ಬೇರೆ ಮಾರ್ಗದಲ್ಲಿ ಹೋಗಬಾರದೆಂದು ಇದರ ಅರ್ಥವೇ? ಎಂದಾಗಿ ಉಂಟಾಗುವ ಸಂಶಯಕ್ಕೆ ಪರಿಹಾರ ಹೀಗಿದೆ: ಬೇರೆ ವಿಷಯಗಳಲ್ಲಿ ಹೋಗಬಾರದು ಎಂದಾಗೇನಿಲ್ಲ, ಆದರೆ ಮಾರ್ಗ ಮಾತ್ರ ತನ್ನ ಸಂಸ್ಕಾರ ಪ್ರಕಾರದಲ್ಲೇ ಇರಬೇಕು, ಏಕೆಂದರೆ ಅದು ಅವನ ಸಂಸ್ಕಾರದ ಅಳತೆ ಪ್ರಕಾರದಲ್ಲಿ ಶುದ್ಧ ಮಾರ್ಗವಾಗಿರುತ್ತದೆ, ಸತ್ಯವಾಗಿರುತ್ತದೆ ಹಾಗು ಅವನಿಗೆ / ಅವಳಿಗೆ ಪ್ರಿಯವಾಗಿಯೂ ಇರುತ್ತದೆ. ಹೀಗೆ ಅಭ್ಯಾಸವನ್ನು ಮಾಡಿದರೆ ಓದುಗನಿಗೆ / ಓದುಗಳಿಗೆ ಹಿತವು ಸಂಭವಿಸುತ್ತದೆ.

ಗಮನಿಸಿ: ವೇದ ವಿಜ್ಞಾನ ಪ್ರಕಾರ, ಸತ್ಯ, ಪ್ರಿಯ ಹಾಗು ಹಿತ - ಈ ಮೂರು ಸೇರಿದಾಗ ವಾಕ್ಯ ಎಂದಾಗುತ್ತದೆ.

ಇಲ್ಲಿ ವಾಕ್ಯ ಎಂದರೆ ಕೇವಲ ಶಬ್ದಾರ್ಥಕ್ಕೆ ಹೇಳಿರುವುದಿಲ್ಲ, ಬದಲಿಗೆ ಅದು ತ್ರೈತ ಎಂದಾಗಿರುತ್ತದೆ. ಎಲ್ಲಿ ವಾಕ್ಯವು ತ್ರೈತದಲ್ಲಿರುತ್ತದೆಯೋ ಅದು ಸತ್ಯ, ಪ್ರಿಯ ಹಾಗು ಹಿತವನ್ನು ನೀಡುತ್ತದೆ. ಜೊತೆಗೆ ಅದು ಸತ್ಯದರ್ಶನಕ್ಕೆ ಮಾರ್ಗವಾಗಿರಬೇಕಿದೆ.

ಸೂಚನೆ: ವಾಙ್ಮಯಂ ತಪ ಉಚ್ಯತೇ – ಹಾಗೆ ಇದ್ದಾಗ ಅದು (ವಾಕ್ಯವು ಸತ್ಯ, ಪ್ರಿಯ ಹಾಗು ಹಿತವಾಗಿದ್ದಾಗ), ಆಗ ನೀನು ವಾಙ್ಮಯಿ (ವೇದ ಪ್ರಕಾರದಲ್ಲಿರುವಂತಹ ಸರಿಯಾದ ಮಾತಿನ ಅಳತೆಯೇ) ಆಗುತ್ತೀಯಾ, ಅದು ನಿನ್ನ ತಪಸ್ಸಾಗಿರುತ್ತದೆ.

ಮನಃಪ್ರಸಾದಃ – ಎಂದಾಗಿ ಆರಂಭವಾಗುವಂತಹ 16 ನೇ ಶ್ಲೋಕದ ಅರ್ಥ ಈಗ ನೋಡೋಣ: ಎಲ್ಲರಲ್ಲೂ ಕೂಡ ಮನೋಧರ್ಮ ಎಂಬುದೊಂದಿರುತ್ತದೆ. ಒಬ್ಬ ತಂದೆ ತನ್ನ ಮಕ್ಕಳನ್ನು ಯಾವಾಗಲೂ ಬೈಯುತ್ತಿರುತ್ತಾನೆ

ಎಂದಿಟ್ಟುಕೊಳ್ಳೋಣ. ಅವನನ್ನು ಮಾತನಾಡಿಸಲೇ ಮಕ್ಕಳು ಹೆದರಿ ಅವನೊಬ್ಬ ರಾಕ್ಷಸ ಎಂಬಂತೆ ನೋಡುತ್ತಿರುತ್ತಾರೆ. ಆದರೆ ಅವನು ಏಕೆ ಹೀಗೆ ಬೈಯುತ್ತಿರುತ್ತಾನೆ ಎಂಬುದರ ಹಿನ್ನಲೆಯನ್ನು ಅರ್ಥಮಾಡಿಕೊಳ್ಳುವುದಿಲ್ಲ. ಮಕ್ಕಳು ಎಲ್ಲಿ ದಾರಿ ತಪ್ಪಿ ಹೋಗುವರೋ, ಇದರಿಂದಾಗಿ ಅವರೆಲ್ಲಿ ನಾಶವಾಗುವರೋ ಎಂಬ ಕಾರಣಕ್ಕೆ ಬೈಯುತ್ತಿರುತ್ತಾನೆ. ತನ್ನ ಮಕ್ಕಳು ಸನ್ಮಾರ್ಗಕ್ಕೆ ಬರಲಿ ಎಂಬುದೇ ಅವನ ಉದ್ದೇಶವಾಗಿರುತ್ತದೆ. ಹೀಗೆ ಬೈಯ್ಯುವುದರಿಂದ ಆ ತಂದೆಗೆ ಕೆಟ್ಟವನಾಗುವುದು ಬಿಟ್ಟು ಇನ್ನೇನೂ ಸಹ ಲಾಭವಿಲ್ಲ. ಮಕ್ಕಳ ಭವಿಷ್ಯಕ್ಕಾಗಿ, ಹಾಗು ಅವರ ಲಾಭಕ್ಕಾಗಿಯೇ ಇವನು ಬೈಯ್ಯುವುದು. ಆದರೆ ಕೆಟ್ಟವ ಎಂದಾಗಿ ಬಿಂಬಿತನಾಗುತ್ತಾನೆ. ಈ ಉದಾಹರಣೆ ರೀತಿಯಲ್ಲಿಯೇ ಮಾನವರಲ್ಲಿ ಬೇರೆ ಬೇರೆ ರೀತಿಯ ಮನೋಧರ್ಮಗಳನ್ನು ನೋಡಬಹುದಾಗಿದೆ.

ಮನಃಪ್ರಸಾದಃ – ಮನಸ್ಸಿನ ಪ್ರಸಾದವೇ ಶುದ್ಧಿ ಎಂದಾಗಿದೆ. ಒಂದು ವಸ್ತುವಾಗಲೀ, ವಿಚಾರವಾಗಲೀ ಅಥವಾ ವಿಷಯವಾಗಲೂ ಅವು ಶುದ್ಧವಾಗುವುದು ಮನಸ್ಸಿನ ಪ್ರಸಾದದಿಂದ. (ಸೂಚನೆ: ಮನಸ್ ಎಂದರೆ, ವೇದ ಪ್ರಕಾರ, ಚಲನೆ ಹಾಗು ಚಿಂತನೆಗಳಾಗಿವೆ.) ಈ ರೀತಿಯಲ್ಲಿ ಮನಸ್ಸಿಗೆ ಶುದ್ಧತೆಯನ್ನು ಕೊಡಬೇಕೆಂದರೆ ಆ ಬಯ್ಯುವ ತಂದೆಯಂತಹ ಮನೋಧರ್ಮ ಬೇಕು.

ಬೈಯ್ಯುವ ತಂದೆಯ ಮನೋಧರ್ಮವು ಸಾತ್ವಿಕಯುಕ್ತವಾಗಿರಲೀ, ರಾಜಸಿಕಯುಕ್ತವಾಗಿರಲೀ, ಅಥವಾ ತಾಮಸಿಕಯುಕ್ತವಾಗಿರಲೀ, ಅವುಗಳು ಗುಣದ ಪ್ರಸಾದವಲ್ಲ, ಬದಲಿಗೆ ಅದು ಮನಃಪ್ರಸಾದ ಎಂದಾಗಿ ಈ ಶ್ಲೋಕದಿಂದ ಅರ್ಥಮಾಡಿಕೊಳ್ಳಬೇಕು.

ಇಲ್ಲಿಯವರೆಗೆ ನೋಡಿದಂತಹ ಸಕಲವನ್ನೂ ಒಂದೊಂದಾಗಿ ಮಾಡುತ್ತಾ ಹೋದಾಗ ಸಕಲ ಮನೋಧರ್ಮವು ಕೂಡ ತ್ರಿಗುಣಾತ್ಮಕವಾಗಿಯೇ ಇರುತ್ತದೆ ಎಂಬುದನ್ನು ಇಲ್ಲಿ ನೆನಪಿಡಬೇಕು.

ಶೃದ್ಧಯಾ – ಎಂದಾಗಿ ಆರಂಭವಾಗುವಂತಹ 17 ನೇ ಶ್ಲೋಕವನ್ನು ಈಗ ನೋಡೋಣ: ವೇದ ವಿಜ್ಞಾನವನ್ನು ಅರ್ಥಮಾಡಿಕೊಂಡರೆ, ವ್ಯಕ್ತದ ಸಕಲವೂ ಕೂಡ ಸಾತ್ತವಿಕವಾಗಿಯೇ ಇದೆ. ಪ್ರಕಟತೆಯಲ್ಲಿ ತಾಮಸಿಕವಾಗಿ

ಕಂಡರೂ ಸಹ ಅದು ಸಾತ್ವಿಕವಾಗಿಯೇ ಇದೆ. ಹಾಗಾದರೆ, ಸಾತ್ವಿಕವಾಗಿ ಇರುವುದು ಎಂದರೆ ಏನು ಎಂದಾಗಿ ಸಂಶಯ ಸಾಧಕನಿಗೆ ಕಾಡಬಹುದಾಗಿದೆ.

ಪ್ರಪಂಚಕ್ಕೆ ತೋರಿಕೆಯಾಗಿ ಯಾವ ಸಾಧಕನೂ ಸಹ ಇರಬೇಕಿಲ್ಲ. ಆ ಪ್ರಶ್ನೆಯೇ ಇಲ್ಲಿ ಉದ್ಭವಿಸುವುದಿಲ್ಲ. ಸಾತ್ತಿಕನಾಗಿಯೇ ಇರಬೇಕೆಂದರೆ ಅವನು ಗರ್ಭಾಸನದಲ್ಲಿ ಸ್ಥಿತನಾಗಬೇಕು.

ಗರ್ಭಾಸನದಲ್ಲಿ ಸ್ಥಿತನಾದಾಗ ಸಾಧಕನ ಕೈಗಳಿಗೆ, ಕಾಲುಗಳಿಗೆ, ದೇಹಕ್ಕೆ, ತಲೆಗೆ, ಪಂಚೇಂದ್ರಿಯಗಳಿಗೆ -ಹೀಗೆ ಯಾವುದಕ್ಕೂ ಕೆಲಸದ ಕ್ರಿಯೆ ಇಲ್ಲ. ಒಂಭತ್ತು ದ್ವಾರಗಳನ್ನೂ ಸಹ ಬಂಧಿಸಿಕೊಂಡು ಗರ್ಭಾಸನ ಸ್ಥಿತಿ ಮುದ್ರೆಯನ್ನು ಧರಿಸಿಕೊಂಡರೆ ಸಕಲ ಕೆಲಸಗಳೂ ನಡೆದರೂ ಸಹ ನಡೆಯದಂತೆ ಇರುತ್ತದೆ. ಒಂಭತ್ತು ದ್ವಾರಗಳೆ? ಈಗ ನೋಡೋಣ:

ಸತ್ಕಾರ - ಎಂದಾಗಿ ಆರಂಭವಾಗುವಂತಹ 18 ನೇ ಶ್ಲೋಕವು ಹೀಗೆ ಹೇಳುತ್ತದೆ: ಭೌತಿಕವಾಗಿರುವಂತಹ ಒಂಭತ್ತು ದ್ವಾರಗಳನ್ನು ಗರ್ಭಾಸನದಲ್ಲಿ ರೂಢನಾದಾಗ ಸಾಧಕನು ಬಂಧಿಸಿಕೊಳ್ಳಬಹುದು.

ಗಮನಿಸಿ: ಸಾಧಕನು ತನ್ನ ನವದ್ವಾರಗಳನ್ನು ಬಂಧಿಸಿಕೊಂಡಾಗ ವಿಚಾರ ತೆರೆದುಕೊಳ್ಳಲಾರಂಭಿಸುತ್ತವೆ.

ಮಾನವನ ಮುಖದಲ್ಲಿ ಏಳು ದ್ವಾರಗಳಿದ್ದು ಅವನ ಎರಡು ಸ್ತನಗಳು ಸೇರಿದಾಗ ಒಂಭತ್ತಾಗುತ್ತದೆ. ಗರ್ಭಾಸನವನ್ನು ಹಾಕಿದಾಗ ಈ ಒಂಭತ್ತು ದ್ವಾರಗಳು ತನ್ನಷ್ಟಕ್ಕೆ ತಾನೇ ಬಂಧನಕ್ಕೊಳಪಡುತ್ತವೆ. ಗರ್ಭಾಸನದಲ್ಲಿ ದೇಹವು ಅಂಡಾಶಯ (ಅಂಡದ ಆಶಯದ ರೂಪ) ಸ್ವರೂಪವನ್ನು ಹೊಂದಿದ, ಅಂದರೆ ಬ್ರಹ್ಮಾಂಡದ (ಬೃಹತ್ ಚಲನೆ ಹಾಗು ಚಿಂತನೆಗಳ ಆಶಯವನ್ನು ಹೊಂದಿರುವಂತಹ ಅಂಡದ) ಆಕಾರವಾದ್ದರಿಂದ ಹೊರಗಿನಿಂದ ಉತ್ಪಾದಿತವಾಗುವಂತಹ ಯಾವ ಒಂದು ಸಣ್ಣ ಶಬ್ದವೂ ಸಹ ಒಳಕ್ಕೆ ಬರುವುದಿಲ್ಲ.

ಗಮನಿಸಿ: ಅನುಭವಸ್ಥರು ಹೀಗೆ ಹೇಳುತ್ತಾರೆ: ನವದ್ವಾರಗಳು ಬಂಧನವಾದಾಗ ಉಸಿರಾಟ ಒಂದು ಬಾಹ್ಯವಾಗಿ ಕಾಣಿಸುತ್ತಿರುತ್ತದೆ, ಕಿವಿಯೂ ಸಹ ಕೇಳಿಸುತ್ತಿರುತ್ತದೆ, ಆದರೆ ಉಳಿದ ಕ್ರಿಯೆಗಳು ನಡೆಯುತ್ತಿವೆಯೋ ಅಥವಾ ಇಲ್ಲವೋ ಒಂದೂ ಸಹ ಗೊತ್ತಾಗುವುದಿಲ್ಲ.

ಆದರೂ ಮೂಗಿನಿಂದ ಉಸಿರಾಡುತ್ತಿರುವುದು ಗೊತ್ತಾಗುತ್ತದಲ್ಲವೆ? ಅಂದರೆ, ಹೌದು ಆದರೆ ಅದರ ಶಬ್ದ ಇರುವುದಿಲ್ಲ. ಅದರ ಚಲನೆಯೂ ಸಹ ಗೊತ್ತಾಗುವುದಿಲ್ಲ, ಏಕೆಂದರೆ ಅದು ಸ್ತಂಭನದಲ್ಲಿರುತ್ತದೆ. ಇದೇ ನವದ್ವಾರ ಸ್ತಂಭನ.

ಸೂಚನೆ: ಮಲ ಹಾಗು ಮೂತ್ರ ದ್ವಾರಗಳು ಈ ನವದ್ವಾರದಲ್ಲಿ ಸೇರಿರುವುದಿಲ್ಲ.

ಈ ಆಸನವನ್ನು ಹಾಕುವ ಆರಂಭದಲ್ಲಿ ಹೊರಗಿನ ಶಬ್ದವು ಸಾಧಕನಿಗೆ ಕೇಳಬಹುದು. ಆದರೆ ಅಭ್ಯಾಸವನ್ನು ಮುಂದುವರೆಸಿಕೊಂಡು ಹೋಗುತ್ತಾ-ಹೋಗುತ್ತಾ ಅವನಿಗೆ ಉಸಿರಾಟವೂ ಇಲ್ಲ, ಪ್ರಾಣಾಯಾಮವೂ ಇಲ್ಲ, ಯಾವುದೂ ಇಲ್ಲ, ಎಲ್ಲವೂ ಸಹ ಸ್ತಬ್ಧವಾಗುತ್ತವೆ, ಏಕೆಂದರೆ ಅವನು ಅಂಡದ ಒಳಗೆ ಸೇರಿಕೊಂಡಿರುತ್ತಾನೆ. ಆಗ ಅವನು ಯೋಗಿಯಾಗುತ್ತಾನೆ. ಈ ಯೋಗ ಪ್ರಾಪ್ತಿಯು ಆಗುವುದರಿಂದಾಗಿ ಅವನಿಗೆ ದೈಹಿಕ ಆರೋಗ್ಯದ ಪ್ರಾಪ್ತಿ!

ಈ ಮೂರು-ಮೂರು-ಮೂರು ಎನ್ನುವಂತಹ ವಿಚಾರಗಳೂ ಏನಿವೆಯೋ, ಅದರಲ್ಲಿ ನನ್ನ ಅಂಶ ಏನಿದೆ, ನನ್ನ ಅಸ್ತಿತ್ವವೇನು, ನನ್ನ ಉದ್ದೇಶವೇನು, ನನ್ನ ಗುರಿಯೇನು, ಹೀಗೆ ಇವುಗಳನ್ನೆಲ್ಲಾ ಅರ್ಥಮಾಡಿಕೊಳ್ಳುತ್ತಾ ಯಾವುದನ್ನು ಬಿಡಬೇಕೋ ಅದನ್ನು ಬಿಡುತ್ತಾ ಹೋಗುವುದಾಗಿದೆ.

ವಿಷಯಗಳಲ್ಲಿ ಆಸಕ್ತರಾಗದೆ ಅವುಗಳನ್ನು ಅರ್ಥಮಾಡಿಕೊಳ್ಳುತ್ತಾ ಸಾಗಬೇಕು. ಈ ಜಗತ್ತಿನಲ್ಲಿ ವಿಷಯವನ್ನು ಅರ್ಥಮಾಡಿಕೊಳ್ಳುವುದೇನು ಸಮಸ್ಯೆ ಅಲ್ಲ, ಬದಲಿಗೆ ವಿಷಯ ಭೋಗಕ್ಕೆ ಹೋದಾಗ ಮಾತ್ರ ಸಮಸ್ಯೆ ಉಂಟಾಗುತ್ತದೆ. ಹೀಗೆ ಮಾಡುತ್ತಾ ಹೋಗುವವನು ಯೋಗಿಯಾಗುತ್ತಾನೆ ಎಂದಾಗಿ ವೇದ ವಿಜ್ಞಾನಿಗಳು ಹೇಳಿರುತ್ತಾರೆ.

ಗರ್ಭಾಸನದಲ್ಲಿ ಕುಳಿತುಕೊಳ್ಳುವುದಕ್ಕೆ ಪಾದವನ್ನು ನೆಲಕ್ಕೆ ಊರಿ, ಕಾಲನ್ನು ಮಡಚಿ, ಪಾದಗಳನ್ನು ಒಟ್ಟಿಗೇ ಸೇರಿಸಿ, ಕಾಲಿನ ಮಣಿ ಗಂಟುಗಳು ಒಂದಕ್ಕೊಂದು ತಗುಲುವಂತೆ ಇಟ್ಟುಕೊಂಡು, ಎರಡೂ ಕಡೆಯ ಕಿಬ್ಬೊಟ್ಟೆಗಳನ್ನು ತೊಡೆಯಿಂದ ಅದುಮಿಕೊಂಡು, ಮಂಡಿ ಚಿಪ್ಪಿನ ಮೇಲೆ ಗಲ್ಲವನ್ನು ಇಟ್ಟು, ಅಂಗೈಯನ್ನು ಮುಷ್ಟಿ ಕಟ್ಟಿ ಒತ್ತಿ ಹಿಡಿದುಕೊಂಡು, ಕಾಲುಗಳ ಮುಂದಿನಿಂದ ಗಟ್ಟಿಯಾಗಿ ಕೈಗಳಿಂದ ಒತ್ತಿ ಹಿಡಿಯುತ್ತಾ, ಗಲ್ಲ ಹಾಗು ಕೆನ್ನೆಯ ಮೇಲೆ ಮುಷ್ಟಿಯನ್ನಿರಿಸಿ,

ಅಂಡಿನ ಮೇಲಲ್ಲದೆ ಪಾದದ ಮೇಲೆ ಮಾತ್ರ ಕುಳಿತಾಗ ದೇಹ ಅಂಡಾಕಾರ ಹೊಂದುತ್ತದೆ. ತಲೆಯು ಆಗ ಬಗ್ಗಿರುತ್ತದೆ. ತಕ್ಷಣ ದೇಹದ ಉಷ್ಣತೆ ಏರಲು ಆರಂಭವಾಗುತ್ತದೆ.

ಹೀಗೆ ನವ-ದ್ವಾರಗಳನ್ನು ಬಂಧಿಸಿ, ಅಂಡಾಕಾರದ ರೂಪಕ್ಕೆ ದೇಹವನ್ನು ತಂದಾಗ ಸಾಧಕನು ಪೂರ್ಣ ಯೋಗಿಯಾಗುತ್ತಾನೆ. ಹೀಗಾಗಿ, ಅದು 'ಬ್ರಹ್ಮಾಂಡ' ಎಂದು ಅನಿಸಿಕೊಳ್ಳುತ್ತದೆ.

ಯೋಗಿ ಎಂದಾಗುವುದೇ ಮುಕ್ತಾಯವಾಗಿರುವುದಿಲ್ಲ, ಬದಲಿಗೆ ಆ ಯೋಗಿಯಿಂದ ಬ್ರಹ್ಮಾಂಡವಾಗುತ್ತದೆ, ಅಂಡ ಸ್ವರೂಪಕ್ಕೆ ಬರುತ್ತದೆ, ಆಗ ಮಾತ್ರ ನನ್ನ ಯೋಗಿತ್ವದ ಕಾರ್ಯವೇನು, ಅದಕ್ಕೆ ದೇಹವನ್ನು ಹೇಗೆ ಬಳಸಿಕೊಳ್ಳಬೇಕು ಎಂದು ಹೇಳುತ್ತದೆ. ಈ ಹಿಂದೆ ನೋಡಿದಂತಹ, ತ್ರಿಗುಣಾತ್ಮಕ ಕ್ರಿಯೆಗಳು, ಮನೋಧರ್ಮ, ಇತ್ಯಾದಿಗಳಿಂದಾಗಿ ಅದಕ್ಕೆಲ್ಲಾ ಪ್ರಚೋದನೆಯಾಗುತ್ತದೆ.

ಮಾನವ ದೇಹಕ್ಕೆ ಒಂದು ಪ್ರಮಾಣದ ಉಷ್ಣತೆ ಬೇಕಿದೆ. ವಾತಾವರಣಕ್ಕಿಂತ ನಾಲ್ಕು ಡಿಗ್ರಿಯಷ್ಟು ಹೆಚ್ಚಾಗಿ ದೇಹದ ಉಷ್ಣತೆ ಇರಬೇಕಿದೆ. ಇದೇನಾದರೂ ಹೆಚ್ಚು ಅಥವಾ ಕಡಿಮೆಯಾದರೆ ಸಾಧಕನ ದೇಹ ಕೆಡುತ್ತದೆ. ಈ ಗರ್ಭಾಸನವನ್ನು ಹಾಕಿದಾಗ ದೇಹದ ಉಷ್ಣತೆ ಮತ್ತೊಂದು ಡಿಗ್ರಿ ಹೆಚ್ಚಾಗುತ್ತದೆ, ಅಂದರೆ ಅದು ಐದು ಡಿಗ್ರಿ ಮುಟ್ಟುತ್ತದೆ. ಆಗ ತಿಂದಂತಹ ಆಹಾರವೆಲ್ಲವೂ ಸಹ ಬಹಳ ಬೇಗ, ಸುಲಭದಲ್ಲಿ, ಸರಳವಾಗಿ, ಯಾವುದೇ ಉದರ ಶೂಲೆಗಳು ಹಾಗು ಬೇನೆಗಳು ಇಲ್ಲದೇನೇ ಜೀರ್ಣವಾಗಿ ವಿಭಾಗವಾಗುತ್ತದೆ. ಅಂದರೆ, ನಾಲ್ಕು ಸ್ಥಿರ ಹಾಗು ಒಂದು ಶಾಶ್ವತ ಎಂದಾಗಿ ವಿಭಾಗವಾಗುತ್ತದೆ.

ಗರ್ಭಾಸನದಿಂದ ಅಗ್ನಿಯು ಉದ್ದೀಪನವಾಗಿ ಆಹಾರವನ್ನು ನಾಲ್ಕು ರೀತಿಯಲ್ಲಿ (ಮಲದವರೆಗೆ) ಪಚನಮಾಡುತ್ತದೆ. ಈ ಪಚನವು ನಾಲ್ಕು ವಿಭಾಗಗಳಲ್ಲಿರುತ್ತದೆ, ಒಂದು ಸ್ಥಿರದ ಹತ್ತಿರ ತೆಗೆದುಕೊಂಡು ಹೋಗುತ್ತದೆ. ಇಲ್ಲಿ ಸ್ಥಿರ ಎಂದರೆ ಸಾಧಕನ ದೇಹಕ್ಕೆ ಸ್ಥಿರತೆಯನ್ನು ಕೊಡುತ್ತದೆ.

ವೇದ ಸಾಹಿತ್ಯದಲ್ಲಿ ಅಗಸ್ತಿರ್ಮಾಧವಶ್ಚೈವ ಮುಚುಕುಂದೋ ಮಹಾಮುನಿಃ ಕಪಿಲೋ ಮುನಿರಾಸ್ತೀಕಃ ಪಂಚೈತೇ ಸುಖಶಾಯಿನಃ – ಎನ್ನುವ ಉಲ್ಲೇಖವಿದೆ. ಇವರೆಲ್ಲರೂ

ಸಹ ಸ್ಥಿರತೆಯನ್ನು ಸಾಧಿಸಿದವರಾಗಿದ್ದಾರೆ. ಇವರ ದೇಹ ಎಂದಿಗೂ ಸಹ ಜೀರ್ಣವಾಗುವುದಿಲ್ಲ.

ಯೋಗಿಯಾಗುವುದಕ್ಕೆ ದೇಹವನ್ನು ಯಾರು ತಯ್ಯಾರಿ ಮಾಡಿಕೊಳ್ಳುತ್ತಾನೆಯೋ ಅವನು ಶಾಶ್ವತವಾದ ಯೋಗಿಯಾಗುತ್ತಾನೆ ಎಂದು ಋಷಿಗಳು ಹೇಳಿರುತ್ತಾರೆ. ಇಂತಹವನಿಗೆ ಈ ಮರಣದ ದುಃಖ ಎಂದೆಂದಿಗೂ ಬಾಧಿಸದು. ಜನನದ ದುಃಖವೂ ಇರುವುದಿಲ್ಲ. ಇಂತಹದ್ದನ್ನು ಸಾಧಿಸಿಕೊಳ್ಳುವುದಕ್ಕೆ ಗರ್ಭಾಸನ ಸಹಾಯ ಮಾಡುತ್ತದೆ.

ಸೂಚನೆ: ಇನ್ನು ಉಳಿದಂತಹ ಶ್ಲೋಕಗಳು ಫಲವನ್ನು ಹೇಳುವಂತಹದ್ದಾಗಿವೆ.

ಇನ್ನು ಮುಂದೆ ಈ ವಿಷಯಕ್ಕೆ ಸಂಬಂಧಿಸಿದಂತಹ ಕೆಲವು ವಿಚಾರಗಳನ್ನು ನೋಡೋಣ:

ಸ್ಥಿರತೆ ಹಾಗು ಶಾಶ್ವತತೆ – ಇವರೆಡಕ್ಕೂ ಬಹಳ ವ್ಯತ್ಯಾಸವಿದೆ. ಸ್ಥಿರತೆ ಜಡವಾಗಿದ್ದರೆ ಶಾಶ್ವತತೆ ಕ್ರಿಯಾಶೀಲವಾಗಿರುತ್ತದೆ. ಉದಾ: ಅಹಲ್ಯೆ ಸ್ಥಿರತೆಯನ್ನು ಸಾಧಿಸಿದವಳು. ಅಂದರೆ ಕಲ್ಲಿನ ರೀತಿ ಜಡವಾಗಿದ್ದಳು. ಶಾಶ್ವತತೆಯನ್ನು ಸಾಧಿಸಿಕೊಂಡಿದ್ದ ಶ್ರೀರಾಮ ಕಲ್ಲಾಗಿದ್ದಂತಹ ಅಹಲ್ಯೆಯನ್ನು ತುಳಿದಾಗ ಅವಳು ನಿಜವಾದ ಅಹಲ್ಯೆಯಾದಳು.

ಪದ್ಮಶೀರ್ಷಾಸನ ಹಾಗು ಗಜಾಸನವನ್ನು ಮಾಡಿದ ನಂತರ ಗರ್ಭಾಸನವನ್ನು ಮಾಡಬೇಕು. ವಿಶೇಷವಾಗಿ ಪದ್ಮಶೀರ್ಷಾಸನ ಮಾಡಿದ ನಂತರ ಗರ್ಭಾಸನವನ್ನು ಮಾಡಲೇಬೇಕು, ಇಲ್ಲದಿದ್ದರೆ ಸಾಧಕನು ದೇಹವು ಜಡವಾಗಿಬಿಡುತ್ತದೆ. ಹೀಗೆ ಮುಂದುವರೆದರೆ ಸಾಧಕನ ದೇಹವು ಶಕ್ತಿಯನ್ನು ಕಳೆದುಕೊಂಡು ಒಂದು ದಿನ ನಾಶವಾಗಿಬಿಡುತ್ತದೆ.

ಪದ್ಮಶೀರ್ಷಾಸನ ಮಾಡದೆ ಕೇವಲ ಗರ್ಭಾಸನ ಮಾಡುವುದರಿಂದ ಉಪಯೋಗವು ಕಡಿಮೆ. ಪದ್ಮಶೀರ್ಷಾಸನ, ನಂತರ ಗಜಾಸನ ಹಾಗು ಕೊನೆಯಲ್ಲಿ ಗರ್ಭಾಸನ ಮಾಡಿದರೆ ಆಗ ಎಲ್ಲಾ ಪರಿಶುದ್ಧವಾದಂತಹ ಶುದ್ಧತೆ ಸಿಗುತ್ತದೆ. ದೇಹ ಶುದ್ಧಿ ಆಗದೇನೇ ಯೋಗಿತ್ವ ಸಿದ್ಧಿಸದು ಎಂದಾಗಿ ವೇದ ವಿಜ್ಞಾನಿಗಳು ಎಚ್ಚರಿಸಿರುತ್ತಾರೆ.

ಗರ್ಭಾಸನವನ್ನು ಹಾಕಿದಾಗ ಸಾಧಕನು ತನ್ನನ್ನು ತಾನೇ ಶಿಶು ಎಂದಾಗಿ ಭಾವಿಸಬೇಕು, ಏಕೆಂದರೆ ಹಿಂದೆ ಅವನೂ / ಅವಳೂ ಸಹ ಶಿಶುವಾಗಿಯೇ ಭೂಮಿಗೆ ಬಂದಿರುವುದು ತಾನೇ?

ನಾನೇ ಶಿಶು ಎಂದಾಗಿ ಭಾವಿಸಿಕೊಂಡಾಗ ಅದೇ ಪೂರ್ವ ಪರಿಚಯವನ್ನು ಮಾಡಿಕೊಡುತ್ತದೆ. ದ್ವೈತ ಹಾಗು ಅದ್ವೈತಗಳ ಪೂರ್ವ ಪರಿಚಯ ಎಂದರೆ, ಇದೇನೆ ಎಂಬುದು! ನಾನೀಗ ಗರ್ಭದಲ್ಲಿದ್ದೇನೆ, ನಾನೀಗ ಶಿಶುವಾಗಿದ್ದೇನೆ ಎಂದಾಗಿ ಭಾವಿಸಬೇಕು. ಹೀಗೆ ಮಾಡಿದಾಗ ಮಾತ್ರ ಕೆಲವು ವಿಚಾರಗಳು ಅರ್ಥವಾಗಲಾರಂಭಿಸುತ್ತವೆ.

ಗರ್ಭಾಸನವು ಸಾಧಕನನ್ನು ಸ್ವಾದಿಷ್ಟಾನದಲ್ಲಿರಿಸುತ್ತದೆ. ಹಿಂದಿನ ಎರಡು ಆಸನಗಳಾದ ಪದ್ಮಶೀರ್ಷಾಸನ ಹಾಗು ಗಜಾಸನದ ಪರಿಣಾಮದ ವ್ಯಾಪ್ತಿಯಲ್ಲಿಯೇ ಈ ಗರ್ಭಾಸನವೂ ಕೂಡ ಬರುತ್ತದೆ. ಈ ಆಯಾಮದಲ್ಲೇ ಮತ್ತೊಂದು ಆಸನ ಬರುವುತ್ತದೆ. ಅದು ಭದ್ರಾಸನ ಎಂದಾಗಿದೆ. ಇದಾದ ನಂತರ ಮುಂದಿನ ಹಂತಕ್ಕೆ ಸಾಧಕನು ಚಲಿಸುತ್ತಾನೆ.

ಪದ್ಮಶೀರ್ಷಾಸನ, ಗಜಾಸನ, ಗರ್ಭಾಸನ ಹಾಗು ಭದ್ರಾಸನಗಳು ಸೇರಿದಾಗ ಇವುಗಳ ನಡುವೆ ಸಂಬಂಧದ ಕಲ್ಪನೆ ಜರುಗುತ್ತದೆ. ಈ ಭದ್ರಾಸನ ಆದ ನಂತರ ನಾಲ್ಕು ಅಂಶಗಳು ಸೇರಿದಾಗ ಮಾತ್ರ ಮುಂದಿನ ಚಕ್ರ ಅನಹತ.

ಗಮನಿಸಿ: ಅನಹತ ಹಾಗು ಅಹತ ಎಂಬೆರಡು ರೀತಿಗಳಿವೆ. ಅನಹತ ಎಂದರೆ ಹೊಡೆಯುವುದಕ್ಕೆ ಒಂದು ವ್ಯವಸ್ಥೆಯನ್ನು ಮಾಡಿಕೊಡುವುದು ಎಂದಾರೆ, ಅಹತ ಎಂದರೆ ಹೊಡೆಯುವುದು ಎಂದಾಗಿರುತ್ತದೆ.

ಅನಹತವು ಕ್ರಮಬದ್ಧವಾಗಿ ಹೊಡೆದುಕೊಳ್ಳುವುದಕ್ಕೆ ಅಂದರೆ ಏಕತಾನತೆಯನ್ನು ಕೊಡುವುದಕ್ಕೆ ವ್ಯವಸ್ಥೆಯನ್ನು ಉಂಟುಮಾಡಿಕೊಡುತ್ತದೆ. ಕ್ರಮಬದ್ಧತೆಯಲ್ಲಿ ಹೊಡೆದುಕೊಂಡಾಗ ಮಾತ್ರ ತರಂಗ ಎನ್ನುವುದು ಉತ್ಪಾದನೆಯಾಗುತ್ತದೆ. ಅಲ್ಲಿ ಅನುನಾಸಿಕವು ಸೇರುತ್ತದೆ.

ಗಮನಿಸಿ: ಅನಹತ ಎಂಬುದರಿಂದಲೇ ನಮ್ಮ ಹೃದಯವು ಕ್ರಮಬದ್ಧವಾಗಿ ಚಲಿಸುತ್ತದೆ.

ಭದ್ರಾಸನ ಸೇರಿದಂತೆ ಈಗಿನವರೆಗಿನ ಮೂರು ಆಸನಗಳಿಂದ ಪೂತ್ಕಾರ ಹೊರಟರೆ, ಅನಹತದಲ್ಲಿ ಘೂಂಕಾರ ಎನ್ನುವುದು ಜನಿಸುತ್ತದೆ. ಏಕತಾನತೆಯನ್ನು ಆರೋಹಿಸಿಕೊಂಡು ಸಾಧಕನು ಮುಂದಕ್ಕೆ ಹೋಗಬೇಕಿದೆ. ಆ ಏಕತಾನತೆಯನ್ನು ಹೊಂದಿದಾಗ ಆ ನಾದ ತರಂಗದ ಜೊತೆಯಲ್ಲಿ ಅವನು ಮುಂದಿನ ಪ್ರಯಾಣವಿರುತ್ತದೆ, ಅಂದರೆ ಅನಹತದ ಪ್ರಯಾಣವಿರುತ್ತದೆ.

ಗಮನಿಸಿ: ಅನಾಹತ ಎಂಬ ನಾಲ್ಕು ಅಕ್ಷರದಲ್ಲಿ 'ನಾ' ಎಂಬುದು ದೀರ್ಘವಾಗಿದ್ದರೂ ಸಹ ಅದನ್ನು 'ನ' ಎಂದಾಗಿ ಮಧ್ಯಮವಾಗಿ ತೆಗೆದುಕೊಳ್ಳಬೇಕು.

ಓಂ ತತ್ ಸತ್ ಬ್ರಹ್ಮಣಃ ತ್ರಿವಿಧಃ ಸ್ಮೃತಃ – ಇದರಲ್ಲೂ ಸಹ ಮೂರು ಇದೆ. ಬ್ರಾಹ್ಮಣಾಃ ವೇದಾಃ ಯಜ್ಞಾಃ – ಇವು ಮೂರೂ ವಿಹಿತಾಃ ಪುರಾ ಎಂದಾಗಿ ವೇದ ತಜ್ಞರು ಹೇಳಿರುತ್ತಾರೆ. ಇವುಗಳಲ್ಲಿ ತ್ರೈತದ ವಿಚಾರವಿದೆ. ಓಂ ಅಂದರೆ ಅ+ಉ+ಮ. ಇದರಲ್ಲಿ ಉ ಎಂಬುದು ಮಧ್ಯಮ ಉತ್ಕರೀತ್ ಕ್ರಮಣ ಎಂದು ಹೇಳುತ್ತದೆ. ಇಲ್ಲಿ ಹ್ರಸ್ವದಿಂದ ಮೇಲಕ್ಕೇರುವಂತಹ ಪ್ರಯತ್ನವಿದೆ! ಬ್ರಾಹ್ಮಣಾಃ ವೇದಾಃ ಯಜ್ಞಾಃ – ಎಂಬುದರಲ್ಲಿ ಮೂರು ಒಂದಕ್ಕೊಂದು ಬಿಟ್ಟಿಲ್ಲ. ಒಂದಕ್ಕೆ ಮತ್ತೆರಡರ ಸಂಪರ್ಕವಿದ್ದರೆ ಮಾತ್ರ ಅದಕ್ಕೆ ಅಸ್ತಿತ್ವ, ಇಲ್ಲದಿದ್ದರೆ ಇಲ್ಲ. ಬ್ರಾಹ್ಮಣನಿಗೆ ವೇದ ಹಾಗು ಯಜ್ಞದ ಸಂಪರ್ಕ ಇಲ್ಲದಿದ್ದರೆ ಅವನಿಗೆ ಅಸ್ತಿತ್ವವಿಲ್ಲ, ಅಂದರೆ ಬ್ರಾಹ್ಮಣತ್ವವಿಲ್ಲ. ವೇದಕ್ಕೆ ಬ್ರಾಹ್ಮಣ ಹಾಗು ಯಜ್ಞದ ಸಂಪರ್ಕ ಇಲ್ಲದಿದ್ದರೆ ಅದಕ್ಕೆ ಅಸ್ತಿತ್ವವಿಲ್ಲ. ಬ್ರಾಹ್ಮಣ ಹಾಗು ವೇದದ ಸಂಪರ್ಕ ಇಲ್ಲದಿದ್ದರೆ ಯಜ್ಞಕ್ಕೆ ಅಸ್ತಿತ್ವವಿಲ್ಲ. ಹೀಗೆ ಒಂದಕ್ಕೊಂದು ಸಂಪರ್ಕ ಒಟ್ಟು 5. ಓ ತತ್ಸತ್ ಎಂದು ಚಾಲ್ತಿಯಲ್ಲಿ ಹೇಳುವಾಗ ಮೂರಕ್ಷರವನ್ನು ಉಚ್ಚರಸುತ್ತೇವೆ, ಆದರೆ ಅದು ಮೂರಲ್ಲ, ಐದು ಅಕ್ಷರ. ಓಂ(1), ತತ್ಸತ್=ತತ್(2)+ಸತ್(2). ಒಟ್ಟು = 1+2+2=5. ಹೀಗೆ ವೇದ ಪ್ರಕಾರದಲ್ಲಿ ವಿಚಾರ ಮಾಡಬೇಕು.

ತತ್ ಎಂದರೆ ಅದು ಎಂಬ ಅರ್ಥವಿದೆ. ಆದರೆ ಈ ಸಂದರ್ಭದಲ್ಲಿ ತತ್ ಶಬ್ದಕ್ಕೆ ವೇದ ಎಂದಾಗಿ ಅರ್ಥವಿದೆ. ಈ ಮೇಲೆ ನೋಡಿದಂತಹ 'ಬ್ರಾಹ್ಮಣಾಃ ವೇದಾಃ ಯಜ್ಞಾಃ' ಎಂಬ ವಾಕ್ಯದಲ್ಲಿ ಬ್ರಾಹ್ಮಣಾಃ ಅಂದರೆ ಅವನು, ವೇದಾಃ ಎಂಬುದಕ್ಕೆ ತತ್ ಅದು, ಸತ್ ಎಂದರೆ ಯಜ್ಞಾಃ ಅಂದರೆ ಪರಿಣಾಮ ಫಲ ಎಂದಾಗಿ ಹೇಳಿದೆ.

ಯಜ್ಞ (ತಿಳಿದು ಮಾಡುವಂತಹ ಕ್ರಿಯೆ) ಮಾಡಿದಾಗ ಫಲವು ಜನಿಸಿ, ಯಜ್ಞ ಮಾಡಿದಂತಹ ಯಜಮಾನನು ಆ ಫಲವನ್ನು ತೆಗೆದುಕೊಳ್ಳುವುದನ್ನು ಈಗಾಗಲೇ ನೋಡಿರುತ್ತೇವೆ. ಅದು 'ಸತ್ಯ ಗೋಚರ' ಎಂದಾಗಿದೆ.

ವೇದದ ಯಾವುದೇ ಮಂತ್ರವನ್ನು ಉಚ್ಚರಿಸುವ ಮೊದಲು ಓಂ-ಕಾರವನ್ನು ಹೇಳುವುದು ಸಂಪ್ರದಾಯ. ಓಂ-ಕಾರ

ಎನ್ನುವುದು ಇಲ್ಲಿ ತ್ಯಾಗದ ಸಂಕೇತ. ತ್ಯಾಗ ಎಂದರೆ ದೇಹ, ಮನಸ್ಸು ಹಾಗು ಬುದ್ಧಿಗೆ ಆ ಮಂತ್ರದ ಫಲವು ಬರದೆ, ಎಚ್ಚರ, ಸ್ವಪ್ನ ಹಾಗು ಸುಶುಪ್ತಿಗಳಿಗೆ ಬರಲಿ ಎಂದಾಗಿ ಇದರ ಹಿಂದಿನ ಉದ್ದೇಶವಾಗಿದೆ. ಈ ಮೂರು ಅವಸ್ಥೆಗಳೂ ಸಹ ಒಂದೊಂದು ರೀತಿಯ ಪ್ರಜ್ಞೆಯಾಗಿದೆ. ಈ ಪ್ರಜ್ಞೆಯು ತನ್ನದೇ ಆದಂತಹ ಅಳತೆ, ಆಯಾಮ, ಗಣಿತ ಸ್ಥಿರರಾಶಿಗಳು, ಇಂದ್ರಿಯಗಳ ಜೊತೆಗೆ ತನ್ನದೇ ರೀತಿಯ ಪರಿಣಾಮವನ್ನು ಸಹ ಹೊಂದಿರುತ್ತವೆ.

ಗಮನಿಸಿ: ಪ್ರಜ್ಞಾ ಎಂದರೆ ಪೃಥಕ್ ಜ್ಞಾನ ಎಂದಾಗಿಲ್ಲಿ ಅರ್ಥಮಾಡಿಕೊಳ್ಳಬೇಕು.

ಈ ಜಗತ್ತಿನಲ್ಲಿ ಮೂರು ಎನ್ನುವುದು ಬಹಳಷ್ಟಿದೆ. ಉದಾಹರಣೆಗೆ ಬ್ರಹ್ಮ, ವಿಷ್ಣು, ಮಹೇಶ್ವರ – ಈ ಮೂರನ್ನೂ ಸಹ ತಿಳಿಯುವುದು ಬೇಕಿಲ್ಲ. ಅಂದರೆ, ಸೃಷ್ಟಿ, ಸ್ಥಿತಿ ಹಾಗು ಲಯ ಕುರಿತಾಗಿ ತಿಳಿದುಕೊಳ್ಳುವ ಅವಶ್ಯಕತೆಯಿಲ್ಲ. ಬದಲಿಗೆ, ಈ ಮೂರರ ಮಧ್ಯದಲ್ಲಿ ಒಂದು ಸತ್ಯ ಇದೆ, ಆ ಸತ್ಯಕ್ಕೆ ಸೃಷ್ಟಿ, ಸ್ಥಿತಿ ಹಾಗು ಲಯಗಳು ಬೇಕಾಗಿವೆ. ಈ ಸತ್ಯವನ್ನು ಅರ್ಥಮಾಡಿಕೊಂಡು ಯಾವುದಕ್ಕೆ ಈ ಮೂರರ ಅವಶ್ಯಕತೆ ಇದೆಯೋ ಅದನ್ನು ಅರ್ಥಮಾಡಿಕೊಳ್ಳಬೇಕಿದೆ.

ಹಾಗೆಯೇ, ಮೂರು ಎಂದು ಹೇಳುವಾಗ ಇಡಾ, ಪಿಂಗಳಾ, ಸುಶುಮ್ನಾ ಎಂದಾಗಿ ಹೇಳುತ್ತೇವೆ. ಆದರೆ ಇವುಗಳನ್ನು ತಿಳಿದುಕೊಳ್ಳುವ ಅವಶ್ಯಕತೆಯಿಲ್ಲ. ಬದಲಿಗೆ ಸುಶುಮ್ನ ನಾಡಿಯ ಮಧ್ಯದಲ್ಲಿ ಹರಿದು ಹೋಗುವ ಶಕ್ತಿ ಇದೆಯಲ್ಲಾ, ಅದನ್ನು ತಿಳಿದುಕೊಳ್ಳಬೇಕು. ಈ ಶಕ್ತಿಯನ್ನು ಅರ್ಥಮಾಡಿಕೊಳ್ಳುವುದೇ 'ಯೋಗ' ಎಂದಾಗಿದೆ.

ಬ್ರಹ್ಮಾಂಡ = ಬ್ರಹ್ಮ + ಅಂಡ = ಬೃಹತ್ ಚಲನೆ ಹಾಗು ಚಿಂತನೆ + ಅಂಡದ ಆಕಾರ = ಬೃಹತ್ ತರಂಗ + ಅಂಡದ ಆಕಾರ = ಸೃಷ್ಟಿ, ಸ್ಥಿತಿ, ಲಯಗಳನ್ನು ನಿರೂಪಿಸಿ ನಿಯಂತ್ರಿಸುವಂತಹ ಚಲನೆ ಹಾಗು ಚಿಂತನೆಗಳನ್ನು ಒಳಗೊಂಡಂತಹ ಅಂಡದ ಆಕಾರ.

ಬೃಹತ್ ಮನ್ ಎಂಬುದು ಈ ಅಂಡದ ಆಕಾರವನ್ನೇ ಏಕೆ ಅವಲಂಬಿಸಿದೆ? ಅದು ಬೇರೆ ಆಕಾರಗಳೂನ್ನೂ ಸಹ ಅವಲಂಬಿಸಬಹುದಾಗಿತ್ತಲ್ಲವೆ? ಹೀಗೆ ಒಂದು ಸಂಶಯ ಕಾಡಬಹುದು. ಅದಕ್ಕೆ ವೇದ ವಿಜ್ಞಾನಿಗಳು ಏನು ಹೇಳುತ್ತಾರೆ ಎಂಬುದನ್ನು ನೋಡೋಣ: ಸಂಚಾರ ಎನ್ನುವುದು ಆಕಾರವನ್ನು

ಆಧರಿಸಿಕೊಂಡಿರುತ್ತದೆ. ಹೀಗಾಗಿ ಸಂಚಾರಕ್ಕೆ ಆಕಾರವೇ ಪ್ರಧಾನವಾಗಿರುತ್ತದೆ. ಈ ಸಂಚಾರಕ್ಕೆ ಆಧರಿಸಿಕೊಂಡೇ ವಿಹಾರ. ಈ ಸಂಚಾರ ಹಾಗು ವಿಹಾರಕ್ಕೆ ಮಧ್ಯದಲ್ಲಿ ತರಂಗ ಎನ್ನುವುದು ಅಡಕವಾಗಿರುತ್ತದೆ.

ಶಬ್ದ ತರಂಗವು ಅಂಡಾಕಾರದಲ್ಲಿ ವಿಹರಿಸುತ್ತದೆ. ಹಾಗೆಯೇ ಸಂಚಾರವನ್ನೂ ಸಹ ಇಟ್ಟುಕೊಂಡಿರುತ್ತದೆ. ಶಬ್ದ ತರಂಗವು ಈ ಆಕಾರವನ್ನೇ ಬಳಸಿ ತಿರುಗುತ್ತದೆ. ಅದು ಒಂದೇ ಗುರಿಯನ್ನು ಹಿಡಿದು ತಿರುಗುತ್ತದೆ. ಹೊರಗಿನ ಶಬ್ದ ತರಂಗವು ವಿಸ್ತಾರವಾಗುತ್ತಾ ಹೋಗುತ್ತದೆ, ಆದರೆ ಅಂಡದಲ್ಲಿ ಅದು ಒಂದೇ ಗುರಿಯಲ್ಲಿ ತಿರುಗುತ್ತದೆ. ಒಂದು ವೇಳೆ ಏನಾದರೂ ಆ ಶಬ್ದ ತರಂಗವು ಆ ಅಂಡಾಕಾರದಿಂದ ಹೊರಬಂದರೆ ಅಂಡವು ಛೇದನಗೊಳ್ಳುತ್ತದೆ. ಅಂದರೆ ಅಂಡವು ಒಡೆದುಹೋಗುತ್ತದೆ.

ಗಮನಿಸಿ: ಇದರಲ್ಲಿ ಶಬ್ದ ತರಂಗ ಎನ್ನುವುದು ಸತ್ಯವಲ್ಲ, ಬದಲಿಗೆ ಒಂದೇ ಗುರಿ ಎನ್ನುವುದೇ ಸತ್ಯ.

ಹೊರಗಿನ ಶಬ್ದ ತರಂಗಗಳನ್ನು ಹೊರತುಪಡಿಸಿ, ಅಂಡದಲ್ಲಿ ತಿರುಗುವಂತಹ ಶಬ್ದ ತರಂಗಗಳನ್ನು ಹೇಳುವುದಕ್ಕಾಗಿ ಯೋಗದ ಅಭ್ಯಾಸದಲ್ಲಿ ಈ ಗರ್ಭಾಸನವನ್ನು ಸೇರಿಸಿದ್ದಾಗಿದೆ.

ಸಮ್ಯಕ್ ಜ್ಞಾನ ಪಡೆಯುವುದೇ ಮನುಜನ ಗುರಿ. ಸಂನ್ಯಾಸತ್ವವು ಒಂದು ಆಶ್ರಮವೇ ವಿನಃ, ಅದೇ ಅಂತಿಮವಲ್ಲ. ಸಂನ್ಯಾಸತ್ವದಿಂದ ಸಮ್ಯಕ್ ಜ್ಞಾನವನ್ನು ಪಡೆದ ನಂತರ ಅದನ್ನು ತ್ಯಾಗ ಮಾಡಬೇಕು. ಹೀಗೆ ತ್ಯಾಗ ಮಾಡಿದ ನಂತರ ಪ್ರಾಪ್ತಿಯಾಗುವುದೇ ಯೋಗ. ಹೀಗಾಗಿ 'ಮೋಕ್ಷ ಸಂನ್ಯಾಸ ಯೋಗ' ಎಂದಾಗಿ ಭಗವದ್ಗೀತೆಯಲ್ಲಿ ಶ್ರೀವ್ಯಾಸರು ಹೇಳಿರುತ್ತಾರೆ.

ಮೆಟ್ಟಿಲು – 4

ಭಗವದ್ಗೀತೆಯಲ್ಲಿರುವಂತಹ 18 ನೇ ಅಧ್ಯಾಯವನ್ನು ಇಲ್ಲಿ 4ನೇ ಮೆಟ್ಟಿಲಾಗಿ ತೆಗೆದುಕೊಳ್ಳಬೇಕು. ಈ ಮೆಟ್ಟಲಿಲ್ಲಿ ಭದ್ರಾಸನ ಕುರಿತಾಗಿ ಚರ್ಚಿಸಲಾಗಿದೆ. ಶ್ರೀವ್ಯಾಸರ ಅಂತರಂಗವನ್ನು ಅರಿತಂತಹ ಆಚಾರ್ಯರಿಂದ ಇದರ ವಿವರಗಳನ್ನು ತೆಗೆದುಕೊಳ್ಳಲಾಗಿದೆ.

ತ್ಯಾಗ ಎಂಬುದು ಮೋಕ್ಷ ಸಂನ್ಯಾಸ ಯೋಗದ ಮಹತ್ವದ ದಾರಿಯೆಡೆಗೆ ನಿಖರವಾಗಿ ಕರೆದೊಯ್ಯುತ್ತದೆ. ಇದಕ್ಕೆ ಪೂರಕವಾಗಿ ಭದ್ರಾಸನ ಇದೆ. ಆಜ್ಞಾ ಚಕ್ರದ ಸಂಯೋಗದಿಂದಾಗಿ ಮೂಲಾಧಾರದಿಂದ ಮೇಲ್ಮುಖವಾಗಿ ಪ್ರವಹಿಸುವ ಶಕ್ತಿಯನ್ನು ನೆಲೆಗೊಳಿಸುವಂತಹ ಸಾಮರ್ಥ್ಯವನ್ನು ಸಾಧಕನು ಈ ಆಸನದಿಂದ ಪಡೆಯುತ್ತಾನೆ.

ಗಮನಿಸಿ: ಭಾರತೀಯ ವೇದ ಋಷಿಗಳು ವೀರ ವಾಣಿಯಿಂದ ಹೀಗೆ ಘೋಷಿಸುತ್ತಾರೆ: "ಯಾವುದೇ ಮಾನವನ ಸಾಧನೆಯು ಮೋಕ್ಷಕ್ಕಾಗಿ ಇರುವುದಲ್ಲ, ಬದಲಿಗೆ ಅವನು ಯೋಗಿಯಾಗುವುದಕ್ಕೆ ಇರುತ್ತವೆ."

ಮಾನವನ ಬದುಕಿಗೆ ಒಂದು ಸಾರ್ಥಕತೆ ಸಿಗಲಿ ಎಂಬ ಆಲೋಚನೆಯಿಂದಾಗಿ ವೇದ ಕಾಲದ ಋಷಿಗಳು ನಾಲ್ಕು ಆಶ್ರಮದ ಚಿಂತನೆ ಮಾಡಿರುತ್ತಾರೆ. ಅವುಗಳು ಕ್ರಮವಾಗಿ ಬ್ರಹ್ಮಚರ್ಯ, ಗೃಹಸ್ಥ, ವಾನಪ್ರಸ್ಥ ಹಾಗು ಸಂನ್ಯಾಸ. ಸಂಸ್ಕಾರಗಳ ಮುಖಾಂತರ ಈ ಆಶ್ರಮಗಳನ್ನು ಪ್ರವೇಶಿಸಬೇಕು. ನಂತರ, ಆ ಆಶ್ರಮದಲ್ಲಿ ಇರುವಂತಹ ಅಧ್ಯಯನ ಹಾಗು ಸಾಧನೆಗಳನ್ನು ಮಾಡಬೇಕು. ಈ ಪ್ರಕಾರ, ಆಯಾ ಆಶ್ರಮದಲ್ಲಿರುವಂತಹ ಸ್ವಾದವನ್ನು ಮಾನವ ಅನುಭವಿಸಬೇಕು. ಒಂದು ಆಶ್ರಮದಿಂದ ಅರ್ಹತೆ ಪಡೆದುಕೊಂಡು, ಮುಂದಿನ ಆಶ್ರಮಕ್ಕೆ ಹೋಗಬೇಕು. ಕೊನೆಯದಾದ ಸಂನ್ಯಾಸ ಆಶ್ರಮದಲ್ಲಿ ಸಾಧನೆ ಮಾಡುತ್ತಾ ತ್ಯಾಗದ ಮುಖಾಂತರ ಸಂನ್ಯಾಸಕ್ಕೆ ಮುಕ್ತಿಯನ್ನು ಕೊಡಬೇಕು. ನಂತರ, ಯೋಗಿಯ ಪಟ್ಟವನ್ನು ಏರಬೇಕು. ಕೊನೆಗೆ, ಮರಣದ ಭಯವಿಲ್ಲದೆ, ನರಳದೆ, ಕೊರಗದೆ, ತನಗೆ ಅನ್ನಿಸಿದಾಗ ಅನುಕೂಲವಾದ ರೀತಿಯಲ್ಲಿ ದೇಹವನ್ನು ತ್ಯಾಗಮಾಡಬೇಕು. ಮುಂದಿನ ನಡೆಯನ್ನು, ಅಂದರೆ ಮರಣದ ನಂತರದ ಪ್ರಯಾಣವನ್ನು (ಮರುಜನ್ಮವನ್ನು) ತನಗೆ ಬೇಕಾದ

ರೀತಿಯಲ್ಲಿ ವಿನ್ಯಾಸಮಾಡಿಕೊಳ್ಳಬೇಕು. ಇದು ಮಾನವನು ನಿಜವಾಗಿ ಬದುಕುವಂತಹ ಮಾರ್ಗವಾಗಿದೆ.

ಭಗವದ್ಗೀತೆಯ ಮೋಕ್ಷ ಸಂನ್ಯಾಸ ಯೋಗಃ ಎಂಬ ವಿಭಾಗವು ತನ್ನ ಮುಂದೆ ಒದಗುವಂತಹ ಸಮಸ್ಯೆಗಳಿಗೆ ಪರಿಹಾರ ಸೂಚಿಸುವುಂತಹ ವಿಚಾರವಾಗಿದೆ. ಯೋಗಾಸನದಿಂದ ಯೋಗಿಯ ಸ್ಥಾನಕ್ಕೆ ಏರುವಂತಹ ಮಾರ್ಗದರ್ಶನವಾಗಿದೆ. ಮೇಲ್ನೋಟನೆ ಸುಲಭ ಎನಿಸಿದರೂ ಸಹ, ಇದು ಕಠಿಣ ನಿಯಮಗಳನ್ನು ಹೇಳುತ್ತದೆ.

ಗಮನಿಸಿ: ಯೋಗಾಸನದಿಂದ ಆಗುವಂತಹ ವ್ಯಾಯಾಮವು ಯಾವುದೇ ಮಾನವನನ್ನು ಯೋಗಿಯಾಗಿಸುವುದಿಲ್ಲ. ಬದಲಿಗೆ ಭದ್ರಾಸನದ ನಿರಂತರ ಅಭ್ಯಾಸದಿಂದ ಯೋಗಿಯಾಗುವಂತಹ ಸ್ಥಾನವನ್ನು ಸಾಧಿಸಿಕೊಳ್ಳಬಹುದಾಗಿದೆ.

ಅರ್ಜುನ ಉವಾಚ:

ಸಂನ್ಯಾಸಸ್ಯ ಮಹಾಬಹೋ ತತ್ತ್ವಮಿಚ್ಛಾಮಿ ವೇದಿತುಂ |
ತ್ಯಾಗಸ್ಯ ಚ ಹೃಷೀಕೇಶ ಪೃಥಕ್ಕೇಶಿನಿಷೂದನ ||1||

ಶ್ರೀಭಗವಾನುವಾಚ :

ಕಾಮ್ಯಾನಾಂ ಕರ್ಮಣಾಂ ನ್ಯಾಸಂ ಸಂನ್ಯಾಸಂ ಕವಯೋ ವಿದುಃ|
ಸರ್ವಕರ್ಮಫಲತ್ಯಾಗಂ ಪ್ರಹುಸ್ತ್ಯಾಗಂ ವಿಚಕ್ಷಣಾಃ ||2||
ತ್ಯಾಜ್ಯಂ ದೋಷವದಿತ್ಯೇಕೇ ಕರ್ಮ ಪ್ರಾಹುರ್ಮನೀಷಿಣಃ ।
ಯಜ್ಞದಾನತಪಃಕರ್ಮ ನ ತ್ಯಾಜ್ಯಮಿತಿ ಚಾಪರೇ ॥ 3 ॥
ನಿಶ್ಚಯಂ ಶೃಣು ಮೇ ತತ್ರ ತ್ಯಾಗೇ ಭರತಸತ್ತಮ ।
ತ್ಯಾಗೋ ಹಿ ಪುರುಷವ್ಯಾಘ್ರ ತ್ರಿವಿಧಃ ಸಂಪ್ರಕೀರ್ತಿತಃ ॥ 4 ॥
ಯಜ್ಞದಾನತಪಃಕರ್ಮ ನ ತ್ಯಾಜ್ಯಂ ಕಾರ್ಯಮೇವ ತತ್ ।
ಯಜ್ಞೋ ದಾನಂ ತಪಶ್ಚೈವ ಪಾವನಾನಿ ಮನೀಷಿಣಾಮ್ ॥ 5 ॥
ಏತಾನ್ಯಪಿ ತು ಕರ್ಮಾಣಿ ಸಂಗಂ ತ್ಯಕ್ತ್ವಾ ಫಲಾನಿ ಚ ।
ಕರ್ತವ್ಯಾನೀತಿ ಮೇ ಪಾರ್ಥ ನಿಶ್ಚಿತಂ ಮತಮುತ್ತಮಮ್ ॥ 6 ॥
ನಿಯತಸ್ಯ ತು ಸಂನ್ಯಾಸಃ ಕರ್ಮಣೋ ನೋಪಪದ್ಯತೇ ।
ಮೋಹಾತ್ತಸ್ಯ ಪರಿತ್ಯಾಗಸ್ತಾಮಸಃ ಪರಿಕೀರ್ತಿತಃ ॥ 7 ॥
ದುಃಖಮಿತ್ಯೇವ ಯತ್ಕರ್ಮ ಕಾಯಕ್ಲೇಶಭಯಾತ್ತ್ಯಜೇತ್ ।
ಸ ಕೃತ್ವಾ ರಾಜಸಂ ತ್ಯಾಗಂ ನೈವ ತ್ಯಾಗಫಲಂ ಲಭೇತ್ ॥ 8 ॥
ಕಾರ್ಯಮಿತ್ಯೇವ ಯತ್ಕರ್ಮ ನಿಯತಂ ಕ್ರಿಯತೇಽರ್ಜುನ ।
ಸಂಗಂ ತ್ಯಕ್ತ್ವಾ ಫಲಂ ಚೈವ ಸ ತ್ಯಾಗಃ ಸಾತ್ತ್ವಿಕೋ ಮತಃ ॥ 9 ॥
ನ ದ್ವೇಷ್ಟ್ಯಕುಶಲಂ ಕರ್ಮ ಕುಶಲೇ ನಾನುಷಜ್ಜತೇ ।

ತ್ಯಾಗೀ ಸತ್ತ್ವಸಮಾವಿಷ್ಟೋ ಮೇಧಾವೀ ಛಿನ್ನಸಂಶಯಃ ॥ 10 ॥
ನ ಹಿ ದೇಹಭೃತಾ ಶಕ್ಯಂ ತ್ಯಕ್ತುಂ ಕರ್ಮಾಣ್ಯಶೇಷತಃ ।
ಯಸ್ತು ಕರ್ಮಫಲತ್ಯಾಗೀ ಸ ತ್ಯಾಗೀತ್ಯಭಿಧೀಯತೇ ॥ 11 ॥
ಅನಿಷ್ಟಮಿಷ್ಟಂ ಮಿಶ್ರಂ ಚ ತ್ರಿವಿಧಂ ಕರ್ಮಣಃ ಫಲಮ್ ।
ಭವತ್ಯತ್ಯಾಗಿನಾಂ ಪ್ರೇತ್ಯ ನ ತು ಸಂನ್ಯಾಸಿನಾಂ ಕ್ವಚಿತ್ ॥ 12 ॥
ಪಂಚೈತಾನಿ ಮಹಾಬಾಹೋ ಕಾರಣಾನಿ ನಿಬೋಧ ಮೇ ।
ಸಾಂಖ್ಯೇ ಕೃತಾಂತೇ ಪ್ರೋಕ್ತಾನಿ ಸಿದ್ಧಯೇ ಸರ್ವಕರ್ಮಣಾಮ್|13|
ಅಧಿಷ್ಠಾನಂ ತಥಾ ಕರ್ತಾ ಕರಣಂ ಚ ಪೃಥಗ್ವಿಧಮ್ ।
ವಿವಿಧಾಶ್ಚ ಪೃಥಕ್ಚೇಷ್ಟಾ ದೈವಂ ಚೈವಾತ್ರ ಪಂಚಮಮ್ ॥ 14 ॥
ಶರೀರವಾಙ್ಮನೋಭಿರ್ಯತ್ಕರ್ಮ ಪ್ರಾರಭತೇ ನರಃ ।
ನ್ಯಾಯ್ಯಂ ವಾ ವಿಪರೀತಂ ವಾ ಪಂಚೈತೇ ತಸ್ಯ ಹೇತವಃ ॥ 15 ॥
ತತ್ರೈವಂ ಸತಿ ಕರ್ತಾರಮಾತ್ಮಾನಂ ಕೇವಲಂ ತು ಯಃ ।
ಪಶ್ಯತ್ಯಕೃತಬುದ್ಧಿತ್ವಾನ್ನ ಸ ಪಶ್ಯತಿ ದುರ್ಮತಿಃ ॥ 16 ॥
ಯಸ್ಯ ನಾಹಂಕೃತೋ ಭಾವೋ ಬುದ್ಧಿರ್ಯಸ್ಯ ನ ಲಿಪ್ಯತೇ ।
ಹತ್ವಾಽಪಿ ಸ ಇಮಾಂಲ್ಲೋಕಾನ್ನ ಹಂತಿ ನ ನಿಬಧ್ಯತೇ ॥ 17 ॥
ಜ್ಞಾನಂ ಜ್ಞೇಯಂ ಪರಿಜ್ಞಾತಾ ತ್ರಿವಿಧಾ ಕರ್ಮಚೋದನಾ ।
ಕರಣಂ ಕರ್ಮ ಕರ್ತೇತಿ ತ್ರಿವಿಧಃ ಕರ್ಮಸಂಗ್ರಹಃ ॥ 18 ॥
ಜ್ಞಾನಂ ಕರ್ಮ ಚ ಕರ್ತಾ ಚ ತ್ರಿಧೈವ ಗುಣಭೇದತಃ ।
ಪ್ರೋಚ್ಯತೇ ಗುಣಸಂಖ್ಯಾನೇ ಯಥಾವಚ್ಛೃಣು ತಾನ್ಯಪಿ ॥ 19 ॥
ಸರ್ವಭೂತೇಷು ಯೇನೈಕಂ ಭಾವಮವ್ಯಯಮೀಕ್ಷತೇ ।
ಅವಿಭಕ್ತಂ ವಿಭಕ್ತೇಷು ತಜ್ಜ್ಞಾನಂ ವಿದ್ಧಿ ಸಾತ್ತ್ವಿಕಮ್ ॥ 20 ॥
ಪೃಥಕ್ತ್ವೇನ ತು ಯಜ್ಜ್ಞಾನಂ ನಾನಾಭಾವಾನ್ಪೃಥಗ್ವಿಧಾನ್ ।
ವೇತ್ತಿ ಸರ್ವೇಷು ಭೂತೇಷು ತಜ್ಜ್ಞಾನಂ ವಿದ್ಧಿ ರಾಜಸಮ್ ॥ 21 ॥
ಯತ್ತು ಕೃತ್ಸ್ನವದೇಕಸ್ಮಿನ್ಕಾರ್ಯೇ ಸಕ್ತಮಹೈತುಕಮ್ ।
ಅತತ್ತ್ವಾರ್ಥವದಲ್ಪಂ ಚ ತತ್ತಾಮಸಮುದಾಹೃತಮ್ ॥ 22 ॥
ನಿಯತಂ ಸಂಗರಹಿತಮರಾಗದ್ವೇಷತಃ ಕೃತಮ್ ।
ಅಫಲಪ್ರೇಪ್ಸುನಾ ಕರ್ಮ ಯತ್ತತ್ಸಾತ್ತ್ವಿಕಮುಚ್ಯತೇ ॥ 23 ॥
ಯತ್ತು ಕಾಮೇಪ್ಸುನಾ ಕರ್ಮ ಸಾಹಂಕಾರೇಣ ವಾ ಪುನಃ ।
ಕ್ರಿಯತೇ ಬಹುಲಾಯಾಸಂ ತದ್ರಾಜಸಮುದಾಹೃತಮ್ ॥ 24 ॥
ಅನುಬಂಧಂ ಕ್ಷಯಂ ಹಿಂಸಾಮನಪೇಕ್ಷ್ಯ ಚ ಪೌರುಷಮ್ ।
ಮೋಹಾದಾರಭ್ಯತೇ ಕರ್ಮ ಯತ್ತತ್ತಾಮಸಮುಚ್ಯತೇ ॥ 25 ॥
ಮುಕ್ತಸಂಗೋಽನಹಂವಾದೀ ಧೃತ್ಯುತ್ಸಾಹಸಮನ್ವಿತಃ ।
ಸಿದ್ಧ್ಯಸಿದ್ಧ್ಯೋರ್ನಿರ್ವಿಕಾರಃ ಕರ್ತಾ ಸಾತ್ತ್ವಿಕ ಉಚ್ಯತೇ ॥ 26 ॥

ರಾಗೀ ಕರ್ಮಫಲಪ್ರೇಪ್ಸುರ್ಲುಬ್ಧೋ ಹಿಂಸಾತ್ಮಕೋಽಶುಚಿಃ ।
ಹರ್ಷಶೋಕಾನ್ವಿತಃ ಕರ್ತಾ ರಾಜಸಃ ಪರಿಕೀರ್ತಿತಃ ॥ 27 ॥
ಅಯುಕ್ತಃ ಪ್ರಾಕೃತಃ ಸ್ತಬ್ಧಃ ಶಠೋ ನೈಷ್ಕೃತಿಕೋಽಲಸಃ ।
ವಿಷಾದೀ ದೀರ್ಘಸೂತ್ರೀ ಚ ಕರ್ತಾ ತಾಮಸ ಉಚ್ಯತೇ ॥ 28 ॥
ಬುದ್ಧೇರ್ಭೇದಂ ಧೃತೇಶ್ಚೈವ ಗುಣತಸ್ತ್ರಿವಿಧಂ ಶೃಣು ।
ಪ್ರೋಚ್ಯಮಾನಮಶೇಷೇಣ ಪೃಥಕ್ತ್ವೇನ ಧನಂಜಯ ॥ 29 ॥
ಪ್ರವೃತ್ತಿಂ ಚ ನಿವೃತ್ತಿಂ ಚ ಕಾರ್ಯಾಕಾರ್ಯೇ ಭಯಾಭಯೇ ।
ಬಂಧಂ ಮೋಕ್ಷಂ ಚ ಯಾ ವೇತ್ತಿ ಬುದ್ಧಿಃ ಸಾ ಪಾರ್ಥ ಸಾತ್ತ್ವಿಕೀ|30
ಯಯಾ ಧರ್ಮಮಧರ್ಮಂ ಚ ಕಾರ್ಯಂ ಚಾಕಾರ್ಯಮೇವ ಚ ।
ಅಯಥಾವತ್ಪ್ರಜಾನಾತಿ ಬುದ್ಧಿಃ ಸಾ ಪಾರ್ಥ ರಾಜಸೀ ॥ 31 ॥
ಅಧರ್ಮಂ ಧರ್ಮಮಿತಿ ಯಾ ಮನ್ಯತೇ ತಮಸಾವೃತಾ ।
ಸರ್ವಾರ್ಥಾನ್ವಿಪರೀತಾಂಶ್ಚ ಬುದ್ಧಿಃ ಸಾ ಪಾರ್ಥ ತಾಮಸೀ ॥ 32 ॥
ಧೃತ್ಯಾ ಯಯಾ ಧಾರಯತೇ ಮನಃಪ್ರಾಣೇಂದ್ರಿಯಕ್ರಿಯಾಃ ।
ಯೋಗೇನಾವ್ಯಭಿಚಾರಿಣ್ಯಾ ಧೃತಿಃ ಸಾ ಪಾರ್ಥ ಸಾತ್ತ್ವಿಕೀ ॥ 33 ॥
ಯಯಾ ತು ಧರ್ಮಕಾಮಾರ್ಥಾಂಧೃತ್ಯಾ ಧಾರಯತೇಽರ್ಜುನ ।
ಪ್ರಸಂಗೇನ ಫಲಾಕಾಂಕ್ಷೀ ಧೃತಿಃ ಸಾ ಪಾರ್ಥ ರಾಜಸೀ ॥ 34 ॥
ಯಯಾ ಸ್ವಪ್ನಂ ಭಯಂ ಶೋಕಂ ವಿಷಾದಂ ಮದಮೇವ ಚ ।
ನ ವಿಮುಂಚತಿ ದುರ್ಮೇಧಾ ಧೃತಿಃ ಸಾ ಪಾರ್ಥ ತಾಮಸೀ ॥ 35 ॥
ಸುಖಂ ತ್ವಿದಾನೀಂ ತ್ರಿವಿಧಂ ಶೃಣು ಮೇ ಭರತರ್ಷಭ ।
ಅಭ್ಯಾಸಾದ್ರಮತೇ ಯತ್ರ ದುಃಖಾಂತಂ ಚ ನಿಗಚ್ಛತಿ ॥ 36 ॥
ಯತ್ತದಗ್ರೇ ವಿಷಮಿವ ಪರಿಣಾಮೇಽಮೃತೋಪಮಮ್ ।
ತತ್ಸುಖಂ ಸಾತ್ತ್ವಿಕಂ ಪ್ರೋಕ್ತಮಾತ್ಮಬುದ್ಧಿಪ್ರಸಾದಜಮ್ ॥ 37 ॥
ವಿಷಯೇಂದ್ರಿಯಸಂಯೋಗಾದ್ಯತ್ತದಗ್ರೇಽಮೃತೋಪಮಮ್ ।
ಪರಿಣಾಮೇ ವಿಷಮಿವ ತತ್ಸುಖಂ ರಾಜಸಂ ಸ್ಮೃತಮ್ ॥ 38 ॥
ಯದಗ್ರೇ ಚಾನುಬಂಧೇ ಚ ಸುಖಂ ಮೋಹನಮಾತ್ಮನಃ ।
ನಿದ್ರಾಲಸ್ಯಪ್ರಮಾದೋತ್ಥಂ ತತ್ತಾಮಸಮುದಾಹೃತಮ್ ॥ 39 ॥
ನ ತದಸ್ತಿ ಪೃಥಿವ್ಯಾಂ ವಾ ದಿವಿ ದೇವೇಷು ವಾ ಪುನಃ ।
ಸತ್ತ್ವಂ ಪ್ರಕೃತಿಜೈರ್ಮುಕ್ತಂ ಯದೇಭಿಃ ಸ್ಯಾತ್ತ್ರಿಭಿರ್ಗುಣೈಃ ॥ 40 ॥
ಬ್ರಾಹ್ಮಣಕ್ಷತ್ರಿಯವಿಶಾಂ ಶೂದ್ರಾಣಾಂ ಚ ಪರಂತಪ ।
ಕರ್ಮಾಣಿ ಪ್ರವಿಭಕ್ತಾನಿ ಸ್ವಭಾವಪ್ರಭವೈರ್ಗುಣೈಃ ॥ 41 ॥
ಶಮೋ ದಮಸ್ತಪಃ ಶೌಚಂ ಕ್ಷಾಂತಿರಾರ್ಜವಮೇವ ಚ ।
ಜ್ಞಾನಂ ವಿಜ್ಞಾನಮಾಸ್ತಿಕ್ಯಂ ಬ್ರಹ್ಮಕರ್ಮ ಸ್ವಭಾವಜಮ್ ॥ 42 ॥
ಶೌರ್ಯಂ ತೇಜೋ ಧೃತಿರ್ದಾಕ್ಷ್ಯಂ ಯುದ್ಧೇ ಚಾಪ್ಯಪಲಾಯನಮ್

ದಾನಮೀಶ್ವರಭಾವಶ್ಚ ಕ್ಷಾತ್ರಂ ಕರ್ಮ ಸ್ವಭಾವಜಮ್ ॥ 43 ॥
ಕೃಷಿಗೌರಕ್ಷ್ಯವಾಣಿಜ್ಯಂ ವೈಶ್ಯಕರ್ಮ ಸ್ವಭಾವಜಮ್ ।
ಪರಿಚರ್ಯಾತ್ಮಕಂ ಕರ್ಮ ಶೂದ್ರಸ್ಯಾಪಿ ಸ್ವಭಾವಜಮ್ ॥ 44 ॥
ಸ್ವೇ ಸ್ವೇ ಕರ್ಮಣ್ಯಭಿರತಃ ಸಂಸಿದ್ಧಿಂ ಲಭತೇ ನರಃ ।
ಸ್ವಕರ್ಮನಿರತಃ ಸಿದ್ಧಿಂ ಯಥಾ ವಿಂದತಿ ತಚ್ಛೃಣು ॥ 45 ॥
ಯತಃ ಪ್ರವೃತ್ತಿರ್ಭೂತಾನಾಂ ಯೇನ ಸರ್ವಮಿದಂ ತತಮ್ ।
ಸ್ವಕರ್ಮಣಾ ತಮಭ್ಯರ್ಚ್ಯ ಸಿದ್ಧಿಂ ವಿಂದತಿ ಮಾನವಃ ॥ 46 ॥
ಶ್ರೇಯಾನ್ಸ್ವಧರ್ಮೋ ವಿಗುಣಃ ಪರಧರ್ಮೋತ್ಸ್ವನುಷ್ಠಿತಾತ್ ।
ಸ್ವಭಾವನಿಯತಂ ಕರ್ಮ ಕುರ್ವನ್ನಾಪ್ನೋತಿ ಕಿಲ್ಬಿಷಮ್ ॥ 47 ॥
ಸಹಜಂ ಕರ್ಮ ಕೌಂತೇಯ ಸದೋಷಮಪಿ ನ ತ್ಯಜೇತ್ ।
ಸರ್ವಾರಂಭಾ ಹಿ ದೋಷೇಣ ಧೂಮೇನಾಗ್ನಿರಿವಾವೃತಾಃ ॥ 48 ॥
ಅಸಕ್ತಬುದ್ಧಿಃ ಸರ್ವತ್ರ ಜಿತಾತ್ಮಾ ವಿಗತಸ್ಪೃಹಃ ।
ನೈಷ್ಕರ್ಮ್ಯಸಿದ್ಧಿಂ ಪರಮಾಂ ಸಂನ್ಯಾಸೇನಾಧಿಗಚ್ಛತಿ ॥ 49 ॥
ಸಿದ್ಧಿಂ ಪ್ರಾಪ್ತೋ ಯಥಾ ಬ್ರಹ್ಮ ತಥಾಪ್ನೋತಿ ನಿಬೋಧ ಮೇ ।
ಸಮಾಸೇನೈವ ಕೌಂತೇಯ ನಿಷ್ಠಾ ಜ್ಞಾನಸ್ಯ ಯಾ ಪರಾ ॥ 50 ॥
ಬುದ್ಧ್ಯಾ ವಿಶುದ್ಧಯಾ ಯುಕ್ತೋ ಧೃತ್ಯಾತ್ಮಾನಂ ನಿಯಮ್ಯ ಚ ।
ಶಬ್ದಾದೀನ್ವಿಷಯಾಂಸ್ತ್ಯಕ್ತ್ವಾ ರಾಗದ್ವೇಷೌ ವ್ಯುದಸ್ಯ ಚ ॥ 51 ॥
ವಿವಿಕ್ತಸೇವೀ ಲಘ್ವಾಶೀ ಯತವಾಕ್ಕಾಯಮಾನಸಃ ।
ಧ್ಯಾನಯೋಗಪರೋ ನಿತ್ಯಂ ವೈರಾಗ್ಯಂ ಸಮುಪಾಶ್ರಿತಃ ॥ 52 ॥
ಅಹಂಕಾರಂ ಬಲಂ ದರ್ಪಂ ಕಾಮಂ ಕ್ರೋಧಂ ಪರಿಗ್ರಹಮ್ ।
ವಿಮುಚ್ಯ ನಿರ್ಮಮಃ ಶಾಂತೋ ಬ್ರಹ್ಮಭೂಯಾಯ ಕಲ್ಪತೇ |53
ಬ್ರಹ್ಮಭೂತಃ ಪ್ರಸನ್ನಾತ್ಮಾ ನ ಶೋಚತಿ ನ ಕಾಂಕ್ಷತಿ ।
ಸಮಃ ಸರ್ವೇಷು ಭೂತೇಷು ಮದ್ಭಕ್ತಿಂ ಲಭತೇ ಪರಾಮ್ ॥ 54 ॥
ಭಕ್ತ್ಯಾ ಮಾಮಭಿಜಾನಾತಿ ಯಾವಾನ್ಯಶ್ಚಾಸ್ಮಿ ತತ್ತ್ವತಃ ।
ತತೋ ಮಾಂ ತತ್ತ್ವತೋ ಜ್ಞಾತ್ವಾ ವಿಶತೇ ತದನಂತರಮ್ ॥ 55 ॥
ಸರ್ವಕರ್ಮಾಣ್ಯಪಿ ಸದಾ ಕುರ್ವಾಣೋ ಮದ್ವ್ಯಪಾಶ್ರಯಃ ।
ಮತ್ಪ್ರಸಾದಾದವಾಪ್ನೋತಿ ಶಾಶ್ವತಂ ಪದಮವ್ಯಯಮ್ ॥ 56 ॥
ಚೇತಸಾ ಸರ್ವಕರ್ಮಾಣಿ ಮಯಿ ಸಂನ್ಯಸ್ಯ ಮತ್ಪರಃ ।
ಬುದ್ಧಿಯೋಗಮುಪಾಶ್ರಿತ್ಯ ಮಚ್ಚಿತ್ತಃ ಸತತಂ ಭವ ॥ 57 ॥
ಮಚ್ಚಿತ್ತಃ ಸರ್ವದುರ್ಗಾಣಿ ಮತ್ಪ್ರಸಾದಾತ್ತರಿಷ್ಯಸಿ ।
ಅಥ ಚೇತ್ತ್ವಮಹಂಕಾರಾನ್ನ ಶ್ರೋಷ್ಯಸಿ ವಿನಂಕ್ಷ್ಯಸಿ ॥ 58 ॥
ಯದಹಂಕಾರಮಾಶ್ರಿತ್ಯ ನ ಯೋತ್ಸ್ಯ ಇತಿ ಮನ್ಯಸೇ ।
ಮಿಥ್ಯೈಷ ವ್ಯವಸಾಯಸ್ತೇ ಪ್ರಕೃತಿಸ್ತ್ವಾಂ ನಿಯೋಕ್ಷ್ಯತಿ ॥ 59 ॥

ಸ್ವಭಾವಜೇನ ಕೌಂತೇಯ ನಿಬದ್ಧಃ ಸ್ವೇನ ಕರ್ಮಣಾ ।
ಕರ್ತುಂ ನೇಚ್ಛಸಿ ಯನ್ಮೋಹಾತ್ಕರಿಷ್ಯಸ್ಯವಶೋಽಪಿ ತತ್ ॥ 60 ॥
ಈಶ್ವರಃ ಸರ್ವಭೂತಾನಾಂ ಹೃದ್ದೇಶೇಽರ್ಜುನ ತಿಷ್ಠತಿ ।
ಭ್ರಾಮಯನ್ಸರ್ವಭೂತಾನಿ ಯಂತ್ರಾರೂಢಾನಿ ಮಾಯಯಾ |61
ತಮೇವ ಶರಣಂ ಗಚ್ಛ ಸರ್ವಭಾವೇನ ಭಾರತ ।
ತತ್ಪ್ರಸಾದಾತ್ಪರಾಂ ಶಾಂತಿಂ ಸ್ಥಾನಂ ಪ್ರಾಪ್ಸ್ಯಸಿ ಶಾಶ್ವತಮ್ | 62
ಇತಿ ತೇ ಜ್ಞಾನಮಾಖ್ಯಾತಂ ಗುಹ್ಯಾದ್ಗುಹ್ಯತರಂ ಮಯಾ ।
ವಿಮೃಶ್ಯೈತದಶೇಷೇಣ ಯಥೇಚ್ಛಸಿ ತಥಾ ಕುರು ॥ 63 ॥
ಸರ್ವಗುಹ್ಯತಮಂ ಭೂಯಃ ಶೃಣು ಮೇ ಪರಮಂ ವಚಃ ।
ಇಷ್ಟೋಽಸಿ ಮೇ ದೃಢಮಿತಿ ತತೋ ವಕ್ಷ್ಯಾಮಿ ತೇ ಹಿತಮ್ ॥ 64
॥
ಮನ್ಮನಾ ಭವ ಮದ್ಭಕ್ತೋ ಮದ್ಯಾಜೀ ಮಾಂ ನಮಸ್ಕುರು ।
ಮಾಮೇವೈಷ್ಯಸಿ ಸತ್ಯಂ ತೇ ಪ್ರತಿಜಾನೇ ಪ್ರಿಯೋಽಸಿ ಮೇ ॥ 65 ॥
ಸರ್ವಧರ್ಮಾನ್ಪರಿತ್ಯಜ್ಯ ಮಾಮೇಕಂ ಶರಣಂ ವ್ರಜ ।
ಅಹಂ ತ್ವಾ ಸರ್ವಪಾಪೇಭ್ಯೋ ಮೋಕ್ಷಯಿಷ್ಯಾಮಿ ಮಾ ಶುಚಃ|66
ಇದಂ ತೇ ನಾತಪಸ್ಕಾಯ ನಾಭಕ್ತಾಯ ಕದಾಚನ ।
ನ ಚಾಶುಶ್ರೂಷವೇ ವಾಚ್ಯಂ ನ ಚ ಮಾಂ ಯೋಽಭ್ಯಸೂಯತಿ|67|
ಯ ಇಮಂ ಪರಮಂ ಗುಹ್ಯಂ ಮದ್ಭಕ್ತೇಷ್ವಭಿಧಾಸ್ಯತಿ ।
ಭಕ್ತಿಂ ಮಯಿ ಪರಾಂ ಕೃತ್ವಾ ಮಾಮೇವೈಷ್ಯತ್ಯಸಂಶಯಃ ॥ 68 ॥
ನ ಚ ತಸ್ಮಾನ್ಮನುಷ್ಯೇಷು ಕಶ್ಚಿನ್ಮೇ ಪ್ರಿಯಕೃತ್ತಮಃ ।
ಭವಿತಾ ನ ಚ ಮೇ ತಸ್ಮಾದನ್ಯಃ ಪ್ರಿಯತರೋ ಭುವಿ ॥ 69 ॥
ಅಧ್ಯೇಷ್ಯತೇ ಚ ಯ ಇಮಂ ಧರ್ಮ್ಯಂ ಸಂವಾದಮಾವಯೋಃ ।
ಜ್ಞಾನಯಜ್ಞೇನ ತೇನಾಹಮಿಷ್ಟಃ ಸ್ಯಾಮಿತಿ ಮೇ ಮತಿಃ ॥ 70 ॥
ಶ್ರದ್ಧಾವಾನನಸೂಯಶ್ಚ ಶೃಣುಯಾದಪಿ ಯೋ ನರಃ ।
ಸೋಽಪಿ ಮುಕ್ತಃ
ಶುಭಾಲ್ಲೋಕಾನ್ಪ್ರಾಪ್ನುಯಾತ್ಪುಣ್ಯಕರ್ಮಣಾಮ್ ॥ 71 ॥
ಕಚ್ಚಿದೇತಚ್ಛ್ರುತಂ ಪಾರ್ಥ ತ್ವಯೈಕಾಗ್ರೇಣ ಚೇತಸಾ ।
ಕಚ್ಚಿದಜ್ಞಾನಸಂಮೋಹಃ ಪ್ರನಷ್ಟಸ್ತೇ ಧನಂಜಯ ॥ 72 ॥
ಅರ್ಜುನ ಉವಾಚ ।
ನಷ್ಟೋ ಮೋಹಃ ಸ್ಮೃತಿರ್ಲಬ್ಧಾ ತ್ವತ್ಪ್ರಸಾದಾನ್ಮಯಾಚ್ಯುತ ।
ಸ್ಥಿತೋಽಸ್ಮಿ ಗತಸಂದೇಹಃ ಕರಿಷ್ಯೇ ವಚನಂ ತವ ॥ 73 ॥
ಸಂಜಯ ಉವಾಚ ।
ಇತ್ಯಹಂ ವಾಸುದೇವಸ್ಯ ಪಾರ್ಥಸ್ಯ ಚ ಮಹಾತ್ಮನಃ ।

ಸಂವಾದಮಿಮಮಶ್ರೌಷಮದ್ಭುತಂ ರೋಮಹರ್ಷಣಮ್ ॥ 74 ॥
ವ್ಯಾಸಪ್ರಸಾದಾಚ್ಛ್ರುತವಾನೇತದ್ಗುಹ್ಯಮಹಂ ಪರಮ್ ।
ಯೋಗಂ ಯೋಗೇಶ್ವರಾತ್ಕೃಷ್ಣಾತ್ಸಾಕ್ಷಾತ್ಕಥಯತಃ ಸ್ವಯಮ್ | 75
ರಾಜನ್ಸಂಸ್ಮೃತ್ಯ ಸಂಸ್ಮೃತ್ಯ ಸಂವಾದಮಿಮಮದ್ಭುತಮ್ ।
ಕೇಶವಾರ್ಜುನಯೋಃ ಪುಣ್ಯಂ ಹೃಷ್ಯಾಮಿ ಚ ಮುಹುರ್ಮುಹುಃ||
ತಚ್ಚ ಸಂಸ್ಮೃತ್ಯ ಸಂಸ್ಮೃತ್ಯ ರೂಪಮತ್ಯದ್ಭುತಂ ಹರೇಃ ।
ವಿಸ್ಮಯೋ ಮೇ ಮಹಾನ್ರಾಜನ್ಹೃಷ್ಯಾಮಿ ಚ ಪುನಃ ಪುನಃ ॥ 77 ॥
ಯತ್ರ ಯೋಗೇಶ್ವರಃ ಕೃಷ್ಣೋ ಯತ್ರ ಪಾರ್ಥೋ ಧನುರ್ಧರಃ ।
ತತ್ರ ಶ್ರೀರ್ವಿಜಯೋ ಭೂತಿರ್ಧ್ರುವಾ ನೀತಿರ್ಮತಿರ್ಮಮ ॥ 78 ॥

'ಕಾಮ್ಯಾನಾಂ' ಎಂದಾಗಿ ಆರಂಭವಾಗುವಂತಹ 2ನೇ ಶ್ಲೋಕದಿಂದ ಈಗ ನೋಡೋಣ: ಸಮ್ಯಕ್ ಜ್ಞಾನ (ಅಂದರೆ, ಪರಮ+ಅತ್+ಮನ್ = ಪರಮಾತ್ಮತೆಯ ಗುಣಗಳನ್ನು ತಿಳಿಯುವುದು) ಎಂಬುದನ್ನು ಪಡೆಯುವ ದೃಷ್ಟಿಯಿಂದ ಪೃಥಕ್+ಪಂಚದ (ಪೃಥ್ವಿ, ಆಪ, ತೇಜ, ವಾಯು ಹಾಗು ಆಕಾಶಗಳ ಪ್ರತ್ಯೇಕ ಜ್ಞಾನದಿಂದ ನಡೆಯುವಂತಹ ಆಯಾಮದ; ಪ್ರಪಂಚದ) ಉಳಿದಂತಹ ಇತರೆ ಎಲ್ಲವನ್ನೂ ಸಹ ತ್ಯಾಗಮಾಡಿ, ಈ ಒಂದರ ಸಾಧನೆಯಲ್ಲಿ ಯಾರು ತನ್ನನ್ನು ತಾನು ತೊಡಗಿಸಿಕೊಳ್ಳುತ್ತಾರೆಯೋ ಅವನು ಸಂನ್ಯಾಸಿ ಎಂದಾಗಿ ಕರೆಸಿಕೊಳ್ಳುತ್ತಾನೆ.

ಗಮನಿಸಿ: ಶ್ರೀವ್ಯಾಸರು 'ನಾರಾಯಣ' ಎಂಬ ನಾಲ್ಕು ಅಕ್ಷರಗಳ ಜ್ಞಾನವನ್ನು ಪಡೆಯುವುದಕ್ಕಾಗಿ ಸಂನ್ಯಾಸವನ್ನು ಸ್ವೀಕರಿಸಿಬೇಕು ಎಂದಾಗಿ ಹೇಳಿರುತ್ತಾರೆ.

ಹೀಗಾಗಿ ಯಾರಿಗೆಲ್ಲಾ ಈ ಸಮ್ಯಕ್ ಜ್ಞಾನ ಬೇಕಿದೆಯೋ ಅವರೆಲ್ಲರೂ ಸೇರಿದಂತೆ ಪ್ರಪಂಚದ ಸಕಲವನ್ನೂ ಸಹ ತ್ಯಾಗಮಾಡಬೇಕಿದೆ. ಇದಕ್ಕಾಗಿಯೇ ಗೀತೆಯಲ್ಲಿ ಕರ್ಮ ಫಲಗಳ ತ್ಯಾಗ ಕುರಿತಾಗಿ ಹೇಳಿದೆ.

ವೇದ ಋಷಿಗಳ ಪ್ರಕಾರ, ಸಂನ್ಯಾಸಿಯೂ ಸಹ ಒಂದರ್ಥದಲ್ಲಿ ವಿದ್ಯಾರ್ಥಿಯೇ ಹೌದು. ಅಂದರೆ ಒಬ್ಬನು ಸಾಧನೆಯ ಪ್ರಯತ್ನದಲ್ಲಿರುವವನು ಎಂದರ್ಥ. ಹೀಗಾಗಿ, ಅವನನ್ನು ಪೂಜಾ (ಪೂರ್ಣ ಜಾಗೃತಿ) ಮಾಡುವ ಅವಶ್ಯಕತೆ ಉಳಿದವರಿಗೆ ಇರುವುದಿಲ್ಲ.

ಹೀಗೆ, ಸಾಧನಾಶೀಲನಾಗಿರುವವನಿಗೆ ಅದರೆ ಸಂನ್ಯಾಸಿಗೆ ಕೆಲವು ವಿಶಿಷ್ಟ ನಿರ್ಬಂಧಗಳಿರುತ್ತವೆ. ಅವನು ಆರಂಭಿಕ ಯಮ,

ನಿಯಮ, ಹಾಗು ಆಸನಗಳ ಜೊತೆಗೆ ಅವನಿಗಾಗಿಯೇ ನಿರೂಪಿಸಲ್ಪಟ್ಟಿರುವಂತಹ ಮತ್ತೆ ಕೆಲವು ಯಮ ಹಾಗು ನಿಯಮಗಳನ್ನು ಪಾಲಿಸಿಕೊಂಡು ಬರಬೇಕಿದೆ.

ಗಮನಿಸಿ: ಈ ಯಮ ಹಾಗು ನಿಯಮಗಳು ಸಂನ್ಯಾಸಿಗೆ ವೇದಿಕೆಯನ್ನು, ಅಂದರೆ ಆಸನವನ್ನು ಸಿದ್ಧಮಾಡಿಕೊಡುವುದಾಗಿದೆ.

ಯಮ ಹಾಗು ನಿಯಮಗಳನ್ನು ಅಳವಡಿಸಿಕೊಂಡು ಸಂನ್ಯಾಸಿಯು ತನಗೆ ಅನುಕೂಲವಾಗುವಂತಹ ಆಸನವನ್ನು ಸಿದ್ಧಿಮಾಡಿಕೊಳ್ಳಬೇಕು. ಸಂನ್ಯಾಸವನ್ನು ಸ್ವೀಕರಿಸಿ ಯೋಗಿಯಾಗುತ್ತೇನೆ ಎಂದು ನಿರ್ಧರಿಸಿದವನು ಉಳಿದ ಎಲ್ಲದಕ್ಕೂ ಮೋಕ್ಷ ಕೊಡಬೇಕು, ಅಂದರೆ ಉಳಿದ ಎಲ್ಲವನ್ನೂ ಸಹ ಅವನು ತ್ಯಾಗಮಾಡಬೇಕು.

ಹಾಗಾದರೆ, ಸಂನ್ಯಾಸವನ್ನು ಸ್ವೀಕರಿಸದೆಯೇ ಮಾನವನು ಯೋಗಿಯಾಗಲು ಸಾಧ್ಯವಿಲ್ಲವೆ? ಈ ಪ್ರಶ್ನೆ ಕಾಡಬಹುದಾಗಿದೆ. ಈ ಅಧ್ಯಾಯವು ಹೇಳುವಂತೆ, ತ್ರೈತ ಸಿದ್ಧಾಂತವು ಹೇಳುವಂತಹ ಮೂರು ಭಾಗದಿಂದಲೇ ಯಾವುದೇ ಸಾಧಕನು ತ್ಯಾಗಶೀಲನಾಗಿ ಸಂನ್ಯಾಸತ್ವವನ್ನು ಸ್ವೀಕರಿಸದೆಯೇ ಯೋಗಿಯಾಗಬಹುದಾಗಿದೆ.

ಗಮನಿಸಿ: ಸಂನ್ಯಾಸಿಯಾದವನೆಲ್ಲಾ ಯೋಗಿಯಾಗುವುದಿಲ್ಲವೇನೋ, ಆದರೆ ಯಾರು ತ್ರೈತನಾಗುತ್ತಾನೆಯೋ ಅವನು ಖಂಡಿತವಾಗಿ ಯೋಗಿಯಾಗುತ್ತಾನೆ.

ಶ್ರೀವ್ಯಾಸರು ಹೇಳುತ್ತಾರೆ: ಸಂನ್ಯಾಸವನ್ನು ಬಿಡು, ಏಕೆಂದರೆ ಕೇವಲ ಸಂನ್ಯಾಸಿಯಾದರೆ ನೀನು ಯೋಗಿಯಾಗುವುದಕ್ಕೆ ಆಗುವುದಿಲ್ಲ. ಹೀಗಾಗಿ ಆ ಸಂನ್ಯಾಸಕ್ಕೆ ಮೋಕ್ಷವನ್ನು ಕೊಡು, ಅದರ ಮುಖಾಂತರ ತ್ಯಾಗವನ್ನು ಮಾಡು. ತ್ಯಾಗಶೀಲತೆಯನ್ನು ರೂಢಿಸಿಕೊಂಡವನು ಖಂಡಿತವಾಗಿಯೂ ಯೋಗಿಯಾಗುತ್ತಾನೆ.

ನಾಲ್ಕು ಆಶ್ರಮಗಳಲ್ಲೂ ಸಹ ಕಲಿಕೆ ಎಂಬುದಿದೆ. ಹೀಗಾಗಿ ಸಂನ್ಯಾಸವನ್ನು ಸ್ವೀಕರಿಸಿದೆ ಎಂದ ತಕ್ಷಣ ಕಲಿಕೆ ಮುಗಿಯುವುದಿಲ್ಲ. ಗೃಹಸ್ಥಾಶ್ರಮಕ್ಕೆ ಹೋಲಿಸಿದರೆ ಸಂನ್ಯಾಸದಲ್ಲಿ ಕಲಿಕೆಯ ಸಾಧನೆಯು ಸುಲಭ ಹಾಗು ಸರಳ ಸಾಧ್ಯ. ಸಂನ್ಯಾಸ ಆಶ್ರಮದಲ್ಲಿ ಮಹಾಮಂತ್ರದ ಜಪವನ್ನುಳಿದು ಮತ್ತಿನ್ಯಾವ ಮಂತ್ರಗಳ ಜಪ ಇರುವುದಿಲ್ಲ. ಮಹಾಮಂತ್ರದ

ಜಪವನ್ನು ಮಾಡುತ್ತಾ-ಮಾಡುತ್ತಾ ಕ್ರಮೇಣವಾಗಿ ಆಹಾರ, ವಿಹಾರಗಳನ್ನೆಲ್ಲವನ್ನೂ ಸಹ ತ್ಯಾಗ ಮಾಡಿ, ಅವುಗಳನ್ನು ಜಯಿಸುತ್ತಾ ಬರಬೇಕಿದೆ. ಹೀಗೆ ಹಂತ-ಹಂತವಾಗಿ ಮಾಡುವಂತಹ ತ್ಯಾಗವು ಆ ಸಂನ್ಯಾಸಿಯನ್ನು ಯೋಗಿಯನ್ನಾಗಿ ಮಾಡುವುದಾಗಿದೆ.

ಗಮನಿಸಿ: ಯಾವ ಗೃಹಸ್ಥನು ನಿತ್ಯವೂ ವೈಶ್ವದೇವ, ಇತ್ಯಾದಿ ಯಜ್ಞಗಳನ್ನು ಮಾಡುತ್ತಾ ಬರುವನೋ ಅವನೂ ಕೂಡ ಯೋಗಿಯಾಗಬಲ್ಲನು.

ತ್ಯಾಜ್ಯಂ ಎಂದಾಗಿ ಆರಂಭವಾಗುವಂತಹ 3 ನೆಯ ಶ್ಲೋಕ ನೋಡೋಣ: ಗೃಹಸ್ಥನು ಮಾಡುವಂತಹ ಅತಿಥಿ ಸತ್ಕಾರ, ಜಪ, ತಪ, ಯಜ್ಞ, ತಪಸ್ಸು, ದಾನಗಳನ್ನು ಮಾಡಿದಾಗ ಅವನು ಕೊನೆಯಲ್ಲಿ ಬ್ರಹ್ಮಾರ್ಪಣ ಎಂದಾಗಿ ಸಕಲ ಫಲಗಳನ್ನೂ ಸ್ವಂತಕ್ಕಾಗಿ ಇಟ್ಟುಕೊಳ್ಳದೆ ತ್ಯಾಗಮಾಡುತ್ತಾನೆ. ಹೀಗಾಗಿ, ಗೃಹಸ್ಥನ ತ್ಯಾಗವು ಉಳಿದ ಆಶ್ರಮಗಳಿಗಿಂತಲೂ ಹೆಚ್ಚಿನದು ಎಂದಾಗಿ ವೇದ ವಿಜ್ಞಾನಿಗಳು ಹೇಳಿದ್ದಾರೆ.

ಗಮನಿಸಿ: ಮಾಡುವಂತಹ ತ್ಯಾಗವನ್ನು ಯಾರಲ್ಲಿಯೂ ಹೇಳಿಕೊಳ್ಳಬಾರದು. ಒಂದು ವೇಳೆ ಹೇಳಿಕೊಂಡರೆ ತ್ಯಾಗದ ಫಲವು ಕರ್ತೃವಿಗೆ ದೊರಕದು.

ಈಗ ನಿಶ್ಚಯಂ ಎಂದಾಗಿ ಆರಂಭವಾಗುವಂತಹ 4ನೇ ಶ್ಲೋಕ ಹಾಗು ಯಜ್ಞದಾನ ಎಂದಾಗಿ ಆರಂಭವಾಗುವಂತಹ 5ನೇ ಶ್ಲೋಕ ನೋಡೋಣ: ಈ ಎರಡು ಶ್ಲೋಕಗಳಿಂದ ಸಾಧಕನು ದಾನದಲ್ಲಿ ತ್ಯಾಗದ ಮಹತ್ವವನ್ನು ಅರ್ಥಮಾಡಿಕೊಳ್ಳಬೇಕಿದೆ. 'ನಾನು ದಾನ ಮಾಡಿದೆ' ಹಾಗು 'ಅದರ ಫಲವನ್ನೂ ಸಹ ತ್ಯಾಗ ಮಾಡಿದೆ' ಎಂದಾಗಿ ಮನಸ್ಸಿನಲ್ಲೂ ಸಹ ಹುಟ್ಟಬಾರದು. ಹೀಗೇನಾದರೂ ಮನಸ್ಸಿನಲ್ಲಿ ಭಾವ ಹುಟ್ಟಿದರೆ ಅದರಿಂದ ದೊರಕಬೇಕಾದ ಫಲವು ಹೋಗಿಬಿಡುತ್ತದೆ.

ನಿಯತಸ್ಯ ಎಂದಾಗಿ ಆರಂಭವಾಗುವಂತಹ 7ನೇ ಶ್ಲೋಕವು ಸಂನ್ಯಾಸಿಗೆ ಯಾವುದು ನಿಶಿದ್ಧ ಕರ್ಮಗಳು ಎಂಬುದರ ಕುರಿತಾಗಿ ಹೇಳುತ್ತದೆ. ಸಂನ್ಯಾಸಿ ತ್ಯಾಗ ಮಾಡುವುದೇ ಅವನಿಗೆ ಮೊದಲ ನಿಶಿದ್ಧ ಕರ್ಮವಾಗಿದೆ. ಶ್ರೀವ್ಯಾಸರ ಪ್ರಕಾರ, ಸಂನ್ಯಾಸಿಯು ದಾನ ಮಾಡುವುದೇ ನಿಶಿದ್ಧವಾಗಿದೆ.

ಸಂನ್ಯಾಸಿಯು ಯಾರಿಗೂ ಏನೂ ಸಹ ಕೊಡುವಂತಿಲ್ಲ! ವೇದ ವಿಜ್ಞಾನ ಪ್ರಕಾರ, ಸಂನ್ಯಾಸವನ್ನು ಸ್ವೀಕರಿಸಿದಂತಹ

ಸಾಧಕನಿಗೆ ಸಂಚಿತ ಎಂಬುದೇ ಇರುವುದಿಲ್ಲ. ಬದಲಾಗಿ ಅಲ್ಲಿ ಇರುವುದು ಕೇವಲ ಪ್ರಾಪ್ತಿ. ಆ ಪ್ರಾಪ್ತಿಯನ್ನು ಯಾವುದೋ ಪಾಪ ಕರ್ಮಿಗೆ ಕೊಟ್ಟರೆ ಅದರ ದೋಷ ನೀಡಿದ ಹಾಗು ತೆಗೆದುಕೊಂಡಂತಹ ಇಬ್ಬರಿಗೂ ಸಹ ತಟ್ಟುತ್ತದೆ.

ಗಮನಿಸಿ: ಅಪಾತ್ರ ದಾನದಿಂದ ಸಂನ್ಯಾಸಿಗೆ ದೋಷ ತಟ್ಟುತ್ತದೆ, ಆದರೆ ಗೃಹಸ್ಥನಿಗೆ ದೋಷವು ಉಂಟಾಗುವುದಿಲ್ಲ.

ಸೂಚನೆ: ಹೀಗಾಗಿ, ಸಂನ್ಯಾಸಿಯು ದಾನಶೀಲತೆಯನ್ನೇ ದಾನಮಾಡಿಬಿಡಬೇಕು.

ಸಂನ್ಯಾಸಿಯು ಏನನ್ನೂ ಕೂಡ ಸಂಪಾದನೆ ಮಾಡುವಂತಿಲ್ಲ. ಹೀಗಾಗಿ, ಅವನಿಗೆ ಸಂಚಿತ ಎಂಬುದಿಲ್ಲ. ಅವನಿಗಿರುವುದು ಕೇವಲ ಪ್ರಾಪ್ತಿ, ಅಷ್ಟೆ.

ದುಃಖಮಿತ್ಯೇವ ಎಂದಾಗಿ ಆರಂಭವಾಗುವಂತಹ 8ನೇ ಶ್ಲೋಕವು ರಾಜಸಿಕ ದಾನ ಕುರಿತಾಗಿ ವಿವರಿಸುತ್ತದೆ. ರಾಜಸಿಕವಾಗಿಯೂ ಸಹ ಫಲ ಪ್ರಾಪ್ತಿಯನ್ನು ಇಟ್ಟುಕೊಂಡು ದಾನವನ್ನು ಮಾಡುವಂತಿಲ್ಲ ಎಂದಾಗಿ ಹೇಳುತ್ತದೆ.

ಈಗ ಅಧಿಷ್ಠಾನಂ ಎಂದಾಗಿ ಆರಂಭವಾಗುವಂತಹ 14ನೇ ಶ್ಲೋಕವನ್ನು ನೋಡೋಣ: ದಾನ, ತ್ಯಾಗ, ಕರ್ಮ, ಹೀಗೆ ಹತ್ತು ಹಲವಾರು ವಿಷಯಗಳನ್ನು ಹೇಳುತ್ತಾ ಬಂದು ಇದರಿಂದ ದೊರಕುವಂತಹ ವಿಶೇಷ ಪ್ರಾಪ್ತಿಯನ್ನು ಹೇಳಿಕೊಡುತ್ತದೆ. ನಂತರ, ನಿಶಿದ್ಧ ಕರ್ಮಗಳನ್ನು ವಿವರಿಸುವಾಗ 'ದಾನವು ನಿಶಿದ್ಧ' ಎಂದಾಗಿ ಹೇಳುತ್ತದೆ. ಹಾಗಾದರೆ ಮೊದಲು ಹೇಳಿದ್ದು ಹಾಗ್ಯಾಕೆ? ನಂತರ ಹೇಳುತ್ತಿರುವುದು ಹೀಗ್ಯಾಕೆ? ಎಂದಾಗಿ ಸಾಧಕನಿಗೆ ಗಲಿಬಿಲಿಯಾಗುತ್ತದೆ. ಇದು ಸಹಜವೇ. ಇದನ್ನು ವಿವರಿಸುವುದಕ್ಕೇ ಈ ಅಧ್ಯಾಯವು ಭಗವದ್ಗೀತೆಯಲ್ಲಿದೆ.

ಅಪಾತ್ರನಿಗೆ ದಾನ ದೊರಕಬಾರದು ಎಂಬ ಉದ್ದೇಶವು ಇಲ್ಲಿ ಮುಖ್ಯವಾಗಿದ್ದು, ಅದರ ಅಧಾರದ ಮೇಲೆ ದಾನ ಮಾಡಬೇಕೋ ಅಥವಾ ಬೇಡವೋ ಎಂದಾಗಿ ಶ್ರೀವ್ಯಾಸರು ಹೇಳಿದ್ದಾರೆ. ದಾನ ಮಾಡುವ ಮುನ್ನ ತೆಗೆದುಕೊಳ್ಳುವವನ ಪಾತ್ರ ಹಾಗು ಪಾತ್ರತೆಯನ್ನು ಸರಿಯಾಗಿ ಪರೀಕ್ಷಿಸಬೇಕಿದೆ.

ಸಂನ್ಯಾಸಿಯು ದಾನವನ್ನು ಮಾಡುವ ಹಾಗಿಲ್ಲ ಎಂದಾಗಿ ಏಕೆ ಹೇಳಿದೆ ಎಂದರೆ, ಅವನಿಗೆ ಪಾತ್ರ-ಅಪಾತ್ರತೆಯ ಅರಿವಿಗೆ ಅವಕಾಶವಿರುವುದಿಲ್ಲ, ಏಕೆಂದರೆ ಅವನು ಒಂದು ಊರಿನಲ್ಲಿ ಒಂದು ರಾತ್ರಿ ಮಾತ್ರ ತಂಗಬಹುದಾಗಿದೆ. ಅವನು ತಿರುಗಾಟದಲ್ಲೇ

ಇರಬೇಕಿದೆ. ಹೀಗಿರಬೇಕಾದರೆ ಅವನಿಗೆ ಯಾವುದೇ ವ್ಯಕ್ತಿಯ ಪಾತ್ರ ಪರಿಚಯವಾಗುವುದಾದರೂ ಹೇಗೆ? ಹೀಗಾಗಿ, ಅವನು ದಾನಮಾಡುವಂತಿಲ್ಲ.

ಸಂನ್ಯಾಸಿಗೆ ಒಂದು ಕರ್ತವ್ಯವಿದೆ. ಅವನು ಯಾವುದೋ ಒಂದು ಗ್ರಾಮಕ್ಕೆ ಹೋದಾಗ ಅಲ್ಲಿ ಯಾವುದೋ ಒಂದು ಸಮಸ್ಯೆಯು ಕಾಡುತ್ತಿರಬಹುದಾಗಿದೆ. ಆ ಸಮಸ್ಯೆಯು ರಾಕ್ಷಸ ಕಾಟವೋ, ಮಹಾ-ರೋಗವೋ, ಅಥವಾ ಮತ್ತ್ಯಾವುದೋ ಇರಬಹುದಾಗಿದೆ. ಒಬ್ಬ ಸಂನ್ಯಾಸಿಯು ಆ ಗ್ರಾಮಕ್ಕೆ ಹೋದಾಗ ಅಲ್ಲಿಯ ಜನರು ಇದಕ್ಕಾಗಿ ಪರಿಹಾರವನ್ನು ಅವನಲ್ಲಿ ಕೇಳಬಹುದಾಗಿದೆ. ಈಗಲೂ ಸಹ ಸಂನ್ಯಾಸಿ ಎಂದರೆ ಎಲ್ಲವನ್ನೂ ತಿಳಿದವನು ಎಂಬ ಅಭಿಪ್ರಾಯ ಸಾರ್ವತ್ರಿಕವಾಗಿದೆ. ಹಾಗೆ ಸಮಸ್ಯೆಯನ್ನು ಕೇಳಿಸಿಕೊಂಡ ಸಂನ್ಯಾಸಿಯು ಅದರ ಪರಿಹಾರಕ್ಕಾಗೆಂದು ಅವನು ಆ ಗ್ರಾಮದಲ್ಲೇ ವಾಸ್ತವ್ಯ ಮಾಡಬೇಕಿದೆ. ಇದರ ಹಿನ್ನಲೆಯಲ್ಲೇ ಸಂನ್ಯಾಸಿಗೆ 'ಚಾತುರ್ಮಾಸ್ಯ ವ್ರತ' ಎಂದಾಗಿ ಒದಗಿಬಂದಿದೆ.

ಹೀಗೆ ಸಂನ್ಯಾಸಿಯು ಆ ಗ್ರಾಮದಲ್ಲಿ ಅವರ ಅನುಕೂಲಕ್ಕಾಗಿ ನೆಲೆಸುತ್ತಾನೆ. ಅವನು ಚಾತುರ್ಮಾಸ್ಯ ವ್ರತವನ್ನು ಆಚರಿಸುವಾಗ ಇಂದು ದಧಿ ವ್ರತ, ನಾಳೆ ಕ್ಷೀರ ವ್ರತ, ನಾಡಿದ್ದು ಲವಣ ವ್ರತ, ಹೀಗೆ ಹಲವಾರು ರೀತಿಯ ವ್ರತಗಳನ್ನು ಆ ಸಂನ್ಯಾಸಿ ಆರಂಭಿಸುತ್ತಾನೆ. ಅವನಿಗೆ ಏನೂ ದುಡಿಮೆ ಇರದ ಕಾರಣ ಆ ಗ್ರಾಮದ ಜನರು ದಧಿ ವ್ರತ ಎಂದಾಗ ದಧಿಯನ್ನು, ಕ್ಷೀರ ವ್ರತ ಎಂದಾಗ ಕ್ಷೀರವನ್ನು ಅವನಿಗೆ ತಂದು ಕೊಡುತ್ತಾರೆ. ಹಾಗೆ ಶೇಖರಣೆಯಾದಂತಹ ಸಂಗ್ರಹವನ್ನು ಆ ಸಂನ್ಯಾಸಿಯು ಸ್ವಂತಕ್ಕೆಂದು ಉಪಯೋಗಿಸದೆ ಬಂದವರಿಗೇ ಎಲ್ಲವನ್ನೂ ಸಹ ನೀಡುತ್ತಾನೆ. ಹೀಗೆ ಸಂಗ್ರಹಿಸಿ ನೀಡುವುದೇ ಅವನಿಗೆ ವ್ರತ ಎಂದಾಗಿರುತ್ತದೆ. ಹೀಗೆ ನಾಲ್ಕು ತಿಂಗಳುಗಳ ಕಾಲ ಸಂನ್ಯಾಸಿಯು ವ್ರತವನ್ನು ಆಚರಿಸುತ್ತಾನೆ. ಹೀಗೇ ಅವನಿಗೆ ದಿನ-ದಿನಕ್ಕೂ ತಿಂಗಳು-ತಿಂಗಳಿಗೂ ಹಲವಾರು ರೀತಿಯ ವ್ರತಗಳಿರುತ್ತವೆ.

ಇದರಿಂದೇನು ಪ್ರಯೋಜನ? ಎಂದಾಗಿ ಸಾಧಕನು ಯೋಚಿಸಬಹುದು. ಇದರ ಮರ್ಮ ಹೀಗಿದೆ: ಸಂನ್ಯಾಸಿಯು ಕೊಟ್ಟದ್ದನ್ನು ಜನರು ಬಳಸುತ್ತಾರೆ. ಹೀಗೆ ಬಳಸಿದಂತಹ ವಸ್ತುವು ಜನರ ಮೇಲೆ ಎಂತಹ ಪರಿಣಾಮವನ್ನು ಬೀರಿತು ಎಂದಾಗಿ ಸಂನ್ಯಾಸಿ ಗಮನಿಸುತ್ತಾನೆ. ಇದರ ಅವಲೋಕನದ ನಂತರ ಅವರ

ಸಮಸ್ಯೆಯನ್ನು ಅರಿತು 'ಹೀಗೆ ಮಾಡಿ, ಹೀಗೆ ಮಾಡಬೇಡಿ' ಎಂದಾಗಿ ಹೇಳಿಕೊಡುತ್ತಾನೆ. ಅವರ ಸಮಸ್ಯೆಗಳನ್ನು ಪರಿಹರಿಸಿ ಸಂನ್ಯಾಸಿಯು ಪರಿಶುದ್ಧನಾಗುತ್ತಾನೆ.

ಗಮನಿಸಿ: ಸಂನ್ಯಾಸಿಯು ನಿಂತಂತಹ ಗ್ರಾಮದ ಸಮಸ್ಯೆಯನ್ನು ಅರಿತು, ತನ್ನ ತಪಸ್ಸಿನ ಅನುಷ್ಠಾನದಿಂದ ಆ ಸಮಸ್ಯೆಯನ್ನು ಪರಿಹರಿಸಿ, ಮುಂದಿನ ಗ್ರಾಮಕ್ಕೆ ಹೋಗುತ್ತಾನೆ. ಇದೇ ಅವನಿಗೆ 'ಚಾತುರ್ಮಾಸ್ಯ ವ್ರತ' ಎಂದಾಗಿದೆ.

ಸಂನ್ಯಾಸಿಯು ನಿಂತಂತಹ ಗ್ರಾಮದ ಸಮಸ್ಯೆಯು ಬಗೆಹರಿಯುವವರೆಗೂ ಸಹ ಅವನ ಚಾತುರ್ಮಾಸ್ಯ ವ್ರತವು ಮುಂದುವರೆಯುತ್ತದೆ. ಚಾತುರ್ಮಾಸ್ಯ ಎಂದರೆ ನಾಲ್ಕು ತಿಂಗಳು ಮಾತ್ರ ಎಂದಾಗಿ ಇಲ್ಲಿ ಅರ್ಥಮಾಡಬಾರದು.

ಹೀಗೆ, ಸಂನ್ಯಾಸಿಗಳು ಬಗೆಹರಿಸಿದ ಅದೆಷ್ಟೋ ಉದಾಹರಣೆಗಳನ್ನು ನಾವು ಭಾರತೀಯ ಇತಿಹಾಸದಿಂದ ನೋಡಬಹುದಾಗಿದೆ. ಇದಕ್ಕೆ ಕಿರೀಟ ಪ್ರಾಯದಂತೆ ಅಗಸ್ತ್ಯ ಮಹಾಮುನಿಗಳ ಘಟನೆಯೊಂದು ಹೀಗಿದೆ: ದ್ರಾವಿಡರನ್ನು (ದ್ರಾವಿಡ = ಸ್ವಾಭಾವಿಕವಾಗಿ ಜೀವಿಸುವವ) ಬುದ್ಧಿವಂತರನ್ನಾಗಿ ಮಾಡಲು ಅಗಸ್ತ್ಯರು ವಿಂಧ್ಯವನ್ನು ದಾಟಿ ದಕ್ಷಿಣದ ಕಡೆಗೆ ಬಂದರು. ಹಾಗೆ ಬಂದವರು ಒಮ್ಮೆ ಕರ್ನಾಟಕದ ಈಗಿನ ಬಾದಾಮಿ ಪ್ರದೇಶಕ್ಕೆ ಹೋದರು. ಅಲ್ಲಿ ಆಗ ವಾತಾಪಿ ಹಾಗು ಇಲ್ವಲ ಎಂಬ ಎರಡು ಮಹಾ ರೋಗಗಳು ಜನರನ್ನು ಕಾಡುತ್ತಿತ್ತು. ಅವರು ಅಲ್ಲಿಯೇ ಕೆಲಕಾಲ ನೆಲೆ ನಿಂತು ಈ ಮಹಾಮಾರಿಗಳನ್ನು ಜೀರ್ಣಮಾಡಿಕೊಂಡು ಮುಂದುವರೆದರು.

ಆಯಾಯ ಋತುಮಾನಕ್ಕೆ ಆದರಿಸಿ ಎರಗುವಂತಹ ರೋಗಗಳನ್ನು (ಉದಾಹರಣೆಗೆ ಫ್ಲೂ ಎನ್ನುವುದು ಇಂದಿಗೂ ಬೇಸಿಗೆ ಹಾಗು ಮಳೆಗಾಲದ ಸಂಧಿಯಲ್ಲಿ ಕಂಡುಬರುತ್ತದೆ) ಒಂದೇ ಋತುವಿನಲ್ಲಿ ಪರಿಹಾರ ಮಾಡಲು ಸಾಧ್ಯವಿಲ್ಲ. ಅದಕ್ಕೆಂದಾಗಿ ಕನಿಷ್ಠ ಆರು ತಿಂಗಳ ಕಾಲ ಅಧ್ಯಯನ ಮಾಡಿ ಪರಿಹಾರ ಕಂಡುಕೊಳ್ಳಬೇಕಿದೆ. ಹೀಗಾಗಿ ಅಗಸ್ತ್ಯರು ಎರಡು ವರ್ಷಗಳ ಕಾಲ ಬಾದಾಮಿಯಲ್ಲಿ ನೆಲೆನಿಂತರು, ಮಹಾ ಮಾರಿಗಳನ್ನು ಗುಣಪಡಿಸಿದರು. (ಉದಾ: ವಾತಾಪಿ = ವಾತ ಎನ್ನುವ ರೋಗಕ್ಕೆ ಬಿಸಿ ನೀರಿನ ಸೇವನೆಯೇ ಪರಿಹಾರ!)

ನೀಡುವುದನ್ನೇ ವ್ರತವನ್ನಾಗಿ ಸಂನ್ಯಾಸಿಗಳು ಆಚರಿಸುತ್ತಾರೆ. ಭಕ್ತರು ಸಂನ್ಯಾಸಿ ಕೇಳಿದ್ದನ್ನು ನೀಡುವುದು ತಮ್ಮ

ಸಮಸ್ಯೆಗಳು ಪರಿಹಾರವಾಗಲೆಂದು. ಈ ಜನರ ಸಮಸ್ಯೆಯನ್ನು ಸಂನ್ಯಾಸಿಯು ಪರಿಹಾರ ಮಾಡಿದಾಗ ಅದು ಅವನಿಗೆ 'ತ್ಯಾಗ' ಎಂದೆನಿಸಿಕೊಳ್ಳುತ್ತದೆ ಎಂದು ವೇದ ವಿಜ್ಞಾನಿಗಳು ಹೇಳುತ್ತಾರೆ. ಈ ಸಮಸ್ಯೆಗಳ ಪರಿಹಾರಕ್ಕಾಗಿ ಸಂನ್ಯಾಸಿಗಳು ಪ್ರಯೋಗಮಾಡಿ ಕಂಡುಕೊಳ್ಳುವುದಕ್ಕೆಂದಾಗಿ ಅವರು ಸಮಸ್ಯೆಗಳಲ್ಲಿ ಸಿಲುಕಿರುವಂತಹ ಜನರ ಬಳಿ ಕೆಲವು ವಸ್ತುಗಳನ್ನು ಬೇಡುತ್ತಾರೆಯೇ ವಿನಃ ಅವರಿಗೆ ಮತ್ತೊಂದು ಉದ್ದೇಶವಿರುವುದಿಲ್ಲ, ಇರಬಾರದೂ ಕೂಡ!

ಜನರ ಸಮಸ್ಯೆಗಳ ಪರಿಹಾರಕ್ಕೆಂದು ವೇದ ಸಂಹಿತೆಯ ಪ್ರಕಾರ ಸಂನ್ಯಾಸಿಯು ಯಜ್ಞಗಳನ್ನು ಮಾಡುವ ಹಾಗಿಲ್ಲ. ಹಾಗಿದ್ದರೆ ಅವರ ಸಮಸ್ಯೆಗಳಿಗೆ ಪರಿಹಾರವನ್ನು ಕಂಡುಕೊಳ್ಳುವುದು ಹೇಗೆ? ಇದನ್ನೀಗ ನೋಡೋಣ: ಸಂನ್ಯಾಸಿಯು ಸಮಸ್ಯೆಯನ್ನು ಕುರಿತು ಆಲೋಚಿಸುತ್ತಾನೆ. ಈ ಜನರು ಉಪಯೋಗಿಸುತ್ತಿರುವಂತಹ ಯಾವ ವಸ್ತುವಿನಿಂದ ಸಮಸ್ಯೆ ತಲೆದೋರಿದೆ ಎಂದಾಗಿ ಯೋಚಿಸಿ, ಆ ವಸ್ತುವನ್ನು ತನಗೆ ನೀಡುವಂತೆ ಜನರನ್ನು ಕೇಳುತ್ತಾನೆ. ಉದಾಹರಣೆಗೆ ಕ್ಷೀರದಿಂದ ತೊಂದರೆ ಒದಗುತ್ತಿರಬಹುದೆ ಎಂದಾಗಿ ಆ ಸಂನ್ಯಾಸಿಗೆ ಅನ್ನಿಸಿದಾಗ ಅವನು ಕ್ಷೀರವನ್ನು ತಂದುಕೊಡಲು ಆಜ್ಞೆ ಮಾಡುತ್ತಾನೆ, ಏಕೆಂದರೆ ಅವನ ಬಳಿ ಹಸುವಾಗಲಿ, ಕರುವಾಗಲೂ ಏನಿಲ್ಲವಲ್ಲ, ಹೀಗಾಗಿ. ಹೀಗೆ, ತನಗೆ ಕೊಟ್ಟಂತಹ ಕ್ಷೀರವನ್ನು ಅವನ ಬಳಿ ಬಂದವರಿಗೆ ಹಂಚುತ್ತಾನೆ. ಈ ಮುಖಾಂತರ ಇದರಿಂದ ಸಮಸ್ಯೆಯಾಗುತ್ತಿದೆಯೇ ನೋಡುತ್ತಾನೆ. ಹೀಗೆ ಧಾನ್ಯಗಳಾದಿಯಾಗಿ ಸಮಸ್ಯೆಗೆ ಸಂಬಂಧಿಸಿದಂತೆ ಅವನು ಕ್ರಿಯಾಶೀಲನಾಗುತ್ತಾನೆ. ಈ ರೀತಿಯಲ್ಲಿ ನಾಲ್ಕು ತಿಂಗಳಲ್ಲೋ ಅಥವಾ ನಾಲ್ಕು ವರ್ಷಗಳಲ್ಲೋ ಅವನು ಪರಿಹಾರವನ್ನು ಕಂಡುಹಿಡಿದು, ಅಲ್ಲಿನವರ ಸಮಸ್ಯೆಯನ್ನು ಜೀರ್ಣಮಾಡಿಕೊಂಡು ಮುಂದುವರೆಯುತ್ತಾನೆ.

'ವಾತಾಪಿ ಜೀರ್ಣೋ ಭವ' ಎಂಬುದರ ಅರ್ಥ ನಿಮಗೆ ಈಗ ಅರಿವಾಗಿರಬಹುದು.

ಗಮನಿಸಿ: ಚಾತುರ್ಮಾಸ್ಯ ಎನ್ನುವುದು ಒಂದು ವ್ರತವಲ್ಲ, ಒಂದು ವಿಚಾರವಲ್ಲ, ಇದೊಂದು ಕಥೆಯಲ್ಲ, ಬದಲಿಗೆ ಗ್ರಾಮದ ಸಕಲ ವಿಚಾರಗಳನ್ನೂ ಸಹ ಅಳವಡಿಸಿದಂತಹ ವ್ರತದಿಂದ ಅಧ್ಯಯನವನ್ನು ಮಾಡುವಂತಹದ್ದು. ಹೀಗೆ ಮಾಡುವುದನ್ನೇ

ಚಾತುರ್ಮಾಸ್ಯದಲ್ಲಿ ಆ ಸಂನ್ಯಾಸಿಯು 'ತಪಸ್ಸಿನ ಅನುಷ್ಠಾನ ಮಾಡಿದ' ಎಂದಾಗಿ ಹೇಳಿಕೊಳ್ಳುವುದು.

ಯಾವುದೇ ಗ್ರಾಮದಲ್ಲಿ ನೆಲೆನಿಂತು, ಅಲ್ಲಿನ ಸಮಸ್ಯೆಗಳನ್ನು ಅರಿತು, ಅದರ ಕಾರಣಗಳನ್ನು ಕುರಿತು ಅಧ್ಯಯನ ಮಾಡಿ, ಪರಿಹಾರವನ್ನು ಕಂಡುಹಿಡಿದು, ಆ ಸಮಸ್ಯೆಯನ್ನು ಸಂಪೂರ್ಣ ಜೀರ್ಣ ಮಾಡಿಕೊಳ್ಳುವುದನ್ನೇ ಸಂನ್ಯಾಸಿ ಮಾಡುವಂತಹ ದಾನ, ತ್ಯಾಗ ಎಂದಾಗಿ ವೇದ ವಿಜ್ಞಾನವು ಹೇಳುತ್ತದೆ.

ಗಮನಿಸಿ: ಈ ರೀತಿಯಾದ ದಾನ ಪ್ರಕ್ರಿಯೆಯಿಂದ ಸಂನ್ಯಾಸಿಯು ತಾನು ತೆಗೆದುಕೊಂಡಂತಹ ಸಂನ್ಯಾಸಕ್ಕೆ ಮುಕ್ತಿ ಕೊಡುತ್ತಾ ಹೋಗುತ್ತಾನೆ. ಒಂದು ದಿನ ಅವನು ಯೋಗಿಯಾಗುತ್ತಾನೆ.

ಯೋಗಿಯಾದವನಿಗೆ ಈ ಚಾತುರ್ಮಾಸ್ಯ ವ್ರತದ ಅವಶ್ಯಕತೆಯಿಲ್ಲ, ಏಕೆಂದರೆ ಅವನು ಈಗಾಗಲೇ ಸಂನ್ಯಾಸವನ್ನು ತ್ಯಾಗಮಾಡಿದವನಾಗಿರುತ್ತಾನೆ. ಅಂದರೆ, ಅವನು ಯಾವುದೇ ಸಮಸ್ಯೆಗೆ ಪರಿಹಾರವನ್ನು ಕೂಡಲೇ ಹೇಳಬಲ್ಲವನಾಗಿರುತ್ತಾನೆ. ಹೀಗೆ ಸಂನ್ಯಾಸಿಯು ಯೋಗಿಯಾಗುವ ಬಗೆಯನ್ನು 'ಮೋಕ್ಷ ಸಂನ್ಯಾಸ ಯೋಗ' ಎನ್ನುವಂತಹ ಭಗವದ್ಗೀತೆಯ ಅಧ್ಯಾಯ ತಿಳಿಸಿಕೊಡುತ್ತದೆ.

ಮೋಕ್ಷ ಸಂನ್ಯಾಸ ಯೋಗವನ್ನು ಸಾಧಿಸುವುದಕ್ಕಾಗಿಯೇ ಇರುವಂತಹ ಆಸನವು 'ಭದ್ರಾಸನ' ಎಂದಾಗಿದೆ. ಇದನ್ನು ಮಾಡುವಂತಹ ವಿವರ ಹೀಗಿದೆ: ಎರಡು ಪಾದಗಳನ್ನು ಒಂದರ ಪಕ್ಕ ಒಂದನ್ನು ಜೋಡಿಸಿಕೊಂಡು ಹಿಮ್ಮಡಿಯ ಮೇಲೆ ಕೂತುಕೊಳ್ಳಬೇಕು. ಹಿಮ್ಮಡಿಗಳು ದೂರ ಹೋಗದಿರುವಂತೆ ನೋಡಿಕೊಳ್ಳಬೇಕು. ಪಾದದಲ್ಲಿರುವಂತಹ ಬೆರಳುಗಳ ಮೇಲ್ಭಾಗ ಭೂಮಿಗೆ ತಗುಲಿರಬೇಕು. ಎರಡೂ ಕೈಗಳ ಬೆರಳುಗಳನ್ನು ಒಂದರೊಳಗೆ ಒಂದನ್ನು ಸೇರಿಸಿ ಗಟ್ಟಿಯಾಗಿ ಎಳೆದು ತಲೆಯ ಕೆಳಭಾಗದಲ್ಲಿ ಇಟ್ಟುಕೊಳ್ಳಬೇಕು. ತಲೆಯನ್ನು ಎಷ್ಟು ಸಾಧ್ಯವೋ ಅಷ್ಟು ಹಿಂದಕ್ಕೆ ಎತ್ತಬೇಕು. ಶಿರವನ್ನು ಮೇಲೆತ್ತಿದಾಗ ಮಾತ್ರ ಭ್ರೂ ಮಧ್ಯೆಯಿಂದ ಆಜ್ಞಾ ಚಕ್ರದಲ್ಲಿ ಸಮಸ್ಯೆಯ ವಿಷಯವು ಇಳಿದು ಸಹಸ್ರಾರಕ್ಕೆ ಬಂದು ಸೇರುತ್ತದೆ! ದೇಹಕ್ಕೆ ಸಾಕೆನಿಸುವಷ್ಟು ಕಾಲ ಈ ಆಸನದಲ್ಲಿ ಇರಬೇಕು.

ಗಮನಿಸಿ: ಸಮಸ್ಯೆಗೆ ಪರಿಹಾರವನ್ನು ಕಂಡುಕೊಳ್ಳಲು ಇರುವಂತಹದ್ದು ಈ ಭದ್ರಾಸನ. ಅಂದರೆ, ಇದು ವ್ಯವಸ್ಥೆಗೆ ಒಂದು ನಿಯಮವನ್ನು ಕೊಡುವಂತಹದ್ದಾಗಿದೆ.

ಸೂಕ್ಷ್ಮ ಚಿಂತನೆಗಳ ಜೊತೆಗೆ ಸ್ಥೂಲ ಚಿಂತನೆಗಳನ್ನೂ ಸಾಧಕನು ತನ್ನಲ್ಲಿ ಸೇರಿಸಿಕೊಳ್ಳಬೇಕು ಎಂದರೆ ಅವನ ಸಹಸ್ರಾರ ಚಕ್ರವು ವೇದ ವಿಜ್ಞಾನ ಪ್ರಕಾರ ಉತ್ತರಕ್ಕೆ ತಿರುಗಬೇಕಿದೆ. (ಸೂಚನೆ: ಭಾರತೀಯ ನೆಲದಲ್ಲಿ ನೀರು ಹರಿಯುವುದು ಹಾಗು ಗಾಳಿಯು ಬೀಸುವುದು - ಎರಡೂ ಸಹ ಉತ್ತರದಿಂದ ದಕ್ಷಿಣಕ್ಕೆ.) ಶಿರದ ನೆತ್ತಿಯ ಮೇಲಿರುವಂತಹ ಸಹಸ್ರಾರವು ನೇರ ಆಕಾಶದ ಕಡೆಗೆ ಮುಖ ಮಾಡಿದರೆ ಸಾಧಕನಿಗೆ ಏನೂ ಸಹ ಸಿಗುವುದಿಲ್ಲ. ಹೀಗಾಗಿ ಸಾಧಕನು ದಕ್ಷಿಣಕ್ಕೆ ಮುಖಮಾಡಿ ಕುಳಿತು ಭದ್ರಾಸನವನ್ನು ಹಾಕಿದಾಗ ಅವನು ಸಹಸ್ರಾರವು ಉತ್ತರಕ್ಕೆ ಮುಖಮಾಡುವುದಾಗಿದೆ. ಆಗ ಮಾತ್ರವೇ ಸಾಧಕನ ಆಜ್ಞಾ ಚಕ್ರದಲ್ಲಿ ಅವನಿಗೆ ಬೇಕಿರುವಂತಹ ವಿಷಯವು ಒಳಗೆ ಇಳಿಯುವುದಾಗಿದೆ. ಆಗ ಮಾತ್ರವೇ ಸಾಧಕನು ತನ್ನ ಸ್ವಂತ ಸಮಸ್ಯೆಯೋ ಅಥವಾ ಮತ್ತೊಬ್ಬರ ಸಮಸ್ಯೆಯೋ, ಒಟ್ಟಿನಲ್ಲಿ ಅವನು ಅದನ್ನು ಸುಲಭವಾಗಿ ಅರ್ಥಮಾಡಿಕೊಳ್ಳಬಹುದು.

ಗಮನಿಸಿ: ಸಮಸ್ಯೆಯ ವ್ಯಾಖ್ಯೆ ಸರಿಯಾಗಿ ಮಾಡಿಕೊಂಡರೇ ಮಾತ್ರ ಸರಿಯಾದ ಪರಿಹಾರ ಲಭ್ಯವಾಗುತ್ತದೆ. ವೇದ ವಿಜ್ಞಾನ ಪ್ರಕಾರ, ಈ ಬ್ರಹ್ಮಾಂಡದಲ್ಲಿ ಮೊದಲು ಉತ್ತರವು ಭವಿಸುತ್ತದೆ. ನಂತರ ಮಾತ್ರವೇ ಅದಕ್ಕೆ ಸಂಬಂಧಿಸಿದಂತಹ ಸಮಸ್ಯೆ ಜನಿಸುತ್ತದೆ. ಅಂದರೆ, 'ಉತ್ತರವಿರದ ಸಮಸ್ಯೆಯು ಈ ಬ್ರಹ್ಮಾಂಡದಲ್ಲಿ ಎಂದಿಗೂ ಸಹ ಸಂಭವಿಸುವುದಿಲ್ಲ' ಎನ್ನುವುದೇ ಇದರ ನಿರ್ಣಯವಾಗಿದೆ.

ಉಚ್ಚರೀತಿಯ ಚಿಂತನೆಯನ್ನು ಸಾಧಕನು ಈ ಭದ್ರಾಸನ ಹಾಕುವುದರಿಂದ ಮಾಡಬಹುದಾಗಿದೆ.

ಈಗ ಅರ್ಜುನ ಕೇಳವಂತಹ ಪ್ರಶ್ನೆಯನ್ನು ನೋಡೋಣ. ಸಂನ್ಯಾಸಸ್ಯ ಎಂದಾಗಿ ಆರಂಭವಾಗುವಂತಹ ಮೊದಲನೇ ಶ್ಲೋಕದಲ್ಲಿ ಅರ್ಜುನನು ಕೃಷ್ಣನಿಗೆ ಪ್ರಶ್ನೆ ಕೇಳುತ್ತಾನೆ. ಭಗವದ್ಗೀತೆಯ ಉದ್ದಕ್ಕೂ ಕೃಷ್ಣನು ಅರ್ಜುನನ್ನು 'ಮಹಾಬಾಹೋ' ಎಂದಾಗಿ ಸಂಬೋಧಿಸುವುದಾಗಿದ್ದರೂ, ಇಲ್ಲಿ ಅರ್ಜುನನು ಕೃಷ್ಣನನ್ನೇ 'ಮಹಾಬಾಹೋ' ಎಂದಾಗಿ ಸಂಬೋಧಿಸಿರುತ್ತಾನೆ. ಅರ್ಜುನನಿಗೆ ಕೃಷ್ಣನು ಹೃಷೀಕೇಶನಾಗಿ

ಕಂಡಿರುವ ಕಾರಣದಿಂದಾಗಿ ಹೀಗೆ ಸಂಬೋಧಿಸಿರುತ್ತಾನೆ ಎಂದಾಗಿ ಇಲ್ಲಿ ಅರ್ಥಮಾಡಿಕೊಳ್ಳಬಹುದು. ಇಲ್ಲಿ ಹೃಷಿ ಎಂದರೆ ಚಲನೆ ಎಂದಾಗಿರುವುದರಿಂದಾಗಿ ಹೃಷಿ ಇದ್ದಲ್ಲಿ ಕೇಶ. ಇಲ್ಲದಿದ್ದರೆ ಇಲ್ಲ. ಎಲ್ಲಿ ಜಡ ಎಂಬುದಿದೆಯೋ ಅದು ಕೇವಲ ಕೇಶವ. ಜೀವ ಎಂಬುದು ಇರುವೆಡೆ ಕೇಶವ ಎಂಬುದಿಲ್ಲ.

'ಹೇ ಕೃಷ್ಣಾ ನೀನು ಇಲ್ಲಿ ಜಡದಲ್ಲಿಯೂ ವಾಸಿಸುತ್ತೀಯಾ, ಅಲ್ಲಿ ಚಲನೆಯಲ್ಲಿಯೂ ವಾಸಿಸುತ್ತೀಯಾ, ಇದರ ವ್ಯತ್ಯಾಸವೇನು' ಎಂದಾಗಿ ಅರ್ಜುನನು ಕೃಷ್ಣನನ್ನು ಕೇಳಿರುತ್ತಾನೆ. ಇಲ್ಲಿ ಅರ್ಜುನನು ಕೇಳುತ್ತಿರುವುದು ಸಂನ್ಯಾಸತ್ವಕ್ಕೂ ಹಾಗು ಜಡಕ್ಕೂ ವ್ಯತ್ಯಾಸವನ್ನು ಕೇಳಿರುವುದಲ್ಲ, ಬದಲಿಗೆ ಸಂನ್ಯಾಸತ್ವಕ್ಕೂ ಹಾಗು ಚಲನೆಗೂ ವ್ಯತ್ಯಾಸವನ್ನು ಕೇಳಿರುವುದಾಗಿದೆ. ಈ ವ್ಯತ್ಯಾಸವನ್ನು ತಿಳಿಸಲಿಕ್ಕಾಗಿಯೇ ಕೃಷ್ಣನು ಸಂನ್ಯಾಸತ್ವವನ್ನು ವಿವರಿಸಿರುತ್ತಾನೆ. ಇದಕ್ಕೆ ಉದಾಹರಣೆಯಾಗಿ ಆ ಕೃಷ್ಣನ ಜೀವನವನ್ನೇ ಇಲ್ಲಿ ನೋಡಬಹುದಾಗಿದೆ.

ಭಾರತೀಯ ವೇದ ವಿಜ್ಞಾನದಲ್ಲಿ ಸಂನ್ಯಾಸದಲ್ಲಿ ಎರಡು ವ್ಯತ್ಯಾಸಗಳು ಕಂಡುಬರುತ್ತವೆ. ಸಂನ್ಯಾಸಿಯು ಆಶ್ರಮಸ್ಥನಾಗಬೇಕಿದೆ. ನಾಲ್ಕು ಆಶ್ರಮಗಳಲ್ಲಿ ಸಂನ್ಯಾಸತ್ವವೇ ತುರೀಯ ಆಶ್ರಮವಾಗಿದೆ. ಭಾರತೀಯರಲ್ಲಿ ಈ ಆಶ್ರಮ ಕುರಿತಾಗಿ ಬಹು ಶ್ರೇಷ್ಠ ಚಿಂತನೆಗಳಿವೆ. ಜೊತೆಗೆ, ಮನದಾಳದಲ್ಲಿ ಪೂಜ್ಯವಾದಂತಹ ಸ್ಥಾನವೂ ಇದೆ.

ಹೀಗಿದ್ದರೂ ಸಹ ಭಾರತೀಯ ವೇದ ವಿಜ್ಞಾನವು ಸಂನ್ಯಾಸಿಯು ಪೂಜಾರ್ಹನಲ್ಲ ಎಂದಾಗಿ ಘೋಷಿಸುತ್ತದೆ!? ಭಗವದ್ಗೀತೆಯೂ ಸಹ ಇದೇ ಹೇಳಿಕೆಯನ್ನು ಪೋಷಿಸುತ್ತದೆ.

ಗಮನಿಸಿ: ಸಂನ್ಯಾಸಿ ಹಾಗು ಪೀಠಾಧಿಪತಿ ನಡುವೆ ವ್ಯತ್ಯಾಸವಿದೆ.

ಸಂನ್ಯಾಸಿಯು ಪೀಠವನ್ನು ಹತ್ತಿ ಕುಳಿತಾಗ ಅದನ್ನು ನಿಭಾಯಿಸುವಂತಹ ಜವಾಬ್ದಾರಿ ಅವನ ಹೆಗಲಿಗೆ ಬರುತ್ತದೆ. ಸಂನ್ಯಾಸಿಯನ್ನು ಪೂಜಿಸಬಾರದು ಎಂದಾಗಿ ಹೇಳಿದೆಯೇ ವಿನಃ ಪೀಠಾಧಿಪತಿಯನ್ನಲ್ಲ. ಆದರೆ ಯಾವುದೇ ಸಂನ್ಯಾಸಿಯು ಪೀಠವನ್ನು ಆರೋಹಣಮಾಡಿದಾಗ ಮಾತ್ರ ಅವನು 'ಗುರು' ಎಂದಾಗಿ ಕರೆಸಿಕೊಳ್ಳುತ್ತಾನೆ.

ಸಂನ್ಯಾಸಿಗೆ ಕರ್ಮವೇ ಇರುವುದಿಲ್ಲ, ಹೀಗಾಗಿ ಅವನಿಗೆ 'ಕರ್ಮ-ಫಲದ ತ್ಯಾಗ' ಎಂಬ ಪ್ರಶ್ನೆಯೇ ಉದ್ಭವಿಸುವುದಿಲ್ಲ

ಎಂದಾಗಿ 2ನೇ ಶ್ಲೋಕದಿಂದ ಅರ್ಥಮಾಡಿಕೊಳ್ಳಬೇಕಿದೆ. ಕೃಷ್ಣನು ಮುಂದುವರೆದು 3ನೇ ಶ್ಲೋಕದಲ್ಲಿ ಹೀಗೆ ಹೇಳುತ್ತಾನೆ: ಸಂನ್ಯಾಸಿಯು 'ನಾನು ಕೊಟ್ಟೆ' ಎಂತೆಂದುಕೊಳ್ಳುವುದೇ ಅವನಿಗೆ ದೋಷವಾಗುತ್ತದೆ, ಏಕೆಂದರೆ ಅವನೇನೂ ಸಂಪಾದನೆ ಮಾಡುವುದಿಲ್ಲವಲ್ಲ! ಬದಲಾಗಿ ಬಂದದ್ದೆಲ್ಲವನ್ನೂ ಸಹ ಕೊಡುವುದೇ ಅವನಿಗೆ ವ್ರತವಾಗಿರುತ್ತದೆ. ಸಮಸ್ಯೆ ಪರಿಹಾರಾರ್ಥವಾಗಿ ಬಂದದ್ದನ್ನು ಕೊಡುವುದು ದಾನ. ಅವನಿಗೆ ದಾನವೂ ಕೂಡ ತ್ಯಾಗದ ಸಮಾನ. ವ್ರತ ಹಾಗು ತ್ಯಾಗ – ಒಂದಕ್ಕೊಂದು ಭಿನ್ನವಾಗಿದೆ.

ಉದಾ: ವೇದವು ವಿಷ್ಣುವನ್ನು ಬಹುವೆಡೆ ಬಣ್ಣಿಸಿದೆ. ಆದರೆ ಅದು ವಿಷ್ಣುವನ್ನು 'ಹೃಷೀಕೇಶಿ' ಎಂದಾಗಿ ಮಾತ್ರ ಬಣ್ಣಿಸಿಲ್ಲ! ಹೃಷೀ ಇದ್ದೆಡೆ ಮಾತ್ರ ಜಡಕ್ಕೆ (ಕೇಶಿಗೆ) ಚಲನೆ ಉಂಟಾಗುತ್ತದೆ. ಅಂದರೆ ವಿಷ್ಣುವು (ಕೇಶಿ ಎಂಬುದರ) ಕ್ಷೇತ್ರದ ವಾಸಿ ಎಂದಾಗಿ ಅರ್ಥವಾಗುತ್ತದೆ. ಹೀಗಾಗಿ ಅವನಿಗಿಲ್ಲಿ ಪೂಜಾ (ಪೂರ್ಣ ಜಾಗೃತಿ) ಎಂಬುದಿಲ್ಲ. ಆದರೆ ಇದರಲ್ಲೇ ಸ್ವಭಾವ ಎಂಬುದಕ್ಕೆ ಬಂದಾಗ ಮಾತ್ರ ಕೇ-ಶವ ಎಂದಾಗ ಅದು ಕೇವಲ ಶವವಾದರೆ ಅದಕ್ಕೆ ಪೂಜಾ ವಿಧಿಯಿಲ್ಲ. ಸಂಪೂರ್ಣ ಕೇಶವ ಎಂದಾದರೆ ಮಾತ್ರ ಅದಕ್ಕೆ ಪೂಜಾ ವಿಧಿ.

ಇದರ ತಾತ್ಪರ್ಯ ಇಷ್ಟೆ: ಕರ್ಮವಿರದೆ ಯಾವುದೇ ಕ್ರಿಯೆಯೂ ಸಹ ಜರುಗುವುದಿಲ್ಲ. ಕರ್ಮ ಎಂಬುದೊಂದಿದ್ದು, ಅದರಲ್ಲಿಯೇ ಅಂಟಿಕೊಳ್ಳದಂತೆ ಕೆಲಸ ಮಾಡಿದಾಗ ಮಾತ್ರ ಒಬ್ಬನು ಯೋಗಿಯಾಗುವುದಕ್ಕೆ ಸಾಧ್ಯ. ಕರ್ಮಕ್ಕೆ ಅಂಟಿಕೊಳ್ಳಬಾರದೆಂದರೆ ಕರ್ಮ ಇರಬಾರದು ಎಂಬರ್ಥವಲ್ಲ ಎನ್ನುವ ಅಂಶವನ್ನು ಗಮನಿಸಬೇಕು. ಸಾಧಕನಿಗೂ ಸಹ ಕರ್ಮವು ಇರಬೇಕು, ಆದರೆ ಅದಕ್ಕೇ ಅವನು ಅಂಟಿಕೊಳ್ಳಬಾರದು.

ಹೀಗಾಗಿ, ಭಾರತೀಯ ಸಮಾಜದಲ್ಲಿ ನೇಗಿಲ ಯೋಗಿ, ಕರ್ಮ ಯೋಗಿ ಹಾಗು ಜ್ಞಾನ ಯೋಗಿ ಎಂದಾಗಿ ಸಾಧಕರನ್ನು ಕರೆಯುವುದಾಗಿದೆ. ಇವರೆಲ್ಲರೂ ಸಹ ತಮ್ಮ-ತಮ್ಮ ಕರ್ಮವನ್ನು ಮಾಡಿದರೂ ಸಹ ಆ ಕರ್ಮಕ್ಕೇ ಅಂಟಿಕೊಳ್ಳರು. ಅಂದರೆ, ಇವರೆಲ್ಲರೂ ಸಹ ಫಲದ ಅಕಾಂಕ್ಷೆಯನ್ನು ತೊರೆದಿರುವವರಾಗಿರುತ್ತಾರೆ ಎಂದರ್ಥ.

ಗಮನಿಸಿ: ಮಾ ಫಲೇಷು ಕದಾಚನ - ಫಲವನ್ನು ಅಪೇಕ್ಷಿಸಬೇಡ, ಅಪೇಕ್ಷಿಸದಿದ್ದರೂ ಸಹ ನಿನ್ನ ಕರ್ಮಕ್ಕೆ ಫಲವೆಂದೂ ನಿಶ್ಚಿತ. ನಿನಗೆ ದೊರಕಬೇಕಾದದ್ದು ದೊರಕೇ ದೊರಕುತ್ತದೆ. ಹೀಗಾಗಿ ಫಲವನ್ನು ಕೇಳಬೇಡ.

ಈಗ ಮಹಾಭಾರತದ ಒಂದು ಸನ್ನಿವೇಶವನ್ನು ಇಲ್ಲಿನ ಉದಾಹರಣೆಯಾಗಿ ನೋಡೋಣ: ಒಂದು ಸಂದರ್ಭದಲ್ಲಿ ಕಳ್ಳರು ಬಂದು ಗೋವುಗಳನ್ನು ಕದ್ದುಕೊಂಡು ಹೋಗುತ್ತಾರೆ. ಆ ಸಮಯದಲ್ಲಿ ಅವುಗಳನ್ನು ರಕ್ಷಿಸಲು ಅರ್ಜುನನ ಕೈಗಳಲ್ಲಿ ಬಿಲ್ಲು, ಬಾಣಗಳಿರಲಿಲ್ಲ. ಅವುಗಳನ್ನು ತರಲೆಂದು ಆಗ ಅವನು ಅಂತಃಪುರವನ್ನು ಪ್ರವೇಶಿಸುತ್ತಾನೆ. ಆದರೆ ಆ ಸಂದರ್ಭದಲ್ಲಿ ಧರ್ಮರಾಯ ಹಾಗು ದ್ರೌಪದಿ ಏಕಾಂತದಲ್ಲಿರುತ್ತಾರೆ. ಅವರನ್ನು ಕಂಡಂತಹ ಅರ್ಜುನನು 'ಬ್ರಾಹ್ಮಣರ ಗೋವುಗಳನ್ನು ಕಳ್ಳರು ಕದ್ದು ಒಯ್ದಿದ್ದಾರೆ, ಗೋವುಗಳನ್ನು ಈ ಕೂಡಲೇ ರಕ್ಷಿಸಬೇಕಿದೆ, ನನಗೆ ಬಿಲ್ಲು ಬಾಣಗಳ ಅವಶ್ಯಕತೆ ಇತ್ತು, ಹೀಗಾಗಿ ನಾನು ನಿಮ್ಮ ಅನುಮತಿ ಇಲ್ಲದೆಯೇ ಒಳಗೆಬಂದೆ' ಎಂದಾಗಿ ಹೇಳುತ್ತಾನೆ. ನಂತರ ಅವನು ಗೋವುಗಳನ್ನು ರಕ್ಷಿಸಿಕೊಂಡು ಬರುತ್ತಾನೆ. ಹೀಗೆ ಹಿಂದಿರುಗಿ ಬಂದ ನಂತರ ಅವನಿಗೆ 'ನೀನು ಯಾತ್ರೆಗೆ ಹೋಗಬೇಕು' ಎಂದಾಗಿ ಧರ್ಮರಾಯನಿಂದ ನಿರ್ದೇಶನ ಬರುತ್ತದೆ. ಈ ಶಿಕ್ಷೆ ಏಕೆಂದರೆ, ಅವನು 'ಇದು ನಾನು ಮಾಡಬೇಕಿರುವಂತಹ ಕರ್ತವ್ಯ' ಎಂಬರ್ಥದಲ್ಲಿ ಧರ್ಮರಾಯನಿಗೆ ಹೇಳುವುದಾಗಿದೆ.

ಗಮನಿಸಿ: ನಾನು ಮಾಡಿದೆ, ಮಾಡುವೆ ಎಂದಾಗಿ ಘೋಷಿಸಿಕೊಳ್ಳುವುದು ದೋಷವಾಗುತ್ತದೆ, ಇಲ್ಲದಿದ್ದರೆ ಇಲ್ಲ. ಹೀಗಾಗಿ, ಬ್ರಾಹ್ಮಣರಾದವರು ತಮ್ಮ ಪ್ರವರವನ್ನು ಹೇಳಿಕೊಳ್ಳುವಾಗ ತಮ್ಮ ಎರಡೂ ಕಿವಿಗಳನ್ನು ದೋಷ ಬರದಿರಲೆಂದು ಮುಚ್ಚಿಕೊಳ್ಳುತ್ತಾರೆ.

ಸೂಚನೆ: ವೇದ ವಿಜ್ಞಾನ ಪ್ರಕಾರ, ಆತ್ಮ ಪ್ರಶಂಸೆಯು ಆತ್ಮಹತ್ಯೆ ಎಂಬ ದೋಷಕ್ಕೆ ಸಮನಾಗಿದೆ.

ವ್ಯಾಸರು ಸಂನ್ಯಾಸಕ್ಕಿಂತಲೂ ಕರ್ಮ ಯೋಗವು ಶ್ರೇಷ್ಠ ಎಂದಾಗಿ ಹೇಳುತ್ತಾರೆ. (ಈ ವಿಚಾರ ಕುರಿತಾಗಿ ಮುಂದೆ ನೋಡೋಣ.) ಏಕೆಂದರೆ ಪ್ರತಿಯೊಬ್ಬ ಮಾನವನೂ ಸಹ, ಅವನು ಯಾರೇ ಆಗಿರಲಿ, ಸೋಮಾರಿಯಾಗದೆ ನಿರಂತವಾಗಿ ಏನನ್ನಾದರೂ ಮಾಡುತ್ತಿರಬೇಕು. ಅವನು ಸದಾ

ಕ್ರಿಯಾಶೀಲನಾಗಿರಬೇಕು. ಅವನು ಮಾಡುವಂತಹ ಕ್ರಿಯೆಯು ಉಳಿದ ಸಮಾಜಕ್ಕೆ, ಹಾಗು ಅದರಲ್ಲಿರುವಂತಹ ಜನಕ್ಕೆ ಉಪಯೋಗಕರವಾಗಿರಬೇಕು. ಈ ಉಪಯುಕ್ತತೆಯಿಂದ ಜನರು ಹಾರೈಸಬೇಕೇ ವಿನಃ, ಕ್ರಿಯೆಗಳಿಂದ ಅವನು ಏನನ್ನೂ ಸಹ ಅಪೇಕ್ಷಿಸಬಾರದು.

ಈಗ 4-5ನೇ ಶ್ಲೋಕವನ್ನು ನೋಡೋಣ: ಈ ಮೊದಲೂ ಕೂಡ ಯಜ್ಞ, ದಾನ ಹಾಗು ತಪಸ್ಸು ಕುರಿತಾಗಿ ವ್ಯಾಸರು ಹೇಳಿದ್ದಾರೆ. ಯಜ್ಞಮಾಡಿದಾಗ ಅದರ ಫಲವನ್ನು ತ್ಯಾಗಮಾಡುವುದು ಯಾರಿಗೆ, ತ್ಯಾಗ ಮಡಿದಂತಹ ಫಲವನ್ನು ಇಲ್ಲಿ ತೆಗೆದುಕೊಳ್ಳುವವರು ಯಾರು, ನಮಗಿಂತ ಹೆಚ್ಚಿನವರಿಗೆ ತ್ಯಾಗ ಮಾಡುವುದು ದಾನ ಎಂದಾಗುವುದಿಲ್ಲವಲ್ಲ!? ಆದರೆ ಇದು 'ಯಜ್ಞ ಫಲದ ತ್ಯಾಗ' ಎಂದೇ ಕರೆಸಿಕೊಳ್ಳುತ್ತದೆ.

ಗಮನಿಸಿ: ಎಲ್ಲಿ ಅಭಾವ ಇದೆಯೋ ಅಲ್ಲಿ ಮಾತ್ರವೇ ಕೊಡಬೇಕು. ಅಭಾವ ಇರುವಲ್ಲಿ ಕೊಟ್ಟಾಗ ಮಾತ್ರವೇ ಅದು ದಾನ ಎಂದು ಕರೆಸಿಕೊಳ್ಳುತ್ತದೆ. ಇಲ್ಲದಿದ್ದರೆ ಇಲ್ಲ.

ಹೀಗಾಗಿ, ದಾನ ಪಡೆದುಕೊಳ್ಳುವ ವ್ಯಕ್ತಿಯೇ ಯಾವಾಗಲು ದೊಡ್ಡವನಾಗುತ್ತಾನೆ. ಒಂದು ವೇಳೆ ದಾನ ಪಡೆಯುವವನೇ ಇಲ್ಲದಿದ್ದಾಗ ಅಥವಾ ಯಾರಿಗೂ ಸಹ ಯಾವುದರ ಅಭವವೂ ಇರದು ಎಂದಾಗ ದಾನ ಮಾಡುವುದಾದರೂ ಹೇಗೆ? ಹಾಗು ಯಾರಿಗೆ?

ತಪಸ್ಸು ಮಾಡುವವನು ಕೊನೆಯಲ್ಲಿ ಆ ತಪಸ್ಸನ್ನು 'ಬ್ರಹ್ಮಾರ್ಪಣಮಸ್ತು' ಎಂದಾಗಿ ಹೇಳುತ್ತಾನೆ. ಅಂದರೆ ತಾನು ಮಾಡಿದ ತಪಸ್ಸಿನ ಫಲವನ್ನು ಆ ಬ್ರಹ್ಮನಲ್ಲಿ ನ್ಯಾಸಗೊಳೊಸುತ್ತಾನೆ. ಹಾಗಾದರೆ ಬ್ರಹ್ಮನಿಗೆ ತಪಃಶಕ್ತಿಯ ಕೊರತೆಯು ಕಂಡಿದೆ ಎಂದಾಗಿ ಭಾವಿಸಬಾರದು. ಆ ತಪಃದ ಶಕ್ತಿ ವೃದ್ಧಿಯಾಗಬೇಕಾಗಿರುವುದು ನಮಗೇ ವಿನಃ ಬ್ರಹ್ಮನಿಗಲ್ಲ.

ಗಮನಿಸಿ: ಯಾವುದೇ 'ಬ್ರಹ್ಮಾರ್ಪಣಮಸ್ತು' ಎಂದಾಗಿ ಹೇಳಿದಾಗ ಮಾಡಿದ ಕರ್ಮದ ಫಲವು ಆ ಬ್ರಹ್ಮನಲ್ಲಿ ನ್ಯಾಸವಾಗುತ್ತದೆ, ಅಂದರೆ ಅವನಲ್ಲಿ ಇಡಲ್ಪಡುತ್ತದೆ.

ತಪಸ್ಸಿನ ಫಲವನ್ನು ಬ್ರಹ್ಮನಲ್ಲಿ ಇಡುವುದು ಅಂದರೆ, ಅದನ್ನು ಬ್ಯಾಂಕಿನಲ್ಲಿ ಠೇವಣಿ ಇಟ್ಟಹಾಗೆ. ಅಂದರೆ, ಇಲ್ಲಿ ಬ್ರಹ್ಮವು ಭೋಕ್ತೃವಲ್ಲ. ಬ್ರಹ್ಮನಲ್ಲಿಯೇ ಅಗಾಧವಾದ ತಪಃಶಕ್ತಿ ಇರುವುದರಿಂದಾಗಿ ಅದಕ್ಕೆ ನಮ್ಮ ತಪಸ್ಸಿನ ಶಕ್ತಿ ಬೇಕಿಲ್ಲ.

ಹೀಗೆ, ಒಬ್ಬನ ತಪಃಶಕ್ತಿಯು ಆ ಬ್ರಹ್ಮನಲ್ಲಿ ಶೇಖರಣೆಯಾಗುತ್ತಾ ಸಾಗಿ ಅದು 1.632 ಎಂಬ ದೈವಿಕ ಪ್ರಮಾಣವನ್ನು ತಲುಪಿದಾಗ 'ಮೂಲಭೂತ ಸೃಜನತೆ ಘಟಿಸಲಿ' ಎಂದಾಗಿ ಆ ಬ್ರಹ್ಮವು ಅವನಿಗೇ ಹಿಂದಿರುಗಿ ಕೊಡಲ್ಪಡುತ್ತದೆ. ಇದನ್ನೇ 'ಬ್ರಹ್ಮ ಪ್ರತ್ಯಕ್ಷನಾಗಿ ವರ ನೀಡಿದ' ಎಂದಾಗಿ ವೇದ ಇತಿಹಾಸ ಹಾಗು ಪುರಾಣಗಳಲ್ಲಿ ನಾವುಗಳು ಕಾಣುವುದು.

ನಮ್ಮ ತಪಃಶಕ್ತಿಯನ್ನು ನಮಗೇ ಹಿಂದಿರುಗಿ ಕೊಡುವುದರಿಂದಾಗ ಆ ಬ್ರಹ್ಮವೇ ಹಿರಿದಾಗುತ್ತದೆಯೇ ವಿನಃ, ನಾವಲ್ಲ. ಅದು ಹೀಗೆ ಕೊಡಬೇಕಾದರೆ ನಾವು ಅಗತ್ಯವಾಗಿರುವಷ್ಟು ತಪಃಶಕ್ತಿಯನ್ನು ಗಳಿಸಿರಬೇಕಷ್ಟೆ.

ಗಮನಿಸಿ: ತಪಃಶಕ್ತಿಯನ್ನು ಬ್ರಹ್ಮನಲ್ಲಿ ಇಡಬಹುದಾಗಿದೆಯೇ ಪರಂತು ಅದರ ಉಪಯೋಗಕ್ಕಾಗಿ ಕೊಡಕ್ಕಾಗುವುದಿಲ್ಲ.

ಈ ರೀತಿಯ ಕೊಡುವಿಕೆಯು ಬ್ರಹ್ಮಕ್ಕೆ ಮಹತ್ ಎನಿಸದಿದ್ದರೂ, ಮಾನವನಿಗೆ ಮಾತ್ರ ಮಹತ್ ಎನಿಸುತ್ತದೆ ಹೀಗಾಗಿ 'ಅದೊಂದು ಮಹತ್ಕಾರ್ಯ' ಎಂದಾಗಿ ಶ್ರೀವ್ಯಾಸರು ಹೇಳುತ್ತಾರೆ. ಹೀಗೆ ಹೇಳುವುದು ಸಾಪೇಕ್ಷವಾಗಿರುತ್ತದೆ ಎಂಬುದನ್ನು ಗಮನಿಸಬೇಕು.

'ಮಾಡಿದ ಕರ್ಮದಿಂದ ಜನಿಸುವಂತಹ ಸಕಲ ಫಲಗಳನ್ನೂ ಸಹ ಆ ಬ್ರಹ್ಮಕ್ಕೇ ಅರ್ಪಿಸಿರಿ' ಎಂದಾಗಿ ಹೇಳಿರುವುದು ತಿಳುವಳಿಕೆಯಲ್ಲಿದೆ. ಸದಾಶಯವೇ ಈ ಘೋಷಣೆಯ ಹಿನ್ನಲೆ. ಇದು ಧರ್ಮದ ಆಧಾರ ಸ್ತಂಭಗಳಲ್ಲಿ ಒಂದಾದಂತಹ 'ಸದಾಚಾರ' ಎಂದಾಗಿದೆ.

ಕೆಲವು ಋಷಿಗಳು ತಾವು ಗಳಿಸಿದಂತಹ ತಪಃಶಕ್ತಿಯನ್ನು ಆ ಬ್ರಹ್ಮನಲ್ಲಿಯೇ ನ್ಯಾಸ ಮಾಡಿರುತ್ತಾರೆ. ಜೊತೆಗೆ ಅವರು ಅದನ್ನು ಎಂದಿಗೂ ಸಹ ಬಳಸದೆ ಇರುತ್ತಾರೆ. ಇದರ ಹಿಂದಿರುವಂತಹ ಕಾರಣ ಇಷ್ಟೆ: 'ಎಲ್ಲಿ ಕೊರತೆ ಇದೆಯೋ ಅಲ್ಲಿ ನಾನು ಗಳಿಸಿದಂತಹ ತಪಃಶಕ್ತಿಯನ್ನು ಆ ಬ್ರಹ್ಮವು ಬಳಸಲಿ' ಎಂದು. ಆ ಬ್ರಹ್ಮವು ಅದನ್ನು ಬಳಸಿದಾಗ ಅಲ್ಲಿ ಈ ಋಷಿಯು ಗಳಿಸಿದಂತಹ ತಪಃಶಕ್ತಿಯೇ ಉಪಯೋಗವಾಗಿರುವುದೇ ಪರಂತು, ಬ್ರಹ್ಮದ್ದಲ್ಲ. ಹೀಗಾಗಿ ಈ ಋಷಿಯು ಬ್ರಹ್ಮಕ್ಕಿಂತಾ ದೊಡ್ಡವನು.

ಏತಾನ್ಯಪಿ ಎಂದಾಗಿ ಆರಂಭವಾಗುವಂತಹ 6ನೇ ಶ್ಲೋಕವನ್ನು ನೋಡೋಣ: ಕರ್ತವ್ಯ ಎನ್ನುವುದನ್ನು

ಪ್ರತಿಯೊಬ್ಬನೂ ಸಹ ಮಾಡಲೇಬೇಕೇ ವಿನಃ, ಅದನ್ನು ತೊರೆಯುವುದಲ್ಲ. ಇಲ್ಲಿ ಬಿಡುವುದು ಕರ್ಮದಿಂದ ಒದಗುವ ಫಲ ಹಾಗು ಆ ಫಲದ ಸಂಗ ಮಾತ್ರ.

ಮೇಲೆ ನೋಡಿದ ಹಾಗೆ, ತಪಸ್ಸನ್ನು ಸೇರಿದಂತೆ ಮಾಡುವ ಕರ್ಮದಿಂದ ಉಂಟಾಗುವ ಫಲವನ್ನು ಬ್ರಹ್ಮದಲ್ಲೇ ನ್ಯಾಸಮಾಡಬೇಕು, ಏಕೆಂದರೆ ಈ ಫಲದ ದುರ್ವಿನಿಯೋಗ ಆಗಬಾರದು ಎಂಬುದೇ ಇದರ ಹಿಂದಿನ ಉದ್ದೇಶವಾಗಿದೆ. ಎಷ್ಟೇ ಆದರೂ ಎಲ್ಲಾ ಮಾನವರೂ ಸಹ ಕಾಮ-ಕ್ರೋಧಗಳನ್ನು ಹೊಂದಿದವರೇ. ಈ ಗುಣಗಳನ್ನೇನಾದರೂ ಉಪಯೋಗಿಸಿಕೊಂಡು ಜನಿಸಿದ ಫಲವನ್ನು ವಿನಿಯೋಗ ಮಾಡಿದರೆ ಎಲ್ಲವೂ ಸಹ ಹಾಳು. ಈ ಕಿವಿಮಾತು ಕೇವಲ ಸಂನ್ಯಾಸಿಗಷ್ಟೇ ಅಲ್ಲದೆ ಸಕಲರಿಗೂ ಹೇಳಿದೆ.

ಗಮನಿಸಿ: ಈ ವಿಚಾರವು ಸಾರ್ವತ್ರಿಕ ಆಚರಣೆಯಲ್ಲಿರಬೇಕಾದ ಸತ್ಯ. ಗೃಹಸ್ಥನ ಸ್ವಭಾವದ ಆಚರಣೆಯಲ್ಲಿರಬೇಕಾದ ಸತ್ಯ. ಸಂನ್ಯಾಸಿಯು ತಿಳಿದಿರಬೇಕಾದ ಸತ್ಯ.

ಸಂನ್ಯಾಸಿಯಾದವನು ಸಂನ್ಯಾಸ ಆಶ್ರಮವನ್ನು ತೆಗೆದುಕೊಳ್ಳುವ ಮೊದಲು ತನ್ನ ಕುಲ, ಜಲ, ನೆಲ, ಭಾಷೆ, ಆಹಾರ ಸಮೇತ ಎಲ್ಲವನ್ನೂ ತ್ಯಾಗಮಾಡಿ, ಜೊತೆಗೆ ತನ್ನ ಉತ್ತರಕ್ರಿಯಾದಿಗಳನ್ನೂ ಸಹ ಮಾಡಿಕೊಂಡಿರುತ್ತಾನೆ. ಇಂತಹವನಿಗೆ ಗೃಹಸ್ಥನು ನೀಡುವಂತಹ ಆಹಾರದ ಋಣ ಒಂದನ್ನು ಬಿಟ್ಟರೆ ಮತ್ಯಾವ ಋಣವೂ ಉಳಿದಿರುವುದಿಲ್ಲ. ಹೀಗಾಗಿ, ಅವನಿಗೆ ಮಂತ್ರ ಜಪ ಉಳಿದು, ಮತ್ಯಾವ ಕರ್ಮಗಳ ಬಾಧೆಯೂ ಇರುವುದಿಲ್ಲ. ಭದ್ರಾಸನವನ್ನು ಮಾಡುತ್ತಾ-ಮಾಡುತ್ತಾ ಇವನು ಭದ್ರನಾಗುತ್ತಾ ಸಾಗುತ್ತಾನೆ. ಹೀಗಾಗಿ, ಈ ಸಂನ್ಯಾಸಾಶ್ರಮವು ತುರೀಯದ್ದು ಎಂದಾಗಿ ವ್ಯಾಸರು ಹೇಳಿರುತ್ತಾರೆ.

ನಿಯತಸ್ಯ ಎಂದಾಗಿ ಆರಂಭವಾಗುವಂತಹ 7ನೇ ಶ್ಲೋಕ ನೋಡೋಣ: ಈಗಾಗಲೇ ನೋಡಿದಂತಹ ಮೂರು ಕರ್ಮಗಳಾದಂತಹ ಯಜ್ಞ, ದಾನ ಹಾಗು ತ್ಯಾಗವು ಗೃಹಸ್ಥನಿಗೆ ನಿಯತವಾಗಿದ್ದರೂ ಸಹ ಅವುಗಳು ಸಂನ್ಯಾಸಿಗಲ್ಲ. ಆದರೆ, ಸಂನ್ಯಾಸಿ ಇವುಗಳನ್ನು ಮೋಹದಿಂದ ತ್ಯಜಿಸಬಾರದು, ಏಕೆಂದರೆ ಅದು 'ತಾಮಸ ವೃತ್ತಿ' ಎಂದಾಗುತ್ತದೆ.

ದಾನವನ್ನು 'ನಾನು ಮಾಡಿದೆ' ಎಂದಾಗಿ ಹೇಳಿಕೊಳ್ಳಬಾರದು, 'ತ್ಯಾಗವನ್ನು ಮಾಡಿದೆ' ಎಂದೂ ಹೇಳಿಕೊಳ್ಳಬಾರದು, 'ಯಜ್ಞವನ್ನು ಮಾಡಿದೆ' ಎಂದಾಗಿಯೂ ಸಹ ಯಾರೂ ಹೇಳಿಕೊಳ್ಳಬಾರದು. ಹೀಗೆ ಮಾಡಿದಾಗ ಮಾತ್ರ ಅದು ನಿಯತವಾಗುತ್ತದೆ, ಅಂದರೆ ಕರ್ತವ್ಯ ಎಂದಾಗುತ್ತದೆ.

ಸಂನ್ಯಾಸಿಯು ಭದ್ರಾಸನವನ್ನು ಅಭ್ಯಾಸಮಾಡಬೇಕು, ಏಕೆಂದರೆ ತೆಗೆದುಕೊಂಡಂತಹ ನಿರ್ಧಾರದಲ್ಲಿ ಅಚಲವಾಗಿ ಮುಂದುವರೆಯುಲು ಈ ಆಸನವು ಅವನಿಗೆ ಸಹಾಯಮಾಡುತ್ತದೆ.

ಗಮನಿಸಿ: ವಜ್ರಾಸನದಿಂದ ದೃಢ ನಿಶ್ಚಯವನ್ನು ಸಾಧಿಸುವುದಕ್ಕೆ ಮಾನವನಿಗೆ ಸಹಾಯವಾಗುತ್ತದೆ.

ಪಾದಗಳನ್ನು ಊರಿದಾಗ ಮಾತ್ರ ಭೂಮಿಯ ಸಂಪರ್ಕ ಮಾನವನಿಗೆ ಸಾಧ್ಯವಾಗುತ್ತದೆ. ಆದರೆ ಭದ್ರಾಸನದಲ್ಲಿ ಪಾದಗಳು ಮೇಲ್ಮುಖವಾಗಿರುತ್ತವೆ. ಹೀಗಾಗಿ, ಭೂಮಿಯ ಸಂಪರ್ಕ ಸಂಪೂರ್ಣ ತಪ್ಪಿಹೋಗುತ್ತದೆ. 'ವಿಚ್ಛಿದ್ರಕಾರಿ ಶಕ್ತಿಗಳು ದೇಹವನ್ನು ಪ್ರವೇಶಿಸದಿರಲಿ' ಎನ್ನುವುದೇ ಇದರ ಹಿಂದಿನ ಉದ್ದೇಶ.

ನೆಲದಮೇಲೆ ಆಸನವನ್ನು ಹಾಕಿಕೊಳ್ಳದೆ ಕುಳಿತುಕೊಳ್ಳಬೇಕು ಎಂದರೆ, ಅವನು ಭದ್ರಾಸನವನ್ನು ಹಾಕಲೇಬೇಕು. ಇದು ವೇದ ನಿಯಮ. ಭದ್ರಾಸನ ಅಥವಾ ಮತ್ಯಾವುದೋ ಆಸನವನ್ನು ಹಾಸಿಕೊಂಡು ಕುಳಿತುಕೊಳ್ಳುವುದರಿಂದಾಗಿ ವಿಚ್ಛಿದ್ರಕಾರಿ ಶಕ್ತಿಗಳಿಂದ ವ್ಯಕ್ತಿಯು ತಪ್ಪಿಸಿಕೊಳ್ಳಬಹುದು, ಏಕೆಂದರೆ ಅವನಿಗೆ ಭೂಮಿಯ ಸಂಪರ್ಕ ತಪ್ಪಿಹೋಗುತ್ತದೆ.

ಕಾಲಿನ ಹೆಬ್ಬೆರಳಿನ ಮೇಲ್ಭಾಗದಲ್ಲಿ 'ರಿ-ಕಿ' ಎಂಬ ನರವು ಇರುತ್ತದೆ. ಭದ್ರಾಸನದಲ್ಲಿ ಕುರಳುಕೊಂಡಾಗ ಕಾಲಿನ ಹೆಬ್ಬೆರಳು ದೇಹ ತೂಕ ಕಾರಣದಿಂದಾಗಿ ನೆಲಕ್ಕೆ ಒತ್ತಿಕೊಳ್ಳುತ್ತದೆ. ಹೀಗಾದಾಗ ದೇಹದ ಉಳಿದ ಎಲ್ಲಾ ನರಗಳೂ ಸಹ ಪುನಃ ಸಂವಹನಕ್ಕೆ ಒಳಗಾಗುತ್ತವೆ. ಹೀಗಾಗುವುದರಿಂದಾಗಿ ಅವುಗಳು ಮತ್ತಷ್ಟು ವೇಗವಾಗಿ ಕೆಲಸಮಾಡುತ್ತವೆ. ಇದರಿಂದ ದೇಹದ ಆರೋಗ್ಯ ವೃದ್ಧಿಗೊಳ್ಳುತ್ತದೆ.

ನಾಲ್ಕು ಆಶ್ರಮಗಳಲ್ಲಿ ಯಾವುದಾದರೊಂದು ಆಶ್ರಮದಲ್ಲಿ ಮಾನವ ಜೀವಿಸುತ್ತಿರುತ್ತಾನೆ. ಆಯಾ ಆಶ್ರಮಗಳ ಧರ್ಮಗಳನ್ನು ನಿಖರವಾಗಿ ಪಾಲಿಸಲು ಈ ಭದ್ರಾಸನವು ವ್ಯಕ್ತಿಗೆ ಸಹಾಯಮಾಡುತ್ತದೆ.

ಗಮನಿಸಿ: ದೇಹದಲ್ಲಿರುವಂತಹ ದೂಷಿತ ಶಕ್ತಿಗಳು ಒಬ್ಬನಿಂದ ಮತ್ತೊಬ್ಬನಿಗೆ ಕೈಗಳಿಂದ ಹೋಗುತ್ತದೆ. ಎಡಗೈ ಬೇರೆ ಹಾಗು ಬಲಗೈಯಿಂದ ಬೇರೆ-ಬೇರೆ ಶಕ್ತಿಗಳು ಸಂವಹಿಸುತ್ತವೆ. ಕಾಲಿನಿಂದ ಯಾವುದೇ ದೂಷಿತ ಶಕ್ತಿಗಳು ಹೊರಹೋಗದು, ಬದಲಿಗೆ ಅದು ಎಳೆದುಕೊಳ್ಳುತ್ತದೆ.

ಸೂಚನೆ: ದೇಹದಲ್ಲಿರುವಂತಹ ದೂಷಿತ ಶಕ್ತಿಗಳು ಆ ವ್ಯಕ್ತಿಯ ಪ್ರಜ್ಞಾ ಪೂರ್ವಕತೆಯಿಂದ ಅಥವಾ ಗೊತ್ತಿಲ್ಲದೆ ಜನಿಸಬಹುದಾಗಿದೆ. ಗೊತ್ತಿಲ್ಲದೆ ಆಗುವಂತಹ ತಪ್ಪಿಗೆ ಪ್ರಾಯಃಶ್ಚಿತ್ತ (ಉದಾ: ಸಂಧ್ಯಾವಂದನೆಯಲ್ಲಿ) ಇರುವುದೇ ಪರಂತು ಉಳಿದದ್ದಕ್ಕಲ್ಲ ಎಂಬುದನ್ನು ನೆನಪಿಡಬೇಕು.

ಭದ್ರಾಸನದಿಂದ ಆಜ್ಞಾ ಚಕ್ರದ ಶಕ್ತಿಯನ್ನು ಪ್ರಯೋಗಿಸಬಹುದಾಗಿದೆ. ಭದ್ರಾಸನವನ್ನು ಸಾಧಿಸಿಕೊಂಡಂತಹ ಸಾಧಕನು ಆಜ್ಞಾ ಚಕ್ರಕ್ಕೆ ಸೇರಿಕೊಂಡು, ಅಲ್ಲಿಯೇ ನಿಲ್ಲುತ್ತಾನೆ.

ಗಮನಿಸಿ: ಸಾಧಕನು ಸಹಸ್ರಾರ ಚಕ್ರಕ್ಕೆ ಹೋಗಿ ಸೇರಿಬಿಟ್ಟರೆ ಅವನ ದೇಹವು ನಾಶವಾಗುತ್ತದೆ.

ಭದ್ರಾಸನದಲ್ಲಿ ಕೈಗಳನ್ನು ಹಿಂದಕ್ಕೆ ಕಟ್ಟುವುದು ಅವುಗಳನ್ನು ತೋರಿಸಬಾರದು ಎಂಬ ಉದ್ದೇಶದಿಂದ. ಕೈಗಳನ್ನು ತೋರಿಸಿ ಕೆಲಸಮಾಡಬಾರದು. ಭ್ರೂ ಮಧ್ಯದ ಬಿಂದುವೇ ನೇತ್ರ. ಅದೇ ಇಚ್ಛಾಶಕ್ತಿಯ ಮೂಲ ಸ್ಥಾನ. ಇಚ್ಛಾಶಕ್ತಿಯಿಂದ ಆಕರ್ಷಿಸಿ ಆ ಕೆಲಸವನ್ನು ಆಜ್ಞಾಚಕ್ರದಲ್ಲಿ ಮಾಡಲಿಕ್ಕೆ ಸಾಧ್ಯವಾಗುತ್ತದೆ. ಹೀಗಾಗಿ, ಮೇಲಕ್ಕೆ ನೋಡಬೇಕಿದೆ. ಆಜ್ಞಾಚಕ್ರವನ್ನು ಮೇಲಕ್ಕೆ ಹರಿಸಬೇಕಿದೆ. ಭ್ರೂ ಮಧ್ಯದ ನೇತ್ರದಲ್ಲಿ ಯಾವ ಕಿರಣ ಶಕ್ತಿ ಇದೆಯೋ, ಅದೇ ಶಕ್ತಿಯು ಸೂರ್ಯನಲ್ಲಿಯೂ ಸಹ ಇರುತ್ತದೆ. ಅದು ಆಕಾಶದಲ್ಲಿರುತ್ತದೆ. ಇದನ್ನು ಪ್ರಯೋಗಿಸುವ ವಿಧಾನವೇ ಭದ್ರಾಸನ ಎಂದಾಗಿ ಅರಿಯಬೇಕು.

ಗಮನಿಸಿ: ಯಾವುದೋ ಸಮಸ್ಯೆಗೆ ಉತ್ತರ ಹೊಳೆಯುತ್ತಿಲ್ಲ ಎಂದಾಗ ಯಾವುದೇ ಸಾಮಾನ್ಯ ಮನುಷ್ಯನೂ ಸಹ ತಲೆ ಎತ್ತಿ ಮೇಲೆ ನೋಡುತ್ತಾನೆ. ಹೀಗೆ ಮಾಡಿ ಉತ್ತರವನ್ನು ಕಂಡುಕೊಳ್ಳುತ್ತಾನೆ. ಆದರೆ ಅವನಿಗೆ 'ನಾನು ಆಜ್ಞಾ ಚಕ್ರವನ್ನು ಪ್ರಯೋಗಿಸುತ್ತಿದ್ದೇನೆ' ಎಂದಾಗಿ ಗೊತ್ತಿರುವುದಿಲ್ಲ, ಅಷ್ಟೆ.

ಭದ್ರಾಸನದಿಂದ ಇಚ್ಛಾಶಕ್ತಿಯು ಪ್ರಭಲಗೊಳ್ಳುತ್ತದೆ ಎಂದಾಗಿ ವೇದ ವಿಜ್ಞಾನಿಗಳು ಹೇಳಿರುತ್ತಾರೆ.

ಭದ್ರಾಸನವು ಸ್ವಾಧಿಷ್ಠಾನ ಚಕ್ರದಲ್ಲೇ ಇದ್ದುಕೊಂಡು ಊರ್ಧ್ವಮುಖ ದೃಷ್ಟಿಯನ್ನು ಕೊಡುತ್ತದೆ. ಹಾಗೆಂದು ಆಜ್ಞ-ಚಕ್ರ ಜಾಗೃತವಾಗಿದೆ ಎಂದಲ್ಲ, ಬದಲಿಗೆ ನಾಭಿಯಿಂದಲೇ ಭ್ರೂಮಧ್ಯದ ಸ್ಥಾನಕ್ಕೆ ಚಲಿಸುತ್ತದೆ ಎಂದರ್ಥ. ಈ ಒಂದು ಅನುಕೂಲತೆಯಿಂದಾಗಿ ಯಾವುದೇ ಸಮಸ್ಯೆಯನ್ನು ಐಚ್ಛಿಕವಾಗಿಯೇ ಆಕರ್ಷಿಸಿಕೊಳ್ಳಬಹುದು. ಹೀಗೆ, ಆಕರ್ಷಿಸಿದ ಸಮಸ್ಯೆಯನ್ನು ಆಜ್ಞಾ ಚಕ್ರದ ಮುಖಾಂತರ ನಿರ್ಬಂಧಿಸಬಹುದು ಅಥವಾ ಹೋಗಲಾಡಿಸಬಹುದು ಅಥವಾ ಪರಿಹಾರವನ್ನು ಮಾಡಬಹುದು. ಸ್ವಾಧಿಷ್ಠಾನದಲ್ಲೇ ನೆಲೆಸಿ ಇವೆಲ್ಲವನ್ನೂ ಸಹ ಮಾಡಬಹುದಾಗಿದೆ ಎಂದು ವೇದ ವಿಜ್ಞಾನಿಗಳು ಹೇಳಿರುತ್ತಾರೆ.

ಐಚ್ಛಿಕವಾಗಿ ಕುಂಡಲಿನಿ ಶಕ್ತಿಯನ್ನು ಜಾಗೃತ ಮಾಡಿಕೊಳ್ಳದಂತಹ ವ್ಯಕ್ತಿಯಲ್ಲಿಯೂ ಸಹ ಸ್ವಾಭಾವಿಕವಾಗಿಯೇ ಅದರ ಶಕ್ತಿ ಇರುತ್ತದೆ. ಆದರೆ ಅದು ಬಹಳ ಕಡಿಮೆ ಪ್ರಮಾಣದಲ್ಲಿರುತ್ತದೆ. ಆದರೆ ಅದನ್ನು ಬಳಸಿಕೊಳ್ಳುವಂತಹ ಅಭ್ಯಾಸ ಇರಬಹುದು ಅಥವಾ ಇಲ್ಲದಿರಬಹುದು. ಹೀಗಿದ್ದರೂ ಸಹ ಯಾವ ಸಾಧಕನು ತನ್ನ ಆಜ್ಞಾ ಚಕ್ರದ ಶಕ್ತಿಯನ್ನು ಪೂರ್ಣ ಪ್ರಮಾಣದಲ್ಲಿ ಜಾಗೃತಗೊಳಿಸಿಕೊಂಡರೆ ಅದೇ ಕಣ್ಣಾಗಿ ಭ್ರೂಮಧ್ಯದಲ್ಲಿ ತೆರೆದುಕೊಳ್ಳುತ್ತದೆ!? ಅದೇ ದೃಷ್ಟಿಯಾಗುತ್ತದೆ.

ಪದ್ಮಶೀರ್ಷಾಸನ, ಗಜಾಸನ, ಗರ್ಭಾಸನ ಹಾಗು ಭದ್ರಾಸನ ರೀತಿಯ ಪ್ರಯೋಗಗಳಿಂದ ಮೂಲ ಪ್ರಕೃತಿಯನ್ನು ಸಾಧಕ ಪ್ರಚೋದಿಸಿಕೊಳ್ಳಬಹುದಾಗಿದೆ. ಈ ವಿಚಾರವನ್ನೇ ಆಧಾರವಾಗಿಟ್ಟುಕೊಂಡು ಭಗವದ್ಗೀತೆ ರಚನೆಯಾಗಿದೆ.

ಈ ಗೀತೆ ಹೇಳುವ ಪ್ರಕಾರ ಭದ್ರಾಸನದ ವಿಶೇಷತೆ ಹೀಗಿದೆ: ಕುಂಡಲಿನೀ ಶಕ್ತಿಯು ಮೂಲಾಧಾರದಿಂದ ಮೇಲಕ್ಕೆದ್ದು ಸ್ವಾಧಿಷ್ಠಾನಕ್ಕೆ ತಲುಪಿ, ಇಡಾ ಹಾಗು ಪಿಂಗಳ ನಾಡಿಗಳನ್ನು ಪುನರುಜ್ಜೀವನಗೊಳಿಸಿ ಮುಂದುವರೆಯುತ್ತದೆ. ಭದ್ರಾಸನದ ಮತ್ತೊಂದು ಉಪಯೋಗ ಎಂದರೆ, ಚಿದ್ವಿಲಾಸ ದರ್ಶನ! (ಚಿತ್ ಎಂಬುದರ ವಿಲಾಸವನ್ನು ನೋಡುವಿಕೆ) ಭದ್ರಾಸನ ಮಾಡಿದಾಗ ಮಣಿಪೂರಕದ ಮೇಲೆ ಒತ್ತಡವು ಉಂಟಾಗುತ್ತದೆ. ಆಗ ಕುಂಡಲಿನಿ ಶಕ್ತಿಯು ಹಿಂದಿನ ಎರಡು ಸ್ಥಾನಗಳನ್ನು ದಾಟಿಕೊಂಡು ನೇರ ಮಣಿಪೂರಕ ಚಕ್ರಕ್ಕೆ ತಲುಪುತ್ತದೆ. ಅಲ್ಲಿಂದ ಆಜ್ಞಾಚಕ್ರವನ್ನು ಪ್ರೇಷಿಸಲಿಕ್ಕೆ ಸಾಧ್ಯವಾಗುತ್ತದೆ. ಇದರ ಮುಖಾಂತರ ಆಜ್ಞಾಚಕ್ರದಿಂದ ಚಿದ್ವಿಲಾಸವನ್ನು ನೋಡುವಂತಹ

ಮುದ್ರೆಯನ್ನು ಪ್ರಯೋಗಮಾಡಬಹುದಾಗಿದೆ. ಶಿರವನ್ನು ಮೇಲೆಕ್ಕೆ ಎತ್ತಿಕೊಂಡು ಆಕಾಶವನ್ನು ನೋಡುವುದೇ ಈ ಮುದ್ರೆಯಾಗಿದೆ. ಹೀಗೆ ಮಾಡುವುದರಿಂದಾಗಿ ಆಜ್ಞಾಚಕ್ರಕ್ಕೆ ಪ್ರೇಷಣೆಯಾಗುತ್ತದೆ.

ಗಮನಿಸಿ: ಚಿದ್ವಿಲಾಸ ದರ್ಶನಕ್ಕೆ ಈ ಭದ್ರಾಸನ ಒಂದೇ ಬಹು ಅನುಕೂಲಕರವಾಗಿದೆ.

ಋಗ್ವೇದದ ಮಂಡಲ-1, ಸೂಕ್ತ-34ರ 11 ಮತ್ತು 12 ನೇ ಮಂತ್ರಗಳು ಚಿದ್ವಿಲಾಸ ದರ್ಶನದ ಭಾವಾರ್ಥವನ್ನು ಹೇಳುತ್ತಲಿವೆ:
ಆ ನಾಸತ್ಯಾ ತ್ರಿಭಿರೇಕಾದಶೈರಿಹ ದೇವೇಭಿರ್ಯಾತಂ ಮದುಪೇಯಮಶ್ವಿನಾ | ಪ್ರಯುಸ್ತಾರಿಷ್ಟಂನೀ ರಪಾಂಸಿ ಮೃಕ್ಷತಂ ಸೇಧತಂ ದ್ವೇಷೋಭವತಂ ಸಚಾಭುವಾ ||11||

ಭಾವಾರ್ಥ: "ಬನ್ನಿ, ನಾಸತ್ಯರೇ, ಹನ್ನೊಂದು ತ್ರಿಮೂರ್ತಿ ದೇವತೆಗಳೊಂದಿಗೆ; ಬನ್ನಿ, ಅಶ್ವಿನ್ಯರೇ, ನೈವೇದ್ಯವನ್ನು ಕುಡಿಯಿರಿ, ನಮ್ಮ ಆಯುಷ್ಯವನ್ನು ಹೆಚ್ಚಿಸಿ, ನಮ್ಮ ದೋಷಗಳನ್ನು ಅಳಿಸಿಹಾಕಿ, ನಮ್ಮ ಶತ್ರುಗಳನ್ನು ನಿಗ್ರಹಿಸಿ, ಯಾವಾಗಲೂ ನಮ್ಮೊಂದಿಗೆ ಇರಿ."
ಆ ನೋ ಅಶ್ವಿನಾ ತ್ರಿವೃತಾ ರಥೇನಾರ್ವಾಂಚಂ ರಯಿಂ ವಹತಂ ಸುವೀರಂ | ಶೃಣ್ವಂತಾ ವಾಮವಸೇ ಜೋಹವೀಮಿ ವೃಧೇ ಚ ನೋ ಭವತಂ ವಾಜಸಾತೌ ||12||

ಭಾವಾರ್ಥ: "ಮೂರು ಲೋಕಗಳನ್ನು ಸುತ್ತುವ ನಿನ್ನ ರಥದಲ್ಲಿ ಜನಿಸಿದೆ, ನಮಗೆ ಅಶ್ವಿನಿಗಳನ್ನು ತನ್ನಿ, ಪ್ರಸ್ತುತ ಸಂಪತ್ತು, (ಪುರುಷ) ಸಂತತಿಯಿಂದ ಕೂಡಿದ; ರಕ್ಷಣೆಗಾಗಿ ನಾನು ನಿಮ್ಮಿಬ್ಬರನ್ನೂ ಕರೆಯುತ್ತೇನೆ; ಯುದ್ಧದಲ್ಲಿ ನಮಗೆ ಶಕ್ತಿಯಾಗಿರಿ."

ಮೆಟ್ಟಿಲು – 5

ಸಂಜಯ ಉವಾಚ ।
ತಂ ತಥಾ ಕೃಪಯಾSSವಿಷ್ಟಮಶ್ರುಪೂರ್ಣಾಕುಲೇಕ್ಷಣಮ್ ।
ವಿಷೀದಂತಮಿದಂ ವಾಕ್ಯಮುವಾಚ ಮಧುಸೂದನಃ ॥೧॥
ಶ್ರೀಭಗವಾನುವಾಚ ।
ಕುತಸ್ತ್ವಾ ಕಶ್ಮಲಮಿದಂ ವಿಷಮೇ ಸಮುಪಸ್ಥಿತಮ್ ।
ಅನಾರ್ಯಜುಷ್ಟಮಸ್ವರ್ಗ್ಯಮಕೀರ್ತಿಕರಮರ್ಜುನ ॥೨॥

ಹೀಗೆ ಆರಂಭವಾಗುವಂತಹ ಭಗವದ್ಗೀತೆಯ ಎರಡನೇ ಅಧ್ಯಾಯದಲ್ಲಿ ಸಾಂಖ್ಯ ಶಾಸ್ತ್ರವಿದೆ. ಅದನ್ನು ಕುರಿತಾಗಿ ನೋಡೋಣ: 'ಸ ಅಂಕ ಇತಿ ಸಾಂಖ್ಯ' - ಅಂಕ ಎಂದರೆ ಹಿಡಿತ ಎಂಬರ್ಥವಿದೆ. 24 ತತ್ವಗಳು ಈ ಪ್ರಪಂಚವನ್ನು (ಪೃಥಕ್ ಪಂಚ; ಪೃಥ್ವಿ, ಆಪ, ತೇಜಸ್, ವಾಯು ಹಾಗು ಆಕಾಶ ಎಂಬ ಐದು ತತ್ವಗಳಿಂದ ಉಂಟಾಗಿರುವಂತಹ ಜಗತ್) ವಿವರಿಸುತ್ತವೆ. ಹೀಗಾಗಿ ಈ 24 ತತ್ವಗಳೇ ಪುರುಷ (ಪ್ರಪಂಚದ ಸೃಷ್ಟಿಗಾಗಿ ಇರುವಂತಹ 24 ರೀತಿಯ ಸಾಮರ್ಥ್ಯಗಳು) ಎಂದಾಗಿ ಸಾಂಖ್ಯ ಹೇಳುತ್ತದೆ. ಈ 24 ತತ್ವಗಳನ್ನು ಹಿಡಿತದಲ್ಲಿ ಇಟ್ಟುಕೊಳ್ಳುವುದೇ ಇಲ್ಲಿ ಅಂಕ ಎಂದಾಗಿ ಹೇಳಲಾಗಿದೆ.

ಸಂಖೆಗಳಿಂದ ಕೂಡಿರುವಂತಹ ಶಾಸ್ತ್ರವು ಗಣಿತದ ಮೂಲಕ ಈ ಪ್ರಪಂಚವನ್ನು ವಿಶ್ಲೇಷಿಸುತ್ತದೆ. ಹೀಗಾಗಿ ಶ್ಲೋಕದ ಪದವನ್ನು ಸಂಖ್ಯೆಯನ್ನಾಗಿ ಪರಿವರ್ತಿಸಿ ಅದನ್ನು ಅರ್ಥೈಸಬೇಕು.

ಗಮನಿಸಿ: ನಮ್ಮ ವ್ಯಾವಹಾರಿಕ ಜೀವನದಲ್ಲಿ ಕೂಡುವುದು, ಕಳೆಯುವುದು, ಗುಣಿಸುವುದು ಹಾಗು ಭಾಗಿಸುವುದು ಎಂಬ 4 ಆಯಾಮಗಳ ಗಣಿತವನ್ನು ಕಲಿಯುತ್ತೇವೆ. ಆದರೆ ಈ ಸಾಂಖ್ಯವು 9 ಆಯಾಮಗಳನ್ನು ತನ್ನದೇ ಆದಂತಹ ಗಣಿತ ಸೂತ್ರದ ಮೂಲಕ ಜಗತ್ತಿಗೆ ಮಂಡಿಸುತ್ತದೆ.

1+1=2, 1+1=3, 1+1=0; ಸಾಂಖ್ಯದಲ್ಲಿ ಹೀಗೆಲ್ಲಾ ಲೆಕ್ಕಾಚಾರವಿದೆ! ಸಂಖ್ಯಾಶಾಸ್ತ್ರವು ಎಲ್ಲವನ್ನೂ ಸಹ ಕೂಡಿಸಿ, ನಂತರ ಮೂರಾಗಿ ವಿಭಾಗಿಸಿ, ವಿಚಾರದ ಸ್ಪಷ್ಟತೆಯನ್ನು ಕೊಡುತ್ತದೆ. ಹೀಗಾಗಿ ಸಾಂಖ್ಯಶಾಸ್ತ್ರದಷ್ಟು ನಿರ್ದಿಷ್ಟವಾಗಿ, ನಿಖರವಾಗಿ ಹಾಗು ಸತ್ಯವಾದ ವಿವರಣೆಯನ್ನು ಮತ್ತಾವ ದರ್ಶನಗಳೂ ಸಹ ಕೊಡುವುದಿಲ್ಲ, ಏಕೆಂದರೆ ಉಳಿದ ಶಾಸ್ತ್ರಗಳು

ಒಂದು ಮಿತಿಯನ್ನು ಹಾಕಿಕೊಂಡು ಅಷ್ಟರಲ್ಲೇ ಎಲ್ಲವನ್ನೂ ಸಹ ವಿವರಿಸುವಂತಹ ಪ್ರಯತ್ನಮಾಡುತ್ತವೆ.

ಗಮನಿಸಿ: ಸಂಖ್ಯಾಶಾಸ್ತ್ರವು ಮೂಲಕ್ಕೆ ಹೋಗಿ ಸಂಪೂರ್ಣ ಸತ್ಯವನ್ನು ಅನಾವರಣ ಮಾಡುತ್ತದೆ.

ಋಗ್ವೇದ ಮಂಡಲ-1, ಸೂಕ್ತ-34 ರಲ್ಲಿರುವಂತಹ 12 ಮಂತ್ರಗಳೇ ಸಾಂಖ್ಯಶಾಸ್ತ್ರಕ್ಕೆ ಮೂಲವಾಗಿವೆ:

ತ್ರಿಶ್ಚಿನ್ನೋ ಅದ್ಯಾ ಭವತಂ ನ ವೇದಸಾ ವಿಭುರ್ವಾಂಯಾಮ ಉತ ರಾತಿರಶ್ವಿನಾ |
ಯುವೋರ್ಹಿ ಯಂತ್ರಂ ಹಿಮ್ಯೇವ ವಾಸಸೋಽಭ್ಯಾಯಂಸೇನ್ಯಾ ಭವತಂ ಮನೀಷಿಭಿಃ ||1||
ತ್ರಯಃ ಪವಯೋ ಮಧುವಾಹನೇ ರಥೇ ಸೋಮಸ್ಯ ವೇನಾಮನು ವಿಶ್ವ ಇದ್ವಿದುಃ |
ತ್ರಯಃ ಸ್ಕಂಭಾಸಃ ಸ್ಕಭಿತಾಸ ಆರಭೇ ತ್ರಿರ್ನಕ್ತಂ
ಯಥಾಸ್ತ್ರಿರ್ವಶ್ವಿನಾ ದಿವಾ ||2||
ಸಮಾನೇ ಅಹಂತ್ರಿರವದ್ಯ ಗೋಹನಾ ತ್ರಿರದ್ಯ ಯಜ್ಞಂ ಮಧುನಾ ಮಿಮಿಕ್ಷತಂ |
ತ್ರಿರ್ವಾಜವತೀರಿಷೋ ಅಶ್ವಿನಾ ಯುವಂ ದೋಷಾ
ಅಸ್ಮಭ್ಯಮುಷಸಶ್ಚಪಿನ್ವತಂ ||3||
ತ್ರಿರ್ವರ್ತಿರ್ಯಾತಂ ತ್ರಿರನು ವ್ರತೇ ಜನೇ ತ್ರಿಃ ಸುಪ್ರಾವ್ಯೇ ತ್ರೇಧೇವ ಶಿಕ್ಷತಂ |
ತ್ರಿರ್ನಾಂದ್ಯಂ ವಹತ ಮಶ್ವಿನಾ ಯುವಂ ತ್ರಿಃ ಪೃಕ್ಷೋ ಅಸ್ಮೇ
ಅಕ್ಷರೇವ ಪಿನ್ವತಂ ||4||
ತ್ರಿರ್ನೋ ರಯಿಂ ವಹತಮಶ್ವಿನಾ ಯುವಂ ತ್ರಿರ್ದೇವತಾತಾ
ತ್ರಿರುತಾವತಂ ಧಿಯಃ |
ತ್ರಿಃ ಸೌಭಗತ್ವಂ ತ್ರಿರುತ ಶ್ರವಾಂಸಿ ನಸ್ತ್ರಿಷ್ಠಂ ವಾಂ ಸೂರೇ ದುಹಿತಾ ರುಹದ್ರಥಂ ||5||
ತ್ರಿರ್ನೋ ಅಶ್ವಿನಾ ದಿವ್ಯಾನಿ ಭೇಷಜಾ ತ್ರಿಃ ಪಾರ್ಥಿವಾ ನಿ
ತ್ರಿರುದತ್ತಮದ್ಭ್ಯಃ |
ಓಮಾನಂ ಶಂಯೋರ್ಮಮಕಾಯ ಸೂನವೇ ತ್ರಿಧಾತು ಶರ್ಮ
ವಹತಂ ಶುಭಸ್ಪತೀ ||6||
ತ್ರಿರ್ನೋ ಅಶ್ವಿನಾ ಯಜತಾ ದಿವೇದಿವೇ ಪರಿ ತ್ರಿಧಾತು
ಪೃಥಿವೀಮಶಾಯತಂ |

ತಿಸ್ರೋ ನಾಸತ್ಯಾ ರಥ್ಯಾ ಪರಾವತ ಆತ್ಮೇವ ವಾತಃ ಸ್ವಸರಾಣಿ ಗಚ್ಛತಂ ||7||
ತ್ರಿರಶ್ವಿನಾ ಸಿಂದುಭಿಃ ಸಪ್ತಮಾತೃಭಿಸ್ತ್ರಯ ಆಹಾವಾಸ್ತ್ರೇಧಾ ಹವಿಷ್ಕೃತಂ | ತಿಸ್ರಃ
ಪೃಥಿವೀರುಪರಿ ಪ್ರವಾ ದಿವೋ ನಾಕಂ ರಕ್ಷೇಥೇ ದ್ಯುಭಿರಕ್ತುಭಿರ್ಹಿತಂ ||8||
ಕ್ವ(ಅ)ΓΙ ತ್ರೀ ಚಕ್ರಾ ತ್ರಿವೃತೋ ರಥಸ್ಯ ಕ್ವ(ಅ)ΓΙ ತ್ರಯೋ ವಂಧುರೋ ಯೇ ಸನೀಳಾಃ |
ಕದಾ ಯೋಗೋ ವಾಜಿನೋ ರಾಸಭಸ್ಯ ಯೇನ ಯಜ್ಞಂ ನಾಸತ್ಯೋಪಯಾಥಃ ||9||
ಆ ನಾಸತ್ಯಾ ಗಚ್ಛತಂ ಹೂಯತೇ ಹವಿರ್ಮಧ್ವಃ ಪಿಬತಂ ಮಧುಪೇಭಿರಾಸಭಿಃ |
ಯುವೋರ್ಹಿ ಪೂರ್ವಂ ಸವಿತೋಷಸೋ ರಥಮೃತಾಯ ಚಿತ್ರಂ ಘೃತವಂತಮಿಷ್ಯತಿ ||10||
ಆ ನಾಸತ್ಯಾ ತ್ರಿಭಿರೇಕಾದಶೈರಿಹ ದೇವೇಭಿರ್ಯಾತಂ ಮದುಪೇಯಮಶ್ವಿನಾ |
ಪ್ರಯುಸ್ತಾರಿಷ್ಟಂನೀ ರಪಾಂಸಿ ಮೃಕ್ಷತಂ ಸೇಧತಂ ದ್ವೇಷೋಭವತಂ ಸಚಾಭುವಾ ||11||
ಆ ನೋ ಅಶ್ವಿನಾ ತ್ರಿವೃತಾ ರಥೇನಾರ್ವಾಂಚಂ ರಯಿಂ ವಹತಂ ಸುವೀರಂ |
ಶೃಣ್ವಂತಾ ವಾಮವಸೇ ಜೋಹವೀಮಿ ವೃಧೇ ಚ ನೋ ಭವತಂ ವಾಜಸಾತೌ ||12||

ಈ 12 ಮಂತ್ರಗಳಲ್ಲಿ ಸಾಂಖ್ಯಶಾಸ್ತ್ರವು ಅಡಗಿದೆ. ಮಹರ್ಷಿಗಳಾದ ಕಪಿಲರು ಈ ಮಂತ್ರಗಳನ್ನೇ ಸಾಹಿತ್ಯ ರೂಪದಲ್ಲಿ ಪ್ರಕಟಿಸಿದ್ದಾರೆ.

ಭಾರತೀಯ ಸಂಸ್ಕೃತಿಯಲ್ಲಿ ಸಾಂಖ್ಯದಿಂದ ಮೊದಲ್ಗೊಂಡು ನ್ಯಾಯ, ವೈಶೇಷಿಕ, ಯೋಗ, ಪೂರ್ವ-ಮೀಮಾಂಸ ಹಾಗು ಉತ್ತರ-ಮೀಮಾಂಸ (ವೇದಾಂತ) ಎಂಬಂತ ಮುಖ್ಯ ದರ್ಶನಗಳಿವೆ. ಸಾಂಖ್ಯವನ್ನು ಅರ್ಥಮಾಡಿಕೊಳ್ಳದೆ ಉಳಿದ ದರ್ಶನಗಳನ್ನು ಅರ್ಥಮಾಡಿಕೊಳ್ಳುವುದು ಬಹು ತ್ರಾಸದಾಯಕ, ಏಕೆಂದರೆ ಉಳಿದವುಗಳು ಅಷ್ಟು ಸೂಕ್ತವಾಗಿಲ್ಲ ಎನ್ನುವುದೇ ಅನುಭಸ್ಥರ ಅಭಿಪ್ರಾಯ.

ಸಾಂಖ್ಯಾಶಾಸ್ತ್ರವು ಈ ಜಗತ್ತನ್ನು (ಗತಿಗಾಗಿ ಜನ್ಮಿಸುವ ಆಯಾಮವನ್ನು) ಮಾನವನಿಗೆ ಪರಿಚಯಮಾಡಿಕೊಡುತ್ತದೆ, ಏಕೆಂದರೆ ಈ ಶಾಸ್ತ್ರವು ಜಗತ್ತಿನಲ್ಲಿ ಇಷ್ಟು ತತ್ವಗಳಿವೆ ಎಂದಾಗಿ ನಿಖರವಾಗಿ ಹಾಗು ನಿರ್ದಿಷ್ಟವಾಗಿ ಹೇಳುತ್ತದೆ. ಇದನ್ನು ಒಂದು ಶ್ಲೋಕದಲ್ಲಿಯೇ ಕಾಣಬಹುದಾಗಿದೆ:

ಮೂಲಪ್ರಕೃತಿಃ ಅವಿಕೃತಿಃ ಪ್ರಕೃತಿ ವಿಕೃತಯಃ ಸಪ್ತ |
ಷೋಡಶಕಸ್ತು ವಿಕಾರಾಃ ನ ಪ್ರಕೃತಿಃ ನ ವಿಕೃತಿಃ ಪುರುಷಃ ||

ಮೂಲ ಸಾಂಖ್ಯ ಉಲ್ಲೇಖಗಳು ಇಂದು ನಮಗೆ ಪೂರ್ಣವಾಗಿ ದೊರೆಯದಿದ್ದರೂ ಚರಕ ಸಂಹಿತೆ ಎಂಬ ಗ್ರಂಥದಲ್ಲಿ ಸಾಂಖ್ಯರು ಹೇಳುವಂತಹ 24 ತತ್ವಗಳನ್ನು ನೋಡಬಹುದಾಗಿದೆ. ಇದೊಂದು ಆಯುರ್ವೇದ ವಿಚಾರಕ್ಕೆ ಸಂಬಂಧಿಸಿದ ಗ್ರಂಥವಾಗಿದ್ದು ಇದನ್ನು ಆತ್ರೇಯ ಮಹರ್ಷಿಗಳು ರಚಿಸಿದ್ದಾರೆ. ಅವರು ಈ 24 ತತ್ವಗಳನ್ನೇ ತೆಗೆದುಕೊಂಡು ಶಾರೀರ ಸ್ಥಾನದಲ್ಲಿ ಈ ಜಗತ್ತು ಹಾಗು ಶರೀರವನ್ನು ಹೇಳುತ್ತಾ ಹೋಗುತ್ತಾರೆ.

ಗಮನಿಸಿ: ಕಾಲಾನಂತರದಲ್ಲಿ ಈ 24 ತತ್ವಕ್ಕೆ ಮತ್ತೊಂದು ಸೇರಿಕೊಂಡು 25 ಆಗಿವೆ. ನಂತರದಲ್ಲಿ ಇವು 26 ಸಂಖ್ಯೆಗೆ ಬೆಳೆದಿವೆ.

ಸಾಂಖ್ಯದ 24 ತತ್ವಗಳಲ್ಲಿ ಪರಮಾತ್ಮ ಎನ್ನುವ ತತ್ವವೇ ಇಲ್ಲ. ಮೂಲ ಸಿದ್ಧಾಂತ ಪ್ರಕಾರ ಪರಮಾತ್ಮ ಎನ್ನುವುದು ಇವುಗಳಲ್ಲಿ ಸ್ವಾಭಾವಿಕವಾಗಿಯೇ ಇರುವುದರಿಂದಾಗಿ ಅದು ಪ್ರತ್ಯೇಕ ತತ್ವವೇ ಅಲ್ಲ. ಆದರೆ ಯೋಗದಲ್ಲಿ 'ಈಶ್ವರ ಪ್ರಣಿಧಾನಾದ್ವಾ' ಎಂದಾಗಿ 26 ನೇ ತತ್ವವನ್ನೂ ಸಹ ನೋಡುತ್ತೇವೆ.

ಗಮನಿಸಿ: ಇಂದಿನ ವಿಜ್ಞಾನದಲ್ಲೂ ಸಹ ಈ 24 ತತ್ವಗಳ ಹೊರತಾಗಿ ಈ ಜಗತ್ತಿನಲ್ಲಿ ಏನನ್ನೂ ಸಹ ತೋರಿಸಲು ಸಾಧ್ಯವಿಲ್ಲ.

ಈ ಜಗತ್ತಿನಲ್ಲಿ ಕಂಡುಬರುವಂತಹ ಈ ಎಲ್ಲಾ ತತ್ವಗಳು ಮಾನವನಲ್ಲೂ ಸಹ ಕಂಡುಬರುತ್ತವೆ. (ಟಿಪ್ಪಣಿ: ಹಾಗಾದರೆ ಬೇರೆಯದರಲ್ಲಿ 24 ತತ್ವಗಳು ಇಲ್ಲವೇ ಎಂದರೆ, 'ಈ ಎಲ್ಲಾ ತತ್ವಗಳನ್ನು ಮಾನವನಲ್ಲಿ ನೋಡಲಕ್ಕೆ ಸಾಧ್ಯ' ಎಂಬ ಅಭಿಪ್ರಾಯ ಅಷ್ಟೆ.) ಈ 24 ತತ್ವಗಳಲ್ಲಿ ಪರಮಾತ್ಮ ತತ್ವವನ್ನು ಹೇಳಿಲ್ಲ ಎಂದಾಗಿ ತಪ್ಪು ಭಾವಿಸಿಕೊಂಡು ಇದನ್ನು ನಾಸ್ತಿಕ

ದರ್ಶನ ಎಂದಾಗಿಯೂ ಸಹ ಕೆಲವರು ಹೇಳುತ್ತಾರೆ. ಆದರೆ ಇದು ಹಾಗಲ್ಲ.

ಗಮನಿಸಿ: ಸಾಂಖ್ಯ ದರ್ಶವನ್ನು ಆಸ್ತೀಕವೆನ್ನಿ ಅಥವಾ ನಾಸ್ತೀಕವೆನ್ನಿ, ಒಟ್ಟಿನಲ್ಲಿ ಇದನ್ನು ಬಿಟ್ಟುಬಿಟ್ಟರೆ ಯಾರಿಗೂ ಸಹ ಈ ಜಗತ್ತಿನ ಸಕಲವನ್ನೂ ವಿವರಿಸಲಿಕ್ಕೆ ಸಾಧ್ಯವಿಲ್ಲ. ಹೀಗಾಗಿ, ಭಿನ್ನಾಭಿಪ್ರಾಯವನ್ನು ವ್ಯಕ್ತಪಡಿಸುವವರೂ ಸಹ ಈ ದರ್ಶನವನ್ನು ಉಪಯೋಗಿಸಿದ್ದಾರೆ, ಹಾಗು ಉಪಯೋಗಿಸುತ್ತಿದ್ದಾರೆ.

ಈ ಜಗತ್ 300 ಕ್ಕೂ ಹೆಚ್ಚು ಮೂಲ ಧಾತುಗಳಿಂದ ಮಾಡಲ್ಪಟ್ಟಿದೆ ಎಂದಾಗಿ ವೇದ ಹೇಳುತ್ತದೆ. ಆದರೆ ಸಾಂಖ್ಯಶಾಸ್ತ್ರವು 24 ತತ್ವಗಳಿಂದಲೇ ಈ ಜಗತ್ತನ್ನು ವಿವರಿಸುತ್ತದೆ. ಅದರ ಒಂದು ನೋಟ ಹೀಗಿದೆ:

5 ಕರ್ಮೇಂದ್ರಿಯಗಳು = ಕಂಠ, ಕೈ, ಕಾಲು, ಜನನೇಂದ್ರಿಯ, ಗುದದ್ವಾರ.

5 ಜ್ಞಾನೇಂದ್ರಿಯಗಳು = ಕಿವಿ, ಕಣ್ಣು, ನಾಲಿಗೆ, ಮೂಗು, ಚರ್ಮ.

5 ತನ್ಮಾತ್ರೆಗಳು = ಶಬ್ದ, ರಸ, ರೂಪ, ಗಂಧ, ಸ್ಪರ್ಶ.

5 ಮಹಾ ಭೂತಗಳು = ಪೃಥ್ವಿ, ಆಪ, ತೇಜಸ್, ವಾಯು, ಆಕಾಶ.

4 = ತತ್ವ, ಶಕ್ತಿ, ಯುಕ್ತಿ, ಚೈತನ್ಯ.

5+5+5+5+4=24

1 = ಪುರುಷ

24+1=25

ಈ ಪುರುಷನು 10 ಅಂಗುಲದಷ್ಟು ಮೇಲಿದ್ದಾನೆ ಎಂದು ಪುರುಷ ಸೂಕ್ತ ಹೇಳುತ್ತದೆ. ಹೀಗಾಗಿ ಈ ಪುರುಷನು ಈ 24 ತತ್ವಗಳೊಂದಿಗೆ ಸೇರುವುದಿಲ್ಲ.

ಗಮನಿಸಿ: ಯಾವುದು ಇನ್ನೊಂದಕ್ಕೆ ಜನ್ಮವನ್ನು ಕೊಡುತ್ತದೆಯೋ ಅದನ್ನು 'ಪ್ರಕೃತಿ' ಎಂದಾಗಿ ಅರ್ಥಮಾಡಿಕೊಳ್ಳಬೇಕು.

ಸಂಖ್ಯಾಶಾಸ್ತ್ರದಲ್ಲಿ ಒಂಬತ್ತನೆಯ ಸಂಖ್ಯೆಯನ್ನು 'ಬ್ರಹ್ಮಸಂಖ್ಯೆ' ಎನ್ನುತ್ತಾರೆ. 'ದೈವಸಂಖ್ಯೆ' ಮತ್ತು 'ವೃದ್ಧಿಸಂಖ್ಯೆ' ಎಂದೂ ಹೇಳುತ್ತಾರೆ. ಈ ಒಂಬತ್ತನೆಯ ಸಂಖ್ಯೆಯನ್ನೇ ಪುರಾಣ ಸಂಖ್ಯೆ' ಎಂದೂ ನಂಬುತ್ತಾರೆ.

ಗಮನಿಸಿ: ಈ ಒಂಭತ್ತನೆಯ ಸಂಖ್ಯೆ ಮಹತ್ವವೇನೋ ನೋಡೋಣ! ಸೊನ್ನೆ ಬಿಟ್ಟರೆ ಒಟ್ಟು ಸಂಖ್ಯೆಗಳು ಒಂಬತ್ತು. ನೀವು ಯಾವುದಾದರೂ ನಿರ್ದಿಷ್ಟ ಬಂದ ಒಂದು ಸಂಖ್ಯೆಯನ್ನು ಒಂಬತ್ತನೆಯ ಸಂಖ್ಯೆಯಿಂದ ಗುಣಾಕಾರ ಮಾಡಿರಿ. ಬಂದ ಶೇಷಸಂಖ್ಯೆಗಳನ್ನು ಸಂಕಲನ ಮಾಡಿ ಏಕ ಸಂಖ್ಯೆಯನ್ನಾಗಿಸಿರಿ, ಒಂಬತ್ತು ಆಗುತ್ತದೆ. ಇಲ್ಲಿ ಪೂರಾ ಒಂಬತ್ತು ಸಂಖ್ಯೆಗಳನ್ನು ಒಂಬತ್ತರಿಂದ ಗುಣಿಸಲಾಗಿದೆ.

123456789x9=1111111101 ಒಟ್ಟಾಗಿ ಕೂಡಿಸಿದರೆ "9" ಆಗುತ್ತದೆ.

ಇದೇ ರೀತಿ ಒಂಬತ್ತನೆಯ 'ಮಗ್ಗಿಯನ್ನು ನೋಡೋಣ.

9 × 1 = 9 -- 9 = 9
9 × 2 = 18 -- 1 + 8 = 9
9 × 3 = 27 -- 2 + 7 = 9
9 × 4 = 36 -- 3 + 6 = 9
9 × 5 = 45 -- 4 + 5 = 9
9 × 6 = 54 -- 5 + 4 = 9
9 × 7 = 63 -- 6 + 3 = 9
9 × 8 = 72 -- 7 + 2 = 9
9 × 9 = 81 -- 8 + 1 = 9
9 × 10= 90 -- 9 + 0 = 9

ಹೀಗೆ ಚತುರ್ಯುಗಗಳ ಕಾಲಾವಧಿಗಳನ್ನು ನೋಡೋಣ.

ಕಲಿಯುಗದ ಅವಧಿ:
4,32,000 ವರ್ಷಗಳು
4+3+2+0+0+0 = 9

ದ್ವಾಪರಯುಗದ ಅವಧಿ:
8,64,000 ವರ್ಷಗಳು
8+6+4+0+0+0=18, 1+8=9

ತ್ರೇತಾಯುಗದ ಅವಧಿ:
12,96,000 ವರ್ಷಗಳು
1+2+9+6+0+0+0 = 18, 1+8=9

ಕೃತಯುಗದ ಅವಧಿ:
17,28,000 ವರ್ಷಗಳು
1+7+2+8+0+0+0= 18,1+8=9

ಇಲ್ಲಿ ನೀವು ಗಮನಿಸಿರಬಹುದು.

ಕಲಿಯುಗದ ಎರಡರಷ್ಟು ದ್ವಾಪರಯುಗವಿದೆ.

ಕಲಿಯುಗದ ಮೂರರಷ್ಟು ತ್ರೇತಾಯುಗವಿದೆ.

ಕಲಿಯುಗದ ನಾಲ್ಕರಷ್ಟು ಕೃತಯುಗವಿದೆ.

ಮತ್ತೊಂದು ವಿಷಯ ಗಮನಿಸಿ: ದ್ವಾಪರಯುಗದ ಅರ್ಧದಷ್ಟು ಕಲಿಯುಗವಿದೆ. ದ್ವಾಪರಯುಗದ ಒಂದೂವರೆ ಪಟ್ಟು ತ್ರೇತಾಯುಗವಿದೆ. ದ್ವಾಪರಯುಗದ ಎರಡರಷ್ಟು ಕೃತಯುಗವಿದೆ

ಹೀಗೆ ನಾಲ್ಕು ಯುಗಗಳ ಒಟ್ಟುವರ್ಷಗಳು 43,20,000 * 4+3+2+0+0+0+0 = 9

ಮಹಾ ಇತಿಹಾಸವೆಂದು ಖ್ಯಾತಿಯಿರುವ 'ಮಹಾಭಾರತ'ದ ಪರ್ವಗಳು: 18 * 1+8 = 9

ಮಹಾಭಾರತದ ಕುರುಕ್ಷೇತ್ರಯುದ್ಧದ ದಿನಗಳು: 18 * 1+8 = 9

ಕುರುಕ್ಷೇತ್ರ ಯುದ್ಧದಲ್ಲಿ ಪಾಲ್ಗೊಂಡ ಸೈನ್ಯದ ಸಂಖ್ಯೆ:

ಪಾಂಡವರದು: 7 ಅಕ್ಷೋಹಿಣಿ

ಕೌರವರದು: 11 ಅಕ್ಷೋಹಿಣಿ

ಒಟ್ಟು 18 ಅಕ್ಷೋಹಿಣಿಗಳು! 18 * 1+8 = 9

ಮಹಾಭಾರತದ ಭಗವದ್ಗೀತೆಯ ಅಧ್ಯಾಯಗಳು ಹದಿನೆಂಟು: 18 * 1+8 = 9

ವ್ಯಾಸಮಹರ್ಷಿಗಳು ಬರೆದ ಪುರಾಣಗಳು 18, (ಅಷ್ಟಾದಶ ಪುರಾಣಗಳು): 18*

1+8 = 9

ವ್ಯಾಸಭಗವಾನರಿಗೂ ಒಂಬತ್ತನೆಯ ಸಂಖ್ಯೆಗೂ ಏನೋ ಅವಿನಾಭಾವ ಸಂಬಂಧವಿದೆ.

ಸಂಖ್ಯಾಶಾಸ್ತ್ರ ಮಹತ್ವದಿಂದಾಗಿ ಒಂಬತ್ತನೆಯ ಸಂಖ್ಯೆಗೆ ದೈವತ್ವ ಬಂದಿದೆ.

ನಕ್ಷತ್ರಗಳು: 27 -- 2+7 = 9

ರುದ್ರಾಕ್ಷಿ ಮಾಲೆಯಲ್ಲಿರುವ ರುದ್ರಾಕ್ಷಿಮಣಿಗಳ ಸಂಖ್ಯೆ: 108 -- 1+0+8 = 9

ಈ ಒಂಬತ್ತನೆಯ ಸಂಖ್ಯೆಯ ಬಗ್ಗೆ ಮತ್ತಷ್ಟು ನೋಡೋಣ!

ಗಂಟೆಗೆ 3,600 ಸೆಕೆಂಡುಗಳು * 3+6+0+0=9

ದಿನಕ್ಕೆ 1,440 ನಿಮಿಷಗಳು * 1+4+4+0 = 9

ವಾರಕ್ಕೆ 10,080 ನಿಮಿಷಗಳು *1+0+0+8+0=9
ತಿಂಗಳಿಗೆ 720 ಗಂಟೆಗಳು * 7+2+0 = 9
ವರ್ಷಕ್ಕೆ 360 ದಿನಗಳು * 3+6+0 = 9
60 ವರ್ಷಗಳಿಗೆ 720 ತಿಂಗಳುಗಳು *7+2+0=9
60 ವರ್ಷಗಳಿಗೆ 21,600 ದಿನಗಳು *2+1+6+0+0 = 9

ಮನುಷ್ಯನ ಶರೀರಕ್ಕಿರುವ ರಂಧ್ರಗಳು 9 (ಸೃಷ್ಟಿಯ ಪ್ರಾಣಿಗಳಲ್ಲಿ ಸರ್ಪವನ್ನು ಬಿಟ್ಟರೆ ಉಳಿದ ಪ್ರಾಣಿಗಳಿಗೆ ಒಂಭತ್ತು ರಂಧ್ರಗಳಿರುತ್ತವೆ.)

ಮಾನವ ಶಿಶು ತಾಯಿಗರ್ಭದಲ್ಲಿ ಇರುವುದು: 9 ತಿಂಗಳುಗಳು, ಅಂದರೆ, 270 ದಿನಗಳು, 7+2+0 = 9

ನವ ಗ್ರಹಗಳು *9
ನವ ರತ್ನಗಳು *9
ನವ ರಸಗಳು *9
ನವ ನಾದಗಳು *9
ನವನಿಧಿಗಳು *9
ನವ ಚಿತ್ತವೃತ್ತಿಗಳು *9
ನವ ರಂಧ್ರಗಳು *9
ನವ ಚಕ್ರಗಳು *9
ನವ ಧಾನ್ಯಗಳು *9
ನವನಾಥ ಸಿದ್ಧರು *9
ನವ ಭಯಗಳು *9
ನವ ನಾಡಿಗಳು *9

'ಮೂಲಪ್ರಕೃತಿಃ' ಎಂದಾಗಿ ಆರಂಭವಾಗುವಂತಹ ಶ್ಲೋಕವು ಹೀಗೆ ಹೇಳುತ್ತದೆ: ಮೂಲ ಪ್ರಕೃತಿಃ ಅವಿಕೃತಿಃ – ಅಂದರೆ, ಕೆಲವು ವಿಕಾರಗೊಳ್ಳುತ್ತದೆ, ಕೆಲವು ಮಾತ್ರ ವಿಕಾರಗೊಳ್ಳುವುದಿಲ್ಲ ಎಂಬರ್ಥವಾಗಿದೆ. ಅವಿಕೃತಿಃ ಪ್ರಕೃತಿ ವಿಕೃತಯಃ ಸಪ್ತ – ಇನ್ನು ಕೆಲವು ಪ್ರಕೃತಿಯೂ ಹೌದು, ವಿಕೃತಿಯೂ ಹೌದು, ಇವುಗಳು ಒಟ್ಟು 7. ಷೋಡಷಕಸ್ತು ವಿಕಾರಃ – 16 ಬದಲಾವಣೆ ಆಗಿರುವಂತಹದ್ದು, ಇವುಗಳ ಮೂಲ ಸ್ವರೂಪ ಪ್ರಕೃತಿಯಲ್ಲ, ಬದಲಾವಣೆಯನ್ನು ಹೊಂದಿ ಉತ್ಪತ್ತಿಯಾಗಿರುವುದು ಎಂದರ್ಥ. ಇದರಲ್ಲಿ ನಮ್ಮ ಇಂದ್ರಿಯಗಳೂ ಸೇರಿಕೊಳ್ಳುತ್ತವೆ; ಪಂಚ ಮಹಾಭೂತಗಳು ಸೇರುತ್ತವೆ.

ಈ ಮಹಾಭೂತಗಳಲ್ಲೇ ಸಾಂಖ್ಯರು ಮೂರು ಭಾಗ ಮಾಡುತ್ತಾರೆ. ಮೊದಲು ಪ್ರಕೃತಿ ಸಹಜವಾದದ್ದು, ಅಂದರೆ ಅತ್ಯಂತ ಸೂಕ್ಷ್ಮವಾಗಿರುವಂತಹದ್ದು. ಎರಡನೆಯದು ಭೂತಗಳು. ಮೂರನೆಯದು ಮಹಾಭೂತಗಳು. ಇವುಗಳಿಂದ ಮತ್ತೆ ಅನ್ಯ ದ್ರವ್ಯಗಳು ಸೃಷ್ಟಿಯಾಗುವುದಿಲ್ಲ, ಇವುಗಳೇ ಅಂತಿಮ ಸ್ವರೂಪವಾಗಿವೆ.

ನಃ ವಿಕೃತಿಃ ನ ಪ್ರಕೃತಿಃ ಪುರುಷಃ – ಪುರುಷ ತತ್ತ್ವ ಎನ್ನುವುದು ಸಾಂಖ್ಯರ ಪ್ರಕಾರ ಪ್ರಕೃತಿಯೂ ಅಲ್ಲ ಅಥವಾ ವಿಕೃತಿಯೂ ಅಲ್ಲ. (ಸೂಚನೆ: ಪುರುಷ ಎಂದರೆ ಏನು ಎಂಬುದಕ್ಕೆ ಪುರುಷ ಸೂಕ್ತ ನೋಡಿರಿ.)

ಗಮನಿಸಿ: ಪುರುಷ ಸೂಕ್ತದಲ್ಲಿ ಬರುವಂತಹ ಪುರುಷನ ಬಗೆಗಿನ ವಿವರಣೆಗೂ, ಸಾಂಖ್ಯರು ಕೊಡುವ ವಿವರಣೆಗೂ ವ್ಯತ್ಯಾಸವಿದೆ ಎಂದಾಗಿ ಕೆಲವು ತಜ್ಞರು ಹೇಳುತ್ತಾರೆ.

ಸಾಂಖ್ಯರು ಹೇಳುವ ರೀತಿಯಲ್ಲಿಯೇ ಈ ಜಗತ್ತು ಇದೆ. ಇದನ್ನು ಯಾರು ಬೇಕಾದರು ಇಂದೂ ಸಹ ಸ್ವಯಂ ಪರೀಕ್ಷಿಸಬಹುದಾಗಿದೆ. ಅವರ ಪ್ರಕಾರ ಜಗತ್ತು ಹೀಗಿದೆ: ಪ್ರತಿಯೊಂದೂ ಸಹ ಸಂಖ್ಯೆಯ ಸ್ವರೂಪದಲ್ಲಿಯೇ ಇರುತ್ತದೆ. ಅದರ ಒಂದು ಲೆಕ್ಕಾಚಾರ ಮಾಡಿ, ಮುಂದೆ ಯಾವ ಸಂಖ್ಯೆಯಿಂದ ಫಲಿತಾಂಶ ಬರುತ್ತದೆಯೋ, ಅದೇ ಉತ್ತರವಾಗಿರುತ್ತದೆ. ಅದನ್ನು ಮತ್ತೊಂದು ಸ್ವರೂಪಕ್ಕೆ ಹೋಲಿಸಿಕೊಂಡರೂ ಸಹ ಅದು ಕೂಡ ಪೂರ್ಣ ಲೆಕ್ಕಾಚಾರದಲ್ಲೇ ಇರುತ್ತದೆ. ಅಂದರೆ ಸಕಲವೂ ಸ-ಅಂಕಃ ರೀತಿಯಲ್ಲಿಯೇ ಇರುತ್ತದೆ. ಹೀಗಾಗಿ ಶ್ರೀಮನ್ನಾರಾಯಣನಿಗೆ ಓಂ ಕ್ರಮಾಯ ನಮಃ ಎಂದಾಗಿ ಹೇಳುತ್ತಾರೆ.

ಗಮನಿಸಿ: ಈ ಜಗತ್ತು ಸಂಖ್ಯಾ ಸ್ವರೂಪದಲ್ಲೇ ಇರುವುದರಿಂದಾಗಿ ಯಾವುದೂ ಸಹ ಯಾದೃಚ್ಛಿಕ (ರಾಂಡಮ್) ಅಲ್ಲ,

ಈ ವಿಚಾರ ಕುರಿತಾಗಿ ಜಗತ್ತಿನ ಕೊಂಚ ವಿಷಯಗಳನ್ನು ನೋಡೋಣ: ನಾವು ಮೇಲೆ ನೋಡಿದ ಹಾಗು ಸಕಲವೂ ಸಹ ನಿರ್ದಿಷ್ಟ ಸಂಖ್ಯೆಯಲ್ಲಿಯೇ ಇವೆ. ಅವುಗಳನ್ನು ಹೆಚ್ಚಿಸಲೂ ಸಾಧ್ಯವಿಲ್ಲ, ಅಥವಾ ಕಡಿಮೆ ಮಾಡಲೂ ಸಹ ಸಾಧ್ಯವಿಲ್ಲ. ಉದಾಹರಣೆಗೆ ಐದು-ಭೂತಗಳು ಎಂದಾಗಿ ಹೇಳಿದೆ. ಅಂದರೆ ಭೂತಗಳು ಐದೇ, ಆರನೆಯದಾಗಲೀ ಅಥವಾ ಏಳನೆಯದಾಗಲೀ ಇಲ್ಲ. ಇವುಗಳಿಂದ ಉತ್ಪನ್ನವಾಗುವುದು ಪುನಃ ಐದೇ

ಮಹಾಭೂತಗಳು. ಈ ತನ್ಮಾತ್ರಗಳು ಶಬ್ದ, ಸ್ಪರ್ಶ, ರೂಪ, ರಸ, ಗಂಧ ಎನ್ನುವಂತಹ ಐದು ಸ್ವರೂಪಗಳು ಮಾತ್ರವೇ ಇರುವುದಾಗಿದೆಯೇ ಪರಂತು ಆರನೆಯದು ಜನಿಸುವುದಿಲ್ಲ.

ಕಪಿಲ ಮಹರ್ಷಿಯು ಹೇಳುವ ಪ್ರಕಾರ, ಮೂಲಭೂತವಾಗಿ ಇರುವುದು ಮೂರೇ ಗುಣಗಳು. ಅವುಗಳು ಕ್ರಮವಾಗಿ ಸಾತ್ವಿಕ, ರಾಜಸಿಕ ಹಾಗು ತಾಮಸಿಕ. ನಾಲ್ಕನೆಯ ಗುಣ ಎಂದಾಗಿ ಈ ಜಗತ್ತಿನಲ್ಲಿ ಇಲ್ಲ. ಇವುಗಳಿಂದಲೇ ಎಲ್ಲದರ ಉತ್ಪತ್ತಿಯಾಗುತ್ತದೆ.

ಗಮನಿಸಿ: ಪಂಡಿತರ ಪ್ರಕಾರ, ಋಗ್ವೇದ ಮಂಡಲ-1, ಸೂಕ್ತ-34 ರಲ್ಲಿರುವಂತಹ 12 ಮಂತ್ರಗಳಿಂದ ಕಪಿಲ ಮಹರ್ಷಿಗಳು ಸಾಂಖ್ಯ ಶಾಸ್ತ್ರವನ್ನು ರಚಿಸಿರುತ್ತಾರೆ.

ಸಂಖ್ಯಾ ಶಾಸ್ತ್ರದ ಪ್ರಕಾರ (ಅಂದರೆ ಋಗ್ವೇದ ವಿಜ್ಞಾನ ಪ್ರಕಾರ), 1+1=2; 1+1=3; 1+1=0; ಎಂಬ ಮೂರು ಪ್ರಕಾರಗಳನ್ನು ನೋಡಿದ್ದೆವು. ಇದು ಇಂದು ನಾವು ಮಾಡುವಂತಹ ಲೆಕ್ಕದ ಪ್ರಕಾರವಲ್ಲ. ನಾವು ಇಂದು ಸಂಖ್ಯೆ ಎಂದಾಗಿ ಹೇಳುವುದು ವೇದ ಪ್ರಕಾರ ಅದು ಅಂಕೆ ಮಾತ್ರ. ಹೀಗಾಗಿ ಇದು ಅಂಕ ಗಣಿತ!

ಇಲ್ಲಿ ಅಂಕೆ ಎಂದರೆ ನಿಯಂತ್ರಣ ಎಂದಾಗಿ ಅರ್ಥಮಾಡಿಕೊಳ್ಳಬೇಕು. ಮಕ್ಕಳನ್ನು ಅಂಕೆಯಲ್ಲಿ ಇಡಬೇಕು ಎಂದಾಗಿ ಹೇಳುವ ಮಾತಿದೆ. ಈ ಸಂಖ್ಯಾಶಾಸ್ತ್ರ ಪ್ರಕಾರದಲ್ಲಿ ಅಂಕೆ ಎಂದರೆ ಪ್ರಪಂಚದ ಹಿಡಿತ ಎಂದರ್ಥ. 24 ತತ್ವದ ಕೊನೆಯಲ್ಲಿ ಹೇಳಿರುವಂತಹ 25ನೇ ತತ್ವವೇ ಪುರುಷ. ಅಂದರೆ, ಪ್ರಪಂಚದ ಮೇಲೆ ಹಿಡಿತ ಸಾಧಿಸುವುದು ಎಂಬರ್ಥ.

ಗಮನಿಸಿ: 24 ತತ್ವಗಳಿಂದ ರಚಿತವಾದ ಪುರದಲ್ಲಿ ಶಯಿಸಿರುವವನೇ ಪುರುಷ.

ಋಗ್ವೇದ ವಿಜ್ಞಾನ ಪ್ರಕಾರ, 'ನಿಯಂತ್ರಣವನ್ನಿಡು' ಎನ್ನುವ ಅರ್ಥದಲ್ಲಿ ಸಂಖ್ಯೆಯ ಪದವಿದೆ. ಒಂದು, ಎರಡು, ಮೂರು.. ಹೀಗೆ ಇವುಗಳ ಮೇಲೆ ಹಿಡಿತವನ್ನು ಯಾರು ಸಾಧಿಸಿದರೋ ಅವರೆಲ್ಲರೂ ಕೂಡ ಸಾಂಖ್ಯರಾದರು. ಇಂದೂ ಕೂಡ ಆಗಬಹುದು.

ಲೇಖಕ: ಕಲಿಯುಗದಲ್ಲಿ ಧರ್ಮವು ಕೇವಲ ¼ ಭಾಗ ಇರುವುದು ತಿಳಿದ ವಿಷಯವೇ. ಹಾಗಾದರೆ ಇನ್ನು ಉಳಿದಂತಹ ¾ ಭಾಗವು ಅಧರ್ಮವೇ? ಎಂದರೆ ಅಲ್ಲ, ಈ ಭಾಗವು ಸಾಧನೆಗೆ ಇರುವಂತಹ ಅನುಕೂಲ. ಅಜ್ಞಾನ ಸಾಧನೆಗೆ ಗೊಬ್ಬರವೇ ವಿನಃ ಸುಜ್ಞಾನವಲ್ಲ ಎಂಬುದು ಇಲ್ಲಿಯ ಅರ್ಥ. ಹೀಗಾಗಿ ಈ

ಕಲಿಯುಗದಲ್ಲಿ ನಾವು ಸಾಂಖ್ಯವನ್ನು ತುಂಬಾ ಚೆನ್ನಾಗಿ ಉಪಯೋಗಿಸಿಕೊಳ್ಳಬಹುದು.

ಮುಖ್ಯವಾದದ್ದು: ಒಂದು ಒಂದರಿಂದ ನಾಶವಾದಾಗ ಅದು ನಶ್ವರ ಎಂದಾಗುತ್ತದೆ, ಅಂದರೆ ಶೂನ್ಯವಾಗುತ್ತದೆ; ಒಂದು ಒಂದರಿಂದ ವೃದ್ಧಿಯಾದಾಗ ಗಣಿತ ಪ್ರಕಾರದಲ್ಲಿ ಎರಡಾಗುತ್ತದೆ. ಜೀವಶಾಸ್ತ್ರ ಪ್ರಕಾರ ಒಂದು ಒಂದಕ್ಕೆ ಕೂಡಿದರೆ ಮೂರಾಗುತ್ತದೆ. ಈಗ ಹೇಳಿದಂತ ಮೂರು ಅಲ್ಲದ್ದು ಮಾತ್ರ ಸಂಖ್ಯೆ, ಅಂದರೆ ಅಂಕೆ, ಅಂದರೆ ನಿಯಂತ್ರಣ/ಹಿಡಿತ. ಇದೇ ಸಂಖ್ಯಾಶಾಸ್ತ್ರದ ಗುಟ್ಟು.

ಇದಕ್ಕೆ ಭಗವದ್ಗೀತೆಯಲ್ಲಿ: ತ್ರೈಗುಣ್ಯವಿಷಯ ವೇದಾ ನಿಸ್ತ್ರೈಗುಣ್ಯೋ ಭವಾರ್ಜನ | ನಿರ್ದ್ವಂದ್ವೋ ನಿತ್ಯಸತ್ವಸ್ಥೋ ನಿರ್ಯೋಗಕ್ಷೇಮ ಆತ್ಮವಾನ್ ||45|| ಎಂದಾಗಿ ಹೇಳುವಂತಹ ಶ್ಲೋಕವಿದೆ. ಮೇಲೆ ಹೇಳಿದಂತಹ ಮೂರು ವಿಚಾರಗಳನ್ನು ಬಿಟ್ಟರೆ ಪ್ರಪಂಚವಿಲ್ಲ, ಹಾಗಾಗಿ ಅವುಗಳನ್ನು ಬಿಡುವುದಿಲ್ಲ. ಹೀಗೆಂದು ನಮಗೆ ಕಾಣಿಸುವುದಿಲ್ಲವಲ್ಲ, ಅಂದರೆ ಹಾಗೆಂದು ಅದಿಲ್ಲ ಎಂತಲ್ಲಾ. ಈ ಪ್ರಪಂಚದ ವ್ಯಾಪ್ತಿ, ಜೊತೆಗೆ ಇದರ ಅಸ್ತಿತ್ವ ಇವುಗಳಲ್ಲೇ ಇರುವಂತಹದ್ದಾಗಿದೆ.

ಈ ವಿಚಾರಗಳನ್ನು ಅರಿಯುವುದಕ್ಕಾಗಿ ಈಗಾಗಲೇ ಹೇಳಿರುವಂತಹ ತ್ರೈತ ಸಿದ್ಧಾಂತವನ್ನು ಮನದಟ್ಟುಮಾಡಿಕೊಳ್ಳಬೇಕು. ಮೇಲೆ ಹೇಳಿರುವಂತ 12 ಋಗ್ವೇದ ಮಂತ್ರಗಳು ತ್ರೈತ ಸಿದ್ಧಾಂತವನ್ನು ಹೇಳಿರುತ್ತವೆ:

ಸಂಖ್ಯಾಶಾಸ್ತ್ರವು ಈ 12 ಮಂತ್ರಗಳಲ್ಲೇ ಪೂರ್ಣವಾಗಿವೆ. ಆದರೆ ಕಪಿಲರು ಇವುಗಳನ್ನೇ 43 ಸೂತ್ರಗಳನ್ನಾಗಿಸಿದರು. ನಂತರ ಬಂದಂತಹ ದಾರ್ಶನೀಕರು ಇವುಗಳನ್ನು ಹೆಚ್ಚಿಸುತ್ತಾ-ಹೆಚ್ಚಿಸುತ್ತಾ ಬಂದು, ಕೊನೆಗೆ 64,000ದಷ್ಟು ಸೂತ್ರಗಳನ್ನು ವಿಸ್ತರಿಸಿದರು. ಹಾಗೆಂದು ಇವುಗಳು ಒಂದಕ್ಕೊಂದು ಭಿನ್ನವಾಗಿಲ್ಲ ಎನ್ನುವುದು ವಿದ್ವಾಂಸರ ಅಭಿಪ್ರಾಯ. ಆದರೆ ಇವುಗಳನ್ನೆಲ್ಲಾ ಇಲ್ಲಿ ಅಧ್ಯಯನ ಮಾಡುತ್ತಾ ಹೋದರೆ ಸಮಯ ಸಾಲದಾಗುವುದು ಹೀಗಾಗಿ, ಋಗ್ವೇದದಲ್ಲಿ ಹೇಳಿರುವಂತಹ ಮೂಲ 12 ಮಂತ್ರಗಳನ್ನು ಮಾತ್ರ ನೋಡುವ:

ವೇದಕ್ಕಿಂತಲೂ ಪುರಾತನವಾದ ಗ್ರಂಥವೇ ಇಲ್ಲದ ಕಾರಣ, ಅದನ್ನೇ ಇಲ್ಲಿ ಮೂಲ ಎಂದಾಗಿ ಭಾವಿಸಬೇಕಿದೆ. ಈ ಋಗ್ವೇದದ ಮಂತ್ರಗಳನ್ನು ನೊಡಿದಾಗ ಮೂರು ಛಿದ್ರಗಳು ಮಾತ್ರವೇ

ದೊರಕುತ್ತವೆ. ಈ ಮೂರು ಛಿದ್ರಗಳೇ ಸಂಖ್ಯೆ. ಈ ಸಂಬಂಧದಲ್ಲಿ, ಅಂದರೆ ತ್ರೈತ ಸಿದ್ಧಾಂತ ಪ್ರಕಾರ 'ತ್ರಿಶ್ಚಿನ್ನೋ' ಎಂದಾಗಿ ಆರಂಭವಾಗುವಂತಹ 1ನೇ ಮಂತ್ರವನ್ನು ಈಗ ನೋಡೋಣ: ಇದರಲ್ಲಿ ಅಶ್ವಿನಾ ಎಂದಾಗಿ ಎರಡು ದೇವತೆ ಕುರಿತಾಗಿ ಹೇಳುತ್ತದೆ. ಹೀಗಾಗಿ, ಇಲ್ಲಿ ಎರಡು ಎಂಬ ಅಂಕೆ ತೆಗೆದುಕೊಳ್ಳಬೇಕಿದೆಯೇ ಪರಂತು ದೇವತೆಗಳು ಎಂದಲ್ಲ. (ಸೂಚನೆ: ಇಲ್ಲಿ ದೇವತೆಗಳು ಎಂಬ ಉಲ್ಲೇಖವು ಕ್ರೀಡಾಮನೋಭಾವದಿಂದ ಕ್ರಿಯೆಯನ್ನು ಮಾಡುವವರು ಎಂದರ್ಥ. ಅಂದರೆ, ಆ ಮಹತ್ ತತ್ವವು ರಚಿಸಿ, ಮೇಲ್ವಿಚಾರಣೆಯನ್ನು ವಹಿಸಿಕೊಂಡಿರುವಂತಹ ವಿಧಿಗೆ ಅನುಗುಣವಾಗಿ ಕೆಲಸ ಮಾಡುವ ತತ್ವ ಎಂದರ್ಥ.) ಹೀಗೆ ಮಾಡಿದಾಗ ಮಾತ್ರ ಸಾಂಖ್ಯದ ಚಿತ್ರಣ ಸಿಗುತ್ತದೆ.

ಈ ಮಂತ್ರದಲ್ಲಿ 'ವಿಭುರ್ವಾಂಯಾಮ' ಎಂದಾಗಿರುವ ಉಲ್ಲೇಖವಿದೆ. ಇದರಲ್ಲಿ ವಿಭೂ ಎಂದರೆ 1, ಯಾಮ ಎಂದರೆ 8. ಒಂದು ಎಂಟು ಆದರೆ, ಮೂರು ಒಂಭತ್ತು ಆದರೆ, ಏಳು ಹನ್ನೊಂದರಲ್ಲಿ ಕಳೆದೊಂದು ಉಳಿಯುವುದೇ 'ಪುರುಷ' ಎಂಬುದು ಮಾತ್ರ. ಅಂದರೆ,

(1+8)+(3+9)+(11-7) = 25-24 ಸಾಂಖ್ಯ ತತ್ವಗಳು = 1 (ಪುರುಷ)

ಈ ಋಗ್ವೇದದ 1ನೇ ಮಂತ್ರವು ಬಹು ಕಠಿಣವಾದಂತಹ ಸೂತ್ರವನ್ನು ಹೇಳುತ್ತಲಿದೆ. ಇದರಲ್ಲಿ ಋಷಿಗಳು ಸಾಂಖ್ಯವನ್ನು ಶಬ್ದಗಳಲ್ಲಿ ಹೇಳಿಕೊಂಡು ಹೋಗಿರುತ್ತಾರೆ, ಏಕೆಂದರೆ ಸಂಖ್ಯೆಗಳಲ್ಲಿ ಶಬ್ದಗಳಿಲ್ಲ.

ಗಮನಿಸಿ: ಪ್ರಪಂಚವು ಅಂಕೆಯಲ್ಲೇ (ನಿಯಂತ್ರಣದಲ್ಲೇ) ತನ್ನ ಕೆಲಸ ಮಾಡಿಕೊಂಡು ಹೋಗುವುದಾಗಿದೆ. ಹೀಗಾಗಿ, ಮಂತ್ರಕ್ಕಾಗಿ ಋಷಿಗಳು ಸಂಖ್ಯೆಗಳನ್ನು ಶಬ್ದಗಳಲ್ಲಿ ಪರೋಕ್ಷವಾಗಿ ಹೇಳಿಕೊಂಡು ಹೋಗಿದ್ದಾರೆ, ಅಷ್ಟೆ.

ಸೂಚನೆ: ಪ್ರಪಂಚದ ಅಂಕೆಗಳಲ್ಲಿ ಕೇವಲ ಸಂಖ್ಯೆಗಳು ಮಾತ್ರವೇ ಇರುತ್ತವೆ.

ಈ ಪ್ರಪಂಚ ಹೇಗೆ ನಡೆಯುತ್ತದೆ? ಎಂಬ ಪ್ರಶ್ನೆಗೆ ಈಗ ಉತ್ತರ ನೋಡೋಣ: ಒಂದು ಒಂದರಿಂದಲೇ ನಾಶವಾಗುತ್ತದೆ (1+1=0); ಒಂದು ಒಂದಕ್ಕೆ ಕೂಡಿಸಿದರೆ ಎರಡಾಗುತ್ತದೆ (1+1=2); ಒಂದು ಒಂದಕ್ಕೆ ಸೇರಿದರೆ ಮೂರಾಗುತ್ತದೆ (1 ನ್ನು 1ಕ್ಕೆ ಸೇರಿಸು = 3); ಪ್ರಕೃತಿಯೊಡನೆ (ಶಕ್ತಿ) ಹಾಗು ಪುರುಷ (ಸಾಮರ್ಥ್ಯ)

ಸಂಯೋಗವಾದರೆ ಆಗ ಶಿಶು (ವ್ಯಕ್ತ) ಬರುತ್ತದೆ (1 ನ್ನು 1ಕ್ಕೆ ಸೇರಿಸು = 3); 3 ಎನ್ನುವುದು 24 ಅಂಶಗಳಿಂದ ಕೂಡಿದಾಗ ಮಾತ್ರ ಅದು ತನ್ನ ಅಸ್ತಿತ್ವನ್ನು ತೆಗೆದುಕೊಳ್ಳುವುದಾಗಿದೆ; ಇದರ ಮೇಲೊಂದು ಪುರುಷ ಎಂಬುದಿದೆ, ಇದೇ 'ಮಾನುಷ' ಎಂದಾಗಿದೆ. ಹೀಗೆ ಸೃಷ್ಟಿ ಕಾರ್ಯ ನಡೆಯುವುದಾಗಿದೆ.

ಗಮನಿಸಿ: ಹಿಂದಿನ 1 (ವಿಭೂ) ಹಾಗು 2 (ಅಶ್ವಿನಿ ದೇವತೆಗಳು) ಸೃಷ್ಟಿಯಲ್ಲಿ ಸುಪ್ತವಾಗಿಬಿಡುತ್ತವೆ. ಇವುಗಳೇ ಆ ಸೃಷ್ಟಿಯಲ್ಲಿ 24 ಅಂಶಗಳಾಗುತ್ತವೆ. 24 ಅಂಶಗಳು + 1 ಪುರುಷ = 25. ಈ ಪುರುಷ ಎಂಬುವುದೇ ಸೃಷ್ಟಿಯನ್ನು ತನ್ನ ಹಿಡಿತದಲ್ಲಿಟ್ಟುಕೊಂಡಿದೆ.

ಈ ಸೃಷ್ಟಿಯನ್ನು ಅಂಕೆಯಲ್ಲಿಟ್ಟುಕೊಳ್ಳುವಂತಹ ಪುರುಷ ಎಂಬುದನ್ನು ಪುರುಷ-ಸೂಕ್ತ ವಿವರಿಸುತ್ತದೆ. ಅದರಲ್ಲಿ ಈ ಪುರುಷನು 1,000 ಕೈಗಳು, 1,000 ಕಾಲುಗಳು, 1,000 ಕಣ್ಣುಗಳನ್ನು ಹೊಂದಿದೆ ಎಂದಾಗಿ ಹೇಳಿ, ಸೃಷ್ಟಿಯ ಯಾವುದನ್ನೇ ತೆಗೆದುಕೊಂಡರೂ ಸಹ ಅದು 'ಅತ್ಯತಿಷ್ಟದ್ದಶಾಂಗುಲಮ್' (ಅಂದರೆ, 10 ಅಂಗುಲ ಮೇಲಿರುತ್ತದೆ) ಎಂದಾಗಿ ಹೇಳಿದರು. ಈ ಪುರುಷ-ಸೂಕ್ತ ಮಂತ್ರುದಲ್ಲಿ ಬರುವಂತಹ ಸಹಸ್ರ ಎನ್ನುವುದು ಸಾವಿರ ಎಂದಾಗಿ ಸಂಖ್ಯೆಯನ್ನು ಹೇಳಿದರೂ ಸಹ ಮತ್ತೊಂದೆಡೆ ಅದು ಅಸಂಖ್ಯ ಎಂದಾಗಿಯೂ ಹೇಳಲ್ಪಡುತ್ತದೆ. ಹೀಗಾಗಿ ಪುರುಷನನ್ನು ಋಷಿಗಳು ವಿವರಿಸಲು ಪ್ರಯತ್ನಿಸಿದ್ದಾರೆಯೇ ವಿನಃ ನಿಖರವಾಗಿ ಹೇಳಲಾಗಲಿಲ್ಲ ಎಂಬುದೇ ಸತ್ಯ.

ಗಮನಿಸಿ: ಈ ಪುರುಷ ಎಂಬುವುದೇ ಸೃಷ್ಟಿಯನ್ನು ಹಿಡಿತದಲ್ಲಿಟ್ಟುಕೊಳ್ಳುವಂತಹ ಅಂಕೆಯಾಗಿದೆ. ಇದನ್ನೇ 'ದೇವರು' ಎಂದಾಗಿ ಕೆಲವು ಋಷಿಗಳು ಹೇಳಿದರೆ, ಮತ್ತೆ ಕೆಲವು ಋಷಿಗಳು 'ಮನುಷ್ಯ' ಎಂದಾಗಿಯೂ ಸಹ ಹೇಳಿಬಿಟ್ಟಿದ್ದಾರೆ.

'ಯುವ್ರೋರ್ಹಿ ಯಂತ್ರುಂ' ಎಂದಾಗಿ ಆರಂಭವಾಗುವಂತಹ 1ನೇ ಮಂತ್ರದ ಸಾಲು ಏನು ಹೇಳುತ್ತಿದೆ ಎಂದಾಗಿ ನೋಡೋಣ: ಸಾಮಾನ್ಯವಾಗಿ ಯಾವುದೇ ಮಾನವನು ಸೃಷ್ಟಿಯ ರಹಸ್ಯವನ್ನು ಅರಿಯಲು ಯತ್ನಿಸುತ್ತಾನೆ. ಹೀಗೆನ್ನಿಸಿದಾಗ ಅವನು ಅದನ್ನು ಹುಡುಕಲು ಆರಂಭಿಸುತ್ತಾನೆ. ಈ ರಹಸ್ಯದ ಮೇಲೆ ಮುಚ್ಚಿಕೊಂಡಿರುವುದನ್ನು ತೆಗೆಯಲು ಪ್ರಯತ್ನಿಸುತ್ತಾನೆ. ಹೀಗೆ ಮಾಡಿದಾಗ ಸೃಷ್ಟಿಯ ರಹಸ್ಯ ಕಾಣಲು ಸಿಗುತ್ತದೆಯೇ? ಋಷಿಯು ಏನು ಹೇಳುತ್ತಾರೆ ಎಂದಾಗಿ ನೋಡುವ:

ಯಾವುದೋ ಒಂದು ವಿಚಾರ ಇದೆ. ಅದು ವಾಸಸ, ಅಂದರೆ ಬಟ್ಟೆಯಿಂದ/ವಸ್ತುವಿನಿಂದ ಮುಚ್ಚಲ್ಪಟಿದೆ. ಮುಚ್ಚಿಕೊಂಡಿರುವಂತಹ ರಹಸ್ಯವನ್ನು ಅನಾವರಣ ಮಾಡಿ ತಿಳಿಯಲು ಹೊರಟಿರುವಂತಹ ವ್ಯಕ್ತಿಯು ಆ ವಿಚಾರದಲ್ಲಿ ಸೇರಿಕೊಳ್ಳದೇ ಕೇವಲ ಮುಚ್ಚಿರುವುದನ್ನು ಮಾತ್ರ ತೆಗೆದು ನೋಡಲು ಯತ್ನಿಸುತ್ತಾನೆ. ಆಗ ಅವನಿಗೆ ಒಳಗೇ ಏನೂ ಸಿಗುವುದಿಲ್ಲ?! ಏಕೆಂದರೆ ವಾಸಸ (ಆಚ್ಛಾದನೆ) ಮಾಡಿದ್ದರೆ ಮಾತ್ರ ವಿಚಾರ ಒಳಗೆ ಇರುತ್ತದೆ. ಹೀಗಾದಾಗ ಹುಡುಕುವವನಿಗೆ ಹೊರಗೂ ಏನು ಸಿಗುವುದಿಲ್ಲ, ತೆಗೆದು ನೋಡಿದರೆ ಅಲ್ಲಿಯೂ ಸಹ ಏನೂ ಸಿಗುವುದಿಲ್ಲ! ಆಚ್ಛಾದನೆಯನ್ನು ಸರಿಸಿದ ಕ್ಷಣದಲ್ಲಿ ಆ ಆಚ್ಛಾದನೆಯ ಜೊತೆಗೆ ವಿಚಾರವೂ ಸಹ ಸರಿದುಹೋಗುತ್ತದೆ. ಆಗ ಅಲ್ಲಿ ಕೇವಲ ಶೂನ್ಯ ಮಾತ್ರವೇ ಉಳಿದುಕೊಳ್ಳುತ್ತದೆ. ಹಾಗಾದರೆ ಹೇಗೆ ತಿಳಿಯಬೇಕು?

ಗಮನಿಸಿ: ಆಚ್ಛಾದನೆಯನ್ನು ತೆಗೆಯುವ ಬದಲು ಆ ಆಚ್ಛಾದನೆಯೇ ನೀವಾದರೆ ಮಾತ್ರ ಆಗ ಅದರ ಒಳಗಿರುವಂತಹ ವಿಚಾರ ಅರ್ಥವಾಗುತ್ತದೆ.

ಆ ಪರಮ+ಅತ್+ಮನ್ ಈ ರೀತಿಯಾಗಿ ವಿಚಾರಗಳನ್ನು ಆಚ್ಛಾದನೆಯಲ್ಲಿ ಮಾತ್ರ ಇರಿಸುತ್ತದೆ. ಅಂದರೆ ಶೂನ್ಯಕ್ಕೆ (ಅಂದರೆ, ಇಲ್ಲ ಎನ್ನುವುದಕ್ಕೆ/ಅಕ್ಷರ ಎನ್ನುವುದಕ್ಕೆ/ಅವ್ಯಕ್ತ ಎನ್ನುವುದಕ್ಕೆ) ಆಚ್ಛಾದನೆ ಸಿಕ್ಕಿದಾಗ ಮಾತ್ರ ಅದು ವಿಚಾರ ಎನ್ನುವುದನ್ನು ನಮ್ಮ ಆಯಾಮಕ್ಕೆ (ಅಂದರೆ, ಸಂಬಂಧಿಸಿದ ಲೋಕಕ್ಕೆ) ಸಿಗುವಂತೆ ಮಾಡುತ್ತದೆ. ಇಲ್ಲಿ ಆಚ್ಛಾದನೆ ಎನ್ನುವುದು ಯಾವ ಲೋಕಕ್ಕೆ, ಯಾವ ಆಯಾಮಕ್ಕೆ, ಯಾವ ಜಗತ್ತಿಗೆ, ಹಾಗು ಯಾವ ರಚನೆಗೆ ಸಂಬಂಧಿಸಿದೆಯೋ ಅದರ ಅಳತೆ (ಮಾಯಟ್; ಮಾಯೆ) ಪ್ರಕಾರವಾಗಿ ಜರುಗುವಂತಹ ಕಾರ್ಯದ ಕ್ರಮವಾಗಿದೆ, ಅಂದರೆ ಮಹತ್ತಿನ ಕ್ರಮವಾಗಿದೆ, ಋತದ ಕ್ರಮವಾಗಿದೆ. ಹೀಗಾದಾಗ ಮಾತ್ರವೇ ಈ ಅಳತೆಯನ್ನು ಗ್ರಹಿಸುವಂತಹ ಇಂದ್ರಿಯವನ್ನು ಹೊಂದಿದ್ದು, ಅದಕ್ಕೆ ತಕ್ಕನಾದ ಪೃಥಕ್ ಜ್ಞಾನವನ್ನು ಹೊಂದಿರುವಂತಹ ರಚನೆಯು ಆ ವಿಚಾರವನ್ನು ಅರ್ಥಮಾಡಿಕೊಳ್ಳಬಹುದಾಗಿದೆ.

ಗಮನಿಸಿ: ಆಚ್ಛಾದನೆಯನ್ನು ತೆಗೆದಾಗ ವಿಚಾರವು ಕಾಣೆಯಾಗುತ್ತದೆ, ಅಂದರೆ ಶೂನ್ಯವಾಗುತ್ತದೆ. ಹೀಗಾಗಿ, ವೇದ ವಿಜ್ಞಾನ ಪ್ರಕಾರ, 1ನ್ನು 1ರಿಂದ ಗುಣಿಸಿದಾಗ ಅದರ ಉತ್ತರ 0

ಎಂದಾಗುತ್ತದೆ. 1x1=0. ಆಚ್ಛಾದನವು ವಿಚಾರಕ್ಕೆ ಸಂಬಂಧಿಸಿಕೊಂಡಾಗ ಮಾತ್ರ ಅದು 2 ಎಂದಾಗುತ್ತದೆ. ಆಚ್ಛಾದನವನ್ನು ಸರಿಸಿದಾಗ ಅದು 0 ಎಂದಾಗುತ್ತದೆ. ಹೀಗಾಗಿ, 1+1=2 ಆಚ್ಛಾದನ ಸಮೇತ ಇರುವಂತಹ ವಿಚಾರವಾದಾಗ; 1+1=0 ವಿಚಾರಕ್ಕಾಗಿ ಆಚ್ಛಾದನವನ್ನು ಸರಿಸಿದಾಗ.

'ಮುಚ್ಚಿಟ್ಟಿದ್ದರ ಒಳಗೆ ಏನೋ ಇದೆ' ಎನ್ನುವುದು ಮನುಷ್ಯನು ನಂಬಿಕೊಂಡಿರುವಂತಹ ಭ್ರಮೆ. ಅಂದರೆ, ಈ ಅನಿಸಿಕೆ ಹಿಂದಿನ ಅನುಭವದಿಂದ ಬಂದಿದ್ದು. 'ಸೃಷ್ಟಿಯ ರಹಸ್ಯವನ್ನು ಅರಿಯುತ್ತೇನೆ' ಎಂದಾಗಿ ಹೊರಟಾಗ ಮಾತ್ರ ಸಾಧಕನು ತಾನೇ ಆಚ್ಛಾದನವಾಗಬೇಕು. ಅಂದರೆ, ತನಗೆ ತಿಳಿಯಬೇಕಿರುವಂತಹ ವಿಚಾರವನ್ನು ತನ್ನ ಅಳತೆಯಲ್ಲಿ ಆಗಲೇ ತನ್ನಲ್ಲಿರುವಂತಹ ಪೃಥಕ್ ಜ್ಞಾನಕ್ಕೆ ಇಳಿಸಿಕೊಳ್ಳಬೇಕು.

ಗಮನಿಸಿ: ಋಗ್ವೇದ ಮಂತ್ರಗಳಲ್ಲಿ ಬರುವಂತಹ ಸೂತ್ರವು ಯಾವಾಗಲೂ ರಹಸ್ಯವಾಗಿಯೇ ಇರುತ್ತದೆ.

ಈಗ 'ತ್ರಯಃ' ಎಂದಾಗಿ ಆರಂಭವಾಗುವಂತಹ 2ನೇ ಮಂತ್ರವನ್ನು ಅರ್ಥಮಾಡಿಕೊಳ್ಳೋಣ: ಇಂದಿನ ಸಂಶೋಧನೆಯಲ್ಲಿ ಕಡಿತ-ವಾದ (Reductionism) ಎನ್ನುವುದು ಭದ್ರವಾಗಿ ಮನೆಮಾಡಿಕೊಂಡಿದೆ. ಈ ಮಂತ್ರವನ್ನು ಅರ್ಥಮಾಡಿಕೊಳ್ಳುವ ಮೊದಲು ಈ Reductionism ಎಂದರೆ ಏನು ಎಂದಾಗಿ ನೋಡುವ:

ಸರಳ ಅಥವಾ ಹೆಚ್ಚು ಮೂಲಭೂತ ವಿದ್ಯಮಾನಗಳ ಪರಿಭಾಷೆಯಲ್ಲಿ ವಿವರಿಸಬಹುದಾದ ವಿದ್ಯಮಾನಗಳ ನಡುವಿನ ಸಂಬಂಧಗಳಿಗೆ ಸಂಬಂಧಿಸಿದ ಹಲವಾರು ತಾತ್ವಿಕ ವಿಚಾರಗಳಲ್ಲಿ ಕಡಿತ-ವಾದವೂ ಸಹ ಒಂದು. ಇದನ್ನು ಸಂಕೀರ್ಣ ವ್ಯವಸ್ಥೆಯನ್ನು ಅದರ ಭಾಗಗಳ ಮೊತ್ತವಾಗಿ ಅರ್ಥೈಸುವ ಬೌದ್ಧಿಕ ಮತ್ತು ತಾತ್ವಿಕ ಸ್ಥಾನ ಎಂದೂ ವಿವರಿಸಲಾಗಿದೆ. ಕಡಿತ-ವಾದವು ವ್ಯವಸ್ಥೆಯ ಸಣ್ಣ, ಊಹಿಸಬಹುದಾದ ವಿವರಗಳ ಮೇಲೆ ಕೇಂದ್ರೀಕರಿಸುತ್ತದೆ ಮತ್ತು ಇದು ಹೆಚ್ಚಾಗಿ ಹೊರಹೊಮ್ಮುವಿಕೆ, ಭೌತವಾದ ಮತ್ತು ನಿರ್ಣಾಯಕತೆಯಂತಹ ವಿವಿಧ ತತ್ತ್ವಚಿಂತನೆಗಳೊಂದಿಗೆ ಸಂಬಂಧ ಹೊಂದಿದೆ.

ಆಕ್ಸಫರ್ಡ್ ಕಂಪ್ಯಾನಿಯನ್ ಟು ಫಿಲಾಸಫಿ, ಕಡಿತ-ವಾದವು "ತಾತ್ವಿಕ ನಿಘಂಟಿನಲ್ಲಿ ಹೆಚ್ಚು ಬಳಸಲಾಗುವ ಮತ್ತು ದುರುಪಯೋಗಪಡಿಸಿಕೊಂಡ ಪದಗಳಲ್ಲಿ ಒಂದಾಗಿದೆ" ಎಂದು

ಸೂಚಿಸುತ್ತದೆ ಮತ್ತು ಮೂರು ಭಾಗಗಳ ವಿಭಾಗವನ್ನು ಸೂಚಿಸುತ್ತದೆ:

[1] ಮೂಲತತ್ವಶಾಸ್ತ್ರದ ಕಡಿತವಾದ: ಸಂಪೂರ್ಣ ವಾಸ್ತವವು ಕನಿಷ್ಠ ಸಂಖ್ಯೆಯ ಭಾಗಗಳನ್ನು ಒಳಗೊಂಡಿದೆ ಎಂಬ ನಂಬಿಕೆ.

[2] ಕ್ರಮಶಾಸ್ತ್ರೀಯ ಕಡಿತವಾದ: ಸದಾ ಚಿಕ್ಕದಾಗುತ್ತಿರುವ ಘಟಕಗಳ ವಿಷಯದಲ್ಲಿ ವಿವರಣೆಯನ್ನು ಒದಗಿಸುವ ವೈಜ್ಞಾನಿಕ ಪ್ರಯತ್ನ.

[3] ಸಿದ್ಧಾಂತ ಕಡಿತವಾದ: ಹೊಸ ಸಿದ್ಧಾಂತವು ಹಳೆಯದನ್ನು ಬದಲಾಯಿಸುವುದಿಲ್ಲ ಅಥವಾ ಹೀರಿಕೊಳ್ಳುವುದಿಲ್ಲ, ಆದರೆ ಅದನ್ನು ಹೆಚ್ಚು ಮೂಲಭೂತ ಪದಗಳಿಗೆ ಇಳಿಸುತ್ತದೆ ಎಂಬ ಸಲಹೆ. ಸಿದ್ಧಾಂತ ಕಡಿತವನ್ನು ಮೂರು ಭಾಗಗಳಾಗಿ ವಿಂಗಡಿಸಬಹುದು: ಅನುವಾದ, ವ್ಯುತ್ಪತ್ತಿ ಮತ್ತು ವಿವರಣೆ.

ಗಮನಿಸಿ: ವಸ್ತುಗಳು, ಸಮಸ್ಯೆಗಳು, ವಿವರಣೆಗಳು, ಸಿದ್ಧಾಂತಗಳು ಮತ್ತು ಅರ್ಥಗಳು ಸೇರಿದಂತೆ ಯಾವುದೇ ವಿದ್ಯಮಾನಕ್ಕೂ ಕೂಡ ಈ ಕಡಿತ-ವಾದ ಅನ್ವಯಿಸಬಹುದಾಗಿದೆ. ಮಾನವಶಾಸ್ತ್ರಜ್ಞರಾದ ಎಡ್ವರ್ಡ್ ಬರ್ನೆಟ್ ಟೈಲರ್ ಮತ್ತು ಜೇಮ್ಸ್ ಜಾರ್ಜ್ ಫ್ರೇಜರ್ ಕೆಲವು ಧಾರ್ಮಿಕ ಕಡಿತವಾದಿ ವಾದಗಳನ್ನು ಸಹ ಬಳಸಿದರು.

ಈ ಕಡಿತವಾದ ಕುರಿತಾಗಿ ಟೀಕೆಗಳೂ ಸಹ ಹುಟ್ಟಿಕೊಂಡಿವೆ. ಅವುಗಳ ನೋಟವನ್ನು ನೋಡೋಣ:

ಇಚ್ಛಾ ಸ್ವಾತಂತ್ರ್ಯ: ಜ್ಞಾನೋದಯದ ತತ್ವಜ್ಞಾನಿಗಳು ಮಾನವ ಮುಕ್ತ ಇಚ್ಛೆಯನ್ನು ಕಡಿತ-ವಾದದಿಂದ ಪ್ರತ್ಯೇಕಿಸಲು ಕೆಲಸ ಮಾಡಿದರು. ಡೆಸ್ಕಾರ್ಟೆಸ್ ಯಾಂತ್ರಿಕ ಅವಶ್ಯಕತೆಯ ಭೌತಿಕ ಜಗತ್ತನ್ನು ಮಾನಸಿಕ ಮುಕ್ತ ಇಚ್ಛೆಯ ಪ್ರಪಂಚದಿಂದ ಬೇರ್ಪಡಿಸಿದ. ಜರ್ಮನ್ ತತ್ವಜ್ಞಾನಿಗಳು "ಅದ್ಭುತ" ಪ್ರಕೃತಿಯ ನಿರ್ಣಾಯಕ ನಿಯಮಗಳಿಂದ ನಿಯಂತ್ರಿಸಲ್ಪಡದ "ನೂಮೆನಲ್" ಕ್ಷೇತ್ರದ ಪರಿಕಲ್ಪನೆಯನ್ನು ಪರಿಚಯಿಸಿದರು.

ತತ್ವಶಾಸ್ತ್ರದಲ್ಲಿ, ನೌಮೆನಾನ್ (/ˈnuːmənɒn/, /ˈnaʊ-/; ಪ್ರಾಚೀನ ಗ್ರೀಕ್ ಭಾಷೆಯಿಂದ: **νοούμενον**; ಬಹುವಚನ: ನೌಮೆನಾ) ಎಂದರೆ ಮಾನವ ಇಂದ್ರಿಯಗಳಿಂದ ಸ್ವತಂತ್ರವಾಗಿ ಅಸ್ತಿತ್ವದಲ್ಲಿರುವ ವಸ್ತುವಾಗಿ ಪ್ರತಿಪಾದಿತ ಜ್ಞಾನ. ನೌಮೆನಾನ್

ಎಂಬ ಪದವನ್ನು ಸಾಮಾನ್ಯವಾಗಿ ಇಂದ್ರಿಯಗಳ ಯಾವುದೇ ವಸ್ತುವನ್ನು ಉಲ್ಲೇಖಿಸುವ ವಿದ್ಯಮಾನ ಎಂಬ ಪದಕ್ಕೆ ವ್ಯತಿರಿಕ್ತವಾಗಿ ಅಥವಾ ಸಂಬಂಧಿಸಿದಂತೆ ಬಳಸಲಾಗುತ್ತದೆ. ಇಮ್ಮ್ಯಾನುಯೆಲ್ ಕಾಂಟ್ ಮೊದಲು ನೌಮೆನಾನ್ ಎಂಬ ಕಲ್ಪನೆಯನ್ನು ತನ್ನ ಅತೀಂದ್ರಿಯ ಆದರ್ಶವಾದದ ಭಾಗವಾಗಿ ಅಭಿವೃದ್ಧಿಪಡಿಸಿದರು, ಮಾನವ ಸಂವೇದನೆಯು ಕೇವಲ ಗ್ರಹಿಸುವ ಕಾರಣದಿಂದಾಗಿ ನೌಮೆನಲ್ ಪ್ರಪಂಚವು ಅಸ್ತಿತ್ವದಲ್ಲಿದೆ ಎಂದು ನಮಗೆ ತಿಳಿದಿದ್ದರೂ, ಅದು ಸ್ವತಃ ಸಂವೇದನಾಶೀಲವಾಗಿಲ್ಲ ಮತ್ತು ಆದ್ದರಿಂದ ನಮಗೆ ತಿಳಿಯದೆ ಉಳಿಯಬೇಕು ಎಂದು ಸೂಚಿಸುತ್ತದೆ. ಕಾಂಟಿಯನ್ ತತ್ತ್ವಶಾಸ್ತ್ರದಲ್ಲಿ, ನೌಮೆನಾನ್ ಅನ್ನು ಹೆಚ್ಚಾಗಿ ಅಜ್ಞಾತ "ಸ್ವತಃ ವಿಷಯ" (ಜರ್ಮನ್: ಡಿಂಗ್ ಆನ್ ಸಿಚ್) ನೊಂದಿಗೆ ಸಂಯೋಜಿಸಲಾಗುತ್ತದೆ. ಆದಾಗ್ಯೂ, ಎರಡರ ನಡುವಿನ ಸಂಬಂಧದ ಸ್ವರೂಪವನ್ನು ಕಾಂಟ್ ಅವರ ಕೃತಿಯಲ್ಲಿ ಸ್ಪಷ್ಟಪಡಿಸಲಾಗಿಲ್ಲ ಮತ್ತು ಪರಿಣಾಮವಾಗಿ ಕಾಂಟ್ ವಿದ್ವಾಂಸರಲ್ಲಿ ಚರ್ಚೆಯ ವಿಷಯವಾಗಿ ಉಳಿದಿದೆ.

ಇದರಲ್ಲಿ ಪ್ರತಿಯೊಂದು ಘಟನೆಯನ್ನು ಸಂಪೂರ್ಣವಾಗಿ ಕಾರಣಿಕತೆಯ ಸರಪಳಿಗಳಿಂದ ನಿರ್ಧರಿಸಲಾಗುತ್ತದೆ. ಅತ್ಯಂತ ಪ್ರಭಾವಶಾಲಿ ಸೂತ್ರೀಕರಣವನ್ನು ಇಮ್ಮ್ಯಾನುಯೆಲ್ ಕಾಂಟ್ ಮಾಡಿದರು, ಅವರು ಮನಸ್ಸು ಪ್ರಪಂಚದ ಮೇಲೆ ಹೇರುವ ಸಾಂದರ್ಭಿಕ ನಿರ್ಣಾಯಕ ಚೌಕಟ್ಟು - ಅದ್ಭುತ ಕ್ಷೇತ್ರ - ಮತ್ತು ಅದು ಸ್ವತಃ ಅಸ್ತಿತ್ವದಲ್ಲಿರುವ ಪ್ರಪಂಚ, ನೌಮೆನಲ್ ಕ್ಷೇತ್ರ, ಅವರು ನಂಬಿದಂತೆ, ಮುಕ್ತ ಇಚ್ಛೆಯನ್ನು ಒಳಗೊಂಡಿತ್ತು. ದೇವತಾಶಾಸ್ತ್ರವನ್ನು ಕಡಿತವಾದದಿಂದ ಪ್ರತ್ಯೇಕಿಸಲು, 19 ನೇ ಶತಮಾನದ ಜ್ಞಾನೋದಯದ ನಂತರದ ಜರ್ಮನ್ ದೇವತಾಶಾಸ್ತ್ರಜ್ಞರು, ವಿಶೇಷವಾಗಿ ಫ್ರೆಡ್ರಿಕ್ ಸ್ಕ್ಲೀರ್‌ಮೇಕರ್ ಮತ್ತು ಆಲ್ಬ್ರೆಕ್ಟ್ ರಿಟ್ಸ್‌ಚ್ಲ್, ಧರ್ಮವನ್ನು ಮಾನವ ಚೈತನ್ಯದ ಮೇಲೆ ಆಧರಿಸಿದ ರೋಮ್ಯಾಂಟಿಕ್ ವಿಧಾನವನ್ನು ಬಳಸಿದರು, ಆದ್ದರಿಂದ ಅದು ಧರ್ಮವನ್ನು ಒಳಗೊಂಡಿರುವ ಆಧ್ಯಾತ್ಮಿಕ ವಿಷಯಗಳ ಬಗ್ಗೆ ವ್ಯಕ್ತಿಯ ಭಾವನೆ ಅಥವಾ ಸಂವೇದನೆಯಾಗಿದೆ.

ಕಾರಣತ್ವ: ಕಾರ್ಯಕಾರಣ ಸಂಬಂಧದ ಸಾಮಾನ್ಯ ತಾತ್ವಿಕ ತಿಳುವಳಿಕೆಗಳು ಅದನ್ನು ಕಾರಣವಲ್ಲದ ಸಂಗತಿಗಳ ಸಂಗ್ರಹಕ್ಕೆ ಇಳಿಸುವುದನ್ನು ಒಳಗೊಂಡಿರುತ್ತವೆ. ಈ ಕಡಿತವಾದಿ

ದೃಷ್ಟಿಕೋನಗಳ ವಿರೋಧಿಗಳು ಪ್ರಶ್ನೆಯಲ್ಲಿರುವ ಕಾರಣವಲ್ಲದ ಸಂಗತಿಗಳು ಕಾರಣವಾದ ಸಂಗತಿಗಳನ್ನು ನಿರ್ಧರಿಸಲು ಸಾಕಾಗುವುದಿಲ್ಲ ಎಂದು ವಾದಗಳನ್ನು ನೀಡಿದ್ದಾರೆ. ಆಲ್ಫ್ರೆಡ್ ನಾರ್ತ್ ವೈಟ್‌ಹೆಡ್ ಅವರ ಮೀಮಾಂಸೆಯು ಕಡಿತವಾದವನ್ನು ವಿರೋಧಿಸಿತು. ಅವರು ಇದನ್ನು "ತಪ್ಪಾಗಿ ಇಟ್ಟ ಕಾಂಕ್ರೀಟ್‌ನ ತಪ್ಪು ಕಲ್ಪನೆ" ಎಂದು ಉಲ್ಲೇಖಿಸುತ್ತಾರೆ. ನಮ್ಮ ವಾಸ್ತವದಿಂದ ಪಡೆದ ವಿದ್ಯಮಾನಗಳ ತರ್ಕಬದ್ಧ, ಸಾಮಾನ್ಯ ತಿಳುವಳಿಕೆಯನ್ನು ರೂಪಿಸುವುದು ಅವರ ಯೋಜನೆಯಾಗಿತ್ತು.

ವಿಜ್ಞಾನ: ಆನ್ಟೋಲಾಜಿಕಲ್ ಕಡಿತವಾದಕ್ಕೆ ಪರ್ಯಾಯ ಪದವೆಂದರೆ ಫ್ರಾಗ್ಮೆಂಟಲಿಸಂ, ಇದನ್ನು ಹೆಚ್ಚಾಗಿ ಅವಹೇಳನಕಾರಿ ಅರ್ಥದಲ್ಲಿ ಬಳಸಲಾಗುತ್ತದೆ. ಅರಿವಿನ ಮನೋವಿಜ್ಞಾನದಲ್ಲಿ, ಜಾರ್ಜ್ ಕೆಲ್ಲಿ "ರಚನಾತ್ಮಕ ಪರ್ಯಾಯವಾದ"ವನ್ನು ವೈಯಕ್ತಿಕ ರಚನಾತ್ಮಕ ಮನೋವಿಜ್ಞಾನದ ಒಂದು ರೂಪವಾಗಿ ಮತ್ತು ಅವರು "ಸಂಚಿತ ಫ್ರಾಗ್ಮೆಂಟಲಿಸಂ" ಎಂದು ಪರಿಗಣಿಸಿದ ಪರ್ಯಾಯವಾಗಿ ಅಭಿವೃದ್ಧಿಪಡಿಸಿದರು. ಈ ಸಿದ್ಧಾಂತಕ್ಕಾಗಿ, ಜ್ಞಾನವನ್ನು ಸ್ವತಂತ್ರ "ಸತ್ಯದ ಗಟ್ಟಿಗಳ" ಸಂಗ್ರಹಣೆಗಿಂತ ಹೆಚ್ಚಾಗಿ ಬಾಹ್ಯ ಪ್ರಪಂಚದ ಯಶಸ್ವಿ ಮಾನಸಿಕ ಮಾದರಿಗಳ ನಿರ್ಮಾಣವೆಂದು ನೋಡಲಾಗುತ್ತದೆ. ಕಡಿತವಾದದ ಅನುಚಿತ ಬಳಕೆಯು ಸಂಕೀರ್ಣ ವ್ಯವಸ್ಥೆಗಳ ಬಗ್ಗೆ ನಮ್ಮ ತಿಳುವಳಿಕೆಯನ್ನು ಮಿತಿಗೊಳಿಸುತ್ತದೆ ಎಂದು ಇತರರು ವಾದಿಸುತ್ತಾರೆ. ನಿರ್ದಿಷ್ಟವಾಗಿ ಹೇಳುವುದಾದರೆ, ಪರಿಸರಶಾಸ್ತ್ರಜ್ಞ ರಾಬರ್ಟ್ ಉಲಾನೋವಿಚ್ ಹೇಳುವಂತೆ, ದೊಡ್ಡ ಪ್ರಮಾಣದ ಸಂಘಟನೆಗಳು ಸಣ್ಣವುಗಳ ಮೇಲೆ ಪ್ರಭಾವ ಬೀರುವ ವಿಧಾನಗಳನ್ನು ಮತ್ತು ಕಡಿಮೆ ಮಟ್ಟದ ಸಂಘಟನೆಯಲ್ಲಿನ ವಿವರಗಳಿಂದ ಸ್ವತಂತ್ರವಾಗಿ ನಿರ್ದಿಷ್ಟ ಮಟ್ಟದಲ್ಲಿ ಪ್ರತಿಕ್ರಿಯೆ ಕುಣಿಕೆಗಳು ರಚನೆಯನ್ನು ರಚಿಸುವ ವಿಧಾನಗಳನ್ನು ಅಧ್ಯಯನ ಮಾಡಲು ವಿಜ್ಞಾನವು ತಂತ್ರಗಳನ್ನು ಅಭಿವೃದ್ಧಿಪಡಿಸಬೇಕು. ನೈಸರ್ಗಿಕ ವ್ಯವಸ್ಥೆಗಳಲ್ಲಿನ ಪ್ರವೃತ್ತಿಗಳನ್ನು ಅಧ್ಯಯನ ಮಾಡಲು ಅವರು ಮಾಹಿತಿ ಸಿದ್ಧಾಂತವನ್ನು ಒಂದು ಚೌಕಟ್ಟಾಗಿ ಪ್ರತಿಪಾದಿಸುತ್ತಾರೆ ಮತ್ತು ಬಳಸುತ್ತಾರೆ. ಕಡಿತವಾದದ ಅನ್ವಯದ ಮಿತಿಗಳು ವಿಶೇಷವಾಗಿ ಹೆಚ್ಚಿನ ಸಂಕೀರ್ಣತೆಯೊಂದಿಗೆ ಸಂಘಟನೆಯ ಹಂತಗಳಲ್ಲಿ ಸ್ಪಷ್ಟವಾಗಿ ಕಂಡುಬರುತ್ತವೆ ಎಂದು ಹೇಳಲಾಗುತ್ತದೆ, ಇದರಲ್ಲಿ ಜೀವಂತ ಕೋಶಗಳು, ನರಮಂಡಲ ಜಾಲಗಳು (ಜೀವಶಾಸ್ತ್ರ),

ಪರಿಸರ ವ್ಯವಸ್ಥೆಗಳು, ಸಮಾಜ ಮತ್ತು ಬಹು ಪ್ರತಿಕ್ರಿಯೆ ಕುಣಿಕೆಗಳಿಂದ ಸಂಪರ್ಕಗೊಂಡಿರುವ ದೊಡ್ಡ ಸಂಖ್ಯೆಯ ವೈವಿಧ್ಯಮಯ ಘಟಕಗಳ ಜೋಡಣೆಗಳಿಂದ ರೂಪುಗೊಂಡ ಇತರ ವ್ಯವಸ್ಥೆಗಳು ಸೇರಿವೆ.

ಗಮನಿಸಿ: ಕಡಿತ-ವಾದದಲ್ಲಿ (in Reductionism) ಎಲ್ಲವನ್ನೂ ಸಹ ವಿಭಜಿಸಿಕೊಂಡು ಹೋಗಿ ಅಲ್ಲಿ ಏನು ಸಿಗುತ್ತದೆ ಎಂದಾಗಿ ನೋಡುವಂತಹ ವಿಧಾನವಾಗಿದೆ. ಹೀಗೆ, ಏನನ್ನಾದರೂ ವಿಭಜಿಸಿದಾಗ ಅಲ್ಲಿ ಏನಾದರೂ ಸಿಗಬೇಕು ಎಂದರೆ, ಅದು 1+1=3 ಆಗಿರಲೇಬೇಕೇ ವಿನಃ ಅದು 1+1=2 ಎಂದಾಗಲೀ ಅಥವಾ 1+1=0 ಎಂದಾಗಲಿ ಘಟಿಸಿ, ಪರಿಣಮಿಸಿದರೆ ಅಲ್ಲಿ ಪ್ರಜ್ಞೆ (ಪೃಥಕ್ ಜ್ಞಾನ) ಎನ್ನುವುದನ್ನು ಉಳಿದು ಮತ್ತಿನ್ನೇನೂ ಸಹ ವಿಜ್ಞಾನಿಗೆ ಸಿಗದು. ಈ ಪೃಥಕ್ ಜ್ಞಾನವನ್ನೇ ಕ್ವಾಂಟಮ್ ಫಿಸಿಕ್ಸಿನ ವಿಜ್ಞಾನಿಗಳು consciousness ಎಂದಾಗಿ ಈಗ ಹೇಳುತ್ತಿರುವುದು! ಈ ಪೃಥಕ್ ಜ್ಞಾನ ಎನ್ನುವುದು ಜ್ಞಾತೃವಾಗಿದ್ದರೆ ವಿಭಜಿಸಿದಾಗ ಬರುವಂತಹ ಪರಿಣಾಮವು ವಾಸ್ತವಿಕತೆಯಲ್ಲಿ ಜ್ಞೇಯವಾಗಿರುತ್ತದೆ. ಆ ಸಂದರ್ಭದಲ್ಲಿ ಆಗ ಕೇವಲ ಜ್ಞಾನ ಎನ್ನುವುದು ಮಾತ್ರ ಪರಿಣಮಿಸಿರುತ್ತದೆ.

ಸೂಚನೆ: ಜ್ಞೇಯದಿಂದ ಹೊಮ್ಮುವಂತಹ ಈ ಜ್ಞಾನವನ್ನು ಅರ್ಥೈಸುವ ಕ್ರಮವು ಜ್ಞಾತೃವಿನ ಮೇಲೆ ಮಾತ್ರ ಅವಲಂಬಿತವಾಗಿರುತ್ತದೆ.

ಹೀಗಾಗಿ, 'ನಕ್ತಂ' - ಎಂದಾಗಿ ಅಥರ್ವ ವೇದದ ಭಾಗ ಉದ್ಗರಿಸುತ್ತದೆ. ಮಂತ್ರಗಳು ಹೀಗಿವೆ:

ನಕ್ತಂಜಾತಾಸಿ ಓಷಧೇ ರಾಮೇ ಕೃಷ್ಣೇ ಅಸಿಕ್ನಿ ಚ |
ಇದಂ ರಜನಿ ರಜಯ ಕಿಲಾಸಂ ಪಲಿತಂ ಚ ಯತ್ ||1||
ಕಿಲಾಸಂ ಚ ಪಲಿತಂ ಚ ನಿರಿತೋ ನಾಶಯಾ ಪೃಷತ್ |
ಆ ತ್ವಾ ಸ್ವೋ ವಿಶತಾಂ ವರ್ಣಃ ಪರಾ ಶುಕ್ಲಾನಿ ಪಾತಯ ||2||
ಅಸಿತಂ ತೇ ಪ್ರಲಯನಮಾಸ್ಥಾನಮಸಿತಂ ತವ |
ಅಸಿಕ್ನ್ಯಸ್ಯೋಷಧೇ ನಿರಿತೋ ನಾಶಯಾ ಪೃಷತ್ ||3||
ಅಸ್ಥಿಜಸ್ಯ ಕಿಲಾಸಸ್ಯ ತನೂಜಸ್ಯ ಚ ಯತ್ತ್ವಚಿ |
ದೂಷ್ಯಾ ಕೃತಸ್ಯ ಬ್ರಹ್ಮಣಾ ಲಕ್ಷ್ಮ ಶ್ವೇತಮನೀನಶಂ ||4||

ವಿಷಯಕ್ಕೆ ಸಂಬಂಧಿಸಿದಂತೆ ಮಾತ್ರ ಈಗ ವಿಚಾರಿಸುವ: ಕತ್ತಲೆಯಾಗುವುದು ರಾತ್ರಿಯ ಸ್ವಭಾವ, ಇದು ತಿಳಿದಿದೆ. ಬೆಳಕಿಗೆ ಮರೆಯಾಗುವುದೇ ಕತ್ತಲೆ. ಅಂದರೆ ಬೆಳಕು ಅಲ್ಲೇ ಇದೆ, ಅದು

ಎಲ್ಲೂ ಹೋಗಿಲ್ಲ, ಆದರೂ ಕತ್ತಲೆಯನ್ನು ಮಾನವನು ಹೇಗೆ ಗುರುತಿಸುತ್ತಾನೆ? ಇದು ಪ್ರಶ್ನೆ. ಏಕೆಂದರೆ, ಬೆಳಕೂ ಸಹ ಎಲ್ಲೂ ಹೋಗಿಲ್ಲ, ಅದು ಅಲ್ಲೇ ಇದೆ, ಗುರುತಿಸುವಂತಹ ವ್ಯಕ್ತಿಯೂ ಸಹ ಅಲ್ಲೇ ಇದ್ದಾನೆ. ಈಗ ಕತ್ತಲೆ ಆಗಿರುವುದೆಂದು ಅವನು ಗುರುತಿಸುವುದಾದರೂ ಹೇಗೆ?

ಯಾವುದೇ ವ್ಯಕ್ತಿಯು ಕತ್ತಲೆ ಎನ್ನುವುದನ್ನು ಮೂರು ರೀತಿಯಲ್ಲಿ ಕಾಣುತ್ತಾನೆ: ಸ್ವಮಾಂದ್ಯಃ = ಇದು ವ್ಯಕ್ತಿಯಲ್ಲಿ ಬರುವಂತಹದ್ದು. ಬೆಳಕಿನಲ್ಲಿ ಇರುವಾಗಲೇ ಕತ್ತಲು ಆವರಿಸಿಕೊಳ್ಳುತ್ತದೆ. ಇದು ವ್ಯಕ್ತಿಗತ.

ಅಕ್ಷಿಮುಕ್ತಿಭಿಃ = ಕಣ್ಣನ್ನು ಮುಚ್ಚಿಕೊಳ್ಳುವುದು, ಅಂದರೆ ಭ್ರಾಂತ ಸ್ಥಿತಿ.

ಜ್ಞಾನನಷ್ಟಃ = ಹಗಲು ಎಂದಾಗಿ ವ್ಯಕ್ತಿಯು ಅಂದುಕೊಳ್ಳುವುದು, ಅದೇ ಸತ್ಯ ಎಂದಾಗಿ ಖಚಿತತೆ ಏನು? ಯಾವ್ಯಾವುದನ್ನು ತೋರಿಸಲಿಕ್ಕೆ ಆ ಹಗಲಿಗೆ ಸಾಮರ್ಥ್ಯವಿದೆಯೋ ಅದಕ್ಕೆ ಮಾತ್ರ ಹಗಲು. ಹಾಗಾದರೆ ಹಗಲಿಗೆ ತೋರಿಸಲು ಆಗದ ವಿಷಯಗಳಿಲ್ಲವೇ ಎಂದರೆ ಇದೆ. ಉದಾಹರಣೆಗೆ ಭಗವಂತ ಇಲ್ಲಿದ್ದಾನೆ, ಎಲ್ಲೆಲ್ಲೂ ಇದ್ದಾನೆ ಅಲ್ಲವೆ? ಆದರೆ ಅವನು ಕಾಣುತ್ತಿಲ್ಲವಲ್ಲಾ? ಹಾಗಾದರೆ ಹಗಲಿನಲ್ಲಿ ಕತ್ತಲೆ ಇದೆಯೇ? ಇಲ್ಲವಲ್ಲ. ಆದರೆ ಇರುವುದನ್ನೂ ಸಹ ತೋರಲಾಗದ್ದು ಕತ್ತಲೆಯೇ ಅಲ್ಲವೆ? ಆದರೂ ಬೆಳಕು ಕತ್ತಲೆ ಅಲ್ಲವಲ್ಲ!

ಸ್ವಮಾಂದ್ಯಃ, ಅಕ್ಷಿಮುಕ್ತಭಿಃ ಹಾಗು ಜ್ಞಾನನಷ್ಟಃ ಎನ್ನುವಂತಹ ಮೂರೂ ಸಹ ಅಸತ್ಯ, ಮೂರು ರೀತಿಗಳಲ್ಲಿ ಅಸತ್ಯ. ಇದು ಸತ್ಯಗಳ ಒಂದು ಮಿಲನ, ಸುಃ ದುಃಖಗಳ ವಿರಕ್ತಿ, ಲಾಭಾಲಾಭಗಳ ಸಂಯೋಗ. ಇವೆಲ್ಲಾ ಸೇರುವುದು ಅದನ್ನೇ, ಅಂದರೆ ಸತ್ಯವನ್ನೇ.

ಎಲ್ಲದರಲ್ಲೂ ಸಹ ಕತ್ತಲೆ ಇದೆ, ಹೀಗಾಗಿ ಮೂರು ರೀತಿಗಳಲ್ಲಿ ಕತ್ತಲೆಯು ಕಾಣುತ್ತದೆ. ಯಾವುದೇ ವ್ಯಕ್ತಿಗೆ ಅತಿಯಾದ ಸಂತೋಷ ಉಂಟಾದರೆ ಅವನು ತನ್ನ ಕಣ್ಣುಗಳನ್ನು ಮುಚ್ಚಿಕೊಳ್ಳುತ್ತಾನೆ. ಅಂದರೆ ಸುಖವು ಕಣ್ಣಿಗೆ ಕಾಣುವುದು ಅವನಿಗೆ ಬೇಡವಾಗಿದೆ. ಹಾಗಾದರೆ ಆ ವ್ಯಕ್ತಿಯು ಕಂಡುಕೊಂಡಿದ್ದು ಮತ್ಯಾವ ಸುಖವನ್ನಾ?

ಸ್ವಮಾಂದ್ಯಃ, ಅಕ್ಷಿಮುಕ್ತಭಿಃ ಹಾಗು ಜ್ಞಾನನಷ್ಟಃ ಎಂದಾಗಿ ಯಾವ ಮೂರು ಕತ್ತಲೆಯನ್ನು ವೇದ ವಿಜ್ಞಾನಿಗಳು ಹೇಳುವರೋ,

ಇವುಗಳು ಭ್ರಾಂತ ಸ್ಥಿತಿಗಳಾಗಿವೆ. ಈ ಮೂರರ ಆಳದಲ್ಲಿರುವಂತಹದ್ದು ಬೆಳಕೇ ವಿನಃ, ಕತ್ತಲೆಯಲ್ಲ! ಈ ಬೆಳಕಿನ ಮೇಲೆ ಆಚ್ಛಾದಿಸಿದಂತಹ ವಸ್ತ್ರವನ್ನು (ದಿಕ್ಕನ್ನು) ವ್ಯಕ್ತಿಯು ಬದಲಾಯಿಸುವುದರಿಂದಾಗಿ ಆ ಬೆಳಕು ಅವನಿಗೆ ಕಾಣುವುದಿಲ್ಲ. ಹೀಗಾಗಿ, ಒಂದು ಕತ್ತಲೆ ಇದೆ, ಮತ್ತೊಂದು ಬೆಳಕು ಇದೆ ಹಾಗು ಮೂರನೆಯದಾಗಿ ಊಹಾತ್ಮಕ ಬೆಳಕು ಇದೆ.

ಈ ಊಹಾತ್ಮಕ ಬೆಳಕು ಎನ್ನುವುದಿದೆಯಲ್ಲಾ, ಅದೂ ಕೂಡ ಕೆಲಸ ಮಾಡುತ್ತದೆ, ಹೇಗೆಂದರೆ: ಹಗಲಿನಲ್ಲಿ ಬೆಳಕು ಇದೆ, ಹೀಗಾಗಿ ಆ ಬೆಳಕಿನಲ್ಲಿ ಎಲ್ಲವೂ ಸಹ ಕಾಣುತ್ತದೆ, ಆದರೆ ನಡೆದುಕೊಂಡು ಹೋಗುತ್ತಿರುವಂತಹ ವ್ಯಕ್ತಿಯು ಆ ಬೆಳಕಿನಲ್ಲಿಯೂ ಸಹ ಕಾಣದೆ ಎಡವುತ್ತಾನೆ. ಕಂಡರೂ ಎಡವಿಕೊಂಡು ಬೀಳುವುದು ಊಹಾತ್ಮಕ ಬೆಳಕು.

ವೇದ ವಿಜ್ಞಾನ ಪ್ರಕಾರ, ಬೆಳಕು ಎಂದಾಗಿ ನಾವುಗಳು ಏನನ್ನು ಭಾವಿಸಿರುತ್ತೇವೆಯೋ ಅದು ಕತ್ತಲೆ! ಕತ್ತಲೆ ಎಂದಾಗಿ ಭಾವಿಸಿರುವುದು ಅಸತ್ಯ. ಹಾಗೆಯೇ, ಬೆಳಕು ಎಂದಾಗಿ ಭಾವಿಸಿರುವುದೂ ಕೂಡ ಅಸತ್ಯ. ಈ ಎರಡೂ ರೀತಿಯಲ್ಲೂ ಅಸ್ಥಿರತೆ ಅಡಗಿದೆ. ಈ ಎರಡೂ ರೀತಿಗಳೂ ಸಹ ಪೂರ್ಣ ಸತ್ಯವಲ್ಲ, ಅರ್ಧ ಸತ್ಯ ಮಾತ್ರ. ಹೇಗೆ? ನೋಡೋಣ:

ಸೋಮಸ್ಯ ವೇನಾಮನುವಿಶ್ವ ಇದ್ವಿದುಃ – ಸೋಮ ಎಂದಾಗಿ ಹೇಳಿದರೆ ಅದನ್ನು ಸಂಖ್ಯೆಯಲ್ಲಿ 5 ಎಂದಾಗಿ ಗಣಿಸಬೇಕು. ಹಾಗಾಗಿ ಸೋಮಗಳು 5. ಯಾವುದಕ್ಕೆ ಯಾವುದನ್ನು ಸಂಯೋಜಿಸಿದರೆ ಅದು ರಸವಾಗಬಹುದು? ಅದು ಒಂದು ರಸ ಸ್ವರೂಪದ ಸೋಮ ಸತ್ಯ. ಯಾವ ಸೋಮಕ್ಕೆ ಯಾವ ಸೋಮವು ಸಂಯೋಗವಾದರೆ ಅದು ಘನವಾಗಬಹುದು? ಅದು ಒಂದು ಘನ ಸ್ವರೂಪದ ಸೋಮ ಸತ್ಯ. ಯಾವ ಸೋಮಕ್ಕೆ ಯಾವ ಸೋಮವು ಸಂಯೋಗವಾದರೆ ಅದು ಅನಿಲವಾಗಬಹುದು? ಅದು ಒಂದು ಅನಿಲ ಸ್ವರೂಪದ ಸೋಮ ಸತ್ಯ. ಅಂದರೆ ಸಂಯೋಗವಾದಾಗ ಅದಾಗುವುದು ಮಾತ್ರ ಸತ್ಯ.

ಗಮನಿಸಿ: ಈ ಮೂರು ರಸ, ಘನ, ಹಾಗು ಅನಿಲ ಕ್ರಿಯೆಗಳನ್ನು ಸೋಮದ ಸಂಯೋಗದಿಂದ ಮನುಷ್ಯನು ಅರ್ಥಮಾಡಿಕೊಳ್ಳಬೇಕು. ಮನುವಿಶ್ವ ಇದ್ವಿದುಃ ಎಂಬ ಸಾಲು ಈ ಸೂತ್ರವನ್ನೇ ಹೇಳುತ್ತಲಿದೆ.

ಸೂಚನೆ: ಈ ರೀತಿಯ ವೇದ ಭಾಷೆಯಲ್ಲಿ ಎಲ್ಲವೂ ಸೂತ್ರ ರೂಪದಲ್ಲಿ ಇರುವುದರಿಂದ ಇದನ್ನು ಅರ್ಥಮಾಡಿಕೊಳ್ಳುವುದು ಇಂದಿನ ವಿದ್ವಾಂಸರಿಗೆ ಕಷ್ಟಕರವಾಗಿದೆ, ಏಕೆಂದರೆ ಇವುಗಳು ಹಲವಾರು ಭಾಷೆಗಳಲ್ಲಿ (ಇದಾ: ತ್ರಾಪಿ, ಪ್ರಾಕೃತ, ಇತ್ಯಾದಿ) ಉಲ್ಲೇಖವಾಗಿದ್ದು, ಇವುಗಳನ್ನು ಇಂದು ಕೇವಲ ಸಂಸ್ಕೃತ ಎಂಬ ಜ್ಞಾನದ ಆಧಾರದಲ್ಲಿ ನೋಡುತ್ತಿರುವುದೇ ಈ ಸಮಸ್ಯೆಗೆ ಕಾರಣವಾಗಿದೆ –ಲೇಖಕ.

ವೇದ ಉಲ್ಲೇಖಗಳು ಹೇಳುವಂತಹ ರಸಾಯನ ಶಾಸ್ತ್ರ ಪ್ರಕಾರ,

ಘನವಾಗುವಂತಹ ಸೂತ್ರ = ಪರಸ್ಪರ ವಿರೋಧವಾಗಿರುವಂತಹ ಯಾವುದೇ ಎರಡು ರಸಗಳನ್ನು ಒಂದಕ್ಕೊಂದು ಸಂಯೋಜಿಸಿದಾಗ ಅದು ಕಲ್ಲಾಗಿ ಪರಿವರ್ತನೆಯಾಗುತ್ತದೆ.

ಕರಗಿ ನೀರಾಗುವಿಕೆ ಸೂತ್ರ = ಯಾವುದೇ ಎರಡು ವಸ್ತುಗಳು ಪರಸ್ಪರ ಸ್ನೇಹಕ ಅಂಶವನ್ನು ಹೊಂದಿದ್ದು ಅದನ್ನು ಸಂಯೋಗಿಸಿದಾಗ ಕರಗಿ ನೀರಾಗುತ್ತದೆ.

ಅನಿಲವಾಗುವಿಕೆಯ ಸೂತ್ರ = ಯಾವ ಒಂದು ವಸ್ತುವು ಮತ್ತೊಂದು ವಸ್ತುವಿನೊಡನೆ ಸಂಯೋಗವಾದಾಗ ಅದೃಶ್ಯವಾದರೆ ಅದು ಅನಿಲವೆಂದಾಗುತ್ತದೆ.

ಗಮನಿಸಿ: ಘನವಾಗುವಿಕೆ, ದ್ರವವಾಗುವಿಕೆ ಹಾಗು ಅನಿಲವಾಗುವಿಕೆಗಳು ಮೂರು ಸ್ವರೂಪಗಳನ್ನು ಹೊಂದಿದ್ದರೂ ಕೂಡ ಕ್ರಿಯೆಗಳು ಮಾತ್ರ ಒಂದೇ ಆಗಿರುತ್ತದೆ!

ಒಂದೇ ಕ್ರಿಯೆಯು ಮೂರು ಕ್ರಿಯೆಗಳಾಗಿ ಬದಲಾದಾಗ 'ಯೇ ಪಂಚ ಪಂಚ' ಎಂದಾಗಿ ವೇದದ ರಾಸಾಯನ ಶಾಸ್ತ್ರದ ವಿಜ್ಞಾನಿಗಳು ಹೇಳುತ್ತಾರೆ. ಆಗ 5x3=15 ಎಂದಾಗಿ, ಇದಕ್ಕೆ ಪುರುಷ (ಸಾಮರ್ಥ್ಯ) ಸೇರಿಕೊಂಡು 16 ಎಂದಾಗುತ್ತದೆ. 16 ರ ಅರ್ಧ 8, ಅಂದರೆ ಅದು ಅಥವಾ ಇದು ಎಂದಾಗಿ ಹೇಳುವಂತಹ ಭಾಗವು. ಹೀಗಾಗಿ, 8+16 ಸೇರಿಕೊಂಡು 24 ಎಂದಾಗುತ್ತದೆ. ಈ 24 ಕ್ಕೆ 3 ಸೋಮಗಳು (ಅಂದರೆ, ಚಂದ್ರನ ಪ್ರಭಾವಗಳು) ಸೇರಿಕೊಂಡು 27 ಎಂದಾಗುತ್ತದೆ. ಆಗ (3x5)+1+8+3=27 ಅಗುದು ಹೀಗೆ.

ಸೂಚನೆ: ವೇದ ರಸಾಯನ ಶಾಸ್ತ್ರ ಪ್ರಕಾರ, ಯಾವುದೇ ರಸದ ಉತ್ಪತ್ತಿಗೆ ಚಂದ್ರನೇ ಕಾರಣನಾಗಿರುತ್ತಾನೆ.

ಮೇಲಿನ ಸೂತ್ರದಲ್ಲಿಯೂ ಸಹ ಸತ್ವ, ಶಕ್ತಿ (ಚೈತನ್ಯ) ಹಾಗು ತತ್ವ ಎಂಬ ಮೂರು ಅಂಶಗಳಿವೆ. 27+1 (ಶಕ್ತಿ/ಚೈತನ್ಯ) = 28. ಹೀಗೆ 28 ವಿಭಜನೆಗಳನ್ನು ಕಾಣಬಹುದಾಗಿದೆ.

'ಸಮಾನೇ ಅಹಂತ್ರಿರವದ್ಯ' ಎಂದಾಗಿ ಆರಂಭವಾಗುವಂತಹ 3ನೇ ಮಂತ್ರವನ್ನು ನೋಡೋಣ: ಈ ಜಗತ್ತಿನ ಸಕಲ ವಿಚಾರದಲ್ಲೂ ಕೂಡ ಮೂರು-ಮೂರು ಪ್ರಕ್ರಿಯೆಗಳನ್ನು ವೇದ ವಿಜ್ಞಾನಿಗಳು ಕಾಣುತ್ತಾರೆ. ವಿಚಾರ ಒಂದೇ ಆಗಿದ್ದರೂ ಸಹ ಅದನ್ನು ಮೂರು ಭೇದನ ಮಾಡದೇನೇ ಆ ವಿಚಾರವು ಸಂಪೂರ್ಣವಾಗಿ ಯಾವುದೇ ವ್ಯಕ್ತಿಗೆ ಅರ್ಥವಾಗದು!? ಆದರೆ ಈ ಮೂರು ಭೇದನಗಳೂ ಕೂಡ ಸಮಾನವೇ ಹೌದು. ಉದಾ: ಕುಂಬಳಕಾಯಿಯನ್ನು ಕತ್ತರಿಸಿದಾಗ ಅದರಲ್ಲಿ ಮಾಸವಾದ ಭಾಗ, ಬೀಜ ಹಾಗು ತಿನ್ನಲು ಸಾಧ್ಯವಿರುವಂತಹ ಕಾಯಿ ಭಾಗ ಸಿಗುತ್ತದೆ. ಈ ಮೂರು ಭಾಗಗಳೂ ಸಹ ಸೇರಿದರೆ ಮಾತ್ರ ಕುಂಬಳಕಾಯಿಯಾಗುತ್ತದೆ ಎನ್ನುವುದನ್ನು ಇಲ್ಲಿ ಗಮನಿಸಬೇಕು.

ಗಮನಿಸಿ: ಯಾವುದೇ ಒಂದು ವಿಷಯವನ್ನು ಒಂದೇ ರೀತಿಯಾಗಿ ಸಂಪೂರ್ಣವಾಗಿ ಅರ್ಥಮಾಡಿಕೊಳ್ಳುತ್ತೇನೆ ಎಂದರೆ ಅದು ಸಾಧ್ಯವಾಗದು. ಹೀಗಾಗಿ ಯಾವುದೇ ವಿಷಯವನ್ನು ಮೂರು ವಿಭಾಗಗಳಾಗಿ ವಿಭಜಿಸಬೇಕು.

ಘನ, ದ್ರವ ಹಾಗು ಅನಿಲ ಎಂದಾಗಿ ಗುರುತಿಸುವುದು ಮಾನವನ ಒಂದು ವಿಧಾನವಷ್ಟೆ. ಇವುಗಳು ಮೂರು ವಿಧಾನ ಮಾತ್ರವಾಗಿದ್ದು, ಅದು 'ಹೀಗೆಯೇ ಸ್ವರೂಪ' ಎಂದಾಗಿ ಇರುವುದಿಲ್ಲ.

ಗಮನಿಸಿ: ಋಗ್ವೇದದ ಈ ಮಂತ್ರಗಳು ಆಧಾರವಾಗಿಟ್ಟುಕೊಂಡೇ ಸಾಂಖ್ಯರು ತಮ್ಮ ದರ್ಶನವನ್ನು ಮಂಡಿಸುತ್ತಾರೆ. ಆದರೂ ಸಹ ಅವರಿಗೆ ಈ ಬ್ರಹ್ಮಾಂಡವನ್ನು ಸಂಪೂರ್ಣವಾಗಿ ಅರ್ಥಮಾಡಿಸಲು ಸಾಧ್ಯವಾಗಲಿಲ್ಲ. – ಲೇಖಕ

ಬದ್ಧ ಪದ್ಮಾಸನ ಎಂಬ ಆಸನದಲ್ಲಿ ಸಾಂಖ್ಯ ಸೂತ್ರದ ಸಂಪೂರ್ಣ ರಹಸ್ಯವನ್ನು ನೋಡಬಹುದಾಗಿದೆ. ಇಲ್ಲಿಯವರೆಗೆ ನೋಡಿದ 4 ಆಸನಗಳ ಸಾಧನೆಯಲ್ಲಿ ಸಾಧಕನ ಶಕ್ತಿಯು ಸ್ವಾಧಿಷ್ಠಾನದಲ್ಲಿ ಬಂದು ನಿಂತಿರುತ್ತದೆ. ಈಗ ಆ ಶಕ್ತಿಯು ಮುಂದುವರೆದು ಅನಹತವನ್ನು ಸೇರಬೇಕಿದೆ.

ಈ ಅನಹತ ಎಂಬುದೂ ಕೂಡ ಮೂರು ಛಿದ್ರವಾಗಿ ಶ್ವಾಸಕೋಶಗಳಿಗೆ ಎರಡು ಹಾಗು ಹೃದಯಕ್ಕೆ ಒಂದು ಸೇರಿಕೊಳ್ಳುತ್ತದೆ. ಇವೆರಡೂ ಅಂಗಗಳು ದೇಹದ ಸಕಲದ ಅಸ್ತಿತ್ವವನ್ನು ತೋರಿಸಿಕೊಡುತ್ತವೆ. ಇವುಗಳು ನಿಶ್ಚಲವಾದರೆ ದೇಹದ ಅಸ್ತಿತ್ವಕ್ಕೆ ಯಾವುದೇ ಬೆಲೆ ಇರುವುದಿಲ್ಲ.

'ತ್ರಿಶ್ಚಿನ್ನೋ ಅದ್ಯ' ಅಂದರೆ 'ಮೂರು ಭಾಗಗಳನ್ನಾಗಿ ಮಾಡು' ಎಂದಾಗಿ ಋಷಿಗಳು ಈಗಾಗಲೇ ಹೇಳಿಬಿಟ್ಟಿದ್ದಾರೆ. ಅಂದರೆ ಸಾಂಖ್ಯಶಾಸ್ತ್ರ ಕುರಿತಾಗಿ ಹೇಳಿರುವುದು. ಯಾವುದೇ ಸಂಖ್ಯೆಗಳ ವಿಚಾರ ಬಂದಾಗ ಅದನ್ನು ಅಂಕವಾಗಿ ವಿಭಜಿಸಿ ಮೂರು ಭಾಗಗಳನ್ನಾಗಿ ಮಾಡಿ ಸಾಧಕನು ಚಿಂತಿಸಬೇಕಿದೆ. ಆಗ ಮಾತ್ರ ವಿಷಯವು ಅರ್ಥವಾಗುತ್ತದೆ. ಹೀಗಾಗಿ. 'ಯಾವುದೇ ವಿಷಯವನ್ನು ಅರ್ಥಮಾಡಿಕೊಳ್ಳುತ್ತೇನೆ' ಎಂದಾಗಿ ಸಾಧಕನು ಕೈಗೆತ್ತಿಕೊಂಡಾಗ ಆ ವಿಷಯವನ್ನು ಮೊದಲು ಮೂರು ಭಾಗವಾಗಿ ಮಾಡಿಕೊಳ್ಳುವುದನ್ನು ಅಭ್ಯಾಸಮಾಡಿಕೊಳ್ಳಬೇಕು.

ಸಂಖ್ಯಾಶಾಸ್ತ್ರವು ಮಾತ್ರ ರಸಾಯನ ಶಾಸ್ತ್ರ ಸಹಿತ ವಿಷಯಗಳನ್ನು ವಿಚಾರಿಸುತ್ತದೆ. ಉಳಿದ ಶಾಸ್ತ್ರಗಳು ದೇವತ್ವ, ಪರಮ ಪುರುಷತ್ವ, ಆತ್ಮ, ಕರ್ಮ, ಋಣ ಹೀಗೆ ಸಂಯೋಜಿಸಿ ಹೇಳುತ್ತವಾದ್ದರಿಂದ ಸಾಂಖ್ಯಶಾಸ್ತ್ರದ ರೀತಿಯಲ್ಲಿ ಇವುಗಳು ಹಿಂದಕ್ಕೆ ಹೋಗುವುದಿಲ್ಲ. ಸಾಂಖ್ಯವು ಎಲ್ಲವನ್ನೂ ಸೇರಿಸಿಕೊಂಡು, ಒಂದನ್ನಾಗಿ ಮಾಡಿಕೊಂಡು, ನಂತರ ಮೂರು ಭಾಗ ಮಾಡಿಕೊಂಡು ವಿಷಯನ್ನು ಅರ್ಥಮಾಡಿಸುವುದಾದರೆ, ಉಳಿದ ಶಾಸ್ತ್ರಗಳು 1,2,...,7 ವಿಭಾಗ ಮಾಡಿಕೊಳ್ಳುತ್ತವೆ.

ಸಾಧಕನು ತೊಡೆಯ ಮೇಲೆ ಕೊಬ್ಬೊಟ್ಟೆಯ ಭಾಗದವರೆಗೂ ಎರಡೂ ಪಾದಗಳನ್ನು ತರಬೇಕಿದೆ, ಎರಡೂ ಕೈಗಳನ್ನು ಬೆನ್ನಿನ ಕಡೆಯಿಂದ ತೆಗೆದುಕೊಂಡು ಪಾದದ ಹೆಬ್ಬೆಟ್ಟುಗಳನ್ನು ಹಿಡಿಯಬೇಕಿದೆ. ಆಗ ಅದು ಪದ್ಮಾಸನ ಎಂದಾಗುತ್ತದೆ.

ಗಮನಿಸಿ: ಪದ್ಮಾಸನವು ವಿಭಜಿಸಲ್ಪಟ್ಟು ಮೂರಾಗಿ ತ್ರಿಕೋನವಾಗಿ, ಅಂದರೆ ಮೂಲಾಧಾರ ಒಂದು ಮತ್ತು ಪಾದಗಳ ಎರಡು ಹಿಮ್ಮಡಿಯಿಂದ ಕಿಬ್ಬೊಟ್ಟೆಯನ್ನು ಒತ್ತಿದ ಸ್ಥಳಗಳು, ಈ ಮೂರು ಸೇರಿ ತ್ರಿಕೋನವಾಗಿಯೇ ಪುನಃ ಸಂಯೋಗವಾಗುತ್ತದೆ.

ಪದ್ಮಾಸನವು ಸಾಧಕನ ದೇಹವನ್ನು ಸುಸ್ಥಿತಿಯಲ್ಲಿಡಬಲ್ಲದು. ಯಾರು ಸರಿಯಾಗಿ ಪದ್ಮಾಸನ ಹಾಕಿ

ಕುಳಿತುಕೊಳ್ಳುತ್ತಾರೆಯೋ ಅವರ ದೇಹದಲ್ಲಿ ಚಲನೆಯೇ ಇಲ್ಲವಾಗುತ್ತದೆ. ಹೀಗಾಗಿ ಅಂತಹ ಮನುಷ್ಯನಿಗೆ ಸಾವೇ ಬರುವುದಿಲ್ಲ! ಹಾಗೆಯೇ ಕುಳಿತುಕೊಂಡಿರುತ್ತಾನೆ. ಆ ಯಮನೂ ಕೂಡ ಹತ್ತಿರಕ್ಕೆ ಬರುವುದಿಲ್ಲ!

ಈ ಆಸನವನ್ನು ಅಭ್ಯಾಸಮಾಡುತ್ತಾ ಬಂದರೆ ಒಂದು ದಿನ ಕೈಗಳಿಂದ ಪಾದದ ಹೆಬ್ಬೆರಳನ್ನು ಹಿಡಿದುಕೊಳ್ಳುವ ಅವಶ್ಯಕತೆಯೇ ಬರುವುದಿಲ್ಲ, ಏಕೆಂದರೆ ಹಿಮ್ಮಡಿಗಳು ತಾವೇ ಸಲೀಸಾಗಿ ಕಿಬ್ಬೊಟ್ಟೆಯನ್ನು ಒತ್ತಿಕೊಳ್ಳುತ್ತವೆ. ಆಗ ಕೈಗಳನ್ನು ಸಾಧಕನು ಮುಂದಕ್ಕೆ ತಂದು ಇಟ್ಟುಕೊಳ್ಳಬಹುದಾಗಿದೆ. ಹೀಗಾಗಿ ಈ ಪದ್ಮಾಸನಕ್ಕೆ 'ಬದ್ಧ ಪದ್ಮಾಸನ' ಎಂದಾಗಿ ಹೇಳುವುದಾಗಿದೆ.

ಈ ಪದ್ಮಾಸನವು ದೇಹದ ಎಲ್ಲವನ್ನೂ ಸಹ ಬದ್ಧತೆಯಲ್ಲಿಡುತ್ತದೆ. ಈ ಆಸನದಿಂದಾಗಿ ದೇಹದ ಪಂಚ ಕ್ರಿಯೆಗಳೂ ಸಹ ಸುಸ್ಥಿರವಾಗಿ ನಡೆಯುತ್ತಿರುತ್ತದೆ. ಈ ಕಾರಣದಿಂದಾಗಿ ತಪಸ್ಸು, ಸಾಧನೆ, ಧ್ಯಾನ ರೀತಿಯ ಸಾಧನೆಗಳನ್ನು ಮಾಡುವವರಿಗೆ ಈ ಆಸನ ಮಹತ್ವದ್ದಾಗಿದೆ.

ಗಮನಿಸಿ: ಯಾವುದೇ ಸಾಧಕನಿಗೆ ಆಹಾರಕ್ಕಿಂತಲೂ ಬದ್ಧ ಪದ್ಮಾಸನ ಮಹತ್ವದ್ದಾಗಿದೆ.

ಈ ಆಸನದ ಸಾಧನೆಯನ್ನು ಮಾಡಿಕೊಂಡು ಕುಳಿತವನಿಗೆ ಅವಧಿಯ ಮಿತಿಯೇ ಇರುವುದಿಲ್ಲ ಎಂದಾಗಿ ವೇದ ವಿಜ್ಞಾನಿಗಳು ಹೇಳಿರುತ್ತಾರೆ. ಈ ಆಸನದಲ್ಲಿಯೇ ಇದ್ದರೆ ಸಾಧಕನು ಎಷ್ಟು ವರ್ಷವಾದರೂ ಕೂಡ ಸಾಧನೆಯನ್ನು ಮಾಡಿಕೊಂಡಿರಬಹುದಾಗಿದೆ, ಏಕೆಂದರೆ ದೇಹವು ನಿತ್ಯದಲ್ಲಿ ಸುಸ್ಥಿತಿಯಲ್ಲಿ ಇರುತ್ತದೆ.

ಈ ರೀತಿಯಾದ ಸ್ಥಿತಿಯನ್ನು ವೇದ ವಿಜ್ಞಾನಿಗಳು 'ನಷ್ಟ-ರಸ' ಎಂದಾಗಿ ಹೇಳಿರುತ್ತಾರೆ. ಅಂದರೆ, ದೇಹದಲ್ಲಿರುವಂತಹ ರಸವು ಜೀರ್ಣವಾಗುವುದಿಲ್ಲ. ಪ್ರತಿಯೊಂದು ದೇಹದಲ್ಲಿಯೂ ಕೂಡ ಆಹಾರವು ರಸದ ಸ್ವರೂಪವನ್ನು ಹೊಂದಿದ್ದು, ಅದು ಘನ ಅಥವಾ ಅನಿಲ ಎಂದಾಗುವುದಿಲ್ಲ. ಯಾವಾಗ ಆಹಾರವು ರಸದ ಸ್ವರೂಪದಲ್ಲೇ ಇದ್ದುಕೊಂಡಿರುತ್ತದೆಯೋ, ಆಗ ಅದು ಸ್ಥಿರ ಎಂದೆನಿಸಿಕೊಳ್ಳುತ್ತದೆ.

ಗಮನಿಸಿ: ಬದ್ಧ ಪದ್ಮಾಸನದಿಂದ ರಸವು ಸ್ಥಿರವಾಗುತ್ತದೆ.

ಸತ್ತ ದೇಹವನ್ನು 'ಮಮ್ಮಿಫಿಕೇಶನ್' ಮಾಡುವಂತಹ ವಿಧಾನ ಹಿಂದಿನಿಂದಲೂ ಸಹ ಇದೆ. ಅದರ ಒಂದು ನೋಟ

ಹೀಗಿದೆ: ಮಮ್ಮಿ ಎಂದರೆ ಸತ್ತ ಮನುಷ್ಯ ಅಥವಾ ಪ್ರಾಣಿಯಾಗಿದ್ದು, ಅದರ ಮೃದು ಅಂಗಾಂಶಗಳು ಮತ್ತು ಅಂಗಗಳನ್ನು ಉದ್ದೇಶಪೂರ್ವಕವಾಗಿ ಅಥವಾ ಆಕಸ್ಮಿಕವಾಗಿ ರಾಸಾಯನಿಕಗಳಿಗೆ ಒಡ್ಡಿಕೊಳ್ಳುವುದು, ತೀವ್ರ ಶೀತ, ಅತಿ ಕಡಿಮೆ ಆರ್ದ್ರತೆ ಅಥವಾ ಗಾಳಿಯ ಕೊರತೆಯಿಂದ ಸಂರಕ್ಷಿಸಲಾಗಿದೆ, ಇದರಿಂದಾಗಿ ಚೇತರಿಸಿಕೊಂಡ ದೇಹವನ್ನು ತಂಪಾದ ಮತ್ತು ಶುಷ್ಕ ಸ್ಥಿತಿಯಲ್ಲಿ ಇರಿಸಿದರೆ ಅದು ಮತ್ತಷ್ಟು ಕೊಳೆಯುವುದಿಲ್ಲ. ಕೆಲವು ಅಧಿಕಾರಿಗಳು ಈ ಪದದ ಬಳಕೆಯನ್ನು ಉದ್ದೇಶಪೂರ್ವಕವಾಗಿ ರಾಸಾಯನಿಕಗಳಿಂದ ಎಂಬಾಲ್ ಮಾಡಿದ ದೇಹಗಳಿಗೆ ಮಾತ್ರ ನಿರ್ಬಂಧಿಸುತ್ತಾರೆ, ಆದರೆ ಆಕಸ್ಮಿಕವಾಗಿ ಒಣಗಿದ ದೇಹಗಳನ್ನು ಒಳಗೊಳ್ಳಲು ಈ ಪದದ ಬಳಕೆಯು ಕನಿಷ್ಠ 17 ನೇ ಶತಮಾನದ ಆರಂಭದಿಂದಲೂ ಇದೆ.

"ಮಮ್ಮಿ" ಎಂಬ ಇಂಗ್ಲಿಷ್ ಪದವು ಮಧ್ಯಕಾಲೀನ ಲ್ಯಾಟಿನ್ ಭಾಷೆಯ ಮುಮಿಯಾದಿಂದ ಬಂದಿದೆ, ಇದು ಮಧ್ಯಕಾಲೀನ ಅರೇಬಿಕ್ ಪದ ಮುಮಿಯಾ (مومياء) ದಿಂದ ಎರವಲು ಪಡೆದಿದ್ದು, ಇದರ ಅರ್ಥ "ಎಂಬಾಲ್ ಮಾಡಿದ ಶವ" ಮತ್ತು "ಬಿಟುಮಿನಸ್ ಎಂಬಾಮಿಂಗ್ ವಸ್ತು". ಈ ಪದವನ್ನು ಪರ್ಷಿಯನ್ ಭಾಷೆಯಿಂದ ಎರವಲು ಪಡೆಯಲಾಗಿದೆ, ಅಲ್ಲಿ ಅದು ಡಾಂಬರು ಎಂದರ್ಥ, ಮತ್ತು "ಮೇಣ" ಎಂಬ ಅರ್ಥವನ್ನು ನೀಡುವ ಮುಮ್ ಎಂಬ ಪದದಿಂದ ಬಂದಿದೆ. "ಶುಷ್ಕೀಕರಣದಿಂದ ಸಂರಕ್ಷಿಸಲ್ಪಟ್ಟ ಶವ" ಎಂಬ ಅರ್ಥವನ್ನು ಮಧ್ಯಕಾಲೀನ ನಂತರದ ಅವಧಿಯಲ್ಲಿ ಅಭಿವೃದ್ಧಿಪಡಿಸಲಾಯಿತು. ಮಧ್ಯಕಾಲೀನ ಇಂಗ್ಲಿಷ್ ಪದ "ಮಮ್ಮಿ" ಅನ್ನು ಸಂಪೂರ್ಣ ಶವಕ್ಕಿಂತ ಹೆಚ್ಚಾಗಿ "ಮಮ್ಮಿಗಳ ವಸ್ತುವಿನ ವೈದ್ಯಕೀಯ ತಯಾರಿಕೆ" ಎಂದು ವ್ಯಾಖ್ಯಾನಿಸಲಾಗಿದೆ, 1599 AD ನಲ್ಲಿ ರಿಚರ್ಡ್ ಹಕ್ಲುಯ್ಟ್ "ಈ ಮೃತ ದೇಹಗಳು ಫಿಸಿಸ್ಟಿಯನ್ನರು ಮತ್ತು ಔಷಧಿಕಾರರು ನಮ್ಮ ಇಚ್ಛೆಗೆ ವಿರುದ್ಧವಾಗಿ ಮಾಡುವ ಮಮ್ಮಿ" ಎಂದು ದೂರಿದರು. ಈ ವಸ್ತುಗಳನ್ನು ಮಮ್ಮಿ ಎಂದು ಕರೆಯಲಾಗುತ್ತಿತ್ತು.

ಸಾಮಾನ್ಯವಾಗಿ ಮಮ್ಮಿಗಳನ್ನು ಎರಡು ವಿಭಿನ್ನ ವರ್ಗಗಳಲ್ಲಿ ಒಂದಾಗಿ ವಿಂಗಡಿಸಲಾಗಿದೆ: ಮಾನವಜನ್ಯ ಅಥವಾ ಸ್ವಯಂಪ್ರೇರಿತ. ಮಾನವಜನ್ಯ ಮಮ್ಮಿಗಳನ್ನು ಜೀವಂತ ಜನರು ಉದ್ದೇಶಪೂರ್ವಕವಾಗಿ ಹಲವಾರು ಕಾರಣಗಳಿಗಾಗಿ

ರಚಿಸುತ್ತಿದ್ದರು, ಅವುಗಳಲ್ಲಿ ಸಾಮಾನ್ಯವಾದದ್ದು ಧಾರ್ಮಿಕ ಉದ್ದೇಶಗಳಿಗಾಗಿ. ಓಟ್ಜಿ ಮತ್ತು ಮರೋನ್ಯೆಟ್ ಮಮ್ಮಿಗಳಂತಹ ಸ್ವಯಂಪ್ರೇರಿತ ಮಮ್ಮಿಗಳನ್ನು, ಅತ್ಯಂತ ಶುಷ್ಕ ಶಾಖ ಅಥವಾ ಶೀತದಂತಹ ನೈಸರ್ಗಿಕ ಪರಿಸ್ಥಿತಿಗಳು ಅಥವಾ ಜೌಗು ಪ್ರದೇಶಗಳಲ್ಲಿ ಕಂಡುಬರುವಂತಹ ಆಮ್ಲೀಯ ಮತ್ತು ಆಮ್ಲಜನಕರಹಿತ ಪರಿಸ್ಥಿತಿಗಳಿಂದಾಗಿ ಉದ್ದೇಶಪೂರ್ವಕವಾಗಿ ರಚಿಸಲಾಗಿಲ್ಲ. ಹೆಚ್ಚಿನ ವೈಯಕ್ತಿಕ ಮಮ್ಮಿಗಳು ಪ್ರತ್ಯೇಕವಾಗಿ ಒಂದು ವರ್ಗಕ್ಕೆ ಸೇರಿದವುಗಳಾಗಿದ್ದರೂ, ಎರಡೂ ಪ್ರಕಾರಗಳು ಒಂದೇ ಸಂಸ್ಕೃತಿಗೆ ಸಂಬಂಧಿಸಿರುವ ಉದಾಹರಣೆಗಳಿವೆ, ಉದಾಹರಣೆಗೆ ಪ್ರಾಚೀನ ಈಜಿಪ್ಟ್ ಸಂಸ್ಕೃತಿ ಮತ್ತು ದಕ್ಷಿಣ ಅಮೆರಿಕಾದ ಆಂಡಿಯನ್ ಸಂಸ್ಕೃತಿಗಳಿಂದ. ಮಮ್ಮಿಫಿಕೇಶನ್‌ನ ನಂತರ ಉತ್ತಮವಾಗಿ ಸಂರಕ್ಷಿಸಲ್ಪಟ್ಟ ಕೆಲವು ಶವಗಳು ಕ್ರಿಶ್ಚಿಯನ್ ಚರ್ಚುಗಳ ಅಡಿಯಲ್ಲಿ ಕಂಡುಬಂದವು, ಉದಾಹರಣೆಗೆ ಫಿನ್‌ಲ್ಯಾಂಡ್‌ನ ಕೆಮಿನ್ಮಾದಲ್ಲಿರುವ ಸೇಂಟ್ ಮೈಕೆಲ್ ಚರ್ಚ್ ಅಡಿಯಲ್ಲಿ ಕಂಡುಬರುವ ಮಮ್ಮಿಫೈಡ್ ವಿಕಾರ್ ನಿಕೋಲಸ್ ರುಂಗಿಯಸ್. ಈ ವರ್ಗಗಳ ಹೊರಗೆ ಬರುವ ಪ್ರಕರಣಗಳೂ ಇವೆ.

ದೇಹವನ್ನು ನಿರ್ಜಲೀಕರಣದ ಮೂಲಕ ಸಂರಕ್ಷಿಸುವುದು ಮತ್ತು ಕೀಟಗಳಿಂದ ರಕ್ಷಿಸುವುದು ಅತ್ಯಂತ ದುಬಾರಿ ಪ್ರಕ್ರಿಯೆಯಾಗಿತ್ತು. ಹೆರೊಡೋಟಸ್ ವಿವರಿಸಿದ ಬಹುತೇಕ ಎಲ್ಲಾ ಕ್ರಿಯೆಗಳು ಈ ಎರಡು ಕಾರ್ಯಗಳಲ್ಲಿ ಒಂದನ್ನು ನಿರ್ವಹಿಸಿದವು.

ಮೊದಲಿಗೆ, ಮೂಗಿನ ಮೂಲಕ ಮೆದುಳನ್ನು ತಲೆಬುರುಡೆಯಿಂದ ತೆಗೆದುಹಾಕಲಾಯಿತು; ಬೂದು ದ್ರವ್ಯವನ್ನು ತ್ಯಜಿಸಲಾಯಿತು. ಆಧುನಿಕ ಮಮ್ಮಿ ಉತ್ಖನನಗಳು ಹೆರೊಡೋಟಸ್ ಹೇಳುವಂತೆ ಮೂಗಿನ ಮೂಲಕ ಸೇರಿಸಲಾದ ಕಬ್ಬಿಣದ ಕೊಕ್ಕೆಗೆ ಬದಲಾಗಿ, ತಲೆಬುರುಡೆಯ ಮೂಲಕ ಮೆದುಳನ್ನು ದ್ರವೀಕರಿಸಲು ರಾಡ್ ಅನ್ನು ಬಳಸಲಾಗುತ್ತಿತ್ತು, ನಂತರ ಅದು ಗುರುತ್ವಾಕರ್ಷಣೆಯಿಂದ ಮೂಗನ್ನು ಹೊರಹಾಕಿತು ಎಂದು ತೋರಿಸಿದೆ. ನಂತರ ಎಂಬಾಮರ್‌ಗಳು ತಲೆಬುರುಡೆಯನ್ನು ಕೆಲವು ಔಷಧಿಗಳಿಂದ ತೊಳೆಯುತ್ತಿದ್ದರು, ಅದು ಹೆಚ್ಚಾಗಿ ಮೆದುಳಿನ ಅಂಗಾಂಶದ ಯಾವುದೇ ಅವಶೇಷಗಳನ್ನು ತೆರವುಗೊಳಿಸುತ್ತದೆ ಮತ್ತು ಬ್ಯಾಕ್ಟೀರಿಯಾವನ್ನು ಕೊಲ್ಲುವ ಪರಿಣಾಮವನ್ನು ಸಹ

ಹೊಂದಿತ್ತು. ಮುಂದೆ, ಎಂಬಾಮರ್‌ಗಳು ಇಥಿಯೋಪಿಯನ್ ಕಲ್ಲಿನಿಂದ ರೂಪಿಸಲಾದ ತೀಕ್ಷ್ಣವಾದ ಬ್ಲೇಡ್‌ನಿಂದ ಪಾರ್ಶ್ವದ ಉದ್ದಕ್ಕೂ ಛೇದನವನ್ನು ಮಾಡಿ ಹೊಟ್ಟೆಯ ವಿಷಯಗಳನ್ನು ತೆಗೆದುಹಾಕಿದರು. ಪುರಾತತ್ತ್ವ ಶಾಸ್ತ್ರದ ಪುರಾವೆಗಳ ಪ್ರಕಾರ, ಈ ಅಂಗಗಳ ಪ್ರತ್ಯೇಕ ಸಂರಕ್ಷಣೆ ಮತ್ತು ವಿಶೇಷ ಜಾಡಿಗಳಲ್ಲಿ ಅಥವಾ ಕುಹರದೊಳಗೆ ಅವುಗಳ ನಿಯೋಜನೆಯ ಬಗ್ಗೆ ಹೆರೊಡೋಟಸ್ ಚರ್ಚಿಸುವುದಿಲ್ಲ, ಈ ಪ್ರಕ್ರಿಯೆಯು ಪುರಾತತ್ತ್ವ ಶಾಸ್ತ್ರದ ಪುರಾವೆಗಳ ಪ್ರಕಾರ ಅತ್ಯಂತ ದುಬಾರಿ ಎಂಬಾಮಿಂಗ್‌ನ ಭಾಗವಾಗಿತ್ತು.

ನಂತರ ಕಿಬ್ಬೊಟ್ಟೆಯ ಕುಹರವನ್ನು ಪಾಮ್ ವೈನ್ ಮತ್ತು ಪುಡಿಮಾಡಿದ, ಪರಿಮಳಯುಕ್ತ ಗಿಡಮೂಲಿಕೆಗಳು ಮತ್ತು ಮಸಾಲೆಗಳ ದ್ರಾವಣದಿಂದ ತೊಳೆಯಲಾಯಿತು; ನಂತರ ಕುಹರವನ್ನು ಮಿರ್, ಕ್ಯಾಸಿಯಾ ಸೇರಿದಂತೆ ಮಸಾಲೆಗಳಿಂದ ತುಂಬಿಸಲಾಯಿತು ಮತ್ತು ಹೆರೊಡೋಟಸ್ ಗಮನಿಸಿದಂತೆ, "ಸುಗಂಧ ದ್ರವ್ಯವನ್ನು ಹೊರತುಪಡಿಸಿ ಎಲ್ಲಾ ರೀತಿಯ ಮಸಾಲೆಗಳು" ವ್ಯಕ್ತಿಯನ್ನು ಸಂರಕ್ಷಿಸಲು.

ನೈಸರ್ಗಿಕವಾಗಿ ಕಂಡುಬರುವ ಉಪ್ಪಿನಾದ ನ್ಯಾಟ್ರಾನ್‌ನಲ್ಲಿ 70 ದಿನಗಳವರೆಗೆ ಇರಿಸುವ ಮೂಲಕ ದೇಹವನ್ನು ಮತ್ತಷ್ಟು ನಿರ್ಜಲೀಕರಣಗೊಳಿಸಲಾಯಿತು. ದೇಹವು ನ್ಯಾಟ್ರಾನ್‌ನಲ್ಲಿ 70 ದಿನಗಳಿಗಿಂತ ಹೆಚ್ಚು ಕಾಲ ಉಳಿಯಲಿಲ್ಲ ಎಂದು ಹೆರೊಡೋಟಸ್ ಒತ್ತಾಯಿಸುತ್ತಾನೆ. ಯಾವುದೇ ಕಡಿಮೆ ಸಮಯ ಮತ್ತು ದೇಹವು ಸಂಪೂರ್ಣವಾಗಿ ನಿರ್ಜಲೀಕರಣಗೊಳ್ಳುವುದಿಲ್ಲ; ಇನ್ನು ಮುಂದೆ, ಮತ್ತು ದೇಹವು ಸುತ್ತುವ ಸ್ಥಾನಕ್ಕೆ ಚಲಿಸಲು ತುಂಬಾ ಗಟ್ಟಿಯಾಗಿರುತ್ತದೆ. ನಂತರ ಎಂಬಾಮರ್‌ಗಳು ದೇಹವನ್ನು ಮತ್ತೆ ತೊಳೆದು ಲಿನಿನ್ ಬ್ಯಾಂಡೇಜ್‌ಗಳಿಂದ ಸುತ್ತಿದರು. ಬ್ಯಾಂಡೇಜ್‌ಗಳನ್ನು ಗಮ್‌ನಿಂದ ಮುಚ್ಚಲಾಗಿತ್ತು, ಇದು ಆಧುನಿಕ ಸಂಶೋಧನೆಯು ಜಲನಿರೋಧಕ ಏಜೆಂಟ್ ಮತ್ತು ಆಂಟಿಮೈಕ್ರೊಬಿಯಲ್ ಏಜೆಂಟ್ ಎಂದು ತೋರಿಸಿದೆ.

ಈ ಹಂತದಲ್ಲಿ, ದೇಹವನ್ನು ಕುಟುಂಬಕ್ಕೆ ಹಿಂತಿರುಗಿಸಲಾಯಿತು. ನಂತರ ಈ "ಪರಿಪೂರ್ಣ" ಮಮ್ಮಿಗಳನ್ನು ಮಾನವ ಆಕಾರದ ಮರದ ಪೆಟ್ಟಿಗೆಗಳಲ್ಲಿ ಇರಿಸಲಾಯಿತು. ಶ್ರೀಮಂತ ಜನರು ಈ ಮರದ ಪೆಟ್ಟಿಗೆಗಳನ್ನು ಕಲ್ಲಿನ

ಸಾರ್ಕೊಫಾಗಿಯಲ್ಲಿ ಇರಿಸಿದರು, ಅದು ಮತ್ತಷ್ಟು ರಕ್ಷಣೆ ನೀಡಿತು. ಹೆರೊಡೋಟಸ್ ಪ್ರಕಾರ, ಕುಟುಂಬವು ಸಮಾಧಿಯಲ್ಲಿ ಸಾರ್ಕೊಫಾಗಸ್ ಅನ್ನು ಗೋಡೆಯ ವಿರುದ್ಧ ನೇರವಾಗಿ ಇರಿಸಿತು.

ಮಮ್ಮಿ ಮಾಡುವ ವಿಧಾನದ ವೇದ ಪ್ರಕಾರದ ವಿಧಾನ ಇಷ್ಟೇ: ಯಾವುದೇ ಒಬ್ಬ ಮನುಷ್ಯನು ಪ್ರಾಣವನ್ನು ತೊರೆದ ಕೂಡಲೇ ಅವನ ದೇಹದಲ್ಲಿರುವಂತಹ ರಕ್ತವನ್ನು ತೆಗೆದುಹಾಕಿ ರಸವನ್ನು ಭರ್ತಿಮಾಡಬೇಕು. ಹೀಗೆ ಮಾಡಿದಾಗ ಅವನು ದೇಹವು ಜೀರ್ಣವಾಗುವುದಿಲ್ಲ. ಇಂದು ಕಂಡುಕೊಂಡಿರುವಂತಹ ರಾಸಾಯನಿಕಗಳನ್ನು ತುಂಬುವ ಪ್ರಕ್ರಿಯೆಯನ್ನು ತೊರೆದು, ಕೇವಲ ರಸ ಅಥವಾ ನೀರನ್ನು ತುಂಬಿದರೆ ಸಾಕು, ಮರಿಣಿಸಿದವನ ದೇಹವು ಕೊಳೆಯದೆ ಸಾವಿರಾರು ವರ್ಷಗಳ ಕಾಲ ಹಾಗೆಯೇ ಉಳಿದುಕೊಳ್ಳುತ್ತದೆ! ಹೀಗೆ ಮಾಡಲು ಆ ಸತ್ತ ದೇಹವನ್ನು ಬದ್ಧ ಪದ್ಮಾಸನದಲ್ಲಿ ಇರಿಸಬೇಕಾಗುತ್ತದೆ.

ಗಮನಿಸಿ: ಬದ್ಧ ಪದ್ಮಾಸನು ಸಾಧಕನ ದೇಹಕ್ಕೆ ಬದ್ಧತೆ, ಸ್ಥಿರತೆ ಹಾಗು ಶಾಶ್ವತತೆಯನ್ನು ಕೊಡುವುದಾಗಿದೆ.

ಸಕಲವನ್ನೂ ಸಹ ಮೂರು ಮೂರಾಗಿ ವಿಭಜಿಸುತ್ತಾ ಹೋಗುವಂತಹ ತ್ರೈತ ಸಿದ್ಧಾಂತವನ್ನು ಉಳಿದ ಮಂತ್ರಗಳು ಹೇಳಿವೆ. ಅರ್ಥದ ಪ್ರಕಾರ, ಪ್ರಪಂಚದಲ್ಲಿರುವಂತಹ ಸೌಲಭ್ಯಗಳು, ಸೌಭಾಗ್ಯಗಳು, ಸಂಪತ್ತು ಹಾಗು ಮನುಷ್ಯನು ಮಾಡುವಂತಹ ಕ್ರಿಯೆಯಲ್ಲಿ ಉಂಟಾಗುವಂತಹ ಶ್ರಮ – ಹೀಗೆ ಇವೆಲ್ಲವೂ ಸಹ ಮೂರು-ಮೂರು ವಿಧದಲ್ಲಿವೆ. ಎಲ್ಲವೂ ಸಹ ಮೂರು ವಿಧವಾಗಿ ವಿಭಜಿಸುತ್ತಾ ಹೋಗುತ್ತವೆ. ಇವೆಲ್ಲವೂ ಸಹ ಪದ್ಮಾಸನವನ್ನೇ ಉದಾಹರಿಸಿಕೊಂಡು ಹೋಗುತ್ತವೆ.

ಗಮನಿಸಿ: ಬದ್ಧ ಪದ್ಮಾಸನದಲ್ಲಿ ನಿಖರವಾಗಿ ಒಂದರಿಂದ ಎರಡು ನಿಮಿಷ ಕುಳಿತರೆ ಸಾಕು, ಆ ಸಾಧಕನು ತನ್ನನ್ನು ತಾನೇ ಮರೆತುಬಿಡುತ್ತಾನೆ. ಎಷ್ಟು ಸಮಯವಾದರೂ ಸಹ ಅವನ ಸ್ಥಿತಿಯು ಹೀಗೆಯೇ ಮುಂದುವರೆಯುತ್ತದೆ. ಆಸನವನ್ನು ತೊರೆದಾಗ ಮಾತ್ರ ಸಾಧಕನು ಹಿಂದಿರುಗಿ ಪುನಃ ತನ್ನರಿವಿನ ತಿಳುವಳಿಕೆಗೆ ಬರುತ್ತಾನೆ.

ಯಾವುದೇ ವಸ್ತುವನ್ನು ಮೂರು ಭಾಗ ಮಾಡುವುದು, ಅಂದರೆ ರಸ, ಘನ ಹಾಗು ಅನಿಲ ಮಾಡುವುದನ್ನು ತಿಳಿದರೆ ಸಾಕು, ಈ ಪ್ರಪಂಚದ ಸಕಲವೂ ಸಹ ಆ ವ್ಯಕ್ತಿಯ ಅರಿವಿಗೆ ಬರುವುದಾಗಿದೆ. ಈ ಜ್ಞಾನಕ್ಕಾಗಿ ವ್ಯಕ್ತಿಯು ವೇದ, ವೇದಾಂಗ

ಹಾಗು ಉಪನಿಷತ್ತುಗಳ ಸಮೇತ ಸಂಬಂಧಿಸಿದ ಶಾಸ್ತ್ರಗಳನ್ನು ಸಂಪೂರ್ಣ ಅಧ್ಯಯನ ಮಾಡಬೇಕಿದೆ.

ಪ್ರತಿಯೊಂದು ಜೀವಿಯು ತಾನು ಜನಿಸುವುದೇ 'ಉತ್ತಮ ಗತಿಯನ್ನು ಹೊಂದಬೇಕು' ಎಂಬ ಉದ್ದೇಶದಿಂದ. ಹೀಗಾಗಿ ಪರಮ+ಅತ್+ಮನ್ ಈ ಜಗತ್ ನಿರ್ಮಿಸಿದೆ. ಇದು ಸ್ವಯಾರ್ಜಿತವಾಗಿರಬೇಕಿದೆ. ಹೀಗಾಗಿ ಸ್ವರ್ಗ ಲೋಕ ಹಾಗು ಮೋಕ್ಷ ಎನ್ನುವುದೆಲ್ಲವೂ ಸಹ ಮಾನವ ನಿರ್ಮಿತ ಕಲ್ಪನೆಯಾಗಿದೆ?!

ಗಮನಿಸಿ: ವೇದ ವಿಜ್ಞಾನ ಪ್ರಕಾರ, ಉತ್ತಮ ಗತಿ ಎಂದರೆ ಜಡತ್ವವು ಇರದಂತಹ 'ನಿತ್ಯ-ನಿರಂತರ ಚಲನೆ' ಎಂಬ ಅರ್ಥವಾಗಿದೆ. ಅಂದರೆ ಒಂದು ಸ್ಥಿತಿ.

ಉತ್ತಮ ಗತಿ ಇರವಂತಹ ಸ್ಥಿತಿಯು ಜೀವಿಯ ಅತ್+ಮನ್ (ಆತ್ಮನ್) ಎಂಬುದಕ್ಕೂ ಕೂಡ ಸಹಾಯಕವಾಗುವಂತಹದ್ದಾಗಿದೆ. ಇದು ಸಾಂಖ್ಯ ದರ್ಶನದ ಉದ್ದೇಶ. ಉಳಿದ ದರ್ಶನಗಳು ಜೀವಿಯನ್ನು ಬದುಕಿನತ್ತ ಕೊಂಡೊಯ್ದರೆ, ಸಾಂಖ್ಯ ದರ್ಶನವು ಆತ್ಮದ ಉದ್ಧಾರದ ಕಡೆಗೆ ಕೊಂಡೊಯ್ಯುತ್ತದೆ.

ಗಮನಿಸಿ: ಸಾಂಖ್ಯ ದರ್ಶನವು ಬದುಕನ್ನೇ ಪ್ರಧಾನವಾಗಿ ಕೊಡುವುದಿಲ್ಲ.

ಹಲವಾರು ಯಾಗ ಹಾಗು ಯಜ್ಞಗಳು ಮೋಕ್ಷಕ್ಕಾಗಿಯೇ ಇವೆಯೆಲ್ಲಾ ಎಂದರೆ, 'ಹೌದು ಇವೆ, ಅವು ಹೇಳುವುದು ಬಂಧನಗಳಿಂದ ಬಿಡಗಡೆಯನ್ನು ಪಡೆಯುವ ವಿಧಾನವನ್ನು ಹೊರತು, ಆತ್ಮದ್ದೋರಕ್ಕಲ್ಲ'.

ಸಾರೂಪ್ಯ ದರ್ಶನ: ಮೋಕ್ಷ ಹೊಂದಿದವನು ಶಿವನೇ ಆಗುವುದು.

ಸಾಯುಜ್ಯ ದರ್ಶನ: ಶಿವನಲ್ಲಿಯೇ ಐಕ್ಯವಾಗುವುದು.

ಸಾಲೋಕ್ಯ: ಶಿವನು ಇರುವಂತಹ ಲೋಕದಲ್ಲೇ ಇರುವಂತಹದ್ದು.

ಸಾಮೀಪ್ಯ: ಶಿವನ ಸಮೀಪದಲ್ಲಿ ಇರುವಂತಹದ್ದು.

ಈ ನಾಲ್ಕೂ ಸಹ ವಿವಿಧ ರೀತಿಯ ಮೋಕ್ಷ ಎಂದಾಗಿ ಹೇಳಿದ್ದರೂ ಸಹ ಇವುಗಳು ಸಂಪೂರ್ಣ ಬಿಡುಗಡೆ ಅಲ್ಲ. ಹೀಗಾಗಿ ಇವುಗಳು ಸಂಪೂರ್ಣ ಮೋಕ್ಷವಲ್ಲ.

ಗಮನಿಸಿ: ಈ ಸಾರೂಪ್ಯ, ಸಾಯುಜ್ಯ, ಸಾಲೋಕ್ಯ, ಹಾಗು ಸಾಮೀಪ್ಯ ಎಂಬುವುಗಳು ಆತ್ಮೋದ್ಧಾರಕ್ಕಾಗಿ ಇರುವಂತಹ

ಮೋಕ್ಷ ಸ್ವರೂಪಗಳಾಗಿವೆ. ಆದರೆ ಸಾಂಖ್ಯ ದರ್ಶನವು ವಸ್ತು-ವಿರಹಿತವಾದಂತಹ ಮುಕ್ತ ಗತಿಯನ್ನು ಜೀವನಿಗೆ ನೀಡುತ್ತದೆ.

ಸೂಚನೆ: ಅತ್+ಮನ್ (ಆತ್ಮನ್) ಎಂಬುದು ಪರಮ+ಅತ್+ಮನ್ (ಪರಮಾತ್ಮನ್) ಎಂಬುದರ ಮುಖ್ಯ ಹರಿವಿನಿಂದ ಬೇರೆಯಾದಂತಹ ಬಿಂದುವಾಗಿದೆ. ಜೀವವು ಬೃಹತ್+ಮನ್ (ಬ್ರಹ್ಮನ್) ಎಂಬುದರಿಂದ ಅಧಿಷ್ಠಾನವಾಗಿದೆ, ಅಂದರೆ ಕಲ್ಪಿತವಾಗಿದೆ. ಈಶ್ವರ ಕೂಡ ಬ್ರಹ್ಮನಿಂದ ಕಲ್ಪಿತವಾಗಿದೆ. ಹೀಗಾಗಿ, ಜೀವ ಹಾಗು ಈಶ್ವರನಿಗೆ ಹುಟ್ಟು ಹಾಗು ಸಾವುಗಳಿಲ್ಲ. (ವಿವರಣೆಗಾಗಿ ಶ್ವೇತಾಶ್ವತರೋಪನಿಷತ್ ನೋಡಿರಿ).

ಈ ದೇಹ ಎಂಬುದಕ್ಕೆ ರಥಿಕನು ಜೀವನಾಗಿದ್ದರೆ ಆತ್ಮನು ಸಾರಥಿಯಾಗಿರುತ್ತಾನೆ. – ಪ್ರಶ್ನೋಪನಿಷತ್.

'ಆತ್ಮದ ಗುರಿಯೇ ಬೇರೆ, ಜೀವದ ಗುರಿಯೇ ಬೇರೆ' ಎಂಬ ವಿಚಾರವನ್ನು ಅರ್ಥಮಾಡಿಕೊಂಡರೆ ಮಾತ್ರ ಸಾಂಖ್ಯದ ವಿಚಾರ ಅರ್ಥವಾಗುತ್ತದೆ.

ಜೀವಕ್ಕೆ ಬಂಧನವೇ ವಿನಃ ಆತ್ಮಕ್ಕಿಲ್ಲ. ಹೀಗಾಗಿ ಮೋಕ್ಷ ಎನ್ನುವ ಪದದ ಅರ್ಥವು ಜೀವಕ್ಕೆ ಸಮೀಕರಿಸಿಕೊಂಡಾಗ ಅದು ಉತ್ತಮವಾದಂತಹ ಗತಿ ಎಂದಾಗುತ್ತದೆ.

ಗಮನಿಸಿ: ಅಕ್ಷನಾಂ ಮುಮುಕ್ಷುಃ (ಮಮುಕ್ತ) ಇತ ಮೋಕ್ಷಃ - ಅಕ್ಷದಿಂದ ಹೊರಗೆ ಬರುವುದೇ ಮೋಕ್ಷ. ಹುಟ್ಟು ಹಾಗು ಸಾವು ಎಂಬ ಅಕ್ಷದಲ್ಲಿಯೇ ಇರುವುದು ಕರ್ಮ. ಉದಾ: ನಮ್ಮ ಈಗಿನ ಸ್ಥಿತಿ. ಈ ಬಂಧನದ ಸ್ಥಿತಿಯಿಂದ ಹೊರಬರುವುದೇ ಮೋಕ್ಷ.

ಈಗ ಯೋಗ ಸಂಬಂಧಿತ ಕೆಲವು ವಿಚಾರಗಳನ್ನು ಈಗ ನೋಡೋಣ: ಭದ್ರಾಸನ ಮಾತ್ರದಿಂದಲೇ ಅನಹತ, ವಿಶುದ್ಧಿ, ಹಾಗು ಮಣಿಪೂರ ಚಕ್ರಗಳಿಗೆ ಹೋಗದೆ ಆಜ್ಞಾ ಚಕ್ರಕ್ಕೆ ಸಾಧಕನು ನೇರವಾಗಿ ಹೋಗಬಹುದು. ಆಜ್ಞಾ ಚಕ್ರವನ್ನು ಪ್ರವೇಶಿಸಿದಂತಹ ಸಾಧಕನು ಸ್ವತಂತ್ರನಾಗುತ್ತಾನೆ. ಅವನು ತನ್ನ ದೇಹವನ್ನು ಇರಿಸಿಕೊಳ್ಳಬಹುದು ಅಥವಾ ತ್ಯಜಿಸಿಬಿಡಬಹುದು.

ಜಯ ಗ್ರಂಥದ ಉಲ್ಲೇಖದಲ್ಲಿ ಈ ರೀತಿಯಾಗಿ ಇಚ್ಛಾ ಮರಣವನ್ನು ಸಾಧಿಸಿಕೊಂಡಿದ್ದಂತಹ ಭೀಷ್ಮನು 800 ವರ್ಷಗಳ ಕಾಲ ಬದುಕಿದ್ದಂತಹ ವಿಚಾರವನ್ನು ನೋಡಬಹುದು. ಈ ರೀತಿಯಲ್ಲಿಯೇ ಈ ಸಾಧನೆಯನ್ನು ಮಾಡಿದಂತಹ ಯುಧಾಮನ್ಯು ಭೀಷ್ಮನಿಗಿಂತ 60 ಪಟ್ಟು ಅಧಿಕ ಕಾಲ ಜೀವಿಸಿದ್ದ.

ಸೂಚನೆ: ಈ ಆಜ್ಞಾ ಚಕ್ರ ಸಂಬಂಧಿತ ಮೂರನೇ ಕಣ್ಣನ್ನು ಕೃತಕವಾಗಿ ತೆರೆಯುವಂತಹ ವಿಚಾರವನ್ನು ಟ್ಯೂಸ್ಡೆ ಲಾಂಪ್ಸಮ್ ರಾಂಫಾ ಬರೆದಿರುವಂತಹ 'ಥರ್ಡ್ ಐ' ಪುಸ್ತಕ ನೋಡಿರಿ.

ಗಮನಿಸಿ: ಈ ರೀತಿಯಾದ ಸಾಧನೆಯನ್ನು ಕೇವಲ ಯೋಗದಿಂದ ಮಾತ್ರ ಸಾಧಿಸಿಕೊಳ್ಳಬಹುದಾಗಿದೆ. - ಲೇಖಕ

ಬದ್ಧ ಪದ್ಮಾಸನದಿಂದ ಯಾವುದೇ ಸಾಧಕನು ತನ್ನ ಆಯಸ್ಸನ್ನು ಐಚ್ಛಿಕವಾಗಿ ಹೆಚ್ಚಿಕೊಳ್ಳಬಹುದಾಗಿದೆ. ಜಯ ಗ್ರಂಥದಲ್ಲಿ ಮುಚುಕುಂದ ಎಂಬ ಸಾಧಕನ ಜೀವನ ಗಾಥೆಯನ್ನು ಇದಕ್ಕೆ ಉದಾಹರಣೆಯಾಗಿ ನೋಡಬಹುದಾಗಿದೆ.

ಗಮನಿಸಿ: ಸಾಂಖ್ಯ ದರ್ಶನದಲ್ಲಿ ಸಕಲ ಜಗತ್ತೇ ವಿಷಯ ಎಂದಾಗಿರುತ್ತದೆಯೇ ವಿನಃ ವಿಷಯವು ವೈಯುಕ್ತಿಕ ಎಂದಾಗೇನೂ ಇರುವುದಿಲ್ಲ. ಹೀಗಾಗಿ ಭಗವದ್ಗೀತೆಯಲ್ಲಿ ಕಂಡುಬರುವಂತಹ 'ನಿಸ್ತ್ರೈಗುಣ್ಯೋ' ಎಂಬ ಉಲ್ಲೇಖವು ಸಾಧಕನಿಗೆ ಸಹಜ ಸಾಧ್ಯವಾಗಿರುತ್ತದೆ.

ಈ ಜಗತ್ತು ಎಂಬುದೇ ವಿಷಯವಾದ್ದರಿಂದಾಗಿ ಒಂದಕ್ಕೊಂದು ಕೂಡಿದಾಗ ಜೀವಿಗಳಲ್ಲಿ ಮೂರು ಎಂದಾಗುತ್ತದೆ. ವಿಷಯ ಕಾರಣದಿಂದಾಗಿಯೇ ಈ ಜಗತ್ ಸೃಷ್ಟಿಯಾಗಿದೆ.

ಸಾಂಖ್ಯದಿಂದ ಯೋಗಕ್ಕೆ ಬಂದಾಗ ತ್ರಿಗುಣ ಶೂನ್ಯವಾಗಿ ಕಾಣುತ್ತದೆ. ಈ ವಿಚಾರವು ಅನುಭಸ್ಥರ ಉಲ್ಲೇಖದಿಂದ ಸತ್ಯವಾದದ್ದಾಗಿದೆ.

ಗಮನಿಸಿ: ವೇದಾಂತ ವಿಚಾರದಲ್ಲಿ ಮೋಕ್ಷ ಎಂದರೆ ಸಾರೂಪ್ಯ, ಸಾಯುಜ್ಯ, ಸಾಮೀಪ್ಯ ಹಾಗು ಸಾಲೋಕ್ಯ, ಅಂದರೆ ಮತ್ತೊಂದರ ಜೊತೆಯಲ್ಲಿ ಇರುವುದು. ಹೀಗಾಗಿ, ಇದು ಸ್ವತಂತ್ರವಿಲ್ಲದ್ದು. ಹೀಗಾಗಿ, ಇದು ನಿಜವಾದ ಮೋಕ್ಷವಾಗುವುದಿಲ್ಲ. ಸಾಂಖ್ಯ ದರ್ಶನವು ಹೇಳುವ ಮೋಕ್ಷವು ಸ್ವತಂತ್ರವಾದದ್ದು, ಹೀಗಾಗಿ ಇದೇ ಸತ್ಯ.

ಸಾಂಖ್ಯರ ಪ್ರಕಾರ, ಪುರುಷ ಎಂದರೆ ಇಲ್ಲಿ ಸಾಮರ್ಥ್ಯ ಎಂದಾಗಿದ್ದು ಮೋಕ್ಷ ಎಂದರೆ ಸ್ವಾತಂತ್ರ ಎಂದಾಗಿದೆ. 24 ತತ್ವಗಳಿಂದ (ಅಸ್ವತಂತ್ರಗಳಿಂದ) ಆದಂತಹ ಈ ಪ್ರಪಂಚಕ್ಕೆ ಸ್ವತಂತ್ರವನ್ನು ಕೊಡಿಸುವುದು ಈ ಪುರುಷ ಮಾತ್ರ. ಪುರುಷ ಎಂಬುದಿಲ್ಲದೆ 24 ತತ್ವಗಳು ಸೃಜನಶೀಲವಾಗಿ ಇರುವುದಕ್ಕೆ ಸಾಧ್ಯವಿಲ್ಲ. ಸತ್ಯ ಸಾಮಾರ್ಥ್ಯ ಸೇರಿದಾಗ ಮಾತ್ರ ಇವುಗಳು ಸೃಜನಶೀಲವಾಗಿರುತ್ತವೆ.

ಗಮನಿಸಿ: ಪುರುಷ (ಸತ್ಯದ ಸಾಮರ್ಥ್ಯ) ಸೇರದಿದ್ದರೆ ಪಂಚ ತನ್ಮಾತ್ರಗಳಾದಿಗಳು (5x4=20) ಕೆಲಸವೇ ಮಾಡುವುದಿಲ್ಲ.

ವೇದ ವಿಜ್ಞಾನ ಪ್ರಕಾರ, ಪುರುಷ ನಿರ್ಲಿಪ್ತನಾದರೂ ಸಹ ಸೃಷ್ಟಿ ಕ್ರಿಯೆಯು ನಡೆಯುತ್ತದೆ!? ಏಕೆಂದರೆ 1 (ಪ್ರವೃತ್ತಿ) +1 (ಪ್ರವೃತ್ತಿ) =3 (ಸೃಷ್ಟಿ). ಈ ಎರಡೂ 1 ಗಳೂ ಸಹ ನಿರ್ಲಿಪ್ತಗಳಲ್ಲದೆ ಪ್ರವೃತ್ತಿಗಳೇ ಆಗಿರುತ್ತವೆ. ಆದರೆ 1 ಪ್ರವೃತ್ತಿಗೆ 1 ನಿವೃತ್ತಿ ಸೇರಿದರೆ ಸೃಷ್ಟಿ ಜರುಗುವುದಿಲ್ಲ.

ಗಮನಿಸಿ: ಯಾವುದೇ ಸೃಷ್ಟಿಯಲ್ಲಿ ಎರಡು ಪ್ರವೃತ್ತಿಗಳು (ಪ್ರವೃತ್ತಿ = ಪೃಥಕ್ ವೃತ್ತಿ) ಸೇರುತ್ತವೆ. ಇದನ್ನೇ ಪ್ರಕೃತಿ (ಪೃಥಕ್ ಕೃತಿ) ಎಂದಾಗಿ ವೇದ ವಿಜ್ಞಾನಿಗಳು ಹೇಳಿರುತ್ತಾರೆ.

ಎಷ್ಟೇ ಪ್ರವೃತ್ತಿಗಳು ಸೇರಿದರೂ ಸಹ ಅದು 1 ಮಾತ್ರವೇ. ಅಂದರೆ 1+1+1+1... ಪ್ರವೃತ್ತಿಗಳು ಸೇರಿದಾಗಲೂ ಸಹ 1 ಪ್ರವೃತ್ತಿಯ ಸ್ವರೂಪ ಆಗುತ್ತದೆ. ಇದನ್ನೇ ಸಾಂಖ್ಯರು 'ಪ್ರವೃತ್ತ ವಿಚಾರ' ಎಂದಾಗಿ ಹೇಳಿರುತ್ತಾರೆ.

ಹೀಗಾಗಿ ವೇದವು ಹೇಳುವಂತಹ ಯೋಗವು ಪ್ರವೃತ್ತಿಯ ಮಾರ್ಗವೇ (ಅಸ್ತಿತ್ವವೇ) ವಿನಃ, ನಿವೃತ್ತಿ ಮಾರ್ಗಲ್ಲ ಎಂಬುದನ್ನು ಗಮನಿಸಬೇಕು.

ಗಮನಿಸಿ: ಶ್ರೀಕೃಷ್ಣನು ಯೋಗಿಯಾದ್ದರಿಂದ ಯುದ್ಧದ ಅಪೇಕ್ಷೆ ಅವನಲ್ಲಿ ಜನಿಸಿತು. ಆದರೆ ಅರ್ಜುನ ಯೋಗಿಯಲ್ಲ, ಹೀಗಾಗಿ ಅವನಲ್ಲಿ ನಿವೃತ್ತಿ ಮಾರ್ಗ ಜನಿಸಿ, ಅವನಿಗೆ ಯುದ್ಧ ಬೇಡವೆನಿಸಿತು.

ಜಯದಲ್ಲಿ ಗಮನಿಸಿದರೆ, ಶ್ರೀಕೃಷ್ಣನು ಸದಾಕಾಲವೂ ಪ್ರವೃತ್ತಿ ಮಾರ್ಗದಲ್ಲಿಯೇ ಇದ್ದ ಎನ್ನುವುದು ತಿಳಿದುಬರುತ್ತದೆ. ನಿವೃತ್ತಿಯಲ್ಲಿರುವುದನ್ನು ಪ್ರವೃತ್ತಿಗೆ ತರುವುದೇ ಭಾರತೀಯ ಯೋಗ ಮಾರ್ಗದ ಉದ್ದೇಶ!

ಗಮನಿಸಿ: ಶ್ರೀಕೃಷ್ಣನ ಭಗವದ್ಗೀತೆಯ ಉಪದೇಶವು ನಿವೃತ್ತಿ ಮಾರ್ಗದಲ್ಲಿದ್ದ ಅರ್ಜುನನನ್ನು ಪ್ರವೃತ್ತಿ ಮಾರ್ಗಕ್ಕೆ ತರುವುದಾಗಿತ್ತು. ಈ ವಿಚಾರವನ್ನು ಸಾಂಖ್ಯ ಯೋಗದಿಂದ ಅರಿತುಕೊಳ್ಳಬಹುದು.

ಇಂದು ನಾವು ಉಪಯೋಗಿಸುವ ಗಣಿತ ಶಾಸ್ತ್ರದಲ್ಲಿ ಕೂಡುವುದು, ಕಳೆಯುವುದು, ಗುಣಿಸುವುದು ಹಾಗು ಭಾಗಿಸುವುದು ದಶಮಾಂಶ (0,1,2,3,4,5,6,7,8,9) ಪದ್ಧತಿಯಲ್ಲಿ ಬರುತ್ತದೆ. ಆದರೆ ಇದಕ್ಕೆ ಐದನೆಯದಾದ 1+1=3 ಆಯಾಮವನ್ನು

ಸೇರಿಸಿಕೊಂಡಾಗ ಮಾತ್ರ ಜೈವಿಕ ವ್ಯವಸ್ಥೆಯ ಉದ್ಭವತೆ ಅರ್ಥವಾಗುತ್ತದೆ.

ಗಮನಿಸಿ: ಗಣಿತದ 1,2,3,4,5,6,7,8,9 ಆಯಾಮಗಳಿಗೆ ಆಧರಿಸಿಕೊಂಡಿರುವಂತಹ 0 (ಶೂನ್ಯ) ಹೇಳುವಂತಹದ್ದೇ ಇಲ್ಲಿ ಪುರುಷ (ಸತ್ಯದ ಸಾಮರ್ಥ್ಯ) ಎಂದಾಗಿರುತ್ತದೆ.

ಸೂಚನೆ: ಸಾಂಖ್ಯ ಶಾಸ್ತ್ರದಲ್ಲಿ ಅಂಕೆಯನ್ನೇ ನೇರವಾಗಿ ಹೇಳಿರದಿದ್ದರೂ ಸಹ ಅದಕ್ಕೆ ಸೂಚಕವಾಗಿರುವಂತಹ ಪದಗಳನ್ನು ಬಳಸಿರುತ್ತಾರೆ. ಈ ಪದಗಳನ್ನೇ ಅಂಕೆಗಳನ್ನಾಗಿ ಮಾಡಿಕೊಂಡಾಗ ಸಾಂಖ್ಯದ ದರ್ಶನ ಅರ್ಥವಾಗುತ್ತದೆ.

ಈ ಐದು ಆಯಾಮಗಳ ಗಣಿತ ಶಾಸ್ತ್ರವನ್ನು ಅರ್ಥಮಾಡಿಕೊಂಡಿದ್ದರಿಂದಲೇ ಹಲವಾರು ಗ್ರಂಥಗಳನ್ನು ಚಾಣಕ್ಯನು ನಿಖರವಾಗಿ ರಚಿಸಿದ.

ಈ ಸಂಬಂಧ ಕುರಿತಾಗಿ ಮೀಮಾಂಸಕರು ಮೂರು ಸಂಬಂಧಗಳನ್ನು ಹೇಳುತ್ತಾರೆ. ಅವುಗಳು ಕ್ರಮವಾಗಿ: ಸಮವಾಯ ಸಂಬಂಧ (ಅಂತರ್ಗತವಾಗಿರುವಂತಹ ಸಂಬಂಧ), ಅವಿನಾಭಾವ ಸಂಬಂಧ (ನಿರಂತರ ಸಂಘ; ಬೇರ್ಪಡಿಸಲಾಗದ ಗುಣಮಟ್ಟ ಅಥವಾ ಸ್ಥಿತಿ; ಬೇರ್ಪಡಿಸಲಾಗದಿರುವಿಕೆ), ಹಾಗು ಕಾರ್ಯ-ಕಾರಣ ಭಾವ ಸಂಬಂಧ (ಭಾವನೆ ಅಥವಾ ಸಂಬಂಧ ಯಾವುದಾದರು ಕಾರಣದ ಕಾರ್ಯದಿಂದ ಮತ್ತು ಕಾರ್ಯದ ಕಾರಣದಿಂದ ಆಗುವಂತಹದ್ದು). ಈ ಸಂಬಂಧ ರೀತಿಯಲ್ಲಿ ಪುರುಷ ಇರುತ್ತಾನೆ ಎಂದಾಗಿ ಹೇಳಿರುತ್ತಾರೆ. ಆದರೆ ಈ ಮೂರು ರೀತಿಯ ಸಂಬಂಧಗಳಿಗೆ ಒಂದು ಗಡಿ ಎನ್ನುವುದಿದ್ದು, ಅದನ್ನು ದಾಟಿದ ನಂತರ ಇವುಗಳಿಗೆ ಯಾವುದೇ ಬೆಲೆ ಇರುವುದಿಲ್ಲ ಎನ್ನುವುದನ್ನು ಗಮನಿಸಬೇಕು.

ಗಮನಿಸಿ: 1 (ಪುರುಷ) + 1 (ಪ್ರಕೃತಿ) = 3 (ಸೃಷ್ಟಿ); ಇಲ್ಲಿ ಪುರುಷ ಹಾಗು ಪ್ರಕೃತಿಗಳು ಬೇರೆ-ಬೇರೆ ಬಲೆಯನ್ನು ಹೊಂದಿದ್ದರೂ ಸಹ ಅವುಗಳ ಬೆಲೆ ಯಾವತ್ತಿಗೂ 1 ಎಂದಾಗಿರುತ್ತದೆ. ಹೀಗಿರದಿದ್ದರೆ ಉತ್ತರವು 3 (ಸೃಷ್ಟಿ) ಆಗುವುದೇ ಇಲ್ಲ.

ಪುರುಷ ಹಾಗು ಪ್ರಕೃತಿಯು ಯಾವುದು ಯಾವುದಕ್ಕೆ ಕೂಡಿಕೊಂಡಿತು? ಇದಕ್ಕೆ ಸ್ಪಷ್ಟ ಉತ್ತರ ಇಲ್ಲ. ಈ ಸೃಷ್ಟಿ ಕಾರ್ಯಕ್ಕೆ ಚಲನೆ ಹಾಗು ಚಿಂತನೆಗಳ ಇಚ್ಛಾ ಶಕ್ತಿ ಇದ್ದರೆ ವಿಚಾರ ಬೇರೆ. ಇಲ್ಲದಿದ್ದರೆ ಇಚ್ಛಾ ಶಕ್ತಿಯ ಪಾತ್ರವೇ ಇಲ್ಲ. ಉದಾಹರಣೆಗೆ

ಸ್ವಯಂಭು. ಇದು ಅಸಂಘಟಿತ (ಏಕತೆಯ ಅಭಾವ) ಎಂದಾಗಿ ಮಾತ್ರ ಹೇಳಬಹುದು.

ಗಮನಿಸಿ: ಅಸಂಘಟಿತವಾಗಿರುವಂತಹ ಭೌತಿಕ ಕ್ರಿಯೆಯು ಸ್ವಾಭಾವಿಕ ಎಂದಾಗಿರುತ್ತದೆ. ಹೀಗಾಗೇ ಇದನ್ನು ಪ್ರಕೃತಿ ಎಂದಾಗಿ ವೇದ ವಿಜ್ಞಾನ ಹೇಳಿದೆ.

ಸೂರ್ಯ ರಶ್ಮಿಯಿಂದ ವಾತಾವರಣ ಹಾಗು ಜಲದಲ್ಲಿ ಬದಲಾಣೆ ಮಾತ್ರ ಘಟಿಸುವದು, ಅದರೆ ಜೀವ ಪ್ರಕ್ರಿಯೆ ಘಟಿಸದು! ಇವೆಲ್ಲವೂ ಸಹ ಸ್ವಾಭಾವಿಕ ಭೌತಿಕ ಪ್ರಕ್ರಿಯೆಗಳು ಮಾತ್ರ.

ಗಮನಿಸಿ: ವೇದವೇ (ಜ್ಞಾನವೇ) ಸಕಲಕ್ಕೂ ಆಧಾರವಾಗಿರುತ್ತದೆ. ವೇದಕ್ಕೆ ಆಧಾರ ಏನು ಎಂತಾಗಿ ಕೇಳಿದರೆ ಅದಕ್ಕೆ ಆಧಾರ ಏನು ಎಂದಾಗಿ ಕೇಳುತ್ತಾ ಹೋಗಿ, ಅದಕ್ಕೆ ಕೊನೆಯಿರುವುದಿಲ್ಲ. ಮಂತ್ರ ದೃಷ್ಟಾರತೆಯಿಂದ ವೇದವು ನಿರೂಪಣೆಗೊಂಡಿರುವ ಕಾರಣದಿಂದಾಗಿ ಯಾವುದೇ ವಿಚಾರಕ್ಕೆ ವೇದವೇ ಅಂತಿಮ ಆಧಾರ.

ಸಾಂಖ್ಯಶಾಸ್ತ್ರ ಕುರಿತಾಗಿ ಕೆಲವು ವಿಚಾರಗಳನ್ನು ಈಗ ನೋಡೋಣ:

ಭಗವದ್ಗೀತೆಯ ಎರಡನೆಯ ಅಧ್ಯಾಯದಲ್ಲಿ ಒಂದು ಶ್ಲೋಕ ಮಾತ್ರ ಸಾಂಖ್ಯಶಾಸ್ತ್ರದ್ದಾಗಿದ್ದರೆ ಮತ್ತೆ ಕೆಲವು ಕರ್ಮಯೋಗಕ್ಕೆ ಸೇರಿವೆ. ಇನ್ನು ಉಳಿದವು ಪ್ರಕ್ಷಿಪ್ತ.

ದುಃಖತ್ರಯಾಭಿಘಾತಾತ್ ಜಿಜ್ಞಾಸಾ ತದಪಘಾತಕೇ ಹೇತ್ |
ದೃಷ್ಟೇ ಸಾಽಪಾರ್ಥಾ ಚೇನ್ನೈ ಕಾಂತಾತ್ಯಂತ ತೋಽಭಾವಾತ್ ||

ಜಗತ್ತಿನಲ್ಲಿ ಗತಿಗಾಗಿ ಜನಿಸಿರುವಂತಹ ಮಾನವನಿಗೆ ಮೂರು ರೀತಿಯಾದ ತಾಪದ ತ್ರಯಗಳು ಉಂಟಾಗುತ್ತದೆ. ಇವುಗಳು ಕ್ರಮವಾಗಿ ಅಧ್ಯಾತ್ಮಿಕ, ಅಧಿಭೌತಿಕ ಹಾಗು ಅಧಿದೈವಿಕ. ಇದು ಬದಲಾವಣೆಯಿಂದಾಗಿ, ಅಂದರೆ ಇರುವುದು ಹೋಗುತ್ತಾ, ಹೊಸತು ಜನಿಸುತ್ತಾ ಇರುವಾಗ ತಾಪ ಉಂಟಾಗುತ್ತದೆ. ಮಾನವ ಹೊಸತನ್ನು ಸ್ವಾಗತಿಸಿದರೂ ಸಹ ತಾಪವನ್ನು ಮಾತ್ರ ಇವನು ಸಹಿಸನು?!

ತದಪಘಾತಕೇ ಹೇತ್ - ಇದಕ್ಕಾಗಿ ಸಾಂಖ್ಯಶಾಸ್ತ್ರದ ನಿರೂಪಣೆ. ಇದನ್ನೇ ಜಿಜ್ಞಾಸೆ ಮಾಡುತ್ತಾ ಕಪಿಲರು ಮುಂದಕ್ಕೆ ಹೋಗಿರುತ್ತಾರೆ. ಇವರು ವಿವರಿಸುತ್ತಾ ಹೋಗಿ ಕಡೆಗೆ ಸ್ಥಿತಪ್ರಜ್ಞ್ನ ಕಡೆಗೆ ತೆಗೆದುಕೊಂಡು ಹೋಗಿರುತ್ತಾರೆ.

ಈ ಹಿಂದೆ 'ವೇದ ಭಾಗವು ಸಾಂಖ್ಯಕ್ಕೆ ಏನು ಹೇಳುತ್ತದೆ' ಎಂಬುದನ್ನು ನೋಡಿದ್ದಾಯಿತು. ದಾರಿ ತಿಳಿಯದೆ ಅಯೋಮಯರಾದಂತಹ ಜನರಿಗೆ ಮಾರ್ಗದರ್ಶನ ಮಾಡಬೇಕು ಎಂಬ ಉದ್ದೇಶದಿಂದ ಮಾತ್ರ ದರ್ಶನ ಶಾಸ್ತ್ರಗಳು ಉದ್ಧರಿಸಿದ್ದಾಗಿದೆ. ಇವುಗಳು ಸುಮಾರು 18,000 ಇದೆ ಎಂದಾಗಿ ಒಂದು ಅಂದಾಜು.

ಗಮನಿಸಿ: ತಾವುಗಳು ಕೊಂಡುಕೊಂಡಂತಹ ಮಾರ್ಗವನ್ನು ನಂಬಿ, ಅದನ್ನೇ ವಾಕ್ಯಗಳಲ್ಲಿ ದಾರ್ಶನೀಕರು ಹೇಳಿರುವುದನ್ನೇ ನಾವು 'ದರ್ಶನ ಶಾಸ್ತ್ರ' ಎಂದಾಗಿ ಹೇಳುವುದಾಗಿದೆ.

ಸೂಚನೆ: ವೇದದ ಉಲ್ಲೇಖಗಳಲ್ಲೇ ಇದ್ದಂತಹ ಶಾಸ್ತ್ರವನ್ನು ಕಪಿಲರು ಜಿಜ್ಞಾಸೆ ಮಾಡುತ್ತಾ ಹೇಳಿದರು. ಹೀಗಾಗಿ, ಕಪಿಲ ಮಹರ್ಷಿಯು ಸಾಂಖ್ಯ ದರ್ಶನ ಶಾಸ್ತ್ರದ ದಾರ್ಶನೀಕನಲ್ಲ ಎಂದಾಗಿ ಹೇಳಬಹುದು.

ವೇದ ವಿಜ್ಞಾನ ಪ್ರಕಾ,ರ ಇರುವುದು ಕೇವಲ 9 ವಿಚಾರಗಳು ಮಾತ್ರ. ಇವನ್ನೆಲ್ಲಾ 0 (ಶೂನ್ಯವು) ತನ್ನ ಅಂಕೆಯಲ್ಲಿ ಇಟ್ಟುಕೊಂಡಿರುತ್ತದೆ. ಇದು ಸಾಂಖ್ಯ ದರ್ಶನದ ಹೃದಯ ಭಾಗ. ಹೀಗಾಗಿ ಆದಿಯೂ ಇದೇ ಆಗಿದೆ, ಜೊತೆಗೆ ಅಂತ್ಯವೂ ಇದೇ ಆಗಿದೆ – ಇದಮಿತ್ಥಂ. ಹೀಗಾಗಿ, ತ್ರಿಶ್ಚಿನ್ನೋ ಅದ್ಯ – ಅದ್ಯ ಎಂದರೆ ಆದಿ, ಭವತಂ ನವೇದಸಾ – ಹೀಗೆ ಹೇಳುತ್ತದೆ. ಯಾವುದನ್ನೂ ಸಹ ಮೂರು-ಮೂರು ವಿಭಾಗವಾಗಿ ವಿವರಿಸುತ್ತಾ ಹೋಗುತ್ತದೆ, ಪ್ರತಿಯೊಂದು ಮೂರಾಗಿ ವಿಭಜಿಸುತ್ತಾ ಹೋದಾಗ ಅವು ಅಸಂಖ್ಯವಾಗುತ್ತದೆ. ಅದಕ್ಕೆ ಸಂಖ್ಯಾ ಗುಣವಾಚಕ ಇರುವುದಿಲ್ಲ. ಆದರೆ ಎಲ್ಲವೂ ಸಹ ಮೂರು ಮಾತ್ರವೆ. ಮೂರಲ್ಲದೆ ನಾಲ್ಕು ಎಂದಾಗುವುದಿಲ್ಲ.

ಗಮನಿಸಿ: ಮೂರಾಗಿ ಯಾವುದು ವಿಭಜಿಸಲ್ಪಡುತ್ತಾ ಹೋಗುತ್ತದೆಯೋ ಅದು ತುರೀಯಕ್ಕೆ (ಅಂತಿಮಕ್ಕೆ) ತೆಗೆದುಕೊಂಡು ಹೋಗುತ್ತದೆ.

ಉಳಿದ ದರ್ಶನಗಳ ವಿಚಾರಗಳಲ್ಲಿ ಸಾಧು (tending toward; ಗಣಿತದಲ್ಲಿ =>) ಹಾಗು ಸಾಧ್ಯ (possible) ಎನ್ನುವ ಶಬ್ದಗಳಿವೆ. ಆದರೆ ಸಾಂಖ್ಯದಲ್ಲಿ ಈ ಶಬ್ದಗಳಿಲ್ಲ. ಸಾಂಖ್ಯದಲ್ಲಿ ಸಾಧುವೂ ಇಲ್ಲ ಸಾಧ್ಯವೂ ಇಲ್ಲ. ಹೀಗಾಗಿ ಇದು ಸಂಖ್ಯಾ ವಾಚಕ. ಆದ್ದರಿಂದ ನಿಖರ.

ಗಮನಿಸಿ: ಯಾವುದೇ ಒಂದು ಘಟನೆ ಪೂರಕವಾಗಿ ಆಗುವುದೇ ಸಿದ್ಧಾಂತ, ಪೂರ್ವಭಾವಿ ನಿರ್ಧಾರಿತವಾದದ್ದು (ಖಚಿತ ಪ್ರಕಾರದಲ್ಲಿ ಜರುಗುವಂತಹದ್ದು), ಹೀಗಾಗಿ ಅಲ್ಲಿ ಸಂಶಯಕ್ಕೆ (ಸಾಧು ಹಾಗು ಸಾಧ್ಯ ಎಂಬುದಕ್ಕೆ) ಅವಕಾಶವಿಲ್ಲ!

1+1=3; ಇದೇ ಪ್ರಪಂಚ. ಒಂದು ಲೋಟ ಹಾಲು ಇದೆ ಎಂದಿಟ್ಟುಕೊಳ್ಳುವಾ. ಆದರೆ ಕುಡಿಯುವವರು ಇಬ್ಬರು ಇದ್ದಾರೆ. ಒಂದು ಲೋಟ ಹಾಲನ್ನು ವೃದ್ಧಿಮಾಡಿ ಎರಡು ಲೋಟ ಮಾಡಬೇಕಿದೆ. ಆಗ ಈ ಒಂದು ಲೋಟಕ್ಕೆ ಮತ್ತೊಂದು ಲೋಟ ಹಾಲನ್ನು ಸೇರಿಸಬೇಕು ಅಥವಾ ಅದಕ್ಕೆ ಸಮಾನ ಗುಣ ಮನಸ್ಕ ವಸ್ತುವನ್ನು ಅದಕ್ಕೆ ಸೇರಿಸಬೇಕು. ಹಾಲಿಗೆ ಮತ್ತೊಂದು ಲೋಟ ನೀರನ್ನು ಬೆರೆಸಿದಿರಿ. ಆಗ ಅದು ಎರಡು ಲೋಟ ಹಾಲಾಯಿತು. ಈ ಎರಡು ಲೋಟ ನೀರು ಎಂದಾಗಿ ಕರೆಸಿಕೊಳ್ಳುವುದಿಲ್ಲ. ಹಾಲಿನ ಅಸ್ತಿತ್ವಕ್ಕೆ ನೀರಿನ ಬೆರಕೆಯಿಂದಾಗಿ ನೀರೂ ಸಹ ಹಾಲು ಎಂದೆನಿಸಿಕೊಂಡಿತು ಅಥವಾ ಹಾಲು ಅಲ್ಲದ ನೀರೂ ಅಲ್ಲದ ಮತ್ತೊಂದು ಸ್ಥಿತಿ ಎಂದೆನಿಸಿಕೊಂಡಿತು. ಆದರೂ ಇದು ಮತ್ತೊಂದು ಸ್ಥಿತಿಯನ್ನು ನಮ್ಮ ಗೋಚರತೆಗೆ ತರಲಿಲ್ಲವಲ್ಲ? ಆಗ ಆ ಸ್ಥಿತಿಗೆ ಏನೆಂದು ಹೆಸರು ಕೊಡುವುದು? ಹಾಲು ಎಂದರೆ ಒಪ್ಪಿಕೊಂಡಂತಾಗುತ್ತದೆ. ಆದರೆ ಅದು ಮೂಲವಾದ ಹಾಲು ಅಲ್ಲ, ಅದು ಬೆರಿಕೆಯ ವಸ್ತುವಾಗಿದೆ. ಹೀಗಾಗಿ, ಹಾಲು ಕೂಡ ಇಲ್ಲಿ ಶೂನ್ಯವಾಯಿತು ಅಂದರೆ 0 ಆಯಿತು.

ಹಾಲು ನೀರು ಬೆರೆತಾಗ ಎರಡೂ ಕೂಡ ತನ್ನ ಅಸ್ತಿತ್ವ ಕಳೆದುಕೊಂಡವು. ಹಾಗಾದರೆ 'ಕಣ್ಣುಗಳಿಗೆ ಯಾವುದು ಕಂಡಿತು' ಎಂದರೆ ಯಾವುದೂ ಇಲ್ಲ. ಹೀಗಾಗಿ ಶೂನ್ಯ (0). ಆದ್ದರಿಂದ 1+1=0; 1x1=0; 1-1=0; 1/1=0; ಏಕೆಂದರೆ ಇಲ್ಲಿ ಗುಣಾಂಕದ ವೃದ್ಧಿ ಇಲ್ಲ. ಗುಣಾಂಕ ವೃದ್ಧಿ ಆದರೆ ಮಾತ್ರ ಲೆಕ್ಕ ಸಾಧ್ಯ, ಇಲ್ಲದಿದ್ದರೆ ಇಲ್ಲ?! ಈ ಖಚಿತದ ಅಂಕೆಯ ಆಧಾರದಲ್ಲಿ ಅಸ್ತಿತ್ವದ ನಾಶ, ಅಷ್ಟೆ.

ಗಮನಿಸಿ: ಯಾವುದು ಯಾವುದರೊಂದಿಗೆ ಸೇರಬೇಕು ಎನ್ನುವಂತಹ ಒಂದು ವ್ಯವಸ್ಥೆ ಈ ಪ್ರಕೃತಿಯಲ್ಲಿ ಮೊದಲೇ ಇದೆ, ಅಂದರೆ ನಿಯಮವಿದೆ, ಅಂದರೆ ವೇದದಲ್ಲಿ ಇದೆ ಎಂದರ್ಥ.

ವೇದವನ್ನೇ 'ಪ್ರಕೃತಿ' ಎಂದಾಗಿ ದಾರ್ಶನಿಕರು ಸೇರಿಸಿಕೊಂಡರು. ಪ್ರಕೃತಿಯಲ್ಲಿರುವಂತಹ ನಿಯಮವನ್ನು ಅನುಸರಿಸಿಕೊಂಡು ಹೋದರೆ ಮಾತ್ರ ಎಲ್ಲವೂ ಸರಿಯಾಗುತ್ತದೆ.

ಉದಾ: ಹಾಲಿಗೆ ನೀರು ಬೆರೆಸಿದಾಗ ಹಾಲು ಹಾಗು ನೀರು ಅಲ್ಲದೆ ಮತ್ತೊಂದು ವಸ್ತುವಿನ ಉತ್ಪಾದನೆ ಪ್ರಕೃತಿಯನ್ನು ಹೊರತುಪಡಿಸಿ ಮತ್ತ್ಯಾವುದರಲ್ಲೂ ಕೂಡ ಅಸಾಧ್ಯ. ಹಾಲಿಗೆ ನೀರನ್ನು ಬೆರೆಸಿದರೂ ಅಥವಾ ಬೆರೆಸದಿದ್ದರೂ ಅದು ಮೊಸರಾಗುತ್ತದೆ. ಹೊಸ ಅಸ್ತಿತ್ವವಾದ ಮೊಸರು ಎನ್ನುವುದು ಗೋಚರತೆಗೆ ಬರುತ್ತದೆ. ಹಾಲಿಗೆ ನೀರು ಬೆರೆಸಿದರೂ ಮೊಸರೇ ಬರುತ್ತದೆ. ಕೂಡಿದರೂ ಮೊಸರು ಬರುತ್ತದೆ, ಗುಣಿಸಿದರೂ ಮೊಸರು ಬರುತ್ತದೆ, ಕಳೆದೂ ಸಹ ಮೊಸರು ಬರುತ್ತದೆ. ಹೀಗಾಗಿ, ಇಲ್ಲಿ 1+1=3; 1x1=3; 1-1=3; 1/1=3. ಹೀಗೆ ವೇದ ಮಾತ್ರ ನಮಗೆ ತೋರಿಸಿಕೊಡುವುದಾಗಿದೆ.

ಹೂವಿನಲ್ಲಿ ಮಧುವಿದೆ. ಇದನ್ನು ಮಾತ್ರ ತೆಗೆದುಕೊಳ್ಳುವುದು ದುಂಬಿಗೆ ಮಾತ್ರ ಗೊತ್ತಿದೆಯೇ ವಿನಃ ಮನುಷ್ಯನಿಗೆ ತಿಳಿದಿಲ್ಲ. ಹೀಗಾಗಿ ಮಾನವನು ಈ ಹೂವನ್ನು ತೆಗೆದುಕೊಂಡು ದೇವನ ಮೇಲಿರಿಸಿ ಊಹಾತ್ಮಕ ಆನಂದವನ್ನು ಅನುಭವಿಸುತ್ತಾನೆ. ಅನುಭವಕ್ಕೆ ಸಿಲುಕುವಂತಹ ಆನಂದವನ್ನು ಅನುಭವಿಸಬೇಕು ಎಂದರೆ ಆ ಹೂವಿನಲ್ಲಿರುವಂತಹ ಮಧುವನ್ನು ತೆಗೆದುಕೊಳ್ಳಬೇಕು.

ಯಜ್ಞಂ ಮಧುನಾ ಮಿಮಿಕ್ಷತಂ – ಯತ್ ಜ್ಞಾಯತೇ ಇತಿ ಯಜ್ಞಃ - ಮಧುವನ್ನು ತೆಗೆದುಕೊಳ್ಳುವುದು ದುಂಬಿಗೆ ಮಾತ್ರ ತಿಳಿದಿದೆ. ಈ ವಿದ್ಯೆ ನಿನಿಗೆ ತಿಳಿದಿಲ್ಲ. ಹೂವಿನ ಅಸ್ತಿತ್ವಕ್ಕೆ ತೊಂದರೆಯಾಗದಂತೆ ಅದರಲ್ಲಿರುವಂತಹ ಮಧುವನ್ನು ತೆಗೆದು ಕುಡಿದಾಗ ಮಾತ್ರ ನಿಜವಾದ ರುಚಿ ಅರ್ಥವಾಗುವುದು, ಅಂದರೆ ಪ್ರಾಪಂಚಿಕದ ಸತ್ಯ ಅರ್ಥವಾಗುವುದು. ಹೂವಿನ ಒಳಗಿರುವಂತಹ ಮಧುವನ್ನು ತೆಗೆದು ತಿಂದರೆ ಮಾತ್ರ ನಿಖರವಾದ ಜ್ಞಾನ ದೊರಕುವುದು – ಮಧುಪಾಯರಶ್ವಿನಾಗತಂ – ಹೀಗೆಂದು ವೇದ ಹೇಳುತ್ತದೆ.

ಎಲ್ಲವೂ ಕೂಡ ಹಂತ-ಹಂತವಾಗಿ ಮೂರು-ಮೂರಾಗುತ್ತಾ ಹೋಗುತ್ತದೆ. ಪ್ರತಿಯೊಂದು ಹಂತದಲ್ಲೂ ಸಹ ಮೂರು-ಮೂರಾಗಿ ವಿಶ್ಲೇಷಣೆಯಾಗುತ್ತಾ ಸಾಗುತ್ತದೆ. ಆದರೆ ಮಧು ಯಾವುದರಲ್ಲಿ ಇದೆ? ಇದು ಪ್ರಶ್ನೆ. ಅಂದರೆ, ಯಾವುದರಲ್ಲಿ ಶ್ರೇಷ್ಠವಾದದ್ದು ಇದೆಯೋ ಅದನ್ನು ಆರಿಸಿಕೊಳ್ಳುವ ವಿಧಾನವನ್ನು ಸಾಂಖ್ಯಶಾಸ್ತ್ರ ಹೇಳುತ್ತದೆ.

ದೇವರಿಗೆ ನಾವೇನಾದರೂ ಕೊಟ್ಟರೆ ಅದನ್ನು ಉಪಯೋಗಿಸಿಕೊಂಡು ಹಿಂದಿರುಗಿ ನಮಗೆ ಕೊಟ್ಟಾನು! ಇಲ್ಲದಿದ್ದರೆ ಇಲ್ಲ. ಹೀಗಾಗಿ ದೇವರಿಗೆ ಹೂವನ್ನು ಮುಡಿಸಿದಾಗ ಅವನು ಏನು ಕೊಟ್ಟಾನು? ಅಲ್ಲಿ ಕೊಡಲಾದರೂ ಅವನ ಬಳಿ ಏನಿದೆ? ಮಧು ಎಂಬುದು ಈಗಾಗಲೇ ಆ ಹೂವಿನಲ್ಲಿಯೇ ಇದೆಯಲ್ಲಾ! ಅದನ್ನು ತೆಗೆದು ಅನುಭವಿಸಿಕೊಂಡರೆ ಆಯಿತು. ಆ ಮಧುವೇ ಸತ್ಯವಾಗಿರುವಾಗ ಅದಕ್ಕಿಂತಾ ಕೊಡುಗೆ ಏನಿದೆ? ಆ ಮಧುವೇ ಈ ಜಗತ್ತು ಹಾಗು ಪ್ರಪಂಚ. ಅದೇ ಸಿಹಿ. ಅದನ್ನು ಸ್ವೀಕರಿಸಬೇಕು, ಅಷ್ಟೆ.

ಗಮನಿಸಿ: ಹೀಗಾಗಿ ದುಂಬಿಯು ಎದ್ದು ತನ್ನ ಸಂಚಾರವನ್ನು ಆರಂಭಿಸಿ ಹೂವನಲ್ಲಿರುವಂತಹ ಮಧುವನ್ನು ಹೀರಿಕೊಳ್ಳುವ ಮೊದಲು ನಾವು ಹೂವನ್ನು ಕೊಯ್ಯಬೇಕು ಎಂದಾಗಿ ಶಾಸ್ತ್ರ ಹೇಳುತ್ತದೆ.

ತ್ರಯಃ

ಪವಯೋಮಧುವಾಹನೇರಥೇಸೋಮಸ್ಯವೇನಾಮನು ವಿಶ್ವ ಇದ್ವಿದುಃ – ಮಧುವನ್ನು ಇರಿಸಿಕೊಂಡಿರುವಂತಹ ಹೂವನ್ನು ಕೊಯ್ದು, ಅದರಲ್ಲಿರುವಂತಹ ಮಧುವನ್ನು ತೆಗೆದು, ಅನುಭವಿಸಿ, ನಂತರ ಆ ಹೂವನ್ನು ದೇವರಿಗೆ ಸಮರ್ಪಿಸಿ ಎಂದಾಗಿ ಸಾಂಖ್ಯ ಹೇಳುವುದರಿಂದಾಗಿ ದರ್ಶನವನ್ನು ನಾಸ್ತಿಕ ವಾದ ಎಂದಾಗಿ ಕೆಲವು ವಿದ್ವಾಂಸರು ಹೇಳುತ್ತಾರೆ.

ಯಾವ ಹೂವಿನಲ್ಲಿ ಮಧು ಇದೆ ಎಂದಾಗಿ ದುಂಬಿಗೆ ಮಾತ್ರ ಗೊತ್ತು, ಮನುಷ್ಯನಿಗಲ್ಲ. ಆ ದುಂಬಿಯು ಹೇಳಿದಾಗ ಮನುಷ್ಯನಿಗೆ 'ಓಹೋ ಇಲ್ಲಿ ಮಧು ಇದೆ' ಎಂದಾಗಿ ಗೊತ್ತಾಗುವುದು. ಆದರೆ ಮಧುವನ್ನು ಹೀರುವಂತಹ ದುಂಬಿಗೆ ಅದರ ರುಚಿಯೇ ಗೊತ್ತಾಗುವುದಿಲ್ಲ, ಅದನ್ನು ಸವಿಯುವುದು ಮನುಷ್ಯ! ಹೀಗಾಗಿ, ದುಂಬಿ ಆ ಮಧುವನ್ನು ತೆಗೆದರೂ ಸಹ ತಾನು ತಿನ್ನದೇ ಒಂದೆಡೆ ಸಂಗ್ರಹಿಸಿಡುತ್ತದೆ. ಅದು ಎಲ್ಲಿದೆ ಎಂದಾಗಿ ಮನುಷ್ಯನು ಗೊತ್ತುಮಾಡಿಕೊಂಡು ಪ್ರಕಟಿಸುವನು.

ಹೂ ಮಧುವನ್ನು ಉತ್ಪಾದಿಸುವುದು, ದುಂಬಿಯು ಆ ಮಧುವನ್ನು ಸಂಗ್ರಹಿಸುವುದು. ಮನುಷ್ಯ ಅದನ್ನು ಸವಿಯುವನು. ಹೀಗೆ, ಮೂರು ಪಾತ್ರಗಳು. ಇದರಿಂದ ಮೀಮಾಂಸದ ಸತ್ಯ ದರ್ಶನ. ಇದೇ ಈ ಪ್ರಕೃತಿಯ (ವೇದದ) ನಿಜವಾದ ಅರ್ಥವಾಗಿದೆ.

ಯಾವುದನ್ನು ಮೂರಾಗಿಸುವುದಕ್ಕೆ ಆಗುತ್ತದೆಯೋ ಅದೇ ಸೃಷ್ಟಿ. ಅಲ್ಲಿಂದಲೇ ಅಂಕೆಯ ಆರಂಭ. ಈ ಮೂರನ್ನು ದಾಟಿದಾಗ ಮಾತ್ರ ಕಾಣವುದು ಒಂದು ಬಿಂದು. ಅದೇ ಸತ್ಯ.

ನಮ್ಮ ಈಗಿನ ವಿಜ್ಞಾನವು ಅನಂತ ಎಂಬುದಕ್ಕೆ infinity ಎಂದಾಗಿ ಹೇಳುತ್ತದೆ. ಈ ಬ್ರಹ್ಮಾಂಡದಲ್ಲಿ ಮುಂದಕ್ಕೆ ಹೋಗುವ ಅರ್ಹತೆ ಇದ್ದರೆ ಅದರ ಅಂಕೆಯನ್ನೂ ಸಹ ವೇದವು ತೋರಿಸಿಕೊಡುತ್ತದೆ ಎಂದು ಋಷಿಗಳು ಹೇಳಿರುತ್ತಾರೆ.

ಗಣಿತದಲ್ಲಿ ಈಗ ಇರುವಂತಹ ದಶಮಾಂಶ ಪದ್ಧತಿ ಬರುವುದಕ್ಕೆ ಮುನ್ನ ಷೋಡಷಾಂಶ ಪದ್ಧತಿ ವೇದಗಳಲ್ಲಿತ್ತು. ದಶಮಾಂಶ ಪದ್ಧತಿಯಲ್ಲಿ 22/7=3.1428... ಹೀಗೆ ಅಂತ್ಯವಿಲ್ಲದ ಹಾಗೆ ಮುಂದುವರೆದುಕೊಂಡು ಹೋಗುತ್ತದೆ. ಹೀಗಾಗಿ ಒಂದು ವೃತ್ತದ ಪೂರ್ಣ ಅಳತೆ ಸಿಗುವುದಿಲ್ಲ. ಇಲ್ಲೂ ಸಹ ಸಿಗುವುದು 3 ಎಂದಾಗಿದ್ದರೂ ಸಹ ಅದು ಮುಗಿಯದು. ಹೀಗಾಗಿ ಇದನ್ನು ಷೋಡಶ ಪದ್ಧತಿಯಲ್ಲಿ ಋಷಿಗಳು ನಿಖರವಾಗಿ ಉತ್ತರಿಸುತ್ತಾರೆ. ಹೇಗೆಂದರೆ 16x6=96, 4x4=16, ಇದು 4 ಭಾಗ, ಆಗ 6.25 ಬರುತ್ತದೆ. ಆಗ 16x6.25=100 ಆಗುತ್ತದೆ. ಇದನ್ನು ದಶಾಂಕ್ಕೂ ಸಹ ಹೊಂದಿಸಬಹುದು, ಷೋಡಶಾಂಕ್ಕೂ ಹೊಂದಿಸಬಹುದು.

ಇಂದಿನ ವಿಜ್ಞಾನವು ಅಸಂಖ್ಯಾತ ಬ್ರಹ್ಮಾಂಡಗಳು, ವಿಶ್ವಗಳು, ಗ್ರಹಗಳು, ಜಗತ್ತುಗಳು, ಲೋಕಗಳು ಇವೆ ಎಂದಾಗಿ ಹೇಳಿ, ಇವುಗಳು ಅನಂತ ಎಂದಾಗಿ ಹೇಳುತ್ತದೆ. ಅಂದರೆ ಇಂದಿನ ವಿಜ್ಞಾನಕ್ಕೆ ಇವುಗಳ 'ಅಂಕ' ಗೊತ್ತಿಲ್ಲ ಎಂದಾಯಿತು. ಆದರೆ ವೇದದ ಋಷಿಗಳು ಈಗಾಗಲೇ ಇವುಗಳನ್ನೆಲ್ಲವನ್ನೂ ಕಂಡು, ಎಲ್ಲವೂ ಸಹ ಅಂಕೆಯಲ್ಲಿದೆ, ಅಂದರೆ ಮಿತಿಯಿದೆ, ಅನಂತ ಎಂಬುದಾಗೇನೂ ಇಲ್ಲ ಎಂದಾಗಿ ನಿಖರವಾಗಿ ಹೇಳಿ, ಅವುಗಳಿಗೆ ಹೆಸರುಗಳನ್ನೂ ಸಹ ಇರಿಸಿ, ನಿರ್ದಿಷ್ಟವಾಗಿ ಗುರುತಿಸಿರುತ್ತಾರೆ.

ಗಮನಿಸಿ: ಅನಂತ ಎಂದರೆ ಅಂಕವಿಲ್ಲದ್ದು ಎಂದರ್ಥ. ಆದರೆ ವೇದ ವಿಜ್ಞಾನ ಪ್ರಕಾರ ಸಕಲವೂ ಸಹ ಅಂಕೆಯಲ್ಲಿಯೇ ಇವೆ. ಸ ಅಂಕ ವರ್ತಯಿತಿ ಇತಿ ಸಾಂಖ್ಯ – 1 ರಿಂದ 9 ರ ಹಿಡಿತದಲ್ಲೇ ಎಲ್ಲವೂ ಇವೆ.

ಋಗ್ವೇದ ಹಾಗು ಯಜುರ್ವೇದವೆರಡೂ ಸಹ - ಜಗತಃ ತಸ್ಥುಷಶ್ಚ – ಎಂದಾಗಿ ಹೇಳಿದೆ. ಒಂದಕ್ಕೊಂದು ಸಂಯೋಗವಾದಾಗ ಮಾತ್ರ ಜಗತ್ತು ಕಾಣಿಸಿಕೊಳ್ಳುತ್ತದೆ. ಇಲ್ಲದಿದ್ದರೇ ಎಲ್ಲವೂ ಸಹ ಅದೃಶ್ಯ. ಒಂದಕ್ಕೊಂದು

ಕೂಡಿಕೊಂಡಾಗ ದೃಶ್ಯ; 1+1=3. ಈ ವಿಚಾರದಲ್ಲಿ ಋಷಿಗಳ ನಡುವೆಯಾಗಲೀ ಅಥವಾ ದಾರ್ಶನೀಕರ ನಡುವೆಯಾಗಲೀ ಯಾವುದೇ ಭೇದವಿಲ್ಲ.

ಗಮನಿಸಿ: ವೇದ ವಿಜ್ಞಾನ ಪ್ರಕಾರ, ಪ್ರತಿಯೊಂದಕ್ಕೂ ಸಹ ಪ್ರಮಾಣ (ಅಳತೆ / ಮಯತೆ / ಮಾಯೆ) ಎನ್ನುವುದು ಇದ್ದೇ ಇದೆ. ಈ ಪ್ರಮಾಣ ಏನು ಎಂದರೆ, ಅದೇ 3. ಎಲ್ಲದಕ್ಕೂ ಸಹ ಮೂರು-ಮೂರು ಪ್ರಮಾಣವಾಗುತ್ತಾ ಸಾಗುತ್ತದೆ. ಇದಕ್ಕೆ ಮುಕ್ತಾಯವಿಲ್ಲ, ಹಾಗೆಂದು ಇದು ಅನಂತವಲ್ಲ! ಇದು ಅನುಮಾನ (ಯಾವುದೇ ಮಾನವನ್ನು) ಪ್ರಮಾಣ ಎಂದು ಅನುಸರಿಸಿ ಹೇಳಿದ್ದಲ್ಲ. ಬದಲಿಗೆ ಇದು ಪ್ರತ್ಯಕ್ಷ ಪ್ರಮಾಣ.

ಅಂಕೆ ಎಂಬುದರ ಪ್ರಕಾರ ಗಮ್ಯವಲ್ಲದ್ದು ಇಲ್ಲವೇ-ಇಲ್ಲ! ಪಂಚ-ಭೂತಗಳು ಗೋಚರಿಸುತ್ತವೆ. ಜಡವೆಂಬ ಕಾರಣದಿಂದಾಗಿ ಪೃಥ್ವಿ ಗೋಚರಿಸುತ್ತದೆ. ಪೃಥ್ವಿ ಎನ್ನುವಂತಹ ಜಡದ ಗುಣವು 'ತನ್ಮಾತ್ರ' ಎಂದಾಗಿದೆ. ಜಡದ ಗುಣ ಹೊಂದಿರುವುದರಿಂದಾಗಿ ಪೃಥ್ವಿಯು ರೂಪ ತೆಗೆದುಕೊಳ್ಳುತ್ತದೆ. ಜಡ ಪೃಥ್ವಿಯು, ಪ್ರಕೃತಿಯು ಇದು 1, ಜಡ ಎನ್ನುವ ಗುಣವು 2, ಹಾಗು ರೂಪ ಎನ್ನುವುದು 3. ಹೀಗಾಗಿ ಪೃಥ್ವಿಯನ್ನು ವಸ್ತುವಾಗಿ ಬಳಸುತ್ತೇವೆ. ನೀರಿಗೆ ಶೈತ್ಯ ಗುಣ, ಶಾಖವು ಅಗ್ನಿಯ ಗುಣ, ಸ್ಪರ್ಶವು ವಾಯುವಿನ ಗುಣ, ಶಬ್ದವು ಆಕಾಶದ ಗುಣ. ಹೀಗೆ ಎಲ್ಲವೂ ಸಹ ಮೂರು-ಮೂರೇ.

ಗಮನಿಸಿ: ಈ ವಿಚಾರವನ್ನು ಯಾವುದೇ ಮಾನವ ಹೇಳಿದ್ದಲ್ಲ, ಯಾವುದೇ ಜೀವಿ ಹೇಳಿದ್ದಲ್ಲ, ಕಡೆಗೆ ಯಾವುದೇ ದೇವತೆ ಹೇಳಿದ್ದಲ್ಲ, ಬದಲಿಗೆ ವೇದ ಹೇಳುತ್ತಿದೆ. ಅಂದರೆ, ಪ್ರಕೃತಿಯೇ ಹೇಳುತ್ತಿದೆ. ಹೀಗಾಗಿ ವೇದವೇ ಇವುಗಳಿಗೆ ಪ್ರತ್ಯಕ್ಷ ಪ್ರಮಾಣ. ಹೀಗಾಗಿ, ವೇದವೇ 'ಆಪ್ತ-ವಾಕ್ಯ' ಎಂಬ ಪ್ರಮಾಣ.

ಮೂರು ಎನ್ನುವುದೇ ನಿರ್ದಿಷ್ಟ ನಿಖರವಾದ ಸತ್ಯ.

ಪ್ರತ್ಯಕ್ಷ, ಕಾಯ, ಮಧ್ಯಮ, ನಿಗೂಢ ಹಾಗು ಜ್ಞಾನ – ಇವುಗಳೇ ವೇದ ವಿಜ್ಞಾನ ಪ್ರಕಾರದಲ್ಲಿ ಐದು ಶರೀರಗಳಾಗಿವೆ. ಮಧ್ಯಮವು ಇದಕ್ಕೂ ಹಾಗು ಅದಕ್ಕೂ ಅಂದರೆ ಹಿಂದಿನ ಎರಡಕ್ಕೂ ಹಾಗು ಮುಂದಿನ ಎರಡಕ್ಕೂ ಸೇರಿಕೊಳ್ಳುತ್ತವೆ. ಹೀಗಾಗಿ, ಇಲ್ಲೂ ಸಹ ಮೂರೇ ಇರುವುದಾಗಿದೆ.

ವಿಜ್ಞಾನ ಪ್ರಕಾರ, ಯಾವುದೇ ಅಣುವಿನಲ್ಲಿ ಎಲೆಕ್ಟ್ರಾನ್, ಪ್ರೋಟಾನ್ ಹಾಗು ನ್ಯೂಟ್ರಾನು ಇರುತ್ತವೆ. ಇವುಗಳನ್ನೇ ವೇದ

ವಿಜ್ಞಾನವು ಆವರ್ತಕ (ಎಲೆಕ್ಟ್ರಾನ್), ಪ್ರವರ್ತಕ (ನ್ಯೂಟ್ರಾನ್) ಹಾಗು ಬೀಜ (ಪ್ರೋಟಾನ್) ಎಂದಾಗಿ ಹೇಳಿದೆ.

ಅಣು ವಿಭಜನೆಯಾದಾಗ ಅದರ ಸ್ಫೋಟಕ ಎನ್ನುವುದನ್ನು ಮಾತ್ರ ಗುರುತಿಸಿ, ವಿಜ್ಞಾನವು ಇಂದು ಅದರಿಂದ ಹೊಮ್ಮುವಂತಹ ಶಕ್ತಿಯನ್ನು ಉಪಯೋಗಿಸಿಕೊಳ್ಳುತ್ತಿದೆ. ವೇದ ಪ್ರಕಾರ ಹೀಗಿದೆ: ಅಣುವು ಸ್ಫೋಟಕವಾದಾಗ ಶಕ್ತಿ ವೃದ್ಧಿಯಾಗುತ್ತದೆ, ಅಣುವು ಘೋಟಕವಾದಾಗ ಆಹಾರ ಅಂದರೆ, ಅನ್ನದ ವೃದ್ಧಿ, ಹಾಗು ಅಣುವು ಘಾಟಕವಾದಾಗ ಜ್ಞಾನ ವೃದ್ಧಿಯಾಗುತ್ತದೆ.

ವೇದದ ಅಂಕೆಯು ಎರಡು ಪ್ರಕಾರದಲ್ಲಿ ಸೃಷ್ಟಿ ಮಾಡುತ್ತದೆ: ಒಂದು ಭೌತಿಕ ಸೃಷ್ಟಿ, ಮತ್ತೊಂದು ಜೀವ ಸೃಷ್ಟಿ. ಅಂಕೆಯ 24 ತತ್ವಕ್ಕೆ ಪುರುಷ ಸೇರಿದರೆ ಮಾತ್ರ ಜೀವದ ಸೃಷ್ಟಿ. ಪುರುಷ ಎಂಬುದಕ್ಕೆ ಕ್ರಿಯಾಶೀಲತ್ವ, ಕರ್ತೃತ್ವ ಹಾಗು ಗುಣ ಎಂಬುದಿದೆ. ಅದೇ ಇಚ್ಛಾಶಕ್ತಿ, ಜ್ಞಾನಶಕ್ತಿ ಹಾಗು ಕ್ರಿಯಾಶಕ್ತಿಯಾಗಿ ಕೆಲಸ ಮಾಡುತ್ತದೆ. ಮನುಷ್ಯ ಹಾಗು ಜೀವಿಗಳಿ ಇವುಗಳನ್ನು ಹೊಂದಿದೆ, ಆದರೆ ಜಡಗಳಿಗೆ ಇವುಗಳಿಲ್ಲ. ಆದರೆ ಇವೆರಡರಿಂದಲೇ ಒಟ್ಟು ಸೃಷ್ಟಿ.

ಗಮನಿಸಿ: ಸೃಷ್ಟಿ ಪ್ರಕ್ರಿಯೆಯ ಸಂಕಲ್ಪವು ಪುರುಷ (ಸಾಮರ್ಥ್ಯ; ಸತ್ಯದ ಪರಿಣಾಮ) ಎಂಬುದರದ್ದೇ ಆಗಿರುತ್ತದೆ.

ಪುರುಷನಲ್ಲಿ ಪುನಃ ಮೂರನ್ನು ನೋಡಬಹುದು. ಪುರುಷಕ್ಕೆ ಜ್ಞಾನವಿದೆ. ಆ ಜ್ಞಾನವು ಕ್ರಿಯಾಶೀಲವಾಗಬೇಕಾದರೆ ಪ್ರಾಣಿಗಳು ಜನ್ಮಿಸಬೇಕಿದೆ. ಪುರುಷಕ್ಕಾಗಿ ಕ್ರಿಯಾಶೀಲತೆಗೆ ಪ್ರವರ್ತನೆ ಆಗಬೇಕು ಎಂದರೆ ಅದಕ್ಕಾಗಿಯೇ ಜೀವದ ಸೃಷ್ಟಿಯಾಗಬೇಕು. ಜ್ಞಾನ ಹಾಗು ಕ್ರಿಯಾ – ಇವೆರಡಕ್ಕೂ ಪುರುಷನ ಅಸ್ತಿತ್ವವನ್ನು ತೋರಿಸಿಕೊಳ್ಳಬೇಕು ಎಂದರೆ ಇಚ್ಛಾಶಕ್ತಿ ಜನಿಸಬೇಕು. ಈ ಇಚ್ಛಾಶಕ್ತಿ ಜನಿಸುವುದರಿಂದಲೇ ಜೀವಿಗಳ ಜಗತ್ತು (ಗತಿಗಾಗಿ ಜನ್ಮಿಸುವುದು) ಸೃಷ್ಟಿಯಾಗುತ್ತದೆ. ಈ ಸೃಷ್ಟಿಯಲ್ಲ ಜಡ ಹಾಗು ಪ್ರಾಣಿ ಎಂಬ ವರ್ಗಗಳೂ ಸಹ ಬೇಕು. ಇದೇ ಪುರುಷನಿಂದ ಆಗುವಂತಹ ಪ್ರಕಟತೆ ಎನ್ನಬಹುದು.

ಗಮನಿಸಿ: ಮೂಲ ಪ್ರಕೃತಿಯಲ್ಲಿ ಎಲ್ಲವೂ ಸಹ ಅವ್ಯಕ್ತ, ಪುರುಷ ಸಂಯೋಗದಿಂದ ಮಾತ್ರ ಪ್ರಕ್ರಿಯೆಗಳ ವ್ಯಕ್ತತೆ.

ಜಗತ ತಸ್ಥುಷಶ್ಚ – ಇದನ್ನು ವೇದ ಘೋಷಿಸುತ್ತದೆ. ಈ ಜಗತ್ತಿನಲ್ಲಿ ಮುಖ್ಯವಾದದ್ದು ಎರಡು – ಸೂರ್ಯ ಹಾಗು ಆತ್ಮ.

ಸೂರ್ಯ ಎನ್ನುವುದು ಸಾರ್ವತ್ರಿಕ ಜ್ಞಾನವಾದರೆ, ಆತ್ಮ ವೈಯುಕ್ತಿಕ ಜ್ಞಾನ. ಜಗತ್ತಿನ ಜೀವಿಗಳಿಗೆ ಇವುಗಳು ಅನಿವಾರ್ಯ.

ಜಗತ್ತು ಬ್ರಹ್ಮವಲ್ಲ ಅಂದರೆ ತುರೀಯವಲ್ಲ, ಬದಲಿಗೆ ಇದೇ ಅಡಿಪಾಯ. ಅದರ ಮೇಲೆ ಮೂರ್ತಿಯೇ ಆತ್ಮ. ಸೂರ್ಯ ಆತ್ಮಾ ಜಗತಃ ತಸ್ಥುಷಶ್ಚ – ಹೀಗೆ ವೇದ ಹೇಳುವುದನ್ನು ತೆಗೆದುಕೊಂಡಾಗ ಮಾತ್ರ ಅಷ್ಟ ಬಂಧ, ಸೂರ್ಯ ಹಾಗು ಆತ್ಮನ ಸಂಯೋಗ.

ಗಮನಿಸಿ: ವೇದ ಹೇಳುವ ಪ್ರಕಾರ, ಇಲ್ಲಿ ಪಾಣಿಪೀಠ ಜಗತ್ ಹಾಗು ಪುರುಷ ಎಂದಾದರೆ, ಆತ್ಮ ಹಾಗು ಸೂರ್ಯನು ಮೂರ್ತಿ, ಅಷ್ಟ-ಬಂಧವೇ ಜ್ಞಾನ. ಹೀಗಾಗಿ, ಪ್ರಕೃತಿ ಹಾಗು ಪುರುಷ ಎಂಬುದರಲ್ಲಿ ಪ್ರಧಾನ ಯಾವುದು ಎಂಬ ಪ್ರಶ್ನೆ ಇಲ್ಲ. ಪುರುಷ-ಸೂಕ್ತ ಎನ್ನುವುದು ಸರಿಯಾಗಿ ಅರ್ಥವಾದರೆ ಸಾಧಕನಿಗೆ ಇವೆಲ್ಲವೂ ಸಹ ಸರಿಯಾಗಿ ಅರ್ಥವಾಗುತ್ತದೆ.

ಸೂಚನೆ: 'ಯದ್ಭೂತಮ್ ಯಚ್ಚ ಭವ್ಯಂ' ಎಂಬ ಪುರುಷ-ಸೂಕ್ತದ ಸಾಲನ್ನು 'ಯದ್ಭೂತಮ್ ಯಚ್ಚ ಭಾವ್ಯಂ' ಎಂದಾಗಿ ಸರಿಮಾಡಕೊಳ್ಳಬೇಕು. ಭಗವದ್ಗೀತೆಯಲ್ಲಿ ಭಗವಂತನಾದ (ದಾರಿ ತೋರುವವನಾದ) ಶ್ರೀಕೃಷ್ಣನು 'ನಾನೇ ಸಾಂಖ್ಯಶಾಸ್ತ್ರನು' ಎಂದಾಗಿ ಅರ್ಜುನನಿಗೆ ಹೇಳುವುದನ್ನು ಗಮನಿಸಬೇಕಿದೆ. (ಅಂದರೆ ಕೃಷ್ಣನು ಸಾಂಖ್ಯಶಾಸ್ತ್ರವನ್ನು ಒಪ್ಪಿರುತ್ತೇನೆ ಎಂದಾಗಿ ಹೇಳಿರುತ್ತಾನೆ. ಅಂದರೆ ವ್ಯಾಸರ ಪ್ರಕಾರ, ಸಾಂಖ್ಯ ಶಾಸ್ತ್ರವೇ ನಿಖರವಾದದ್ದು.) ಆದರೂ ಸಹ ಗೀತೆಯಲ್ಲಿ ಶ್ರೀಕೃಷ್ಣನು ಅಂಕೆಯ ಉತ್ತರಗಳನ್ನು ನೀಡುವ ಬದಲು ಅಧ್ಯಾತ್ಮ ರೀತಿಯಲ್ಲಿಯೇ ಬಹುತೇಕ ಉತ್ತರಗಳನ್ನು ಅರ್ಜುನನಿಗೆ ಕೊಟ್ಟಿರುತ್ತಾನೆ.

ಈ ಜಗತ್ತಿನಲ್ಲಿ ಯಾವುದೇ ಒಂದೂ ಕೂಡ ವಿಚಾರ (ನಡೆ), ವಿಷಯ (ಸ್ಥಿರ) ಹಾಗು ವಸ್ತು (ರೂಪ) ಎಂದಾಗಿ ಮೂರು ಭಾಗವಾಗುತ್ತದೆ. ಪ್ರಕೃತಿ (ನಡೆ) ಹಾಗು ಪುರುಷನಿಂದ (ಸಾಮರ್ಥ್ಯ) ಮೂರನೆಯದಾಗುವುದು ಈ ಜಗತ್ತು (ಗತಿಗಾಗಿ ಉದ್ಭವಿಸುವಂತಹ ಆಯಾಮ). ಇಷ್ಟನ್ನೇ ತೆಗೆದುಕೊಂಡು ನೋಡಿದಾಗ ಎಲ್ಲವೂ ಅರ್ಥವಾಗುತ್ತದೆ.

ಇದರಲ್ಲಿ ಕಾರ್ಯ ಹಾಗು ಕಾರಣಗಳು ಇರುವುದರಿಂದಲೇ 'ನಿಖರತೆ' ಉದ್ಭವಿಸುತ್ತದೆ. ಕಾರಣವೇ ನಿಖರತೆಗೆ ದಾರಿಮಾಡಿಕೊಡುತ್ತದೆ. ಆದರಿಂದಲೇ ಇದು ಹೀಗೆಯೇ ಆಗುತ್ತದೆ ಎನ್ನುವುದು ನಮಗೆ ತಿಳಿಯುತ್ತದೆ.

ಗಮನಿಸಿ: ಒಂದಕ್ಕೆ ಒಂದು ಕೂಡಿಸಿದಾಗ ಅದೇ 'ಚೇತನ' ಎಂದಾಗಿ ಮೂರಾಗುತ್ತದೆ. ಅಂದರೆ ಜಗತ್ತಾಗುತ್ತದೆ. ಸೂರ್ಯನೇ ದೈವಿಕ, ಆತ್ಮವೇ ಆತ್ಮಿಕ, ಜಗತ್ತೇ ಭೌತಿಕ. ಹೀಗಾಗಿ ತಾಪದ ತ್ರಯಗಳು. ಅಂದರೆ ಈ ಮೂರರಿಂದಲೇ ಬದಲಾಣೆಯನ್ನು ಅಳವಡಿಸಿಕೊಳ್ಳುವಂತಹ ಸಾಹಸಗಳು.

ಈ ಜಗತ್ತು ಎನ್ನವುದು ಪ್ರಕೃತಿ ಹಾಗು ಪುರುಷ ಸಂಯೋಗದಿಂದ ಜನಿಸುವಂತಹ ಚೇತನವಾಗಿದೆ ಎಂದಾಗಿ ತಿಳಿದುಕೊಂಡಿದ್ದಾಯಿತು. ಅಂದರೆ ಇಲ್ಲಿ ಚೇತನ ಎನ್ನುವುದು ಕಾರಣ ಇದ್ದುದರಿಂದಾಗಿ ಉಂಟಾದಂತಹ ಪರಿಣಾಮ. ಇದು ಚೇತನವಾದ್ದರಿಂದ ನಿರಂತರವಾದಂತಹ ಪರಿಣಾಮ. ಅಂದರೆ ಬದಲಾವಣೆ. ಹೀಗಾಗಿ, ವೇದ ಋಷಿಗಳು ಹೇಳುವ ಪ್ರಕಾರ, ಯಾವುದೇ ವಿಷಯವನ್ನು ನಿಮ್ಮ-ನಿಮ್ಮ ಕಾಲಘಟ್ಟದ ಪರಿಸ್ಥಿತಿಗಳಿಗೆ ಆಚರಿಸಿ, ಹೋಲಿಸಿ, ಬದಲಾವಣೆಗಳ ಅವಶ್ಯಕತೆ ಇದ್ದರೆ ಬದಲಾಯಿಸಿ, ನಂತರ ಅದನ್ನು ಅಳವಡಿಸಿಕೊಳ್ಳಬೇಕಿದೆ. ಇದನ್ನೇ ಅಂದಿನ ಪೀಳಿಗೆಗೆ ಉಪದೇಶಿಸಬೇಕಿದೆ.

ಗಮನಿಸಿ: ಸಮಯದ ಹರಿವಿನಲ್ಲಿ ಅಳತೆಗಳು ನಿರಂತರ ಬದಲಾಣೆಗಳನ್ನು ಕಾಣುವುದರಿಂದಾಗಿ ಯಾವುದೇ ವಿಷಯವು, ಅಂದರೆ ಸ್ಥಿರತೆಯು ಸವಕಳಿಯಾಗಿ ಹೊಸರೂಪಗಳನ್ನು ತೆಗೆದುಕೊಳ್ಳುವುದಾಗಿದೆ. ಹೊಸರೂಪವು ಹೊಸ ಆಚಾರ (ನಡವಳಿಕೆ) ಎಂಬುದನ್ನು ನಿರೂಪಿಸುವುದಾಗಿದೆ.

ಸೂಚನೆ: ಬದಲಾವಣೆಯನ್ನು ಅನುಮೋದಿಸುವಂತಹ ದರ್ಶನಗಳು ಈ ಸಮಯದ ಹರಿವಿನಲ್ಲಿ ಉಳಿಯುವುದೇ ವಿನಃ, ಅನುಮೋದಿಸದಂತಹ ದರ್ಶನಗಳು ಕೆಲವು ಸಮಯದ ನಂತರ ಸಂಪೂರ್ಣವಾಗಿ ನಾಶವಾಗುತ್ತವೆ. ಇದಕ್ಕೆ ಉಳಿದ ದರ್ಶನಗಳೇ ಉದಾಹರಣೆಗಳಾಗಿವೆ.

ಹೀಗಾಗಿ, ನಾವುಗಳು ಇಂದು ಗಲಭೆ ಮಾಡುವ ಬದಲು ಸಮನ್ವಯತೆಯನ್ನು ಸಾಧಿಸಿಕೊಳ್ಳಬೇಕಿದೆ. ಉದಾ: ಅದ್ವೈತ ಎಂದು ಹೇಳುವ ಮೊದಲೇ ದ್ವೈತವು ಇತ್ತು. ಆ ದ್ವೈತದವರು ಏನನ್ನು ಹೇಳಿದರೋ ಅದನ್ನೇ ಇನ್ನೊಬ್ಬರು ಅದ್ವೈತ ಎಂದು ಹೇಳಿದರು?! ಆಮೇಲೆ ಅದೇ ವಿಶಿಷ್ಟಾದ್ವೈತ ಎಂದಾಯಿತು. ಇವುಗಳನ್ನು ಆಳವಾಗಿ ಅಧ್ಯಯನ ಮಾಡಿದಾಗ ಯಾರೂ ಏನನ್ನೂ ಸಹ ಬದಲಾಯಿಸಲಿಲ್ಲ. ದ್ವೈತವು ಹೌದು, ಆದರೆ 'ಅದು ಹೀಗೆ ಹೌದು' ಎಂದಾಗಿ ಅದ್ವೈತಿಗಳು ಹೇಳಿದರು. ಇದನ್ನೇ ಇದು

'ಹೀಗೆ ಹೌದು' ಎಂದಾಗಿ ವಿಶಿಷ್ಟಾದ್ವೈತದವರೂ ಸಹ ನಂತರ ಹೇಳಿದರು. ದ್ವೈತವು ಹೇಗಾಗುತ್ತದೆ ಎಂದಾಗಿ ಹೇಳಿದವರೇ ಅದ್ವೈತಿಗಳು ಎಂಬುದನ್ನು ಇಲ್ಲಿ ಗಮನಿಸಬೇಕು.

ಸೂಚನೆ: ಪರಿಣಾಮ ಅಂದರೆ, ಬದಲಾವಣೆ ಇರುವುದರಿಂದಲೇ ಇಂದಿಗೂ ಸಹ ಜಗತ್ತಿನಲ್ಲಿ ಸಂಶೋಧನೆ ಇದೆ. ಹೀಗಾಗೇ ಭಾರತೀಯರ (ಭಾವದಿಂದ ಚಲಿಸುವವರು) ಸಂಸ್ಕೃತಿಯಲ್ಲಿ ಸಂಶೋಧನೆ ಎನ್ನುವುದು ಮೊದಲಿಂದಲೇ ಇದೆ.

ಸಾಂಖ್ಯಶಾಸ್ತ್ರದ ಸಂಪೂರ್ಣ ಮೂಲ ಚಿಂತನೆಯು ವೇದಗಳಲ್ಲಿ ಇರುವುದೇ ವಿನಃ, ಕಪಿಲರ ಸಂಶೋಧನೆಯಲ್ಲಿ ಇಲ್ಲ ಎನ್ನುವುದು ಅಧ್ಯಯನದಿಂದ ತಿಳಿದುಬರುತ್ತದೆ. ಕೆಲವು ವಿದ್ವಾಂಸರ ಪ್ರಕಾರ, ಕಪಿಲರು 1/20 ಭಾಗದಷ್ಟು ಮಾತ್ರ ಚಿಂತನೆಯನ್ನು ನಡೆಸಿರುತ್ತಾರೆ. ಸಾಂಖ್ಯವು ಇಂದು ಮಂತ್ರಗಳಲ್ಲಿ ಹರಡಿಹೋಗಿದೆ. ಉದಾ: ನವೋ-ನವೋ ಭವತಿ ಜಾಯಮಾನೋ ಅಹ್ನಾಂ ಕೇತುರುಷಸಾಮೇತ್ಯಗ್ರಮ್ | ಭಾಗಂ ದೇವೇಭ್ಯೋ ವಿ ದಧಾತ್ಯಾಯಾನ್ ಪ್ರ ಚಂದ್ರಮಾಸ್ತಿರತೇ ದೀರ್ಘಮಾಯುಃ || ಇದು ಆಶೀರ್ವಾದ ಮಂತ್ರ. 9 (ನವೋ) ಹಾಗು 9 (ನವೋ) ರ ಅನುಪಾತದಲ್ಲಿಯೇ ಗೃಹಸ್ಥಾಶ್ರಮವು ಹೇಗೆ ಅಡಕವಾಗಿದೆ ಎಂದಾಗಿ ಈ ಮಂತ್ರವು ಹೇಳುತ್ತದೆ. ಅಂದರೆ 9-9 ರ ಒಂದು ಆಯಾಮ ಇದು. ಇನ್ನೊಂದು ಉದಾ: ಅಥರ್ವ ವೇದದ ಆರಂಭದಲ್ಲಿ ಕಂಡುಬರುವಂತಹ – ಯೇ ತ್ರಿಶಪ್ತಾಃ. ಅಥರ್ವ ವೇದವು ಜೀವನದ ವ್ಯವಸ್ಥೆಯನ್ನು ಹೇಳುತ್ತೇನೆ, ಮಾರ್ಗದರ್ಶಿ ನಾನು ಎಂದಾಗಿ ಹೇಳುತ್ತಿದೆ.

ಗಮನಿಸಿ: ಅಂಕೆಯಿಂದ ನಡೆಯುವುದೇ ಈ ಪ್ರಪಂಚ ಹಾಗು ಪ್ರಪಂಚದ ಜೀವನ.

ಸಾಂಖ್ಯದ ಪ್ರಕಾರ ಪುರುಷ ಹಾಗು ಪ್ರಕೃತಿಯ ಸಮನ್ವಯ ಹೀಗಿರುತ್ತದೆ: 1 ಎನ್ನುವುದೇ ಪ್ರಕೃತಿ. 9 ರ ನಂತರದ್ದು ಪುರುಷ. ಇವೆರಡೂ ಸೇರಿದರೆ ಪ್ರಕೃತಿಯ ಮುಂದಿನ ಬೆಳವಣಿಗೆ. 1 ಇದರದ್ದಕ್ಕೆ 9 ರ ನಂತರದ ಶೂನ್ಯವು ಸೇರಿದರೆ ಎರಡು. ಆ 1+1, ಇವೆರಡೂ ಸೇರಿದರೆ 3 ಅಂದರೆ, ಪ್ರಕೃತಿ. ಹೀಗೆ ಹೆಚ್ಚುತ್ತಾ ಹೋಗುತ್ತದೆ.

1 (ಪ್ರಕೃತಿ) ಕ್ಕೆ 0 (ಶೂನ್ಯ) ಸೇರಿದರೆ ಜೀವ ಬರುತ್ತದೆ. 9 ಆಯಾಮಗಳ ನಂತರ ಪರಿಣಾಮವು ಶೂನ್ಯವಾಗುವುದೇ ಇದಕ್ಕೆ ಕಾರಣವಾಗಿದೆ. ಅಂದರೆ, ಪರಿಣಾಮವು ಪೂರ್ಣವಾಗುತ್ತದೆ. 1 ಕ್ಕೆ

ಪೂರ್ಣತ್ವ ಕೊಡುವುದೇ ಶೂನ್ಯ. 1 ಇತ್ತು, ಅದು ಪುರುಷ ಎಂಬುದನ್ನು ಹುಡುಕಲು ಹೊರಡದೆ 'ತಾನು ಏನಾಗಿ ಪ್ರವರ್ತಿಸಬಹುದು' ಎಂದಾಗಿ ಪ್ರಯತ್ನಮಾಡುತ್ತಾ ಹೋಯಿತು. ಮೊದಲನೇ ಆಯಾಮ, ಎರಡನೇ ಆಯಾಮ, ಹೀಗೆ ಹೋಗುವಾಗವಾಗ ಅದಕ್ಕೆ ಒಂಭತ್ತನೇ ಆಯಾಮದ ನಂತರದಲ್ಲಿ ಶೂನ್ಯ ಗೋಚರಿಸಲ್ಪಟ್ಟಿತು. ಹೀಗೆ ಸೃಷ್ಟಿಯಾಯಿತು. ಹೀಗೆ ಒಂದಕ್ಕೆ ಒಂದು ಸೇರಿದಾಗ ಮೂರು ಸೃಷ್ಟಿಯಾಯಿತು. 9 ಆಯಾಮಗಳ ನಂತರ ಯಾವ ಶೂನ್ಯವು ದೊರೆಯುವುದೋ ಅದೇ ಪ್ರಕೃತಿ ಎಂದಾಗಿದೆ.

ಗಮನಿಸಿ: ಈಗ ಗಣಕ ಯಂತ್ರಗಳಲ್ಲಿ ಉಪಯೋಗಿಸುತ್ತಿರುವುದು ಬೈನರಿ ಗಣಿತ.

ವಿಶ್ವತಃ ಚಕ್ಷುರುತ ವಿಶ್ವತೋ ಮುಖೋ ವಿಶ್ವತೋ ಬಾಹುರುತ ವಿಶ್ವತಸ್ಪಾತ್ | ಸಂ ಬಾಹುಭ್ಯಾಂ ಧಮತಿ ಸಂಪತತ್ರೈರ್ ದ್ಯಾರ್ವಾಭೂಮೀ ಜನಯನ್ ದೇವ ಏಕಃ || - ಒಂದು ವೃತ್ತ ವಿಶ್ವವನ್ನು ಅನುಸರಣೆ ಮಾಡುತ್ತಾ-ಮಾಡುತ್ತಾ ಕೊನೆಯಲ್ಲಿ ಅ ಒಂದು ಕಂಡದ್ದು ಶೂನ್ಯವನ್ನು. ಪ್ರಕೃತಿಯಲ್ಲಿ ಯಾವಾಗ ಚಲನೆಯು ಜನಿಸುತ್ತದೆಯೋ ಆಗ ಅದು ತನ್ನ ಆಳಕ್ಕೆ ಚಲನೆಯನ್ನು ತೆಗೆದುಕೊಂಡು ಹೋಗುತ್ತದೆ. ಹಾಗಾದಾಗ ಮಾತ್ರ ಎರಡು, ಅಂದರೆ ದ್ವೈತ ಎಂದಾಗುತ್ತದೆ. ಆಗ ಮಾತ್ರ ಅಲ್ಲಿ ಜೀವಾತ್ಮ ಹಾಗು ಪರಮಾತ್ಮ ಎಂಬೆರೆಡು ತತ್ವಗಳು ಪ್ರವೇಶಗೊಳ್ಳುತ್ತವೆ, ಅಂದರೆ ಎರಡು ತತ್ವಗಳು ಚಾಲನೆಯಾಗುತ್ತವೆ. ಜೀವಾತ್ಮ ಹಾಗು ಪರಮಾತ್ಮ ತತ್ವಗಳು ಚಲನೆ ಕಾಣಬೇಕಾದರೆ ಅದಕ್ಕೊಂದು ಗೂಡು ಬೇಕು, ಆ ಗೂಡೇ ಪ್ರಕೃತಿ. ಗೂಡು ಒಂದೇ ಆಗಿದ್ದು ಅದರೊಳಗೆ ಜೀವಾತ್ಮ ಹಾಗು ಪರಮಾತ್ಮ ತತ್ವವು ವ್ಯವಹಾರ ಆರಂಭಿಸುತ್ತವೆ. ಆದರೆ ಆಗಲೂ ಸಹ ಅಲ್ಲಿ ಇರುವುದು ಕೇವಲ ಪ್ರಕೃತಿ ಮಾತ್ರ. ಜೀವಾತ್ಮ ಹಾಗು ಪರಮಾತ್ಮ ಎಂಬ ಎರಡು ತತ್ವಗಳು ದ್ವೈತ ದೃಶ್ಯವಾಗಿ ಕಾಣಿಸಿಕೊಂಡರೂ ಸಹ ಅಸ್ತಿತ್ವ ಮಾತ್ರ ಒಂದೇ ಇರುತ್ತದೆ. ಹೀಗಾದಾಗ ಮಾತ್ರವೇ ಪ್ರಪಂಚದ ಸೃಷ್ಟಿ, ಇಲ್ಲದಿದ್ದರೆ ಇಲ್ಲ.

ಗಮನಿಸಿ: ಪುರುಷ-ಸೂಕ್ತದಲ್ಲಿ ಇರುವುದು 16 ಮಂತ್ರಗಳು. ಅವುಗಳೇ ವೇದದ 16 ಲೆಕ್ಕಗಳು. ಒಂದೊಂದು ಮಂತ್ರದಲ್ಲಿಯೂ ಎಂಟೆಂಟು ಪಾದಗಳು ಹೀಗಾಗಿ 16+8=24 ಸಾಂಖ್ಯದ ಲೆಕ್ಕಾಚಾರ. ನಂತರ ಅಗೋಚರ ಎಂಬುದರ ವಾದ.

ಯಜ್ಞೇನ ಯಜ್ಞಮಯಜಂತ ದೇವಾಸ್ತಾನಿಧರ್ಮಾಣಿ ಪ್ರಥಮಾ ನ್ಯಾಸನ್ | ತೇ ಹ ನಾಕಂ ಮಹಿಮಾನಃ ಸಚಂತ ಯತ್ರ ಪೂರ್ವೇ ಸಾಧ್ಯಾಃ ಸಂತಿ ದೇವಾಃ || - ನಾನು ಮಾಡುತ್ತೇನೆ, ನೀನು ಏನು ಮಾಡುತ್ತೀಯಾ, ಏನದು? ಗೊತ್ತಿಲ್ಲ. ನಾನು ಏನೋ ಮಾಡುತ್ತೇನೆ ಅದಕ್ಕೆ ಪ್ರತ್ಯುಪಕಾರವಾಗಿ ನೀನು ಏನೋ ಮಾಡುತ್ತೀಯಾ, ಅದರಿಂದ ಪ್ರಪಂಚ ಬೆಳೆಯುತ್ತದೆ, ಆದರೆ ಏನದು ಎಂದು ಗೊತ್ತಿಲ್ಲ - ದೇವರಿಗೆ ಪ್ರೀತಿಯಾಗಲಿ ಎಂದಾಗಿ ನಾವುಗಳು ಯಜ್ಞ (ತಿಳಿದು ಮಾಡುವ ಕ್ರಿಯೆ ಎಂಬುದೇ ಇಲ್ಲಿ ಯಜ್ಞ ಎಂಬ ಪದದ ಅರ್ಥವಾಗಿದೆ) ಮಾಡುತ್ತೇವೆ. ದೇವರು ಮಾಡುವ ಯಜ್ಞವು ಯಾರಿಗೆ ಮಾಡುವುದಾಗಿದೆ? ನಮಗೆ ಪ್ರೀತಿಯಾಗಲಿ ಎಂದು. ಹಾಗಿದ್ದಾಗ ಇದು ಪರಸ್ಪರ ಯಜ್ಞ ಎಂದಾಗಿ ಎಲ್ಲವೂ ಸಮವಾಗುತ್ತದೆ, ಹೀಗಾಗಿ ಇಲ್ಲೇನೂ ಸಹ ಉಳಿಯುವುದಿಲ್ಲ. ತನಗೆ ಇದು ಬೇಡ ಎಂದಾಗಿ ಹೇಳಿ ಭೂಮಿಗೆ ಆ ದೇವರು ಕೊಟ್ಟಿದ್ದನ್ನು ಪುನಃ ನಾವುಗಳು ಅದನ್ನೇ ಹಿಂದಿರುಗಿ ಅವನಿಗೆ ಕೊಡುವುದು, ಇದು ಯಜ್ಞ ಎಂದಾಗುತ್ತದೆಯೇ? ಯೋಚಿಸಿ. ಆ ದೇವನಿಗೆ ಅವಶ್ಯವಾಗಿರುವುದನ್ನು ಕೊಟ್ಟರೆ ಅದು ಯಜ್ಞವಾಗುತ್ತದೆ, ಇಲ್ಲದಿದ್ದರೆ ಇಲ್ಲ. ಅವನಿಗೆ ಬೇಡವಾದದ್ದನ್ನು ಅವನಿಗೇ ಕೊಟ್ಟರೆ ಏನು ಮಾಡಿದಂತಾಯಿತು? ದೇವತೆಗಳೂ ಸಹ ಏನು ಮಾಡಿದಂತಾಯಿತು? ಹೀಗಾಗಿ ಈ ಪ್ರಪಂಚವು ಬೆಳೆದಿರುವುದು, ಬೆಳೆಯುತ್ತಿರುವುದು.

ಎರಡು ವಿಭಿನ್ನವಾದ ತತ್ವಗಳಲ್ಲಿ, ಅಂದರೆ ಜೀವಾತ್ಮ ಹಾಗು ಪರಮಾತ್ಮಗಳಲ್ಲಿ ಒಂದು ಕುರುಡಾದರೆ ಮತ್ತೊಂದು ಕುಂಟ. ಕುರುಡನ ಮೇಲೆ ಕುಂಟ ಕುಳಿತುಕೊಂಡು ದಾರಿಯನ್ನು ಹೇಳುತ್ತಾ ಇಬ್ಬರೂ ಸಹ ಗುರಿಯನ್ನು ತಲುಪುತ್ತಾರೆ. ಈ ಜಗತ್ತು ನಡೆಯುತ್ತಿರುವುದು ಹೀಗೆಯೇ. ಎರಡು ನ್ಯೂನತೆಗಳು ಒಂದಕ್ಕೊಂದು ಒಪ್ಪಂದ ಮಾಡಿಕೊಂಡಾಗ ಈ ಚಲನೆ (ಗತಿ) ಎನ್ನುವುದು ಸಾಧ್ಯವಾಗುತ್ತದೆ.

ವೇದ ಸೂತ್ರ: ಇದರಲ್ಲಿ ಯಾವುದೇ ಸಂಕಲ್ಪ ಎನ್ನುವುದಿಲ್ಲ. ಇದನ್ನು ಹೀಗೆ ಮಾಡಬೇಕು ಎಂಬ ಸಂಕಲ್ಪದಿಂದ ಆಗಿದ್ದಲ್ಲ. ಆ 1 ಎನ್ನುವುದು ಇಲ್ಲ ಎನ್ನುವುದನ್ನು ಸ್ವೀಕರಿಸಿತು. 1 ಅಧ್ಯಯನ ಮಾಡಿತು. ತನ್ನ ಅಸ್ತಿತ್ವವನ್ನು ಎಲ್ಲಿಂದ ಹೇಗೆ ಅಳೆಯಲಿ ಎಂದು 1 ಪ್ರಯತ್ನಪಟ್ಟಾಗ ಅದಕ್ಕೆ ಇಲ್ಲ ಎನ್ನುವುದು ಗೋಚರಿಸಿತು. ಇಲ್ಲ ಎನ್ನುವುದನ್ನು 1 ತನ್ನಲ್ಲಿ ಸ್ವೀಕರಿಸಿದಾಗ ಈ

ಸೃಷ್ಟಿ ಪ್ರಕಟವಾಯಿತು. 1 (ಪ್ರಕೃತಿ) + 0 (ಪುರುಷ) = 3 (ಸೃಷ್ಟಿ); ಇದೆ + ಇಲ್ಲ = ಸೃಷ್ಟಿ; ಒಂದರಲ್ಲೇ ಅಡಕವಾದದ್ದು = ದ್ವೈತ, ಒಂದರಲ್ಲೇ ಐಕ್ಯವಾದದ್ದು = ಅದ್ವೈತ.

ಗಮನಿಸಿ: ಇದೆ ಎನ್ನುವುದು ಪ್ರಕೃತಿಯಾದರೆ, ಇಲ್ಲ ಎನ್ನುವುದೇ ಪುರುಷ (ಸಾಮರ್ಥ್ಯ).

ಹೀಗಾಗಿ, ವೇದ ವಿಜ್ಞಾನ ಪ್ರಕಾರ, ಸೃಷ್ಟಿಯ ಹಿಂದೆ ಯಾವುದೇ ಸಂಕಲ್ಪ ಇಲ್ಲ, ಹೀಗಾಗಿ ಕರ್ತೃವಿಲ್ಲ. ಕೇವಲ ಕಾರಣ ಎಂಬುದರದ್ದೇ ವ್ಯವಹಾರ ಮಾತ್ರ. ಸೃಷ್ಟಿಕರ್ತ ಎನ್ನುವುದು ಕೇವಲ ತಾರ್ಕಿಕ ಊಹೇ, ಅಷ್ಟೇ. ಕರ್ಮಾನುಸಾರವಾದ ಕಾರ್ಯ ನಂತರದಲ್ಲಿ ಕಂಡುಬಂದಿರುವಂತಹದ್ದು.

ಮುಖ್ಯವಾದದ್ದು: ಮೊದಲ ಮೂರು ಭೌತಿಕ, ಆತ್ಮಿಕ ಹಾಗು ದೈವಿಕ ತಾಪದ ತ್ರಯಗಳು (ಸೂಚನೆ: ತತ್ ಆಪಃ ಎಂಬುದೇ ವಿನಃ ತತ್ ಸಂತಾಪ ಎಂಬುದಲ್ಲ = ತಾಪಃ; ಒಬ್ಬನಲ್ಲಿ ಸ್ರವಿಸಲಿಕ್ಕೆ ಸಾಧ್ಯವೋ ಅವೆಲ್ಲವೂ ಸಹ ತಾಪಗಳೇ. ಅಂದರೆ ವಿಚಾರವನ್ನು ಗೋಚವಾಗುವಂತೆ ಮಾಡುವುದೇ ಆಗಿದೆ). ಇದರಿಂದ ಹೊರಬರುವ ಯತ್ನದಲ್ಲಿ ಜಿಜ್ಞಾಸೆ ಮಾಡಿದಾಗ ದೊರೆಯುವಂತಹ ಜ್ಞಾನವೇ ನಾಲ್ಕನೆಯದು. ಪಂಚಭೂತಗಳು, ತನ್ಮಾತ್ರಗಳು ಇತ್ಯಾದಿಗಳ ಐದನೆಯದು. ಏಳು ಧಾತುಗಳೇ ಏಳನೆಯದು. ಲಿಂಗ, ರೂಪ, ಪ್ರಕೃತಿ, ದಿಕ್ಕು ಇತ್ಯಾದಿಗಳೇ ಎಂಟನೆಯದು. ಭವ್ಯಗಳು (ಅಮೂಲ್ಯ), ಭೂತವ್ಯಗಳು (ಅಲೌಕಿಕೆ), ಭವಿತವ್ಯ (ಭವಿಷ್ಯ) - ವುಗಳೇ ಒಂಭತ್ತನೆಯದು. ಇದೆಲ್ಲ ನಂತರದಲ್ಲಿ ತಿಳಿದುಬರುವುದೇ ಇವುಗಳಲ್ಲಿ ಏನೂ ಇಲ್ಲ ಎಂದು, ಆಗ ಶೂನ್ಯ, ಅಂದರೆ ಪೂರ್ಣ ಎಂದು.

ಸ್ರವಿಸದೆಯೇ ತಾಪ ಎಂಬುದಿಲ್ಲ. ಜಪ, ತಪ, ಅನುಷ್ಠಾನ, ಇತ್ಯಾದಿಗಳೆಲ್ಲವೂ ಸಹ ಆತ್ಮಕ ತಾಪಕ್ಕೆ ಬರುತ್ತದೆ. ಏಕೆಂದರೆ ಇದು ಚಿಂತನಾಶೀಲತೆಯನ್ನು ವೃದ್ಧಿಸುತ್ತಾ ಸಾಗುತ್ತದೆ; ತನ್ನ ಕುಟುಂಬ, ತನ್ನವರು, ತಾನು ಎಂದಾಗಿ ಹಚ್ಚಿಕೊಂಡಿರುವ ವ್ಯವಸ್ಥೆಗೆಳೆಲ್ಲವೂ ಸಹ ದೈವಿಕ ಪ್ರಾಪ್ತ ಭಾಗವಾಗಿದೆ. ಋಣ-ತ್ರಯದಿಂದ ಉಂಟಾಗುವ ತಾಪದ ಭಾಗ. ಹೀಗಾಗಿ, ಇದು ದೈವಿಕ ತಾಪ; ನಾವು ಮಾಡುವಂತಹ ಶ್ರಮದ ಕಾರಣದಿಂದಾಗಿ ಉಂಟಾಗುವಂತಹ ತಾಪವೇ ಭೌತಿಕ ತಾಪ.

ಗಮನಿಸಿ: ಹೊಸ ವಿಚಾರಗಳು ಘೋಷಣೆಯಾಗುವುದೇ ತಾಪ ಎಂದಾಗಿ ಹೇಳುವುದಾಗಿದೆ.

24 ತತ್ವಗಳೊಂದಿಗೆ ಯಾವುದೇ ಒಂದು ಸೇರಿದರೂ ಸಹ ಅದು 25 ಆಗುತ್ತದೆ, ಅಂದರೆ ಪ್ರಕಟವಾಗುತ್ತದೆ. ಈ ಪ್ರಕಟವಾಗಿರುವಂತಹ ಪ್ರಪಂಚದಲ್ಲಿ ಗುರುತಿಸಲಾಗುವುದು 25ನೇಯದು ಸೇರಿದಾಗಲೇ, ಕೇವಲ 24 ಕ್ಕೇ ಇದ್ದರೆ ಆಗುವುದಿಲ್ಲ. ಇಲ್ಲಿ 24 ಪೂರ್ಣ, ಅಂದರೆ ಶೂನ್ಯ ಎಂದಾಗಿದ್ದರೆ ಅದಕ್ಕೆ ಅನೇಕವಾಗಿರುವಂತಹ 1 ಸೇರಲೇಬೇಕಿದೆ. ಆಗ ಮಾತ್ರ ಅಸ್ತಿತ್ವ, ಹೀಗಾಗಿ ಗೋಚರ.

ಗಮನಿಸಿ: ಇಲ್ಲಿ ಅನೇಕ ಎಂದರೆ 'ಬಹು' ಎಂದಾಗುತ್ತದೆ. ಅತ್ಯಂತಿಕ ಏಕಃ ಅನೇಕಃ – ಎಲ್ಲವನ್ನೂ ಸೇರಿಸಿಕೊಂಡಿರುವುದೇ ಒಂದು ಏಕ, ಅದೇ ಪುರುಷ. ಪ್ರತಿ ಶರೀರದಲ್ಲೂ ಸಹ ಭಿನ್ನ-ಭಿನ್ನವಾಗಿದೆ, ಅದು ಅನೇಕ. ಪ್ರತಿ ವಿಚಾರದಲ್ಲೂ ಪುರುಷ ಸೇರಿದಾಗ ಅದು ಅನೇಕ. ಎಲ್ಲೆಲ್ಲಿ ಯಾವ್ಯಾವ ಪುರುಷ ಸೇರಬೇಕೋ ಅದೇ ಸೇರಬೇಕಿದೆ, ಹೀಗಾಗಿ, ಪುರುಷ ಅನೇಕ. ಆದರೆ ಮೂಲ ಸ್ವರೂಪದಲ್ಲಿ ಎಲ್ಲವೂ ಒಂದೆ, ಅದೇ ಸತ್ಯದ ಸಾಮರ್ಥ್ಯ.

ಜಗತ್ತಿನಲ್ಲಿರುವಂತಹ 5 ಮಹಾಭೂತಗಳಲ್ಲಿ ಒಂದೊಂದು ಗುಣವಿದೆ. ಈ ಗುಣಗಳಿದಂಲೇ ನಿರೂಪಿತವಾಗಿರುವಂತಹ ಇಂದ್ರಿಯಗಳು ನಮ್ಮಲ್ಲಿವೆ. ಇವೆರಡರಲ್ಲೂ ಸಮಾನ ಗುಣವು ಇರುವುದರಿಂದಲೇ ಆಯಾ ಇಂದ್ರಿಯವು ಆಯಾ ಗುಣಗಳಿರುವಂತಹ ಭೂತಗಳನ್ನು ಗ್ರಹಿಸುತ್ತದೆ. ಹೀಗಾಗಿ, ಮೂಗಿನಿಂದ ನೋಡುವುದಕ್ಕಾಗಲೀ, ಕಿವಿಯಿಂದ ಮೂಸುವುದಲಕ್ಕಾಗಲೀ ಸಾಧ್ಯವಿಲ್ಲ.

ಗಮನಿಸಿ: ಈ 5 ಗುಣಗಳನ್ನೂ ಸಹ ಗ್ರಹಿಸುವಂತಹ ಶಕ್ತಿಯು ಮನಸ್ಸಿಗಿದೆ, ಏಕೆಂದರೆ ಇದು 5 ಭೂತಗಳಿಗೆ ಕಾರಣವಾಗಿರುವಂತಹ ಬೃಹತ್ ಚಲನೆ ಹಾಗು ಚಿಂತನೆಯ ಭಾಗವಾಗಿದೆ. ಅಂದರೆ, ಮನಸ್ಸು ಪ್ರಜ್ಞೆಗಳ ಬೆಳಕಿನಿಂದ ಸಹಾಯವನ್ನು ತೆಗೆದುಕೊಂಡು ಚಲಿಸುತ್ತದೆ. ಹೀಗಾಗಿ, ಪ್ರಜ್ಞೆಯಲ್ಲಿ ಯಾವುದಲ್ಲವೋ ಅದನ್ನು ಮನಸ್ಸ ಸಹ ಗ್ರಹಿಸದು. ಮನ ಏವ ಕಾರಣಂ ಮನುಷ್ಯಾಣಾಂ.

ನಮ್ಮಲ್ಲಿರುವ ನರಮಂಡದಲ್ಲಿ ಒಂದೊಂದೇ ಕೋಶವನ್ನು ನೋಡಿದಾಗ ಅವುಗಳೂ ಪುನಃ 5 ವಿಭಾಗದಲ್ಲಿರುವುದು ಕಂಡುಬರುತ್ತದೆ. ಇದನ್ನು ವೈದ್ಯಕೀಯ ವಿಭಾಗವೂ ಸಹ ದೃಢಪಡಿಸುತ್ತದೆ. ಈ 5 ವಿಭಾಗದಲ್ಲಿರುವಂತಹ ಕೋಶಗಳು ಒಂದೇ ನರಗಳ ಸ್ವರೂಪವಾಗಿದ್ದರೂ ಸಹ ಅವುಗಳಿಗೆ ಗ್ರಹಣ

ಶಕ್ತಿಯು ಬೇರೆಯಾಗಿಯೇ ಇರುತ್ತದೆ. ಇದಕ್ಕೆ ಇಂದಿನ ವಿಜ್ಞಾನವು ಸರಿಯಾದ ಕಾರಣವನ್ನು ಹೇಳದಿದ್ದರೂ ಸಹ ವೇದ ವಿಜ್ಞಾನ ಮಾತ್ರ ನಿಖರವಾಗಿ ಉತ್ತರಿಸುತ್ತದೆ.

ಗಮನಿಸಿ: ತರ್ಕ ಎನ್ನುವುದೇ ಮನುಷ್ಯನು ಮಾಡಿಕೊಂಡಿರುವಮತಹ ಬಲವಾದ ಅಸ್ತ್ರ.

ಭಾರತದಲ್ಲಿ ನ್ಯಾಯ ಹಾಗು ವೈಶೇಷಿಕ ದರ್ಶನಗಳು ಸೇರಿಕೊಂಡಾಗ ತರ್ಕಶಾಸ್ತ್ರಕ್ಕೆ ಸಂಬಂಧಪಟ್ಟ ಎಲ್ಲ ಮುಖ್ಯಾಂಶಗಳೂ ಒಟ್ಟಿಗೆ ಬರುತ್ತವೆ. ವೈಶೇಷಿಕ ದರ್ಶನದ 7 ಪದಾರ್ಥಗಳು ಅರಿಸ್ಟಾಟಲನ 10 ಪದಾರ್ಥಗಳಿಗೆ (ಕ್ಯಾಟಗೊರೀಸ್) ಸಂವಾದಿಯಾಗಿವೆ. ಕಣಾದ ಹಾಗು ಅರಿಸ್ಟಾಟಲ್ ಇರವಿನ ಬಗೆಗಳಿಗೆ ಕೊಟ್ಟಷ್ಟು ಪ್ರಾಧಾನ್ಯತೆಯನ್ನು ಗೌತಮ ತನ್ನ ನ್ಯಾಯಸೂತ್ರಗಳಲ್ಲಿ ಕೊಡಲಿಲ್ಲ. ಬದಲಾಗಿ ಆತ ಜ್ಞಾನಕ್ಕೆ ಸಂಬಂಧಪಟ್ಟ ಬಗೆಗಳಿಗೆ ಪ್ರಾಧಾನ್ಯತೆ ಕೊಟ್ಟ. ದ್ರವ್ಯ, ಗುಣ, ಕ್ರಿಯೆ, ಸಾಮಾನ್ಯ, ವಿಶೇಷ, ಸಮುದಾಯ, ಅಭಾವ ಮುಂತಾದ 7 ಪದಾರ್ಥಗಳು ಜ್ಞಾನ-ಮೀಮಾಂಸೆಯಲ್ಲೂ ತಾರ್ಕಿಕ ಪ್ರತಿಜ್ಞೆಗಳಲ್ಲೂ ಅನುಮಾನದಲ್ಲೂ ಪ್ರಾಸಂಗಿಕವಾಗಿ ಬರುತ್ತವೆಯಾದ್ದರಿಂದ ಆ ತಾರ್ಕಿಕ ಬಗೆಗಳ ಲಕ್ಷಣವನ್ನಾದರೂ ತಿಳಿದುಕೊಳ್ಳಬೇಕಾಗುತ್ತದೆ. ಗೌತಮನ ನಂತರದಲ್ಲಿ ಇದನ್ನು ಮನಗಂಡ ತಾರ್ಕಿಕರು ವೈಶೇಷಿಕ ದರ್ಶನದ ಸಪ್ತ ಪದಾರ್ಥಗಳನ್ನು ನ್ಯಾಯದರ್ಶನದ 16 ಜ್ಞಾನದ ಬಗೆಗಳೊಡನೆ ವಿವರಿಸಲು ಪ್ರಾರಂಭಿಸಿದರು. ಅವೆರಡು ದರ್ಶನಗಳನ್ನೂ ಒಂದೇ ಗ್ರಂಥದಲ್ಲಿ ವಿವರಿಸುವ ಸಂಪ್ರದಾಯ ರೂಢಿಗೆ ಬಂತು. ಅದಕ್ಕೆ ಅನ್ನಂಭಟ್ಟನ ತರ್ಕಸಂಗ್ರಹ ಒಂದು ಉದಾಹರಣೆ. ಇಲ್ಲಿ ಭಾರತೀಯ ತರ್ಕಶಾಸ್ತ್ರದ ಮುಖ್ಯಾಂಶಗಳನ್ನು ಅನ್ನಂಭಟ್ಟನ ತರ್ಕಸಂಗ್ರಹವನ್ನನುಸರಿಸಿ ವಿವರಿಸಿದೆ.

ತರ್ಕಶಾಸ್ತ್ರವೆಂದರೆ ಪ್ರಾಮಾಣಿಕವಾದ, ಅಂದರೆ ಸರಿಯಾದ ಆಲೋಚನೆಯ ಸ್ವರೂಪವನ್ನು ತಿಳಿಸುವ ಶಾಸ್ತ್ರ. ಆಧುನಿಕ ಪಾಶ್ಚಾತ್ಯ ತರ್ಕಶಾಸ್ತ್ರಜ್ಞರು ತಮ್ಮ ತರ್ಕ ಗ್ರಂಥಗಳಲ್ಲಿ ಜ್ಞಾನಮೀಮಾಂಸೆಯ ಸಮಸ್ಯೆಗಳನ್ನು ವಿಚಾರ ಮಾಡುವುದಿಲ್ಲ. ಜ್ಞಾನ ಮೀಮಾಂಸೆಯನ್ನೇ ಎಪಿಸ್ಟಮಾಲೊಜಿ ಎಂಬ ಶಾಸ್ತ್ರದಲ್ಲಿ ವಿವರಿಸುವುದು ಇಂದಿನ ಪಾಶ್ಚಾತ್ಯರ ಸಂಪ್ರದಾಯ. ಜ್ಞಾನಮೀಮಾಂಸೆಯನ್ನು ತರ್ಕಶಾಸ್ತ್ರದ ಒಂದು ಭಾಗವಾಗಿ ವಿವರಿಸುವುದು ಭಾರತೀಯ ತಾರ್ಕಿಕರ ಸಂಪ್ರದಾಯ.

ಆಲೋಚನೆಗೆ ನಾಲ್ಕು ಅಂಗಗಳು ಮುಖ್ಯವಾದ್ದರಿಂದ ಆ ನಾಲ್ಕು ಅಂಗಳನ್ನು ತರ್ಕಶಾಸ್ತ್ರದಲ್ಲಿ ವಿವರಿಸುವುದು ಅಗತ್ಯವೆಂದು ಭಾರತೀಯ ತಾರ್ಕಿಕರು ಭಾವಿಸಿದರು. ಆ ನಾಲ್ಕು ಅಂಗಗಳು : 1 ಆಲೋಚಿಸುವವನು (ಪ್ರಮಾತೃ). 2 ಆಲೋಚಿಸುವ ವಿಷಯ (ಪ್ರಮೇಯ). 3 ಆಲೋಚನೆಯ ಕರಣ (ಪ್ರಮಾಣ), ಮತ್ತು ಆಲೋಚನೆಯ ಸತ್ಯತೆ (ಪ್ರಾಮಾಣ್ಯ).

ಭಾರತೀಯ ತರ್ಕಕ್ಕೂ ಪಾಶ್ಚಾತ್ಯ ತರ್ಕಕ್ಕೂ ಇನ್ನೊಂದಂಶದಲ್ಲಿ ವ್ಯತ್ಯಾಸವಿದೆ. ಪಾಶ್ಚಾತ್ಯ ತಾರ್ಕಿಕರು ವಾದ-ವಿಧಾನ ಮತ್ತು ವಾದ-ಚಾತುರ್ಯವನ್ನು ತರ್ಕಶಾಸ್ತ್ರದಲ್ಲಿ ಸೇರಿಸುವುದಿಲ್ಲ. ಅದನ್ನು ರೆಟೊರಿಕ್ ಎಂಬ ಬೇರೆ ಶಾಸ್ತ್ರದ ವಿಷಯವಾಗಿ ಪರಿಗಣಿಸಿರುತ್ತಾರೆ.

ತರ್ಕ ಸಂಗ್ರಹದಲ್ಲಿ ವಿವರಿಸಿರುವ ಎಲ್ಲ ವಿಷಯಗಳನ್ನೂ ಅಲ್ಲಿನಂತೆಯೇ ಇಲ್ಲಿ ವಿವರಿಸಲಾಗದು. ಆದ್ದರಿಂದ ಇರವಿನನ ಬಗೆಗಳನ್ನೂ, ಪ್ರಾಮಾಣ್ಯ ವಿಚಾರವನ್ನೂ ಹಾಗು ವಾದ ವಿಧಾನವನ್ನೂ ಪ್ರಾಸಂಗಿಕವಾಗಿ, ತುಂಬ ಸಂಗ್ರಹವಾಗಿ, ನಮೂದಿಸಲಾಗಿದೆ. ಪ್ರಮಾಣಗಳನ್ನು ಮಾತ್ರ ಸ್ವಲ್ಪ ವಿಸ್ತರಿಸಿದೆ.

ಗೌತಮನ ವಿಷಯ ವಿವರಣೆಯ ರೀತಿ ತುಂಬ ಶಾಸ್ತ್ರೀಯವಾಗಿದೆ. ಅವನು ವಿಚಾರ ಮಾಡಬೇಕಾದ ವಿಷಯಗಳನ್ನು ಮೊದಲು ವಿಂಗಡಿಸಿಕೊಂಡು ಅನಂತರ ಒಂದೊಂದರ ಲಕ್ಷಣವನ್ನೂ ತಿಳಿಸುತ್ತಾನೆ. ಲಕ್ಷಣ ತಿಳಿಸಿದ ಒಂದೊಂದು ವಿಷಯದ ವಿಚಾರವಾಗಿ ಹುಟ್ಟಬಹುದಾದ ಸಂಶಯಗಳನ್ನೂ ಭಿನ್ನಾಭಿಪ್ರಾಯಗಳನ್ನೂ ವಿಮರ್ಶಿಸುತ್ತಾನೆ. ಈ ವಿವರಣ ರೀತಿ ಆಧುನಿಕ ಶಾಸ್ತ್ರೀಯ ನಿರೂಪಣೆಯ ರೀತಿಯೇ ಆಗಿದೆ. ಆದ್ದರಿಂದ ಮೊದಲು ವಿಷಯ ವಿಭಜನೆ ಮತ್ತು ಲಕ್ಷಣ ನಿರೂಪಣೆ ತರ್ಕಶಾಸ್ತ್ರದ ಪ್ರಾರಂಭಿಕ ವಿಷಯಗಳು ಕಂಡುಬರುತ್ತವೆ.

ಗಮನಿಸಿ: ತರ್ಕ ಶಾಸ್ತ್ರದಿಂದ ಕಾರಣವನ್ನು ಕಂಡುಹಿಡಿದು (ಸೃಷ್ಟಿಯನ್ನು) ಹೇಳಬಹುದಾಗಿದೆಯೇ ವಿನಃ, ಕರ್ತೃವನ್ನು ಹೇಳಲಾಗುವುದಿಲ್ಲ. ಅಂದರೆ, ಸೃಷ್ಟಿಯ ಹಿಂದೆ ಯಾವುದೇ ಕರ್ತೃವಿನ ಸಂಕಲ್ಪವಿಲ್ಲ. ಸೃಷ್ಟಿಯಲ್ಲಿ ಯಾವುದಕ್ಕೂ ಸಹ ಸಮಾನತೆ ಇಲ್ಲ, ಬದಲಿಗೆ ಎಲ್ಲದರಲ್ಲೂ ಸಹ ವೈವಿಧ್ಯತೆ ಇದೆ ಎನ್ನುವುದೇ ವಾಸ್ತವ. ಸಂಕಲ್ಪದಿಂದ ಗುರಿ ಎನ್ನುವುದು ಸಿದ್ಧವಾಗುತ್ತದೆ. ಅಂದರೆ, ಗುರಿ ಸ್ವಭಾವದಿಂದ ಜರುವಂತಹ

ಪ್ರವೃತ್ತತೆ ಹೌದು. ವಿರೋಧ ಇಲ್ಲದಿದ್ದರೆ ವೈವಿಧ್ಯತೆ ಇಲ್ಲ. ಅಂದರೆ, ಯಾರೊಬ್ಬರು ಗುರಿಯೂ ಇಲ್ಲ. ಸಂಕಲ್ಪ ಇರದ ಕಾರಣದಿಂದಲೇ ಈ ಪ್ರಪಂಚವು ಭಿನ್ನ-ಭಿನ್ನವಾಗಿ ಕಾಣುತ್ತದೆ.

ಸೂಚನೆ: ಸಂಕಲ್ಪ ಇರುವೆಡೆ ಮಾತ್ರ ಏಕತೆ, ಇಲ್ಲದಿದ್ದರೆ ಇಲ್ಲ. ವಸ್ತುಗಳು ಮಾತ್ರ ಅಳತೆಗೆ ಸಿಗುವುದಾಗಿದಯೇ ಪರಂತು, ಈ ಜಗತ್ತು ಅಲ್ಲ. ವಸ್ತು ಹಾಗು ಈ ಜಗತ್ತು ಯಾವುದೇ ಸಂಕಲ್ಪವಿಲ್ಲದೆ ಆಕಸ್ಮಿಕವಾಗಿ ಸೃಷ್ಟಿಯಾಗಿವೆ, ಆಗುತ್ತಿವೆ, ಹಾಗು ಆಗುತ್ತವೆ.

ಸಾಂಖ್ಯ ಎಂಬ ಶಬ್ದದ ಮತ್ತೊಂದು ಅರ್ಥ ಕಾಲ. ಎಲ್ಲವನ್ನೂ ಸಹ ಅಂಕೆಯಲ್ಲಿ ಇಟ್ಟುಕೊಳ್ಳುವುದು ಎಂಬ ಅರ್ಥವೇ ಕಾಲ ಎಂಬ ಶಬ್ದಕ್ಕಿದೆ. ಸಾಂಖ್ಯವೂ ಅಂಕೆಯೆ, ಕಾಲವೂ ಅಂಕೆಯೆ. ಕಾಲವನ್ನು ತೊರೆದರೆ ಒಂದೇ ಒಂದು ಘಟನೆ ನಡೆಯುವುದಿಲ್ಲ. ಪರಮಾತ್ಮನ ತತ್ವವೂ ಸಹ ಕಾಲನ ಒಳಗೇ ಇದೆ. ಅಂದರೆ ಅದೂ ಕೂಡ ಕಾಲಾತೀತವಲ್ಲ.

ಗಮನಿಸಿ: ಎಲ್ಲದರ ಸ್ವಭಾವದ ತಿಳುವಳಿಕೆಯೇ ವೇದ ಪ್ರಕಾರ ಮೂಲ ಜ್ಞಾನ ಎಂದಾಗಿದೆ. ಇದನ್ನೇ ಬ್ರಹ್ಮ ಜ್ಞಾನ ಎಂದಾಗಿಯೂ ಸಹ ಹೇಳಲಾಗಿದೆ.

ಸೂಚನೆ: ಯಾವುದೇ ಮನುಷ್ಯನ ಆಯಾಮ, ಚಿಂತನೆ, ಇಂದ್ರಿಯ ಹಾಗು ಮನಸ್ಸನ್ನು ಮೀರಿದಂತಹ ಜಗತ್ತು ಇದೆ. ಆದರೆ ಅದು ನಮ್ಮ ಗಮನಕ್ಕೆ ಬರುವುದಿಲ್ಲ.

ಮುಖ್ಯ ಭಾಗ: ಸೃಷ್ಟಿಯು ಆರಂಭವಾದಾಗ ಅದು ಭೌತಶಾಸ್ತ್ರಕ್ಕೆ ಸಿಗುವುದಿಲ್ಲ, ಏಕೆಂದರೆ ಭೌತಿಕವು ಇನ್ನೂ ಕಣ್ಣಿನ ಗೋಚರತೆಗೆ ಬಂದಿರುವುದಿಲ್ಲ. ಇದಕ್ಕಾಗಿ ವೇದವು ಹೇಳುವಂತಹ 1,2,3,..9 ಹಾಗು 10 ಎಂಬ ಆಯಾಮಗಳನ್ನು ಪರಿಚಯಮಾಡಿಕೊಳ್ಳಬೇಕು. 10 ಆದಾಗ ಮಾತ್ರ ಭೌತಶಾಸ್ತ್ರದ ಉಗಮತೆ.

ಮೆಟ್ಟಿಲು – 6

ಈ ಸಂಪೂರ್ಣ ಸೃಷ್ಟಿಯಲ್ಲಿ ಕರ್ಮದ ನಂಟು ಮಾನವನಿಗೆ ಮಾತ್ರ ಇದೆ. ಕರ್ಮ-ಯೋಗ ಸಿದ್ಧಾಂತದಲ್ಲಿ - ಯೋಗಃ ಕರ್ಮಸು ಕೌಶಲಮ್, ಸಮತ್ವಂ ಯೋಗ ಮುಚಯತೇ – ಹೀಗೆ ಕಂಡುಬರುವಂತಹ ನೆಲೆಯಲ್ಲಿ ಸಮತ್ವ ಭಾವದಲ್ಲಿ ಜೀವನದ ನಿರ್ವಹಣೆ ಕಂಡುಬರುತ್ತದೆ. ಕರ್ಮದ ಪ್ರಜ್ಞಾಪೂರ್ವಕ ನಿರ್ವಹಣೆಯು ಜೀವನದ ಮಾರ್ಗವಾಗಿದೆ. ಹೀಗಾಗಿ ನಿಷ್ಕಾಮ ಕರ್ಮ ಸಿದ್ಧಾಂತವನ್ನು ಮಾನವ ನಿಖರವಾಗಿ ಅರಿಯಬೇಕು.

ಭಾರತೀಯ ದರ್ಶನಗಳಲ್ಲಿ ಕರ್ಮ ಅಥವಾ ಕರ್ಮ-ಸಿದ್ಧಾಂತವು ಚರ್ವಾಕರನ್ನು ಹೊರತು ಪಡಿಸಿ, ಎಲ್ಲಾ ದಾರ್ಶನಿಕರೂ ಒಪ್ಪಿರುವ ತತ್ವವಾಗಿದೆ. ಇಂದಿಗೂ ಇದು ಸಾಮಾನ್ಯ ಜನರ ಜೀವನದಲ್ಲಿಯೂ ಹಾಸುಹೊಕ್ಕಾಗಿದೆ.

ಕರ್ಮವೆಂದರೆ ಕೆಲಸ, ಕ್ರಿಯೆ, ಎಂದು ಸರಳ ಅರ್ಥ. ಯಾವುದೇ ಕರ್ಮಕ್ಕೂ ಫಲವಿದೆ; ಸತ್ಕರ್ಮಕ್ಕೆ - ಸತ್ಫಲ; ದುಷ್ಕರ್ಮಕ್ಕೆ ದುಷ್ಫಲ. (ಇದು ಕಾರ್ಯ-ಕಾರಣ ಸಂಬಂಧದ ನಿಯಮದ ಆಧಾರ).ಈ ನಿಯಮ ತರ್ಕ ಮೀರಿದ ಎಲ್ಲರೂ ಒಪ್ಪಿರುವ ತತ್ವ.

ಈ ತತ್ವದ ಆಧಾರದ ಮೇಲೆಯೇ ಎಲ್ಲಾ ದರ್ಶಗಳೂ ನಿಂತಿವೆ. ಈ ನಿಯಮವು ಧರ್ಮ-ಪ್ರವೃತ್ತಿಗೆ ಆಧಾರವಾಗಿದೆ. ಇಲ್ಲದಿದ್ದರೆ ಮಾನವನು ಒಳ್ಳೆಯ ಕೆಲಸದಲ್ಲಿ ತೊಡಗಲು, ಧರ್ಮಮಾರ್ಗಗಲ್ಲಿ ತೊಡಗಲು ಪ್ರೇರೇಪಣೆಯೇ ಇಲ್ಲವಾಗುತ್ತದೆ. ಆದ್ದರಿಂದ ಒಬ್ಬನ ಪ್ರಗತಿಗೆ-ಅವನತಿಗೆ ಅವನವನ ಕರ್ಮವೇ ಕಾರಣ ಎಂಬುದು ಇರುವಂತಹ ನಂಬಿಕೆ. ದರ್ಶನಗಳ ಸಿದ್ಧಾಂತ.

ಕರ್ಮಗಳಿಂದಲೇ ಜನ್ಮ-ಪುನರ್ ಜನ್ಮ ಎಂಬ ವಿಶ್ವಾಸವಿದೆ.

ಗಮನಿಸಿ: ತತ್ತ್ವಶಾಸ್ತ್ರ - ಅದರಲ್ಲೂ ಭಾರತೀಯ ತತ್ತ್ವ ಶಾಸ್ತ್ರವು ಕಾರ್ಯ-ಕಾರಣ ಸಿದ್ಧಾಂತ ಮತ್ತು ಕರ್ಮ-ಕರ್ಮಫಲ ಸಿದ್ಧಾಂತದ ಮೇಲೆ ನಿಂತಿದೆ.

ಕರ್ಮಸಿದ್ಧಾಂತದ ಪ್ರಕಾರ ಕರ್ಮದಲ್ಲಿ ಮೂರು ಬಗೆ: ಸಂಚಿತ, ಪ್ರಾರಬ್ಧ, ಮತ್ತು ಆಗಾಮಿ.

೧. ಸಂಚಿತ ಕರ್ಮವೆಂದರೆ ಹಿಂದಿನಿಂದ-ಪೂರ್ವಜನ್ಮಗಳಲ್ಲಿ ಸಂಗ್ರಹವಾದ ಕರ್ಮಗಳ ಮೊತ್ತ.

೨. ಪ್ರಾರಭ್ಧವೆಂದರೆ ಆ ಕರ್ಮಗಳು (ಸಂಚಿತ) ಫಲ ಕೊಡಲು ಆರಂಭವಾದದ್ದು; ಈ ಜನ್ಮದಲ್ಲಿ ಅನುಭವಿಸುತ್ತಿರುವುದು; ಸುಖ-ದುಃಖಗಳು; ರೋಗ-ನಿರೋಗ; ಪದವಿ, ಐಶ್ವರ್ಯ- ದಾರಿದ್ರ್ಯ ಇತ್ಯಾದಿ.

೩. ಆಗಾಮೀ ಎಂದರೆ ಉಳಿದಿದ್ದು; ಮುಂದೆ ಅನುಭವಿಸಬೇಕಾದ ಕರ್ಮ-ಫಲ; ಹಿಂದಿನ ಜನ್ಮ ಮತ್ತು ಈ ಜನ್ಮಗಳಲ್ಲಿ ಅನುಭವಿಸಿ ಉಳಿದ ಕರ್ಮ-ಫಲದ ಮೊತ್ತ; ಅದು ಪ್ರತಿ ಜೀವವನ್ನೂ ಬಿಡದೆ ಹಿಂಬಾಲಿಸುತ್ತದೆ.

ಇದು ಸತತ ನಡೆಯುತ್ತಿರುವುದರಿಂದ, ಜನ್ಮ-ಜನ್ಮಾಂತರದಲ್ಲಿ ಮುಂದುವರೆಯುವದರಿಂದ ಇದನ್ನು 'ಭವ-ಚಕ್ರ' ಎಂದು ಕರೆಯಲಾಗಿದೆ. ಇದರಿಂದ ಬಿಡುಗಡೆಯಾದರೆ ಮಾತ್ರ ಮೋಕ್ಷ.

ಕರ್ಮಕ್ಕೂ ದೇವರಿಗೂ ಏನು ಸಂಬಂಧವಿದೆ? ಕರ್ಮಕ್ಕೆ ತಕ್ಕಫಲವೆಂದಾದರೆ, ದೇವರ ಅಗತ್ಯವಿಲ್ಲವೆಂದು ಕೆಲವು ದರ್ಶನಗಳು ಹೇಳುತ್ತವೆ (ಮೀಮಾಂಸ). ಕರ್ಮ-ಫಲವನ್ನು ಕೊಡಲು ಈಶ್ವರನು ಬೇಕೆಂದು ಕೆಲವರು ಹೇಳುತ್ತಾರೆ. ಇದ್ದರೂ ಅವನಿಗೆ (ದೇವನಿಗೆ ಕರ್ಮಫಲವನ್ನು ತೆಗೆದು ಹಾಕಲು) ಸ್ವಾತಂತ್ರ್ಯವಿಲ್ಲವೆಂದೂ, ಜೀವರಿಗೆ ಅವರವರ ಕರ್ಮದಂತೆಯೇ ಅವರವರ ಜನ್ಮ ಕೊಡಬೇಕಾಗುವುದಲ್ಲಾ? ಕರ್ಮ ಜಡ (ಅಚೇತನ-ತಾರ್ಕಿಕವಾಗಿ) -ಅದನ್ನು ಪ್ರವರ್ತಿಸಲು (ದೇವರು) ಚೇತನ ಬೇಕು. ಅದರಿಂದ ಬಿಡುಗಡೆ ಹೊಂದಲೂ ಅವನ ಅನುಗ್ರಹ ಬೇಕೆಂದು ಭಕ್ತಿ ಪಂಥ ಹೇಳುತ್ತದೆ. ಹಾಗೆ ಕೆಲವರಿಗೆ ಅನುಗ್ರಹ ಮಾಡಿದರೆ ದೇವನಿಗೆ ಪಕ್ಷಪಾತದ ಬರುವುದಲ್ಲಾ? - ಎಂದು ಪ್ರತಿ ವಾದವಿದೆ.

ಕರ್ಮ-ಫಲವನ್ನು ಅನುಭವಿಸಿಯೇ ತೀರಿಸಬೇಕೆಂದು ಒಂದು ವಾದ; ಪುಣ್ಯದಿಂದ ಪಾಪ ಕರ್ಮ ಬಿಡುಗಡೆಯಾಗುದೆಂದು ಮತ್ತೊಂದು ವಾದ. ಭಕ್ತಿ-ಮಾರ್ಗದಿಂದ ಆಗಾಮಿ ಕರ್ಮವನ್ನು ತಡೆಗಟ್ಟಬಹುದು - ಆದರೆ ಪ್ರಾರಬ್ಧವನ್ನು ಅನುಭವಿಸಿಯೇ ತೀರಬೇಕೆಂದು ಕೆಲವರು ಹೇಳುವರು.

ಸತ್ಕರ್ಮದಿಂದ ಪುಣ್ಯ, ದುಷ್ಕರ್ಮದಿಂದ ಪಾಪ ಎಂದರೆ, ಸತ್ಕರ್ಮ-ದುಷ್ಕರ್ಮ ಎಂದು ನಿರ್ಧರಿಸುವವರು ಯಾರು? ಅದಕ್ಕೆ ಉತ್ತರ ವೇದ! ಆದರೆ ಅದರಲ್ಲಿಲ್ಲದ ವಿಚಾರಗಳಿಗೆ ಫಲ ನಿರ್ಣಯ

ಹೇಗೆ? ಅದಕ್ಕೇನು ಉತ್ತರ? ಜಯ ಗ್ರಂಥದಲ್ಲಿ ಸರಳವಾಗಿ - ಪರೋಪಕಾರಃ ಪುಣ್ಯಾಯ ಪಾಪಾಯ ಪರಪೀಡನಂ - ಎಂದಿದೆ.

ವೈದಿಕ (ವೇದದಲ್ಲಿ ವಿಧಿಸಿದ) ಕರ್ಮಗಳಿಗೆ ಮಾತ್ರ ಪುಣ್ಯವೆಂದು ಮೀಮಾಂಸಕರು ಹೇಳುತ್ತಾರೆ, ಅದೇ ಯಜ್ಞ, ಯಾಗ ಇತ್ಯಾದಿ. ಅದರೆ ಅದೇ ವೇದಾಂತಿಗಳು, ಅದರಿಂದ ಸಿಗುವುದು ಅಶಾಶ್ವತ ಫಲ (ಸ್ವರ್ಗಫಲವನ್ನು ಕೊಟ್ಟರೂ - ಆ ಫಲ ತೀರಿದ ನಂತರ ಪುನಃ ಜನ್ಮವೆತ್ತಬೇಕು); ಅಶಾಶ್ವತ ಫಲ ಕೊಡುವುದರಿಂದ ಅವು ಮುಖ್ಯವಲ್ಲ ಎನ್ನುತ್ತಾರೆ. ಆದ್ದರಿಂದ ಜ್ಞಾನಮಾರ್ಗವೇ ಮುಖ್ಯ, ಅದಾದರೆ (ಜ್ಞಾನವಾದರೆ) ಎಲ್ಲಾ ಕರ್ಮದಿಂದ ಬಿಡುಗಡೆ ಎನ್ನುತ್ತಾರೆ.

ಮೀಮಾಂಸಕರು ಕರ್ಮವು - ನಿತ್ಯ, ನೈಮಿತ್ತಿಕ, ಕಾಮ್ಯ, ಪ್ರಾಯಶ್ಚಿತ ಎಂದು ನಾಲ್ಕು ಬಗೆ ('ನಿಷಿದ್ಧ'ವೂ -ಮಾಡಬಾರದ್ದು ಸೇರಿದರೆ ಐದು ಬಗೆ). ಎನ್ನುತ್ತಾರೆ. ವೇದಾಂತಿಗಳು 'ಈಶ್ವರಾರ್ಪಣ ಬುದ್ಧಿ'ಯಿಂದ ಮಾಡಿದ ಕರ್ಮಗಳೆಲ್ಲಾ ನಿತ್ಯಕರ್ಮದಂತೆ - ಫಲವಿಲ್ಲ -ಚಿತ್ತಶುದ್ಧಿಯಾಗುವುದು - ಫಲಾಪೇಕ್ಷೆಯಿಂದ ಮಾಡಿದರೆ 'ಕಾಮ್ಯ' ಅದು ಜೀವನಿಗೆ ಅಂಟುವುದು, ಹೀಗೆ ಕರ್ಮದಲ್ಲಿ ಎರಡೇ ವಿಧ ಎನ್ನುತ್ತಾರೆ.

ಮೀಮಾಂಸ ದರ್ಶನದಲ್ಲಿ ಪ್ರಧಾನವಾದದ್ದು ಕರ್ಮ-ತತ್ವ. ವೇದ ಪ್ರಕಾರವಾದ ಯಾಗಾದಿ, ಇತ್ಯಾದಿಗಳ ಆಚರಣೆಯೇ ಧರ್ಮ. ಇದೇ ಕರ್ಮ ಅಥವಾ ಕರ್ತವ್ಯ. ವೇದ ನಿಷೇಧವಾದದ್ದು ಅಧರ್ಮ. ವೇದ ವಿಧಿಸಿದ ಕರ್ಮಗಳು ಮೂರು

ವಿಧ. :- ನಿತ್ಯ, ನೈಮಿತ್ತಿಕ, ಕಾಮ್ಯ.

೧. ಸಂಧ್ಯಾವಂದನೆ, ದೇವರ ಪೂಜೆ ಮೊದಲಾದವು - ನಿತ್ಯಕರ್ಮ.

೨. ಶ್ರಾದ್ಧಾದಿ ವಿಶೇಷ ಕರ್ಮಗಳು ನೈಮಿತ್ತಿಕ ಕರ್ಮಗಳು.

೩. ಕಾಮನೆಯ (ಬಯಕೆಯ) ಪೂರ್ತಿಗಾಗಿ ಮಾಡುವುದು ಕಾಮ್ಯ ಕರ್ಮ.

ಇವು ಧರ್ಮವೆನಿಸುತ್ತವೆ. ವೇದ ವಿರೋಧಿ ಕರ್ಮಗಳು ನಿಷಿದ್ಧ ಕರ್ಮಗಳು.

ನಿಷ್ಕಾಮ-ಕರ್ಮ, ಅಥವಾ ಸ್ವಾರ್ಥರಹಿತ ಕ್ರಿಯೆ ಫಲಗಳು ಅಥವಾ ಪರಿಣಾಮಗಳ ಯಾವುದೇ ನಿರೀಕ್ಷೆ ಇಲ್ಲದೆ ಮಾಡಲಾದ ಕ್ರಿಯೆ, ಮತ್ತು ಇದು ಮೋಕ್ಷಕ್ಕೆ ಕರ್ಮ-ಯೋಗ ಮಾರ್ಗದ ಕೇಂದ್ರ ತತ್ವ, ಮತ್ತು ಇದು ಈಗ ವ್ಯವಹಾರ ನಿರ್ವಹಣೆ, ನಿರ್ವಹಣಾ

ಅಧ್ಯಯನಗಳು ಮತ್ತು ಉತ್ತಮ ವ್ಯಾಪಾರ ನೀತಿಗಳನ್ನು ಪ್ರೋತ್ಸಾಹಿಸುವಲ್ಲಿ ಸ್ಥಾನ ಕಂಡುಕೊಂಡಿದೆ. ಅದರ ಆಧುನಿಕ ಪ್ರತಿಪಾದಕರು ಯಶಸ್ಸನ್ನು ಸಾಧಿಸಲು ಯೋಗದ ತತ್ವಗಳನ್ನು ಅನುಸರಿಸುವುದರ ಮೇಲೆ, ಮತ್ತು ಯಾವುದೇ ಕಾರ್ಯ ಮಾಡುವಾಗ ವೈಯಕ್ತಿಕ ಗುರಿಗಳು ಹಾಗು ಕಾರ್ಯಸೂಚಿಗಳನ್ನು ಮೀರಿ ಹೆಚ್ಚಿನ ಒಳಿತಿನೆಡೆಗೆ ಹೆಜ್ಜೆಯಿಡುವುದರ ಮೇಲೆ ಒತ್ತು ಕೊಡುತ್ತಾರೆ, ಮತ್ತು ಇದು ಭಗವದ್ಗೀತೆಯ ಕೇಂದ್ರ ಸಂದೇಶವಾಗಿರುವುದರಿಂದ ಬಹು ಪ್ರಸಿದ್ಧವಾಗಿದೆ. ಭಾರತೀಯ ತತ್ವಶಾಸ್ತ್ರದಲ್ಲಿ ಕರ್ಮವನ್ನು ಅದರ ಗುಣಗಳನ್ನು ಆಧರಿಸಿ ಮೂರು ವರ್ಗಗಳಲ್ಲಿ ವಿಭಜಿಸಲಾಗಿದೆ.

ಭಾರತೀಯ ತತ್ವಶಾಸ್ತ್ರದಲ್ಲಿ 'ಕರ್ಮ ವಿಪಾಕ' ಎನ್ನುವ ಸಿದ್ಧಾಂತಕ್ಕೆ ಬಹು ಮನ್ನಣೆ ಇದೆ. ಮನುಷ್ಯ ಜನ್ಮದಲ್ಲಿ ಮಾತ್ರ ಜೀವಿಯು ಹಿಂದೆ ಗಳಿಸಿರುವಂತಹ ಸಂಚಿತ ಕರ್ಮಗಳು ಸಮರ್ಥವಾದ ಪಾಕ ಮಾಡಿ ಹೊರೆಯನ್ನು ಕಳೆದುಕೊಳ್ಳುವ ಹಾಗು ಪುನಃ ಸಂಚಯನವಾಗದಂತೆ ಮಾಡುವ ಸೂತ್ರಗಳನ್ನು ಕರ್ಮ-ವಿಪಾಕ-ಸಿದ್ಧಾಂತದಲ್ಲಿ ಚರ್ಚಿಸಲಾಗಿದೆ.

ಕರ್ಮಗಳೇ ರೋಗ-ಕಾರಕಗಳಾಗಿ, ಮನೋಕ್ಲೇಶಕ್ಕೆ ದಾರಿಮಾಡಿಕೊಡುತ್ತವೆ ಎಂದಾಗಿ ವೇದ ವಿಜ್ಞಾನಿಗಳು ಹೇಳಿರುತ್ತಾರೆ. ಇದನ್ನೇ ಆಯುರ್ವೇದ ವಿಭಾಗದಲ್ಲಿ 'ದೈವ ವ್ಯಪಾಶ್ರಯ ಚಿಕಿತ್ಸಾ' ಎಂದಾಗಿ ಒಂದು ಅಂಗವಾಗಿ ಮಾಡಲಾಗಿದೆ. ಸ್ವಸ್ಥ್ಯ ರಕ್ಷಣೆ – ರೋಗ ನಿರೋಧ ಎಂಬ ಜೀವನ ಕ್ರಮದಲ್ಲಿ ಕರ್ಮ ಸಿದ್ಧಾಂತವನ್ನೇ ಪ್ರಮುಖವಾಗಿ ಅಳವಡಿಸಿಕೊಂಡು, ಅದರಲ್ಲಿ ಸದಾಚಾರ ಹಾಗು ಸದ್-ವೃತ ಎಂದಾಗಿರುವಂತಹ ಧರ್ಮ ಶಾಸ್ತ್ರವನ್ನು ಹೇಳಿದ್ದಾರೆ.

ನಾವು ಎಲ್ಲಿಗೆ ಸೇರುತ್ತೇವೆ ಎಂಬುದಕ್ಕೆ ಶ್ರೀಕೃಷ್ಣನು ಗೀತೆಯಲ್ಲಿ ಹೀಗೆ ಹೇಳಿರುತ್ತಾನೆ:

ಲೋಕೇಽಸ್ಮಿನ್ ದ್ವಿವಿಧಾ ನಿಷ್ಠಾ ಪುರಾ ಪ್ರೋಕ್ತಾ ಮಯಾಽನಘ |
ಜ್ಞಾನಯೋಗೇನ ಸಾಂಖ್ಯಾನಾಂ ಕರ್ಮಯೋಗೇನ ಯೋಗಿನಾಂ ||

ಇವೆರಡರ ಯಾವುದರಲ್ಲಿ ನಮಗೆ ನಿಷ್ಠೆ ಇದೆ? ಎರಡರಲ್ಲೂ ನಿಷ್ಠೆ ಇದೆಯೇ? ನೋಡೋಣ. ಕರ್ಮ ಎಂಬುದು ಯಾರಿಗೆ ಇದೆ ಎಂಬ ಪ್ರಶ್ನೆಯೇ ಆರಂಭಿಕವಾಗಿದೆ. 'ನರಾ' ಎಂದಾಗಿ ಗುರುತಿಸಿಕೊಳ್ಳುವ ನಮಗೆಲ್ಲರಿಗೂ ಸಹ 'ಇದೆ' ಎಂದಾಗಿ ವೇದ ವಿಜ್ಞಾನ ಹೇಳುತ್ತದೆ. ಉಳಿದ ಪ್ರಾಣಿಗಳಿಗೆ ಇಲ್ಲ. (ಸೂಚನೆ:

ಇದಕ್ಕಾಗಿ ನಾರಾಶಂಸಿ ಎಂಬ ಸಿದ್ಧಾಂತವನ್ನು ಅರ್ಥಮಾಡಿಕೊಳ್ಳಬೇಕು.) ಉಳಿದವಕ್ಕೂ ಸಹ ಕರ್ಮ ಇದ್ದರೂ ಸಹ ಅವುಗಳು ಅದಕ್ಕೆ ಜವಾಬ್ದಾರವಲ್ಲ, ಏಕೆಂದರೆ ಅವುಗಳು ಭಗವಂತನ (ದಾರಿ ತೋರುವವನ) ಆದೇಶದ ಮೇಲೆ ಮಾತ್ರ ನಡೆದುಕೊಳ್ಳುತ್ತವೆ.

ಸ್ತುಷೇ ನರಾ ದಿವೋ ಅಸ್ಯ ಪ್ರಸಂತಾಶ್ವಿನಾ ಹುವೇ ಜರಮಾಣೋ ಅರ್ಕೈಃ |
ಯಾ ಸದ್ಯ ಉಸ್ರಾ ವ್ಯುಷಿ ಜ್ಮೋ ಅಂತಾನ್ಯುಯೂಷತಃ ಪರ್ಯುರೂ ವರಾಂಸಿ ||

ಋಗ್ವೇದದಲ್ಲಿ ಕರ್ಮ ಸಿದ್ಧಾಂತದ ಉದಾಹರಣೆಗಳು ಹೇರಳವಾಗಿವೆ. ಈ ಮಂತ್ರಗಳೇ ಸರಿ ಸುಮಾರು 1,000 ಇವೆ. ಇವುಗಳು ಯಜ್ಞ (ತಿಳಿದು ಮಾಡುವ ಕ್ರಿಯೆ) ಯಾಗ (ಗತಿಗಾಗಿ ಮಾಡುವ ಕ್ರಿಯೆ) ಕುರಿತಾಗಿ ಹೇಳುತ್ತವೆ. ಹೀಗಾಗಿ, ಈ ಮಂತ್ರಗಳೇ 'ಕರ್ಮ-ಕಾಂಡ' ಎಂದಾಗಿ ಚಾಲ್ತಿಯಲ್ಲಿ ಹೇಳಿದರೂ ಸಹ, ಇವುಗಳು ಕರ್ಮ-ನಿರ್ಣಯಗಳನ್ನು ಹೇಳುವುದಾಗಿದೆ. ಕರ್ಮಗಳು 'ನರಾ' ಎಂಬ ಜೀವಿಯನ್ನು ಹೇಗೆ ಬಾಧಿಸುತ್ತವೆ; ಇವುಗಳನ್ನು ವಿಪಾಕ (ಫಲ, ಪರಿಣಾಮ, ದೈವ, ಅದೃಷ್ಟ, ಚೆನ್ನಾಗಿ ಬೇಯಿಸುವಿಕೆ, ತೂಗುವಿಕೆ, ಹಣ್ಣಾಗುವಿಕೆ, ಜೀರ್ಣವಾಗುವಿಕೆ, ಹದ, ಪಕ್ವತೆ, ವಿಪತ್ತು, ಕೇಡು) ಮಾಡುವ ಬಗೆ ಹೇಗೆ; ಈ ಕರ್ಮ ಎಂಬುದನ್ನು ಹೇಗೆ ಅರ್ಥಮಾಡಿಕೊಳ್ಳಬೇಕು; ಈ ವಿಚಾರಗಳನ್ನು ಕುರಿತು ಋಗ್ವೇದದ ಸಾವಿರ ಮಂತ್ರಗಳು ಹೇಳುತ್ತವೆ.

ಗಮನಿಸಿ: ವಿಪಾಕ ಮಾಡಿಕೊಳ್ಳದವನ ಕರ್ಮವು ಬೆಳೆಯುತ್ತಾ ಸಾಗುವುದೇ ವಿನಃ ಕಡಿಮೆಯಾಗದು. ಹೀಗಾಗಿ ಋಗ್ವೇದದಲ್ಲಿ ಮಂತ್ರಗಳು ಇರುವುದು.

ಕರ್ಮವು ಹುಟ್ಟುತ್ತದೆ, ಕರ್ಮವು ಬೆಳೆಯುತ್ತದೆ, ಇವುಗಳೂ ಕೂಡ ಕರ್ಮವೇ ಹೌದು. ಹೇಗೆ ಬೆಳೆಯಬೇಕು ಎಂಬ ನಿರ್ಣಯ ಆ ಕರ್ಮದ್ದಾಗಿರುತ್ತದೆಯೋ ವಿನಃ ಮತ್ಯಾರದ್ದೂ ಅಲ್ಲ. ಹೀಗೆ ಬೆಳೆದು ಅದು ದೊಡ್ಡದಾಗುತ್ತದೆ. ನಂತರ ಪ್ರೌಢವಾಗುತ್ತದೆ, ಜೀವನವನ್ನು ಮಾಡುತ್ತದೆ, ಕಡೆಗೆ ವೃದ್ಧನಾಗಿ ಸಾಯುತ್ತದೆ. ಹೀಗೆ ಕರ್ಮವು ಮಾನವನನ್ನು ಸದಾ ಕಾಲ ಆವರಿಸಿಕೊಂಡಿರುತ್ತದೆ.

ಮನುಷ್ಯನು ಹುಟ್ಟುವುದು ಸಾಯುವುದಕ್ಕಾಗಿಯೇ. ಹುಟ್ಟಿಗೆ ಇನ್ಯಾವ ಉದ್ದೇಶವಿಲ್ಲ. ಹುಟ್ಟಿದ ನಂತರ ಮಾತ್ರ

ಕರ್ಮವು ಆ ಮನುಷ್ಯನನ್ನು ಬೇರೆ-ಬೇರೆ ರೀತಿಯಲ್ಲಿ ಕೊಂಡೊಯ್ಯುತ್ತದೆ.

ಸಂವತ್ಸರಂ ಶಶಯಾನಾ ಬ್ರಾಹ್ಮಣಾ ವ್ರತಚಾರಿಣಃ – ತನ್ನ ಕರ್ಮವನ್ನು ವಿಪಾಕ ಮಾಡಿಕೊಂಡು ಜ್ಞಾನ ಪಡೆಯಬೇಕೆಂದು ಯಾರು ಪ್ರಯತ್ನಶೀಲರಾಗುತ್ತಾರೆಯೋ ಅವನೇ ಬ್ರಾಹ್ಮಣನೇ ವಿನಃ, ಹುಟ್ಟುನಿಂದಲ್ಲ.

ನಾವು ಮಾಡುವ ಕರ್ಮದಲ್ಲಿ ಅಗತ್ಯ ಕರ್ಮಗಳನ್ನು ನಿರ್ಣಯ ಮಾಡಿಕೊಳ್ಳಬೇಕಿರುವುದು ಬಹಳ ಮುಖ್ಯ. ಮಾಡಿದ ಕರ್ಮದ ಫಲವನ್ನೆಲ್ಲಾ ಬ್ರಹ್ಮನಿಗೆ ಅರ್ಪಣೆ ಮಾಡುವುದು ಅನುಭವಸ್ಥರು ಹೇಳಿರುವಂತಹ ವಾಕ್ಯ. ತಾನು ಮಾಡಿರುವಂತಹ ಕರ್ಮದ ಫಲವು ಒಳ್ಳೆಯದೇ ಅಥವಾ ಮಾರಕವೇ ಎಂದಾಗಿ ತಿಳುವಳಿಕೆ ಇರದೆ ಮಾಡುವಂತಹ ಕರ್ಮದ ಫಲವನ್ನು ಬ್ರಹ್ಮನಿಗೆ ಅರ್ಪಿಸುವುದೇ ಸೂಕ್ತ, ಏಕೆಂದರೆ ಅವುಗಳ ಫಲಗವನ್ನು ಸಾಮಾನ್ಯ ಮಾನವನಿಗೆ ಜೀರ್ಣಿಸಿಕೊಳ್ಳಲಾಗದು.

ಸತ್ಕರ್ಮವನ್ನೇ ಮಾಡೋಣ ಎಂದರೆ ಹಾಗೆಂದರೇನು ಎಂಬ ತಿಳುವಳಿಕೆಯೇ ಸಾಮಾನ್ಯನಲ್ಲಿಲ್ಲ. ವೇದ ವಿಜ್ಞಾನ ಪ್ರಕಾರ, ಕಾರಣ – ಇದು ಅಲ್ಲಲ್ಲಿ ಆಯಾಯ ರೀತಿಯಲ್ಲಿ ಸಮರ್ಥವಾಗಿ ಯುಕ್ತವಾಗಬೇಕು. ಹೀಗೆ ವಿನಿಯೋಗವಾಗದಿದ್ದರೆ ಅದು ಕುಕರ್ಮವೇ ಸರಿ. ವಿನಿಯೋಗ ಎಂಬ ಸ್ತರದಲ್ಲಿಯೇ ಒಳ್ಳೆಯದೊ ಅಥವಾ ಕೆಟ್ಟದ್ದೋ ನಿರ್ಣಯ.

ಗಮನಿಸಿ: ಯಾವ ಕರ್ಮವು ಹೇಗೆ ವಿನಿಯೋಗವಾಗುತ್ತದೆ ಎನ್ನುವುದರ ವಿವರಣೆ ಕೊಡಲಿಕ್ಕೆ ಯಾರಿಗೂ ಸಹ ಸಾಧ್ಯವಿಲ್ಲ. ಅಂದರೆ, ಅದರ ವಿನಿಯೋಗ ಗೊತ್ತಿಲ್ಲ. ಹೀಗಾಗಿ, ಮಾಡುವ ಕರ್ಮದ ಫಲವನ್ನು ಬ್ರಹ್ಮನಿಗೆ ಅರ್ಪಣೆಯಾಗಬೇಕಿದೆ. ಇದೇ ಬ್ರಹ್ಮ-ಕರ್ಮಣಾ.

ಎಲ್ಲವನ್ನೂ ಸಹ ಬ್ರಹ್ಮನಿಗೆ ಅರ್ಪಣೆ ಮಾಡಿದರೆ ಕರ್ಮ ವಿಪಾಕ ಆಗುವುದೆ? ಎಂದಾಗಿ ನೋಡಿದರೆ ಇಲ್ಲ ಎನ್ನುವ ಸ್ಪಷ್ಟ ಉತ್ತರ ಗೋಚರವಾಗುತ್ತದೆ. ಈ ವಿಚಾರ ಕುರಿತಾಗಿ ಇನ್ನು ಮುಂದೆ ಚಿಂತಿಸುವ:

ಕರ್ಮದಿಂದಲೇ ಜ್ಞಾನ ಹಾಗು ಜ್ಞಾನದಿಂದಲೇ ಕರ್ಮ – ಇದು ಹಲವಾರು ಗ್ರಂಥಗಳ ಅಭಿಪ್ರಾಯ. ಹೀಗಾಗಿ, ಗೀತೆಯಲ್ಲಿ ಮೊದಲು ಸಾಂಖ್ಯ (ಜ್ಞಾನ) ನಂತರ ಕರ್ಮ. ಬ್ರಹ್ಮಾರ್ಪಣದಿಂದ ಕರ್ಮ ವಿಪಾಕ ಆಗದು ಎಂದಾದಾಗ ನಾವುಗಳು ಕೆಲವು ನಿರ್ದಿಷ್ಟ

ಕರ್ಮಗಳನ್ನು ಮಾಡಬೇಕು, ಅದರಿಂದ ಜನಿಸುವಂತಹ ನಿರ್ದಿಷ್ಟ ಫಲವನ್ನು ತೆಗೆದುಕೊಳ್ಳಬೇಕು.

ನಿರ್ದಿಷ್ಟ ಕರ್ಮ ಕುರಿತಾಗಿ ಋಗ್ವೇದ ಮಂತ್ರ ಹೀಗೆ ಹೇಳುತ್ತಿದೆ:

ಜೀಮೂತಸ್ಯೇವ ಭವತಿ ಪ್ರತೀಕಂ ಯದ್ವರ್ಮಿ ಯಾತಿ ಸಮಾಮುಪಸ್ಥೇ |
ನಾವಿದ್ಧಯಾ ತನ್ವಾ ಜಯ ತ್ವಂ ಸ ತ್ವಾ ವರ್ಮಣೋ ಮಹಿಮಾ ಪಿಪರ್ತು ||

ಜೀಮೂತ (ಅಭ್ರ, ಮೇಘ, ವಾರಿವಾಹ, ಸ್ತನಯಿತ್ನು, ಬಲಾಹಕ, ಧಾರಾಧರ, ಜಲಧರ, ತಡಿತ್ವಾನ್, ವಾರಿದ, ಅಂಬುಭೃತ್, ಘನ, ಮುದಿರ, ಜಲಮುಕ್, ಧೂಮಯೋನಿ) ಎಂಬ ಪಕ್ಷಿ ಆಕಾಶದಲ್ಲಿ ಹಾರಾಡಿಕೊಂಡಿರುತ್ತದೆ. ಅದು ಒಮ್ಮೊಮ್ಮೆ ಹೀಗೆ ಯೋಚಿಸುತ್ತದೆ: ತಾನು ಹಾರಬಲ್ಲೆ, ಈ ಭೂಮಿಯ ಆಸರೆ ನನಗೆ ಬೇಡ. ಭೂಮಿಯ ಆಸರೆ ಇಲ್ಲದಿದ್ದರೆ ಹಾರಾಡಲು ಹೇಗೆ ಸಾಧ್ಯ? ಭೂಮಿಯು ತನ್ನನ್ನು ಕಳಕ್ಕೆ ಎಳೆಯುತ್ತದೆ ಎನ್ನುವ ಕಾರಣಕ್ಕೆ ರೆಕ್ಕೆಯ ಬಲದಿಂದ ತನ್ನನ್ನು ಮೇಲೇರಿಸಿಕೊಂಡು ಹಾರಾಡಬಲ್ಲದು, ಅಲ್ಲವೆ. ಕೆಳಗೆ ಎಳೆಯುವ ಶಕ್ತಿಯೇ ಇಲ್ಲದಿದ್ದರೆ ಆ ಪಕ್ಷಿಗೆ ಮೇಲೆ ಹಾರುವುದಕ್ಕೇ ಆಗುವುದಿಲ್ಲ! ಹೀಗಾಗಿ ಕರ್ಮವಿರದೆ ಜ್ಞಾನವಿಲ್ಲ, ಅದು ಜೀಮೂತಸ್ಯ ವ್ಯವಸ್ಥೆ. ಈ ವ್ಯವಸ್ಥೆಯಿಂದ ಬದುಕುವುದು ಕರ್ಮ. ಆ ವ್ಯವಸ್ಥೆಯಿಂದ ಹೊರತುಪಡಿಸಿ ಮಾಡುವ ಕೆಲಸಗಳು ಕರ್ಮವಲ್ಲ.

ಗಮನಿಸಿ: ವ್ಯವಸ್ಥೆಯನ್ನು ಆಧರಿಸಿ ಬದುಕುವುದು ಇದೆಯಲ್ಲಾ, ವೇದ ಪ್ರಕಾರದಲ್ಲಿ ಅದೇ ಕರ್ಮ ಎಂದಾಗಿದೆ. ಇದನ್ನೇ ಋಗ್ವೇದ ಈ ಮಂತ್ರ ಹೇಳುತ್ತಿದೆ.

ವೇದ ಪ್ರಕಾರ, ಪ್ರತಿಯೊಂದು ಹಂತದಲ್ಲಿಯೂ ಸಹ ನಾವು ಮಾಡುವಂತಹ ಕರ್ಮಗಳಿಗೆ ಒಂದು ನಿರ್ದಿಷ್ಟವಾದ ಗುರಿ ಇರುತ್ತದೆ. ಅಷ್ಟನ್ನು ಮಾತ್ರ ಮಾಡಬೇಕಿದೆ, ಇಲ್ಲದಿದ್ದರೆ ಅದೇ ಕೆಟ್ಟ-ಕರ್ಮ ಎಂದಾಗುತ್ತದೆ. ಇದರಿಂದ ದೋಷ. ಈ ತಿಳುವಳಿಕೆ ಇಲ್ಲದಿದ್ದಾಗ ಮಾತ್ರ ಬ್ರಹ್ಮಾರ್ಪಣ ಸೂತ್ರದ ಉಪಯೋಗ.

ಜಗತ್ತಿನ ಸಕಲವೂ ಸಹ ಆಶ್ರಯೀಭಾವದಿಂದ ಋತದ ಈ ವ್ಯವಸ್ಥೆಯಲ್ಲಿ ರೂಪುಗೊಂಡು ನಡೆಯುತ್ತಿದೆ. ಈ ಆಶ್ರಯೀಭಾವವನ್ನು ಕರ್ಮವು ಆಶ್ರಿಯಿಸುತ್ತದೆ. ಇದನ್ನು ಬಿಟ್ಟು

ಮಾಡಿದ ಕರ್ಮವು ವೇದ ವಿಜ್ಞಾನ ಪ್ರಕಾರ ಕುಕರ್ಮ ಎಂದಾಗಿರುತ್ತದೆ.

ಗಮನಿಸಿ: ಭೂಮಿಯ ಆಶ್ರಯವನ್ನು ಬಿಡದೆ ತನ್ನ ಜೀವನವನ್ನು ನಡೆಸುವುದನ್ನೇ ಕರ್ಮ ಎಂದಾಗಿ ಇಲ್ಲಿ ಅರ್ಥಮಾಡಿಕೊಳ್ಳಬೇಕಿದೆ.

ಈ ಭೂಮಿಯಲ್ಲಿ ಮಾಡುವ ಪ್ರತಿಯೊಂದ ಕರ್ಮವೂ ಸಹ ಆಶ್ರಯೀ ಧರ್ಮವನ್ನು ಅನುಸರಿಸುತ್ತದೆ. ಪ್ರತಿಯೊಬ್ಬರಿಗೂ ಸಹ ಅವನದ್ದೇ ಆದಂತಹ ಆಶ್ರಯೀ ಧರ್ಮವಿದೆ. ಸಂಬಂಧ, ಬಂಧುಗಳು, ಸ್ನೇಹಿತರು, ಬಾಂಧವರು-ಹೀಗೆ ಇವೆಲ್ಲವೂ ಸಹ ಆಶ್ರಯವೇ ಹೌದು. ಇವುಗಳಲ್ಲಿ ನಿರ್ವಹಿಸಬೇಕಾದಂತಹ ಕರ್ಮಗಳೇ ಒಬ್ಬನ ಕರ್ತವ್ಯ ಎಂದೆನಿಸಿಕೊಳ್ಳುತ್ತವೆ. ಸಂಬಂಧಗಳನ್ನು ಬೆಸೆಯುವಂತಹ ವ್ಯವಸ್ಥೆ ಇದೆಯಲ್ಲಾ, ಅದೇ ಕರ್ಮ ಎಂದು ಕರೆಸಿಕೊಳ್ಳುತ್ತದೆ. ಸಂಬಂಧವನ್ನು ಬೆಸೆಯುವ ಭಾವವೇ ಕರ್ಮ. ಇಂತಹ ಕರ್ಮಗಳೇ ಕರ್ತೃವಿಗೆ ಸಂಪಾದನೆಯನ್ನು ಮಾಡಿಕೊಡುವಂತಹವುಗಳಾಗಿವೆ. ಇದನ್ನೇ ಸಂಚಿತ ಕರ್ಮಗಳು ಎಂದಾಗಿ ವೇದ ವಿಜ್ಞಾನ ಹೇಳುತ್ತದೆ.

ಈ ಸಂಚಿತ ಎನ್ನುವಂತಹ ಕರ್ಮಗಳ ಆಧಾರದಲ್ಲಿ ಕರ್ಮವನ್ನು ಆಶ್ರಯಿಸಿ ಬದುಕಿದರೆ, ಆ ಜೀವಕ್ಕೆ ಹುಟ್ಟಲಿಕ್ಕೆ ಕಾರಣವಾಗುವಂತಹ ಪ್ರಾರಬ್ಧ ಎಂಬ ಕರ್ಮ ಇತ್ತಲ್ಲಾ, ಅದು ವಿಪಾಕವಾಗುತ್ತಾ ಸಾಗುತ್ತದೆ.

ಗಮನಿಸಿ: ಸಂಚಿಕ ಕರ್ಮಗಳು ವಿಪಾಕವಾಗುವುದಿಲ್ಲ, ಬದಲಿಗೆ ಅದು ಬೆಳೆಯುತ್ತಾ ಸಾಗುತ್ತದೆ. ಈ ಸಂಪಾದಿಸಿದಂತಹ ಸಂಚಿತ ಕರ್ಮಗಳನ್ನು ವಿನಿಮಯ ಮಾಡಿಕೊಳ್ಳುವುದರಿಂದಾಗಿ ಪ್ರಾರಬ್ಧ ಕರ್ಮಗಳು ವಿಪಾಕವಾಗುತ್ತವೆ. ಅಂದರೆ, ಅರ್ಥ ಇಷ್ಟೇ: ಪ್ರಾರಬ್ಧ ಕರ್ಮಗಳು ಆ ವ್ಯಕ್ತಿಯನ್ನು ಬಿಟ್ಟು, ಬೇರೆಲ್ಲೋ ಹೋಗಿ, ಆಶ್ರಯವನ್ನು ಪಡೆದು, ಅದು ಸಂಚಿತ ಕರ್ಮಕ್ಕೆ ಪ್ರಾಪ್ತವಾಗುತ್ತವೆ. ಆಗ ಇವೇ 'ಪ್ರಾಪ್ತಿ ಕರ್ಮ' ಎಂಬ ಅರ್ಥವನ್ನು ಪಡೆದುಕೊಳ್ಳುತ್ತವೆ.

ಋಗ್ವೇದದ ಸಾವಿರಾರು ಮಂತ್ರಗಳು ಪ್ರಾರಬ್ಧ, ಸಂಚಿತ ಹಾಗು ಪ್ರಾಪ್ತಿ ಎಂಬ ಮೂರು ಕರ್ಮಗಳನ್ನು ಹೇಳುತ್ತದೆ. ಇದರ ಹಿನ್ನಲೆಯಲ್ಲಿ ಯಜ್ಞ (ತಿಳಿದು ಮಾಡುವಂತಹ ಕ್ರಿಯೆ) ಹಾಗು ಯಾಗ (ಗತಿಗಾಗಿ ಮಾಡುವಂತಹ ಕ್ರಿಯೆ) ಎಂಬುವುಗಳನ್ನು ವಿವರಿಸುತ್ತದೆಯೇ ಪರಂತು, ಇದೇ ಕರ್ಮ-ಕಾಂಡ ಎಂದಾಗಿಲ್ಲ.

ಹೀಗೆ, ಈ ಋಗ್ವೇದದ ಮಂತ್ರಗಳನ್ನು ಅರ್ಥಮಾಡಿಕೊಂಡು ಯಾವುದೇ ಮಾನವ ತನ್ನ ಕಾಲ ಮೇಲೆ ತಾನು ಬದುಕಬೇಕು. ಓ ಕಾರಣಕ್ಕಾಗಿ ನಸ್ತಾಸನ ಎಂಬುದು ಯೋಗದಲ್ಲಿ ಸಂಶೋಧನೆಗೊಂಡಿದೆ. ಪದ್ಮದ ಮೇಲೆ ಕುಳಿತುಕೊಳ್ಳುವುದೇ ನ್ಯಸ್ತಾಸನದ ಪ್ರಮುಖ ಉದ್ದೇಶವಾಗಿದೆ.

ನ್ಯಸ್ತಾಸನ: ಪಾದಗಳನ್ನು ಸಾಧ್ಯವಾದಷ್ಟು ಹಿಂದಕ್ಕೆ ತೆಗೆದುಕೊಂಡು ಹೋಗಿ ಆ ಪಾದ ಪದ್ಮದ ಮೇಲೆ ಕುಳಿತುಕೊಳ್ಳಬೇಕು.

ಪ್ರಾರಬ್ಧ, ಸಂಚಿತ ಹಾಗು ಪ್ರಾಪ್ತಿ – ಈ ಮೂರು ಕರ್ಮಗಳು ಮನುಷ್ಯನಿಗೆ ಸ್ವಾಭಾವಿಕವೇ ಹೌದು. ನಾವು ಹುಟ್ಟಲು ಪ್ರಾರಬ್ಧ ಕಾರಣ. ನಂತರ ಮಾಡುವುದೇ ಸಂಚಿತ. ಇವೆರಡರ ಮೂಲಕದ ಪರಿಣಾಮದಲ್ಲಿ ಸಿಗುವಂತಹದ್ದು ಪ್ರಾಪ್ತಿ. ಈ ಮೂರಕ್ಕೂ ಸಮತೋಲನೆಯನ್ನು ನೀಡಿದಾಗ ಮಾತ್ರ ಆ ವ್ಯಕ್ತಿಯು ಕರ್ಮದಿಂದ ಹೊರಗುಳಿಯಲು ಸಾಧ್ಯ, ಇಲ್ಲದಿದ್ದರೆ ಇಲ್ಲ. ಹೀಗೆ ಮಾಡಿದಾಗ ಆ ವ್ಯಕ್ತಿಯು ಕುಮಾರ ಎಂದಾಗುತ್ತಾನೆ.

ಗಮನಿಸಿ: ಕುಮಾರ=ಕೆಟ್ಟದ್ದನ್ನು ನಾಶ ಮಾಡುವುದು. ಕೆಟ್ಟದ್ದನ್ನು ನಾಶ ಮಾಡುವಂತಹ ಶಕ್ತಿಯನ್ನು ಹೊಂದಿದರೆ, ಅಂದರೆ ಕೆಟ್ಟ ಕರ್ಮಗಳನ್ನು ವಿಪಾಕ ಮಾಡಿಕೊಳ್ಳುವಂತಹ ಸಿದ್ಧಿಯನ್ನು ಪಡೆದರೆ ಅವನೇ ಕುಮಾರ. ಇದನ್ನೇ ಋಣ-ಜ್ಞಾನ ಎಂದಾಗಿ ವೇದ ವಿಜ್ಞಾನವು ಹೇಳಿರುತ್ತದೆ. ಈ ಜ್ಞಾನವನ್ನು ಪಡೆದವರು ಶಾಶ್ವತನಾಗುತ್ತಾನೆ.

ಸೂಚನೆ: ಕರ್ತವ್ಯ ಹಾಗು ಕರ್ಮ – ಇವೆರಡೂ ಸಹ ಬೇರೆ ಬೇರೆ.

ಈ ವೇದ ಪ್ರಕಾರದ ಕರ್ಮ ಸಿದ್ಧಾಂತದಲ್ಲಿ ಕೆಲವು ವಿಚಾರಗಳು ಹೀಗಿರುತ್ತವೆ: ಯಾವುದೇ ಕರ್ಮ ಮಾಡುವ ಮುನ್ನ ಅದನ್ನು ನಿಜವಾಗಿ ಮಾಡಬೇಕಿದೆಯೆ ಎಂದಾಗಿ ಅರ್ಥಮಾಡಿಕೊಳ್ಳಬೇಕು. ಮಾಡಲೇ ಬೇಕು ಎಂದಾಗ ಅದನ್ನು 'ಸ್ವಾಶ್ರಯಿ' ಆಗಿ ಮಾಡಬೇಕೇ ವಿನಃ, ಮತ್ತೊಬ್ಬರನ್ನು ಆಶ್ರಯಿಸಿ ಮಾಡಬಾರದು. ಆಗ ಮಾತ್ರ ಮಾಡುವಂತಹ ವ್ಯಕ್ತಿಗೆ ಸಮಾನವಾದ ಬಲವು ದೊರಕುತ್ತದೆ. ಆಗ ಅದು ಸುಕರ್ಮ ಎಂದಾಗುತ್ತದೆ. ನಂತರ ಮಾತ್ರ ಅವನು ಕುಮಾರ ಎಂದಾಗುತ್ತಾನೆ.

ಜನ್ಮಕ್ಕೆ ಕಾರಣವಾಗುವಂತಹ ಪ್ರಾರಬ್ಧ ಕರ್ಮವು ನಂತರವೂ ಸಹ ಆ ವ್ಯಕ್ತಿಯನ್ನು ನಡೆಸಿಕೊಂಡು ಹೋಗುವ

ಯತ್ನ ಮಾಡುತ್ತದೆ. ಆಗ ಆ ವ್ಯಕ್ತಿಯು ಪ್ರತಿ ಹಂತದಲ್ಲಿಯೂ ಸಹ ಆ ಪ್ರಾರಬ್ಧ ಕರ್ಮವನ್ನು ವಿಶ್ಲೇಷಣೆ ಮಾಡಿ, ಸರಿ ಎಂದೆನಿಸಿದರೆ ಮಾತ್ರ ಅದರಲ್ಲಿ ಮುಂದುವರೆಯಬೇಕು, ಇಲ್ಲದಿದ್ದರೆ ವೇದದಿಂದ ಮಾರ್ಗದರ್ಶನವನ್ನು ಪಡೆದು ಮುಂದುವರೆಯಬೇಕು. (ಸೂಚನೆ: ವೇದ ಒಂದನ್ನು ಹೊರತು ಪಡಿಸಿ ಮತ್ಯಾವ ಗ್ರಂಥಗಳೂ ಸಹ ನಿಖರ ಮಾರ್ಗದರ್ಶನ ಮಾಡುವುದಿಲ್ಲ.) ಪ್ರತಿಯೊಬ್ಬರೂ ಹೀಗೆ ಮಾಡಿದರೆ ಎಲ್ಲರೂ ಕುಮಾರರಾಗುತ್ತಾರೆ. ಕೆಟ್ಟದ್ದು ನಾಶವಾಗಿ ಕೇವಲ ಒಳ್ಳೆಯದೇ ಉಳಿದುಕೊಳ್ಳುತ್ತದೆ. ಆಗ ಮಾತ್ರ ಸ್ವರ್ಗದ (ಸ್ವಯಾರ್ಜಿತ ಗತಿಯ) ನಿರ್ಮಾಣ. ಹೀಗೆ ಮಾಡಿದಾಗ ಮಾತ್ರ ಕರ್ಮ ಸಂಚಯನವಾಗುತ್ತದೆ, ಇದರಿಂದ ಬರುವಂತಹ ಫಲವೇ ಪ್ರಾಪ್ತಿ. ಇದೇ ವಿಪಾಕದ ಸೂತ್ರ.

ಹಿಂದೆ ಘಟಿಸಿರುವಂತಹ ಸಾವು ಹಾಗ ಪುನಃ ಹುಟ್ಟಿರುವ ನಡುವೆ ಪಾಪ ಹಾಗು ಪುಣ್ಯಗಳ ಲೆಕ್ಕಾಚಾರದ ಜೊತೆಗೆ, ತಿರೋಧಾನ ಹಾಗು ಅನುಗ್ರಹ ಎಂಬ ಹಂತಗಳು ಮಾನವನಿಗಿರುತ್ತವೆ. ಇದರ ಪ್ರಕಾರ, ಹುಟ್ಟು ನಮ್ಮಗಳ ಸಂಕಲ್ಪ ಅಲ್ಲವೇ ಅಲ್ಲ. (ಸೂಚನೆ: ಹೆಚ್ಚಿನ ವಿವರಣೆಗಾಗಿ 'ಮರಣ ಪ್ರಕ್ರಿಯೆ ಹಾಗು ಪುನರ್ಜನ್ಮದ ಆಯ್ಕೆ - ನೋಷನ್ ಪ್ರೆಸ್' ಎಂಬ ಪುಸ್ತಕ ಓದಿರಿ.) ಇಂತಿಂತಹ ಪ್ರಾರಬ್ಧ ಕರ್ಮಗಳು ನಿನ್ನಲ್ಲಿವೆ, ಅದನ್ನು ವಿಪಾಕ ಮಾಡಿಕೊಳ್ಳಬೇಕು ಎಂದಾಗಿ ವಿವರಿಸಿ, ನೀನು ಈ ರೀತಿಯಲ್ಲಿ ಜನ್ಮವನ್ನು ಎತ್ತಿದರೆ ಇದನ್ನು ಪರಿಹಾರ ಮಾಡಿಕೊಳ್ಳಬಹುದು ಎಂದಾಗಿ ನಮಗೆ ಆದೇಶಿಸಲ್ಪಟ್ಟ ಆಧಾರವಾಗಿ ನಾವುಗಳು ಪುನಃ ಹುಟ್ಟಿರುತ್ತೇವೆ. ಹುಟ್ಟಿನ ಹಿಂದಿರುವಂತಹ ನಿಜ ಸಂಕಲ್ಪ ಇದೇ ಆಗಿದ್ದರೂ ಸಹ, ಹುಟ್ಟಿದ ನಂತರ ಈ ವಿಶ್ವದಲ್ಲಿರುವಂತಹ (ವಿಶ್ವ = ಸ್ವತಂತ್ರವಾಗಿ ಜೀವಿಸಲಿಕ್ಕಾಗಿ ಇರುವಂತಹ ಅನುಕೂಲ) ಪ್ರಪಂಚದ (ಪ್ರಪಂಚ = ಕೇವಲ ವಿಧಿ ಪ್ರಕಾರದ ಪ್ರಾಪ್ತಿಗಾಗಿ ಇರುವಂತಹ ಅನುಕೂಲ) ವ್ಯಾಮೋಹಕ್ಕೆ ಒಳಗಾಗಿ, ಈ ಸಂಕಲ್ಪವನ್ನೇ ಮರೆತುಬಿಡುತ್ತೇವೆ. ಹೀಗಾಗಿ, ಕರ್ಮದ ಬಲೆಯು ವಿಸ್ತರಿಸುತ್ತಾ ಹೋಗುವುದೇ ವಿನಃ ಕರ್ಮದ ವಿಪಾಕ ಮಾತ್ರ ಜರುಗುವುದಿಲ್ಲ.

ಗಮನಿಸಿ: ಯಾವುದೇ ಮಾನವನ ಹುಟ್ಟಿನ ಹಿಂದಿರುವಂತಹ ಸಂಕಲ್ಪ ಸ್ವಂತದಲ್ಲಿರುವಂತಹ ಕರ್ಮಗಳ ವಿಪಾಕವೇ ವಿನಃ ಮತ್ತೇನಿಲ್ಲ.

ಸೂಚನೆ: ಆದರೆ ಕರ್ಮ ವಿಪಾಕ ಕ್ರಮವನ್ನು ಭಗವದ್ಗೀತೆಯಲ್ಲಿ ಹೇಳಿಲ್ಲ, ಬದಲಿಗೆ ಋಗ್ವೇದದ ಮಂತ್ರಗಳು ಹೇಳಿವೆ.

ಮುಖ್ಯ: ಈ ವಿಚಾರ ಕುರಿತಾಗೇ ಶ್ರೀಕೃಷ್ಣನು ಅರ್ಜುನನಿಗೆ ಬೋಧಿಸಿದ್ದು. ಯುದ್ಧವಿಲ್ಲವೇ ಯುದ್ಧವು ಜರುಗಿದ್ದು, ಯಾರನ್ನೂ ಸಹ ಯಾರೂ ಸಹ ಕೊಲ್ಲದೆ ಯುದ್ಧದಲ್ಲಿ ಭಾಗವಹಿಸಿದ ಎಲ್ಲರೂ ಸಹ ಗೆದ್ದದ್ದು.

ಸೂತ್ರ: ಯುದ್ಧ ಅಂದರೆ ಜ್ಞಾನವನ್ನು ಹೇಳುವಂತಹ ಆಯಾಮ. ಅವನೇ ಯೋಧ. ಆ ಯೋಧನು ಬೋಧಿಸುವ ಜ್ಞಾನವೇ ಯುದ್ಧ. ಇದೇ ಜಯ ಗ್ರಂಥದಲ್ಲಿ ಶ್ರೀವ್ಯಾಸರು ಹೇಳಿರುವುದು. ಉದಾ: ದುರ್ಯೋಧನ = ಇದರಲ್ಲೂ ಯೋಧ ಎಂಬ ಪದವಿದ್ದು ಅದು ಕೇವಲ ದುರ್ವಿಚಾರಗಳನ್ನು ಮಾತ್ರ ಪ್ರಕಟಿಸಿದ ಎಂಬ ಅರ್ಥದಲ್ಲಿದೆ. ಯುದ್ಧ ಎಂದರೆ ಕರ್ಮವಿಪಾಕದ ಮಾರ್ಗವೇ ಹೊರತು ಹೊಡೆದಾಟವಲ್ಲ.

ಹೀಗಾಗಿ ದಿನ ನಿತ್ಯದಲ್ಲಿ ಋಗ್ವೇದ ಮಂತ್ರದ ಉಪಯೋಗವಿದೆ. ಉದಾಹರಣೆಗೆ:

ಆಪ ಇದ್ವಾ ಉ ಭೇಷಜೀರಾಪೋ ಅಮೀವಚಾತನೀಃ |
ಆಪಃ ಸರ್ವಸ್ಯ ಭೇಷಜೀಸ್ತಾಸ್ತೇ ಕೃಣ್ವಂತು ಭೇಷಜಂ... ||
ಭೇಷಜಮಾವಾಸ್ಕೈ ಕರೋತಿ ಸರ್ವಮಾಯುರೇತಿ ||

ನಮ್ಮ ದೇಹ ಹಾಗು ಮನಸ್ಸನ್ನು ನೀರಿನಿಂದ ಶುದ್ಧ ಮಾಡಿಕೊಳ್ಳುವಾಗ ಈ ಮಂತ್ರದ ಉಪಯೋಗ. ಇದರಿಂದ ಗೊತ್ತಿದ್ದೂ ಹಾಗು ಗೊತ್ತಿದಲ್ಲದೇ ಮಾಡಿರುವಂತಹ ಪಾಪಗಳ ವಿಪಾಕ ಕ್ರಿಯೆ.

ಯದ್ರಾತ್ರಿಯಾತ್ಕುರುತೇ ಪಾಪಂ ತದ್ರಾತ್ರಿಯಾತಿಮುಚ್ಯತೇ |
ಸರ್ವವರ್ಣೇ ಮಹಾದೇವಿ ಸನ್ಯಾವಿದ್ಯೆ ಸರಸ್ವತಿ ||

ಹಗಲಿನಲ್ಲಿ ಮಾಡಿರುವುದನ್ನು ಸಂಜೆ ವಿಮೋಚನೆ ಮಾಡಿಕೊಳ್ಳುವುದು ಹಾಗು ರಾತ್ರಿ ಕಾಲದಲ್ಲಿ ಮಾಡಿರುವಂತಹ ಪಾಪವನ್ನು ಹಗಲಿನಲ್ಲಿ ವಿಮೋಚನೆ ಮಾಡಿಕೊಳ್ಳುವುದಕ್ಕಾಗಿ ಈ ಮಂತ್ರದ ಉಪಯೋಗ.

ಕುಟುಂಬ, ಸಮಾಜ, ಹೀಗೆ ಹಲವಾರು ವಿಷಯಗಳನ್ನು ನಾವುಗಳು ಆಶ್ರಯಿಸಿರುತ್ತೇವೆ. ಇವುಗಳನ್ನು ಬಿಟ್ಟು ಬದುಕುವುದಕ್ಕಾಗುವುದಿಲ್ಲ. ಇವುಗಳಿಗೆ ಅಂಟಿಕೊಳ್ಳದೇ ಕೇವಲ

ಕರ್ತವ್ಯ ದೃಷ್ಟಿಯಿಂದ ಬದುಕನ್ನು ಸಾಗಿಸುವುದೇ ವಿಪಾಕಕ್ಕೆ ನಾಂದಿಯಾಗುತ್ತದೆ.

ಅಸ್ಮಾಕಂ ಸಹ ಕುಟುಂಬಾನಾಂ – ಹೀಗೆ ಸಂಕಲ್ಪ ಮಾಡಿ ಶುದ್ಧ ಕಾರ್ಯವನ್ನು ಮಾಡಿವುದರಿಂದಾಗಿ ಕುಟುಂಬದ ಎಲ್ಲರಿಗೂ ವಿಪಾಕದ ಪ್ರಾಪ್ತಿಯನ್ನು ಯಜಮಾನನು ಕೊಡಬಹುದಾಗಿದೆ.

ನಮ್ಮಲ್ಲಿ ಸಂಚಿತವಾಗುವಂತಹ ಕರ್ಮಗಳು ಯಾವುವು? ಅದನ್ನು ವಿಪಾಕ ಮಾಡಿಕೊಳ್ಳುವ ಬಗೆ ಹೇಗೆ? ಎಂಬುದಕ್ಕೆ ಸಂಬಂಧಿಸಿದಂತೆ ಮಂತ್ರವಿದೆ:

ಸ್ತುಷೇ ನರಾ ದಿವೋ ಅಸ್ಯ ಪ್ರಸಂತಾಶ್ವಿನಾ ಹುವೇ ಜರಮಾಣೋ ಅರ್ಕೈಃ |

ಯಾ ಸದ್ಯ ಉಸ್ರಾ ವ್ಯುಷಿ ಜ್ಮೋ ಅಂತಾನ್ಯುಯೂಷತಃ ಪರ್ಯರೂ ವರಾಂಸಿ ||

ಯಾವುದೇ ಮನುಷ್ಯನಿಗೆ ಎಪ್ಪತ್ತು ವಯಸ್ಸಾಗುವವರೆಗೂ ಮಾತ್ರ ದೂಷಿತ ಕರ್ಮಗಳನ್ನು ಮಾಡುವಂತಹ ಶಕ್ತಿ ಇರುತ್ತದೆಯೇ ವಿನಃ, ನಂತರ ಆಗುವುದಿಲ್ಲ. ಹೀಗಾಗಿ 70 ವರ್ಷ ಆದವರಿಗೆ 'ಭೀಮರಥ ಶಾಂತಿ' ಎಂಬ ಕ್ರಿಯೆ ಇದೆ. ಇದು ಪ್ರಾಯಶ್ಚಿತ್ತಕ್ಕಾಗಿ ಇರುವಂತಹ ಪ್ರಕ್ರಿಯೆಯಾಗಿದೆ.

ಗಮನಿಸಿ: ಕಾಯದಿಂದ, ಮನಸ್ಸಿನಿಂದ ಹಾಗು ಮಾತಿನಿಂದ ಕರ್ಮಗಳು ಜನಿಸುತ್ತವೆ.

ಸೂಚನೆ: ಕರ್ಮವು ವಿಪಾಕ ಆಗದೇನೇ ಜ್ಞಾನ ದೊರಕುವುಲ್ಲ, ಏಕೆಂದರೆ ಬುದ್ಧಿಯು ಕರ್ಮವನ್ನು ಅನುಸರಿಸಿಕೊಂಡು ಸಾಗುತ್ತಿರುತ್ತದೆ. ಬುದ್ಧಿಃ ಕರ್ಮಾನುಸಾರಿಣಿ!

ಸೂತ್ರ: ಕರ್ಮವು ಕೇವಲ ವಿಚಾರ ಸ್ವರೂಪ ಮಾತ್ರ, ವಸ್ತು ರೂಪವಲ್ಲ.

ಜೀವನಿಗೆ ಕರ್ಮವನ್ನು ವಿಪಾಕ ಮಾಡಿಕೊಳ್ಳಲು ಅವನು ದೇಹವನ್ನೇ ಆಧರಿಸಿರುತ್ತಾನೆ. ದೇಹವಿರದಿದ್ದರೆ ಕರ್ಮದ ವಿಪಾಕ ಸಾಧ್ಯವಿಲ್ಲ. ಅವರವರ ಕರ್ಮವನ್ನು ಅವರವರೇ ವಿಪಾಕ ಮಾಡಿಕೊಳ್ಳಬೇಕೇ ವಿನಃ, ಮತ್ತೊಬ್ಬರಿಂದ (ಉದಾ: ಶ್ರಾದ್ಧ, ಇತ್ಯಾದಿ ಕ್ರಿಯೆಗಳಿಂದ ಮಾಡುವವನ ಕರ್ಮದ ವಿಪಾಕವೇ ವಿನಃ ಅವನ ಪಿತೃವಿನದ್ದಲ್ಲ) ಮಾಡಲು ಸಾಧ್ಯವೇ ಇಲ್ಲ.

ಗಮನಿಸಿ: ಪೂರ್ವಜನ್ಮಕೃತಂ ಪಾಪಂ ವ್ಯಾಧಿರೂಪೇಣ ಬಾಧ್ಯತೇ–ಇದನ್ನೇ ದೈವ ಎಂದಾಗಿ ಆತ್ರೇಯ ಋಷಿಗಳು

ಹೇಳಿರುತ್ತಾರೆ. ಇಲ್ಲಿ ಪಾಪ ಎಂಬ ಶಬ್ದವು ವೈದ್ಯಕೀಯಕ್ಕೆ ಸಂಬಂಧಿಸಿದೆ. ಪ್ರಾರಬ್ಧ ಪ್ರಕಾರವಾಗಿ ಬರುವಂತಹ ರೋಗಗಳನ್ನು ಉಪಶನಮನ ಮಾಡುವುದು ಕಷ್ಟ.

ಸೂತ್ರ: ಆಹಾರ ಹಾಗು ವಿಹಾರಗಳ ಹೊರತಾಗಿ ಉಂಟಾಗುವಂತಹ ಖಾಯಿಲೆಗಳಿಗೆ ಪಾಪ ಕಾರಣವಾದರೆ, ಕರ್ಮವು ಜೀವನಕ್ಕೆ ಕಾರಣವಾಗುತ್ತದೆ.

ಗಮನಿಸಿ: ಯಾವಾಗ ಒಬ್ಬ ವ್ಯಕ್ತಿಯ ಆಚಾರವು ವಾಮ ಮಾರ್ಗದಲ್ಲಿ ಇರುತ್ತದೆಯೋ, ಆಗ ಮಾತ್ರ ವಾಮಚಾರದ ಪ್ರಯೋಗವಾಗುತ್ತದೆಯೇ ವಿನಃ, ಸದಾಚಾರದಲ್ಲಿ ಇರುವವನಿಗೆ ಆಗುವುದಿಲ್ಲ. ವಾಮಾಚಾರದ ಪ್ರಾಪ್ತಿ ಕೆಟ್ಟ ಮಾರ್ಗವನ್ನು ಅನುಸರಿಸಿದ್ದರ ಶಾಪ (ಆಪದ ರೀತಿಯ ಶಾಸನ). ಮತ್ತೊಬ್ಬರ ಮುಖಾಂತರ ಅಷ್ಟೆ.

ಸಿದ್ಧಾಂತ: ಪರೋಪಕಾರಾ ಪುಣ್ಯಾಯ ಪಾಪಾಯ ಪರಪೀಡನಂ ||

ಒಬ್ಬನು 'ಕರ್ಮ ಮಾಡುವುದಕ್ಕೆ' ಅವನಿಗೆ ಇಚ್ಛೆ, ಜ್ಞಾನ ಹಾಗು ಕ್ರಿಯೆ ಎಂಬ ಮೂರು ಶಕ್ತಿಗಳು ಬೇಕು. ಇದರಲ್ಲಿ ಯಾವುದಾದರು ಒಂದು ಇಲ್ಲದಿದ್ದರೆ ಕರ್ಮ ಮಾಡುವುದಕ್ಕಾಗುವುದಿಲ್ಲ. ಆದರೆ 'ಕರ್ಮ ಆಗುವುದಕ್ಕೆ' ಆಗುತ್ತದೆ. ಇದರಲ್ಲಿ ಕರ್ತೃ ಎಂಬುದಿಲ್ಲ.

ಗಮನಿಸಿ: ಕರ್ಮ ಮಾಡುವುದು ಬೇರೆ, ಕರ್ಮ ಆಗುವುದು ಬೇರೆ. ಕರ್ಮಕ್ಕೆ ಕರ್ತೃತ್ವ ಇಲ್ಲ, ಬದಲಿಗೆ ಅದು ಕೇವಲ ಕಾರಣ ಮಾತ್ರದಿಂದ ಆಗುತ್ತದೆ.

ಕರ್ತೃ ಇದ್ದೂ ಆಗುವ ಕರ್ಮ ಭಾಗ, ಕರ್ತೃ ಇಲ್ಲದೇ ಆಗುವ ಕರ್ಮ ಭಾಗ ಹಾಗು ಕಾರಣ ವ್ಯವಹರಿಸಿ ಆಗುವ ಕರ್ಮ ಭಾಗ. ಹೀಗೆ ಕರ್ಮವು ಮೂರು ರೀತಿಯಲ್ಲಿರುತ್ತದೆ. ಇದನ್ನೇ ಕರ್ತೃ, ಅಕರ್ತೃ ಹಾಗು ಅನ್ಯಥಾ ಕರ್ತೃ ಎಂದಾಗಿಯೂ ಹೇಳುವುದಾಗಿದೆ.

ಸ್ವಾಭಾವಿಕವಾಗಿ ಮಳೆಯಾಗಿ ಕಾಡು ಬರುವುದು ಕರ್ತೃ ಇಲ್ಲದ ಭಾಗ. ಆದರೆ ಸೂಕ್ಷ್ಮವಾಗಿ ನೋಡಿದಾಗ ಇದರಲ್ಲಿ ಭೂಮಿಯ ಜ್ಞಾನ, ಇಚ್ಛೆ ಹಾಗು ಕ್ರಿಯಾ ಶಕ್ತಿ ಇರುತ್ತದೆ. ಈ ಮಳೆಯಿಂದ ಉತ್ತು, ಬಿತ್ತು ಬೆಳೆಯನ್ನು ತೆಗೆಯುವ ರೈತ ಕರ್ತೃ ಭಾಗ. ಇದರಲ್ಲಿ ರೈತನ ಮೂರೂ ಶಕ್ತಿಗಳು ಅಡಕವಾಗಿವೆ.

ಗಮನಿಸಿ: ಕರ್ತೃವಿದ್ದರೆ ಮಾತ್ರ ಜ್ಞಾನ ಶಕ್ತಿಯ ಉಪಯೋಗ, ಕರ್ತೃ ಇಲ್ಲದಿದ್ದರೆ ಕೇವಲ ಕ್ರಿಯಾ ಶಕ್ತಿಯ ಉಪಯೋಗ.

ಸೂಚನೆ: ವೇದದಲ್ಲಿ ಕಂಡುಬರುವಂತಹ ಭೌತಶಾಸ್ತ್ರ ಭಾಗವು ಕರ್ಮಸಿದ್ಧಾಂತದ ಆಧಾರದಲ್ಲಿ ಬರುವುದಿಲ್ಲ, ಆದರೆ ಕರ್ಮವನ್ನು ಆಧರಿಸಿಕೊಂಡು ಅದನ್ನು ವಿವರಿಸಬಹುದಷ್ಟೆ.

ಋಣವಿಲ್ಲದಿದ್ದರೆ ಕರ್ಮವಿಲ್ಲ. ಈಗಾಗಲೇ ನೋಡಿದಂತೆ ಕರ್ಮಕ್ಕೆ ಕೇವಲ ಕಾಲ ಎಂಬುದಿದೆಯೇ ವಿನಃ, ದೇಶ ಎಂಬ ಸ್ಥಿರರಾಶಿಯಿಲ್ಲ. ಆದರೂ ಸಹ ಕರ್ಮವು ಯಾರದ್ದಾಗಿದೆಯೋ ಅವರನ್ನೇ ಗುರುತಿಸಿಕೊಂಡು ಅವರನ್ನು ತಲುಪುತ್ತದೆ! ಋಣ ಎಂಬ ಕಾರಣದಿಂದ ಮಾತ್ರ ಹೀಗೆ ಕರ್ಮವು ನೆರವೇರುತ್ತದೆ.

ಸೂತ್ರ: ಋಣವಿಲ್ಲದೆ ಕರ್ಮವಿಲ್ಲ, ಕರ್ಮವಿಲ್ಲದೆ ಋಣವಿಲ್ಲ.

ಋಣ ಎಂಬುದಕ್ಕೆ ದೇಶ (ಅಂದರೆ ಸ್ಥಾನ) ಇದೆ. ಈ ಋಣವನ್ನು ಆಶ್ರಯಿಸಿಕೊಂಡೇ ಕರ್ಮ ಅವನಲ್ಲಿಗೆ ಹೋಗುತ್ತದೆ. ಋಣವನ್ನು ಅರಿತುಕೊಳ್ಳುವುದರಿಂದ ಮಾತ್ರ ಕರ್ಮದ ನಡೆಯು ಅರ್ಥವಾಗುತ್ತದೆ.

ವೇದ ಪ್ರಕಾರ, ಯಾವುದೇ ಮಾನವನಿಗೆ ದೊರಕುವಂತಹ ಪ್ರಾಪ್ತಿಗೆ ಋಣವು ಕಾರಣವೇ ವಿನಃ ಕರ್ಮವಲ್ಲ. ಕರ್ಮವು ಕೇವಲ ಪ್ರಾಪ್ತಿಯನ್ನು ಪ್ರೇರೇಪಿಸುತ್ತದೆ, ಅಷ್ಟೆ. ಹೀಗಾಗಿ ಪ್ರಾಪ್ತಿ ಎನ್ನುವುದೇ ಕರ್ಮ ಎಂದಾಗಿರುತ್ತದೆ. ಪ್ರಾಪ್ತಿಯಿಂದ ವ್ಯಕ್ತಿಗೆ ಪ್ರಾರಬ್ಧ ದೊರಕುತ್ತದೆ, ಅಂದರೆ, ಪ್ರಾಪ್ತಿ ಎನ್ನುವುದರಿಂದಲೇ ಅದು ಆದೇಶಿತವಾಗಿರುತ್ತದೆ. ಋಣದ ಆದೇಶ ಪ್ರಕಾರ ಪ್ರಾರಬ್ಧವು ಸಂಬಂಧಿತ ವ್ಯಕ್ತಿಯನ್ನು ಸೇರಿಕೊಳ್ಳುತ್ತದೆ.

ಗಮನಿಸಿ: ಯಾವುದೇ ಕರ್ಮವನ್ನೂ ಸಹ ವ್ಯಕ್ತಿಯು ಸ್ವ-ಇಚ್ಛೆಯಿಂದ ವಿಪಾಕ ಮಾಡಿಕೊಳ್ಳಬಹುದು.

ಪ್ರಾರಬ್ಧ ಹಾಗು ಸಂಚಿತ ಕರ್ಮವನ್ನು ವಿಪಾಕ ಮಾಡಿಕೊಳ್ಳದಾ ವ್ಯಕ್ತಿಯಲ್ಲಿ ಋಣವು ಬೆಳೆಯುತ್ತಾ ಸಾಗುತ್ತದೆ. ಇದರಿಂದ ವ್ರಣ (ವಿವಿಧ ರೀತಿಯ ಬಾಧೆಯನ್ನು ಕೊಡುವಂತಹ ಗಾಯಗಳು) ಎಂಬುದು ಉತ್ಪತ್ತಿಯಾಗುತ್ತದೆ. ಇದರಿಂದ ನಾನಾ ರೀತಿಯ ಬಾಧೆಗಳು ಜನ್ಮಿಸುತ್ತವೆ. ಹಿಂಸೆಯಾಗುತ್ತದೆ.

ಋಣವಿಲ್ಲದೆಯೇ ಕರ್ಮಗಳು ವ್ಯವಹರಿಸುವುದಿಲ್ಲ ಎಂಬುದನ್ನು ಇಲ್ಲಿ ಗಮನಿಸಬೇಕು. ಯಾವ ಉದ್ದೇಶಕ್ಕಾಗಿ

ಋಣವು ವ್ಯವಹರಿಸುತ್ತಿದೆ ಎಂಬುದನ್ನು ಆಧರಿಸಿ ಅದಕ್ಕೆ ತಕ್ಕಂತಹ ಕರ್ಮವು ಅಲ್ಲಿಗೆ ಬಂದು ಸೇರಿಕೊಳ್ಳುತ್ತದೆ. ಹೀಗಾಗೇ ಇದನ್ನು ಪ್ರಾರಬ್ಧ ಎಂದಾಗಿ ಹೇಳುವುದಾಗಿದೆ. ಇದು ಆ ವ್ಯಕ್ತಿಗೆ ಸಂಬಂಧಿಸಿದ್ದೇ ಆಗಿರುತ್ತದೆಯೋ ಪರಂತು ಮತ್ಯಾರದ್ದೋ ಆಗಿರದು, ಏಕೆಂದರೆ ಅಲ್ಲಿ ಅನುಗ್ರಹವಾಗಿ 'ಆ ರೀತಿಯಲ್ಲಿಯೇ ಹುಟ್ಟಿ ಅನುಭವಿಸು' ಎಂಬ ಆದೇಶವಾಗಿರುತ್ತದೆ.

ವೇದ ವಿಜ್ಞಾನ ಪ್ರಕಾರ, ಋಣವು ಮೂರು ವಿಭಾಗಗಳಾಗಿರುತ್ತವೆ. ಅವುಗಳು ಕ್ರಮವಾಗಿ ಪಿತೃ, ಋಷಿ ಹಾಗು ದೇವ.

ಯಾವುದೋ ಒಂದು ಕಾರಣದಿಂದ ಏನೇನು ವ್ಯಕ್ತಿಯ ಅನುಭವಕ್ಕೆ ಬರುತ್ತದೆಯೋ ಅದರಿಂದ ಜ್ಞಾನ ಪ್ರಾಪ್ತವಾಗುತ್ತದೆ. ಆ ಜ್ಞಾನವನ್ನು ಸಾಧ್ಯವಾದಷ್ಟು ಜನರಿಗೆ ಬೋಧಿಸಿ ಅವರನ್ನು ಸನ್ಮಾರ್ಗಕ್ಕೆ ತರಲು ಪ್ರಯತ್ನಿಸಿದಾಗ ಋಷಿ ಋಣದಿಂದ ಬಿಡಗಡೆ ಸಾಧ್ಯವಾಗುತ್ತದೆ.

ಜೀವನ ಸೌಖ್ಯಕ್ಕೆ ದೇವ ಋಣವು ಕಾರಣ. ಜೀವನ ನಡೆಸುವಂತಹ ಸೌಖ್ಯವನ್ನು ಆ ದೇವನು ನೀಡಿದ್ದಾನೆ. ಅದರಲ್ಲೇ ತೃಪ್ತನಾಗಿ ಆದರ್ಶ ಜೀವನವನ್ನು ಬಾಳಿ ತೋರಿಸಬೇಕೇ ವಿನಃ ಇದು ಬೋಧಿಸುವುದಲ್ಲ. ಹೀಗೆ ಜೀವನವನ್ನು ಜಯಿಸಬೇಕಿದೆ. ಇದರಿಂದ ದೇವ ಋಣದಿಂದ ಮುಕ್ತಿ.

ವಿತ್ತೀಯ ಕಾರಣಕ್ಕೆ ಪಿತೃ ಋಣ ಕಾರಣ. ಕೊಡುವುದು, ತೆಗೆದುಕೊಳ್ಳುವುದು – ಹೀಗೆ ಹಣ ಸಂಬಂಧಿತ ವ್ಯವಹಾರಗಳು ಮನುಷ್ಯನ ಜೀವನದಲ್ಲಿರುತ್ತದೆ. ಇದರಲ್ಲಿ ಧರ್ಮ ಹಾಗು ನ್ಯಾಯವಾಗಿ ನಡೆದುಕೊಳ್ಳುವುದರಿಂದಾಗಿ ಪಿತೃ ಋಣದಿಂದ ಮುಕ್ತಿ.

ಗಮನಿಸಿ: ಸಾಮಾನ್ಯವಾಗಿ 60 ವಯಸ್ಸಾದಂತಹ ವ್ಯಕ್ತಿಗೆ ರಾತ್ರಿ ಸರಿಯಾಗಿ ನಿದ್ರೆ ಬಾರದು, ಏಕೆಂದರೆ ಋಣ ಕರ್ಮಗಳು ಅವನನ್ನು ಕಾಡುತ್ತವೆ. (ಹಿಂದೆ ನೋಡಿದ ಹಾಗೆ ಯಾವುದೇ ವ್ಯಕ್ತಿಯು 70 ವರ್ಷದ ವರೆಗೂ ಮಾತ್ರ ಅಧರ್ಮವನ್ನು ಮಾಡಬಲ್ಲ, ನಂತರ ಆಗುವುದಿಲ್ಲ, ಏಕೆಂದರೆ ಅವನ ದೇಹವು ಅವನಿಗೆ ಸಹಕರಿಸುವುದಿಲ್ಲ.) ಹೀಗಾಗಿ ಹಿಂದೆಂದೂ ಕಂಡಿರದಾ ಹಾಗು ಅರ್ಥವಾಗದ ರೀತಿಯಲ್ಲಿ ಕನಸುಗಳು ಅವನನ್ನು ಕಾಡುತ್ತವೆ.

ಸೂತ್ರ: ಋಣ ಮಾತ್ರ ವ್ಯಕ್ತಿಯನ್ನು ಕಾಡಬಹುದೇ ವಿನಃ ಕರ್ಮವು ಎಂದಿಗೂ ಕಾಡುವುದಿಲ್ಲ.

ಒಬ್ಬ ವ್ಯಕ್ತಿ ಹಲವಾರು ಜನ್ಮವನ್ನೆತ್ತಲು ಅವನು ಸಿಲುಕಿಕೊಂಡಿರುವಂತಹ ಋಣವೇ ಕಾರಣ, ಏಕೆಂದರೆ ಕರ್ಮವು ತನ್ನನ್ನು ವಿಪಾಕ ಮಾಡಿಕೊಳ್ಳುವುದಕ್ಕಾಗಿ ಸಂಬಂಧಿತ ಋಣವನ್ನು ಆಶ್ರಯಿಸುತ್ತದೆಯೇ ವಿನಃ, ವ್ಯಕ್ತಿಯನ್ನಲ್ಲ. ಅಂದರೆ, ಕರ್ಮವು ಜೀವವನ್ನು ಅವಲಂಬಿಸಿರುವುದಿಲ್ಲ.

ಋಣಾನುಬಂಧ ರೂಪೇಣ ಪಶು, ಪತ್ನೀ, ಸುತಾಲಯಃ - ಎಂಬ ಮಾತಿದೆ. ಇವೆಲ್ಲವೂ ಸಹ ಋಣ ಕಾರಣದಿಂದ ವ್ಯಕ್ತಿಗೆ ದೊರಕುವುದೇ ವಿನಃ ಕರ್ಮದಿಂದಲ್ಲ. ಇದರಿಂದ ಕರ್ಮ-ವಿಪಾಕ ಸಾಧ್ಯವೇ ಎಂಬುದಾಗಿ ಮಾತ್ರ ಯೋಚಿಸಬೇಕಿದೆ.

ಗಮನಿಸಿ: ಕರ್ಮ-ವಿಪಾಕ ಕಾರಣಕ್ಕಾಗಿ ಯಾವುದೇ ಮನುಜನು ತನ್ನ ಬದುಕಿನಲ್ಲಿ ಬರುವಂತಹ ಕಷ್ಟ ಅಥವಾ ಸುಖಗಳಿಂದ ವಿಚಲಿತನಾಗಬಾರದು.

ಸೂಚನೆ: ವಿಪಾಕದಿಂದಾಗಿ ಕರ್ಮದಿಂದ ಮುಕ್ತ ದೊರೆತರೆ, ಆಚರಣೆಯಿಂದ ಮಾತ್ರ ಋಣ (ಋಣ = ಭಾರ) ಎಂಬುದರಿಂದ ಮುಕ್ತಿ ದೊರಕುವುದು.

ವೇದ ಸೂತ್ರ: ಋತ ಏಣಯೋಃ ಋಣ – ಋಣ ಎಂದರೆ ಸತ್ಯವಾದದ್ದು. ಯಾವುದು ಸತ್ಯವೋ ಅದೆಲ್ಲವೂ ಸಹ ಋಣವೇ.

ಋಣ ಎಂಬ ಪದಕ್ಕೆ 'ಅ' ಕಾರವು ಪ್ರತ್ಯಯವಾಗಿ ಸೇರಿದರೆ ಆಗ ಅದು 'ಅರುಣ' ಎಂದಾಗುತ್ತೆ. ಅಂದರೆ ಚಲನೆ ಇಲ್ಲದ್ದು ಎಂದಾಗುತ್ತದೆ. ಸತ್ಯ ಕಣ್ಣಿಗೆ ಕಾಣುತ್ತದೆ, ಆದರೆ ಚಲನೆ ಇಲ್ಲವಾಗಿರುತ್ತದೆ. ಕರ್ಮದಿಂದ ಅದಕ್ಕೆ ಕಾಲು ಬರುವುದಾಗಿದೆ, ಅಂದರೆ ಚಲನೆ ಕಂಡುಬರುವುದಾಗಿದೆ. (ಸೂಚನೆ: ಅರುಣನು ಸೂರ್ಯನ ರಥದ ಸಾರಥಿಯಾಗಿದ್ದು ಕಾಲುಗಳಿಲ್ಲದೆ, ಅಂದರೆ ಋಣದ ಬಾಧೆಯಿಲ್ಲದೆ ರಥವನ್ನು ಮುನ್ನಡೆಸುತ್ತಾನೆ. ಆ ರಥಕ್ಕೆ ಒಂದೇ ಕಾಲು ಇರುವುದಾಗಿದ್ದ ಅದೇ ಕರ್ಮ ಎಂದಾಗಿರುತ್ತದೆ.)

ಎಲ್ಲಾ ಮಾನವರಿಗೂ ಸಹ 4 ಆಯಾಮಗಳಿರುತ್ತವೆ. ಅವುಗಳು ಶರೀರ, ಇಂದ್ರಿಯ, ಮನಸ್ಸು (ಸತ್ವ) ಹಾಗು ಆತ್ಮ. ಸಾಂಖ್ಯದ 20ಗಳಿಗೆ ಈ 4 ಸೇರಿಕೊಂಡೇ 24 ಆಗುವುದಾಗಿದೆ. ಮಾನವನ 4 ಆಯಾಮಗಳಲ್ಲಿಯೇ ಋಣವು ಸೇರಿಕೊಂಡು ಬರುತ್ತದೆ. ಆಗ ಮಾತ್ರ ಮಾನವನು ದೇಹಿಯಾಗಲು ಸಾಧ್ಯ. ಈ 4ರ ಸಂಯೋಗದ ಹಿಂದೆ ದೇಹ, ಸಂಯೋಗವಾದಾಗ ದೇಹಿ.

ಇವುಗಳನ್ನೆಲ್ಲವನ್ನೂ ಹಿಡಿದಿಟ್ಟುಕೊಂಡಿರುವುದರಿಂದಾಗಿ ಆತ್ಮವು ದೇಹಿ. ಈ 4 ಆಯಾಮಗಳೂ ಸಹ ಒಂದಕೊಂದು ಪೂರಕವಾಗಿದ್ದು ಅನುಬಂಧ ಹೊಂದಿರುತ್ತದೆ. ಈ 4 ಆಯಾಮಗಳು ಸೇರಿಕೊಂಡಾಗ ಮಾತ್ರ ಈ ಪ್ರಪಂಚ ಎನ್ನುವುದು ಆತ್ಮನಿಗೆ ಕಾಣುತ್ತದೆ. ಇದೇ ಪುರುಷ (ಸತ್ಯದ ಸಾಮರ್ಥ್ಯ).

ದೇಹಿಯು ಕಾರಣವೂ ಅಲ್ಲ, ಕಾರ್ಯವೂ ಅಲ್ಲ, ಬದಲಿಗೆ ಕರ್ತೃ. ದೇಹಿಯು ದೇಹನಾಗಿ ಆ ಕಾರ್ಯ ಹಾಗು ಕಾರಣವನ್ನು ಸೇರಿಕೊಳ್ಳುತ್ತಾನೆ, ಹುಟ್ಟಿಸಿಕೊಳ್ಳುತ್ತಾನೆ, ಅವಲಂಬಿಸುತ್ತಾನೆ. ಆಗ ಮಾತ್ರ ಪ್ರವರ್ತನಾಶೀಲ ಪ್ರಪಂಚ ಪ್ರಕಟವಾಗುತ್ತದೆ. ಈ ಪ್ರಪಂಚದಲ್ಲಿ 'ನಾನು' ಎನ್ನುವುದು ಜನ್ಮಿಸುತ್ತದೆ. ಇಲ್ಲಿಯ ತನಕ ನಾನು ಎಂಬುದಿಲ್ಲ. ನಾನು ಎನ್ನುವುದೇ ಪ್ರತ್ಯೇಕತೆ, ಹೀಗಾಗಿ ಪ್ರಪಂಚದಲ್ಲಿ ಭಿನ್ನತೆ. ಆ ನಾನು ಎನ್ನುವುದು ಆತ್ಮನೇ ಎಂದಾಗಿ ಗುರುತಿಸಿಕೊಂಡಾಗ ಮಾತ್ರ ಸ್ವಾತ್ಮ ದರ್ಶನದ ಸಾಧ್ಯತೆ. ಕುಲ ಹಾಗು ನಿರ್ದೇಶಿತ ಹೆಸರುಗಳು ದೇಹಕ್ಕೆ ಮಾತ್ರ, ಆತ್ಮಕ್ಕಲ್ಲ. ಹೀಗೆ ನಿತ್ಯದಲ್ಲಿ ಮುಂದುವರೆದುಕೊಂಡು ಹೋಗುತ್ತಿರುತ್ತದೆ. ಈ ಸಂಬಂಧಗಳು ನಿತ್ಯ.

ಗಮನಿಸಿ: ಅನಿತ್ಯ ಎಂದರೆ ಹಗಲು-ರಾತ್ರಿ, ಅಹರಹರ. ಹಗಲು ಕಾಲದಲ್ಲಿಯೂ ಇತ್ತು ಹಾಗು ರಾತ್ರಿ ಕಾಲದಲ್ಲಿಯೂ ಇತ್ತು. ಆದರೆ ಹಗಲಿನಲ್ಲಿ ರಾತ್ರಿಯಾಗಲೀ ಅಥವಾ ರಾತ್ರಿಯಲ್ಲಿ ಹಗಲಾಗಲೀ ಗೋಚರವಾಗುವುದಿಲ್ಲ. ಈ ವ್ಯತ್ಯಾಸದಿಂದ ಮಾತ್ರ ಅವುಗಳ ಗುರುತು ಹಾಗು ಗ್ರಹಣ. ಹೀಗಾಗಿ ಇವುಗಳು ಅನಿತ್ಯ. ಆದರೆ ಎಲ್ಲಾ ಕಾಲದಲ್ಲಿಯೂ ಸಹ ಈ 4ರ ಸಂಬಂಧ ನಿತ್ಯ, ಅಂದರೆ ಎಲ್ಲಾ ಕಾಲದಲ್ಲಿಯೂ ಸಹ ಪ್ರಕಟವಾಗಿಯೇ ಇರುವುದು ಎಂದರ್ಥ.

ಯಾವುದೇ ಜನ್ಮಕ್ಕೆ ಕರ್ಮ ಪ್ರಧಾನವೇ ಹೊರತು ಋಣವಲ್ಲ. ಯಾವುದೋ ಕರ್ಮವಿದ್ದರೇ ಮಾತ್ರ ಜನ್ಮ. ಆದರೆ ಆ ಕರ್ಮವು ಹುಟ್ಟಬೇಕಾದರೆ ಅದಕ್ಕೆ ಋಣದ ಆಶ್ರಯ ಬೇಕು. ಎಲ್ಲಿ ಹುಟ್ಟಬೇಕು ಎನ್ನುವುದು ಋಣದ ಕಾರಣದಿಂದ. ಇದರಿಂದ ಸಂಬಂಧಗಳು.

ಗಮನಿಸಿ: ಕರ್ಮಕ್ಕೆ ಸ್ಥಾನವು ಇಲ್ಲದ ಕಾರಣದಿಂದ ಅದನ್ನು ಗುರುತಿಸಲು ಸಾಧ್ಯವಿಲ್ಲ. ಹೀಗಾಗಿ ಅದರ ಗುರುತು ಋಣದ ಕಾರಣದಿಂದ ಮಾತ್ರ ಸಾಧ್ಯ.

ಕರ್ಮ ಹಾಗು ಋಣಗಳು ಹೇಗೆ ಸಂಯೋಗವಾಗಿ ಮನುಷ್ಯನ ಜೀವನದಲ್ಲಿ ಪ್ರವೇಶಿಸುತ್ತವೆ? ಕರ್ಮವನ್ನು ವಿಪಾಕ ಮಾಡಿಕೊಳ್ಳದೆಯೇ ಕೇವಲ ಯೋಗಾಸನದಿಂದ ಒಬ್ಬನು ಯೋಗಿಯಾಗಲು ಸಾಧ್ಯವೆ? ನೋಡೋಣ:

ಕರ್ಮ ಸಿದ್ಧಾಂತ ಕುರಿತಾದ ಮಂತ್ರಗಳು ಹೀಗಿವೆ:

ಸ್ತುಷೇ ನರಾ ದಿವೋ ಅಸ್ಯ ಪ್ರಸಂತಾಶ್ವಿನಾ ಹುವೇ ಜರಮಾಣೋ
ಅರ್ಕೈಃ |
ಯಾ ಸದ್ಯ ಉಸ್ರಾ ವ್ಯುಷಿ ಜ್ಮೋ ಅಂತಾನ್ಯುಯೂಷತಃ
ಪರ್ಯುರೂ ವರಾಂಸಿ ||
ತಾ ಯಜ್ಞಮಾ ಶುಚಿಭಿಶ್ಚಕ್ರಮಾಣಾ ರಥಸ್ಯ ಭಾನುಂ ರುರುಚೂ
ರಜೋಭಿಃ |
ಪುರೂ ವರಾಂಸ್ಯಮಿತಾ ಮಮಾನಾಪೋ ಧನ್ವಾನ್ಯತಿ ಯಾಥೋ
ಅಜ್ರಾನ್ ||
ತಾಹ ತ್ಯದ್ವರ್ತಿರ್ಯದರಧ್ರಮುಗ್ರೇತ್ಥಾ ಧಿಯ ಊಹಥುಃ
ಶಶ್ವದಶ್ವೈಃ |
ಮನೋಜವೇಭಿರಿಷಿರೈಃ ಶಯಧ್ಯೈ ಪರಿ ವ್ಯಥಿರ್ದಾಶುಷೋ
ಮರ್ತ್ಯಸ್ಯ ||
ತಾ ನವ್ಯಸೋ ಜರಮಾಣಸ್ಯ ಮನ್ಮೋಪ ಭೂಷತೋ
ಯುಯುಜಾನಸಪ್ತೀ |
ಶುಭಂ ಪೃಕ್ಷಮಿಷಮೂರ್ಜಂ ವಹಂತಾ ಹೋತಾ ಯಕ್ಷತ್ಪ್ರತ್ನೋ
ಅಧ್ರುಯುಗ್ಯುವಾನಾ||
ತಾ ವಲ್ಗೂ ದಸ್ರಾ ಪುರುಶಾಕತಮಾ ಪ್ರತ್ನಾ ನವ್ಯಸಾ ವಚಸಾ
ವಿವಾಸೇ |
ಯಾ ಶಂಸತೇ ಸ್ತುವತೇ ಶಂಭವಿಷ್ಠಾ ಬಭೂವತುರ್ಗೃಣತೇ
ಚಿತ್ರರಾತೀ |
ತಾ ಭುಜ್ಯುಂ ವಿಭಿರದ್ಭ್ಯಃ ಸಮುದ್ರಾತ್ತುಗ್ರಸ್ಯ ಸೂನುಮೂಹಥೂ
ರಜೋಭಿಃ |
ಅರೇಣುಭಿರ್ಯೋಜನೇಭಿರ್ಭುಜಂತಾ ಪತತ್ರಿಭಿರರ್ಣಸೋ
ನಿರುಪಸ್ಥಾತ್ ||
ವಿ ಜಯುಷಾ ರಥ್ಯಾ ಯಾತಮದ್ರಿಂ ಶ್ರುತಂ ಹವಂ ವೃಷಣಾ
ವಧ್ರಿಮತ್ಯಾಃ |
ದಶಸ್ಯಂತಾ ಶಯವೇ ಪಿಪ್ಯಥುರ್ಗಾಮಿತಿ ಚ್ಯವಾನಾ ಸುಮತಿಂ
ಭುರಣ್ಯೂ ||

ಯದ್ರೋದಸೀ ಪ್ರದಿವೋ ಅಸ್ತಿ ಭೂಮಾ ಹೇಳೋ ದೇವಾನಾಮುತ ಮರ್ತ್ಯತ್ರಾ |
ತದಾದಿತ್ಯಾ ವಸವೋ ರುದ್ರಿಯಾಸೋ ರಕ್ಷೋಯುಜೇ ತಪುರಘಂ ದಧಾತ ||
ಯ ಈಂ ರಾಜಾನಾವೃತುಥಾ ವಿಧದ್ರಜಸೋ ಮಿತ್ರೋ ವರುಣಶ್ಚಿಕೇತತ್ |
ಗಂಭೀರಾಯ ರಕ್ಷಸೇ ಹೇತಿಮಸ್ಯ ದ್ರೋಘಾಯ ಚಿದ್ವಚಸ ಆನವಾಯ ||
ಅಂತರೈಶ್ಚಕ್ರೈಸ್ತನಯಾಯ ಮರ್ತಿರ್ದ್ಯುಮತಾ ಯಾತಂ ನೃವತಾ ರಥೇನ |
ಸನುತ್ಯೇನ ತ್ಯಜಸಾ ಮರ್ತ್ಯಸ್ಯ ವನುಷ್ಯತಾಮಪಿ ಶೀರ್ಷಾ ವವೃಕ್ತಂ ||
ಆ ಪರಮಾಭಿರುತ ಮಧ್ಯಮಾಭಿರ್ನಿಯುದ್ಭಿರ್ಯಾತಮವಮಾಭಿರರ್ವಾಕ್ |
ದೃಳ್ಹಸ್ಯ ಚಿದ್ಗೋಮತೋ ವಿ ವ್ರಜಸ್ಯ ದುರೋ ವರ್ತಂ ಗೃಣತೇ ಚಿತ್ರರಾತೀ ||
ಜೀಮೂತಸ್ಯೇವ ಭವತಿ ಪ್ರತೀಕಂ ಯದ್ವರ್ಮೀ ಯಾತಿ ಸಮದಾಮುಪಸ್ಥೇ |
ಅನಾವಿದ್ಧಯಾ ತನ್ವಾ ಜಯ ತ್ವಂ ಸ ತ್ವಾ ವರ್ಮಣೋ ಮಹಿಮಾ ಪಿಪರ್ತು ||
ಧನ್ವನಾ ಗಾ ಧನ್ವನಾಜಿಂ ಜಯೇಮ ಧನ್ವನಾ ತೀವ್ರಾಃ ಸಮದೋ ಜಯೇಮ |
ಧನುಃ ಶತ್ರೋರಪಕಾಮಂ ಕೃಣೋತಿ ಧನ್ವನಾ ಸರ್ವಾಃ ಪ್ರದಿಶೋ ಜಯೇಮ ||
ವಕ್ಷ್ಯಂತೀವೇದ ಗನೀಗಂತಿ ಕರ್ಣಂ ಪ್ರಿಯಂ ಸಖಾಯಂ ಪರಿಷಸ್ವಜಾನಾ |
ಯೋಷೇವ ಶಿಂಕ್ತೇ ವಿತತಾಧಿ ಧನ್ವಂಜ್ಯಾ ಇಯಂ ಸಮನೇ ಪಾರಯಂತೀ ||
ತೇ ಆಚರಂತೀ ಸಮನೇವ ಯೋಷಾ ಮಾತೇವ ಪುತ್ರಂ ಬಿಭೃತಾಮುಪಸ್ಥೇ |
ಅಪ ಶತ್ರೂನ್ವಿಧ್ಯತಾಂ ಸಂವಿದಾನೇ ಆರ್ತ್ನೀ ಇಮೇ ವಿಷ್ಫುರಂತೀ ಅಮಿತ್ರಾನ್ ||

ಬಹ್ವೀನಾಂ ಪಿತಾ ಬಹುರಸ್ಯ ಪುತ್ರಶ್ಚಿಶ್ಚಾ ಕೃಣೋತಿ
ಸಮನಾವಗತ್ಯ |
ಇಷುಧಿಃ ಸಂಕಾಃ ಪೃತನಾಶ್ಚ ಸರ್ವಾಃ ಪೃಷ್ಠೇ ನಿನದ್ಧೋ ಜಯತಿ
ಪ್ರಸೂತಃ ||
ರಥೇ ತಿಷ್ಠನ್ನಯತಿ ವಾಜಿನಃ ಪುರೋ ಯತ್ರಯತ್ರ ಕಾಮಯತೇ
ಸುಷಾರಥಿಃ |
ಅಭೀಶೂನಾಂ ಮಹಿಮಾನಂ ಪನಾಯತ ಮನಃ ಪಶ್ಚಾದನು
ಯಚ್ಛಂತಿ ರಶ್ಮಯಃ ||
ತೀವ್ರಾನ್ಫೋಷಾನ್ಕೃಣ್ವತೇ ವೃಷಪಾಣಯೋಽಶ್ವಾ ರಥೇಭಿಃ ಸಹ
ವಾಜಯಂತಃ |
ಅವಕ್ರಾಮಂತಃ ಪ್ರಪದೈರಮಿತ್ರಾನ್ಕ್ಷಿಣಂತಿ ಶತ್ರೂರನಪವ್ಯಯಂತಃ
ರಥವಾಹನಂ ಹವಿರಸ್ಯ ನಾಮ ಯತ್ರಾಯುಧಂ ನಿಹಿತಮಸ್ಯ
ವರ್ಮ |
ತತ್ರಾ ರಥಮಪ ಶಗ್ಮಂ ಸದೇಮ ವಿಶ್ವಾಹಾ ವಯಂ
ಸಮನಸ್ಯಮಾನಾಃ ||
ಸ್ವಾದುಷಂಸದಃ ಪಿತರೋ ವಯೋಧಾಃ ಕೃಚ್ಛ್ರೇಶ್ರಿತಃ
ಶಕ್ತೀವಂತೋ ಗಭೀರಾಃ |
ಚಿತ್ರಸೇನಾ ಇಷುಬಲಾ ಅಮೃಧ್ರಾಃ ಸತೋವೀರಾ ಉರವೋ
ವ್ರಾತಸಾಹಾಃ ||
ಬ್ರಾಹ್ಮಣಾಸಃ ಪಿತರಃ ಸೋಮ್ಯಾಸ ಶಿವೇ ನೋ ದ್ಯಾವಾಪೃಥಿವೀ
ಅನೇಹಸಾ |
ಪೂಷಾ ನಃ ಪಾತು ದುರಿತಾದೃತಾವೃಧೋ ರಕ್ಷಾ ಮಾಕಿರ್ನೋ
ಅಘಶಂಸ ಈಶತ ||
ಸುಪರ್ಣಂ ವಸ್ತೇ ಮೃಗೋ ಅಸ್ಯಾ ದಂತೋ ಗೋಭಿಃ ಸಂನದ್ಧಾ
ಪತತಿ ಪ್ರಸೂತಾ |
ಯತ್ರಾ ನರಃ ಸಂ ಚ ವಿ ಚ ದ್ರವಂತಿ ತತ್ರಾಸ್ಮಭ್ಯಮಿಷವಃ ಶರ್ಮ
ಯಂಸನ್ ||
ಋಜೀತೇ ಪರಿ ವೃಙ್ಧಿ ನೋಽಶ್ಮಾ ಭವತು ನಸ್ತನೂಃ |
ಸೋಮೋ ಅಧಿ ಬ್ರುವೀತು ನೋಽದಿತಿಃ ಶರ್ಮ ಯಚ್ಛತು ||
ಆ ಜಂಘಂತಿ ಸಾನ್ವೇಷಾಂ ಜಘನಾ ಉಪ ಜಿಘ್ನತೇ |
ಅಶ್ವಾಜನಿ ಪ್ರಚೇತಸೋಽಶ್ವಾನ್ಸಮತ್ಸು ಚೋದಯ ||
ಅಹಿರಿವ ಭೋಗೈಃ ಪರ್ಯೇತಿ ಬಾಹುಂ ಜ್ಯಾಯಾ ಹೇತಿಂ
ಪರಿಬಾಧಮಾನಃ |

ಹಸ್ತಘ್ನೋ ವಿಶ್ವಾ ವಯುನಾನಿ ವಿದ್ವಾನ್ಪುಮಾನ್ಪುಮಾಂಸಂ ಪರಿ ಪಾತು ವಿಶ್ವತಃ ||
ಆಲಕ್ತಾ ಯಾ ರುರುಶೀರ್ಷ್ಣ್ಯಥೋ ಯಸ್ಯಾ ಅಯೋ ಮುಖಂ |
ಇದಂ ಪರ್ಜನ್ಯರೇತಸ ಇಷ್ವೈ ದೇವ್ಯೈ ಬೃಹನ್ನಮಃ ||
ಅವಸೃಷ್ಟಾ ಪರಾ ಪತ ಶರವ್ಯೇ ಬ್ರಹ್ಮಸಂಶಿತೇ |
ಗಚ್ಛಾಮಿತ್ರಾನ್ಪ್ರ ಪದ್ಯಸ್ವ ಮಾಮೀಷಾಂ ಕಂ ಚನೋಚ್ಛಿಷಃ ||
ಯತ್ರ ಬಾಣಾಃ ಸಂಪತಂತಿ ಕುಮಾರಾ ವಿಶಿಖಾ ಇವ |
ತತ್ರಾ ನೋ ಬ್ರಹ್ಮಣಸ್ಪತಿರದಿತಿಃ ಶರ್ಮ ಯಚ್ಛತು ವಿಶ್ವಾಹಾ ಕರ್ಮ ಯಚ್ಛತು ||
ಮರ್ಮಾಣಿ ತೇ ವರ್ಮಣಾ ಛಾದಯಾಮಿ ಸೋಮಸ್ತ್ವಾ ರಾಜಾಮೃತೇನಾನು ವಸ್ತಾಂ|
ಉರೋರ್ವರೀಯೋ ವರುಣಸ್ತೇ ಕೃಣೋತು ಜಯಂತಂ ತ್ವಾನು ದೇವಾ ಮದಂತು ||
ಯೋ ನಃ ಸ್ವೋ ಅರಣೋ ಯಶ್ಚ ನಿಷ್ಟ್ಯೋ ಜಿಘಾಂಸತಿ |
ದೇವಾಸ್ತಂ ಸರ್ವೇ ಧೂರ್ವಂತು ಬ್ರಹ್ಮ ವರ್ಮ ಮಮಾಂತರಂ ||
ಸಂವತ್ಸರಂ ಶಶಯಾನಾ ಬ್ರಾಹ್ಮಣಾ ವ್ರತಚಾರಿಣಃ |
ವಾಚಂ ಪರ್ಜನ್ಯಜಿನ್ವಿತಾಂಪ್ರ ಮಂಡೂಕಾ ಅವಾದಿಷುಃ ||
ದಿವ್ಯಾ ಆಪೋ ಅಭಿ ಯದೇನಮಾಯಂದೃತಿಂ ನ ಶುಷ್ಕಂ ಸರಸೀ ಶಯಾನಂ |
ಗವಾಮಹ ನ ಮಾಯುರ್ವತ್ಸಿನೀನಾಂ ಮಂಡೂಕಾನಾಂ ವಗ್ನುರತ್ರಾ ಸಮೇತಿ ||
ಯದೀಮೇನಾ ಉಶತೋ ಅಭ್ಯವರ್ಷೀತ್ತೃಷ್ಯಾವತಃ ಪ್ರಾವೃಷ್ಯಾಗತಾಯಾಂ |
ಅಖ್ಖಲೀಕೃತ್ಯಾ ಪಿತರಂ ನ ಪುತ್ರೋ ಅನ್ಯೋ ಅನ್ಯಮುಪ ವದಂತಮೇತಿ ||
ಅನ್ಯೋ ಅನ್ಯಮನು ಗೃಭ್ಣಾತ್ಯೇನೋರಪಾಂ ಪ್ರಸರ್ಗೇ ಯದಮಂದಿಷಾತಾಂ |
ಮಂಡೂಕೋ ಯವಭಿವೃಷ್ಟಃ ಕನಿಷ್ಕನ್ಪೃಶ್ನಿಃ ಸಂಪೃಂಕ್ತೇ ಹರಿತೇನ ವಾಚಂ ||
ಯದೇಷಾಮನ್ಯೋ ಅನ್ಯಸ್ಯ ವಾಚಂ ಶಾಕ್ತಸ್ಯೇವ ವದತಿ ಶಿಕ್ಷಮಾಣಃ |
ಸರ್ವಂ ತದೇಷಾಂ ಸಮೃಧೇವ ಪರ್ವ ಯತ್ಸುವಾಚೋ ವದಥನಾಧ್ಯಪ್ಸು ||

ಗೋಮಾಯುರೇಕೋ ಅಜಮಾಯುರೇಕಃ ಪೃಶ್ನಿರೇಕೋ ಹರಿತ ಏಕ ಏಷಾಂ |
ಸಮಾನಂ ನಾಮ ಬಿಭ್ರತೋ ವಿರೂಪಾಃ ಪುರುತ್ರಾ ವಾಚಂ ಪಿಪಿಶುರ್ವದಂತಃ ||
ಬ್ರಾಹ್ಮಣಾಸೋ ಅತಿರಾತ್ರೇ ನ ಸೋಮೇ ಸರೋ ನ ಪೂರ್ಣಮಭಿತೋ ವದಂತಃ |
ಸಂವತ್ಸರಸ್ಯ ತದಹಃ ಪರಿ ಷ್ಠ ಯನ್ಮಂಡೂಕಾಃ ಪ್ರಾವೃಷೀಣಂ ಬಭೂವ ||
ಬ್ರಾಹ್ಮಣಾಸಃ ಸೋಮಿನೋ ವಾಚಮಕ್ರತ ಬ್ರಹ್ಮ ಕೃಣ್ವಂತಃ ಪರಿವತ್ಸರೀಣಾಂ |
ಅಧ್ವರ್ಯವೋ ಘರ್ಮಿಣಃ ಸಿಷ್ವಿದಾನಾ ಆವಿರ್ಭವಂತಿ ಗುಹ್ಯಾ ನ ಕೇ ಚಿತ್ ||
ದೇವಹಿತಿಂ ಜಗುಪುರ್ದ್ವಾದಶಸ್ಯ ಋತುಂ ನರೋ ನ ಪ್ರ ಮಿನಂತ್ಯೇತೇ |
ಸಂವತ್ಸರೇ ಪ್ರಾವೃಷ್ಯಾಗತಾಯಾಂ ತಪ್ತಾ ಘರ್ಮಾ ಅಶ್ನುವತೇ ವಿಸರ್ಗಂ ||
ಗೋಮಾಯುರದಾದಜಮಾಯುದಾತ್ಪೃಶ್ನಿರದಾದ್ಧರಿತೋ ನೋ ವಸೂನಿ |
ಗವಾಂ ಮಂಡೂಕಾ ದದತಃ ಶತಾನಿ ಸಹಸ್ರಸಾವೇ ಪ್ರ ತಿರಂತ ಆಯುಃ ||
ಕ್ವಗಸ್ಯ ವೀರಃ ಕೋ ಅಪಶ್ಯದಿಂದ್ರಂ ಸುಖರಥಮೀಯಮಾನಂ ಹರಿಭ್ಯಾಂ |
ಯೋ ರಾಯಾ ವಜ್ರೀ ಸುತಸೋಮಮಿಚ್ಛಂತದೋಕೋ ಗಂತಾ ಪುರುಹೂತ ಊತೀ||
ಅವಾಚಚಕ್ಷಂ ಪದಮಸ್ಯ ಸಸ್ವರುಗ್ರಂ ನಿಧಾತುರನ್ವಾಯಮಿಚ್ಛನ್|
ಅಪೃಚ್ಛಮನ್ಯಾ ಉತ ತೇ ಮ ಆಹುರಿಂದ್ರಂ ನರೋ ಬುಬುಧಾನಾ ಅಶೇಮ ||
ಪ್ರ ನು ವಯಂ ಸುತೇ ಯಾ ತೇ ಕೃತಾನೀಂದ್ರ ಬ್ರವಾಮ ಯಾನಿ ನೋ ಜುಜೋಷಃ |
ವೇದದವಿದ್ವಾಂಛೃಣವಚ್ಚ ವಿದ್ವಾನ್ವಹತೇಽಯಂ ಮಘವಾ ಸರ್ವಸೇನಃ ||
ಸ್ಥಿರಂ ಮನಶ್ಚಕೃಷೇ ಆತ ಇಂದ್ರ ವೇಷೀದೇಕೋ ಯುಧಯೇ ಭೂಯಸಶ್ಚಿತ್ |

ಅಶ್ಮಾನಂ ಚಿಚ್ಛವಸಾ ದಿದ್ಯುತೋ ವಿ ವಿದೋ
ಗವಾಮೂರ್ವಮುಸ್ರಿಯಾಣಾಂ ||
ಪರೋ ಯತ್ತ್ವಂ ಪರಮ ಆಜನಿಷ್ಠಾಃ ಪರಾವತಿ ಶ್ರುತ್ಯಂ ನಾಮ
ಬಿಭ್ರತ್ |
ಅತಶ್ಚಿದಿಂದ್ರಾದಭಯಂತ ದೇವಾ ವಿಶ್ವಾ ಅಪೋ ಅಜಯದ್ದಾಸ
ಪತ್ನೀಃ ||
ತುಭ್ಯೇದೇತೇ ಮರುತಃ ಸುಶೇವಾ ಅರ್ಚಂತ್ಯರ್ಕಂ ಸುನ್ವಂತ್ಯಂಧಃ |
ಅಹಿಮೋಹಾನಮಪ ಆಶಯಾನಂ ಪ್ರ ಮಾಯಾಭಿರ್ಮಾಯಿನಂ
ಸಕ್ಷದಿಂದ್ರಃ ||
ವಿ ಷೂ ಮೃಧೋ ಜನುಷಾ ದಾನಮಿನ್ವನ್ನಹನ್ಗವಾ
ಮಘವನ್ಸಂಚಕಾನಃ |
ಅತ್ರಾ ದಾಸಸ್ಯ ನಮುಚೇಃ ಶಿರೋ ಯದವರ್ತಯೋ ಮನವೇ
ಗಾತುಮಿಚ್ಛನ್ ||
ಯುಜಂ ಹಿ ಮಾಮಕೃಥಾ ಆದಿದಿಂದ್ರ ಶಿರೋ ದಾಸಸ್ಯ
ನಮುಚೇರ್ಮಥಾಯನ್ |
ಅಶ್ಮಾನಂ ಚಿತ್ಸ್ವರ್ಯಂ೧ ವರ್ತಮಾನಂ ಪ್ರ ಚಕ್ರಿಯೇವ
ರೋದಸೀ ಮರುದ್ಭ್ಯಃ ||
ಸ್ತ್ರಿಯೋ ಹಿ ದಾಸ ಆಯುಧಾನಿ ಚಕ್ರೇ ಕಿಂ ಮಾ ಕರನ್ನಬಲಾ ಅಸ್ಯ
ಸೇನಾಃ |
ಅಂತರ್ಹ್ಯಖ್ಯದುಭೇ ಅಸ್ಯ ಧೇನೇ ಅಥೋಪ ಪ್ರೈದ್ಯುಧಯೇ
ದಸ್ಯುಮಿಂದ್ರಃ ||
ಸಮತ್ರ ಗಾವೋಽಭಿತೋಽನವಂತೇಹೇಹ ವತ್ಸೈರ್ವಿಯುತಾ
ಯದಾನಸ್ |
ಸಂ ತಾ ಇಂದ್ರೋ ಅಸೃಜದಸ್ಯ ಶಾಕೈರ್ಯದೀಂ ಸೋಮಾಸಃ
ಸುಷುತಾ ಅಮಂದನ್||
ಯದೀಂ ಸೋಮಾ ಬಭ್ರುಧೂತಾ
ಅಮಂದನ್ನರೋರವೀದ್ವೃಷಭಃ ಸಾದನೇಷು |
ಪುರಂದರಃ ಪಪಿವಾ ಇಂದ್ರೋ ಅಸ್ಯ
ಪುನರ್ಗವಾಮದದಾದುಸ್ರಿಯಾಣಾಂ ||
ಭದ್ರಮಿದಂ ರುಶಮಾ ಅಗ್ನೇ ಅಕ್ರನ್ಗವಾಂ ಚತ್ವಾರಿ ದದತಃ
ಸಹಸ್ರಾ |
ಋಣಂಚಯಸ್ಯ ಪ್ರಯತಾ ಮಘಾನಿ ಪ್ರತ್ಯಗ್ರಭೀಷ್ಮ ನೃತಮಸ್ಯ
ನೃಣಾಂ ||

ಸುಪೇಶಸಂ ಮಾವ ಸೃಜಂತ್ಯಸ್ತಂ ಗವಾಂ ಸಹಸ್ರೈ ರುಶಮಾಸೋ
ಅಗ್ನೇ |
ತೀವ್ರಾ ಇಂದ್ರಮಮಮಂದುಃ ಸುತಾಸೋಽಕ್ತೋರ್ವ್ಯುಷ್ಟೌ
ಪರಿತಕ್ಮ್ಯಾಯಾಃ ||
ಔಚ್ಛತ್ಸಾ ರಾತ್ರೀ ಪರಿತಕ್ಮ್ಯ ಯಾ ಋಣಂಚಯೇ ರಾಜನಿ
ರುಶಮಾನಾಂ |
ಅತ್ಯೋ ನ ವಾಜೀ ರಘುರಜ್ಯಮಾನೋ
ಬಭ್ರುಶ್ಚತ್ವಾರ್ಯಸನತ್ಸಹಸ್ರಾ ||
ಚತುಃಸಹಸ್ರಂ ಗವ್ಯಸ್ಯ ಪಶ್ವಃ ಪ್ರತ್ಯಗ್ರಭೀಷ್ಮ ರುಶಮೇಷ್ವಗ್ನೇ |
ಘರ್ಮಶ್ಚಿತ್ತಪ್ತಃ ಪ್ರವೃಜೇ ಯ ಆಸೀದಯಸ್ಮಯಸ್ತಮ್ವಾದಾಮ
ವಿಪ್ರಾಃ ||
ಪವಸ್ವ ಮಧುಮತ್ತಮ ಇಂದ್ರಾಯ ಸೋಮ ಕ್ರತುವಿತ್ತಮೋ
ಮದಃ |
ಮಹಿ ದ್ಯುಕ್ಷತಮೋ ಮದಃ ||
ಯಸ್ಯ ತೇ ಪೀತ್ವಾ ವೃಷಭೋ ವೃಷಾಯತೇಽಸ್ಯ ಪೀತಾ ಸ್ವರ್ವಿದಃ |
ಸ ಸುಪ್ರಕೇತೋ ಅಭ್ಯಕ್ರಮೀದಿಷೋಽಚ್ಛಾ ವಾಜಂ ನೈತಶಃ ||
ತ್ವಂ ಹ್ಯಂಗ ದೈವ್ಯಾ ಪವಮಾನ ಜನಿಮಾನಿ ದ್ಯುಮತ್ತಮಃ |
ಅಮೃತತ್ವಾಯ ಘೋಷಯಃ ||
ಯೇನಾ ನವಗ್ವೋ ದಧ್ಯಙ್ಙಪೋರ್ಣುತೇ ಯೇನ ವಿಪ್ರಾಸ ಆಪಿರೇ |
ದೇವಾನಾಂ ಸುಮ್ನೇ ಅಮೃತಸ್ಯ ಚಾರುಣೋ ಯೇನ
ಶ್ರವಾಂಸ್ಯಾನಶುಃ ||
ಏಷ ಸ್ಯ ಧಾರಯಾ ಸುತೋಽವ್ಯೋ ವಾರೇಭಿಃ ಪವತೇ ಮದಿಂತಮಃ
ಕ್ರೀಳನ್ನೂರ್ಮಿರಪಾಮಿವ ||
ಯ ಉಸ್ರಿಯಾ ಅಪ್ಯಾ ಅಂತರಶ್ಮನೋ ನಿರ್ಗಾ ಅಕೃಂತದೋಜಸಾ|
ಅಭಿ ವ್ರಜಂ ತತ್ನಿಷೇ ಗವ್ಯಮಶ್ವ್ಯಂ ವರ್ಮೀವ ಧೃಷ್ಣವಾ ರುಜ ||
ಆ ಸೋತಾ ಪರಿ ಷಿಂಚತಾಶ್ವಂ ನ ಸ್ತೋಮಮಪ್ತುರಂ ರಜಸ್ತುರಂ |
ಮನಕ್ರುಕ್ಷಮುದಪ್ರುತಂ ||
ಸಹಸ್ರಧಾರಂ ವೃಷಭಂ ಪಯೋವೃಧಂ ಪ್ರಿಯಂ ದೇವಾಯ
ಜನ್ಮನೇ |
ಋತೇನ ಯ ಋತಜಾತೋ ವಿವಾವೃಧೇ ರಾಜಾ ದೇವ ಋತಂ
ಬೃಹತ್ ||
ಅಭಿ ದ್ಯುಮ್ನಂ ಬೃಹದ್ಯಶ ಇಷಸ್ಪತೇ ದಿದೀಹಿ ದೇವ ದೇವಯುಃ |
ವಿ ಕೋಶಂ ಮಧ್ಯಮಂ ಯುವ ||

ಆ ವಚ್ಯಸ್ವ ಸುದಕ್ಷ ಚಮ್ವೋಃ ಸುತೋ ವಿಶಾಂ ವಹ್ನಿರ್ನ ವಿಶ್ಪತಿಃ |
ವೃಷ್ಟಿಂ ದಿವಃ ಪವಸ್ವ ರೀತಿಮಪಾಂ ಜಿನ್ವಾ ಗವಿಷ್ಟಯೇ ಧಿಯಃ ||
ಏತಮು ತ್ಯಂ ಮದಚ್ಯುತಂ ಸಹಸ್ರಧಾರಂ ವೃಷಭಂ ದಿವೋ
ದುಹುಃ |
ವಿಶ್ವಾ ವಸೂನಿ ಬಿಭ್ರತಂ ||
ವೃಷ್ಣಾವಿ ಜಜ್ಞೇ ಜನಯನ್ನಮರ್ತ್ಯಃ ಪ್ರತಪಂಜ್ಯೋತಿಷಾ ತಮಃ |
ಸ ಸುಷ್ಟುತಃ ಕವಿಭಿರ್ನಿರ್ಣಿಜಂ ದಧೇ ತ್ರಿಧಾತ್ವಸ್ಯ ದಂಸಸಾ ||
ಸ ಸುನ್ವೇ ಯೋ ವಸೂನಾಂ ಯೋ ರಾಯಾಮಾನೇತಾ ಯ
ಇಳಾನಾಂ |
ಸೋಮೋ ಯಃ ಸುಕ್ಷಿತೀನಾಂ ||
ಯಸ್ಯ ನ ಇಂದ್ರಃ ಪಿಬಾದ್ಯಸ್ಯ ಮರುತೋ ಯಸ್ಯ ವಾರ್ಯಮಣಾ
ಭಗಃ |
ಆ ಯೇನ ಮಿತ್ರಾವರುಣಾ ಕರಾಮಹ ಏಂದ್ರಮವಸೇ ಮಹೇ ||
ಇಂದ್ರಾಯ ಸೋಮ ಪಾತವೇ ನೃಭಿರ್ಯತಃ ಸ್ವಾಯುಧೋ
ಮದಿಂತಮಃ |
ಪವಸ್ವ ಮಧುಮತ್ತಮಃ ||
ಇಂದ್ರಸ್ಯ ಹಾರ್ದಿ ಸೋಮಧಾನಮಾ ವಿಸ ಸಮುದ್ರಮಿವ
ಸಿಂಧವಃ |
ಜುಷ್ಟೋ ಮಿತ್ರಾಯ ವರುಣಾಯ ವಾಯವೇ ದಿವೋ ವಿಷ್ಟಂಭ
ಉತ್ತಮಃ ||
ಅಗ್ನಿಹೋರ್ತಾ ನೋ ಅಧ್ವರೇ ವಾಜೀ ನಸ್ಪರಿ ಣೀಯತೇ |
ದೇವೋ ದೇವೇಷು ಯಜ್ಞಿಯಃ ||
ಪರಿ ತ್ರಿವಿಷ್ಟ್ಯಧ್ವರಂ ಯಾತ್ಯಗ್ನೀ ರಥೀರಿವ |
ಆ ದೇವೇಷು ಪ್ರಯೋ ದಧತ್ ||
ಪರಿ ವಾಜಪತಿಃ ಕವಿರಗ್ನಿರ್ಹವ್ಯಾನ್ಯಕ್ರಮೀತ್ |
ದಧದ್ರತ್ನಾನಿ ದಾಶುಷೇ ||
ಅಯಂ ಯಃ ಸೃಂಜಯೇ ಪುರೋ ದೈವವಾತೇ ಸಮಿಧ್ಯತೇ |
ದ್ಯುಮಾ ಅಮಿತ್ರದಂಭನಃ ||
ಅಸ್ಯ ಘಾ ವೀರ ಈವತೋಽಗ್ನೇರೀಶೀತ ಮರ್ತ್ಯಃ |
ತಿಗ್ಮಜಂಭಸ್ಯ ಮೀಳ್ಹುಷಃ ||
ತಮರ್ವಂತಂ ನ ಸಾನಸಿಮರುಷಂ ನ ದಿವಃ ಶಿಶುಂ |
ಮರ್ಮೃಜ್ಯಂತೇ ದಿವೇದಿವೇ ||
ಬೋಧದ್ಯನ್ಮಾ ಹರಿಭ್ಯಾಂ ಕುಮಾರಃ ಸಾಹದೇವ್ಯಃ |

ಅಚ್ಛಾ ನ ಹೂತ ಉದರಂ ||
ಉತ ತ್ಯಾ ಯಜತಾ ಹರೀ ಕುಮಾರಾತ್ಸಾಹದೇವ್ಯಾತ್ |
ಪ್ರಯತಾ ಸದ್ಯ ಆ ದದೇ ||
ಏಷ ವಾಂ ದೇವಾವಶ್ವಿನಾ ಕುಮಾರಃ ಸಾಹದೇವ್ಯಃ |
ದೀರ್ಘಾಯುರಸ್ತು ಸೋಮಕಃ ||
ತಂ ಯುವಂ ದೇವಾವಶ್ವಿನಾ ಕುಮಾಂ ಸಾಹದೇವ್ಯಂ |
ದೀರ್ಘಾಯುಷಂ ಕೃಣೋತನ ||

ಗಮನಿಸಿ: ಎಲ್ಲರೂ ಸಹ ಸುಖವನ್ನು ಮಾತ್ರ ಕೇಳುತ್ತಾರೆ. ಈ ಸುಖವು ಮಾತ್ರ ಯೋಗದಿಂದ ಒದಗಿಬರುತ್ತದೆ. ಈ ಸುಖಕ್ಕಾಗೇ ನ್ಯಸ್ತಾಸನವನ್ನು ಇಲ್ಲಿ ಹೇಳಲಾಗಿದೆ. ಇದು ಯಾವುದೇ ರೀತಿಯ ಚಿಕಿತ್ಸೆಯಲ್ಲ.

ಸೂಚನೆ: ಋಣ ಹಾಗು ಕರ್ಮಗಳನ್ನು ಋಣಕರ್ಮಗಳಿಂದಲೇ ಬಿಡಿಸಿಕೊಳ್ಳಬೇಕು.

ಮನುಷ್ಯನಿಗೆ ಇರುವಂತ ವ್ಯವಸ್ಥೆಯಲ್ಲಿ ಋಣ ಹಾಗು ಕರ್ಮ ಎಂಬ ಎರಡು ವಿಭಾಗಗಳಿವೆ. ಋಣವು ಗೂಟ ಎಂದಾದರೆ ಕರ್ಮವು ಹಗ್ಗ ಎಂದೆನಿಸಿಕೊಂಡಿರುತ್ತದೆ. ಮನುಷ್ಯನಿಗೆ ತೊಡಿಸಿರುವಂತಹ ಕರ್ಮ ಎಂಬ ಹಗ್ಗವು ಋಣ ಎಂಬ ಗೂಟಕ್ಕೆ ಕಟ್ಟಲ್ಪಟ್ಟಿರುತ್ತದೆ. ಈ ಹಗ್ಗದಿಂದ ಬಿಡಿಸಿಕೊಳ್ಳಬೇಕು ಎಂದಾದರೆ ಆ ಹಗ್ಗವನ್ನೇ ಸರಿಯಾಗಿ ಹಿಡಿದುಕೊಳ್ಳಬೇಕು. ಅದನ್ನು ಸಡಿಲಮಾಡಿಕೊಳ್ಳಬೇಕು. ನಂತರ ಕುತ್ತಿಗೆಯಲ್ಲಿರುವಂತಹ ಹಗ್ಗದಿಂದ ತಲೆಯನ್ನು ಆಚೆಗೆ ತೆಗೆದುಕೊಳ್ಳಬೇಕು. ಬಿಡುಗಡೆ ಹೀಗೆ ಮಾತ್ರ. ಆದರೆ ಹಗ್ಗದ ಹೊರಗಿನಿಂದ ತಪ್ಪಿಸಿಕೊಳ್ಳಲಿಕ್ಕೆ ಸಾಧ್ಯವಿಲ್ಲ ಎಂಬುದನ್ನು ನೆನಪಿನಲ್ಲಿಟ್ಟುಕೊಳ್ಳಬೇಕು.

ಈ ಬಿಡುಗಡೆಗಾಗಿ ಮಾನವನು ಋಣ-ಕರ್ಮವನ್ನೇ ಆಶ್ರಯಿಸಿಕೊಂಡು ಕರ್ಮವನ್ನೇ ಮಾಡುತ್ತಾ, ಋಣ ಸಂಚಯನ ಮಾಡಿಕೊಳ್ಳುತ್ತಾ, ಯೋಗಿಯಾಗಿ, ಯೋಗದ ಶಕ್ತಿಯಿಂದ ಈ ಬಂಧವನ್ನು ಬಿಡಿಸಿಕೊಂಡು, ಮರಣಿಸುವವರೆಗೂ ಪ್ರಾಪಂಚಿಕ ಜೀವನ ಬಂಧವನ್ನು ಬಿಡಿಸಿಕೊಳ್ಳಬೇಕು.

ಜೀವನ ಬಂಧನದಿಂದ ಬಿಡಿಸಿಕೊಂಡು ಯೋಗ ಜೀವನದಲ್ಲಿ ಬದುಕಬೇಕು, ಅಂದರೆ ತ್ಯಾಗದ ಜೀವನ ಮಾಡಬೇಕು. ಇದಕ್ಕಾಗಿ ಜೀವನ್ನವನ್ನು ಆದಷ್ಟು ಸರಳೀಕರಣಗೊಳಿಸುತ್ತಾ ಸಾಗಬೇಕು. ಆಗ ಮಾತ್ರ ಹಗ್ಗ ಹಾಗು ಗೂಟಗಳು ಸವೆಯುತ್ತವೆ. ಒಂದು ದಿನ ಅವುಗಳಿಂದ ಸ್ವತಂತ್ರ ದೊರಕುತ್ತದೆ.

ಹೀಗಾದವನನ್ನೇ ವೇದ ವಿಜ್ಞಾನವು 'ಯೋಗಿ' ಎಂದಾಗಿ ಹೇಳುತ್ತದೆಯೇ ವಿನಃ ಉಳಿದವರಲ್ಲ.

ಎಷ್ಟೇ ಉಳಿದ ಪ್ರಯತ್ನ ಮಾಡಿದರೂ ಸಹ ಮನುಜನು ಗೂಟ ಹಾಗು ಹಗ್ಗದ ಬಂಧನದಿಂದ ಹೊರಬರಲಾಗುವುದಿಲ್ಲ. ಹಾಗೆಂದು ಅದನ್ನು ಹಾಗೆಯೇ ಉಳಿಸಿಕೊಳ್ಳುವುದೂ ಅಲ್ಲ. ಹುಟ್ಟಿಗಾಗಿ ಹಾಗು ನಂತರದಲ್ಲಿ ಇರುವಂತಹ ಬಂಧನವನ್ನು ಇಲ್ಲದಂತೆ ಮಾಡಿಕೊಳ್ಳಬೇಕು. ಅದಕ್ಕಾಗಿ 'ಸಮನ್ವಯ' ಮಾಡಬೇಕು.

ಈ ಭೂಮಿಯ ಮೇಲೆ ಬದುಕಲು ಅವಶ್ಯಕವಾಗಿ ಆ ಜೀವನದ ವ್ಯವಸ್ಥೆ ಬೇಕು. ಆದರೆ ಅದನ್ನು ನಿಧಾನವಾಗಿ ಸಮನ್ವಯಗೊಳಿಸಿಕೊಳ್ಳಬೇಕು. ಆಗ ಮಾತ್ರ ಗೂಟ (ಋಣ) ನಮ್ಮನ್ನು ಬಿಟ್ಟು ಹೋಗುತ್ತದೆ. ಇದಕ್ಕಾಗಿ ಹಗ್ಗವನ್ನು (ಕರ್ಮವನ್ನು) ಸರಿಯಾಗಿ ಹಿಡಿದುಕೊಳ್ಳಬೇಕು. ಹೀಗೆ ಮಾಡುತ್ತಾ ಸಾಗಿದಾಗ ಗೂಟವು ಸಡಿಲವಾಗುತ್ತದೆ. ಆದರೆ ಹಗ್ಗವನ್ನು ಅತಿಯಾಗಿ ಎಳೆದು ತುಂಡುಮಾಡಿಕೊಳ್ಳುವುದಲ್ಲ, ಏಕೆಂದರೆ ಕುತ್ತಿಗೆಯೇ ಮುರಿಯಬಹುದಾಗಿದೆ. ಬದಲಿಗೆ ಹಗ್ಗದ ವಿಸ್ತಾರತೆಯನ್ನು ವಿಶಾಲಮಾಡುತ್ತಾ ಹೋದರೆ ಸ್ವಾಭಾವಿಕವಾಗಿ ಗೂಟವು ಹೋಗುತ್ತದೆ. ಇದೇ ಸಮನ್ವಯ ಎಂಬುದರ ವೈದೀಕ ಅರ್ಥ.

ಗಮನಿಸಿ: ಸಮನ್ವಯ = ಸರಳತೆಯಿಂದ ಗೂಟವನ್ನು ಅಳಕಮಾಡಿಕೊಳ್ಳುತ್ತಾ ಸಾಗುವುದು, ಹಾಗು ತ್ಯಾಗದಿಂದ ಹಗ್ಗದಿಂದ ಬಿಡಿಸಿಕೊಳ್ಳುತ್ತಾ ಹೋಗುವುದು.

ತ್ಯಾಗ ಎಂದರೆ ಇಲ್ಲಿ ಬಿಟ್ಟು ಎಲ್ಲಿಗೋ ಹೋಗಿಬಿಡುವುದಲ್ಲ, ಬದಲಿಗೆ ಯಾವುದನ್ನು ತ್ಯಜಿಸಿದ್ದೇನೆಯೋ ಅದರೊಂದಿಗೇ ಇರುವುದು. ಕಮಲ ದಳದ ಮೇಲೆ ಕುಳಿರುವಂತಹ ಒಂದು ಹನಿಯ ರೀತಿ. ನೀರಿನ ಹನಿಯು ಕಮಲದ ಆಶ್ರಯವನ್ನು ಪಡೆಯದೆ ಕೇವಲ ಅದರ ಮೇಲೆ ಕುಳಿತಿದೆ, ಅಷ್ಟೆ. ಕಮಲದ ದಳವು ಇಲ್ಲದಿದ್ದರೂ ಸಹ ನೀರಿನ ಹನಿಗೆ ಅಸ್ತಿತ್ವ ಇರುತ್ತದೆ. ನೀರಿನ ಹನಿಯು ಕುಳಿತಿದೆ, ಹೀಗಾಗಿ ಕಮಲದ ದಳಕ್ಕೆ ಒಂದು ರೀತಿಯ ಅಸ್ತಿತ್ವ, ನಾನೇ ಈ ನೀರಿನ ಹನಿಯನ್ನು ಹಿಡಿದುಕೊಂಡಿದ್ದೇನೆ ಎನ್ನುವ ರೀತಿ. ನೀರಿನ ಹನಿಯು ಕೆಳಗೆ ಜಾರಿದರೆ ಅದು ಅಗಾಧತೆಯಲ್ಲಿ ಸೇರಿಹೋಗುತ್ತದೆ, ಆದರೆ

ಕಮಲದ ದಳವು ತನ್ನ ಅಸ್ತಿತ್ವವನ್ನು ಕಳೆದುಕೊಳ್ಳುತ್ತದೆ, ಯೋಚಿಸಿ ನೋಡಿ.

ಆತ್ಮನು ಆಶ್ರಯಿಸುವುದರಿಂದಗಿ ಗೂಟಕ್ಕೆ ವಿಶೇಷತೆ, ಇಲ್ಲದಿದ್ದರೆ ಅದಕ್ಕೇನೂ ಅರ್ಥವಿಲ್ಲ, ಅಂದರೆ ಅದಕ್ಕೆ ಅಸ್ತಿತ್ವವೇ ಇಲ್ಲ. ಗೂಟವು ಯಾವಾಗ ಸ್ವಸ್ಥ ಎಂದಾಗುತ್ತದೆಯೋ ಆಗ ಸ್ವಾಭಾವಿಕ ಬಿಡುಗಡೆಯ ಉದ್ಭವ. ಒಂದು ವೇಳೆ ಗೂಟವು ಕೈತಪ್ಪಿತು ಎಂದಾದಾಗ ಪುನಃ ಅದನ್ನು ಹಿಡಿದುಕೊಳ್ಳುವ ಪ್ರಯತ್ನವಿರುತ್ತದೆ. ಹೀಗಾಗದಂತೆ ಬದುಕುವ ವಿಧಾನವೇ ಯೋಗ. ಹೀಗೆ ಬದುಕುವವನೇ ಯೋಗಿ. ಅಲ್ಲದವನು ಸಂಸಾರಿ.

ಹೀಗೆ ಮಾಡುವುದೇ ಋಣ ಹಾಗು ಕರ್ಮಗಳ ಸಮನ್ವಯತೆ. ಆದರೆ ಆತ್ಮನಿಗೆ ಗೂಟವಾಗಲೀ ಅಥವಾ ಹಗ್ಗವಾಗಲೀ ಸಂಬಂಧವಿಲ್ಲ. ಇವೆರಡೂ ಸಹ ಪರಮಾತ್ಮ ಎಂಬುದರಿಂದ ನೇಮಿಸಲ್ಪಟ್ಟಿದ್ದು, ಹಾಗು ವಿಧಿಸಲ್ಪಟ್ಟಿದ್ದು. ಋಣವು ಅಳತೆ ಮೀರಿ ಹೋಗಬಾರದೆಂದು ವಿಧಿಯಿಂದ ಒದಗಿಸಲ್ಪಪಟ್ಟಿರುವಂತಹ ಬದ್ಧತೆ. ಹೀಗಾಗಿ ಪರಸ್ಪರ ಸಂಬಂಧ, ಅಷ್ಟೇ.

ಆತ್ಮವನ್ನು ಇಲ್ಲಿ ಗೂಟಕ್ಕೆ ಕಟ್ಟಲ್ಪಟ್ಟಿಲ್ಲ, ಬದಲಿಗೆ ಗೂಟವು ಆತ್ಮನನ್ನು ಹಿಡಿದುಕೊಂಡಿದೆ, ಅಷ್ಟೇ. ಹಗ್ಗವು ಗೂಟ ಹಾಗು ಆತ್ಮಕ್ಕೆ ಕಟ್ಟಲ್ಪಟ್ಟಿದೆ. ಈ ಕಟ್ಟುವಿಕೆಗಳು ಸಮಾನವಾಗಿರುತ್ತವೆ. ಗೂಟಕ್ಕೆ ಬದ್ಧತೆ ಹಗ್ಗದೊಂದಿಗೆ ಮಾತ್ರ. ಹೀಗಾಗಿ ಋಣ ಹಾಗು ಕರ್ಮ-ಇವರೆಡೂ ಕೂಡ ಸಮಾನವೇ ಹೌದು. ಯಾವಾಗ ಋಣ ಹಾಗು ಕರ್ಮಗಳು ಸಮಾನವಾಗುತ್ತದೆಯೋ ಆಗ ಈ ಗೂಟ ತನ್ನ ಅಸ್ತಿತ್ವವನ್ನು ತೊರೆದುಬಿಡುತ್ತದೆ. ಹಗ್ಗವು ಕುತ್ತಿಗೆಯಲ್ಲಿ ಉಳಿದುಹೋದರೂ ಸಹ ಏನೂ ಅಪಾಯವಿಲ್ಲ, ಸ್ವತಂತ್ರವಾಗಿ ಓಡಾಡಲು ಆಗುತ್ತದೆ. ಆದರೆ ಈ ಗೂಟ ಮಾತ್ರ ಅಪಾಯಕಾರಿ, ಸ್ವತಂತ್ರವನ್ನು ಕಸಿದುಬಿಡುತ್ತದೆ. ಇದೇ ಜೀವನ ವ್ಯವಸ್ಥೆ.

ಈ ವ್ಯವಸ್ಥೆಯನ್ನು ಅರ್ಥಮಾಡಿಕೊಳ್ಳದೆಯೇ ಕೇವಲ ಬಂಧನವೆಂಬ ಕಲ್ಪನೆ ಮಾಡಿಕೊಂಡು, ಇದರಿಂದ ಹೊರಹೋಗುವ ಪ್ರಯತ್ನವು ಪಾಲಾಯನವಾಗುತ್ತದೆ. ಈ ಬಂಧನದಿಂದ ಬಿಡಿಸಿಕೊಳ್ಳಲು ತ್ಯಾಗ ಒಂದೇ ನಮಗಿರುವಂತಹ ದಾರಿ. ಸರಳತೆಯಿಂದ ಬದುಕುವುದೇ ದಾರಿ. ಇದೇ ಅತೀ ಸರಳ ಉಪಾಯ. ಇದರಿಂದ ನಿಜವಾದ ಸ್ವತಂತ್ರ ಸುಖದ ಪ್ರಾಪ್ತಿ.

ಗಮನಿಸಿ: ಇದು ಬಂಧನ, ಇದರಿಂದ ಬಿಡಿಸಿಕೊಂಡು ಮತ್ತೊಂದು ಹೆಚ್ಚಿನ ಸುಖಕ್ಕೆ ಹೋಗುವೆ ಎನ್ನುವುದು ಘರ್ಷಣೆಗೆ ದಾರಿಮಾಡಿಕೊಡುತ್ತದೆ. ಇದರಿಂದಾಗಿ ಹೋರಾಟ. ಈ ಪ್ರಪಂಚದಲ್ಲಿ ಈ ಹೋರಾಟಕ್ಕೆ ಎಂದಿಗೂ ಅಂತ್ಯವಿಲ್ಲ. ಬಲಕ್ಕೆ ಜಯವಾಗುವುದಿಲ್ಲ. ಇದು ಸಾಧನೆಯಾಗುವುದಿಲ್ಲ. ಹೀಗಾಗಿ ಯೋಗ ಎಂಬುದರ ಅವಶ್ಯಕತೆ. ಸರಳತೆ ಹಾಗು ತ್ಯಾಗವೇ ಇಲ್ಲಿ ಮುಖ್ಯ.

ಸೂಚನೆ: ಯೋಗಾಸನದಿಂದ ಮಾತ್ರ ಒಬ್ಬನು ಯೋಗಿಯಾಗಲಿಕ್ಕೆ ಸಾಧ್ಯ, ಉಳಿದ ಮತ್ಯಾವುದೇ ಸಂಸ್ಕಾರದಿಂದಲ್ಲ.

ಈ ಬಿಡುಗಡೆಗೆ ಮತ್ಯಾವ ಶಾಸ್ತ್ರ, ಅಂದರೆ ಮಾರ್ಗ ಅಥವಾ ವಿಜ್ಞಾನ ಈ ಪ್ರಪಂಚದಲ್ಲಿಲ್ಲ.

ಒಂದೊಂದಾಗಿ ತ್ಯಾಗಮಾಡುತ್ತಾ ಸಾಗಿದಾಗ ಋಣ ಹಾಗು ಕರ್ಮಗಳು ವಿಭಾಗವಾಗುತ್ತಾ ಹೋಗುತ್ತವೆ. ಆಗ ಮಾತ್ರ ಕರ್ಮ ಯಾವುದು ಹಾಗು ಋಣ ಯಾವುದು ಎಂದು ತಿಳಿದುಬರಲಿಕ್ಕಾರಂಭವಾಗುತ್ತದೆ. ಇವೆರಡೂ ಒಟ್ಟಾಗಿದ್ದಾಗ ಮಾತ್ರ ಯಾವುದು ಋಣ ಹಾಗು ಯಾವುದು ಕರ್ಮವೆಂಗಿ ಗುರುತಿಸಲು ಸಾಧ್ಯವಾಗುವುದಿಲ್ಲ.

ಸಕಲ ಸೌಲಭ್ಯಗಳಿಗೆ ಮಿತಿಯನ್ನು ಹಾಕುತ್ತಾ ಸಾಗಿದರೆ ತ್ಯಾಗದ ಪರಿಚಯ ಉಂಟಾಗಲಾರಂಭಿಸುತ್ತದೆ. ಇದೇ ಸರಳತೆ ಎನಿಸಿಕೊಳ್ಳುತ್ತದೆ. ತ್ಯಾಗವು ಸರಳತೆಯಲ್ಲಿ ಒಗ್ಗೂಡಿದರೆ, ಅಂದರೆ ಪರಸ್ಪರ ಹೊಂದಾಣಿಕೆಯಾದರೆ ಆಗ ಅಲ್ಲಿ ಋಣ ಹಾಗು ಕರ್ಮಗಳು ವಿಭಾಗವಾಗಿಬಿಡುತ್ತವೆ. ಆಗ ಅರಿವಿಗೆ ಬರುತ್ತದೆ.. ನನಗೇಕೆ ಇಷ್ಟು ದಿನ ಬೇಕು ಎನ್ನುವ ಅಪೇಕ್ಷೆ ಹುಟ್ಟಿತು, ಅದೇ ಕರ್ಮ ಎಂದಾಗಿ ಗೊತ್ತಾಗಿಬಿಡುತ್ತದೆ. ಕರ್ಮದಿಂದಲೇ ಅಪೇಕ್ಷೆಯ ಜನನ. ಇದರಿಂದ ನಿರಂತರ ಪ್ರಯತ್ನ. ಇದೇ ಒಂದು ರೀತಿಯಲ್ಲಿ ಮಾಯೆ (ಜೀವನ ವ್ಯವಸ್ಥೆಯ ಅಳತೆ), ಕಾಣದ ಬಲೆ. ಇದಕ್ಕಾಗಿ ವೃತ್ತಿ, ಸಫಲತೆ ಇಲ್ಲದಿದ್ದಾಗ ಕಳ್ಳತನ ರೀತಿಯ ಅಧರ್ಮ ಮಾರ್ಗ. ಹೀಗಾಗಿ ಅಪರಾಧ. ಅಪರಾಧ ಕ್ರಿಯೆಗಳಿಂದ ಋಣದ ಹೆಚ್ಚಾಗುವಿಕೆ, ಹಾಗು ಕರ್ಮಗಳ ಸಂಚಯನ.

ಸೂಚನೆ: ಪ್ರವೃತ್ತನಾಗುವುದರಿಂದಲೇ ಋಣ ಗಟ್ಟಿಯಾಗುವಿಕೆ ಹಾಗು ಕರ್ಮವು ಸಂಚಯನವಾಗುವಿಕೆ.

ತನ್ನ ಕಾಲುಗಳನ್ನು ಮಾತ್ರ ತಾನು ಆಶ್ರಯಿಸಿದಾಗ ಸ್ವಾಧ್ಯಾಯ. ಮತ್ತೊಂದಕ್ಕೆ ಆಶ್ರಯಿಸದೆ ಬದುಕುವುದೇ ಸ್ವಾಧ್ಯಾಯ. ಹೀಗೆ ಮಾಡುವುದರಿಂದ ನಿಜವಾದ ಅನುಭವದ ಜನನ. ನಂತರ ಮಾತ್ರ ಋಣ ಹಾಗು ಕರ್ಮಗಳ ಅರ್ಥೈಸುವಿಕೆ. ನಂತರದಲ್ಲಿ ಯೋಗಿಯಾಗುವಿಕೆ. ನಂತರ ಮಾತ್ರ ಭಗವಂತನ ದರ್ಶನ ಭಾಗ್ಯ. ಸುಲಭ ಅಲ್ಲವೆ?

ಗಮನಿಸಿ: ಋಣವಿಲ್ಲದೆ ಕರ್ಮ ಪ್ರವೃತ್ತಿಯಾಗುವುದಿಲ್ಲ, ಏಕೆಂದರೆ ಕರ್ಮಕ್ಕೆ ಕಾಲಿಲ್ಲ, ಋಣಕ್ಕೆ ಕಣ್ಣಿಲ್ಲ. ಹೀಗಾಗಿ ಇವೆರಡೂ ಸಹ ಒಂದನ್ನೊಂದು ಆಶ್ರಯಿಸಿಕೊಂಡಿವೆ. ಕರ್ಮ ಮಾಡದೇ ಜ್ಞಾನವು ಪ್ರಾಪ್ತಿಯಾಗುವುದಿಲ್ಲ. ಯಾವುದೇ ಒಂದು ಸಣ್ಣ ಕ್ಷಣಿಕ ಜ್ಞಾನವೂ ಕೂಡ ಕರ್ಮದ ಮೂಲದಿಂದಲೇ ಪ್ರಕಟವಾಗುತ್ತದೆ. (ಸೂಚನೆ: ಈ ವಿಚಾರ ಕುರಿತಾಗಿ ಮಂಡನ ಮಿಶ್ರ ಹಾಗು ಶ್ರೀಶಂಕರಾಚಾರ್ಯರ ಸಂವಾದ ಓದಿಕೊಳ್ಳಿರಿ.)

ಮೆಟ್ಟಿಲು – 7

ಯೋಗಾಸನಗಳನ್ನು ನಿಯಮಿತ ಅಭ್ಯಾಸ ಮಾಡುವ ಮುಖೇನ ಯಾವುದೇ ವ್ಯಕ್ತಿಯು ಮಾನಸಿಕ ಹಾಗು ದೈಹಿಕ ಆರೋಗ್ಯದೊಂದಿಗೆ ಅತಿ ಎತ್ತರದ ಜ್ಞಾನವನ್ನೂ ಸಹ ಗಳಿಸಬಹುದಾಗಿದೆ.

ಕರ್ಮದಿಂದ ಜ್ಞಾನವೋ ಅಥವಾ ಜ್ಞಾನದಿಂದ ಕರ್ಮವೋ?-ಮೊದಲಿಂದಲೂ ಇದು ಚರ್ಚೆಗೊಳಗಾದ ಪ್ರಶ್ನೆಯಾಗಿದೆ. ಸಂಶೋಧನೆಯ ಮಟ್ಟಕ್ಕೆ ಪುಸ್ತಕಗಳನ್ನು ಓದಿಕೊಂಡರೂ ಸಹ ಸೈಕಲ್ಲನ್ನು ಹತ್ತದೆಯೇ ಅದನ್ನು ಓಡಿಸಲು ಬಾರದು. ಇದೇ ಸತ್ಯ. ಸೈಕಲ್ಲನ್ನು ಹತ್ತಿ ಓಡಿಸುವಂತಹ ಪ್ರಯತ್ನ ಮಾಡಿದಾಗ ಮಾತ್ರ ಓಡಿಸುವಂತಹ ನೈಪುಣ್ಯದ ಜೊತೆಜೊತೆಗೆ ಅದಕ್ಕೆ ಸಂಬಂಧಿಸಿದಂತಹ ಜ್ಞಾನವೂ ಸಹ ವ್ಯಕ್ತಿಗೆ ಸಿಗುವುದಾಗಿದೆ.

ಗಮನಿಸಿ: ಹೀಗಾಗಿ, ಮೊದಲು ಕರ್ಮ, ನಂತರ ಅದರಿಂದ ಉಂಟಾಗುವಂತಹ ತಿಳುವಳಿಕೆ, ಆ ತಿಳುವಳಿಕೆಯನ್ನು ಸಮಾಜಕ್ಕೆ ಹಂಚಿದಾಗ ಜ್ಞಾನ. ಇದು ವೇದ ಹೇಳಿರುವಂತಹ ಕ್ರಮ.

ಜ್ಞಾನವನ್ನು ಒಟ್ಟಾರೆಯಾಗಿ 100% ಎಂದಾಗಿ ಎಣಿಸಿದರೆ ಅದರಲ್ಲಿ 25% ಜ್ಞಾನವು ಬೋಧನೆಯಿಂದ, 25% ಕೋಶಗಳನ್ನು ಓದುವುದರಿಂದ, 25% ದೇಶ ಸುತ್ತುವುದರಿಂದ ಹಾಗು ಉಳಿದಂತಹ 25% ಅನುಭವದಿಂದ ಪ್ರಾಪ್ತವಾಗುವುದಾಗಿದೆ. ಅಂದರೆ ಎಲ್ಲವೂ ಸಹ ಕರ್ಮದ ಆಧಾರವೇ ಹೌದು.

ಸೂಚನೆ: ಕರ್ಮವಿರದೆ ಜ್ಞಾನವಿಲ್ಲ ಎಂಬುದೇ ಸತ್ಯ. ಜ್ಞಾನ ಮಾರ್ಗದಲ್ಲಿ ಚಲಿಸುವುದು ಎಂದರೆ ಕರ್ಮ ಮಾರ್ಗದಲ್ಲಿಯೇ ಚಲಿಸುವುದಾಗಿದೆ.

ಯಾವುದೇ ವ್ಯಕ್ತಿಯ ಆತ್ಮವು ವ್ಯಕ್ತಿಯ ಯಾವುದೇ ಒಂದರ ಜೊತೆ ಸಂಪರ್ಕ ಹೊಂದಿರದಿದ್ದರೂ ಸಹ, ಅದು ಕರ್ಮದ ಸಂಪರ್ಕವನ್ನು ಮಾತ್ರ ಹೊಂದಿರುತ್ತದೆ. ಕರ್ಮದಿಂದ ಆತ್ಮಕ್ಕೆ ಬಾಧೆಯು ನಿಶ್ಚಿತ. ಕರ್ಮ ಬಾಧೆಯಿಂದ ಆತ್ಮವು ರಕ್ಷಣೆ ಪಡೆಯುವುದಕ್ಕಾಗಿ ಯೋಗ ಶಾಸ್ತ್ರವು ಕೂರ್ಮಾಸನದ ಅಭ್ಯಾಸವನ್ನು ಸಾಧಕನಿಗೆ ಸೂಚಿಸಿರುತ್ತದೆ.

ಋಗ್ವೇದ ಮಂಡಲ–10 ರಲ್ಲಿ ಕರ್ಮವನ್ನು ವಿಶ್ಲೇಷಿಸುವಂತಹ ವಿವರಗಳು ಅಧಿಕವಾಗಿವೆ. ಕರ್ಮವನ್ನು

ಮಾಡುವುದರಿಂದಾಗಿ ಉಂಟಾಗುವಂತಹ ಫಲಗಳನ್ನು ಹೇಗೆ ತೆಗೆದುಕೊಳ್ಳಬೇಕು ಎನ್ನುವುದನ್ನು ಈ ಮಂಡಲವನ್ನು ಸವಿವರವಾಗಿ ಹೇಳುತ್ತದೆ. ಮಂಡಲ – 10 ರ ಮಂತ್ರಗಳು ಹೀಗಿವೆ:

ಹ್ಯಯೇ ಜಾಯ್ಯೇಮನಸಾತಿಷ್ಠ ಘೋರ್ರೇವಚಾಂಸಿ ಮಿಶ್ರಾ
ಕೃಣವಾವಹೈನು|
ನ ನೌಮಂತ್ರಾಅನುದಿತಾಸ ಏತೇ ಮಯಸ್ಕರನ್ಪರತರೇ
ಚನಾಹನ್||
ಕಿಮೇತಾ ವಾಚಾ ಕೃಣವಾತವಾಹಂ
ಪಾಕ್ರಮಿಷಮುಷಸಾಮಗ್ರಿಯೇವ|
ಪುರೂರವಃಪುನರಸ್ತಂಪರೇಹಿ ದುರಾಪ್ಪನಾ ವಾತ ಇವಾಹಮಸ್ಮಿ||
ಇಷುರ್ನ ಶ್ರಿಯ ಇಷುಧೇರಸನಾ ಗೋಷಾಃ ಶತಸಾ ನ ರಂಹಿಃ|
ಅವೀರ್ರೇಕ್ರತೌವಿ ದವಿದ್ಯುತ್ತನ್ನೋರಾನ ಮಾಯುಂ
ಚಿತಯಂತ್ಧುನಯಃ||
ವಸುದಧತೀಶ್ವಶುರಾಯವಯಉಷೋಯದ್ವಿವಷ್ಟ್ಯಂತಿಗೃಹಾತ್|
ಅಸ್ತಂ ನನಕ್ಷೇಯಸ್ಮಿಂಚಾಕಂದಿವಾನಕ್ತಂ ಶ್ನಥಿತಾ ವೈತಸೇನ||
ತ್ರಿಃ ಸ್ಮಮಾಹ್ನಃ ಶ್ನಥಯೋ ವೈತಸೇನೋತ ಸ್ಮಮೇಽವ್ಯತ್ಯೈ
ಪೃಣಾಸಿ|
ಪುರೂರ್ರವೋಽನುತೇಕೇತಮಾಯಂರಾಜಾಮೇ ವೀರ
ತನ್ವ1ಸ್ತದಾಸೀಃ||
ಯಾ ಸುಜೂರ್ಣಿಃ ಶ್ರೇಣಿಃ ಸುಮ್ನಾಪಿಹ್ರ್ರದೇಚಕ್ಷುರ್ನ ಗ್ರಂಥಿನೀ
ಚರಣ್ಯುಃ|
ತಾ ಅಂಜಯೋಽರುಣಯೋನ ಸಸ್ರುಃ ಶ್ರಿಯೇ ಗಾವೋನ
ಧೇನವೋಽನವಂತ||
ಸಮಸ್ಮಿಂಜಾಯಮಾನ ಆಸತಗ್ನಾ ಉತೇಮವರ್ಧನ್ನದ್ಯ1ಃ
ಸ್ವಗೂರ್ತಾಃ|
ಮಹೇ ಯತ್ತ್ವಾ
ಪುರೂರವೋರಣಾಯಾವರ್ಧಯಂದಸ್ಯುಹತ್ಯಾಯ ದೇವಾಃ||
ಸಚಾಯದಾಸುಜಹತೀಷ್ವತ್ಕಮಮಾನುಷೀಷುಮಾನುಷೋ
ನಿಷೇವೇ|
ಅಪ ಸ್ಮಮತ್ತರಸಂತೀನ ಭುಜ್ಯುಸ್ತಾ ಅತ್ರಸನ್ರಥಸ್ಪೃಶೋನಾಶ್ವಾಃ||
ಯದಾಸುಮರ್ತೋ ಅಮೃತಾಸು ನಿಸ್ಪೃಕ್ಸಂ
ಕ್ಷೋಣೀಭಿಃಕ್ರತುಭಿರ್ನ ಪೃಂಕ್ತೇ|

ತಾ ಆತಯೋನ ತ್ರನ್ವಃ ಶುಂಭತ್ತಸ್ವಾ ಅಶ್ವಾಸೋನ
ಕ್ರೀಳಯೋದಂದಶಾನಾಃ||
ವಿದ್ಯುನ್ನ ಯಾ ಪತಂತೀದವಿದ್ಯೋದ್ಬರಂತೀ
ಮ್ಮೇಅಪ್ಯಾಕಾಮ್ಯಾನಿ|
ಜನಿಷ್ಟೋ ಅಪೋ ನರ್ಯಃಸುಜಾತಃಪ್ರೋರ್ವಶೀ ತಿರತ
ದೀರ್ಘಮಾಯುಃ||
ಜ್ಞಜ್ಞಿಷ ಇತ್ಥಾ ಗೋಪೀಥ್ಯಾಯ಼ಹಿ ದಧಾಥತತ್ಪುರೂರವೋ
ಮ಼ಓಜಃ|
ಅಶಾಸಂ ತ್ವಾ ವಿದುಷೀಸಸ್ಮಿನ್ನಹನ್ನ
ಮಆಶೃಣೋಃಕಿಮುಭುಗ್ವದಾಸಿ||
ಕದಾ ಸೂನುಃ ಪಿತರಂ ಜಾತ ಇಚ್ಚಾಚ್ಚಕ್ರನ್ನಾಶ್ರು
ವರ್ತಯದ್ವಿಜಾನನ್|
ಕೋ ದಂಪ಼ತೀಸಮನಸಾವಿ ಯೂಯೋದಧ಼ಯದ್ಗಗ್ನಿಃ
ಶ್ವಶುರೇಷು಼ದೀದಯತ್||
ಪ್ರತಿ ಬ್ರವಾಣಿ ವರ್ತಯತೇಅಶ್ರು ಚಕ್ರನ್ನ ಕ್ರಂದದಾಧ್ಯೇ ಶಿವಾಯೈ|
ಪ್ರ ತತ್ತೇ ಹಿನವಾಯತ್ತೇ ಅಸ್ಮೇ ಪರೇಹ್ಯಸ್ತಂ ನಹಿ ಮೂರ಼ಮಾಪಃ||
ಸುದೇವೋ ಅದ್ಯ ಪ್ರಪತೇದನಾವೃತ್ಪರಾವತಂ ಪರಮಾಂ
ಗಂತ್ತವಾ ಉ|
ಅಧಾಶಯೀತ್ತನಿರೃ಼ತೇರುಪಸ್ಥೇಽಧೈನಂವೃಕಾ ರಭಸಾಸೋ
ಅದ್ಯುಃ|
ಪುರೂರವೋಮಾ ಮೃಥಾಮಾ ಪ್ರ ಪಪ್ತೋಮಾ
ತ್ವಾವೃಕಾಸೋಅಶಿವಾಸ ಉಕ್ಷನ್|
ನ ವೈ ಸ್ತ್ರೈಣಾನಿ ಸಖ್ಯಾನಿ ಸಂತಿ
ಸಾಲಾವೃಕಾಣಾಂಹೃದಯಾನ್ಯೇತಾ||
ಯದ್ವಿರೂಪಾಚರಂಮತ್ಯೇಷ್ವವಸಂರಾತ್ರೀಃ ಶರದಶ್ಚತಸ್ರಃ|
ಘೃತಸ್ಯಸ್ತೋಕಂ ಸಕೃದಹ್ನ಼ಆಶ್ನಾಂತಾದೇವೇದಂ ತಾತೃಪಾಣಾ
ಚರಾಮಿ||
ಅಂತ಼ರಿಕ್ಷಪ್ರಾಂ ರಜಸೋ ವಿಮಾನೀಮುಪ
ಶಿಕ್ಷಾಮ್ಯುರ್ವಶೀಂವಸಿಷ್ಠಃ|
ಉಪ ತ್ವಾ ರಾತಿಃ ಸುಕೃತಸ್ಯತಿಷ್ಠಾನ್ನಿ ವರ್ತಸ್ವಹೃದಯಂ ತಪ್ಯತೇ
ಮೇ||
ಇತಿ ತ್ವಾ ದೇವಾ ಇಮ ಆಹುರೈಳಯಥೇಮ್ಮೇತದ್ಭವಸಿ
ಮೃತ್ಯುಬಂಧುಃ|

ಪ್ರಜಾ ತೇ ದ್ವೇವಾನ್ನ್ಮವಿಷಾಂಯಜಾತಿ ಸ್ವರ್ಗ
ಉತ್ವಮಪಿಮಾದಯಾಸೇ||
ಓ ಚಿತ್ಸಖಾಯಂ ಸಖ್ಯಾ ವವೃತ್ಯಾಂ ತಿರಃ ಪುರೂ ಚಿದರ್ಣವಂ ಜಗನ್ವಾನ್|
ಪಿತುರ್ನಪಾತ್ತಮಾ ದಧೀತ ವೇಧಾ ಅಧಿಕ್ಷಮಿ ಪ್ರತರಂ ದೀಧ್ಯಾನಃ||
ನ ತೇಸಖಾ ಸಖ್ಯಂ ವಷ್ಟ್ಯೇತತ್ಸಲಕ್ಷ್ಮಾಯದ್ವಿಷುರೂಪಾಭವಾತಿ|
ಮಹಸ್ಪುತ್ರಾಸೋಽಅಸುರಸ್ಯ ವೀರಾ ದಿವೋ ಧರ್ತಾರ ಉರ್ವಿಯಾ ಪರಿ ಖ್ಯನ್||
ಉಶಂತಿ ಘಾತೇ ಅಮೃತಾಸ ಏತದೇಕಸ್ಯ ಚಿತ್ತ್ಯಜಸಂಮರ್ತ್ಯಸ್ಯ|
ನಿ ತೇಮನೋಽಮನಸಿ ಧಾಯ್ಯಸ್ಮೇ ಜನ್ಯುಃಪತಿಸ್ತನ್ವ1ಮಾ ವಿವಿಶ್ಯಾಃ||
ನ ಯತ್ಪುರಾ ಚಕೃಮಾ ಕದ್ಧ ನೂನಮೃತಾ ವದಂತೋಽಅನೃತಂ ರಪೇಮ|
ಗಂಧರ್ವೋ ಅಪ್ಸ್ವಪ್ಯಾ ಚಯೋಷಾಸಾ ನೋಽನಾಭಿಃ ಪರಮಂ ಜಾಮಿ ತನ್ನೌ||
ಗರ್ಭೇನು ನೌ ಜನಿತಾ ದಂಪತೀ ಕರ್ದೇವಸ್ತ್ವಷ್ಟಾ ಸವಿತಾ ವಿಶ್ವರೂಪಃ|
ನಕಿರಸ್ಯಪ್ರ ಮಿನಂತಿ ವ್ರತಾನಿವೇದ ನಾವಸ್ಯ ಪೃಥಿವೀ ಉತ ದ್ಯೌಃ||
ಕೋ ಅಸ್ಯ ವೇದ ಪ್ರಥಮಸ್ಯಾಹ್ನಃಕ ಈಂ ದದರ್ಶಕ ಇಹ ಪ್ರ ವೋಚತ್|
ಬೃಹನ್ಮಿತ್ರಸ್ಯವರುಣಸ್ಯಧಾಮಕದು ಬ್ರವ ಆಹನೋಽವೀಚ್ಯಾನೃನ್||
ಯಮಸ್ಯ ಮಾ ಯಮ್ಯಂ1 ಕಾಮಆಗನ್ಸಮಾನೇ ಯೋನೌ ಸಹಶೇಯ್ಯಾಯ|
ಜಾಯೇವಪತ್ಯೇ ತನ್ವಂ ರಿರಿಚ್ಯಾಂವಿ ಚಿದ್ವೃಹೇವರಥ್ಯೇವ ಚಕ್ರಾ||
ನ ತಿಷ್ಠಂತಿನ ನಿ ಮಿಷಂತ್ಯೇತೇ ದ್ವೇವಾನಾಂಸ್ಪಶ ಇಹ ಯೇ ಚರಂತಿ|
ಅನ್ಯೇನಮದಾಹನೋ ಯಾಹಿತೂಯಂತೇನವಿ ವೃಹರಥ್ಯೇವ ಚಕ್ರಾ||
ರಾತ್ರೀಭಿರಸ್ಮಾಅಹಭಿರ್ದಶಸ್ಯೇತ್ಸೂರ್ಯಸ್ಯಚಕ್ಷುರ್ಮುಹುರು ನ್ಮಿಮೀಯಾತ್|
ದಿವಾ ಪೃಥಿವ್ಯಾ ಮಿಥುನಾ ಸಬಂಧೂ ಯಮೀರ್ಯಮಸ್ಯ ಬಿಭೃಯಾದಜಾಮಿ||

ಆ ಘಾ॒ತಾ ಗ॑ಚ್ಛಾ॒ನುತ್ತ॑ರಾ ಯು॒ಗಾನಿ॒ಯತ್ರ॑ ಜಾ॒ಮಯಃ
ಕೃಣವ॒ನ್ನಜಾ॑ಮಿ|
ಉಪ॑ ಬರ್ಬೃಹಿ ವೃಷ॒ಭಾಯ॑ ಬಾ॒ಹುಮ॒ನ್ಯಮಿ॑ಚ್ಛಸ್ವ ಸುಭಗೇ
ಪತಿಂ॒ ಮತ್||
ಕಿಂ ಭ್ರಾತಾ॑ಸ॒ದ್ಯದ॑ನಾ॒ಥಂ
ಭವಾ॑ತಿ॒ಕಿಮು॒ಸ್ವಸಾ॒ಯನ್ನಿರ್ಋ॑ತಿರ್ನಿ॒ಗಚ್ಛಾ॑ತ್|
ಕಾಮ॑ಮೂತಾ ಬ॒ಹ್ವೇ3ತದ್ರ॑ಪಾಮಿ ತ॒ನ್ವಾ॑ ಮೇ ತ॒ನ್ವಂ1 ಸಂ
ಪಿ॑ಪೃಗ್ಧಿ||
ನ ವಾ ಉ॑ ತೇ ತ॒ನ್ವಾ॑ ತ॒ನ್ವಂ1 ಸಂ ಪ॑ಪೃಚ್ಯಾಂ ಪಾ॒ಪಮಾ॑ಹು॒ರ್ಯಃ
ಸ್ವಸಾ॑ರಂ
ನಿ॒ಗಚ್ಛಾ॑ತ್|
ಅ॒ನ್ಯೇನ॒ಮತ್ಪ್ರ॒ಮುದಃ ಕಲ್ಪಯಸ್ವ॒ನ ತೇ॑ಭ್ರಾತಾ॑ ಸುಭಗೇ
ವಷ್ಟ್ಯೇ॑ತತ್||
ಬ॒ತೋ ಬ॑ತಾಸಿ ಯಮ॒ನ್ನೈವ ತೇ॑ಮನೋ॒ಹೃದ॑ಯಂ ಚಾವಿದಾಮ|
ಅ॒ನ್ಯಾ ಕಿಲ॒ತ್ವಾಂ ಕ॒ಕ್ಷ್ಯೇ॑ವ ಯು॒ಕ್ತಂ ಪರಿ॑ ಷ್ವಜಾತೇ॒ಲಿಬು॑ಜೇವ
ವೃಕ್ಷಂ||
ಅ॒ನ್ಯಮೂ॒ಷು ತ್ವಂ ಯ॑ಮ್ಯ॒ನ್ಯ ಉ॒ತ್ವಾಂ ಪರಿ॑ ಷ್ವಜಾತೇ॒ಲಿಬು॑ಜೇವ
ವೃಕ್ಷಂ|
ತಸ್ಯ ವಾ॒ತ್ವಂ ಮನ ಇಚ್ಛಾ ಸ ವಾ॒ತವಾ॑ಧಾ॑ ಕೃಣುಷ್ವ
ಸಂ॒ವಿದಂ॒ಸುಭ॑ದ್ರಾಂ||
ಕಿಮಿ॒ಚ್ಛಂತೀ॑ ಸ॒ರಮಾ॒ಪ್ರೇದಮಾ॑ನಡ್ದೂ॒ರೇ ಹ್ಯಧ್ವಾ॒ಜಗು॑ರಿಃ
ಪರಾ॒ಚೈಃ|
ಕಾಸ್ಮೇ॒ಹಿ॑ತಿಃ॒ಕಾ ಪರಿ॑ತಕ್ಮ್ಯಾ॒ಸೀತ್ಕ॒ಥಂ ರ॒ಸಾಯಾ॑ ಅತರಃ॒ಪಯಾಂ॑ಸಿ||
ಇಂದ್ರ॑ಸ್ಯ ದೂ॒ತೀರಿ॑ಷಿ॒ತಾ ಚ॑ರಾಮಿ ಮ॒ಹ ಇಚ್ಛಂ॒ತೀ॑ ಪಣಯೋ
ನಿ॒ಧೀನ್ವಃ|
ಅ॒ತಿ॒ಷ್ಕದೋ॑ ಭಿ॒ಯಸಾ॒ತನ್ನ॑ ಆವ॒ತ್ತಥಾ॑ ರ॒ಸಾಯಾ॑
ಅತರಂ॒ಪಯಾಂ॑ಸಿ||
ಕೀ॒ದೃಙ್ಙಿಂದ್ರಃ ಸರಮೇ॒ಕಾ ದೃ॑ಶೀ॒ಕಾ ಯಸ್ಯೇ॒ದಂ ದೂ॒ತೀರಸರಃ
ಪರಾ॒ಕಾತ್|
ಆ ಚ॒ಗಚ್ಛಾ॑ನ್ಮಿ॒ತ್ರಮೇ॑ನಾ ದಧಾ॒ಮಾಥಾ॒ಗವಾಂ॒ಗೋಪ॑ತಿರ್ನೋ॑
ಭವಾತಿ||
ನಾಹಂ ತಂ ವೇ॑ದ॒ದಭ್ಯಂ॒ದಭ॒ತ್ಸ ಯಸ್ಯೇ॒ದಂ ದೂ॒ತೀರಸರಂ
ಪರಾ॒ಕಾತ್|

ನ ತಂ ಗೂ᳚ಹಂತಿ ಸ್ರುವತೋ᳚ ಗಭೀ᳚ರಾ ಹ᳚ತಾ ಇಂದ್ರೇ᳚ಣ ಪಣಯಃ
ಶಯಧ್ವೇ||
ಇಮಾ ಗಾವಃ ಸರಮೇ᳚ಯಾ ಐಚ್ಛಃ᳚ಪರಿ ದಿ᳚ವೋ
ಅಂತಾ᳚ನ್ಸುಭಗೇ᳚ಪತಂತೀ|
ಕಸ್ತ ಏನಾ᳚ಅವ ಸೃಜಾ᳚ದಯು᳚ಧ್ವ್ಯು᳚ತಾಸ್ಮಾ᳚ಕ᳚ಮಾಯು᳚ಧಾ ಸಂತಿ
ತಿ᳚ಗ್ಮಾ||
ಅ᳚ಸೇ᳚ನ್ಯಾ ವಃ ಪಣಯೋ᳚ವಚಾಂ᳚ಸ್ಯನಿಷ್ಟವ್ಯಾಸ್ತ᳚ನ್ವಃ ಸಂತು ಪಾ᳚ಪೀಃ|
ಅಧೃ᳚ಷ್ಟೋ᳚ ವ᳚ಏತ᳚ವಾ ಅ᳚ಸ್ತು᳚ ಪಂಥಾ᳚ಬೃಹ᳚ಸ್ಪ᳚ತಿರ್ವ ಉಭ᳚ಯಾ ನ
ಮೃ᳚ಳಾತ್||
ಅ᳚ಯಂ ನಿ᳚ಧಿಃ
ಸರಮೇ᳚ಅದ್ರಿ᳚ಬುಧ್ನೋ᳚ಗೋಭಿ᳚ರಶ್ವೇ᳚ಭಿ᳚ರ್ವಸು᳚ಭಿ᳚ನ್ಯೃ᳚ಷ್ಟಃ|
ರಕ್ಷಂ᳚ತಿ᳚ ತಂ ಪ᳚ಣಯೋ᳚ಯೇ ಸು᳚ಗೋ᳚ಪಾ ರೇಕು᳚ ಪ᳚ದಮ᳚ಲ᳚ಕ᳚ಮಾ
ಜ᳚ಗಂಥ||
ಏಹ ಗ᳚ಮ᳚ನ್ನೃ᳚ಷಯಃ᳚ಸೋ᳚ಮ᳚ಶಿತಾ
ಅ᳚ಯಾಸ್ಯೋ᳚ಅಂಗಿ᳚ರಸೋ᳚ನವಗ್ವಾಃ|
ತ ಏ᳚ತಮೂ᳚ರ್ವಂ ವಿ ಭ᳚ಜಂತ᳚ಗೋನಾ᳚ಮಥೈ᳚ತದ್ವಚಃ
ಪ᳚ಣಯೋ᳚ವಮ᳚ನ್ನಿತ್||
ಏ᳚ವಾ ಚ᳚ತ್ವಂ ಸರಮ ಆಜ᳚ಗಂಥ᳚ಪ್ರಬಾ᳚ಧಿತಾ᳚ಸಹ᳚ಸಾ᳚ದೈ᳚ವ್ಯೇ᳚ನ|
ಸ್ವಸಾ᳚ರಂ ತ್ವಾ᳚ ಕೃಣವೈ᳚ಮಾ ಪುನ᳚ರ್ಗಾ᳚ಅಪ ತೇ᳚ಗವಾಂ᳚ ಸುಭಗೇ
ಭಜಾಮ||
ನಾಹಂ ವೇ᳚ದ ಭ್ರಾ᳚ತೃ᳚ತ್ವಂ ನೋ᳚ ಸ್ವ᳚ಸೃ᳚ತ್ವ᳚ಮಿಂದ್ರೋ᳚
ವಿದು᳚ರಂಗಿ᳚ರಸ᳚ಶ್ಚ ಘೋ᳚ರಾಃ|
ಗೋಕಾ᳚ಮಾ ಮೇ᳚ ಅಚ್ಛ᳚ದಯ᳚ನ್ಯದಾಯ᳚ಮಪಾತ ಇತ
ಪ᳚ಣಯೋ᳚ವರೀ᳚ಯಃ||
ದೂ᳚ರಮಿ᳚ತ ಪ᳚ಣಯೋ᳚ವರೀ᳚ಯ᳚ಉದ್ಗಾ᳚ವೋ᳚ಯಂತು
ಮಿನ᳚ತೀರೃ᳚ತೇನ|
ಬೃಹ᳚ಸ್ಪ᳚ತಿ᳚ರ್ಯಾ
ಅವಿಂ᳚ದ᳚ನ್ನಿಗೂ᳚ಳ್ಹಾಃ᳚ಸೋ᳚ಮೋ᳚ಗ್ರಾವಾ᳚ಣ᳚ಋಷಯ᳚ಶ್ಚ᳚ವಿಪ್ರಾಃ||

ನಾನು ಎಂದರೆ ಕರ್ಮ, ನಾವು ಎಂದರೆ ಜ್ಞಾನ. ಒಂದರಿಂದ ಜ್ಞಾನವಿಲ್ಲ, ಬದಲಿಗೆ ಅಲ್ಲಿ ಎರಡೂ ಇರಬೇಕು. ಬೋಧಿಸುವವನು ಒಬ್ಬನಾದರೆ ಕೇಳುವವನು ಮತ್ತೊಬ್ಬ. ಬೋಧನೆಯೇ ಇಲ್ಲಿ ಕರ್ಮ ಎಂದಾಗಿದೆ.

ಕರ್ಮದಿಂದ ಒಬ್ಬನಿಗೆ ತಿಳುವಳಿಕೆ. ಅದನ್ನು ಮತ್ತೊಬ್ಬನಿಗೆ ಅರ್ಥವಾಗುವ ರೀತಿಯಲ್ಲಿ ಬೋಧಿಸಿದರೆ ಆಗ ಮಾತ್ರ ಜ್ಞಾನ ಎಂದಾಗುತ್ತದೆ. ಹೀಗಾಗಿ ಜ್ಞಾನಕ್ಕೆ ಇಬ್ಬರು ಬೇಕೇಬೇಕು.

ಗಮನಿಸಿ: ಜ್ಞಾನವನ್ನು ತನ್ನ ಕುಟುಂಬದವರಿಗಷ್ಟೇ ಅಲ್ಲದೆ ಸಮಾಜಕ್ಕೆ ಬೋಧಿಸಬೇಕು. ಆಗ ಮಾತ್ರ ಋಷಿ ಋಣದ ಬಾಧೆ ತೀರುತ್ತದೆ.

ವೇದ ವಿಜ್ಞಾನ ಪ್ರಕಾರ, ನಾನು (ಮಾಡುವವ) – ನಾವು (ಮಾಡುವಂತಹ ಕ್ರಿಯೆ) = ಜ್ಞಾನ ; ಇಷ್ಟೇ ಕರ್ಮ ಹಾಗು ಜ್ಞಾನಕ್ಕೂ ಇರುವಂತಹ ವ್ಯತ್ಯಾಸ.

ಸ ಯುಕ್ತಃ ಕೃತ್ಸ್ನಕರ್ಮಕೃತ್ – ಈ ನೆಲೆಯಲ್ಲಿ ಯುಕ್ತ ಕರ್ಮಗಳನ್ನು ಹೇಳಲಾಗಿದೆ. ಕರ್ಮವಿಲ್ಲದೆ ಯಾವ ಜೀವಿಯೂ ಸಹ ಈ ಭೂಮಿಯಲ್ಲಿ ಜನಿಸುವುದಿಲ್ಲ. ಕರ್ಮಕ್ಕೆ ಆಧರಿಸಿದಂತಹ ಋಣ ಜೀವಿಯಲ್ಲಿರುತ್ತದೆ. ಋಣವು ಸಂಚಯನವಾಗಿ ಕರ್ಮದಲ್ಲಿ ಬಂದು ಸೇರಿಕೊಳ್ಳುತ್ತದೆ. ಈ ಮೊದಲು ಅಲ್ಲಿ ಕರ್ಮಕ್ಕೆ ಪರಿಚಯವೇ ಇಲ್ಲ. ಋಣವು ಬಂದು ಸಂಚಯನವಾದಾಗ ಕರ್ಮದ ಘೋಷಣೆ. ಋಣದಿಂದ ಕರ್ಮವು ಜೀವಿಯಲ್ಲಿ ತೊಡಗಿಕೊಳ್ಳುತ್ತದೆ, ಇಲ್ಲದಿದ್ದರೆ ಇಲ್ಲ.

ಸೂಚನೆ: ಕೇಳುವವನಾದಾಗ ಏನೋ ಅದೇ ಕೃತ್ಕರ್ಮ ಎಂದಾಗಿರುತ್ತದೆ.

ಯುಕ್ತ ಕರ್ಮ: ಕರ್ಮ ಕೃತ್; ಕೃತ ಕರ್ಮ ಕೃತ್; ಕರ್ಮವನ್ನು ಮಾಡು, ಅದರ ಪರಿಣಾಮ ಫಲವಾಗಿರುವಂತಹ ಕರ್ಮವನ್ನು ಅನುಸರಿಸು, ಆ ಜ್ಞಾನದಿಂದ ಮತ್ತೆ ಕರ್ಮವನ್ನು ಮಾಡು, ಅದರಿಂದ ಜ್ಞಾನವನ್ನು ಪಡೆದುಕೊ, ಆ ಜ್ಞಾನದ ಮುಖೇನ ಮತ್ತೆ ಸಾಧ್ಯವಾಗುವಂತಹ ಕರ್ಮವನ್ನು ಅನುಸರಿಸು. ಕರ್ಮದ ಜೊತೆಜೊತೆಗೆ ಜ್ಞಾನವೂ ಸಹ ಬೆಳೆಯುತ್ತಾ ಸಾಗುತ್ತದೆ. ಆಗ ಕರ್ಮ ಹಾಗು ಜ್ಞಾನಗಳ ನಡುವೆ ಜಿಜ್ಞಾಸೆ ಪ್ರಕಟವಾಗುತ್ತದೆ. ಇದೇ ಕರ್ಮ. ಇದೇ ಯುಕ್ತ ಕರ್ಮ. ಉಳಿದದ್ದೆಲ್ಲವೂ ಸಹ ಆಶ್ರಿತ ಕರ್ಮಗಳಾಗಿವೆ.

ಈ ಭೂಮಿಯಲ್ಲಿ ಜನ್ಮಿಸಿದಂತಹ ಮಾನವನು ಯಾವುದೋ ಒಂದನ್ನು ಆಶ್ರಯಿಸಿಯೇ ಬದುಕಬೇಕು, ಆಶ್ರಯವೇ ಋಣ. ಅವನು ಇರಿಸಿಕೊಂಡ ಋಣದ ಪ್ರಕಾರದಲ್ಲಿ ಕುಲ, ಕುಲ ಪ್ರಕಾರದಲ್ಲಿ ಕರ್ತವ್ಯ, ವೃತ್ತಿ. ಹೀಗೆ, ಅವನ ಸ್ವಂತದ ಬೆಳವಣಿಗೆ. ಬೆಳವಣಿಗೆಗಾಗಿ ನಿತ್ಯ ಸಂಶೋಧನೆ. ಹೊಸ-ಹೊಸ ಅವಿಷ್ಕಾರ.

ಇದರಿಂದ ಶ್ರೇಷ್ಠತೆಯ ಗಳಿಕೆ. ಶ್ರೇಷ್ಠತೆ ಅಂದರೆ ಜ್ಞಾನದ ಗಳಿಕೆ. ಈ ಹೊಂದಾಣಿಕೆಯನ್ನು ಆಧರಿಸಿಕೊಂಡೇ ಕರ್ಮ.

ಗಮನಿಸಿ: ಮೇಲೆ ಹೇಳಿದ ಪ್ರಕಾರದಲ್ಲಿ ಆರಂಭ. ಆದರೆ ಅದರ ಪರಿಣಾಮದ ಕಡೆಗೆ ಲಕ್ಷ್ಯ ಇರಕೂಡದು. ಅಪೇಕ್ಷೆ ಕೂಡದು. ಹೀಗಾದಾಗ ಕರ್ಮದ ವಿಪಾಕ ಹಾಗು ಜ್ಞಾನದ ಗಳಿಕೆ.

ಉಪನಿಷತ್ತು ಹೀಗೆ ಹೇಳುತ್ತದೆ: ಜ್ಞಾನಾಗ್ನಿದಗ್ಧಕರ್ಮಾಣಂ ತಮಾಹುಃ ಪಂಡಿತಂ ಬುಧಾಃ - ಹೀಗೆ ಜ್ಞಾನಾಗ್ನಿ ಅಂದರೆ, ಜ್ಞಾನಕ್ಕಾಗಿ ಅವಶ್ಯಕವಾಗಿರುವಂತಹ ಆವೇಗ ಎನ್ನುವುದು ಪ್ರಚೇತವಾಗುತ್ತಾ ಸಾಗುತ್ತದೆ. ದೇಹ ಎಂಬ ಸೌದೆಯು ಹತ್ತಿಕೊಂಡ ನಂತರ ನಿರಂತರವಾಗಿ ಉರಿಯುತ್ತಾ ಹೋಗುತ್ತದೆ. ಇದು ಖಾಲಿ ಆಗುವವರೆಗೂ ಸಹ ಉರಿದುಕೊಂಡಿರುತ್ತದೆ. ಹೀಗಾಗಿ, ದೇಹವನ್ನು ಕರ್ಮ ಎಂದಾಗಿ ಉಪನಿಷತ್ತು ಹೇಳುತ್ತದೆ. ದೇಹ ಸವೆಯುವವರೆಗೂ ಸಹ ಕರ್ಮ ಇರುತ್ತದೆ. ಕಡೆಗೆ ದೇಹ ಉರಿದು ಬೂದಿಯಾಗುತ್ತದೆ. ಇದೇ ವಿಭೂತಿ-ಯೋಗ. ಕೊನೆಯಲ್ಲಿ ಮಾತ್ರ ಪರಿಣಾಮ.

ಹೀಗೆ ನೋಡಿದಾಗ ಕರ್ಮಕ್ಕೆ ಯಾವುದೇ ಅರ್ಥವು ಕಂಡುಬರುವುದಿಲ್ಲ. ಹೀಗಾಗಿ, ಜ್ಞಾನಪೂರ್ವಕವಾಗಿ ಮಾತ್ರ ಕರ್ಮವನ್ನು ಮಾಡಬೇಕು. ಅಪೇಕ್ಷೆ ಇಲ್ಲದೆ ಕರ್ಮವನ್ನು ಮಾಡಬೇಕು. ಜ್ಞಾನವೇ ಇದಕ್ಕೆ ಗುರಿಯಾಗಿರಬೇಕು.

ಸೂತ್ರ: ಋಣ ಹಾಗು ಕರ್ಮಗಳು ಮಾಯೆ (ಅಳತೆ) ಎಂಬುದರ ಒಂದು ಅಂಶ.

ಕರ್ಮಯೋಗ ಹೀಗೆ ಹೇಳಿರುತ್ತದೆ:

ಕರ್ಮ ಬ್ರಹ್ಮೋದ್ಭವಂ ವಿದ್ಧಿ ಬ್ರಹ್ಮಾಕ್ಷರಸಮುದ್ಭವಂ|
ತಸ್ಮಾತ್ಸರ್ವಗತಂ ಬ್ರಹ್ಮ ನಿತ್ಯ ಯಜ್ಞೇ ಪ್ರತಿಷ್ಠಿತಂ||

ಕರ್ಮಗಳ ಸಮುದಾಯವು ವೇದದಿಂದ ಜನಿಸಿವೆ. ವೇದಗಳು ಅವಿನಾಶೀ ಪರಮಾತ್ಮ ಎಂಬುದರಿಂದ ಜನಿಸಿವೆ. ಸರ್ವವ್ಯಾಪಿಯಾದ ಪರಮಾಕ್ಷರ ಪರಮಾತ್ಮನು ನಿತ್ಯ ಯಜ್ಞದಲ್ಲಿಯೇ (ತಿಳಿದು ಮಾಡುವುದರಲ್ಲಿಯೇ) ಪ್ರತಿಷ್ಠಿತನಾಗಿರುತ್ತಾನೆ. ಇದನ್ನೇ "ಯಜ್ಞೇನ ಯಜ್ಞಮಯಜಂತ ದೇವಾಸ್ತಾನಿ ಧರ್ಮಾಣಿ ಪ್ರಥಮಾನ್ಯಾಸನ್' ಎಂದು ಪುರುಷ-ಸೂಕ್ತದಲ್ಲಿ ಹೇಳಿರುತ್ತಾರೆ.

ಸೂಚನೆ: ಯತ್ ಜ್ಞಾಯತೇ ಇತಿ ಯಜ್ಞಃ

ನಾವುಗಳೂ ಸಹ ಜೀವನವನ್ನು ಆ ಪರಮಾತ್ಮನು ಬದುಕುತ್ತಿರುವಂತಹ ಆ ಯಜ್ಞ ರೂಪದಲ್ಲಿಯೇ ನಡೆಸಬೇಕು. ಹೀಗೆ ಬದುಕುವುದರಿಂದಾಗಿ ದೇವತೆಗಳಿಗೆ ಸಂತೃಪ್ತಿಯು ಒದಗುತ್ತದೆ. ಅವರು ಆಗ ಮಳೆ ಸುರಿಸುತ್ತಾರೆ. ಹೀಗೆ ಮಾಡುವುದೇ ಅವರುಗಳು ಮಾಡುವಂತಹ ಯಜ್ಞವಾಗಿದೆ. ಮಳೆ ಬಂದ ನಂತರ ಭೂಮಿಯಲ್ಲಿ ಬೆಳೆ ಬರುತ್ತದೆ. ಅದನ್ನು ನಾವುಗಳು ಪುನಃ ಆ ದೇವತೆಗಳಿಗೇ ಸಮರ್ಪಿಸಬೇಕು. ಇದು ನಿರಂತರವಾಗಿರವಂತಹ ಕ್ರಿಯೆ ಆಗಿರಬೇಕು.

ಮೆಟ್ಟಿಲು – 8

ಕರ್ಮಕ್ಕೆ ಸಂಬಂಧಿಸಿದಂತಹ ಕೆಲವು ಮಂತ್ರಗಳು ಋಗ್ವೇದದಲ್ಲಿವೆ. ಈ ಮಂತ್ರಗಳ ಅರ್ಥವನ್ನು ಜಯ ಗ್ರಂಥದಲ್ಲಿ ನಹುಷ (ಅಜಗರ) ಹಾಗು ಧರ್ಮರಾಯನ ಸಂಭಾಷಣೆಯ ರೂಪದಲ್ಲಿ ಕಾಣಬಹುದಾಗಿದೆ. ಮಂತ್ರಗಳು ಕೆಳಗಿನಂತಿವೆ:

ಪುರೋಜಿತೀ ವೋ ಅಂಧಸಃ ಸುತಾಯ ಮಾದಯಿತ್ನವೇ|
ಅಪ ಶ್ವಾನಂ ಶ್ನಥಿಷ್ಟನ ಸಖಾಯೋ ದೀರ್ಘಜಿಹ್ವಂ||
ಯೋ ಧಾರಯಾ ಪಾವಕಯಾ ಪರಿಪ್ರಸ್ಯಂದತೇ ಸುತಃ|
ಇಂದುರಶ್ವೋ ನ ಕೃತ್ವ್ಯಃ||
ತಂ ದುರೋಷಮಭೀ ನರಃ ಸೋಮಂ ವಿಶ್ವಾಚ್ಯಾ ಧಿಯಾ|
ಯಜ್ಞಂ ಹಿನ್ವಂತ್ಯದ್ರಿಭಿಃ||
ಸುತಾಸೋ ಮಧುಮತ್ತಮಾಃ ಸೋಮಾ ಇಂದ್ರಾಯ ಮಂದಿನಃ|
ಪವಿತ್ರವಂತೋ ಅಕ್ಷರಂದೇವಾನ್ಗಚ್ಛಂತು ವೋ ಮದಾಃ||
ಇಂದುರಿಂದ್ರಾಯ ಪವತ ಇತಿ ದೇವಾಸೋ ಅಬ್ರುವನ್|
ವಾಚಸ್ಪತಿರ್ಮಖಸ್ಯತೇ ವಿಶ್ವಸ್ಯೇಶಾನ ಓಜಸಾ||
ಸಹಸ್ರಧಾರಃ ಪವತೇ ಸಮುದ್ರೋ ವಾಚಮೀಂಖಯಃ|
ಸೋಮಃ ಪತೀ ರಯೀಣಾಂ ಸಖೇಂದ್ರಸ್ಯ ದಿವೇದಿವೇ||
ಅಯಂ ಪೂಷಾ ರಯಿರ್ಭಗಃ ಸೋಮಃ ಅರ್ಷತಿ|
ಪತಿರ್ವಿಶ್ವಸ್ಯ ಭೂಮನೋ ವ್ಯಖ್ಯದ್ರೋದಸೀ ಉಭೇ||
ಸಮು ಪ್ರಿಯಾ ಅನೂಷತ ಗಾವೋ ಮದಾಯ ಘೃಷ್ವಯಃ|
ಸೋಮಾಸಃ ಕೃಣ್ವತೇ ಪಥಃ ಪವಮಾನಾಸ ಇಂದವಃ||
ಯ ಓಜಿಷ್ಠಸ್ತಮಾ ಭರ ಪವಮಾನ ಶ್ರವಾಯ್ಯಂ|
ಯಃ ಪಂಚ ಚರ್ಷಣೀರಭಿ ರಯಿಂ ಯೇನ ವನಾಮಹೈ||
ಸೋಮಾಃ ಪವಂತ ಇಂದವೋಽಸ್ಮಭ್ಯಂ ಗಾತುವಿತ್ತಮಾಃ|
ಮಿತ್ರಾಃ ಸುವಾನಾ ಅರೇಪಸಃ ಸ್ವಾಧ್ಯಃ ಸ್ವರ್ವಿದಃ||
ಸುಷ್ವಾಣಾಸೋ ವ್ಯದ್ರಿಭಿಶ್ಚಿತಾನಾ ಗೋರಧಿ ತ್ವಚಿ|
ಇಷಮಸ್ಮಭ್ಯಮಭಿತಃ ಸಮಸ್ವರನ್ವಸುವಿದಃ||
ಏತೇ ಪೂತಾ ವಿಪಶ್ಚಿತಃ ಸೋಮಾಸೋ ದಧ್ಯಾಶಿರಃ|
ಸೂರ್ಯಾಸೋ ನ ದರ್ಶತಾಸೋ ಜಿಗತ್ನವೋ ಧ್ರುವಾಘೃತೇ||
ಪ್ರ ಸುನ್ವಾನಸ್ಯಾಂಧಸೋ ಮರ್ತೋ ನ ವೃತ ತದ್ವಚಃ|
ಅಪ ಶ್ವಾನಮರಾಧಸಂ ಹತಾ ಮಖಂ ನ ಭೃಗವಃ||
ಆ ಜಾಮಿರತ್ಕೇ ಅವ್ಯತ ಭುಜೇ ನ ಪುತ್ರ ಓಣ್ಯೋಃ|

ಸರಜ್ಮಾರೋ ನ ಯೋಷಣಾಂ ವರೋ ನ ಯೋನಿಮಾಸದಂ||
ಸ ವೀರೋ ದಕ್ಷಸಾಧನೋ ವಿ ಯಸ್ತಸ್ತಂಭ ರೋದಸೀ|
ಹರಿಃ ಪವಿತ್ರೇ ಅವ್ಯತ ವೇಧಾ ನ ಯೋನಿಮಾಸದಂ||
ಅವ್ಯೋ ವಾರೇಭಿಃ ಪವತೇ ಸೋಮೋ ಗವ್ಯೇ ಅಧಿ ತ್ವಚಿ|
ಕನಿಕ್ರುದದ್ವೃಷಾ ಹರಿರಿಂದ್ರಸ್ಯಾಭ್ಯೇತಿ ನಿಷ್ಕೃತಂ||

ಸೂಚನೆ: ಪ್ರಸಕ್ತದಲ್ಲಿ ಚಾಲ್ತಿಯಲ್ಲಿರುವುದು ಧರ್ಮರಾಯನು ಹೇಳಿದಂತಹ ಉತ್ತರ. ಈ ಮೇಲೆ ಹೇಳಿರುವಂತಹ ಮಂತ್ರಗಳು ಇದಕ್ಕೇ ಸಂಬಂಧಿಸಿದೆ. ಇದರ ಹಿಂದೆ ಮನು, ಸಾವರ್ಣರು ಹೇಳಿದಂತಹ ಕರ್ಮ ಸಿದ್ಧಾಂತಗಳು ಚಾಲ್ತಿಯಲ್ಲಿತ್ತು. ಆದರೆ ಅವುಗಳ ಅನುಸರಣೆಯಿಂದ ಜನ್ಮಿಸಿದಂತಹ ಅನುಮಾನಗಳಿಗೆ ಧರ್ಮರಾಯನು ಉತ್ತರಿಸಿದ.

ಗಮನಿಸಿ: ಯುಗಗಳು, ಸಮಯ, ಸಮಾಜ, ಮನುಷ್ಯ, ಪ್ರಕೃತಿ, ಹೀಗೆ ಇವೆಲ್ಲವೂ ಬದಲಾಗುವಂತೆ ಕರ್ಮ ಸಿದ್ಧಾಂತಗಳೂ ಕೂಡ ಕಾಲ-ಕಾಲಕ್ಕೆ ಪರಿಷ್ಕರಣೆಗೊಂಡಿವೆ ಹಾಗು ಮುಂದೆಯೂ ಸಹ ಪರಿಷ್ಕರಣೆಗೆ ಒಳಗಾಗುತ್ತವೆ.

ಈಗ ನಡೆಯುತ್ತಿರುವುದು ಕಲಿಗಾಲ, ಅಂದರೆ ಅಜ್ಞಾನ ಪ್ರಾಪ್ತತೆಯ ಸಮಯ. ಹೀಗಾಗಿ ಕರ್ಮದ ಮರೆವು. ಕುಕರ್ಮ, ಸುಕರ್ಮ, ಅಕರ್ಮ – ಇವುಗಳ ನಿರ್ಣಯವೇ ಇಂದು ಗೊತ್ತಾಗುತ್ತಿಲ್ಲ. ಹೀಗಾಗಿ, ಮನಸ್ಸಿಗೆ ಬಂದಂತೆ ಕರ್ಮಿಸುತ್ತಿದ್ದೇವೆ. ಆದರೆ ಕರ್ಮ ಮಾಡುವ ಮೊದಲು ಬುದ್ಧಿಯನ್ನುಪಯೋಗಿಸಬೇಕಿದೆ. ಅಕರ್ಮ ಹಾಗು ಕುಕರ್ಮಗಳನ್ನು ಬಿಡಬೇಕು ಎಂದಾಗಿ ವೇದ ಉಲ್ಲೇಖಗಳು ಯಾವಾಗಿನಿಂದಲೋ ಹೇಳಿವೆ. ಈ ಮೂರು ಕರ್ಮಗಳನ್ನು ಹೇಳಿದ ಮಾತುಗಳೇ ಈ ಮೇಲೆ ನೋಡಿದಂತಹ ಮಂತ್ರಗಳಾಗಿವೆ. ಇದೇ ಕರ್ಮ ಜಿಜ್ಞಾಸೆ.

ಈ ಹಂತದಲ್ಲಿ ಸಾಧಕನು ಮಂಡೂಕಾಸನವನ್ನು ಅಭ್ಯಾಸಮಾಡಬೇಕು. ಅದನ್ನು ಮಾಡುವಂತಹ ಕ್ರಮ ಹೀಗಿದೆ: ಕುಳಿತಾಗ ಪದಾಗಳ ಹಿಮ್ಮಡಿ ನೆಲಕ್ಕೆ ತಗುಲಿರಬೇಕು. ಹಸ್ತಗಳನ್ನು ನೆಲದ ಮೇಲೆ ಊರಿಕೊಂಡು ಅದರ ಮೇಲೆ ದೇಹದ ಭಾರವನ್ನು ಕೊಂಚವೇ ಬಿಡಬೇಕು. ತಲೆಯನ್ನು ಕೊಂಚ ಎತ್ತಿ ಮುಂದೆ ನೋಡಬೇಕು. ಮುನ್ನುಗ್ಗಿ ಹೋಗುವಂತೆ ಸರ್ವ ಸನ್ನದ್ಧನಾಗಿರಬೇಕು. ಸಹಜವಾಗಿ ಉಸಿರಾಡುತ್ತಿರಬೇಕು.

ಕಾಲುಗಳನ್ನು ಕೈಗಳಿಂದ ಹೊರಗೆ ಅಥವಾ ಒಳಗೆ ಇಟ್ಟುಕೊಳ್ಳಬಹುದು.

ಮಂಡೂಕಾಸನದ ಅರ್ಥ ಹೀಗಿದೆ: ಯಾವುದೇ ಕೆಲಸಕ್ಕೂ ಸಹ ನಾನು ಸದಾ ಸಿದ್ಧನಾಗಿದ್ದೇನೆ. ಅಂದರೆ ಕರ್ಮ ಮಾಡುವುದಕ್ಕೆ ಸರ್ವಸನ್ನದ್ಧನಾಗಿದ್ದೇನೆ ಎಂಬರ್ಥ.

ಮಂಡೂಕಾಸನದ ಉಪಯೋಗ: ಇದರಿಂದ ಸಾಧಕನ ದೇಹಕ್ಕೆ ಸ್ವಾಸ್ಥ್ಯ ಒದಗುತ್ತದೆ. ಎರಡೂ ಹಿಮ್ಮಡಿಗಳನ್ನು ಊರಿ ಕುಳಿತಾಗ ಹಿಮ್ಮಡಿಯಲ್ಲಿರುವಂತಹ ಮೃದು ಭಾಗದಲ್ಲಿ ವಿದ್ಯುತ್ ತರಂಗಗಳ ಉತ್ಪಾದನೆಯಾಗುತ್ತದೆ. ಆ ತರಂಗಗಳು ಮಣಿಶಿರಕ್ಕೆ ಬಂದು ಪ್ರಚೋದನೆ ಮಾಡಲು ಸಹಾಯ ಮಾಡುತ್ತದೆ. ಹಿಮ್ಮಡಿಗಳನ್ನು ನೆಲಕ್ಕೆ ಊರುವುದರಿಂದಾಗಿ ಋಣಾತ್ಮಕ ತರಂಗಗಳನ್ನು ಭೂಮಿಯಲ್ಲಿ ವಿಸರ್ಜನೆ ಮಾಡಬಹುದಾಗಿದೆ.

ಯದಾ ಯದಾ ಹಿ ಧರ್ಮಸ್ಯ ಗ್ಲಾನಿರ್ಭವತಿ ಭಾರತ|
ಅಭ್ಯುತ್ಥಾನಮಧರ್ಮಸ್ಯ ತದಾತ್ಮಾನಂ ಸೃಜಾಮ್ಯಹಮ್||

ಈ ಜಗತ್ತನ್ನು ಸೃಷ್ಟಿಸಿರುವಂತಹ ಪರಮಾತ್ಮವು ಇದರಲ್ಲಿ ವಾಸಿಸುವಂತಹ ಜೀವಿಗಳನ್ನು ಸರಿದಾರಿಯಲ್ಲಿ ನಡೆಸಿಕೊಂಡು ಹೋಗುವಂತಹ ಜವಾಬ್ದಾರಿಯನ್ನೂ ಹೊತ್ತಿರುತ್ತದೆ. ಆ ಪರಮಾತ್ಮವು ಹಾಕಿಕೊಟ್ಟು ಕಾಯ್ದುಕೊಂಡಿರುವಂತಹ ಧರ್ಮವನ್ನು ಯಾವ ಸಮಯದಲ್ಲಿ ಜೀವಿಗಳು ಆ ದಾರಿಯನ್ನು ಮರೆತು ಅಧರ್ಮದ ದಾರಿಯಲ್ಲಿ ಸಾಗುತ್ತಾ 1.632 ಎಂಬ ಅದರ ಅನುಪಾತನವನ್ನು ದಾಟುತ್ತವೆಯೋ, ಆಗ ಆ ಪರಮಾತ್ಮವೇ ನಮ್ಮ ಈ ಲೋಕದಲ್ಲಿ ಜನಿಸಿ ಧರ್ಮವನ್ನು ಪುನಃ ದಾರಿಗೆ ತರುವಂತಹ ಪ್ರಯತ್ನ ಮಾಡುತ್ತದೆ. ಈ ಶ್ಲೋಕವೇ ಆ ವಾಗ್ದಾನವನ್ನು ಪುನಃರುಚ್ಚರಿಸಿರುತ್ತದೆ, ಅಂದರೆ ಎಚ್ಚರಿಕೆಯನ್ನು ನೀಡಿರುತ್ತದೆ. ಹೀಗಾಗಿ, ಅವತಾರ ಎತ್ತಿದಂತಹ ಆ ಪರಮಾತ್ಮವು ಸಾಧಾರಣ ಮಾನವನ ರೀತಿಯಲ್ಲಿಯೇ ನಮಗೆಲ್ಲಾ ಉದಾಹರಿಸುವಂತೆ ವ್ಯವಹರಿಸಿದೆ, ಹಾಗು ಮುಂದೆಯೂ ವ್ಯವಹರಿಸುತ್ತದೆ ಕೂಡ. ಉದಾಹರಣಗೆ, ಮುಂದೆ ಬರುವಂತಹ ಕಲ್ಕಿ ಎಂಬ ಅವತಾರವೇ ಇದಕ್ಕೆ ಸಾಕ್ಷಿಯಾಗಿರುತ್ತದೆ.

ಯೋಗೋ ನಷ್ಟಃ ಪರಂತಪ|
ಸ ಏವಾಯಂ ಮಯಾ ತೇಽದ್ಯ ಯೋಗಃ ಪ್ರೋಕ್ತಃ ಪುರಾತನಃ||

ಪರಮಾತ್ಮತೆಯ ಅವತಾರಿಯಾದಂತಹ ಶ್ರೀಕೃಷ್ಣನು ಹೀಗೆ ಹೇಳಿದಂತಹ ಸಮಯದಲ್ಲಿಯೂ ಸಹ ಯೋಗವು ಜನರಿಂದ

ಸಂಪೂರ್ಣ ಮರೆಯಾಗಿ, ಅಂದರೆ ಅದು 1.632 ಅನುಪಾತವನ್ನು ದಾಟಿತ್ತು. ಅಂದರೆ ಈ ಲೋಕದ ಜನರು ಅಧರ್ಮಿಗಳಾಗಿ ಆ ಪರಮಾತ್ಮತೆಯ ಉದ್ದೇಶವನ್ನ ಮರೆತಾಗಿತ್ತು. ಆ ಮರೆವು 1.632 ಅನುಪಾತವನ್ನು ದಾಟಿತ್ತು. ಆಗ ಧಾವಿಸಿದ ಶ್ರೀಕೃಷ್ಣ ನಮಗೆ ಯೋಗವನ್ನು ಪುನಃ ಹೇಳಿಕೊಡುವುದಕ್ಕಾಗಿ. ಇದೇ ಭಗವದ್ಗೀತೆಯಲ್ಲಿಯಲ್ಲಿ ಗುಹ್ಯತಮ ಎಂದಾಗಿ ಹೇಳಿರುವುದು. ದೈಹಿಕ ವಿಕಾಸ, ಮಾನಸಿಕದ ಕ್ರಾಂತಿ ಹಾಗು ಜ್ಞಾನವನ್ನು ಅರ್ಜಿಸುವ ಕಾರಣಕ್ಕಾಗಿ ಅರ್ಜುನನಿಗೆ ಹೇಳುವ ಮುಖಾಂತರ ಈ ಜಗತ್ತಿಗೇ ಅವನು ಬೋಧಿಸಿದ್ದು.

ಗಮನಿಸಿ: ದೈವಾಧೀನಂ ಜಗತ್ ಸರ್ವಂ ಮಂತ್ರಾಧೀನಂ ತು ದೈವತಮ್ - ಹೀಗಾಗಿ, ವೇದಗಳು ಎಂದೆಂದಿಗೂ ಸಹ ಅವಿನಾಶಿಯು. ಇದರಿಂದ ಮಾತ್ರ ಸಂಸಾರದ ಕಷ್ಟ ಪರಂಪರೆಗಳನ್ನು ದಾಟಿ ಸ್ವ-ತಂತ್ರವನ್ನು ಪಡೆಯಲು ಇಲ್ಲಿ ವಾಸಿಸುತ್ತಿರುವಂತಹ ಮನುಜರಿಗೆ ಸಾಧ್ಯ.

ಸೂಚನೆ: ಹೇ ಮನುಜ ನೀನು ನೆಪಮಾತ್ರನಾಗಿರುವೆ - ನಿಮಿತ್ತಮಾತ್ರಂ ಭವ ಸವ್ಯಸಾಚಿನ್ - ನೀನಿ ಕೇವಲ ನಿಮಿತ್ತನಾಗು, ನೀನು ಅಪೇಕ್ಷಿಸದಿದ್ದರೂ ಸಹ ನಿನ್ನ ಪ್ರಯತ್ನಕ್ಕೆ ತಕ್ಕ ಫಲವನ್ನು ನಾನು ನೀಡುತ್ತೇನೆ. ಇದು ಶ್ರೀಕೃಷ್ಣನು ನಮಗೆ ನೀಡಿರುವಂತಹ ಅಭಯ!

ಸಂನ್ಯಾಸಃ ಕರ್ಮಯೋಗಶ್ಚ ನಿಃಶ್ರೇಯಸಕರಾವುಭೌ|
ತಯೋಸ್ತು ಕರ್ಮಸಂನ್ಯಾಸಾತ್ಕರ್ಮಯೋಗೋ ವಿಶಿಷ್ಯತೇ||

ಗಾಳಿ ಬೀಸಿದಾಗ ಅಲುಗಾಡುವಂತಹ ಎಲೆ, ತೂರಿಕೊಂಡು ಹೋಗುವಂತಹ ಧೂಳು, ಇವುಗಳೂ ಸಹ ಕರ್ಮವನ್ನೇ ಮಾಡಿಕೊಂಡಿವೆ. ಹೀಗೆ ಮನುಷ್ಯ ಕೂಡ, ಇದಕ್ಕಿಂತ ಯಾವ ರೀತಿಯ ಹೆಚ್ಚುಗಾರಿಕೆಯೂ ಸಹ ಇಲ್ಲಿಲ್ಲ. ಯಾವ್ಯಾವುದೋ ಕಾರಣಕ್ಕೆ ಕರ್ಮ ಮಾಡುವುದೇ ಇವನ ಇಲ್ಲಿಯ ಜೀವನವಾಗಿರುತ್ತದೆ.

ಮಾನವನು ಮಾಡುವಂತಹ ಕರ್ಮಗಳನ್ನು ಮೂರು ಭಾಗಗಳನ್ನಾಗಿ ನೋಡಬೇಕು. ಸುಕರ್ಮ, ಕುಕರ್ಮ ಹಾಗು ಅಕರ್ಮ ಎಂದಾಗಿ ಅರಿಯಬೇಕು. ಈ ಮೂರರಲ್ಲಿ ಸುಕರ್ಮವನ್ನು ಮಾತ್ರ ಮಾನವನ ಮಾಡಬೇಕೆ ವಿನಃ, ಉಳಿದದ್ದನ್ನಲ್ಲ. ಯಾವುದೋ ಕಾರಣಗಳಿಂದ ಘಟಿಸುವಂತಹ ಕರ್ಮಗಳನ್ನು ನಿನ್ನದ್ದೆಂದು ಅಂದುಕೊಳ್ಳಬೇಡ. ಆಕಸ್ಮಿಕವಾಗಿ

ತುಳಿದು ಇರುವೆಯನ್ನು ಕೊಂದೆ ಎಂದು ನೊಂದುಕೊಳ್ಳಬೇಡ. ಆದರೆ ನೋಡಿಯೂ ಸಹ ಅದನ್ನು ಕೊಲ್ಲಬೇಡ.

ಗಮನಿಸಿ: ಪ್ರಪಂಚದ ವಿಧಿ (ಬ್ರಹ್ಮಾ, ಆತ್ಮಭೂ, ಸುರಜ್ಯೇಷ್ಠ, ಪರಮೇಷ್ಠೀ, ಪಿತಾಮಹ, ಹಿರಣ್ಯಗರ್ಭ, ಲೋಕೇಶ, ಸ್ವಯಂಭೂ, ಚತುರಾನನ, ಧಾತಾ, ಅಬ್ಜಯೋನಿ, ದ್ರುಹಿಣ, ವಿರಿಂಚಿ, ಕಮಲಾಸನ, ಸ್ರಷ್ಟಾ, ಪ್ರಜಾಪತಿ, ವೇಧಾ, ವಿಧಾತಾ, ವಿಶ್ವಸೃಟ್) ನಿಯಮಗಳ ಪ್ರಕಾರವೇ ಈ ಪ್ರಪಂಚ ನಡೆಯುವುದೇ ಪರಂತು, ಜೀವಿಗಳ ಲೆಕ್ಕಾಚಾರ ಪ್ರಕಾರವಲ್ಲ.

ಹೀಗಿರುವಂತಹ ಪ್ರಪಂಚದಲ್ಲಿ (ನಿಯಮಗಳ ಅನುಸಾರ ಮಾತ್ರ ನಡೆಯುವಂತಹ ಆಯಾಮದಲ್ಲಿ) ಮಾನವನ ಚಲನೆ ಹಾಗು ಚರ್ಯೆಗಳಲ್ಲಿ ಕರ್ಮಗಳು ಇದ್ದೇಇರುತ್ತವೆ. ಆದರೆ ಯಾವುದನ್ನು ಮಾಡಬೇಕು ಎನ್ನುವುದಕ್ಕೆ ಒಂದು ಮಾಪನ ಬೇಕು. ಅಂದರೆ ಯಾವುದಕ್ಕೆ ನಾವುಗಳು ಬದ್ಧರು, ಎಷ್ಟರ ಮಟ್ಟಕ್ಕೆ ಬದ್ಧರು ಹಾಗು ಎಷ್ಟಕ್ಕೆ ಮಾತ್ರ ನಮಗೆ ಸಂಬಂಧ ಇರುವುದು ಎಂಬುದನ್ನು ಅರಿತೇ ಚಲನೆ ಹಾಗು ಚರ್ಯೆಗಳನ್ನು ಮಾಡಬೇಕು.

ಬದುಕುವುದೇ ಸಂಕಲ್ಪವಲ್ಲ ಎಂದಾಗಿ ನಮಗೆ ವೇದವು ಕಿವಿಮಾತು ಹೇಳಿರುತ್ತದೆ. ಜನ್ಮಿಸಿದ ಕಾರಣಕ್ಕಾಗಿ ಬದುಕಬೇಕು, ಹಾಗೆಂದು ಸಾಯಬೇಕೆಂಬುದೇ ಸಂಕಲ್ಪವಾಗಬಾರದು. ಉದಾಹರಣೆಗೆ ಸತ್ತ ನಂತರ ಸ್ವರ್ಗ ಸಿಗುತ್ತದೆ ಎಂಬುದಕ್ಕಾಗಿಯೇ ಬದುಕುವುದು, ಇತ್ಯಾದಿ. ಮರುಜನ್ಮವನ್ನು ಹೇಗೆ ತೆಗೆದುಕೊಳ್ಳಬೇಕು ಎಂಬುದು ಮಾತ್ರ ಇಲ್ಲಿಯ ಸಂಕಲ್ಪವಾಗಿರಬೇಕು.

ಗಮನಿಸಿ: ಹುಟ್ಟು ಸಂಕಲ್ಪ, ಬದುಕು ಸ್ವಾಭಾವಿಕ, ಆದರೆ ಸಾವು ನಿರ್ಣಾಯಕವಲ್ಲದ್ದು, ಏಕೆಂದರೆ ಸಾವಿನ ಬಗ್ಗೆ ತಿಳಿವಳಿಕೆ ಇಲ್ಲ. ಹೀಗಾಗಿ ಸಾವೂ ಕೂಡ ಸ್ವಾಭಾವಿಕವಾಗಿರಬೇಕು.

ಹುಟ್ಟಿದ್ದರ ಹಿಂದೆ ಒಂದು ಉದ್ದೇಶವಿದೆ. ಅದನ್ನು ಪೂರ್ಣಗೊಳಿಸಿಕೊಳ್ಳಬೇಕು. ಬೇರೆ ಮತ್ಯಾವುದೂ ಸಹ ಅಗತ್ಯವಿಲ್ಲ, ಹೀಗಾಗಿ ಉಳಿದದ್ದನ್ನು ತ್ಯಾಗಮಾಡಬೇಕು. ಹೀಗೆ ಮಾಡುತ್ತಾ ಬಂದರೆ ಮಾತ್ರ ಕರ್ಮದಿಂದ ಬಿಡುಗಡೆ, ಇಲ್ಲದಿದ್ದರೆ ಇಲ್ಲ.

ಸಾಂಖ್ಯಯೋಗೌ ಪೃಥಗ್ಬಾಲಾಃ ಪ್ರವದಂತಿ ನ ಪಂಡಿತಾಃ|
ಏಕಮಪ್ಯಾಸ್ಥಿತಃ ಸಮ್ಯಗುಭಯೋರ್ವಿಂದತೇ ಫಲಂ||

ನಮ್ಮ ವಿಚಾರ ನಮಗೆ ಅರ್ಥವಾಗುವುದೇ ವಿನಃ ಮತ್ಯಾವ ಪಂಡಿತನಿಗೂ ಸಹ ಅರ್ಥವಾಗುವುದಿಲ್ಲ. ಹೀಗಾಗಿ ನಾವು ಹೇಗೆ ಬದುಕಬೇಕೆಂದು ನಮಗೆ ಇನ್ಯಾರೂ ಸಹ ಹೇಳಲಿಕ್ಕಾಗುವುದಿಲ್ಲ. ಆ ವಿಚಾರ ನಮ್ಮನಮ್ಮಲ್ಲೇ ಉದ್ಭವವಾಗಬೇಕೇ ಪರಂತು, ಅನ್ಯ ಮಾರ್ಗವಿಲ್ಲ. ಹೀಗಾಗಿ ಇದನ್ನು ಹುಟ್ಟು ಎಂದು ಹೇಳಿರುವುದು.

ಹೀಗೆ ನಮ್ಮಲ್ಲೇ ಉದ್ಭೂತವಾಗಿದ್ದರಲ್ಲೂ ಸಹ ಮಿಥ್ಯೆ ಅಥವಾ ಸುಳ್ಳು ಇರಬಹುದೇನೋ?! ಹೀಗಾಗಿ ಇದರಿಂದ ಜನಿಸುವಂತಹ ಕರ್ಮವನ್ನೂ ಸಹ ವಿಮರ್ಶೆಗೆ ಒಳಪಡಿಸಬೇಕು. ಇದರಿಂದ ದೊರಕುವ ಉತ್ತರದ ಪ್ರಕಾರದಲ್ಲಿ ಸರಿಯಲ್ಲದ್ದನ್ನು ತ್ಯಾಗಮಾಡಿಬಿಡಬೇಕು. ತ್ಯಾಗ ಎಂದರೆ ಇದೇನೇ ಹೊರತು ಮತ್ತೇನಲ್ಲಾ. ಅನಗತ್ಯ ಹಿಂಸಾ ಪ್ರಕ್ರಿಯೆಗಳನ್ನು ಬಿಡಬೇಕು. ಕಾಲ-ಕಾಲಕ್ಕೆ ನಮ್ಮ ಒಳಗಡೆಯಿಂದಲೇ ಹುಟ್ಟುವಂತಹ ಕೆಟ್ಟ ಹಾಗು ಅನಗತ್ಯ ಕರ್ಮಗಳಿಗಾಗಿ ಹೊಮ್ಮುವಂತಹ ಸ್ಫೂರ್ತಿಗಳನ್ನು ಬಿಡುತ್ತಾ ಬರಬೇಕು. ಆಗ ಮಾತ್ರ ಇದರಿಂದ ಉಂಟಾಗುವಂತಹ ಬಾಧ್ಯತೆಗಳಿಂದ ವ್ಯಕ್ತಿಯು ತಪ್ಪಿಸಿಕೊಳ್ಳಲಿಕ್ಕೆ ಸಾಧ್ಯ.

ಸಂನ್ಯಾಸಸ್ತು ಮಹಾಬಾಹೋ ದುಃಖಮಾಪ್ತು ಮಯೋಗತಃ|
ಯೋಗಯುಕ್ತೋ ಮುನಿರ್ಬ್ರಹ್ಮ ನಚಿರೇಣಾಧಿಗಚ್ಛತಿ||

ಪ್ರತಿಯೊಬ್ಬರಲ್ಲೂ ಸಹ ಆಯಾ ಕಾಲಕ್ಕೆ ಜನಿಸುವಂತಹ ಕೆಟ್ಟ ಕರ್ಮಗಳಿಗೆ ಯಾವ ಕಾಲದಲ್ಲೂ ಸಹ ಯಾವ ಗ್ರಂಥಗಳಲ್ಲೂ ಸಹ ವಿಮರ್ಶೆ ದೊರಕುವುದಿಲ್ಲ, ಏಕೆಂದರೆ ಅದು ಹುಟ್ಟುವುದು ವ್ಯಕ್ತಿಯಲ್ಲಿ, ಸ್ವತಂತ್ರವಾಗಿ. ವೇದ ಹೇಳುವ ಪ್ರಕಾರ, ಇದನ್ನು ಆ ಬ್ರಹ್ಮ ಕೂಡ ಮುಂಚೆಯೇ ನಿರ್ಧರಿಸುವುದಕ್ಕೆ ಸಾಧ್ಯವಿಲ್ಲ, ಏಕೆಂದರೆ ಇವುಗಳು ಅಷ್ಟು ಭಿನ್ನ, ಅಷ್ಟು ವಿಚಿತ್ರ, ಅಷ್ಟು ಅಸಂಖ್ಯಾತ ಸಂಭವನೀಯತೆಗಳು. ಹೀಗೆ ವಿಚಾರಮಾಡಬೇಕಾದ್ದು ಮನುಷ್ಯನಾ ಕರ್ತವ್ಯ.

ಗಮನಿಸಿ: ವೇದ ಪ್ರಕಾರದಲ್ಲಿರುವಂತಹ ಯೋಗವನ್ನು ರೂಢಿಸಿಕೊಂಡು ಬಾಳಲು ಬಹುತೇಕ ಜನರಿಗೆ ನಿಜವಾಗಿಯೂ ಕಷ್ಟ. ಆದರೆ, ವಿಧಿ ನಿಯಮಗಳನ್ನು ಗಾಳಿಗೆ ತೂರಿ ನಡೆದುಕೊಳ್ಳುವುದು ಎಂತಹ ಸಾಮಾನ್ಯನಿಗೂ ಸಹ ಸಾಧ್ಯ. ಇದು ಮನುಷ್ಯ ಪಡೆದುಬಂದಿರುವಂತಹ ಸ್ವಾತಂತ್ರ ಹೀಗಾಗಿ ಪಾಪ, ಪುಣ್ಯ, ತಿರೋಧಾನ ಹಾಗು ಅನುಗ್ರಹಗಳ ವಿಧಿ.

ಯೋಗಯುಕ್ತೋ ವಿಶುದ್ಧಾತ್ಮಾ ವಿಜಿತಾತ್ಮಾ ಜಿತೇಂದ್ರಿಯಃ|
ಸರ್ವಭೂತಾತ್ಮಭೂತಾತ್ಮ ಕುರ್ವನ್ನಪಿ ನ ಲಿಪ್ಯತೇ||

ಈ ಶ್ಲೋಕದಲ್ಲಿ ವಿಶುದ್ಧಾತ್ಮಾ, ವಿಜಿತಾತ್ಮಾ, ಹಾಗು ಜಿತೇಂದ್ರಿಯ ಎಂದಾಗಿ ಮೂರು ಪದಗಳ ಬಳಕೆಯಿದೆ. ಇದನ್ನು ನೋಡುವ: ನಾವು ಮಾಡುವಂತಹ ಸಕಲ ಕೆಲಸವೂ ಸಹ ಜೈವಿಕವಾಗಿ ಜರುಗುತ್ತದೆಯೇ ಪರಂತು, ಆತ್ಮಿಕವಾಗಲ್ಲ. ಹೀಗಾಗಿ, ಮಾನವನು ವಿಶುದ್ಧಾತ್ಮಾ. ಆತ್ಮನಲ್ಲಿ ಇದರ ಪರಿಣಾಮ ಇರುವುದಿಲ್ಲ, ಹೀಗಾಗಿ ಇದರ ಬಾಧಕತೆಗಳು ಅದಕ್ಕೆ ಉಂಟಾಗುವುದಿಲ್ಲ, ಏಕೆಂದರೆ ಆತ್ಮನು ಕೇವಲ ಸಾರಥಿಯಾಗಿದ್ದರೆ ಜೀವನು ಮಾತ್ರ ರಥಿಕನಾಗಿರುತ್ತಾನೆ. ಹೀಗಾಗಿ, ನಾವುಗಳು ಏನೇ ಮಾಡುವ ಮೊದಲು ವಿವೇಕವನ್ನು ಬಳಸಬೇಕು. ಹೀಗಾಗೇ, ಶ್ರೀಕೃಷ್ಣನು ಅರ್ಜುನನಿಗೆ ಪ್ರತೀ ಹಂತದಲ್ಲೂ ಸಹ ಈ ಎಚ್ಚರಿಕೆಯನ್ನು ನೀಡುತ್ತಾನೆ. ಅರ್ಜುನಾ, ಇಲ್ಲಿ ನೀನು ಯುದ್ಧ ಮಾಡುತ್ತಿಲ್ಲ, ಕೇವಲ ಶಸ್ತ್ರವನ್ನು ಧರಿಸಿ ನಿಂತಿದ್ದೀಯಾ. ಬಿಲ್ಲಿಗೆ ಬಾಣವನ್ನು ನೀನೇ ಹೆದೆಯೇರಿಸಿದರೂ ಸಹ ಆತ್ಮನಿಂದ ಅದನ್ನು ಪ್ರಯೋಗಿಸುವೆ. ನಾನು ನಡೆಸುತ್ತಿರುವಂತಹ ರಥದಲ್ಲಿ ನೀನೇ ರಥಿಕನಾದರೂ ಸಹ ನಾನು ಸಾರಥಿಯಾಗಿರುವೆ. ಹೀಗಾಗಿ, ನೀನು ಯುದ್ಧ ಮಾಡುವುದಿಲ್ಲ, ಹಾಗೆಂದು ಸುಮ್ಮನೆ ಕೂರುವುದಲ್ಲ, ಬದಲಿಗೆ ನಿನ್ನ ಸಾಮರ್ಥ್ಯವನ್ನು ತೋರಿಸಬೇಕು. ಇದನ್ನು ಮಾಡದಿದ್ದರೆ ನೀನು ಕುಕರ್ಮಿ ಎಂದಾಗುತ್ತೀಯಾ. ನಿನಗಿಲ್ಲಿ ಕೆಲಸ ಮಾಡುವುದೇ ಕರ್ಮ, ಸುಕರ್ಮ. ಹೀಗೆ ಪ್ರತಿಯೊಬ್ಬ ಮಾನವನು ಕೂಡ ವಿಜಿತಾತ್ಮ, ವಿಶುದ್ಧಾತ್ಮ ಹಾಗು ಜಿತೇಂದ್ರಿಯನಾಗಿರುತ್ತಾನೆ.

ಗಮನಿಸಿ: ಕರ್ಮ ಜೀವದ್ದಾಗಿದ್ದರೆ, ಗುರಿಯು ಆತ್ಮದ್ದಾಗಿರುತ್ತದೆ.

ನೈವ ಕಿಂಚಿತ್ಕರೋ ಮೀತಿ ಮನ್ಯೇತ ತತ್ತ್ವವಿತ್|
ಪಶ್ಯಞ್ಶೃಣ್ವನ್ ಸ್ಪೃಶನ್ ಜಿಘ್ರನ್ ಅಶ್ನನ್ ಗಚ್ಛನ್ ಸ್ವಪನ್ ಶ್ವಸನ್|

ಯಾವುದು ಸರಿ ಎಂದಾಗಿ ನಿರ್ಧರಿಸಿ, ಕೊಂಚ-ಕೊಂಚ ಕರ್ಮವನ್ನು ಜೀವಿ ಮಾಡಿದರೂ ಸಹ ಉಳಿದದ್ದೆಲ್ಲವನ್ನೂ ಸಹ ಆತ್ಮ ನಿರ್ದೇಶನ ಮಾಡುತ್ತದೆ. ಕಾರ್ಯವು ಮಹತ್ ಎಂದಾಗಿದ್ದರೂ ಸಹ ಕರ್ಮ ಜರುಗುವುದು ಮಾತ್ರ ಕೊಂಚವೇ. ಕೊಂಚ ಕರ್ಮವನ್ನು ಜೀವ ಮಾಡುವುದರಿಂದಾಗಿ ಅದರ ಫಲವನ್ನು ಜೀವಿಯು ತೆಗೆದುಕೊಳ್ಳುತ್ತದೆ. ಆದರೆ ಯಾವುದೇ ಫಲವು ಆತ್ಮನಿಗಿಲ್ಲ.

ಆ ಕ್ಷಣದ ನಂತರ ಆ ಕಾರ್ಯ ಆ ಘಟಿಸಿಹೋಗಿದೆ ಎಂದು ಅರಿವಿಗೆ ಬರುತ್ತದೆಯೇ ವಿನಃ ಕಾರ್ಯದ ಮೊದಲು ವಿವೇಚನೆಯನ್ನು ಮಾಡಲಿಕ್ಕಾಗುವುದಿಲ್ಲ. ಘಟನೆ ಜರುಗಿದ ಮರುಕ್ಷಣದಲ್ಲಿ ಆ ಘಟನೆಯ ಹಿನ್ನಲೆ ಯಾವುದೂ ಸಿಗುವುದಿಲ್ಲ. ಆದರೆ ಘಟನೆ ಮಾತ್ರ ನಡೆದಿರುತ್ತದೆ. ಆ ಘಟನೆ ಹೇಗೆ ಜರುಗಿತು? ಯಾರಿಂದ ಜರುಗಿತು? ಈ ಪ್ರಶ್ನೆಗಳಿಗೆ ಅವಕಾಶವಿಲ್ಲ. ಆದರೆ ಮಾನವನು ಮಾತ್ರ ಯೋಚಿಸಿ-ಯೋಚಿಸಿ ಅವನ ಮೇಲೆ ಅದನ್ನು ಆರೋಪಿಸಿಕೊಳ್ಳುತ್ತಾನೆ. ನಾನು ಪಾಪ ಮಾಡಿದೆನೇ ಎಂದಾಗಿ ಆಲೋಚಿಸುತ್ತಾನೆ. ಘಟಿಸಿದ ನಂತರ ಹೀಗೆ ಚಿಂತಿಸಿ ಫಲವಿಲ್ಲ ಎನ್ನುವುದು ಕೃಷ್ಣನ ಉಪದೇಶ.

ಪಶ್ಯನ್ ಗಚ್ಛನ್ – ಆಗಬೇಕಾದ್ದು ಆಗಿಹೋಯಿತು. ಹೋಗಬೇಕಾದ್ದು ಹೋಯಿತು, ಬರಬೇಕಾದ್ದು ಬಂದಿತು. ನಿನ್ನಷ್ಟಕ್ಕೆ ನೀನಿರು. ನಾನು ಮಾಡಿದೆ ಎಂದಾಗಿ ಚಿಂತಿಸಬೇಡ. ಚಿಂತಿಸಿದರೆ ಪಾಪ, ಏಕೆಂದರೆ ಇಲ್ಲಿ ಆತ್ಮ ಸಾರಥಿ. ಅದು ಜೀವಿಯಲ್ಲ. ಹೀಗಾಗಿ ನಿನಗೆ ಪಾಪದ ಹಂಗಿಲ್ಲ. ಹೀಗೆ ಮಾಡಿ ಏಕೆ ಮುಂದೆ ಕಷ್ಟಪಡುತ್ತೀಯಾ? ನೀನು ಅಂದುಕೊಂಡ ಮಾಡಿದ ಕೆಲಸಕ್ಕೆ ಗುರಿಯನ್ನು ಹಿಡಿದಿರುವುದು ಆತ್ಮ, ಜೀವವಲ್ಲ, ಅಥವಾ ಕಾರ್ಯವಲ್ಲ. ಮಾಡಿದ್ದರೆ ಮಾತ್ರ ಮಾಡಿದೆ ಎಂತೆಂದುಕೊಳ್ಳಬೇಕು, ಇಲ್ಲದಿದ್ದರೆ ಸುಮ್ಮನೆ ಆರೋಪವೇಕೆ? ಆತ್ಮವು ಗುರಿಯನ್ನು ಸಾಧಿಸಿರುವುದರಿಂದಾಗಿ ಮಾತ್ರ ಪರಿಣಾಮತೆಯ ಗೋಚರತೆ. ಪರಿಣಾಮವು ನಿನ್ನ ನಿರ್ಧಾರವಲ್ಲ, ಅದು ವಿಧಿ.

ಬ್ರಹ್ಮಣ್ಯಾಧಾಯ ಕರ್ಮಾಣಿ ಸಂಗಂ ತ್ಯಕ್ತ್ವಾ ಕರೋತಿ ಯಃ|
ಲಿಪ್ಯತೇ ನ ಸ ಪಾಪೇನ ಪದ್ಮಪತ್ರಮಿವಾಂಭ ಸಾ||

ಪದ್ಮ ದಳದ ಮೇಲಿರುವಂತ ನೀರಿನ ಹನಿಯೇ ನಿನ್ನಲ್ಲಿರುವಂತಹ ಈ ಜೀವ. ಆ ನೀರಿನ ಹನಿಯ ಮೇಲೆ ಸೂರ್ಯನ ಕಿರಣವು ಬಿದ್ದಾಗ ಮಾತ್ರ ಅದು ಪ್ರಕಾಶಿಸುತ್ತದೆ. ದಳ ಮೇಲಿರುವುದಿಂದಾಗಿ ಈ ಪರಿಣಾಮ, ಇಲ್ಲದಿದ್ದರೆ ಅದು ಇಳಿದು ಹೋಗುತ್ತಿತ್ತು. ಇದಕ್ಕೆಲ್ಲಾ ಕಾರಣ ಆ ದಳವೇ ವಿನಃ, ನೀರಿನ ಹನಿಯಲ್ಲ. ಹೀಗಾಗಿ, ಯಾವುದೇ ಕರ್ಮವನ್ನು ಮಾಡಿದಾಗಲೂ ಸಹ ನಾನು ಮಾಡಿದೆ ಎಂದಾಗಿ ಯೋಚಿಸಬೇಡ. ಬದಲಿಗೆ, ನನಗೊಬ್ಬ ಸಾರಥಿ ಇದ್ದಾನೆ, ಎಲ್ಲವನ್ನೂ ಮಾಡುತ್ತಿರುವುದು ಅವನು ಎಂದಾಗಿ ಚಿಂತಿಸು. ಆತ್ಮ ಹೇಳಿದ್ದನ್ನು ಜೀವನು

ಮಾಡಲೇಬೇಕಲ್ಲವಾ? ಆಗುವುದಿಲ್ಲ ಎಂದಾಗಿ ಜೀವನು ಹೇಳಲಿಕ್ಕಾಗುವುದಿಲ್ಲ, ಏಕೆಂದರೆ ಆತ್ಮನೇ ಇಲ್ಲಿ ಸಾರಥಿ.

ಕಾಯೇನ ಮನಸಾ ಬುದ್ಧ್ಯಾ ಕೇವಲೈರಿಂದ್ರಿಯೈರಪಿ|
ಯೋಗಿನಃ ಕರ್ಮ ಕುರ್ವಂತಿ ಸಂಗಂ ತ್ಯಕ್ತ್ವಾತ್ಮ ಶುದ್ಧಯೇ||

ಕಾಯವೂ ನೀನಲ್ಲ, ಮನಸ್ಸೂ ನೀನಲ್ಲ. ಆದರೆ ಅವೆರಡೂ ಸಹ ಕೆಲಸ ಮಾಡುತ್ತವೆ. ಮನಸ್ಸು ಮಾಡುವುದು ನೀನಲ್ಲ, ಬದಲಿಗೆ ಸಾರಥಿ. ನೀನು ಇಟ್ಟ ಗುರಿಯನ್ನು ಸಾರಥಿಯು ಇಡದಿದ್ದರೆ ಆ ಕೆಲಸವೇ ಜರುಗುವುದಿಲ್ಲ.

ಯುಕ್ತಃ ಕರ್ಮಫಲಂ ತ್ಯಕ್ತ್ವಾ ಶಾಂತಿಮಾಪ್ನೋತಿ ನೈಷ್ಠಿಕೀಂ|
ಅಯುಕ್ತಃ ಕಾಮಕಾರೇಣ ಫಲೇ ಸಕ್ತೋ ನಿಬಧ್ಯತೇ||

ಹುಟ್ಟುವುದರ ಹಿಂದೆ ಉದ್ದೇಶವಿದೆ. ಆದರೆ ಬದುಕು ಹಾಗು ಸಾವಿನ ಹಿಂದೆ ಉದ್ದೇಶವಿಲ್ಲ. ಇವೆರಡೂ ಸಹ ಕಾಲ ನಿರ್ಧಾರಿತವಾಗಿ ಜರುಗುತ್ತವೆ. ಇಂತಹ ಸಮಯದಲ್ಲಿ, ಅಂದರೆ ಸಂಕಲ್ಪರಹಿತವಾದಂತಹ ಕಾಲದಲ್ಲಿ ನಿನ್ನ ಸಂಕಲ್ಪ ಏನಿರಬೇಕು, ಅದು ಕೇವಲ ನಿರ್ದೇಶಕನ ಮಾತು ನಡೆಸುವುದಷ್ಟೇ ಆಗಿರಬೇಕು. ಆತ್ಮನೇ ಇಲ್ಲಿ ನಿರ್ದೇಶಕನಾಗಿ ಕೆಲಸ ಮಾಡುತ್ತಾನೆ. ಹೀಗಾಗಿ ಯಾವುದೇ ಕೆಲಸವನ್ನು ನಾನು ಮಾಡಿದೆ ಎಂದಾಗಿ ಏಕೆ ಯೋಚಿಸುತ್ತೀಯಾ? ನಿರ್ದೇಶಿತವಾದಂತಹ ಕೆಲಸವನ್ನು ಮಾಡು, ಆದರೆ ಅದರ ಸಂಗವನ್ನು ಬಿಡು. ಆಗ ಯಾವುದೇ ಫಲಗಳು ನಿನಗೆ ಪ್ರಾಪ್ತವಾಗುವುದಿಲ್ಲ, ಹಾಗೆಂದು ಸಾರಥಿಯ ಮೇಲೂ ಸಹ ಆರೋಪಿಸಲ್ಪಡುವುದಿಲ್ಲ, ಏಕೆಂದರೆ ಎಲ್ಲವೂ ಮಾಡುವುದು ಕಾಲ. ಕಾಲ ಮಾತ್ರ ಏನನ್ನೋ ಮಾಡುವುದಕ್ಕಾಗಿ ಸಾರಥಿ ಹಾಗು ರಥಿಕನನ್ನು ಉಪಯೋಗಿಸಿಕೊಳ್ಳುತ್ತಿದೆ, ಅಷ್ಟೇ. ಅದರ ನಿರ್ಧಾರದ ರೀತಿ ಘಟನೆಗಳು ಜರುಗುತ್ತಿವೆ. ಹೀಗಾಗಿ, ಜೀವಿಯಾದ ನೀನು ಇದಾವುದಕ್ಕೂ ಸಹ ಕಾರಣನಲ್ಲ.

ಸರ್ವಕರ್ಮಾಣಿ ಮನಸಾ ಸಂನ್ಯಸ್ಯಾಸ್ತೇ ಸುಖಂ ವಶೀ|
ನವದ್ವಾರೇ ಪುರೇ ದೇಹಿ ನೈವ ಕುರ್ವನ್ನ ಕಾರಯನ್||

ಶ್ರೀಕೃಷ್ಣನು ಹೇಳಿರುವ ಪ್ರಕಾರ, ಕಾರ್ಯೋನ್ಮುಖನಾಗದಿರುವುದೇ ಕುಕರ್ಮ. ಹೊಡೆಯಬೇಕಾದಲ್ಲಿ ಹೊಡೆಯಬೇಕು, ಬಡಿಯಬೇಕಾದಲ್ಲಿ ಬಡಿಯಬೇಕು, ತಿನ್ನಬೇಕಾದಲ್ಲಿ ತಿನ್ನಬೇಕು, ಮಲಗಬೇಕಾದ್ದಲ್ಲಿ ಮಲಗಬೇಕು, ಇದೇ ಕರ್ಮ. ಮಾಡಬೇಕಾದ ಕರ್ಮ ಮಾಡದಿದ್ದಾಗ ಅದೇ ಕುಕರ್ಮ ಎಂದು ಕರೆಸಿಕೊಳ್ಳುತ್ತದೆ. (ಸೂಚನೆ: ಇಲ್ಲಿ ಕಾಲದ

ನಿರ್ಧಾರ ಎನ್ನುವುದನ್ನು ನೆನಪಿನಲ್ಲಿಟ್ಟುಕೊಳ್ಳಬೇಕು). ನಿನ್ನ ಕರ್ಮದ ಚಿಂತನೆ ಹೀಗೆ ಸಾಗಬೇಕು ಅರ್ಜುನ. ಮಾಡಬೇಕಿರುವಂತಹ ಕೆಲಸವನ್ನು ಮಾಡು, ನಿನ್ನ ಮೇಲೆ ಯಾವುದೇ ಆರೋಪ ಬರುವುದಿಲ್ಲ, ನೀನು ಪಾಪಿಷ್ಠನಾಗುವುದಿಲ್ಲ.

ದೇಹದಲ್ಲಿರುವಂತಹ 9 ದ್ವಾರಗಳಿಗೆ ಅದರದ್ದೇ ಆದಂತಹ ಗುರಿ ಇದೆ. ಕೇಳುವುದು, ನೋಡುವುದು, ಇತ್ಯಾದಿಯಾದ ಕರ್ಮೇಂದ್ರಿಯಗಳಿಗೆ ಅದರದ್ದೇ ಆದಂತಹ ಗುರಿ ಇದೆ. ಅದನ್ನು ತಡೆದಿಟ್ಟರೆ ಆಗ ಪಾಪ ಸುತ್ತಿಕೊಳ್ಳುತ್ತದೆ. ದೇಹದ ಸಕಲವೂ ಸಹ ಕೆಲಸ ಮಾಡುವಂತೆ ಮಾಡಬೇಕಾದದ್ದು ಜೀವದ ಕೆಲಸ. ಮಾಡಬಾರದು ಎಂದಾಗಿ ಹೇಳುವಂತಹದ್ದು ಮೂರ್ಖತನ. ವಿವೇಕ ಇದೇ ಎಂದಾಗಿ ಕರೆಸಿಕೊಳ್ಳುವಂತಹ ನಿಜವಾದ ಅವಿವೇಕ. ಈ ರೀತಿಯಾಗಿ ವಿಮುಖನಾಗುವ ಬದಲು ಕಾರ್ಯೋನ್ಮುಖನಾಗು ಎಂದಾಗಿ ಕೃಷ್ಣನು ಹೇಳಿರುತ್ತಾನೆ.

ಗಮನಿಸಿ: ಸಕಲ ಕರ್ಮಗಳ ಹಿಂದೆ ಕಾಲನ ಕೈವಾಡ ಇರುತ್ತದೆ. ಹೀಗಾಗಿ ಕಾಲ ಎಂಬ ಅಂಶವನ್ನು ಸರಿಯಾಗಿ ಅರ್ಥಮಾಡಿಕೊಳ್ಳಬೇಕಿದೆ.

ಕಾಲವು ನಿತ್ಯ ಪ್ರಚೋದನೆ ಮಾಡುತ್ತಿರುತ್ತದೆ. ಈ ಕಾರಣ, ಜಯದಲ್ಲಿ ಕಂಡುಬರುವಂತಹ ಯುದ್ಧ ಸಂಬಂಧದಲ್ಲಿ ಒಂದು ವಾಕ್ಯ ಹೀಗಿರುತ್ತದೆ:

ಭೋಕ್ತಾರಂ ಯಜ್ಞತಪಸಾಂ ಸರ್ವಲೋಕ ಮಹೇಶ್ವರಂ|
ಸುಹೃದಂ ಸರ್ವಭೂತಾನಾಂ ಜ್ಞಾತ್ವಾ ಮಾಂ ಶಾಂತಿಮೃಚ್ಛತಿ||

ಯುದ್ಧ ಜರುಗಿತು, ವಿಪರೀತ ಜನ ಹಾಗು ಪ್ರಕೃತಿಯ ನಾಶವಾಯಿತು. ಇದನ್ನೆಲ್ಲವನ್ನೂ ಸಹ ಭಕ್ಷಿಸಿದವನು ಆ ಮಹೇಶ್ವರನಾದ ಭಗವಂತನೇ (ದಾರಿ ತೋರುವವನೇ). ಅವನ ಆಹಾರಕ್ಕಾಗಿ ಘಟನೆ ನಡೆಯುತ್ತದೆಯೇ ಪರಂತು, ಮತ್ಯಾವ ಕಾರಣಗಳಿಗಾಗಿ ಅಲ್ಲ. ಎಲ್ಲವನ್ನೂ ಸಹ ಕಾಲವೇ ತಂದದ್ದು, ಅದೇ ಈಲ್ಲಿ ಭೋಕ್ತಾ, ಅವನೇ ಮಹೇಶ್ವರ.

ಸಾಮಾನ್ಯ ಮಾನುಷ್ಯನಿಗೆ ಅರಿವಾಗದ್ದು ಈ ಕಾಲ. ಹಾಗೆಂದು ಇದು ಅಜ್ಞಾತವಲ್ಲ ಎಂದಾಗಿ ವೇದ ವಿಜ್ಞಾನಿಗಳು ಹೇಳುತ್ತಾರೆ. ಅರಿವಾಗದ ಕಾರಣ ಅರ್ಜುನನಲ್ಲಿ ಸಂಶಯ ಜನಿಸಿತು, ಆದರೆ ಇದನ್ನು ಅರ್ಥಮಾಡಿಕೊಂಡಿದ್ದಂತಹ ಕೃಷ್ಣ ಅವನಿಗೆ ಬೋಧಿಸಿದ್ದು, ಕಾಲ ಕುರಿತಾಗಿ ಬೋಧಿಸಿದ್ದು. ಇದೇ ಭಗವದ್ಗೀತೆ. ಇದು ಹೀಗೆ ಹೇಳಿಕೊಳ್ಳುತ್ತದೆ: ಎಲ್ಲವನ್ನೂ

ಮಾಡುವುದು ಕಾಲ, ನಾನು ನೀನು ಏನನ್ನೂ ಸಹ ಮಾಡುತ್ತಿಲ್ಲ. ಬದಲಿಗೆ ಕಾಲವು ವಹಿಸಿಕೊಟ್ಟಂತಹ ಕರ್ತವ್ಯವನ್ನು ಮಾತ್ರ ಮಾಡುತ್ತಿದ್ದೇವೆ. ಕರ್ತವ್ಯಕ್ಕೆ ಮಾಡುವ ಚ್ಯುತಿ ಅಂದರೆ ಕಾಲದ ನಿರ್ದೇಶನಕ್ಕೆ ವ್ಯತಿರಿಕ್ತವಾಗಿ ಹೋಗುವುದು ಎಂಬುದೇ ಅರ್ಥ. ಹೀಗಾಗಿ ಅರ್ಜುನ ಯುದ್ಧ ಮಾಡು, ನಿನ್ನ ಕರ್ತವ್ಯ ನಿಭಾಯಿಸು.

ಕಾಲವನ್ನು ಅರಿಯುವಂತಹ ವ್ಯವಸ್ಥೆಯು ನಮ್ಮಲ್ಲಿ ಪ್ರಚಲಿತದಲ್ಲಿಲ್ಲ, ಬದಲಿಗೆ ಅದನ್ನು ಕೇವಲ ತಾರ್ಕಿಕವಾಗಿ ನೋಡುತ್ತಿದ್ದೇವೆ, ಅಷ್ಟೆ. ಯಾವಾಗಲೋ ಏನೋ ಮಾಡಲಿಕ್ಕೆ ಹೋದಾಗ ಘಟನೆಗಳು ಒಂದಕ್ಕೊಂದು ಬೆಸೆಯುತ್ತಾ 'ಏನಕೇನ ಪ್ರಕಾರೇಣ' ಎಂಬ ರೀತಿಯಲ್ಲಿ ಏನೇನೋ ಘಟಿಸಿಬಿಡುತ್ತವೆ.

ಮನುಷ್ಯನು ಈ ಪ್ರಕೃತಿಯಲ್ಲಿ ಇರದಿದ್ದರೆ ಮತ್ತ್ಯಾವ ಪ್ರಾಣಿಯೂ ಸಹ ಇಲ್ಲಿರುವುದಿಲ್ಲ. ಇದಕ್ಕೆ 'ನಾರಾಶಂಸಿ' ಎಂಬುದನ್ನು ಸರಿಯಾಗಿ ಅರ್ಥಮಾಡಿಕೊಳ್ಳಬೇಕಿದೆ. ಏನೂ ಇರದ ಪ್ರಪಂಚದಲ್ಲೂ ಸಹ ಕಾಲ ಎಂಬುದು ಮಾತ್ರ ಇದ್ದೇ ಇರುತ್ತದೆ. ನಾಸದಾಸೀತ್ ನೋ ಸದಾಸೀತ್ – ನಾಸದೀಯ ಸೂಕ್ತ – ಕಾಲ ಯಾವಾಗಲೂ ಸಹ ಇದ್ದೇ ಇರುತ್ತದೆ.

ಕಾಲೋ ಜಗದ್ಭಕ್ಷಕಃ – ಜಗತ್ತು ಎಂದರೇನೇ ಸೃಷ್ಟಿ. ಈ ಸೃಷ್ಟಿಯನ್ನು ನಿರಂತರವಾಗಿ ಭಕ್ಷುಸುತ್ತಿರುವುದೇ ಈ ಕಾಲ ಎಂಬ ಅಂಶ. ಹಿಂದಿನದ್ದು ಬರುವುದಕ್ಕೆ ಅವಕಾಶ ಮಾಡಿಕೊಡುವುದಕ್ಕಾಗಿ ಈ ಭಕ್ಷಣೆ, ಅಷ್ಟೆ.

ಗಮನಿಸಿ: ಕಾಲ ಎಂಬುದು ನಿರಂತರ ಎಂಬುದನ್ನು ತಿಳಿದಾಯಿತು. 1 ಸೆಕೆಂಡಿನ 80,00,000 ಒಂದು ಭಾಗದಿಂದ ಮತ್ತೊಂದು ಭಾಗಕ್ಕೆ ದಾಟಿದರೆ ಒಂದು ಕಾಲ ಮುಂದೆ ಹೋಯಿತು ಎಂದಾಗಿ ವೇದ ವಿಜ್ಞಾನ ಹೇಳುತ್ತದೆ.

ಸೂಚನೆ: ಕಾಲ ಮಾತ್ರ ವಿಷಯಕ್ಕೆ ಅತೀತವಾದದ್ದು, ಅಂದರೆ ಸ್ಥಿರತೆ ಎಂಬುದಕ್ಕೆ ಅತೀತವಾದದ್ದು. ಉಳಿದ ಎಲ್ಲದರಲ್ಲೂ ಸಹ ವಿಷಯವಿದೆ. ಆದರೆ ಎಲ್ಲಾ ವಿಷಯದಲ್ಲೂ ಸಹ ಕಾಲವಿದೆ. ಕಾಲ ಎಂಬುದೇ ಒಂದು ಅಳತೆ ಎಂದಾಗಿ ಇಲ್ಲಿ ಅರ್ಥ ಮಾಡಿಕೊಳ್ಳಬೇಕಾಗಿದೆ.

ಒಳ್ಳೆಯದ್ದು-ಕೆಟ್ಟದ್ದು ಇವೆರಡೂ ನಮ್ಮ ಜ್ಞಾನದಿಂದ ನಿರ್ಣಯವಾಗುವುದಲ್ಲ, ಬದಲಿಗೆ ಕಾರ್ಯ, ಕರ್ಮ, ಪ್ರವೃತ್ತಿ ಹಾಗು ಸ್ವಭಾವ ಕಾರಣದಿಂದ ನಿರ್ಣಯವಾಗಬೇಕಿದೆ.

ಜೀವನವೇ ಒಂದು ಯುದ್ಧ, ಇದರಲ್ಲಿ ಎಲ್ಲರಿಗೂ ಸಹ ಕರ್ಮ ಸ್ವಾತಂತ್ರವಿದೆ. ಹೀಗಾಗಿ ವಿಶ್ವರೂಪ ದರ್ಶನ. ಭಗವದ್ಗೀತೆಯಲ್ಲಿ ಕಂಡುಬರುವಂತಹ ವಿಶ್ವರೂಪ ದರ್ಶನ ಎನ್ನುವುದು ಜ್ಞಾನದಿಂದ ಉಂಟಾಗುವಂತಹ 'ಮೋಹದ ಆವೇಶ' ಎಂದಾಗಿ ಅರ್ಥಮಾಡಿಕೊಳ್ಳಬೇಕು. ಈ ಪ್ರಪಂಚದಲ್ಲಿ ಎಲ್ಲಾ ಸ್ವರೂಪಗಳೂ ಸಹ ಇವೆ, ಸಕಲ ವ್ಯವಸ್ಥೆಯೂ ಇದೆ, ಇದೇ ವಿಶ್ವರೂಪ ದರ್ಶನ. ಅರ್ಜುನಾ, ನಿನ್ನೊಳಗೇ ಎಲ್ಲವೂ ಇದೆ, ನನ್ನೊಳಗೇ ಎಲ್ಲವೂ ಇದೆ, ನಿನ್ನೊಳಗಿರುವಂತಹ ಎಲ್ಲವನ್ನೂ ನಾನು ನೋಡಬಲ್ಲೆ, ನನ್ನೊಳಗಿರುವಂತಹ ಎಲ್ಲವನ್ನೂ ಸಹ ನೀನೂ ಕೂಡ ನೋಡಬಲ್ಲೆ. ಆದರೆ ನೀನು ಯಾರು, ನಾನ ಯಾರು, ಇದೇ ವಿಶ್ವರೂಪ ದರ್ಶನ.

ಗಮನಿಸಿ: ಅರ್ಜುನನಿಗೆ ದಾರಿ ತೋರಲು ವಿವೇಕ ಯುಕ್ತನಾದ ಕೃಷ್ಣನಿದ್ದ, ಆದರೆ ನಮಗಿಲ್ಲಿ ಯಾರೂ ಇಲ್ಲ. ಹೀಗಾಗಿ, ಸಾಂಖ್ಯರು ಹೇಳುವಂತಹ 'ವ್ಯವಸಾಯಾತ್ಮಿಕಾ ಬುದ್ಧಿಃ' ಎನ್ನುವುದನ್ನು ಅರ್ಥಮಾಡಿಕೊಂಡು ಕರ್ಮ ಮಾಡಬೇಕು. ಯಾವುದನ್ನು ಹೇಗೆ ಮಾಡಬೇಕೋ ಹಾಗೆಯೇ ಮಾಡಬೇಕು. ಇದೇ ವ್ಯವಸಾಯ. ನಿತ್ಯ ಕಾಲದಲ್ಲಿ ಹೇಗೆ ಮಾಡಬೇಕೋ ಹಾಗೆಯೇ ಮಾಡುವುದು 'ನಿತ್ಯ ಕಾಲದ ವ್ಯವಸಾಯ' ಎಂದು ಕರೆಸಿಕೊಳ್ಳುವುದಾಗಿದೆ. ಇದಕ್ಕಾಗಿ ವಿವೇಕವನ್ನು ನಾವು ಬೆಳೆಸಿಕೊಂಡು, ಬಳಸಿಕೊಳ್ಳಬೇಕು.

ಸೂಚನೆ: ಬುದ್ಧಿಯನ್ನು ದೂರವಿಟ್ಟು ಕೇವಲ ಮನಸ್ಸಿನಿಂದ ಕೆಲಸ ಮಾಡುವುದೇ ವೇದ ಪ್ರಕಾರ ಅವಿವೇಕವಾಗಿರುತ್ತದೆ.

ವಿದ್ಯಾವಿನಯಸಂಪನ್ನೇ ಬ್ರಾಹ್ಮಣೇ ಗವಿ ಹಸ್ತಿನಿ|
ಶುನಿ ಚೈವ ಶ್ವಪಾಕೇ ಚ ಪಂಡಿತಾಃ ಸಮದರ್ಶಿನಃ||

ಯಾರು ಎಲ್ಲವನ್ನೂ ಸಮಾನವಾಗಿ ಕಾಣುತ್ತಾನೋ ಅವನೇ ಪಂಡಿತ ಎಂದಾಗಿ ಕರೆಸಿಕೊಳ್ಳುತ್ತಾನೆ. ಪಂಡಿತನಾದವನೇ ಸಮದರ್ಶಿಯು. ವಿದ್ಯೆಯು ವಿನಯವನ್ನು ಕೊಡುತ್ತದೆ. ಈ ವಿನಯವನ್ನು ಬಳಸಿಕೊಂಡೇ ಪಂಡಿತನು ತನ್ನ ಸುತ್ತಮುತ್ತ ಇರತಕ್ಕಂತಹ ಸಕಲ ಜೀವಿಗಳನ್ನೂ ಸಹ ಸಮಾನವಾಗಿ ಕಾಣುತ್ತಾ ತನ್ನ ಬಾಳ್ವೆ ಮಾಡುತ್ತಾನೆ. ನಿಜವಾದ ಅರ್ಥದಲ್ಲಿ ಇವನೇ ಆಗ ಬ್ರಾಹ್ಮಣನಾಗುತ್ತಾನೆ.

ಕರ್ಮವು ನಮ್ಮನ್ನು ಪ್ರಕಟಿಸುತ್ತದೆ, ನಮ್ಮನ್ನು ಬೆಳೆಸುತ್ತದೆ, ಆದರೆ ಅದು ಮಾತ್ರ ಕಣ್ಣಿಗೆ ಕಾಣಿಸದೆ ಮರೆಯಲ್ಲಿಯೇ ಇರುತ್ತದೆ. ಕರ್ಮ ಇಲ್ಲದೇ ಇದ್ದರೆ ನಮಗೆ ಭಗವಂತನ ದರ್ಶನ ಆಗುವುದಿಲ್ಲ, ಜ್ಞಾನದ ದರ್ಶನವಿಲ್ಲ. ಜ್ಞಾನವನ್ನು ದರ್ಶನವಾಗುವಂತೆ ಮಾಡುವುದೇ ಕರ್ಮ. ಹೀಗಾಗಿ ಕರ್ಮವನ್ನು ನಾವು ದೂಷಿಸಬಾರದು.

ಹೀಗಾಗಿ, ವೇದದಲ್ಲಿ ಕರ್ಮಕಾಂಡಕ್ಕೂ ಹಾಗು ಜ್ಞಾನಕಾಂಡಕ್ಕೂ ಅವಿನಾವ ಸಂಬಂಧವಿದೆ. ಕರ್ಮಕಾಂಡದ ಅಂತಿಮ ಪ್ರಾಪ್ತಿಯು ಜ್ಞಾನವೇ ಆಗಿರುತ್ತದೆ.

ವೇದ ವಿಜ್ಞಾನ ಪ್ರಕಾರ, ಬ್ರಹ್ಮ, ಕ್ಷತ್ರ, ವೈಶ್ಯ ಹಾಗು ಶೂದ್ರ ಎಂಬ ನಾಲ್ಕು ವರ್ಣಗಳಿವೆ. ಇದು ಕರ್ಮದಿಂದ ನಿರ್ಧಾರವಾಗುವುದೇ ಪರಂತು, ಹುಟ್ಟಿನಿಂದಲ್ಲ. ಮನಸ್ಸು, ಬುದ್ಧಿ, ಚಿತ್ತ, ಹಾಗು ಅಹಂಕಾರ–ಈ ನಾಲ್ಕರ ಯಾವುದರಲ್ಲಿ ವ್ಯಕ್ತಿಯು ವ್ಯವಹರಿಸುತ್ತಾನೆಯೋ ಅದರಂತೆ ಅವರ ವರ್ಣತೆಯ ನಿರ್ಣಯ. ಇದೇ ಕರ್ಮ.

ಮನಸ್ಸಿನಿಂದ ಮಾತ್ರ ಕರ್ಮ ಮಾಡುವವನು ಕೇವಲ ಅಲ್ಪಜ್ಞ. ಬುದ್ಧಿಯನ್ನು ಉಪಯೋಗಿಸಿ ಅವನು ಏನನ್ನೂ ಸಹ ಮಾಡುವುದಿಲ್ಲ. ಮನಸ್ಸು ಹೇಳಿದ್ದನ್ನೇ ಮಾಡುವವನಾಗಿರುತ್ತಾನೆ. ಇದು ಶೂದ್ರ ವರ್ಣತೆಯನ್ನು ಸೂಚಿಸುತ್ತದೆ.

ಮನಸ್ಸಿಗೆ ಬುದ್ಧಿಯನ್ನು ಪ್ರಯೋಗಿಸಿ ಕೃಷಿ, ವ್ಯವಸಾಯ, ವಾಣಿಜ್ಯ ರೀತಿಯಲ್ಲಿ ಜನ ಹಿತಕ್ಕಾಗಿ ಕರ್ಮ ಮಾಡುವವನದ್ದು ವೈಶ್ಯ ವರ್ಣತೆಯಾಗಿರುತ್ತದೆ.

ಇವೆರಡರ ನಂತರ ಚಿತ್ತ. ಅಲ್ಲಿ ಅಧಿಕವಾದ ಜ್ಞಾನ ಬೇಕಿದೆ. ಜ್ಞಾನವನ್ನು ಗಳಿಸಿಕೊಂಡು ಅದರಿಂದ ಚಿತ್ತವನ್ನು ನಿರೋಧ ಮಾಡಿಕೊಂಡು ಯಾರು ಕರ್ಮವನ್ನು ಮಾಡುತ್ತಾರೆಯೋ ಅವನದ್ದು ಬ್ರಹ್ಮ ವರ್ಣತೆಯಾಗಿರುತ್ತದೆ.

ನಾನು ಎಲ್ಲವನ್ನೂ ಸಹ ಮಾಡಬಲ್ಲೆ ಎಂದಾಗಿ ಯಾರು ಅಹಂಕಾರದಿಂದ ಕರ್ಮವನ್ನು ಮಾಡುತ್ತಾರೆಯೋ ಅವನದ್ದು ಕ್ಷತ್ರ ವರ್ಣತೆಯಾಗಿರುತ್ತದೆ.

ಬ್ರಹ್ಮ, ಕ್ಷತ್ರ, ವೈಶ್ಯ ಹಾಗು ಶೂದ್ರತೆಯ ವರ್ಣತೆಗಳ ಅಂತಿಮ ಗುರಿಯೇ ಐದನೆಯದಾದ ಜ್ಞಾನ ಎಂದಾಗಿರುತ್ತದೆ. ಈ ನಾಲ್ಕೂ ಸಹ ಜ್ಞಾನದ ಕೊಕ್ಕೆಗೆ ಸಿಕ್ಕಿಕೊಂಡು ನೇತಾಡಿಕೊಂಡಿರುತ್ತವೆ.

ಗಮನಿಸಿ: ಜ್ಞಾನಕ್ಕೆ ಪ್ರವೇಶ ಮಾಡಲು ಮನಸ್ಸು->ಬುದ್ಧಿ->ಚಿತ್ತ->ಅಹಂಕಾರ ಎಂಬ ಸಾಲು ಪ್ರಕಾರವೇ ಚಲಿಸಬೇಕು ಎಂದಾಗಿ ನಿಯಮವೇನಿಲ್ಲ. ಈ ಪ್ರತಿಯೊಂದರಿಂದಲೂ ಸಹ ಮಾನವನು ಜ್ಞಾನಕ್ಕೆ ಸಂಪರ್ಕವನ್ನು ಸಾಧಿಸಬಹುದಾಗಿದೆ.

ಯಾರಲ್ಲಿ ನಾನು ತಿಳಿದಿದ್ದೇನೆ ಎಂಬ ಅಹಂಕಾರವಿರದ ಮುಗ್ಧತೆ ಇರುತ್ತದೆಯೋ, ಅವನು ಯಾವ ವರ್ಣದಲ್ಲಿದ್ದರೂ ಸಹ ಬ್ರಹ್ಮ ಜ್ಞಾನವು ಅವನಿಗೆ ಪ್ರಾಪ್ತಿಯಾಗುತ್ತದೆ. ಬ್ರಹ್ಮ ಜ್ಞಾನಕ್ಕೆ ಮುಗ್ಧತೆಯೇ ಮುಖ್ಯ. ಆದರೆ ಇದು ಸುಲಭವಲ್ಲ.

ಕರ್ಮ-ಸಂನ್ಯಾಸ = ಸುಕರ್ಮವನ್ನು ಮಾತ್ರ ಮಾಡಬೇಕು, ಕುಕರ್ಮ ಹಾಗು ಅಕರ್ಮವನ್ನು ಮಾಡಬಾರದು. ಕುಕರ್ಮ ಹಾಗು ಅಕರ್ಮವನ್ನು ತ್ಯಾಗಮಾಡಬೇಕು. ಕೇವಲ ಸುಕರ್ಮವನ್ನೇ ಮಾಡಬೇಕು. ಇದೇ ಕರ್ಮ-ಸಂನ್ಯಾಸದ ಅರ್ಥ.

ಯಾವುದೇ ಕರ್ಮ ಮಾಡುವುದಕ್ಕೆ ಮುನ್ನ ಅದರ ಹಿನ್ನಲೆಯಲ್ಲಿ ಸಂಕಲ್ಪ/ಚಿಂತನೆ ಇದ್ದೇ ಇರುತ್ತದೆ. ಹೀಗಿಲ್ಲದೇ ಮಾಡುವುದು ಕುಕರ್ಮ ಎಂದಾಗುತ್ತದೆ. ಕರ್ಮದ ಹಿಂದೆ ಸರಿಯಾದ ಸಂಕಲ್ಪ/ಚಿಂತನೆ ಇದ್ದರೆ ಕುಕರ್ಮ ಹಾಗು ಅಕರ್ಮ ಆಗುವುದಿಲ್ಲ. ಹೀಗಾಗಿ ಏನನ್ನಾದರೂ ಮಾಡುವ ಮುನ್ನ ಸರಿಯಾದ ಚಿಂತನೆ ಮಾಡಲೇಬೇಕು.

ಸೂಚನೆ: ಸಕಲ ಸುಕರ್ಮಗಳೂ ಕೂಡ ಕರ್ತವ್ಯ ಆದೇಶಿತವಾಗಿರುತ್ತದೆ.

ಚಿತ್ತ-ಶುದ್ಧಿ: ತೆಗೆದುಕೊಳ್ಳುವ ಆಹಾರದಿಂದ ಮಾತ್ರ ಚಿತ್ತ-ಶುದ್ಧಿ ಸಾಧ್ಯ. ಇದಕ್ಕಾಗಿ ಪಾಕ-ಶಾಸ್ತ್ರ ಎನ್ನುವ ವಿಜ್ಞಾನವನ್ನು ವೇದ ವಿಜ್ಞಾನಿಗಳು ಕಂಡುಹಿಡಿದಿದ್ದಾರೆ. ಅಂದರೆ, ತೆಗೆದುಕೊಳ್ಳುವಂತಹಾ ಆಹಾರ ಸಾತ್ವಿಕವಾಗಬೇಕು. ಆಗ ಮಾತ್ರ ಚಿತ್ತವು ಪಕ್ವವಾಗುತ್ತದೆ. ಪಾಕದಿಂದ ಪಕ್ವತೆ. ಶುದ್ಧವಾದಾಗ ಮಾತ್ರ ಚಿತ್ತದ ಗೋಚರತೆ, ಇಲ್ಲದಿದ್ದರೆ ಬುದ್ಧಿ ಮಾತ್ರ ಗೋಚರತೆ.

ಸೂಚನೆ: ಬುದ್ಧಿಯ ಪರಿವರ್ತನಾ ಭಾಗವೇ ಚಿತ್ತ (moods) ಎಂದಾಗಿ ಅರ್ಥಮಾಡಿಕೊಳ್ಳಬೇಕು.

ಮನೋವಿಜ್ಞಾನ ಪ್ರಕಾರ, ಮನಸ್ಥಿತಿ (moods) ಒಂದು ಭಾವನಾತ್ಮಕ ಸ್ಥಿತಿಯಾಗಿದೆ. ಭಾವನೆಗಳು ಅಥವಾ ಭಾವನೆಗಳಿಗೆ ವ್ಯತಿರಿಕ್ತವಾಗಿ, ಮನಸ್ಥಿತಿಗಳು ಕಡಿಮೆ ನಿರ್ದಿಷ್ಟವಾಗಿರುತ್ತವೆ, ಕಡಿಮೆ ತೀವ್ರವಾಗಿರುತ್ತವೆ ಮತ್ತು ನಿರ್ದಿಷ್ಟ ಪ್ರಚೋದನೆ ಅಥವಾ ಘಟನೆಯಿಂದ ಪ್ರಚೋದಿಸಲ್ಪಡುವ ಅಥವಾ ತಕ್ಷಣಕ್ಕೆ

ಉಂಟಾಗುವ ಸಾಧ್ಯತೆ ಕಡಿಮೆ. ಮನಸ್ಥಿತಿಗಳನ್ನು ಸಾಮಾನ್ಯವಾಗಿ ಧನಾತ್ಮಕ ಅಥವಾ ಋಣಾತ್ಮಕ ವೇಲೆನ್ಸಿ (ಚೌಕಟ್ಟಿನ ಸುತ್ತಾ) ಹೊಂದಿರುವಂತೆ ವಿವರಿಸಲಾಗುತ್ತದೆ. ಬೇರೆ ರೀತಿಯಲ್ಲಿ ಹೇಳುವುದಾದರೆ, ಜನರು ಸಾಮಾನ್ಯವಾಗಿ ಉತ್ತಮ ಮನಸ್ಥಿತಿ ಅಥವಾ ಕೆಟ್ಟ ಮನಸ್ಥಿತಿಯಲ್ಲಿರುವ ಬಗ್ಗೆ ಮಾತನಾಡುತ್ತಾರೆ. ಮನಸ್ಥಿತಿಯ ಮೇಲೆ ಪ್ರಭಾವ ಬೀರುವ ಹಲವು ವಿಭಿನ್ನ ಅಂಶಗಳಿವೆ ಮತ್ತು ಇವು ಮನಸ್ಥಿತಿಯ ಮೇಲೆ ಸಕಾರಾತ್ಮಕ ಅಥವಾ ನಕಾರಾತ್ಮಕ ಪರಿಣಾಮಗಳಿಗೆ ಕಾರಣವಾಗಬಹುದು.

ಮನಸ್ಥಿತಿಯು ಮನೋಧರ್ಮ ಅಥವಾ ವ್ಯಕ್ತಿತ್ವ ಲಕ್ಷಣಗಳಿಗಿಂತ ಭಿನ್ನವಾಗಿರುತ್ತದೆ, ಅವು ಇನ್ನೂ ದೀರ್ಘಕಾಲ ಉಳಿಯುತ್ತವೆ. ಆದಾಗ್ಯೂ, ಆಶಾವಾದ ಮತ್ತು ನರರೋಗದಂತಹ ವ್ಯಕ್ತಿತ್ವ ಲಕ್ಷಣಗಳು ಕೆಲವು ರೀತಿಯ ಮನಸ್ಥಿತಿಗಳಿಗೆ ಪೂರ್ವಭಾವಿಯಾಗಿರುತ್ತವೆ. ಕ್ಲಿನಿಕಲ್ ಖಿನ್ನತೆ ಮತ್ತು ಬೈಪೋಲಾರ್ ಡಿಸಾರ್ಡರ್‌ನಂತಹ ಮನಸ್ಥಿತಿಯ ದೀರ್ಘಕಾಲೀನ ಅಡಚಣೆಗಳನ್ನು ಮನಸ್ಥಿತಿ ಅಸ್ವಸ್ಥತೆಗಳು ಎಂದು ಪರಿಗಣಿಸಲಾಗುತ್ತದೆ. ಮನಸ್ಥಿತಿಯು ಆಂತರಿಕ, ವ್ಯಕ್ತಿನಿಷ್ಠ ಸ್ಥಿತಿಯಾಗಿದೆ, ಆದರೆ ಇದನ್ನು ಹೆಚ್ಚಾಗಿ ಭಂಗಿ ಮತ್ತು ಇತರ ನಡವಳಿಕೆಗಳಿಂದ ಊಹಿಸಬಹುದು. "ಹಳೆಯ ಸ್ನೇಹಿತನನ್ನು ನೋಡುವ ಸಂತೋಷದಿಂದ ಪಾಲುದಾರರಿಂದ ದ್ರೋಹವನ್ನು ಕಂಡುಹಿಡಿದ ಕೋಪದವರೆಗೆ ಅನಿರೀಕ್ಷಿತ ಘಟನೆಯಿಂದ ನಾವು ಮನಸ್ಥಿತಿಗೆ ಕಳುಹಿಸಲ್ಪಡಬಹುದು. ನಾವು ಮನಸ್ಥಿತಿಗೆ ಬೀಳಬಹುದು."

ಚಿತ್ತದ ವಿಧಗಳು ಹೀಗಿರುತ್ತವೆ: ಸಕಾರಾತ್ಮಕ ಹಾಗು ನಕಾರಾತ್ಮಕ.

ಸಕಾರಾತ್ಮಕ ಮನಸ್ಥಿತಿಯು ಜೀವನದ ಹಲವು ವಿಭಿನ್ನ ಅಂಶಗಳಿಂದ ಉಂಟಾಗಬಹುದು, ಜೊತೆಗೆ ಒಟ್ಟಾರೆಯಾಗಿ ಜನರ ಮೇಲೆ ಕೆಲವು ಪರಿಣಾಮಗಳನ್ನು ಬೀರುತ್ತದೆ. ಉತ್ತಮ ಮನಸ್ಥಿತಿಯನ್ನು ಸಾಮಾನ್ಯವಾಗಿ ಗುರುತಿಸಲಾದ ಕಾರಣವಿಲ್ಲದ ಸ್ಥಿತಿ ಎಂದು ಪರಿಗಣಿಸಲಾಗುತ್ತದೆ; ಜನರು ತಮ್ಮ ಮನಸ್ಥಿತಿ ಏಕೆ ಉತ್ತಮವಾಗಿದೆ ಎಂಬುದನ್ನು ನಿಖರವಾಗಿ ಗುರುತಿಸಲು ಸಾಧ್ಯವಿಲ್ಲ. ಜನರು ಉತ್ತಮ ನಿದ್ರೆಯನ್ನು ಹೊಂದಿರುವಾಗ, ತಮ್ಮ ಜೀವನದಲ್ಲಿ ಯಾವುದೇ ಒತ್ತಡದ ಭಾವನೆಯನ್ನು

ಅನುಭವಿಸದಿದ್ದಾಗ ಸಕಾರಾತ್ಮಕ ಮನಸ್ಥಿತಿಯನ್ನು ಅನುಭವಿಸುತ್ತಾರೆ ಎಂದು ತೋರುತ್ತದೆ.

ಜನರು ಸಾಮಾನ್ಯವಾಗಿ ಒಳ್ಳೆಯ ಮನಸ್ಥಿತಿಯಲ್ಲಿರುತ್ತಾರೆ. ಅರಿವಿನ ಮನಸ್ಸಿನ ಮೇಲೆ ಸಕಾರಾತ್ಮಕ ಭಾವನೆಯ ಪರಿಣಾಮದ ಕುರಿತು ಅನೇಕ ಅಧ್ಯಯನಗಳು ನಡೆದಿವೆ ಮತ್ತು ಸಕಾರಾತ್ಮಕ ಮನಸ್ಥಿತಿ ನಮ್ಮ ಮನಸ್ಸಿನ ಮೇಲೆ ಒಳ್ಳೆಯ ಅಥವಾ ಕೆಟ್ಟ ರೀತಿಯಲ್ಲಿ ಪರಿಣಾಮ ಬೀರುತ್ತದೆ ಎಂಬ ಊಹಾಪೋಹಗಳಿವೆ. ಸಾಮಾನ್ಯವಾಗಿ, ಸಕಾರಾತ್ಮಕ ಮನಸ್ಥಿತಿಯು ಸೃಜನಶೀಲ ಸಮಸ್ಯೆ ಪರಿಹಾರ ಮತ್ತು ಹೊಂದಿಕೊಳ್ಳುವ ಆದರೆ ಎಚ್ಚರಿಕೆಯ ಚಿಂತನೆಯನ್ನು ಹೆಚ್ಚಿಸುತ್ತದೆ ಎಂದು ಕಂಡುಬಂದಿದೆ. ಕೆಲವು ಅಧ್ಯಯನಗಳು ಸಕಾರಾತ್ಮಕ ಮನಸ್ಥಿತಿಗಳು ಜನರು ಸೃಜನಾತ್ಮಕವಾಗಿ, ಮುಕ್ತವಾಗಿ ಯೋಚಿಸಲು ಮತ್ತು ಹೆಚ್ಚು ಕಲ್ಪನಾತ್ಮಕವಾಗಿರಲು ಅವಕಾಶ ನೀಡುತ್ತವೆ ಎಂದು ಹೇಳಿವೆ. ಭಾರೀ ಚಿಂತನೆ ಮತ್ತು ಬುದ್ಧಿಮತ್ತೆ ಒಳಗೊಂಡಿರುವ ಸಂದರ್ಭಗಳಲ್ಲಿ ವ್ಯಕ್ತಿಗಳಿಗೆ ಸಕಾರಾತ್ಮಕ ಮನಸ್ಥಿತಿ ಸಹಾಯ ಮಾಡುತ್ತದೆ. ಒಂದು ಪ್ರಯೋಗದಲ್ಲಿ, ಸಕಾರಾತ್ಮಕ ಮನಸ್ಥಿತಿಯಿಂದ ಪ್ರೇರೇಪಿಸಲ್ಪಟ್ಟ ವ್ಯಕ್ತಿಗಳು ರಿಮೋಟ್ ಅಸೋಸಿಯೇಟ್ಸ್ ಟಾಸ್ಕ್ (RAT) ನಲ್ಲಿ ಕಾರ್ಯಕ್ಷಮತೆಯನ್ನು ಹೆಚ್ಚಿಸಿದರು, ಇದು ಸೃಜನಶೀಲ ಸಮಸ್ಯೆ ಪರಿಹಾರದ ಅಗತ್ಯವಿರುವ ಅರಿವಿನ ಕಾರ್ಯವಾಗಿದೆ. ಇದಲ್ಲದೆ, ಸಕಾರಾತ್ಮಕ ಮನಸ್ಥಿತಿಯಲ್ಲಿರುವುದು ಗಮನದ ಆಯ್ಕೆಯ ವಿಸ್ತಾರವನ್ನು ವಿಸ್ತರಿಸುತ್ತದೆ ಅಥವಾ ವಿಸ್ತರಿಸುತ್ತದೆ ಎಂದು ಅಧ್ಯಯನವು ಸೂಚಿಸುತ್ತದೆ, ಇದರಿಂದಾಗಿ ಕೈಯಲ್ಲಿರುವ ಕಾರ್ಯಕ್ಕೆ ಉಪಯುಕ್ತವಾಗಬಹುದಾದ ಮಾಹಿತಿಯು ಬಳಕೆಗೆ ಹೆಚ್ಚು ಪ್ರವೇಶಿಸಬಹುದಾಗಿದೆ. ಪರಿಣಾಮವಾಗಿ, ಸಂಬಂಧಿತ ಮಾಹಿತಿಯ ಹೆಚ್ಚಿನ ಪ್ರವೇಶವು ಯಶಸ್ವಿ ಸಮಸ್ಯೆ ಪರಿಹಾರವನ್ನು ಸುಗಮಗೊಳಿಸುತ್ತದೆ. ಸಕಾರಾತ್ಮಕ ಮನಸ್ಥಿತಿಯು ಪ್ರಲೋಭನೆಗಳಿಗೆ ಪ್ರತಿರೋಧವನ್ನು ಸುಗಮಗೊಳಿಸುತ್ತದೆ, ವಿಶೇಷವಾಗಿ ಅನಾರೋಗ್ಯಕರ ಆಹಾರ ಆಯ್ಕೆಗಳಿಗೆ ಸಂಬಂಧಿಸಿದಂತೆ. ಪರಸ್ಪರ ಸಂಬಂಧಗಳು ಸಕಾರಾತ್ಮಕ ಮನಸ್ಥಿತಿಯನ್ನು ಕಾಪಾಡಿಕೊಳ್ಳುವಲ್ಲಿ ಪರಿಣಾಮ ಬೀರುತ್ತವೆ ಎಂದು ತೋರಿಸಲಾಗಿದೆ. ಸಾಮಾಜಿಕ ಚಟುವಟಿಕೆಗಳು ಸಕಾರಾತ್ಮಕ ಮನಸ್ಥಿತಿಯೊಂದಿಗೆ ಪರಸ್ಪರ ಸಂಬಂಧ ಹೊಂದಿವೆ

ಮತ್ತು ಜನರೊಂದಿಗಿನ ಸಾಮಾಜಿಕ ಸಂವಹನವು ವ್ಯಕ್ತಿಯ ಸಕಾರಾತ್ಮಕ ಮನಸ್ಥಿತಿಯನ್ನು ಹೆಚ್ಚಿಸುತ್ತದೆ ಎಂದು ಸೂಚಿಸುತ್ತದೆ. ಆದ್ದರಿಂದ, ಸಮಾಜದಿಂದ ಪ್ರತ್ಯೇಕಿಸಲ್ಪಟ್ಟ ಅಥವಾ ಹೊರಗಿನ ಗುಂಪಿನಲ್ಲಿರುವ ಜನರು ಬಲವಾದ ಸಾಮಾಜಿಕ ವಲಯವನ್ನು ಹೊಂದಿರುವ ವ್ಯಕ್ತಿಗಳಿಗಿಂತ ಹೆಚ್ಚು ನಕಾರಾತ್ಮಕ ಮನಸ್ಥಿತಿಯನ್ನು ಹೊಂದಿರಬಹುದು.

ಸಕಾರಾತ್ಮಕ ಮನಸ್ಥಿತಿಯು ಅರಿವಿನ ಮೇಲೂ ನಕಾರಾತ್ಮಕ ಪರಿಣಾಮಗಳನ್ನು ಬೀರುತ್ತದೆ ಎಂದು ಸಾಬೀತಾಗಿದೆ. ಲೇಖನದ ಪ್ರಕಾರ, "ಧನಾತ್ಮಕ ಮನಸ್ಥಿತಿಯು ಗಮನ ಬೇರೆಡೆ ಸೆಳೆಯುವ ಸೂಚನೆಯೊಂದಿಗೆ ಸಂಬಂಧಿಸಿದೆ". "ಧನಾತ್ಮಕ ಮನಸ್ಥಿತಿಯಲ್ಲಿರುವ ವ್ಯಕ್ತಿಗಳು, ಕನಿಷ್ಠ ಗಮನ ಬೇರೆಡೆ ಸೆಳೆಯುವ ಮಾಹಿತಿ ಇದ್ದಾಗ, ಅಡ್ಡಿಪಡಿಸಿದ ಕಾರ್ಯಕ್ಷಮತೆಯನ್ನು ತೋರಿಸುತ್ತಾರೆ ಎಂಬುದಕ್ಕೆ ಪುರಾವೆಗಳಿವೆ". ಲೇಖನವು ಹೀಗೆ ಹೇಳುತ್ತದೆ: ಅವರ ಬಾಹ್ಯ ದೃಷ್ಟಿಕೋನಗಳಲ್ಲಿನ ಇತರ ವಿಷಯಗಳು ಉತ್ತಮ ಮನಸ್ಥಿತಿಯಲ್ಲಿರುವ ಜನರನ್ನು ಸುಲಭವಾಗಿ ಗಮನ ಬೇರೆಡೆ ಸೆಳೆಯಬಹುದು; ಇದಕ್ಕೆ ಒಂದು ಉದಾಹರಣೆಯೆಂದರೆ ನೀವು ಗ್ರಂಥಾಲಯದಲ್ಲಿ ಅಧ್ಯಯನ ಮಾಡಲು ಪ್ರಯತ್ನಿಸುತ್ತಿದ್ದರೆ (ನೀವು ಸಕಾರಾತ್ಮಕ ಮನಸ್ಥಿತಿಯಲ್ಲಿದ್ದೀರಿ ಎಂದು ಪರಿಗಣಿಸಿ) ಜನರು ನಿರಂತರವಾಗಿ ಓಡಾಡುವುದನ್ನು ಅಥವಾ ಸಣ್ಣ ಶಬ್ದಗಳನ್ನು ಮಾಡುವುದನ್ನು ನೀವು ನೋಡುತ್ತೀರಿ. ಸಕಾರಾತ್ಮಕ ಮನಸ್ಥಿತಿಗಳು ಕೈಯಲ್ಲಿರುವ ಕಾರ್ಯದ ಮೇಲೆ ಕೇಂದ್ರೀಕರಿಸುವುದು ಕಷ್ಟ ಎಂದು ಅಧ್ಯಯನವು ಮೂಲತಃ ಹೇಳುತ್ತಿದೆ. ನಿರ್ದಿಷ್ಟವಾಗಿ ಹೇಳುವುದಾದರೆ, ದುಃಖಿತ ಜನರಿಗಿಂತ ಸಂತೋಷದ ಜನರು ಸಂದೇಶ ಸಂಸ್ಕರಣೆಯ ಸುಖೋಷ್ಣ ಪರಿಣಾಮಗಳಿಗೆ ಹೆಚ್ಚು ಸಂವೇದನಾಶೀಲರಾಗಿರಬಹುದು. ಹೀಗಾಗಿ, ಸಂದೇಶದ ಬಗ್ಗೆ ಯೋಚಿಸುವುದು ಮನಸ್ಥಿತಿಗೆ ಬೆದರಿಕೆಯಾಗಿದ್ದಾಗ ಮಾತ್ರ ಸಕಾರಾತ್ಮಕ ಮನಸ್ಥಿತಿಗಳು ಸಂಸ್ಕರಣೆ ಕಡಿಮೆಯಾಗಲು ಕಾರಣವಾಗುತ್ತವೆ ಎಂದು ಊಹಿಸಲಾಗಿದೆ. ಹೋಲಿಸಿದರೆ, ಸಂದೇಶ ಸಂಸ್ಕರಣೆಯು ಒಬ್ಬ ವ್ಯಕ್ತಿಗೆ ಆಹ್ಲಾದಕರ ಸ್ಥಿತಿಯನ್ನು ಕಾಪಾಡಿಕೊಳ್ಳಲು ಅಥವಾ ಹೆಚ್ಚಿಸಲು ಅವಕಾಶ ನೀಡಿದರೆ, ಸಕಾರಾತ್ಮಕ ಮನಸ್ಥಿತಿಗಳು ನಕಾರಾತ್ಮಕ ಮನಸ್ಥಿತಿಗಳಿಗಿಂತ ಕಡಿಮೆ ಮಟ್ಟದ ಸಂದೇಶ

ಪರಿಶೀಲನೆಗೆ ಕಾರಣವಾಗಬೇಕಾಗಿಲ್ಲ. ಮೂಲದ ಕುರಿತಾದ ಆರಂಭಿಕ ಮಾಹಿತಿಯು ಮನಸ್ಥಿತಿ-ಸಮಾನ ನಿರೀಕ್ಷೆಗಳನ್ನು ದೃಢೀಕರಿಸುತ್ತದೆ ಅಥವಾ ನಿರಾಕರಿಸುತ್ತದೆ ಎಂದು ಊಹಿಸಲಾಗಿದೆ. ನಿರ್ದಿಷ್ಟವಾಗಿ ಹೇಳುವುದಾದರೆ, ಸಕಾರಾತ್ಮಕ ಮನಸ್ಥಿತಿಯು ನಕಾರಾತ್ಮಕ ಮನಸ್ಥಿತಿಗಿಂತ ಮೂಲದ ವಿಶ್ವಾಸಾರ್ಹತೆ ಅಥವಾ ಇಷ್ಟವಾಗುವಿಕೆಯ ಬಗ್ಗೆ ಹೆಚ್ಚು ಸಕಾರಾತ್ಮಕ ನಿರೀಕ್ಷೆಗಳಿಗೆ ಕಾರಣವಾಗಬಹುದು. ಪರಿಣಾಮವಾಗಿ, ಸಕಾರಾತ್ಮಕ ಮನಸ್ಥಿತಿಯಲ್ಲಿರುವ ಜನರು ವಿಶ್ವಾಸಾರ್ಹ ಅಥವಾ ಇಷ್ಟವಾಗಬಹುದಾದ ಮೂಲಕ್ಕಿಂತ ಹೆಚ್ಚಾಗಿ ವಿಶ್ವಾಸಾರ್ಹವಲ್ಲದ ಅಥವಾ ಇಷ್ಟವಾಗದ ಮೂಲವನ್ನು ಎದುರಿಸಿದಾಗ ಹೆಚ್ಚು ಆಶ್ಚರ್ಯಪಡಬೇಕು.

ಸಕಾರಾತ್ಮಕ ಮನಸ್ಥಿತಿಗಳಂತೆ, ನಕಾರಾತ್ಮಕ ಮನಸ್ಥಿತಿಗಳು ಮಾನವನ ಮಾನಸಿಕ ಮತ್ತು ದೈಹಿಕ ಯೋಗಕ್ಷೇಮಕ್ಕೆ ಪ್ರಮುಖ ಪರಿಣಾಮಗಳನ್ನು ಬೀರುತ್ತವೆ. ಮನಸ್ಥಿತಿಗಳು ಒಂದು ಘಟನೆಗೆ ಪ್ರತಿಕ್ರಿಯೆಯಾಗಿ ಸಂಭವಿಸಬಹುದಾದ ಅಥವಾ ಯಾವುದೇ ಸ್ಪಷ್ಟ ಬಾಹ್ಯ ಕಾರಣವಿಲ್ಲದೆ ಹೊರಹೊಮ್ಮಬಹುದಾದ ಮೂಲಭೂತ ಮಾನಸಿಕ ಸ್ಥಿತಿಗಳಾಗಿವೆ. ನಕಾರಾತ್ಮಕ ಮನಸ್ಥಿತಿಗೆ ಕಾರಣವಾಗುವ ಯಾವುದೇ ಉದ್ದೇಶಪೂರ್ವಕ ವಸ್ತುವಿಲ್ಲದ ಕಾರಣ, ಅದಕ್ಕೆ ನಿರ್ದಿಷ್ಟ ಪ್ರಾರಂಭ ಮತ್ತು ನಿಲುಗಡೆ ದಿನಾಂಕವಿಲ್ಲ. ಇದು ಗಂಟೆಗಳು, ದಿನಗಳು, ವಾರಗಳು ಅಥವಾ ಅದಕ್ಕಿಂತ ಹೆಚ್ಚು ಕಾಲ ಉಳಿಯಬಹುದು. ನಕಾರಾತ್ಮಕ ಮನಸ್ಥಿತಿಗಳು ವ್ಯಕ್ತಿಗಳು ತಮ್ಮ ಸುತ್ತಲಿನ ಪ್ರಪಂಚವನ್ನು ಹೇಗೆ ಅರ್ಥೈಸಿಕೊಳ್ಳುತ್ತಾರೆ ಮತ್ತು ಅನುವಾದಿಸುತ್ತಾರೆ ಎಂಬುದನ್ನು ಕುಶಲತೆಯಿಂದ ನಿರ್ವಹಿಸಬಹುದು ಮತ್ತು ಅವರ ನಡವಳಿಕೆಯನ್ನು ಸಹ ನಿರ್ದೇಶಿಸಬಹುದು.

ನಕಾರಾತ್ಮಕ ಮನಸ್ಥಿತಿಗಳು ವ್ಯಕ್ತಿಯ ತೀರ್ಪು ಮತ್ತು ವಸ್ತುಗಳು ಮತ್ತು ಘಟನೆಗಳ ಗ್ರಹಿಕೆಯ ಮೇಲೆ ಪರಿಣಾಮ ಬೀರಬಹುದು. ನೀಡೆಂಥಾಲ್ ಮತ್ತು ಸೆಟ್ಟರ್ಲ್ಯಾಂಡ್ (1994) ನಡೆಸಿದ ಅಧ್ಯಯನದಲ್ಲಿ, ವ್ಯಕ್ತಿಗಳು ತಮ್ಮ ಪ್ರಸ್ತುತ ಮನಸ್ಥಿತಿಗೆ ಅನುಗುಣವಾಗಿರುವ ವಿಷಯಗಳನ್ನು ಗ್ರಹಿಸಲು ಟ್ಯೂನ್ ಆಗಿರುತ್ತಾರೆ ಎಂದು ಸಂಶೋಧನೆ ತೋರಿಸಿದೆ. ನಕಾರಾತ್ಮಕ ಮನಸ್ಥಿತಿಗಳು, ಹೆಚ್ಚಾಗಿ ಕಡಿಮೆ-ತೀವ್ರತೆ, ಮಾನವರು ಭಾವನೆ-ಸಮಾನವಾದ ವಸ್ತುಗಳು ಮತ್ತು ಘಟನೆಗಳನ್ನು ಹೇಗೆ ಗ್ರಹಿಸುತ್ತಾರೆ

ಎಂಬುದನ್ನು ನಿಯಂತ್ರಿಸಬಹುದು. ಉದಾಹರಣೆಗೆ, ನೀಡೆಂಥಾಲ್ ಮತ್ತು ಸೆಟ್ಟರ್ಲ್ಯಾಂಡ್ ಧನಾತ್ಮಕ ಮತ್ತು ಋಣಾತ್ಮಕ ಮನಸ್ಥಿತಿಗಳನ್ನು ಪ್ರೇರೇಪಿಸಲು ಸಂಗೀತವನ್ನು ಬಳಸಿದರು. ನಕಾರಾತ್ಮಕ ಮನಸ್ಥಿತಿಗಳನ್ನು ಪ್ರಚೋದಿಸಲು ದುಃಖದ ಸಂಗೀತವನ್ನು ಪ್ರಚೋದನೆಯಾಗಿ ಬಳಸಲಾಯಿತು ಮತ್ತು ಭಾಗವಹಿಸುವವರು ಇತರ ವಿಷಯಗಳನ್ನು ನಕಾರಾತ್ಮಕ ಎಂದು ಲೇಬಲ್ ಮಾಡಿದರು. ಜನರ ಪ್ರಸ್ತುತ ಮನಸ್ಥಿತಿಗಳು ಅವರ ತೀರ್ಪುಗಳು ಮತ್ತು ಗ್ರಹಿಕೆಗಳ ಮೇಲೆ ಪರಿಣಾಮ ಬೀರುತ್ತವೆ ಎಂದು ಇದು ಸಾಬೀತುಪಡಿಸುತ್ತದೆ. ಈ ನಕಾರಾತ್ಮಕ ಮನಸ್ಥಿತಿಗಳು ಸಾಮಾಜಿಕ ಸಂಬಂಧಗಳಲ್ಲಿ ಸಮಸ್ಯೆಗಳಿಗೆ ಕಾರಣವಾಗಬಹುದು. ಉದಾಹರಣೆಗೆ, ಒಂದು ಅಸಮರ್ಪಕ ನಕಾರಾತ್ಮಕ ಮನಸ್ಥಿತಿ ನಿಯಂತ್ರಣವು ಅತಿಯಾಗಿ ಸಕ್ರಿಯವಾಗಿರುವ ತಂತ್ರವಾಗಿದ್ದು, ಇದರಲ್ಲಿ ವ್ಯಕ್ತಿಗಳು ಇತರರಿಂದ ಬೆಂಬಲ ಮತ್ತು ಪ್ರತಿಕ್ರಿಯೆಯನ್ನು ಪ್ರಚೋದಿಸಲು ಮತ್ತು ಅವುಗಳ ಲಭ್ಯತೆಯನ್ನು ಖಚಿತಪಡಿಸಿಕೊಳ್ಳಲು ತಮ್ಮ ನಕಾರಾತ್ಮಕ ಭಾವನೆಗಳನ್ನು ನಾಟಕೀಯಗೊಳಿಸುತ್ತಾರೆ. ಎರಡನೆಯ ವಿಧದ ಅಸಮರ್ಪಕ ನಕಾರಾತ್ಮಕ ಮನಸ್ಥಿತಿ ನಿಯಂತ್ರಣವು ನಿಷ್ಕ್ರಿಯಗೊಳಿಸುವ ತಂತ್ರವಾಗಿದ್ದು, ಇದರಲ್ಲಿ ವ್ಯಕ್ತಿಗಳು ತಮ್ಮ ನಕಾರಾತ್ಮಕ ಭಾವನೆಗಳನ್ನು ನಿಗ್ರಹಿಸುತ್ತಾರೆ ಮತ್ತು ಇತರರ ಅಲಭ್ಯತೆಯಿಂದ ಉಂಟಾಗುವ ಹತಾಶೆ ಮತ್ತು ಆತಂಕವನ್ನು ತಪ್ಪಿಸಲು ಇತರರಿಂದ ದೂರವಿರುತ್ತಾರೆ.

ನಕಾರಾತ್ಮಕ ಮನಸ್ಥಿತಿಗಳು ಖಿನ್ನತೆ, ಆತಂಕ, ಆಕ್ರಮಣಶೀಲತೆ, ಕಳಪೆ ಸ್ವಾಭಿಮಾನ, ದೈಹಿಕ ಒತ್ತಡ ಮತ್ತು ಲೈಂಗಿಕ ಪ್ರಚೋದನೆಯಲ್ಲಿನ ಇಳಿಕೆಗೆ ಸಂಬಂಧಿಸಿವೆ. ಕೆಲವು ವ್ಯಕ್ತಿಗಳಲ್ಲಿ, ಖಿನ್ನತೆ ಅಥವಾ ಆತಂಕದ ಮನಸ್ಥಿತಿಯು ಲೈಂಗಿಕ ಆಸಕ್ತಿ ಅಥವಾ ಪ್ರಚೋದನೆಯನ್ನು ಹೆಚ್ಚಿಸಬಹುದು ಎಂಬುದಕ್ಕೆ ಪುರಾವೆಗಳಿವೆ. ಸಾಮಾನ್ಯವಾಗಿ, ನಕಾರಾತ್ಮಕ ಮನಸ್ಥಿತಿಯ ಸ್ಥಿತಿಗಳಲ್ಲಿ ಹೆಚ್ಚಿದ ಲೈಂಗಿಕ ಪ್ರಚೋದನೆಯನ್ನು ವರದಿ ಮಾಡುವ ಸಾಧ್ಯತೆ ಮಹಿಳೆಯರಿಗಿಂತ ಪುರುಷರೇ ಹೆಚ್ಚು. ನಕಾರಾತ್ಮಕ ಮನಸ್ಥಿತಿಗಳನ್ನು ರಚನಾತ್ಮಕವಲ್ಲದವು ಎಂದು ಲೇಬಲ್ ಮಾಡಲಾಗಿದೆ, ಏಕೆಂದರೆ ಅವು ಮಾಹಿತಿಯನ್ನು ಪ್ರಕ್ರಿಯೆಗೊಳಿಸುವ ವ್ಯಕ್ತಿಯ ಸಾಮರ್ಥ್ಯದ ಮೇಲೆ ಪರಿಣಾಮ ಬೀರುತ್ತವೆ, ವ್ಯಕ್ತಿಯು ಸಂದೇಶವನ್ನು ಕಳುಹಿಸುವವರ ಮೇಲೆ

ಮಾತ್ರ ಗಮನಹರಿಸುವಂತೆ ಮಾಡುತ್ತದೆ, ಆದರೆ ಸಕಾರಾತ್ಮಕ ಮನಸ್ಥಿತಿಯಲ್ಲಿರುವ ಜನರು ಕಳುಹಿಸುವವರು ಮತ್ತು ಸಂದೇಶದ ಸಂದರ್ಭ ಎರಡಕ್ಕೂ ಹೆಚ್ಚಿನ ಗಮನ ನೀಡುತ್ತಾರೆ. ಇದು ಇತರರೊಂದಿಗಿನ ಸಾಮಾಜಿಕ ಸಂಬಂಧಗಳಲ್ಲಿ ಸಮಸ್ಯೆಗಳಿಗೆ ಕಾರಣವಾಗಬಹುದು.

ಆತಂಕದಂತಹ ನಕಾರಾತ್ಮಕ ಮನಸ್ಥಿತಿಗಳು ಸಾಮಾನ್ಯವಾಗಿ ವ್ಯಕ್ತಿಗಳು ದೈಹಿಕ ಲಕ್ಷಣಗಳನ್ನು ತಪ್ಪಾಗಿ ಅರ್ಥೈಸಿಕೊಳ್ಳುವಂತೆ ಮಾಡುತ್ತದೆ. ಐಯೋವಾ ವಿಶ್ವವಿದ್ಯಾಲಯದ ಪ್ರಾಧ್ಯಾಪಕ ಜೆರ್ರಿ ಸುಲ್ಸ್ ಪ್ರಕಾರ, ಖಿನ್ನತೆ ಮತ್ತು ಆತಂಕದಿಂದ ಬಳಲುತ್ತಿರುವ ಜನರು ಚಿಂತನೆಯಲ್ಲಿರಲು ಒಲವು ತೋರುತ್ತಾರೆ. ಆದಾಗ್ಯೂ, ವ್ಯಕ್ತಿಯ ಭಾವನಾತ್ಮಕ ಸ್ಥಿತಿಗಳು ದೈಹಿಕ ಬದಲಾವಣೆಗಳ ಮೇಲೆ ಪ್ರಭಾವ ಬೀರಬಹುದಾದರೂ, ಈ ವ್ಯಕ್ತಿಗಳು ಅನಾರೋಗ್ಯದ ಆತಂಕದ ಅಸ್ವಸ್ಥತೆ (ಹೈಪೋಕಾಂಡ್ರಿಯಾಕ್) ಎಂದಾಗಿರುವುದಿಲ್ಲ.

ನಕಾರಾತ್ಮಕ ಮನಸ್ಥಿತಿಗಳನ್ನು ಸಾಮಾನ್ಯವಾಗಿ ಕೆಟ್ಟದ್ದೆಂದು ನಿರೂಪಿಸಲಾಗಿದ್ದರೂ, ಎಲ್ಲಾ ನಕಾರಾತ್ಮಕ ಮನಸ್ಥಿತಿಗಳು ಹಾನಿಕಾರಕವಲ್ಲ. ನಕಾರಾತ್ಮಕ ಸ್ಥಿತಿ ಪರಿಹಾರ ಮಾದರಿಯು ಮಾನವರು ನಕಾರಾತ್ಮಕ ಮನಸ್ಥಿತಿಗಳನ್ನು ಕಡಿಮೆ ಮಾಡಲು ಸಹಜವಾದ ಚಾಲನೆಯನ್ನು ಹೊಂದಿರುತ್ತಾರೆ ಎಂದು ಹೇಳುತ್ತದೆ. ಸಹಾಯ ಮಾಡುವ ನಡವಳಿಕೆಯಂತಹ ಯಾವುದೇ ಮನಸ್ಥಿತಿಯನ್ನು ಹೆಚ್ಚಿಸುವ ನಡವಳಿಕೆಯಲ್ಲಿ (ಮೂಡ್ ರಿಪೇರಿ ತಂತ್ರಗಳು ಎಂದು ಕರೆಯಲಾಗುತ್ತದೆ) ತೊಡಗಿಸಿಕೊಳ್ಳುವ ಮೂಲಕ ಜನರು ತಮ್ಮ ನಕಾರಾತ್ಮಕ ಮನಸ್ಥಿತಿಗಳನ್ನು ಕಡಿಮೆ ಮಾಡಬಹುದು, ಏಕೆಂದರೆ ಇದು ನಗು ಮತ್ತು ಧನ್ಯವಾದಗಳಂತಹ ಸಕಾರಾತ್ಮಕ ಮೌಲ್ಯದೊಂದಿಗೆ ಜೋಡಿಯಾಗಿರುತ್ತದೆ. ಹೀಗಾಗಿ ನಕಾರಾತ್ಮಕ ಮನಸ್ಥಿತಿಯು ಸಹಾಯಕತೆಯನ್ನು ಹೆಚ್ಚಿಸುತ್ತದೆ ಏಕೆಂದರೆ ಇತರರಿಗೆ ಸಹಾಯ ಮಾಡುವುದು ಒಬ್ಬರ ಸ್ವಂತ ಕೆಟ್ಟ ಭಾವನೆಗಳನ್ನು ಕಡಿಮೆ ಮಾಡುತ್ತದೆ.

ಯುಕ್ತಾಹಾರವಿಹಾರಸ್ಯ ಯುಕ್ತಚೇಷ್ಟಸ್ಯ ಕರ್ಮಸು|
ಯುಕ್ತಸ್ವಪ್ನಾವಬೋಧಸ್ಯ ಯೋಗೋ ಭವತಿ ದುಃಖಹಾ||

ಆಹಾರ, ವಿಹಾರ, ಯುಕ್ತ ಕರ್ಮ, ಸರಿಯಾದ ಸ್ವಪ್ನ, ನಿಖರವಾದ ಬೋಧೆ ಇವುಗಳಿಂದ ಮಾತ್ರ ಚಿತ್ತ ಶುದ್ಧಿ ಸಾಧ್ಯ. ಚಿತ್ತ

ಶುದ್ಧಿಯಿಂದ ದುಃಖ ನಿರ್ಮೂಲನ. ಹೀಗೆ ಸಾತ್ವಿಕವಾಗಿ ಮಾತ್ರ ಆಯುಷ್ಯವನ್ನು ವೃದ್ಧಿಮಾಡಿಕೊಳ್ಳುತ್ತಾ ಸಾಗಬೇಕು. ತಾಮಸಿಕವಾಗಿ ಆಯಸ್ಸನ್ನು ವೃದ್ಧಿಮಾಡಿಕೊಂಡರೆ ಅದು ದೋಷವಾಗಿ ಪರಿವರ್ತಿತಗೊಂಡು ಕೆಟ್ಟ ಮಾಡುವುದಕ್ಕೆ ಪ್ರೇರೇಪಿಸುತ್ತದೆ.

ಗಮನಿಸಿ: ಆಯಸ್ಸನ್ನು ಎಷ್ಟೇ ವೃದ್ಧಿ ಮಾಡಿಕೊಂಡರೂ ಸಹ ಒಂದಲ್ಲಾ ಒಂದು ದಿನ ಸಾವನ್ನು ಅಪ್ಪಲೇಬೇಕು.

ಅನ್ನ ಎಂಬುದರಿಂದ ಮಾತ್ರವೇ ಚಿತ್ತ-ಶುದ್ಧಿ ಎಂಬುದು ಉಪನಿಷತ್ತುಗಳ ಅಭಿಪ್ರಾಯವಾಗಿದೆ. ಹೀಗಾಗಿ ಅನ್ನವೇ ಪ್ರಧಾನವಾಗಿದೆ. ಇಲ್ಲಿ ಅನ್ನ ಎಂದರೆ ಕೇವಲ ಆಹಾರವಲ್ಲ, ಬದಲಿಗೆ ನಾವುಗಳು ಸ್ವೀಕರಿಸುವಂತಹ ಸಕಲವೂ ಆಗಿರುತ್ತದೆ.

ಅನ್ನಾದ್ಭವಂತಿ ಭೂತಾನಿ ಪರ್ಜನ್ಯಾದನ್ನಸಂಭವಃ|
ಯಜ್ಞಾದ್ಭವತಿ ಪರ್ಜನ್ಯೋ ಯಜ್ಞಃ ಕರ್ಮಸಮುದ್ಭವಃ||

ಅನ್ನದಿಂದ ಭೂತಗಳು, ಮಳೆಯಿಂದ ಅನ್ನ, ಯಜ್ಞದಿಂದ ಮಳೆ, ಯಜ್ಞದಿಂದ (ತಿಳಿದುಮಾಡುವುದರಿಂದ) ಕರ್ಮ – ಇದು ವೇದ ಹೇಳಿರುವಂತಹ ಸೂತ್ರ.

ಮೆಟ್ಟಿಲು – 9

ಅರ್ಜನನಿಗೆ ಶ್ರೀಕೃಷ್ಣನು ಹೀಗೆ ಹೇಳಿದ್ದಾನೆ: ನೀನು ಎಂದು ಹೇಳುವುದಕ್ಕೆ-ನಿನ್ನ ಆತ್ಮ ಮಾತ್ರ ನೀನು, ಬೇರೆ ಇನ್ನ್ಯಾವುದೂ ಸಹ ನೀನಲ್ಲ. ನಾನು ಎನ್ನುವುದನ್ನು ಆತ್ಮಕ್ಕೆ ಸಮೀಕರಿಸಿಕೊಂಡು ಬದುಕುವಂತಹ ಸ್ಥಿತಿಗೆ 'ಯೋಗಾರೂಢ ಸ್ಥಿತಿ' ಎಂದಾಗಿ ವೇದ ತಂತ್ರ ವಿಜ್ಞಾನ ಹೇಳಿರುತ್ತದೆ. ಅಂದರೆ ನೀನು ನರನಾಗು, ನಾರಾಯಣನಾಗಿ ನಾನು ವ್ಯವಹರಿಸುತ್ತೇನೆ.

ಈ ವಿಷಯ ಕುರಿತಾದ ಮಹತ್ವತೆಯನ್ನು 'ಆತ್ಮ-ಸಂಯಮ ಯೋಗ' ಎಂಬದು ವಿವರಿಸುತ್ತದೆ. ಯೋಗದಲ್ಲಿ ಮಾಡುವಂತಹ ಮಹತ್ವದ್ದಾದಂತಹ ಸಾಧನೆ ಎಂದರೆ ತನ್ನನ್ನು-ತಾನು 'ಯಾರು' ಎಂಬುದನ್ನು ಅನುಭವಕ್ಕೆ ತಂದುಕೊಳ್ಳುವುದಾಗಿರುತ್ತದೆ.

ಮಾನವನು ಸೇರಿದಂತೆ ಯಾವುದೇ ಜೀವಿಯು ಒಂದು ಅಳತೆಯಲ್ಲಿ ಮಾತ್ರವೇ ಜನಿಸುತ್ತವೆ. ಅಂದರೆ, ಇವುಗಳಿಗೆ ಮಾಯೆಯ ಆವರಣವನ್ನಿರಿಸಿಕೊಂಡೇ ಜನಿಸುತ್ತವೆ. ಹೀಗಾಗಿ, ನಾನು ಎಂದಾಗೆಲ್ಲಾ ಇಂದ್ರಿಯ, ಶರೀರ ರೀತಿಯ ಕಡೆಗೆ ಬೊಟ್ಟುಮಾಡಿ ತೋರಿಸಿಕೊಳ್ಳುತ್ತೇವೆ. ಮನಸ್ಸೂ ಕೂಡ ಇವೆಲ್ಲಾ ನನ್ನದು ಎಂಬ ಅಭಿಪ್ರಾಯದಲ್ಲೇ ಇರುತ್ತವೆ. ಆದರೆ ಆತ್ಮ ಮಾತ್ರ ನಾನು ಎಂದಾಗಿರುತ್ತದೆ.

ಯಂ ಸಂನ್ಯಾಸಮಿತಿ ಪ್ರಾಹುರ್ಯೋಗಂ ತಂ ವಿದ್ಧಿ ಪಾಂಡವ|
ನ ಹ್ಯಸಂನ್ಯಸ್ತಸಂಕಲ್ಪೋ ಯೋಗೀ ಭವತಿ ಕಶ್ಚನ||

ಇದುವರೆಗೂ ಹತ್ತಿಕೊಂಡು ಬಂದಂತಹ 8 ಮೆಟ್ಟಿಲುಗಳಿಂದ ಜ್ಞಾನ ಹಾಗು ಕರ್ಮಗಳ ಜಿಜ್ಞಾಸೆ ಹೊತ್ತಿಕೊಂಡಿರುತ್ತದೆ. ಇದರಿಂದಾಗಿ (ಬಹುಶಃ) ಮಾನಸಿಕ ವಿಕಲ್ಪ (ಅಯೋಮಯ) ಸ್ಥಿತಿ ಜನಿಸಿರುತ್ತದೆ. ಹೀಗಾಗಿ, ಭಯ ಪ್ರಾಪ್ತವಾಗುತ್ತದೆ. ಇದರಿಂದ ಅರ್ಜುನಾ ನೀನು ಭಯಪಡಬೇಡ, ಏಕೆಂದರೆ ಈ ಸ್ಥಿತಿಯೇ ಯೋಗಿಯಾಗುವುದಕ್ಕೆ ಸಿದ್ಧನಾಗುತ್ತಿದ್ದೀಯ ಎಂಬುದನ್ನು ತೋರಿಸಿಕೊಡುತ್ತಿದೆ. ಹೀಗಾಗಿ, ವಿಚಾರದಲ್ಲಿ ಮುಂದಕ್ಕೆ ಚಲಿಸು.

ಆಮುಮುಕ್ಷುರ್ ಮುನೇರ್ಯೋಗಂ ಕರ್ಮ ಕಾರಣ ಮುಚ್ಯತೇ|
ಯೋಗಾರೂಢಸ್ಯ ತಸ್ಯೈವ ಶಮಃ ಕಾರಣ ಮುಚ್ಯತೇ||

ಇದುವರೆಗೂ ಹತ್ತಿಬಂದಂತಹ 8 ಮೆಟ್ಟಿಲುಗಳನ್ನು ಯೋಗಿಯಾಗಿ ಚಿಂತನೆ ಮಾಡಬೇಕಿದೆ, ಬದಲಿಗೆ ಇದನ್ನೇನಾದರೂ

ಭೋಗಿಯಾಗಿ ಚಿಂತನೆ ಮಾಡಿದರೆ ಮುಂದಿನ ಅಧ್ಯಯನ ನಿಂತುಹೋಗುತ್ತದೆ.

ನಾನು ಎಂದರೆ ಆತ್ಮವೇ ಹೊರತು ದೇಹವಲ್ಲ ಎಂಬುದನ್ನು ಅರ್ಥಮಾಡಿಕೊಳ್ಳಬೇಕಿದೆ, ಏಕೆಂದರೆ ಇದುವರೆಗೂ ದೇಹವನ್ನು ನಾನು ಎಂದಾಗಿ ಆರೋಪಿಸಿಕೊಂಡು ಬಂದದ್ದಾಗಿದೆ.

ಸೂಚನೆ: ಇನ್ನು ಮುಂದೆ ಸಾಧಕನು ತನ್ನನ್ನು ತಾನು ನರ ಎಂದಾಗಿ ಅಂದುಕೊಂಡು ವ್ಯವಹರಿಸಬೇಕಿದೆ.

ಯದಾ ಹಿ ನೇಂದ್ರಿಯಾರ್ಥೇಷು ನ ಕರ್ಮಸ್ವನುಷಜ್ಜತೇ|
ಸರ್ವಸಂಕಲ್ಪಸಂನ್ಯಾಸೀ ಯೋಗಾರೂಢಸ್ತದೋಚಯತೇ||

ಈ ಪ್ರಪಂಚದಲ್ಲಿ ಕರ್ಮವಿರದೇ ಏನೂ ಇಲ್ಲ. ಹೀಗಾಗಿ, ಅದು ನನ್ನಲ್ಲೂ ಹಾಗು ನಿನ್ನಲ್ಲೂ ವ್ಯಾಪ್ತವಾಗಿದೆ ಅರ್ಜುನ. ಪ್ರಸಕ್ತದಲ್ಲಿ ನಾವುಗಳು ಮಾನುಷ ರೂಪದಲ್ಲಿರುವುದರಿಂದಾಗಿ ನಮಗೂ ಸಹ ಕರ್ಮ ಇದ್ದೇ ಇದೆ. ಆದರೆ ಈ ಕರ್ಮಗಳು ನಮಗೆ ಸಾರ್ಥಕವಾಗಬೇಕೇ ವಿನಃ ಬಾಧಕವಾಗಬಾರದು. ಇದನ್ನು ಅರ್ಥಮಾಡಿಕೊ.

ಉದ್ಧರೇದಾತ್ಮನಾತ್ಮಾನಂ ನಾತ್ಮಾನಮವಸಾದಯೇತ್|
ಆತ್ಮೈವ ಹ್ಯಾತ್ಮನೋ ಬಂಧುರಾತ್ಮೈವ ರಿಪುರಾತ್ಮನಃ||

ಆತ್ಮವೇ ನಮ್ಮ ಬಂಧು, ಆತ್ಮವೇ ನಮ್ಮ ಶತ್ರು. ಯೋಗಿಯಾದಾಗ ಮಾತ್ರ ಆತ್ಮೋದ್ಧಾರದ ಕಡೆಗೆ ಗಮನ. ಆತ್ಮೋದ್ಧಾರಕ್ಕಾಗಿ ಸಮಭಾವವನ್ನು ಸಾಧಕ ತೆಗೆದುಕೊಳ್ಳಬೇಕು. ಯಾವುದರಲ್ಲೂ ಶತ್ರು ಭಾವ ಬೇಡ, ವಿರೋಧ ಭಾವ ಬೇಡ. ಆತ್ಮತಃ ನಾವೆಲ್ಲರೂ ಕೂಡ ಒಂದೇ ಅನ್ನೋದೇ ಉದ್ದೇಶ.

ಬಂಧುರಾತ್ಮಾಽಽತ್ಮನಸ್ತಸ್ಯ ಯೇನಾತ್ಮೈವಾತ್ಮನಾ ಜಿತಃ|
ಅನಾತ್ಮನಸ್ತು ಶತ್ರುತ್ವೇ ವರ್ತೇತಾತ್ಮೈವ ಶತ್ರುವತ್||

ಮನುಷ್ಯನ ಭಾವದಲ್ಲಿ ಮಾತ್ರ ಶತ್ರುತ್ವವೇ ವಿನಃ, ಆತ್ಮದಿಂದ ಶತ್ರುತ್ವವಿಲ್ಲ. ಹೀಗಾಗಿ, ಭಾವದಿಂದ ಜನಿಸುವಂತಹ ಶತ್ರುತ್ವವನ್ನು ಶಮನಮಾಡಿಕೊಳ್ಳಬೇಕು. ಶತ್ರುತ್ವವನ್ನು ಮೊದಲು ತೊರೆಯಬೇಕು.

ನಮ್ಮಲ್ಲಿ ಸಂಸ್ಕಾರ ಇರುವ ಕಾರಣದಿಂದಾಗಿ ಬಂಧುತ್ವ ಉಂಟಾಗುತ್ತದೆ. ಆದರೆ ಆತ್ಮದ ಭಾವದಲ್ಲಿ ಬಂಧು ಭಾವ ಎನ್ನುವುದಿರುವುದಿಲ್ಲ.

ಯೋಗರೂಢನಾಗಿ ಸಾಧಕನು ಆತ್ಮನಾಗಿ ವ್ಯವಹರಿಸಿದಾಗ ಮಾತ್ರ ಅವನಿಗೆ ಈ ಮಾಯೆಯ ಪ್ರಪಂಚದಲ್ಲಿ ಯಾವುದೇ ಬಂಧುತ್ವ ಅಥವಾ ಶತ್ರುತ್ವಗಳು ಕಾಣಿಸವು.

ಶಿಕ್ಷೆ ಹಾಗು ಶಿಕ್ಷಣ - ಇವೆರಡೂ ಕೂಡ ನಿನಗೇ ನೀನೇ ಕೊಟ್ಟಿಕೊಳ್ಳುವಂತಹದ್ದು. ಒಬ್ಬನ್ನು ತನ್ನನ್ನು ತಾನೇ ಶಿಕ್ಷಿಸಿಕೊಳ್ಳವಾಗ ಅಥವಾ ಶಿಕ್ಷಣವನ್ನು ಕೊಟ್ಟುಕೊಳ್ಳುವಾಗ ಅಲ್ಲಿ ಒಂದು ನಯ ಎಂಬುದಿರುತ್ತದೆ. ಹೀಗಾಗಿ, ಅಲ್ಲಿ ಹಿಂಸೆ ಅಥವಾ ನೋವು ಎನ್ನುವುದು ಕಾಣಿಸದು.

ಜೀವಿಯಾದಾಗ ಮಾತ್ರ ಹಿಂಸೆ ಅಥವಾ ನೋವು ಅಥವಾ ಅಹಿಂಸೆ, ಇತ್ಯಾದಿಗಳ ಅನುಭವ, ಆತ್ಮನಾದಾಗ ಇವ್ಯಾವುದೂ ಸಹ ಇಲ್ಲ, ಏಕೆಂದರೆ ಆತ್ಮಗಳ ನಡುವೆ ಯಾವುದೇ ಭೇದವಿಲ್ಲ.

ಜಿತಾತ್ಮನಃ ಪ್ರಶಾಂತಸ್ಯ ಪರಮಾತ್ಮಾ ಸಮಾಹಿತಃ|
ಶೀತೋಷ್ಣಸುಖದುಃಖೇಷು ತಥಾ ಮಾನಾಪಮಾನ ಯೋಃ||

ನೀನು ಜಿತಾತ್ಮನಾದರೆ, ನೀನು ಆತ್ಮನೇ ಎಂದಾಗಿ ಸಿದ್ಧನಾದರೆ, ನೀನೇ ಪರಮಾತ್ಮ ಸ್ವರೂಪಿಯಾಗುತ್ತೀಯಾ. ಆತ್ಮನಿಂದ ಪರಮಾತ್ಮ, ಅಂದರೆ ಪ್ರಗತಿಗಾಗಿ ಇರುವಂತಹ ಸ್ಥಳೀಕ ಚಲನೆ ಹಾಗು ಚಿಂತನೆಯಿಂದ ಪ್ರಗತಿಗಾಗಿ ಇರುವಂತಹ ಅಂತಿಮವಾದ ಚಲನೆ ಹಾಗು ಚಿಂತನೆ. ಇನ್ನುಳಿದಂತೆ ಮತ್ಯಾವ ಪರಮಾತ್ಮ ಎನ್ನುವುದು ಇಲ್ಲ ಎನ್ನುವುದನ್ನು ತಿಳಿ.

ಶೀತ, ಉಷ್ಣ, ಸುಖ, ದುಃಖ - ಇವೆಲ್ಲವೂ ಸಹ ದೇಹಕ್ಕೆ ಸಂಬಂಧಿಸಿದ್ದೇ ವಿನಃ, ಆತ್ಮಕ್ಕಲ್ಲ. ಇವೆಲ್ಲವೂ ಸಹ ಪ್ರಾಪಂಚಿಕ ವ್ಯವಹಾರಗಳು ಮಾತ್ರ. ಆದರೆ ಆತ್ಮನೇ ಆದಾಗ ಇವಾವುದೂ ಸಹ ಬಾಧಿಸುವುದಿಲ್ಲ.

ಆತ್ಮ ಬಿಟ್ಟು ಹೋದಾಗ ದೇಹಕ್ಕೆ ಏನೂ ಸಹ ಗೊತ್ತಾಗುವುದಿಲ್ಲ. ನಾನು ಆತ್ಮ ಎಂದಾಗಿ ಅರಿವಿಗೆ ಬಂದ ನಂತರ ದೇಹದಲ್ಲಿದ್ದರೂ ಸಹ ಗೊತ್ತಾಗುವುದಿಲ್ಲ. ಆಗ ಯಾವುದೇ ನೋವಿನ ಅನುಭವ ಇಲ್ಲ. ಅಂದರೆ ಮತ್ಯಾವ ಶೋಕವೂ ಇಲ್ಲ.

ಜ್ಞಾನವಿಜ್ಞಾನತೃಪ್ತಾತ್ಮಾ ಕೂಟಸ್ಥೋ ವಿಜಿತೇಂದ್ರಿಯಃ|
ಯುಕ್ತ ಇತ್ಯುಚ್ಯತೇ ಯೋಗೀ ಸಮಲೋಷ್ಟಾಶ್ಮಕಾಂಚನಃ||

ನಾನು ಆತ್ಮನೇ ವಿನಃ ಮತ್ತೇನಲ್ಲಾ ಎಂಬ ಜ್ಞಾನವು ಸ್ವಂತ ಅರಿವಿಗೆ ಬಂದಾಗ ಮಾತ್ರ ಆನಂದದ ಪ್ರಾಪ್ತಿ. ಆನಂದ ಹೊಂದುವುದಕ್ಕೆ ಮಾನವನಿಗೆ ಇದೊಂದೇ ದಾರಿ.

ಯೋಗೀ ಯುಂಜೀತ ಸತತಮಾತ್ಮಾನಂ ರಹಿಸಿ ಸ್ಥಿತಃ|

ಏಕಾಕೀ ಯತಚಿತ್ತಾತ್ಮಾ ನಿರಾಶೀರಪರಿಗ್ರಹಃ||

ಈಗಾಗಲೇ ದೊರಕಿರುವಂತಹ ದೇಹದಲ್ಲಿಯೇ ವ್ಯಕ್ತಿಯು ಯೋಗಿಯಾಗಿ ಆತ್ಮನಾದರೆ, ಆ ದೇಹದಲ್ಲಿ ಅವನು ಸ್ಥಿರವಾಗಿರುತ್ತಾನೆ. ಎಲ್ಲಾ ರೀತಿಯ ಬಾಧೆ ಹಾಗು ನೋವುಗಳು ಈ ಪ್ರಪಂಚದ ವ್ಯವಸ್ಥೆಯಲ್ಲಿ ಇರುವಂತೆಯೇ ಅವನಲ್ಲಿ ಕಾಣುತ್ತದೆ. ಆದರೆ ಅವನ ದೇಹಕ್ಕೆ ನೋವು ಹಾಗು ಬಾಧೆಗಳು ಇರುವುದಿಲ್ಲ. ಅಲ್ಲಿ ಯಾವುದೇ ಸಮಸ್ಯೆಗಳು ಇರದೆ ಕೇವಲ ಆನಂದ ಒಂದೇ ಇರುತ್ತದೆ.

ಆತ್ಮವಾಗಿ ವ್ಯವಹರಿಸುವುದು ಹೇಗೆ ಎನ್ನುವುದನ್ನು ಮುಂದಿನ ಶ್ಲೋಕದಲ್ಲಿ ಹೇಳಿದೆ:

ಶುಚೌ ದೇಶೇ ಪ್ರತಿಷ್ಠಾಪ್ಯ ಸ್ಥಿರಮಾಸನಮಾತ್ಮನಃ|
ನಾತ್ಯುಚ್ಛ್ರಿತಂ ನಾತಿನೀಚಂ ಚೈಲಾಜಿನಕುಶೋತ್ತರಂ||

ವೇದ ವಿಜ್ಞಾನ ಪ್ರಕಾರ, ಕುಶ ಅಂದರೆ ದರ್ಭೆಯೇ ಸೂಕ್ಷ್ಮವಾದದ್ದು. ಅದಕ್ಕೊಂದು ಗುರಿ ಇರುವ ಕಾರಣದಿಂದಾಗಿ ಅದು ಸೂಕ್ಷ್ಮವಾಗಿದೆ. ಕುಶ ಚೂಪಾಗುತ್ತಾ ಹೋಗುತ್ತದೆ. ಅದು ಎಷ್ಟು ಚೂಪಾಗುತ್ತದೆ ಎಂದರೆ, ಅದು ಎಷ್ಟೇ ಚೂಪಾದರೂ ಇನ್ನೂ ಚೂಪು ಮಾಡುವುದಕ್ಕಿದೆ. ಹೀಗೆ ಚಲಿಸುವಂತಹ ಕುಶಕ್ಕೆ ಕೊನೆ ಎಂದು-ಇದನ್ನು ಗುರುತಿಸಲು ಸಾಧ್ಯವಿಲ್ಲ. ಈ ಕುಶದ ರೀತಿಯಲ್ಲಿ ಸಾಧಕನು ತೊಡಗಿಕೊಳ್ಳಬೇಕು. ಅವನು ಇನ್ನಷ್ಟು, ಮತ್ತಷ್ಟು ಸೂಕ್ಷ್ಮವಾಗುತ್ತಾ ಸಾಗಬೇಕು. ನಂತರ ಸೂಕ್ಷ್ಮ ಶರೀರವನ್ನು ಸೇರಿಕೊಂಡುಬಿಡಬೇಕು. ಆಗ ಮಾತ್ರ ಬಾಧೆ ಅವನ ಅರಿವಿಗೆ ಬರದು. ಹೀಗೇ ಸಾಗುತ್ತಾ ಕೇವಲ ಮುಂದಿನ ಗುರಿಯನ್ನು ಗಮನಿಸು.

ಹೀಗಾಗಿ ನಾನು ಎನ್ನುವುದನ್ನು ಆತ್ಮ ಎಂದಾಗಿ ಮಾಡಿಕೊ. ನಾನು ದೇಹಿ ಅಲ್ಲ ಎಂದಾಗ ಮಾತ್ರ ಈ ಪ್ರಪಂಚ ಇರುವುದಿಲ್ಲ. ಪ್ರಪಂಚವಿಲ್ಲ ಎಂದಾಗ ಮಾತ್ರ ಬಾಧೆ ಹಾಗು ನೋವುಗಳಿರುವುದಿಲ್ಲ.

ಶುದ್ಧಾತ್ಮದ ಚಿಂತನೆಯಿಂದ ಪರಿಶುದ್ಧತೆ ನೆಲೆಗೊಳ್ಳುತ್ತಾ ಸಾಗುತ್ತದೆ. ಈ ಪರಿಶುದ್ಧತೆಯೇ ಮತ್ತಷ್ಟು ಚೂಪಾದೆ ಎನ್ನುವುದು. ಈ ರೀತಿ ಚೂಪಾಗುತ್ತಾ ಸಾಗುವುದರಿಂದಾಗಿ ಸೂಕ್ಷ್ಮತೆಯು ಒದಗಿಬರುತ್ತದೆ.

ಗಮನಿಸಿ: ಹೀಗಾಗಿ, ಸಾಧಕನು ಶುದ್ಧತೆಯಲ್ಲೇ ಸದಾ ನೆಲೆನಿಲ್ಲಬೇಕು.

ಸೂಕ್ಷ್ಮವಾಗುತ್ತಾ ಸಾಗಿದಾಗ ಅದರ ಕೊನೆ ನೆಲೆಯು ಪರಮಾತ್ಮತೆಯೇ ಆಗಿರುತ್ತದೆ. ಸೂಕ್ಷ್ಮತೆಯೇ ಪರಮಾತ್ಮವಾಗಿ ಪ್ರಕಟವಾಗುತ್ತದೆ. ಇದೇ ನರನ ಮೂಲ ಸ್ವರೂಪ. ಹೀಗಾದಾಗ ಮಾತ್ರ ಸಾಧಕನಿಗೆ ಆ ಪರಮಾತ್ಮತೆಯ ಗೋಚರತೆ.

ಸೂಚನೆ: ದೇಹದ ರಕ್ಷಣಾ ಕಾರ್ಯಕ್ಕಾಗಿ ನೋವಿನ ಬಾಧೆಯನ್ನು ಆತ್ಮನು ಚಿಂತಿಸಿದಾಗ ಮಾತ್ರ ದೇಹಕ್ಕೆ ನೋವು ಬಾಧಿಸುತ್ತದೆ. ಇಲ್ಲದಿದ್ದರೆ ಇಲ್ಲ. ಹೀಗಾದಾಗ ಕೇವಲ ಆನಂದ ಮಾತ್ರ ಉಳಿಯುವುದಾಗಿದೆ. ಅನಸ್ತೇಷಿಯಾ ಎಂಬ ದ್ರವವನ್ನು ದೇಹಕ್ಕೆ ಸೇರಿಸಿಕೊಂಡು ನಂತರ ಆ ದೇಹವನ್ನು ಕೊಯ್ದರೂ ಸಹ ಅದು ಆ ವ್ಯಕ್ತಿಯ ಅನುಭವಕ್ಕೆ ಬರುವುದಿಲ್ಲ, ಏಕೆಂದರೆ ದೇಹವು ಆತ್ಮದ ಅರಿವಿಗೆ ಬರುವುದಿಲ್ಲ.

ಗಮನಿಸಿ: ಆನಂದ ಎನ್ನುವುದು ಯಾವುದನ್ನೂ ಸಹ ಆಶ್ರಯಿಸಿಲ್ಲ. ಇದೇ ಪರಿಪೂರ್ಣತೆಯ ಸಂಕೇತ. ಇಂದ್ರಿಯಗಳಿಗೆ ಗ್ರಾಹ್ಯವಾಗುವಂತಹ ಆನಂದವು ಆನಂದವೇ ಅಲ್ಲ ಎಂದು ವೇದ ವಿಜ್ಞಾನ ಹೇಳಿದೆ. ಇಂದ್ರಿಯಗಳಿಗೆ ಪ್ರಾಪ್ತವಲ್ಲದ ಆನಂದ ಯೋಗಿಯಾದವನಿಗೆ ಮಾತ್ರ ತಿಳಿಯುತ್ತದೆ. ಈ ಆನಂದವು ಪ್ರಾಪಂಚಿಕ ಆನಂದವಲ್ಲ ಎಂದು ಅವನಿಗೆ ಆಗ ಅರ್ಥವಾಗುತ್ತದೆ.

ಆತ್ಮವು ನೋವನ್ನು ಅನುಭವಿಸಿದಂತೆ ನಾಟಕ ಮಾಡುವುದು ದೇಹವನ್ನು ರಕ್ಷಿಸುವುದಕ್ಕಾಗಿ ಮಾತ್ರ.

ಈ ಆನಂದಕ್ಕಾಗಿ ಸ್ಥಿರಾಸನ ಎಂಬುದನ್ನು ಸಾಧಕನು ಅಭ್ಯಾಸಮಾಡಬೇಕು. ಅದರ ರೀತಿ ಹೀಗಿದೆ: ಎರಡೂ ಕೈಗಳನ್ನು ಎಡ-ಬಲಕ್ಕೆ ನೇರವಾಗಿ ಚಾಚಬೇಕು. ನಿಂತುಕೊಂಡು ಕಾಲುಗಳನ್ನು ಅಗಲವಾಗಿ ಇಟ್ಟುಕೊಳ್ಳಬೇಕು. ಬಲಭಾಗಕ್ಕೆ ಬಾಗಿ ಬಲಗೈಯಿಂದ ಪಾದಗಳನ್ನು ಮುಟ್ಟಬೇಕು. ಎದೆಯು ಮುಂಭಾಗಕ್ಕೆ ಇರಬೇಕು. ನಂತರ ಮೇಲಕ್ಕೆ ಚಾಚಿರುವಂತಹ ಎಡಗೈ ಮಧ್ಯ ಬೆರಳ ತುದಿಯನ್ನು ನೋಡಬೇಕು. ಇದೇ ರೀತಿ, ಎರಡೂ ಕೈಗಳನ್ನು ಅಗಲವಾಗಿಯೇ ಇಟ್ಟುಕೊಂಡು ಎಡಭಾಗಕ್ಕೂ ಬಗ್ಗಬೇಕು. ಎಡಗೈಯಿಂದ ಪಾದವನ್ನು ಮುಟ್ಟಿ, ಮೇಲಕ್ಕೆ ಚಾಚಿರುವಂತಹ ಬಲಗೈ ಮಧ್ಯ ಬೆರಳ ತುದಿಯನ್ನು ನೋಡಬೇಕು. ಈ ರೀತಿಯಾಗಿ ಎಡದಿಂದ ಬಲಕ್ಕೆ, ಬಲದಿಂದ ಎರಕ್ಕೆ ಕೈಗಳನ್ನು ತೆಗೆದುಕೊಂಡು ಹೋದಾಗ ಒಂದು ವ್ಯಾಪ್ತಿಯ ವೃತ್ತ, ಅಂದರೆ ಅಂಡಾಕಾರ ಪೂರ್ಣವಾಗುತ್ತದೆ. ಈ ರೀತಿಯಲ್ಲಿ ಸಾಧ್ಯವಾದಷ್ಟು ಬಾರಿ ಮಾಡಬೇಕು. ಮಾಡುವಂತಹ ವೇಗವು

ಸಹಜವಾಗಿರಬೇಕು. ಉಸಿರಾಟವು ಸಹಜವಾಗಿರಬೇಕು. ಆಗ ಈ ಅಂಡದಲ್ಲಿ ಸಾಧಕನು ಇರುತ್ತಾನೆ. ಅಲ್ಲಿ ಆತ್ಮ ಮಾತ್ರ ಇರಬೇಕು. ಈ ಅಂಡ ಸ್ವರೂಪವೇ ಆತ್ಮ ಎಂದಾಗಿರುತ್ತದೆ.

ಒಂದು ಅಂಡ, ಅಂದರೆ ವೃತ್ತ ಎಂದಾದಾಗ, ಆ ವೃತ್ತಕ್ಕೆ ಕೊನೆಯಿರುವುದಿಲ್ಲ, ಹಾಗೆಯೇ ಆದಿಯೂ ಸಹ ಇರುವುದಿಲ್ಲ. ಇದು ಸ್ಥಿರ ಮಾತ್ರ. ಹೀಗಾಗಿ, ಇದು ಸ್ಥಿರಾಸನ. ಅಂಡದೊಳಗೆ ಪ್ರಪಂಚ ಇರುವಂತಿಲ್ಲ, ಹೀಗಾಗಿ, ಇದನ್ನು ಬ್ರಹ್ಮಾಂಡ ಎಂದು ಕರೆಯುತ್ತಾರೆ. ಅಂಡದೊಳಗೆ ಆತ್ಮನನ್ನು ಸ್ಥಿರಗೊಳಿಸುವುದೇ ಈ ಆಸನದ ಉದ್ದೇಶ.

ಗಮನಿಸಿ: ಈ ಆಸನದಿಂದ ಸಾಧಕನು ತನ್ನ ಬ್ರಹ್ಮಾಂಡದ ವ್ಯಾಪ್ತಿಯನ್ನು ಮಾಡಿಕೊಳ್ಳುತ್ತಾನೆ. ಇದರೊಳಗಿಂದ ಜಗತ್ತನ್ನು ಹೊರಗಿಡುತ್ತಾನೆ. ಇದರಿಂದ ಅವನ ದೇಹಕ್ಕೂ ಕೂಡ ಸಾಧನೆಯಾಗುತ್ತದೆ.

ಈ ಸಾಧನೆಯಿಂದ ಆದಿ (ಹುಟ್ಟು) ಹಾಗು ಅಂತ್ಯ (ಸಾವು) ಇರುವಂತಹ ಪ್ರಪಂಚದಿಂದ ಸಾಧಕನು ಆಚೆಗೆ ಬರುತ್ತಾನೆ. ಈ ಸ್ಥಿರಾಸನವು ದೇಹದ ಎಲ್ಲಾ ನರಗಳನ್ನೂ ಸಹ ಸಡಿಲ ಮಾಡುತ್ತದೆ. ನರಗಳ ಬಿಗಿತವನ್ನು ಸಡಿಲಗೊಳಿಸಿ ದೇಹವನ್ನು ಸ್ವತಂತ್ರವಾಗಿ ಮಾಡುತ್ತದೆ, ಏಕೆಂದರೆ ಸಾಧಕನು ನರ ಎಂದಾಗಬೇಕಿದೆ.

ಇನ್ನು ಮುಂದೆ ಆನಂದ, ಇತ್ಯಾದಿ ಯೋಗಗಳ ವಿಚಾರ ನೋಡುವ:

ತತ್ರೈಕಾಗ್ರಂ ಮನಃ ಕೃತ್ವಾ ಯತಚಿತ್ತೇಂದ್ರಿಯಕ್ರಿಯಃ|
ಉಪವಿಶ್ಯಾಸನೇ ಯುಂಜ್ಯಾದ್ಯೋಗಮಾತ್ಮ ವಿಶುದ್ಧಯೇ||

ಕುಶದ ಕೊನೆಯ ಚೂಪು, ಇದರ ಅಗ್ರದವರೆಗೂ, ಅಂದರೆ ಅಷ್ಟು ಸೂಕ್ಷ್ಮ ಭಾಗದವರೆಗೂ ಸಾಧಕನಿಗೆ ಪ್ರವೇಶ ಇರತಕ್ಕಂತಹ ಅಂಡ-ಭಾಗವೇ ಇದಾಗಿರುತ್ತದೆ. ಇದೇ ಅವನ ವ್ಯಾಪ್ತಿಯಾಗಿರುತ್ತದೆ, ಅಂದರೆ ಗಡಿಯಾಗಿರುತ್ತದೆ.

ಈ ಕೊನೆಯ ವೃತ್ತಾಕಾರದ ಹೊರಗಿನ ಗಡಿ ಎಂಬುದು ಚಿತ್ತವಾಗಿರಬೇಕು. ಈ ಆವರಣದಲ್ಲೇ ಸಾಧಕನು ನೆಲೆಸಬೇಕು. ಹೀಗೆ ಮಾಡಿದಾಗ ಸಾಧಕನಲ್ಲಿ ಶಾಂತ ಸ್ಥಿತಿಯು ಆರಂಭವಾಗುತ್ತದೆ. ಈ ಶಾಂತ ಸ್ಥಿತಿಯೇ ಆನಂದ ಎನ್ನುವುದಾಗಿದೆ. ಇದು 'ಯೋಗಾರೂಢ ಸ್ಥಿತಿ' ಎಂದಾಗಿರುತ್ತದೆ.

ನಾತ್ಯಶ್ನತಸ್ತು ಯೋಗೋಽಸ್ತಿ ನ ಚೈಕಾಂತಮನಶ್ನತಃ|

ನ ಚಾತಿಸ್ವಪ್ನಶೀಲಸ್ಯ ಜಾಗ್ರತೋ ನೈವ ಚಾರ್ಜುನ||

ದೇಹವಿಲ್ಲವಾದ್ದರಿಂದಾಗಿ, ಆನಂದವು ಮೊದಮೊದಲು ಸಾಧಕನಿಗೆ ಸ್ವಪ್ನದ ರೀತಿಯಲ್ಲಿ ಭಾಸವಾಗಲಾರಂಭಿಸುತ್ತದೆ. ನಂತರ ಮಾತ್ರ ಅವನು ಅದರ ಪೂರ್ಣ ಸ್ಥಿತಿಗೆ ತಲುಪುತ್ತಾನೆ.

ಸೂಚನೆ: ನಿದ್ರೆಯಲ್ಲಿ ಜನಿಸುವಂತಹ ಸ್ವಪ್ನಕ್ಕೂ ಯೋಗದಲ್ಲಿ ಜನಿಸುವಂತಹ ಸ್ವಪ್ನಕ್ಕೂ ಸಂಬಂಧವಿರುವುದಿಲ್ಲ. ಒಂದರ ಹಾಗೆ ಇನ್ನೊಂದು ಇರುವುದಿಲ್ಲ.

ಯುಕ್ತಾಹಾರವಿಹಾರಸ್ಯ ಯುಕ್ತಚೇಷ್ಟಸ್ಯ ಕರ್ಮಸು|
ಯುಕ್ತಸ್ವಪ್ನಾವಬೋಧಸ್ಯ ಯೊಗೋ ಭವತಿ ದುಃಖಹಾ||

ಈ ಸ್ಥಿತಿಯನ್ನು ತಲುಪಿಕೊಂಡಂತಹ ಸಾಧಕನಿಗೆ ದುಃಖವೇ ಇರುವುದಿಲ್ಲ. ಎಲ್ಲವೂ ಸಹ ಅವನಿಗೆ ಸ್ವಪ್ನದಲ್ಲಿದ್ದಂತೆ ಭಾಸವಾಗುತ್ತದೆ. ನಂತರ ಅವನು ಪೂರ್ಣವಾಗಿ ಯೋಗಿಯಾಗುತ್ತಾನೆ.

ಯದಾ ವಿನಿಯತಂ ಚಿತ್ತಮಾತ್ಮನ್ಯೇವಾವತಿಷ್ಠತೇ|
ನಿಸ್ಪೃಹಃ ಸರ್ವಕಾಮೇಭ್ಯೋ ಯುಕ್ತ ಇತ್ಯುಚ್ಯತೇ ತದಾ||

ಜೀವ ಹಾಗು ಆತ್ಮ ಒಟ್ಟಾಗಿದ್ದಾಗ, ಏನೇನು ಮನಸ್ಸಿನ ಅಪೇಕ್ಷೆಗಳು ಇತ್ತೋ, ಆ ಅಪೇಕ್ಷೆಗಳಲ್ಲಿ ಇರತಕ್ಕಂತಹ ಸಾರ ವಿಹಿತವಾದ ವಿಚಾರಗಳು ಈ ಸ್ಥಿತಿಯಲ್ಲಿ ಸಾಧಕನಿಗೆ ಪ್ರಾಪ್ತವಾಗುತ್ತವೆ.

ಯತ್ರೋಪರಮತೇ ಚಿತ್ತಂ ನಿರುದ್ಧಂ ಯೋಗ ಸೇವಯಾ|
ಯತ್ರ ಚೈವಾತ್ಮನಾತ್ಮಾನಂ ಪಶ್ಯನ್ನಾತ್ಮನಿ ತುಷ್ಯತಿ||

ನಾನು ಎಂತೆನ್ನುವುದರ ಪರಿಚಯಾತ್ಮಕವಾದ ಅಸ್ತಿತ್ವ ವಿವರಣೆಯನ್ನು ಆತ್ಮನ ಸ್ವರೂಪದಲ್ಲಿ ಸಾಧಕನು ಅರಿತುಕೊಳ್ಳಬಲ್ಲನು. ಆದರೆ, ಇದು ಜೀವ ಸ್ವರೂಪದಲ್ಲಿ ಸಾಧ್ಯವಿರುವುದಿಲ್ಲ. ವೇದ ಪ್ರಕಾರ, ಇದೇ 'ಆತ್ಮ-ಸಾಕ್ಷಾತ್ಕಾರ' ಎಂದಾಗಿರುತ್ತದೆ.

ಸ್ಥಿರಾಸನ ಮಾಡಿಕೊಂಡಾಗ ಮಾತ್ರ ಆತ್ಮವಿದ್ಯೆ, ಆತ್ಮಸಾಕ್ಷಾತ್ಕಾರ ಸಾಧಕನಲ್ಲಿ ಜನಿಸುತ್ತದೆ ಎಂದಾಗಿ ವೇದ ವಿಜ್ಞಾನಿಗಳು ಹೇಳಿರುತ್ತಾರೆ. ಇದಕ್ಕಾಗಿ ಶರೀರವನ್ನು ಬಿಡಬೇಕು, ಅಂದರೆ ಶರೀರವಲ್ಲದ ನಾನು ಎಂಬ ಅಸ್ತಿತ್ವವನ್ನು ಸಾಧಿಸಿಕೊಳ್ಳಬೇಕು. ಆಗ ತುಷ್ಟತೆ (ಮನಸ್ಸಿಗೆ ಸಂತೃಪ್ತಿ) ಎನ್ನುವುದು ಸಿಗುತ್ತದೆ. ಆತ್ಮಕ್ಕೆ ತುಷ್ಟಿ ಪ್ರಾಪ್ತವಾಗುತ್ತದೆ. ಹೀಗಾಗಿ, ಮುಂದಿನ ಶ್ಲೋಕ:

ಸುಖಮಾತ್ಯಂತಿಕಂ ಯತ್ತದ್ಬುದ್ಧಿಗ್ರಾಹ್ಯಮತೀಂದ್ರಿಯಂ|
ವೇತ್ತಿ ಯತ್ರ ನ ಚೈವಾಯಂ ಸ್ಥಿತಶ್ಚಲತಿ ತತ್ತ್ವತಃ||

ಆತ್ಮ ಎನ್ನುವುದು ಅಂಡದ ಒಳಗಿರುತ್ತದೆ. ಈ ಅಂಡದಿಂದ ಹೊರಗಿರುವಂತಹ ದೇಹದ ಇಂದ್ರಿಯಗಳಿಗೆ ಹಾಗು ಜ್ಞಾನೇಂದ್ರಿಯಗಳಿಗೆ 'ಇದು ನಿಜವಾದ ಆತ್ಮವಿದ್ಯೆ' ಎಂದಾಗಿ ಅರ್ಥವಾಗಲಾರಂಭವಾಗುತ್ತದೆ. ಆತ್ಮನಿಗೆ ಯಾವುದೇ ಇಂದ್ರಿಯಗಳಿಲ್ಲ. ಆದರೆ ಆ ಆತ್ಮವು ಯಾವಾಗ ಇದನ್ನು ಅನುಭವಿಸಲಿಕ್ಕೆ ಆರಂಭಿಸುತ್ತದೆಯೋ ಆಗ ದೇಹದ ಇಂದ್ರಿಯಗಳಿಗೆ ಅರ್ಥವಾಗಲಿಕ್ಕೆ ಮೊದಲಾಗುತ್ತದೆ. ನಂತರ ದೇಹದ ಅನುಭವಕ್ಕೂ ಸಹ ಒದಗುತ್ತದೆ.

ಸೂಚನೆ: ಆತ್ಮಕ್ಕೆ ಅನುಭವವು ಅರ್ಥವಾದಾಗ ದೇಹದ ಇಂದ್ರಿಯಗಳಿಗೂ ಸಹ ಅರ್ಥವಾಗಲಾರಂಭಿಸುತ್ತದೆ. ಇದೇ ವೇದ ಹೇಳುವಂತಹ, ನಿಜವಾಗಿ ನಮ್ಮಲ್ಲಿ ನಡೆಯುವಂತಹ ತತ್ತ್ವವಾಗಿದೆ.

ಯಂ ಲಬ್ಧ್ವಾ ಚಾಪರಂ ಲಾಭಂ ಮನ್ಯತೇ ನಾಧಿಕಂ ತತಃ|
ಯಸ್ಮಿನ್ ಸ್ಥಿತೋ ನ ದುಃಖೇನ ಗುರುಣಾಪಿ ವಿಚಾಲ್ಯತೇ||

ದುಃಖ, ಬಾಧಿತ (ತೊಂದರೆ) ಎಂಬುದರ ಜೊತೆಗೆ ಆತ್ಮ ವಿದ್ಯೆಯಲ್ಲಿ ಕಂಡುಕೊಳ್ಳುವಂತಹ ಯಾವ್ಯಾವ ಸತ್ಯಗಳಿವೆಯೋ (ಸಾಮರ್ಥ್ಯಗಳಿವೆಯೋ) ಅದು ಸಕಲ ಇಂದ್ರಿಯಗಳಿಗೆ ತಿಳಿಯುತ್ತಾ ಸಾಗುತ್ತದೆ. ಹೀಗಾಗಿ, ಸಾಧಕನಿಗೆ ಗುರುವಿಗಿಂತಲೂ ಅಧಿಕವಾದಂತಹ ಜ್ಞಾನ ಪ್ರಾಪ್ತಿಯಾಗುತ್ತದೆ.

ಸ್ಥಿರಾಸನ ಮಾಡುತ್ತಿರುವಾಗ ಅಲ್ಲಿ ಗುರುವಿನ ಉಪಸ್ಥಿತಿ ಇರುವುದಿಲ್ಲ. ಅಂದರೆ ಗುರು ಎಂಬುದಕ್ಕಿಂತಾ ಅಧಿಕ. ಹೀಗಾಗಿ ಗುರು ಬೋಧಿಸಲಾಗದಂತಹ ಯಾವ್ಯಾವ ವಿದ್ಯೆಗಳಿವೆಯೋ ಅವೆಲ್ಲವೂ ಸಹ ಸಾಧಕನಿಗೆ ಪ್ರಾಪ್ತವಾಗುತ್ತದೆ.

ತಂ ವಿದ್ಯಾದ್ದುಃಖಸಂಯೋಗವಿಯೋಗಂ ಯೋಗ ಸಂಜ್ಞಿತಂ|
ಸ ನಿಶ್ಚಯೇನ ಯೋಕ್ತವ್ಯೋ ಯೋಗೋऽ ನಿರ್ವಿಣ್ಣಚೇತಸಾ||

ಸಾಧಾರಣ ವಿದ್ಯೆಯ ಕಲಿಕೆಯಲ್ಲಿ ದುಃಖದ ಲಾಭವನ್ನು ಚಿಂತಿಸಿ, ಬೋಧಸಿಲ್ಪಡುತ್ತದೆ. ಹೇಗೆ ಮಾಡಿದರೆ ಸುಖದ ಪ್ರಾಪ್ತಿ, ಏನು ಮಾಡಿದರೆ ದುಃಖದ ಪ್ರಾಪ್ತಿ, ಹೀಗೆ ನಿತ್ಯವೂ ತುಂಬಾ ಎಚ್ಚರಿಕೆಯಿಂದ ಮುಂದುವರೆಯಬೇಕಾದ ಪರೀಸ್ಥಿತಿ ಕಲಿತವನಿಗೆ ದೊರೆಯುತ್ತದೆ.

ಗಮನಿಸಿ: ಆದರೆ, ಆತ್ಮವಿದ್ಯೆಯಲ್ಲಿ ಬೋಧನೆಯಾಗುವಂತಹ ವಿಚಾರಗಳು ಕೇವಲ ಸುಖ ಪ್ರಾಪ್ತಿಯ

ಚಿಂತನೆಯಿಂದಲೇ ಕೂಡಿರುತ್ತವೆ ಎನ್ನುವುದನ್ನು ಇಲ್ಲಿ ಗಮನಿಸಬೇಕು. ದುಃಖಕ್ಕೆ, ಪಾಪಕ್ಕೆ, ಪ್ರಾಯಶ್ಚಿತ್ತಕ್ಕೆ ಅವಶ್ಯಕವಾಗಿರುವಂತಹ ಬೋಧೆಯೇ ಇದರಲ್ಲಿರುವುದಿಲ್ಲ.

ಸಂಕಲ್ಪಪ್ರಭವಾನ್ ಕಾಮಾಂಸ್ತ್ಯಕ್ತ್ವಾ ಸರ್ವಾನಶೇಷತಃ|
ಮನಸೈವೇಂದ್ರಿಯಗ್ರಾಮಂ ವಿನಿಯಮ್ಯ ಸಮಂತತಃ||

ಸಾಧಾರಣ ವಿದ್ಯೆಯ ಕಲಿಕೆ ಮಾತ್ರ ಇದ್ದ ಕಾರಣದಿಂದಾಗಿ ಇಲ್ಲಿಯವರೆಗೆ ಕೇವಲ ಬುದ್ಧಿಯಲ್ಲಿ ಗ್ರಹಣೆಯು ಜರುಗುತ್ತಿತ್ತು. ಯಾವಾಗ ಆತ್ಮವಿದ್ಯೆಯ ಬೋಧೆ ಆರಂಭವಾಯಿತೋ ಆಗ ಮನಸ್ಸೂ ಕೂಡ ಗ್ರಹಸಲಿಕ್ಕೆ ಆರಂಭವಾಗುತ್ತದೆ. ಯಾವ ಸಮಯದಲ್ಲಿ ಮನಸ್ಸು ಗ್ರಹಿಸಲು ಆರಂಭಿಸುತ್ತದೆಯೋ ಆಗ ಒಂದು 'ಸಂಕಲ್ಪ' ಸಾಧಕನಿಗೆ ಪ್ರಾಪ್ತವಾಗುತ್ತದೆ.

ಶನೈಃ ಶನೈರುಪರಮೇದ್ಬುದ್ಧ್ಯಾ ಧೃತಿಗೃಹೀತಯಾ|
ಆತ್ಮಸಂಸ್ಥಂ ಮನಃ ಕೃತ್ವಾ ನ ಕಿಂಚಿದಪಿ ಚಿಂತಯೇತ್||

ಹೀಗೆ ಸಾಧನೆ ಮಾಡುತ್ತಾ ಸಾಗಿದಾಗ ನಿಧಾನವಾಗಿ (ಶನೈಃ ಶನೈರುಪಿ) ಹಂತಹಂತವಾಗಿ ಪೂರ್ಣ ಜ್ಞಾನವು ಸಾಧಕನಿಗೆ ಪ್ರಾಪ್ತವಾಗುತ್ತಾ ಹೋಗುತ್ತದೆ. ಇದರಿಂದ ಹಂತಹಂತವಾಗಿ ಆನಂದ ಪ್ರಾಪ್ತವಾಗುತ್ತದೆ.

ಯತೋ ಯತೋ ನಿಶ್ಚರತಿ ಮನಶ್ಚಂಚಲಮಸ್ಥಿರಂ|
ತತಸ್ತತೋ ನಿಯಮ್ಯೈತದಾತ್ಮನ್ಯೇವ ವಶಂ ನಯೇತ್||

ಸಾಮಾನ್ಯವಾಗಿ ಮನಸ್ಸನ್ನು ನಿಲ್ಲಿಸುವುದು ಎಲ್ಲರಿಗೂ ಅಸಾಧ್ಯ. ಆದರೆ, ಇದುವರೆಗೂ ನೋಡಿದ ರೀತಿಯಲ್ಲಿ ಮುಂದುವರೆಯುವಂತಹ ಸಾಧಕನಿಗೆ ಮನಸ್ಸು ಅವನ ಹಿಡಿತಕ್ಕೆ ಸಿಗುತ್ತಾ ಸಾಗುತ್ತದೆ. ಆ ಒಂದು ಹಂತದ ನಂತರದಲ್ಲಿ ಮಾತ್ರ ಅವನಿಗೆ ಮನಸ್ಸು-ಬುದ್ಧಿ-ಚಿತ್ತ-ಅಹಂಕಾರ ಯುಕ್ತವಾದಂತಹ ಪೂರ್ಣ ಜ್ಞಾನವು ಪ್ರಾಪ್ತಿಯಾಗುತ್ತದೆ ಎಂದು ಅನುಭವಸ್ಥರು ಹೇಳಿರುತ್ತಾರೆ.

ಸೂಚನೆ: ಹೀಗಾದಾಗ, ಸಾಧಕನು ದೇಹಿಯಾಗಿದ್ದರೂ ಸಹ ಆತ್ಮನಾಗಿ ವ್ಯವಹರಿಸುತ್ತಾನೆ.

ಪ್ರಶಾಂತಮನಸಂ ಹ್ಯೇನಂ ಯೋಗಿನಂ ಸುಖಮುತ್ತಮಂ|
ಉಪೈತಿ ಶಾಂತರಜಸಂ ಬ್ರಹ್ಮ ಭೂತಮಕಲ್ಮಷಂ||

ಈ ಬ್ರಹ್ಮಾಂಡದಲ್ಲಿ ಬ್ರಹ್ಮ (ಬೃಹತ್ ಚಲನೆ ಹಾಗು ಚಿಂತನೆ) ಎನ್ನುವುದು ಏನಿದೆಯೊ ಅದಕ್ಕಿಂತಲೂ ಎತ್ತರವಾದ

ಜ್ಞಾನ ಸಾಧಕನಿಗೆ ಪ್ರಾಪ್ತವಾಗುತ್ತದೆ. ನಂತರ ಇದಕ್ಕಿಂತಲೂ ಅಧಿಕವಾದ ಜ್ಞಾನ ದೊರೆಯುತ್ತದೆ.

ಈ ವಿಚಾರಕ್ಕೆ ಸಂಬಂಧಿಸಿದಂತಹ ಕೆಲವು ವಿಚಾರಗಳು ಹೀಗಿವೆ:

ಯಾವ ಸಾಧಕನು ಈ ಆತ್ಮಜ್ಞಾನದ ಮುಖಾಂತರ ಮನಸ್ಸಿಗೆ ಸೇರಿಕೊಂಡಾಗ ಮಾತ್ರ ಅವನು ಸ್ಥಿರಾಸನಕ್ಕೆ ಚಿತ್ತದ ಆವರಣವನ್ನು ಮಾಡಿಕೊಂಡಿರುತ್ತಾನೆ. ಚಿತ್ತದ ಆವರಣವನ್ನು ದಾಟಿಕೊಂಡಾಗ ಮುಂದೆ ಬುದ್ಧಿಗೆ ಸೇರಿಕೊಳ್ಳುತ್ತಾನೆ. ನಂತರ ಅಲ್ಲಿ ಅವನು ಬುದ್ಧಿ ಪೂರ್ವಕವಾಗಿ ವ್ಯವಹರಿಸುತ್ತಾ ಆತ್ಮ-ವಿದ್ಯೆಯನ್ನು ಅರ್ಥಮಾಡಿಕೊಂಡಾಗ ಅವನಿಗೆ ಮನಸ್ಸಿನ ಪ್ರವೇಶ ಸಿಗುತ್ತದೆ. ನಂತರ ಮನಸ್ಸು ಅವನ ಹಿಡಿತಕ್ಕೆ ಬರುತ್ತದೆ. ಆಗ ಸಾಧಕನೇ ಸ್ವಯಂ ಕೃಷ್ಣ ಎಂದಾಗಬಹುದು. (ಸೂಚನೆ: ವೇದ ವಿಜ್ಞಾನ ಹೇಳುವ ಪ್ರಕಾರ, ನಾವು ರಾಮ, ಕೃಷ್ಣ, ಹೀಗೆ ದೇವರನ್ನು ನೋಡುವುದಲ್ಲ, ಬದಲಾಗಿ ನಾವು ಅದೇ ಆಗಿಬಿಡುವುದು.)

ಗಮನಿಸಿ: ಕೃಷ್ಣ = ಯೋಗೀನಾಂ ಪರಮಂ ಪದಂ = ಯೋಗಿಯಾದವನು ಪರಮ ಪದವನ್ನು ಹೊಂದುತ್ತಾನೆ.

ಆತ್ಮ ಸಾಕ್ಷಾತ್ಕಾರ ಯೋಗ ಪಟ್ಟ = ಮನಸ್ಸಿನ (ಚಲನೆ ಹಾಗು ಚಿಂತನೆಗಳ) ಪ್ರವೃತ್ತಿಯು ಒಳಗಿನಿಂದ ಹೊರಗೆ ಬರುತ್ತದೆಯೇ ಪರಂತು, ಮನಸ್ಸಿನ ಒಳಕ್ಕೆ ಹೋಗುವುದಿಲ್ಲ. ಬುದ್ಧಿಯೊಳಗೆ ಮನಸ್ಸು ಸೇರಿಕೊಂಡಿರುತ್ತದೆ. ಬುದ್ಧಿಯು ಬಂದಾಗ ಅದರಲ್ಲಿ ಇರತಕ್ಕಂತಹ ಮನಸ್ಸನ್ನು ಪ್ರವೃತ್ತಿಯು (ವಾಘೆಗಳು) ಪ್ರತ್ಯೇಕಿಸಿ ಮನಸ್ಸಿಗಾಗಿ ಮನಸ್ಸನ್ನು ನಿಗ್ರಹಿಸುತ್ತದೆ. ಆಗ ಆತ್ಮ ಮನಸ್ಸನ್ನು ತನ್ನ ಹಿಡಿತಕ್ಕೆ ತೆಗೆದುಕೊಳ್ಳುತ್ತದೆ. ಇದೇ 'ಆತ್ಮ ಸಾಕ್ಷಾತ್ಕಾರ ಯೋಗದ ಪಟ್ಟ' ಎಂದಾಗಿರುತ್ತದೆ.

ಕೇವಲ ದೇಹಿಯಾಗಿದ್ದಾಗ ಮನಸ್ಸನ್ನು ನಿಗ್ರಹ ಮಾಡಲಿಕ್ಕೆ ಸಾಧ್ಯವಿಲ್ಲ ಎಂಬುದು ಅನುಭಸ್ಥರ ಮಾತು. ಯಾವಾಗ ದೇಹವನ್ನು ಪ್ರತ್ಯೇಕಗೊಳಿಸಿಕೊಂಡು ಆತ್ಮನಾಗಿ ಪ್ರಯತ್ನವು ನೆರವೇರುತ್ತದೆಯೋ, ಆಗ ಮಾತ್ರ ಮನಸ್ಸು ನಿಗ್ರಹಕ್ಕೊಳಪಡುತ್ತದೆ. ನಂತರ ದೇಹ ಹಾಗು ಇಂದ್ರಿಯಗಳನ್ನು ಹಿಡಿತಕ್ಕೆ ತೆಗೆದುಕೊಳ್ಳಲಿಕ್ಕೆ ಸಾಧ್ಯವಾಗುತ್ತದೆ. ಹೀಗೆ ಮಾಡದೆ ಅನ್ಯ ಮಾರ್ಗವಿಲ್ಲ.

ಗಮನಿಸಿ: ಮೇಲೆ ಹೇಳಿದಂತಹ ಮಾರ್ಗವನ್ನು ತೊರೆದು ಪ್ರತ್ಯೇಕವಾಗಿ ಯತ್ನ ಮಾಡಿದ ವಿಷ್ಣುವಿಗೆ ಮನಸ್ಸಿನ ನಿಗ್ರಹ ಸಿಗದೆ ಕಡೆಗೆ ಮನ್ಮಥ ಎಂಬುವ ಮಗನನ್ನು ಪಡೆದ.

ಸೂಚನೆ: ನಿರಾಹಾರದಿಂದಾಗಲೀ ಅಥವಾ ದಂಡನೆಯಿಂದಾಗಲೀ ಇಂದ್ರಿಯಗಳನ್ನು ನಿಗ್ರಹಿಸಲಿಕ್ಕೆ ಸಾಧ್ಯವಿಲ್ಲ. ಬದಲಿಗೆ ಇಂದ್ರಿಯಗಳಿಗೆ ಗ್ರಹಿಸುವ ಸ್ಥಿತಿ ಇಲ್ಲದಂತೆ ಮಾಡುವುದರಿಂದ ಮಾತ್ರ ನಿಗ್ರಹ ಸಾಧ್ಯ. ಇದು ಆತ್ಮ-ವಿದ್ಯೆ ಎನ್ನುವುದರಿಂದ ಮಾತ್ರ ಸಾಧ್ಯ.

ಹೀಗಾದ ನಂತರ ಸಾಧಕನ ಬದುಕು ಕೇವಲ ಆನಂದಮಯವಾಗಿರುತ್ತದೆ. ಕಷ್ಟ-ಸುಖ, ಲಾಭ-ನಷ್ಟ, ಉಷ್ಣ-ಶೀತ ಇವುಗಳು ಅವನ ಬದುಕಿನಲ್ಲಿ ಘಟಿಸುತ್ತಲೇ ಸಾಗಿದರೂ ಸಹ, ಇದಾವುದರಿಂದಲೂ ಅವನು ಬಾಧಿತನಾಗದೆ, ಕೇವಲ ಆನಂದ ಸ್ಥಿತಿಯಲ್ಲೇ ಮುಂದುವರೆಯುತ್ತಿರುತ್ತಾನೆ.

ಸೂಚನೆ: ಈ ಆನಂದ ಹೇಗಿರುತ್ತದೆ ಎಂಬುದನ್ನು ಯಾವ ಭಾಷೆಯಿಂದಲೂ ವಿವರಿಸಲಾಗದು. ಅದು ಕೇವಲ ಅನುಭವವಾಗಿರುತ್ತದೆ.

ಈ ಮೇಲೆ ಹೇಳಿದ ಆನಂದ ಸ್ಥಿತಿಯೇ ಸಾಧಕನಿಗೆ ಅಂತಿಮವಲ್ಲ. ಇದಕ್ಕಿಂತಲೂ ಮೇಲಿರುವ ಸ್ಥಿತಿ ಇದೆ. ಅದನ್ನು 'ಸಾರ್ವತ್ರಿಕ ಆನಂದ' ಎಂದಾಗಿ ಹೇಳುವುದಾಗಿದೆ. ಇದು ಮಾತ್ರ ತುರೀಯವಾದ ಶಾಶ್ವತ ಆನಂದವಾಗಿದೆ. ಇದು ಸತ್ಯ ಎಂಬುದರಿಂದ ಮಾತ್ರ ಜರುಗುವುದಾಗಿದೆ. ಇದು ಕೇವಲ ಆತ್ಮದ ಅನುಭವಕ್ಕೆ ಬರುವುದಾಗಿದೆಯೇ ಪರಂತು, ಮತ್ಯಾವುದಕ್ಕೂ ಅಲ್ಲ.

ಮನುಷ್ಯ ಜನ್ಮದ ಸಾರ್ಥಕತೆ ಆತ್ಮದ ಉನ್ನತಿಯಲ್ಲಿ ಮಾತ್ರ ಅಡಗಿದೆ. ಇದನ್ನೇ ಉದ್ಧರೇದಾತ್ಮಾನಾತ್ಮಾನಂ ಎಂದಾಗಿ ಋಷಿಗಳು ಹೇಳಿದ್ದಾರೆ. ಈ ಆತ್ಮದ ಉನ್ನತಿಗಾಗಿ ಆನಂದ ಬೇಕು.

ಸೂಚನೆ: ಅತ್+ಮನ್ = ಆತ್ಮನ್ = ಉನ್ನತಿಗಾಗಿ ಇರುವಂತಹ ಚಲನೆ ಹಾಗು ಚಿಂತನೆ; ಈ ಆತ್ಮವು ಮತ್ತಷ್ಟು ಉನ್ನತಿಗೇರಬೇಕು ಎಂದರೆ ಅದಕ್ಕೆ ಆನಂದದ ಸ್ಥಿತಿ ಬೇಕು.

ಆತ್ಮದ ಉದ್ಧಾರಕ್ಕಾಗಿ ಮಾಡತಕ್ಕಂತಹ ಕರ್ಮಗಳನ್ನೇ ಸತ್ಕರ್ಮ ಎಂದಾಗಿ ವೇದ ವಿಜ್ಞಾನಿಗಳು ಹೇಳಿರುತ್ತಾರೆ.

ಸತ್ಕರ್ಮದಿಂದ ಜನಿಸುವಂತಹ ಆನಂದದಲ್ಲಿ ಐದು ವಿಧಗಳಿವೆ ಎಂದಾಗಿ ವೇದ ವಿಜ್ಞಾನ ಹೇಳುತ್ತದೆ. ಈ ಐದು

ವಿಧಗಳು ಅರ್ಥವಾಗಿ ಅನುಭವಕ್ಕೆ ಬಂದಾಗ ಮಾತ್ರ ಸಾಧಕನು 'ವಿಭೂತಿ ಪುರುಷ' ಎಂದಾಗುತ್ತಾನೆ.

ಸೂಚನೆ: ಸಕಲ ವರ್ಣಾಶ್ರಮದವರು ಈ ಆನಂದಗಳನ್ನು ಗ್ರಹಿಸಬಹುದಾಗಿದೆ.

ಈ ರೀತಿಯಾಗಿ ಬದುಕುವುದನ್ನೇ ವೇದ ವಿಜ್ಞಾನವು 'ಅರ್ಥವತ್ತಾಗಿ ಬದುಕುವಿಕೆ' ಎಂದಾಗಿ ಹೇಳಿರುತ್ತದೆ. ಇಲ್ಲಿ ಬದುಕಿಗೇ ಅರ್ಥ ಕೊಡುವುದಲ್ಲ, ಬದಲಿಗೆ ಅರ್ಥವಾಗಿ ಬದುಕುವುದು. ಇದಕ್ಕೆ ಜ್ಞಾನ ಹಾಗು ಅದಕ್ಕೆ ಅವಶ್ಯಕವಾಗಿರುವಂತಹ ಕರ್ಮದ ಅವಶ್ಯಕತೆ ಇರುತ್ತದೆ.

ಇದಕ್ಕೊಂದು ಉದಾಹರಣೆಯಾಗಿ ಶ್ರೀಕೃಷ್ಣನ ವೃತ್ತಾಂತವನ್ನು ಇಲ್ಲಿ ತೆಗೆದುಕೊಳ್ಳಬಹುದು. ಕೃಷ್ಣನು ಗೃಹಸ್ಥನು, ಆದರೂ ಯೋಗಿಯಾಗಿ ಬಾಳಿದವನು. ತಾನು ಅನುಸರಿಸಿಕೊಂಡು ಬಂದಿದ್ದಂತಹ ಬ್ರಹ್ಮಚರ್ಯ ವ್ರತದ ಫಲವನ್ನು ಜಗತ್ತಿಗೆ ತೋರಿಸುವುದಕ್ಕಾಗಿ ಅವನು ಸುಧನ್ವ ಎಂಬುವನ ತಲೆಕಡಿದ.

ಯೋಗಿಯಾದವನಿಗೆ ತಿರೋಧಾನ ಹಾಗು ಅನುಗ್ರಹ ಎಂಬುವುಗಳಿರುವುದಿಲ್ಲ. ಅವನು ಇಚ್ಛೆ ಪಟ್ಟರೆ ಮತ್ತೆ ಹುಟ್ಟಿಬರಬಹುದು, ಅಷ್ಟೆ. ಇಲ್ಲದಿದ್ದರೆ ಅವನು ಹಾಗೆಯೇ ಮುಂದುವರೆಯಬಹುದು.

ಯೋಗಿಯಾಗುವುದಕ್ಕೆ ಯಾವುದೇ ಸಾಧಕನಿಗೆ ಗುರು ಬೇಕೇಬೇಕು ಎಂಬ ನಿಯಮವೇನಿಲ್ಲ. ಇದನ್ನು ಕೊಡುವುದಕ್ಕೆ ಯಾವ ಗುರುವಿಗೂ ಸಹ ಸಾಧ್ಯವಿಲ್ಲ. ಹೀಗಾಗಿ, ಯೋಗ ಸಿದ್ಧಿಯಾಗಬೇಕಾದರೆ ಸಾಧಕನಿಗೆ ಅದರಲ್ಲಿ ಆಸಕ್ತಿ ಜನಿಸಬೇಕು, ಅಷ್ಟೆ. ಈ ಸಾಧಕನೆಗಾಗಿ ಸಾಧಕನು ಆರ್ಷೇಯ ಗ್ರಂಥಗಳನ್ನು ಓದಿಕೊಳ್ಳಬಹುದಾದರೂ ಸಹ, ಸ್ವಂತ ಅಲೋಚನೆಯೇ ಅವನಿಗೆ ಮುಖ್ಯ ಮಾರ್ಗದರ್ಶಕವಾಗಿರುತ್ತದೆ.

ಅಸಂಶಯಂ ಸಮಗ್ರಂ ಮಾಂ ಯಥಾ ಜ್ಞಾಸ್ಯಸಿ ತಚ್ಛೃಣು||

ಇದು ಹಾಗೆ ಸರಿಯೆ? ಹೀಗೆ ಸರಿಯೆ? ಎಂಬ ಸಂಶಯಗಳನ್ನು ಯೋಗಿಯಾಗುವ ಸಾಧಕನು ಮೊದಲು ದೂರಮಾಡಿಕೊಳ್ಳಬೇಕು. ಸಾಧನೆ ಮಾಡುತ್ತಾ ಸಾಗಬೇಕು. ಅದಕ್ಕೆ ಸಂಬಂಧಿಸಿದಂತಹ ಕರ್ಮವನ್ನು ಮಾಡುತ್ತಿರಬೇಕು. ಆಗ ಸಾಧನೆಯಾಗುತ್ತದೆ.

ಇದಕ್ಕೆ ಉದಾಹರಣೆಯಾಗಿ ಬುದ್ಧನ ಜ್ಞಾನೋದಯವನ್ನು ಇಲ್ಲಿ ನೋಡಬೇಕು. ಅರಮನೆಯಿಂದ ಹೊರಬಿದ್ದ ಅವನು ಹಲವಾರು ಗುರುಗಳ ಬಳಿ ಸಾರಿ ಅವರು ಹೇಳಿದಂತಹ ಎಲ್ಲವನ್ನೂ ಸಹ ಅಭ್ಯಾಸ ಮಾಡಿದ. ಇದಕ್ಕಾಗಿ ಹಲವಾರು ಸಮಯ ವ್ಯಯಿಸಿದರೂ ಸಹ ಅವನು ಬಯಸಿದಂತಹ ಜ್ಞಾನೋದಯವು ಘಟಿಸಲೇ ಇಲ್ಲ. ಆಗ ತಾನು ಕಲಿತಂತಹ ಎಲ್ಲಾ ಆಚಾರ ಹಾಗು ವಿಚಾರಗಳನ್ನು ದೂರಮಾಡಿ ತನ್ನಷ್ಟಕ್ಕೇ ತಾನು ಬೋಧಿ ವೃಕ್ಷದ ಕೆಳಗೆ ಕುಳಿತ. ನಂತರದಲ್ಲಿ ಅವನಿಗೆ ಜ್ಞಾನೋದಯವಾಯಿತು.

ಹೀಗೆ ಸ್ವಂತಿಕೆಯಲ್ಲಿ ಯೋಗದಲ್ಲಿ ಮುಂದುವರೆದಾಗ ಮೊದಮೊದಲು ಸ್ವಪ್ನ ರೀತಿಯ ಕಾಣುತ್ತದೆ. ನಿಧಾನವಾಗಿ ಸ್ವಪ್ನವು ಸತ್ಯವಾಗುತ್ತಾ ಸಾಗಿ, ಬಾಹ್ಯ ಜ್ಞಾನೇಂದ್ರಿಯಗಳು ಕಲ್ಪಿಸಲು ಆರಂಭ ಮಾಡಿದ ಮೇಲೆ, ತಿಳುವಳಿಕೆಗೆ ಕೊಂಚ-ಕೊಂಚ ಬರುತ್ತದೆ. ಜ್ಞಾನೇಂದ್ರಿಯಗಳ ನಂತರ ಬುದ್ಧಿ, ನಂತರ ಮನಸ್ಸು. ಮನಸ್ಸಿಗೆ ಬಂದಾಗಲೇ ಜ್ಞಾನೋದಯವು ಅರ್ಥವಾಗುತ್ತದೆ.

ಗಮನಿಸಿ: ಒಮ್ಮೆ ಸಾಧಕನಿಗೆ ಆತ್ಮಜ್ಞಾನವು ಜನಿಸಿದ ಮೇಲೆ ಯಾವತ್ತಿಗೂ ಸಹ ಅದು ಅವನನ್ನು ಬಿಟ್ಟು ಹೋಗುವುದಿಲ್ಲ. ಅದು ಎಂದಿಗೂ ಸಹ ಖಾಲಿಯಾಗುವುದಿಲ್ಲ.

ಸೂಚನೆ: ಆದರೆ ಈ ಆತ್ಮಜ್ಞಾನದ ಅನುಭವವನ್ನು ಮತ್ತ್ಯಾರಿಗೂ ಸಹ ಬೋಧಿಸಲು ಆಗದು.

ಆತ್ಮ ಜ್ಞಾನವು ಆತ್ಮದ ಜೊತೆಯಲ್ಲಿ ಮಾತ್ರ ಇರುತ್ತದೆ.

ಮೆಟ್ಟಿಲು - 10

ಈ ಹಂತದಲ್ಲಿ ಸಂಪೂರ್ಣ ಶರಣಾಗತಿಯು (ಪರಮಾತ್ಮತೆಯು ನಿರ್ಮಿಸಿರುವಂತಹ ಗತಿಗೆ ಸಂಪೂರ್ಣವಾಗಿ ತನ್ನನ್ನು ತಾನು ಜೋಡಿಸಿಕೊಳ್ಳುವುದು, ಅಂದರೆ ಆ ಗತಿಯನ್ನು ಸ್ವಂತದ್ದಾಗಿಸಿಕೊಳ್ಳುವುದು) ಸಾಧನೆಯು ಸುಲಭವಾಗಿ ಸಾಗುವಂತೆ ಮಾಡುತ್ತದೆ. ಇದಕ್ಕಾಗಿ ಶರಣಾಸನ ಎಂಬುದನ್ನು ಸಾಧಕನು ಅಭ್ಯಾಸಮಾಡಬೇಕಿದೆ.

ಶರಣಾಸನವನ್ನು ಪೂರ್ಣಾಸನ ಎಂದಾಗಿ ಸಹ ಹೇಳುವುದಾಗಿದೆ. ಸಮಪಾದವಾಗಿ ನಿಂತುಕೊಂಡು ಕೈಗಳನ್ನು ಮೇಲೆತ್ತಿಕೊಂಡು 'ಗೋವಿಂದಾ' ಎಂದಾಗಿ ನಮಸ್ಕರಿಸುವುದೇ ಈ ಆಸನದಲ್ಲಿ ಮಾಡಬೇಕಿರುವಂತಹ ಕಾರ್ಯವಾಗಿದೆ. ಒಂದರಲ್ಲೇ ಪೂರ್ಣ ಸ್ಥಿರಿವಾಗುವುದು ಈ ಆಸನದ ಉದ್ದೇಶವಾಗಿದೆ.

ಸೂಚನೆ: ಸಂಪೂರ್ಣವಾಗಿ ತೊಡಗಿಸಿಕೊಂಡರೆ ಮಾತ್ರ ಸಾಧನೆ ಸಾಧ್ಯ.

ಮಾಡುವ ಬಗೆ: ಪಾದಗಳನ್ನು ಜೋಡಿಸಿಕೊಂಡು ಕೈಗಳನ್ನು ಆದಷ್ಟು ಮೇಲೆತ್ತಿ ನಮಸ್ಕಾರ ಮಾಡುವುದು. ನೇರವಾಗಿ ನಿಂತುಕೊಂಡು ಮುಂದೆ ನೋಡುವುದು. ಸಹಜವಾಗಿ ಉಸಿರಾಡುವುದು.

ಕೈಗಳನ್ನು ಸಂಪೂರ್ಣವಾಗಿ ಮೇಲಕ್ಕೆ ಎತ್ತುವುದು ತುಂಬಾ ಉತ್ತಮವಾದುದು. ಹೀಗೆ ಮಾಡುವುದರಿಂದ ಮುಂದೆ ದೇಹವು ನಿರಾಳವಾಗಿ ಅದು ರೋಗಮುಕ್ತವಾಗುತ್ತದೆ. ವಿಶೇಷವಾಗಿ ಬೆನ್ನಲ್ಲಿರುವಂತಹ ಸ್ನಾಯುಗಳ ಸೆಳೆತ ಹದವಾಗುತ್ತದೆ.

ಈಗ ಜ್ಞಾನ-ವಿಜ್ಞಾನ ವಿಚಾರ ಕುರಿತಾಗಿ ನೋಡೋಣ:

ಮಯ್ಯಾಸಕ್ತಾಮನಾಃ ಪಾರ್ಥ ಯೋಗಂ ಯುಂಜನ್ಮ ದಾಶ್ರಯಃ|
ಅಸಂಶಯಂ ಸಮಗ್ರಂ ಮಾಂ ಯಥಾ ಜ್ಞಾಸ್ಯಸಿ ತಚ್ಛೃಣು||

ಸಾಧಕನು ಮೊದಲು ಆಸಕ್ತನಾಗಬೇಕು. ಜ್ಞಾನವನ್ನು ಪಡೆಯಬೇಕೆಂಬ ಆಸಕ್ತಿ ಅವನಲ್ಲಿ ಪ್ರಭಲವಾಗಿರಬೇಕು. ಇದರಲ್ಲಿ ಸಂಶಯ ಪಡಕೂಡದು. ನನಗೆ ಆತ್ಮಸಾಕ್ಷಾತ್ಕಾರ ಆಗಬೇಕು ಎನ್ನುವುದು ಮಾತ್ರ ಪ್ರಭಲವಾಗಿರಬೇಕು. ಇದರ ನಂತರ ಏನು ಮಾಡುವುದು ಎಂಬ ಚಿಂತನೆ ಇರಕೂಡದು. ಹೀಗೆ ನಡೆದುಕೊಂಡಾಗ ಮಾತ್ರ ಸಾಧಕನಿಗೆ ಅರ್ಥವಾಗುತ್ತದೆ ವಿನಃ, ಇಲ್ಲದಿದ್ದರೆ ಇಲ್ಲ.

ಜ್ಞಾನಂ ತೇಽಹಂ ಸವಿಜ್ಞಾನಮಿದಂ ವಕ್ಷ್ಯಾಮ್ಯಶೇಷತಃ|
ಯಜ್ಜ್ಞಾತ್ವಾ ನೇಹ ಭೂಯೋಽನ್ಯಜ್ಜ್ಞಾತವ್ಯಮವ ಶಿಷ್ಯತೇ||

ಸ್ವಾಭಾವಿಕ ಜ್ಞಾನವೇ ಬೇರೆ, ಇದು ವಿಶೇಷವಾದ ಜ್ಞಾನ, ಅಂದರೆ ಇಲ್ಲಿ ಹೇಳುತ್ತಿರುವುದು ವಿಜ್ಞಾನ. ಸಾಮಾನ್ಯ ಜ್ಞಾನವನ್ನು ಹೊರತುಪಡಿಸಿದಂತಹ, ಸಾಮಾನ್ಯ ಜ್ಞಾನದ ಅಳತೆಗೆ ಸಿಗದಂತಹ, ವಿಶೇಷ ವಿಚಾರಗಳು ಏನಿರುತ್ತವೆಯೋ ಅದೇ ಇಲ್ಲಿ ವಿಜ್ಞಾನ ಎಂದಾಗಿ ಹೇಳಲಾಗುತ್ತಿದೆ. ಇದು ಆತ್ಮವನ್ನು ಪ್ರತ್ಯೇಕಿಸಿಕೊಂಡು ತಿಳಿದುಕೊಳ್ಳುವಂತಹ ಜ್ಞಾನದ ಭಾಗವಾಗಿದೆ.

ಕೃಷ್ಣ ಹೇಳುತ್ತಿದ್ದಾನೆ: ಸವಿಜ್ಞಾನಮಿದಂ – ಈ ಸುವಿಜ್ಞಾನಗಳು ನನ್ನನ್ನು ಕೂಡ ಹೊರತುಪಡಿಸಿದ್ದಾಗಿದೆ. ನನ್ನ ಅಳತೆಗೂ ಸಹ ಇದು ಮೀರಿದೆ, ನನ್ನ ಆಳದಿಂದ ಇದು ಮುಂದಕ್ಕಿದೆ. ಅರ್ಜುನಾ, ಯಾವುದೋ ಹಿಂದಿನ ಜನ್ಮದ ಅನುಭವದಿಂದ ನಿನಗೆ ನಾನು ಇದನ್ನು ಬೋಧಿಸುತ್ತಿದ್ದೇನೆ ಎಂಬುದನ್ನು ಹೊರತುಪಡಿಸಿದರೆ, ಇದು ನನ್ನ ಅಧ್ಯಯನವಲ್ಲ, ಇದು ನನ್ನ ಸಾಧನೆಯಲ್ಲ. ಹೀಗಾಗಿ, ಇದನ್ನು ಮುಂದಕ್ಕೆ ಸಾಧಿಸಿಕೊಳ್ಳುವುದು ನಿನ್ನ ಮುಂದಿರುವಂತಹ ಜವಾಬ್ದಾರಿಯಾಗಿರುತ್ತದೆ.

ಮನುಷ್ಯಾಣಾಂ ಸಹಸ್ರೇಷು ಕಶ್ಚಿದ್ಯತತಿ ಸಿದ್ಧಯೇ|
ಯತತಾಮಪಿ ಸಿದ್ಧಾನಾಂ ಕಶ್ಚಿನ್ಮಾಂ ವೇತ್ತಿ ತತ್ತ್ವತಃ||

ಈ ವಿಜ್ಞಾನವು ಅಷ್ಟು ಸುಲಭವಾಗಿ ಯಾರಿಗೂ ಸಹ ಸಿಗುವಂತಹದ್ದಲ್ಲ, ಇದಕ್ಕಾಗಿ ಮನುಷ್ಯನು ಸಾವಿರಾರು ಜನ್ಮವನ್ನು ಎತ್ತಬೇಕಾಗುತ್ತದೆ. ಈ ಸಮಯಕ್ಕೆ ನೀನು (ಅರ್ಜುನನೇ ನೀನು) ಈಗಾಗಲೇ ಸಾವಿರಾರು ಜನ್ಮವನ್ನು ಎತ್ತಿದ್ದಾಗಿದೆ. ಹೀಗಾಗಿ, ನಿನಗೆ ಈಗ ಇದು ಪ್ರಾಪ್ತವಾಗಬಹುದಾಗಿದೆ. ಈ ಆತ್ಮದ ಸಾಕ್ಷಾತ್ಕಾರವನ್ನು ಪಡೆದುಕೊಳ್ಳುವುದೇ ನಿನಗೆ ಸಿದ್ಧಿಯಾಗಿದೆ. ಸಿದ್ಧಿ ಪಡೆದುಕೊಂಡವನು ಯೋಗಿ ಎಂದಾಗದಿದ್ದರೂ ಸಹ ಸಿದ್ಧ ಎಂದಾಗುತ್ತೀಯ.

ಭೂಮಿರಾಪೋಽನಲೋ ವಾಯುಃ ಖಂ ಮನೋ ಬುದ್ಧಿರೇವ ಚ|
ಅಹಂಕಾರ ಇತೀಯಂ ಮೇ ಭಿನ್ನಾ ಪ್ರಕೃತಿರಷ್ಟಧಾ||

ಸಾಮಾನ್ಯವಾಗಿ ಅಹಂಕಾರ ಎಂದರೆ ನಾನು ಎನ್ನುವುದು ಮಾತ್ರವಾಗಿದೆ. ಇದು ಬುದ್ಧಿ ಅಳತೆಯಾ ಅಹಂಕಾರವಲ್ಲ, ಮದವೂ ಅಲ್ಲ. ಅಹಂಕಾರದ ನಾನು ಎಂತೆನ್ನುವಂತಹ ಅಸ್ತಿತ್ವವನ್ನು ಬೆಳೆಸಿಕೊಂಡರೆ, ಈ ಪಂಚಭೂತಗಳು ಏನಿವೆಯೋ,

ಇವೆಲ್ಲವೂ ಸಹ ಮನಸ್ಸು ಹಾಗು ಬುದ್ಧಿಯ ಅಳತೆಗೆ ಮಾತ್ರ ಇರುವಂತಃದ್ದು. ಇವೆರಡರಲ್ಲಿ ಮಾತ್ರ ಪಂಚಭೂತಗಳ ಚಿಂತನೆ. ಇವೆರಡರನ್ನೂ ದಾಟಿದಾಗ ಅಲ್ಲಿ ಪಂಚಭೂತಗಳಿಲ್ಲ, ಇವುಗಳಿಗೆ ಯಾವ ಅಸ್ತಿತ್ವವೂ ಸಹ ಇಲ್ಲ. ಆದರೆ ನಾನು ಎಂಬುದು ಮಾತ್ರ ಇರುತ್ತದೆ. ನಾನು ಎನ್ನುವುದು ಭಿನ್ನವಾಗಿಲ್ಲ. ನಾನು ಎನ್ನುವಂತಹ ಆತ್ಮ-ತತ್ವ ಸಿದ್ಧತೆಯಲ್ಲಿ ಈ ಪಂಚಭೂತಗಳು ಇರುವುದಿಲ್ಲ.

ಸೂಚನೆ: ಪ್ರಪಂಚ (ಬಂಧನ) ಇರದೇ ಕೇವಲ ವಿಶ್ವ (ಸ್ವಾತಂತ್ರ) ಎನ್ನುವುದು ಮಾತ್ರ ಇರುತ್ತದೆ.

ಪಂಚಭೂತಾತ್ಮವಾದಂತಹ ಚಿಂತನೆ ಆತ್ಮ-ತತ್ವಕ್ಕೆ ಹೊರತುಪಡಿಸಿದ್ದಾಗಿದೆ ಎಂದು ವೇದ ವಿಜ್ಞಾನ ಸ್ಪಷ್ಟಪಡಿಸಿದೆ. ಇವು ಕೇವಲ ಆತ್ಮ-ತತ್ವಕ್ಕೆ ಮುಂಚಿನದ್ದೇ ವಿನಃ, ನಂತರದಲ್ಲ. ಹೀಗಾಗಿ ಇವುಗಳು ಬಿಟ್ಟು ಸಾಧಕನು ಮುಂದುವರೆಯಬೇಕು.

ಏತದ್ಯೋನೀನಿ ಭೂತಾನಿ ಸರ್ವಾಣೀತ್ಯುಪಧಾರಯ|
ಅಹಂ ಕೃತ್ಸ್ನಸ್ಯ ಜಗತಃ ಪ್ರಭವಃ ಪ್ರಲಯಸ್ತಥಾ||

ಮೇಲೆ ಹೇಳಿದಂತಹ ಸಿದ್ಧಿಯನ್ನು ಪಡೆದುಕೊಂಡಾಗ ಆ ಸಾಧಕನಿಗೆ ಹುಟ್ಟು ಇರುವುದಿಲ್ಲ. ಏಕೆಂದರೆ ಅವನು ಅದನ್ನು ದಾಟಿಬಿಟ್ಟಿರುತ್ತಾನೆ. ಮುಂದೆ ಬರುವಂತಹ ಪ್ರಲಯದವರೆಗೂ ಸಹ ಅವನು ಇರಲಿಕ್ಕೆ ಸಾಧ್ಯವಾಗುತ್ತದೆ. ಹೀಗೆ ಹುಟ್ಟು ಹಾಗು ಸಾವುಗಳನ್ನು ಅವನು ಜಯಿಸಬಹುದಾಗಿದೆ.

ಬಲಂ ಬಲವತಾಂ ಚಾಹಂ ಕಾಮರಾಗವಿವರ್ಜಿತಂ|

ಇಂದ್ರಿಯಗಳನ್ನು ಜಯಿಸುವುದು ನಿಜವಾದ ಪರಾಕ್ರಮವಲ್ಲ, ಬದಲಿಗೆ ಇವುಗಳನ್ನು ತ್ಯಾಗ ಮಾಡುವುದೇ ನಿಜವಾದ ಪರಾಕ್ರಮವಾಗಿದೆ ಎಂದು ವೇದ ವಿಜ್ಞಾನಿಗಳು ಹೇಳಿರುತ್ತಾರೆ.

ಧರ್ಮಾವಿರುದ್ಧೋ ಭೂತೇಷು ಕಾಮೋಽಸ್ಮಿ ಭರತರ್ಷಭ||

ಇಂದ್ರಿಯಗಳಿಗೆ ಅಕಾಂಕ್ಷೆ ಇಲ್ಲದಂತೆ ಮಾಡುವುದೇ ಇಲ್ಲಿ ಅವುಗಳನ್ನು ತ್ಯಾಗ ಮಾಡುವುದು ಎಂದಾಗಿ ಅರ್ಥಮಾಡಿಕೊಳ್ಳಬೇಕು. ತ್ಯಾಗದ ನಂತರ ಅವುಗಳು ಇದ್ದರೂ ಸಹ ಅದರ ಹೇಳಿಕೆಯಿಂದ ಸಾಧಕನು ಇರುವುದಿಲ್ಲ, ಬದಲಿಗೆ ಅವನ ಹೇಳಿಕೆ ಪ್ರಕಾರ ಇಂದ್ರಿಯಗಳ ಬಳಕೆ ಆಗಬೇಕು.

ಸೂಚನೆ: ಇಂದ್ರಿಯಗಳಿಂದ ಮಾನವನ ಬಳಕೆಯಲ್ಲ, ಬದಲಿಗೆ ಅವನಿಗೆ ಬೇಕಾದಾಗ ಮಾತ್ರ ಅವುಗಳ ಬಳಕೆ.

ಯೇ ಚೈವ ಸಾತ್ವಿಕಾ ಭಾವಾ ರಾಜಸಾಸ್ತಾಮಸಾಶ್ಚ ಯೇ|
ಮತ್ತ ಏವೇತಿ ತಾನ್ವಿದ್ಧಿ ನ ತ್ವಹಂ ತೇಷು ತೇ ಮಯಿ||

ಆತ್ಮವಿದ್ಯೆಯನ್ನು ಸಾಧಿಸಿಕೊಂಡಂತಹ ಸಾಧಕನು ಸಾತ್ವಿಕ, ರಾಜಸ ಹಾಗು ತಾಮಸ ಎಂಬ ಗುಣಗಳನ್ನು ಮೀರಿ ಮುಂದಕ್ಕೆ ಹೋಗಿರುತ್ತಾನೆ. ಹೀಗಾಗಿ, ಇವ್ಯಾವುದೂ ಕೂಡ ಅವನನ್ನು ಇನ್ನು ಮುಂದೆ ಆವೇಶಿಸುವುದಿಲ್ಲ.

ತ್ರಿಭಿರ್ಗುಣಮಯ್ಯೈರ್ಭಾವ್ಯೈರೇಭಿಃ ಸರ್ವಮಿದಂ ಜಗತ್|
ಮೋಹಿತಂ ನಾಭಿಜಾನಾತಿ ಮಾಮೇಭ್ಯಃ ಪರಮವ್ಯಯಂ||

ಸಾಧಕನು ಮೇಲೆ ಹೇಳಿದ ರೀತಿಯಲ್ಲಿ ಅಪೇಕ್ಷಿಸುವುದರಿಂದಾಗಿ ಅವನು ಈ ಮೂರು ಗುಣಗಳಿಂದ ವಿವರ್ಜಿತನಾಗಿ, ಸಕಲಕ್ಕೂ ಶ್ರೇಷ್ಠವಾದಂತಹ ಅಂಶಗಳಲ್ಲಿ ತೊಡಗುತ್ತಾನೆ. ಅಂದರೆ ಆತ್ಮ-ವಿದ್ಯೆಯಲ್ಲಿ ಮೋಹಿತನಾಗುತ್ತಾನೆ. ಇದರಿಂದ ಶ್ರೇಷ್ಠತ್ವವನ್ನು ಪಡೆಯಲಿಕ್ಕೆ ಅವನಿಗೆ ಸಾಧ್ಯವಾಗುತ್ತದೆ. ಇದನ್ನೇ 'ಸುವಿಜ್ಞಾನ' ಎಂದಾಗಿ ವೇದ ವಿಜ್ಞಾನಿಗಳು ಹೇಳಿರುತ್ತಾರೆ.

ದೈವೀ ಹ್ಯೇಷಾ ಗುಣಮಯೀ ಮಮ ಮಾಯಾ ದುರತ್ಯಯಾ|
ಮಾಮೇವಯೇ ಪ್ರಪದ್ಯಂತೇ ಮಾಯಾಮೇತಾಂ ತರಂತಿ ತೇ||

ಇಲ್ಲಿ ಜನಿಸಿರುವಂತಹ ಯಾವುದೇ ಮಾನವನನ್ನು ಮೂಲ-ವಿದ್ಯೆ ಅಥವಾ ಪೂರ್ವ-ವಿದ್ಯೆ ಎನ್ನುವುದು ಪ್ರಾಥಮಿಕವಾಗಿ ಸಂಪುರ್ಣ ಆವರಿಸಿಕೊಂಡಿರುತ್ತದೆ. ಇದನ್ನೇ ಮಾಯೆ, ಅಂದರೆ ಅಳತೆ ಎಂದಾಗಿ ಹೇಳುವುದಾಗಿದೆ. ಈ ಅಳತೆಯನ್ನು ಸಾಧಕನು ತನ್ನ ಆವರಣದಿಂದ ತೆಗೆದುಬಿಟ್ಟು, ಅದು ಪುನಃ ಪ್ರವೇಶಿಸದಂತೆ ನೋಡಿಕೊಳ್ಳಬೇಕು. ಅಂದರೆ, ಮಾಯಾ ರಹಿತನಾಗಿ ಇರಬೇಕು. ಇದಕ್ಕೆ ಕೇವಲ ವಿಜ್ಞಾನ ಸಾಲದು, ಹೀಗಾಗಿ ಸುವಿಜ್ಞಾನ ಬೇಕು.

ಸೂಚನೆ: ಸುವಿಜ್ಞಾನ ಎಂದರೆ ಮಾನವನ ಅಳತೆಗೆ ಮೀರಿದ್ದು.

ಜ್ಞಾನ, ವಿಜ್ಞಾನ, ಸುವಿಜ್ಞಾನ – ಇವೆಲ್ಲವೂ ಒಂದಕ್ಕಿಂತ ಮತ್ತೊಂದು ಎತ್ತರವಾಗಿವೆ. ಇವುಗಳಲ್ಲಿ ಭೌತಿಕ ವಸ್ತು ಎನ್ನುವುದಿರುವುದಿಲ್ಲ. ಆದರೆ ವಿಜ್ಞಾನಕ್ಕೆ ಮಾತ್ರ ವಸ್ತುಶಃ ಗುರುತಿಸಲಿಕ್ಕೆ ಸಾಧ್ಯವಿರುತ್ತದೆ. ಇದೇ ಆತ್ಮ ಸಾಕ್ಷಾತ್ಕಾರ, ಅಂದರೆ ಆತ್ಮವನ್ನು ಗುರುತಿಸುವುದು. ಆತ್ಮ ಎನ್ನುವುದಿದೆ ಎಂಬುದು ಜ್ಞಾನಕ್ಕೆ ಗೊತ್ತಾದರೂ ಸಹ ಅದಕ್ಕೆ ಆತ್ಮವನ್ನು ಗುರುತಿಸಲು

ಸಾಧ್ಯವಿಲ್ಲ. ಆದರೆ ಜ್ಞಾನದಿಂದ ಕೂಡಿದಂತಹ ಕ್ರಿಯೆಯಿಂದ ಮಾತ್ರ ಸಾಧಕನು ಆತ್ಮವನ್ನು ಕಂಡುಕೊಳ್ಳುತ್ತಾನೆ, ಆಗ ಅವನಿಗೆ ಆತ್ಮವು ವಸ್ತುರೂಪದಲ್ಲಿ ಗೋಚರಿಸುತ್ತದೆ. ಇದೇ ವಿಜ್ಞಾನ ಎಂದು ಕರೆಸಿಕೊಳ್ಳುತ್ತದೆ.

ಸೂಚನೆ: ಇಲ್ಲಿ ವಿಚಾರಿಸುತ್ತಿರುವಂತಹ ವಸ್ತು ಭೌತಿಕವಾದದ್ದಲ್ಲ. ಜ್ಞಾನ, ವಿಜ್ಞಾನ ಹಾಗು ಸುವಿಜ್ಞಾನಗಳು ಭೌತಿಕದ ಆಯಾಮಕ್ಕೆ ಸೇರಿದ್ದಲ್ಲ.

ಆತ್ಮ ತಿಳುವಳಿಕೆಯಲಿ ಎಲ್ಲವೂ ಸಹ ಸಾಧಕನದ್ದೇ ಆಗುವುದು. ಸಾಧಕನೇ ಪೂರ್ಣನಾದ ಮೇಲೆ ಅವನೇ ಸ್ವಯಂ ಪರಮಾತ್ಮನಾಗುವುದು. ಇದೇ ಇಲ್ಲಿ ಸುವಿಜ್ಞಾನ ಎಂದಾಗಿ ಕರೆಸಿಕೊಳ್ಳುವುದಾಗಿದೆ.

ಆದರೆ, ಹೀಗೆ ಗುರುತಿಸಿಕೊಂಡಂತಹ ವಸ್ತುವನ್ನು ಸಾಧಕನು ಮತ್ತೊಬ್ಬರಿಗೆ ತೋರಿಸಿಕೊಡಲಾರ.

ನ ಮಾಂ ದುಷ್ಕೃತಿನೋ ಮೂಢಾಃ ಪ್ರಪದ್ಯಂತೇ ನರಾಧಮಾಃ|
ಮಾಯಯಾಽಪಹೃತಜ್ಞಾನಾ ಆಸುರಂ ಭಾವಮಾಶ್ರಿತಾಃ||

ವೇದ ವಿಜ್ಞಾನ ಪ್ರಕಾರ, ಸಂಶೋಧನೆ ಎಂದರೇನು ಎಂಬುದಕ್ಕೆ ಉತ್ತರ ಹೀಗಿದೆ: ಎಲ್ಲಿಯವರೆಗೂ ಜ್ಞಾನವು ಭಾವವನ್ನು ಆಶ್ರಯಿಸಿಕೊಂಡಿರುತ್ತದೆಯೋ ಅಲ್ಲಿಯವರೆಗೂ ಸಹ ವ್ಯಕ್ತಿಯಲ್ಲಿ ಮಾಯೆಯ ಆವರಣವಿರುತ್ತದೆ. ಭಾವವನ್ನು ಆಶ್ರಯಿಸಿರುವಂತಹ ಜ್ಞಾನವನ್ನು ಹೊರಹಾಕಿ ವಿಜ್ಞಾನವನ್ನು ಸ್ವೀಕರಿಸಿದಾಗ ಮಾತ್ರ ಅವನ ಭಾವದಲ್ಲಿ ದೇವರ ಸ್ವರೂಪ ಪ್ರಕಟವಾಗುತ್ತದೆ. ಅದನ್ನು ಆಗ ವಸ್ತು ರೂಪದಲ್ಲಿ ಆ ವ್ಯಕ್ತಿಗೆ ಗರುತಿಸಲು ಆರಂಭಿಸುತ್ತಾನೆ. ಹೀಗೆ ವಸ್ತುರೂಪದಲ್ಲಿ ಯಾವಾಗ ಗುರುತು ಆರಂಭವಾಗುತ್ತದೆಯೋ ಅದೇ ವಿಜ್ಞಾನವಾಗುತ್ತದೆ. ಇದನ್ನೇ ಸಂಶೋಧನೆ ಎಂದಾಗಿ ವೇದ ವಿಜ್ಞಾನಿಗಳು ಹೇಳಿರುತ್ತಾರೆ.

ವಿಜ್ಞಾನ: ನನಗೆ ಬೆಳಕು ಬೇಕು ಎನ್ನುವುದು ಮೊದಲು ಕಲ್ಪನೆಯಾಗಿ ಆರಂಭವಾಗುತ್ತದೆ. ಯಾವುದೇ ಒಂದು ವಸ್ತುವಿನ ಘರ್ಷಣೆಯಿಂದ ಬೆಳಕಿನ ಕಿಡಿ ಹುಟ್ಟುತ್ತದೆ ಎಂದಾಗಿ ನಂತರ ಭಾವದಲ್ಲಿರುವಂತಹ ಜ್ಞಾನವು ಜಿಜ್ಞಾಸೆಯ ನಂತರ ಹೇಳುತ್ತದೆ. ಆ ಜ್ಞಾನವನ್ನು ಕಾರ್ಯರೂಪಕ್ಕೆ ತಂದಾಗ, ಅಂದರೆ ವಿದ್ಯುತ್ತಿನಿಂದಾಗಲೀ ಅಥವಾ ಎಣ್ಣೆಯ ದೀಪದಿಂದಾಗಲೀ ಪ್ರಯತ್ನಿಸಿದಾಗ ಅಲ್ಲಿ ಘರ್ಷಣೆಯು ಉಂಟಾಗಿ ಬೆಳಕು

ಎನ್ನುವುದು ವಸ್ತು ಸ್ವರೂಪದಲ್ಲಿ ಅವನಿಗೆ ಕಾಣಸಿಗುತ್ತದೆ. ಇದೇ ವಿಜ್ಞಾನ.

ವಿಜ್ಞಾನದ ಪ್ರಕಟಣೆ: ಬೆಳಕು ಎಂದಾಗಿ ಹೇಳುವುದು ವಸ್ತು ಸ್ವರೂಪವಾಗಿದೆ. ಬೆಳಕು ಉತ್ಪತ್ತಿಯಾಗುತ್ತಿದೆ ಎಂದರೆ ಅಲ್ಲಿ ವಸ್ತು ಸ್ವರೂಪದಲ್ಲಿ ಏನೋ ಘರ್ಷಣೆ (ಅಥವಾ ಮತ್ತಿನ್ನೇನೋ) ಸಂಭವಿಸುತ್ತಿದೆ ಎಂದಾಗಿ ಅರ್ಥವಾಗುತ್ತದೆ. ಈ ಬೆಳಕು ನಮಗೆ ಕಾಣುತ್ತದೆ.

ಸೂಚನೆ: ಮೂಲತಃ ಇರತಕ್ಕಂತಹ ಜ್ಞಾನವು ಘರ್ಷಣೆಗೆ ಒಳಪಟ್ಟಾಗ ಬೆಳಕು ಎನ್ನುವ ವಿಜ್ಞಾನ ಪ್ರಕಟವಾಗುತ್ತದೆ.

ಸುವಿಜ್ಞಾನ: ಯಾವುದರಲ್ಲೋ ಅಡಗಿದ್ದಂತಹ ಬೆಳಕು ಹೇಗ ಪ್ರಕಟವಾಯಿತು? ಏಕೆ ಪ್ರಕಟವಾಯಿತು? ಯಾವ ಕರ್ಮದಿಂದ ಪ್ರಕಟವಾಯಿತು? - ಇವುಗಳನ್ನು ನಿರ್ಣಯ ಮಾಡಿಕೊಡುವಂತಃದ್ದು ಸುವಿಜ್ಞಾನ.

ಚತುರ್ವಿಧಾ ಭಜಂತೇ ಮಾಂ ಜನಾಃ ಸುಕೃತಿನೋಽರ್ಜುನ|
ಆರ್ತೋರ್ ಜಿಜ್ಞಾಸು ರರ್ಥಾರ್ಥೀ ಜ್ಞಾನೀ ಚ ಭರತರ್ಷಭ||

ನಾಲ್ಕು ರೀತಿಯ ಚಿಂತನೆಗಳು ಯಾವುದೇ ವ್ಯಕ್ತಿಯಲ್ಲಿ ಕಂಡುಬರುತ್ತವೆ. ಅವುಗಳು ಕ್ರಮವಾಗಿ, ಆರ್ತ, ಜಿಜ್ಞಾಸೆ, ಅರ್ಥಿ ಹಾಗು ಜ್ಞಾನಿ. ಈ ಯೋಗದ ಸ್ಥಿತಿಯಲ್ಲಿ ವ್ಯಕ್ತಿಯು ಜಿಜ್ಞಾಸೆ ಮಾಡುತ್ತಾ ಅರ್ಥದ ಅರ್ಥಿಯಾಗಿ, ಜ್ಞಾನದ ಸಂಪತ್ತಿಗಾಗಿ ಜ್ಞಾನಾರ್ಥಿಯಾಗಿ, ನಾಲ್ಕು ರೀತಿಗಳಲ್ಲಿ ಚಿಂತಿಸುತ್ತಾನೆ. ಇದರ ಅರ್ಥ: ಆತ್ಮನನ್ನು ಕುರಿತು ಚಿಂತಿಸುತ್ತಾನೆ. ಅವನಲ್ಲಿರುವಂತಹ ಆತ್ಮನಿಗೆ ನಾಲ್ಕನೆಯದಾಗಿ ಗೋಚರಿಸುವಂತಃದ್ದೇ ಆತ್ಮಜ್ಞಾನದ ಸ್ವ-ಸ್ವರೂಪ ದರ್ಶನ ಎಂದಾಗಿರುತ್ತದೆ.

ಸ್ಥಿರಾಸನ ಮಾಡುವಾಗ ಉಂಟಾಗುವಂತಹ ಅಂಡದಲ್ಲಿ ಆರ್ತಕ್ಕೆ (ಸಂಕಟಕ್ಕೆ) ಪ್ರವೇಶವಿರುವುದಿಲ್ಲ. ಬದಲಿಗೆ ಆರ್ತವು ಅಪೇಕ್ಷೆಯಾಗಿ ಪ್ರವೇಶಗೊಂಡಿರುತ್ತದೆ. ಅಂದರೆ ನಿರೀಕ್ಷೆಯಲ್ಲಿ ಸಾಧಕನಿರುತ್ತಾನೆ, ಅಷ್ಟೆ. ಹೀಗೆ ಆತ್ಮವು ತಾನೇ ತಾನಾಗಿ ಮುಂದಕ್ಕೆ ಹೋಗುತ್ತಿರುತ್ತದೆ.

ತೇಷಾಂ ಜ್ಞಾನೀ ನಿತ್ಯಯುಕ್ತ ಏಕಭಕ್ತಿರ್ವಿಶಿಷ್ಯತೇ|
ಪ್ರಿಯೋ ಹಿ ಜ್ಞಾನಿನೋಽತ್ಯರ್ಥಂಮಹಂ ಸ ಚ ಮಮ ಪ್ರಿಯಃ||

ರಹಸ್ಯ: ಹೇ ಭಗವಂತನೇ (ದಾರಿ ತೋರುವವನೇ) ಪರಮಾತ್ಮತೆಯು ಎಲ್ಲಿದೆ? ಹೀಗೆ ಹಗಲೂ-ರಾತ್ರಿ ಯಾರು ಪರಮಾತ್ಮತೆಯು ಎಲ್ಲಿ ಎಂದಾಗಿ ಚಿಂತಿಸುವರೋ ಅವನಿಗೆ

ಭಗವಂತನು ದಾರಿ ತೋರುತ್ತಾನೆ. ಹೀಗೆ ಹಗಲು ರಾತ್ರಿ ಎನ್ನದೇ ಪರಮಾತ್ಮತೆಯನ್ನು ಹಿರಣ್ಯಕಶಿಪು ಹುಡುಕಿದ. ಅವನಿಗೆ ಆ ಭಗವಂತನೇ ಬೇಗ ದಾರಿ ತೋರಿದ.

ಈ ರಹಸ್ಯವನ್ನು ಅರಿಯದೆಯೇ ಕೇವಲ ಭಜನೆ, ಪೂಜೆ, ಇತ್ಯಾದಿಗಳಲ್ಲಿ ನಿರತನಾಗುವುದರಿಂದ ಕೆಲವು ಪ್ರಯೋಜನಗಳು ಜನಿಸಬಹುದೇ ಪರಂತು ಪರಮಾತ್ಮತೆಯ ದರ್ಶನವಾಗುವುದಿಲ್ಲ. ನಮ್ಮ ತಿಳುವಳಿಕೆ ಅದು ಬರುವುದೇ ಇಲ್ಲ. ಹೀಗಾಗಿ, ಇವರಾರೂ ಸಹ ನನಗೆ ಪ್ರಿಯರಲ್ಲ ಅರ್ಜುನ ಎಂದಾಗಿ ಶ್ರೀಕೃಷ್ಣನು ಹೇಳಿರುತ್ತಾನೆ.

ಗಮನಿಸಿ: ಹೀಗಾಗಿ ಸಂಶೋಧನೆಯನ್ನು ಕೂಡಲೇ ಎಲ್ಲರೂ ಕೈಗೆತ್ತಿಕೊಳ್ಳಬೇಕು. ಇದಕ್ಕಾಗಿ ಚಿಕಿತ್ಸಕ ಬುದ್ಧಿಯನ್ನು ತಕ್ಷಣವೇ ಜಾಗೃತಿಗೊಳಿಸಿಕೊಳ್ಳಬೇಕು.

ಉದಾರಾಃ ಸರ್ವ ಏವೈತೇ ಜ್ಞಾನೀ ತ್ವಾತ್ಮೈವ ಮೇ ಮತಂ|
ಅಸ್ಥಿತಃ ಹಿ ಯುಕ್ತಾತ್ಮಾ ಮಾಮೇವಾನುತ್ತಮಾಂ ಗತಿಂ||

ಪರಮಾತ್ಮತೆ ಕುರಿತಾದ ಸ್ಪಷ್ಟ ತಿಳುವಳಿಕೆ ಹಾಗು ಪರಮಾತ್ಮತೆಯನ್ನು ನಂಬುವುದು - ಇವೆರಡಕ್ಕೂ ಬಹಳ ವ್ಯತ್ಯಾಸವಿದೆ. ಪರಮಾತ್ಮತೆ ಕುರಿತಾದ ಸ್ಪಷ್ಟ ತಿಳುವಳಿಕೆ ಹೊಂದಿದವನು ಮಾತ್ರ ಆಸ್ತಿಕತ್ವವನ್ನು ಹೊಂದುವನೇ ಪರಂತು, ಕೇವಲ ನಂಬಿದವನು ಅಲ್ಲ, ಏಕೆಂದರೆ ನಂಬಿದವನು ಕೇವಲ ಪರಮಾತ್ಮತೆಯನ್ನು ಯಾವುದೋ ಕಾರಣಕ್ಕಾಗಿ ಆಶ್ರಯಿಸಿರುತ್ತಾನೆ, ಅಷ್ಟೆ.

ಸೂಚನೆ: ಸಾಧಕನು ಕೇವಲ ಪರಮಾತ್ಮತೆಯ ಆಶ್ರಯತ್ವವನ್ನು ಹೊಂದದೆ, ಅದನ್ನು ಸ್ಪಷ್ಟವಾಗಿ ತಿಳಿದುಕೊಳ್ಳಬೇಕು. ಹೀಗಿದ್ದರೆ ಮಾತ್ರ ಸಾಧನೆ ಸಾಧ್ಯ.

ಬಹೂನಾಂ ಜನ್ಮನಾಮಂತೇ ಜ್ಞಾನವಾನ್ಮಾಂ ಪ್ರಪದ್ಯತೇ|
ವಾಸುದೇವಃ ಸರ್ವಮಿತಿ ಸ ಮಹಾತ್ಮಾ ಸುದುರ್ಲಭಃ||

ಸಂಕರ್ಷಣ, ಪ್ರದ್ಯುಮ್ನ, ಅನಿರುದ್ಧ ಹಾಗು ವಾಸುದೇವ ಎಂಬ ನಾಲ್ಕು ಅಂಶಗಳನ್ನು ಈಗಾಗಲೇ ತಿಳಿದಿದ್ದಾಗಿದೆ. ನಾಲ್ಕನೆಯ ಅಂಶ ಎಂದಾಗಿ ವಾಸುದೇವನಾಗಿ ಕಾಣಿಸುವುದು ಆ ಸಂದರ್ಭದಲ್ಲಿ ಮಾತ್ರ. ವಾಸುದೇವ ಎಂದರೆ ವಸು, ಅಂದರೆ ಭೂಮಿ ಎಂದರ್ಥ. ಈ ಭೂಮಿಯ ಯಜಮಾನ ಯಾರು ಎಂದರೇ ಅವನೇ ಯೋಗಿಯಾಗಿರುವಂತಹ ಸಾಧಕನು. ಯೋಗಿಯೇ

ಭೂಮಿಯ ಯಜಮಾನನು. ಇದರಿಂದ ಮುಂದಕ್ಕೆ ಹೋದರೆ ಆ ಯೋಗಿಯು ಜ್ಞಾನಿ ಎಂದಾಗುತ್ತಾನೆ.

ಹೀಗೆ ಸಾಗುವಾಗ ಸಾಧಕನು ಯಾವುದೇ ಕಾರಣಕ್ಕೂ ಸಹ ಪುನಃ ಹಿಂದಕ್ಕೆ ಬರಬಾರದು ಎಂದಾಗಿ ವೇದ ವಿಜ್ಞಾನಿಗಳು ಹೇಳಿರುತ್ತಾರೆ. ಈ ಹಂತದಲ್ಲಿ ಜನಿಸುವಂತಹ ಯಾವುದೇ ಸಂಶಯಗಳನ್ನು ತೊರೆದು ಸಾಧಕನು ಮುಂದೆ-ಮುಂದೆ ಸಾಗಬೇಕು. ಆಗ ಮಾತ್ರ ಅವನಿಗೆ ಪರಮಾತ್ಮತೆಯ ದರ್ಶನ, ಅದರ ಕುರಿತಾದ ತಿಳುವಳಿಕೆ.

ಗಮನಿಸಿ: ಮಾಯೆಯ ಆವರಣವನ್ನು ತೆಗೆದು ಹಾಕಿ ವಿಜ್ಞಾನವನ್ನು ಪಡೆಯಲಿಕ್ಕೆ 'ಮೂಲಭೂತ ಸೃಜನತೆಯ ಸಂಶ್ಲೇಷಣೆ' - published by notionpress (Eng ver: Synthasis Of Fundamental Creativity – published by notionpress) ಎಂಬ ಪುಸ್ತಕವನ್ನು ಓದಿರಿ – *ಲೇಖಕ.*

ವಸ್ತು ವಿಜ್ಞಾನ: ವಸ್ತು ಎಂಬ ಶಬ್ದದ ಪ್ರಯೋಗವಾದಾಗ ಕೇಳುಗನಿಗೆ ಈಗಾಗಲೇ ಇರುವಂತಹ ದ್ರವ್ಯಗಳು ಕಾಣುತ್ತವೆ. ಆದರೆ ಆತ್ಮವು ಇದಾವುದೂ ಅಲ್ಲದ ವಸ್ತುವಾಗಿರುತ್ತದೆ. ಇದಕ್ಕೆ ವೇದ ವಿಜ್ಞಾನ ಹೀಗೆ ಹೇಳುತ್ತದೆ: ದ್ರವ್ಯಗಳನ್ನು ಹೊರತು ಪಡಿಸಿದಾಗ ರಸವು ಗೋಚರಿಸುತ್ತದೆ. ರಸವನ್ನು ತೆಗೆದಾಗ ಅಲ್ಲಿ ಮತ್ತೇನೋ ಗೋಚರವಾಗುತ್ತದೆ. ಆದರೆ ಇದಕ್ಕೆ ನಾಮ, ರೂಪ ಹಾಗು ಗುಣಗಳಿರುವುದಿಲ್ಲ. ಇದೇ ಆತ್ಮದ ವಸ್ತು ಸ್ವರೂಪವಾಗಿರುತ್ತದೆ.

ಜ್ಞಾನಿ: ಯಾವನು ಜ್ಞಾನವನ್ನು ಹೊದಿರುತ್ತಾನೆಯೋ ಅವನು ಮಾತ್ರ ಜ್ಞಾನಿ. ಆದರೆ ಜ್ಞಾನಿಯು ಯಾರು ಎಂಬುದಾಗಿ ಹುಡುಕಿ ಗುರುತಿಸುವುದೇ ಕಷ್ಟ, ಏಕೆಂದರೆ ಜ್ಞಾನಿಯಾದವನು 'ನಾನು ಜ್ಞಾನಿ' ಎಂದು ಹೇಳುವುದಿಲ್ಲ. ಹೇಳದಿದ್ದವನನ್ನು ಅವನಿಗಿಂತ ಕೆಳಗಿನವನು ಗುರುತಿಸುವುದಕ್ಕಾಗುವುದಿಲ್ಲ.

ತೇಷಾಂ ಜ್ಞಾನೀ ನಿತ್ಯಯುಕ್ತ ಏಕಭಕ್ತಿರ್ವಿಶಷ್ಯತೇ|
ಪ್ರಿಯೋ ಹಿ ಜ್ಞಾನಿನೋऽತ್ಯರ್ಥಮಹಂ ಸ ಚ ಮಮ ಪ್ರಿಯಃ||

ಶ್ರೀಕೃಷ್ಣನು ಅರ್ಜುನನಿಗೆ ಹೀಗೆ ಹೇಳಿರುತ್ತಾನೆ: ಅರ್ಜುನಾ, ನಾನು ಜ್ಞಾನಿ ಎಂದಾಗಿ ಹೇಳಿಕೊಳ್ಳಲು ಸಾಧ್ಯವಿಲ್ಲ, ಏಕೆಂದರೆ ನಾನೂ ಕೂಡ ಅದನ್ನು ಅರ್ಥಮಾಡಿಕೊಂಡಿಲ್ಲ. ನಾನು ಇನ್ನೂ ಕೂಡ ಪ್ರಯತ್ನಿಸುತ್ತಿದ್ದೇನೆ. ನೀನೂ ಸಹ ಅರ್ಥಮಾಡಿಕೊಂಡಿಲ್ಲ. ಹೀಗಾಗಿ ನೀನು ನಾನು ಹೇಳಿದ್ದನ್ನು ಅರ್ಥಮಾಡಿಕೊಂಡು ಮುಂದಕ್ಕೆ ಹೋಗಬೇಕು.

ಸೂಚನೆ: ಶ್ರೀಕೃಷ್ಣನೇ ಜ್ಞಾನಿ ಯಾರೆಂದು ಹೇಳಿದೆ ಕೇವಲ ಹೋಗು ಎಂದಾಗಿ ಹೇಳುತ್ತಿದ್ದಾನೆ.

ಶ್ರೀಕೃಷ್ಣನಿಗೇ ಅರ್ಥವಾಗದ್ದು ಮತ್ತೊಂದಿದೆ! ಆತ್ಮ ಹಾಗು ಪರಮಾತ್ಮತೆಯ ಸಂಯೋಗವನ್ನು ಮಾಡಿಕೊಂಡರೂ ಅಲ್ಲಿಗೆ ಮುಗಿಯುವುದಿಲ್ಲ, ಅದರ ಮುಂದಕ್ಕೆ ಮತ್ತೇನೋ ಇದೆ. ಅದನ್ನು ಅರ್ಥಮಾಡಿಕೊಳ್ಳಬೇಕು. ಹೀಗೆ ಅರ್ಥಮಾಡಿಕೊಂಡವನೇ ಜ್ಞಾನಿ.

ಗಮನಿಸಿ: ಸಕಲ ಅಳತೆಗಳನ್ನು (ಮಾಯೆಗಳನ್ನು) ಮೀರಿಕೊಂಡು ವಾಸ್ತವಿಕತೆಗಳಿಗಾಗಿ ಮಾಯೆಗಳನ್ನೇ ನಿರೂಪಿಸಿ, ಪ್ರಸ್ತುತಪಡಿಸುವಂತಹ ನೆಲೆಯಲ್ಲಿ ಅಂತಿಮ ಜ್ಞಾನವಿದೆ.

ಸೂಚನೆ: ಹೀಗಾಗಿ, ಶರಣಾಗತಿ ಒಂದೇ ಸಾಧಕನಿಗೆ ಕಡೆಗೆ ಉಳಿದುಕೊಳ್ಳುವಂತಹ ದಾರಿ.

ಮೆಟ್ಟಿಲು - 11

ಪ್ರಭಂಜಾಸನ:

ಪ್ರಭಂಜನ ಎನ್ನುವುದು ಒಂದು ರೀತಿಯಾದ ಹಕ್ಕಿ.

ಎರಡೂ ಕೈಗಳ ಬೆರಳುಗಳನ್ನು ಸೇರಿಸಿ ಬಿಗಿ ಮಾಡಿ ಸಾಧ್ಯವಾದಷ್ಟು ಹೊಟ್ಟೆಯನ್ನು ಒತ್ತಬೇಕು. ಪದ್ಮಾಸನವಲ್ಲದ ಸುಖಾಸನದಲ್ಲಿ ಕುಳಿತಲ್ಲೇ ಮುಂದಕ್ಕೆ ಬಗ್ಗಬೇಕು. ಎಷ್ಟು ಸಾಧ್ಯವೋ ಅಷ್ಟು ಬಗ್ಗಿದರೆ ಸಾಕು. ಕೈಗಳನ್ನು ಸಡಿಲಮಾಡಬಾರದು. ಹೊಟ್ಟೆಯನ್ನು ಒತ್ತಿಕೊಂಡೇ ಓಂ-ಕಾರ ಉಚ್ಚರಿಸಿದರೆ ಮೂರಕ್ಷರದ ಉಚ್ಚಾರವು ಜರುಗದೆ ಕೇವಲ ಏಕಾಕ್ಷರಿ ಹೊಮ್ಮುತ್ತದೆ. ಬಗ್ಗಿಯೇ ಉಚ್ಚಾರಮಾಡುತ್ತಿರಬೇಕು. ಬಾಯಿಯನ್ನು ತೆಗೆಯಬಾರದು, ನಾಲಿಗೆಯನ್ನು ಆಡಿಸಬಾರದು, ಮೇಲಿನ ಹಾಗು ಕೆಳಗಿನ ದವಡೆಗಳು ಕೂಡಿರಬೇಕು. ಪ್ರಭಂಜನ ಎಂಬ ಹಕ್ಕಿಯು ಹುಕ್ ಹುಕ್ ಎಂದಾಗಿ ಉಚ್ಚರಿಸುತ್ತದೆ. ಹಾಗೆ ಹೇಳುವಾಗಲೆಲ್ಲಾ ಅದರ ಹೊಟ್ಟೆಯು ಒಳಕ್ಕೆ ಹೋಗುತ್ತದೆ, ನಂತರ ಹೊರಗೆ ಬರುತ್ತದೆ. ಆದರೆ ಸಾಧಕನಿಗೆ ಹೊಟ್ಟೆ ಒಳಗೆ/ಹೊರಗೆ ಹೋಗಬಾರದು. ಆ ರೀತಿಯಲ್ಲಿ ಹೊಟ್ಟೆಯನ್ನು ಅವನು ಒತ್ತಿ ಹಿಡಿದಿರಬೇಕು.

ಅಕ್ಷರಂ ಬ್ರಹ್ಮ ಪರಮಂ ಸ್ವಭಾವೋऽಧ್ಯಾತ್ಮಮುಚ್ಯತೇ|
ಭೂತಭಾವೋದ್ಭವಕರೋ ವಿಸರ್ಗಃ ಕರ್ಮ ಸಂಜ್ಞಿತಃ||

ಕ್ಷರ=ನಾಶ; ಅಕ್ಷರ=ನಾಶವಿಲ್ಲದ್ದು, ಅಕ್ಷದಲ್ಲಿ ರಮಿಸಿದ್ದು; ನಾಶವಿಲ್ಲದ್ದಲ್ಲಿ ಸ್ವಾಭಾವಿಕವಾಗಿ ಅಧ್ಯಾತ್ಮ ಸೇರುತ್ತದೆ. ಅಕ್ಷರವು ಆತ್ಮನಲ್ಲಿ ಸಂಯೋಗವಾಗಿದೆ, ಅಂದರೆ ಹೀಗೆ ಸೇರಿದಾಗ ಮಾತ್ರ ಪೂರ್ಣ ಜ್ಞಾನ. ಭೂತ ಅಥವಾ ಭೂತಕ್ಕೆ ಸಂಬಂಧಪಟ್ಟಂತಹ ಭಾವೋದ್ವೇಗಗಳಾಗಲೀ ಅಥವಾ ಕರ್ಮಗಳಾಗಲೀ ಇವೆಲ್ಲವೂ ಸಹ ಪೂರ್ಣ ಜ್ಞಾನಕ್ಕಿಂತಾ ಆಚೆಗಿರುತ್ತವೆ.

ಸೂಚನೆ: ಹೀಗಾಗಿ, ಪೂರ್ಣ ಜ್ಞಾನ ಬೇಕೆಂದರೆ ಹೊರಗಿರುವುದನ್ನು ಹೊರಗಿಟ್ಟೇ ಸಾಧಕನು ಚಿಂತನೆ ಮಾಡಬೇಕಿದೆ.

ಅಧಿಭೂತಂ ಕ್ಷರೋ ಭಾವಃ ಪುರುಷಶ್ಚಾಧಿದೈವತಂ|
ಅಧಿಯಜ್ಞೋऽಹಮೇವಾತ್ರ ದೇಹೇ ದೇಹಭೃತಾಂ ವರ||

ಕ್ಷರ ಎಂಬ ದೇಹಕ್ಕೆ ಅಧಿಭೂತ, ಅಧಿದೈವ ಹಾಗು ಅಧ್ಯಾತ್ಮ ಎಂಬ ಮೂರು ಅಂಶಗಳಿವೆ. ಇದೇ ರೀತಿಯಲ್ಲಿ

ಅಕ್ಷರದಲ್ಲಿ ಆತ್ಮ, ಪರಮಾತ್ಮ ಹಾಗು ಅಂತರಾತ್ಮ ಎಂಬ ಮೂರು ವಿಭಾಗಗಳಿವೆ. ಕ್ಷರದಿಂದ ಅಕ್ಷರಕ್ಕೆ ದಾಟುವಾಗ ಸಾಧಕನು ಅಕ್ಷರದ ಮೂರು ವಿಭಾಗಗಳನ್ನು ಗಣಿಸಬೇಕಿದೆ.

ಸೂಚನೆ: ಕ್ಷರದ ಮೂರು ವಿಭಾಗಗಳಿಗೆ ರಾಗಗಳು ಎಂಬುದಿದ್ದರೆ, ಅಕ್ಷರದ ಮೂರು ವಿಭಾಗಕ್ಕೆ ರಾಗಗಳಿಲ್ಲ.

ಅಂತಕಾಲೇ ಚ ಮಾಮೇವ ಸ್ಮರನ್ಮುಕ್ತ್ವಾ ಕಲೇವರಂ|
ಯಃ ಪ್ರಯಾತಿ ಸ ಮದ್ಭಾವಂ ಯಅತಿ ನಾಸ್ತ್ಯತ್ರ ಸಂಶಯಃ||

ಅಕ್ಷರಕ್ಕೆ ಕ್ಷರದ ಸ್ವರ ಇರುವುದಿಲ್ಲ. ಅದಕ್ಕೇನಾದರೂ ಸ್ವರ ಸೇರಿಕೊಂಡರೆ ಅದು ಸಂಶಯಕ್ಕೆ ಕಾರಣವಾಗುತ್ತದೆ. ಹೀಗಾಗಿ, ಸಾಧಕನು ಅಕ್ಷರದಲ್ಲಿ ಸ್ವರ ಇಲ್ಲದೆ ಅಂದರೆ ಸಂಶಯವನ್ನು ದೂರಮಾಡಿಕೊಂಡು ಆಲೋಚಿಸಬೇಕಾಗುವುದು.

ಯಂ ಯಂ ವಾಪಿ ಸ್ಮರನ್ಭಾವಂ ತ್ಯಜತ್ಯಂತೇ ಕಲೇವರಂ|
ತಂ ತಮೇವೈತಿ ಕೌಂತೇಯ ಸದಾ ತದ್ಭಾವಭಾವಿತಃ||

ಕ್ಷರದಲ್ಲಿ ಪ್ರಾಪಂಚಿಕ ಭಾವದ ಸದ್ಭಾವ ಎಂಬುದು ಅವಶ್ಯಕವಾಗಿರುತ್ತದೆ. ಆದರೆ ಅಕ್ಷರದಲ್ಲಿ ರಾಗಗಳು ಇಲ್ಲದ ಕಾರಣದಿಂದಾಗಿ, ಹಾಗು ಸಂಶಯಕ್ಕೆ ಎಡೆ ಇಲ್ಲದ ಕಾರಣದಿಂದಾಗಿ ಸದ್ಭಾವವನ್ನು ಸಾಧಕನು ತೊರೆದು 'ಆತ್ಮೀಯಕ ಭಾವ' ಹೊಂದಬೇಕಾಗುತ್ತದೆ.

ಸೂಚನೆ: ಕ್ಷರ ಎಂಬುದು ಪ್ರಪಂಚದ (ಮಿತಿಗಳ ರೂಪದ) ವ್ಯವಹಾರವಾಗಿದ್ದರೆ ಅಕ್ಷರವು ವಿಶ್ವದ (ಸ್ವಾತಂತ್ರ್ಯದ) ವ್ಯವಹಾರವಾಗಿರುತ್ತದೆ.

ಗಮನಿಸಿ: ಆತ್ಮೀಯಕ ಭಾವದಿಂದ ಮಾತ್ರವೇ ಅಕ್ಷರತೆಯು ಗೋಚರವಾಗುತ್ತದೆ.

ತಸ್ಮಾತ್ಸರ್ವೇಷು ಕಾಲೇಷು ಮಾಮನುಸ್ಮರ ಯುಧ್ಯ ಚ|
ಮಯ್ಯರ್ಪಿತಮನೋಬುದ್ಧಿರ್ಮಾಮೇ ವೈಷ್ಯಸ್ಯ ಸಂಶಯಃ||

ಸಾಧಕನು ಆಗಲೇ ತನಗೆ ಹೊಂದಿಸಿಕೊಂಡಿರುವಂತಹ ಸ್ಥಿರಾಸನದಲ್ಲಿ ದೇಹ ಸಮೇತ ಎಲ್ಲವನ್ನೂ ಹೊರಗಿಟ್ಟಾಗ ಮಾತ್ರ ನಾನು ಎಂದಾಗಿ ಹೇಳಿಕೊಳ್ಳುವಂತಹ ಆತ್ಮವು ಇದೆಯಲ್ಲಾ, ಅದರ ಸ್ಪಷ್ಟ ಸ್ವರೂಪ ಅವನ ಬುದ್ಧಿಗೆ ಗೋಚರಿಸಲ್ಪಡುತ್ತದೆ. ಹೀಗಾಗುವವರೆಗೂ ಆತ್ಮದ ಸ್ಪಷ್ಟ ಚಿತ್ರಣ ಸಾಧಕನಿಗೆ ದೊರಕುವುದಿಲ್ಲ.

ಯಾವಾಗ ಸಂಶಯರಹಿತವಾಗಿ ಬುದ್ಧಿಗೆ ಆತ್ಮದ ಸ್ಪಷ್ಟ ಚಿತ್ರಣ ಗೋಚರಿಸಲ್ಪಡುತ್ತದೆಯೋ ಆಗ ಮಾತ್ರ ನಾನು ಅಂದರೆ ಯಾರು? ನಾನು ಎಂದರೆ ಏನು? ಎಂಬುದು ಅರ್ಥವಾಗುತ್ತದೆ.

ಸೂಚನೆ: ಹೀಗೆ ಅರ್ಥವಾಗುವುದನ್ನೇ ವೇದ ವಿಜ್ಞಾನಿಗಳು ಆತ್ಮಸಾಕ್ಷಾತ್ಕಾರ ಎಂದಾಗಿ ಹೇಳುವುದಾಗಿದೆ.

ಅಭ್ಯಾಸಯೋಗಯುಕ್ತೇನ ಚೇತಸಾ ನಾನ್ಯಗಾಮಿನಾ|
ಪರಮಂ ಪುರುಷಂ ದಿವ್ಯಂ ಯಾತಿ ಪಾರ್ಥಾನು ಚಿಂತಯನ್||

ಈ ಮೇಲೆ ಹೇಳಿದಂತಹ ಅಂಶವನ್ನು ನಿರಂತರವಾಗಿ ಅಭ್ಯಾಸಮಾಡಿದಾಗ ಮಾತ್ರ 'ಚೇತಸಾ' ಎಂಬುದು ಸಾಧಕನಲ್ಲಿ ಜನಿಸುತ್ತದೆ. ಇದೇ ಬ್ರಹ್ಮವಾಗಿದ್ದು, ಇದೇ ಅಕ್ಷರವಾಗಿರುತ್ತದೆ. ಅಂದರೆ, ನಾಶವಿರದ ತತ್ವವಾಗಿರುತ್ತದೆ.

ಮುಂದಿನದ್ದು ದೊರಕಿದಾಗ ಹಿಂದಿನದ್ದು ನಾಶವಾಗುತ್ತದೆ. ಆದರೆ ಬ್ರಹ್ಮ ತತ್ವವು ಹೀಗಲ್ಲ, ಏಕೆಂದರೆ ಇದಕ್ಕಿಂತಾ ಮುಂದಿನದ್ದು ಸಿಕ್ಕುವುದಿಲ್ಲ, ಅಂದರೆ ಇಲ್ಲ ಎಂದರ್ಥ.

ಪ್ರಯಾಣಕಾಲೇ ಮನಸಾಽಚಲೇನ ಭಕ್ತ್ಯಾ ಯುಕ್ತೋ ಯೋಗಬಲೇನ ಚೈವ|
ಯುವೋರ್ಮಧ್ಯೇ ಪ್ರಾಣಮಾವೇಶ್ಯ ಸಮ್ಯಕ್ಸ ತಂ ಪರಂ ಪುರುಷಮುಪೈತಿ ದಿವ್ಯಂ||

ಮೊದಲು ಏಕಾಗ್ರತೆಯನ್ನು ಸಾಧಿಸಿಕೊಳ್ಳಬೇಕು. ಇದರಿಂದಾಗಿ ಶ್ರದ್ಧೆಯಿಂದ ಹಾಗು ಭಕ್ತಿಯಿಂದ ಪ್ರವಹಿಸಬೇಕು. ಆಗ ಈ ಪ್ರವಹನವು ಆ ಅಕ್ಷರ ಬ್ರಹ್ಮದ ಎಡೆಗಿರುತ್ತದೆ. ಇದಕ್ಕಾಗಿ ಮಾರ್ಗ ಬೇಕು. ಆ ಮಾರ್ಗದಲ್ಲೇ ಈಜಬೇಕು. ಅಕ್ಷರ ಬ್ರಹ್ಮನ ಪ್ರವಾಹದಲ್ಲಿ ಈಜಿಕೊಂಡು ಹೋದರೆ ಅಲ್ಲಿ ಆ ಅಕ್ಷರ ಬ್ರಹ್ಮ ಗೋಚರವಾಗುತ್ತದೆ. ಇದೇ ಸತ್ಯವಾದಂತಹ ಆತ್ಮ ಸ್ವರೂಪವಾಗಿರುತ್ತದೆ.

ಪ್ರಯಾಣ ಕಾಲೇ – ಇಲ್ಲಿ ಎಲ್ಲಗೋ ಹೋಗುವುದು ಎಂಬ ಅರ್ಥವಲ್ಲ. ಬದಲಿಗೆ ಪರಾದಿಂದ ಪಶ್ಯಂತಿವರೆಗೆ ಬರತಕ್ಕಂತಹ ನಾದವಾಗಿದೆ. ಆ ನಾದದ ಪ್ರಯಾಣ ಕಾಲವಾಗಿದೆ. ಆ ನಾದದ ಪ್ರಯಾಣವು ಅಕ್ಷರವಾಗಿ ಪರಿವರ್ತನೆಯಾಗುವುದು ಮಧ್ಯಮದಲ್ಲಿ. ಆ ಮಧ್ಯಮದಲ್ಲಿ ಪರಿವರ್ತನೆ ಮಾಡುವ ಹಾಗೆ ಮಾಡಿಬಿಟ್ಟರೆ ಸಾಕು. ಇದರಲ್ಲಿ ವೈಖರಿಗೆ ಅವಶ್ಯಕವಾಗಿರುವಂತಹ ತಾಲುಗಳ ಪ್ರಯೋಗ ಇಲ್ಲವಾದ್ದರಿಂದಾಗಿ ಅದು ತ್ರೈಯಾಕ್ಷರಿಯಾಗದೆ ಏಕಾಕ್ಷರಿಯಾಗೆ ಉಚ್ಚಾರವಾಗುತ್ತದೆ.

ಯವ್ರೋರ್ಮಧ್ಯೇ - ಯವ, ಅಂದರೆ ನಾಭಿಯಿಂದ ಅನಾಹತದವರೆಗಿನ ದಾರಿ ಎಂಬ ಅರ್ಥವಾಗಿದೆ. ಪ್ರಾಣವು, ಅಂದರೆ ಹೊಟ್ಟೆಯ ಒಳಗೆ ಸಂಗ್ರಹವಾಗಿರುವಂತಹ ಗಾಳಿಯು ಒಂಕಾರದ ಜೊತೆಯಲ್ಲೇ ಹೊರಕ್ಕೆ ಬರುತ್ತದೆ. ನಂತರ ಗಾಳಿ ಪುನಃ ಒಳಕ್ಕೆ ಬರುತ್ತದೆ.

ಸರ್ವದ್ವಾರಾಣಿ ಸಂಯಮ್ಯ ಮನೋ ಹೃದಿ ನಿರುಧ್ಯ ಚ|
ಮೂರ್ಧ್ನ್ಯಾಧಾಯಾತ್ಮನಃ ಪ್ರಾಣಮಾಸ್ಥಿತೋ ಯೋಗಧಾರ ಣಾಂ|

ಇದುವರೆಗೂ ನೋಡಿದಂತಹ ದಾರಿಯನ್ನು ಉಳಿದು ಇನ್ನೂ ಹಲವಾರು ದಾರಿಗಳಿವೆ ಎಂದಾಗಿ ಎಲ್ಲೇ ಹೇಳಿದರೂ ಅದು ಸರಿಯಲ್ಲ, ಏಕೆಂದರೆ ಇದನ್ನುಳಿದು ಬೇರೆ ದಾರಿಯೇ ಇಲ್ಲ. ಇರುವುದು ಇದೊಂದೇ ದಾರಿ. ಹಾಗಾಗಿ, ನಾನು ಯಾರು ಎಂದಾಗಿ ತಿಳಿಯಬಯಸುವವನು ಉಳಿದ ದಾರಿಗಳನ್ನು ಕೂಡಲೇ ತ್ಯಜಿಸಬೇಕಿದೆ.

ಓಮಿತ್ಯೇಕಾಕ್ಷರಂ ಬ್ರಹ್ಮ ವ್ಯಾಹರನ್ಮಾಮನುಸ್ಮರನ್|
ಯಃ ಪ್ರಯಾತಿ ತ್ಯಜನ್ ದೇಹಂ ಸ ಯಾತಿ ಪರಮಾಂ ಗತಿಂ||

ಕ್ಷರದಲ್ಲಿ ಸ್ವರವನ್ನು ಸೇರಿಸಿಕೊಂಡಾಗ ಓಂ-ಕಾರವು ತ್ರ್ಯಕ್ಷರಿ (ಅ+ಉ+ಮ) ಎಂದಾಗುತ್ತದೆ. ಆದರೆ ಇದಕ್ಕೂ ಮೀರಿದ್ದು ಏಕಾಕ್ಷರೀ ಓಂ-ಕಾರ. ಇದು ಅಕ್ಷರವನ್ನು ತಲುಪುವಂತಹ ಓಂ-ಕಾರ. ಇದರಿಂದ ಮಾತ್ರ ಆತ್ಮವತ್ ಆಗುವುದು ಸಾಧ್ಯ. ಇದು ದೇಹದ ಯಾವುದೋ ಒಂದು ಅಂಗ ಪ್ರಕ್ರಿಯೆಯಿಂದ ಉತ್ಪನ್ನವಾಗುವಂತಹ ಸ್ವರವಲ್ಲ. ಇದನ್ನು ಬಿಡಬೇಕು. ಏಕಾಕ್ಷರಿ ಹೊರಡುವುದು ಪರಾದಿಂದ, ಅಂದರೆ ನಾಭಿಯಿಂದ. ನಾಬಿಯಿಂದ ಹೊರಟು, ಹೃದಯದಲ್ಲಿ ಸ್ಥಾನವನ್ನು ಪಡೆದು, ಮಧ್ಯಮದಲ್ಲಿ ಪ್ರಸಾರಗೊಳ್ಳುತ್ತದೆ. ಇದನ್ನು ನಿರಂತರ ಅಭ್ಯಾಸಮಾಡಬೇಕಿದೆ. ಇದೇ ನಿತ್ಯ ಬ್ರಹ್ಮ, ಸತ್ಯ ಬ್ರಹ್ಮ.

ಸೂಚನೆ: ಓಂ-ಕಾರವು ದೇಹದ ವ್ಯಾಪಾರವಲ್ಲ. ಹೀಗಾಗಿ ದೇಹ-ವ್ಯಾಪಾರವಲ್ಲದ ಓಂ-ಕಾರವನ್ನು (ಏಕಾಕ್ಷರಿಯನ್ನು) ಅಭ್ಯಾಸಮಾಡಬೇಕು.

ಅನನ್ಯಚೇತಾಃ ಸತತಂ ಯೋ ಮಾಂ ಸ್ಮರತಿ ನಿತ್ಯಶಃ|
ತಸ್ಯಾಹಂ ಸುಲಭಃ ಪಾರ್ಥ ನಿತ್ಯಯುಕ್ತಸ್ಯ ಯೋಗಿನಃ||

ನಿತ್ಯವೂ ಸಹ ಯೋಗಿಗಳು ಏಕಾಕ್ಷರೀಯಾದಂತಹ ಬ್ರಹ್ಮನನ್ನು ಕುರಿತು ಧ್ಯಾನ ಮಾಡುತ್ತಾರೆ. ಅದು ನಾನೇ ಎಂದಾಗಿ

ಕೃಷ್ಣನು ಹೇಳುತ್ತಾನೆ. ಆದರೆ ಇಲ್ಲಿಂದ ಮುಂದೆ ನಾನಲ್ಲ ಎಂದಾಗಿಯೂ ಸೇರಿಸುತ್ತಾನೆ.

ಮಾಮುಪೇತ್ಯ ಪುನರ್ಜನ್ಮ ದುಃಖಾಲಯ ಮಶಾಶ್ವತಂ|
ನಾಪ್ನುವಂತಿ ಮಹಾತ್ಮಾನಃ ಸಂಸಿದ್ಧಿಂ ಪರಮಾಂ ಗತಾಃ||

ಏಕಾಕ್ಷರೀ ಬ್ರಹ್ಮದ ಜ್ಞಾನ ಯಾವಾಗ ಪ್ರಾಪ್ತಿಯಾಗುತ್ತದೆಯೋ ಅಲ್ಲಿಂದ ನಂತರ ಹುಟ್ಟು-ಸಾವುಗಳು ಯಾವುದೂ ಸಹ ಇರುವುದಿಲ್ಲ. ಬದಲಿಗೆ, ಶಾಶ್ವತವಾದ ಗತಿಯು ಯೋಗಿಗೆ ದೊರಕುತ್ತದೆ. ಇಲ್ಲದಿದ್ದರೆ ಎಲ್ಲವೂ ಉಂಟು.

ಆಬ್ರಹ್ಮಭುವನಾಲ್ಲೋಕಾಃ ಪುನರಾವರ್ತಿನೋಽರ್ಜುನ|
ಮಾಮುಪೇತ್ಯ ತು ಕೌಂತೇಯ ಪುನರ್ಜನ್ಮ ನ ವಿದ್ಯತೇ||

ಅರ್ಜುನಾ, ಯಾವಾಗ ನೀನು ಏಕಾಕ್ಷರೀ ಬ್ರಹ್ಮವನ್ನು ಅರ್ಥಮಾಡಿಕೊಳ್ಳುತ್ತೀಯೋ, ಆವಾಗಿನಿಂದ ನಿನಗೆ ಪುನರ್ಜನ್ಮದ ಪ್ರಾಪ್ತಿ ಇರುವುದಿಲ್ಲ.

ಗಮನಿಸಿ: ಮೌನವಾಗಿ ಓಂ-ಕಾರ ಉಚ್ಚಾರ ಮಾಡಿದಾಗಲೂ ಸಹ ಅದು ಗಾನವಾಗಿ ಹೊರಬರುತ್ತದೆ. ಗಾನಕ್ಕೆ ಸ್ವರಗಳ (ಅ,ಉ,ಮ) ಭೇದ ಬರುವುದಿಲ್ಲ. ಆಗ ಅದು ಏಕಾಕ್ಷರೂಪವಾಗುತ್ತದೆ. ಇದೇ ಅಕ್ಷರ ಬ್ರಹ್ಮ ಉಪಾಸನಾ ವಿಧಿ ಎಂದಾಗಿರುತ್ತದೆ.

ಏಕಾಕ್ಷರ ಬ್ರಹ್ಮವನ್ನು ಪರಾದಿಂದ ಹೊಮ್ಮಿಸಿ ಸ್ಥಿರಗೊಳಿಸಿಕೊಳ್ಳುವುದು ಹೇಗೆ ಎಂದಾಗಿ ಪ್ರಭಂಜಾಸನ ತಿಳಿಸಿಕೊಡುತ್ತದೆ. ಈ ಆಸನಕ್ಕೆ ಪ್ರಭಾಸನ ಎಂದಾಗಿಯೂ ಸಹ ಹೇಳುವುದಾಗಿದೆ.

ಮೆಟ್ಟಿಲು – 12

ರಾಜವಿದ್ಯಾ ರಾಜಗುಹ್ಯ ವೇದ ರಹಸ್ಯವನ್ನೀಗ ತಿಳಿದುಕೊಳ್ಳುವ.

ಸೂಚನೆ: ಈ ವಿಚಾರಕ್ಕಾಗಿ ಬದ್ಧ ಗುಹ್ಯಾಸನವನ್ನು ಅಭ್ಯಾಸಮಾಡಬೇಕಿದೆ.

ಇಲ್ಲಿ ಗುಹ್ಯ ಎಂದರೆ ನಾಭಿ ಎಂಬ ಅರ್ಥವಾಗಿದೆ. ಬ್ರಹ್ಮ ಅಲ್ಲಿಂದ ಹೊರಡುವುದಾಗಿದೆ. ಅಂದರೆ ಜ್ಞಾನ ಇದೆ ಎಂಬ ಅರ್ಥವಾಗಿದೆ. ಈ ಜ್ಞಾನವನ್ನೇ ಸಮ್ಯಗ್ ಜ್ಞಾನ ಎಂದಾಗಿ ವೇದ ತಜ್ಞರು ಹೇಳುವುದಾಗಿದೆ.

ಗಮನಿಸಿ: ನಾಭಿಯಲ್ಲಿರುವುದು ಸಮ್ಯಗ್ ಜ್ಞಾನ ಎಂದಾಗಿದ್ದರೆ, ಅದರ ಹೊರಗಿರುವುದು ಪರಿಸರ ಜ್ಞಾನ ಎಂದಾಗಿರುತ್ತದೆ.

ಇದಂ ತು ತೇ ಗುಹ್ಯತಮಂ ಪ್ರವಕ್ಷ್ಯಾಮ್ಯನಸೂಯವೇ|
ಜ್ಞಾನಂ ವಿಜ್ಞಾನಸಹಿತಂ ಯಜ್ಜ್ಞಾತ್ವಾ ಮೋಕ್ಷ್ಯಸೇಽಶುಭಾತ್||

ಈಗಾಗಲೇ ನೋಡಿರುವಂತಹ ಜ್ಞಾನ ವಿಜ್ಞಾನ ಯೋಗವು ಸಾಧಕನನ್ನು ಸರಿಯಾದ ಮಾರ್ಗದಲ್ಲಿ ಕೊಂಡೊಯ್ಯಬಲ್ಲವು. ಇದು ಸರಿ, ಆದರೆ ಅದರ ಸ್ಥಾನ ಎಲ್ಲಿದೆ, ವಿಜ್ಞಾನ ಎಲ್ಲಿದೆ – ಅಂದರೆ ಪ್ರಪಂಚದ ಅರಿವು ಎಲ್ಲಿದೆ – ಗುಹ್ಯ ಭಾಗದಲ್ಲಿದೆ, ಅಂದರೆ ನಾಭಿಯಲ್ಲಿದೆ. ಇದರಲ್ಲಿ ಎಷ್ಟು ಅಂತರ್ಯಾನವನ್ನು ಮಾಡುತ್ತೇವೆಯೋ ಅಷ್ಟು ಬ್ರಹ್ಮ ದೊರಕುತ್ತದೆ. ಅದೇ ನಮ್ಮನ್ನು ಯೋಗಿಯನ್ನಾಗಿ ಮಾಡುತ್ತದೆ. ಹೀಗಾಗಿ, ಇದನ್ನು ಗುಹ್ಯ-ವಿದ್ಯಾ ಎಂದಾಗಿ ಹೇಳುವುದಾಗಿದೆ.

ರಾಜವಿದ್ಯಾ ರಾಜಗುಹ್ಯಂ ಪವಿತ್ರಮಿದಮುತ್ತಮಂ|
ಪ್ರತ್ಯಕ್ಷಾವಗಮಂ ಧರ್ಮ್ಯಂ ಸುಸುಖಂ ಕರ್ತುಮವ್ಯಯಂ||

ನಾಭಿಯಲ್ಲಿ ಅಡಕವಾಗಿರುವಂತಹ ಜ್ಞಾನಕ್ಕಿಂತಲೂ ಹೆಚ್ಚಿನದಾದ ಜ್ಞಾನ ಈ ಪ್ರಪಂಚದಲ್ಲಿ ಇಲ್ಲ. ಹೀಗಾಗಿ, ಇದನ್ನು ರಾಜವಿದ್ಯೆ ಎಂದಾಗಿ ವೇದ ತಜ್ಞರು ಹೇಳುತ್ತಾರೆ. ಇದೇ ಅತ್ಯುತ್ತಮವಾದಂತಹ ಜ್ಞಾನ, ತುರೀಯ ಜ್ಞಾನ. ಇದೇ ಸಮ್ಯಗ್ ಜ್ಞಾನ. ಇದು ನಾಭಿಯಲ್ಲಿ, ಅಂದರೆ ಗುಹ್ಯದಲ್ಲಿ ಅಡಕವಾಗಿರುತ್ತದೆ. ಇದು ಶ್ರೇಷ್ಠವಾಗಿದೆ, ಪವಿತ್ರವಾದಂತಹ ವಿದ್ಯೆಯಾಗಿದೆ. ಬ್ರಹ್ಮನು ಪ್ರತ್ಯಕ್ಷವಾದಾಗ ಇದು ವ್ಯಾವಹಾರಿಕ ಜ್ಞಾನವನ್ನೂ ಸಹ ಕೊಡುತ್ತದೆ, ಜೊತೆಗೆ ಪ್ರಾಪಂಚಿಕ

ಜ್ಞಾನವನ್ನೂ ಕೊಡುತ್ತದೆ. ಮಾನವನು ಮಾಡುವಂತಹ ವ್ಯಾವಹಾರಿಕ, ವೇದಾಂತಿಕ, ಇತ್ಯಾದಿ ರೀತಿಯ ಜ್ಞಾನಗಳೆಲ್ಲವೂ ಸಹ ಈ ನಾಭಿಯಿಂದಲೇ ಪ್ರಾಪ್ತವಾಗುತ್ತದೆ. ಅಂದರೆ, ಗುಹ್ಯದಿಂದ ಬ್ರಹ್ಮವಾಗಿ ಹೊರಗೆ ಬಂದ ಭಾಗದಿಂದ ಆರಿಸಿಕೊಂಡದ್ದಾಗಿರುತ್ತದೆ. ಆದರೆ ಅಂತರ್ಯಾಮಿಯಾಗಿ ನಮ್ಮ ನಾಭಿಯಿಂದ ಒಳಕ್ಕೆ ಇಳಿದು ನಮ್ಮನ್ನೇ ಯೋಗಿಯಾಗಿ ಮಾಡುತ್ತದಲ್ಲಾ, ಅದು ಪ್ರಕಟವಾಗಬೇಕು. ಹೀಗಾದಾಗ ಮಾತ್ರ ಪೂರ್ಣಜ್ಞಾನದ ಪ್ರಾಪ್ತಿ.

ಗಮನಿಸಿ: ಕೇವಲ ಒಂದು ಬ್ರಹ್ಮವಲ್ಲ, ಬದಲಿಗೆ ಅನಂತ ಕೋಟಿ ಬ್ರಹ್ಮಾಂಡದ ಜ್ಞಾನವು ನಾಭಿಯಲ್ಲಿ ಅಡಕವಾಗಿರುತ್ತದೆ. ಇದನ್ನು ಗಳಿಸಿಕೊಂಡಾಗ ಮಾತ್ರ ಯೋಗಿಯಾಗುವಂತಹ ಅವಕಾಶ.

ಸೂಚನೆ: ಪ್ರತ್ಯಕ್ಷಾವಗಮಂ – ವೇದ ಪ್ರಕಾರ, ವಸ್ತು ಗೋಚರಿಸುವುದು ಪ್ರತ್ಯಕ್ಷವಲ್ಲ, ಬದಲಿಗೆ ಜ್ಞಾನ ಸಿಗುವುದೇ ಪ್ರತ್ಯಕ್ಷ. ವಸ್ತು ಗೋಚರಿಸಿದರೂ ಸಹ ಆ ವಸ್ತು ಏನು? ಅದು ಏನು ಕೆಲಸ ಮಾಡಬಲ್ಲದು? ಅದರ ಉಪಯೋಗವೇನು? ಅದು ನಮಗೆ ಬೇಕೆ? ಹೀಗೆ ಈ ಪ್ರಶ್ನೆಗಳಿಗೆಲ್ಲಾ ಉತ್ತರವನ್ನು ಕೊಟ್ಟಾಗ ಸಿಗುವುದಲ್ಲಾ, ಅದು ಜ್ಞಾನ ಎಂದಾಗಿರುತ್ತದೆ. ಹೀಗಿಲ್ಲದಿರೆ ಅದು ಪ್ರತ್ಯಕ್ಷ ಎಂದಾಗುವುದಿಲ್ಲ.

ಅಶ್ರುದ್ಧಧಾನಾಃ ಪುರುಷಾ ಧರ್ಮಸ್ಯಾಸ್ಯ ಪರಂತಪ|
ಅಪ್ರಾಪ್ಯ ಮಾಂ ನಿವರ್ತಂತೇ ಮೃತ್ಯುಸಂಸಾರ ವರ್ತ್ಮನಿ||

ಬಾಹ್ಯಕ್ಕೆ ಬಂದಂತಹ ಜ್ಞಾನವು ನಿಧಾನವಾಗಿ ಮರೆಯಾಗುತ್ತವೆ. ಆಗ ಹೇಳುವಂತಹ ವಿಧಾನಗಳು ಬದಲಾಗುತ್ತಾ ಬರುತ್ತವೆ. ಹೀಗಾದಾಗ ಮೂಲ ಜ್ಞಾನದಲ್ಲಿ ವ್ಯತ್ಯಾಸ ಉಂಟಾಗಿ ವಿಷಯವು ನಾಶವಾಗುತ್ತಾ ಬರುತ್ತದೆ. ಕೊನೆಕೊನೆಗೆ ಮೂಲ ಜ್ಞಾನವು ಸಂಪೂರ್ಣ ಮರೆಯಾಗುತ್ತದೆ. ಆದರೆ ಅಂತರ್ಯಾಮಿಯಾದ ವಿಷಯ ಒಳಕ್ಕೆ ಇಳಿದಾಗ ಮಾತ್ರ ಅದು ಪರಿಪೂರ್ಣವಾದಂತಹ ಜ್ಞಾನವಾಗಿ ಶಾಶ್ವತವಾಗಿ ಉಳಿದುಕೊಳ್ಳುತ್ತದೆ. ಇದು ಎಂದೆಂದಿಗೂ ಕೂಡ ನಾಶವಾಗುವಂತಹದ್ದಲ್ಲ, ಏಕೆಂದರೆ ಈ ಜ್ಞಾನಕ್ಕೆ ಪ್ರಾಪಂಚಿಕ ಮೃತ್ಯು ಎನ್ನುವುದಿರುವುದಿಲ್ಲ.

ಗಮನಿಸಿ: ಒಳಕ್ಕೆ ಇಳಿದಂತಹ ಜ್ಞಾನವು ಯಾವ ಅಡೆತಡೆಯೂ ಇರದ ಕಾರಣದಿಂದಾಗಿ, ಅದು ಎಂದಿಗೂ ಸಹ ನಾಶವಾಗುವುದಿಲ್ಲ.

ಮಯಾ ತತಮಿದಂ ಸರ್ವಂ ಜಗದವ್ಯಕ್ತಮೂರ್ತಿನಾ|
ಮತ್ಸ್ಥಾನಿ ಸರ್ವಭೂತಾನಿ ನ ಚಾಹಂ ತೇಷ್ವವಸ್ಥಿತಃ||

ಇಂದಿನ ಮಾನವನು ಸಾಮಾನ್ಯವಾಗಿ ಸಕಲ ಜ್ಞಾನವನ್ನೂ ಸಹ ಸಾಹಿತ್ಯದಿಂದಲೇ ಅರ್ಥಮಾಡಿಕೊಳ್ಳುವಂತಹ ಪ್ರಯತ್ನಮಾಡುತ್ತಾನೆ. ಹೀಗಾಗಿ ಅದು ತುರೀಯ ಜ್ಞಾನವಾಗುವುದಿಲ್ಲ. ಬದಲಿಗೆ, ಒಳಗೇ ಇರತಕ್ಕಂತಹ ಅನಂತ ಕೋಟಿ ಬ್ರಹ್ಮಾಂಡ ಪ್ರಕಟಗೊಂಡಿರುವಂತಹ ಜ್ಞಾನವನ್ನು ಪಡೆದರೆ, ಅದು ತುರೀಯ ಜ್ಞಾನವಾಗುತ್ತದೆ. ಅದೇ ಸಮ್ಯಗ್ ಜ್ಞಾನ.. ಇಂತಹ ಜ್ಞಾನವನ್ನು ಯೋಗದಿಂದ ಮಾತ್ರ ಪಡೆಯಬಹುದಾಗಿದೆ.

ಗಮನಿಸಿ: ತಪಸ್ಸು, ಇತ್ಯಾದಿಗಳೆಲ್ಲವೂ ಸಹ ಬಾಹ್ಯ ಪ್ರಪಂಚ ಜ್ಞಾನಗಳಿಗೆ ಮಾತ್ರ ಸೀಮಿತವಾಗಿದ್ದು, ಯೋಗ ಒಂದೇ ಸಮ್ಯಗ್ ಜ್ಞಾನವನ್ನು ಪಡೆಯುವಂತಹ ಮಾರ್ಗವಾಗಿದೆ ಎಂದಾಗಿ ವೇದ ವಿಜ್ಞಾನಿಗಳು ಹೇಳಿರುತ್ತಾರೆ.

ನ ಚ ಮತ್ಸ್ಥಾನಿ ಭೂತಾನಿ ಪಶ್ಯ ಮೇ ಯೋಗಮೈಶ್ವರಂ|
ಭೂತಭೃನ್ನ ಚ ಭೂತಸ್ಥೋ ಮಮಾತ್ಮಾ ಭೂತಭಾವನಃ||

ಯಾವನೇ ಒಬ್ಬನು ಪೃಥ್ವಿ, ಆಪ, ತೇಜ, ವಾಯು ಹಾಗು ಆಕಾಶ ಎಂಬ ಪಂಚಭೂತಗಳನ್ನು ಸಂಪೂರ್ಣವಾಗಿ ಅಧ್ಯಯನ ಮಾಡಿದರೂ ಸಹ ಅದು ಒಟ್ಟಾರೆ ಯೋಗದಿಂದ ದೊರಕುವ ಜ್ಞಾನದ ಮುಂದೆ 1% ಕ್ಕಿಂತಲೂ ಕಡಿಮೆ ಎಂಬುದು ವೇದ ವಿಜ್ಞಾನಿಗಳ ಅಭಿಪ್ರಾಯ. ಹೀಗಾಗಿ, ಅಂತರ್ಜ್ಞಾನದ ಅವಶ್ಯಕತೆಯನ್ನು ಜ್ಞಾನ ದಾಹಿಗಳಾದಂತಹ ಪ್ರತಿಯೊಬ್ಬರೂ ಸಹ ಅರ್ಥಮಾಡಿಕೊಂಡು, ಯೋಗದಲ್ಲಿ ಮುಂದುವರೆಯಬೇಕು.

ಗಮನಿಸಿ: ಅನಂತ ಕೋಟಿ ಬ್ರಹ್ಮಾಂಡ ಜ್ಞಾನದ ಮುಂದೆ ಪ್ರಾಪಂಚಿಕದ ಒಟ್ಟಾರೆ ಜ್ಞಾನವು ಕೇವಲ ತೃಣ ಮಾತ್ರ.

ಸರ್ವಭೂತಾನಿ ಕೌಂತೇಯ ಪ್ರಕೃತಿಂ ಯಾಂತಿ ಮಾಮಿಕಾಂ|
ಕಲ್ಪಕ್ಷಯೇ ಪುನಸ್ತಾನಿ ಕಲ್ಪಾದೌ ವಿಸೃಜಾಮ್ಯಹಂ||

ಒಂದೊಂದು ಕಲ್ಪದಲ್ಲೂ ಸಹ ನಾರಾಯಣನು ಬೇರೆ ಬೇರೆ ಬ್ರಹ್ಮಾಂಡ ಸ್ವರೂಪದಲ್ಲಿ ಪ್ರಕಟಗೊಳ್ಳುತ್ತಾನೆ. ಹೀಗೆ, ಈ ಕಲ್ಪದಲ್ಲಿ ಈ ನಾಭಿಯಿಂದ ಹುಟ್ಟುಬಂದಂತಹ ಕಮಲದಲ್ಲಿ

(ಪೃಥಕ್ ಜ್ಞಾನದಲ್ಲಿ) ಜನಿಸಿದಂತಹ ಬ್ರಹ್ಮನು (ಬೃಹತ್ ಚಲನೆ ಹಾಗು ಚಿಂತನೆಗಳು) ಒಂದು ಬ್ರಹ್ಮಾಂಡವಾಗಿದ್ದಾನೆ. ಇಂತಹ ಅನಂತ ಕೋಟಿ ಬ್ರಹ್ಮಾಂಡ ಜ್ಞಾನವನ್ನು ಯಾವುದೇ ಮಾನವನು ಪಡೆಯಬಹುದಾಗಿದೆ.

ಪ್ರಕೃತಿಂ ಸ್ವಾಮವಷ್ಟಭ್ಯ ವಿಸೃಜಾಮಿ ಪುನಃ ಪುನಃ|
ಭೂತಗ್ರಾಮಮಿಮಂ ಕೃತ್ಸ್ನಮವಶಂ ಪ್ರಕೃತರ್ವಶಾತ್||

ನಮ್ಮ ದೇಹದ ಮುಂಡಭಾಗ ಯಾವುದಿದೆಯೋ ಅದನ್ನೇ ಪ್ರಕೃತಿ ಎಂದಾಗಿ ಹೇಳಲ್ಪಟ್ಟಿದೆ. ಈ ದೇಹದ ಭಾಗಕ್ಕೆ ವಾತ, ಪಿತ್ತ, ಕಫ, ಉಷ್ಣ, ಶೀತ ರೀತಿಯ ಹಲವಾರು ಬಾಧೆಗಳು. ಹೀಗಾಗಿ, ಪ್ರಕಟವಾದಂತಹ ಜ್ಞಾನವು ಈ ಬಾಧೆಗಳಿಂದ ಪೀಡಿತವಾಗುತ್ತವೆ. ಈ ಪೀಡನದಿಂದಾಗಿ ಜ್ಞಾನವು ಪೂರ್ಣವಾಗಿ ಅರ್ಥವಾಗುವುದಿಲ್ಲ. ಇದರಿಂದಾಗಿ ಮಾನವನು ತಪ್ಪು ತಪ್ಪು ಗ್ರಹಿಕೆಯನ್ನು ಮಾಡುತ್ತಾ ಸಾಗುತ್ತಾನೆ.

ಗಮನಿಸಿ: ಜ್ಞಾನದ ತಪ್ಪು ಗ್ರಹಿಕೆಯಿಂದ ಪ್ರಪಂಚದಲ್ಲಿ ಅನರ್ಥಗಳು ಸಂಭವಿಸುತ್ತವೆ. ಉದಾಹರಣೆಗೆ ದುರ್ಯೋಧನ. ಹೀಗಾಗಬಾರದೆಂಬುದು ಶ್ರೀಕೃಷ್ಣನ ಉದ್ದೇಶವಾಗಿರುತ್ತದೆ.

ನ ಚ ಮಾಂ ತಾನಿ ಕರ್ಮಾಣಿ ನಿಬಧ್ನಂತಿ ಧನಂಜಯ|
ಉದಾಸೀನವದಾಸೀನಮಸಕ್ತಂ ತೇಷು ಕರ್ಮಸು||

ಶ್ರೀಕೃಷ್ಣ ಹೇಳುತ್ತಿದ್ದಾನೆ: ಅರ್ಜುನಾ, ನೀನು ಬಿಲ್ಲನ್ನು ಹಿಡಿದಿದ್ದೀಯಾ, ನೀನು ಬಿಡುವಂತಹ ಬಾಣವು ಎಲ್ಲಿಗೆ ಹೋಗುತ್ತದೆ ಎಂಬುದು ಗೊತ್ತಿಲ್ಲ. ನಿನ್ನಲ್ಲಿ ಅಂತರ್ಯಾಮಿ ಆಗತಕ್ಕಂತಹ ನಿನ್ನ ಪ್ರಯೋಗ ಏನಿದೆಯೋ, ಅದು ನಾಭಿಯಲ್ಲಿ ಹೊರಡತಕ್ಕಂತಹ 7 ವಾಘೆಗಳು ಎಂದಾಗಿ ಹೇಳುವಂತಹ ಆ ಬಿಲ್ಲಿನ ನಾಣುವು ನಿನ್ನೊಳಗೇ ಪ್ರಯೋಗಿಸುವುದರಿಂದ, ನಿನಗೆ ಸಂಪೂರ್ಣ ಅರ್ಥವಾಗಲಿಕ್ಕೆ ಸಾಧ್ಯ. ಅಂದರೆ, ಜ್ಞಾನ ಪ್ರಾಪ್ತವಾಗುವುದಕ್ಕೆ ಸಾಧ್ಯ. ಇದೇ ಸಮ್ಯಗ್ ಜ್ಞಾನ ಧನಂಜಯ.

ಮಯಾಽಽಧ್ಯಕ್ಷೇಣ ಪ್ರಕೃತಿಃ ಸೂಯತೇ ಸಚರಾಚರಂ|
ಹೇತುನಾಽನೇನ ಕೌಂತೇಯ ಜಗದ್ವಿಪರಿವರ್ತತೇ||

ಕೃಷ್ಣ ಅರ್ಜುನನಿಗೆ ಹೇಳುತ್ತಿದ್ದಾನೆ: ನೀನು ಕಲಿಯುವುದಕ್ಕೆ ಪ್ರಯತ್ನಪಟ್ಟಾಗ, ಅಂತರ್ಯಾಮಿಯಾಗುವೆ ಎಂದಾಗಿ ಹೊರಟಾಗ, ನಿನ್ನನ್ನು ಈ ಪ್ರಪಂಚದ ಕಡೆಗೇ ತಳ್ಳುವುದಕ್ಕೆ ನಾನೇ ಕಾರಣನಾಗುತ್ತೇನೆ. ಹೀಗೆ ನಾನು ನಿರಂತರ ಪ್ರಯತ್ನ ಮಾಡುತ್ತಿರುತ್ತೇನೆ. ಈ ಕಾರಣದಿಂದಾಗಿ ನೀನು ನನ್ನಿಂದ

ಅತೀತನಾಗಬೇಕು. ನನ್ನಿಂದ ಮುಂದಕ್ಕೆ ಹೋಗಬೇಕು. ಅಂತರ್ಯಾಮಿ ಆಗುವೆಡೆಗೆ ನಿನ್ನ ಪ್ರಯತ್ನವಿರಬೇಕು.

ಅವಜಾನಂತಿ ಮಾಂ ಮೂಢಾ ಮಾನುಷೀಂ ತನುಮಾಶ್ರಿತಂ|
ಪರಂ ಭಾವಮಜಾನಂತೋ ಮಮ ಭೂತಮಹೇಶ್ವರಂ||

ಕೃಷ್ಣ ಅರ್ಜುನನಿಗೆ ಹೇಳುತ್ತಿದ್ದಾನೆ: ಅಂತರ್ಯಾನದಲ್ಲಿ ಯಾವ್ಯಾವುದು ನಿನಗೆ ಭಾಸವಾಗುತ್ತದೆಯೋ ಅದು ಪ್ರಕಟ ಪ್ರಪಂಚದಲ್ಲಿ ಕಾಣುವುದಿಲ್ಲ. ಅಂದರೆ, ಇದರ ಅರ್ಥ, ಅವು ಯಾವುದೂ ಸಹ ಈ ಪ್ರಪಂಚದಲ್ಲಿ ಜನ್ಮಿಸಿಲ್ಲ. ಒಂದು ವಸ್ತುವನ್ನು ನಾನು ಗುರುತಿಸುವೆ ಎನ್ನಬೇಕಾದರೆ ಅದು ಈ ಪ್ರಪಂಚದಲ್ಲಿ ಜನ್ಮಿಸಿರಬೇಕು ತಾನೆ? ಅದು ನಿನಗೆ ಕಾಣಿಸುತ್ತಿಲ್ಲಾ ಎಂದರೆ, ಅದು ಜನ್ಮಿಸಿಲ್ಲಾ ಎಂದೇ ಅರ್ಥ. ಹೀಗೆ ಜನ್ಮಿಸಿರದ್ದು ಏನೇನಿದೆಯೋ ಅವೆಲ್ಲವೂ ಸಹ ನಿನ್ನ ಅಂತರ್ಯಾನದಲ್ಲಿದೆ.

ಗಮನಿಸಿ: ಅಂತರ್ಯಾನದಲ್ಲಿ ಭಾಸವಾಗುವುದೆಲ್ಲವೂ ಸಹ ಅಂತರ್ಮನದಿಂದ ಬರುವುದಾಗಿದೆ.

ಸೂಚನೆ: ಅಂತರ್ಭಾವದಿಂದ ಏನೇನು ಪ್ರಾಪ್ತವಾಗುತ್ತದೆಯೋ, ಅದು ಮಾತ್ರ ಶ್ರೇಷ್ಠವಾದಂತಹ ಜ್ಞಾನವಾಗಿರುತ್ತದೆ.

ಮೋಘಾಶಾ ಮೋಘಕರ್ಮಾಣೋ ಮೋಘಜ್ಞಾನ ವಿಚೇತಸಃ|
ರಾಕ್ಷಸೀಮಾಸುರೀಂ ಚೈವ ಪ್ರಕೃತಿಂ ಮೋಹಿನೀಂ ಶ್ರಿತಾಃ||

ಕೃಷ್ಣ ಅರ್ಜುನನಿಗೆ ಹೇಳುತ್ತಿದ್ದಾನೆ: ಅರ್ಜುನಾ, ನಿನ್ನ ಸಕಲ ಪ್ರಯತ್ನವನ್ನು ನಾನು ಮಾಯೆಯಲ್ಲಿ (ಅಳತೆಯಲ್ಲಿ) ಸೇರುವಂತೆ ಮಾಡುತ್ತೇನೆ. ಆದರೆ ನೀನು ಈ ಮಾಯೆಯನ್ನು (ಅಳತೆಯನ್ನು) ಮೀರಿ ಮುಂದೆ ಹೋಗಬೇಕು. ಅಂದರೆ ನನ್ನನ್ನು ಮೀರಿ ಮುಂದೆ ಹೋಗಬೇಕು. ಇಲ್ಲದಿದ್ದರೆ ನೀನು ಮಾಯೆಯ ಮೋಹಕ್ಕೆ ಸಿಲುಕಿ ಆಸುರೀ ವೃತ್ತಿಗೆ ಇಳಿದುಬಿಡುತ್ತೀಯಾ, ಎಚ್ಚರಾ!

ಮಹಾತ್ಮಾನಸ್ತು ಮಾಂ ಪಾರ್ಥ ದೈವೀಂ ಪ್ರಕೃತಿಮಾಶ್ರಿತಾಃ|
ಭಜಂತ್ಯನನ್ಯಮನಸೋ ಜ್ಞಾತ್ವಾ ಭೂತಾದಿಮವ್ಯಯಂ||

ಕೃಷ್ಣ ಅರ್ಜುನನಿಗೆ ಹೇಳುತ್ತಿದ್ದಾನೆ: ನನ್ನನ್ನು ಮೀರಿ ನೀನು (ನನ್ನನ್ನು ಹಿಂದಿಕ್ಕಿ) ಮುಂದಕ್ಕೆ ಹೋದರೆ ಮಾತ್ರ ಪರಿಪೂರ್ಣನಾಗುತ್ತೀಯೆ. ಅಂದರೆ, ನರನಾಗುತ್ತೀಯೆ. ನಾನು ನಾರಾಯಣನಾಗೇ, ನೀರಾಗಿ ಹಾಗೆಯೇ ಮಧ್ಯಮದಲ್ಲಿ ಉಳಿದುಕೊಳ್ಳುತ್ತೇನೆ. ನೀನು ನರನಾದಾಗ, ವಾಯುವಾಗ,

ನಂತರ ಆಕಾಶ ತತ್ವವಾಗಿ ಮುಂದುವರೆಯುತ್ತೀಯೆ.. ಆಗ ಮತ್ತೆ ಮುಂದಕ್ಕೆ ಹೋಗಲಿಕ್ಕೆ ನಿನಗೆ ಸಾಧ್ಯವಾಗುತ್ತದೆ ಅರ್ಜುನ.

ಸತತಂ ಕೀರ್ತಯಂತೋ ಮಾಂ ಯತಂತಶ್ಚ ದೃಢವ್ರತಾಃ|
ನಮಸ್ಯಂತಶ್ಚ ಮಾಂ ಭಕ್ತ್ಯಾ ನಿತ್ಯಯುಕ್ತಾ ಉಪಾಸತೇ||

ಕೃಷ್ಣ ಅರ್ಜುನನಿಗೆ ಹೇಳುತ್ತಿದ್ದಾನೆ: ನೀನು ದಿನ ನಿತ್ಯವೂ ಇದುವರೆಗೆ ಹೇಳಿದಂತಹ ಒಂದೊಂದಾಗಿ ಆಸನ ಸಮೇತ ವಿಚಾರಗಳನ್ನು ಮಾಡಿಕೊಳ್ಳುತ್ತಾ ನಾನು ಆತ್ಮ ಎನ್ನುವಂತ ಸಿದ್ಧಾಂತ ಪ್ರಕಾರದಲ್ಲಿ ಮುಂದಕ್ಕೆ ಹೋದರೆ, ಈ ಪ್ರಪಂಚವೆಂದಾಗಿ ಹೇಳಿಕೊಳ್ಳುವಂತಹ ಪಂಚೀಕರಣವು ನಿನ್ನನ್ನು ಯಶಸ್ವಿಯಾಗಿ ದಾಟಿಸಬಲ್ಲದು. ಆಗ ನಾನು ಯುದ್ಧ ಮಾಡುತ್ತೇನೆ ಎಂದಾಗಿ ಹೇಳುವಂತಹ ಮತ್ಯಾವ ಪ್ರಕ್ರಿಯೆಗಳೂ ಸಹ ನಿನ್ನಲ್ಲಿ ಉಳಿಕೊಳ್ಳವು, ಏಕೆಂದರೆ ಅವೆಲ್ಲವೂ ಸಹ ಈ ದೇಹಕ್ಕೆ ಸಂಬಂಧಪಟ್ಟಿದ್ದಾಗಿರುತ್ತವೆ. ಹೀಗೆ ನೀನು ಯೋಗಿಯಾಗಬಹುದು.

ಜ್ಞಾನಯಜ್ಞೇನ ಚಾಪ್ಯನ್ಯೇ ಯಜಂತೋ ಮಾಮುಪಾಸತೇ|
ಏಕತ್ವೇನ ಪೃಥಕ್ತ್ವೇನ ಬಹುಧಾ ವಿಶ್ವತೋಮುಖಮ್||

ಕೃಷ್ಣ ಅರ್ಜುನನಿಗೆ ಹೇಳುತ್ತಿದ್ದಾನೆ: ನೀನು ಜ್ಞಾನ-ಯಜ್ಞವನ್ನು ಮಾಡಬೇಕು. ಜ್ಞಾನ ಎಂದರೆ ಕೇವಲ ಓದುವುದು, ಬರೆಯುವುದು, ಅಧ್ಯಯನ ಮಾಡುವುದು, ಅಧ್ಯಾಪನ ಮಾಡುವುದು ಮಾತ್ರವಲ್ಲ, ಬದಲಿಗೆ ನೀನೇ ನಿನ್ನೊಳಗಿಳಿದು ನಿನ್ನ ಜ್ಞಾನವನ್ನು ಅರ್ಥಮಾಡಿಕೊಳ್ಳಬೇಕು. ಅಂದರೆ ಅಂತರ್ಯಾಮಿಯಾಗಬೇಕು. ಅಂತರ್ಯಾನವನ್ನು ಮಾಡಿಕೊಂಡವನಿಗೆ ಮಾತ್ರ ಜ್ಞಾನ-ಯಜ್ಞವನ್ನು ಮಾಡಲಿಕ್ಕೆ ಸಾಧ್ಯ.

ಸೂಚನೆ: ಜ್ಞಾನಯಜ್ಞದ ವಿವರಣೆಗಾಗಿ ಮಹಾನಾರಾಯಣ ಎಂಬ ಉಪನಿಷತ್ತನ್ನು ಓದಿಕೊಳ್ಳಿರಿ.

ಅಹಂ ಕ್ರತುರಹಂ ಯಜ್ಞಃ ಸ್ವಧಾಽಹಮಹಮೌಷಧಂ|
ಮಂತ್ರೋಽಹಮಹಮೇವಾಜ್ಯಮಹಮಗ್ನಿರಹಂ ಹುತಂ||

ಕೃಷ್ಣ ಅರ್ಜುನನಿಗೆ ಹೇಳುತ್ತಿದ್ದಾನೆ: ನಾನು ಹೊರಭಾಗದಲ್ಲಿ ಅಂದರೆ ಈ ಪ್ರಪಂಚದಲ್ಲಿ ಬೇರೆ-ಬೇರೆ ಕ್ರತುಗಳನ್ನು (ಕ್ರತು=ಸಂಕಲ್ಪ; ಬ್ರಹ್ಮನ ಮನಸ್ಸಿನಿಂದ ಹುಟ್ಟಿದ ಮಕ್ಕಳಾದ ಮಾನಸಪುತ್ರರಲ್ಲಿ ಒಬ್ಬ ಈ ಕ್ರತು ಎಂದು ವಿವರಿಸಲಾಗಿದೆ. ಅವನು ಒಬ್ಬ ಋಷಿ ಕೂಡ ಹೌದು. ಬ್ರಹ್ಮನ

ಮನಸ್ಸಿನಿಂದ ಬಂದವರು ಎಂದು ನಂಬಲಾದ ಸಪ್ತ-ಋಷಿಗಳಾದ ಮೊದಲನೇ ಮನುವಿನ ಯುಗದ ಏಳು ಮಹಾನ್ ಋಷಿಗಳಲ್ಲಿ ಇವನೂ ಒಬ್ಬನೆಂದು ಪರಿಗಣಿಸಲಾಗಿದೆ), ಯಜ್ಞಗಳನ್ನು (ತಿಳಿದುಮಾಡುವಂತಹ ಕ್ರಿಯೆಗಳನ್ನು) ಹಾಗು ಯಾಗಗಗಳನ್ನು (ಗತಿಗಾಗಿ ಮಾಡುವಂತಹ ಕ್ರಿಯೆಗಳನ್ನು) ಪ್ರಕಟಪಡಿಸಿದ್ದೇನೆ. ಈ ಪ್ರಪಂಚದಲ್ಲಿ ಸಾಧಕನಿಗೆ ಇವುಗಳು ಬಹಳ ಆಕರ್ಷಕವೇನೋ ಹೌದು. ಹೀಗಾಗಿ, ನೀನು ಅಂತರ್ಯಾನ ಮಾಡುವೆ ಎಂದಾಗಲೆಲ್ಲಾ ಇವುಗಳು ನಿನ್ನನ್ನು ಹೊರಕ್ಕೆ ಎಳೆಯುತ್ತವೆ. ಆಗ ನಿನಗೆ ಇವುಗಳೇ ಬಹು-ಶ್ರೇಷ್ಠ ಎಂದೆನಿಸುತ್ತದೆ. ಹೀಗೆ, ನೀನೂ ಕೂಡ ಇವುಗಳೆಡೆಗೆ ಆಕರ್ಷಿತನಾಗಿ ಹೊರಕ್ಕೆ ಹೊರಟರೆ ಪುನಃ ಒಳಕ್ಕೆ ಹೋಗಲಿಕ್ಕೆ ಸಾಧ್ಯವಾಗದು. ಆದರೆ ಇವೆಲ್ಲದಕ್ಕಿಂತಲೂ ಸಹ ಜ್ಞಾನ-ಯಜ್ಞವೇ ಶ್ರೇಷ್ಠವಾದದ್ದು. ನೀನು ಅಗ್ನಿ (ಆವೇಗ ಕೊಡುವಂತಹ) ರೂಪದಲ್ಲೇ ಇರುವೆ. ಈ ಅಗ್ನಿಗೆ ಕೊಡುವಂತಹ ಆಹುತಿಯೇ ಶ್ರೇಷ್ಠವಾದದ್ದು. ಇದೇ ಜ್ಞಾನ-ಯಜ್ಞದ ಪ್ರಯತ್ನವಾಗಿದೆ.

ಪಿತಾऽಮಹಸ್ಯ ಜಗತೋ ಮಾತಾ ಧಾತಾ ಪಿತಾಮಹಃ|
ವೇದ್ಯಂ ಪವಿತ್ರಮೋಂಕಾರ ಋಕ್ ಸಾಮ ಯಜುರೇವ ಚ||

ಇದನ್ನೇ ವೇದಗಳಲ್ಲಿ ಹೇಳಿರುವುದು. ಆದರೆ ಇದನ್ನು ಅರ್ಥಮಾಡಿಕೊಳ್ಳದಂತಹ ಸಾಮಾನ್ಯ ಜನರು ನಮ್ಮ ಹಿಂದಿನವರು ಹೀಗೆ ಹೇಳಿದ್ದಾರೆ ಎಂದಾಗಿ ಅದನ್ನೇ ಮಾಪನವಾಗಿ ಇಟ್ಟುಕೊಳ್ಳುತ್ತಾರೆ. ಅದನ್ನೇ ಮುಂದುವರೆಸುತ್ತಾರೆ.

ಗಮನಿಸಿ: ಆದರೆ ವೇದಗಳು ಮಾತ್ರ ಮೂಲ-ಜ್ಞಾನವನ್ನು ಅಧ್ಯಯನ ಮಾಡಬೇಕು ಎಂದಾಗಿ ಹೇಳುತ್ತಿವೆ.

ಗತಿರ್ಭರ್ತಾ ಪ್ರಭುಃ ಸಾಕ್ಷೀ ನಿವಾಸಃ ಶರಣಂ ಸುಹೃತ್|
ಪ್ರಭವಃ ಪ್ರಲಯಃ ಸ್ಥಾನಂ ನಿಧಾನಂ ಬೀಜಮವ್ಯಯಂ||

ಈಗಾಗಲೇ ಬೀಜ ಸ್ವರೂಪದಲ್ಲಿ ಆಗಿರುವಂತಹ ಯಾವ್ಯಾವ ಅಂಡಗಳು ಇವೆಯೊ, ಅವುಗಳಲ್ಲಿ ಒಂದು ಮಾತ್ರ, ಒಂದು ಕಲ್ಪದಲ್ಲಿ ಹೊರಬರುತ್ತದೆ. ಉಳಿದದ್ದೆಲ್ಲವೂ ಸಹ ಅಂತರ್ಯಾನದಲ್ಲೇ ಇರುತ್ತವೆ. ಹೀಗೆ ಅಂತರ್ಯಾನದಲ್ಲಿ ಇರುವಂತಹ ನನ್ನನ್ನು ನೀನು ಅನ್ವೇಷಣೆ ಮಾಡು ಅರ್ಜುನ.

ತಪಾಮ್ಯಹಮಹಂ ವರ್ಷಂ ನಿಗೃಹ್ಣಾಮ್ಯುತ್ಸೃಜಾಮಿ ಚ|
ಅಮೃತಂ ಚೈವ ಮೃತ್ಯುಶ್ಚ ಸದಸಚ್ಚಾಹಮರ್ಜುನ||

ಇದನ್ನು ತಪಸ್ಸಿನಿಂದಾಗಲೀ ಅಥವಾ ಬೇರೆ ಇನ್ಯಾವುದೇ ಕ್ರಿಯೆಯಿಂದಾಗಲೀ, ದಾನ, ಧರ್ಮ, ತ್ಯಾಗ, ಇತ್ಯಾದಿ ಯಾವುದರಿಂದಲೂ ಸಹ ಕಂಡುಕೊಳ್ಳಲಾಗದ, ಕೇವಲ ನಾಭಿಯಿಂದ ಅಂತರ್ಯಾನವನ್ನು ಮಾಡುವುದರಿಂದ ಮಾತ್ರ ಕಂಡುಕೊಳ್ಳಲಿಕ್ಕೆ ಸಾಧ್ಯವಿರುವಂತಹ ವಿಶಿಷ್ಟವಾದಂತಹ ಯೋಗವಿದ್ಯೆ ಇದು.

ಗಮನಿಸಿ: ಅಂತರ್ಯಾನ ಮುಖಾಂತರ ನಾಭಿಯಿಂದ ಒಳಕ್ಕೆ ಇಳಿಯುವಂತಹ ವಿದ್ಯೆಯನ್ನು ಪ್ರಮಾಣಿಕರಿಸಲು ಸಾಧ್ಯವಿಲ್ಲ.

ಅನಂತ ಕೋಟಿ ಬ್ರಹ್ಮಾಂಡಗಳಿವೆ. ಒಂದು ಕಲ್ಪದಲ್ಲಿ ಒಂದು ಬ್ರಹ್ಮಾಂಡ ಮಾತ್ರ ಬೀಜ ರೂಪದಿಂದ ಹೊರಬಂದು ಪ್ರಕಟಗೊಳ್ಳುತ್ತದೆ. ಆ ಬ್ರಹ್ಮಾಂಡಕ್ಕೆ ಒಬ್ಬ ಬ್ರಹ್ಮ ಬರುತ್ತಾನೆ. ಜ್ಞಾನವು ಈಗಿರುವಂತಹ ಬ್ರಹ್ಮನಿಗಿಂತಲೂ ಮುಂದಕ್ಕೆ (ಹಾಗು ಹಿಂದಕ್ಕೆ) ಇದೆ. ಹೀಗಾಗಿ, ಪ್ರಸಕ್ತದಲ್ಲಿರುವಂತಹ ವೇದವು ಈಗ ಪ್ರಕಟಗೊಂಡಿರುವಂತಹ ಬ್ರಹ್ಮಾಂಡ ಕುರಿತಾಗಿ ಹೇಳುತ್ತಲಿದೆ.

ಗಮನಿಸಿ: ಈಗಿರುವಂತಹ ಬ್ರಹ್ಮನಿಗಿಂತಲೂ ಮುಂದಕ್ಕೆ (ಹಾಗು ಹಿಂದಕ್ಕೆ) ಇರುವಂತಹ ಜ್ಞಾನವು ಮಾನವನ ನಾಭಿಯಲ್ಲಿ ಆಗಲೇ ಇದೆ. ಇದಕ್ಕೇ ವೇದಾಂತ (ವೇದದ ಅಂತ) ಎಂದಾಗಿ ಹೇಳಿದ್ದಾಗಿದೆ. ಅಂದರೆ, ವೇದದ ಮುಂದಕ್ಕೂ ಸಹ ಜ್ಞಾನವಿದೆ ಎಂದಾಗಿ ಅರ್ಥವಾಗಿದೆ.

ಸೂಚನೆ: ಪ್ರತಿಯೊಂದು ಬ್ರಹ್ಮಾಂಡ ಪ್ರಕಟಣೆಗೂ ಸಹ ಅದರದ್ದೇ ಆದಂತಹ ವೇದವಿದೆ.

ಬ್ರಹ್ಮ ಜಿಜ್ಞಾಸೆ: ನಾಭಿಯ ಅಂತರ್ಯಾನದಲ್ಲಿ ಇಳಿದು ಬ್ರಹ್ಮವನ್ನು ಅರಿತುಕೊಂಡ ನಂತರ ಬ್ರಹ್ಮ ಜಿಜ್ಞಾಸೆಯನ್ನು ಮಾಡಬೇಕು. ನಂತರ ಬ್ರಹ್ಮ ಸೂತ್ರಗಳನ್ನು ಅರ್ಥಮಾಡಿಕೊಳ್ಳಬೇಕು.

ಮೆಟ್ಟಿಲು – 13

ಸಮ್ಯಗ್-ಜ್ಞಾನ – ಕುರಿತಾಗಿ ಋಗ್ವೇದದ 10 ನೇ ಮಂಡಲದ ಕೊನೆಯಲ್ಲಿ ಕಂಡುಬರುವಂತಹ ಪರಿಶಿಷ್ಟ ಮಂತ್ರಗಳನ್ನು ಹೊರತುಪಡಿಸಿದರೆ, ಮತ್ತೆಲ್ಲೂ ಇದರ ವಿವರಣೆ ಸಿಗದು.

ಸಂಜ್ಞಾನಮುಶನಾವದತ್ಸಂಜ್ಞಾನಂ ವರುಣೋಽವದತ್|
ಸಂಜ್ಞಾನಮಿಂದ್ರಶ್ಚಾಗ್ನಿಶ್ಚ ಸಂಜ್ಞಾನಂ ಸವಿತಾವದತ್||1||
ಸಂಜ್ಞಾನಮಶ್ವಿನಾ ಯುವ ಮಿಹಾಸ್ಮಾಸು ನಿ ಯಚ್ಛತಾಂ||2||
ಯತ್ಕಕ್ಷೀವಾಂ ಸಂವನನಂ ಪುತ್ರೋ ಅಂಗಿರಸಾಂ ಭವೇತ್|
ತೇನ ನೋದ್ಯ ವಿಶ್ವೇ ದೇವಾಃ ಸಂ ಪ್ರಿಯಾಂ ಸಮಜೀಜನನ್||3||
ಸಂ ವೋ ಮನಾಂಸಿ ಜಾನತಾಂ ಸಮಾಕೂತಿರ್ಮನಾಮಸಿ|
ಅಸೌ ಯೋ ವಿಮನಾ ಮನಃ ಸಂ ಸಮಾವರ್ತಯಾಮಸಿ||4||
ನೈರ್ಹಸ್ತ್ಯಂ ಸೇನಾದರಣಂ ಪರಿ ವರ್ತ್ಮೇತು ಯದ್ವಿಃ|
ತೇನಾಮಿತ್ರಾಣಾಂ ಬಾಹೂನ್ ಹವಿಷಾ ಶೋಷಯಾಮಸಿ||5||
ಪರಿವರ್ತ್ಮಾನ್ಯೇಷಾಮಿಂದ್ರಃ ಪೂಷಾ ಚ ಸಸ್ರುತುಃ|
ತೇಷಾಂ ವೋ ಅಗ್ನಿದಗ್ಧಾನಾಮಗ್ನಿಮೂಳ್ಹಾನಾಮಿಂದ್ರೋ ಹಂತು ವರಂವರಂ||6||
ಐಷು ನಹ್ಯವೃಷಾಜಿನಂ ಹಿರಣಸ್ಯ ಧಿಯಂ ಯಥಾ|
ಪರಾ ಅಮಿತ್ರಾ ಐಷ ತ್ವರ್ವಾಚೀ ಗೌರುಪಾಜತು||7||
ಪ್ರಾಧ್ವರಾಣಾಂ ಪತೇ ವಸೋ ಹೋತರ್ವರೇಣ್ಯಕ್ರತೋ|
ತುಭ್ಯಂ ಗಾಯತ್ರಮೃಚ್ಯತೇ||8||
ಗೋಕಾಮೋ ಅನ್ನಕಾಮಃ ಪ್ರಜಾಕಾಮ ಉತ ಕಶ್ಯಪಃ|
ಭೂತಂ ಭವಿಷ್ಯತ್ಪ್ರಸ್ತೌತಿ ಸಹ ಬ್ರಹ್ಮೈಕಮಕ್ಷರಂ
ಬಹುಬ್ರಹ್ಮೈಕಮಕ್ಷರಂ||9||
ಯವಕ್ಷರಂ ಭೂತಕೃತಂ ವಿಶ್ವೇದೇವಾ ಉಪಾಸತೇ|
ಮಹ ಋಷಿಮಸ್ಯ ಗೋಪ್ತಾರಂ ಜಮದಗ್ನಿರಕುರ್ವತಂ||10||
ಜಮದಗ್ನಿರಾಪ್ಯಾಯತೇ ಛಂದೋಭಿಶ್ಚತುರುತ್ತರೈಃ|
ರಾಜಾ ಸೋಮಸ್ಯ ಭಕ್ಷೇಣ ಬ್ರಹ್ಮಣಾ ವೀರ್ಯಾವತಾ||11||
|ಅದ ಸಂಜ್ಞಾನ ಸೂಕ್ತಮ್| [ಋಗ್ವೇದ ಮಂಡಲ 10: 191:2-3-4]
ಸಂ ಗಚ್ಛಧ್ವಂ ಸಂ ವದಧ್ವಂ ಸಂ ವೋ ಮನಾಂಸಿ ಜಾನತಾಮ್ ।
ದೇವಾ ಭಾಗಂ ಯಥಾ ಪೂರ್ವೇ ಸಂಜಾನಾನಾ ಉಪಾಸತೇ ॥
ಸಮಾನೋ ಮನ್ತ್ರಃ ಸಮಿತಿಃ ಸಮಾನೀ ಸಮಾನಂ ಮನಃ ಸಹ ಚಿತ್ತಮೇಷಾಮ್ । ಸಮಾನಂ ಮನ್ತ್ರಮಭಿಮನ್ತ್ರಯೇ ವಃ

ಸಮಾನೇನ ವೋ ಹವಿಷಾ ಜುಹೋಮಿ ॥ ಸಮಾನೀ ವ ಆಕೂತಿಃ
ಸಮಾನಾ ಹೃದಯಾನಿ ವಃ । ಸಮಾನಮಸ್ತು ವೋ ಮನೋ
ಯಥಾ ವಃ ಸುಸಹಾಸತಿ ॥

ಸಮ್ಯಗ್-ಜ್ಞಾನ ಪಡೆಯುವಂತಹ ನ್ಯಾಸವೇ ಸಂನ್ಯಾಸ ಎಂದಾಗಿ ನಾವು ಅರಿಯಬೇಕಿದೆ. ಈ ರೀತಿಯಾದ ಜ್ಞಾನವನ್ನು ಪಡೆದ ನಂತರ ಸಂನ್ಯಾಸಿಯು ಯೋಗಿಯಾಗುತ್ತಾನೆ ಎಂದಾಗಿ ವೇದ ವಿಜ್ಞಾನಿಗಳು ಹೇಳಿರುತ್ತಾರೆ. ಇದಕ್ಕಾಗಿ ಜ್ಞಾನ ಮುದ್ರಾಸನ ಹಾಗು ಮಯೂರಾಸ ಎಂಬುವುಗಳನ್ನು ಸಾಧಕನು ಅಭ್ಯಾಸಮಾಡಬೇಕಿದೆ.

ಜ್ಞಾನ ಮುದ್ರಾಸನ ಹೀಗಿದೆ: ಬೆರಳುಗಳಿಂದ ಮಾಡುವಂತಹ ಅಸ್ತ ಮುದ್ರೆಗಳಲ್ಲಿ ಜ್ಞಾನ ಮುದ್ರೆಯನ್ನು ಮಾಡಬೇಕಿದೆ.

ವಿಧಾನ: ಹೆಬ್ಬೆರಳು ಮತ್ತು ಉಂಗುರ ಬೆರಳು ತಗುಲಿಸಿ ಇಟ್ಟುಕೊಂಡು ಉಳಿದ ಬೆರಳುಗಳನ್ನು ನೇರವಾಗಿ ಇಟ್ಟುಕೊಳ್ಳಬೇಕು. ಈ ರೀತಿಯಾದ ಮುದ್ರೆಯನ್ನು ಎರಡೂ ಕೈಗಳ ಬೆರಳುಗಳಲ್ಲಿ ಮಾಡಿಕೊಳ್ಳಬೇಕು. ಭುಜದವರೆಗೆ ಬರುವಂತೆ ಬಲಗೈಯನ್ನು ನೇರವಾಗಿ ಇಟ್ಟುಕೊಳ್ಳಬೇಕು. ಎಡಗೈನ ಹಸ್ತವು ಮೇಲ್ಮುಖವಾಗಿ ತೊಡೆಯಿಂದ ಕೊಂಚ ಮೇಲೆ ಬರುವಂತೆ ಅಥವಾ ತೊಡೆಯ ಮೇಲೆ ಇಟ್ಟುಕೊಳ್ಳಬೇಕು. ಪದ್ಮಾಸನ ಅಥವಾ ಸುಖಾಸನದಲ್ಲಿ ಕುಳಿತುಕೊಳ್ಳಬೇಕು. ಉಸಿರಾಟ ಸಹಜವಾಗಿರಬೇಕು.

ಸೂಚನೆ: ಈ ಆಸನದಲ್ಲಿ ಕೈಗಳ ಮುದ್ರೆಯೇ ಮುಖ್ಯವಾಗಿರುತ್ತದೆ ಎಂಬುದನ್ನು ನೆನಪಿನಲ್ಲಿಟ್ಟುಕೊಳ್ಳಬೇಕು. ಈ ಆಸನವು ದೇಹದಲ್ಲಿರುವಂತಹ ಕಾಂತ ತರಂಗಗಳನ್ನು ಸಮತೋಲನದಲ್ಲಿರುವಂತೆ ನಿಯಂತ್ರಿಸುತ್ತದೆ. ಆಯುರ್ವೇದ ಪ್ರಕಾರ, ದೇಹದಲ್ಲಿ ಸಮವಾಯ ಇರಬೇಕಿದೆ. ಅಸಮವಾಯ ಆಗದಂತೆ ಈ ಮುದ್ರೆಯು ಸಾಧಕನನ್ನು ನೋಡಿಕೊಳ್ಳುತ್ತದೆ.

ಗಮನಿಸಿ: ಸಮಾಯ = ವಯಸ್ಸಿನ ಸಮಾನತೆ; ಅಂದರೆ, ಜೈವಿಕ ವಯಸ್ಸು ಕಾಲಾನುಕ್ರಮದ ವಯಸ್ಸಿನ ಜೊತೆಗೆ ಸರಿತೂಗಿಸುವಿಕೆ; ಒಂದು ವಸ್ತು ಮತ್ತು ಅದರ ಗುಣಗಳ ನಡುವೆ, ಇಡೀ ಮತ್ತು ಅದರ ಭಾಗಗಳ ನಡುವೆ ಇರುವ ಸಂಬಂಧವನ್ನು ವ್ಯಕ್ತಪಡಿಸುವ ಏಳು ವರ್ಗಗಳಲ್ಲಿ ಇದು ಆರನೆಯದು.

ಜೈವಿಕ ವಯಸ್ಸು: ವಿಜ್ಞಾನಿಗಳು ಜೈವಿಕ ವಯಸ್ಸನ್ನು "ಕಾಲಾನಂತರದಲ್ಲಿ ಜೀವಕೋಶಗಳಿಗೆ ಆಗುವ ಹಾನಿಯ ಸಂಗ್ರಹ" ಎಂದು ವ್ಯಾಖ್ಯಾನಿಸುತ್ತಾರೆ - ವರ್ಷಗಳಲ್ಲಿ ನಿಮ್ಮ ಜೀವಕೋಶಗಳಿಗೆ ಎಷ್ಟು ಹಾನಿಯಾಗಿದೆ. ಈ ಹಾನಿ ವಯಸ್ಸಿಗೆ ತಕ್ಕಂತೆ ಸ್ವಾಭಾವಿಕವಾಗಿ ಸಂಭವಿಸುತ್ತದೆ. ನಿಮ್ಮ ಜೈವಿಕ ವಯಸ್ಸಿನ ಮೇಲೆ ಪರಿಣಾಮ ಬೀರುವ ಇತರ ಅಂಶಗಳು ಹೀಗಿವೆ: ಜೀನ್‌ಗಳು, ಅಭ್ಯಾಸಗಳು ಮತ್ತು ಭೌತಿಕ ಪರಿಸರ.

ಸಮ್ಯಗ್-ಜ್ಞಾನ ಕುರಿತಾಗಿ ವಿವರಿಸುವಂತಹ ಋಗ್ವೇದದ ಮಂತ್ರಗಳನ್ನು ಈಗ ನೋಡೋಣ: ಈ ಸೂಕ್ತವು ಹೀಗೆ ಹೇಳುತ್ತಿದೆ: ಸತ್ಯವನ್ನು ಹೇಳುವಂತಹದ್ದೇ ಸವಿತಾ, ಅಂದರೆ ಸೂರ್ಯನು. ಈ ಸೂರ್ಯನು ಪ್ರಾಪಂಚಿಕ ಸತ್ಯವನ್ನು ತೋರಿಸುತ್ತಾನೆ. ಈ ಸತ್ಯವನ್ನು ಕುರಿತಾಗಿ ನಾನು ಹೇಳುತ್ತಿದ್ದೇನ

ವೇದವು ಕೊನೆಯಲ್ಲಿ ಹೀಗೆ ಹೇಳುತ್ತದೆ: ಇಲ್ಲಿಯವರೆಗೂ ಹೇಳಿದ್ದೆಲ್ಲವೂ ಕೂಡ ಒಂದು ಬ್ರಹ್ಮಾಂಡದ ಬಾಹ್ಯ ಪ್ರಪಂಚ (ಅಂಕೆಗಳು) ಮಾತ್ರ. ಅಂದರೆ, ಈ ಕಲ್ಪದ ಬ್ರಹ್ಮನ ಜ್ಞಾನ ಮಾತ್ರ. ಇದಕ್ಕಿಂತಾ ಮುಂದಿರುವಂತಹ ಜ್ಞಾನವನ್ನು ಸಾಧಕನು ಸಮ್ಯಗ್-ಜ್ಞಾನದ ಮುಖಾಂತರ ಅರ್ಥಮಾಡಿಕೊಳ್ಳಬೇಕು.

ಈಗ ದೊರಕಿರುವಂತಹ ವೇದವು ಈ ಕಲ್ಪದಲ್ಲಿರುವಂತಹ ಸಂಜ್ಞಾನವನ್ನು ಹೇಳಿಕೊಡುತ್ತದೆ. ಇದನ್ನು ವರುಣ ಹೇಳಿದ ಎಂಬ ಅರ್ಥದಲ್ಲಿ ಹೇಳಿಕೊಂಡು ಹೋಗುತ್ತದೆ. ಈ ಪ್ರಪಂಚದಲ್ಲಿ ಹಲವಾರು ರೀತಿಯ ಪಾಶಗಳಿವೆ. ಅದರಲ್ಲಿ ಅರುಣ ಪಾಶ ಎನ್ನುವುದು ಪ್ರಾಪಂಚಿಕ ಪಾಶವಾಗಿದೆ. ಹೀಗಾಗಿ, ಈ (ನಾವಿರುವಂತಹ ಪ್ರಪಂಚದ) ಬ್ರಹ್ಮಜ್ಞಾನ ಅಂದರೆ ಏನು ಎಂದಾಗಿ ವರುಣ ಮೊದಲಿಗೆ ಹೇಳುತ್ತಾನೆ. ಇದು ಸಾಮಾನ್ಯ ಜ್ಞಾನಕ್ಕಿಂತಲೂ ಸಹ ಅತೀತವಾಗಿದೆ. ವೇದ ಪ್ರಕಾರ, ಸಾಮಾನ್ಯ ಜ್ಞಾನ ಎಂದರೇನೇ ಬ್ರಹ್ಮ-ಜ್ಞಾನವಾಗಿದ್ದು, ಸಂಜ್ಞಾನವು ಇದಕ್ಕಿಂತಲೂ ಅತೀತವಾಗಿದೆ.

ಸಂಜ್ಞಾನವನ್ನು ಪಡೆದಾಗ ಒಬ್ಬನು ಹೇಗೆ ಎತ್ತರಕ್ಕೆ ಏರಬಹುದು ಎಂಬುದನ್ನು ಸವಿತೃ ಹೇಳುತ್ತಾನೆ. ಸವಿತೃವಿಗೆ ಮಾತ್ರ ಎರಡನೇ ಪ್ರಪಂಚದ ಕಲ್ಪನೆ ಇದೆ, ಅದು ಆಕಾಶದಲ್ಲೇ ಇದೆ. ಈ ಎರಡನೆಯದಾದ ಹಾಗು ಇನ್ನಿತರ ಪ್ರಪಂಚಗಳು ವ್ಯಾಪ್ತವಾಗಿವೆ ಎನ್ನುವ ಕಲ್ಪನೆಯು ಆಕಾಶಕ್ಕೂ ಸಹ ಇದೆ. ಹೀಗಾಗಿ, ಸವಿತಾವದತ್ – ಸವಿತೃ ಹೇಳಿದನು.

ಈ ಸಂಜ್ಞಾನವು ನಶ್ವರ ಎಂದಾಗಿ ಏನನ್ನು ಹೇಳುತ್ತದೆಯೋ, ಅದು ಈಗಿನ ಬ್ರಹ್ಮದ ಕಾಲದ ಒಂದು ಜ್ಞಾನ, ಅಷ್ಟೇ. ಇದಕ್ಕೆ ಸಾವಿದೆ ಎಂದಾಗಿ ಹೇಳುವುದೂ ಕೂಡ ಈಗಿನ ಬ್ರಹ್ಮ-ಜ್ಞಾನದ ಕಾಲ. ಈ ಕಾರಣದಿಂದಾಗಿ, ಇಲ್ಲಿದ್ದ ಎಲ್ಲವೂ ಕೂಡ ಸಾವನ್ನಪ್ಪುತ್ತವೆ. ಮರಣೇಭ್ಯಃ – ಎಲ್ಲವೂ ಸಹ ನಾಶವಾಗುತ್ತವೆ. ಆದರೆ ನಿಜವಾಗಿ ನೋಡಿದರೆ ಜ್ಞಾನಕ್ಕೆ ಸಾವಿಲ್ಲ. ಸಾವಿಲ್ಲದ್ದನ್ನು ಸಾವಿದೆ ಎಂದಾಗಿ ಒಪ್ಪಿಕೊಳ್ಳಬೇಕಿದೆ. ಇದನ್ನು ವರುಣ ಹೇಳತಕ್ಕಂತಹ ಪ್ರಾಪಂಚಿಕ ವ್ಯವಸ್ಥೆಯ ಆಧಾರದಲ್ಲಿ ಒಪ್ಪಿಕೊಳ್ಳಬೇಕಿದೆ.

ಸವಿತೃ ಹೇಳುತ್ತಾನೆ: ಅದನ್ನು ಹೊರತುಪಡಿಸಿದಂತಹ ಮತ್ತೊಂದು ಜ್ಞಾನವಿದೆ, ಮತ್ತೊಂದು ಮಾರ್ಗವಿದೆ. ಆದರೆ ಅದು ಅರ್ಥವಾಗಿಲ್ಲ, ಅಷ್ಟೇ.

ಆ ವಿಶಿಷ್ಟವಾದಂತಹ ಸಂಜ್ಞಾನವೆನ್ನುವದು ಏನಿದೆಯೋ, ಅದನ್ನು ಈ ಆತ್ಮಕ್ಕೆ ಸಂಬಂಧಪಡಿಸಿ ಇಟ್ಟುಕೊಂಡಾಗ ಮಾತ್ರ ಈ ಸಂಬಂಧ ಎನಿಸಿಕೊಳ್ಳುವುದಕ್ಕೆ ಸಾಧ್ಯವಾಗುತ್ತದೆ.

ಗಮನಿಸಿ: ಆತ್ಮಕ್ಕೆ ಕಾಲ ನಿಯಮಿತತೆ ಇಲ್ಲದ ಕಾರಣದಿಂದಾಗಿ ಅದಕ್ಕೆ ಎಂದೆಂದಿಗೂ ಸಾವಿಲ್ಲ. ನಾಶವಿಲ್ಲದ್ದು ಯಾವುದಿದೆಯೋ ಆ ಒಂದನ್ನು ಪ್ರಮಾಣವನ್ನಾಗಿಟ್ಟುಕೊಂಡು ಸಾಧಕನು ಚಿಂತನೆ ಮಾಡಬೇಕಿದೆ.

ಬಹಳ ಹಿಂದೆ, ಅಂಗೀರಸ ಮಹರ್ಷಿಗಳು ಕಲ್ಪದ ಚಿಂತನೆಯನ್ನು ಮಾಡಿ, ಈ ಬ್ರಹ್ಮ ಸಂಸ್ಕೃತಿಗೆ ವ್ಯಾಖ್ಯಾನವನ್ನು ಬರೆದರು. ಇವರು ಬರೆದಂತಹ ವ್ಯಾಖ್ಯಾನದ ಆಧಾರದಲ್ಲಿ ಮಾತ್ರವೇ ಇಂದೂ ಕೂಡ ಬ್ರಹ್ಮ-ಕಲ್ಪದ ಚಿಂತನೆಯನ್ನು ಮಾಡುತ್ತಿದ್ದೇವೆ. ಇದರಲ್ಲಿರತಕ್ಕಂತಹ ಸಮ್ಯಗ್-ಜ್ಞಾನವನ್ನು ವಿವರಿಸಬಹುದೇ ವಿನಃ, ಇದರ ಮುಂದಿನದ್ದನ್ನು ವಿವರಸಲಿಕ್ಕೆ ಸಾಧ್ಯವಿಲ್ಲ. ವೇದಕ್ಕೂ ಸಹ ಸಾಧ್ಯವಿಲ್ಲ, ಏಕೆಂದರೆ ವೇದಕ್ಕೂ ಸಹ ಈ ಕಲ್ಪದ ಅಂತ್ಯದವರೆಗೆ ಮಾತ್ರ ಮಿತಿಯನ್ನು ಹೊಂದಿದೆ.

ಗಮನಿಸಿ: ವೇದಕ್ಕೂ ಹೇಳಲಿಕ್ಕಾಗದ್ದನ್ನು ಹೇಳುವವರು ಯಾರು ಎಂಬ ಪ್ರಶ್ನೆಗೆ – ವಿಶ್ವೇದೇವಾಃ – ಅಂದರೆ, ಪಂಡಿತರು ಮಾತ್ರ ಮುಂದಿನದ್ದನ್ನು ಊಹಿಸಿ ಹೇಳಬಲ್ಲರು, ಏಕೆಂದರೆ ಅವರು ಅರ್ಥಮಾಡಿಕೊಳ್ಳಬಲ್ಲರು ಎನ್ನುವುದು ಉತ್ತರವಾಗಿರುತ್ತದೆ.

ನಾವು ವಾಸಿಸುತ್ತಿರುವಂತಹ ಪ್ರಪಂಚವನ್ನು ಹೊರತು ಪಡಿಸಿ (ಅಂದರೆ, ಇದರಿಂದ ಬಿಟ್ಟು ಹೋದದ್ದು ಅಥವಾ ಅಲ್ಲೇ

ಮುಂಚೆ ಇದ್ದದ್ದು, ಇದರಿಂದ ಹೊರತುಪಡಿಸಿದ್ದು) ಇರುವಂತಹ ವ್ಯವಸ್ಥೆಗಳಿಗೆ ಹವಿ ಅಥವಾ ಆವಿ ಎಂದಾಗಿ ವೇದ ವಿಜ್ಞಾನ ಹೇಳುತ್ತದೆ. ಇಂತಹ ವಿಚಾರಗಳನ್ನು ಪಂಡಿತರು (ವಿಶ್ವೇದೇವರು) ಮಾತ್ರ ಊಹಿಸಬಲ್ಲರು. ಏಕೆಂದರೆ ಇಲ್ಲಿದ್ದದ್ದನ್ನು ಹೊರತುಪಡಿಸಿದ ವಿಶಿಷ್ಟತೆಗಳನ್ನು ಇವರು ಮಾತ್ರ ಅರ್ಥಮಾಡಿಕೊಳ್ಳಬಲ್ಲರು.

ಗಮನಿಸಿ: ಇಲ್ಲೇ ಇರುವಂತಹ ಯೋಗಿಗೆ ಈ ರೀತಿಯಾದ ವಿಶಿಷ್ಟತೆಗಳನ್ನು ಗುರುತಿಸುವ ಶಕ್ತಿ ಇರುತ್ತದೆ.

ಈ ಕಲ್ಪದಲ್ಲಿಯೇ ಇದ್ದುಕೊಂಡು ಮುಂದಿನ ಕಲ್ಪವನ್ನು ಗುರುತಿಸಿ, ಅದು ಹೀಗ್ಹೀಗೆ ಇದೆ, ಯಾವ್ಯಾವುದು ಇದೆ ಎನ್ನುವಂತಹ ವಿಚಾರವನ್ನು ಯೋಗಿಯಾದವರು ಹೇಳಿರುತ್ತಾರೆ. ಆದರೆ ಈ ಎಲ್ಲಾ ವಿಚಾರವನ್ನು ಮಂತ್ರಾತ್ಮಕವಾಗಿ ಹೇಳಲು ಅಸಾಧ್ಯವಾಗಿರುವ ಕಾರಣದಿಂದಾಗಿ, ಅವುಗಳನ್ನು ತತ್ವಾತ್ಮಕವಾಗಿ ಮಾತ್ರ ತೆಗೆದುಕೊಳ್ಳಬೇಕಾಗುತ್ತದೆ.

ಭಸ್ಮಾಂತಕಂ ಶರೀರಂ – ಜೀವಿಯು ಭಸ್ಮದಲ್ಲಿ ಅಂತ್ಯವಾಗುತ್ತದೆ ಎಂದಾಗಿ ಉಪನಿಷತ್ ಹಾಗು ವೇದಗಳು ಹೇಳಿರುತ್ತವೆ. ಯಾವ ಸಮಯದಲ್ಲಿ ವಿಚಾರಗಳು ಅಗ್ನಿಯಲ್ಲಿ ಸುಟ್ಟು ಹೋಗುತ್ತವೋ ಆಗ ಆ ವಿಚಾರಗಳು ನಾಶವಾಗುತ್ತವೆ. ಆದರೆ, ಆ ಬೂದಿಯಲ್ಲಿ ಜೀವಿಯು ಸೂಕ್ಷ್ಮವಾಗಿ ಅಡಕವಾಗಿರುತ್ತದೆ ಎಂದಾಗಿ ವೇದ ತಜ್ಞರು ಹೇಳಿರುತ್ತಾರೆ. ಭಸ್ಮದ ಒಂದೊಂದು ಕಣ, ಒಂದೊಂದು ವಿಚಾರ, ಒಂದೊಂದೂ ಸಹ ಜ್ಞಾನವಾಗಿಯೇ ಇದ್ದುಕೊಂಡಿರುತ್ತದೆ. ಇದನ್ನೆಲ್ಲವನ್ನೂ ಅರಿಯುವಂತಹ ವಿಚಾರವನ್ನು 'ವಿಭೂತಿ ಯೋಗ' ವಿವರಿಸುತ್ತದೆ.

ಸೂಚನೆ: ವಿಭೂತಿ ಯೋಗದ ಮುಖಾಂತರ ಭಸ್ಮ ರೂಪದಲ್ಲಿರುವಂತಹ ಜ್ಞಾನವನ್ನು ಯೋಗಿ ಪಡೆಯಬಹುದಾಗಿದೆ.

ನಮ್ಮ ಈ ಭೂಮಿಯಲ್ಲಿ ಬದುಕುವಂತಹ ಯಾವುದೇ ವ್ಯಕ್ತಿಯು ಆಡಂಬರಕ್ಕಾಗಿ ಅಲ್ಲದಿದ್ದರೂ ಸಹ ತನ್ನ ನಿತ್ಯ ಜೀವನದ ಅವಶ್ಯಕತೆಗಾಗಿಯಾದರೂ ಒಂದಷ್ಟು ವಸ್ತುಗಳನ್ನು ಬಳಸುತ್ತಾನೆ. ಹೀಗೆ ಬಳಸುವಂತಹ ವಸ್ತುಗಳಲ್ಲಿ ಆ ವ್ಯಕ್ತಿಯ ವ್ಯಕ್ತತೆಗಳು ಸೇರಿಕೊಳ್ಳುತ್ತಾ ಸಾಗಿರುತ್ತದೆ. ಆ ವ್ಯಕ್ತಿಯು ಮರಣಿಸಿ, ಸುಟ್ಟು ಭಸ್ಮವಾಗಿ ಹೋದಾಗ 'ಅಯ್ಯೋ ಅವನ ಎಲ್ಲಾ ಜ್ಞಾನವೂ ಹೋಯಿತಲ್ಲಾ' ಎಂದಾಗೇನೂ ಕೊರಗುವ ಅವಶ್ಯಕತೆಯಿಲ್ಲ.

ಅದು ಎಲ್ಲೂ ಹೋಗಿಲ್ಲ, ಬದಲಿಗೆ ಅವನು ಬಳಸುವಂತಹ ವಸ್ತುಗಳಲ್ಲಿ ಅಡಕವಾಗಿರುತ್ತದೆ. ಈ ವಾಸ್ತುಗಳನ್ನು ವಿಭೂತಿ ಯೋಗ ಹೇಳುವಂತಹ ಜ್ಞಾನದ ಪ್ರಕಾರದಲ್ಲಿ ಸಂಯೋಜಿಸುತ್ತಾ ಸಾಗಿದಾಗ, ಈ ಹೊರ ಪ್ರಾಪಂಚಿಕ ಜ್ಞಾನವನ್ನು ಅದಕ್ಕೆ ಆರೋಪಿಸುವುದನ್ನು ಕಲಿತಾಗ, ಅವನ ಆ ಜ್ಞಾನವನ್ನು ಪುನಃ ಪಡೆಯಲಿಕ್ಕೆ ಸಾಧ್ಯವಾಗುತ್ತದೆ. ತುಲನಾತ್ಮಕತೆಯಿಂದ ಅರಿತಾಗ ಆ ಜ್ಞಾನವನ್ನು ಇಲ್ಲಿ ಬಳಸಲಿಕ್ಕೆ ಸಾಧ್ಯವಾಗುತ್ತದೆ.

ಸೂಚನೆ: ವೇದ ವಿಜ್ಞಾನದಿಂದ ಕಲಿಯು, ಸಾಧನೆ ಮಾಡಿಕೊಂಡು, ಸಿದ್ಧರಾದಂತಹ ಯೋಗಿಗಳು ಈ ಪ್ರಪಂಚಕ್ಕೆ ಹೊರತು ಪಡಿಸಿದ ಜ್ಞಾನವನ್ನು ನಮಗೆ ಕೊಟ್ಟಿರುತ್ತಾರೆ.

ಉದಾ: ದಲೈ ಲಾಮಾ ಅವರ ಉತ್ತರಾಧಿಕಾರಿ ಆಯ್ಕೆ ಪ್ರಕ್ರಿಯೆಯ ಭಾಗವಾಗಿ ಹಿರಿಯ ಸನ್ಯಾಸಿ ಮತ್ತು ಆಧ್ಯಾತ್ಮಿಕ ನಾಯಕರು ದಲೈ ಲಾಮಾ ಅವರ ಮರಣದ ಸಮಯದಲ್ಲಿ ಸಂಭವಿಸುವ ಕನಸುಗಳು, ಧಾರ್ಮಿಕ ಶಕುನಗಳು ಆಧರಿಸಿ ಪರಿಶೀಲಿಸುತ್ತಾರೆ. ಪುನರ್ಜನ್ಮವಾಗುವ ಸಾಧ್ಯತೆಗಳಿರುವ ಪ್ರದೇಶಗಳಲ್ಲಿ ಹುಡುಕಲು ತಂಡವನ್ನು ರಚಿಸಲಾಗುತ್ತದೆ. ಉತ್ತರಾಧಿಕಾರಿಯಾಗಬಹುದಾದ ಅಭ್ಯರ್ಥಿಗಳಿಗೆ ಹಿಂದಿನ ದಲೈ ಲಾಮಾ ಅವರ ವಸ್ತುಗಳನ್ನು ನೀಡಲಾಗುತ್ತದೆ. ಇವುಗಳನ್ನು ಮಗು ಸ್ಪಷ್ಟವಾಗಿ ಗುರುತಿಸಿದರೆ ಅದು ಅವರ ಪುನರ್ಜನ್ಮ ಎಂದು ನಂಬಲಾಗುತ್ತದೆ. ಹೀಗೆ ಮುಂದಿನ ಲಾಮಾ ಅವರನ್ನು ನೇಮಕಮಾಡಲಾಗುತ್ತದೆ.

ಯಾವುದೇ ಭೇದನ ಮಾಡದೆ (ಅಂದರೆ ಆಧ್ವರ = ಹಿಂಸೆ ಇಲ್ಲದ್ದು) ಮುಂದಿನ ಕಲ್ಪದ ವಿಚಾರಗಳನ್ನು ನಾವು ಸ್ವೀಕರಿಸಿದರೂ ಸಹ ಅದು ಅಲ್ಲೇ ಇರುವಂತೆ ಮತ್ತು ಇಲ್ಲಿಯ ಈ ಕಲ್ಪಕ್ಕೆ ಸಂಯೋಜಿಸುವಂತೆ ಮಾಡತಕ್ಕಂತಹ ಒಂದು ಸಂಪರ್ಕ ಸೇತುವೆ (ವೇದ ಪ್ರಕಾರದಲ್ಲಿ) ಇದೆ. ಅದೇ 'ಗಾಯತ್ರಿ ಛಂದಸ್ಸು' ಎಂದಾಗಿದೆ.

ಗಮನಿಸಿ: ಛಂದಸ್ಸು ಅಂದರೆ ಪುರುಷತ್ವವನ್ನು (ಸತ್ಯದ ಸಾಮರ್ಥ್ಯವನ್ನು) ಹಿಡಿದಿಟ್ಟುಕೊಳ್ಳುವಂತಹ ಹೊದಿಕೆ ಎಂದಾಗಿದೆ. ಗಾಯತ್ರಿ ಪ್ರಕಾರದ ಛಂದಸ್ಸು ಬೇರೆ ಕಲ್ಪದ ತತ್ವಗಳನ್ನು ನಮ್ಮ ಕಲ್ಪದ ತತ್ವಕ್ಕೆ ಸಂಯೋಜನೆ ಮಾಡಿಕೊಡುವಂತಹ ಸೌಲಭ್ಯವನ್ನು ಮಾಡಿಕೊಡುವುದಾಗಿದೆ. ಈ ಸೌಲಭ್ಯವನ್ನು ಉಪಯೋಗಿಸಿಕೊಂಡೇ ಹಿಂದಿನ ಯೋಗಿಗಳು

ಬೇರೆಬೇರೆ ಲೋಕಗಳಿಗೆ, ಬೇರೆಬೇರೆ ಆಯಾಮಗಳಿಗೆ, ಬೇರೆಬೇರೆ ವಿಶ್ವಗಳಿಗೆ, ಬೇರೆಬೇರೆ ಕಲ್ಪಗಳಿಗೆ ಹೋಗಿ-ಬಂದಿರುತ್ತಾರೆ. ನಮ್ಮ ಈಗಿನ ವಿಜ್ಞಾನವು ಹೇಳುತ್ತಿರುವಂತಹ ಏಲಿಯನ್ಸ್ ನಮ್ಮ ಭೂಮಿಗೆ ಬರುತ್ತಲಿವೆ ಎಂಬ ವಿಚಾರ ಕೂಡ ಗಾಯತ್ರಿ ಛಂದಸ್ಸಿನಿಂದ ನೆರವೇರುತ್ತಿದೆ, ಅಂದರೆ ಆ ಜೀವಿಗಳು ತಮ್ಮ ತತ್ವಗಳನ್ನು ನಮ್ಮ ತತ್ವಗಳಿಗೆ ಸಂಯೋಜಿಸಿಕೊಂಡು ಬಂದು ಹೋಗುತ್ತಿದ್ದಾರೆ. ಇದಕ್ಕೆ ಉದಾಹರಣೆಯಾಗಿ ವಿಶ್ವಾಮಿತ್ರನು ಸ್ವರ್ಗಕ್ಕೂ ಕೂಡ ಸಂಪರ್ಕವನ್ನು ಕಲ್ಪಿಸಿ, ತ್ರಿಶಂಕುವನ್ನು ಕಳುಹಿಸಿದ ಎಂಬುದನ್ನು ನೋಡಬಹುದು.

ಸೂಚನೆ: ಈ ರೀತಿಯಾದ ಬೇರೆಬೇರೆ ರೀತಿಗಳ ಸಂಯೋಜನಾ ಅಧಿಕಾರವನ್ನು ಬೇರೆಬೇರೆ ಛಂದಸ್ಸುಗಳೂ ಸಾಧಕನಿಗೆ ಮಾಡಿಕೊಡುವುದಾಗಿದೆ.

ಕಶ್ಯಪ ಎಂಬ ಮಹಾನ್ ಋಷಿಯು ಈ ರೀತಿಯಾದ ಸಂಯೋಜನೆಗಳನ್ನು ಮಾಡುವಂತಹ ಶಕ್ತಿಯನ್ನು ಹೊಂದಿದ್ದ. ಇವನೇ ನಮ್ಮಂತಃ ಸಾಮಾನ್ಯ ಮಾನವರನ್ನು ಈ ಪ್ರಪಂಚದಲ್ಲಿ ಸೃಷ್ಟಿಸಿದ್ದು. ಇವನು ಮನುಷ್ಯನು ಇಂತಿಂತಹ ಅಕಾಂಕ್ಷೆಗಳನ್ನು ಹೊಂದಿರಬೇಕು ಎಂದಾಗಿ ರಚಿಸಿದನೋ, ಇಂದಿಗೂ ಕೂಡ ನಾವು ಅದರಲ್ಲೇ ಸಿಕ್ಕಿಕೊಂಡಿರುತ್ತೇವೆ. ಅಂದರೆ, ಅವನು ನಿಯಮಿಸಿದಂತಹ ಚಿಂತನೆಯನ್ನು ನಾವು ಬಿಟ್ಟುಕೊಟ್ಟು ಮುಂದಕ್ಕೆ ಹೋಗುತ್ತಿಲ್ಲ. ಇದನ್ನು ಹೊರತುಪಡಿಸಿ, ಚಿಂತನೆಯಲ್ಲಿ ಮುಂದುವರೆದು, ಅದನ್ನು ಸಾಧಿಸಿಕೊಂಡರೆ, ಅದನ್ನೇ ಸಾಧನೆ ಎಂದಾಗಿ ಈಗ ಹೇಳಲ್ಪಡುತ್ತಿದೆ.

ಗಮನಿಸಿ: ನಾರಾಶಂಸಿ ಎಂಬ ತರಂಗವನ್ನು ಮಾನವನಲ್ಲಿ ಸಂಯೋಜಿಸಿದ್ದು ಈ ಕಶ್ಯಪ ಎಂಬ ಮಹರ್ಷಿಯೇ.

ಭೂತಂ ಭವಿಷ್ಯ ಪ್ರಸ್ತೌತಿ ಸಹ ಬ್ರಹ್ಮೈಕ ಮಕ್ಷರಂ ಬಹು ಬ್ರಹ್ಮೈಕಮಕ್ಷರಂ – ಬ್ರಹ್ಮ (ಸೃಷ್ಟಿಗೆ ಕಾರಣವಾಗಿರುವಂತಹ ಚಲನೆ ಮತ್ತು ಚಿಂತನೆ) ಎನ್ನುವುದು ಕೇವಲ ಒಂದೇ ಗುಂಪು ಅಲ್ಲ. ಬದಲಿಗೆ ಬಹು-ಬ್ರಹ್ಮವಿವೆ. ಇವೆಲ್ಲವೂ ಸಹ ಏಕಾಕ್ಷರದಲ್ಲೇ ಇವೆ. ಇವನ್ನೆಲ್ಲಾ ತತ್ವ-ಸ್ತರದಲ್ಲಿ ಅರ್ಥಮಾಡಿಕೊಳ್ಳಬೇಕು ಎಂದರೆ ಏಕಾಕ್ಷರ ಬ್ರಹ್ಮದ ಉಪಾಸನೆಯನ್ನು ಮಾಡಬೇಕು.

ಸೂಚನೆ: ಏಕಾಕ್ಷರ ಬ್ರಹ್ಮನಿಂದಲೇ ಬಹು ಸಂಖ್ಯಾ ಬ್ರಹ್ಮದ ನಿರ್ಮಾಣ ಆಗಿದೆ, ಆಗುತ್ತಲಿದೆ, ಆಗಲಿದೆ. ಏಕಾಕ್ಷರ ಬ್ರಹ್ಮ ಎಂದರೆ ಬಹು-ಬ್ರಹ್ಮ ಎಂದರ್ಥ.

ಬಹು-ಬ್ರಹ್ಮವನ್ನು ಅರ್ಥಮಾಡಿಕೊಳ್ಳುವುದಕ್ಕಾಗಿ ಸಾಧಕನು ವಿಶ್ವೇದೇವನಾಗಬೇಕು, ಅಂದರೆ ಅವನು ಯೋಗಿಯಾಗಬೇಕು. ಆಗ ಮಾತ್ರ ಈಗ ನಾವಿರುವಂತಹ ಬ್ರಹ್ಮನ ಕಲ್ಪನೆಯಲ್ಲಿಯೇ ಬಹು-ಬ್ರಹ್ಮದ ವಿಚಾರಗಳನ್ನು ಅಳವಡಿಸಿಕೊಂಡು ಅರ್ಥಮಾಡಿಕೊಳ್ಳಬಹುದಾಗಿದೆ.

ಈ ಏಕಾಕ್ಷರಿ ಬ್ರಹ್ಮನ ಉಪಾಸನೆಗೆ ಒಂದು ಮಾಪನ ಬೇಕು. ಈ ಮಾಪನವೇ ವೇದ. ಇದನ್ನು ಉಪಯೋಗಿಸಿಕೊಂಡೇ ಜಮದಗ್ನಿ ಮಹರ್ಷಿ ಬಹು-ಬ್ರಹ್ಮದ ಉಪಾಸನೆಯನ್ನು ಮಾಡಿದರು.

ಬಹು ಬ್ರಹ್ಮದ ಉಪಾಸನೆಯಿಂದ ಯೋಗಿಯು ಬುದ್ಧಿವಂತನಾಗುತ್ತಾ ಸಾಗುತ್ತಾನೆ. ಪರ ಬ್ರಹ್ಮದ ವಿಚಾರಗಳನ್ನು ಇಲ್ಲಿ (ಈ ಪ್ರಪಂಚದಲ್ಲಿ) ಸಂಯೋಜಿಸುತ್ತಾನೆ. ಇದರಿಂದ ಉಳಿದವರಿಗೆ ವಿಶೇಷ ಜ್ಞಾನವನ್ನು ಕೊಡುತ್ತಾನೆ. ಆಗ ಈ ಪ್ರಪಂಚವು ಉತ್ತಮ ರೀತಿಯಲ್ಲಿ ಸಾಗುತ್ತದೆ.

ಸೂಚನೆ: ಏಕ-ಬ್ರಹ್ಮದ ಉಪಾಸನೆಯಿಂದ ಕರ್ತ, ಕಾರ್ಯ, ಕಾರಣದ ಇತಿಮಿತಿಗಳನ್ನು ಅರಿಬಹುದಾಗಿದೆ, ಇಲ್ಲದಿದ್ದರೆ ಈ ಮೂರು ವಿಚಾರಗಳಲ್ಲೇ ಅವನು ಇರಬೇಕಾಗುತ್ತದೆ.

ಈಗ ನೋಡದಂತಹ ನೆಲೆಗಟ್ಟಿನಲ್ಲಿ ಕೆಲವು ವಿಚಾರಗಳನ್ನು ಅರಿಯಬೇಕಿದೆ. ಅವುಗಳು ಹೀಗಿವೆ:

ಮನುಷ್ಯನಾದವನು ಹೇಗಿರಬೇಕು? ಎಂಬಂತಹ ವಿಚಾರವನ್ನು ಮೊಟ್ಟಮೊದಲು ಅಂಗೀರಸರು ಈ ಜಗತ್ತಿಗೆ ಪ್ರಸ್ತುತಪಡಿಸಿದರು. ಅವರು ಹೀಗೆ ಹೇಳಿರುತ್ತಾರೆ: ಈಗ ಇರುವಂತಹ ಬ್ರಹ್ಮಾಂಡದಲ್ಲಿ ಕಲ್ಪಿತವಾದಂತಹ ವಸ್ತುಗಳು ಇವೆಯಲ್ಲಾ, ಅವುಗಳು ನಿನ್ನ ವೈಯುಕ್ತಿಕ ಅನುಭವಕ್ಕಾಗಿ ಅಲ್ಲ, ಬದಲಿಗೆ ಅದನ್ನು ಪರಸ್ಪರ ಹಂಚುವಿಕೆಗಾಗಿ ಇರಬೇಕು. ಇದೇ ಅವರು ಹೇಳುವಂತಹ ಮಾನುಷ ಕಲ್ಪದ ಸಾರ.

ವೇದದಲ್ಲಿ 'ಕಲ್ಪಾಂತರ ಮಂತ್ರಗಳು' ಎಂದಾಗಿ ಇರುವುದಿಲ್ಲ. ಇದರಲ್ಲಿ ಅಂಗೀಕೃತವಾಗಿರುವಂತಹ ಮಂತ್ರಗಳು ಹಿಂದಿನ ಕಲ್ಪದಲ್ಲಿ ಅಂಗೀಕೃತವಾಗಿದ್ದವುಗಳೇ ಇರಬಹುದಾಗದೆ ಅಥವಾ ಸಂಪೂರ್ಣ ಬೇರೆಯದ್ದಾಗಿರಹುದಾಗಿದೆ.

ಅನಂತ ಕೋಟಿ ಬ್ರಹ್ಮಾಂಡ: ಸೃಷ್ಟಿಗೆ ಆದಿ ಹಾಗು ಅಂತ್ಯ ಎಂಬುದಿಲ್ಲ. ಆದರೆ ಈಗ ನಡೆಯುತ್ತಿರುವುದು 4ನೇ ಕಲ್ಪ ಎಂದಾಗಿ ಹೇಳಲಾಗಿದೆ. ಇದಕ್ಕೆ ಲೆಕ್ಕಾಚಾರ ಹೀಗಿದೆ: ಒಂದು ಚಕ್ರದಲ್ಲಿ 28 ಕಲ್ಪಗಳು ಬರುತ್ತವೆ. 28ನೆಯದು ಕಲ್ಪದ ಕೊನೆ

ಎಂದಾದರೆ 1ನೆಯದು ಕಲ್ಪದ ಆದಿ ಎಂದಾಗುತ್ತದೆ. ಇಂತಹ ಎಷ್ಟು ಕಲ್ಪಗಳು ಇದುವರೆಗೂ ಎಷ್ಟು ನಡೆದುಹೋಗಿವೆಯೋ, ಯಾರಿಗೂ ಸಹ ಗೊತ್ತಿಲ್ಲ. ಹೀಗಾಗಿ, ಇದು ಅನಂತ ಕೋಟಿ.

ಈ ಅನಂತ ಕೋಟಿ ಬ್ರಹ್ಮಾಂಡಗಳನ್ನು ಅರಿಯಲು ಸಾಧಕನು ಮೊದಲು ಸ್ವಾಭಾವಿಕವಾಗಿ ಆತ್ಮವತ್ ಆಗಬೇಕು. ಹೊರಗೆ ಕಾಣಿಸುವಂತಹ ಸಕಲ ಭೋಗಗಳ ಅಪೇಕ್ಷೆಯನ್ನು ತ್ಯಜಿಸಬೇಕು. ಅಂದರೆ, ಈ ಪ್ರಪಂಚದ ಪಾಶಗಳಿಂದ (ಅಳತೆಗಳ ಆಕರ್ಷಣೆಗಳಿಂದ) ಹೊರಬರಬೇಕು. ಆಗ ಮಾತ್ರ ಸಕಲ ಬ್ರಹ್ಮಾಂಡಗಳ ಗೋಚರತೆಯು ಸಾಧಕನಿಗೆ ಸಾಧ್ಯವಾಗುತ್ತದೆ ಎಂದು ವೇದ ವಿಜ್ಞಾನಿಗಳು ಹೇಳಿರುತ್ತಾರೆ.

ಅನುಸಂಧಾನ: ವಾಘೆಯಿಂದ ಹೊರಟ ನಾದವನ್ನು ಸಾಧಕನು ಅನುಸಂಧಾನ ಮಾಡಬೇಕೇ ಹೊರತು ಪ್ರಾಪಂಚಿಕ ನಾದವನ್ನಲ್ಲ ಎಂಬುದನ್ನು ಗಮನದಲ್ಲಿಡಬೇಕು. ಅನಾಹತ ನಾದವು ಪ್ರಾಪಂಚಿಕ ನಾದಕ್ಕೆ ಹೊರತುಪಡಿಸಿದ್ದಾಗಿದೆ. ವಾಘೆಯಿಂದ ಹೊರಟ ನಾದವನ್ನು ಅನುಸಂಧಾನ ಮಾಡುವ ಮೂಲಕ ಸಾಧಕನು ಸ್ವಾಧಿಷ್ಠಾನದಿಂದ ಅನಾಹತಕ್ಕೆ ಹೋಗಬಹುದಾಗಿದೆ. ಇಲ್ಲಿಂದ ಪಂಚಮದ ಉಗಮ. ಈ ಪಂಚಮ ಎನ್ನುವುದೇ ಮಣಿಪೂರಕವಾಗಿರುತ್ತದೆ. ಅನಾಹತದಿಂದ ಮಣಿಪೂರಕಕ್ಕೆ ಪಂಚಮ ನಾದ ಸಹಾಯಮಾಡುತ್ತದೆ. ವೇದ ಧ್ವನಿ ಎಂಬುವುದೇ ಇಲ್ಲಿ ಪಂಚಮ ನಾದವಾಗಿರುತ್ತದೆ. ಮಣಿಪೂರಕದಿಂದ ಆಜ್ಞಾ ಚಕ್ರಕ್ಕೆ ಸಾಗಲು ತ್ರಿಗುಣ ನಾದ (ಅಂದರೆ ಮಂದ್ರ, ಮಧ್ಯಮ ಹಾಗು ತಾರಕ) ಸಹಾಯಮಾಡುತ್ತದೆ. ಆಜ್ಞಾದಿಂದ ಬ್ರಹ್ಮ ಅಂದರೆ ಸಹಸ್ರಾರಕ್ಕೆ ಚಲನೆ. ಇದು ಶೂನ್ಯವಾಗಿರುತ್ತದೆ.

ಗಮನಿಸಿ: ಆಜ್ಞಾದಲ್ಲಿರುವವರೆಗೆ ವೈಖರಿಯಲ್ಲಿ ಹೇಳುವುದಕ್ಕೆ ಸಾಧ್ಯವೇ ಪರಂತು ಮುಂದಕ್ಕೆ ವೈಖರಿ ಇರುವುದಿಲ್ಲ.

ಸೂಚನೆ: ಆಹಾರ, ನಿದ್ರಾ, ಭಯ, ಮೈಥುನ – ಇವುಗಳನ್ನು ತ್ಯಾಗಮಾಡಿ ಮುಂದುವರೆದಂತಹ ಸಾಧಕನು ಮಾತ್ರ ಈ ಬ್ರಹ್ಮಾಂಡವನ್ನು ಹೊರತುಪಡಿಸಿದ ಬ್ರಹ್ಮಜ್ಞಾನಕ್ಕೆ ಹೋಗಲು ಸಾಧ್ಯ. ಏಕೆಂದರೆ ಈ ನಾಲ್ಕು ಕಶ್ಯಪರು ತಯ್ಯಾರು ಮಾಡಿ ನಮಗೆ ಬಿಗಿದಿರುವಂತಹ ಪಾಶ (ಅಳತೆ) ಎಂದಾಗಿದೆ. ಈ ನಾಲ್ಕು ವಿಚಾರಗಳು ಸಾಧಕನನ್ನು ಈ ಬ್ರಹ್ಮಾಂಡದ ಮಿತಿಯಲ್ಲೇ ಕಟ್ಟಿಡುತ್ತವೆ.

ಸ,ರಿ,ಗ,ಮ,ಪ,ದ,ನಿ–ಈ ತಂತುಗಳ ಸಂಯೋಗ ಮಾಡಿಕೊಂಡು ಅದರಿಂದ ಹೊರಡುವಂತಹ ಧ್ವನಿಯು ಬಾಹ್ಯ ನಾದವಾಗಿದೆ. ಆದರೆ ಅಂತರಂಗದ ನಾದ ಬೇರೆ ಇದೆ. ಪರಾದಿಂದ ಪಶ್ಯಂತಿಯವರೆಗೆ ಹೊರಡುವಂತಹ ನಾದ, ಪಶ್ಯಂತೀ ಇಂದ ಮಣಿಪೂರಕಕ್ಕೆ ಹೋಗುವಂತೆ ಹೊರಡಿಸುವಂತಹದ್ದು ಇನ್ನೊಂದು ನಾದ, ಮಣಿಪೂರಕದಿಂದ ಆಜ್ಞಾ ಚಕ್ರದವರೆಗೆ ಹೊರಡಿಸುವಂತಹದ್ದು ಮತ್ತೊಂದು ನಾದ. ಈ ನಾದಗಳು ಯಾವುದೂ ಸಹ ಪ್ರಕಟವಲ್ಲವಾದರೂ ಸಹ ಯೋಗಿಗೆ ಇವುಗಳು ಗೊತ್ತಾಗುತ್ತವೆ. ಇದು ಇಂತಹ ಕೆಲಸ ಮಾಡಿಸುತ್ತದೆ ಎನ್ನುವುದೂ ಸಹ ಯೋಗಿಗೆ ಗೊತ್ತಿರುತ್ತದೆ. ಆದರೆ ಅನ್ಯರಿಗೆ ಇವುಗಳು ಗೋಚರಿಸುವುದಿಲ್ಲ, ಏಕೆಂದರೆ ವೈಖರಿ ಇಲ್ಲ.

ವೈಖರಿ ಹೇಳುವಂತಹದ್ದು ಸಂಗೀತ ಎಂದಾಗಿರುತ್ತದೆ. ಅದು ಒಂದು ಕಲೆಯ ಸ್ವರೂಪವಾಗಿರುತ್ತದೆ. ಅದಕ್ಕೆ ಸಾಹಿತ್ಯ, ಸ್ವರ, ರಾಗ-ರಾಗಿಣಿ ಸಂಯೋಗ, ಇವೆಲ್ಲವೂ ಆಗಬೇಕಿದೆ.

ನಾದೋಪಾಸನೆ: ಇದರಲ್ಲಿ ವೈಖರಿ ಪ್ರಕಾರದ ಸಂಗೀತ ಇರುವುದಿಲ್ಲ. ಇದು 18 ಭತ್ತದ ಕಾಳು (ಯವ) ಮಾತ್ರ ದೂರ ಕ್ರಮಿಸುವ ಒಂದು ಸ್ವತಂತ್ರವಾದ ನಾದವಾಗಿರುತ್ತದೆ. ನಾಭಿಯಿಂದ, ಅಂದರೆ ಪರಾದಿಂದ ಆರಂಭವಾಗಿ ಪಶ್ಯಂತೀ ತನಕವಾಗಿರುತ್ತದೆ.

ಸೂಚನೆ: ನಾದೋಪಾಸನೆಗೆ ಸಾಮ ಶ್ರೇಷ್ಠವಾಗಿದೆ. ಈ ನಾದೋಪಾಸನೆಯನ್ನು ವಾದ್ಯಗಳ ಮುಖಾಂತರ ಮಾಡಲು ಆಗುವುದಿಲ್ಲ, ಬದಲಿಗೆ ದೇಹವನ್ನೇ ಒಂದು ವಾದ್ಯವನ್ನಾಗಿ ಮಾಡಿಕೊಳ್ಳಬೇಕಿದೆ.

ವೇದಾಂತ = ವೇದ ಅಂತ್ಯವಾದ ನಂತರ ಚಲಿಸುವುದಕ್ಕೆ ಮೇಲೆ ಹೇಳಿದ ಸಾಧನೆ ಅತ್ಯಾವಶ್ಯಕ. ಈ ಜ್ಞಾನವನ್ನೇ ಶ್ರೀಕೃಷ್ಣನು 'ಗುಹ್ಯತ್ನಮಂ' ಎಂದಾಗಿ ಗೀತೆಯಲ್ಲಿ ಹೇಳಿರುವುದಾಗಿದೆ. ಇದನ್ನು ತಿಳಿಯುವಂತಹ ಮಾರ್ಗವನ್ನೇ 'ವಿಭೂತಿ-ಯೋಗ' ಎಂದಾಗಿ ಹೇಳಿರುವುದಾಗಿದೆ.

ಬಾಹ್ಯ ಉಪಾಸನೆಯ ಬ್ರಹ್ಮಕ್ಕೂ ಆಂತರಿಕ ಉಪಾಸನೆಯ ಬ್ರಹ್ಮಕ್ಕೂ ವ್ಯತ್ಯಾಸವಿದೆ. ಇದನ್ನು ವೇದದ ಮಂತ್ರವೇ ಹೇಳುತ್ತಿದೆ:

ಬ್ರಹ್ಮ ಜಜ್ಞಾನಂ ಪ್ರಥಮಂ ಪುರಸ್ತಾತ್|
ವಿ ಸೀಮತಃ ಸುರುಚೋ ವೇನ ಆವಃ|
ಸ ಬುಧ್ನಿಯಾ ಉಪಮಾ ಅಸ್ಯ ವಿಷ್ಠಾಃ||

ಅರ್ಥ: ಇದು ಪ್ರಥಮ ಬ್ರಹ್ಮವಾಗಿದೆ, ಮೊದಲು ಇದನ್ನು ಪುರಸ್ಕರಿಸು. ಆದರೆ ಇದು ಇಷ್ಟೇ ಇಲ್ಲ, ಇನ್ನೂ ಮುಂದಕ್ಕೆ ಇದೆ. ಈ ಬ್ರಹ್ಮನ ಮುಖಾಂತರ ಅದಕ್ಕೆ ಹೋಗಬೇಕಿದೆ. ಇದೇ ಮುಂದಕ್ಕೆ ಹೋಗುವಂತಹ ದಾರಿಯಾಗಿದೆ.

ನಮ್ಮ ಈ ಬ್ರಹ್ಮಕ್ಕೆ ಹೋಗುವ ದಾರಿಯನ್ನು ವೇದ-ಉಪನಿಷತ್ತುಗಳು ಹೇಳಿದರೆ, ಇದರಿಂದ ಮುಂದಕ್ಕೆ ಹೋಗುವ ಬಗೆಯನ್ನು ಯೋಗ ಸಂಶೋಧಿಸಿಕೊಡುತ್ತದೆ. ಬ್ರಹ್ಮನನ್ನು ಹೊರತುಪಡಿಸಿದಂತಹ ಮತ್ತೊಂದು ಮಾರ್ಗವಿದೆ, ಅದು 'ತಾತ್ವಿಕ-ಮಾರ್ಗ' ಎಂದಾಗಿದೆ. ಆ ತಾತ್ವಿಕ ಮಾರ್ಗಕ್ಕೆ ತತ್ವಶಃ ಹೋಗಬೇಕಿದೆ. ಹೀಗೆ ಮಾಡಲಿಕ್ಕೆ ದೇಹ, ಮನಸ್ಸು, ಆತ್ಮ – ಈ ಮೂರೂ ಸಹ ಸಾಧಕನಿಗೆ ಪರಿಕರವಾಗಬೇಕಿದೆ.

ಗಮನಿಸಿ: ಆತ್ಮ ದರ್ಶನವಾದ ಮೇಲೆ, ಬ್ರಹ್ಮ ದರ್ಶನದ ಅಗತ್ಯವಿರುವುದಿಲ್ಲ, ಆದರೆ ಮುಂದಿನ ಪರಮಾತ್ಮ ದರ್ಶನವಾಗಲೇಬೇಕು ಎಂದಾಗಿ ವೇದ ವಿಜ್ಞಾನಿಗಳು ಹೇಳಿರುತ್ತಾರೆ.

ಇಲ್ಲಿ, ಆತ್ಮ ದರ್ಶನ ಎಂದರೇನೇ ಬ್ರಹ್ಮನನ್ನು ದಾಟಿ ಮುಂದಕ್ಕೆ ಹೋಗುವುದು. ಆತ್ಮ ದರ್ಶನವಾದಾಗ ಬ್ರಹ್ಮವೆಲ್ಲವೂ ಸಹ ಅರ್ಥವಾಗಿರುತ್ತದೆ. ಅದಕ್ಕೆ ಅಲ್ಲಿರುವಂತಹ ಕಾರಕತ್ವ, ಕರ್ತೃತ್ವ - ಇವೆಲ್ಲವೂ ಸಹ ಆಗಲೇ ತೀರ್ಮಾನವಾಗಿರುತ್ತದೆ. ಹೀಗಾಗಿ, ಬ್ರಹ್ಮವನ್ನು ಪುನಃ ಉಪಾಸನೆ ಮಾಡುವಂತಹ ಪ್ರಶ್ನೆ ಉದ್ಭವಿಸುವುದಿಲ್ಲ. ಆದರೆ ಬ್ರಹ್ಮನನ್ನು ಮಾಡಿದಂತಹ ಪರಮಾತ್ಮ ಇದೆಯಲ್ಲಾ, ಅದರ ಕುರಿತಾಗಿ ಚಿಂತನೆಗೆ ಹೋಗುತ್ತದೆ.

ಸೂಚನೆ: ಪರಮಾತ್ಮವು ಬ್ರಹ್ಮ ಹಾಗು ಆತ್ಮವನ್ನು ಮೀರಿದ್ದಾಗಿದೆ.

ಆತ್ಮದರ್ಶನವಾದಾಗ ನಾನೇ ಬ್ರಹ್ಮ ಎಂಬ ಅರಿವು ಉಂಟಾಗುತ್ತದೆ. ಬ್ರಹ್ಮನಾದಾಗ ಪರಮಾತ್ಮನ ದರ್ಶನಕ್ಕೆ ಯತ್ನಿಸಬೇಕಿದೆ. ಇದು ಕೇವಲ ತಾತ್ವಿಕ ಮಾರ್ಗ ಮಾತ್ರವಾಗಿದ್ದು, ಇದನ್ನು ಸಾಧಕನು ಸ್ವಯಂ ಹುಡುಕಿ, ಕಂಡುಕೊಳ್ಳಬೇಕಿದೆ.

ಮೆಟ್ಟಿಲು - 14

ಈಗ 'ವಿಭೂತಿ-ಯೋಗ' ಕುರಿತಾಗಿ ಚಿಂತನೆ ಮಾಡೋಣ. ಈಗ ನಾವು ವಾಸಿಸುತ್ತಿರುವಂತಹ ಪ್ರಕಟ ಬ್ರಹ್ಮದ ಕಲ್ಪ (ಆರ್ಕಿಟೆಕ್ಚರ್) ಮುಗಿಸಿ ಮುಂದಿರುವಂತಹ, ಅಂದರೆ ಅಪ್ರಕಟ ಪರ (ಅದು) ಬ್ರಹ್ಮದ ಕಲ್ಪವನ್ನು ಉಪನಿಷತ್ ಭಾಗವು ಚಿಂತನೆಯನ್ನು ಮಾಡಿದೆ. ಆ ಪರ ಬ್ರಹ್ಮದ ಕಲ್ಪ ಏನಿರಬಹುದು ಎಂಬುದನ್ನು ವಿಭೂತಿ-ಯೋಗವು ಸಾಧಕನಿಗೆ ತೋರಿಸಿಕೊಡುವುದಾಗಿದೆ.

ಪ್ರಕಟ ಬ್ರಹ್ಮ ಕಲ್ಪದ ಹಿಂದೆ ಅಪ್ರಕಟ ಬ್ರಹ್ಮದ ಕಲ್ಪವು ಕಾರಣವಾಗಿರುತ್ತದೆ, ಅಂದರೆ ಪ್ರಕಟಿತದ ಹಿಂದೆ ಅಪ್ರಕಟಿತವು ವ್ಯವಹರಿಸುತ್ತಿರುತ್ತದೆ. ಹೀಗೆ ಒಂದು ಬ್ರಹ್ಮದ ಕಲ್ಪವು ಪ್ರಕಟವಾಗಬೇಕು ಎಂದರೆ ಅದಕ್ಕೆ ಅವಶ್ಯಕವಾಗಿರುವಂತಹ ಭೂಮಿಕೆಯನ್ನು ಅಪ್ರಕಟಿತವು ಸಿದ್ಧಮಾಡಿಕೊಡಬೇಕಿದೆ.

ಸೂಚನೆ: ಅಪ್ರಕಟಿತದ ಸಂಕಲ್ಪ ಏನು ಎಂದಾಗಿ ಅರ್ಥಮಾಡಿಕೊಂಡರೆ ಯೋಗಿಯಾದನು ಅದು ಸಿದ್ಧಮಾಡಿಕೊಡುವಂತಹ ಭೂಮಿಕೆಯನ್ನು ನಮ್ಮ ಅವಶ್ಯಕತೆಗಳಿಗೆ ತಕ್ಕುನಾಗಿ ಮಾಡಿಕೊಳ್ಳಬಹುದು ಎಂಬುದ ವೇದ ಋಷಿಗಳ ಆಶಯವಾಗಿರುತ್ತದೆ.

ವಿಭೂತಿ ಯೋಗದ ಸಂಪಾದನೆಗಾಗಿ ಸಾಧಕನು ದೇಹದ ಸಮತೋಲನವನ್ನು ಕಾಪಾಡಿಕೊಳ್ಳಬೇಕಿದೆ. ವ್ಯಕ್ತಿಯು ನಿಂತುಕೊಂಡಾಗ ಶಿರದಲ್ಲಿರುವಂತಹ ದ್ರವ್ಯ (ನೀರು) ದೇಹದ ಸಮತೋಲನವನ್ನು ಕಾಪಾಡುತ್ತದೆ. ಕುಳಿತಾಗ ಅಥವಾ ಮಲಗಿದಾಗ ಈ ದ್ರವ್ಯವು ಸಾಮಾನ್ಯ ವ್ಯಕ್ತಿಗೆ ಅವನ ದೇಹದ ಸಮತೋಲನವನ್ನು ಕಾಪಾಡುವುದಿಲ್ಲ.

ನಿಂತಾಗ, ಕುಳಿತಾಗ, ಮಲಗಿದಾಗ ದೇಹದ ಸಮತೋಲನವನ್ನು ಕಾಪಾಡಿಕೊಳ್ಳಲು ಸಾಧಕನು ಮಯ್ಯೂರಾಸನವನ್ನು ಅಭ್ಯಾಸಮಾಡಬೇಕಿದೆ. ಮಯ್ಯೂರಾಸನ ಮಾಡುವ ಕ್ರಮ ಹೀಗಿದೆ: ದೇಹವನ್ನು ಕೆಳಮುಖಮಾಡಿಕೊಂಡು ಭೂಮಿಗೆ ಸಮಾನ ರೇಖೆಯಲ್ಲಿರುವಂತೆ ನೋಡಿಕೊಳ್ಳಬೇಕಿದೆ. ಮೊಣಕೈಗಳನ್ನು ಹೊಟ್ಟೆಯ ಪಕ್ಕದಲ್ಲಿರಿಸಿಕೊಂಡು ಮೊಣಕೈಗಳ ಆಧಾರ ಮೇಲೆ ದೇಹದ ಸಕಲ ಭಾರವನ್ನು ಹೊರಿಸಬೇಕಿದೆ. ಕಾಲುಗಳನ್ನು ನೇರವಾಗಿ ಚಾಚಬೇಕಿದೆ. ತಲೆಯನ್ನು ಕೊಂಚ

ಮೇಲಕ್ಕೆತ್ತಿ ಮುಂದೆ ನೋಡುತ್ತಿರಬೇಕಿದೆ. ಉಸಿರಾಟ ಸಹಜವಾಗಿರಬೇಕಿದೆ. ಎಷ್ಟು ಸಮಯ ಸಾಧ್ಯವೋ ಅಷ್ಟು ಸಮಯ ಈ ಆಸನವನ್ನು ಮಾಡಬಹುದಾಗಿದೆ. ದಿನದಲ್ಲಿ ಎಷ್ಟು ಬಾರಿ ಬೇಕಾದರೂ ಸಹ ಸಾಧಕನು ಅಭ್ಯಾಸಮಾಡಬೇಕಿದೆ.

ಭೂಯ ಏವ ಮಹಾಬಾಹೋ ಶೃಣು ಮೇ ಪರಮಂ ವಚಃ|
ಯತ್ತೇಽಹಂ ಪ್ರೀಯಮಾಣಾಯ ವಕ್ಷ್ಯಾಮಿ ಹಿತಕಾಮ್ಯಯಾ||
ನ ಮೇ ವಿದುಃ ಸುರಗಣಾಃ ಪ್ರಭವಂ ನ ಮಹರ್ಷಯಃ|
ಅಹಮಾದಿರ್ಹಿ ದೇವಾನಾಂ ಮಹರ್ಷೀಣಾಂ ಚ ಸರ್ವಶಃ||
ಯೋ ಮಾಮಜಮನಾದಿಂ ಚ ವೇತ್ತಿ ಲೋಕಮಹೇಶ್ವರಂ|
ಅಸಂಮೂಢಃ ಸ ಮರ್ತ್ಯೇಷು ಸರ್ವಪಾಪೈಃ ಪ್ರಮುಚ್ಯತೇ||
ಬುದ್ಧಿರ್ಜ್ಞಾನಮಸಂಮೋಹಃ ಕ್ಷಮಾ ಸತ್ಯಂ ದಮಃ ಶಮಃ|
ಸುಖಂ ದುಃಖಂ ಭವೋಽಭಾವೋ ಭಯಂ ಚಾಭಯಮೇವ ಚ||
ಅಹಿಂಸಾ ಸಮತಾ ತುಷ್ಟಿಸ್ತಪೋ ದಾನಂ ಯಶೋಽಯಶಃ|
ಭವಂತಿ ಭಾವಾ ಭೂತಾನಾಂ ಮತ್ತ ಏವ ಪೃಥಗ್ವಿಧಾಃ||
ಮಹರ್ಷಯಃ ಸಪ್ತ ಪೂರ್ವೇ ಚತ್ವಾರೋ ಮನವಸ್ತಥಾ|
ಮದ್ಭಾವಾ ಮಾನಸಾ ಜಾತಾ ಯೇಷಾಂ ಲೋಕ ಇಮಾಃ ಪ್ರಜಾಃ||
ಏತಾಂ ವಿಭೂತಿಂ ಯೋಗಂ ಚ ಮಮ ಯೋ ವೇತ್ತಿ ತತ್ತ್ವತಃ|
ಸೋಽವಿಕಂಪೇನ ಯೋಗೇನ ಯುಜ್ಯತೇ ನಾತ್ರ ಸಂಶಯಃ||
ಅಹಂ ಸರ್ವಸ್ಯ ಪ್ರಭವೋ ಮತ್ತಃ ಸರ್ವಂ ಪ್ರವರ್ತತೇ|
ಇತಿ ಮತ್ವಾ ಭಜಂತೇ ಮಾಂ ಬುಧಾ ಭಾವಸಮನ್ವಿತಾಃ||
ಮಚ್ಚಿತ್ತಾ ಮದ್ಗತಪ್ರಾಣಾ ಬೋಧಯಂತಃ ಪರಸ್ಪರಂ|
ಕಥಯಂತಶ್ಚ ಮಾಂ ನಿತ್ಯಂ ತುಷ್ಯಂತಿ ಚ ರಮಂತಿ ಚ||
ತೇಷಾಂ ಸತತಯುಕ್ತಾನಾಂ ಭಜತಾಂ ಪ್ರೀತಿಪೂರ್ವಕಂ|
ದದಾಮಿ ಬುದ್ಧಿಯೋಗಂ ತಂ ಯೇನ ಮಾಮುಪಯಾಂತಿ ತೇ||
ತೇಷಾಮೇವಾನುಕಂಪಾರ್ಥಮಹಮಜ್ಞಾನಜಂ ತಮಃ|
ನಾಶಯಾಮ್ಯಾತ್ಮಭಾವಸ್ಥೋ ಜ್ಞಾನದೀಪೇನ ಭಾಸ್ವತಾ||
ಪರ ಬ್ರಹ್ಮ ಪರಂ ಧಾಮ ಪವಿತ್ರಂ ಪರಮಂ ಭವಾನ್|
ಪುರುಷಂ ಶಾಶ್ವತಂ ದಿವ್ಯಮಾದಿದೇವಮಜಂ ವಿಭುಂ||
ಆಹುಸ್ತ್ವಾಮೃಷಯಃ ಸರ್ವೇ ದೇವರ್ಷಿರ್ನಾರದಸ್ತಥಾ|
ಅಸಿತೋ ದೇವಲೋ ವ್ಯಾಸಃ ಸ್ವಯಂ ಚೈವ ಬ್ರವೀಷಿ ಮೇ||
ಸರ್ವಮೇತದೃತಂ ಮನ್ಯೇ ಯನ್ಮಾಂ ವದಸಿ ಕೇಶವ|
ನ ಹಿ ತೇ ಭಗವನ್ ವ್ಯಕ್ತಿಂ ವಿದುರ್ದೇವಾ ನ ದಾನವಾಃ||
ಸ್ವಯಮೇವಾತ್ಮನಾತ್ಮಾನಂ ವೇತ್ಥ ತ್ವಂ ಪುರುಷೋತ್ತಮ|

ಭೂತಭಾವನ ಭೂತೇಶ ದೇವದೇವ ಜಗತ್ಪತೇ||
ವಕ್ತುಮರ್ಹಸ್ಯಶೇಷೇಣ ದಿವ್ಯಾ ಹ್ಯಾತ್ಮವಿಭೂತಯಃ|
ಯಾಭಿರ್ವಿಭೂತಿಭಿರ್ಲೋಕಾನಿಮಾಂಸ್ತ್ವಂ ವ್ಯಾಪ್ಯ ತಿಷ್ಠಸಿ||
ಕಥಂ ವಿದ್ಯಾಮಹಂ ಯೋಗಿಂಸ್ತ್ವಾಂ ಸದಾ ಪರಿಚಿಂತಯನ್|
ಕೇಷು ಕೇಷು ಚ ಭಾವೇಷು ಚಿಂತ್ಯೋಽಸಿ ಭಗವನ್ಮಯಾ||
ವಿಸ್ತರೇಣಾತ್ಮನೋ ಯೋಗಂ ವಿಭೂತಿಂ ಚ ಜನಾರ್ಧನ|
ಭೂಯಃ ಕಥಯ ತೃಪ್ತಿರ್ಹಿ ಶೃಣ್ವತೋ ನಾಸ್ತಿ ಮೇಽಮೃತಂ||
ಹಂತ ತೇ ಕಥಯಿಷ್ಯಾಮಿ ದಿವ್ಯಾ ಹ್ಯಾತ್ಮವಿಭೂತಯಃ|
ಪ್ರಾಧಾನ್ಯತಃ ಕುರುಶ್ರೇಷ್ಠ ನಾಸ್ತ್ಯಂತೋ ವಿಸ್ತರಸ್ಯ ಮೇ||
ಅಹಮಾತ್ಮಾ ಗುಡಾಕೇಶ ಸರ್ವಭೂತಾಶಯಸ್ಥಿತಃ|
ಅಹಮಾದಿಶ್ಚ ಮಧ್ಯಂ ಚ ಭೂತಾನಾಮಂತ ಏವ ಚ||
ಆದಿತ್ಯಾನಾಮಹಂ ವಿಷ್ಣುರ್ಜ್ಯೋತಿಷಾಂ ರವಿರಂಶುಮಾನ್|
ಮರೀಚಿರ್ಮರುತಾಮಸ್ಮಿ ನಕ್ಷತ್ರಾಣಾಮಹಂ ಶಶೀ|
ವೇದಾನಾಂ ಸಾಮವೇದೋಽಸ್ಮಿ ದೇವಾನಾಮಸ್ಮಿ ವಾಸವಃ|
ಇಂದ್ರಿಯಾಣಾಂ ಮನಶ್ಚಾಸ್ಮಿ ಭೂತಾನಾಮಸ್ಮಿ ಚೇತನಾ||
ಅಶ್ವತ್ಥಃ ಸರ್ವವೃಕ್ಷಾಣಾಂ ದೇವರ್ಷೀಣಾಂ ಚ ನಾರದಃ|
ಗಂಧರ್ವಾಣಾಂ ಚಿತ್ರರಥಃ ಸಿದ್ಧಾನಾಂ ಕಪಿಲೋ ಮುನಿಃ||
ಅಕ್ಷರಾಣಾಮಕಾರೋಽಸ್ಮಿ ದ್ವಂದ್ವಃ ಸಾಮಾಸಿಕಸ್ಯ ಚ|
ಅಹಮೇವಾಕ್ಷಯಃ ಕಾಲೋ ಧಾತಾಽಹಂ ವಿಶ್ವತೋಮುಖಃ||
ಮೃತ್ಯುಃ ಸರ್ವಹರಶ್ಚಾಹಮುದ್ಭವಶ್ಚ ಭವಿಷ್ಯತಾಂ|
ಕೀರ್ತಿಃ ಶ್ರೀರ್ವಾಕ್ಚ ನಾರೀಣಾಂ ಸ್ಮೃತಿರ್ಮೇಧಾ ಧೃತಿಃ ಕ್ಷಮಾ||
ಬೃಹತ್ಸಾಮ ತಥಾ ಸಾಮ್ನಾಂ ಗಾಯತ್ರೀ ಛಂದಸಾಮಹಂ|
ಮಾಸಾನಾಂ ಮಾರ್ಗಶೀರ್ಷೋಽ ಹಮೃತೂನಾಂ ಕುಸುಮಾ ಕರಃ||
ದ್ಯೂತಂ ಛಲಯತಾಮಸ್ಮಿ ತೇಜಸ್ತೇಜಸ್ವಿನಾಮಹಂ|
ಜಯೋಽಸ್ಮಿ ವ್ಯವಸಾಯೋಽಸ್ಮಿ ಸತ್ತ್ವಂ ಸತ್ತ್ವವತಾಮಹಂ||
ದಂಡೋ ದಮಯತಾಮಸ್ಮಿ ನೀತಿರಸ್ಮಿ ಜಿಗೀಷತಾಂ|
ಮೌನಂ ಚೈವಾಸ್ಮಿ ಗುಹ್ಯಾನಾಂ ಜ್ಞಾನಂ ಜ್ಞಾನವತಾಮಹಂ||

ಶ್ರೀಕೃಷ್ಣ ಹೇಳುತ್ತಾನೆ: ಪರಮಾತ್ಮನ ವಿಚಾರ ಕುರಿತಾಗಿ ನಾನು ಹೇಳುತ್ತೇನೆ, ಕೇಳು. ಅದು ನಾನಲ್ಲ, ನನ್ನ ವಿಚಾರವಲ್ಲ, ನಾನು ಅಲ್ಲದ ಮತ್ತೊಂದಿದೆ, ಅದೇ ಪರಮಾತ್ಮ.

ಈ ವಿಚಾರವು ಪ್ರತಿಯೊಂದು ಜೀವಕ್ಕೂ ಸಹ ಹಿತವಾಗಿದೆ, ಜೊತೆಗೆ ಉಪಯುಕ್ತವಾಗಿದೆ. ಇದನ್ನು ಅಪೇಕ್ಷೆಯಲ್ಲಿಟ್ಟುಕೊಂಡೇ ಅರ್ಜುನಾ, ನಿನಗೆ ಆ ಪರಮಾತ್ಮನ ಸಂದರ್ಶನ ಮಾಡಿಸುತ್ತೇನೆ.

ದೇವತೆಗಳಿಗೂ ಕೂಡ ಆ ಪರಮಾತ್ಮನ ದರ್ಶನವಾಗಿಲ್ಲ. ಈಗಾಗಲೇ ಆತ್ಮದರ್ಶನವನ್ನು ಸಾಧಿಸಿಕೊಂಡಿರುವಂತಹ ಹಲವಾರು ತ್ರೇತಾಯುಗದ ಸಾಧಕರು ಈ ದ್ವಾಪರ ಯುಗದಲ್ಲೂ ಸಹ ಆ ಪರಮಾತ್ಮನ ದರ್ಶನಕ್ಕಾಗಿ ಸಾಧನೆ ಮಾಡುತ್ತಿದ್ದಾರೆ. ಇಂತಹ ಕಠಿಣತಮವಾದ ದರ್ಶನವನ್ನು ಮಾಡುವಂತಹ ಮಾರ್ಗವನ್ನು ನಾನು ನಿನಗೆ ಬೋಧಿಸುತ್ತಿದ್ದೇನೆ ಅರ್ಜುನಾ.

ಈ ಜಗತ್ತು ಯಾವ್ಯಾವುದೋ ಕಾರಣಗಳಿಂದ ಯಾರ್ಯಾರನ್ನೋ ಪರಮಾತ್ಮ ಎಂದಾಗಿ ಗುರುತಿಸುತ್ತದೆ, ಏಕೆಂದರೆ ಅದು ತನಗಿಂತ ದೊಡ್ಡದು, ಶ್ರೇಷ್ಠ ಎಂಬ ಭಾವನೆಯಿಂದ ಹೇಳುತ್ತದೆ. ಆದರೆ ಇದಲ್ಲ. ಯಾವುದು ಪರಮಾತ್ಮ ಎಂದಾಗಿ ಹೇಳುತ್ತಿದೆಯೋ, ಅದಲ್ಲ, ಅದಕ್ಕಿಂತಲೂ ಮೀರಿದ ಪರಮಾತ್ಮವಿದೆ. ಅದನ್ನು ಅರ್ಥಮಾಡಿಕೊಳ್ಳಬೇಕು ಎಂದರೆ ಸಾಧಕನು ತನ್ನ ಮೂಢತನವನ್ನು ತೊರೆಯಬೇಕು. ಅಸತ್ಯವನ್ನು ತೊರೆದು, ಅಂದರೆ ದೃಷ್ಕೃತ್ಯವನ್ನು (ಯಾವುದು ಅಸತ್ಯವೊ ಅದನ್ನು ಅಂಗೀಕರಿಸುವುದೇ ಈ ಜಗತ್ತಿನಲ್ಲಿ ದೃಷ್ಕೃತ್ಯ ಎಂದಾಗಿದೆ) ತೊರೆದು ಸತ್ಯವನ್ನು ಮಾತ್ರ ಅಂಗೀಕರಿಸಬೇಕು ಅರ್ಜುನಾ.

ಭಯ-ಅಭಯ, ಕ್ಷಮೆ, ಸತ್ಯ, ದಮ, ಶಮ, ಸುಖ-ದುಃಖ, ಹುಟ್ಟು-ಸಾವು – ಇಂತಹಾ ದ್ವಂದ್ವಗಳನ್ನು ಸರಿಯಾಗಿ ಅರಿಯದೆ ಬುದ್ಧಿಯಲ್ಲಿ ಸೇರಿಸಿಕೊಳ್ಳಬಾರದು.

ಪ್ರಪಂಚದ ಒತ್ತಡ ಕಾರಣದಿಂದಾಗಿ ಅಸತ್ಯವನ್ನು ಸತ್ಯ ಎಂದಾಗಿ ಸ್ವೀಕರಿಸಬಾರದು. ಯಾವುದು ಸತ್ಯ ಎಂದಾಗಿ ಕಾಣುತ್ತದೆಯೋ ಅದನ್ನು ಮಾತ್ರ ಸ್ವೀಕರಿಸು ಅರ್ಜುನಾ.

ಆನಂದ, ಸ್ವಭಾವ, ಉದ್ವೇಗ, ವಿಕಾರ, ವಿಕೃತಿ, ಅಹ್ಲಾದ, ಹಾಗು ಪ್ರಪಂಚ – ಈ ರೀತಿಯ ಮನಸ್ಸಿನ ಭಾವಗಳಿಗೆ ಹೊಂದಿಕೊಂಡು ಪರಮಾತ್ಮನ ಸ್ವರೂಪವನ್ನು ಈ ಜಗತ್ತು (ಸಾಧಕರು) ಬಣ್ಣಿಸುತ್ತದೆ. ಇದನ್ನು 'ಯದ್ಭಾವಂ ತದ್ಭವತಿ' ಎಂದಾಗಿ ಪರಮಾತ್ಮನಿಗೂ ಆರೋಪಿಸಿಕೊಳ್ಳುತ್ತದೆ. ಹೀಗಾಗಿ, ಇವುಗಳ ನಡುವೆ ಪರಮಾತ್ಮತೆಯ ನೈಜತೆ ಮರೆಯಾಗುತ್ತದೆ. ಹೀಗಾಗಿ ಅರ್ಜುನಾ, ನೀನು ನೈಜತೆಯನ್ನು ಆರೋಪಿಸಿಕೊ.

ಗಮನಿಸಿ: ಆಹ್ಲಾದ, ಆನಂದ ಹಾಗು ಸ್ವಭಾವಗಳು ಸಾಧಕನನ್ನು ಸಾತ್ವಿಕತೆಯತ್ತ ತೆಗೆದುಕೊಂಡು ಹೋದರೆ, ಉದ್ವೇಗ,

ವಿಕಾರ ಹಾಗು ವಿಕೃತಿಗಳು ಹುಚ್ಚಿನ ವಿಭಾಗಕ್ಕೆ ಕೊಂಡೊಯ್ಯುತ್ತವೆ.

ಸತ್ಯವೆಂದಾಗಿ ಅರಿತು ಅದನ್ನು ಕುರಿತು ಪೂಜಾ (ಪೂರ್ಣ ಜಾಗೃತಿಗಾಗಿ ಯತ್ನ) ಮಾಡುತ್ತಿದ್ದಾಗ, ಅದು ಏನಾದರೂ ಅಸತ್ಯ ಎಂದಾಗಿ ಕಂಡುಬಂದರೆ ಅದನ್ನು ಕೂಡಲೇ ತ್ಯಜಿಸಬೇಕು. ಕೇವಲ ಸತ್ಯ ಏನಿದೆಯೋ ಅದನ್ನು ಕುರಿತಾಗಿ ಪೂಜಾ ಮಾಡುವುದೇ ವಿಭೂತಿ-ಯೋಗ. ಈ ರೀತಿಯ ಪೂಜಾ ಕ್ರಮದಿಂದ ನಿನಗೆ ಯೋಗ ಪದವಿ ದೊರಕುತ್ತದೆ ಅರ್ಜುನಾ.

ನಾನು ಎಲ್ಲರ ಮೇಲೆ ಅಧಿಕಾರ ಸ್ಥಾಪಿಸಿದ್ದೇನೆ ಎನ್ನುವ ವಾಕ್ಯವನ್ನು ಒಪ್ಪುವ ಮೊದಲು ನಿನ್ನ ಮೇಲೆ ನಾನು ಅಧಿಕಾರ ಸ್ಥಾಪಿಸಿದ್ದೇನೆಯೆ ಎನ್ನುವುದನ್ನು ತಿಳಿದು, ಖಚಿತಪಡಿಸಿಕೊ. ಇದು ನಿಜವಾಗಿದ್ದಲ್ಲಿ ಮಾತ್ರ ಆ ನನ್ನನ್ನು ಒಪ್ಪು, ಇಲ್ಲದಿದ್ದರೆ ಬೇಡ. ಇದಕ್ಕಾಗಿ ನಿನ್ನಲ್ಲಿ ಇರುವಂತಹ ಬುದ್ಧಿಯನ್ನು ಉಪಯೋಗಿಸಿಕೊ.

ಗಮನಿಸಿ: ಈ ಎಲ್ಲಾ ವಿಚಾರವನ್ನು (ಶ್ರೀಕೃಷ್ಣನನ್ನೂ ಸೇರಿದಂತೆ) ಬುದ್ಧಿಯನ್ನುಪಯೋಗಿಸಿ ಗಮನಿಸಬೇಕೇ ವಿನಃ, ಕೇವಲ ನಂಬುವುದಲ್ಲ.

ಯಾವುದು ಸತ್ಯವೋ ಅದರೊಂದಿಗೆ ಮಾತ್ರ ಜೀವನವನ್ನು ಮಾಡುತ್ತಾ ಹೋದರೆ, ಅದೇ ಜೀವನದ ಆನಂದವಾಗುತ್ತದೆ. ಹಿಂದೆ ವಿವರಿಸಿದಂತಹ ಆನಂದಗಳು ಅವುಗಳೂ ಸಹ ಪ್ರಾಪ್ತಿಯಾಗುತ್ತವೆ.

ಈ ಎಲ್ಲಾ ವಿಚಾರಗಳನ್ನು ಬುದ್ಧಿಯಿಂದ ಗಮನಿಸಿ ಸ್ವಂತ ಅಳತೆಗೆ ತೆಗೆದುಕೊಳ್ಳಬೇಕೇ ವಿನಃ, ಮನಸ್ಸಿನಿಂದ ಅಲ್ಲ ಅರ್ಜುನಾ. ಯಾವುದೇ ವಿಚಾರವು ವ್ಯಕ್ತಿಯ ಅಳತೆಗೆ ಬರಬೇಕೆಂದರೆ ಅದನ್ನು ಅವನು ಬುದ್ಧಿಯಿಂದ ಸ್ವೀಕರಿಸಬೇಕಾಗುತ್ತದೆ. ಹೀಗೆ ಯಾವ್ಯಾವ ವಿಚಾರಗಳು ನಿನ್ನ ಅಳತೆಗೆ ಒಳಪಡುತ್ತವೆಯೋ ಅವುಗಳನ್ನು ಮಾತ್ರ ಸ್ವೀಕರಿಸು ಅರ್ಜುನಾ.

ಹೀಗೆ ಸಾಗಿದಾಗ ಒಂದು ದಿನ ಜ್ಞಾನದ ದೀಪ ಭಾಸವಾಗುತ್ತದೆ, ಆಗ ಸತ್ಯ ಅರ್ಥವಾಗುತ್ತದೆ. ಆ ಸತ್ಯವನ್ನು ಸ್ವೀಕರಿಸುತ್ತಾ ಹಂತ-ಹಂತವಾಗಿ ಮುಂದಕ್ಕೆ ಹೋಗುವಂತಹ ಅಭ್ಯಾಸ ಉಂಟಾಗುತ್ತದೆ. ಆಗ ಪರಬ್ರಹ್ಮ ಎಂದರೆ, ಈ ಬ್ರಹ್ಮವಲ್ಲ, ಇದನ್ನು ಹೊರತುಪಡಿಸಿದಂತಹ ಇನ್ನೊಂದು ಬ್ರಹ್ಮವಿದೆ ಎಂದಾಗಿ ಅರ್ಥವಾಗುತ್ತದೆ. ಆ ನಂತರದಲ್ಲಿ ಮಾತ್ರ ಆ

ಪರಬ್ರಹ್ಮದ ಪವಿತ್ರತೆ ತಿಳುವಳಿಕೆಗೆ ಬರುತ್ತದೆ. ಹಿಂದೆ ಜ್ಞಾನ ಯೋಗದ ಚಿಂತನೆಯಲ್ಲಿ 'ಪುರುಷ-ತತ್ವ' ಎಂದಾಗಿ ನಾನು ಏನು ಹೇಳಿದ್ದೇನೆಯೋ, ಅದು ಏನು ಎಂದಾಗಿ ಇಲ್ಲಿ ನಿನಗೆ ಅರ್ಥವಾಗುತ್ತದೆ. ಇಲ್ಲದಿದ್ದರೆ, ಸಾಂಖ್ಯವು ಹೇಳುವಂತಹ 24 ಅಂಶಗಳುಳ್ಳಂತಹ ಸಹಜ ಸ್ವಭಾವ ಪ್ರವೃತ್ತಿ ಮಾತ್ರ ಕಾಣುತ್ತಿರುತ್ತದೆ.

ಗಮನಿಸಿ: ಪರಬ್ರಹ್ಮ ಅರ್ಥವಾದಾಗ ಮಾತ್ರ ಸಾಂಖ್ಯ ಹೇಳುವಂತಹ 24 ತತ್ವಗಳನ್ನು ಆಳುವಂತಹ ಪುರುಷ-ತತ್ವವು ಸಾಧಕನ ತಿಳುವಳಿಕೆಗೆ ಬರುತ್ತದೆ.

ವ್ಯಾಸನೂ ಕೂಡ ಆ ಅರ್ಥದಲ್ಲಿ (ಪುರುಷ ತತ್ವದಲ್ಲಿ) ನನ್ನನ್ನು ಅರ್ಥಮಾಡಿಕೊಂಡಿದ್ದಾನೆ. ಹೀಗಾಗಿ, ನೀನೂ ಕೂಡ ಆ ಅರ್ಥದಲ್ಲೇ ಅರ್ಥಮಾಡಿಕೊ ಅರ್ಜುನಾ.

ಭಗವದ್ ವ್ಯಕ್ತಿ ಎಂದಾಗಿ ಹೇಳುವಂತಹ ಗುಣ ನನ್ನಲ್ಲಿದೆ. ಹೀಗಾಗಿ, ನಾನು ಕೇಶವನಾದೆ. ಈ ಸಮಾಜವು ನನ್ನನ್ನು ದೇವರು ಎಂದಾಗಿ ಗುರುತಿಸುತ್ತದೆ. ಆದರೆ ನಾನು ದೇವರಲ್ಲ, ವಿದುರ್ದೇವಾ – ಯಾರು ಅರ್ಥಮಾಡಿಕೊಂಡಿದ್ದಾರೆ ಅವರಿಗೆ ನಾನು ದೇವ, ಇಲ್ಲದಿದ್ದರೆ ಇಲ್ಲ. ಹಾಗೆಂದು ನಾನು ದಾನವಾಃ (ಕೆಟ್ಟವ) ಅಲ್ಲ.

ಸಮಾಜ ಹೀಗೆಲ್ಲಾ ಹೇಳುತ್ತದೆ ಎಂದಾಗಿ ನೀನೂ ಹಾಗೆಯೇ ನನ್ನನ್ನು ಗಣಿಸಬೇಡ ಅರ್ಜುನ. ಮೊದಲು ನೀನು ಗುರುತಿಸು, ನಂತರ ನನ್ನನ್ನು ಸ್ವೀಕರಿಸು. ಸಮಾಜದ ಸಕಲವೂ ಸಾರ್ವತ್ರಿಕವಾಗಿ 'ಇದು ದೇವಾ' ಎಂದಾಗಿ ಗುರುತಿಸುತ್ತದೆಯೋ, ಅದೇ 'ದೇವದೇವ' ಅಥವಾ 'ಪರಮಾತ್ಮ' ಎಂದು ಕರೆಸಿಕೊಳ್ಳುತ್ತದೆ.

ಗಮನಿಸಿ: ಸಮಾಜದ ಸಕಲದಲ್ಲೂ ಸಾರ್ವತ್ರಿಕವಾಗಿ ಒಂದೇ ರೀತಿಯ ಚಲನೆ ಹಾಗು ಚಿಂತನೆ ಕಾಣಿಸಿಕೊಳ್ಳುತ್ತದೆಯೋ ಅದು ಪರಮ+ಅತ್+ಮನ್ ಎಂಬುದರಿಂದ ಬಂದಿದ್ದಾಗಿರುತ್ತದೆ ಎಂದು ವೇದ ವಿಜ್ಞಾನ ಹೇಳಿರುತ್ತದೆ. ಉದಾಹರಣೆಗೆ: ಸಕಲ ಜೀವ ಜಂತುಗಳಲ್ಲಿ ಕಾಣಿಸಿಕೊಳ್ಳುವಂತಹ ಹಸಿವು, ಬೇಕು, ಬೇಡ, ಕಾಮ, ಕ್ರೋಧ, ಮೋಹ, ನಾರಾ ತರಂಗ, ಇತ್ಯಾದಿ.

ವ್ಯಕ್ತವಾಗುವಂತಹ ಇಡೀ ಈ ಬ್ರಹ್ಮಾಂಡ ಕೇವಲ ಬೂದಿಯ (ಭಸ್ಮದ) ಒಂದು ರಜಸ್ಸಿನ ಕಣ ಮಾತ್ರ. ಈ ವ್ಯಕ್ತಗೊಂಡರುವಂತಹ ಬ್ರಹ್ಮಾಂಡ ಹಾಗು ಅದರಲ್ಲಿ ವಾಸಿಸುವಂತಹ ಕೋಟ-ಕೋಟಿ ಸಂಖ್ಯೆಯ ಜೀವಗಳು,

ನಿರ್ಜೀವಗಳು ಎಲ್ಲವೂ ಸಹ ಅಗಾಧ ಎಂದೆನಿಸಬಹುದು. ಆದರೆ ಇವೆಲ್ಲವೂ ಸಹ ಬೂದಿಯ ಒಂದು ಕಣ ಮಾತ್ರ. ಒಂದು ಕಣದಿಂದ ಉದ್ಭವಿಸಿದ ಇವೆಲ್ಲವೂ ಸಹ ಮುಂದೆ ಒಂದು ದಿನ ಬೂದಿಯಾಗಿ ಒಂದು ಕಣವಾಗಿ ಮಾತ್ರ ನನ್ನಲ್ಲಿ ಐಕ್ಯವಾಗಿ (ಸೂಕ್ಷ್ಮವಾಗಿ), ನನ್ನಲ್ಲೇ ವ್ಯಕ್ತವಾಗುತ್ತದೆ ಅರ್ಜುನ.

ಗಮನಿಸಿ: ಬೂದಿಯ ಒಂದು ಕಣವೇ ಇಷ್ಟೂ ಗುಣ ಧರ್ಮಗಳನ್ನು ಹೊಂದಿದೆ.

ಸೂಚನೆ: ಭಸ್ಮದ ಈ ಒಂದು ಕಣವೇ 'ಸತ್ಯ-ಲೋಕ' ಎಂದಾಗಿದೆ. ಈ ಸತ್ಯವನ್ನು ಅರ್ಥಮಾಡಿಕೊಳ್ಳಬೇಕಿದೆ.

ಸಾಧಕನು ತಾನೇ ಆತ್ಮ ಸ್ವರೂಪನಾದಾಗ ನಿಧಾನವಾಗಿ ಇವೆಲ್ಲವೂ ಸಹ ಅರ್ಥವಾಗುತ್ತಾ ಹೋಗುತ್ತದೆಯೇ ವಿನಃ, ಮತ್ತ್ಯಾವುದೇ ಬೇರೆ ರೂಪದಲ್ಲಿಲ್ಲ.

ನಾನು ಆತ್ಮ ಸ್ವರೂಪನಾಗಿದ್ದೇನೆ ಅರ್ಜುನಾ. ನಾನು ಆತ್ಮ ಸ್ವರೂಪ ಎಂದಾಗಿ ನೀನು ಅರ್ಥಮಾಡಿಕೊಂಡಾಗ ಮಾತ್ರ ಸಕಲ ಭೂತ ಅಂಶಗಳು ಭಸ್ಮದ ಅಣುವಿನCತೆ ನಿನ್ನಲ್ಲಿ ಅಡಕವಾಗಿರುತ್ತದೆ, ಅದು ಎಲ್ಲವೂ ನೀನೇ ಆಗಿರುತ್ತೀಯಾ ಎನ್ನುವುದು ಅರ್ಥವಾಗುತ್ತದೆ. ಹೀಗಾಗಿ, ಎಲ್ಲವೂ ನೀನೇ ಆಗಿರುತ್ತೀಯ. ಇವುಗಳ ಮಧ್ಯದಲ್ಲಿ ಅಡಕವಾಗಿರುವುದು ಆ ಪರಮಾತ್ಮ (ಪರಮ+ಅತ್+ಮನ್) ಮಾತ್ರ. ಇಂತಹ ಭಸ್ಮದಲ್ಲಿ ಆತ್ಮ (ಅತ್+ಮನ್) ಸ್ವರೂಪನಾಗಿ ನೀನು ಇದ್ದುಕೊಂಡು ಆ ಪರಮಾತ್ಮವನ್ನು ಚಿಂತಿಸಬೇಕಿದೆ.

ಭಸ್ಮದಲ್ಲಿ ಇರುವಂತಹ ಅಂತರಾತ್ಮ (ಅಂತರ್+ಅತ್+ಮನ್) ಎಂಬುದನ್ನು ಚಿಂತಿಸುವ ಮಾರ್ಗದಲ್ಲಿ ನಿನಗೆ ಕಾಣುವಂತಹದ್ದೇ ಆ ಪರಮಾತ್ಮ. ಇದೇ 18 ವಿಧಗಳು. ಇದೇ 18 ಯವ (ಭತ್ತ) ಕಾಲ ಮಾತ್ರ.

ನಾಭಿಯಿಂದ ಜನಿಸವ ಪರಾ ಎಂಬ ಸಂವಹನದಿಂದ ಪಶ್ಯಂತೀ (ಮನಸ್ಸಿನ) ಸಂವಹದವರೆಗೆ ಬರುವಂತಹ 18 ಯವ ಕಾಲದ ನಾದ ಇದೆಯಲ್ಲಾ, ಆ ಸ್ವರೂಪದಲ್ಲೇ ನಾನು (ಪರಮಾತ್ಮ) ಇದ್ದೇನೆ.

ಇದುವರೆಗೆ ಕಾಣಿಸಿಕೊಂಡಿರುವಂತಹ ಮಹರ್ಷಿಗಳು, ಆದಿತ್ಯರು, ಯೋಗಿಗಳು - ಹೀಗೆ ಎಲ್ಲರೂ ಸಹ ನನ್ನನ್ನು ನಾದವಾಗೇ ಗುರುತಿದ್ದಾರೆ. ಯಾವುದರಲ್ಲಿ ಆತ್ಮ ಮತ್ತು ಆತ್ಮ ಸ್ವರೂಪದಲ್ಲಿ ನಾನು ಏನು ಕಾಣುತ್ತೇನೆಯೋ, ಭಸ್ಮವಾದಾಗ

ರಜವಾಗಿ ಕಾಣುತ್ತೇನೆ. ಇವೆರಡರ ಮಧ್ಯೆ ಪ್ರಯಾಣ ಕಾಲದಲ್ಲಿ ನಾದವೇ ನನ್ನನ್ನಾಗಿಸುತ್ತದೆ. ಹೀಗಾಗಿ, ನನ್ನನ್ನು ಇವರೆಲ್ಲರೂ ಸಹ 'ನಾದ-ಬ್ರಹ್ಮ' ಎಂದಾಗಿ ಕರೆದಿದ್ದಾರೆ.

ನನ್ನನ್ನು ಎಲ್ಲರೂ ಸಹ ನಾದದ ರೂಪದಲ್ಲಿ ಮಾತ್ರ ಕಂಡಿದ್ದಾರೆಯೇ ವಿನಃ, ಮತ್ತಾವ ಸ್ವರೂಪದಲ್ಲೂ ಅಲ್ಲ ಅರ್ಜುನ. ಬೇರೆ ಸ್ವರೂಪದಲ್ಲಿ ನಾನು ಕಾಣುವುದೂ ಇಲ್ಲ. ಯಾವ್ಯಾವುದು ಪ್ರಸಿದ್ಧವಾಗಿದೆಯೋ ಅವೆಲ್ಲವೂ ಸಹ ನಾನೇ ಆಗಿದ್ದೇನೆಯೇ ಪರಂತು, ಬೇರೆ ಯಾರೂ ಅಲ್ಲ.

ಗಮನಿಸಿ: ಇವೆಲ್ಲವನ್ನೂ ಸಹ ಯೋಗಿಯಾದವನು ಮಾತ್ರ ಕಾಣುತ್ತಾನೆ.

ಒಂದೊಂದು ಭಾಗದಲ್ಲಿ ಸಾಧನೆ ಮಾಡಿದ ಶ್ರೇಷ್ಠರೆಲ್ಲರೂ ಸಹ ನಾನೇ ಆಗಿರುತ್ತೇನೆ. ನಿನ್ನಲ್ಲಿರುವಂತಹ ಆತ್ಮವೇ ಕೃಷ್ಣನಾಗಿ ಕಾಣುವಂತಹದ್ದಾಗಿದೆ.

ಸೂಚನೆ: ನೀನು ಯಾವುದನ್ನು ಕಾಣಬೇಕು ಎಂದು ಅಂದುಕೊಳ್ಳುತ್ತೀಯಾ, ಅದು ನೀನೇ ಆಗಿಬಿಡುತ್ತೀಯ.

ಬೇರೆ-ಬೇರೆ ಕ್ಷಣಗಳಲ್ಲಿ, ಬೇರೆ-ಬೇರೆ ಅಂಶಗಳಲ್ಲಿ ಕ್ಷಯವಾಗಿ, ನಾಶವಾಗಿ ಭಸ್ಮವಾಗಿ ಸೇರುತ್ತಿರುತ್ತದೆ. ಮತ್ತೊಂದು ಕಡೆ ಹುಟ್ಟಿ ಬಂದು ಪ್ರಕೃತಿಯಾಗಿ ಬರುತ್ತಿರುತ್ತದೆ. ಇದರ ಮಧ್ಯಕಾಲ ಇದೆಯಲ್ಲಾ, ಅಲ್ಲಿ ನಾದ ಮಾತ್ರ ಇರುತ್ತದೆ. ಆ ನಾದವೇ ನಾನಾಗಿರುತ್ತೇನೆ ಅರ್ಜುನ.

ಸಕಲಕ್ಕೂ ಸಹ ಮೃತ್ಯುವಿದೆ ಎನ್ನುವಂತಹ ಸಾರ್ವತ್ರಿಕ ಭಾವವಿದೆ. ಆದರೆ ಯಾವುದೂ ಸಹ ಮೃತವಾಗುವುದಿಲ್ಲ, ಬದಲಿಗೆ ಸ್ವರೂಪವನ್ನು ಬದಲಾಯಿಸಿ, ಭಸ್ಮದ ರಜವಾಗಿ ಕ್ಷಣಮಾತ್ರವಾದಂತಹ ಒಂದು ಕ್ಷಣ ಭಂಗುರವಾದಂತಹ ಅವತಾರವನ್ನು ಮುಗಿಸಿರುತ್ತದೆ, ಅಷ್ಟೆ. ಅದು ನಂತರ ಪುನಃ ಮತ್ತೊಂದು ಅವತಾರವನ್ನು ಎತ್ತಿಕೊಂಡು ಹೊರಗೆ ಬರುತ್ತದೆ ಅರ್ಜುನ.

ಇದರಲ್ಲಿ ನಿನ್ನ ಧೃತಿ, ಕೀರ್ತಿ, ಕ್ಷಮೆ, ಸಂಪತ್ತು, ಬುದ್ಧಿವಂತಿಕೆ – ಹೀಗೆ ವಿಚಾರಗಳಿವೆಯಲ್ಲಾ, ಇವೆಲ್ಲಾ ಒಂದೇ, ಅಂದರೆ ಅದು, ಅಷ್ಟೆ. ನೀನು ಯಾವಾಗ ಪ್ರತ್ಯೇಕವಾಗಿ ಹೊರಗೆಬರುತ್ತಾ ಹೋದಾಗ ಇವೆಲ್ಲವೂ ಸಹ ಪ್ರತ್ಯೇಕವಾಗುವುದ ಬಿಟ್ಟರೆ, ಇವೆಲ್ಲವೂ ಸಹ ನಿನ್ನದ್ದೆ. ಇವೆಲ್ಲವೂ ಸಹ ಒಂದೇ

ಆಗಿದ್ದು, ಆ ಒಂದು ರಜದ ಕಣದಲ್ಲಿ ಅಡಕವಾಗಿರುತ್ತವೆ. ಇದರಲ್ಲಿ ನಿನ್ನದ್ದನ್ನು ನೀನು ಗುರುತು ಮಾಡಿಕೋ ಅರ್ಜುನ.

ಭೂತ, ವರ್ತಮಾನ, ಭವಿಷ್ಯ – ಈ ಮೂರೂ ಕಾಲದಲ್ಲೂ ಸಹ ನಾನೇ ಅಡಕವಾಗಿದ್ದೇನೆ ಎನ್ನುವುದನ್ನು ಅರ್ಥಮಾಡಿಕೊ.

ಆ ರಜದಲ್ಲಿ ನಿನಗೆ ಯಾವ್ಯಾವುದು ಸತ್ಯವಾಗಿ ಕಾಣುತ್ತದೆ, ಯಾವುದು ಪರಮ ಪದವನ್ನು ಗುರುತಿಸಲು ಸಾಧ್ಯಮಾಡಿಕೊಡುತ್ತದೆ, ಎಲ್ಲಿ ನಾನು ನಿನಗೆ ಕಾಣುತ್ತೇನೆ, ಅಲ್ಲೆಲ್ಲಾ ನಾನಲ್ಲ, ಬದಲಿಗೇ ನೀನೇ ಇದ್ದೀಯ ಅರ್ಜುನ.

ಅರ್ಜುನ, ನಿನ್ನ ಭಾವದಲ್ಲಿ ಕೃಷ್ಣ ದೇವರು. ಹೀಗಾಗಿ, ನಿನಗೆ ನಾನು ಅಲ್ಲಿ ಕಾಣಿಸುತ್ತೇನೆ. ಅಂದರೆ ನಿನ್ನ ಪರಮಾತ್ಮ ಸ್ವರೂಪವೇ ಕೃಷ್ಣನಾಗಿ ಕಾಣುವುದಾಗಿದೆ. ಪರಮಾತ್ಮ ಎಂದರೆ ಆತ್ಮನ ಸ್ವರೂಪವಾಗಿದೆ. ಒಟ್ಟಾಗಿ ಸೇರಿದಾಗ ಪರಮಾತ್ಮ. ಕೃಷ್ಣನ ಪರಮಾತ್ಮ ಸ್ವರೂಪವು ನೀನಾಗಿಯೇ ಕಾಣುತ್ತದೆ ಆದರೆ ನಾನೇ ಇರುವಂತಹದ್ದು ಅರ್ಜುನ.

ಈ ಪ್ರಪಂಚದ ಪ್ರತಿಯೊಂದರಲ್ಲೂ ಸಹ ವಾಸುದೇವ ಎಂದಾಗಿ ಹೇಳುವಂತಹ ನಾಲ್ಕು ವಿಧ (ಸಂಕರ್ಷಣ, ಪ್ರದ್ಯುಮ್ನ, ಅನಿರುದ್ಧ, ವಾಸುದೇವ) ಅಂಶಗಳು ಸಂಯೋಗವಾದಾಗ ಅಲ್ಲಿ ಕಾಣುವುದು ನಾನೇ ಅರ್ಜುನ. ನಾನೇ ಎಂದರೆ ಅತ್ಮವೇ ಹೊರತು ಕೃಷ್ಣನಲ್ಲ.

ಪ್ರತಿಯೊಂದೂ ಕೂಡ ಅರ್ಜುನನಿಗೆ ಅವನಾಗೇ ಕಾಣುತ್ತದೆ. ಅವನೇ ಆ ವ್ಯಕ್ತಿಯಾಗಿ, ವಿಚಾರವಾಗಿ – ಎಲ್ಲವೂ ಸಹ ಅವನೇ ಆಗಿ ಬಿಡುತ್ತಾನೆ. ಅಂದರೆ ನಾನಾಗಿರುತ್ತೇನೆ.

ಇದು ಅತ್ಯಂತ ಗುಹ್ಯವಾದಂತಹ ಅಂದರೆ ರಹಸ್ಯವಾದಂತಹ ಜ್ಞಾನವಾಗಿದೆ, ಜ್ಞಾನದಿಂದ ಜ್ಞಾನವಾಗಿದೆ, ಜ್ಞಾನವೂ ಸಹ ರಜವಾಗಿ ಅಲ್ಲಿ ಇದೆ. ಆ ಜ್ಞಾನದಲ್ಲಿ ಜ್ಞಾನವು ಅಡಕವಾಗಿದೆ. ಇದನ್ನೇ ನಾನೀಗ ಬೋಧಿಸಿರುವುದು, ಅರ್ಥಮಾಡಿಕೊ ಅರ್ಜುನ.

ಮೇಲೆ ನೋಡಿದಂತಹ ವಿಚಾರ ಪ್ರಯುಕ್ತತೆಯಲ್ಲಿ ಕೆಲವು ವಿಷಯಗಳು ಹೀಗಿರುತ್ತವೆ: ಆತ್ಮನಾಗಿ ಅನುಸಂಧಾನ ಮಾಡಿಕೊಂಡು ಎಲ್ಲದರಲ್ಲಿಯೂ ಸಹ ತನ್ನನ್ನು ತಾನು ನೋಡುವುದೇ 'ಪರಮಾತ್ಮ-ದರ್ಶನ' ಎಂದಾಗಿರುತ್ತದೆ.

ಅಂದರೆ, ನಾನೇ ಆತ್ಮ, ನಾನೇ ಪರಮಾತ್ಮ. ನನ್ನನ್ನು ನಾನೇ ನೋಡಿಕೊಳ್ಳುವುದು, ನನ್ನನ್ನು ನಾನೇ ಅರಿಯುವುದು.

ಯೋಗಿಯಾದಾಗ ಸಾಧಕನ ಮೊದಲಿನ ಅಸಿತ್ವಕ್ಕೆ ಯಾವ ಧಕ್ಕೆಯೂ ಉಂಟಾಗುವುದಿಲ್ಲ. ಬದಲಿಗೆ, ಅವನಿಗೆ ತನ್ನ ನಿಜ ದರ್ಶನ ದೊರಕಿರುತ್ತದೆ, ಅಷ್ಟೆ.

ತತ್ ತ್ವಂ ಅಸಿ – ಆತ್ಮ ದರ್ಶನದಿಂದಾಗಿ ಸಾಧಕನು ಯೋಗಿಯಾಗುತ್ತಾನೆ. ನಂತರ ಒಂದೊಂದೇ ಶ್ರೇಷ್ಠ ಎಂಬುವುಗಳನ್ನು ತನ್ನ ಮೇಲೆ ಆರೋಪಿಸಿಕೊಂಡಾಗ, ಅಂದರೆ ಆ ಶ್ರೇಷ್ಠನು ತಾನೇ ಆದಾಗ ಆ ಪರಮಾತ್ಮವು ಸಂಪೂರ್ಣವಾಗಿ ಅವನಿಗೆ ಗೋಚರಿಸುತ್ತದೆ. ಆಗ ಪರಮಾತ್ಮ ಅರ್ಥವಾಗುತ್ತದೆ.

ವಿಭೂತಿ/ಬೂದಿ/ರಾಶಿ–ಇವುಗಳು ಶ್ರೇಷ್ಠತೆಯ ಸಂಗ್ರಹವಾಗಿದೆ. ಸಕಲ ಬ್ರಹ್ಮಾಂಡವು ಕಡೆಯಲ್ಲಿ ಒಂದು ಭಸ್ಮವಾಗಿ, ರಾಶಿಯಲ್ಲಿ ಸೇರಿಕೊಂಡು, ಅದರಿಂದ ಒಂದು ಕಣ ಮತ್ತೆ ಹೊರಗೆ ಬಂದು, ಮತ್ತೊಂದು ಬ್ರಹ್ಮಾಂಡ ಸೃಷ್ಟಿಯಾಗುತ್ತದೆ. ಈ ರೀತಿಯಲ್ಲಿ ವಿಭೂತಿಯು ಶ್ರೇಷ್ಠವಾಗಿರುತ್ತದೆ. ಇದನ್ನೇ 'ಬೀಜ/ಅಂಡ-ಸ್ವರೂಪ' ಎಂದಾಗಿ ವೇದ ವಿಜ್ಞಾನ ಹೇಳಿರುತ್ತದೆ.

ಮೆಟ್ಟಿಲು – 15

ಮದನುಗ್ರಹಾಯ ಪರಮಂ ಗುಹ್ಯಮಧ್ಯಾತ್ಮಸಂಜ್ಞಿತಂ|
ಯತ್ತ್ವಯೋಕ್ತಂ ವಚಸ್ತೇನ ಮೋಹೋಽಯಂ ವಿಗತೋ ಮಮ||
ಏವಮೇತದ್ಯಥಾತ್ಥ ತ್ವಮಾತ್ಮಾನಂ ಪರಮೇಶ್ವರ|
ದ್ರಷ್ಟುಮಿಚ್ಛಾಮಿ ತೇ ರೂಪಮೈಶ್ವರಂ ಪುರುಷೋತ್ತಮ||
ಮನ್ಯಸೇ ಯದಿ ತಚ್ಛಕ್ಯಂ ಮಯಾ ದ್ರಷ್ಟುಮಿತಿ ಪ್ರಭೋ|
ಯೋಗೇಶ್ವರ ತತೋ ಮೇ ತ್ವಂ ದರ್ಶಯಾತ್ಮಾನಮವ್ಯಯಂ||
ಪಶ್ಯ ಮೇ ಪಾರ್ಥ ರೂಪಾಣಿ ಶತಶೋಽಥ ಸಹಸ್ರಶಃ|
ನಾನಾವಿಧಾನಿ ದಿವ್ಯಾನಿ ನಾನಾವರ್ಣಾಕೃತೀನಿ ಚ||
ಪಶ್ಯಾದಿತ್ಯಾನ್ವಸೂನ್ರುದ್ರಾನಶ್ವಿನೌ ಮರುತಸ್ತಥಾ|
ಬಹೂನ್ಯದೃಷ್ಟಪೂರ್ವಾಣಿ ಪಶ್ಯಾಽಶ್ಚರ್ಯಾಣಿ ಭಾರತ||
ಇಹೈಕಸ್ಥಂ ಜಗತ್ಕೃತ್ಸ್ನಂ ಪಶ್ಯಾದ್ಯ ಸಚರಾಚರಂ|
ಮಮ ದೇಹೇ ಗುಡಾಕೇಶ ಯಚ್ಚಾನ್ಯದ್ದ್ರಷ್ಟುಮಿಚ್ಛಸಿ||
ನ ತು ಮಾಂ ಶಕ್ಯಸೇ ದ್ರಷ್ಟುಮನೇನೈವ ಸ್ವಚಕ್ಷುಷಾ|
ದಿವ್ಯಂ ದದಾಮಿ ತೇ ಚಕ್ಷುಃ ಪಶ್ಯ ಮೇ ಯೋಗಮೈಶ್ವರಂ||
ಅನೇಕವಕ್ತ್ರನಯನಮನೇಕಾದ್ಭುತದರ್ಶನಂ|
ಅನೇಕದಿವ್ಯಾಭರಣಂ ದಿವ್ಯಾನೇಕೋದ್ಯತಾಯುಧಂ||
ದಿವ್ಯಮಾಲ್ಯಾಂಬರಧರಂ ದಿವ್ಯಗಂಧಾನುಲೇಪನಂ|
ಸರ್ವಾಶ್ಚರ್ಯಮಯಂ ದೇವಮನಂತಂ ವಿಶ್ವತೋಮುಖಂ||
ದಿವಿ ಸೂರ್ಯಸಹಸ್ರಸ್ಯ ಭವೇದ್ಯುಗಪದುತ್ಥಿತಾ|
ಯದಿ ಭಾಃ ಸದೃಶೀ ಸಾ ಸ್ಯಾದ್ಭಾಸಸ್ತಸ್ಯ ಮಹಾತ್ಮನಃ||
ತತ್ರೈಕಸ್ಥಂ ಜಗತ್ಕೃತ್ಸ್ನಂ ಪ್ರವಿಭಕ್ತಮನೇಕಧಾ|
ಅಪಶ್ಯದ್ದೇವದೇವಸ್ಯ ಶರೀರೇ ಪಾಂಡವಸ್ತದಾ||
ಪಶ್ಯಾಮಿ ದೇವಾಂಸ್ತವ ದೇವ ದೇಹೇ ಸರ್ವಾಂಸ್ತಥಾ
ಭೂತವಿಶೇಷಸಂಘಾನ್|
ಬ್ರಹ್ಮಾಣಮೀಶಂ ಕಮಲಾಸನಸ್ಥಮೃಷೀಂಶ್ಚ ಸರ್ವಾನುರಗಾಂಶ್ಚ
ದಿವ್ಯಾನ್||
ಅನೇಕಬಾಹೂದರವಕ್ತ್ರನೇತ್ರಂ ಪಶ್ಯಾಮಿ ತ್ವಾಂ
ಸರ್ವತೋಽನಂತರೂಪಂ|
ನಾಂತಂ ನ ಮಧ್ಯಂ ನ ಪುನಸ್ತವಾದಿಂ ಪಶ್ಯಾಮಿ ವಿಶ್ವೇಶ್ವರ
ವಿಶ್ವರೂಪ||

ಕಿರೀಟಿನಂ ಗದಿನಂ ಚಕ್ರಿಣಂ ಚ ತೇಜೋರಾಶಿಂ ಸರ್ವತೋ ದೀಪ್ತಿಮಂತಂ|
ಪಶ್ಯಾಮಿ ತ್ವಾಂ ದುರ್ನಿರೀಕ್ಷ್ಯಂ ಸಮಂತಾದ್ದೀಪ್ತಾನಲಾರ್ಕದ್ಯುತಿ ಮಪ್ರಮೇಯಂ||

ಸೂಚನೆ: ಸ್ವಸ್ವರೂಪ ದರ್ಶನಕ್ಕಾಗಿ ವಿಶಾಲಾಸನ ಎಂಬುದನ್ನು ಸಾಧಕನು ಅಭ್ಯಾಸಮಾಡಬೇಕಿದೆ.

ಯಾವ ಸಾಧಕನು ಸ್ಥಿರಾಸನವನ್ನು ಅಭ್ಯಾಸ ಮಾಡಿಕೊಂಡು, ತನ್ನದೇ ಆದಂತಹ ಬ್ರಹ್ಮಾಂಡವನ್ನು ರಚಿಸಿಕೊಂಡು, ಅದರ ಒಳಗೆ ಕೇವಲ ಆತ್ಮನಾಗಿ ಮಾತ್ರ ಸೇರಿಕೊಂಡಾಗ, ಅವನ ದೇಹ ಹಾಗು ಜೀವ ಹೊರಗಡೆಯೇ ಉಳಿದುಕೊಳ್ಳುತ್ತದೆ ಎಂಬುದನ್ನು ಮೆಟ್ಟಿಲು-9ಲಲ್ಲಿ ನೋಡಿದ್ದಾಗಿದೆ.

ಹೀಗೆ ಅಭ್ಯಾಸ ಮಾಡಿಕೊಂಡಂತಹ ಅರ್ಜುನನು ಕೇವಲ ಆತ್ಮನಲ್ಲೇ ಸೇರಿಕೊಂಡಾಗ ಆಗ ಆ ಆತ್ಮನಿಗೆ ಅನಿಸುವಂತಹ ಭಾವಗಳೇನು ಎಂಬುದನ್ನು ಶ್ರೀಕೃಷ್ಣನಿಗೆ ಅವನು ಹೇಳಿಕೊಂಡಿರುತ್ತಾನೆ.

ನಾನು ಹೀಗೆ ಮಾಡಿಕೊಂಡಾಗಲೂ ಸಹ ನನಗೆ ಬಾಹ್ಯ ಪ್ರಪಂಚವು ಹೇಗಿದೆಯೋ ಹಾಗೆಯೇ ಕಾಣುತ್ತಿದೆ. ಹೀಗಿದ್ದಾಗ, ಆತ್ಮವನ್ನು ಪ್ರತ್ಯೇಕವಾಗಿಟ್ಟುಕೊಂಡು ಬಾಹ್ಯ ಪ್ರಪಂಚನವನ್ನು ಏಕೆ ನೋಡಬೇಕು, ಇದರಲ್ಲಿ ಅಂತಹದ್ದೇನು ವಿಶೇಷ ಎಂದಾಗಿ ಅರ್ಜುನನು ಶ್ರೀಕೃಷ್ಣನಿಗೆ ಕೇಳುತ್ತಿದ್ದಾನೆ.

ಶ್ರೀಕೃಷ್ಣ ಹೀಗೆ ಉತ್ತರವನ್ನು ಹೇಳುತ್ತಾನೆ: ಅರ್ಜುನಾ, ಬಾಹ್ಯದ್ದು ಮಿಥ್ಯಾ ಪ್ರಪಂಚವಾಗಿದೆ. ಈ ಅಭ್ಯಾಸವನ್ನು ಮಾಡುವವರೆಗೆ ನೀನು ಈ ಮಿಥ್ಯಾ ಪ್ರಪಂಚದಲ್ಲೇ ಇದ್ದ ಕಾರಣದಿಂದಾಗಿ ಸತ್ಯ ಪ್ರಪಂಚವನ್ನು ನೋಡುವಂತಹ ಶಕ್ತಿ ನಿನಗೆ ಬರುತ್ತಿಲ್ಲ. ಹೀಗಾಗಿ, ಈಗಲೂ ಸಹ ನಾನು ಬಾಹ್ಯ ಪ್ರಪಂಚದಲ್ಲಿ ಕೃಷ್ಣನಾಗಿಯೇ ಕಾಣುತ್ತಿದ್ದೇನೆ. ಈಗ ನಾನು ನಿನಗೆ ಒಂದು ವಿಶೇಷ ದೃಷ್ಟಿಯನ್ನು ನೀಡುತ್ತಿದ್ದೇನೆ, ಇದರಿಂದಾಗಿ 'ನಾನು' ಎಂದಾಗಿ ಆತ್ಮ ಸ್ವರೂಪದಲ್ಲಿ ಕಾಣುವ ಶಕ್ತಿ ನಿನಗೆ ಪ್ರಾಪ್ತವಾಗುತ್ತದೆ. ಇದರ ಮುಖಾಂತರ ನನ್ನನ್ನು ನೋಡು, ಈ ಕೃಷ್ಣ ಎಂದೆನ್ನುವುದು ಯಾವುದು ಎಂದಾಗಿ ನೋಡು, ಆಗ ನಿನಗೆ ಅರ್ಥವಾಗುತ್ತದೆ. ಅಲ್ಲಿಯೂ ಕೃಷ್ಣನು ನೀನೇ ಆಗಿರುತ್ತೀಯಾ, ನಾನು-ನೀನು ಎಂಬ ವ್ಯತ್ಯಾಸವೇ ಇರುವುದಿಲ್ಲ. 'ತತ್ವಮಸಿ' -

ನೀನು ನಾನೇ ಆಗಿರುತ್ತೀಯ, ನಾನು ನೀನೇ ಆಗಿರುತ್ತೇನೆ. ಇಲ್ಲಿ ಎರಡಿಲ್ಲ, ಕೇವಲ ಒಂದೇ ಇರುವುದು. ಹೀಗೆ ನೋಡಿದಾಗ ನಿನಗೆ ಅಲ್ಲಿ 8 ವಸುಗಳು, 11 ರುದ್ರರು, 12 ಆದಿತ್ಯರು ಕಾಣಿಸಿಕೊಳ್ಳುತ್ತಾರೆ. ಅವೆಲ್ಲವೂ ಸಹ ನೀನೇ ಆಗಿರುತ್ತೀಯ ಅರ್ಜುನಾ.

ಗಮನಿಸಿ: ಈ ದೃಷ್ಟಿಯನ್ನು ಪ್ರಾಪ್ತಮಾಡಿಕೊಂಡಂತಹ ಯಾವುದೇ ಸಾಧಕನು ಯಾವುದನ್ನು ಕಾಣುತ್ತಾನೆಯೋ ಅದು ಅವನೇ ಆಗಿರುತ್ತಾನೆ.

ಸಾಧಕನು ತನ್ನನ್ನು ತಾನೇ ನೋಡಿಕೊಳ್ಳುವುದೇ ಅವನ 'ವಿಶ್ವ' ಎಂದಾಗಿರುತ್ತದೆ, ಅಂದರೆ ಅವನ ಸ್ವ-ಸ್ವರೂಪವಾಗಿರುತ್ತದೆ. ಅವನು ಯಾವುದನ್ನು ನಂಬುತ್ತಾನೆಯೋ, ಏನನ್ನು ಅಪೇಕ್ಷಿಸುತ್ತಾನೆಯೋ, ಏನನ್ನು ಭಾವಿಸುತ್ತಾನೆಯೋ, ಅದು ಅವನಲ್ಲೇ ಇರುತ್ತದೆಯೇ ಪರಂತು, ಹೊರಗೆಲ್ಲೂ ಇರುವುದಿಲ್ಲ! ಹೊರಗೆ ಏನೂ ಇಲ್ಲ, ಅದೆಲ್ಲವೂ ಅವನೇ ಆಗಿರುತ್ತಾನೆ.

ನಮ್ಮನ್ನು ನಾವೇ ಭಿನ್ನ-ಭಿನ್ನ ರೂಪಗಳಲ್ಲಿ ನೋಡಿಕೊಳ್ಳುತ್ತೇವೆ. ಒಬ್ಬನೇ ಹಲವಾರು ಪಾತ್ರಗಳಲ್ಲಿ ಕಾಣಿಸಿಕೊಳ್ಳುವುದಾಗಿದೆ, ಅಷ್ಟೇ. ಹೀಗಾಗಿ, ಅರ್ಜುನಾ, ನೀನು ಪಂಚ ಭೌತಿಕ ಶರೀರವನ್ನು ತೊರೆದು, ಕೇವಲ ಆತ್ಮ ಸ್ವರೂಪನಾಗಿ ಪ್ರತ್ಯೇಕವಾದಾಗ, ಹೊರಗೆ ಕಾಣುವಂತಹ ಎಲ್ಲವೂ ಸಹ ಒಂದೇ, ಬೇರೆ ಮತ್ತಿನ್ನೇನೂ ಇಲ್ಲ, ಎಲ್ಲವೂ ನಾನೆ.

ಹೀಗೆ ಕಾಣಲು ವಿಶೇಷ ದೃಷ್ಟಿಯ ಅಗತ್ಯವಿದೆ. ಸಾಧಾರಣ ಯೋಗದಿಂದ ಇದು ಸಾಧ್ಯವಿಲ್ಲ, ಬದಲಿಗೆ ಯೋಗೀಶ್ವರನಾಗಿ ಕಾಣುವಂತಹ ಪ್ರಯತ್ನ ಮಾಡಬೇಕು ಅರ್ಜುನಾ. ಆಗ ಮಾತ್ರ ಸತ್ಯಾರ್ಥ ಜ್ಞಾನ ನಿನಗೆ ಪ್ರಾಪ್ತವಾಗುತ್ತದೆ.

ನೀನು ಅರ್ಜುನನಾಗಿ ಇರುವಾಗ ಪ್ರಪಂಚದಲ್ಲಿ ನಾನು, ಅವನು, ಅದು, ಇದು ಎಂದಾಗೆಲ್ಲಾ ಏನೇನು ಭಿನ್ನ-ಭಿನ್ನವಾಗಿ ಕಾಣುತ್ತದೆಯೋ, ಅದೆಲ್ಲವೂ, ಅವರೆಲ್ಲರೂ ಸಹ ನೀನೇ ಆಗಿರುತ್ತೀಯ ಪಾರ್ಥ. ಯಾವುದೂ ವ್ಯತ್ಯಾಸವಿಲ್ಲದಂತಹ ಒಂದ ಸ್ವರೂಪವಷ್ಟೆ, ಅದೇ ವಿಶ್ವರೂಪ. ಅಂದರೆ ನಿನ್ನ ರೂಪವೇ ಹೌದು. ಅದನ್ನು ನೋಡಿಕೊಳ್ಳುವುದೇ ವಿಶ್ವರೂಪ ದರ್ಶನದ ವಿಧಾನ.

ಗಮನಿಸಿ: 8 ವಸುಗಳು, 11 ರುದ್ರರು, 12 ಆದಿತ್ಯರು ಸಹ ನೀನೇ ಆಗಿರುತ್ತೀಯ ಅರ್ಜುನಾ, ಏಕೆಂದರೆ ಇವೆಲ್ಲವೂ ಸಹ ಒಂದೇ ಆಗಿರುವಂತಹ ಆತ್ಮ ಸ್ವರೂಪವಾಗಿರುವುದರಿಂದಾಗಿ.

ಸಾಧಕನು ತಾನೇ ತನ್ನ ಮನೋಭೂಮಿಕೆಯಲ್ಲಿ ಪ್ರಕಟಮಾಡಿಕೊಳ್ಳುವಂತಹ ಹಲವಾರು ಭಿನ್ನ-ಭಿನ್ನ ಸ್ವರೂಪಗಳೇ 'ವಿಶ್ವರೂಪ-ದರ್ಶನ.'.

ಈ ದಿವ್ಯ-ದೃಷ್ಟಿಯನ್ನು ನಿನಗೆ ನೀಡುತ್ತೇನೆ, ಆಗ ಇವೆಲ್ಲವನ್ನೂ ಅರ್ಥಮಾಡಿಕೊ. ಆಗ ನೀನೇ ವಿಶ್ವರೂಪಿ, ನೀನೇ ಆಗಿರುತ್ತೀಯಾ ಅಥವಾ ನಾನೇ ಆಗಿರುತ್ತೇನೆ. ಅರ್ಥಮಾಡಿಕೊ ಪಾರ್ಥ.

ಅರ್ಜುನಾ, ನಿನಗೆ ಕಾಣುತ್ತಿರುವಂತಹ ಭಿನ್ನ-ಭಿನ್ನ ಮುಖಗಳು, ಭಿನ್ನ-ಭಿನ್ನ ಆಭರಣಗಳು, ಭಿನ್ನ-ಭಿನ್ನ ಕೈ ಕಾಲುಗಳು, ಅಲಂಕಾರಗಳು, ಹೀಗೆ ಏನೇನೋ ವಿಚಾರಗಳು ಇವೆಯೋ ಇವೆಲ್ಲವೂ ಸಹ ನಿನ್ನ ಮನಸ್ಸಿನಲ್ಲಿ ಹುಟ್ಟಿದಂತಹ ಕಲ್ಪನೆಗಳು, ಅಷ್ಟೆ. ನಿನ್ನ ಕಲ್ಪನೆಗಳಿಗೆ ಅಳವಡಿಸಿಕೊಂಡುವಂತಹ ರೂಪಗಳು. ನೀನು ಆತ್ಮ ಸ್ವರೂಪವಾಗಿ ದೇಹದ ಒಳಗೆ ಇರುವುದರಿಂದಾಗಿ ಈ ಮಿಥ್ಯಾ ಪ್ರಪಂಚದ ದರ್ಶನವಷ್ಟೆ. ಎಲ್ಲವೂ ಸಹ ಪ್ರತ್ಯೇಕವಾಗಿ ಕಾಣುವಂತಹ ಕಲ್ಪನೆ. ಯಾವಾಗ ನೀನು ಕೇವಲ ಆತ್ಮ ಸ್ವರೂಪನಾಗಿ ದೇಹದ ಹೊರಗೆ ಇರುತ್ತೀಯೋ ಆಗ ಮಾತ್ರ ಸತ್ಯ ಪ್ರಪಂಚದ ದರ್ಶನ.

ಗಮನಿಸಿ: ಸತ್ಯ ಪ್ರಪಂಚದಲ್ಲಿ ಎಲ್ಲವೂ ಸಹ ನೀನೇ ಅರ್ಜುನಾ, ಏನೂ ವ್ಯತ್ಯಾಸವಿಲ್ಲ, ಏಕೆಂದರೆ ಸತ್ಯ ಪ್ರಪಂಚದಲ್ಲಿ ಭಿನ್ನತೆ ಎಂಬುದಿಲ್ಲ.

ಶ್ರೀಕೃಷ್ಣನಿಂದ ದಿವ್ಯದೃಷ್ಟಿಯನ್ನು ಪಡೆದಂತಹ ಅರ್ಜುನನಿಗೆ ಏಕಕಾಲದಲ್ಲಿ ಸಾವಿರ ಸೂರ್ಯರ ಪ್ರಕಾಶವೇ ಪ್ರಾಪ್ತಿಯಾಯಿತು. ಇದರಿಂದ ತನ್ನ ಸ್ವಾಭಾವಿಕ ಕಣ್ಣುಗಳನ್ನು ಮುಚ್ಚಿಕೊಂಡಂತಹ ಅರ್ಜುನನಿಗೆ ಆತ್ಮದ ಕಣ್ಣುಗಳು ತೆರೆದುಕೊಂಡವು. ಇದರಿಂದ ಅವನಿಗೆ ಜ್ಞಾನ ಲಭಿಸಿತು. ಆ ಕಣ್ಣುಗಳಿಂದ ನೋಡಿದಂತಹ ಅರ್ಜುನನಿಗೆ ಸತ್ಯ ಯಾವುದಿದೆಯೋ ಅದು ಕಾಣುವಂತಾಯಿತು. ಆಗ ಬೇರೆ-ಬೇರೆ ಸ್ವರೂಪಗಳಲ್ಲಿ ಜನಿಸಿಕೊಂಡು ಕಾಣುತ್ತಿದ್ದಂತಹ ಎಲ್ಲವೂ ಕೂಡ ಅರ್ಜುನನೇ ಆದ.

ಗಮನಿಸಿ: ಅರ್ಜುನನು ಪಾಂಡವ. ಪಾಂಡವ ಎನ್ನುವುದು ಪಾಂಡರ ಎನ್ನುವುದರಿಂದ ಉತ್ಪನ್ನವಾಗುತ್ತದೆ.

ಪಾಂಡರದ ವಿಶೇಷಣ ಹೀಗಿದೆ: ಶುದ್ಧ ಹಿಮದ ಹಾಲಿನ ಬಣ್ಣ; ಬಿಳಿ ಅಥವಾ ಸ್ವಲ್ಪ ಬಿಳಿ; ಬಿಳಿ; ಬಿಳಿ. ಬಣ್ಣವಿಲ್ಲದ; ಬಣ್ಣರಹಿತ; ಮಸುಕಾದ.

ಪಾಂಡರದ ನಾಮಪದ ಹೀಗಿದೆ: ಬಿಳಿ ಬಣ್ಣ. ಬಿಳಿ ಬಟ್ಟೆಯನ್ನು ಧರಿಸಿದ ಭಿಕ್ಷುಕ. ಕಬ್ಬಿಣದ ಆಕ್ಸೈಡ್‌ನಿಂದ ಬಣ್ಣ ಬಳಿದ ಮಣ್ಣಿನ ಜೇಡಿಮಣ್ಣು, ಉಸು. ಹಳದಿ ಅಥವಾ ಕೆಂಪು ಮಿಶ್ರಿತ ಕಂದು (ಬಣ್ಣಗಳಲ್ಲಿ ವರ್ಣದ್ರವ್ಯವಾಗಿ ಬಳಸಲಾಗುತ್ತದೆ); ಓಚರ್.

ಪಾಂಡವ ಪದವು ಸಂಖ್ಯೆ 5 ಎನ್ನುವುದರ ಚಿಹ್ನೆಯನ್ನು ಸಹ ಸೂಚಿಸುತ್ತದೆ.

ಸೂಚನೆ: ಅರ್ಜುನನು ಕರ್ತನಲ್ಲ, ಅವನಲ್ಲಿ ಕೇವಲ ಸಂಕಲ್ಪಗಳಿದ್ದವು. ಹೀಗಾಗಿ, ಅರ್ಜುನನು ಪಾಂಡವ ಎಂದಾಗುತ್ತಾನೆ.

ಸಾಧಕನ ಮನಸ್ಸಿನಲ್ಲಿ ಜನಿಸುವಂತಹ ಸಂಕಲ್ಪಗಳೆಲ್ಲವೂ ಸಹ ಪಾಂಡರ ಎಂದಾಗಿರುತ್ತದೆ. ಇದರಿಂದ ಹುಟ್ಟಿದಂತಹ ಎಲ್ಲವೂ ಸಹ ಅವನಿಗೆ ಕಾಣುತ್ತದೆ. ಹೀಗಾಗಿ, ಅರ್ಜುನನಿಗೆ ಭೀಷ್ಮ, ದ್ರೋಣ, ದುರ್ಯೋಧನ, ಇವರೆಲ್ಲರೂ ಕಾಣುತ್ತಿದ್ದಾರೆ. ಇವರೆಲ್ಲರೂ ಸಹ ಅರ್ಜುನನೇ (ಅವನೇ) ಆಗಿದ್ದಾನೆ. ಇವೆಲ್ಲವೂ ಸಹ ಅವನ ಮನಸ್ಸಿನ ಸಂಕಲ್ಪವಲ್ಲದೆ ಮತ್ತೇನಲ್ಲಾ.

ಎಲ್ಲೆಡೆಯಲ್ಲಿ ಆತ್ಮ ಇರುತ್ತದೆ. ಆತ್ಮಗಳೆಲ್ಲವೂ ಸಹ ಒಂದೇ. ಆದರೆ ಬೇರೆ-ಬೇರೆಯಾಗಿ ಪ್ರಕಟವಾಗುವುದು ಮನಸ್ಸಿನಲ್ಲಿ ಜನಿಸುವಂತಹ ಸಂಕಲ್ಪಗಳಿಂದ ಮಾತ್ರ. ಹೀಗಾಗಿ, ಅಲ್ಲಿ ಮತ್ತ್ಯಾವುದೇ ವಸ್ತುವಿಲ್ಲ, ಯಾವುದೇ ರೂಪವಿಲ್ಲ, ಎಲ್ಲವೂ ಪಾಂಡವವೆ, ಅಂದರೆ ಮನಸ್ಸಿನಲ್ಲಿ ಜನಿಸುವಂತಹ ಸಂಕಲ್ಪ ಮಾತ್ರವೆ.

ಬ್ರಹ್ಮ, ವಿಷ್ಣು, ಮಹೇಶ್ವರರೂ ಕೂಡ ನಮ್ಮ ಕಲ್ಪನೆಯೇ ಹೌದು. ಹೀಗಾಗಿ ಅವರೆಲ್ಲರೂ ಸಹ ಈ ಭೂಮಿಯಲ್ಲಿ ಕಾಣಿಸುತ್ತಾರೆ. ಇವೆಲ್ಲವೂ ಸಹ ಮನಸ್ಸಿನಿಂದ ಹುಟ್ಟಿದಂತಹ ಕಲ್ಪನೆಯೇ ವಿನಃ, ನಿಜವಾಗಿ ಇಲ್ಲಿ ಇರುವುದಿಲ್ಲ.

ಹೀಗಾಗಿ, ವಿಶ್ವರೂಪ ಎಂದರೆ ಶ್ರೀಕೃಷ್ಣನು ಅರ್ಜುನನಿಗೆ ತೋರಿಸಿದ್ದಲ್ಲ. ಅಂದರೆ, ಯಾವುದೇ ದೈವವು ಬಂದು ಸಾಧಕನಿಗೆ

ತೋರಿಸುವುದಲ್ಲ, ಬದಲಿಗೆ ಸ್ವಂತ ಮನಸ್ಸಿನ ಪ್ರಕಟ ರೂಪವಷ್ಟೆ. ಸಾಧಕನು ತನ್ನಲ್ಲಿಯೇ ತಾನು ಪ್ರಕಟಗೊಳಿಸಿಕೊಳ್ಳುವಂತಹದ್ದು, ಅಷ್ಟೆ.

ಹೀಗೆ ಪ್ರಕಟಗೊಂಡಂತಹ ಹಲವಾರು ರೂಪಗಳಿಗೆ ಚಕ್ರೀ, ಕಿರೀಟಿ ಎಂದಾಗೆಲ್ಲಾ ನಾಮಕರಣಕ್ಕಾಗಿ ಹೆಸರುಗಳನ್ನು ಕೊಟ್ಟಿರುವುದೇ ವಿನಃ, ರೂಪಕ್ಕಾಗಿ ಕೊಟ್ಟಿರುವುದಲ್ಲ. ಮಿಥ್ಯಾ ಪ್ರಪಂಚದ ವ್ಯವಹಾರಕ್ಕಾಗಿ ಈ ಹೆಸರುಗಳನ್ನು ನಾಮಕರಣಮಾಡಿರುತ್ತಾರೆ.

ದುರ್ನಿರೀಕ್ಷ್ಯಂ – ಇವುಗಳನ್ನೇ ನಾವು ಬೇರೆ-ಬೇರೆ ಸ್ವರೂಪಗಳು ಎಂದಾಗಿ ಭಾವಿಸಿಕೊಂಡು, ಆ ಭಾವನೆಗಳ ಸ್ವರೂಪಕ್ಕೆ ಮಾನವನು ತಪ್ಪು ಮಾರ್ಗದರ್ಶನವನ್ನು ಮಾಡಿಕೊಂಡು ಹೋಗುತ್ತಾನೆ. ಹೀಗೆ ಹಲವಾರು ತಪ್ಪು ಮಾರ್ಗಗಳಲ್ಲಿ ಸಾಗುವುದರಿಂದಾಗಿ ಈ ಪ್ರಪಂಚವು ಅಯೋಮಯ ಸ್ಥಿತಿಗೆ ತಲುಪುತ್ತದೆ. ಹೀಗಾಗಿ, ಆತ್ಮೀಕ ಭಾವವು ಸಾಧಕನಲ್ಲಿ ಜನಿಸದೆ ಅವನನ್ನು ತಪ್ಪು ದಾರಿಗೆ ಎಳೆದೊಯ್ಯುತ್ತದೆ. ಈ ಕಾರಣಕ್ಕಾಗಿ ದಿವ್ಯ ದೃಷ್ಟಿಯ ಅವಶ್ಯಕತೆ ಇದೆ ಅರ್ಜುನಾ. ಇದರಿಂದ ಈ ಪ್ರಪಂಚವನ್ನು ನೀನು ನೋಡುವಂತಹವನಾಗು.

ಇದನ್ನು ನೋಡಿ, ಅರ್ಥಮಾಡಿಕೊಂಡಂತಹ ಅರ್ಜುನ ಶ್ರೀಕೃಷ್ಣನನ್ನು ಸ್ತುತಿಸಲು ಆರಂಭಿಸುತ್ತಾನೆ.

ಗಮನಿಸಿ: ಇಲ್ಲಿ, ವೇದ ವಿಜ್ಞಾನ ಪ್ರಕಾರ, ದಿವ್ಯದೃಷ್ಟಿ ಎಂದರೆ ಕಣ್ಣುಗಳು ಎಂದಲ್ಲ, ಬದಲಿಗೆ ವಿಚಾರ ಎಂದಾಗಿರುತ್ತದೆ. ವಿಚಾರದಿಂದಾಗಿ ಸತ್ಯ ಅರ್ಥವಾಗುತ್ತದೆ. ಅರ್ಥವಾಗುತ್ತದೆ ಎಂದರೆ ಜ್ಞಾನವು ಜನಿಸುತ್ತದೆ. ಜ್ಞಾನ ಎಂದರೆ ಪ್ರಖರವಾದ ಬೆಳಕು ಎಂದಾಗಿರುತ್ತದೆ. ಈ ಪ್ರಖರವಾದ ಬೆಳಕನ್ನು ನೋಡುವುದೇ ವಿಶ್ವರೂಪ ದರ್ಶನ ಎಂದಾಗಿರುತ್ತದೆ. ವಿಶ್ವರೂಪ ದರ್ಶನ ಎಂದರೆ ಸ್ವ-ಸ್ವರೂಪ ದರ್ಶನವಾಗಿರುತ್ತದೆ.

ಸೂತ್ರ: ಮನಸ್ಸಿನಲ್ಲಿ ಮೂಡುವಂತಹ ಸ್ವಸ್ವರೂಪ = ವಿಶ್ವರೂಪ = ಪ್ರಖರವಾದ ಬೆಳಕು = (ಕರ್ಮ ರಹಿತ) ಜ್ಞಾನ = ವಿಚಾರ = ಸತ್ಯ = ದೇವರು (ಸಾಕಾರ / ನಿರಾಕಾರ) = ಸಾಧಕನ ಭಾವ = ಕರ್ಯ = ವಾಸ್ತವಿಕತೆ.

ಸೂಚನೆ: ಈ ಪ್ರಕಾರದಲ್ಲಿ ಸಾಧಕನು ಅಜ್ಞಾ ಚಕ್ರದವರೆಗೆ ಮಾತ್ರ ಚಲಿಸಬಹುದು. ಅಜ್ಞಾ ಚಕ್ರದಿಂದ ಸಹಸ್ರಾರಕ್ಕೆ ಚರ್ಚೆ,

ವಿಚಾರ, ಚಿಂತನೆಗಳಿಂದ ಹೋಗಲು ಆಗುವುದಿಲ್ಲ, ಬದಲಿಗೆ ಆಕಸ್ಮಿಕ ಬಿಡುಗಡೆಯಿಂದ ಹೋಗಬಹುದಾಗಿದೆ. ಅಂದರೆ, ಅದು ಸ್ವತಂತ್ರತೆಯಿಂದ ಒದಗುವುದಾಗಿದೆ. ಹೀಗಾಗಿ, ಆಜ್ಞಾಚಕ್ರದವರೆಗಿನ ಪ್ರಯಾಣ ಸಾಧಕನ ಕರ್ತವ್ಯವಾದರೆ, ಅಲ್ಲಿಂದ ಮುಂದಕ್ಕೆ ಸ್ವತಂತ್ರವಾಗಿರುತ್ತದೆ.

ಗಮನಿಸಿ: ಅರ್ಜುನನಿಗೇನೋ ದಿವ್ಯದೃಷ್ಟಿ ಶ್ರೀಕೃಷ್ಣನಿಂದ ಪ್ರಾಪ್ತವಾಯಿತು. ಆದರೆ ನಾನೇನು ಮಾಡಲಿ ಎಂದಾಗಿ ಸಾಧಕನು ಚಿಂತಿಸುವ ಅಗತ್ಯವಿಲ್ಲ. ಆ ದಿವ್ಯದೃಷ್ಟಿಯ ಪ್ರಾಪ್ತಿಗಾಗಿಯೇ ಮೆಟ್ಟಿಲುಗವೆ. ಇದನ್ನು ಆ ಪರಮಾತ್ಮ ಶ್ರೀಕೃಷ್ಣನು ಗೀತೆಯ ರೂಪದಲ್ಲಿ ನೀಡಿರುತ್ತಾನೆ.

ಸೂಚನೆ: ಇದುವರೆಗೂ ನೋಡಿಕೊಂಡುಬಂದಂತಹ ಮಾರ್ಗದಲ್ಲಿ ಸಾಧಕನು ಸ್ವಯಂ ನಡೆಯಬೇಕಿದೆ. ಆದರೆ ಕಲಿಯುಗದಲ್ಲಿ ಇದು ಎಲ್ಲರಿಗೂ ಸಾಧ್ಯವಾಗದ ಮಾತು. ಹೀಗಾಗಿ, ಇದಕ್ಕಿಂತ ಕೊಂಚ ಸರಳವಾದದ್ದು ಭಕ್ತಿ ಮಾರ್ಗ. ಈ ಮಾರ್ಗದಲ್ಲಿ ಭಗವಂತನೇ ಭಕ್ತನ ಕೈಹಿಡಿದು ನಡೆಸುತ್ತಾನೆ.

ಮೆಟ್ಟಿಲು – 16

ಇದುವರೆಗೆ ಹೇಳಿದಂತಹ ಯೋಗ-ಮಾರ್ಗವು ಹಲವರಿಗೆ ತುಂಬಾ ಕಷ್ಟ, ಬಹುತೇಕ ಅಸಾಧ್ಯ. ಹೀಗಾಗಿ ಶ್ರೀಕೃಷ್ಣನು ಭಕ್ತಿ ಮಾರ್ಗವನ್ನು ಹೇಳಿರುತ್ತಾನೆ. ಇದು ಕಲಿಯುಗದ ಮಾನವನಿಗೆ ಸುಲಭವಾಗಿ ಸಾಧಿಸಿಕೊಳ್ಳಬಹುದಾದಂತಹ ಮಾರ್ಗವಾಗಿದೆ.

ಭಗವದ್ಗೀತೆಯಲ್ಲಿ ಶ್ರೀಕೃಷ್ಣನು ಹೇಳಿರುವಂತಹ ಭಕ್ತಿ ಮಾರ್ಗದ ಜೊತೆಗೆ ಭಕ್ತಿಯಲ್ಲಿ ಇನ್ನೂ ಹಲವಾರು ಮಾರ್ಗಗಳಿವೆ. ಅವುಗಳು ಹೀಗಿವೆ: ಶ್ರವಣ, ಕೀರ್ತನ, ಸ್ಮರಣ,, ಪಾದ-ಸೇವೆ, ಅರ್ಚನೆ, ವಂದನೆ, ದಾಸ್ಯ, ಸಖ್ಯ ಹಾಗು ಆತ್ಮ ನಿವೇದನೆ. ಇಲ್ಲಿ ಹೇಳಿದಂತಹ 9 ಹಂತಗಳನ್ನು ಸೂಚಿಸಿರುವಂತಹ ಕ್ರಮದಲ್ಲೇ ಹಂತ-ಹಂತವಾಗಿ ಮೇಲಕ್ಕೇರಬೇಕು. ಕೊನೆಯಲ್ಲಿ ಅವನು ಶರಣಾಗತನಾಗಬೇಕು. ಅಂತ್ಯವನ್ನು ತಲುಪಿದಾಗ ಸಾಧಕನು ಆತ್ಮ ನಿವೇದನೆ ಮಾಡಿಕೊಳ್ಳಬೇಕು. ಅಂದರೆ ಆತ್ಮ ದರ್ಶನವನ್ನು ಮಾಡಿಕೊಳ್ಳಬೇಕು.

ಸೂಚನೆ: ಭಕ್ತಿ ಮಾರ್ಗದಲ್ಲಿ ಉನ್ನತಿಯನ್ನು ಸಾಧಿಸುವುದಕ್ಕಾಗಿ 'ಭಕ್ತಾಸನ' ಎಂಬುದನ್ನು ಸಾಧಕನು ಅಭ್ಯಾಸಮಾಡಬೇಕಿದೆ.

ಭಕ್ತಿ = ಭ ಅಕ್ತುಂ ಆತಯತೀತಿ ಇತಿ ಭಕ್ತಿಃ: ಭ ಯುಕ್ತ ಇತಿ ಭಕ್ತಿಃ – ಭ ಎಂದರೆ ನಮ್ಮ ಗಮನಕ್ಕೆ ಸಿಗದಂತಹ, ಅದರಲ್ಲಿ ಇರುವಂತಹ ಯಾವುದೋ ಒಂದು ಮಹಾನ್ ಶಕ್ತಿ. ಪ್ರಪಂಚದ ಯಾವುದೋ ಒಂದು ಸೃಷ್ಟಿಯ ಕಲ್ಪನೆಯಲ್ಲಿರುವಂತಹ ಮೂಲ ಉದ್ದೇಶದ ದೈವೀ ಚೈತನ್ಯ ಎಂಬುದೇ ಭ. ಆ ಮಹತ್ ಎಂಬುದನ್ನು ಸಂಶೋಧನೆ ಮಾಡುವಂತಹ ಮಾರ್ಗವೇ ಭಕ್ತಿ. ಆ ಮಹತ್ ದೈವೀ ಚೈತನ್ಯವನ್ನು ಸಂಪರ್ಕಿಸಬೇಕಾದರೆ ಅಗತ್ಯವಿದ್ದಾಗ ಅಗತ್ಯಕ್ಕೆ ತಕ್ಕಂತೆ ಬಳಸುವ ಗುಣಗಳನ್ನು ಸಾಧಕ ರೂಢಿಸಿಕೊಳ್ಳಬೇಕು. ಈ ಗುಣಗಳನ್ನು ರೂಢಿಸಿಕೊಳ್ಳುವುದೇ ಭಕ್ತಿ. ಅಭ್ಯಾಸದಿಂದ ಇದು ಸಾಧ್ಯ.

ಭಕ್ತಿ ಯೋಗ ಸಂಬಂಧಿತದಲ್ಲಿ ಅವಶ್ಯಕವಾಗಿರುವಂತಹ ಕೆಲವು ಶ್ಲೋಕಗಳನ್ನು ಇಲ್ಲಿ ತೆಗೆದುಕೊಂಡು ವಿವರಿಸಲಾಗಿದೆ:

ಏವಂ ಸತತಯುಕ್ತಾ ಯೇ ಭಕ್ತಾಸ್ತ್ವಾಂ ಪರ್ಯುಪಾಸತೇ|
ಯೇ ಚಾಪ್ಯಕ್ಷರಮವ್ಯಕ್ತಂ ತೇಷಾಂ ಕೇ ಯೋಗವಿತ್ತಮಾಃ||
ಮಯ್ಯಾವೇಶ್ಯ ಮನೋ ಯೇ ಮಾಂ ನಿತ್ಯಯುಕ್ತಾ ಉಪಾಸತೇ|

ಶ್ರದ್ಧಯಾ ಪರಯೋಽಪೇತಾಸ್ತೇ ಮೇ ಯುಕ್ತತಮಾ ಮತಾಃ||
ಯೇ ತ್ವಕ್ಷರಮನಿರ್ದೇಶ್ಯಮವ್ಯಕ್ತಂ ಪರ್ಯುಪಾಸತೇ|
ಸರ್ವತ್ರಗಮಚಿಂತ್ಯಂ ಚ ಕೂಟಸ್ಥಮಚಲಂ ಧ್ರುವಂ||
ಸನ್ನಿಯಮ್ಯೇಂದ್ರಿಯಗ್ರಾಮಂ ಸರ್ವತ್ರ ಸಮಬುದ್ಧಯಃ|
ತೇ ಪ್ರಾಪ್ನುವಂತಿ ಮಾಮೇವ ಸರ್ವಭೂತಹಿತೇ ರತಾಃ||
ಕ್ಲೇಶೋಽಧಿಕತರಸ್ತೇಷಾಮವ್ಯಕ್ತಾಸಕ್ತಚೇತಸಾಂ|
ಅವ್ಯಕ್ತಾ ಹಿ ಗತಿರ್ದುಃಖಂ ದೇಹವದ್ಭಿರವಾಪ್ಯತೇ||
ಯೇ ತು ಸರ್ವಾಣಿ ಕರ್ಮಾಣಿ ಮಯಿ ಸಂನ್ಯಸ್ಯ ಮತ್ಪರಾಃ|
ಅನನ್ಯೇನೈವ ಯೋಗೇನ ಮಾಂ ಧ್ಯಾಯಂತ ಉಪಾಸತೇ||
ತೇಷಾಮಹಂ ಸಮುದ್ಧರ್ತಾ ಮೃತ್ಯುಸಂಸಾರ ಸಾಗರಾತ್|
ಭವಾಮಿ ನ ಚಿರಾತ್ಪಾರ್ಥ ಮಯ್ಯಾ ವೇಶಿತಚೇತಸಾಂ||
ಮಯ್ಯೇವ ಮನ ಆಧತ್ಸ್ವ ಮಯಿ ಬುದ್ಧಿಂ ನಿವೇಶಯ|
ನಿವಸಿಷ್ಯಸಿ ಮಯ್ಯೇವ ಅತ ಊರ್ಧ್ವಂ ನ ಸಂಶಯಃ||
ಅಭ್ಯಾಸೇಽಪ್ಯಸಮರ್ಥೋಽಸಿ ಮತ್ಕರ್ಮಪರಮೋ ಭವ|
ಮದರ್ಥಮಪಿ ಕರ್ಮಾಣಿ ಕುರ್ವನ್ಸಿದ್ಧಿಮವಾಪ್ಸ್ಯಸಿ||

ಭಕ್ತಿ ಮಾರ್ಗವನ್ನು ಅನುಸರಿಸುತ್ತಿರುವವರು ಬ್ರಹ್ಮ, ವಿಷ್ಣು, ಮಹೇಶ್ವರರನ್ನು ಶ್ರೇಷ್ಠ ಎಂದಾಗಿ ಭಾವಿಸಿ ಅವರ ಪೂಜೆ ಮಾಡುತ್ತಾರೆ. ಪರಮಾತ್ಮನನ್ನು ಹೀಗೆ ಅವರವರ ಭಾವ ಹಾಗು ನಂಬಿಕೆಗಳ ಆಧಾರದಲ್ಲಿ ಪೂಜಿಸುತ್ತಾರೆ. ಒಂದು ರೀತಿಯಲ್ಲಿ ಇದು ಸಾಧಕನ ಸ್ವಾಭಾವಿಕ ಶಕ್ತಿಯಾಗಿರುತ್ತದೆ ಎಂದು ವೇದ ವಿಜ್ಞಾನಿಗಳು ಹೇಳುತ್ತಾರೆ.

ಪರಿಸ್ಥಿತಿ ಹೀಗಿರುವಾಗ, ಈ ಮೂವರಲ್ಲಿ ಶ್ರೇಷ್ಠರು ಯಾರಾಗಿರಬಹುದು? ಯಾರಲ್ಲಿ ನಾನು ಭಕ್ತಿಯನ್ನಿಡುವುದು? ಯಾರನ್ನು ಪೂಜಿಸುವುದು? ಈ ಪ್ರಶ್ನೆ ಜಿಜ್ಞಾಸೆಯಲ್ಲಿ ಮೂಡುತ್ತದೆ, ಏಕೆಂದರೆ, ಭಕ್ತಿಯನ್ನಿಡುವುದಕ್ಕೆ ಸಾಧಕನಿಗೆ ಒಂದು ಪ್ರತೀಕದ ಅವಶ್ಯಕತೆ ಇರುತ್ತದೆ. ಈ ಪ್ರಶ್ನೆಗಳನ್ನೇ ಅರ್ಜುನಾ ಶ್ರೀಕೃಷ್ಣನಿಗೆ ಕೇಳುತ್ತಾನೆ.

ಶ್ರೀಕೃಷ್ಣ ಇದಕ್ಕೆ ಉತ್ತರವನ್ನು ಹೀಗೆ ನೀಡುತ್ತಾನೆ: ಯಾವುದೋ ಒಂದು ಪರಿಕರ ಕುರಿತಾಗಿ ಭಕ್ತಿಯನ್ನಿಡುತ್ತೇನೆ ಎನ್ನುವುದು ಭಕ್ತಿಯೇ ಅಲ್ಲ ಅರ್ಜುನಾ. ಬ್ರಹ್ಮನೋ, ವಿಷ್ಣುವೊ, ಹೀಗೆ ಇವರ ಮೇಲೆ ಭಕ್ತಿಯನ್ನಿಡುತ್ತೇನೆ ಎಂದರೆ ಆ ಸ್ವರೂಪದ ಭಕ್ತಿ ಎಂದಷ್ಟೇ ಆಗುವುದು. ಬದಲಿಗೆ,

ಗಮನಿಸಿ: ವೇದ ಪ್ರಕಾರ, ಯಾವ ವಿಚಾರಗಳಲ್ಲಿ ಸಾಧಕನು ಶೃದ್ಧೆಯನ್ನಿಟ್ಟುಕೊಳ್ಳುತ್ತಾನೆಯೋ, ಆ ವಿಚಾರಗಳನ್ನು ಅವನದಾದ ಶೃದ್ಧೆಯಿಂದ ಆಚರಿಸಿಕೊಂಡು ಬರುವುದೇ ಭಕ್ತಿ ಎಂದಾಗಿರುತ್ತದೆ.

ಶೃದ್ಧೆಯು ಕಳೆದುಹೋದಾಗ ಭಕ್ತಿಯು ಜೊತೆಜೊತೆಗೇ ಮಾಯವಾಗುತ್ತದೆ. ಆಗ ಭಕ್ತಿ ಎನ್ನುವುದಕ್ಕೆ ಅರ್ಥವಿರುವುದಿಲ್ಲ. ಭಕ್ತಿಗೆ ಸ್ವರೂಪವನ್ನು ಕೊಡುವಂತಹ ಅವಶ್ಯಕತೆ ಇಲ್ಲ.

ಭಕ್ತಿ ಎನ್ನುವುದು ಮೊದಲು ಒಂದು ಊಹೆಯಾಗಿದ್ದು, ಅದರಲ್ಲಿ ತಿಳುವಳಿಕೆ ಎನ್ನುವುದಿರುವುದಿಲ್ಲ. ಭಕ್ತಿಯಿಂದ ವಿಚಾರ ತಿಳಿದ ನಂತರ ಮಾತ್ರ ಶೃದ್ಧೆ ಬರುತ್ತದೆ. ಒಂದು ವೇಳೆ ಊಹಿಸಿಕೊಂಡು ಆಚರಿಸಿದಂತಹ ವಿಚಾರದಿಂದ ಯಾವ ಉಪಯೋಗವೂ ಇಲ್ಲ ಎಂದು ಅರಿವಿಗೆ ಬಂದಾಗ ಅದು ಕೇವಲ 'ಶ್ರದ್ಧಾ' ಎಂದು ಕರೆಸಿಕೊಳ್ಳುತ್ತದೆ. ಬದಲಿಗೆ ಆಚರಿಸಿಕೊಂಡು ಬಂದಂತಹ ವಿಚಾರವು ಜ್ಞಾನದಿಂದ ಕೂಡಿದೆ, ಅಂದರೆ ಉಪಯೋಗಕರವಾಗಿದೆ ಎಂದಾಗಿ ಅರಿತಾಗ ಅದು 'ಶೃದ್ಧಾ' ಎಂದು ಕರೆಸಿಕೊಳ್ಳುತ್ತದೆ.

ಸೂಚನೆ: ನಿಷ್ಠೆಯಿಂದ ಕೆಲಸ ಮಾಡುವುದನ್ನೇ ಶೃದ್ಧೆ ಎಂದಾಗಿ ವೇದ ವಿಜ್ಞಾನ ಹೇಳಿರುತ್ತದೆ.

ನಾವು ಬದುಕುತ್ತಿರುವಂತಹ ಈ ಪ್ರಪಂಚದಲ್ಲಿ ಹಲವಾರು ರೀತಿಯಾಗಿ ಕಾಣುವಂತಹ ವಿಚಾರಗಳಿವೆ, ವಸ್ತುಗಳಿವೆ. ಇವುಗಳ ಸ್ವರೂಪಗಳನ್ನು ತೊಡೆದು ಅದರಲ್ಲಿರುವಂತಹ ವಿಚಾರವನ್ನು ಚಿಂತಿಸಬೇಕಿದೆ. ಹೀಗೆ ಮಾಡುವುದನ್ನೇ ಭಕ್ತಿ ಎಂದಾಗಿ ವೇದ ವಿಜ್ಞಾನಿಗಳು ಕರೆಯುತ್ತಾದೆ.

ಸೂಚನೆ: ಯಾವುದೋ ಒಂದು ವಸ್ತು ಅಥವಾ ವ್ಯಕ್ತಿಯನ್ನು ಪೂಜಿಸುವುದೇ ಭಕ್ತಿ ಎಂದಾಗುವುದಿಲ್ಲ ಎಂಬುದನ್ನು ಸಾಧಕನು ನೆನಪಿಡಬೇಕು. ಇವುಗಳಲ್ಲಿ ಅಡಗಿರುವಂತಹ ವಿಚಾರವನ್ನು ಸಾಧಕನು ಪೂಜಾ ಮಾಡಬೇಕು, ಅಂದರೆ ಆ ವಿಚಾರವನ್ನು ಸಂಪೂರ್ಣವಾಗಿ ಅರಿತುಕೊಳ್ಳಬೇಕು. ಇದೇ ಭಕ್ತಿಯಾಗಿರುತ್ತದೆ.

ಈ ಪ್ರಪಂಚದಲ್ಲಿರುವಂತಹ ಸಕಲ ವಸ್ತುಗಳು, ವ್ಯಕ್ತಿಗಳು, ಭೂತಗಳು, ಹೀಗೆ ಎಲ್ಲದರಲ್ಲೂ ಸಹ ರೂಪದ ಜೊತೆಗೆ ವಿಚಾರವಿದೆ. ಇದನ್ನು ಅರಿತುಕೊಂಡು ಸಾಧಕನು ಅದರಲ್ಲಿರುವಂತಹ ಸದ್ಗುಣಗಳನ್ನು ಕಂಡುಕೊಂಡು,

ಸಾಧ್ಯವಾದಷ್ಟು ಅವುಗಳನ್ನು ತನ್ನಲ್ಲಿ ಅಳವಡಿಸಿಕೊಳ್ಳಬೇಕು. ಉದಾಹರಣೆಗೆ, ಆಹಾರ ಕಂಡ ಕಾಗೆ ತನ್ನ ಬಳಗವನ್ನೆಲ್ಲಾ ಕರೆಯುತ್ತದೆ. ಇದನ್ನು ಗಮನಿಸಿದ ಸಾಧಕನು ಕಾಗೆಯ ರೂಪ, ಇತ್ಯಾದಿಗಳ ಕುರಿತಾಗಿ ಭಕ್ತಿಯನ್ನು (ಶ್ರದ್ಧೆಯನ್ನು) ಮಾಡದೆ ಅದರಲ್ಲಿರುವಂತಹ ಒಳ್ಳೆಯ ಗುಣವನ್ನು ಅಳವಡಿಸಿಕೊಳ್ಳಲು (ಶ್ರದ್ಧೆಗಾಗಿ) ಯತ್ನಿಸಬೇಕು.

ವಸ್ತುಗಳು ಹಾಗು ಜೀವಿಗಳಲ್ಲಿ ಗುಣಗಳು ನಮಗೆ ಗೋಚರವಾಗದು, ಆದರೆ ಅವುಗಳ ಗುಣಗಳನ್ನು ನಾವೇ ಆರೋಪಿಸಿಕೊಳ್ಳುವುದಾಗಿದೆ. ಹೀಗೆ ಇವುಗಳಲ್ಲಿ ಅಡಕವಾಗಿರುವಂತಹ ಒಳ್ಳೆಯ ಗುಣಗಳನ್ನು ಆರೋಪಿಸಿಕೊಂಡು (ಕಂಡುಕೊಂಡು) ಅದಕ್ಕೆ ಸಂಬಂಧಿಸಿರುವಂತಹ ಕರ್ಮಗಳನ್ನು ಅವುಗಳಿಂದ ಅರ್ಥಮಾಡಿಕೊಳ್ಳಬೇಕಿದೆ. ಈ ರೀತಿಯ ವಿಭಜನೆಯು ಯೋಗದಿಂದ ಮಾತ್ರ ಮಾನವನಿಗೆ ಸಾಧ್ಯವಾಗುವುದಾಗಿದೆ. ಯೋಗ ಮಾಡುವುದರಿಂದಾಗಿ ಮಾತ್ರ ಈ ರೀತಿಯಾದ ಚಿಂತನೆಯು ಸಾಧಕನಲ್ಲಿ ಜನಿಸುವುದಾಗಿದೆ. ಕಾಗೆಯಲ್ಲಿ ಏನು ಉದಾರ ಗುಣವಿದೆ ಅದನ್ನು ಮಾತ್ರ ಸಾಧಕನು ಅಳವಡಿಸಿಕೊಳ್ಳಬೇಕು. ಆದರೆ ಈ ಗುಣಕ್ಕೆ ಕಾಗೆ ಎಂಬ ಪಾತ್ರವಿಲ್ಲ. ಇದನ್ನು ಆರೋಪಿಸಿಕೊಂಡು ನಮ್ಮಲ್ಲಿ ಅಳವಡಿಸಿಕೊಳ್ಳುವಂತಹ ಕ್ರಿಯೆಯು ಭಕ್ತಿ (ಭರಿಸುವಂತಹ ಶಕ್ತಿ) ಎಂದಾಗಿರುತ್ತದೆ.

ಭಕ್ತಿಯಲ್ಲಿರುವಂತಹ ಸಾಧಕನು ಕೂಡ ಈ ಸಂಸಾರದಲ್ಲೇ ಇರುತ್ತಾನೆ. ಅವನನ್ನೂ ಸಹ ಸಕಲ ವಸ್ತ ಹಾಗು ಜೀವಗಳು ಸುತ್ತುವರೆದುಕೊಂಡಿರುತ್ತದೆ. ಅವಶ್ಯಕತೆಗಾಗಿ ಇವುಗಳಲ್ಲಿ ಕೆಲವು ಅವನ ಸಂಗ್ರಹದಲ್ಲಿ ಇರುತ್ತವೆ. ಯಾವುದು ಇನ್ನು ಮುಂದೆ ಅವನ ಬಳಕೆಗೆ ಬೇಡವೋ ಅದನ್ನು ಅವನು ಬಿಡಬೇಕಾಗುತ್ತದೆ. ಯಾವುದನ್ನೂ ಸಹ ಅವನು ಅವಶ್ಯಕತೆಗೆ ತಕ್ಕಂತೆ ಮಾತ್ರ ಬಳಸಿಕೊಳ್ಳಬೇಕಿರುತ್ತದೆ. ಅವಶ್ಯಕತೆಯನ್ನು ಗಮನಿಸಿಕೊಂಡು ಬಳಸುತ್ತಾ ಬಂದಾಗ ಅವನ ಮನಸ್ಸಿನಲ್ಲಿ ತೃಪ್ತಿ ಪ್ರವೇಶಿಸುತ್ತದೆ. ಸಾಕು ಎನಿಸಿದಾಗ ಅವುಗಳಿಲ್ಲದೇ ಅವನಿಗೆ ಬದುಕಲು ಸಾಧ್ಯವಾಗುತ್ತದೆ. ಆಗ ತ್ಯಾಗ ಅವನನ್ನು ಪ್ರವೇಶಿಸುತ್ತದೆ. ತ್ಯಾಗದಿಂದಾಗಿ ಪರಿಪೂರ್ಣ ಭಕ್ತಿಯು ತೃಪ್ತಿಯ ಸಮೇತ ಅವನಲ್ಲಿ ಮನೆಮಾಡಲಾರಂಭಿಸುತ್ತದೆ.

ಭಕ್ತಿಯಲ್ಲಿ ಭಗವತ್ ಚಿಂತನೆ ಹೇಗಿರಬೇಕು ಎಂಬುದರ ವೇದ ಪ್ರಕಾರದ ವಿಚಾರ ಹೀಗಿರುತ್ತದೆ: ಆ ಸಗುಣ-ನಿರ್ಗುಣ

ಅಥವಾ ಸಾಕಾರ-ನಿರಾಕಾರ ಎಂದಾಗಿ ಭಗವಂತನ ಕುರಿತಾಗಿ ಸಾಧಕನು ನಿರ್ಧರಿಸಬಾರದು. ಆ ಭಗವಂತ ಕೇಚಲ ಚಿತ್ತಿನ ಶಕ್ತಿ ಮಾತ್ರವಾಗಿರುತ್ತದೆ. ಚಿತ್ತವು/ಮನಸ್ಸು "ಯಾವುದೇ ವಸ್ತುವಿನ" ವೈಯಕ್ತಿಕವಾದ, ವ್ಯಕ್ತಿನಿಷ್ಠವಾದ ಅನುಭವವಾಗಿದ್ದು, ಅದು ಕ್ಷಣದಿಂದ ಕ್ಷಣಕ್ಕೆ ಬದಲಾಗುತ್ತಿರುತ್ತದೆ.

ಚಿತ್ತ ಎಂಬುದರ ಪರಿಕಲ್ಪನೆಯು ಅಸ್ಪಷ್ಟವಾಗಿದ್ದು, ವಿಭಿನ್ನ ಭಾಷೆಗಳಲ್ಲಿ ಅದರ ವಿಭಿನ್ನವಾದ ಪರಿಕಲ್ಪನೆಗಳನ್ನು ಕಾಣಬಹುದು. ಕೆಲವು ಧರ್ಮದಲ್ಲಿ ಮನಸ್ಸನ್ನು ಸಂಸ್ಕೃತ ಪದವಾದ 'ಚಿತ್ತ' ಎಂದು ಕರೆಯಲಾಗಿದ್ದು, ಇದು ವ್ಯಾಪಕವಾದ ಅರ್ಥವನ್ನು ಹೊಂದಿರುತ್ತದೆ. ಇದು ಇಂದ್ರಿಯ ಗ್ರಹಿಕೆ, ಮೌಖಿಕ ಮತ್ತು ಅಮೂರ್ತ ಚಿಂತನೆ, ಭಾವನೆಗಳು, ಸಂತೋಷ ಮತ್ತು ಅಸಂತೋಷದ ಭಾವನೆಗಳು, ಗಮನ, ಏಕಾಗ್ರತೆ, ಬುದ್ಧಿವಂತಿಕೆ ಮತ್ತು ಇನ್ನೂ ಹೆಚ್ಚಿನವುಗಳನ್ನು ಒಳಗೊಂಡಿರುತ್ತದೆ. ಚಿತ್ತದ ಬಗ್ಗೆ ಮಾತನಾಡುವಾಗ, ಅದು ಪ್ರತಿಯೊಂದು ರೀತಿಯ ಮಾನಸಿಕ ಚಟುವಟಿಕೆಯನ್ನು ಒಳಗೊಂಡಿರುತ್ತದೆ ಎಂಬುದನ್ನು ಗಮನಿಸಬೇಕು

ಸೂಚನೆ: ಮನ್ ಎಂದರೆ ಚಲನೆ ಹಾಗು ಚಿಂತನೆ ಎಂಬ ಅರ್ಥವನ್ನು ಗ್ರಹಿಸಬೇಕಿದೆ.

ಚಿತ್-ಶಕ್ತಿ ಎಂಬುದಕ್ಕೆ ಯಾವುದೇ ಗುಣಗಳಿರುವುದಿಲ್ಲ ಎಂದು ವೇದ ವಿಜ್ಞಾನಿಗಳು ಸ್ಪಷ್ಟಪಡಿಸಿರುತ್ತಾರೆ. ಆದರೆ ಈ ಪ್ರಪಂಚದಲ್ಲಿ ವ್ಯವಹರಿಸುವಂತಹ ಸಕಲಕ್ಕೂ ಸಹ ಗುಣವಿರುತ್ತದೆ. ಅದು ಈ ಚಿತ್-ಶಕ್ತಿಯಿಂದ ಉತ್ಪನ್ನವಾಗಿರುತ್ತದೆ.

ಗಮನಿಸಿ: ಜಗತ್ತಿನ ಸಕಲವೂ ಸಹ ಯಾವುದಾರೂ ಒಂದು ಅಳತೆಯಿಂದ ಮಾಡಲ್ಪಟ್ಟಿರುತ್ತದೆ. ಆದರೆ ಭಗವಂತನ ಚಿತ್-ಶಕ್ತಿಯು ಯಾವುದೇ ಅಳತೆಗಳನ್ನೂ ಹೊಂದಿರದು.

ಚಿತ್-ಶಕ್ತಿಯಿಂದ ಗುಣಗಳ, ಅಂದರೆ ಯಾವುದೇ ಅಳತೆಗಳ ಉದ್ಭವಾಗಿರುತ್ತದೆ. ಇವುಗಳನ್ನು ಅರಿತು ಭಕ್ತಿಯಲ್ಲಿ ಮುನ್ನಡೆದಾಗ ಸಾಧಕನಿಗೆ ತೃಪ್ತಿಯ ಅನುಭವ ಆರಂಭವಾಗುತ್ತದೆ. ಇದಕ್ಕಾಗಿ ಸಾಧಕನು ಚಿತ್-ಶಕ್ತಿಯಿಂದ ಉದ್ಭವಿಸಿರುವಂತಹ ಗುಣಗಳ ಶ್ರೇಷ್ಠತೆಯನ್ನು ಅರಿಯಬೇಕಿದೆ.

ಸೂಚನೆ: ಯಾವ್ಯಾವುದರಲ್ಲಿ ಯಾವ್ಯಾವ ಶ್ರೇಷ್ಠತೆಯು ಅಡಗಿದೆಯೋ ಅದನ್ನು ಗುರುತಿಸಿ, ಅಳವಡಿಸಿಕೊಳ್ಳುವ ಪ್ರಕ್ರಿಯೆಯೆ 'ಭಗವತ್ ಚಿಂತನೆ' ಎಂದಾಗಿರುತ್ತದೆ.

ಭಕ್ತಿಯಲ್ಲಿ ಕೊನೆಗೆ ಸಾಧಕನು ಶರಣಾಗತಿಯನ್ನು ಹೊಂದಬೇಕು, ಅಂದರೆ ಆ ಭಗವತ್-ಚಿತ್-ಶಕ್ತಿಗೆ ತನ್ನನ್ನು ತಾನು ಜೋಡಿಸಿಕೊಳ್ಳಬೇಕು.

ಈ ರೀತಿ ಸಾಧನೆ ಮಾಡುವುದಕ್ಕಾಗಿ ಸಾಧಕನಲ್ಲಿ ದೃಢತೆ ಉದ್ಭವಿಸಬೇಕು, ಏಕೆಂದರೆ, ದೃಢತೆ ಮಾತ್ರ ಸಾಧಕನನ್ನು ಒಂದು ವಿಚಾರದ ಅಂತಿಮ ಘಟಕ್ಕೆ ಕರೆದೊಯ್ಯುತ್ತದೆ. ಭಕ್ತಿಗೆ ದೃಢತೆ ಸೇರಿದಾಗ ಮಾತ್ರ ಅದು 'ದೃಢ-ಭಕ್ತಿ' ಎಂದಾಗುತ್ತದೆ.

ಒಂದು ವಿಚಾರವನ್ನು ಚಿಂತಿಸುತ್ತಿರುವಾಗ ದೃಢತೆ ಇಲ್ಲದಿದ್ದರೆ ಅದು ಸಾಧಕನನ್ನು ಅವನ ಗುರಿಯಿಂದ ವಿಮುಖನನ್ನಾಗಿ ಮಾಡುತ್ತದೆ. ಆಗ ಸಾಧಕನಿಗೆ ಆ ವಿಚಾರ ಕುರಿತಾದ ಶ್ರೇಷ್ಠತೆಯು ಅರಿವಿಗೆ ಬರುವುದಿಲ್ಲ. ಶ್ರೇಷ್ಠತೆಯು ಅರಿವಿಗೆ ಬಾರದಿದ್ದಾಗ ಅದನ್ನು ಅಳವಡಿಸಿಕೊಳ್ಳಲಿಕ್ಕೆ ಅವನಿಗೆ ಸಾಧ್ಯವಾಗುವುದಿಲ್ಲ. ಅಂದರೆ ಭ-ಕಾರ ದೊರೆಯುವುದಿಲ್ಲ. ಭ-ಕಾರ ದೊರೆಯದಿದ್ದಾಗ ತೃಪ್ತಿ ದೊರೆಯುವುದಿಲ್ಲ. ತೃಪ್ತಿ ದೊರೆಯದಿದ್ದಾಗ ಸಾಧಕನು ಕೇವಲ ಹುಡುಕುವುದಕ್ಕಷ್ಟೇ ಸೀಮಿತನಾಗಿಬಿಡುತ್ತನೆಯೇ ಪರಂತು, ಯಾವುದೇ ಗುರಿಯನ್ನು ತಲುಪಲು ಸಾಧ್ಯವಾಗುವುದಿಲ್ಲ.

ಬ್ರಹ್ಮ, ವಿಷ್ಣು, ಕೃಷ್ಣ, ಮಹೇಶ್ವರ-ಹೀಗೆ ಹಲವಾರು ಶ್ರೇಷ್ಠ ರಚನೆಗಳ ವಿಚಾರ ಕುರಿತಾಗಿ ಭಕ್ತಿ ಮಾಡಿದರೂ, ಅದರಲ್ಲಿರುವಂತಹ ಶ್ರೇಷ್ಠತೆಯ ಅರಿವು ಬಂದರೂ, ಸಾಧಕನು ಅವರ ಹಾಗೆ ಬದುಕಲಾರ. ಹೀಗೆ, ಸಾಧ್ಯವಾಗದ್ದನ್ನು ಮಾಡುವುದೇ 'ಮೂಢ-ಭಕ್ತಿ' ಎಂದಾಗಿ ವೇದ ವಿಜ್ಞಾನಿಗಳು ಹೇಳಿರುತ್ತಾರೆ. ಯಾವುದೇ ಒಂದು ಶ್ರೇಷ್ಠ ವಿಚಾರದ ಅಳವಡಿಕೆಗೆ ಸಾಧಕನು ಅದಕ್ಕೆ ಅವಶ್ಯಕವಾಗಿರುವಂತಹ ಯೋಗ್ಯತೆಯನ್ನು ಸಂಪಾದಿಸಬೇಕಾಗುತ್ತದೆ. ಯೋಗ್ಯತೆಗಾಗಿಯೇ ಯೋಗ ಬೇಕಾಗುತ್ತದೆ.

ಗುರಿ ತಲುಪುವವರೆಗೂ ಸಹ ಸಾಧಕನು ನಂಬಿಕೆಯಲ್ಲಿಯೇ ಚಲಿಸಬೇಕಾಗಿರುತ್ತದೆ. ಈ ನಂಬಿಕೆಗೆ ಆಧಾರವನ್ನು ಶ್ರುತಿ, ಸ್ಮೃತಿ, ಸದಾಚಾರ ಹಾಗು ಆತ್ಮ-ತೃಪ್ತಿ ಆಯಾಮಗಳಲ್ಲಿ ಸಾಧಕನು ಸ್ವಯಂ ಕಂಡುಕೊಳ್ಳಬೇಕಿದೆ. ತನ್ನ ಜೀವನವನ್ನು ಧರ್ಮ, ಅರ್ಥ, ಕಾಮಗಳಲ್ಲಿ ನಡೆಸಿಕೊಂಡು ಹೋಗಬೇಕಿದೆ.

ವೇದ ವಿಜ್ಞಾನವನ್ನು ಅರ್ಥಮಾಡಿಕೊಂಡರೆ ಭಕ್ತಿಯು ಕೇವಲ ಭಾವ ಆವೇಶವಲ್ಲ, ಬದಲಿಗೆ ಅದು ವಿಜ್ಞಾನಿಕ ಸತ್ಯ.

ದೃಢವಾದ ಭಕ್ತಿಯಿಂದ ಸಾಧಕನು ಏನನ್ನು ಬೇಕಾದರೂ ಸಾಧಿಸಬಹುದಾಗಿದೆ, ಏಕೆಂದರೆ ಭಕ್ತಿಗೆ ಸತ್ವವೇ ಪ್ರಧಾನ. ಹೀಗಾಗಿ, ಭಕ್ತಿಯು ಸಾತ್ತ್ವಿಕತೆಯಲ್ಲಿ ಒಂದು ಪ್ರಧಾನ ಅಂಶವಾಗಿರುತ್ತದೆ.

ಗಮನಿಸಿ: ದೃಢವಾದ ಭಕ್ತಿಯಿಂದ ಕೇವಲ ತೃಪ್ತಿಯನ್ನು ಪಡೆಯುವುದಲ್ಲ, ಬದಲಿಗೆ ಆ ಶ್ರೇಷ್ಠ ಗುಣವಾದ 'ನಾವಾಗುವಿಕೆ' ಎಂದಾಗಿರುತ್ತದೆ. ಅಂದರೆ, ಭಕ್ತಿಯಿಂದ ದೇವರನ್ನು ನೋಡುವುದಲ್ಲ, ಬದಲಿಗೆ ಸಾಧಕನೇ ದೇವರಾಗುವುದು ಎಂದರ್ಥ. ಇದಕ್ಕೆ ಶರಣಾಗತಿ ಎಂಬ ಅಂಶವೇ ಸಾಧಕನಿಗೆ ಸಹಾಯಮಾಡುತ್ತದೆ.

ಸೂಚನೆ: ಶರಣಾಗತಿ ಎಂದರೆ ಸಾಧಕನು ತನ್ನ ಅಸ್ತಿತ್ವವನ್ನು ಬಿಟ್ಟು, ಮತ್ತೊಂದು ಅಸ್ತಿತ್ವವನ್ನು ಪಡೆಯುವ ಬಗೆ. ಅಂದರೆ, ಆಗಲೇ ಹೊಂದಿರುವಂತಹ ಅಳತೆಗಳನ್ನು ತೊರೆದು ಹೊಸ ಅಳತೆಗಳನ್ನು ಪಡೆಯುವುದಯ.

ಶರಣಾಗತಿಗಾಗಿ ಸಾಧಕನು ತನ್ನಲ್ಲಿರುವಂತಹ ಅಹಂಕಾರ ತೊರೆಯಬೇಕು. ಇಲ್ಲಿ ಅಹಂಕಾರಕ್ಕೆ ಸಾಮಾನ್ಯ ಅರ್ಥ constructed ego ಎಂದಾಗಿದ್ದರೂ ಆಳವಾದ ಅರ್ಥದಲ್ಲಿ ಯಾವುದೋ ಒಂದು ಅಳತೆಯನ್ನು ಹಿಡಿದುಕೊಂಡಿದ್ದು, 'ನಾನು ಇದು, ನಾನು ಅದು' ಎಂಬ ಭಾವ. ಅಹಂಕಾರ ಬಿಡುವುದು ಎಂದರೆ pure ego ಎಂಬುದನ್ನು ತಿಳಿದು, ಅದರ ಪ್ರಕಾರ ವ್ಯವಹರಿಸುವಂತಹ ಬಗೆ. (ಸೂಚನೆ: ಈ ವಿಚಾರದ ವಿಶ್ಲೇಷಣೆಯನ್ನು 'synthesis of fundamental creativity' ಅಥವಾ 'ಮೂಲಭೂತ ಸೃಜನತೆಯ ಸಂಶ್ಲೇಷಣೆ' ಎಂಬ ಪುಸ್ತಕವನ್ನು ಓದಿರಿ – ಲೇಖಕ).

ಅರ್ಜುನನಲ್ಲಿ ಕೇವಲ ಶ್ರದ್ಧೆ ಇದ್ದುಕೊಂಡು, ಶ್ರದ್ಧೆಯ ಕೊರತೆ ಇತ್ತು. ಹೀಗಾಗಿ, ಶ್ರೀಕೃಷ್ಣನು ಅರ್ಜುನನಿಗೆ ಗೀತೆಯನ್ನು ಬೋಧಿಸಿದ.

ಕೀರ್ತನೆ: ಭಕ್ತಿಯಲ್ಲಿ ಸಂಪೂರ್ಣ ಜಾಗೃತನಾಗಿದ್ದಾಗ ಅಲ್ಲಿ ದೊರಕುವ ವಿಚಾರವನ್ನು ಪ್ರಸ್ತುತಪಡಿಸುವುದನ್ನೇ ಕೀರ್ತನ ಎಂದಾಗಿ ಹೇಳಲಾಗಿದೆ. ಅಂದರೆ, ಈ ಅನುಭವವು ವೈಯುಕ್ತಿವಾಗಿದೆ. ಹೀಗಾಗಿ, ದೇವರಿಗೆ ಹಲವಾರು ನಾಮ ಹಾಗು ರೂಪಗಳು ಒದಗಿವೆ. ಅಯಾ ನಾಮ ಹಾಗು ರೂಪಗಳಿಗೆ ಹೇಳುವಂತಹ ಗುಣಗಳು ಆಯಾ ಸಾಧಕನಿಗೆ ಭಕ್ತಿಯಿಂದ ಒದಗಿರುವ ಪ್ರಾಪ್ತಿ, ಅಷ್ಟೆ.

ಮಾರ್ಗ: ಅನನ್ಯಾಶ್ಚಿಂತಯಂತೋ ಮಾಂ - ನೀನು ಚಿಂತನೆಯನ್ನು ಮಾಡು, ನಿನ್ನ ಯೋಗಕ್ಷೇಮವನ್ನು ನಾನು ನೋಡಿಕೊಳ್ಳುತ್ತೇನೆ.

ಮೆಟ್ಟಿಲು – 17

ಆತ್ಮವು ದೇಹದಲ್ಲಿರುತ್ತದೆ. ಹೀಗಾಗಿ, ದೇಹವೇ 'ಕ್ಷೇತ್ರ.' ಯಾರು ಕ್ಷೇತ್ರವನ್ನು ಅರ್ಥಮಾಡಿಕೊಳ್ಳುತ್ತಾರೆಯೋ ಅವನು 'ಕ್ಷೇತ್ರಜ್ಞ' ಎಂದಾಗುತ್ತಾನೆ. ದೇಹವು ಕ್ಷೇತ್ರವಾದರೆ ಆತ್ಮನು ಕ್ಷೇತ್ರಜ್ಞನಾಗಿರುತ್ತಾನೆ. ಹೀಗಾಗಿ, ಇಲ್ಲಿ ಕ್ಷೇತ್ರ ಎಂದರೆ ಪ್ರಕೃತಿ. ಕ್ಷೇತ್ರಜ್ಞನಾಗುವುದು ಎಂದರೆ 'ದೇಹ ಪ್ರಕೃತಿಯನ್ನು ತಿಳಿಯುವುದು' ಎಂಬರ್ಥವಾಗಿದೆ.

ದೇಹ ಪ್ರಕೃತಿಯನ್ನು ಶ್ರೀಕೃಷ್ಣನು ಅರ್ಜುನನಿಗೆ ಬೋಧಿಸಿದ. ಅದಕ್ಕೆ ಸಂಬಂಧಿಸಿದಂತಹ ಕೆಲವು ಶ್ಲೋಕಗಳು ಕಳಕಂಡಂತಿವೆ:

ಇದಂ ಶರೀರಂ ಕೌಂತೇಯ ಕ್ಷೇತ್ರಮಿತ್ಯಭಿಧೀಯತೇ|
ಏತದ್ಯೋ ವೇತ್ತಿ ತಂ ಪ್ರಾಹುಃ ಕ್ಷೇತ್ರಜ್ಞ ಇತಿ ತದ್ವಿದಃ||
ಕ್ಷೇತ್ರಜ್ಞಂ ಚಾಪಿ ಮಾಂ ವಿದ್ಧಿ ಸರ್ವಕ್ಷೇತ್ರೇಷು ಭಾರತ|
ಕ್ಷೇತ್ರಕ್ಷೇತ್ರಜ್ಞಯೋರ್ಜ್ಞಾನಂ ಯತ್ತಜ್ಜ್ಞಾನಂ ಮತಂ ಮಮ||
ತತ್ ಕ್ಷೇತ್ರಂ ಯಚ್ಚ ಯಾದೃಕ್ ಯದ್ವಿಕಾರಿ ಯತಶ್ಚ ಯತ್|
ಸ ಚ ಯೋ ಯತ್ ಪ್ರಭಾವಶ್ಚ ತತ್ಸಮಾಸೇನ ಮೇ ಶೃಣು||
ಋಷಿಭಿರ್ಬಹುಧಾ ಗೀತಂ ಛಂದೋಭಿರ್ವಿವಿಧೈಃ ಪೃಥಕ್|
ಬ್ರಹ್ಮಸೂತ್ರಪದೈಶ್ಚೈವ ಹೇತುಮದ್ಭಿರ್ವಿನಿಶ್ಚಿತೈಃ||
ಮಹಾಭೂತಾನ್ಯಹಂಕಾರೋ ಬುದ್ಧಿರವ್ಯಕ್ತಮೇವ ಚ|
ಇಂದ್ರಿಯಾಣಿ ದಶೈಕಂ ಚ ಪಂಚ ಚೇಂದ್ರಿಯಗೋಚರಾಃ||
ಇಚ್ಛಾ ದ್ವೇಷಃ ಸುಖಂ ದುಃಖಂ ಸಂಘಾತಶ್ಚೇತನಾ ಧೃತಿಃ|
ಏತತ್ ಕ್ಷೇತ್ರಂ ಸಮಾಸೇನ ಸವಿಕಾರಮುದಾಹೃತಂ||
ಅಮಾನಿತ್ವಮದಂಭಿತ್ವಮಹಿಂಸಾ ಕ್ಷಾಂತಿರಾರ್ಜವಂ|
ಆಚಾರ್ಯೋಪಾಸನಂ ಶೌಚಂ ಸ್ಥೈರ್ಯಮಾತ್ಮ ವಿನಿಗ್ರಹಃ||
ಇಂದ್ರಿಯಾರ್ಥೇಷು ವೈರಾಗ್ಯಮನಹಂಕಾರ ಏವ ಚ|
ಜನ್ಮಮೃತ್ಯುಜರಾವ್ಯಾಧಿದುಃಖದೋಷಾನುದರ್ಶನಂ||
ಆಸಕ್ತಿರನಭಿಷ್ವಂಗಃ ಪುತ್ರದಾರಗೃಹಾದಿಷು|
ನಿತ್ಯಂ ಚ ಸಮಚಿತ್ತತ್ವಮಿಷ್ಟಾನಿಷ್ಟೋಪಪತ್ತಿಷು||
ಮಯಿ ಚಾನನ್ಯಯೋಗೇನ ಭಕ್ತಿರವ್ಯಭಿಚಾರಿಣೀ|
ವಿವಿಕ್ತದೇಶಸೇವಿತ್ವಮರತಿರ್ಜನಸಂಸದಿ||
ಅಧ್ಯಾತ್ಮಜ್ಞಾನನಿತ್ಯತ್ವಂ ತತ್ತ್ವಜ್ಞಾನಾರ್ಥದರ್ಶನಂ|
ಏತಜ್ಜ್ಞಾನಮಿತಿ ಪ್ರೋಕ್ತಮಜ್ಞಾನಂ ಯದತೋಽನ್ಯಥಾ||

ಜ್ಞೇಯಂ ಯತ್ತತ್ ಪ್ರವಕ್ಷ್ಯಾಮಿ ಯಜ್ಜ್ಞಾತ್ವಾಽಮೃತ ಮಶ್ನುತೇ|
ಅನಾದಿಮತ್ಪರಂ ಬ್ರಹ್ಮ ನ ಸತ್ತನ್ನಾಸದುಚ್ಯತೇ||
ಸರ್ವತಃ ಪಾಣಿಪಾದಂ ತತ್ಸರ್ವತೋಽಕ್ಷಿಶಿರೋ ಮುಖಂ|
ಸರ್ವತಃ ಶ್ರುತಿಮಲ್ಲೋಕೇ ಸರ್ವಮಾವೃತ್ಯ ತಿಷ್ಠತಿ||
ಸರ್ವೇಂದ್ರಿಯಗುಣಾಭಾಸಂ ಸರ್ವೇಂದ್ರಿಯ ವಿವರ್ಜಿತಂ|
ಅಸಕ್ತಂ ಸರ್ವಭೃಚ್ಚೈವ ನಿರ್ಗುಣಂ ಗುಣಭೋಕ್ತೃ ಚ||
ಬಹಿರಂತಶ್ಚ ಭೂತಾನಾಮಚರಂ ಚರಮೇವ ಚ|
ಸೂಕ್ಷ್ಮತ್ವತ್ತದವಿಜ್ಞೇಯಂ ದೂರಸ್ಥಂ ಚಾಂತಿಕೇ ಚ ತತ್||
ಅವಿಭಕ್ತಂ ಚ ಭೂತೇಷು ವಿಭಕ್ತಮಿವ ಚ ಸ್ಥಿತಂ|
ಭೂತಭರ್ತೃ ಚ ತಜ್ಜ್ಞೇಯಂ ಗ್ರಸಿಷ್ಣು ಪ್ರಭವಿಷ್ಣು ಚ||
ಜ್ಯೋತಿಷಾಮಪಿ ತಜ್ಜ್ಯೋತಿಸ್ತಮಸಃ ಪರಮುಚ್ಯತೇ|
ಜ್ಞಾನಂ ಜ್ಞೇಯಂ ಜ್ಞಾನಗಮ್ಯಂ ಹೃದಿ ಸರ್ವಸ್ಯ ವಿಷ್ಠಿತಂ||
ಇತಿ ಕ್ಷೇತ್ರಂ ತಥಾ ಜ್ಞಾನಂ ಜ್ಞೇಯಂ ಚೋಕ್ತಂ ಸಮಾಸತಃ|
ಮದ್ಭಕ್ತ ಏತದ್ವಿಜ್ಞಾಯ ಮದ್ಭಾವಾಯೋಪಪದ್ಯತೇ||

ಆಸನ: ಕ್ಷೇತ್ರ-ಕ್ಷೇತ್ರಜ್ಞ ಯೋಗಕ್ಕಾಗಿ ಸಾಧಕನು ಸುಖಾಸನವನ್ನು ಅಭ್ಯಾಸಮಾಡಬೇಕು. ಅದನ್ನು ಹೀಗೆ ಮಾಡಬೇಕಿದೆ: ಕೈ ಹಾಗು ಕಾಲುಗಳೆಲ್ಲವೂ ಸಹ ದೇಹಕ್ಕೆ ಸುಖವಾಗುವಂತೆ ಇಟ್ಟುಕೊಂಡು ಕುಳಿತುಕೊಳ್ಳಬೇಕು. ದೇಹವು ಕ್ಷೇತ್ರ, ಆತ್ಮವು ಕ್ಷೇತ್ರಜ್ಞ-ಹೀಗೆ ಈ ಆಸನದಲ್ಲಿ ದೇಹವನ್ನು ಪ್ರತ್ಯೇಕಿಸಬೇಕು. ಹೀಗೆ ಮಾಡುವಾಗ ಐದು ಇಂದ್ರಿಯಗಳೂ ಸಹ ಸಾಧಕನಿಗೆ ಗೋಚರವಾಗುತ್ತಾ ಸಾಗುತ್ತದೆ. ಆದರೆ ಇಂದ್ರಿಗಳೇ ದೇಹವಲ್ಲ, ಬದಲಿಗೆ ದೇಹವನ್ನು ಗೋಚರ ಮಾಡಿಕೊಳ್ಳಬೇಕು. ನಂತರ ಇಂದ್ರಿಯಗಳನ್ನು ಜಯಿಸಿಕೊಳ್ಳಬೇಕು. ಉಸಿರಾಟ ಸಹಜವಾಗಿ ಸಾಗುತ್ತಿರಬೇಕು. ಯಾವ ಸಮಯದಲ್ಲಿ ದೇಹವು ಅರ್ಥವಾಗುತ್ತದೆಯೋ ಆಗ ದೇಹವಲ್ಲದ್ದು ಏನು ಎಂದು ಅರ್ಥವಾಗುತ್ತದೆ. ಅದೇ ಆತ್ಮವೆಂದಾಗಿರುತ್ತದೆ.

ಯಾವ ಸಾಧಕನು ತನ್ನ ಕ್ಷೇತ್ರ, ಅಂದರೆ ಶರೀರವನ್ನು (ದೇಹವನ್ನು) ಅರ್ಥಮಾಡಿಕೊಂಡರುತ್ತಾನೆಯೋ ಅವನನ್ನೇ 'ಕ್ಷೇತ್ರಜ್ಞ' ಎಂದಾಗಿ ವೇದ ವಿಜ್ಞಾನ ಹೇಳುತ್ತದೆ. ಆತ್ಮವು ದೇಹದಲ್ಲಿ ವ್ಯಾಪ್ತವಾಗಿರುವ ಕಾರಣದಿಂದಾಗಿ, ಅದನ್ನು ದೇಹದಿಂದ ಪ್ರತ್ಯೇಕ ಮಾಡಿ ಕಾಣಲಾಗದು. ಹೀಗಾಗಿ, ಆತ್ಮವು ಅರ್ಥವಾಗುವುದಿಲ್ಲ. ಯಾವ ಸಮಯದಲ್ಲಿ ಶರೀರವು

ಅರ್ಥವಾಗುತ್ತದೆಯೋ, ಆಗ ಮಾತ್ರ ಆತ್ಮವನ್ನು ಪ್ರತ್ಯೇಕಿಸಿ ನೋಡಲು ಸಾಧ್ಯವಾಗುತ್ತದೆ.

ಆತ್ಮವನ್ನು ಪ್ರತ್ಯೇಕಿಸಿ ನೋಡಲು ಬಹು ಕಷ್ಟ. ಹೀಗಾಗಿ, ದೇಹವನ್ನು ಮೊದಲು ಅರ್ಥಮಾಡಿಕೊಳ್ಳಬೇಕು. ಹೀಗೆ, ಅರ್ಥವಾದಾಗ ಉಳಿದದ್ದು ಏನಿದೆಯೋ ಅದು ಆತ್ಮ. ಹೀಗೆ, ನಿನ್ನದಾದಂತಹ ದೇಹವನ್ನು ನೀನು ಅರ್ಥಮಾಡಿಕೊಳ್ಳುವುದೇ ಜ್ಞಾನವಾಗಿರುತ್ತದೆ ಅರ್ಜುನಾ. ಅಂತಹ ಜ್ಞಾನ ಪಡೆದಾಗ ನಿನಗೆ ಪ್ರತ್ಯೇಕಿಸಲು ಆಗುವಂತಹದ್ದೇ ಆತ್ಮ. ಇದೇ ಆತ್ಮ-ಜ್ಞಾನ. ಹೀಗಾಗಿ, ಪ್ರತ್ಯೇಕಿಸಲ್ಪಟ್ಟಂತಹ ದೇಹವನ್ನು ಅರ್ಥಮಾಡಿಕೊಳ್ಳುವಂತಹ ವಿಧಾನವನ್ನು ಈಗ ನಾನು ನಿನಗೆ ಹೇಳಿಕೊಡುತ್ತೇನೆ.

ಈ ವಿಚಾರ ಕುರಿತಾಗಿ ಹಲವು ಸಾಹಿತ್ಯಗಳಿವೆ. ಬ್ರಹ್ಮ-ಸೂತ್ರದ ಜೊತೆಗೆ ಹಲವಾರು ವ್ಯಾಖ್ಯಾನಗಳು ವೇದದ ನಂತರದ ವಿಚಾರಗಳನ್ನು ಹೇಳಿವೆ. ನಂತರದ ವಿಚಾರದಿಂದ ದೇಹವನ್ನು ಅರ್ಥಮಾಡಿಕೊಳ್ಳಲು ಆಗದ ಕಾರಣದಿಂದಾಗಿ, ಆರಂಭಿಕ ವ್ಯಾಖ್ಯಾನವು ಮೊದಲು ಬರಬೇಕು. ಈ ಆರಂಭಿಕ ವ್ಯಾಖ್ಯಾನವು ವೇದಗಳಲ್ಲಿ ಸಿಗುತ್ತದೆ. ಹಲವಾರು ಋಷಿಗಳು ಇದನ್ನು ಕುರಿತೇ ಹೇಳಿದ್ದಾರೆ.

ಇಲ್ಲಿ ಛಂದಸ್ಸು ಎಂದಾಗಿ ಉಲ್ಲೇಖವಿದೆ. ಛಂದಸ್ಸು ಎಂದರೆ ವೇದ (ಸತ್ಯ ಸಾಮರ್ಥ್ಯದ ಪೊಟ್ಟಣ) ಎಂಬ ಅರ್ಥವಾಗಿದೆ. ವೇದಗಳಲ್ಲಿ ಈ ವಿಚಾರವನ್ನು ಬೇರೆ-ಬೇರೆ ರೀತಿಗಳಲ್ಲಿ ಹೇಳಿದ್ದಾರೆ. ಇವುಗಳನ್ನು ಅರ್ಥಮಾಡಿಕೊಂಡಾಗ ನಿನ್ನ ದೇಹ, ಅಂದರೆ ನನ್ನ ಕ್ಷೇತ್ರ ನಿನಗೆ ಅರ್ಥವಾಗುತ್ತದೆ ಅರ್ಜುನಾ.

ನಿನ್ನಲ್ಲಿರುವಂತಹ ಇಂದ್ರಿಯಗಳು ನಿನಗೆ ದೇಹ ಪರಿಚಯವಾಗಲು (ಗೋಚರವಾಗಲು) ಬಿಡುವುದಿಲ್ಲ. ಯಾವ ಸಮಯದಲ್ಲಿ ನೀನು ಪರಿಚಯ ಮಾಡಿಕೊಳ್ಳಲಿಕ್ಕೆ ಯತ್ನಿಸುತ್ತೀಯ, ಆಗೆಲ್ಲಾ ಈ ಇಂದ್ರಿಯಗಳೇ ಮುಂದೆ ಬಂದು ಪ್ರಕಟವಾಗಿ ಕೇವಲ ತನ್ನನ್ನೇ ಹಾಗು ತನ್ನದ್ದನ್ನೇ ತೋರಿಸಿಕೊಳ್ಳುತ್ತದೆ. ಅದರದ್ದೇ ಆದಂತಹ ವೇಶಗಳು ನಿನಗೆ ತೋರಲಾರಂಭಿಸುತ್ತದೆ. ಹೀಗಾಗಿ, ದೇಹ ಅರ್ಥವಾಗುವುದಿಲ್ಲ. ಆದರೆ ಈ ಇಂದ್ರಿಯಗಳೇ ದೇಹವಲ್ಲ. ದೇಹವನ್ನು ಗೋಚರ ಮಾಡಿಕೊಳ್ಳಬೇಕು ಎಂದರೆ ಈ ಇಂದ್ರಿಯಗಳನ್ನು ಮೊದಲು ಜಯಿಸಿಕೊಳ್ಳಬೇಕು.

ಸುಖ-ದುಃಖ ರೀತಿಯ ದ್ವಂದ್ವಗಳು ದೇಹದಲ್ಲಿ ಪ್ರಕಟವಾಗುತ್ತವೆ ಎಂದಾಗಿ ನೀನು ಅಂದುಕೊಂಡರುತ್ತೀಯಾ, ಆದರೆ ಹಾಗಲ್ಲ, ಅವುಗಳು ಕೇವಲ ಇಂದ್ರಿಯಗಳಲ್ಲಿ ಮಾತ್ರ ಪ್ರಕಟವಾಗುತ್ತವೆ. ಹೀಗಾಗಿ, ಸುಖ-ದುಃಖಗಳನ್ನು ಗ್ರಹಿಸುವಂತಹ ಇಂದ್ರಿಯ ಶಕ್ತಿಯನ್ನೇ ಕಡಿಮೆ ಮಾಡಿಕೊಂಡುಬಿಡಬೇಕು. ಇವೆರಡನ್ನೂ ತೊರೆಯುತ್ತಾ ಹೋದಂತೆ ಇಂದ್ರಿಯಗಳು ಕ್ಷೀಣವಾಗುತ್ತ ಹೋಗುತ್ತದೆ. ಇದೇ ಇಂದ್ರಿಯಗಳನ್ನು ಜಯಿಸುವಂತಹ ಮಾರ್ಗವಾಗಿದೆ ಅರ್ಜುನಾ.

ಇಂದ್ರಿಯಗಳ ಗ್ರಹಿಸುವಂತಹ ಶಕ್ತಿಯನ್ನು ಕಡಿಮೆಮಾಡಿಕೊಂಡುಬಿಡಬೇಕು. ಅದರ ಸಂಘಾತಗಳನ್ನು (ಘರ್ಷಣೆಗಳನ್ನು) ಸಮಪ್ರುತಿಗೆ ತೆಗೆದುಕೊಂಡುಬಿಡಬೇಕು. ಒಂದು ಹಂತಕ್ಕೆ ಬಾ ಅರ್ಜುನಾ. ಇದಕ್ಕಿಂತಲೂ ಮುಂದೆ ಅವುಗಳಿಗೆ ಅಧಿಕಾರ ಇಲ್ಲದಂತೆ ಮಾಡಿಬಿಡು. ಆಗ ಮಾತ್ರ ನಿನಗೆ ಇದು ಕ್ಷೇತ್ರ ಮಾತ್ರ ಎಂದಾಗಿ ಅರ್ಥವಾಗುತ್ತದೆ. ದೇಹ ಎನ್ನುವುದು ನಿನ್ನ ಅರಿವಿಗೆ ಬರುತ್ತದೆ. ಇದೊಂದೇ ಮಾರ್ಗ ಅರ್ಜುನಾ. ಇದನ್ನುಳಿದು ಮತ್ಯಾವ ದಾರಿಯೂ ಇಲ್ಲ.

ಗಮನಿಸಿ: ಇಂದ್ರಿಯಗಳನ್ನು ಹೊರತುಪಡಿಸಿಕೊಂಡು ದೇಹವನ್ನು ಗುರುತಿಸಿಕೊಳ್ಳಬೇಕು.

ಈ ಮೇಲೆ ನೋಡಿದ ಸಾಧನೆಗಾಗಿ ಆಚಾರ್ಯನನ್ನೇ ಅವಲಂಬಿಸಬೇಕು. ಅವನು ಮಾತ್ರ ಸಾಧಕನಿಗೆ ಕ್ಷೇತ್ರದ ವಿಭಾಗವನ್ನು ತೋರಿಸಿಕೊಡುವವನಾಗಿರುತ್ತಾನೆ. ಅಂದರೆ, ಅವನು ಈ ವಿಭಾಗವನ್ನು ತೋರಿಸಿಕೊಡುತ್ತಾನೆಯೇ ವಿನಃ, ಇಂದ್ರಿಯ ಜಯವನ್ನು ನೀನೇ ಸ್ವಯಂ ಸಾಧಿಸಬೇಕಿದೆ ಅರ್ಜುನಾ.

ಸೂಚನೆ: ಸಾಧಕನ ಗೋತ್ರ, ಪ್ರವರ, ಸೂತ್ರ, ಶಾಖೆ – ಹೀಗೆ ಇವುಗಳ ವಿವರಗಳಿಂದ ಮಾತ್ರ ಆಚಾರ್ಯ ಅಥವಾ ಗುರುವು ಅವನಿಗೆ ಮಾರ್ಗವನ್ನು ನಿಶ್ಚಯಮಾಡಿಕೊಡುತ್ತಾನೆ.

ನಿನ್ನ ದೇಹದಲ್ಲಿ ಆಚಾರ್ಯ (ಗುರುವು) ಯಾರು? ಗೊತ್ತೇ ಅರ್ಜುನಾ. ಅವನೇ ಆತ್ಮ. ಹೀಗಾಗಿ, ಆತ್ಮದ ಉಪಾಸನೆಯನ್ನು ಮಾಡು. ಅವನು ನಿನಗೆ ಮಾರ್ಗವನ್ನು ತೋರಿಸಿಕೊಡುತ್ತಾನೆ. ಈ ಮಾರ್ಗವನ್ನು ಅನುಸರಿಸಿ ದೇಹವನ್ನು ಅರ್ಥಮಾಡಿಕೊ ಅರ್ಜುನಾ.

ಹೀಗೆ ಮಾಡಿಕೊಂಡು ಮುಂದುವರೆದಾಗ ನಿನ್ನ ಕ್ಷೇತ್ರಕ್ಕೆ ಯಾವ-ಯಾವ ರೀತಿಯ ಬಾಧೆಗಳು ಬರಬಹುದು ಎಂದಾಗಿ

ಅರ್ಥವಾಗುತ್ತದೆ. ಇಂದ್ರಿಯ ಗ್ರಹಿತವಾದಂತಹ ಬಾಧೆಗಳನ್ನು ಬಿಟ್ಟರೆ ಕ್ಷೇತ್ರಕ್ಕೆ ಅಂದರೆ ದೇಹಕ್ಕೆ ಮತ್ಯಾವ ಬಾಧೆಯೂ ಇರುವುದಿಲ್ಲ.

ಇಂದ್ರಿಯಗಳಿಂದ ಗ್ರಹಿಸಲ್ಪಟ್ಟ ವಿಚಾರಗಳಿಂದ ಮಾತ್ರ ದೇಹ ಬಾಧೆಯನ್ನು ಅನುಭವಿಸುತ್ತದೆ. ಅಂದರೆ ಗ್ರಹಿಸುವುದು ದೇಹವಾದರೆ ಅನುಭವಿಸುವುದು ದೇಹ. ಆದರೆ ಪಂಚ ಮಹಾಭೂತಗಳು ಎಂದಿಗೂ ಕ್ಷರವಲ್ಲ, ಬದಲಿಗೆ ಅದು ಅಕ್ಷರ. ಇವುಗಳು ಎಂದಿಗೂ ನಾಶವಾಗುವುದಿಲ್ಲ ಬದಲಿಗೆ ಮತ್ತೊಂದು ರೂಪವನ್ನು ಹೊಂದುತ್ತವೆ ಅಷ್ಟೆ. ಪಂಚ ಭೂತಗಳು ಮಿಶ್ರಣವಾಗುತ್ತದೆ. ನಂತರ ವಿಘಟನೆಯಾಗಿ ಅದರದ್ದಾದಂತಹ ಸ್ವರೂಪಕ್ಕೆ ಹೋಗಿ ಸೇರಿಬಿಡುತ್ತವೆ.

ಹೀಗೆ, ಅಕ್ಷರವಾದ ಪಂಚಭೂತಗಳ ಮಿಶ್ರಣದಿಂದ ಆಗಿರುವಂತಹ ಈ ದೇಹ ಕ್ಷರವಲ್ಲ ಅರ್ಜುನಾ, ಬದಲಿಗೆ ಇದು ಅಕ್ಷರವೇ ಹೌದು! ದೇಹ ನಾಶವಾಯಿತು ಎಂದಾಗಿ ನಾವು ಅಂದುಕೊಳ್ಳುತ್ತೇವೆ ಅಷ್ಟೆ, ಆದರೆ ದೇಹವು ನಾಶವಾಗದೆ ಕೇವಲ ಪರಿವರ್ತನೆ ಹೊಂದುತ್ತದೆ.

ಗಮನಿಸಿ: ದೇಹವೂ ನಾಶವಾಗುವುದಿಲ್ಲ, ಜೊತೆಗೆ ಆತ್ಮವೂ ಸಹ ನಾಶವಾಗುವುದಿಲ್ಲ.

ನಾಶವಾಗುವುದು ಯಾವುದೆಂದರೆ, ಇಂದ್ರಿಯಗಳಿಂದ ಗ್ರಹಿಸಿಕೊಂಡಂತಹ ಮಿಥ್ಯಾ-ಜ್ಞಾನ! ಆದರೆ ಸತ್ಯ-ಜ್ಞಾನವಲ್ಲ. ಈ ಮಿಥ್ಯಾ-ಜ್ಞಾನವನ್ನು ನಾಶಮಾಡಿಕೊಂಡರೆ ಅರ್ಜುನಾ ಇಂದ್ರಿಯ ರಹಿತವಾದಂತಹ ಸತ್ಯ-ಜ್ಞಾನವು ನಿನಗೆ ಪ್ರಾಪ್ತವಾಗುತ್ತದೆ.

ಈ ಸಂಸಾರವೆನ್ನುವುದು ನಮ್ಮ ಇಂದ್ರಿಯಗಳಿಗಾಗಿ ಇರುವುದಾಗಿದೆ ಅಷ್ಟೆ. ಹೆಂಡತಿ, ಗಂಡ, ಮಕ್ಕಳು ಹೀಗೆ ಇವೆಲ್ಲವೂ ಸಹ ಇಂದ್ರಿಯ ಗೋಚರವಾದದ್ದು. ಇದು ಮಿಥ್ಯಾ ಜ್ಞಾನವಷ್ಟೆ. ಸತ್ಯವಲ್ಲ. ಈ ಮಿಥ್ಯಾ ಜ್ಞಾನವನ್ನು ಬಿಡು ಎಂದರೆ ಎಲ್ಲರನ್ನೂ ತೊರೆದುಬಿಡು ಎಂಬರ್ಥವಲ್ಲ, ಬದಲಿಗೆ ಅವುಗಳನ್ನು ಆಶ್ರಯಿಸುವಂತಹ ನಿನ್ನ ಭಾವಗಳನ್ನು ಬಿಡು ಎಂದರ್ಥ.

ಕಣ್ಣುಗಳಲ್ಲಿ ನೋಡಿದ್ದೇ ಸತ್ಯವಲ್ಲ, ಕಿವಿಗಳಲ್ಲಿ ಕೇಳಿದ್ದೇ ಸತ್ಯವಲ್ಲ. ಸತ್ಯಕ್ಕಾಗಿ ಎಲ್ಲವನ್ನೂ ಪರಾಂಬರಿಸಿ ನೋಡಬೇಕು ಅರ್ಜುನಾ. ಇಂದ್ರಿಯದ ಮಾತುಗಳನ್ನು ಕೇಳಿಸಿಕೊಳ್ಳದೆ ನೀನು ಆತ್ಮದ ಮಾತುಗಳನ್ನು ಮಾತ್ರ ಕೇಳಿಸಿಕೊಳ್ಳುವಂತಹನಾಗು.

ಅಸಂಖ್ಯಾತವಾಗಿರುವಂತಹ ಪ್ರತ್ಯೇಕ-ಪ್ರತ್ಯೇಕ ವಿಷಯಗಳಲ್ಲಿ ಇಂದ್ರಿಯಗಳು ಅಡಕವಾಗುತ್ತಿರುತ್ತವೆ. ಈ ಇಂದ್ರಿಯಗಳಿಗೆ ಯಾವುದೇ ಹಿಡಿತವಿಲ್ಲ. ಅವುಗಳಿಗೆ ಏನ್ನನ್ನು ಮಾಡಬೇಕು ಅಥವಾ ಮಾಡಬಾರದು ಎಂಬ ವಿವೇಕವಿಲ್ಲ. ತನ್ನ ದಾರಿಗೆ ಬಂದದ್ದೆಲ್ಲವನ್ನೂ ಸಹ ಮಾಡುತ್ತಾ ಹೋಗುತ್ತದೆ. ಈ ಕಾರಣದಿಂದಾಗಿ ಅರ್ಜುನಾ ನೀನು ಅವುಗಳನ್ನು ನಂಬಬೇಡ. ಇವುಗಳನ್ನು ಹೊರತುಪಡಿಸಿದ ಆತ್ಮ ನಿಯುಕ್ತವಾದಂತಹ ಜ್ಞಾನದಿಂದ ಮಾತ್ರ ಕ್ಷೇತ್ರ ವ್ಯಾಪ್ತವಾದಂತಹ ಜ್ಞಾನವು ನಿನಗೆ ಪ್ರಾಪ್ತಿಯಾಗುತ್ತದೆ.

ಕ್ಷೇತ್ರ ಎಂದಾಗಿ ಹೇಳುವಂತಹ ದೇಹದಲ್ಲಿ ಜ್ಞಾನವಿರುತ್ತದೆ. ಅದು ಆತ್ಮನಲ್ಲಿ ಮಾತ್ರ ದೊರೆಯುತ್ತದೆ. ಇದಕ್ಕೇ 'ವಿಶ್ವ' ಎಂದಾಗಿ ವೇದ ವಿಜ್ಞಾನಿಗಳು ಹೇಳಿರುತ್ತಾರೆ.

ಸೂಚನೆ: ವಿಶ್ವ ಎಂದರೆ ಎಲ್ಲದರಲ್ಲೂ ವ್ಯಾಪ್ತವಾದದ್ದು, ಎಲ್ಲವನ್ನೂ ಸೇರಿದ್ದು ಎಂಬ ಅರ್ಥವಾಗಿದೆ.

ಆಧ್ಯಾತ್ಮ ಈ ಜ್ಞಾನವನ್ನು ಮಾತ್ರ ಹೇಳುತ್ತಿದೆಯೇ ಪರಂತು, ಇಂದ್ರಿಯ ಗೋಚರ ಜ್ಞಾನವನ್ನಲ್ಲ. ವೇದಗಳಲ್ಲಿ ಹೇಳಿರುವಂತಹ ತತ್ವ-ಜ್ಞಾನವು ಇಂದ್ರಿಯಗಳಿಗೆ ನಿಲುಕದಂತಹದ್ದು. ಇದನ್ನು ನೀನು ಅರ್ಥಮಾಡಿಕೊಳ್ಳಬೇಕು ಅರ್ಜುನಾ.

ಇದೇ ಅಂತಿಮವಾಗಿರುವಂತಹ ಜ್ಞಾನವಾಗಿದೆ. ಇದನ್ನೇ ಬ್ರಹ್ಮ (ಬೃಹತ್ ಚಲನೆ ಹಾಗು ಚಿಂತನೆ) ಎಂದಾಗಿ ವೇದ ಹೇಳಿದೆ. ಇದನ್ನು ಅರ್ಥಮಾಡಿಕೊಳ್ಳಬೇಕಿದೆ.

ಆ ಬ್ರಹ್ಮವೇ ಅನಾದಿ ಎಂದಾಗಿದೆ. ಆ ಅನಾದಿ ಬ್ರಹ್ಮ ಪುನಃ ಕೊನೆಯ ಬ್ರಹ್ಮನನ್ನು (ಪರಮಾತ್ಮನನ್ನು) ಅಂತ್ಯದಲ್ಲಿ ಸೇರಿಕೊಳ್ಳುತ್ತದೆ. ಹೀಗಾಗಿ, ಪರಮಾತ್ಮವೇ ಆದಿ-ಅಂತ್ಯ. ಇದರಲ್ಲೇ ಆತ್ಮ-ಜ್ಞಾನದ ಸ್ವರೂಪವಡಗಿದೆ.

ಜ್ಞಾನೇಂದ್ರಿಯಗಳ ರೀತಿ ಕರ್ಮೇಂದ್ರಿಯಗಳೂ ಸಹ ನಮ್ಮಲ್ಲಿವೆ. ಅವುಗಳಿಗೂ ಸಹ ತನ್ನದೇ ಆದಂತಹ ಜ್ಞಾನವಿದೆ. ಆ ಜ್ಞಾನವು ಅವುಗಳಿಗೆ ಸಂಬಂಧಿಸಿದಂತಹ ವಿಷಯಗಳನ್ನು ಮಾತ್ರ ತಿಳಿಸುತ್ತವೆ. ಅಂದರೆ ಸಕಲ ಇಂದ್ರಿಯಗಳೂ ಸಹ ಅವುಗಳಿಗೆ ಏನು ಭಾಸವಾಗುತ್ತದೆಯೋ ಅದನ್ನು ಮಾತ್ರ ತಿಳಿಸುತ್ತವೆ. ಇವುಗಳು ಮೃತ್ ಸ್ವರೂಪವಾಗಿವೆ.

ಈ ಇಂದ್ರಿಯಗಳೆಲ್ಲವೂ ಸಹ ಪಂಚ ಭೂತಗಳ ಸಂಯೋಜನೆಯಿಂದ ಘಟಿಸಲ್ಪಟ್ಟು ಅಸ್ತಿತ್ವಕ್ಕೆ ಬಂದಿವೆ. ಹೀಗಾಗಿ, ಇವುಗಳು ಪಂಚ-ಭೂತಾತ್ಮಕ ವಸ್ತುಗಳನ್ನು ಮಾತ್ರ ಗುರುತಿಸುತ್ತವೆಯೇ ವಿನಃ, ತನಗೆ ಪರಿಚಯ ಇರದದ್ದನ್ನು ಗುರುತಿಸುವುದಿಲ್ಲ.

ಆದರೆ ಜ್ಞಾನವು ಇವುಗಳಿಗೆ ಹೊರತುಪಡಿಸಿದ್ದಾಗಿದೆ, ಅಂದರೆ ಜ್ಞಾನವು ಪಂಚಭೂತಗಳಲ್ಲಿಲ್ಲ. ಹೀಗಾಗಿ, ಈ ಸೂಕ್ಷ್ಮತೆಯನ್ನು ಅರ್ಥಮಾಡಿಕೊಂಡು ಆತ್ಮದ ಚಿಂತನೆ ಮಾಡಬೇಕಿದೆ.

ಯಾವುದನ್ನು ಬೇರ್ಪಡಿಸಲಾಗದು ಎಂದಾಗಿ ಇಂದ್ರಿಯಗಳು ನಿನಗೆ ಹೇಳುತ್ತವೆಯೋ ಅದು ಶುದ್ಧ ಸುಳ್ಳು, ಅದು ಬಳಸಿಕೊಳ್ಳಲು ಆಗುವಂತಹದ್ದೇ. ಅರ್ಜುನಾ ಇದಕ್ಕಾಗಿ ನೀನು ಆತ್ಮ-ಚಿಂತನೆ ಮಾಡು. ಇದರ ಮುಖಾಂತರ ಸತ್ಯವನ್ನು ಅರ್ಥಮಾಡಿಕೊ.

ಸತ್ಯದ ಮೇಲೆ ಬೆಳಕು ಚೆಲ್ಲುವಂತಹ ಅತ್ಯಂತ ಉಚ್ಚ ಜ್ಞಾನವಿದೆ, ಆ ಜ್ಞಾನವೇ ಆತ್ಮ, ಆ ಆತ್ಮವೇ ಜ್ಞಾನ, ಅಲ್ಲಿ ಯಾವುದೇ ಭೇದವಿಲ್ಲ. ಹೀಗಾಗಿ, ಇದನ್ನು ಆತ್ಮ-ಜ್ಞಾನ ಎಂದಾಗಿ ವೇದ ವಿಜ್ಞಾನಿಗಳು ಹೇಳಿರುತ್ತಾರೆ.

ಈ ಹಂತಗಳೇ ಕ್ಷೇತ್ರ-ಕ್ಷೇತ್ರಜ್ಞ ವಿಭಾಗದ ಚಿಂತನೆಯಾಗಿದೆ. ಕ್ಷೇತ್ರವನ್ನು ಅರ್ಥಮಾಡಿಕೊಳ್ಳುವ ಮೂಲಕ ನೀನು ಕ್ಷೇತ್ರಜ್ಞನಾಗುವೆ ಅರ್ಜುನಾ. ಆದರೆ ಜ್ಞಾನಿ ಎಂದಾಗುವುದಿಲ್ಲ. ಭಕ್ತಿ ಮಾರ್ಗವು ಇದಕ್ಕೆ ಅನುಕೂಲಕರವಾಗಿದೆ. ಯಾವ ಸಮಯದಲ್ಲಿ ನೀನು ಕ್ಷೇತ್ರಜ್ಞನಾಗುತ್ತೀಯೋ ಆಗ ಮೃತ್ ಸ್ವರೂಪವಾದಂತಹ ದೇಹವನ್ನು ವಿಭಜಿಸಿ ನೋಡಿ, ಆ ದೇಹವನ್ನು ಪ್ರತ್ಯೇಕಿಸಿ ನೋಡಿ, ಅಲ್ಲಿದ್ದಂತಹ ಸೂಕ್ಷ್ಮತರ ಜ್ಞಾನವನ್ನು ಪಡೆಯುತ್ತೀಯಾ. ಅಂದರೆ ಆತ್ಮಜ್ಞಾನಿ ಎಂದಾಗುತ್ತೀಯ ಅರ್ಜುನಾ.

ಸೂಚನೆ: ವೇದ ಪ್ರಕಾರ, ಇದೇ ಆತ್ಮಸಾಕ್ಷಾತ್ಕಾರ ಎಂದಾಗಿರುತ್ತದೆ.

ವೇದ ವಿಜ್ಞಾನ ಪ್ರಕಾರ, ನಮ್ಮಲ್ಲಿರುವಂತಹ ಇಂದ್ರಿಯಗಳು ತಾನು ನಿರೂಪಣೆಗೊಂಡೊರುವಂತಹ ಆಧಾರ ಮೇಲೆ ವಿಚಾರಗಳನ್ನು ಗುರುತಿಸಬಲ್ಲದು, ಅಂದರೆ ಪೃಥ್ವಿಯ ಸ್ವರೂಪದವರೆಗೆ ಮಾತ್ರ ಗುರುತಿಸಬಲ್ಲದೇ ವಿನಃ, ಅದರ

ಹಿಂದಿರುವಂತಹ ಸೂಕ್ಷ್ಮವನ್ನಲ್ಲ. ಇದು ಇವುಗಳಿಗಿರುವಂತಹ ಮಿತಿ. ಅ ಹಿಂದಿರುವಂತಹ ಸೂಕ್ಷ್ಮವನ್ನು ಆತ್ಮ ಸ್ವರೂಪದಿಂದ ಮಾತ್ರ ಸಾಧಕನು ಗುರುತಿಸಬಲ್ಲ. ಇದಕ್ಕೆ ಆತ್ಮಸಾಕ್ಷಾತ್ಕಾರ ಬಹು ಮುಖ್ಯವಾದ ಮೆಟ್ಟಿಲಾಗಿರುತ್ತದೆ.

ಸೂಚನೆ: ಮನಸ್ಸನ್ನು ತೊರೆದು ಮುಂದಕ್ಕೆ ಹೋದಾಗ ಮಾತ್ರ ಆತ್ಮಸಾಕ್ಷಾತ್ಕಾರವಾಗುತ್ತದೆ, ಏಕೆಂದರೆ ಮನಸ್ಸು ಕೇವಲ ಇಂದ್ರಿಯಗಳ ಜೊತೆಯಲ್ಲಿ ಮಾತ್ರ ಇರುತ್ತದೆ.

ಒಳ್ಳೆಯದರಿಂದ ಕಟ್ಟದ್ದನ್ನು ಆರಿಸಿ ತೆಗೆದುಹಾಕುವುದು ಭಕ್ತಿಮಾರ್ಗವಾದರೆ, ಒಳ್ಳೆಯದ್ದರಿಂದ ಕಟ್ಟದ್ದನ್ನು ಬೇರ್ಪಡಿಸಿ, ಕೇವಲ ಒಳ್ಳೆಯದನ್ನು ತೆಗೆದುಕೊಳ್ಳುವುದು ಸ್ಥಿರಾಸನ ಮಾರ್ಗವಾಗಿರುತ್ತದೆ. ಎರಡರಲ್ಲೂ ಕೊನೆಗೆ ಒಳ್ಳೆಯದೇ ಉಳಿದುಕೊಳ್ಳುವುದಾಗಿದೆ.

ಗಮನಿಸಿ: ಸಾಧಕನಲ್ಲಿರುವಂತ ಜೀವನಿಗೆ ಆತ್ಮರೂಪದ ಪರಿಚಯವು ಅವನಿಗೆ ವಿಶ್ವ-ದರ್ಶನವನ್ನು ಒದಗಿಸುತ್ತದೆ. ಇದು ಯೋಗ ಮಾರ್ಗವಾಗಿರುತ್ತದೆ. ಸಾಧಕನಲ್ಲಿರುವಂತಹ ಜೀವನಿಗೆ ತನ್ನ ಕ್ಷೇತ್ರದ (ಪ್ರಕೃತಿಯ) ಪರಿಚಯದಿಂದ ಆತ್ಮ-ಸ್ವರೂಪವು ಒದಗಿಬರುತ್ತದೆ. ಇದು ಭಕ್ತಿ-ಮಾರ್ಗವಾಗಿರುತ್ತದೆ.

ಸೂಚನೆ: ಯೋಗ ಮಾರ್ಗವೋ ಅಥವಾ ಭಕ್ತಿ ಮಾರ್ಗವೋ ಯಾವುದು ನನಗೆ ಸರಿಯೆಂದು ಸಾಧಕನೇ ಸ್ವಯಂ ನಿರ್ಧರಿಸಬೇಕು ಎಂದ ವೇದ ತಜ್ಞರು ಹೇಳಿರುತ್ತಾರೆ.

ಮೆಟ್ಟಿಲು – 18

ಈಗ 'ಮಹತ್ ಬ್ರಹ್ಮ' ಎಂಬ ವಿಷಯನ್ನು ತಿಳಿಯೋಣ.

ಶವಾಸನ: ಅನುಕೂಲವಾಗುವಂತಹ ರೀತಿಯಲ್ಲಿ ಈ ಆಸನವನ್ನು ಮಾಡುವುದು ಬಹು ಮುಖ್ಯ. ಉಸಿರಾಟ ಸಹಜವಾಗಿರಬೇಕು. ದೇಹವನ್ನು ನಿಷ್ಕ್ರಿಯಗೊಳಿಸಿಕೊಳ್ಳಬೇಕು. ದೇಹದ ಮುಖೇನ ಶವಾಸನ ಮಾಡುವುದು ಮನಸ್ಸಿಗೇ ಪರಂತು, ದೇಹಕ್ಕಲ್ಲ. ದೇಹದಲ್ಲಿ ಚೈತನ್ಯವನ್ನು ತುಂಬಬಾರದು. ಯಾವ ಚಿಂತನೆ ಇರದ ಸ್ಥಿತಿಯಲ್ಲಿರಬೇಕು. ಸಕಲ ರೀತಿಯ ಸತ್ವ, ರಜಸ್ಸು ಹಾಗು ತಮಸ್ಸುಗಳು ತಮ್ಮ ವ್ಯವಹಾರವನ್ನು ಸಂಪೂರ್ಣವಾಗಿ ನಿಲ್ಲಿಸಿರಬೇಕು. ನಿದ್ರೆಗೆ ಜಾರಬಾರದು.

ಮಮ ಯೋನಿರ್ಮಹದ್ ಬ್ರಹ್ಮ ತಸ್ಮಿನ್ ಗರ್ಭಂ ದಧಾಮ್ಯಹಂ|
ಸಂಭವಃ ಸರ್ವಭೂತಾನಾಂ ತತೋ ಭವತಿ ಭಾರತ||
ಸರ್ವಯೋನಿಷು ಕೌಂತೇಯ ಮೂರ್ತಯಃ ಸಂಭವಂತಿಃ ಯಾಃ|
ತಾಸಾಂ ಬ್ರಹ್ಮ ಮಹದ್ಯೋನಿರಹಂ ಬೀಜಪ್ರದಃ ಪಿತಾ||
ಸತ್ವಂ ರಜಸ್ತಮ ಇತಿ ಗುಣಾಃ ಪ್ರಕೃತಿಸಂಭವಾಃ|
ನಿಬಧ್ನಂತಿ ಮಹಾಬಾಹೋ ದೇಹೇ ದೇಹಿನ ಮವ್ಯಯಂ||
ತತ್ರ ಸತ್ತ್ವಂ ನಿರ್ಮಲತ್ವಾತ್ ಪ್ರಕಾಶಕಮನಾಮಯಂ|
ಸುಖಸಂಗೇನ ಬಧ್ನಾತಿ ಜ್ಞಾನಸಂಗೇನ ಚಾನಘ||
ರಜೋ ರಾಗಾತ್ಮಕಂ ವಿದ್ಧಿ ತೃಷ್ಣಾಸಂಗಸಮುದ್ಭವಂ|
ತನ್ನಿಬಧ್ನಾತಿ ಕೌಂತೇಯ ಕರ್ಮಸಂಗೇನ ದೇಹಿನಂ||
ತಮಸ್ತ್ವಜ್ಞಾನಜಂ ವಿದ್ಧಿ ಮೋಹನಂ ಸರ್ವದೇಹಿನಾಂ|
ಪ್ರಮಾದಾಲಸ್ಯನಿದ್ರಾಭಿಸ್ತನ್ನಿಬಧ್ನಾತಿ ಭಾರತ||
ಸತ್ವಂ ಸುಖೇ ಸಂಜಯತಿ ರಜಃ ಕರ್ಮಣಿ ಭಾರತ|
ಜ್ಞಾನಮಾವೃತ್ಯ ತು ತಮಃ ಪ್ರಮಾದೇ ಸಂಜಯತ್ಯುತ||
ಪರಂ ಭೂಯಃ ಪ್ರವಕ್ಷ್ಯಾಮಿ ಜ್ಞಾನಾನಾಂ ಜ್ಞಾನಮುತ್ತಮಂ|
ಯಜ್ಞ್ಜಾತ್ವಾ ಮುನಯಃ ಸರ್ವೇ ಪರಾಂ ಸಿದ್ಧಿಮಿತೋ ಗತಾಃ||
ಇದಂ ಜ್ಞಾನಮುಪಾಶ್ರಿತ್ಯ ಮಮ ಸಾಧರ್ಮ್ಯ ಮಾಗತಾಃ|
ಸರ್ಗೇಽಪಿ ನೋಪ ಜಾಯಂತೇ ಪ್ರಲಯೇ ನ ವ್ಯಥಂತಿ ಚ||
ರಜಸ್ತಮಶ್ಚಾಭಿಭೂಯ ಸತ್ವಂ ಭವತಿ ಭಾರತ|
ರಜಃ ಸತ್ವಂ ತಮಶ್ಚೈವ ತಮಃ ಸತ್ವಂ ರಜಸ್ತಥಾ||
ಸರ್ವದ್ವಾರೇಷು ದೇಹೇಽಸ್ಮಿನ್ ಪ್ರಕಾಶ ಉಪಜಾಯತೇ|
ಜ್ಞಾನಂ ಯದಾ ತದಾ ವಿದ್ಯಾದ್ವಿವೃದ್ಧಂ ಸತ್ವಮಿತ್ಯುತ||

ಲೋಭಃ ಪ್ರವೃತ್ತಿರಾರಂಭಃ ಕರ್ಮಣಾಮಶಮಃ ಸ್ಪೃಹಾ|
ರಜಸ್ಯೇತಾನಿ ಜಾಯಂತೇ ವಿವೃದ್ಧೇ ಭರತರ್ಷಭ||
ಯದಾ ಸತ್ತ್ವೇ ಪ್ರವೃದ್ಧೇ ತು ಪ್ರಲಯಂ ಯಾತಿ ದೇಹಭೃತ್|
ತದೋತ್ತಮವಿದಾಂ ಲೋಕಾನ ಮಲಾನ್ ಪ್ರತಿಪದ್ಯತೇ||

ಈ ಸೃಷ್ಟಿ ಹೇಗೆ ಘಟಿಸಿತು? ಎಂಬುದನ್ನು ಮೊದಲು ತೆಗೆದುಕೊಂಡು ಯೋಚಿಸಿ ಅರ್ಥಮಾಡಿಕೊಳ್ಳಲು ಸಾಧಕನು ಅದರ ಆರಂಭವನ್ನು ಗಮನಿಸಬೇಕು ಎಂಬುದು ವೇದ ವಿಜ್ಞಾನಿಗಳು ಹೇಳಿಕೊಟ್ಟಿರುವಂತಹ ಮಾರ್ಗವಾಗಿರುತ್ತದೆ. ಸೃಷ್ಟಿಯ ಆರಂಭವನ್ನು ಅರ್ಥಮಾಡಿಕೊಳ್ಳಲು ಮಹತ್-ಬ್ರಹ್ಮ (ಮಹತ್ತಾಗಿರುವಂತಹ ಬೃಹತ್ ಚಲನೆ ಹಾಗು ಚಿಂತನೆ) ಎಂಬುದನ್ನು ಅರ್ಥಮಾಡಿಕೊಳ್ಳಬೇಕು. ಇದು ಕೃಷ್ಣನು ಅರ್ಜುನನಿಗೆ ಹೇಳಿರುವಂತಹ ಮಾತಾಗಿರುತ್ತದೆ.

ಸತ್ವ, ರಜಸ್ಸು ಹಾಗು ತಮಸ್ಸು ಎಂಬ ಮೂರು ಗುಣಗಳು ಈ ಸೃಷ್ಟಿಯಲ್ಲಿ ಪ್ರಧಾನ ಪಾತ್ರ ವಹಿಸಿವೆ. ಸಾರ, ಕ್ರಿಯೆ ಹಾಗು ವ್ಯವಸ್ಥೆ ಎಂದಾಗಿ ಇವುಗಳನ್ನು ಸತ್ವ, ರಜಸ್ಸು ಹಾಗು ತಮಸ್ಸುಗಳಿಗೆ ಸಾಧಕನು ಸಮೀಕರಿಸಿಕೊಳ್ಳಬಹುದಾಗಿದೆ. ಸೃಷ್ಟಿಯಲ್ಲಿ ವ್ಯವಸ್ಥೆಯು ರಚನೆಗೊಳ್ಳುವುದಾಗಿದ್ದು, ಅದು ಒಂದು ನಿರ್ದಿಷ್ಟ ಕಾರ್ಯವನ್ನು ನಿರ್ವಹಿಸುತ್ತದೆ. ಹೀಗೆ ಕಾರ್ಯ ನಿರ್ವಹಿಸಲು ಆ ವ್ಯವಸ್ಥೆಗೆ ಸಾರ ಬೇಕಿರುತ್ತದೆ. ಯಾವುದೇ ವ್ಯವಸ್ಥೆ ಮಾಡುವಂತಹ ಕಾರ್ಯದಿಂದ ಉಂಟಾಗುವಂತಹ ಫಲಿತಾಂಶಕ್ಕೆ ಸಾರವೇ ಕಾರಣವಾಗಿರುತ್ತದೆ.

ಗಮನಿಸಿ: ಈ ಮೂರು ಗುಣಗಳು ಮಾನವರಲ್ಲಿ ನಿಖರವಾಗಿ ಕಾಣಬಹುದು, ಆದರೆ ಉಳಿದಂತಹ ಮರ, ಕಲ್ಲು, ಜೀವ, ಜಂತು ಇತ್ಯಾದಿಗಳಲ್ಲಿ ನಿಖರವಾಗಿ ಕಾಣಸಿಗದು. ಅಂದರೆ, ಉಳಿದವುಗಳಲ್ಲಿ ನಿರ್ದಿಷ್ಟವಾಗಿ ಸತ್ವ, ರಾಜಸ ಹಾಗು ತಾಮಸಗಳನ್ನು ಗುರುತಿಸಲು ಬಹುತೇಕ ಕಷ್ಟ. ಹೀಗಾಗಿ, ವೇದ ವಿಜ್ಞಾನವು ಮಾನವನಿಗೆ ಇವೆಲ್ಲವನ್ನೂ ಅನ್ವಯಿಸಿಕೊಂಡು ಸೃಷ್ಟಿಯನ್ನು ವಿವರಿಸುತ್ತಾ ಸಾಗುತ್ತದೆ.

ಮೂಲ ಪ್ರಕೃತಿಯನ್ನು ವಿವರಿಸುವಾಗ ಮಾತ್ರ ಸತ್ವ, ರಾಜಸ ಹಾಗು ತಾಮಸ ಗುಣಗಳನ್ನು 'ಪ್ರಕೃತಿ ಸಂಭವ' ಎಂದಾಗಿ ಶ್ರೀಕೃಷ್ಣನು ಹೇಳಿರುತ್ತಾನೆ. ಈ ಮೂರು ಗುಣಗಳು ಪ್ರಕೃತಿಯಿಂದ ಜನಿಸಿವೆ. ಸತ್ವ ಹಾಗು ತಮಸ್ಸುಗಳು ತನ್ನದೇ ಆದಂತಹ ಗುಣಗಳನ್ನು ಹೊಂದದ್ದರೆ, ತನ್ನದೇ ಆದ ಗುಣವಿರದಂತಹ

ರಜಸ್ಸು ಸತ್ವದ ಕಲುಷಿತ ಅಂಶ ಹಾಗು ತಮಸ್ಸಿನ ಕ್ಷೀಣಾಂಶ ಭಾಗದಿಂದ ಜನಿಸಿದೆ.

ಮಾನವನಿಗೆ ಒಂದು ಆನಂದವು ಪ್ರಾಪ್ತವಾಯಿತು ಎಂದಾಗ, ಆ ಆನಂದದ ಹಿನ್ನಲೆಯಲ್ಲಿ ಮತ್ತೊಂದಕ್ಕೆ ದುಃಖವಿರುತ್ತದೆ. ಒಂದು ವ್ಯವಹಾರದಿಂದ ಲಾಭವಾಯಿತು ಎಂದರೆ ಮತ್ತೊಬ್ಬನಿಗೆ ನಷ್ಟವು ಸಂಭವಿಸಿರುತ್ತದೆ. ಇದು ತಮೋ ಗುಣದ ಭಾಗ. ಆದರೆ, ಜ್ಞಾನದ ಹಿನ್ನಲೆಯಲ್ಲಿ ಇರುವಂತಹ ಸುಖವು ಸತ್ವ ಭಾಗದ ಗುಣವಾಗಿರುತ್ತದೆ. ಜ್ಞಾನವನ್ನು ಕೊಡುವವನಿಗೂ ಹಾಗು ಅದನ್ನು ಪಡೆದುಕೊಳ್ಳುವವನಿಗೂ– ಹೀಗೆ ಇಬ್ಬರಿಗೂ ಲಾಭವಾಗುತ್ತದೆ, ಅಂದರೆ, ಇಬ್ಬರಿಗೂ ಸಹ ಜ್ಞಾನವು ವೃದ್ಧಿಸುತ್ತದೆ. ಹೀಗಾಗಿ, ಇದು ಸತ್ವ ಗುಣದ ವ್ಯವಹಾರವಾಗಿದೆ.

ಈ ಸತ್ವ, ರಜಸ್ಸು ಹಾಗು ತಮಸ್ಸು ಗುಣಗಳಿಗೆ ಅವುಗಳದ್ದೇ ಆದಂತಹ ಕರ್ಮದ ಸಾಂಗತ್ಯವಿರುತ್ತದೆ. ಸತ್ವಗಳಿಗೆ ಪೂರಕವಾದಂತಹ ಕರ್ಮದ ಸಾಂಗತ್ಯವಿದ್ದಾಗ ಜರುಗುವಂತಹ ಪರಿಣಾಮ ಬೇರೆಯದ್ದಾಗಿರುತ್ತದೆ. ರಜೋ ಗುಣದಲ್ಲಿ ಇರುವಂತಹ ರಾಗ ಸಹಿತವಾದ ಕರ್ಮದ ಸಂಯೋಜನೆಯಿಂದ ಘಟಿಸುವಂತಹ ಗುಣವು ಬೇರೆಯದ್ದಾಗಿರುತ್ತದೆ. ತಮೋ ಗುಣದ ಸಂಯೋಗದಲ್ಲಿ ಘಟಿಸುವಂತಹ ಗುಣವು ಬೇರೆಯದ್ದಾಗಿರುತ್ತದೆ.

ಯಾವಾಗ ಒಂದು ವಿಚಾರವನ್ನು ಅಥವಾ ವಸ್ತುವನ್ನು ಪರಿಪೂರ್ಣವಾಗಿ ತಿಳಿದಾಗ, ಅದಕ್ಕೆ ಸಂಬಂಧಿಸಿದಂತಹ ಸಕಲ ಜ್ಞಾನವೂ ಸಹ ಪರಿಪೂರ್ಣವಾಗಿದ್ದಾಗ, ಮನಸ್ಸಿಗೆ ತೃಪ್ತಿ ಪ್ರಾಪ್ತವಾಗುತ್ತದೆ. ಇಂತಹ ತೃಪ್ತಗೊಂಡ ಮನಸ್ಸಿಗೆ ಒಂದು ರೀತಿಯ ನಿದ್ರೆ ಇರುತ್ತದೆ. ಅಂದರೆ, ಅವನಿಗೆ ಎಚ್ಚರವೇ ಇದ್ದರೂ ಕೂಡ ಒಂದು ರೀತಿಯ ಸುಪ್ತತೆ ಜೊತೆಗಿರುತ್ತದೆ. ಇದನು 'ಸಾತ್ವಿಕ-ಸುಪ್ತತೆ.' ಹೀಗಾಗಿ, ಆ ವಸ್ತು ಅಥವಾ ವಿಚಾರದಲ್ಲಿ ಸಾಧಕನಿಗೆ ಮತ್ತೆ ಕುತೂಹಲವಿರದು. ಇದು ಸತ್ವ ಭರಿತವಾದಂತಹ ಪೂರ್ಣ ಸುಪ್ತತೆಯನ್ನು ಅವನಿಗೆ ಒದಗಿಸಿಕೊಡುತ್ತದೆ. ಸತ್ವದ ಆರೋಪಣೆ ಹೀಗಿರುತ್ತದೆ: ಒಂದು ವಸ್ತು ಅಥವ ವಿಚಾರದ ಪೂರ್ಣ ಪರಿಚಯವಿದೆ. ಇದು ಇಂತಹ ಬಳಕೆಗೆ ಬರುತ್ತದೆ, ಅವಶ್ಯಕತೆ ಒದಗಿದಾಗ ಬಳಸುವ, ಇಲ್ಲದಿದ್ದರೆ ಇಲ್ಲ. ಈ ರೀತಿಯಾದ ಜ್ಞಾನ ಸಾಧಕನಿಗೆ ಒದಗಿಬರುತ್ತದೆ.

ಯಾವಾಗ ಒಂದು ವಸ್ತುವು ನನಗೆ ಬೇಕಿದೆ ಎಂದಾಗ, ಅದನ್ನು ಹೊರಗಡೆಯಿಂದ ಸಂಗ್ರಹಿಸಿಕೊಂಡು ತಂದಾಗ, ಅಲ್ಲಿ ಒಂದಷ್ಟು ಪ್ರಮಾಣದ ಅತೃಪ್ತಿ ಕಾಣಿಸಿಕೊಳ್ಳುತ್ತದೆ. ಇದು ರಾಗಾತ್ಮಕವಾಗಿರುತ್ತದೆ. ಇದು ರಜೋ ಗುಣ. ಇಲ್ಲಿ ಅತೃಪ್ತಿಯು ಸಂಗ್ರಹಿಸಿಕೊಂಡವನ ಮನಸ್ಸಿನಲ್ಲಿ ಉದ್ಭವವಾಗುವಂತಹ ಸಂಶಯಗಳಿಂದ ಜನಿಸುತ್ತದೆ. ಸಂಗ್ರಹಿಸಿದ್ದು ಸರಿಯೆ? ಇದು ಸರಿಯಾಗಿ ನನ್ನ ಕೆಲಸವನ್ನು ಮಾಡುವುದೆ? ನಾನು ಅಂದುಕೊಂಡಂತಹ ಶಕ್ತಿ ಇದರಲ್ಲಿ ಇದೆಯೆ? ಹೀಗೆ ಮನಸ್ಸಿನಲ್ಲಿ ಉಂಟಾಗುವ ಸಂಶಯಗಳು ಸಾಧಕನ ಮನಸ್ಸಿನಲ್ಲಿ ರಾಗವನ್ನು ಉತ್ಪಾದಿಸಿ, ಅವನಿಗೆ ಒಂದಷ್ಟು ಅತೃಪ್ತಿಯನ್ನು ನೀಡುತ್ತದೆ. ಈ ಅತೃಪ್ತಿಯು ಮನಸ್ಸಿನಿಂದ ಜನಿಸುವಂತಹ ಕುಹಕಗಳಿಂದಲೂ ಕೂಡ ಜನಿಸಬಹುದಾಗಿದೆ. ಹೀಗಾಗಿ, ಸಾಧಕನು ತಾನು ಸಂಗ್ರಹಿಸಿಕೊಂಡಂತಹ ವಸ್ತುವನ್ನು ಪರೀಕ್ಷಿಸುವಂತಹ ರಾಗವನ್ನು ಬೆಳೆಸಿಕೊಳ್ಳುತ್ತಾನೆ. ಈ ಕಾರಣದಿಂದಾಗಿ ಸಾಧಕನಲ್ಲಿ ಕರ್ಮದ ಸಾಂಗತ್ಯವು ಜನಿಸುತ್ತದೆ.

ಸಂಗ್ರಹಿಸಿಕೊಂಡಂತಹ ವಸ್ತುವನ್ನು ಮೊದಲು ಪ್ರಾಯೋಗಿಕವಾಗಿ ಕೆಲಸಮಾಡಿಸಿ ನೋಡಿ, ಅದು ಸರಿಯಿದೆ ಎಂದಾಗಿ ಅನಿಸಿದಾಗ ಮಾತ್ರ ಅದನ್ನು ಕೊಳ್ಳಲು ಮುಂದಾಗುವುದೇ ತಾಮಸಿಕ ಗುಣದ ಪ್ರವೃತ್ತಿಯಾಗಿರುತ್ತದೆ. ಸರಿ ಎಸಿದಾಗ ಮಾತ್ರ ಸಾಧಕನಲ್ಲಿ ತೃಪ್ತಿಯು ಜರುತ್ತದೆಯೇ ವಿನಃ ಇಲ್ಲದಿದ್ದರೆ ಇಲ್ಲ.

ವಸ್ತುವಿನಲ್ಲಿ ಹೀಗೆ ಈ ಮೂರು ಗುಣಗಳ ವಿಭಾಗವಿರುತ್ತದೆ ಎಂದು ವೇದ ತಜ್ಞರು ಹೇಳಿರುತ್ತಾರೆ.

ಆದರೆ ಯಾವುದೇ ಒಂದು ವಿಚಾರವನ್ನು ತೆಗೆದುಕೊಂಡಾಗ ಅಲ್ಲಿ ಸತ್ವ, ರಾಜಸ ಹಾಗು ತಾಮಸ ಗುಣಗಳನ್ನು ವಸ್ತುವಿನ ಮೇಲೆ ಬಳಸುವುದಕ್ಕಿಂತಾ ಭಿನ್ನವಾಗಿರುತ್ತದೆ, ಅಂದರೆ ತದ್ವಿರುದ್ಧವಾಗಿರುತ್ತದೆ ಎಂಬುದನ್ನು ಗಮನಿಸಬಹುದು.

ತೆಗೆದುಕೊಂಡಂತಹ ಯಾವುದೇ ವಿಚಾರವು ನನ್ನ ಬಳಕೆಗೆ ಬರಲಿ ಅಥವಾ ಬರದಿರಲಿ, ಅದಕ್ಕೆ ಕೊಡಬೇಕಾಗಿರುವಂತಹ ಗೌರವ ಹಾಗು ಸ್ಥಾನಮಾನಗಳನ್ನು ಕೊಡಬೇಕು ಎಂದಾಗಿ ಸತ್ವ ಗುಣವು ನಿರ್ದೇಶಿಸುತ್ತದೆ. ಆ ವಿಚಾರವನ್ನು ಮೊದಲು ಪರೀಕ್ಷಿಸಬೇಕು ಎಂದಾಗೇನೂ ಅನಿಸದು. ಉದಾಹರಣೆ, ಆಪ್ತ-ವಾಕ್ಯ ಪ್ರಮಾಣ; ಹಿಂದೆ ಗಳಿಸಿಕೊಂಡಂತಹ ಅನುಭವದಿಂದ ಈ

ವಿಚಾರವನ್ನು ಹೇಳಲಾಗಿದೆ, ಹೀಗಾಗಿ ಇದನ್ನು ಸ್ವೀಕರಿಸುತ್ತೇನೆ ಎಂಬ ಸತ್ವ ಭಾವ.

ಆದರೆ ರಜಸ್ಸು ಗುಣವು ಈ ಆಪ್ತ-ವಾಕ್ಯ ಪ್ರಮಾಣದಲ್ಲಿ ರಾಗವನ್ನು ಸೃಜಿಸಿ ಸಾಧಕನ ಮನಸ್ಸಿನಲ್ಲಿ ಅನುಮಾನ ಸೃಷ್ಟಿಸುತ್ತದೆ. ನಂತರ, ಮತ್ತೊಂದು ಪ್ರಮಾಣವನ್ನು ಕೇಳಲಾರಂಭಿಸುತ್ತದೆ.

ಈ ಆಪ್ತ ವಾಕ್ಯವೂ ಬೇಡ, ಈ ಅನುಮಾನದ ಗೊಡವೆಯೂ ಬೇಡ, ಹೀಗಾಗಿ ತಮಸ್ಸು ಗುಣ ಭರಿತ ಸಾಧಕನು ವಿಚಾರವನ್ನೇ ತೊರೆದು ನಿದ್ರೆಗೆ ಜಾರಿಕೊಳ್ಳುತ್ತಾನೆ.

ಇದರಿಂದ ಹಲವಾರು ವಿಚಾರಗಳು ಸಾಧಕನಿಗೆ ರಹಸ್ಯವಾಗಿಯೇ ಉಳಿದುಬಿಡುತ್ತವೆ. ತಾನು ಬಹಳ ಬುದ್ಧಿವಂತಹ, ನನಗೆ ಎಲ್ಲವೂ ಸಹ ತಿಳಿದಿದೆ ಎಂದಾಗಿ ಭಾವಿಸುವಂತಹ ಸಾಧಕನಿಂದ ಬಹಳಷ್ಟು ವಿಚಾರಗಳು ಹೊರಗೆ ಉಳಿದುಬಿಡುತ್ತವೆ. ತಮಸ್ಸು ಗುಣವನ್ನು ತೊರೆಯದಿದ್ದಾಗ ಸಾಧಕನಿಗೆ ಹಲವಾರು ವಿಚಾರಗಳು ಅರ್ಥವಾಗುವುದಿಲ್ಲ.

ಈ ಮೂರೂ ಗುಣಗಳು ಸಹ ಇಲ್ಲೇ ಇವೆ. ಇವುಗಳನ್ನು ಅರ್ಥಮಾಡಿಕೊಂಡು, ಅವುಗಳ ನಡುವಿನ ಭೇದ ಹಾಗು ಭಿನ್ನತೆಯನ್ನು ತಿಳಿದುಕೊಳ್ಳಬೇಕಾದರೆ, ಮಾನವನು ಸಾಧನೆ ಮಾಡಬೇಕಿದೆ. ಇದಕ್ಕಾಗಿ ಅವನು ತಪಸ್ಸು ಮಾಡಬೇಕಿದೆ.

ಗಮನಿಸಿ: ಈ ತಪಸ್ಸನ್ನು ಕಾಡಿನಲ್ಲೇ ಒಬ್ಬಂಟಿಯಾಗಿ ಮಾಡಬೇಕು ಎಂದೇನಿಲ್ಲ, ಬದಲಿಗೆ ಎಲ್ಲಿದ್ದರೂ, ಹೇಗಿದ್ದರೂ ಸಹ ಮಾಡಬಹುದಾಗಿದೆ. ಎಲ್ಲೇ ಹಾಗು ಹೇಗೆ ಮಾಡಿದರೂ ಸಹ ಕಡೆಯಲ್ಲಿ ದೊರೆಯುವಂತಹ ಸತ್ಯ-ಜ್ಞಾನದ ಅರ್ಥವು ಒಂದೇ ಆಗಿರುತ್ತದೆ.

ಸತ್ಯ-ಜ್ಞಾನ ಎಲ್ಲಿದೆ? ಎಂದಾಗಿ ಕೇಳಿದರೆ ಅದು ನಮ್ಮ ಸುತ್ತಲೂ ಇರುವಂತಹ ಪರಿಕರ, ಬಳಸುವಂತಹ ವಸ್ತುಗಳು, ಉಪಾಸನೆ ಮಾಡುವಂತಹ ವಿಚಾರ–ಹೀಗೆ ಇವೆಲ್ಲದರಲ್ಲಿವೆ. ಅಂದರೆ, ಜ್ಞಾನವು ಇವುಗಳನ್ನು ಆಶ್ರಯಿಸಿದೆ. ಯಾವುದನ್ನು ಹೊಂದಿಕೊಂಡು ಆನಂದವನ್ನು ಪಡೆಯುತ್ತಾನೆಯೋ ಅದರಲ್ಲಿಯೇ ಜ್ಞಾನವಿದೆ.

ಹೀಗೆ, ಆಶ್ರಿಯಿಸಿಕೊಂಡಿರುವಂತಹ ಜ್ಞಾನವು ತ್ರಿಗುಣಾತ್ಮಕವಾಗಿದೆ. ಹೀಗಾಗಿ, ಅವುಗಳನ್ನು ಯಾವ ಗುಣದಿಂದ ಆಶ್ರಯಿಸಬೇಕೋ ಆ ಗುಣದಿಂದಲೇ ಸಾಧಕನು ಆಶ್ರಯಿಸಬೇಕಿದೆ.

ಹೀಗೆ ಮಾಡದಿದ್ದರೆ ಆ ಜ್ಞಾನ ಅವನಿಗೆ ಅರ್ಥವಾಗುವುದಿಲ್ಲ ಎಂದು ವೇದ ವಿಜ್ಞಾನವು ಸ್ಪಷ್ಟಪಡಿಸಿದೆ.

ಗಮನಿಸಿ: ಯಾವ ವಸ್ತು ಅಥವಾ ವಿಚಾರವು ಯಾವ ಗುಣದಿಂದ ವ್ಯವಹರಿಸುತ್ತಿದೆಯೋ ಆಯಾ ಗುಣದಿಂದಲೇ ಸಾಧಕನು ಅವುಗಳನ್ನು ನೋಡಿ, ಅರ್ಥಮಾಡಿಕೊಳ್ಳಬೇಕಿದೆ.

ಸತ್ವ ಹಾಗು ತಮಸ್ಸಿನಿಂದ ರಜಸ್ಸನ್ನು ಪರೀಕ್ಷಿಸಲಾಗುವುದಿಲ್ಲ. ಹಾಗೆಯೇ ರಜಸ್ಸಿನಿಂದ ಸತ್ವ ಹಾಗು ತಮಸ್ಸನ್ನು ಪರೀಕ್ಷಿಸಲೂ ಸಾಧ್ಯವಿಲ್ಲ. ತಮಸ್ಸನ್ನು ತಮಸ್ಸಿನಿಂದಲೇ ಹಾಗು ರಜಸ್ಸನ್ನು ರಜಸ್ಸಿನಿಂದಲೇ ಪರೀಕ್ಷಿಸಬೇಕಿದೆ. ಹೀಗೆ ಮಾಡಿದಾಗ ಮಾತ್ರ ಸಾಧಕನಿಗೆ ಆನಂದ ಪ್ರಾಪ್ತವಾಗುದಾಗಿದೆಯೇ ವಿನಃ, ಬೇರೆ ಮಾರ್ಗದಿಂದಲ್ಲ ಎಂಬುದನ್ನು ಇಲ್ಲಿ ಗಮನಿಸಬೇಕು.

ಉದಾ: ಯಾವುದೋ ಒಂದು ಕಲ್ಲನ್ನು ಜ್ಞಾನವೆಂಬ ಕಾರಣದಿಂದ ಉಪಾಸನೆ ಮಾಡಿದರೆ ಅದೇ ದೇವತೆಯಾಗುತ್ತದೆ. ಆದರೆ ಕಲ್ಲಿನಲ್ಲಿ ಮೊದಲಿಗೆ ದೇವರಿರಲಿಲ್ಲ, ನಂತರ ಆಯಿತು. ವಿಚಾರ ಇಷ್ಟೇ.

ಏಕಾಂಗಿಯಾಗಿ ಕಾಡಿನಲ್ಲಿ ಕುಳಿತು ಇದಕ್ಕಾಗಿ ತಪಸ್ಸು ಮಾಡುವುದು ಬೇಕಿಲ್ಲ, ಬದಲಿಗೆ ಆಯಾ ವಿಚಾರಗಳನ್ನು ಅಲ್ಲಲ್ಲಿಯೇ ಅರ್ಥಮಾಡಿಕೊಂಡರೆ ಸಾಕು ಎಂದಾಗಿ ವೇದ ವಿಜ್ಞಾನಿಗಳು ಹೇಳಿರುತ್ತಾರೆ.

ಸೂಚನೆ: ಸಾಂಗತ್ಯದಲ್ಲಿಯೇ ಇರುವಂತಹ ಸತ್ವವನ್ನು ಅರ್ಥಮಾಡಿಕೊಳ್ಳಬೇಕು.

ಈಗಾಗಲೇ ಹೇಳಿರುವಂತಹ ಹಲವಾರು ದರ್ಶನ ಶಾಸ್ತ್ರಗಳಿವೆ. ಇವುಗಳೆಲ್ಲವೂ ಸುಳ್ಳು ಎಂದಲ್ಲ, ಬದಲಿಗೆ ಸತ್ಯವೂ ಇದೆ. ಆದರೆ, ಅವುಗಳನ್ನು ನೋಡುವ ಮಾರ್ಗ ತಿಳಿದಿಲ್ಲ, ಹೀಗಾಗಿ, ಅವುಗಳಲ್ಲಿರುವಂತಹ ಸತ್ಯ ಗೋಚರವಾಗುವುದಿಲ್ಲ. ನೋಡಬೇಕಾಗಿರುವಂತಹ ಮಾರ್ಗವೆಂದರೆ ಅದು ಪ್ರಕೃತಿಯಲ್ಲಿರುವಂತಹ ತ್ರಿಗುಣಾತ್ಮಕತೆಯ ವಿಶೇಷಣಗಳಾಗಿವೆ. ಇದರ ಮೂಲಕ ಸಾಧಕನು ಅಭ್ಯಾಸ ಮಾಡಬೇಕಿದೆ.

ಅಭ್ಯಾಸ ಹೇಗೆ ಮಾಡಬೇಕು ಎನ್ನುವುದಕ್ಕೆ ಉತ್ತರ ಹೀಗಿರುತ್ತದೆ: ಯಾವುದೋ ಒಂದು ವಿಚಾರ ಮನಸ್ಸಿಗೆ ಬಂದಾಗ ಅದು ನನ್ನಲ್ಲಿ ಲೋಭವನ್ನು ಹುಟ್ಟಿಸುತ್ತಿದೆಯೇ? ಯಾವುದೋ ಒಂದು ರೀತಿಯ ಅಪೇಕ್ಷೆಯನ್ನು ಜನಿಸುವಂತೆ ಮಾಡುತ್ತಿದೆಯೇ?

ಹೀಗೆ ಮನಸ್ಸಿನಲ್ಲಿ ಜನಿಸಿದಾಗ ಆ ವಿಚಾರವು ರಜೋಗುಣದಿಂದ ಕೂಡಿದೆ ಎಂದಾಗಿ ಮೊದಲು ಅರ್ಥಮಾಡಿಕೊಳ್ಳಬೇಕು. ರಜಸ್ಸು ಇದ್ದಲ್ಲಿ ಲೋಭವಿರುತ್ತದೆ ಎನುವುದನ್ನು ಮನಗಾಣಬೇಕು. ಆಗ ರಜಸ್ಸನ್ನೆ ಸಾಧಕನು ಅವೇಶಿಸಿಕೊಳ್ಳಬೇಕು. ಇದನ್ನುಳಿದು ಸಾತ್ವಿಕನಾದರೆ ಆ ವಿಚಾರವು ಕೈಗೆಟುಕದು. ರಜಸ್ಸಿನ ಮುಖಾಂತರ ಚಿಂತನೆ ಮಾಡಿ ವಿಮರ್ಶಿಸಿದರೆ ಅದರ ಸತ್ಯ ಅರ್ಥವಾಗಿಬಿಡುತ್ತದೆ.

ಹಾಗೆಯೇ ತಮೋಗುಣದಿಂದ ಕೂಡಿರುವಂತಹ ವಿಚಾರವು ಸಿಕ್ಕಿದರೆ ಆಗ ತಮಸ್ಸನ್ನೇ ಆವೇಶಿಸಿಕೊಳ್ಳಬೇಕು. ಆ ಗುಣದಿಂದಲೇ ಚಿಂತನೆ ಮಾಡಿಕೊಂಡು ವಿಮರ್ಶಿಸಿದಾಗ, ಆ ವಿಚಾರದ ಪರಿಚಯವಾಗುತ್ತದೆ.

ಸಾಧಕನಲ್ಲಿಯೇ ಒಂದು ಪರಿಚಯವಿದ್ದಾಗ ಅದೇ 'ಅಳತೆ-ಕೋಲು.' ಆಗ ಮಾತ್ರ ಈ ಅಳತೆ ಕೋಲಿನಿಂದ ಮತ್ತೊಂದನ್ನು ಅಳೆಯಲು ಸಾಧ್ಯವಾಗುತ್ತದೆ. ಆದರೆ ನಮ್ಮಲ್ಲಿರುವಂತ ಅಳತೆ-ಕೋಲೇ ಸತ್ಯ ಎಂದಾಗಿರದು. ಹೀಗಾಗಿ, ಅಳತೆ-ಕೋಲಿನಲ್ಲಿ ಸತ್ಯವನ್ನು ಸರಿಯಾಗಿ ಗುರುತುಮಾಡಿಕೊಂಡಿರಬೇಕು.

ಈ ಪ್ರಕಾರದಲ್ಲಿ ಸತ್ವ, ರಾಜಸ ಹಾಗು ತಾಮಸ ಎಂಬ ಗುಣಗಳಿಂದ ಕೂಡಿದಂತಹ ವಿಚಾರವನ್ನು ಚಿಂತಿಸುತ್ತಾ ಹೋದಾಗ ಮಾತ್ರ, ನಮ್ಮ ಸುತ್ತಲೇ ಇರುವಂತಹ ತ್ರಿಗುಣಾತ್ಮಕ ವಿದ್ಯೆ ತಿಳಿದುಬರುತ್ತದೆ. ಈ ತಿಳುವಳಿಕೆಯೇ ಸಾಧಕನಿಗೆ ಆತ್ಮಸಾಕ್ಷಾತ್ಕಾರವನ್ನು ಕೊಡಬಲ್ಲದ್ದಾಗಿರುತ್ತದೆ. ಹೀಗೇ ಮಾಡುವುದನ್ನೇ ಅಭ್ಯಾಸ ಎಂದಾಗಿ ವೇದ ತಜ್ಞರು ಹೇಳಿರುತ್ತಾರೆ.

ರಜಸ್ಸು ಮಧ್ಯಮ ಗುಣವಾಗಿರುವ ಕಾರಣದಿಂದಾಗಿ ಅದರಲ್ಲಿ ಸತ್ವ ಹಾಗು ತಮಸ್ಸು ಎಂಬೆರಡು ಗುಣಗಳೂ ಸಹ ಇರುತ್ತವೆ. ಇಲ್ಲಿ ನಿಂತು ನೋಡಿದಾಗ ಮತ್ತೆರಡು ಗುಣಗಳನ್ನೂ ಸಹ ಸಾಧಕನು ನೋಡಬಹುದಾಗಿದೆ.

ಗಮನಿಸಿ: ಒಂದನ್ನೇ ಅರ್ಥಮಾಡಿಕೊಳ್ಳಬೇಕು ಎಂದಾಗಿ ಸಾಧಕನು ಕೇವಲ ಸತ್ವ ಕಡೆಗೆ ಬರಬೇಕಿದೆಯೇ ಪರಂತು, ತಮಸ್ಸಿನ ಕಡೆಗೆ ಹೋಗಬಾರದು.

ಒಂದು ವಿಚಾರ ಅರ್ಥವಾಗಬೇಕು ಎಂದರೆ ಅದರ ಹಿಂದಿನ ಪರಿಚಯ ಅತ್ಯಗತ್ಯ. ಇದು ಭತ್ತದ ಪೈರು ಎಂದಾಗಿ ಅರ್ಥವಾಗಬೇಕಾದರೆ, ಅದರ ಮೊದಲಿನ ಪರಿಚಯವಿರಬೇಕು. ಮೊದಲೇ ಗೊತ್ತಿರದ್ದರೆ ನೋಡಿದ ತಕ್ಷಣ ಗೊತ್ತಾಗಿಬಿಡುತ್ತದೆ,

ಇಲ್ಲದಿದ್ದರೆ ಅದು ಫಲವನ್ನು ನೀಡಿದಾಗ ಆ ವಿಚಾರದ ಪರಿಚಯ ಉಂಟಾಗುತ್ತದೆ. ಇದು ವಾಸ್ತವ.

ನಮ್ಮ ಸುತ್ತಲಿರುವ ವಿಚಾರಗಳ ಪರಿಚಯವಾಗಬೇಕು ಎಂದರೆ, ಅದು ಫಲ ನೀಡಬೇಕು. ಫಲ ಬರಲು ಅದರ ಉಪಾಸನೆ ಮಾಡಬೇಕು. ಉಪಾಸನೆ ಎಂದರೆ ಆ ವಿಚಾರವನ್ನು ಮೊದಲು ಬೆಳೆಸಬೇಕು. ಅಥವಾ ಅದರ ಬಳಿಯಲ್ಲೇ ವಾಸಮಾಡಬೇಕು. ಆಗ ಮಾತ್ರ ಅದರ ಪೂರ್ವ ಪರಿಚಯ ಸಾಧಕನಿಗೆ ದೊರೆಯುತ್ತದೆ.

ಸೂಚನೆ: ಹಿಂದಿನ ಪರಿಚಯಕ್ಕಾಗಿ ಉಪಾಸನೆ ಅಥವಾ ಉಪವಾಸ ಅತ್ಯಗತ್ಯ.

ಹೀಗಾಗಿ ಅರ್ಜುನಾ, ನೀನು ಮೊದಲು ಪ್ರಕೃತಿಯ ಮಧ್ಯದಲ್ಲಿದ್ದುಕೊಂಡೇ ಅದರಲ್ಲಿರುವಂತಹ ಮೂರು ಗುಣಗಳನ್ನು ಅನ್ವೇಷಿಸು. ಯಾವುದೇ ವಿಚಾರದ ಅಥವಾ ವಸ್ತುವಿನ ಬಳಿಯಲ್ಲಿಯೇ ಇದ್ದುಕೊಂಡು ಈ ಮೂರು ಗುಣಗಳನ್ನು ಪರೀಕ್ಷಿಸು. ಆದರೆ, ಇದನ್ನು ಬೇರೆಲ್ಲೋ ಕುಳಿತು ಮಾಡಬೇಡ. ಆಗ ಮಾತ್ರ ನಿನಗೆ ಆತ್ಮ-ಸಾಕ್ಷಾತ್ಕಾರ ಸಾಧ್ಯವಾಗುತ್ತದೆ ಎಂದು ಕೃಷ್ಣನು ಹೇಳುತ್ತಾನೆ.

ಗಮನಿಸಿ: ಮಹತ್-ಬ್ರಹ್ಮನಿಂದ ಮೊದಲು ಈ ಪ್ರಕೃತಿಯೇ ಜನಿಸಿದೆ. ಈ ಪ್ರಕೃತಿಯಲ್ಲಿ ಮೂರು ಗುಣಗಳ ಶಕ್ತಿ ಅಡಗಿದೆ. ಮಹತ್-ಬ್ರಹ್ಮ ಅರ್ಥವಾಗಬೇಕು ಎಂದಾಗ ಈ ಮೂಲ ಪ್ರಕೃತಿಯನ್ನು ಅರ್ಥಮಾಡಿಕೊಳ್ಳುವುದು ಅತ್ಯಂತ ಅವಶ್ಯಕ. ಇದಕ್ಕಾಗಿ ಈ ಮೂಲ ಪ್ರಕೃತಿಗಾಗಿ ನಿನ್ನನ್ನು ನೀನು ಹೊಂದಿಸಿಕೊ. ಆಗ ಮಾತ್ರ ಸಾಕ್ಷಾತ್ಕಾರ ಸಾಧ್ಯವೋ ಅರ್ಜುನಾ.

ಸೂಚನೆ: ಸಾರ, ಕಾರ್ಯ ಹಾಗು ವ್ಯವಸ್ಥೆ ಎಂಬುದೇ ಮೂಲ ಪ್ರಕೃತಿಯಾಗಿರುತ್ತದೆ. ಇವುಗಳೇ ಮೂಲ ಪ್ರಕೃತಿಯ ಸತ್ವ ಎಂದಾಗಿರುತ್ತದೆ. ಈ ಮೂಲ ಸತ್ವವೇ ಆತ್ಮ (ಅಂದರೆ, ವಿಕಾಸಕ್ಕಾಗಿ ಇರುವಂತಹ ಚಲನೆ ಹಾಗು ಚಿಂತನೆ). ಈ ಆತ್ಮದ ಜ್ಞಾನದಿಂದಲೇ ಮಹತ್-ಬ್ರಹ್ಮ ಎಂಬುದರ ಗಳಿಕೆ.

ಈ ಮೂರು ಗುಣಗಳ ಪ್ರಕೃತಿಯ ಪ್ರಯೋಗವನ್ನು ಅರಿತ ಕಾರಣದಿಂದಾಗಿಯೇ ಆತ್ಮ ನಮ್ಮಲ್ಲಿ ಪ್ರವೇಶಿಸುತ್ತದೆ ಎಂದಾಗಿ ವೇದ ತಜ್ಞರು ಹೇಳಿರುತ್ತಾರೆ.

ಸಾತ್ವಿಕದಲ್ಲಿ ಆಪ್ತ-ವಾಕ್ಯ ಸ್ವೀಕಾರವಾಗುತ್ತದೆ, ಏಕೆಂದರೆ ಅದನ್ನು ಪರಂಪರೆಯಿಂದ ನಡೆಸಿಕೊಂಡು ಬಂದು, ಅದರಲ್ಲಿಯೇ ಪ್ರಾಪ್ತಿಗಳನ್ನು ಮಾಡಿಕೊಂಡಿರುವ ಕಾರಣದಿಂದಾಗಿ. ಆದರೆ

ರಾಜಸೀಕವು ಆಪ್ತ-ವಾಕ್ಯದಲ್ಲಿ ಅನುಮಾನ ವ್ಯಕ್ತಪಡಿಸಿ, ಅದು ಪರಿಹಾರವಾದಾಗ ಮಾತ್ರ ಸ್ವೀಕೃತವಾಗುತ್ತದೆ. ಆದರೆ ತಾಮಸೀಕದಲ್ಲಿ ಆಪ್ತ-ವಾಕ್ಯವಾಗಲೀ ಅಥವಾ ಅನುಮಾನಕ್ಕೆ ಪರಿಹಾರ ಪ್ರಯುಕ್ತತೆಯಲ್ಲಿ ಪ್ರಮಾಣ ಸ್ವೀಕಾರದ ಗುಣಗಳಿರುವುದಿಲ್ಲ, ಬದಲಿಗೆ ಅದು ಪ್ರಯೋಗಿಸಿ ಕಂಡುಬರುವಂತಹ ಪ್ರಾಪ್ತಿಯಿಂದ ಮಾತ್ರ ಸ್ವೀಕೃತಗೊಳ್ಳುತ್ತದೆ.

ಸಾಧಕನು ಪ್ರಕೃತಿಯಲ್ಲಿ ತನ್ನನ್ನು ತಾನು ಲೀನಗೊಳಿಸಿಕೊಳ್ಳುವುದರಿಂದಾಗಿ ಮಾತ್ರ ಅವನಿಗೆ ಪುರುಷ (ಸಾಮರ್ಥ್ಯ) ಎನ್ನುವುದರ ಅನುಭವ ದೊರಕುತ್ತದೆ ಎಂದು ವೇದ ತಜ್ಞರು ಹೇಳಿರುತ್ತಾರೆ. ಇಲ್ಲಿ ಪುರುಷ ಎನ್ನುವುದೇ ಆತ್ಮ. ಇದೇ ಮಹತ್-ಬ್ರಹ್ಮ ಸ್ವರೂಪದ ಪರಿಚಯಮಾಡಿಕೊಡುತ್ತದೆ.

ದ್ರವ್ಯವಿದ್ದಾಗ ಮಾತ್ರ ಈ ಮೂರು ಗುಣಗಳನ್ನು ರಸಾಯನಶಾಸ್ತ್ರದಿಂದ ಕಂಡುಕೊಳ್ಳಬಹುದಾಗಿದೆ. ವಿಚಾರವು ದ್ರವ್ಯವನ್ನು ಆಶ್ರಯಿಸಿಕೊಂಡಿರುವಾಗ ಅದರಲ್ಲಿ ರಜಸ್ಸು, ಅಂದರೆ ರುಚಿಯ ಗುಣಗಳನ್ನು ಹೊಂದಿರುತ್ತದೆ. ಇದು ಸತ್ವವನ್ನು ಆಶ್ರಯಿಸಿಕೊಂಡಿರುವಾಗ ಅದರಲ್ಲಿ ಮಧು ಇರುತ್ತದೆ. ಅಂದರೆ, ಅದರಲ್ಲಿ ಸತ್ವದ ರುಚಿ, ಆನಂದ, ಅನುಭವ ಹಾಗು ಆಹ್ಲಾದಗಳಿರುತ್ತವೆ.

ಆದರೆ, ಕೇವಲ ವಿಚಾರವನ್ನು ಮಾತ್ರ ತೆಗೆದುಕೊಂಡಾಗ ಅದರಲ್ಲಿರುವಂತಹ ಸತ್ವಕ್ಕೆ ಇವ್ಯಾವುದೂ ಸಹ ಇರದೆ, ಕೇವಲ ಆತ್ಮ ಒಂದೇ ಇರುತ್ತದೆ. ಸಾತ್ವಿಕವಾಗಿ ಆತ್ಮ-ಸಾಕ್ಷಾತ್ಕಾರವನ್ನು ತೆಗೆದುಕೊಳ್ಳುವುದೇ ಇಲ್ಲಿ ಗುರಿಯಾಗಿರುತ್ತದೆ. ಇದನ್ನು ಪಡೆದ ಕ್ಷಣ ದ್ರವ್ಯದಲ್ಲಿ ಕಂಡಬರುವಂತಹ ಸಕಲ ರಾಸಾಯನಗಳೂ ಕೂಡ ಸಾಧಕನಿಗೆ ದೊರೆಯುತ್ತವೆ.

ಗಮನಿಸಿ: ರಸಾಯನದಿಂದ ಆತ್ಮಸಾಕ್ಷಾತ್ಕಾರವಾಗುವುದಿಲ್ಲ, ಬದಲಿಗೆ ಆತ್ಮ ದರ್ಶನದಿಂದ ರಸಾಯನವು ದೊರಕುತ್ತದೆ.

ಸೂಚನೆ: ಸೃಷ್ಟಿಗೆ ಕರ್ತನಿದ್ದಾನೆ ಎಂದಾಗಿ ಭಾವಿಸಿದಾಗ ಸಾಧಕನು ಆತ್ಮನನ್ನು ರಜೋಗುಣದ ಆಧಾರದಲ್ಲಿ ಗುರುತಿಸಿಕೊಳ್ಳಬೇಕಿರುತ್ತದೆ. ಸತ್ವ ಹಾಗು ತಮಸ್ಸಿನಲ್ಲಿ ಅವನು ಕರ್ತನನ್ನು ಹುಡುಕಲು ಸಾಧ್ಯವಿಲ್ಲ.

ಯಾರಿಗೂ ಸಿಗದಂತಹ ನಾರಾಯಣನು ಪ್ರಹ್ಲಾದನಿಗೆ ಕಂಬದಲ್ಲೇ ಸುಲಭವಾಗಿ ದೊರಕಿದ. ಕಾರಣ ಅವನು ರಾಜಸೀಕ ಭಾವದಲ್ಲಿ ಆ ಪರಮಾತ್ಮನನ್ನು ಕಂಡದ್ದು.

ಸಕಲ ಸೃಷ್ಟಿಗೆ ಆತ್ಮವೇ ಕಾರಣವಾಗಿರುವುದರಿಂದಾಗಿ ಅದು ರಾಜಸ ಸ್ವರೂಪವೇ ಹೌದು. ಅದು ರಜಸ್ಸು ರೂಪವಾಗಿರುವುದರಿಂದಾಗಿಯೇ ಈ ಪ್ರಪಂಚವಿದೆ.

ವೇದ ಪ್ರಕಾರ, ಅದ್ವೈತವೆಂದರೆ ಒಂದೇ ನಾಣ್ಯದ ಎರಡು ಮುಖಗಳಿದ್ದಹಾಗೆ. ಹೀಗಾಗಿ, ಅದು, ಅಂದರೆ ಆತ್ಮ, ಅಂದರೆ ಮಹತ್ ಬ್ರಹ್ಮ, ಏಕಾಕ್ಷರಿ ಬ್ರಹ್ಮವು ಸಾಧಕನಿಗೆ ಏಕವಾಗಿ ಕಾಣಬೇಕು ಎಂದರೆ ಅವನು ಮಧ್ಯದಲ್ಲಿರಬೇಕು. ಅಂದರೆ, ಸಾಧಕನು ಸತ್ವ ಅಥವಾ ತಮಸ್ಸು ಎಂದಾಗದೆ ರಜಸ್ಸಿನಲ್ಲಿ ನಿಲ್ಲಬೇಕು. (ಸೂಚನೆ: ಹಿಂದೆ ನೋಡಿದಂತಹ ವಾಘೆಗಳ ವಿಚಾರದಲ್ಲಿ ಭೂತ ಹಾಗು ಭವ್ಯ ಎರಡೂ ಒಟ್ಟಾಗಿಬಿಡುತ್ತದೆ ಎನ್ನುವುದರ ಅರ್ಥ ಇದೇ ಆಗಿರುತ್ತದೆ.)

ಸೃಷ್ಟಿಯು ನನ್ನಿಂದೆ (ಕರ್ತನಿಂದ) ಉತ್ಪನ್ನವಾಯಿತು ಎಂದಾಗಿ ಶ್ರೀಕೃಷ್ಣನು ಅರ್ಜುನನಿಗೆ ಹೇಳಿರುತ್ತಾರೆ. ಇದರ ಅರ್ಥ ಇಷ್ಟೇ: ನಾನು ತಂದೆಯ (ಪಿತನ) ಸ್ವರೂಪದಲ್ಲಿ ಇದ್ದುಕೊಂಡು, ನನ್ನಿಂದ ಪ್ರಕೃತಿ ಉತ್ಪನ್ನವಾಯಿತು, ಪ್ರಕೃತಿಯಿಂದ ಎಲ್ಲವೂ ಉತ್ಪನ್ನವಾಯಿತು.

ಗಮನಿಸಿ: ಸೃಷ್ಟಿಯು ಮೂಲ ಪ್ರಕೃತಿಯಿಂದೇ ಉತ್ಪನ್ನವಾಗಿದೆ. ಸಕಲ ಜೀವಿಗಳೂ ಸಹ ಪ್ರಕೃತಿಯಿಂದಲೇ ಉತ್ಪನ್ನವಾಗಿವೆ. ಆದರೆ, ಜೀವಿಗಳೆಲ್ಲವೂ ಬ್ರಹ್ಮವೇ ಎಂದಲ್ಲ. ಜೀವಿಗಳು ಹೋದಾಗ ಮತ್ತು ಪ್ರಕೃತಿಯು ಹೋದಾಗ ಉಳಿದುಕೊಳ್ಳುತ್ತದಲ್ಲಾ, ಅದೇ ಬ್ರಹ್ಮ ಎಂದಾಗಿ ವೇದ ಮೀಮಾಂಸಕರು ಹೇಳಿರುತ್ತಾರೆ.

ಸೂಚನೆ: ಸೃಷ್ಟಿಯ ವಿಚಾರಕ್ಕೆ ಬಂದಾಗ ಆತ್ಮ ಹಾಗು ಪ್ರಕೃತಿಯಲ್ಲಿ ಏನೂ ಭೇದವಿರುವುದಿಲ್ಲ.

ಸತ್ವ, ರಜಸ್ಸು ಹಾಗು ತಮಸ್ಸು ಗುಣಗಳಿಂದ ಜೀವ ಬಂಧಿಸಲ್ಪಟ್ಟಿದೆಯೇ ಪರಂತು, ಆತ್ಮವಲ್ಲ. ಹೀಗಾಗಿ, ಸಾಧಕನು ಈ ಮೂರೂ ಬಂಧನಗಳನ್ನು ಯಾವಾಗ ಕಳಚಿಕೊಳ್ಳುವನೋ, ಆಗ ಮಾತ್ರ ಅವನಿಗೆ ಪ್ರಕೃತಿಯಿಂದ ಬಿಡುಗಡೆ ದೊರೆಯುತ್ತದೆ. ಆಗ ಆತ್ಮದ ದರ್ಶನ ಅವನಿಗಾಗುತ್ತದೆ.

ಉಪ ಸಂಹಾರ

ವಾಲಖಿಲ್ಯ ಸೂಕ್ತ:

ವಾಲಖಿಲ್ಯರು ಸೃಷ್ಟಿಕರ್ತನಾದ ಬ್ರಹ್ಮನಿಂದ ಜನಿಸಿದವರು; ದೇವಯೋನಿಗಳು. ಇವರ ಸಂಖ್ಯೆ ಅರವತ್ತು ಸಾವಿರ. ಇವರು ಸದಾ ಸೂರ್ಯನ ರಥವನ್ನು ಹಿಂಬಾಲಿಸುತ್ತಿರುತ್ತಾರೆ.

ಗಮನಿಸಿ: ಕಾಳಿದಾಸ ಮಹಾಕವಿಯ ರಘುವಂಶ ಮಹಾ ಕಾವ್ಯದಲ್ಲಿ ವಾಲಖಿಲ್ಯರ ಬಗ್ಗೆ ಪ್ರಸ್ತಾಪವನ್ನು ನೋಡಬಹುದು.

ವಾಲಖಿಲ್ಯಾಸನವು ಕಠಿಣವಾದದ್ದು. ಏಕಪಾದ ರಾಜಕಪೋತಾಸನ ಒಂದರಲ್ಲಿ ನೈಪುಣ್ಯವನ್ನು ಗಳಿಸಿದರೆ, ಈ ಆಸನವನ್ನು ಸುಲಭವಾಗಿಯೂ ಶ್ರಮರಹಿತವಾಗಿಯೂ ಮಾಡಲು ಸಾಧ್ಯ.

ಮಾಡುವ ಕ್ರಮ: ಮೊದಲು ಏಕಪಾದ ರಾಜಕಪೋತಾಸನ ಒಂದ'ರ ಭಂಗಿಯಲ್ಲಿ ನಿಲ್ಲಬೇಕು.ಎಡಗಾಲಿನ ಹರಡನ್ನು ಕೈಗಳಿಂದ ಬಿಗಿಯಾಗಿ ಹಿಡಿದುಕೊಂಡು, ಆ ಬಳಿಕ ಟೊಂಕಗಳನ್ನು ಕುಗ್ಗಿಸಿ ಬೆನ್ನೆಲುಬಿನ ಕೆಳಬದಿಯಲ್ಲಿಯ ತ್ರಿಕೋನಾಕಾರದ ತ್ರಿಕಾಸ್ಥಿತಿಯನ್ನು ಮೇಲ್ಗಡೆಗೆ ಸರಿಸಬೇಕು. ಕಾಲಿನ ಹರಡನ್ನು ಬಿಡಿಸದೆ ಎಡಗಾಲನ್ನು ಹಿಂದೆಕ್ಕೆ ಹಿಗ್ಗಿಸಿ ಆಮೇಲೆ ಕೆಲವು ಸಲ ಉಸಿರಾಟ ನಡೆಸಬೇಕು.

ಬಳಿಕ, ಉಸಿರನ್ನು ಹೊರ ಬಿಟ್ಟು ತೋಳುಗಳನ್ನು ಮತ್ತಷ್ಟು ಹಿಗ್ಗಿಸಿ ನೇರಮಾಡಿ ಕಾಲನ್ನು ಹಿಂದೆ ನೂಕಿ, ಅದನ್ನು ನೆಲಮೇಲೆ ಚಪ್ಪಟೆಯಾಗಿ ಒರಗುಂತೆ ಮಾಡಬೇಕು.

ಈ ಭಂಗಿಯಲ್ಲಿ ಕೆಲವು ಸೆಕೆಂಡುಗಳ ಕಾಲ ನೆಲೆಸಬೇಕು. ಇದರಲ್ಲಿ ಎದೆಯು ಪೂರಾ ಹಿಗುವುದರಿಂದಲೂ ಮತ್ತು ಕಿಬ್ಬೊಟ್ಟೆಯು ಸಂಕೋಚನ ಸ್ಥಿತಿ ಹೊಂದಿರುವುದರಿಂದಲೂ ಉಸಿರಾಟದ ವೇಗವು ಹೆಚ್ಚು, ಅದು ಹೆಚ್ಚು ಶ್ರಮದಿಂದ ನಡೆಯುವಂತಾಗುತ್ತದೆ.

ಈಗ ಕಾಲ್ಗಿನಣ್ಣಿನ ಮೇಲಣ ಬಿಗಿತವನ್ನು ಸಡಿಲಿಸಿ ಬೆನ್ನನ್ನು ನೆಟ್ಟಗೆ ನಿಲ್ಲಿಸಿ ಸ್ವಲ್ಪ ಹೊತ್ತು ವಿಶ್ರಮಿಸಿಕೊಳ್ಳಬೇಕು.

ಇನ್ನೊಂದು ಕಡೆಯಲ್ಲಿಯೂ ಈ ಭಂಗಿಯನ್ನು ಮತ್ತೆ ಮಾಡಿ, ಅದರಲ್ಲಿಯೂ ಹಿಂದಿನಷ್ಟು ಕಾಲವೇ ನೆಲೆಸಬೇಕು.

ಪರಿಣಾಮ: ಈ ಭಂಗಿಯು ತೋರಿಸಿರುವ ಜಾನುಶೀರ್ಷಾಸನದ ಜನನಿಗೆ ವಿರುದ್ಧ ದಿಕ್ಕಿನಲ್ಲಿರುವುದರಿಂದ ಇದು ಬೆನ್ನೆಲುಬಿನ ಕೆಳಭಾಗಕ್ಕೆ ತಾರುಣ್ಯವನ್ನು ಕಲ್ಪಿಸುತ್ತದೆ. ಈ ಆಸನಾಭ್ಯಾಸದಿಂದ ಹೆಚ್ಚಿನ ಪ್ರಮಾಣದಲ್ಲಿ ರಕ್ತವು ಗುಹ್ಯ ಪ್ರದೇಶದ ಮೇಲ್ಭಾಗದ ಸುತ್ತಲೂ ಸಂಚರಿಸುವುದರಿಂದ ಅದನ್ನು ತುಂಬಾ ಆರೋಗ್ಯ ಸ್ಥಿತಿಯಲ್ಲಿ ಇಡುವುದಕ್ಕೆ ಇದು ನೆರವಾಗುತ್ತದೆ. ಈ ಆಸನವನ್ನೂ ಮತ್ತು ರಾಜಕಪೋತಾಸನ ಚಕ್ರದ ಇತರ ಭಂಗಿಗಳನ್ನೂ ಅಭ್ಯಸಿಸುವುದರಿಂದ ಮೂತ್ರ ವಿಸರ್ಜನೆಯ ವ್ಯವಸ್ಥೆಯಲ್ಲಿ ಏನಾದರೂ ನ್ಯೂನ್ಯತೆಯಿದ್ದರೆ ಅವೆಲ್ಲವೂ ಸರಿಹೋಗುತ್ತವೆ ಕತ್ತಿನ ಮತ್ತು ಭುಜಗಳ ಮಾಂಸ ಖಂಡಗಳಿಗೆ ಇದರಿಂದ ಒಳ್ಳೆಯ ಆಗಮರ್ದನ ದೊರಕುತ್ತದೆ. ಅಲ್ಲದೆ ಗೋಮಾಳದ ಹಿಂದಿನ ಭಾಗದ ಕಂಠ ಮನಿಯ ಮತ್ತು ಅದಕ್ಕೆ ಸಂಬಂಧಿಸಿದ ಇತರ ಗ್ರಂಥಿಗಳಿಗೂ ಮೂತ್ರ ಜನಾಕಾಂಗಗಳಿಗೂ ಮೇಲ್ಬದಿಯ ನಿರ್ನಾಳಗ್ರಂಥಿಗಳಿಗೂ ಹೆಚ್ಚಿನ ಪ್ರಮಾಣದಲ್ಲಿ ರಕ್ತವು ಒದಗುವದು ದಿಂದ ಅವುಗಳಲ್ಲಿ ನವ ಚೈತನ್ಯವು ಮೂಡುವುದು. ಮೈಥುನಾಪೇಕ್ಷೆಯ ನಿಯಂತ್ರಣಕ್ಕಾಗಿ ಈ ರಾಜಕಪೋತಚಕ್ರದ ಭಂಗಿಗಳ ಅಭ್ಯಾಸವನ್ನು ನಡೆಸಬೇಕೆಂದು ಹೇಳಲಾಗಿದೆ.

ವಾಲಖಿಲ್ಯ ಋಷಿಗಳು ಯಾರು? ವಾಲಖಿಲ್ಯರ ಉಲ್ಲೇಖಗಳು ನಮಗೆ ಎಲ್ಲಿ ಸಿಗುತ್ತವೆ? ಅವರು ಭೂಮಿಯ ಕಾಂತೀಯ ಧ್ರುವಕ್ಕೆ ಸಂಪರ್ಕ ಹೊಂದಿದ್ದಾರೆಯೇ? ಈ ಪ್ರಶ್ನೆಗಳಿಗೆ ಉತ್ತರವನ್ನು ಕಂಡುಹಿಡಿಯಲು ನಾವು ಈ ಋಷಿಗಳ ಬಗ್ಗೆ ಕೆಲವು ವಿಚಾರಗಳನ್ನು ಅರ್ಥಮಾಡಿಕೊಳ್ಳಬೇಕು. ಋಗ್ವೇದದ ಮಂಡಲಗಳಲ್ಲಿ ಈ ಋಷಿಗಳು ಮತ್ತು ವಾಲಖಿಲ್ಯ ಸ್ತೋತ್ರಗಳ ನಡುವೆ ಯಾವುದೇ ಸಂಬಂಧವಿದೆಯೇ?

ಪುರಾಣ ಗ್ರಂಥಗಳಿಂದ ವಾಲಖಿಲ್ಯ ಋಷಿಗಳ ಉಲ್ಲೇಖಗಳಿಂದ ನಾವು ನಾಲ್ಕು ಪ್ರಮುಖ ಸಂಗತಿಗಳನ್ನು ಸಂಗ್ರಹಿಸುತ್ತೇವೆ. ಮೊದಲನೆಯದಾಗಿ, ಈ ಹೆಬ್ಬೆರಳಿನ ಗಾತ್ರದ ಋಷಿಗಳು ತಲೆಕೆಳಗಾಗಿ ಧ್ಯಾನ ಮಾಡುತ್ತಾರೆ. ಎರಡನೆಯದಾಗಿ, ಈ ಪ್ರಾಚೀನ ಋಷಿಗಳು ಆಹಾರವನ್ನು ತಿನ್ನದೆ ಬದುಕುಳಿಯುತ್ತಾರೆ. ಅವರು ಕೇವಲ ಗಾಳಿಯಲ್ಲಿ ಬದುಕುಳಿಯುತ್ತಾರೆ. ಮೂರನೆಯದಾಗಿ, ಅವರು ಮುಂಜಾನೆಯಿಂದ ಸಂಜೆಯವರೆಗೆ ಸೂರ್ಯನನ್ನು

ಅನುಸರಿಸುತ್ತಾರೆ. ವಾಸ್ತವವಾಗಿ, ಅವರು ಸೂರ್ಯನನ್ನು ಭೂಮಿಯ ಸುತ್ತ ದೈನಂದಿನ ಪ್ರವಾಸದಲ್ಲಿ ಒಯ್ಯುತ್ತಾರೆ. ನಾಲ್ಕನೆಯದಾಗಿ, ಸಪ್ತಋಷಿಗಳಲ್ಲಿ ಒಬ್ಬರಾದ ಕ್ರತು ಅವರ ತಂದೆ. ವಾಲಖಿಲ್ಯರ ರೂಪಕವನ್ನು ಅರ್ಥಮಾಡಿಕೊಳ್ಳಲು ಈ ನಾಲ್ಕು ಪ್ರದೇಶಗಳಿಂದ ಸುಳಿವುಗಳು ಸಾಕಾಗುತ್ತವೆಯೇ?

ಈ ಚಿಕ್ಕ ಗಾತ್ರದ ಋಷಿಗಳು ಮುಂಜಾನೆಯಿಂದ ಸಂಜೆಯವರೆಗೆ ಸೂರ್ಯನೊಂದಿಗೆ ಚಲಿಸುತ್ತಾರೆ. ಅವು ಗಾಳಿಯಲ್ಲಿ ಬದುಕುಳಿಯುತ್ತವೆ. ಆದ್ದರಿಂದ, ವಾಲಖಿಲ್ಯವು ಭೂಮಿಗೆ ಸಂಬಂಧಿಸಿದ ಅಥವಾ ವಾತಾವರಣಕ್ಕೆ ಸಂಬಂಧಿಸಿದ ವಿದ್ಯಮಾನಕ್ಕೆ ರೂಪಕವಾಗಿರಬಹುದು. ಕೆಲವು ಪುರಾಣಗಳು ಈ ಋಷಿಗಳಲ್ಲಿ ಆರು ಸಾವಿರ ಮತ್ತು ಆರು ನೂರುಗಳಿವೆ ಎಂದು ಹೇಳುತ್ತವೆ. ಇತರ ಪುರಾಣಗಳು ಅವುಗಳಲ್ಲಿ ಎಂಟು ಸಾವಿರಗಳಿವೆ ಎಂದು ಹೇಳುತ್ತವೆ. ಈ ದೊಡ್ಡ ಸಂಖ್ಯೆಗಳು ಜಗತ್ತಿನಾದ್ಯಂತ ಭೂಕಾಂತೀಯ ಕ್ಷೇತ್ರದಂತಹ ಕೆಲವು ಶಕ್ತಿ ಕ್ಷೇತ್ರಗಳ ವಿತರಣೆಯನ್ನು ಸೂಚಿಸುತ್ತವೆಯೇ?

ವಾಲಖಿಲ್ಯರು ಸೂರ್ಯೋದಯದಿಂದ ಮುಸ್ಸಂಜೆಯವರೆಗೆ ಸೂರ್ಯನನ್ನು ಅನುಸರಿಸುತ್ತಾರೆ. ಖಂಡಿತವಾಗಿಯೂ, ಇದು ಸೂರ್ಯನ ದೈನಂದಿನ ಚಲನೆಗೆ ಒಂದು ರೂಪಕವಾಗಿರಬೇಕು! ಮೇಲಿನ ನಾಲ್ಕು ಸಂಗತಿಗಳಲ್ಲಿ ಇನ್ನೊಂದು ದೃಢೀಕರಣವನ್ನು ಒದಗಿಸುತ್ತದೆ. ಈ ಋಷಿಗಳು ತಲೆಕೆಳಗಾಗಿ ಧ್ಯಾನ ಮಾಡುತ್ತಾರೆ. ತಲೆಕೆಳಗಾದ ನೋಟ ಅಕ್ಷರಶಃ "ತಲೆಕೆಳಗಾಗಿ"! ಮೊದಲನೆಯದಾಗಿ, ಸೂರ್ಯನ ದೈನಂದಿನ ಚಲನೆಯು ಭೂಕೇಂದ್ರೀಯ ನೋಟವಾಗಿದೆ. ಎರಡನೆಯದಾಗಿ, ದೈನಂದಿನ ಚಲನೆಯು ಭೂಮಿಯ ಮೇಲೆ ಮಾತ್ರ ಸತ್ಯ. ಅಂತಿಮವಾಗಿ, ಸೂರ್ಯಕೇಂದ್ರೀಯ ದೃಷ್ಟಿಕೋನವು ಸಾರ್ವತ್ರಿಕ ವಾಸ್ತವವಾಗಿದೆ. ವಾಲಖಿಲ್ಯರು ಸೂರ್ಯನನ್ನು ಮುಂಜಾನೆಯಿಂದ ಸಂಜೆಯವರೆಗೆ ತಲೆಕೆಳಗಾಗಿ ನೇತುಹಾಕುತ್ತಾ ಹಿಂಬಾಲಿಸುವುದು ತಲೆಕೆಳಗಾದ ನೋಟದ ಬಗ್ಗೆ ಸುಳಿವು ನೀಡಬೇಕು.

ಅಂತಿಮವಾಗಿ, ಸಪ್ತರ್ಷಿ ಕ್ರತುವಿನ ಬಗ್ಗೆ ಸತ್ಯವನ್ನು ಪರಿಗಣಿಸೋಣ. ಸಪ್ತರ್ಷಿ ಕ್ಯಾಲೆಂಡರ್ ವ್ಯವಸ್ಥೆಯಲ್ಲಿ ಏಳು ಋಷಿಗಳಲ್ಲಿ ಕ್ರತು ನಾಯಕ. ಹಿಂದೂ ಖಗೋಳಶಾಸ್ತ್ರವು ಧ್ರುವ ಪ್ರದೇಶದ ಸಾಮೀಪ್ಯವನ್ನು ಸಪ್ತರ್ಷಿ ಮಂಡಲ ಎಂದು

ಕರೆಯುತ್ತದೆ. ಇದರ ಜೊತೆಗೆ, ವಾಲಖಿಲ್ಯರು ಋಷಿ ಕ್ರತುವಿನಿಂದ ಜನಿಸಿದವರು. ವಾಲಖಿಲ್ಯರು ಈ ಪ್ರದೇಶದ ಬಳಿ, ಅಂದರೆ ಉತ್ತರ ಕಾಂತೀಯ ಧ್ರುವದ ಹತ್ತಿರ ಹುಟ್ಟುವ ಶಕ್ತಿ ಕ್ಷೇತ್ರಗಳನ್ನು ಪ್ರತಿನಿಧಿಸುತ್ತಾರೆಯೇ?

ಭೂಮಿಯ ಕಾಂತೀಯ ಧ್ರುವವು ಭೂಮಿಯ ಧ್ರುವ ಪ್ರದೇಶದ ಸುತ್ತಲೂ ಸುಳಿದಾಡುತ್ತದೆ. ಭೂಮಿಯು ತನ್ನ ಅಕ್ಷದ ಮೇಲೆ ತಿರುಗುವಾಗ ಭೂಮಿಯ ಕಾಂತೀಯ ರೇಖೆಗಳು ತಿರುಗುತ್ತವೆ. ಆದ್ದರಿಂದ, ವಾಲಖಿಲ್ಯ ಋಷಿಗಳು ಭೂಮಿಯ ಕಾಂತೀಯ ರೇಖೆಗಳಿಗೆ ರೂಪಕವಾಗಿರಬಹುದು!

ವಾಲಖಿಲ್ಯ ಋಷಿಗಳು ಋಗ್ಮಂಡಲಗಳಲ್ಲಿ ವಾಲಖಿಲ್ಯ ಸ್ತೋತ್ರಗಳನ್ನು ಬರೆದಿದ್ದಾರೆಯೇ? ಇಲ್ಲ. ಈ ಮಂತ್ರಗಳನ್ನು ವಾಲಖಿಲ್ಯರು ಎಂದು ಕರೆಯಲು ಇನ್ನೊಂದು ಕಾರಣವೂ ಇದೆ.

ವಾಲಖಿಲ್ಯ ಋಷಿಗಳ ಉಲ್ಲೇಖಗಳು ನಮಗೆ ಎಲ್ಲಿ ಸಿಗುತ್ತವೆ? ಈ ಋಷಿಗಳ ಉಲ್ಲೇಖಗಳು ಅನೇಕ ಪ್ರಮುಖ ಪುರಾಣಗಳಲ್ಲಿ ನಮಗೆ ಕಂಡುಬರುತ್ತವೆ. ಇದರ ಜೊತೆಗೆ, ರಾಮಾಯಣ ಮತ್ತು ಮಹಾಭಾರತದಲ್ಲಿಯೂ ಸಹ ಅವರ ಉಲ್ಲೇಖವನ್ನು ನೋಡಬಹುದಾಗಿದೆ.

ಸೂಕ್ತ 49, ಅಷ್ಟಕ 6, ಮಂಡಲ 8, ಅಧ್ಯಾಯ 4, ಅನುವಾಕ 6, ವರ್ಗ 14-15

ಋಷಿ: ಪ್ರಸ್ಕಣ್ವಃ ಕಾಣ್ವಃ, ದೇವತಾ: ಇಂದ್ರ, ಛಂದಃ = ಪ್ರಗಾಥಂ

ಅಭಿ ಪ್ರ ವಃ ಸುರಾಧಸಮಿಂದ್ರಮರ್ಚ ಯಥಾ ವಿದೇ| ಯೋ
ಜರಿತೃಭ್ಯೋ ಮಘವಾ ಪುರೂವಸುಃ ಸಹಸ್ರೇಣೇವ ಶಿಕ್ಷತಿ||1||
ಶತಾನೀಕೇವ ಪ್ರ ಜಿಗಾತಿ ಧೃಷ್ಣುಯಾ ಹಂತಿ ವೃತ್ರಾಣಿ ದಾಶುಷೇ|
ಗಿರೇರಿವ ಪ್ರ ರಸಾ ಅಸ್ಯ ಪಿನ್ವಿರೇ ದತ್ರಾಣಿ ಪುರುಭೋಜಸಃ||2||
ಆ ತ್ವಾ ಸುತಾಸ ಇಂದವೋ ಮದಾ ಯ ಇಂದ್ರ ಗಿರ್ವಣಃ| ಆಪೋ
ನು ವಜ್ರಿನ್ನನ್ವೋಕ್ಯ(ಅ)ಂ ಸರಃ ಪೃಣಂತಿ ಶೂರ ರಾಧಸೇ||3||
ಅನೇಹಸಂ ಪ್ರತರಣಂ ವಿವಕ್ಷಣಂ ಮಧ್ವಃ ಸ್ವಾದಿಷ್ಠಮೀಂ ಪಿಬ| ಆ
ಯಥಾ ಮಂದಸಾನಃ ಕಿರಾಸಿ ನಃ ಪ್ರ ಕ್ಷುದ್ರೇವ ತ್ಮನಾ ಧೃಷತ್||4||
ಆ ನಃ ಸ್ತೋಮಮುಪ ದ್ರವದ್ಧಿಯಾನೋ ಅಶ್ವೋ ನ ಸೋತೃಭಿಃ|
ಯಂ ತೇ ಸ್ವಧಾವಂತ್ಸ್ವದಯಂತಿ ಧೇನವ ಇಂದ್ರ ಕಣ್ವೇಷು
ರಾತಯಃ||5||

ಉಗ್ರಂ ನ ವೀರಂ ನಮಸೋಪ ಸೇದಿಮ
ವಿಭೂತಿಮಕ್ಷಿತಾಮಸುಮ್| ಉದ್ರೀವ ವಜ್ರಿನ್ನವತೋ ನ ಸಿಂಚತೇ
ಕ್ಷರಂತೀಂದ್ರ ಧೀತಯಃ||6||
ಯದ್ಧ ನೂನಂ ಯದ್ವಾ ಯಜ್ಞೇ ಯದ್ವಾ ಪೃಥಿವ್ಯಾಮಧಿ| ಅತೋ
ನೋ ಯಜ್ಞಮಾಶುಭಿರ್ಮಹೇಮತ ಉಗ್ರ ಉಗ್ರೇಭಿರಾ ಗಹಿ||7||
ಅಜಿರಾಸೋ ಹರಯೋ ಯೇ ತ ಆಶವೋ ವಾತಾ ಇವ ಪ್ರಸಕ್ಷಿಣಃ|
ಯೇಭಿರಪತ್ಯಂ ಮನುಷಃ ಪರೀಯಸೇ ಯೇಭಿರ್ವಿಶ್ವಂ
ಸ್ವರ್ದೃಶೇ||8||
ಏತಾವತಸ್ತ ಈಮಹ ಇಂದ್ರ ಸುಮ್ನಸ್ಯ ಗೋಮತಃ| ಯಥಾ
ಪ್ರಾವೋ ಮಘವನ್ಮೇಧ್ಯಾತಿಥಿಂ ಯಥಾ ನೀಪಾತಿಥಿಂ ಧನೇ||9||
ಯಥಾ ಕಣ್ವೇ ಮಘವನ್ ತ್ರಸದಸ್ಯವಿ ಯಥಾ ಪಕ್ಥೇ ದಶವ್ರಜೇ|
ಯಥಾ ಗೋಶರ್ಯೇ ಅಸನೋರ್ಋಜಿಶ್ವನೀಂದ್ರ
ಗೋಮದ್ಧಿರಣ್ಯವತ್||10||

ಸೂಕ್ತ 50, ಋಷಿ: ಪುಷ್ಟಿಗುಃ ಕಾಣ್ವಃ, ದೇವತಾ: ಇಂದ್ರ, ಛಂದಃ = ಪ್ರಗಾಥಂ

ಪ್ರ ಸು ಶ್ರುತಂ ಸುರಾಧಸಮರ್ಚಾ ಶಕ್ರಮಭಿಷ್ಟಯೇ| ಯಃ ಸುನ್ವತೇ
ಸ್ತುವತೇ ಕಾಮ್ಯಂ ವಸು ಸಹಸ್ರೇಣೇವ ಮಂಹತೇ||1||
ಶತಾನೀಕಾ ಹೇತಯೋ ಅಸ್ಯ ದುಷ್ಟರಾ ಇಂದ್ರಸ್ಯ ಸಮಿಷೋ
ಮಹೀಃ| ಗಿರಿರ್ನ ಭುಜ್ಮಾ ಮಘವತ್ಸು ಪಿನ್ವತೇ ಯದೀಂ ಸುತಾ
ಅಮಂದಿಷುಃ||2||
ಯದೀಂ ಸುತಾಸ ಇಂದವೋಽಭಿ ಪ್ರಿಯಮಮಂದಿಷುಃ| ಪೋ ನ
ಧಾಯಿ ಸವನಂ ಮ ಆ ವಸೋ ದುಘಾ ಇವೋಪ ದಾಶುಷೇ||3||
ಅನೇಹಸಂ ವೋ ಹವಮಾನಮೂತಯೇ ಮಧ್ವಃ ಕ್ಷರಂತಿ
ಧೀತಯಃ| ಆ ತ್ವಾ ವಸೋ ಹವಮಾನಾಸ ಇಂದವ ಉಪ
ಸ್ತೋತ್ರೇಷು ದಧಿರೇ||4||
ಆ ನಃ ಸೋಮೇ ಸ್ವಧ್ವರ ಇಯಾನೋ ಅತ್ಯೋ ನ ತೋಶತೇ| ಯಂ
ತೇ ಸ್ವದಾವಂತ್ಸ್ವದಂತಿ ಗೂರ್ತಯಃ ಪೌರೇ ಛಂದಯಸೇ
ಹವಂ||5||
ಪ್ರ ವೀರಮುಗ್ರಂ ವಿವಿಚಿಂ ಧನಸ್ಪೃತಂ ವಿಭೂತಿಂ ರಾಧಸೋ
ಮಹಃ| ಉದ್ರೀವ ವಜ್ರಿನ್ನವತೋ ವಸುತ್ವನಾ ಸದಾ ಪೀಪೇಥ
ದಾಶುಷೇ||6||
ಯದ್ಧ ನೂನಂ ಪರಾವತಿ ಯದ್ವಾ ಪೃಥಿವ್ಯಾಂ ದಿವಿ| ಯುಜಾನ
ಇಂದ್ರ ಹರಿಭಿರ್ಮಹೇಮತ ಋಷ್ವ ಋಷ್ವೇಭಿರಾ ಗಹಿ||7||

ರಥಿರಾಸೋ ಹರಯೋ ಯೇ ತೇ ಅಸ್ರಿಧ ಓಜೋ ವಾತಸ್ಯ ಪಿಪ್ರತಿ|
ಯೇಭಿರ್ನಿ ದಸ್ಯುಂ ಮನುಷೋ ನಿಘೋಷಯೋ ಯೇಭಿಃ ಸ್ವಃ
ಪರೀಯಸೇ||8||
ಏತಾವತಸ್ತೇ ವಸೋ ವಿದ್ಯಾಮ ಶೂರ ನವ್ಯಸಃ| ಯಥಾ ಪ್ರಾವ
ಏತಶಂ ಕೃತ್ವ್ಯೇ ಧನೇ ಯಥಾ ವಶಂ ದಶವ್ರಜೇ||9||
ಯಥಾ ಕೃಣ್ವೇ ಮಘವನ್ಮೇಧೇ ಅಧ್ವರೇ ದೀರ್ಘನೀಥೇ ದಮೂನಸಿ|
ಯಥಾ ಗೋಶರ್ಯೇ ಅಸಿಷಾಸೋ ಅದ್ರಿವೋ ಮಯಿ ಗೋತ್ರಂ
ಹರಿಶ್ರಿಯಂ||10||

ಸೂಕ್ತ 51, ಋಷಿ: ಶ್ರುಷ್ಟಿಗುಃ ಕಾಣ್ವಃ, ದೇವತಾ: ಇಂದ್ರ, ಛಂದಃ = ಪ್ರಗಾಥಂ

ಯಥಾ ಮನೌ ಸಾಂವರಣೌ ಸೋಮಮಿಂದ್ರಾಪಿಬಃ ಸುತಂ|
ನೀಪಾತಿಥೌ ಮಘವನ್ಮೇಧ್ಯಾತಿಥೌ ಪುಷ್ಟಿಗೌ ಶ್ರುಷ್ಟಿಗೌ ಸಚಾ||1||
ಪಾರ್ಷದ್ವಾಣಃ ಪ್ರಸ್ಕಣ್ವಂ ಸಮಸಾದಯಚ್ಛಯಾನಂ
ಜಿವ್ರಿಮುದ್ಧಿತಮ್| ಸಹಸ್ರಾಣ್ಯಸಿಷಾಸದ್ಗವಾಮೃಷಿಸ್ತ್ವೋತೋ
ದಸ್ಯವೇ ವೃಕಃ||2||
ಯ ಉಕ್ಥೇಭಿರ್ನ ವಿಂಧತೇ ಚಿಕಿದ್ಯ ಋಷಿಚೋದನಃ| ಇಂದ್ರಂ
ತಮಚ್ಛಾ ವದ ನವ್ಯಸ್ಯಾ ಮತ್ಯರಿಷ್ಯಂತಂ ನ ಭೋಜಸೇ||3||
ಯಸ್ಮಾ ಅರ್ಕಂ ಸಪ್ತಶೀರ್ಷಾಣಮನೃಚುಸ್ತ್ರಿಧಾತುಮುತ್ತಮೇ
ಪದೇ| ಸ ತ್ವಿ(ಇ)ಿಮಾ ವಿಶ್ವಾ ಭುವನಾನಿ ಚಿಕ್ರದದಾದಿಜ್ಜನಿಷ್ಟ
ಪೌಂಸ್ಯಮ್||4||
ಯೋ ನೋ ದಾತಾ ವಸೂನಾಮಿಂದ್ರಂ ತಂ ಹೂಮಹೇ ವಯಂ|
ವಿದ್ಮಾ ಹ್ಯಸ್ಯ ಸುಮತಿಂ ನವೀಯಸೀಂ ಗಮೇಮ ಗೋಮತಿ
ವ್ರಜೇ||5||
ಯಸ್ಮೈ ತ್ವಂ ವಸೋ ದಾನಾಯ ಶಿಕ್ಷಸಿ ಸ
ರಾಯಸ್ಪೋಷಮಶ್ನುತೇ| ತಂ ತ್ವಾ ವಯಂ ಮಘವನ್ನಿಂದ್ರ
ಗಿರ್ವಣಃ ಸುತಾವಂತೋ ಹವಾಮಹೇ||6||
ಕದಾ ಚನ ಸ್ತರೀರಸಿ ನೇಂದ್ರ ಸಶ್ಚಸಿ ದಾಶುಷೇ|| ಉಪೋಪೇನ್ನು
ಮಘವನ್ಭೂಯ ಇನ್ನು ತೇ ದಾನಂ ದೇವಸ್ಯ ಪೃಚ್ಯತೇ||7||
ಪ್ರ ಯೋ ನನಕ್ಷೇ ಅಭ್ಯೋಜಸಾ ಕ್ರಿವಿಂ ವಧೈಃ ಶುಷ್ಣಂ
ನಿಘೋಷಯನ್| ಯದೇದಸ್ತಂಭೀತ್ಪ್ರಥಯನ್ನಮೂಂ
ದಿವಮಾದಿಜ್ಜನಿಷ್ಟ ಪಾರ್ಥಿವಃ||8||

ಯಸ್ಯಾಯಂ ವಿಶ್ವ ಆರ್ಯೋ ದಾಸಃ ಶೇವಧಿಪಾ ಅರಿಃ|
ತಿರಶ್ಚಿದರ್ಯೇ ರುಶಮೇ ಪವೀರವಿ ತುಭ್ಯೇತ್ಸೋ ಅಜ್ಯತೇ
ರಯಿಃ||9||
ತುರಣ್ಯವೋ ಮಧುಮಂತಂ ಘೃತಶ್ಚುತಂ ವಿಪ್ರಾಸೋ
ಅರ್ಕಮಾನೃಚುಃ| ಅಸ್ಮೇ ರಯಿಃ ಪಪ್ರಥೇ ವೃಷ್ಣ್ಯಂ ಶವೋಽಸ್ಮೇ
ಸುವಾನಾಸ ಇಂದವಃ||10||

ಸೂಕ್ತ 52, ಋಷಿ: ಆಯುಃ ಕಾಣ್ವಃ, ದೇವತಾ: ಇಂದ್ರ, ಛಂದಃ = ಪ್ರಗಾಥಂ

ಯಥಾ ಮನೌ ವಿವಸ್ವತಿ ಸೋಮಂ ಶಕ್ರಾಪಿಬಃ ಸುತಮ್| ಯಥಾ
ತ್ರಿತೇ ಛಂದ ಇಂದ್ರ ಜುಜೋಷಸ್ಯಾಯೌ ಮಾದಯಸೇ ಸಚಾ||1||
ಪೃಷಧ್ರೇ ಮೇಧ್ಯೇ ಮಾತರಿಶ್ವನೀಂದ್ರ ಸುವಾನೇ ಅಮಂದಥಾಃ|
ಯಥಾ ಸೋಮಂ ದಶಶಿಪ್ರೇ ದಶೋಣ್ಯೇ
ಸ್ಯೂಮರಶ್ಮಾವೃಜೂನಸಿ||2||
ಯ ಉಕ್ಥಾ ಕೇವಲಾ ದಧೇ ಯಃ ಸೋಮಂ ಧೃಷಿತಾಪಿಬತ್|
ಯಸ್ಮೈ ವಿಷ್ಣುಸ್ತ್ರೀಣಿ ಪದಾ ವಿಚಕ್ರಮ ಉಪ ಮಿತ್ರಸ್ಯ
ಧರ್ಮಭಿಃ||3||
ಯಸ್ಯ ತ್ವಮಿಂದ್ರ ಸ್ತೋಮೇಷು ಚಾಕನೋ ವಾಜೇ
ವಾಜಿಂಛತಕ್ರತೋ| ತಂ ತ್ವಾ ವಯಂ ಸುದುಘಾಮಿವ
ಗೋದುಹೋ ಜುಹೂಮಸಿ ಶ್ರವಸ್ಯವಃ||4||
ಯೋ ನೋ ದಾತಾ ಸ ನಃ ಪಿತಾ ಮಹಾ ಉಗ್ರ ಈಶಾನಕೃತ್|
ಅಯಾಮನ್ನುಗ್ರೋ ಮಘವಾ ಪುರೂವಸುರ್ಗೋರಶ್ವಸ್ಯ ಪ್ರ
ದಾತು ನಃ||5||
ಯಸ್ಮೈ ತ್ವಂ ವಸೋ ದಾನಾಯ ಮಂಹಸೇ ಸ
ರಾಯಸ್ಪೋಷಮಿನ್ವತಿ| ವಸೂಯವೋ ವಸುಪತಿಂ ಶತಕ್ರತುಂ
ಸ್ತೋಮೈರಿಂದ್ರಂ ಹವಾಮಹೇ||6||
ಕದಾ ಚನ ಪ್ರ ಯುಚ್ಛಸ್ಯುಭೇ ನಿ ಪಾಸಿ ಜನ್ಮನೀ| ತುರೀಯಾದಿತ್ಯ
ಹವನಂ ತ ಇಂದ್ರಿಯಮಾ ತಸ್ಥಾವಮೃತಂ ದಿವಿ||7||
ಯಸ್ಮೈ ತ್ವಂ ಮಘವನ್ನಿಂದ್ರ ಗಿರ್ವಣಃ ಶಿಕ್ಷೋ ಶಿಕ್ಷಸಿ ದಾಶುಷೇ|
ಅಸ್ಮಾಕಂ ಗಿರ ಉತ ಸುಷ್ಟುತಿಂ ವಸೋ ಕಣ್ವವಚ್ಛೃಣುಧೀ
ಹವಂ||8||
ಅಸ್ತಾವಿ ಮನ್ಮ ಪೂರ್ವ್ಯಂ ಬ್ರಹ್ಮೇಂದ್ರಾಯ ವೋಚತ|
ಪೂರ್ವೀರೃತಸ್ಯ ಬೃಹತೀರನೂಷತ ಸ್ತೋತುರ್ಮೇಧಾ
ಅಸೃಕ್ಷತ||9||

ಸಮಿಂದ್ರೋ ರಾಯೋ ಬೃಹತೀರಧೂನುತ ಸಂ ಕ್ಷೋಣಿ ಸಮು ಸೂರ್ಯಮ್| ಸಂ ಶುಕ್ರಾಸಃ ಶುಚಯಃ ಸಂ ಗವಾಶಿರಃ ಸೋಮಾ ಇಂದ್ರಮಮಂದಿಷುಃ||10||

ಸೂಕ್ತ 53, ಋಷಿ: ಮೇಧ್ಯಃ ಕಾಣ್ವಃ, ದೇವತಾ: ಇಂದ್ರ, ಛಂದಃ = ಪ್ರಗಾಥಂ

ಉಪಮಂ ತ್ವಾ ಮಘೋನಾಂ ಜ್ಯೇಷ್ಠಂ ಚ ವೃಷಭಾಣಾಮ್| ಪೂರ್ಭಿತ್ತಮಂ ಮಘವನ್ನಿಂದ್ರ ಗೋವಿದಮೀಶಾನಂ ರಾಯ ಈಮಹೇ||1||

ಯ ಆಯುಂ ಕುತ್ಸಮತಿಥಿಗ್ವಮರ್ದಯೋ ವಾವೃಧಾನೋ ದಿವೇದಿವೇ| ತಂತ್ವಾ ವಯಂ ಹರ್ಯಶ್ವಂ ಶತಕ್ರತುಂ ವಾಜಯಂತೋ ಹವಾಮಹೇ||2||

ಆ ನೋ ವಿಶ್ವೇಷಾಂ ರಸಂ ಮಧ್ವಃ ಸಿಂಚಂತ್ವದ್ರಯಃ| ಯೇ ಪರಾವತಿ ಸುನ್ವಿರೇ ಜನೇಷ್ವಾ ಯೇ ಅರ್ವಾವತೀಂದವಃ||3||

ವಿಶ್ವಾ ದ್ವೇಷಾಂಸಿ ಜಹಿ ಚಾವ ಚಾ ಕೃಧಿ ವಿಶ್ವೇ ಸನ್ವಂತ್ವಾ ವಸು| ಶೀಷ್ಟೇಷು ಚಿತ್ತೇ ಮದಿರಾಸೋ ಅಂಶವೋ ಯತ್ರಾ ಸೋಮಸ್ಯ ತೃಂಪಸಿ||4||

ಇಂದ್ರ ನೇದೀಯ ಏದಿಹಿ ಮಿತಮೇಧಾಭಿರೂತಿಭಿಃ| ಆ ಶಂತಮ ಶಂತಮಾಭಿರಭಿಷ್ಟಿಭಿರಾ ಸ್ವಾಪೇ ಸ್ವಾಪಿಭಿಃ||5||

ಆಜಿತುರಂ ಸತ್ಪತಿಂ ವಿಶ್ವಚರ್ಷಣಿಂ ಕೃಧಿ ಪ್ರಜಾಸ್ವಾಭಗಂ| ಪ್ರ ಸೂ ತಿರಾ ಶಚೀಭಿರ್ಯೇ ತ ಉಕ್ಥಿನಃ ಕ್ರತುಂ ಪುನತ ಆನುಷಕ್||6||

ಯಸ್ತೇ ಸಾಧಿಷ್ಠೋಽವಸೇ ತೇ ಸ್ಯಾಮ ಭರೇಷು ತೇ| ವಯಂ ಹೋತ್ರಾಭಿರುತ ದೇವಹೂತಿಭಿಃ ಸಸವಾಂಸೋ ಮನಾಮಹೇ||7||

ಅಹಂ ಹಿ ತೇ ಹರಿವೋ ಬ್ರಹ್ಮ ವಾಜಯುರಾಜಿಂ ಯಾಮಿ ಸದೋತಿಭಿಃ| ತ್ವಾಮಿದೇವ ತಮಮೇ ಸಮಶ್ವಯುರ್ಗವ್ಯುರಗ್ರೇ ಮಥೀನಾಂ||8||

ಸೂಕ್ತ 54, ಋಷಿ: ಮಾತರಿಶ್ವಾ ಕಾಣ್ವಃ, ದೇವತಾ: 1, 2, 5-8, ಇಂದ್ರ; 3, 4 ವಿಶ್ವೇದೇವಾಃ, ಛಂದಃ = ಪ್ರಗಾಥಂ

ಏತತ್ತ ಇಂದ್ರ ವೀರ್ಯಂ ಗೀರ್ಭಿರ್ಗೃಣಂತಿ ಕಾರವಃ| ತೇ ಸ್ತೋಭಂತ ಊರ್ಜಮಾವನ್ಘೃತಶ್ಚುತಂ ಪೌರಾಸೋ ನಕ್ಷಂಧೀತಿಭಿಃ||1||

ನಕ್ಷಂತ ಇಂದ್ರಮವಸೇ ಸುಕೃತ್ಯಯಾ ಯೇಷಾಂ ಸುತೇಷು ಮಂದಸೇ| ಯಥಾ ಸಂವರ್ತೇ ಅಮದೋ ಯಥಾ ಕೃಶ ಏವಾಸ್ಮೇ ಇಂದ್ರ ಮತ್ಸ್ವ||2||

ಆ ನೋ ವಿಶ್ವೇ ಸಜೂಷಸೋ ದೇವಾಸೋ ಗಂತನೋಪ ನಃ|
ವಸವೋ ರುದ್ರಾ ಅವಸೇ ನ ಆ ಗಮಂಛೃಣ್ವಂತು ಮರುತೋ
ಹವಂ||3||
ಪೂಷಾ ವಿಷ್ಣುರ್ಹವನಂ ಮೇ ಸರಸ್ವತ್ಯವಂತು ಸಪ್ತ ಸಿಂಧವಃ|
ಆಪೋ ವಾತಃ ಪರ್ವತಾಸೋ ವನಸ್ಪತಿಃ ಶೃಣೋತು ಪೃಥಿವೀ
ಹವಮ್||4||
ಯದಿಂದ್ರ ರಾಧೋ ಅಸ್ತಿ ತೇ ಮಾಘೋನಾಂ ಮಘವತ್ತಮ| ತೇನ
ನೋ ಬೋಧಿ ಸಧಮಾದ್ಯೋ ವೃಧೇ ಭಗೋ ದಾನಾಯ
ವೃತ್ರಹನ್||5||
ಆಜಿಪತೇ ನೃಪತೇ ತ್ವಮಿದ್ಧಿ ನೋ ವಾಜ ಆ ವಕ್ಷಿ ಸುಕ್ರತೋ|
ವೀತೀ ಹೋತ್ರಾಭಿರುತ ದೇವವೀತಿಭಿಃ ಸಸವಾಂಸೋ ವಿ
ಶೃಣ್ವಿರೇ||6||
ಸಂತಿ ಹ್ಯ(ಅ)ಗ ರ್ಯ ಆಶಿಷ ಇಂದ್ರ ಆಯುರ್ಜನಾನಾಮ್|
ಅಸ್ಮಾನ್ನಕ್ಷಸ್ವ ಮಘವನ್ನುಪಾವಸೇ ಧುಕ್ಷಸ್ವ
ಪಿಪ್ಯುಷೀಮಿಷಮ್||7||
ವಯಂ ತ ಇಂದ್ರ ಸ್ತೋಮೇಭಿರ್ವಿಧೇಮ ತ್ವಮಸ್ಮಾಕಂ ಶತಕ್ರತೋ|
ಮಹಿ ಸ್ಥೂರಂ ಶಶಯಂ ರಾಧೋ ಅಹ್ರಯಂ ಪ್ರಸ್ಕಣ್ವಾಯ ನಿ
ತೋಶಯ||8||

ಸೂಕ್ತ 55, ಋಷಿ: ಕೃಶಃ ಕಾಣ್ವಃ, ದೇವತಾ: ಪ್ರಸ್ಕಣ್ವಸ್ಯ ದಾನಸ್ತುತಿಃ, ಛಂದಃ = ಪ್ರಗಾಥಂ

ಭೂರೀದಿಂದ್ರಸ್ಯ ವೀರ್ಯ(ಅ)ಗ ವ್ಯಖ್ಯಮಭ್ಯಾಯತಿ| ರಾಧಸ್ತೇ
ದಸ್ಯವೇ ವೃಕ||1||
ಶತಂ ಶ್ವೇತಾಸ ಉಕ್ಷಣೋ ದಿವಿ ತಾರೋ ನ ರೋಚಂತೇ| ಮಹ್ನಾ
ದಿವಂ ನ ತಸ್ತಭುಃ||2||
ಶತಂ ವೇಣೂಂಛತಂ ಶುನಃ ಶತಂ ಚರ್ಮಾಣಿ ಮ್ಲಾತಾನಿ| ಶತಂ
ಮೇ ಬಲ್ಬಜಸ್ತುಕಾ ಅರುಷೀಣಾಂ ಚತುಃಶತಂ||3||
ಸುದೇವಾಃ ಸ್ಥ ಕಾಣ್ವಾಯನಾ ವಯೋವಯೋ ವಿಚರಂತಃ|
ಅಶ್ವಾಸೋ ನ ಚಂಕ್ರಮತ||4||
ಆದಿತ್ಸಾಪ್ತಸ್ಯ ಚರ್ಕಿರನ್ನಾನೂನಸ್ಯ ಮಹಿ ಶ್ರವಃ|
ಶ್ಯಾವೀರತಿಧ್ವಸನ್ಪಥಶ್ಚಕ್ಷುಷಾ ಚನ ಸಂನಶೇ||5||

ಸೂಕ್ತ 56, ಋಷಿ: ಪೃಷಧ್ರಃ ಕಾಣ್ವಃ, ದೇವತಾ: 1, 4 ಪ್ರಸ್ಕಣ್ವಸ್ಯ ದಾನಸ್ತುತಿಃ (ಇಂದ್ರೋ ವಾ), 5 ಅಗ್ನಿಸೂರ್ಯೌ, ಛಂದಃ = 1-4 ಗಾಯತ್ರಿ, 5 ಪಂಕ್ತಿಃ

ಪ್ರತಿ ತೇ ದಸ್ಯವೇ ವೃಕ ರಾಧೋ ಅದರ್ಶ್ಯಹ್ರಯಂ| ದ್ಯೌರ್ನ
ಪ್ರಥಿನಾ ಶವಃ||1||
ದಶ ಮಹ್ಯಂ ಪೌತಕ್ರತಃ ಸಹಸ್ರಾ ದಸ್ಯವೇ ವೃಕಃ| ನಿತ್ಯಾದ್ರಾಯೋ
ಅಮಂಹತ||2||
ಶತಂ ಮೇ ಗರ್ದಭಾನಾಂ ಶತಮೂರ್ಣಾವತೀನಾಂ| ಶತಂ ದಾಸಾ
ಅತಿ ಸ್ರಜಃ||3||
ತತ್ರೋ ಅಪಿ ಪ್ರಾಣೀಯತ ಪೂತಕ್ರತಾಯ್ಯೆ ವ್ಯಕ್ತಾ|
ಅಶ್ವಾನಾಮಿನ್ನ ಯೂಥ್ಯಾಮ್||4||
ಅಚೇತ್ಯಗ್ನಿಶ್ಚಿಕಿತುರ್ಹವ್ಯವಾಟ್ ಸ ಸುಮದ್ರಥಃ| ಅಗ್ನಿಃ ಶುಕ್ರೇಣ
ಶೋಚಿಷಾ ಬೃಹತ್ಸೂರೋ ಅರೋಚತ ದಿವಿ ಸೂರ್ಯೋ
ಅರೋಚತ||5||

ಸೂಕ್ತ 57, ಋಷಿ: ಮೇಧ್ಯಃ ಕಾಣ್ವಃ, ದೇವತಾ: ಅಶ್ವಿನಾ, ಛಂದಃ = ತ್ರಿಷ್ಟುಪ್

ಯುವಂ ದೇವಾ ಕ್ರತುನಾ ಪೂರ್ವ್ಯೇಣ ಯುಕ್ತಾ ರಥೇನ ತವಿಷಂ
ಯಜತ್ರಾ| ಆಗಚ್ಛತಂ ನಾಸತ್ಯಾ ಶಚೀಭಿರಿದಂ ತೃತೀಯಂ ಸವನಂ
ಪಿಬಾಥಃ||1||
ಯುವಾಂ ದೇವಾಸ್ತ್ರಯ ಏಕಾದಶಾಸಃ ಸತ್ಯಾಃ ಸತ್ಯಸ್ಯ ದದೃಶೇ
ಪುರಸ್ತಾತ್| ಅಸ್ಮಾಕಂ ಯಜ್ಞಂ ಸವನಂ ಜುಷಾಣಾ ಪಾತಂ
ಸೋಮಮಶ್ವಿನಾ ದಿದ್ಯಗ್ನೀ||2||
ಪನಾಯ್ಯಂ ತದಶ್ವಿನಾ ಕೃತಂ ವಾಂ ವೃಷಭೋ ದಿವೋ ರಜಸಃ
ಪೃಥಿವ್ಯಾಃ| ಸಹಸ್ರಂ ಶಂಸಾ ಉತ ಯೇ ಗವಿಷ್ಟೌ ಸರ್ವಾ ಇತ್ತಾ
ಉಪ ಯಾತಾ ಪಿಬಧ್ಯೈ||3||
ಅಯಂ ವಾಂ ಭಾಗೋ ನಿಹಿತೋ ಯಜತ್ರೇಮಾ ಗಿರೋ
ನಾಸತ್ಯೋಪ ಯಾತಂ| ಪಿಬತಂ ಸೋಮಂ ಮಧುಮಂತಮಸ್ಮೇ
ಪ್ರ ದಾಶ್ವಾಂಸಮವತಂ ಶಚೀಭಿಃ||4||

ಸೂಕ್ತ 58, ಋಷಿ: ಮೇಧ್ಯಃ ಕಾಣ್ವಃ, ದೇವತಾ: 1 ವಿಶ್ವೇದೇವಾ ಋತ್ವಿಜೋ ವಾ, 2-3 ವಿಶ್ವೇದೇವಾಃ, ಛಂದಃ = ತ್ರಿಷ್ಟುಪ್

ಯಮೃತ್ವಿಜೋ ಬಹುಧಾ ಕಲ್ಪಯಂತಃ ಸಚೇತಸೋ
ಯಜ್ಞಮಿಮಂ ವಹಂತಿ| ಯೋ ಅನೂಚಾನೋ ಬ್ರಾಹ್ಮಣೋ
ಯುಕ್ತ ಆಸೀತ್ಕಾ ಸ್ವಿತ್ತತ್ರ ಯಜಮಾನಸ್ಯ ಸಂವಿತ್||1||

ಏಕ ಏವಾಗ್ನಿರ್ಬಹುಧಾ ಸಮಿದ್ಧ ಏಕಃ ಸೂರ್ಯೋ ವಿಶ್ವಮನು
ಪ್ರಭೂತಃ| ಏಕೈವೋಷಾಃ ಸರ್ವಮಿದಂ ವಿ ಭಾತ್ಯೇಕಂ ವಾ ಇಂದ
ವಿ ಬಭೂವ ಸರ್ವಂ||2||
ಜ್ಯೋತಿಷ್ಮಂತಂ ಕೇತುಮಂತಂ ತ್ರಿಚಕ್ರಂ ಸುಖಂ ರಥಂ ಸುಷದಂ
ಭೂರಿವಾರಂ| ಚಿತ್ರಾಮಘಾ ಯಸ್ಯ ಯೋಗೇಽಧಿಜಜ್ಞೇ ತಂ ವಾಂ
ಹುವೇ ಅತಿ ರಿಕ್ತಂ ಪಿಬಧ್ಯೈ||3||

**ಸೂಕ್ತ 59, ಋಷಿ: ಸುಪರ್ಣಃ ಕಾಣ್ವಃ, ದೇವತಾ:
ಇಂದ್ರಾವರುಣೌ, ಛಂದಃ = ಜಗತೀ**

ಇಮಾನಿ ವಾಂ ಭಾಗಧೇಯಾನಿ ಸಿಸ್ರತ ಇಂದ್ರಾವರುಣಾ ಪ್ರ ಮಹೇ
ಸುತೇಷು ವಾಂ| ಯಜ್ಞೇಯಜ್ಞೇ ಹ ಸವನಾ ಭುರಣ್ಯಥೋ
ಯತ್ಸುನ್ವತೇ ಯಜಮಾನಾಯ ಶಿಕ್ಷಥಃ||1||
ನಿಃಷಿಧ್ವರೀರೋಷಧೀರಾಪ ಆಸ್ತಾಮಿಂದ್ರಾವರುಣಾ
ಮಹಿಮಾನಮಾಶತ| ಯಾ ಸಿಸ್ರತೂ ರಜಸಃ ಪಾರೇ ಅಧ್ವನೋ
ಯಯೋಃ ಶತ್ರುರ್ನಿಕಿರಾದೇವ ಓಹತೇ||2||
ಸತ್ಯಂ ತದಿಂದ್ರಾವರುಣಾ ಕೃಶಸ್ಯ ವಾಂ ಮಧ್ವ ಊರ್ಮಿಂ
ದುಹತೇ ಸಪ್ತ ವಾಣೀಃ| ತಾಭಿರ್ದಾಶ್ವಾಂಸಮವತಂ ಶುಭಸ್ಪತೀ
ಯೋ ವಾಮದಬ್ಧೋ ಅಭಿ ಪಾತಿ ಚಿತ್ತಿಭಿಃ||3||
ಘೃತಪ್ರುಷಃ ಸೌಮ್ಯಾ ಜೀರದಾನವಃ ಸಪ್ತ ಸ್ವಸಾರಃ ಸದನ ಋತಸ್ಯ|
ಯಾ ಹ ವಾಮಿಂದ್ರಾವರುಣಾ ಘೃತಶ್ಚುತಸ್ತಾಭಿರ್ಧತ್ತಂ
ಯಜಮಾನಾಯ ಶಿಕ್ಷತಂ||4||
ಅವೋಚಾಮ ಮಹತೇ ಸೌಭಗಾಯ ಸತ್ಯಂ ತ್ವೇಷಾಭ್ಯಾಂ
ಮಹಿಮಾನಮಿಂದ್ರಿಯಂ| ಅಸ್ಮಾಂತ್ಸ್ವಿಂದ್ರಾವರುಣಾ
ಘೃತಶ್ಚುತಸ್ತ್ರಿಭಿಃ ಸಾಪ್ತೇಭಿರವತಂ ಶುಭಸ್ಪತೀ||5||
ಇಂದ್ರಾವರುಣಾ ಯದೃಷಿಭ್ಯೋ ಮನೀಷಾಂ ವಾಚೋ ಮತಿಂ
ಶ್ರುತಮದತ್ತಮಗ್ರೇ| ಯಾನಿ ಸ್ಥಾನಾನ್ಯಸೃಜಂತ ಧೀರಾ ಯಜ್ಞಂ
ಯನ್ವಾನಾಸ್ತಪಸಾಭ್ಯಪಶ್ಯಂ||6||
ಇಂದ್ರಾವರುಣಾ ಸೌಮನಸಮದೃಪ್ತಂ ರಾಯಸ್ಪೋಷಂ
ಯಜಮಾನೇಷು ಧತ್ತಂ| ಪ್ರಜಾಂ ಪುಷ್ಟಿಂ ಭೂತಿಮಸ್ಮಾಸು ಧತ್ತಂ
ದೀರ್ಘಾಯುತ್ವಾಯ ಪ್ರ ತಿರತಂ ನ ಆಯುಃ||7||

ಗುರಿ ಸಾಧಿಸಲಿಕ್ಕೆ ಯಾವುದೇ ಸಾಧಕನಿಗೆ ಐದು ವಿಷಯಗಳು ಮುಖ್ಯವಾಗುತ್ತವೆ. ಅವುಗಳು ಕ್ರಮವಾಗಿ ಕರ್ಮ, ಜ್ಞಾನ, ಭಕ್ತಿ, ದಾನ ಹಾಗು ತ್ಯಾಗ. ಇವುಗಳಲ್ಲಿ ಯಾವುದೇ ಒಂದು ಮಾರ್ಗದಿಂದ ಮಾತ್ರ ಗುರಿ ಸಾಧಿಸಲು ಸಾಧ್ಯವಿಲ್ಲ ಎಂಬುದು

ವೇದ ವಿಜ್ಞಾನದಿಂದ ಅರಿಯಬೇಕಿದೆ. ಈ ಐದು ಸಂಯೋಗವಾದಾಗ ಮಾತ್ರ ವಿಶ್ವರೂಪ, ಅಂದರೆ ಸ್ವ-ಸ್ವರೂಪದ ದರ್ಶನ ಸಾಧ್ಯ. ಈ ಐದರ ಸಮನ್ವಯದಿಂದ ಮಾತ್ರ ಆತ್ಮಸಾಕ್ಷಾತ್ಕಾರ ಸಾಧ್ಯ. ಇದೇ ಅದ್ವೈತ ಎಂದರೆ ತಪ್ಪಲ್ಲ.

ಜಯ ಗ್ರಂಥವು ಮೂಲಭೂತವಾಗಿ ಪಂಚ-ಭೌತಿಕ ಸಿದ್ಧಾಂತವನ್ನು ಆಧರಿಸಿಕೊಂಡು ಹೇಳುತ್ತದೆ. ಈ ಒಟ್ಟು ವಿಚಾರವೇ 18 ಅಧ್ಯಾಯಗಳಾಗಿ (ಪರ್ವಗಳಾಗಿ, ಅಂದರೆ, ವಿಶೇಷವಾಗಿ) ಗೋಚರಿಸಿಕೊಂಡಿದೆ. ಭಗವದ್ಗೀತೆಯಲ್ಲಿಯೂ 18 ಅಧ್ಯಾಯಗಳಿವೆ. ಯೋದ್ಧು (ಈಗ ಹೇಳುವಂತಹ ಯುದ್ಧ) ಕೂಡ 18 ದಿನ ಜರುಗಿದೆ. ಹೀಗೆ, ಕರ್ಮ, ಜ್ಞಾನ, ಭಕ್ತಿ, ದಾನ ಹಾಗು ತ್ಯಾಗಗಳನ್ನು ಅಳವಡಿಸಿಕೊಂಡರೆ ಸಾಧಕನು ಹೇಗೆ ಆತ್ಮಸಾಕ್ಷಾತ್ಕಾರವನ್ನು ಮಾಡಿಕೊಳ್ಳಬಹುದು ಎಂಬುದನ್ನು ಜಯ ಗ್ರಂಥವು ವಿವರಿಸುತ್ತದೆ.

ಈ ಐದು ಅಂಶಗಳನ್ನು ದಿನವೂ ಅನುಷ್ಠಾನಿಸುವಂತಹ ಸಾಧಕನು ಅವಧೂತನಾಗಿ ಮಾರ್ಪಾಡಾಗುತ್ತಾನೆ. ಅಂದರೆ, ಅವನಿಗೆ ಪೃಥಕ್-ಪಂಚ (ಪ್ರಪಂಚ) ಸ್ವಾಭಾವಿಕವಾಗಿ ಅರ್ಥವಾಗುತ್ತದೆ. ಕೇವಲ ನನ್ನವರು ಎನ್ನುವಂತಹ ಭಾವನೆಯು ತೊಲಗಿ, ಸಕಲ ಪ್ರಪಂಚವೇ 'ನಾನು' ಎಂದಾಗಿ ಅರ್ಥವಾಗುತ್ತದೆ. ಅಂದರೆ, ಆತ್ಮಸಾಕ್ಷಾತ್ಕಾರವಾಗುತ್ತದೆ. ಆತ್ಮ ಸಾಕ್ಷಾತ್ಕಾರವು ಅವಧೂತನಾದವನಿಗೆ ಸಂಪೂರ್ಣ ಸ್ವಾತಂತ್ರವನ್ನು ನೀಡಿದಾಗ ಅವನು ಸ್ವತಂತ್ರನಾಗುತ್ತಾನೆ. ಈ ಸ್ವತಂತ್ರ ಸ್ಥಿತಿಯೇ ಅವಧೂತನ ಮುಂದಿನ ಜೀವನಕ್ಕೆ ದಾರಿದೀಪವಾಗುತ್ತದೆ.

ಮುಖ್ಯ: ಶ್ರೀ ವಿಧುಶೇಖರ ಭಾರತಿ ಸ್ವಾಮಿಗಳು, ಶೃಂಗೇರಿ ಪೀಠ, ಅವರ ಹೇಳಿಕೆ ಹೀಗಿದೆ: ಈಗ ಪ್ರಚಲಿತದಲ್ಲಿರುವಂತಹ ಭಗವದ್ಗೀತೆಯ ಮೇಲ್ನೋಟದ ಅರ್ಥವೇ ಬೇರೆ, ಅಂದರೆ ಶ್ಲೋಕಾರ್ಥದ ಅರ್ಥವೇ ಬೇರೆ, ಗೀತೆಗೆ ಗೂಢವಾದ ಅರ್ಥವನ್ನು ಶ್ರೀ ಶಂಕರರ ರೀತಿಯಲ್ಲಿ ಸಾಧನೆ ಮಾಡಿದವರು ಮಾತ್ರ ನಿಖರವಾಗಿ ಹೇಳಲು ಸಾಧ್ಯ.

ಮುಖ್ಯ: ಭಗವದ್ಗೀತೆಯನ್ನು ವ್ಯಾಸರು ಜಯದಲ್ಲಿ ಸೇರಿಸಿದರು. ಹೀಗಾಗಿ, ಅದರಲ್ಲಿ ಕೃಷ್ಣ ಹಾಗು ಅರ್ಜುನರ ಪಾತ್ರ ಕಂಡುಬರುತ್ತದೆ. ಆದರೆ ವಾಲಖಿಲ್ಯರು ವ್ಯಾಸರಿಗಿಂತ ಮುನ್ನವೇ ಮಂತ್ರಗಳನ್ನು ರಚಿಸಿದ್ದರು. ಆ ಮಂತ್ರಗಳಲ್ಲಿ ಕೃಷ್ಣ ಹಾಗು ಅರ್ಜುನ ಪಾತ್ರಗಳಿಲ್ಲ. ಹಾಗಾದರೆ ವ್ಯಾಸರು ಏಕೆ ಹೀಗೆ

ಮಾಡಿದರು ಎಂದರೆ ಕೃಷ್ಣ ಎಂದರೆ ಮನಸ್ಸು (ನಾರಾಯಣ) ಹಾಗು ಅರ್ಜುನ ಎಂದರೆ ಸಂಕೇತ ವಾಹಕ (ನರ) ಎಂಬುದಾಗಿ ಅವರು ತೆಗೆದುಕೊಂಡ ಕಾರಣದಿಂದಾಗಿ. ಹೀಗಾಗಿ, ಕೃಷ್ಣನು ಅರ್ಜುನನಿಗೆ ಕ್ಷಣಮಾತ್ರದಲ್ಲಿ ಗೀತೆಯನ್ನು ಬೋಧಿಸಿದ. ಅಂದರೆ, ಮನಸ್ಸು ನರಗಳಿಂದ ಕೆಲಸಮಾಡುತ್ತದೆ; ನರಗಳಿಂದ ಮನಸ್ಸು ಪ್ರಚೋದಿತವಾಗುತ್ತದೆ, ಹೀಗಾಗಿ.

ಗಮನಿಸಿ: ಆಗಲೇ ಇದ್ದಂತಹ ಗೀತೆಯನ್ನು ವ್ಯಾಸರು ಸಂಸ್ಕರಿಸಿ ರಚಿಸಿದ್ದಾರೆ. ಹೀಗಾಗಿ, ವಾಲಖಿಲ್ಯ ಸೂಕ್ತವು ಪಾರಾಯಣ ಮಾಡಲು ಸೂಕ್ತ. ಯಾರಿಗೆ ಯೋಗವನ್ನು ಅಭ್ಯಾಸಮಾಡಲು ಸಾಧ್ಯವಿಲ್ಲವೋ ಅವರು ವಾಲಖಿಲ್ಯ ಸೂಕ್ತವನ್ನು ಪಾರಾಯಣ ಮಾಡಿ ಯೋಗದ ಫಲವನ್ನೇ ಹೊಂದಬಹುದು. ಯೋಗ ಹಾಗು ಪಾರಾಯಣ ಎರಡನ್ನೂ ಮಾಡಲು ಶಕ್ತಿ ಇರುವವರು ಶೀಘ್ರವಾಗಿ ಗುರಿ ತಲುಪಬಹುದಾಗಿದೆ.

ಜಯ ಎನ್ನುವುದೊಂದು ಗ್ರಂಥ, ಅಂದರೆ ಅದೊಂದು ಗ್ರಂಥಿ ರೀತಿಯಲ್ಲಿ ಕೆಲಸಮಾಡುತ್ತದೆ.

ಗ್ರಂಥಿ = ಕುಣಿಕೆ, ಗಂಟು, ಸಣ್ಣ ಗಂಟು, ಸರಗುಣಿಕೆ; ರಕ್ತದಿಂದ ನಿರ್ದಿಷ್ಟ ಪದಾರ್ಥಗಳನ್ನು ಆಯ್ದು, ದೇಹದ ಉಪಯೋಗಕ್ಕಾಗಿ ಅಥವಾ ದೇಹದಿಂದ ಹೊರಹಾಕುವುದಕ್ಕಾಗಿ ಅದನ್ನು ಸೂಕ್ತ ರೀತಿ ಮಾರ್ಪಡಿಸುವ ವಿಶಿಷ್ಟ ಜೀವಕೋಶಗಳಿಂದಾದ ಅಂಗ.

ಸೂಚನೆ: ಶ್ಲೋಕಗಳನ್ನು ರಚಿಸುವಾಗ ನಿರ್ದಿಷ್ಟ ನಿಯಮಗಳನ್ನು ಅನುಸರಿಸಿ, ಅಕ್ಷರ ಮತ್ತು ಶಬ್ದಗಳನ್ನು ಅಳವಡಿಸುವ ಕ್ರಮವೇ ಗ್ರಂಥಿ ಎಂದಾಗಿದೆ.

ಗ್ರಂಥಿ ಎನ್ನುವುದು ಛಂದಸ್ಸು (ಸಾಮರ್ಥ್ಯ) ಎಂಬುವುದಕ್ಕಿಂತಲೂ ಭಿನ್ನವಾಗಿದೆ. ರಚಿತವಾಗಿರುವಂತಹ ಗ್ರಂಥಿ ಬದ್ಧವಾದಂತಹ ಶ್ಲೋಕಗಳನ್ನು ಯಾರಿಗೂ ತಿದ್ದಲಾಗಲೀ ಅಥವಾ ಬದಲಿಸಲಾಗಲೀ ಸಾಧ್ಯವಿಲ್ಲದ ಕಾರ್ಯ. ತ್ರಿಪದಿ, ದ್ವಿಪದಿ, ಹೀಗೆ ಬೇರೆ ಬೇರೆ ರೀತಿಯಾದ ಶ್ಲೋಕ ಪ್ರಕಾರಗಳಿಗೆ ಯಾವ ಸ್ಥಾನದಲ್ಲಿ ಯಾವ ಅಕ್ಷರ ಬರಬೇಕು ಎಂಬ ನಿಯಮವಿರುತ್ತದೆ, ಏಕೆಂದರೆ ಆಯಾ ವ್ಯಂಜನವು (ಸ್ವಧರ್ಮದ ಬೀಜವು) ನಿರ್ದಿಷ್ಟ ಸ್ವರದೊಂದಿಗೆ (ಜೀವ ಹಾಗು ಜಾಗೃತಿಯ ಜೊತೆಗೆ) ಹೊಂದಿಕೊಂಡು ಉಚ್ಚರಣೆಗೊಂಡಾಗ ಅದು ನಿರ್ದಿಷ್ಟವಾದಂತ

ಚಕ್ರಗಳ ಶಕ್ತಿಗಳನ್ನು ಸಂಯೋಜನಗೊಳಿಸಿಕೊಂಡು, ಸಂಬಂಧಿತ ಗ್ರಂಥಿಯ ಮೇಲೆ ಕೆಲಸಮಾಡುತ್ತದೆ.

ಗಮನಿಸಿ: ಗ್ರಂಥ ರಚನೆಯ ವಿಚಾರವನ್ನು ವ್ಯಾಕರಣ ವಿಭಾಗದಲ್ಲೇ ವಿವರವಾಗಿ ನೋಡಬಹುದಾಗಿದೆ. ಶ್ಲೋಕ ರಚನೆಗೆ ಗ್ರಂಥಿಯೇ ಪ್ರಧಾನವಾಗಿದ್ದು, ಛಂದಸ್ಸುಗಳ ಅವಶ್ಯಕತೆ ಅಷ್ಟೇನೂ ಇರುವುದಿಲ್ಲ. ಕಗ್ಗಂಟುಗಳನ್ನು ಬಿಡಿಸಿ, ಅವಶ್ಯಕವಾಗಿರುವಂತಹ ರಸವನ್ನು ಸ್ರವಿಸುವಂತೆ ಮಾಡುವುದೇ ಗ್ರಂಥದ ಮರ್ಮ.

ಹೀಗಾಗಿ, ಯೋಗವನ್ನು ಪ್ರಧಾನವನ್ನಾಗಿರಿಸಿಕೊಂಡು ಭಗವದ್ಗೀತೆಯನ್ನು ಅರ್ಥಮಾಡಿಕೊಳ್ಳಬೇಕಾಗಿದೆಯೇ ಪರಂತು ಅದ್ವೈತ, ದ್ವೈತ, ವಿಶಿಷ್ಟಾದ್ವೈತ ರೀತಿಯ ಯಾವುದೇ ಮತಗಳ ರೀತಿಯಲ್ಲಿ ವ್ಯಾಖ್ಯಾನಮಾಡಬಾರದು, ಏಕೆಂದರೆ ಮತಗಳು ಯೋಗದ ಸಿದ್ಧಾಂತವನ್ನು ನಿಖರವಾಗಿ ಹೇಳುವುದಿಲ್ಲ!

ಸೂಚನೆ: 'ಇತಿ ಶ್ರೀಮದ್ಭಗವದ್ಗೀತಾಸೂಪನಿಷತ್ಸು ಬ್ರಹ್ಮವಿದ್ಯಾಯಾಂ ಯೋಗಶಾಸ್ತ್ರೇ...' ಎಂಬ ಉಲ್ಲೇಖವನ್ನು ಇಲ್ಲಿ ಗಮನಿಸಬೇಕು. ಸೈದ್ಧಾಂತಿಕವಾಗಿ ಸಾಂಖ್ಯ ಇದ್ದರೆ, ಇಲ್ಲಿ ಜ್ಞಾನಾತ್ಮಕವಾಗಿ ಯೋಗವಿರುತ್ತದೆ.

ಹಾಗಾದರೆ ಈ ಭಗವದ್ಗೀತೆ ಕುರಿತಾಗಿ ಇಷ್ಟೊಂದು ವ್ಯಾಖ್ಯಾನಗಳು ಇವೆಯಲ್ಲಾ, ಇದಕ್ಕೆ ಕಾರಣವೇನು ಎಂದಾಗಿ ಕೇಳಿದರೆ, ವ್ಯಾಖ್ಯಾನಿಸುವವನ ಮಟ್ಟದಿಂದಾಗಿ ಇವೆ ಎಂದು ಹೇಳಬಹುದಾಗಿದೆ. ಇದರ ಮೇಲಿನ ವ್ಯಾಖ್ಯಾನಗಳು ಮೂರು ರೀತಿಯಲ್ಲಿ ಬಂದಿದ್ದಾಗಿರುತ್ತದೆ, ಮುಂದೆಯೂ ಬರುತ್ತವೆ. ಅವುಗಳು ಕ್ರಮವಾಗಿ, ತಾಮಸಿಕ ವ್ಯಾಖ್ಯಾನ, ರಾಜಸೀಕ ವ್ಯಾಖ್ಯಾನ ಹಾಗು ಸಾತ್ವಿಕ ವ್ಯಾಖ್ಯಾನ.

ತಾಮಸೀಕ ವ್ಯಾಖ್ಯಾನ = ಇದು ಅತ್ಯಂತ ಕೆಳಮಟ್ಟದ ವ್ಯಾಖ್ಯಾನ. ವ್ಯಾಖ್ಯಾನಿಸುವವನು ಏನನ್ನು ಕಲಿತಿರುತ್ತಾನೆಯೋ, ಅದನ್ನು ಮಾತ್ರ ಯಥಾವತ್ತಾಗಿ ಹೇಳುತ್ತಾನೆಯೇ ಪರಂತು, ಅವನ ಸ್ವಂತ ವಿಚಾರವಾಗಲೀ, ಅನುಭವವಾಗಲೀ ಅಥವಾ ವಿಮರ್ಶೆಯಾಗಲೀ ಇರುವುದಿಲ್ಲ. ಅಂದರೆ, ಕಲಿತಿರುವುದು ಅವನಿಗೆ ಇನ್ನೂ ಜೀರ್ಣವಾಗಿರುವುದಿಲ್ಲ. ಸ್ವಂತ ಪ್ರಜ್ಞೆಯಾಗಲೀ, ಬೆಳವಣಿಗೆಯಾಗಲೀ ಅಥವಾ ಚೈತನ್ಯವಾಗಲೀ ಖಂಡಿತವಾಗಿಯೂ ಇರುವುದಿಲ್ಲ.

ರಾಜಸೀಕ ವ್ಯಾಖ್ಯಾನ = ಇದು ಮಧ್ಯಮ ಸ್ತರದ ವ್ಯಾಖ್ಯಾನ. ವ್ಯಾಖ್ಯಾನಿಸುವವನು ಕಲಿತಿರುವ ಜೊತೆಗೆ, ಇನ್ನೂ ಹಲವಾರು ಗ್ರಂಥಗಳ ಅಧ್ಯಯನ, ಬೇರೆ ಸಾಧಕರ ಅಭಿಪ್ರಾಯಗಳಿರುತ್ತವೆ. ಇವುಗಳನ್ನೆಲ್ಲವನ್ನೂ ಸಹ ಸ್ವತಃ ಪರಿಷ್ಕರಿಸಿ, ಉತ್ತಮ ರೂಪದಲ್ಲಿ ವ್ಯಾಖ್ಯಾನಿಸುತ್ತಾನೆ. ಇದರಲ್ಲಿ ಖಂಡಿತವಾಗಿ ಅವನ ಉತ್ಸಾಹ, ಪರಿಶ್ರಮ ಇರುತ್ತವೆ. ಆದರೆ ಇವನ ವ್ಯಾಖ್ಯಾನವೂ ಕೂಡ ಬೇರೆ ಜ್ಞಾನವನ್ನೇ ಅವಲಂಬಿಸಿರುತ್ತದೆ.

ಸಾತ್ವೀಕ ವ್ಯಾಖ್ಯಾನ = ಇದು ಅತ್ಯಂತ ಉತ್ತಮ ಮಟ್ಟದ ವ್ಯಾಖ್ಯಾನ. ಇದರಲ್ಲಿ ಕಲಿಕೆ ಹಾಗು ಸಂಗ್ರಹಿಸಿದ ಜ್ಞಾನದ ಜೊತೆಗೆ, ಸ್ವಂತ ಅಧ್ಯಯನ, ಚಿಂತನೆ ಹಾಗು ಅನುಭವಗಳು ಸೇರಿಕೊಂಡಿರುತ್ತವೆ. ಅಂದರೆ, ವ್ಯಾಖ್ಯಾನವು ಅವನ ಸ್ವಂತ ಜ್ಞಾನವಾಗಿರುತ್ತದೆ. ಹೀಗಾಗಿ, ಇವನ ವ್ಯಾಖ್ಯಾನ ಮಾತ್ರ ಬಹು ಸ್ಪಷ್ಟ, ಶುದ್ಧ ಹಾಗು ನೇರವಾಗಿರುತ್ತದೆ.

ಗಮನಿಸಿ: ಸಾತ್ವಿಕ ವ್ಯಾಖ್ಯಾನವು ಮಾತ್ರ 'ನಾನು ಹೇಳುತ್ತೇನೆ' ಎಂದಾಗಿ ಧೈರ್ಯವಾಗಿ ಘೋಷಿಸಿಕೊಳ್ಳುತ್ತದೆ, ಏಕೆಂದರೆ ವ್ಯಾಖ್ಯಾನಿಸುವವನಿಗೆ ನಾನು ಯಾರು? ನಾನು ಎಲ್ಲಿದ್ದೇನೆ? ಹಾಗು ನಾನು ಹೇಗಿದ್ದೇನೆ? ಎನ್ನುವ ವಿಚಾರವು ಆಗಲೇ ಸ್ಪಷ್ಟವಾಗಿರುತ್ತದೆ.

ಅಥರ್ವ-ವೇದದ ಗಣಪತಿ ಮಂತ್ರದಲ್ಲಿ 'ಸ ಯೋಗೀ ಯೋಗೀನಾಂ ವರಃ' ಎಂದಾಗಿ ಹೇಳಿದೆ. ಇದರ ಚಿಂತನೆ ಕೊಂಚ ಭಿನ್ನವಾಗಿದೆ, ಅಂದರೆ ಇದನ್ನು ದರ್ಶಿಸಿದಂತಹ ಕಾಲಕ್ಕೆ ಅನುಗುಣವಾಗಿದೆ. ಹೀಗಾಗಿ, ಇದರ ಅರ್ಥ: ನಾದದಿಂದ ಸಂಧಾನ ಮಾಡಬೇಕು. ವಟುವಾಗಿದ್ದಾಗ (ವಿದ್ಯಾರ್ಥಿಯಾಗಿದ್ದಾಗ) ಇರದ ಜೀವನದ ಚಿಂತೆ ಅವನಿಗೆ ಗೃಹಸ್ಥನಾದಾಗ ಉಂಟಾಗುತ್ತದೆ. ಇದಕ್ಕಾಗಿ ಸ್ನಾತಕ ವ್ರತವನ್ನು ಹೇಳಲಾಗಿದೆ, ಅಂದರೆ ದೇಶ ಸಂಚಾರ ಮಾಡುತ್ತಾ, ಅನುಭವವನ್ನು ಗಳಿಸಿಕೊಂಡು, ನಂತರ ಜೀವನ ಮಾಡಬೇಕಿದೆ. ಈ ಸಮಸ್ಯೆಗಳನ್ನು ಕುರಿತು ಇಲ್ಲಿ ಚಿಂತಿಸಲಾಗಿದೆ.

ನಾದವು ಏಳು ಸ್ವರಗಳಿಂದ ಕೂಡಿದ್ದು, ಇದರ ಮುಖಾಂತರ ಈ ಪ್ರಪಂಚವನ್ನು ಅrfTಮಾಡಿಕೊಳ್ಳಬೇಕಿದೆ. ಇದೇ 'ಸಪ್ತ-ಪದಿ.' ಇದರಿಂದ ಸಹಜ ಶಕ್ತಿ ಸಾಧಕನಿಗೆ ಪ್ರಾಪ್ತಿಯಾಗುವುದೇ ಪರಂತು, ವಿಶೇಷ ಶಕ್ತಿಗಳಲ್ಲ ಎಂಬುದು ಇಲ್ಲಿ ಗಮನಾರ್ಹ.

ಈ ಸಹಜ ಶಕ್ತಿ ಹಾಗು ಆತ್ಮಸಾಕ್ಷಾತ್ಕಾರವನ್ನು ಸಂಪಾದಿಸಿದಂತಹ ಸಾಧಕನು ಮರಣಿಸಿದಾಗ ಅವನಿಗೆ ಮತ್ತ ಜನ್ಮವಿರುವುದಿಲ್ಲ, ಏಕೆಂದರೆ ಅವನು ಜೀವಕ್ಕೆ ಸಂಬಂಧಿಸಿದಂತ ಜನ್ಮಗಳ ಬಂಧನದಿಂದ ಮುಕ್ತಿ ಪಡೆದಿರುತ್ತಾನೆ. ಆದರೆ, ಒಂದು ವೇಳೆ ಅವನು ಇಚ್ಚಿಸಿದರೆ ಮಾತ್ರ, ಯಾವುದೇ ಸ್ವರೂಪವನ್ನು ಹೊಂದಬಹುದು. ಹೀಗೆ ಮಾಡಿದರೂ ಸಹ ಅವನು ಹುಟ್ಟು-ಮರಣಗಳ ಚಕ್ರಕ್ಕೆ ಸಿಲುಕನು.

ಗಮನಿಸಿ: ಹೀಗಾದವನು ಯಾವುದೇ ವಿಷಯವನ್ನು ಸರಳವಾಗಿ ಹಾಗು ಸಮಾನವಾಗಿ ಸ್ವೀಕರಿಸುವಂತಹ ಗುಣವನ್ನು ಬೆಳೆಸಿಕೊಂಡಿರುತ್ತಾನೆ. ಹೀಗಾಗಿ, ಇವನೇ ಅವಧೂತ ಎಂದೆನಿಸಿಕೊಳ್ಳುತ್ತಾನೆ.

ಮುಖ್ಯ: ಶರೀರ ನಾಶವಾದ ಮೇಲೆ ಆತ್ಮಸಾಕ್ಷಾತ್ಕಾರ ಸಾಧ್ಯವಿಲ್ಲ. ಹೀಗಾಗಿ, ಶರೀರವನ್ನು ಮೊದಲು ಸರಿಯಾಗಿ ಸಂರಕ್ಷಿಸಿಕೊಳ್ಳಬೇಕಿದೆ. ಆತ್ಮವನ್ನು ಶರೀರದಿಂದ ಪ್ರತ್ಯೇಕಿಸಿಕೊಂಡಾಗ ಮಾತ್ರ ಆತ್ಮಸಾಕ್ಷಾತ್ಕಾರ ಸಾಧ್ಯ. ಹೀಗೆ ಪ್ರತ್ಯೇಕಿಸಿಕೊಂಡಾಗ ಅವನ ಶರೀರವು ನಿಖರವಾಗಿ ಹಾಗು ಸ್ವತಂತ್ರವಾಗಿ ಕಾರ್ಯ ನಿರ್ವಹಿಸಬೇಕಿದೆ.

ಯೋಗ+ಕ್ಷೇಮ=ಯೋಗಕ್ಷೇಮ; ಇಂದು ಕೇವಲ ಮತ್ತೊಬ್ಬರನ್ನು ವಿಚಾರಿಸಿಕೊಳ್ಳುವುದಕ್ಕೆ ಉಪಯೋಗಿಸಿಕೊಳ್ಳುತ್ತಿದ್ದೇವೆ. ಆದರೆ ಇದರ ಮೂಲಾರ್ಥ ಬೇರೆಯೇ ಇದೆ. ಯೋಗ ಹಾಗು ಕ್ಷೇಮವು ಕ್ಷಣಕ್ಷಣಕ್ಕೆ ಬದಲಾಗುವಂತಹದ್ದಾಗಿದೆ. ಯಾವ ಸಂದರ್ಭಕ್ಕೆ ಯಾವುದು ಕ್ಷೇಮವೋ ಅದನ್ನು ಹೊಂದಿಸಿಕೊಡುವುದೇ ಯೋಗ ಎಂದಾಗಿದೆ. ಅಂದರೆ, ಸಂದರ್ಭಕ್ಕೆ ಸರಿಯಾಗಿ ರಕ್ಷಣೆಯನ್ನು ಕೊಡುವುದಾಗಿದೆ. ಹೀಗಾಗಿ, ಪರಮಾತ್ಮನು 'ನೀನು ನನ್ನ ಚಿಂತೆ ಮಾಡು, ನಿನ್ನ ಯೋಗಕ್ಷೇಮವನ್ನು ನಾನು ನೋಡಿಕೊಳ್ಳುತ್ತೇನೆ' ಎಂದಾಗಿ ಹೇಳಿರುತ್ತಾನೆ.

www.ingramcontent.com/pod-product-compliance
Lightning Source LLC
LaVergne TN
LVHW100250210926
848480LV00003B/888